Berlitz®

Vietnamese
Compact Dictionary

Vietnamese – English
English – Vietnamese

Berlitz Publishing
New York · Munich · Singapore

Original edition edited by the Langenscheidt editorial staff

Compiled by LEXUS Ltd.

Inset cover photo: © Punchstock/Medioimages

Berlitz Publishing
193 Morris Avenue
Springfield, NJ 07081
USA

Printed in Germany
ISBN-13: 978-981-246-952-6
ISBN-10: 981-246-952-4

1. 2. 3. 4. 5.   10 09 08 07 06

Preface

Here is a new dictionary of English and Vietnamese, a tool with some 40,000 references for those who work with the English and Vietnamese languages at beginner's or intermediate level.

Focusing on modern usage, the dictionary offers coverage of everyday language, including vocabulary from areas such as computers and business.

The two sides of this dictionary, the English-Vietnamese and the Vietnamese-English, are quite different in structure and purpose. The English-Vietnamese is designed for productive usage, for self-expression in Vietnamese. The Vietnamese-English is a decoding dictionary, a dictionary to enable the native speaker of English to understand Vietnamese.

Clarity of presentation has been a major objective. The editors have set out to provide the means to enable you, the user of the dictionary, to get straight to the translation that fits a particular context of use. Is the *president* who is at the head of a company, for example, the same in Vietnamese as the *president* who is the head of a state? Is *flimsy* referring to furniture the same in Vietnamese as *flimsy* referring to an excuse? The English-Vietnamese dictionary is rich in sense distinctions like this – and in translation options tied to specific, identified senses.

Grammatical or function words are treated in some detail, on both the English-Vietnamese and the Vietnamese-English sides. And a large number of idiomatic phrases are given to show how the two languages correspond in context.

All in all, this is a book full of information, which will, we hope, become a valuable part of your language toolkit.

Contents

How to use the dictionary

To get the most out of your dictionary you should understand how and where to find the information you need. Whether you are yourself writing a text in Vietnamese or wanting to understand a text in Vietnamese, the following pages should help.

1. How and where do I find a word?

1.1 English headwords. The English word list is arranged in alphabetical order.

Sometimes you might want to look up terms made up of two separate words, for example **antivirus program**, or hyphenated words, for example **absent-minded**. These words are treated as though they were a single word and their alphabetical ordering reflects this. Compound words like **bookseller**, **bookstall** and **bookstore** are also listed in alphabetical order.

The only exception to this strict alphabetical ordering is made for English phrasal verbs – words like **♦go off**, **♦go out**, **♦go up**. These are positioned directly after their main verb (in this case **go**), rather than being scattered around in alphabetical positions.

1.2 Vietnamese headwords. The Vietnamese word list is arranged in Vietnamese alphabetical order according to the following rules.

The characters **ă**, **â**, **đ**, **ê**, **ô**, **ơ** and **ư** are all treated as separate letters of the alphabet.

ă comes after **a**
â comes after **ă**
đ comes after **d**
ê comes after **e**
ô comes after **o**
ơ comes after **ô**
ư comes after **u**

Ch is included in **C**; **F** is recognized as a letter; **gi** is included in **G**; **kh** is included in **K**; **ng** and **nh** are included in **N**; **ph** comes after the very short letter **P**; **th** and **tr** are included in **T**.

Tone marks are handled in the sequence:

a mid-level tone
á high rising tone
à low falling tone
ả low rising tone
ã high broken tone
ạ low broken tone

There are two joint criteria for ordering Vietnamese headwords: the letters of the alphabet and the tone marks. Words are first arranged into groups sharing a tone mark and are then sorted alphabetically within these groups. A change of tone mark means the start of a new alphabetically ordered block. Here is an example:

ha sít hashish

há open (one's mouth), open wide

há hốc mồm gasp; ***há hốc mồm nhìn*** gape at; gape

há miệng open one's mouth

hà hơi breathe out, exhale

hà lạm abuse

Hà lan Holland ◊ Dutch

hà mã hippopotamus

Hà Nội Hanoi

hà tiện stint on

hả huh? (*asking for confirmation)*

hả hê gloat

Note that, even though alphabetically **hà lạm** precedes **há miệng**, it must be positioned after it because of the tone on **hà** (low falling comes after high rising). The same applies to the positioning of **hả**, which starts a new alphabetically ordered block with the low rising tone.

The small number of words that can be written without hyphens and not syllable by syllable, are positioned as follows:

cạn chén! cheers!

cạn kiệt completely run out

cạn ly! cheers!

Canađa Canada ◊ Canadian

Hyphenated words are treated as though they had no hyphens or spaces:

hùng mạnh powerful

hùng vĩ majestic ◊ (sự) grandeur; majesty

Hung-ga-ri Hungary ◊ Hungarian

1.3 Running heads

If you are looking for an English or a Vietnamese word you can use the **running heads** printed in bold in the top corner of each page. The running head on the left tells you the *first* headword on the left-hand page and the one on the right tells you the *last* headword on the right-hand page.

2. Swung dashes

2.1 A swung dash (~) replaces the entire headword when the headword is repeated within an entry:

sly *person*, *look* ranh mãnh; ***on the ~*** kín đáo
Here ***on the ~*** means ***on the sly***.

2.2 When a headword changes form in an entry, for example if it is put in the past tense or in the plural, then the past tense or plural ending is added to the swung dash – but only if the rest of the word doesn't change:

fluster *v/t* bối rối; ***get ~ed*** bị bối rối

But:

horrify: ***I was horrified*** tôi hoảng lên

♦**come back** trở về; ***it came back to me*** nhớ lại

2.3 Headwords made up of two, or sometimes three, words are replaced by a single swung dash:

♦**hold on** *v/i* (*wait*) chờ; TELEC giữ máy; ***now ~ a minute!*** này, đợi tí đã!

♦**come in on** tham gia vào; ***~ a deal*** tham gia vào một thỏa thuận

3. What do the different typefaces mean?

3.1 All Vietnamese and English headwords and the Arabic numerals differentiating English parts of speech appear in **bold**:

alcoholic 1 *n* người nghiện rượu **2** *adj* có rượu

Ngày Quốc Khánh National Day

3.2 *italics* are used for :

a) abbreviated grammatical labels: *adj, adv, v/i, v/t* etc

b) all the indicating words which are the signposts pointing to the correct translation for your needs

mailbox *(in street)* thùng thư bưu điện; *(of house)*, COMPUT hộp thư

Vietnamese **1** *adj* Việt Nam **2** *n* (*person*) người Việt; (*language*) tiếng Việt

serve **1** *n* (*in tennis*) cú giao bóng **2** *v/t food*, *customer*, *country* phục vụ **3** *v/i* (*give out food*) dọn cơm; (*as politician etc*) phục vụ; (*in tennis*) giao bóng; ***it ~s you right*** đáng đời anh/chị

khoang hàng hold (*in ship*)

sẽ sinh be due (*of baby*)

băng ice; tape (*for cassette*)

3.3 All phrases (examples and idioms) are given in ***secondary bold italics***:

bắt capture, catch; pick up *criminal*; ***bắt ... làm tù nhân*** take ... prisoner

knowledge kiến thức; ***to the best of my ~*** theo như tôi biết; ***have a good ~ of ...*** có kiến thức sâu rộng về ...

3.4 Normal typeface is used for the translations.

3.5 If a translation is given in *italics*, and not in the normal typeface, this means that the translation is more of an *explanation* in the other language and that an explanation has to be given because there is no real equivalent:

Medicare *chế độ bảo hiểm y tế của nhà nước Mỹ*

walk-up *n căn hộ không có thang máy*

quả fruit ◊ *classifier for round things*: ***quả hồng*** persimmon

sấu alligator; crocodile; *imaginary animal made of stone or bronze in front of temples*

4. What do the various symbols and abbreviations tell you?

4.1 A solid black lozenge is used to indicate a phrasal verb:

♦**auction off** đem bán đấu giá

4.2 A white lozenge ◊ is used to divide up longer entries into more easily digested chunks of related bits of text:

a, **an** ◊ (*with một and classifier*): ***~ book about Hanoi*** một quyển sách về Hà Nội; ***he rented ~ car*** anh ấy thuê một chiếc ô tô; ***is that an antique?*** đó có phải là một thứ đồ cổ không?; ***can I have ~ beer?*** cho tôi xin một cốc bia; ***five men and ~ woman*** năm người đàn ông và một người đàn bà ◊ (*classifier without một*): ***do you have ~ map?*** anh/chị có bản đồ không?; ***I don't have ~ map*** tôi không có bản đồ ◊ (*no equivalent in Vietnamese*): ***I'm ~ student*** tôi là học sinh; ***I have ~ headache*** tôi đau đầu; ***~ cousin of mine*** anh chị em họ của tôi ◊ (*per*) một, mỗi; ***$50 ~ ride*** 50$ đi một lần; ***$15 ~ night*** 15$ một đêm

It is also used, in the Vietnamese-English dictionary, to split translations within an entry when the English grammatical part of speech of each translation is different:

vỡ nợ bankrupt ◊ go bankrupt

xã hội society ◊ social

kém hơn worse; inferior ◊ less

4.3 The abbreviation F tells you that the word or phrase is used colloquially rather than in formal contexts. The abbreviation V warns you that a word or phrase is vulgar or taboo. Be careful how you use these words.

4.4 A colon before an English or Vietnamese word or phrase means that usage is restricted to this specific example (at least as far as this dictionary's choice of vocabulary or examples is concerned):

accordance: ***in ~ with*** phù hợp với

chứ: ***tôi có thể chứ? – đồng ý*** can I? – ok

đếch: ***tôi đếch cần!*** I don't give a damn!

4.6 The letters X and Y are used to indicate insertion points for other words if you are building a complete sentence in Vietnamese, for example:

glue 1 *n* keo dán **2** *v/t* dán; ***~ X to Y*** dán X vào Y

Suspension points (...) are used in a similar way:

ok đồng ý; ***is this bus ~ for ...?*** xe buýt này có đi ... không?

5. Does the dictionary deal with grammar too?

5.1 All English headwords are given a part of speech label, unless, in normal modern English, the headword is only used as one part of speech and so no confusion or ambiguity is possible. In these cases no part of speech label is needed.

abolish hủy bỏ

lastly sau cùng

But:

glory *n* sự vinh quang
(*n* given because 'glory' could be a verb)

own[1] *v/t* (*possess*) có
(*v/t* given because 'own' is also an adjective)

5.2 Vietnamese headwords are not given part of speech labels. Where their English translations are of more than one part of speech, these are separated by a white lozenge. For example:

Mỹ La tinh Latin America ◊ Latin American

5.3 Where a Vietnamese word has a grammatical function or a special linguistic function, this is illustrated:

không thể cannot, can't ◊ (*forms negative adjectives*): ***không thể làm X (được)*** be unable to do X

những some ◊ (*used to form plural nouns*): ***những lời chia buồn*** condolences; ***những người giàu*** the rich

cách đây ago, before; from here ◊ (*denotes past tense*): ***cách đây 2 dặm*** it's 2 miles away; ***cách đây bao lâu?*** how long ago?

à *used at the end of a sentence, to ask a friendly question or to clarify*; *at the beginning of a sentence to show surprise*; ***nhiều thế cơ à?*** as much as that?; ***à quên*** ah, I forgot!

6. sự

Entries with the structure:

ăn hối lộ bribe ◊ (sự) bribery

ăn mòn corrode ◊ (sự) corrosion

are frequent in the Vietnamese-English half of this dictionary. The bracketed word **sự** may optionally be used in Vietnamese contexts where an appropriate English translation would often be a noun. Use of **sự** is more likely in a more formal type of language.

Variants on **sự** are **việc** and **vụ**:

bán hàng sell ◊ (việc) selling

giết người kill ◊ (vụ) killing

On the English-Vietnamese side of the dictionary **sự** often precedes a noun translation. Whether or not it is actually to be used in a translation will depend on context:

parking is expensive
đỗ xe thì là đắt

careless parking can be dangerous
sự đỗ xe bừa bãi có thể gây nguy hiểm

silence is golden
im lặng là vàng

a heavy silence followed
sau đó là một sự im lặng nặng nề

7. Classifiers

On the English-Vietnamese side of the dictionary noun translations are, where useful, entered with their classifiers:

banana quả chuối

elephant con voi

On the Vietnamese-English side of the dictionary nouns are generally not entered under their respective classifier, since the classifier will not always or necessarily accompany the noun in actual contexts of use. In most cases the classifier will be entered in its own alphabetical position. For example:

chuối banana entered under **c**

voi elephant entered under **v**

At **q** and **c** you will find:

quả fruit ◊ *classifier for round things*: ***quả hồng*** persimmon

con me (*addressing one's parents*) ◊ offspring; son; daughter; piece (*in board game*) ◊ *classifier for animals, pejoratively for people, for long objects*

8. Reversibility

It is a feature of Vietnamese, to be borne in mind when looking something up in the dictionary, that some words made up of more than one syllable can be written, for example, either as:

cải bắp cabbage

or as:

bắp cải cabbage

The pronunciation of Vietnamese

Vietnamese is written in the roman alphabet, using a system devised in 1548 by the French missionary, Alexandre de Rhodes. A number of the characters and character combinations used have special sounds, which are introduced in the following pages. Some sounds can be accurately described in English; for others English approximations can be given as guidance.

A shortened version of this pronunciation guide is given at the foot of each double page of the dictionary.

Consonants and consonant combinations

b	like the b in *b*aby
c	like the c in *c*uddle, always hard, with something of a g sound
ch (*at the start of a word*)	like the ch in *ch*urch
ch (*in final position*)	like the k in Pa*k*istan
d	in the North this is like the z in *z*ombie; in the South it is more like a y sound as in *y*ou
đ	like the d in *d*og
f	like the f in *f*ax (Vietnamese mostly uses ph for this sound)
g, gh	like the g in *g*o, always hard, but coming from further back in the throat, something like the way the Scots say lo*ch*
gi	the same as d, in the North this is like the z in *z*ombie; in the South it is more like a y sound as in *y*ou
h	like the h in *h*otel
k	like the k in Pa*k*istan
kh	a throaty k sound as in the way the Scots say lo*ch*
l	like the l in *l*oad
m	like the m in *m*other
n	like the n in *n*obody
ng, ngh	like the ng in so*ng*, remember not to pronounce the g
nh (*at the start of a word*)	like the ny in ca*ny*on or the ni in o*ni*on

nh (*in final position*)	like the ng in so*ng*, remember not to pronounce the g
p	like the p in *p*ool
ph	like the ph in *ph*ysical or *ph*otogra*ph*
qu	like the qu in *qu*ite
r	in the North this is like the z in *z*ombie; in the South it is r as in *r*ich
s	like the s in *s*oft or *s*illy; in the South you will also hear sh as in *sh*oot
t	between a t and a d; to get the sound, go to say *t*able then at the last second change your mouth to say *d*able; like the t in s*t*and
th	a weaker t sound, barely discernible from t, breathe out a very slight h after the t sound
tr	like the ch in *ch*urch; in the South like tr in *tr*ain
x	like the s in *s*oft

Single vowels

a	like the a in h*a*t; can be longer, like the a in f*a*ther if not followed by a consonant
ă	like the a in h*a*rd, but don't pronounce the r sound
â	like the u in b*u*t
e	like the e in r*e*d
ê	like the ay in s*ay*; like the French é
i	like the i in t*i*n
o	like the au in f*au*lt or the o in c*o*rd; if in final position (without a following consonant) it can be slightly longer
ô	like the o in g*o*
ơ	like the u in f*u*r, but don't pronounce an r sound
u	like the oo in s*oo*n
ư	like the ew in d*ew*, but without any y sound; like the u in French d*u*; say a oo sound with teeth together and lips spread wide
y	like the i in s*i*n

Vowel combinations

ai	like the ai in S*ai*gon
ao	like the ao in M*ao*
au	a-oo

âu	like the o in s*o*
ay	like the ay in pl*ay*
ây	uh-i
eo	eh-ao
êu	ay-oo
iê	can also be pronounced i-uh as well as i-eh
iêu	i-yoh
iu	like the ew in f*ew*
oa	wa
oai	like the word *why*
oe	weh
ôi	like the oy in t*oy*
ơi	u*r*-i but don't pronounce an r sound
ua	oo-a, with the a as the er in lett*er*
uâ	oo-uh
uê	way; the ay as in the French é
ửi	u*r*-i, but don't pronounce an r sound
uôi	oo-oy
ươ	ew-u*r*, but don't pronounce an r sound
uy	wee
ưa	u*r*-uh, as in the sound made to express disgust: *ugh*
ưu	u*r*-ew, but don't pronounce the r
ươi	oo-uh-i

Some special combinations

ênh	uhng
qua	kwa, with the a as in b*ar*
oc	aok
ong	aong
ông	ong
uyên	oo-in
uyêt	oo-yit

Tones

Tones determine meaning, so getting the tone right is critically important.

Mid-level tone, as in **ta** (let's): there is no tone marker for this; the voice stays at a level pitch slightly above normal pitch.

High rising tone, as in **tá** (dozen): the pitch starts a little lower than at mid-level tone and then rises sharply.

Low falling tone, as in **tà** (low in the sky; setting; magical): the pitch starts lower than mid-level tone and then drops off.

Low rising tone, as in **tả** (describe): the pitch starts at the same level as the low falling tone then dips and rises again back to the starting point.

High broken tone, as in **tã** (diaper): the pitch starts a little above the starting point of the low falling tone, dips, then rises sharply to finish above the starting point.

Low broken tone, as in **tạ** (weight): the pitch starts at the same level as the low falling tone then immediately drops off.

The final consonant of words with a low broken tone is barely audible. For example **đẹp** can sound pretty much like 'deh'. Put your lips in the position to say the final consonant, but stop short of actually pronouncing it.

Abbreviations

adj	adjective
adv	adverb
ANAT	anatomy
BIO	biology
BOT	botany
Br	British English
CHEM	chemistry
COM	commerce, business
COMPUT	computers, IT term
conj	conjunction
EDU	education
ELEC	electricity, electronics
F	familiar, colloquial
fig	figurative
FIN	financial
fml	formal usage
GRAM	grammar
hum	humorous
interj	interjection
LAW	law
MATH	mathematics
MED	medicine
MIL	military
MOT	motoring
MUS	music
(*N*)	Northern Vietnamese
n	noun
NAUT	nautical
pej	pejorative
PHOT	photography
PHYS	physics
POL	politics
prep	preposition
pron	pronoun
PSYCH	psychology
RAD	radio
RAIL	railroad
REL	religion
(*S*)	Southern Vietnamese
s.o.	someone
SP	sports
sth	something
TECH	technology
TELEC	telecommunications
THEA	theater
TV	television
V	vulgar
v/i	intransitive verb
v/t	transitive verb
→	see
®	registered trademark

A

a lô hello (*on the phone*)
Á Châu Asia ◊ Asian
à *used at the end of a sentence, to ask a friendly question or to clarify*; *at the beginning of a sentence to show surprise*; ***nhiều thế cơ à?*** as much as that?; ***à quên*** ah, I forgot!
ả (*poetic*) young girl
Ả rập Arab ◊ Arabic
Ả rập Xê út Saudi Arabia ◊ Saudi Arabian
ạ *particle used at the end of a sentence to indicate politeness, respect or friendliness*; ***được ạ*** very well (*acknowledging an order*)
ác cruel; mean
ác độc cruel, brutal ◊ (sự) cruelty, brutality
ác hại harmful; hurtful; detrimental
ác liệt violent; fierce
ác mộng nightmare
ác ôn villain
ác quy battery
ác tâm malicious; malevolent ◊ (sự) malice
ác tính malignant
ác ý malicious; mischievous ◊ (sự) spite
ách yoke
ách tắc jam
ách tắc giao thông traffic jam
Ác-hen-ti-na Argentina ◊ Argentinian
a-đáp-tơ adapter
ai someone; anyone; one, you (*impersonal*) ◊ who; whom; ***ai đó?*** who is that?, who's there?; ***ai là người cao nhất trong các cậu?*** which of the boys is tallest?; ***ai là người tiếp sau?*** who's next?; ***ai biết đâu*** you never know
Ai cập Egypt ◊ Egyptian
ai mà whoever
ai nấy everybody
Ai-len Ireland ◊ Irish
Ái Nhĩ Lan Ireland ◊ Irish
am hiểu knowledgeable, clued-up
ám ảnh neurotic; ***nỗi ám ảnh*** obsession
ám chỉ allude to, refer to; insinuate ◊ (sự) reference
ám hại harm, hurt
ám muội fishy; sleazy
ám nghĩa ambiguity
ám sát assassinate ◊ (sự) assassination
ảm đạm bleak, dismal; sullen
amiđan tonsils
an ninh secure, safe ◊ (sự) security
an toàn safe ◊ (sự) safety
an toàn trên hết safety first
an tọa sit down; be seated; ***xin tiếp tục an tọa*** please remain seated
an ủi comfort, console ◊ (sự) comfort, consolation; ***không an ủi được*** inconsolable
án tử hình death penalty
anbom ảnh photo album
AND DNA, deoxyribonucleic acid
Anh Britain; England ◊ British; English
anh me (*male addressing one's younger brother, sister, member of younger generation*); you (*less formal*: *to younger man*) ◊ brother (*older*); cousin (*older*)
anh ấy he; him (*young man*)
anh cả eldest brother
anh chàng fellow, guy
anh chồng brother-in-law (*older, on husband's side*)
anh chú bác cousin (*paternal*:

older male)
anh đào cherry (tree); cherry blossom
anh em brothers ◊ brotherly; fraternal; ***họ là anh em trai*** they're brothers
anh hầu bàn ơi! waiter!
anh hầu bàn phụ busboy
anh hề clown
anh họ cousin (*maternal, older male*)
anh hùng heroic
Anh kim pound sterling
anh ngốc idiot
Anh Quốc England
anh rể brother-in-law (*older, on sister's side*)
anh trai older brother, big brother
anh túc poppy
anh vợ brother-in-law (*older, on wife's side*)
anh yêu darling, honey (*woman to man*)
ánh bạc silver
ánh chói glare
ánh chớp flash of lightning
ánh chớp sáng flash
ánh lên gleam
ánh lửa glow of a fire
ánh mắt glint
ánh mặt trời sunlight
ánh nắng sunshine
ánh sáng light; lighting
ánh sáng ban ngày daylight
ánh sáng mờ đục glow
ánh sáng nêông neon light
ánh sao starlight
ánh trăng moonlight
ảnh photo ◊ (*S*) he
ảnh chụp photograph; shot
ảnh chụp từ trên không aerial photograph
ảnh chụp X quang X-ray
ảnh hưởng influence; impact ◊ affect; ***có ảnh hưởng tốt/xấu đối với ai*** be a good/bad influence on s.o.; ***có ảnh hưởng sâu rộng*** sweeping
ảnh hưởng đến influence
ảnh in print
ảnh màu color photograph
ảnh thờ picture of a dead person
ảnh thực real image
ao pond; ounce
ao bùn muddy pond
ao sen lotus pond
ao ước yearn for
ao xơ ounce
Áo Austria ◊ Austrian
áo shirt; top (*clothing*)
ào ào nonstop; ***mưa bắt đầu trút xuống ào ào*** it started raining with a vengeance
áo ấm sweater; warm clothes
áo bà ba woman's traditional collarless shirt
áo bơi swimsuit
áo choàng blouse; gown; robe; coat
áo choàng mặc trong nhà robe
áo choàng tắm bathrobe
áo cổ lọ turtleneck (sweater)
áo cưới wedding dress
áo cứu đắm life preserver
áo dài traditional Vietnamese dress
áo dạ hội evening dress
áo đan sweater
áo đồng phục nữ tunic
áo giáp armor
áo gi-lê vest
áo gối pillowcase, pillowslip
áo khoác overcoat
áo khoác ngoài robe
áo ki-mô-nô kimono
áo lạnh sweater
áo len woolen (garment)
áo len cổ chui sweater

áo len đan cardigan
áo lót undershirt
áo lông chồn mink (coat)
áo mưa raincoat
áo ngoài jacket
áo ngủ đàn bà nightdress, nightgown
áo ngủ nam nightshirt
áo phao (bơi) life jacket
áo phông (*N*) T-shirt
áo pigiama pajama jacket
áo quần garment
áo quần vải thô dungarees
áo săng-đay jersey
áo sơ mi shirt
áo sơ mi cổ lọ polo shirt
áo sơ mi đàn bà blouse
áo tàng hình on-line invisibility
áo tắm swimsuit
áo tắm hai mảnh bikini
áo thun (*S*) T-shirt
áo thụng gown
áo trong underwear
áo váy bầu maternity dress
áo vét coat; jacket
áo vét nam thường sportscoat
áo vét phi công bomber jacket
áo vét tông (suit) jacket, coat
áo vệ sinh sweatshirt
áo xmốckinh tuxedo, dinner jacket
ảo ảnh mirage
ảo giác optical illusion
ảo hoặc deceitful
ảo tưởng delusion; illusion
áp bức oppress
áp chế tyrannize
áp chót penultimate
áp cuối last but one
áp dụng apply; apply to; ***áp dụng các biện pháp*** take steps
áp dụng được applicable
áp đảo overpower
áp lực pressure
áp phích poster, bill; placard
áp suất pressure
áp suất cao high pressure
áp xe abscess
Ap-ga-ni-xtăng Afghanistan ◊ Afghan
aspirin aspirin
át drown
át hẳn eclipse
axít acid

Ă

ăn eat; have *meal*; receive; attend, go to; celebrate, observe ◊ responsive *brakes*; ***ăn hoa hồng*** receive a commission; ***ăn Tết*** observe Tet
ăn ảnh photogenic
ăn bám sponge off; ***kẻ/tên/tay ăn bám*** sponger, parasite
ăn bẩn eat dirt; make a profit in an improper way
ăn bẻo steal food; shortchange
ăn biếu accept a gift
ăn bữa chính dine
ăn cắp steal ◊ (sự) larceny
ăn cắp vặt pilfer ◊ (sự) pilfering
ăn chạc eat without paying

ăn chay vegetarian
ăn chay triệt để vegan
ăn chặn misappropriate
ăn chia share
ăn chơi have fun; ***kẻ/tên/tay ăn chơi*** playboy
ăn chung eat at the same table
ăn cơm have a meal, eat
ăn cơm tối have dinner
ăn cỗ attend a banquet
ăn cưới attend a wedding celebration
ăn cướp rob; steal; ***ăn cướp cơm chim*** rob the poor
ăn dỗ extort
ăn đất bite the dust, die
ăn đút accept bribes
ăn được edible, eatable
ăn giá agree on a price
ăn giải win the prize
ăn giỗ attend a death anniversary feast
ăn gỏi eat uncooked food
ăn hàng dine out; eat in the street
ăn hết consume, eat up
ăn hỏi celebrate an engagement
ăn hối lộ bribe ◊ (sự) bribery
ăn khớp coincide (with)
ăn kiêng diet
ăn lãi profit
ăn lễ feast; take bribes
ăn lời go back on one's promise; not take advice; make a profit
ăn lương employed, paid
ăn mày beg
ăn mặc dress, way of dressing
ăn mặc cải trang dress up
ăn mặc chỉnh tề well-groomed ◊ smarten up
ăn mặc lịch sự well-dressed
ăn mặc lôi thôi slovenly dressed
ăn mặc thật diện dress up
ăn mặn eat meat and fish; like salty food
ăn miếng trả miếng tit for tat
ăn mòn corrode ◊ (sự) corrosion
ăn mừng celebrate
ăn năn repent ◊ (sự) penitence
ăn nằm sleep with
ăn ngấu nghiến, ăn nghiến ngấu devour, wolf down
ăn ngon miệng relish
ăn nhạt eat simple food
ăn nhập blend in
ăn nhịn eat sparingly
ăn nhồi nhét gorge; ***ăn nhồi nhét gì*** gorge oneself on sth
ăn no hết mức eat one's fill
ăn nói lưu loát articulate
ăn nói mạch lạc coherent
ăn nốt finish up
ăn sáng have breakfast
ăn tạm have a bite (to eat)
ăn tham gluttonous
ăn thua go for it; go flat out; ***không ăn thua gì*** not effective; not working
ăn tiệc feast
ăn tiền accept bribes; bring good results
ăn trầu chew betel
ăn trộm burglarize; rob
ăn trưa have lunch
ăn uống eat and drink; ***ăn uống gì chưa?*** have you eaten?
ăn uống ngon miệng hearty appetite
ăn và ở trọ board and lodging
ăn vặt snack, eat on the go
ăn vận thật diện get dolled up
ăn vận tươm tất decent
ăn vội gobble
ăn xin beg, panhandle
ăn xong finish (eating)
ăn ý get along
Ăng co Angkor Wat
Ăng ghen Engels
ăng ten aerial, antenna

Â

âm negative ◊ minus; ***âm 4 độ*** minus 4 degrees
âm ấm lukewarm, tepid
âm dương Yin and Yang
âm đạo vagina ◊ vaginal
âm học acoustics
âm ỉ brew; smolder ◊ dull; insidious
âm lịch lunar calendar
âm lượng volume
âm mưu conspiracy; plot ◊ scheme; conspire
âm nhạc music ◊ musical
âm phủ underworld (*in mythology*)
âm thanh sound; tone; audio
âm tiết syllable
ấm warm
ấm áp warm ◊ (sự) warmth
ấm cúng cozy, snug
ấm đun nước kettle
ấm lên warm up
ấm pha trà teapot
ầm ầm roar (*of traffic etc*)
ầm ĩ loud ◊ (sự) fuss; ***tiếng ầm ĩ*** din, racket
ẩm damp; moist; humid
ẩm mốc stale
ẩm ướt clammy
ân cần nice, pleasant; kind
Ấn India ◊ Indian
ấn press; thrust; ***ấn gì vào tay ai*** thrust sth into s.o.'s hands
ấn định set, fix
Ấn Độ India ◊ Indian
ấn phẩm printed matter
ấn tượng impression; ***tôi không bị ấn tượng*** I'm not impressed; ***cô ta gây ấn tượng như ...*** she comes across as ...; ***cô ấy gây cho tôi ấn tượng về ...*** she struck me as being ...
ẩn hidden
ẩn náu take refuge
ẩn nấp hide
ẩn sĩ hermit
ấp hamlet
ấp ủ harbor *grudge*
ấp chiến lược strategic hamlet
ấp tự vệ homeguard hamlet
ấp ủ trong lòng cherish
ất water in the home (*in Vietnamese zodiac*)
Âu hóa westernize ◊ westernized
âu yếm tender ◊ (sự) tenderness ◊ pet (*of couple*)
ấu trùng grub, larva
ẩu reckless, negligent; ***lái xe ẩu*** careless driving
ấy that; those

B

ba three ◊ (*S*) father; dad ◊ me (*father addressing his children*)
ba ba fresh water turtle
ba bó một giạ dead certainty
ba chớp ba nhoáng carelessly, in a slapdash manner
Ba Lan Poland ◊ Polish
ba lê ballet
ba lô backpack, rucksack
ba mươi thirty
ba phần tư three quarters
bà grandma, granny; lady (*older woman*); Mrs; Ms ◊ you
bà ấy her (*older woman*)
bà chủ mistress; boss (*female*)
bà chủ nhà hostess
bà chủ quán landlady (*of bar*)
bà chủ trọ landlady (*of hostel etc*)
bà con relative
bà già mother (*informal*); grandmother
bà giám đốc manageress
bà ngoại grandmother (*maternal*)
bà nội grandmother (*paternal*)
bà nội trợ housewife
bà ông great-grandmother
ba vợ father-in-law
bả (*S*) she ◊ her
bã dregs
bã chè tea leaves
bác uncle (*father's older brother/ man older than one's parents, not related*); aunt
bác bỏ dismiss; reject; throw out *plan*; disprove; overrule; repudiate ◊ (sự) rejection
bác gái aunt
bác sĩ doctor
bác sĩ gia đình family doctor
bác sĩ khoa mắt ophthalmologist
bác sĩ nhi khoa pediatrician
bác sĩ nội khoa internist
bác sĩ phẫu thuật surgeon
bác sĩ phẫu thuật não brain surgeon
bác sĩ phẫu thuật thẩm mỹ cosmetic surgeon
bác sĩ phụ khoa gynecologist
bác sĩ sản khoa obstetrician
bác sĩ tâm thần psychiatrist
bác sĩ thần kinh neurologist
bác sĩ thú y vet, veterinarian
bác sĩ trị liệu therapist
bác sĩ trực duty doctor
bác sĩ y khoa MD, Doctor of Medicine
bác trai uncle
bạc silver
bạc bẽo thankless
bạc hà mint; spearmint
bạc hạnh bad luck
bạc màu faded
bạc mệnh ill fate
bạc phận doom
bạc trắng white
bách one hundred
bạch cầu leukemia
bách hóa department store
bạch bì albino
Bạch Cung the White House
bạch đàn sandalwood
bạch huyết lymph
bạch kim platinum
bạch phiến heroin

bạch tuộc octopus
bai byte
bài lesson; text; card game
bài bác criticize; to find fault (with)
bài báo article; story (*in paper*)
bài báo cắt ra clipping, cutting
bài bỏ repel
bài brít bridge (*card game*)
bài "Cha của chúng con" Lord's Prayer
bài chính tả dictation; spelling
bài chuyên đề feature
bài công nghệ technophobia
bài diễn văn speech
bài đàn musical composition
bài đề dẫn keynote speech
bài giảng lecture
bài hát song; chant
bài hát chủ đề theme song
bài hát dân ca folk song
bài hát mừng Nô-en Christmas carol
bài hát nhạc pốp pop song
bài hát ru lullaby
bài học lesson; moral (*of story*)
bài học lái xe driving lesson
bài làm assignment EDU
bài lên lớp sermon
bài luận composition, essay
bài ngoại xenophobic
bài nói chuyện talk, lecture
bài phê bình review, write-up
bài quảng cáo plug
bài tập drill; exercise
bài tập về nhà homework
bài thánh ca hymn
bài thi (examination) paper
bài thơ poem
bài thuyết pháp sermon
bài tiểu luận essay
bài toán số học sum
bài trừ eliminate, abolish
bài tường thuật report
bài viết article; contribution
bài xì poker
bãi flat; expanse field; yard
bãi biển beach
bãi bỏ cancel ◊ (sự) cancellation
bãi cá fishing place
bãi cạn sandbar
bãi chiến trường battlefield
bãi chợ market square
bãi cỏ lawn
bãi công strike; industrial action ◊ go on strike; be on strike
bãi công bất ngờ walkout
bãi đất hoang wilderness (*garden etc*)
bãi để ngựa paddock (*for horses*)
bãi đỗ xe parking lot
bãi hạ cánh landing field; landing strip
bãi học student strike
bãi hôn call off an engagement
bãi lệ get rid of a habit
bãi lệnh revoke an order
bãi luật abrogate
bãi mìn minefield
bãi muối salt lands
bãi nhốt pen, enclosure
bãi quây ngựa corral
bãi sa mạc desert
bãi tập hợp ngựa paddock (*at racetrack*)
bại liệt polio
bám stick to
bám chặt lấy cling to
bám lẵng nhẵng clingy
bám lấy cling to; stick to
bám riết dog (*of bad luck*)
bám theo keep to
ban confer, bestow ◊ section, department
ban cho grant
ban công (*N*) balcony
ban đầu initial ◊ initially
ban đêm night ◊ by night

ban đỏ scarlet fever
ban giám đốc board (of directors)
ban giám khảo jury
ban hành enact
ban hội thẩm jury
ban ngày by day
ban nhạc band
ban nhạc pốp band, pop group
ban phúc bless; ***Chúa ban phúc cho anh/chị!*** (God) bless you!
ban quản trị management, managers
Ban Việt Kiều Trung Ương Central Committee of Overseas Vietnamese
bán sell; market; stock; push *drugs* ◊ (sự) sale; ***kẻ/tên/tay bán ma túy*** (drug) dealer; ***đưa ra bán*** put up for sale; ***được đưa ra bán*** be on the market
bán buôn wholesale
bán cầu hemisphere
bán chịu credit FIN
bán đảo peninsula
bán đấu giá auction
bán được fetch; realize FIN
bán hàng sell ◊ (việc) selling
bán hàng qua điện thoại telesales
bán hạ giá cut-price ◊ (sự) sale (*reduced prices*)
bán kết semifinal
bán kính radius
bán lẻ retail; ***bán lẻ với giá ...*** retail at ...
bán quá đắt overcharge
bán quân sự paramilitary
bán rẻ hơn undercut
bán thanh lý clearance sale
bán vé tickets; ticket office
bàn table
bàn ăn dining table
bàn cãi dispute
bàn cãi về debate
bàn chải brush
bàn chải quần áo clothes brush
bàn chải răng toothbrush
bàn chải tay nailbrush
bàn chải tóc hairbrush
bàn chân foot
bàn cọ scrubbing brush
bàn công chuyện talk shop
bàn cờ board; chessboard
bàn cờ đam checkerboard
bàn đánh pun pool table
bàn đạp pedal
bàn đạp phanh brake pedal
bàn ghi tên đi máy bay check-in (counter)
bàn học sinh desk
bàn là (*N*) iron
bàn là có bộ phận phun nước (*N*) steam iron
bàn làm việc desk; bureau
bàn luận talk; discuss
bàn phím keyboard
bàn quay turntable
bàn tay hand
bàn thắng goal
bàn thấp nhỏ coffee table
bàn thờ altar
bàn thợ bench
bàn trang điểm dresser, dressing table
bàn ủi (*S*) iron
bàn vẽ drawing board
bàn về discuss
bản copy; version; ***bản dịch Kinh thánh ra tiếng Việt*** the Vietnamese version of the Bible
bản âm negative (*film*)
bản báo cáo account, report
bản báo giá quotation, quote
bản câu hỏi questionnaire
bản chất nature
bản công xéc tô concerto
bản doanh base
bản dự thảo luật bill POL

bản đồ chart; map
bản giao hưởng symphony
bản in printout; ***bản in của cuốn sách đã hết*** the book is out of print
bản in ra giấy hard copy
bản in thử proof (*of book*)
bản kê các khoản checklist
bản khai statement (*to police*)
bản khai thu nhập cá nhân tax return
bản khắc axít etching
bản kiến nghị motion, proposal
bản lề hinge
bản miêu tả profile
bản miêu tả công việc job description
bản năng instinct
bản nhạc music
bản phóng tác adaptation; version
bản quyền copyright
bản sao copy; duplicate; replica; backup; ***làm một bản sao*** take a backup COMPUT
bản sao chụp photocopy
bản thành tích học tập report card
bản thảo copy (*written material*); draft; manuscript
bản thân personally ◊ self
bản thân anh yourself
bản thân anh ấy himself
bản thân chúng ta, bản thân chúng tôi ourselves
bản thân cô ấy herself
bản thân họ themselves
bản thân nó itself
bản thân tôi myself
bản thiết kế design
bản thông báo statement
bản tin bulletin
bản tin đặc biệt newsflash
bản tính công tác phí expense account
bản tóm tắt précis, summary
bản tổng phổ score
bản tuyên ngôn declaration
bản tự truyện autobiography
bạn friend, pal; ***bạn tốt/xấu*** be good/bad company
bạn cùng chơi playmate
bạn cùng lớp classmate
bạn cùng lứa tuổi peer
bạn cùng phòng roommate
bạn đồng nghiệp colleague
bạn đời partner
bạn đường fellow traveler; comrade
bạn gái girlfriend
bạn nhảy partner (*dancing*)
bạn thân buddy
bạn thư từ pen friend, penpal
bạn tình have sex with; make love to
bạn trai boyfriend
bạn trên thư từ pen friend, penpal
bạn tù inmate
bang state
báng bổ blaspheme
bàng hoàng shaken; screwed up; ***ở trạng thái bàng hoàng*** in a daze
bàng quang bladder
bảng board (*for notices*)
bảng Anh pound sterling
bảng biểu table (*of figures*)
bảng chạm touchpad COMPUT
bảng chuyển đổi conversion table
bảng chú dẫn index
bảng chú giải thuật ngữ glossary
bảng chữ cái alphabet
bảng dán quảng cáo billboard
bảng đen blackboard
bảng điều khiển control panel
bảng đồng hồ dashboard

bảng giá tariff
bảng hiệu sign
bảng hiệu giao thông traffic sign
bảng kiểm kê inventory
bảng lương payroll; ***có tên trên bảng lương*** be on the payroll
bảng mạch điện circuit board
bảng mạch mẹ motherboard
bảng phân công rota
bảng rượu wine list
bảng tin thông báo bulletin board
bảng tính spreadsheet
bảng từ vựng vocabulary, glossary
banh (*S*) ball
banh miệng gag
bánh cake
bánh bao steamed dumpling
bánh bích qui cookie
bánh bông lan flan
bánh có nhân quả băm mince pie
bánh cưới wedding cake
bánh gừng gingerbread
bánh hấp steamed dumpling
bánh kem quế ice-cream cone
bánh kẹo confectionery
bánh kếp pancake
bánh lái helm; rudder; steering wheel
bánh mì bread
bánh mì cắt lát sliced bread
bánh mì kẹp thịt bò hamburger
bánh mì kẹp thịt burger
bánh mì lúa mạch đen rye bread
bánh mì ngọt bun
bánh nếp glutinous rice cake
bánh ngọt cake
bánh nướng moon cake; pastry
bánh nướng có nhân pie
bánh nướng nhân hoa quả dumpling
bánh nướng xốp muffin
bánh pho mát cheesecake
bánh phồng tôm prawn crackers
bánh piza pizza
bánh quế crispy cinnamon roll
bánh quy giòn cracker
bánh rán deep fried cake
bánh răng cogwheel
bánh sandwich sandwich
bánh sô cô la chocolate cake
bánh su sê traditional cassava wedding cake
bánh táo apple pie
bánh tráng pancake
bánh xà phòng a bar of soap
bánh xăng đuých sandwich
bánh xe wheel
bánh xèo rice pancake
bảnh bao smart, stylish
bao pack; pouch; sheath (*for knife*) ◊ include; treat (*to a meal*), foot the bill
bao bì packaging
bao cao su condom, sheath
bao cát sandbag
bao che cho cover up for
bao con nhộng capsule
bao đeo thắt lưng fanny pack
bao giờ ever ◊ when; ***bao giờ thì tôi có thể lấy lại?*** when can I have it back?
bao gồm include, incorporate
bao gồm cả inclusive of; ***bao gồm tất cả*** inclusive *price*
bao la boundless; vast
bao lâu? how long?; ***bao lâu một lần?*** how often?; ***cách đây bao lâu?*** how long ago?; ***anh/chị tính ở lại bao lâu?*** how long do you intend to stay?
bao lơn (*S*) balcony
bao nhiêu? how many?; how much?; ***cái đó giá bao nhiêu?*** how much does it cost?; ***đến ... thì xa bao nhiêu?*** how far is it to ...?; ***tất cả là bao nhiêu?*** how

much altogether?
bao phủ close in; envelop
bao quanh around ◊ cluster ◊ enclose; surround; ***bị bao quanh bởi ...*** be surrounded by ...
bao súng ngắn holster
bao tải sack
bao trùm engulf
bao vây encircle; surround; lay siege to
báo break (*of news*); inform ◊ newspaper; leopard; ***xin thường xuyên báo cho tôi biết*** please keep me informed
báo buổi chiều evening paper
báo cáo report
báo cáo khoa học paper (*academic*)
báo cáo ngân hàng bank statement
báo chí the press
báo động alarm
báo động về an ninh security alert
báo giá estimate FIN; ***đưa cho X bản báo giá về Y*** give X an estimate for Y
báo hiệu indicate, be a sign of
báo khổ nhỏ tabloid
báo Nhân Dân People's Newspaper
báo ra hàng ngày daily (paper)
báo thức alarm
báo tin inform; ***báo tin cho X về Y*** inform X of Y
báo trước warn, caution; alert; tip off ◊ (sự) notice; ***báo trước cho ai đó phải thôi việc*** give s.o. his/her notice (*to quit job*)
bào shave off ◊ plane (*tool*)
bào chữa defend; ***không thể bào chữa được*** inexcusable, indefensible
bào ngư abalone
bào thai fetus
bảo tell; ***bảo ai làm gì*** tell s.o. to do sth
bảo dưỡng service
bảo đảm answer for; guarantee ◊ (sự) guarantee; security
bảo đảm cho vouch for
bảo hành guarantee ◊ (sự) guarantee; bail LAW; ***trong thời hạn bảo hành*** be under warranty; ***bảo hành gì chống gì*** guarantee sth against sth
bảo hiểm insurance, cover ◊ insure; underwrite; ***được bảo hiểm*** be insured
bảo hiểm du lịch travel insurance
bảo hiểm nhân mạng life insurance
bảo hiểm toàn diện comprehensive insurance, full coverage
bảo hiểm trách nhiệm dân sự liability insurance, third-party insurance
bảo hiểm y tế health insurance
bảo hộ protective
bảo quản cure *meat, fish*; preserve *wood, food etc*; maintain *machine etc* ◊ (sự) maintenance; upkeep; ***giao gì cho ai bảo quản an toàn*** give sth to s.o. for safekeeping; ***bảo quản lạnh*** keep refrigerated
bảo tàng quân đội military museum
bảo tàng viện museum
bảo thủ conservative; straight
bảo tồn conserve ◊ (sự) conservation
bảo trợ sponsor ◊ (sự) sponsorship
bảo vệ defend; protect; safeguard; stand up for ◊ (sự) defense; protection
bảo vệ dữ liệu data protection
bảo vệ môi trường protect the

environment ◊ (sự) environmental protection
bão hurricane; typhoon; storm
bão tố thunderstorm
bão tuyết snowstorm
bạo chúa: ***kẻ/ tên/ tay bạo chúa*** despot
bạo dạn streetwise
bạo dâm sadistic; ***kẻ/ tên/ tay bạo dâm*** sadist
bạo loạn disorder
bạo lực violence ◊ violent
bạo ngược: ***kẻ/ tên/ tay bạo ngược*** tyrant
bát (*N*) bowl
bát ăn cơm (*N*) rice bowl
bát phố go for a walk/ride (*usually in the evening*)
bạt tai hit; cuff
bay fly; ***thổi bay*** blow off, fly off
bay chệch hướng drift
bay diễu hành fly past
bay đi fly away; fly out
bay liệng glide
bay lượn hover
bay ở tốc độ vừa phải cruise
bay phần phật flap
bay tuột khỏi fly off
bay vào quỹ đạo orbit
bay về fly back
bay vút lên soar
bày set out *goods*
bày bán display
bày biện garnish
bày tỏ express; manifest ◊ (sự) expression
bảy seven
bảy mươi seventy
Bắc Ái Nhĩ Lan Northern Ireland ◊ Northern Irish
Bắc cực North Pole
Bắc Kinh Beijing
Bắc Mỹ North America ◊ North American
bắc qua span
Bắc thuộc Chinese domination
Bắc Triều Tiên North Korea ◊ North Korean
Bắc Việt Nam North Vietnam ◊ North Vietnamese
băm nhỏ mince
băn khoăn disturbed
bắn shoot; ***bắn trúng tâm*** hit the bull's eye; ***bắn vào chân X*** shoot X in the leg
bắn chết shoot dead
bắn gục gun down
bắn rơi shoot down
bắn tóe splash
băng ice; tape (*for cassette*)
băng bó wrap; dress; bandage
băng cách điện friction tape
băng cát xét cassette
băng chuyền hành lý carousel
băng cướp gang
băng dính adhesive tape; sticking plaster
băng đeo sling
băng ghi âm tape
băng giá freezing; frozen
băng giấy màu streamer
băng hình video recording
băng keo Scotch tape®
Băng la đét Bangladesh ◊ Bangladeshi
băng quàng vai sash
băng tải conveyor belt
băng trượt thoát hiểm escape chute
băng vệ sinh sanitary napkin
băng viđêô video cassette; videotape
bằng as; by; in; with ◊ made of ◊ certificate, diploma ◊ equal ◊ as much … as …; ***bằng đường bộ*** by land ◊ overland; ***bằng máy bay*** by airmail; ***bằng ô tô*** by car; ***bằng giọng nói to*** in a loud voice;

bằng tiếng Anh/Việt in English/Vietnamese; ***cao/xinh bằng ...*** as high/pretty as ...; ***bằng li-e*** cork; ***bằng bạc*** (made of) silver
bằng cách by means of
bằng cách này hay cách khác somehow
bằng cấp qualification
bằng chứng evidence, proof; testament; ***đưa ra bằng chứng*** give evidence
bằng cử nhân văn chương arts degree
bằng đại học degree
bằng đường miệng oral
bằng không otherwise
bằng lái (**xe**) driver's license
bằng lòng với make do with; ***tạm bằng lòng với*** content oneself with
bằng máy mechanically
bằng nhau equal; fifty-fifty
bằng phẳng even; flat
bằng sáng chế patent
bằng sợi quang fiber optic
bằng sức mạnh forcible
bằng tốt nghiệp đại học degree
bằng vũ lực bodily
bằng xương bằng thịt in person, in the flesh
bắp (*S*) sweetcorn; corn
bắp cải cabbage
bắp chân calf (*of leg*)
bắp tay biceps
bắt capture, catch; pick up *criminal*; ***bắt ... làm tù nhân*** take ... prisoner
bắt bồ pick up *man*, *woman*
bắt bu lông bolt
bắt buộc coerce; compel; bind LAW ◊ compulsory, mandatory ◊ (sự) obligation; ***bắt buộc phải đọc*** it is required reading
bắt chéo cross; put one across the other
bắt chước imitate, copy, mimic ◊ (sự) imitation; takeoff
bắt cóc abduct; kidnap ◊ (sự) kidnap(p)ing; ***kẻ/tên/tay bắt cóc*** kidnap(p)er
bắt đầu begin, start; embark on ◊ (sự) start; onset; ***bắt đầu làm X*** start to do X; ***bắt đầu học*** take up (*begin studying*); ***bắt đầu từ mồng 1 tháng Năm*** effective May 1; ***bắt đầu từ ngày mai*** starting from tomorrow
bắt đầu biết get to know
bắt đầu hút light up
bắt đầu lại reopen
bắt đầu lại từ đầu make a fresh start
bắt đầu tồn tại come into existence
bắt được catch
bắt ép force; ***bắt ép X phải làm Y*** force X to do Y
bắt giữ arrest; seize; round up; detain ◊ (sự) arrest; capture; seizure (*of drugs etc*); round-up; ***bị bắt giữ*** be under arrest; ***bắt giữ ai để đòi tiền chuộc*** hold s.o. to ransom; ***kẻ/tên/tay bắt giữ con tin*** hostage taker
bắt làm mồi prey on
bắt làm việc quá sức overwork
bắt lại recapture
bắt lửa catch fire
bắt nguồn originate; ***bắt nguồn từ*** originate from; be derived from
bắt quả tang catch red-handed; ***bắt quả tang X làm Y*** catch X doing Y
bắt quân dịch draft
bắt tay handshake ◊ shake hands
bắt tay làm lại từ đầu go back to the drawing board
bắt tay vào việc knuckle down

bắt trả quá đắt rip off *customers*
bắt vít screw
bấc wick
bậc rung
bậc cầu thang stair
bậc thang step, stair; terrace
bậc thầy masterly; ***là bậc thầy ở môn*** be a master of
bấm push; punch *ticket*; click COMPUT
bấm chuông buzz; ring; ***xin vui lòng bấm chuông để được phục vụ*** please ring for attention
bấm còi honk; sound one's horn
bấm giờ timer
bấm lách cách click
bấm lỗ pierce
bấm móng tay nail clippers
bấm vào click on COMPUT
bẩm sinh congenital; inborn, innate ◊ naturally; ***là một thầy giáo bẩm sinh*** be a born teacher; ***mù/điếc bẩm sinh*** be born blind/deaf
bẩn dirty; dingy
bẩn thỉu dirty, pornographic; grubby; sordid; squalid
bận busy; full ◊ be busy; ***đang bận làm gì*** be busy doing sth
bận rộn bustle around ◊ busy; on the go; ***bận rộn với*** busy oneself with
bận tâm preoccupied; concerned; ***bận tâm đến gì*** concern oneself with sth; ***đừng bận tâm*** never mind
bâng khuâng wistful
bâng quơ throw-away
bấp bênh insecure; precarious ◊ precariously
bất no ◊ none ◊ without ◊ un..., in..., non...; ***bất luận thế nào*** in any case; no matter what happens
bất bình disgruntled
bất bình đẳng unequal ◊ (sự) inequality
bất cần: ***tôi bất cần*** I don't care
bất chấp regardless ◊ regardless of; in spite of
bất chính illicit
bất chợt suddenly
bất công unjust ◊ (sự) injustice; ***một cách bất công*** wrongly *accused etc*
bất cứ whatever; whichever; any
bất cứ ai anyone, anybody; whoever; ***bất cứ ai trong bọn họ đều có thể phạm tội*** any of them could be guilty
bất cứ cái gì whatever; anything
bất cứ đâu anywhere; wherever
bất cứ khi nào whenever; any time
bất cứ lúc nào whenever; any time
bất cứ nơi nào wherever; anywhere
bất dắc dĩ reluctant
bất đồng differ, disagree ◊ (sự) conflict; dissension; disagreement
bất đồng quan điểm với dissent
bất đồng sâu sắc clash
bất động motionless
bất động sản real estate
bất hạnh miserable; unfortunate ◊ (sự) unhappiness; misery; ***nỗi bất hạnh*** misfortune
bất hiếu filial impiety
bất hòa disagree, argue ◊ (sự) disagreement, difference; discord
bất hợp pháp illegitimate
bất hợp tác uncooperative
bất hủ immortal
bất kể irrespective of; ***bất kể bà ấy nói gì*** no matter what she says
bất kể là whatever
bất lịch sự ill-mannered
bất lợi disadvantageous ◊ (sự)

disadvantage; ***ở vào thế bất lợi*** be at a disadvantage;
bất lực helpless, powerless; impotent ◊ (sự) impotence
bất mãn discontented ◊ (sự) discontent; dissatisfaction
bất ngờ accidental; unexpected; unforeseen; abrupt *departure* ◊ unexpectedly ◊ (việc) contingency; ***làm X bất ngờ*** catch X unawares
bất ngờ nhắc đến crop up (*in conversation*)
bất ngờ xảy ra crop up, happen
bất ngờ xuất hiện pop up, appear
bất tận endless, unending
bất thần suddenly; unexpectedly
bất thình lình all of a sudden
bất thường abnormal; uncommon
bất tiện awkward; inconvenient; uncomfortable ◊ (sự) inconvenience
bất tỉnh unconscious ◊ lose consciousness
bất trị insubordinate; rebellious; incurable
bất trung unfaithful; disloyal
bất tuân luật pháp civil disobedience
bất tử immortal ◊ (sự) immortality
bật put on, turn on
bật dậy jump to one's feet
bật dù nhảy ra eject
bật lửa lighter
bầu bottleneck gourd ◊ vote; elect; ***được bầu ra*** elected
bầu bạn company; companionship
bầu cử elect ◊ (sự) voting; election; the polls; ***đi bầu cử*** go to the polls; ***ngày bầu cử*** election day
bầu dục kidney (*food*)
bầu không khí mood; atmosphere
bầu trời sky
bậu cửa sổ windowsill
bây giờ now; ***bây giờ là bốn giờ sáng*** it's four o'clock in the morning!; ***bây giờ là mấy giờ?*** what's the time?; ***cho đến bây giờ*** up to now; ***từ bây giờ trở đi*** from now on
bấy giờ then, at that time; ***cho đến bấy giờ*** until then; ***từ bấy giờ*** since then, from that time
bấy lâu long since; all this time
bẩy lever
bẩy nắp lever open
bẫy trap ◊ trip up
bậy bạ be wrong; ***đừng nói bậy bạ*** don't talk nonsense
bé small; young; ***bé gái*** young girl
bé hạt tiêu little demon
bé người short in stature
bé nhỏ pocket, miniature
bé tí tiny
bé xíu miniature; tiny
bè part MUS; raft
bè têno tenor (part)
bè trầm bass (part)
bẻ break off
bẽn lẽn timid
béo fat
béo bở rich; plum *job etc*
béo lùn squat
béo mẫm plump
béo ngậy greasy
béo nhão flabby ◊ (sự) flab
béo phệ tubby ◊ fat person
béo phì chubby, fat
béo quay roly-poly
béo ra fill out, get fatter
béo sưng fat pig (*insult*)
béo tròn chubby
béo ụt ịt fat as a pig
bẹp flat, crushed; squashed
bê calf
bê tông concrete
bê tông cốt sắt reinforced concrete

ơ *ur*	**y** (tin)	**ây** uh-i	**iê** i-uh	**oa** wa	**ôi** oy	**uy** wee	**ong** aong
u (soon)	**au** a-oo	**eo** eh-ao	**iêu** i-yoh	**oai** wai	**ơi** *ur*-i	**ênh** uhng	**uyên** oo-in
ư (dew)	**âu** oh	**êu** ay-oo	**iu** ew	**oe** weh	**uê** way	**oc** aok	**uyêt** oo-yit

bế carry
bế tắc stagnate ◊ (sự) deadlock, stalemate
bề bộn hectic
bề mặt surface
bề ngoài exterior; look ◊ cosmetic *change* ◊ on the surface
bề rộng breadth
bể tank; basin
bể bơi swimming pool
bể bơi nước ấm heated swimming pool
bể cá aquarium
bể chứa nước cistern
bể rồi broken, in pieces
bệ pedestal; stage, platform
bệ lò sưởi mantelpiece, mantelshelf
bệ phóng launch(ing) pad
bên by; near ◊ side; ***bên bờ nước*** at the waterside
bên bán vendor
bên bến cảng wharf
bên bị defendant
bên cạnh beside; by; next to; ***bên cạnh nhau*** side by side
bên có credit
bên dưới underneath; ***xem bên dưới*** see below
bên kia across ◊ over there; on the other side
bên ký kết signatory
bên lề fringe
bên này over here
bên ngoài external; outdoor; outward ◊ outside; exterior ◊ outwardly
bên ngoại maternal side
bên nguyên prosecution
bên nhau side by side
bên nội paternal side
bên nợ debit
bên phải right; right-hand; starboard; ***ở bên phải*** on the right, on the right-hand side; ***bên phải anh/chị*** on your right hand
bên trái left ◊ left-hand; on/to the left
bên trong interior; internal ◊ within; inside ◊ internally; inward; ***bên trong ngôi nhà*** inside the house
bên yếu underdog
bến stop; terminal
bến bốc loading berth
bến cảng harbor; port; wharf
bến cuối (cùng) terminal, terminus
bến đỗ tắc xi taxi rank
bến tàu dock
bến thuyền marina
bến xe bus station
bến xe buýt bus station, depot
bến xe ca (*N*) bus station
bến xe đò (*S*) bus station
bến xe lửa train station
bến xe tắc xi cab stand
bền durable; heavy-duty; indestructible; resistant ◊ wear, last
bền chặt durable; lasting
bền vững durable; indestructible
bênh vực defend ◊ (sự) defense
bệnh disease; condition ◊ sick, ill ◊ *classifier for diseases, ailments*
bệnh án case history MED
bệnh bột phát seizure
bệnh dại rabies
bệnh di truyền hereditary disease
bệnh dị ứng allergy
bệnh dịch plague
bệnh đái đường diabetes
bệnh hoa liễu venereal disease
bệnh hoạn morbid; pathological; sick ◊ (sự) illness
bệnh kinh niên chronic illness
bệnh lây bằng con đường tình dục sexually transmitted disease
bệnh lây truyền transmitted

disease
bệnh lý học pathology
bệnh mất trí nhớ amnesia
bệnh ngoài da skin disease
bệnh nhân patient
bệnh nhân nội trú in-patient
bệnh sử medical history
bệnh tâm thần psychiatric
bệnh tật disease
bệnh tự kỷ autism; ***bị bệnh tự kỷ*** autistic
bệnh viện hospital
bệnh viện tâm thần mental hospital
bệnh xá infirmary
bệnh zona shingles
bếp kitchen; galley
bếp lò stove
bếp nhỏ kitchenette
bếp trưởng chef
bi a billiards
bi ai sad; mournful; tragic
bi kịch tragedy ◊ tragic
bi quan pessimistic
bi thảm tragic
bí pumpkin
bí ẩn baffling; mysterious ◊ (sự) riddle
bí đao wax squash
bí hiểm eerie; inscrutable
bí mật clandestine; secret; confidential; undercover; underground; ***làm một điều gì bí mật*** do sth in secret
bí ngô pumpkin
bí quyết knowhow
bí quyết nhà nghề trade secret
bì lợn pigskin
Bỉ Belgium ◊ Belgian
bị be (*passive*); come by, receive; be suffering from; catch *illness*; ***bị ai thu hút*** be attracted to s.o.; ***bị bắt làm con tin*** be taken hostage; ***bị pháo kích*** come under shellfire
bị ám ảnh obsessive; ***bị ám ảnh bởi*** be obsessed with
bị bệnh tâm thần mentally ill
bị bong ra flaky ◊ come unstuck
bị cáo the accused, defendant
bị cấm forbidden
bị cháy xém charred
bị chậm be delayed
bị động passive
bị hoang tưởng paranoid
bị hỏng break; break down; go bad (*of milk etc*) ◊ broken; damaged
bị hư damaged
bị kẹt be jammed; stick
bị lật capsize
bị liệt hai chân paraplegic
bị lộ be out (*of secret*)
bị lừa fall for, be deceived by
bị mắc kẹt jam, stick; be stranded
bị mất người thân bereaved
bị nấu quá nhừ overdone
bị nghèo đi impoverished
bị nghi ngờ in question
bị nhầm be wrong
bị nhầm lẫn be mistaken
bị nhiễm become infected; ***bị nhiễm trùng*** infected ◊ go septic
bị nhồi nhét jam, squeeze
bị nôn vomit
bị ốm yếu be in poor health
bị phạt fine (*punishment*)
bị rối loạn tiêu hóa have an upset stomach
bị sâu bọ cắn insect bite
bị sổ mũi have a runny nose
bị sưng swollen
bị tắc clog up
bị thâm bruise
bị thâm tím bruise
bị thất bại broken ◊ come unstuck
bị thiếu máu be anemic
bị thiệt thòi disadvantaged; ***bị thiệt thòi về quyền lợi*** underprivileged

bị thương injured; wounded; ***bị thương ở đùi/cánh tay*** wounded in the leg/arm
bị tiếp xúc với be exposed to
bị trật bánh be derailed
bị tử thương fatally injured
bị ức chế inhibited
bị vấy máu bloodstain
bị vẹo cổ crick in the neck
bị vết mark
bị vỡ break ◊ broken
bị vỡ nợ go bankrupt ◊ bankrupt
bị vỡ tan bust, broken
bị xịt hơi flat
bia beer, lager; target
bia chai bottled beer
bia gừng ginger beer
bia hơi draft beer
bia mộ gravestone, tombstone
bia ôm hostess bar
bia tươi draft (beer)
bìa binder; cover; soybean cake
bìa bọc ngoài dust cover, dust jacket
bìa cứng hard cover
bìa kẹp folder
bìa kẹp hồ sơ clipboard
bìa làn sóng corrugated cardboard
bìa mềm paperback
bìa rời jacket (*of book*)
bìa sách binding (*of book*)
bìa thư envelope
bịa thư hàng không airmail envelope
bìa trước front cover
bịa make up
bịa ra concoct
biên wing SP
biên bản minutes; transcript
biên dịch translate ◊ (sự) translation
biên dịch viên translator
biên đạo múa choreographer
biên giới border; frontier
biên lai receipt
biên nhận voucher
biên soạn compile
biên tập edit ◊ editorial
biên tập viên editor
biên tập viên chính trị political editor
biên tập viên thể thao sports editor
biến disappear
biến chuyển change
biến chứng complications MED
biến cố bất thường freak
biến đi disappear; clear up (*of illness*); ***biến đi!*** get lost!
biến đổi transform ◊ (sự) transformation
biến động upheaval
biến mất vanish; disappear; go away ◊ (sự) disappearance
biến số variable
biến thế transformer
biển sea; plaque ◊ marine
biển báo roadsign
biển báo cấm đỗ xe no waiting sign
biển chỉ dẫn roadsign
biển chỉ đường signpost
biển dừng xe stop sign
Biển Đông South China Sea
biển đăng ký license plate
biển động swell (*at sea*)
biển thủ embezzle ◊ (sự) embezzlement
biện bạch rationalize
biện hộ defend, justify; warrant ◊ (sự) defense, justification
biện pháp measure, step
biện pháp khắc phục remedy
biết know; know how to; ***tôi chỉ biết rằng*** for all I know; ***theo như tôi biết*** to the best of my knowledge; ***đứa bé đã biết nói***

chưa? can the baby talk yet?; ***anh/chị có biết nói tiếng Việt không?*** do you speak Vietnamese?; ***tôi không biết*** I don't know; ***tôi không biết anh/chị có thể giúp được không*** I wonder if you could help; ***biết cái đúng cái sai*** know right from wrong; ***biết sử dụng máy tính*** be computer literate
biết chữ literate ◊ (sự) literacy
biết điều rational; reasonable; sensible
biết ơn appreciate ◊ grateful, thankful; ***biết ơn ai*** be grateful to s.o.
biết rõ be certain; know for certain; ***không biết rõ về X*** be uncertain about X; ***biết rõ X như lòng bàn tay*** have X at one's fingertips
biết thông cảm understanding
biết tôn trọng deferential
biệt động quân ranger (*in the army of the Saigon government*)
biệt hiệu nickname; alias
biệt kích special forces soldier
biệt lập cut off, isolate ◊ isolated
biệt tăm disappear
biếu complimentary ◊ give a gift
biếu tặng complimentary
biểu bì cuticle
biểu cảm express ◊ (sự) expression
biểu diễn enact ◊ (sự) exhibition
biểu diễn độc tấu (instrumental) recital
biểu diễn võ thuật martial arts demonstration
biểu đạt communicate; express
biểu đồ chart; diagram
biểu đồ phát triển flowchart
biểu hiện mark, token ◊ show
biểu lộ display, exhibit; register *emotion*
biểu ngữ banner
biểu quyết vote on
biểu thị indicate; ***biểu thị quan điểm của mình*** have one's say, express one's opinion
biểu tình demo, demonstration ◊ demonstrate
biểu tình phản đối protest
biểu tượng emblem; icon; logo
biểu tượng may mắn mascot
bím tóc braid
bím tóc đuôi sam pigtail
bìmh tĩnh lại cool down
binh nhì private MIL
Bính lighted fire (*heavenly stem*)
bình pitcher; pot; tank; tub; vase
bình cà phê coffee pot
bình chứa container
bình chữa cháy fire extinguisher
bình đẳng equality ◊ egalitarian
bình định pacify
bình đựng kem creamer
bình hứng dầu sump
bình luận comment
bình luận viên commentator
bình minh dawn
bình nước water jug
bình ôxy oxygen tank
bình pha cà phê percolator
bình phong screen; front (*cover organization*)
bình phục recover ◊ (sự) recovery
bình phục lại recover; pull through
bình phương square
bình rượu decanter
bình sữa bottle
bình thót cổ flask
bình thủy (*S*) vacuum flask
bình thường average, ordinary; casual; plain (*not pretty*); normal ◊ normally
bình thường hóa normalize
bình tĩnh calm; cool down

◊ composed; cool; level-headed; self-possessed ◊ (sự) calm, composure; ***hãy bình tĩnh*** cool it
bình tĩnh trở lại simmer down
bình tưới watering can
bình xịt aerosol; atomizer; spray
bình xông inhaler
bình yên tranquil ◊ (sự) tranquility
bíp bíp beep
bịp bluff
bịp miệng gag
bít tất sock
bít tết steak
bịt kín bằng ván board up
bịt lại fill in
bịt mắt blindfold
bịt miệng gag
bịt răng crown
bó bundle ◊ set *broken limb*
bó chặt pinch
bó chân foot-binding
bó hẹp confined
bó hoa bunch of flowers; bouquet
bó lại bundle up
bó sát cling (*of clothes*)
bó sát người skin-tight
bó tay helpless
bò crawl; cow; bull; cattle; beef
bò cái cow
bò cạp scorpion
bò đực bull
bò quay roast beef
bò sữa cash cow
bò thiến ox
bỏ put, place; abandon; abort; ditch; give up, stop *smoking etc*; leave *person*; outgrow *ideas*; spend *time*; stop; take off *hat*; ***bỏ nhiều công sức làm điều gì*** go to a lot of trouble to do sth; ***bỏ nhiều thời gian vào dự án*** spend a lot of time on a project; ***bỏ vào thùng thư bưu điện*** put in the mail; ***bỏ cha!, bỏ mẹ!, bỏ bố!*** damn it!
bỏ chạy run off, run away; make a run for it
bỏ dở abandon; abort
bỏ đi part with; turn away; walk out
bơ gơ burger
bỏ hoang waste
bỏ học nửa chừng drop out
bỏ không dùng nữa disused
bỏ lại abandon; leave
bỏ lỡ slip away; blow *opportunity*
bỏ màn khánh thành unveil
bỏ mạng lose one's life
bỏ neo moor
bỏ nhau split up
bỏ phiếu vote; ***bỏ phiếu tán thành/chống lại ...*** vote for/against ...
bỏ phiếu bầu vote in
bỏ phiếu gạt vote out
bỏ phiếu trắng abstain
bỏ qua ignore; overlook; condone; lose sight of; skip, omit
bỏ quên leave; ***bỏ quên X*** leave X unattended
bỏ rơi abandon; jilt; drop; walk out on
bỏ sót leave out
bỏ tay ra! hands off!
bỏ thầu tender COM
bỏ trốn get away, escape ◊ (sự) get-away
bỏ trống vacant, unoccupied
bỏ về walk out
bỏ xõa let down *hair*
bỏ xuống let down *blinds*
bọ cánh cứng beetle
bọ chét flea
bọ rùa ladybug
bóc lột exploit ◊ (sự) exploitation
bóc vỏ bark ◊ shell *peas*
bom bomb; ***nguy cơ bị ném bom*** bomb scare
bom bi cluster bomb

bom cháy incendiary bomb
bom giờ time bomb
bom khinh khí hydrogen bomb
bom nguyên tử atom bomb
bon chen social climber
bon sai bonsai
bọn bunch
bọn maphia the Mafia
bong ra flake off; peel
bóng shadow; ball
bóng bay balloon
bóng bán dẫn transistor
bóng bàn table tennis, ping-pong
bóng bóng bàn table tennis ball, ping-pong ball
bóng chày baseball
bóng chuyền volleyball
bóng đá soccer
bóng đá kiểu Mỹ (American) football
bóng đèn light bulb
bóng đèn nháy flashbulb
bóng gió oblique
bóng láng shine
bóng loáng glossy
bóng lộn shine ◊ shiny
bóng rổ basketball
bóng ten-nít tennis ball
bóng tối dark; darkness
bóng tối lờ mờ gloom
bỏng (nắng) burn
bỏng ngô popcorn
boong deck
bóp squeeze
bóp cổ strangle, throttle
bóp nghẹt suffocate
bóp vụn crumble
bót nghẹt muffle
bọt foam; froth; lather
bọt biển sponge
bọt cạo shaving foam
bọt sóng biển surf
bọt tăm bubble
bọt xà phòng suds
bô potty (*for baby*)
bố (*N*) father, pop, dad ◊ me (*father addressing his children*); ***cương vị làm bố*** fatherhood
bố chồng father-in-law (*husband's father*)
bố dượng stepfather
bố trí fix *meeting etc*; position; post *guards*
bố trí màu sắc color scheme
bố vợ father-in-law (*wife's father*)
bồ girlfriend; boyfriend; date
bồ câu dove; pigeon
Bồ Đào Nha Portugal ◊ Portuguese
bồ hóng soot
bổ dưỡng wholesome
bổ đôi split
bổ ích instructive; rewarding *experience*; salutary
bổ ngữ object GRAM
bổ nhào dive
bổ nhiệm appoint, nominate; post ◊ (sự) appointment; nomination; posting; assignment
bổ sung addition ◊ complement ◊ complementary
bộ department; ministry; set (*of books, tools etc*); assortment ◊ suit
bộ bánh máy bay landing gear
bộ binh infantry
bộ binh cơ giới motorized infantry
Bộ Công nghiệp Ministry of Industry
bộ dụng cụ kit, equipment
bộ dụng cụ sơ cứu first-aid box, first-aid kit
bộ đệm buffer COMPUT
bộ điều chỉnh controls
bộ điều chỉnh nhiệt thermostat
bộ đồ unit, outfit
bộ đồ lắp ráp kit (*for assembly*)

bộ đồ trà tea service, tea set
bộ đội soldier
Bộ Giao thông Ministry of Transport and Communications
Bộ Giao thông vận tải Department of Transportation
Bộ Giáo dục và Đào tạo Ministry of Education and Training
bộ gõ percussion, drums
bộ hoa suit
Bộ Khoa học - Công nghệ và Môi trường Ministry of Science, Technology and the Environment
bộ khởi động starter; ignition MOT
bộ lạc tribe
bộ lông coat
bộ máy đồng hồ clockwork
bộ máy quan liêu bureaucracy
Bộ Ngoại giao Ministry of Foreign Affairs; State Department; *Br* Foreign Office
bộ ngực to chest; ***có bộ ngực to*** busty
bộ nhớ memory
bộ nhớ chỉ đọc read-only memory
bộ nhớ truy nhập ngẫu nhiên random access memory
Bộ Nông nghiệp và phát triển nông thôn Ministry of Agriculture and Rural Development
Bộ Nội vụ Department of the Interior
bộ phát điện năng power unit
bộ phân phối distributor MOT
bộ phận division (*of company*); part; section; unit
bộ phận an ninh security (*department*)
bộ phận bán hàng sales (department)
bộ phận kiểm tra chất lượng quality control (department)
bộ phận máy mechanism
bộ phận nhạc hơi woodwind (section)
bộ phận thay thế replacement part
bộ phận theo dõi tăng cường intensive care unit
bộ phận xử lý văn bản word processor
bộ phiếu thư mục card index
bộ phim picture, movie
Bộ Quốc phòng Department of Defense
bộ sa lông suite (*of furniture*)
bộ số gears; gearbox
bộ sưu tầm collection
bộ sưu tập collection
bộ tai nghe headphones
Bộ Tài chính Ministry of Finance, Treasury Department
Bộ Thương mại Ministry of Trade
bộ tóc giả wig
bộ truyền lực transmission MOT
bộ trưởng minister, secretary ◊ ministerial
Bộ trưởng Bộ Ngoại giao Secretary of State; *Br* Foreign Secretary
Bộ trưởng Quốc phòng Defense Secretary
bộ tuyển chọn selection
Bộ Văn hóa - Thông tin Ministry of Culture and Information
bộ vi xử lý microprocessor
bộ xương skeleton
bộ xử lý processor
bộ xử lý trung tâm central processing unit, CPU
Bộ Y tế Ministry of Public Health
bốc cháy on fire; ablaze; alight
bốc đồng impulsive ◊ (sự) impulse; ***làm gì khi bốc đồng*** do sth on an impulse
bốc hơi evaporate; vaporize

---

ch (*final*) k	**gh** g	**nh** (*final*) ng	**r** z; (*S*) r	**x** s	**â** (but)	**i** (tin)
d z; (*S*) y	**gi** z; (*S*) y	**ph** f	**th** t	**a** (hat)	**e** (red)	**o** (saw)
đ d	**nh** (onion)	**qu** kw	**tr** ch	**ă** (hard)	**ê** ay	**ô** oh

bốc phết lie; brag
bộc lộ revealing ◊ air *views*
bôi apply *ointment*
bôi nhọ libel; smear; blacken
bối cảnh background; scene, setting; ***nhìn X trong bối cảnh/ ngoài bối cảnh của*** look at X in context/out of context
bối rối be baffled; get ruffled; flap ◊ confused; perplexed ◊ (sự) confusion
bồi bàn trưởng head waiter, captain
bồi thường compensate, recompense
bội ơn ungrateful ◊ (sự) ingratitude
bội thực indigestion
bốn four
bốn lần four times
bốn mươi forty
bốn sao four-star
bồn chồn jittery; keyed-up, tense; uptight ◊ tense up ◊ (sự) agitation; ***cảm thấy bồn chồn*** get the jitters
bồn rửa washbasin, washbowl; sink
bồn rửa chén bát sink
bồn rửa tay washhand basin
bồn tắm bathtub, bath
bông flake; ear (*of corn, wheat*); cotton
bông băng dressing (*for wound*)
bông cải cauliflower; broccoli
bông gòn absorbent cotton
bông nhồi stuffing
bông súp lơ cauliflower; broccoli
bông tuyết snowflake
bổng lộc perk
bỗng nhiên suddenly
bốp pop
bột powder
bột giặt soap powder
bột giấy pulp
bột in tĩnh điện toner
bột kem creamer
bột mì flour
bột nghiền pulp
bột ngô (*N*) cornstarch
bột ngọt monosodium glutamate
bột nhào dough; batter
bột nhào cắt lát flaky pastry
bột sắn cassava flour; tapioca
bột talc talcum powder
bột tẩm batter
bơ butter; avocado
bơ lạc peanut butter
bơ phờ listless
bơ thực vật margarine
bờ bank (*of river*); brink; shore
bờ biển beach; coast; coastline; seaside ◊ by the sea
bờ cỏ verge
bờ hồ lakeside
bờ nước waterside
bờ sông riverside
Bờ Thái Bình Dương Pacific Rim
bờ yếu của ven đường verge, soft shoulder
bở vụn ra crumble
bợ đít brown-nose
bơi swim; stroke
bơi ếch breaststroke
bơi lội swim ◊ (sự) swimming
bơi ngửa backstroke
bơi thuyền buồm yachting
bởi by ◊ as, since, because ◊ because of
bởi lý do because of
bởi vì since, seeing that; in view of, because of; ***bởi vì anh không thích*** since you don't like it
bơm inject; pump; pump up ◊ (sự) injection; (gas) pump
bơm căng inflate
bơm ga gas pump
bờm mane
bờm xờm shaggy
bớt drop (*of wind*); take off

percentage
bớt đi go down (*of swelling*)
bớt nghiêm khắc relent
bớt ồn keep the noise down
bớt ồn ào pipe down
brandi brandy
Brazin Brazil ◊ Brazilian
Bru-nê Brunei
Bs (= ***bác sĩ***) Dr
bú (**bằng sữa**) **mẹ** breastfeed
bù đắp offset
bù đắp cho compensate for
bù đắp lại compensation
bù lại catch up on
bù nhìn puppet *pej*; scarecrow
bù nhìn giữ dưa scarecrow
bù xù tousled; unkempt
bụ bẫm plump
búa hammer
búa tạ sledgehammer
bục dais, podium; platform
bục giảng kinh pulpit
bugi spark plug
búi tuft
búi tóc bun
bụi dust
bụi bặm dusty
bụi bẩn dirty
bụi cây bush
bụi cây thấp undergrowth
bụi nước spray
bụi phóng xạ fallout
bún rice noodles
bún tàu rice vermicelli
bùn mud
bủn xỉn cheap, mean
bung ra burst
búng twang
bùng binh (*S*) traffic circle
bùng nổ break out, start up ◊ (sự) boom; eruption (*of violence*); explosion (*in population*)
bụng abdomen; stomach, tummy, gut ◊ abdominal
bụng chân calf (*of leg*)
bụng dưới groin
bụng phệ paunch
buộc tie; tie up; hitch; tape; tether; ***buộc gì vào gì*** hitch sth to sth; ***buộc ai phải chấp nhận sự có mặt của mình*** impose oneself on s.o.
buộc chặt lash down
buộc dây lace up
buộc dây an toàn strap in
buộc phải làm condemn, doom; oblige; ***buộc phải làm gì*** be obliged to do sth
buộc tội accuse; charge; incriminate ◊ (sự) accusation; charge LAW; ***anh ấy đã buộc tội tôi đã nói dối*** he accused me of lying; ***bị buộc tội vì*** be accused of
buồi (*N*) V prick, cock
buổi period, time; session ◊ *classifier for period of time*
buổi biểu diễn entertainment; performance; concert; show
buổi bình minh dawn *fig*
buổi chiếu đầu tiên première (*of movie*)
buổi chiều afternoon
buổi công diễn đầu tiên première (*of play*)
buổi diễn tập practice, rehearsal
buổi diễn thử audition
buổi đầu threshold
buổi hòa nhạc concert
buổi ngồi làm mẫu sitting (*for artist*)
buổi sáng morning ◊ in the morning
buổi tối evening ◊ in the evening
buổi trình thử show (*in theater*)
buổi trưa midday, noon
buồm sail
buôn wholesale
buôn bán deal in; handle

buôn bán ma tuý deal in drugs ◊ (việc) drug dealing; ***kẻ/tên/tay buôn bán ma túy*** drug dealer
buôn dưa lê gossipy
buôn lậu smuggle; traffic in ◊ (sự) smuggling; trafficking
buôn lậu ma túy traffic in drugs ◊ (sự) drug trafficking
buồn sad, unhappy; boring ◊ feel like
buồn bã sad
buồn chán bored; depressed; grim
buồn cười funny, comical
buồn nản dismal, sad; ***cảm thấy buồn nản*** be feeling low
buồn ngủ sleepy
buồn nôn sickness, nausea; ***tôi cảm thấy buồn nôn*** I feel sick
buồn quá bored ◊ feel bored
buồn rầu sad ◊ (sự) sadness
buồn tẻ boring
buồn thảm mournful
buông ... ra let go of
buông xuống descend
buồng room
buồng kho storeroom
buồng lái flight deck; cabin
buồng ngăn compartment (*on train*)
buồng nhỏ cabin (*of ship*)
buồng nhỏ thay quần áo cubicle
buồng tắm bathroom
buồng trứng ovary
buồng vệ sinh bathroom
buốt bitterly; ***buốt thấu xương*** piercing
búp bê doll (*also woman*)
bút pen
bút bi ballpoint (pen)
bút chì pencil
bút chì màu crayon
bút danh pen name, pseudonym
bút dạ felt tip, felt tip(ped) pen
bút đánh dấu highlighter, marker
bút kẻ mi mắt eyeliner
bút máy fountain pen
bút nguyên tử ballpoint pen
bút quang điện light pen
bút vẽ paintbrush
Bu-tăng Bhutan ◊ Bhutanese
bừa at random
bừa bãi haphazard; messy ◊ (sự) mess
bừa bộn be a mess ◊ messy
bữa (*N*) meal; (*S*) day; ***bữa kia, bưa trước*** the other day
bữa ăn meal
bữa ăn bàn công việc business lunch
bữa ăn ngoài trời picnic
bữa ăn nhẹ snack
bữa ăn sáng breakfast
bữa ăn tối dinner (*in the evening*)
bữa ăn trưa lunch
bữa chén no say blow-out
bữa cơm meal
bữa cơm tối supper
bữa nay today
bữa nhậu say sưa drinks party
bữa qua yesterday
bữa tiệc dinner; feast; spread; party; reception
bữa tiệc liên hoan dinner party
bữa tối supper
bữa trà tea (*meal*)
bữa trưa lunch; ***bữa trưa có gì ăn nhỉ?*** what's for lunch?
bựa răng plaque (*on teeth*)
bức *classifier for piece of paper with writing or pictures*
bức ảnh (*N*) photo(graph)
bức ảnh chụp nhanh snap(shot)
bức điện telegram; message
bức hình (*S*) photo(graph)
bức họa painting
bức phác thảo sketch
bức thư letter
bức thư ngắn note (*short letter*)

bức tranh tường mural
bức tường wall
bức vẽ drawing
bức vẽ sơn dầu canvas
bực bội resentful; annoyed
bực mình be annoyed ◊ annoying ◊ (sự) annoyance; frustration; ***làm ai bực mình*** get on s.o.'s nerves
bực tức exasperated; resentful ◊ (sự) grudge; resentment ◊ resent
bưng bít hush up
bước step
bước chân footstep, pace
bước đầu first step; ***thôi thì cũng là bước đầu!*** well, it's a start!
bước đi move; tread
bước đi lên upturn
bước đi oai vệ strut
bước đột phá mới breakthrough
bước ngoặt turning point
bước nhảy chân sáo skip
bước nhảy vọt lớn a great leap forward
bước nhẹ chân pad
bước quá độ transition
bước sóng truyền thanh wavelength
bước tiến advance
bước vào enter ◊ threshold
bưởi pomelo; grapefruit
bưởi tây grapefruit
bướm butterfly; pussy (*female pudenda*)
bướm đêm moth
bướng bỉnh stubborn; pigheaded
bướu hump; lump
bứt rứt uneasy
bưu điện post office ◊ postal
bưu kiện package, parcel
bưu phí postage
bưu phí giá cước quốc tế international postage rates
bưu thiếp postcard
bưu thiếp có ảnh picture postcard

C

C.A. (= ***công an***) police
ca case MED; shift (*at work*) ◊ sing *traditional songs*
ca bin cab (*of truck*)
ca-cao cocoa
ca đêm night shift
ca mổ operation
ca pô hood (*of car*)
ca rô check *shirt etc*
ca sĩ singer, vocalist
ca sĩ dân gian folk singer
ca sĩ hát điệu blu blues singer
ca sĩ hát ôpêra opera singer
ca vát necktie
ca vát nơ bướm bow tie
cá fish
cá bơn sole; flounder
cá chép carp
cá heo dolphin
cá hồi salmon
cá lóc (*S*) mud-fish
cá mập shark
cá mòi sardine
cá nạc (fish) fillet
cá ngừ tuna
cá ngựa sea horse

cá nhân individual, person ◊ personal; ***đừng nhận xét mang tính cá nhân*** don't make personal remarks
cá quả (*N*) mud-fish
cá sấu crocodile
cá thu cod
cá tính character, personality
cá trích herring
cá vàng goldfish
cá voi whale
cà chua tomato
cà pháo pea eggplant
cà phê coffee; café
cà phê đá iced coffee
cà phe ôm hostess coffee bar
cà phê pha liền instant coffee
cà phê sữa Vietnamese coffee with condensed milk
cà phê vỉa hè sidewalk café
cà răng file one's teeth
cà rốt carrot
cà tím eggplant
cà vạt necktie
cà vạt nơ bướm bow tie
cả whole; all; eldest; principal ◊ all together ◊ everyone; ***cả nước Mỹ*** the whole of the United States; ***cả thành phố/nước*** the whole town/country
cả hai both; either; ***cả hai ... đều không*** neither; ***cả hai anh em đều ở đó*** both (of the) brothers were there; ***cả hai câu trả lời đều không đúng*** neither answer is correct; ***cả hai chúng nó*** both of them (*people*); ***cả hai thứ*** both of them (*things*)
cả ... lẫn both ... and ...; ***cả Jane lẫn Sally đều không biết ở đâu*** neither Jane nor Sally knew where it was
cả tin gullible
các (*used to form plurals*) ◊ give an extra sum ◊ card; ***mua gì theo cách các thêm tiền*** take sth in part exchange
các anh you (*less formal, plural: to younger men*)
các bà you (*formal, plural: to more senior women*)
các cậu you (*familiar, plural*); ***vào đây các cậu*** come in, folks
các chị you (*less formal, plural: to younger women*)
các chú you (*formal, plural: to younger or middle-aged men*)
các cô you (*formal, plural: to younger women or female teachers*)
các cụ you (*formal, plural: to very elderly people, to show respect*)
các em you (*to younger persons or children*)
các hệ thống vệ sinh sanitation
các ông you (*formal, plural: to more senior men*)
các tông cardboard
cạc card
cacbon monoxyt carbon monoxide
cacbuaratơ carbureter
cách method; system; means, way; distance ◊ from; out of; off ◊ ago; apart ◊ divide; separate; move away; ***cách xa 3 dặm*** it's 3 miles off; ***cách xa Đà Nẵng 20 dặm*** 20 miles out of Danang; ***cách một thứ Hai*** on alternate Mondays, every other Monday
cách ăn mặc dress sense
cách âm soundproof
cách biệt isolated ◊ (sự) isolation
cách bố trí layout
cách cắm hoa flower arrangement
cách cư xử behavior; ***cách cư xử***

tốt/xấu good/bad manners
cách diễn đạt wording
cách dùng usage
cách đây ago, before; from here ◊ (*denotes past tense*): ***cách đây 2 dặm*** it's 2 miles away; ***cách đây bao lâu?*** how long ago?
cách điện insulate ◊ (sự) insulation ELEC
cách giải quyết solution
cách giải thích interpretation; explanation
cách ly segregate ◊ (sự) quarantine
cách mạng revolution ◊ revolutionary
cách mạng hóa revolutionize
Cách mạng Tháng Tám August Revolution
cách ngừa thai contraceptive method
cách nhau apart (*in distance*)
cách nhiệt insulate ◊ (sự) insulation
cách nói nhẹ understatement
cách suy nghĩ mentality
cách thức expedient
cách trình bày layout
cách ứng xử way, manner
cách xa far away
cách xưng hô form of address
cạch put off; dare not; ***làm X cạch Y*** put X off Y
các-ten cartel
cai give up, kick
cai nghiện withdraw ◊ (sự) withdrawal
cai trị govern, administer; rule ◊ (sự) administration; ***một nước dưới quyền cai trị của Pháp*** a country under French rule
cái female ◊ the (*thing*) ◊ *general classifier for inanimate objects*: ***mấy cái?*** how many?; ***cái hay nhất*** the most interesting
cái ấy that thing; thingumajig
cái bảo đảm safeguard
cái chết death
cái của nợ pain in the neck
cái đê thimble
cái đó that one ◊ that
cái gì anything; something; what; ***cái gì thế?*** what is it?, what do you want?; ***cái gì vậy?*** what?; what is that?
cái gì đó something; ***cái gì đó?*** what is that?; ***cái gì đó nữa*** something else
cái gọi là so-called
cái gửi kèm theo enclosure (*with letter*)
cái hót rác dustpan
cái kế tiếp successor (*thing*)
cái khác another; the other one
cái kia that ◊ that one
cái mới lạ novelty
cái nào which; any; whichever; ***cái nào?*** which one?; ***cái nào cũng được*** either; whichever; whatever; ***cái nào là của anh?*** which one is yours?
cái này one; this; this one; ***cái này bao nhiêu?*** how much is this?; ***cái này của ai?*** whose is this?; ***cái này dành cho anh/chị*** this is for you
cái này hoặc cái kia either
cái nuôi thân keep, maintenance
cái nữa another
cái sau latter (*thing*)
cái tôi ego
cái trước the former
cái xấu evil
cài do up, fasten
cài bẫy trap; set a trap for
cài chặt fasten; ***cài chặt X vào Y*** fasten X onto Y
cài chéo double-breasted
cài đặt install ◊ (sự) installation

cài khóa buckle
cài khuy button (up); fasten
cài then bolt ◊ latch
cải bắp cabbage
cải bẹ trắng mustard greens
cải biên arrange *music* ◊ (sự) arrangement (*of music*)
cải Bruxen (Brussels) sprouts
cải cách reform
cải cúc garland chrysanthemum
cải huấn political indoctrination
cải kim chi white cabbage
cải lương traditional opera from the south
cải tạo convert; reclaim *land from sea*; re-educate
cải tạo nhà cửa house conversion; renovation
cải thảo white cabbage
cải thiện improve ◊ (sự) improvement
cải tiến improve; refine
cải tiến chất lượng upgrade
cải tổ shake up ◊ (sự) shake-up
cải trang làm disguise oneself as, dress up as
cải xanh mustard greens
cải xoong watercress
cãi cọ bicker
cãi lại answer back; contradict ◊ (sự) contradiction
cãi lộn quarrel
cãi nhau argue, quarrel; fall out ◊ (sự) argument, quarrel
cãi vã squabble
calo calorie
cam orange
cam chịu resign oneself to ◊ resigned ◊ (sự) resignation
cam đoan assure ◊ (sự) assurance
cam kết commit oneself; commit ◊ (sự) commitment, undertaking; ***cam kết gì*** commit oneself on sth; ***cam kết làm X*** undertake to do X
cam thảo licorice
cám dỗ tantalizing ◊ (sự) temptation
cám ơn thank ◊ (sự) thanks ◊ grateful; ***cám ơn anh/chị!*** many thanks; ***cám ơn quá*** thanks a bunch; ***không, cám ơn anh/chị*** no thank you; ***cám ơn nhiều*** thank you very much
cảm động moving, touching
cảm giác feeling; sensation; sense ◊ *classifier for feelings*: ***tôi có cảm giác rằng ...*** I get the impression that ...
cảm lạnh catch (a) cold ◊ (sự) cold, chill; ***bị cảm lạnh*** catch (a) cold; ***tôi bị cảm lạnh*** I have a cold
cảm nghĩ feeling, impression
cảm nhận perceive ◊ (sự) perception
cảm ơn thank ◊ thank you
cảm thấy feel; sense; ***cảm thấy băn khoăn về*** feel uneasy about; ***cảm thấy bất tiện*** feel awkward; ***cảm thấy bị bỏ mặc*** feel neglected; ***cảm thấy bối rối*** feel ill at ease
cảm tưởng impression
cảm xúc emotion
can Celestial Stems, Heavenly Stems
can đảm brave ◊ (sự) bravery, courage; ***làm ra vẻ can đảm*** bravado
can thiệp interfere; intervene; meddle ◊ (sự) interference; intervention
canxi calcium
cán handle; hilt ◊ run over
cán cân mậu dịch balance of trade
cán cân thanh toán balance of payments
cán lau nhà mop

ơ ur	**y** (tin)	**ây** uh-i	**iê** i-uh	**oa** wa	**ôi** oy	**uy** wee	**ong** aong
u (soon)	**au** a-oo	**eo** eh-ao	**iêu** i-yoh	**oai** wai	**ơi** ur-i	**ênh** uhng	**uyên** oo-in
ư (dew)	**âu** oh	**êu** ay-oo	**iu** ew	**oe** weh	**uê** way	**oc** aok	**uyêt** oo-yit

cán người rồi bỏ chạy hit-and-run
cản trở frustrate; hamper; impede; obstruct; stonewall ◊ obstructive
cạn dry up; run out of; be low on *gas, tea etc* ◊ shallow
cạn chén! cheers!
cạn kiệt completely run out
cạn ly! cheers!
Canađa Canada ◊ Canadian
cáng stretcher
càng claw; fork; ***càng ngày càng*** increasingly; ***càng ... càng*** the more ... the more; ***càng ... càng tốt*** as ... as possible; ***càng sớm càng tốt*** as soon as possible; the sooner the better; ***bộ càng bánh máy bay*** undercarriage
cảng harbor, port
cảng buôn commercial port
Canh metal (*in Vietnamese zodiac*)
canh soup
canh chừng watchful
canh gác guard
canh phòng keep watch
cánh wing
cánh buồm sail
cánh đồng field
cánh đồng lúa paddy field
cánh hoa petal
cánh hữu right, right wing ◊ right-wing POL
cánh nam South Wing
cánh quạt blade (*of helicopter*)
cánh tả left, left wing ◊ left-wing POL
cánh tay arm
cánh tay phải right-hand man
cành cây branch
cành ghép graft BOT
cảnh sight; view; scene THEA
cảnh cáo threatening ◊ warn
cảnh cô đơn loneliness
cảnh giác be on the alert ◊ wary
cảnh giác đề phòng be on one's guard against
cảnh giác với be wary of
cảnh hồi tưởng flashback
cảnh mộng vision REL
cảnh ngộ khốn khó plight
cảnh sát policeman, officer; police
cảnh sát chống bạo loạn riot police
cảnh sát giao thông traffic police; traffic cop
cảnh sát mật secret police
cảnh sát trưởng marshal (*police officer*)
cảnh sát tuần tra patrolman
cảnh tượng scene; spectacle
cảnh vật scenery
cạnh side
cạnh tranh compete ◊ (sự) competition; ***những người cạnh tranh*** competition, competitors; ***cạnh tranh với*** in competition with
cao high; tall; advanced *level*; sharp MUS ◊ tar
cao cả supreme
cao cấp highclass
cao dán Band-Aid®
cao điểm peak
cao độ intensity
cao gót high-heeled
cao hơn above; higher than
cao lương mỹ vị great delicacy
cao ngạo haughty
cao ngất lofty
cao nguyên plateau; highlands
Cao nguyên Miền Trung Central Highlands
Cao nguyên Trung Bộ Central Highlands
cao nhất top; topmost; best (*highest*)
cao quý lofty
cao su rubber; rubber tree

---

ch (*final*) k	**gh** g	**nh** (*final*) ng	**r** z; (*S*) r	**x** s	**â** (but)	**i** (tin)
d z; (*S*) y	**gi** z; (*S*) y	**ph** f	**th** t	**a** (hat)	**e** (red)	**o** (saw)
đ d	**nh** (onion)	**qu** kw	**tr** ch	**ă** (hard)	**ê** ay	**ô** oh

cao su bọt foam rubber
cao thế high-tension
cáo fox ◊ feign ***cáo ốm*** feign illness
cáo già old fox ◊ crafty, cunning; slimy
cào claw; scratch ◊ rake (*for garden*)
cào cào grasshopper
cạo shave; shave off; scrape
cạo bỏ rub off; strip, remove
cạo gọt scrape *vegetables*
cạo lông shave
cạo râu shave
cạo sạch scrape
cạo trọc shaven
caphêin caffeine
cara carat
catalô catalog
cát sand
cau betel nut, areca nut; frown
cau có scowl
cau mày frown
cáu giận irritation
cáu kỉnh cranky, bad-tempered; irritable; peeved; surly
cay hot, spicy; pungent
cay đắng bitter ◊ bitterly
cay độc cutting; cynical
cày plow; dog; ***đi cày*** work hard to earn a living; study hard
cạy rỉ mũi pick one's nose
cắc kè gecko
cặc (*S*) V prick, cock
căm ghét hate
căm phẫn indignation, outrage
cắm connect ELEC
cắm hoa arrange flowers
cắm lại rearrange
cắm phích plug in
cắm sừng be unfaithful (*of wife*); cuckold
cắm trại camp ◊ (sự) camping
cằm chin
cằm có ngấn double chin
Cămpuchia Cambodia ◊ Cambodian
căn *classifier for rooms, buildings* ◊ root; origin; cause
căn bình phương square root
căn cứ base MIL ◊ based on
căn cứ địa revolutionary base
căn cứ hải quân naval base
căn cứ không quân airbase
căn cứ quân sự military base; military installation
căn hộ apartment; condo(minium)
căn hộ hai tầng duplex (apartment)
căn nhà tồi tàn hovel
cắn bite, nip
cắn câu get a bite; bite (*of fish*)
cằn cỗi barren; infertile ◊ (sự) infertility
cằn nhằn grumble; bellyache; grunt; nag; ***cằn nhằn ai để làm gì*** nag s.o. to do sth
cặn residue; sediment
cặn bã xã hội dregs of society
căng taut; tense; burst ◊ tense up; strain
căng thẳng on edge; high-pressure *job etc*; nerve-racking; stressful; taut; harassed ◊ (sự) stress, tension; ***bị căng thẳng*** stressed out
căng tin canteen
cẳng chân shin
cặp couple (*two people*); briefcase; schoolbag
cặp bồ go out with
cặp sách bag
cặp tài liệu briefcase
cặp vợ chồng (married) couple
cắt cut; cut out; mutilate; slit *throat*; take out *appendix etc*; trim *costs* ◊ (sự) cut
cắt bỏ amputate; remove, take out

tumor, paragraph etc; scrap ◊ (sự) amputation; removal
cắt cỏ mow the lawn; cut the grass
cắt cổ exorbitant, extortionate
cắt dán cut and paste COMPUT
cắt điện power cut
cắt điện thoại cut off TELEC
cắt đuôi give the slip
cắt đứt break off; sever ◊ (sự) rupture
cắt giảm cut; prune ◊ (sự) cutback
cắt giảm chi tiêu cut back
cắt may make *dress* ◊ (sự) cut (*of garment*)
cắt mép crop *photo*
cắt ngang qua nhau cross (*of lines*)
cắt ngắn shorten; curtail; cut off; crop
cắt nhau intersect
cắt sửa móng tay manicure
cắt thành lát slice
cắt tỉa clip; trim
cắt tóc get one's hair cut ◊ (sự) haircut; ***tôi cần phải cắt tóc*** my hair needs a cut
cắt vụn shred
câm dumb, mute; silent
câm hong! shut up!
câm lặng mute
câm mồm! shut up!
câm như hến clam up
câm và điếc deaf-and-dumb
cấm ban, forbid ◊ (sự) prohibition; ***bị cấm*** forbidden; ***luật cấm*** forbidden by law; ***cấm X không được làm Y*** forbid X to do Y
cấm dừng xe no stopping
cấm đỗ xe no parking
cấm hút thuốc no smoking
cấm kị, cấm kỵ taboo ◊ forbidden; ***đó là điều cấm kỵ*** that's a no-no
cấm rượu dry (*where alcohol is banned*)
cấm vào no entry; no trespassing
cấm vận embargo
cầm stem ◊ take; carry
cầm cố pawn
cầm cúm flu
cầm máy chờ, cầm máy đợi hold the line
cầm nước mắt keep one's tears back
cầm quyền ruling
cẩm chướng carnation
cẩm thạch marble
cân weigh ◊ scales; (*N*) kilo(gram)
cân bằng balance; equalize ◊ balanced ◊ (sự) balance
cân bằng sinh thái ecological balance
cân đối balanced *diet*; shapely *figure*
cân nặng weigh
cân nhắc debate; deliberate; ponder
cân nhắc kỹ weigh up
cân sức khoẻ scales
cân xứng proportional
cần need; want ◊ rod; bridge; ***cần gấp gì*** be in urgent need of sth; ***cần ghê gớm một cốc rượu*** be desperate for a drink
cần câu fishing rod
cần cù hard-working
cần đến require; ***được cần đến*** be in demand
cần gạt nước windshield wiper
cần phải take; must (*necessity*); call for; be to (*obligation*); ***cần phải mất bao lâu?*** how long does it take?; ***cần phải mổ*** need an operation; ***cần phải thận trọng*** caution is advised; ***cần phải tính đến ai/gì*** have s.o./sth to reckon with; ***không cần phải thô lỗ*** there's no need to be rude
cần sa marihuana, pot

cần sang số gear lever, gear shift
cần tây celery
cần thiết necessary, required ◊ (sự) necessity; ***cần thiết phải ...*** it is necessary to ...
cần trục crane
cẩn thận take care; watch out ◊ careful; methodical; thorough; ***cẩn thận đấy!*** mind!; watch out!; ***cẩn thận nhé!*** take care (of yourself)!; ***cẩn thận với*** watch out for
cận cảnh foreground; close-up
cận chiến close combat
cận thị near-sighted, myopic
cấp allocate; grant *visa etc* ◊ level
cấp bách imperative; pressing
cấp bậc rank
cấp cao high-level; ***cấp cao hơn X*** be senior to X
cấp cơ sở grassroots level
cấp cứu life-saving ◊ (việc) first aid
cấp dưới junior, subordinate
cấp giấy phép license
cấp phát issue
cấp so sánh comparative GRAM
cấp tiến radical
cấp tốc intensive; ***cấp tốc đưa ai tới bệnh viện*** rush s.o. to the hospital
cấp trên senior
cập bến dock
cập nhật up-to-date ◊ (sự) update
cất cánh takeoff ◊ take off, leave (*of airplane*)
cất (đi) put away
cất giữ store; lock away; save COMPUT
câu catch *fish* ◊ sentence GRAM
câu cá fish
câu chuyện story, account
câu chửi swearword
câu chửi thề oath
câu đố riddle
câu đối parallel sentences
câu đùa hóm hỉnh crack
câu hỏi inquiry, query, question
câu lạc bộ club
câu lạc bộ ban đêm nightclub, nightspot
câu lạc bộ đánh gôn golf club (*organization*)
câu lạc bộ thể dục health club
câu nói bông đùa banter
câu phù chú magic spell
câu trả lời response
cấu kết với be in cahoots with
cấu tạo form; make up ◊ (sự) formation
cấu trúc structure ◊ structural
cầu bridge; pier
cầu cảng quay
cầu chì fuse
cầu cho người đi bộ footbridge
cầu dẫn overpass
cầu dốc ramp
cầu hôn propose ◊ (sự) proposal (of marriage)
cầu khẩn crave
cầu kỳ particular, picky, fussy
cầu là ironing board
cầu lông badminton
cầu mong keep one's fingers crossed
cầu nguyện pray
cầu nhảy diving board
cầu tàu wharf; gangway; jetty, landing stage
cầu thang flight (of stairs); stairs; staircase
cầu thang hình xoắn ốc spiral staircase
cầu thang sau backstairs
cầu thủ bóng đá football player
cầu thủ bóng đá kiểu Mỹ American football player
cầu thủ dự bị reserve

---

cầu thủ ném bóng pitcher
cầu tiêu toilet, lavatory
cầu treo suspension bridge
cầu trượt chute; slide
cầu vồng rainbow
cầu xin plead for
cẩu thả careless; negligent; slipshod
cậu uncle (*mother's brother*) ◊ you (*familiar*)
cậu ấy he (*familiar*)
cậu bé boy; kid
cây tree; kilometer ◊ *classifier for trees, plants, sticks*
cây bụi shrub
cây cái female (*of plants*)
cây cối plant
cây giống con seedling
cây lai hybrid
cây leo creeper
cây Nô-en Christmas tree
cây số kilometer
cây thánh giá cross (*Christian symbol*)
cấy transplant MED
cấy ghép graft MED
cậy quyền high-handed
cha father, dad
cha mẹ parents ◊ parental
cha mẹ chồng in-laws (*husband's parents*)
cha mẹ đẻ biological parents
cha mẹ đỡ đầu foster parents
cha mẹ nuôi foster parents
cha mẹ vợ in-laws (*wife's parents*)
cha sở pastor
cha vợ father-in-law (*wife's father*)
chà wow
chà, chà! well, well!
chà đạp trample on
chà là date
chả not ◊ do not ◊ Vietnamese pork pie; Vietnamese salami
chả cá fish cake
chả giò Saigon (fried) spring roll
chả tôm grilled shrimp on sugar cane
chai bottle
chải brush; comb
chải chuốt spruce
chải lông groom
Chàm Cham, Champa Kingdom
chàm bội nhiễm eczema
chạm touch
chạm nhau touch; ***mắt họ chạm nhau*** their eyes met
chạm nhẹ brush
chạm trán encounter; bump into
chan hòa mix well with ◊ expansive; copious *tears*
chán go off, stop liking ◊ bored ◊ boredom; ***anh ấy không bao giờ chán*** he never tires of it; ***tôi đã chán ngấy rồi!*** I've had enough!
chán nản dejected, despondent; frustrated ◊ be down; ***ở trong trạng thái chán nản*** be in the doldrums
chán ngắt deadly, dull, tedious
chán ngấy dreary; fed up ◊ be sick of; be bored stiff
chạn larder
chàng young man; ***chàng và nàng*** he and she
chàng trai boy, lad, youth
chanh lemon; lime
chanh chua sour
chanh cốm lime
chào greet, say hello to; salute MIL ◊ hi; bye ◊ (sự) greeting; salute; ***chào anh/chị*** hi; bye
chào buổi chiều good afternoon
chào buổi sáng good morning
chào đáp lễ take the salute
chào đón welcome
chào hàng market
chào hỏi greet ◊ (sự) greetings

chào tạm biệt goodbye
cháo rice porridge
cháo lòng rice porridge with pig offal
chảo saucepan; skillet, fry pan
chảo vệ tinh satellite dish
chát dry; tart; astringent
cháu grandchild ◊ *friendly term used to address small children and by children referring to themselves to show respect*
cháu gái granddaughter; niece
cháu trai grandson; nephew
cháy burn ◊ (sự) combustion; ***làm cho ... cháy lên*** set on fire
cháy âm ỉ smolder
cháy bùng lên flare up
cháy nắng burn ◊ sunburnt ◊ (sự) sunburn
cháy rực glow
cháy sáng rực blaze
cháy trụi burn down
chày vụt bóng baseball bat
chảy flow, run (*of river*); pour
chảy dãi slobber
chảy máu bleed (*also fig*) ◊ (sự) bleeding
chảy máu cam have a nosebleed ◊ (sự) nosebleed
chảy nhỏ giọt dribble
chảy nước run (*of nose, tap etc*); water (*of eyes*)
chảy nước dãi dribble; ***mồm tôi chảy nước dãi*** my mouth is watering
chảy ra ooze
chảy ròng ròng stream
chảy tràn overflow
chạy go; operate; run; do *100 mph etc* ◊ (sự) run (*on foot*)
chạy bằng buồm sailing ◊ sail
chạy bằng điện electric
chạy bộ jog, go jogging
chạy chậm lose (*of clock*)
chạy chệch hướng drift
chạy cóc cóc trot
chạy đua running SP
chạy đúng be right (*of clock*)
chạy hết tốc lực sprint
chạy không tải idle
chạy lại rerun
chạy lấy đà run-up SP
chạy lồng lên bolt
chạy một chặng go for a run
chạy ngoằn ngoèo zigzag
chạy nhanh race; speed; be fast (*of clock*); ***chạy nhanh hơn*** outrun (*run faster than*)
chạy nhảy bound
chạy nhảy lung tung run wild
chạy nước kiệu trot
chạy nước rút sprint
chạy qua run past
chạy rầm rầm clatter; rumble
chạy suốt nonstop
chạy tán loạn scatter ◊ (sự) stampede
chạy tăng tốc độ spurt
chạy thẳng express
chạy trốn flee ◊ (sự) flight, fleeing; ***một tên tội phạm đang chạy trốn*** criminal on the run
chạy vèo vèo whizz by, whizz past
chạy việc vặt run errands
chạy vượt rào hurdles
chạy xa hơn outrun
chắc strong, sturdy ◊ definitely, certainly; probably ◊ must; ***chắc bây giờ họ đã tới rồi*** they must have arrived by now; ***chắc là khoảng 6 giờ rồi*** it must be about 6 o'clock
chắc chắn certain, definite; safe, secure *job, contract*; steady; sturdy *furniture etc* ◊ definitely; doubtless; inevitably ◊ be positive ◊ (sự) safety; ***một thỏa thuận chắc chắn*** a firm deal; ***tôi không chắc***

chắn là I'm not sure; ***chắc chắn là ...*** it's certain that ...; ***chắc chắn là không!*** absolutely not!; ***chắc chắn làm gì*** be bound to do sth; ***chắc chắn về gì*** be sure about sth; ***chắc chắn!*** sure!, you bet!
chắc đậm thickset
chắc hẳn must ◊ definitely
chăng dây rope off
chăm chỉ studious
chăm chú attentive; ***chăm chú chờ đợi*** watch for; ***chăm chú theo dõi*** keep an eye on
chăm lo concerned
chăm nom tend
chăm sóc care for ◊ (sự) care; ***chăm sóc quá mức*** make a fuss of
chăn (*N*) blanket
chăn bông (*N*) duvet, quilt
chăn nuôi rear
chắn (bảo vệ) shield
chắn bùn fender
chắn chắn surely
chắn đường be in the way
chặn intercept; seal off
chặn cản tackle
chăng spin *web*
chẳng not ◊ do not; ***chẳng bao lâu*** not long, soon; ***chẳng hề*** never, never before; ***chẳng hề gì*** never mind, no problem; ***chẳng những*** not only; ***chẳng những ... mà lại còn nữa*** not only ... but also
chẳng hạn for instance
chặng đường stage (*of journey*)
chặng đường trở về return journey
chặng lái xe drive
chắp lại piece together
chắp nhiều mảnh patchwork
chắp vá patchy; scrappy
chắt great-grandchild ◊ stingy
chắt nước drain *water, vegetables*
chặt chop; cut down ◊ firm *grip etc*; tight
chặt chẽ tight, strict; close; tight-fisted
chặt xuống cut down
châm light; prick; sting
châm biếm satirical ◊ (sự) satire
châm chọc sarcastic
châm cứu acupuncture
chấm dot; point
chấm bài correct
chấm câu punctuate
chấm dứt break up; put an end to, stop; terminate; cease; be over ◊ (sự) breakup
chấm dứt quan hệ break up (*of couple*) ◊ (sự) break; ***chấm dứt quan hệ với*** finish with
chấm điểm mark, grade
chấm hết finish; period; ***tôi không muốn, chấm hết!*** I don't want to, period!
chậm slow
chầm chậm slowly
chậm chạp sluggish
chậm lại slow down
chậm phát triển backward; retarded
chậm trả be in arrears
chậm trễ delay; ***chậm trễ trong việc gì*** be behind with sth
chân base, bottom; foot; leg; paw; stem; ***ở chân đồi*** at the foot of the hill
chân chống stand (*for motorbike*)
chân cắm socket
chân dung portrait ◊ portray
chân đi tread
chấn động đầu concussion
chân ga accelerator, gas pedal
chân không be barefoot ◊ vacuum
chân màng webbed feet
chân nhái flipper
chân tay khéo léo manual

dexterity
chân thành heartfelt; sincere ◊ (sự) sincerity
chân thật genuine; truthful
chân vịt propeller
chấn động tremor ◊ cause a sensation; ***gây chấn động*** earth-shattering
chấn song grate; grid
chấn thương não concussion
chấp nhận accept; grant; take back ◊ (sự) acceptance
chấp nhận được permissible
chấp thuận countenance ◊ (sự) blessing
chập chờn fitful *sleep*
chập chững totter
chập mạch crazy
chập tối twilight
chất load; stack up ◊ substance; ***chất gì lên gì*** load sth onto sth
chất bán dẫn semiconductor
chất bảo quản preservative
chất bôi mí mắt eyeshadow
chất bổ goodness (*of food*)
chất cách điện insulation
chất dẻo plastic
chất diệt cỏ dại weedkiller
chất dinh dưỡng nourishment; nutrient
chất đạm protein
chất đầy laden
chất đống pile up (*of work, bills*)
chất độc màu da cam Agent Orange
chất hóa dầu petrochemical
chất hút ẩm absorbent
chất khí gas
chất khử mùi deodorant
chất kích thích stimulant
chất làm mềm vải conditioner; softener
chất làm sạch cleanser
chất lỏng fluid, liquid
chất lượng grade; quality
chất lượng cao high-grade
chất lượng kém third-rate
chất lượng tốt high quality
chất ma túy dope; drug
chất nhờn slime
chất nổ explosive
chất ô nhiễm pollutant
chất phòng băng de-icer
chất phụ gia additive
chất quá tải overload
chất sinh ung thư carcinogen
chất tẩy detergent
chất tẩy sinh học biological detergent
chất tẩy trùng disinfectant
chất thải sewage; waste
chất thải hạt nhân nuclear waste
chất thải nguyên tử atomic waste
chất tiết ra secretion
chất vấn question LAW
chất xơ roughage
chất xúc tác catalyst
chật tight-fitting, snug; scanty
chật chội poky
chật hẹp cramped
chật ních chockfull, jam-packed
chật vật narrow
châu Á Asia ◊ Asian
châu Âu Europe ◊ European
châu chấu grasshopper; locust
châu Mỹ America
châu Mỹ La tinh Hispanic
châu Phi Africa ◊ African
châu thổ sông Hồng Red River Delta
chậu bowl; pot
chậu hoa flowerpot
che shade; shield; veil
che chắn shelter
che chở protective ◊ (sự) shield; ***sống cuộc đời được che chở*** lead a sheltered life
che đậy whitewash *fig*

che đỡ shelter
che giấu conceal, cover up; disguise, mask; shelter; ***che giấu sự việc*** smooth things over ◊ (sự) coverup
che khuất obscure ◊ screen
che mờ blot out
che phủ cover
chè (*N*) tea; (*S*) sweet pudding
chè chanh (*N*) lemon tea
chè chén lu bù go (out) on a spree
chè xanh (*N*) green tea
chẻ sợi tóc làm tư hair-splitting
chém chop; rip off
chém đầu decapitate
chen lách vào squeeze in
chen lấn jostle
chen vào shove in
chén tuck in ◊ (*S*) bowl; (*N*) teacup
chén ăn cơm (*S*) rice bowl
chén đĩa bằng sứ china
chén đũa crockery; flatware ◊ bowl and chopsticks
chẹn cửa wedge
chèo traditional opera from North Vietnam ◊ row *boat*
chèo ca-nô canoeing
chèo thuyền row
chèo xuồng paddle
chẹt phải run over
chê (bai) run down, criticize
chê trách blame; find fault with; ***có ý chê trách*** reproachful; ***không thể chê trách*** be beyond reproach
chế biến concoct; process
chế độ regime; mode COMPUT
chế độ ăn kiêng diet
chế độ bầu cử electoral system
chế độ đóng trợ cấp pension scheme
chế độ dân chủ democracy
chế độ dùi cui police state
chế độ phong kiến feudalism
chế độ quân dịch draft MIL
chế độ thanh toán khi giao hàng COD, collect on delivery
chế giễu deride; scoff; poke fun at ◊ derisive ◊ (sự) derision
chế hòa khí carbureter
chế ngự conquer; ***chế ngự được X*** bring X under control
chế nhạo mock; taunt; take the mickey ◊ (sự) mockery
chế tạo make, manufacture
chệch miss (*not hit*)
chệch hướng depart ◊ (sự) departure
chêm vào mention, drag up
chênh lệch one-sided ◊ (sự) disparity
chênh lệch thu chi cash flow
chênh vênh precariously
chết die ◊ dead ◊ (sự) death; doom
chết chóc death
chết đói starve (to death), die of starvation
chết đuối drown, be drowned
chết lặng đi numb
chết lịm dần slip away, die
chết lúc chào đời be stillborn
chết máy stall
chết ngạt suffocate
chết người deadly, fatal
chết rồi! damn it!
chết tiệt damn; fucking
chi limb; member; Earthly stems; ***không có chi!*** never mind!; don't mention it!
chi nhánh branch; subsidiary
chi phí cost, calculate the cost of ◊ (sự) expense
chi phí chung overhead FIN
chi phí đi lại travel expenses
chi phí phụ incidental expenses
chi phí sản xuất production costs
chi phí thêm frill

chi phí trọn gói package deal
chi phiếu check FIN
chi phối dominate
chi tiêu spend ◊ (sự) expenditure
chi tiết detail ◊ detailed; ***đó chỉ là một chi tiết nhỏ*** that's just a technicality
chi tiết hóa elaborate
chi tiết vụn vặt detail, irrelevancy
chi trội overdraw; ***bị chi trội*** have an overdraft, be overdrawn
chí tuyến tropic
chì lead
chì than charcoal
chỉ just, only, merely ◊ cotton, thread ◊ point at; ***không chỉ X mà lại còn cả Y*** not only X but Y also
chỉ dẫn counsel ◊ (sự) directions, instructions
chỉ dùng một lần throw-away; single-use
chỉ dùng ngoài da for external use only
chỉ định designate; prescribe
chỉ đường direct ◊ (sự) direction
chỉ giặt khô dry-clean only
chỉ huy command; conduct MUS
chỉ huy dàn nhạc conductor MUS
chỉ là mere
chỉ một single, sole
chỉ ra indicate; point out
chỉ rõ specify
chỉ số Dow Jones Dow Jones Average
chỉ số phấn hoa pollen count
chỉ số thông minh IQ, intelligence quotient
chỉ tay point
chỉ tay vào point at
chỉ thị instruct; ***chỉ thị cho X làm Y*** instruct X to do Y
chỉ trích criticize, get at; damn ◊ (sự) criticism; ***một cách chỉ trích*** critically
chỉ trừ except for, with the exception of
chỉ về point to
chị me (*female addressing one's younger brother, sister, member of younger generation*); you (*less formal: to younger woman*) ◊ sister; cousin (*older female*)
chị ấy she
chị dâu sister-in-law (*older*)
chị em sisters; brothers and sisters ◊ sisterly; ***họ là chị em gái*** they're sisters
chị gái older sister, big sister
chị họ cousin (*older female*)
chị ngốc idiot
chia deal; divide, split
chia cắt divide; partition ◊ (sự) division; partition
chia cắt chiến dịch campaign isolation
chia cắt chiến lược strategic isolation
chia đôi halve
chia động từ conjugate
chia hết divisible
chia làm đôi fifty-fifty
chia nhỏ ra subdivide
chia phần split
chia ra measure out
chia rẽ divide, split ◊ (sự) division, split
chia sẻ share
chia tay part ◊ (sự) parting
chia tách separate ◊ (sự) separation
chia tư quarter
chia xẻ share
chìa cái master key
chìa khóa key
chìa khóa công tắc ignition key
chìa khóa thứ hai duplicate key
chìa khóa vạn năng skeleton key
chìa ra put out; stick out

chĩa point; ***chĩa vào*** be aimed at, be pointing at
chích inject
chiềc one; ones ◊ *classifier referring to inanimate objects*: ***chiếc kéo*** pair of scissors; ***chiềc xe ô tô*** car
chiếc nhẫn ring
chiếm account for; occupy, take up
chiếm dụng trái phép squat (*illegally*)
chiếm đa số be in the majority
chiếm đóng capture; occupy ◊ (sự) capture (*of city etc*); occupation (*of country*)
chiếm độc quyền monopolize
chiếm làm thuộc địa colonize
chiếm lại recapture
chiên fry ◊ fried
chiến binh fighter; warrior
chiến dịch campaign
chiến dịch bầu cử election campaign
chiến dịch bôi nhọ smear campaign
chiến dịch đẩy mạnh xuất khẩu export campaign
chiến dịch vận động crusade
chiến dịch xóa nạn mù chữ literacy campaign
chiến đấu fight ◊ militant
chiến đấu tay không unarmed combat
chiến hào trench MIL
chiến hữu crony
chiến lợi phẩm loot
chiến lũy barricade
chiến lược strategy ◊ strategic
chiến sĩ militant
chiến sĩ đấu tranh champion
chiến sự hostilities
chiến thắng victorious ◊ (sự) victory
chiến thuật tactics
chiến tích trophy
chiến tranh war; warfare; ***trong tình trạng chiến tranh*** be at war
chiến tranh giá cả price war
chiến tranh hóa học chemical warfare
chiến tranh lạnh Cold War
chiến tranh thế giới world war
chiến tranh vi trùng germ warfare
chiến trường battlefield, battleground
chiêng gong
chiêu đãi reception
chiêu đãi viên steward
chiêu đãi viên nam steward
chiêu đãi viên nữ stewardess
chiếu project; screen, show *movie*; check (*in chess*) ◊ beach mat
chiếu bóng movie
chiếu cố make allowances
chiếu hết checkmate
chiếu lệ perfunctory
chiếu sáng light up, illuminate; shine
chiếu sáng chói glare
chiếu tướng hết checkmate
chiều afternoon; p.m. ◊ pamper, please
chiều cao height
chiều chuộng coddle
chiều dài length
chiều rộng width
chiều sâu depth
chim bird; pigeon (*on menus*) ◊ *classifier for birds*: ***theo đường chim bay*** as the crow flies
chim cổ đỏ robin
chim hét thrush
chim săn mồi bird of prey
chim sẻ sparrow
chim sẻ ngô tit
chim sơn ca lark; nightingale
chim thú hoang dã wildlife
chim trống cock

---

ch (*final*) k	**gh** g	**nh** (*final*) ng	**r** z; (*S*) r	**x** s	**â** (but)	**i** (tin)
d z; (*S*) y	**gi** z; (*S*) y	**ph** f	**th** t	**a** (hat)	**e** (red)	**o** (saw)
đ d	**nh** (onion)	**qu** kw	**tr** ch	**ă** (hard)	**ê** ay	**ô** oh

chìm sink, go under; ***thành phố chìm trong bóng tối*** the city was plunged into darkness
chìm ngập overwhelm
chín nine ◊ ripe ◊ ripen ◊ (sự) ripeness
chín chắn mature
chín mươi ninety
chinh phục conquer ◊ (sự) conquest; ***tay chinh phục*** conqueror
chính main, principal ◊ exactly ◊ (*emphatic pronoun*): ***chính tôi*** I myself; ***chính anh*** you yourself; ***chính anh ấy*** he himself
chính đáng just; justifiable; kosher
chính khách statesman
chính mình oneself
chính phủ government
chính phủ bù nhìn puppet government
chính quy regular MIL
chính quyền government, administration
chính quyền địa phương local government
chính sách policy
chính sách đối ngoại foreign policy
chính sách đổi mới renovation policy
chính sách khủng bố terrorism
chính sách mở cửa open door policy
chính thế! that's it!; exactly!
chính thể độc tài dictatorship
chính thức formal, official
chính tôi myself (*emphatic*)
chính trị political ◊ (việc) politics
chính trực honorable
chính xác accurate; correct; exact ◊ precisely ◊ (sự) precision
chỉnh tune up
chỉnh hình orthopedic
chỉnh huấn political indoctrination
chỉnh kênh tune in to
chỉnh sóng tune in to
chỉnh tiêu điểm vào focus on
chít chít squeak
chịu bear *costs*; ***chịu chấp nhận gì*** come to terms with sth
chịu đựng bear, tolerate, endure, put up with; ***không thể chịu đựng nổi*** intolerable
chịu đựng được hold out, endure; tolerate ◊ bearable
chịu được bear; stomach; take, endure ◊ bearable
chịu khó industrious ◊ persevere
chịu nhiệt heat-resistant
chịu nhịn go without
chịu ơn be under an obligation to
chịu sức ép căng thẳng be under pressure
chịu thiếu do without
chịu thua knuckle under
chịu trách nhiệm liable; responsible ◊ be held accountable ◊ (sự) blame
chịu trách nhiệm điều hành take charge (of operations)
chịu trách nhiệm về answer for; take care of, deal with
cho put; give; donate *kidney etc*; produce (*of cow etc*) ◊ (sự) donation ◊ for; to; ***một phòng cho 2/3 người*** a room for 2/3 people; ***cho ai vay gì*** lend s.o. sth, loan s.o. sth; ***cho gì là của ai*** attribute sth to s.o.; ***cho gì là do ...*** attribute sth to ...; ***cho nó vào túi anh/chị*** put it in your pocket; ***cho bọn trẻ tránh xa*** keep the children away; ***xin cho tôi một cốc bia*** can I have a beer?
cho ăn feed
cho bỏ phiếu kín ballot

cho chạy run *software*
cho đến (khi) until
cho đi mời send for
cho ... đi nhờ pick up (*in car, on bike*); ***cho ai đi nhờ xe*** give s.o. a ride
cho giải ngũ discharge (*from army*)
cho không give away
cho là think; presume; suppose; ***bị cho là*** alleged
cho mượn lend
cho nổ explode
cho ở nhờ put up *person*
cho ở trọ take in, give accommodation
cho phép allow, permit; authorize; enable ◊ (sự) permission, go-ahead; ***cho phép ai làm gì*** allow s.o. to do sth, let s.o. do sth; ***cho phép tôi giới thiệu ...*** may I introduce ...?; ***nhận được sự cho phép*** get the go-ahead
cho phép đi ra excuse
cho qua thời giờ pass the time
cho quay nhanh rev up
cho ra rìa sideline
cho ra viện discharge (*from hospital*)
cho rằng (là) assume; expect; reckon; ***cho rằng gì là đúng*** take sth for granted
cho tham gia vào bring in, involve
cho thấy show up
cho thêm chi tiết elaborate
cho thêm ... vào add in
cho thôi việc discharge
cho thuê rent, lease out ◊ for rent; ***cho thuê xe đạp*** cycle rental
cho thuê lại sublet
cho tới until; ***cho tới khi có thông báo mới*** until further notice; ***cho tới nay*** as yet; ***cho tới năm 1989*** up to the year 1989
cho vay lend, loan; ***kẻ/tên/tay cho vay lãi*** money-lender
cho vào admit, let in
cho vào nhà thương điên put away (*in mental home*)
cho vào tù put away (*in prison*)
cho về hưu pension off
cho vui for fun
cho xuống let off
cho ... xuống xe drop off
chó dog
chó cái bitch (*dog*)
chó chăn cừu sheepdog
chó con puppy, pup
chó dẫn đường cho người mù seeing-eye dog
chó đua grayhound
chó lai mongrel
chó lạc stray
chó rừng (wild) dog
chó sói wolf
chó tha mồi retriever
chó xù poodle
choáng ngất: ***cơn choáng ngất*** blackout MED
choáng váng dazed; light-headed; dizzy; ***gây choáng váng*** devastating; shattering
choàng drape
chọc prod
chọc tức madden; provoke; annoy
chói lọi brilliant *light*
chói mắt harsh *color*, *light*
chói tai deafening
chọi gà cock fight
chọn choose, pick, select, plump for
chọn lọc select, exclusive
chọn lựa choose
chọn lựa cẩn thận selective
chọn ra single out
chọn tín hiệu tuner
chóng fast
chóng lớn thrive

chóng mặt giddy ◊ (sự) giddiness, vertigo; ***tôi thấy chóng mặt*** my head is spinning
chõng tre bamboo bed
chỗ room, space; place; house; apartment; bar; slot (*in schedule*); ***phòng lớn có chỗ cho 200 người*** the hall can seat 200 people; ***ở chỗ Joe*** at Joe's; ***chỗ khác*** somewhere else; ***đi chỗ khác!*** go away!; ***chỗ nào đó*** somewhere
chỗ ăn nghỉ accommodations
chỗ ẩn nấp cover, shelter
chỗ bám purchase, grip
chỗ bán vé box office
chỗ bẩn muck
chỗ bẫy pitfall
chỗ bị trầy da abrasion
chỗ bong gân sprain
chỗ cất giữ hoard
chỗ chắn tàu grade crossing
chỗ chờ shelter
chỗ còn trống opening, job
chỗ cua rất gấp hairpin curve
chỗ của người làm chứng (witness) stand
chỗ dốc xuống dip
chỗ duỗi chân leg room
chỗ đứng standing room
chỗ đỗ xe parking place
chỗ đổi tiền exchange bureau
chỗ đựng holder
chỗ gặp mặt meeting place
chỗ gió lùa draft
chỗ gồ ghề bump
chỗ họp meeting place
chỗ làm position, job
chỗ lấy hành lý baggage claim
chỗ loét ulcer
chỗ lõm sag
chỗ mạng darn
chỗ nấp hiding place
chỗ ngắt quãng gap
chỗ ngoặt twist
chỗ ngồi place, seat
chỗ ngồi bên cửa sổ window seat
chỗ ngồi bên lối đi aisle seat
chỗ nhốt mèo chó lạc pound (*for strays*)
chỗ nối join
chỗ ở accommodations; residence
chỗ phát ban rash MED
chỗ phát cước chilblain
chỗ phình ra bulge
chỗ quẹo corner
chỗ rách tear
chỗ rẽ bend; turn; exit (*from highway*)
chỗ rối knot
chỗ sông cạn ford
chỗ sưng bump
chỗ sưng lên swelling
chỗ sửa correction
chỗ thả neo berth
chỗ thân quen connection
chỗ thoát outlet (*of pipe*)
chỗ thuê xe hơi car rental
chỗ thụt vào indent
chỗ trật khớp wrench
chỗ trống blank; vacancy (*at work*)
chỗ trú cover
chỗ trú ẩn shelter
chỗ vỡ burst
chỗ vỡ mẻ chip
chỗ xóa bỏ deletion
chỗ xoắn kink
chỗ xước da graze
chốc lát instant; ***trong chốc lát*** in an instant, in a jiffy
chốc nữa in a minute
chối cãi deny, refute; ***không thể chối cãi*** hard, irrefutable *facts, evidence*
chối tội plead not guilty
chồi cây shoot BOT
chổi brush
chổi cạo râu shaving brush

chổi có cán broom
chổi quét sơn paintbrush
chôm chôm rambutan
chôn bury
chôn giấu bury, conceal
chống án appeal LAW
chống cự resist ◊ (sự) resistance (*to enemy*)
chống dính nonstick
chống đạn bullet-proof
chống đối oppose, be opposed to ◊ (sự) opposition, resistance
chống đỡ support
chống lại against ◊ counter; fight; resist; ***tôi chống lại ý kiến ấy*** I'm against the idea
chống Mỹ un-American; anti-American
chống trơn nonslip
chồng bundle; stack; husband
chồng chất build up, mount up
chồng chéo overlap
chồng chéo lên nhau overlap
chồng chưa cưới fiancé
chồng cũ ex (*former husband*)
chộp pounce
chộp lấy grab
chộp mất snatch
chộp ngay lấy jump at
chốt fastener; commanding position MIL
chờ wait; wait for; hang on; ***chờ một chút*** just a second, wait a minute!; ***tôi xin lỗi đã khiến anh/chị phải chờ*** I'm sorry to have kept you waiting; ***chờ tôi với!*** wait for me!
chờ đợi wait ◊ (sự) waiting
chở carry; bring; ***phà chở xe*** car ferry
chợ market
chợ đen black market
chợ phiên (fun)fair
chợ trời street market
chợ vỡ madhouse
chơi play
chơi bời party, have fun; live for kicks
chơi chữ make a pun ◊ (sự) pun
chơi đùa play a joke on
chơi đùa thoải mái run wild
chơi khăm play a mean trick on
chơi nghịch với toy with
chơi tập tọng strum
chơi viôlông fiddle
chơi xấu foul SP
chơi xỏ play a trick on
chớp mắt blink
chớp nhoáng fleeting
chớp sáng flash
chợp mắt doze; doze off; have a nap ◊ (sự) doze, nap
chợt đến strike
chợt nghĩ ra hit on *idea*
chu cấp đầy đủ provide for
chu đáo considerate, thoughtful; conscientious
chu kỳ cycle, series of events
chu vi perimeter
chú uncle (*father's younger brother, man younger than one's parents, not related*) ◊ you (*formal to younger or middle-aged man*)
chú lùn dwarf
chú rể bridegroom
chú thích cuối trang footnote
chú ý pay attention ◊ (sự) attention; ***xin chú ý*** your attention please; ***chú ý bậc thềm!*** mind the step!; ***chú ý lắng nghe*** pay attention
chú ý đến heed, pay heed to
chú ý tới mind, heed
chủ employer; master (*of dog*); owner; ***thay đổi chủ*** change hands
chủ bút editor (*of newspaper*)
chủ chốt key, vital

chủ chứa pimp
chủ đề subject, topic; theme
chủ động take the initiative ◊ (sự) initiative ◊ active; ***làm gì theo sự chủ động của mình*** do sth on one's own initiative
chủ hiệu storekeeper
chủ hiệu bánh kẹo confectioner
chủ hiệu cầm đồ pawnbroker
chủ ngân hàng banker
chủ nghĩa cộng sản Communism
chủ nghĩa cực đoan cánh hữu right-wing extremism
chủ nghĩa dân tộc nationalism
chủ nghĩa gia trưởng paternalism
chủ nghĩa hòa bình pacifism
chủ nghĩa Mác Marxism
chủ nghĩa Mác Lênin Marxism-Leninism
chủ nghĩa phát xít fascism
chủ nghĩa phân biệt chủng tộc racism
chủ nghĩa thực dụng pragmatism
chủ nghĩa tư bản capitalism
chủ nghĩa tượng trưng symbolism
chủ nghĩa vật chất materialism
chủ nghĩa xã hội socialism
chủ nghĩa xét lại revisionism
chủ ngữ subject GRAM
chủ nhà host
chủ nhà in printer (*person*)
chủ nhân owner
Chủ Nhật Sunday
chủ nhiệm president
chủ nhiệm khoa dean
chủ nợ creditor
chủ quan subjective
chủ quyền sovereignty
chủ tàu shipowner
chủ tịch chairman; chairperson; president ◊ presidential
chủ tịch ban hội thẩm foreman LAW
chủ tọa speaker; the chair
chủ trại farmer
chủ trì preside
chủ yếu chief; fundamental ◊ mainly, principally
chủ yếu là chiefly, largely, predominantly
chủ ý knowingly ◊ (sự) attention
chua sour
chua cay bitter
chua ngọt sweet and sour
Chúa God (*Christian*); ***Chúa ơi!*** oh God!
Chúa cứu thế the Savior
Chúa Giê-su Christ, Jesus
Chúa trời God, Lord
chùa (tháp) Buddhist temple (*often with a pagoda*)
chuẩn properly ◊ standard
chuẩn bị plan, prepare ◊ (sự) preparation ◊ be ready; ***chuẩn bị gì*** get sth ready
chuẩn bị chiến đấu arm
chuẩn bị đóng cửa wind down
chuẩn bị sẵn sàng get (oneself) ready
chuẩn mực standard
chúc wish; ***chúc cho ai mọi sự tốt lành*** wish s.o. well
chúc Giáng Sinh vui vẻ! Merry Christmas!
chúc may mắn! good luck!
chúc mừng congratulate ◊ (sự) congratulation; ***chúc mừng anh/chị!*** here's to you!; ***chúc mừng nhân dịp ...*** congratulate on ...
chúc mừng năm mới! Happy New Year!
chúc mừng sinh nhật! happy birthday!
chúc ngon miệng! enjoy your meal!

chúc ngủ ngon good night
chúc Nô-en vui vẻ! Merry Christmas!
chúc sinh nhật vui vẻ! happy birthday!
chúc sức khoẻ! cheers!, your health!
chúc vui vẻ! have a good time!
chục ten
chuếnh choáng hung-over
chúi duck *one's head*
chúi xuống duck (down)
chùm hoa blossom
chùm nho bunch of grapes
chung general, all-round; collective; mutual; common *interest etc*; universal *acceptance*, *truth*; joint; communal *kitchen etc*; united *efforts etc* ◊ in common; ***có gì chung với ai*** have sth in common with s.o.
chung chạ bừa bãi promiscuous ◊ (sự) promiscuity
chung chung sweeping *statement etc* ◊ generally
chung phòng double up, share
chung sống coexist ◊ (sự) coexistence
chung sức teamwork
chung thủy faithful ◊ (sự) fidelity
chúng they (*referring to children, animals, disapproving*)
chúng mày you (*familiar*)
chúng mình we; us ◊ let's (*including listeners*)
chúng ta we; us ◊ let's (*including listeners*); ***chúng ta cần phải làm việc cùng nhau như một đơn vị*** we must work together as a unit
chúng tôi we; us (*excluding listeners*)
chùng slack *rope*
chùng xuống stretch
chủng ngừa (*S*) vaccine ◊ (sự) vaccination
chủng tộc race ◊ racial
chuối banana
chuối xanh green banana
chuỗi string; sequence
chuỗi hạt beads; necklace
chuồn chuồn dragonfly
chuồn đi make off
chuồn ngay clear off, go away
chuông bell; buzzer
chuông cửa doorbell
chuồng cage
chuồng chim bird cage
chuồng chó kennel
chuồng lợn pigpen, sty
chuồng ngựa stable
chuột mouse *also* COMPUT; rat
chuột hang hamster
chuột lang guinea pig
chuột rút cramp
chụp take *photograph etc* ◊ photocopy
chụp ảnh photograph ◊ (sự) photography
chụp chân dung portray
chụp đèn lampshade
chụp rửa non underexposed
chụp X quang X-ray
chút (little) bit, piece; ***không, không một chút nào*** no, not in the slightest
chút ít little; bit; dash, drop; ***đó là chút ít những gì tôi biết*** that's the little I know
chút xíu tiny ◊ a little bit
chuyên chế totalitarian; tyrannical ◊ (sự) tyranny
chuyên chở transport ◊ (sự) transportation
chuyên gia expert, specialist
chuyên gia phân tích hệ thống systems analyst
chuyên gia tâm lý học psychologist

chuyên môn technical; ***có trình độ chuyên môn*** qualified; ***có khả năng chuyên môn phù hợp với công việc*** have the right qualifications for a job
chuyên nghiệp professional ◊ professionally
chuyên tâm single-minded
chuyên về specialize; specialize in
chuyên về môn major in
chuyên viên nhãn khoa optician
chuyến journey, trip; voyage; flight
chuyến bay flight
chuyến bay bằng máy bay thuê charter flight
chuyến bay chuyển tiếp connecting flight
chuyến bay đêm night flight
chuyến bay nội địa domestic flights
chuyến bay quốc tế international flights
chuyến bay thẳng through flight
chuyến bay theo kế hoạch scheduled flight
chuyến bay trong nước domestic flight
chuyến bay trở về return flight
chuyến du hành voyage; trip
chuyến du lịch tour
chuyến du lịch có hướng dẫn guided tour
chuyến đến arrivals
chuyến đi journey, trip; departures
chuyến đi bằng thuyền buồm sail, voyage
chuyến đi công cán business trip
chuyến đi công tác business trip
chuyến đi tham quan sightseeing tour, tour
chuyến đi thăm trao đổi exchange
chuyến đi trên biển voyage
chuyến đi trong ngày daytrip
chuyến đi trọn gói package tour
chuyến đi xa nhà outward journey
chuyến đi xe ride, journey
chuyến nối tiếp connection
chuyến ra departures
chuyến tàu chạy suốt through train
chuyến vào arrivals
chuyến vô arrivals
chuyến vượt biển crossing NAUT
chuyền pass SP; swing
chuyền tay pass around
chuyển move; shift; change *trains etc*; transfer; carry; convey; deliver; hand on, pass on *information etc*; pass *newspaper, the salt etc*; navigate COMPUT ◊ (sự) shift; transfer; ***chuyển một quyết định/vấn đề đến ai xử lý*** refer a decision/problem to s.o.; ***chuyển nhượng X cho Y*** make X over to Y; ***chuyển tới cô ấy những tình cảm thương yêu của tôi*** give her my love
chuyển chỗ ở move house; move on
chuyển chủ đề move on (*to another subject*)
chuyển dịch move; transfer
chuyển đổi convert ◊ (sự) conversion; shift
chuyển động moving *parts etc* ◊ (sự) motion
chuyển giao công nghệ technology transfer
chuyển hóa metabolism
chuyển hướng turn around *company*
chuyển nghề move on
chuyển nhà move (*to new house*)
chuyển sang move; pass on *costs etc*; ***chuyển sang chuyên nghiệp*** turn professional; ***chuyển***

ơ ur	**y** (tin)	**ây** uh-i	**iê** i-uh	**oa** wa	**ôi** oy	**uy** wee	**ong** aong
u (soon)	**au** a-oo	**eo** eh-ao	**iêu** i-yoh	**oai** wai	**ơi** ur-i	**ênh** uhng	**uyên** oo-in
ư (dew)	**âu** oh	**êu** ay-oo	**iu** ew	**oe** weh	**uê** way	**oc** aok	**uyêt** oo-yit

sang làm gì proceed to do sth; ***chuyển sang phòng ngự*** go on the defensive; ***chuyển ... sang dùng điện*** electrify *railroads*
chuyển thành turn into, become
chuyển thành kịch dramatize ◊ (sự) dramatization
chuyển thể adapt
chuyển tiếp relay
chuyển tới move in
chuyển trọng tâm vào shift the emphasis onto
chuyển tự transliterate
chuyện story; matter, event; ***có chuyện gì đã xảy ra*** something has come up; ***có chuyện gì thế?*** what's up?; ***có chuyện gì xảy ra thế?*** what's going on?; ***có chuyện gì xảy ra với anh/chị thế?*** what has happened to you?
chuyện bịa fib; lie; fiction
chuyện đăng nhiều kỳ serial
chuyện đùa joke; ***đó không phải là chuyện đùa*** it's no joke
chuyện gì vậy? what's the matter?; what? (*astonishment*)
chuyện hoang đường myth
chuyện kể narrative
chuyện khó tin tall story
chuyện lung tung crap
chuyện ngồi lê mách lẻo gossip
chuyện nhảm nhí nonsense, crap
chuyện phát nhiều buổi serial
chuyện phiếm chat; small talk
chuyện riêng confidence, secret
chuyện tầm phào gossip
chuyện tình (love) affair, romance
chuyện vớ vẩn hokum
chứ: ***tôi có thể chứ? - đồng ý*** can I? - ok
chữ letter (*of alphabet*); character ◊ word
chữ Hán Chinese script
chữ hoa capital letter; block letters
chữ in print
chữ in nghiêng italics
chữ ký signature
chữ ký lưu niệm autograph
chữ lồng monogram
chữ Nôm Han nom, old Vietnamese script
chữ nổi braille
chữ số digit, numeral
chữ Tàu Chinese script
chữ Trung Quốc Chinese character
chữ viết character; writing, script
chữ viết hoa capital letter; block letters
chữ viết ngoáy scribble
chữ viết tay handwriting
chữ viết tắt abbreviation
chưa yet; not yet; ***đứa bé đã biết nói chưa?*** can the baby talk yet?; ***chưa đến lượt anh/chị*** it's not your turn yet
chưa bao giờ never; not as yet; ***chưa bao giờ tôi nghĩ đến*** it never crossed my mind
chưa biết unknown
chưa cạo râu unshaven
chưa chắc not sure yet ◊ perhaps
chưa có gia đình unattached (*not married*)
chưa có người yêu unattached (*without a partner*)
chưa đạt not yet; yet
chưa đến tuổi underage
chưa được not ready yet
chưa được giải quyết unsettled
chưa được quyết định undecided
chưa được thanh toán outstanding FIN
chưa hề never
chưa hề bị đánh bại unbeaten
chưa kết thúc unfinished
chưa kể ra untold

chưa sinh unborn
chưa sử dụng unused
chưa thanh toán unsettled
chưa tới tuổi trưởng thành be underage
chưa từng never
chưa từng nghe thấy unheard-of
chưa từng thấy unprecedented
chưa xong unfinished, incomplete
chứa contain
chứa chấp harbor *criminal*
chứa được hold, contain
chữa cure; repair; ***không thể chữa được*** incurable
chữa bệnh từ xa telemedicine
chữa khỏi cure
chữa lành heal
chức năng function
chức năng làm mẹ maternity; motherhood
chức tổng thống presidency
chức vô địch championship
chức vụ office, position; title
chửi swear; ***chửi ai*** swear at s.o.
chửi rủa curse
chứng illness, disease; symptom ◊ *classifier for illnesses*
chứng cớ ngoại phạm alibi
chứng đau nửa đầu migraine
chứng huyết khối thrombosis
chứng khoán securities
chứng kiến witness
chứng minh back up; demonstrate, prove; substantiate ◊ (sự) demonstration, show
chứng minh bằng tài liệu documentation
chứng minh là đúng vindicate
chứng nghi bệnh hypochondriac
chứng nhận certify
chứng thư deed LAW
chứng thực corroborate
chứng tỏ prove
chừng nào? (*S*) when?
chương chapter
chương trình program; show; schedule; ***tối nay có chương trình gì vậy?*** what's on tonight?
chương trình biểu diễn program THEA
chương trình chống virús antivirus program
chương trình duyệt search engine
chương trình đào tạo training scheme
chương trình giảng dạy curriculum
chương trình học syllabus
chương trình kiểm lỗi chính tả spellchecker
chương trình nghị sự agenda
chương trình phát lại repeat
chương trình phát thanh broadcast
chương trình tài liệu documentary
chương trình tạp kỹ vaudeville
chương trình thi đố quiz program
chương trình thời sự current affairs program
chương trình ti vi TV program
chương trình truyền hình television program; broadcast
chướng shocking
clo chlorine
co cụm chiến lược huddle together strategically MIL
co dãn elastic; springy
co giãn stretch
co giật convulsion; twitch
co lại contract; retract; shrink
co mình lại crouch
có with ◊ there is/are ◊ have (got), own; hold ◊ (*used to form the equivalent of English adjectives*): ***có 15 người*** there were 15 people; ***có ai ngoài cửa*** there's someone at the door; ***tôi không***

có (***tí gì***) I don't have any
có ảnh hưởng influential
có bão stormy
có bắp thịt nở nang muscular
có bóng râm shady
có cát sandy
có chai callous
có chất dinh dưỡng nutritious
có chất độc hại poisonous
có chiều hướng be subject to
có chủ quyền sovereign
có chủ tâm deliberate, willful
có chứa ... contains ...
có chữ lồng monogrammed
có công hiệu powerful
có công suất lớn powerful
có dáng thuôn streamlined
có dây chun elasticized
có đặc quyền privileged
có điều hòa nhiệt độ air-conditioned
có điều kiện conditional ◊ have the means
có độc poisonous
có độn padded
có đủ điều kiện qualify
có đủ tư cách eligible
có được derive, obtain
có ga carbonated
có gai prickly
có gan gutsy
có gì đâu don't mention it; it's no big deal
có gia vị spicy
có giá trị count, be important ◊ valid *ticket etc*
có giá trị lớn valuable
có giá trị từ trước đó backdate
có gió lùa drafty
có gió thổi mạnh gusty
có hay không whether; ***có hay không?*** do you have it or not?; did you do it or not?; yes or no?
có hại damaging, detrimental, harmful; ***có hại cho*** to the detriment of; ***có hại cho ai*** be bad for s.o.
có hại cho sức khỏe unhealthy
có hiệu lực trở về trước retroactive
có hình bán nguyệt semicircular
có hình tam giác triangular
có hình trụ cylindrical
có hoa văn patterned
có họ related
có học thức cultivated
có ích useful ◊ (sự) utility, usefulness
có ích lợi be worthwhile
có kẻ sọc striped
có khả năng sinh sản fertile
có khả năng thanh toán creditworthy; solvent
có khả năng thích nghi adaptable
có khiếu good; ***có khiếu về toán*** mathematical, good at math
có ... không if, whether; ***có ... không?*** is/are there ...?; ***anh/chị có ... không?*** do you have ...?; ***có đau không?*** does it hurt?; ***anh/chị có muốn nhảy không?*** would you like to dance?
có kinh nghiệm experienced
có kỹ năng skilled
có lãi commercial; cost-effective
có lẻ over, more than
có lẽ presumably; perhaps; ***có lẽ đã đủ thời gian rồi*** that should be long enough
có liên quan concerned; relevant; related ◊ be connected with; ***có liên quan tới nhau*** interrelated
có lò so springy
có lông hairy
có lợi advantageous, beneficial; profitable ◊ (sự) profitability; ***có lợi cho sức khỏe*** invigorating;

có lợi từ profit by, profit from
có lý make sense; ***hãy nói cho có lý, anh bạn!*** talk sense, man!
có ma spooky
có mang carry; expect, be expecting ◊ pregnant
có máu buồn (*N*) ticklish
có mặt put in an appearance; be present ◊ (sự) attendance, presence
có mây cloudy
có một không hai one-off
có mùi hôi stink
có mùi khó chịu smell
có năng khiếu gifted; ***có năng khiếu tự nhiên về*** have a natural flair for
có nghĩa mean, signify
có ngụ ý symbolic
có nhà in (*at home, in the building etc*)
có nhiều bụi cây shrubbery
có nhiều cây wooded
có nhu cầu in need
có nhược điểm defective
có nòi pedigree
có nọc độc poisonous
có phải (*used to ask questions*): ***đây có phải là con của anh/ chị không?*** is that your child?; ***có phải mang theo hộ chiếu không?*** do you have to take your passport?
có phần sort of ...
có phẩm cách dignified
có phối hợp concerted
có phụ đề subtitle
có quan hệ tình dục với have sex with
có quyền đi bầu have the vote
có quyền hành powerful
có sẵn in stock
có sương giá frosty
có sương mù foggy
có sức chịu đựng hardy
có tay nghề professional; ***có tay nghề vừa phải*** semiskilled
có tài talented
có tàn nhang spotty
có tạp chất impure
có thai pregnant ◊ (sự) pregnancy
có thể can; may; might ◊ possible; likely ◊ possibly; maybe ◊ (*used to form adjectives*) ...able; ***có thể ... được*** be able to; ***bà có thể ...?*** could you ...? ***có thể anh/chị đúng*** you may be right; ***cảm thấy có thể*** feel up to; ***tôi có thể bị muộn*** I might be late; ***có thể cô ấy vẫn còn đến*** she might still come
có thể bàn cãi được debatable
có thể bơm căng được inflatable
có thể cạnh tranh được competitive; able to compete
có thể chấp nhận được admissible; acceptable
có thể chịu đựng được tolerable
có thể chuyển nhượng được transferable
có thể chữa khỏi được curable
có thể dùng được usable
có thể dự đoán được predictable; foreseeable
có thể điều chỉnh được adjustable
có thể đọc được readable
có thể đọc được bằng máy machine-readable
có thể được: ***... ngắn nhất/nhanh nhất có thể được*** the shortest/ quickest possible ...; ***... tốt nhất có thể được*** the best possible ...
có thể gấp gọn được collapsible
có thể giải quyết được soluble
có thể giặt được washable
có thể hiểu được conceivable; understandable ◊ understandably

có thể hòa tan được soluble
có thể là possibly; arguably; ***có thể là anh đúng*** you could well be right
có thể làm được manageable
có thể nhận ra được recognizable
có thể nhận thấy được discernible, perceptible
có thể nhìn thấy được visible
có thể ở được habitable, inhabitable
có thể so sánh được comparable
có thể sống được viable
có thể sử dụng được accessible
có thể thay đổi được unsettled, changeable
có thể thay thế cho nhau interchangeable
có thể tháo ra được detachable
có thể thương lượng được negotiable
có thể thực hiện được workable; viable
có thể tiêu hóa được digestible
có thể tin được plausible
có thể tốt lên promising
có thể tới được accessible
có thể tưởng tượng được conceivable, imaginable
có thích: ***anh/chị có thích ...?*** would you like to ...?; how about ...?
có tính tượng trưng symbolic
có tội guilty
có triệu chứng show symptoms of; be sickening for
có trợ lực power-assisted
có trước precede
có văn hóa cultured
có vẻ appear, look; ***có vẻ gian*** shifty-looking; ***có vẻ như ...*** it appears that ...
có ý mean, intend; ***có ý định làm gì*** mean to do sth; ***có ý tốt*** mean well
có ý nghĩa significant
có ý thức conscious; ***có ý thức về*** be aware of sth; ***có ý thức an toàn*** safety-conscious; ***có ý thức về an ninh*** security-conscious; ***có ý thức về chi tiêu*** cost-conscious
cò stork; trigger
cò mồi decoy (*person*)
cỏ grass; herb
cỏ dại weed
cỏ khô hay
cọ palm (tree); brush; scrub
cọ chùi scour; scrub
cọ rửa scrub
cocain cocaine
cóc toad
cọc stake
cọc buộc lều peg
coi consider; ***coi ai/gì như ai/gì*** regard s.o./sth as s.o./sth; ***coi ai là nghiêm túc*** take s.o. seriously; ***coi ai là người phải chịu trách nhiệm*** hold s.o. responsible; ***coi việc gì là dễ dàng*** take sth in one's stride; ***coi X ngang với Y*** equate X with Y
coi chừng beware of; guard against; ***coi chừng!*** look out!
coi khinh despise; scorn
coi lại check
coi ngang với be on a par with
coi như consider, regard ◊ by way of, in the form of
coi thường disregard; defy
coi trọng value; ***coi trọng ai*** think highly of s.o.
còi whistle; horn (*on car*); siren ◊ skinny
còi báo cháy, còi báo lửa fire alarm
colextêrôn cholesterol
com pa compass (*for geometry*)

com-lê suit
con me (*addressing one's parents*) ◊ offspring; son; daughter; piece (*in board game*) ◊ *classifier for animals, pejoratively for people, for long objects*
con át ace
con bài (playing) card
con bạc gambler
con cái female; mate (*female*)
con cháu descendant
con dâu daughter-in-law
con đực male; mate (*male*)
con gái daughter
con gái riêng của chồng stepdaughter (*with original father*)
con gái riêng của vợ stepdaughter (*with original mother*)
con hoang bastard
con ky pin
con lợn sô vanh male chauvinist (pig)
con mồi decoy; prey
con một only child
con mụ female *pej*
con ngoài giá thú illegitimate child
con ngươi pupil (*of eye*)
con người human (being), man; mortal
con nít (*S*) child ◊ childish
con nợ debtor
con nuôi foster child
con pích spades
con quỉ, con quỷ demon; ***con quỷ độc ác*** monster (*person*)
con rể son-in-law
con rối puppet
con số figure, number ◊ (*used to form number words*): ***con số ba mươi*** thirty
con số thống kê statistics, figures
con tin hostage
con tốt pawn
con tốt đen pawn *fig*
con trai boy, son; clam; mussel
con trai riêng của chồng stepson (*with orginal father*)
con trai riêng của vợ stepson (*with original mother*)
con trỏ cursor
con vật creature
con vật bị nhốt captive
con vật đã lớn adult (*animal*)
con vật ít có khả năng thắng outsider
còn the rest ◊ yet; still ◊ remaining; ***còn ai khác ở đấy?*** who else was there?; ***còn chưa rõ ràng về ...*** there is still uncertainty about ...; ***còn gì nữa không?*** anything else?; ***còn nhiều*** there is/are still plenty; ***còn quá sớm để quyết định*** it's way too soon to decide yet; ***còn to hơn/dài hơn*** still bigger/longer; ***còn gì nữa?*** what else?; ***còn thứ khác nữa*** something else
còn lại be left, be over, remain
còn nguyên vẹn intact
còn nước còn tát not give up, struggle on
còn sống be alive; live on, continue living
còn thiếu be lacking
còn thừa ... to spare; ***5 cái còn thừa*** there were 5 to spare
còn tiếp to be continued
còn tồn tại in existence
cong lại buckle
cong lên warp
cong queo crooked
cóng heavy
còng lưng stoop
còng số tám handcuffs
cọng rơm (piece of) straw
cóp photocopy

ơ ur	**y** (tin)	**ây** uh-i	**iê** i-uh	**oa** wa	**ôi** oy	**uy** wee	**ong** aong
u (soon)	**au** a-oo	**eo** eh-ao	**iêu** i-yoh	**oai** wai	**ơi** ur-i	**ênh** uhng	**uyên** oo-in
ư (dew)	**âu** oh	**êu** ay-oo	**iu** ew	**oe** weh	**uê** way	**oc** aok	**uyêt** oo-yit

cọp (*S*) tiger
cót két squeak
cô aunt (*paternal*); lady (*young woman*) ◊ you (*formal, to younger woman or female teacher*); ***cô Smith*** Miss Smith
cô ấy she ◊ her
cô bé she ◊ her ◊ little girl
cô ca (cô la) Coke®
cô dâu bride
cô đặc concentrated
cô đồng medium
cô đơn lonely; solitary
cô gái girl, chick
cô gái nghịch ngợm tomboy
cô hiệu trưởng (female) principal EDU
cô lập isolate
cô nhắc cognac
cô phục vụ phòng maid (*in hotel*)
cố định fixed
cố đưa vào drag in
cố gắng attempt, effort; endeavor; ***rất cố gắng ...*** take pains to ...; ***cố gắng làm gì*** try to do sth, aim at doing sth
cố gắng hết sức do one's utmost
cố gắng tiết kiệm economy drive
cố hữu entrenched
cố lên! go on!; hang on!
cố tình on purpose; ***cố tình làm gì*** do sth on purpose; intend to do sth
cố túm lấy clutch at
cố vấn adviser, counselor
cố vấn dày kinh nghiệm mentor
cố vấn pháp lý legal adviser
cố vấn về hôn nhân marriage counselor
cố với stretch
cố ý intentional ◊ deliberately, purposely
cổ old; old-fashioned; ancient ◊ neck ◊ (*S*) she (*to younger woman*)
cổ áo collar
cổ chữ V V-neck
cổ điển classical; vintage
cổ đông stockholder
cổ động drum up support
cổ họng throat, gullet
cổ hủ conservative
cổ khoét sâu plunging neckline
cổ lọ polo neck
cổ lỗ sĩ antiquated, ancient
cổ phần share; stock FIN
cổ tay wrist
cổ tay áo cuff
cổ trễ low-cut
cổ tròn crew neck
cổ vũ spur on, urge on
cỗ bài deck, pack (*of cards*)
cỗ cưới wedding banquet
cốc glass; beaker; paper cup
cốc giấy paper cup
cốc ly có chân stemware
cốc tay cocktail
cốc vại tumbler; mug
cộc lốc brusque, curt
côcain cocaine
cối xay gió windmill
cốm young green rice ◊ unripe
côn clutch MOT
côn đồ: ***kẻ/tên/tay côn đồ*** hooligan, thug
côn trùng insect
công public; work; peacock
công an police; policeman
công bằng just, fair, balanced ◊ fairly ◊ (sự) justice; fairness; ***điều đó là không công bằng*** it's not fair
công bố issue *warning etc*; post *profits* ◊ (sự) publication
công bố hôn nhân ở nhà thờ banns
công chúa princess
công chúng the public
công chuyện business; (*S*) work

công chức civil servant; official
công chứng viên notary
công cộng public; communal
công cụ implement
công dân citizen; national ◊ civic
công đoàn labor union; ***không thuộc công đoàn*** nonunion
công khai public
công kích attack
công kích tới tấp hit out at
công lý justice
công mái pea hen
công nghệ technology ◊ technological
công nghệ gien genetic engineering
công nghệ học technology
công nghệ thông tin IT, information technology
công nghệ tiên tiến hi-tech
công nghiệp industry ◊ industrial
công nghiệp hàng không vũ trụ aerospace industry
công nghiệp hóa industrialize
công nghiệp sản xuất manufacturing industry
công nghiệp sản xuất xe ô tô automobile industry
công nghiệp xây dựng construction industry
công nhân blue-collar worker; worker
công nhân bốc vác stevedore, longshoreman
công nhân lành nghề skilled worker
công nhân trang trại farmworker
công nhân xây dựng construction worker
công nhận admit; recognize *state etc*; validate ◊ (sự) recognition; validation
công phu elaborate
công suất capacity; production capacity
công suất lớn high-powered
công tác phí expenses
công tác quần chúng public relations
công tác vệ sinh sanitation (*removal of waste*)
công tác xã hội welfare work, social work
công tắc switch
công tắc bật on switch
công tắc tắt off switch
công thức formula
công thức nấu nướng recipe
công tố viên (public) prosecutor
công trái bond FIN
công trình kiến trúc structure
công trình làm bằng tay handiwork
công ty company, business
công ty bảo hiểm insurance company
công ty cạnh tranh competitor COM
công ty cổ phần joint-stock company
công ty cổ phần mẹ holding company
công ty cung cấp hàng hóa supplier
công ty dầu lửa oil company
công ty đa quốc gia multinational COM
công ty giới thiệu việc làm employment agency
công ty hàng đầu market leader
công ty hàng hải shipping company
công ty hữu hạn *Br* limited company
công ty khai thác bất động sản property developer
công ty mẹ parent company
công ty nhập khẩu importer

công ty phân phối distributor
công ty tư vấn consultancy
công ty vận chuyển carrier
công ty vận tải đường bộ haulage company
công ty xuất khẩu exporter, export company
công việc work; employment; affair; business; commission; undertaking
công việc cực nhọc drudgery; toil
công việc chuẩn bị preparations
công việc may vá needlework
công việc nhà cửa housework
công việc nội trợ housekeeping
công việc vừa ý niche
công viên park
công viên chủ đề theme park
cống drain
cống hiến devote; donate ◊ (sự) donation
cống rãnh sewer
cống thoát nước lớn storm drain
cồng gong
cồng kềnh bulky; cumbersome
cổng gate
cổng nối tiếp serial port
cổng ra vào gateway
cổng tò vò archway
cổng vào input port
cộng add MATH
cộng đồng community
cộng hòa republican
cộng hòa Séc the Czech Republic
Cộng hòa xã hội chủ nghĩa Việt Nam Socialist Republic of Vietnam
cộng sản Communist
cộng sự partner
cộng tác collaborate ◊ (sự) collaboration; partnership
cộng tác viên collaborator
cộng với plus
côngtenơ container COM
cốt lõi core, heart (*of problem*)
cốt truyện framework; plot
cột column; pillar; pole; post ◊ tie up; tie down
cột ăng ten mast RAD
cột báo column
cột buồm mast (*of ship*)
cột đèn lamppost
cột điện cao thế pylon
cột điện thoại telegraph pole
cột đích winning post
cột gôn goalpost
cột nhà sàn stilts
cột thu lôi lightning conductor
cột trụ column
cột xương sống spinal column
cơ bản basic; fundamental; radical; ***những cái cơ bản*** the basics
cơ bắp muscle ◊ muscular
cơ cấu tổ chức set-up
cơ cực destitute
Cơ đốc Christian
cơ hoành diaphragm ANAT
cơ hội chance, opportunity; scope; ***anh/chị không có cơ hội nào*** you don't stand a chance; ***có cơ hội làm gì*** get to do sth
cơ hội làm ăn niche (*in market*)
cơ khí hóa mechanize
cơ quan office; organ ANAT
Cơ quan chiến tranh kinh tế Office of Economic Warfare
cơ quan đầu não headquarters
cơ quan lập pháp legislature
Cơ quan nhập cư Immigration (Service)
Cơ quan phản gián Counterintelligence
cơ quan sinh dục genitals
cơ quan sinh lý sexual organs
Cơ quan thông tin chiến tranh Intelligence Service
cơ quan tình báo secret service,

intelligence service
Cơ quan tình báo trung ương Mỹ CIA, Central Intelligence Agency
cơ sở basis, foundation; establishment (*firm etc*); ***trên cơ sở thông tin này*** on the basis of this information
cơ sở dữ liệu database
cơ sở hạ tầng infrastructure
cơ thể body; flesh; organism ◊ physical
cơ thể tật nguyền physical handicap
cơ trí resourceful
cớ excuse, pretext
cờ chess; flag; game
cờ bạc gambling
cờ chữ Scrabble®
cờ đam checkers
cờ đuôi nheo pennant
cờ lê wrench
cờ người human chess
cờ tướng Chinese chess
cỡ size; caliber
cỡ lớn large; king-size(d)
cỡ quá nhỏ undersized
cỡ số size (*of clothing*)
cờ triệu phú Monopoly®
cỡ trung bình medium-sized
cỡ vừa medium-sized
cởi remove, take off *clothes etc*; undo; unfasten; untie ◊ (sự) removal (*of clothes*)
cởi bỏ ease off
cởi khuy unbutton
cởi mở communicative; forthcoming; open
cởi mở hơn open up (*of person*)
cởi quần áo strip, undress
cởi trói untie
cởi tuột ra slip off
cơm (boiled) rice; (steamed) rice; meal; food; (*slang*) wife, the old lady; ***ăn cơm!*** let's eat!
cơm chiên (*S*) fried rice
cơm nếp glutinous rice
cơm ôi stale rice
cơm rang (*N*) fried rice
cơm thiu stale rice
cơm thổi steamed rice
cơm tối evening meal
cơm trắng boiled rice
cớm cop
cơn fit MED ◊ *classifier for illnesses, moods, storms etc*
cơn (bột phát) outburst
cơn bực tức bad mood
cơn cáu kỉnh temper; tantrum
cơn động kinh epileptic fit
cơn đột quỵ stroke MED
cơn gió lốc whirlwind
cơn lốc tornado
cơn rùng mình shudder
cơn sốt fever
cơn suy tim heart attack
cơn tái phát: ***bị cơn tái phát*** have a relapse
cơn thịnh nộ rage; fit of rage
crom chrome, chromium
C.S.G.T. (= ***cảnh sát giao thông***) traffic police
cu pecker, willie *Br*
Cu Ba Cuba ◊ Cuban
cu set couchette; berth
cú owl; blow
cú đá kick
cú đánh đầu header (*in soccer*)
cú đánh trả return (*in tennis*)
cú đập forehand; smash (*in tennis*)
cú điện thoại telephone call, phonecall
cú đo ván knockout (*in boxing*)
cú giao bóng serve (*in tennis*)
cú pháp syntax
cú phát bóng kickoff
cú phạm lỗi foul SP
cú sốc shock

cú sốc văn hóa culture shock
cú ve backhand
cù (*N*) tickle
củ bulb BOT; *classifier for tubers and bulbs*
củ ấu water chestnut
củ cải mooli
củ cải đỏ beet
củ chuối stubborn as a mule, pig-headed
củ dong arrowroot
củ đậu yam bean
củ sen lotus root
củ từ (fancy) yam
cũ old; old-fashioned; secondhand
cũ nát beat-up, battered
cũ rích threadbare; stale *news*
cụ you (*term of address for very elderly people, to show respect*)
cụ bà great-grandmother
cụ ông great-grandfather
cụ thể concrete; specific ◊ specifically
cua crab
cua đồng freshwater crab
cua gái flirt with a girl
của of (*possession*); from (*origin*) ◊ belong to
của ai whose; ***cái xe đạp kia là của ai?*** whose bike is that?
của anh your (*less formal: of younger man*) ◊ yours (*less formal: of or belonging to younger man*)
của anh ấy his (*of young man*)
của bà your (*formal, singular: of more senior woman*) ◊ yours (*formal: of or belonging to more senior woman*)
của bà ấy her ◊ hers (*of older woman*)
của bản thân own
của các anh your ◊ yours (*less formal, plural: of younger men*)
của các bà your ◊ yours (*formal, plural: of more senior women*)
của các cậu your ◊ yours (*familiar, plural*)
của các chị your ◊ yours (*less formal, plural: of younger women*)
của các chú your ◊ yours (*formal, plural: of younger men*)
của các cô your ◊ yours (*formal, plural: of younger women*)
của các cụ your ◊ yours (*formal, plural: of very elderly people, to show respect*)
của các em your ◊ yours (*of younger people or children*)
của các ông your ◊ yours (*formal, plural: of more senior men*)
của cải belongings
của cải thất lạc lost and found
của cậu your ◊ yours (*familiar, used for young men or uncles*)
của chị your (*less formal: of a younger woman*) ◊ yours (*less formal: of or belonging to younger woman*)
của chị ấy hers
của chính mình one's own; his/her own *etc*
của chú your ◊ yours (*formal: of younger man*)
của chúng mày your ◊ yours (*familiar*)
của chúng ta our (*including listeners*) ◊ ours
của chúng tôi our (*excluding listeners*) ◊ ours
của con người human
của cô your ◊ yours (*formal: of younger woman*)
của cô ấy her ◊ hers (*of young woman*)
của công chúng public
của cơ thể bodily
của em your ◊ yours (*of younger person or child*)

của họ their ◊ theirs
của mày your ◊ yours (*familiar*)
của một năm annual
của nó her (*of child*); his (*of child*); its
của ông your ◊ yours (*formal*: *of more senior man*)
của ông ấy his (*of older man*)
của ổng (*S*) his
của riêng mình own
của riêng tôi my very own
của tôi my ◊ mine
cục bureau (*government department*)
cục cằn gruff
Cục điều tra Liên Bang Federal Bureau of Investigation
cục đông clot
cục súc: ***kẻ/tên/tay cục súc*** brute
cục tẩy eraser
cúi bend; bow
cúi chào bow (*as greeting*)
cúi xuống bend down, crouch down, get down
cùi flesh; pith
cùi dừa coconut
củi firewood
cúm flu, influenza; ***một trận cúm*** a bout of flu
cụm cluster
cụm pháo cluster of artillery
cụm từ phrase
cún doggie
cùn blunt *knife etc*
cùn đi rusty *French etc*
cung sector
cung cấp provide; supply; offer; put up *money* ◊ (sự) provision, supply; ***được cung cấp*** be supplied with; ***cung cấp Y cho X*** supply X with Y, provideY to X; ***cung cấp một bản báo cáo về*** give an account of
cung cấp nơi ở accommodate
cung cấp thực phẩm cater for
cung điện palace
cung hoàng đạo sign of the zodiac
cung kính reverent
cung và cầu supply and demand
cúng make offerings
cúng tế sacrifice
cùng bàn bạc brainstorming
cùng chung same, identical
cùng cực extremely
cùng đi string along ◊ along
cùng góp tiền trả go Dutch
cùng góp vốn co-finance ◊ (việc) co-financing
cùng một lúc (all) at once, at the same time, together
cùng nhau together
cùng với with; along with; in conjunction with
củng cố reinforce; bolster; cement
cũng also, too, as well; ***họ cũng đến chứ?*** are they coming as well?; ***tôi cũng sẽ không đi*** I won't go either; ***tôi cũng vậy*** so am I; so do I; me too; ***tôi cũng không*** nor do I, me neither; ***tôi cũng thế*** neither do I; ***già cũng như trẻ*** old and young alike; ***Chúc mừng năm mới - cũng xin chúc anh như vậy*** Happy New Year - the same to you
cũng bõ công be worth it
cũng được alright, ok
cũng không or (*with negatives*); nor; either
cũng như thế the same
cũng tương tự như vậy ... equally, ...
cũng vậy thôi so-so
cuộc organized event ◊ *classifier for events involving a lot of people*: ***cuộc đàm phán*** negotiation; ***cuộc đàm thoại***

conversation; ***cuộc đàn áp*** repression
cuộc ẩu đả scrap, scuffle
cuộc biểu diễn pháo hoa firework display
cuộc du hành không qua đêm day trip
cuộc du ngoạn ngắm cảnh sightseeing tour
cuộc đấu game
cuộc đấu bóng đá soccer match
cuộc đi chơi excursion, outing
cuộc đi chơi bằng xe hơi drive
cuộc đời life, lifetime
cuộc đua racing; race; competition
cuộc đua ma ra tông marathon
cuộc đua ngựa horse race
cuộc đua ngựa vượt rào steeplechase
cuộc đua ô tô đường trường rally MOT
cuộc đua thuyền buồm yachting
cuộc đua tiếp sức relay (race)
cuộc giải phẫu surgery
cuộc hành quân march MIL
cuộc hẹn engagement, appointment
cuộc họp meeting
cuộc họp ban giám đốc board meeting
cuộc họp tiếp sau follow-up meeting
cuộc họp toàn thể hàng năm annual general meeting
cuộc sống existence, life; ***cuộc sống hiện nay ra sao?*** how's life?
cuộc sống tình cảm lovelife
cuộc sống xa hoa high life
cuộc thăm tiếp theo follow-up visit
cuộc thi competition, contest; fight; exam; meet SP
cuộc thi đấu fight; competition
cuộc thi lấy bằng lái xe driving test
cuộc vận động campaign, drive
cuộc vận động tuyển mộ recruitment drive
cuối back; bottom; end ◊ last; ***ở cuối hành lang*** it's at the end of the corridor; ***vào cuối tháng*** at the end of the month; ***cuối thế kỷ 19/20*** the late 19th/20th century; ***ở cuối trang*** at the foot of the page
cuối cùng definitive, classic; eventual; final, ultimate ◊ last ◊ in the end; finally; in conclusion; at last; ***cuối cùng cũng phải vào bệnh viện*** wind up in hospital; ***cuối cùng nhưng không kém phần quan trọng*** last but not least; ***cuối cùng thì anh ấy thích*** he finished up liking it
cuối tuần weekend; ***vào cuối tuần*** on the weekend
cuỗm đi make off with
cuốn curl; roll up ◊ *classifier for books and movies*: ***cuốn sách*** book
cuốn sách mỏng booklet; pamphlet
cuộn coil; reel, spool; roll; wad
cuộn giấy scroll (*manuscript*); paper roll
cuộn lại curl
cuộn lên scroll up COMPUT
cuộn tròn coil (up); curl up; ***cuộn tròn gì*** roll sth into a ball
cuộn xuống scroll down COMPUT
cuống stalk; stub
cuồng loạn hysterics; ***bị cuồng loạn*** hysterical
cuồng nhiệt feverish; wild *applause etc*
cuồng nộ fury
cuồng tín fanatical

---

cưỡi mount *bike, horse*
cúp cup, trophy
cút scram, make off; ***cút đi!*** get lost!; fuck off!; ***hãy cút đi!*** (get) out!; ***hãy cút khỏi phòng tôi!*** (get) out of my room!
cút ngay scram
cụt blind *corner*
cư dân resident; inhabitant ◊ residential
cư trú inhabit; populate; reside ◊ (sự) residence
cư xử behave, conduct oneself; treat
cư xử thô bạo manhandle
cư xử xấu misbehave ◊ (sự) misbehavior
cứ persist in ◊ revolutionary base; ***cứ tiếp tục thử*** keep (on) trying; ***cứ tự nhiên như ở nhà*** make oneself at home; ***xin cứ tự nhiên!*** help yourself!; ***cứ tiếp tục đi*** on you go, go ahead; ***cứ bình tĩnh!*** take it easy!, keep cool!; ***cứ làm đi*** go on!
cứ điểm entrenched fortifications
cứ như là as if
cử chỉ gesture
cử động move ◊ (sự) movement
cử nhân quản lý kinh doanh MBA, Masters in Business Administration
cử nhân văn chương BA, Bachelor of Arts
cử tạ weightlifting
cử tri elector, voter
cự ly range; distance; ***ở cự ly rất gần*** at point-blank range
cự tuyệt rebuff
cưa saw
cưa bỏ saw off
cửa door; gate
cửa chớp shutter
cửa chớp lật venetian blind
cửa cuốn shutter (*on window*)
cửa giao dịch wicket
cửa hàng store, shop; department
cửa hàng ăn nhanh fast-food restaurant
cửa hàng bách hóa department store
cửa hàng cho thuê băng đĩa hình video rental store
cửa hàng đồ cổ antique shop
cửa hàng dược phẩm drugstore
cửa hàng giặt khô dry-cleaner
cửa hàng giày shoestore
cửa hàng kem ice-cream parlor
cửa hàng mậu dịch quốc doanh State department store
cửa hàng miễn thuế duty-free shop
cửa hàng ngũ kim hardware store
cửa hàng nhà nước state-run shop
cửa hàng nước hoa perfume shop
cửa hàng rượu liquor store
cửa hàng sách bookstore
cửa hàng tạp phẩm grocery store
cửa hàng thủ công nghệ craft shop
cửa hầm hàng hatch (*on ship*)
cửa kéo sliding door
cửa khuất kín concealed door
cửa kính cửa hiệu storefront
cửa kính dài French doors
cửa ngõ gateway *fig*
cửa quay revolving door; turnstile
cửa quần fly, flies (*on pants*)
cửa ra cấp cứu emergency exit
cửa sau backdoor
cửa sập trapdoor
cửa sông estuary; mouth (*of river*)
cửa sổ window
cửa sổ kính màu stained-glass window

cửa sổ mái skylight
cửa trước front door
cửa tự động swing-door
cửa vào doorway
cựa quậy fidget
cực pole (*of earth*); terminal ELEC ◊ extremely
cực đoan extreme
cực khoái: ***điểm cực khoái*** orgasm
cực kỳ awesome; extreme, dire ◊ very; extremely; tremendously
cực tím ultraviolet
cưng (*S*) sweetheart; pet, favorite
cưng chiều coddle; ***được cưng chiều*** cuddly
cứng hard; rigid; stiff; coarse *hair*
cứng cỏi strong-minded, strong-willed; tough
cứng đầu willful
cứng đờ stiffen
cứng nhắc inflexible, rigid, set; stiff
cước điện thoại đường dài toll TELEC
cước phí delivery fee
cưới get married
cười laugh; smile
cười chế nhạo jeer
cười ha hả guffaw
cười khẩy sneer
cười khúc khích titter
cười nhạo laugh at, mock
cười phá lên roar with laughter
cười rúc rích chuckle; giggle
cười toe toét grin
cười tự mãn smirk
cưỡi ride ◊ (sự) riding
cưỡi hổ riding the tiger
cưỡi ngựa ride ◊ (sự) riding
cưỡi ngựa vượt rào show jumping
cương cứng erection (*of penis*)
cương lĩnh platform (*political*)
cương quyết firm *decision*
cường điệu dramatize; exaggerate, overdo ◊ dramatic; melodramatic; farfetched ◊ (sự) exaggeration
cường độ strength
cường quốc hải quân sea power
cường quốc thế giới world power
cường tráng robust; sturdy
cưỡng hiếp assault sexually ◊ (sự) (sexual) assault
cưỡng lại resist; ***không thể cưỡng lại được*** irresistible
cướp hijack; hold up; raid; rob; ***tôi đã bị cướp*** I've been robbed
cướp bóc loot
cứt crap, shit
cứu save, rescue; ***tới cứu ai*** come to s.o.'s rescue; ***cứu tôi với!*** help!
cứu hộ salvage
cứu nguy save SP
cứu rỗi linh hồn salvation REL
cừu sheep
cừu cái ewe
cừu đực ram (*sheep*)
cừu non lamb (*animal*)
cựu ex-
cựu chiến binh veteran

---

ch (*final*) k	**gh** g	**nh** (*final*) ng	**r** z; (*S*) r	**x** s	**â** (but)	**i** (tin)
d z; (*S*) y	**gi** z; (*S*) y	**ph** f	**th** t	**a** (hat)	**e** (red)	**o** (saw)
đ d	**nh** (onion)	**qu** kw	**tr** ch	**ă** (hard)	**ê** ay	**ô** oh

D

da skin; leather; complexion
da bánh mật tan
da cừu sheepskin
da dẻ complexion
da đầu scalp
da đen black *person*
da gà gooseflesh, goose pimples; ***nổi da gà*** have goose pimples
da giả imitation leather
da lông chồn mink
da lộn suede
da lợn pigskin
da màu colored *person*
da sống hide (*of animal*)
da sơn patent leather
da thuộc chamois leather
da trắng white *person*
dã man savage ◊ (sự) savagery
dã ngoại outing; field trip
dã thú predator
dạ felt; yes
dạ con uterus, womb
dạ dày stomach
dạ hội dinner dance; ball
dai tough
dai dẳng nagging *doubt*, *pain*; persistent *rain* ◊ persist
dai như đỉa obstinate; persistent
dài long
dài chấm gót full-length
dài dòng lengthy ◊ at length
dài hạn long-term
dài lê thê very long
dài ngày long-range
dài ra grow
dài tay long-sleeved
dài tới reach
dải stretch; strip
dải băng band
dải ruy băng ribbon
dải viền braid
dãi be exposed
dãi nắng be exposed to the sun; ***dãi nắng ầm sương*** be exposed to the sun and dew
dại wild; naive; stupid; ***chó dại*** dog with rabies
dại dột misguided
dại mặt be ashamed; lose face
dám dare; ***dám làm gì*** dare to do sth; presume to do sth
dạm bán offer for sale
dạm hỏi propose marriage
dan díu have an affair
dán glue; paste; stick; mount; put up *notice* ◊ cockroach; ***dán X vào Y*** glue X to Y
dán đầy be plastered with
dán giấy tường paper *room*
dán mắt stare at; gaze at
dán nhãn label
dán tem stamp; frank
dàn bài plan; outline
dàn diễn viên cast (*of play etc*)
dàn dựng produce; arrange ◊ (sự) production; arrangement
dàn hai phai hi-fi
dàn hòa make up, make it up
dàn hợp xướng chorus
dàn khoan drilling rig; (oil) rig
dàn nhạc (giao hưởng) orchestra
dàn xếp settle; patch up; iron out
dang spread; stretch out
dáng appearance, form

ơ ur	**y** (tin)	**ây** uh-i	**iê** i-uh	**oa** wa	**ôi** oy	**uy** wee	**ong** aong
u (soon)	**au** a-oo	**eo** eh-ao	**iêu** i-yoh	**oai** wai	**ơi** ur-i	**ênh** uhng	**uyên** oo-in
ư (dew)	**âu** oh	**êu** ay-oo	**iu** ew	**oe** weh	**uê** way	**oc** aok	**uyêt** oo-yit

dáng điệu nghênh ngang swagger
dáng lom khom stoop
dáng người figure
dạng form; shape
dạng tay dạng chân stretch (one's arms and legs)
danh bạ directory TELEC
danh bạ điện thoại telephone directory, phone book
danh dự honor; reputation
danh lợi fame and wealth
danh mục menu COMPUT; list; catalog
danh mục rượu vang wine list
danh sách list; roll
danh sách đối tượng hitlist
danh sách đợi waiting list
danh sách vòng trong shortlist
danh thiếp business card; visiting card
danh thiếp chúc mừng compliments slip
danh tiếng fame; renown; reputation; standing; goodwill COM
danh từ noun
danh vọng kudos
dành spend; put in *effort*; book, reserve
dành cho spare ◊ for ◊ reserved for
dành dụm put by, put aside
dành dụm để save up for
dành dụm tiền cho budget for
dành gì cho gì earmark sth for sth
dành riêng exclusive; personal
dành riêng ra set aside
dành trước reserve
dành ưu tiên cho prioritize
dao knife
dao bầu chopper
dao cạo razor
dao cạo điện (electric) shaver
dao động waver
dao găm dagger
dao mổ scalpel
dao nhíp pocketknife
dát mỏng laminated
day dứt torment oneself; ***tôi cảm thấy lương tâm day dứt*** it has been on my conscience; ***không bị day dứt về ...*** have no qualms about ...
day đi day lại dwell on
dày thick
dày dạn kinh nghiệm seasoned, experienced
dày dạn sương nắng weather-beaten
dày đặc dense; heavy; solid
dãy line; range (*of hills*)
dãy đèn sàn sân khấu footlights
dãy ghế tier
dãy nhà lầu apartment block
dãy phòng suite (*of rooms*)
dạy teach; ***dạy ai làm gì*** teach s.o. to do sth
dạy bảo straighten out (*person*)
dạy dỗ bring up ◊ (sự) upbringing
dạy học teach ◊ (sự) teaching
dạy tư private tuition
dặm mile
dặm mỗi giờ mph, miles per hour
dắt đi dạo walk
dâm đãng lewd
dấm vinegar
dầm girder
dầm giấm pickle
dân citizen
dân bản xứ native
dân ca folk music; folk song
dân chúng the public; the people
dân chủ democratic
dân cư inhabitants, population
dân cư thưa thớt sparsely populated
dân di-gan gipsy, gypsy
dân địa phương local

dân làng villager
dân nghiện junkie
dân quê hillbilly
dân số population
dân sống ở đảo islander
dân sự civil
dân thường civilian
dân tộc ethnic; national ◊ people
dân tộc miền núi hilltribe
dân tộc thiểu số ethnic minority
dấn thân embark on
Dần tiger (*in Vietnamese zodiac*)
dần steadily
dần dần little by little, bit by bit; gradually; eventually ◊ gradual
dẫn guide; lead; steer; conduct *electricity*
dẫn đầu lead; head (up) *delegation etc*; lead the way ◊ leading
dẫn đến culminate in; result in; bring to ◊ conducive to
dẫn đến chỗ ngừng trệ bring to a standstill
dẫn đến chỗ tắc nghẽn bring to a standstill
dẫn đi take
dẫn độ extradite ◊ (sự) extradition
dẫn đường navigate; lead the way ◊ (sự) navigation (*in car*)
dẫn tới bring about; lead up to; ***điều này dẫn tới đâu?*** where is this leading?
dâng lên come in (*of tide*); rise
dập smother
dập ghim stapler
dập tắt extinguish, put out
dập vỡ lạo xạo scrunch up
dật dục lust; sensuality
dâu mulberry; strawberry
dâu rể bride and groom
dâu tây strawberry
dấu accent; tone (*on letter*); stamp (*in passport etc*); seal
dấu âm minus sign
dấu bưu điện postmark
dấu chấm dot; period; punctuation mark
dấu chấm câu period
dấu chấm hỏi question mark
dấu chấm than exclamation point
dấu chân footprint
dấu chéo oblique, slash
dấu chờ lệnh prompt COMPUT
dấu chữ thập cross (*symbol*)
dấu cộng plus (sign)
dấu dương plus sign
dấu hai chấm colon (*in punctuation*)
dấu hiệu evidence; sign; indication; pointer; symptom *fig*; mark; trace; ***là dấu hiệu của*** be symptomatic of
dấu hoa thị asterisk
dấu hỏi low rising tone
dấu huyền low falling tone
dấu kiểm checkmark, tick
dấu kiểm nhận stamp of approval
dấu kiểm tra check ◊ checkmark
dấu làm chuẩn benchmark
dấu lược apostrophe
dấu mũ circumflex
dấu nặng low broken tone
dấu ngã high broken tone
dấu ngang mid-level tone
dấu ngoặc bracket
dấu ngoặc kép quote marks, inverted commas
dấu nối hyphen
dấu phẩy comma
dấu phẩy thập phân decimal point
dấu sắc high rising tone
dấu tay fingerprint
dấu than exclamation point
dấu thánh sign of the cross
dấu tích remnant
dấu trừ minus sign

dấu vân tay fingerprint
dấu vân tay liên quan tới di truyền genetic fingerprint
dấu vết hint (*of red etc*); trace
dầu oil; gel ◊ oily
dầu dưỡng tóc conditioner
dầu đánh bóng polish
dầu dấm trộn dressing (*for salad*)
dầu điêden diesel
dầu giấm salad dressing
dầu gội đầu shampoo
dầu hào oyster sauce
dầu hỏa kerosene
dầu mè sesame oil
dầu mỏ petroleum
dầu nhờn lubricant
dầu nhớt (*S*) diesel
dầu ôliu olive oil
dầu phanh brake fluid
dầu tắm shower gel
dầu thô crude (oil)
dầu thơm perfume
dầu thơm cạo râu shaving lotion
dầu vừng sesame oil
dầu xăng gasoline
Dậu cock (*in Vietnamese zodiac*)
dây cord; rope; strap; string; wire
dây an toàn seatbelt, safety belt
dây buộc lace; tether
dây cao su elastic band
dây cáp cable
dây cáp nối extension cable
dây câu fishing line
dây chằng ligament
dây chì fuse wire
dây chuyền necklace; chain
dây chuyền lắp ráp assembly line
dây cương rein
dây dắt lead, leash
dây đàn string MUS
dây đeo quần suspenders
dây điện power line; lead; wire
dây điện thoại telephone line
dây giày shoelace
dây kéo căng tightrope
dây kim loại wire
dây rốn umbilical cord
dây thanh âm vocal cords
dây thần kinh nerve ◊ nervous
dây thép gai barbed wire
dây thừng rope
dây vai strap
dây vợt string
dây xích chain
dầy thick
dầy đặc thick
dậy get up (*in morning*); stand up
dè bỉu pour scorn on; humiliate
dè dặt reserved; conservative; lowkey ◊ (sự) qualification; reserve; aloofness
dẻ ngựa horse chestnut (tree)
dẻo flexible; supple
dép sandal; slipper
dê goat
dế cricket (*insect*)
dễ easy
dễ bảo submissive; docile
dễ bắt lửa combustible
dễ biểu lộ tình cảm be demonstrative
dễ bị be prone to; ***dễ bị lạnh*** be susceptible to the cold
dễ bị kích động excitable, high-strung
dễ bị tấn công vulnerable
dễ buồn nôn squeamish
dễ cáu prickly, irritable
dễ cáu kỉnh snappy
dễ chan hòa convivial
dễ cháy flammable, inflammable
dễ chịu pleasing; pleasant; nice; agreeable ◊ be comfortable; ***cảm thấy dễ chịu*** feel at ease
dễ dàng easy; effortless ◊ (sự) ease
dễ dãi permissive
dễ dùng user-friendly
dễ đi tới within reach

dễ đọc legible
dễ động lòng touchy
dễ gây lầm lẫn deceptive
dễ gần approachable
dễ hiểu clear; intelligible
dễ hỏng perishable ◊ break down easily
dễ lây infectious, catching
dễ lây lan contagious
dễ mến endearing
dễ nhận thấy conspicuous
dễ như chơi be a cake walk, be a piece of cake
dễ như gảy móng tay be a cake walk, be a piece of cake
dễ nổi cáu prickly, irritable
dễ ôi thiu perishable
dễ phân biệt distinctive
dễ sợ frightening; awful
dễ sử dụng user-friendly
dễ thay đổi uncertain
dễ thương lovely; lik(e)able; sweet; dainty
dễ tiếp thu be receptive; ***dễ tiếp thu điều gì*** be receptive to sth
dễ uốn pliable
dễ vỡ breakable; fragile
dễ xúc cảm susceptible
dềnh dàng dawdle
dệt weave
di chuyển move; relocate
di chuyển chậm crawl
di chúc will LAW
di cư emigrate; migrate ◊ (sự) emigration; migration
di động mobile
di sản heritage
di sản văn hóa thế giới world heritage
di tặng bequeath
di tích ruins; vestige; historic monument
di tích lịch sử đã đổ nát ruins
di truyền genetic, hereditary
di truyền học genetics
di trú migrate ◊ (sự) migration
di vật relic
dí poke
dì aunt (*maternal*)
dĩ nhiên of course; ***dĩ nhiên là không*** of course not
dị dạng misshapen ◊ (sự) deformity
dị ứng allergy; ***dị ứng với*** be allergic to
dị ứng phấn hoa hay fever
dịch epidemic ◊ interpret; translate; move back; make room; ***dịch sang tiếng Anh*** translate into English; ***không thể dịch được*** untranslatable
dịch bệnh plague
dịch ra move up, make room
dịch sai misinterpret ◊ (sự) misinterpretation
dịch vụ service; ***ngành dịch vụ công cộng*** public utility
dịch vụ khẩn cấp emergency service
dịch vụ rửa xe valet service (*for cars*)
dịch vụ trên mạng on-line service
dịch vụ y tế health service
dịch vụ xe tuyến shuttle service
diệc heron
diêm (*N*) match
diêm giấy book of matches
diềm fringe
diềm xếp nếp frill; ruffle
diên vĩ iris
diễn act; perform
diễn biến develop ◊ development; change
diễn biến bất ngờ twist
diễn cảm expressive
diễn dịch deduce
diễn đàn rostrum
diễn đạt formulate; word; ***diễn***

đạt tốt/rõ ràng express oneself well/clearly
diễn giả orator
diễn giải ngắn gọn paraphrase
diễn kịch act; perform
diễn lại reconstruct; re-enact
diễn tả portray; convey ◊ (sự) portrayal
diễn tấu interpret *music* ◊ (sự) interpretation
diễn tập rehearse; exercise ◊ (sự) exercise MIL; rehearsal
diễn thử audition
diễn trường (film) set
diễn viên actor
diễn viên ba lê ballet dancer
diễn viên đơn ca soloist (*singer*)
diễn viên hài comedian
diễn viên làm trò vui entertainer
diễn viên múa dancer
diễn viên nhào lộn acrobat
diễn xuất act ◊ (sự) acting
diện elegant, smart
diện tích area
diệt khuẩn antiseptic
diều kite (*toy*)
diều hâu hawk
diễu hành parade, march, procession
diễu lên diễu xuống parade
dìm submerge
dìm chết drown
dinh dưỡng nutritious; nutritional ◊ (sự) nutrition; ***có nhiều dinh dưỡng*** nourishing
dinh thự mansion; residence
dính stick ◊ sticky, adhesive
dính chặt stuck fast
dính líu connect; be mixed up in; get involved ◊ (sự) involvement, implication; ***làm ai dính líu vào gì*** implicate s.o. in sth
dính nhớp nháp gooey
dính vào adhere to, stick to
dịch move back; make room
dịp occasion; opportunity; chance; ***nhân dịp này*** on this occasion
dịu soft; subdued; mild; muted
dịu bớt ease, ease off
dịu dàng gentle; mild; bland ◊ (sự) mildness
dịu dần wear off
dịu đi moderate
do from; because of; by ◊ owing to; ***là do*** be due to; ***do không có*** for want of; ***do nhầm lẫn*** in error; ***do sơ suất*** by mistake; ***do tình cờ*** by chance; ***do ... viết*** written by ...
do đó therefore, consequently; so
Do Thái Jewish
dò probe
dò dẫm grope
dò xét questioning
dọa nạt menacing
doanh nghiệp concern COM
doanh số turnover
doanh thu takings
doanh trại barracks, quarters
dọc down; along
dọc theo along; alongside
dọn remove; clear up; clear out
dọn bàn clear the table
dọn cơm serve; prepare a meal
dọn dẹp tidy up ◊ (sự) removal
dọn giường make the bed
dọn nhà move house
dọn sạch clean; clean up; clear; clear out; clear up
dòng stream (*of people*); current
dòng chảy flow
dòng chảy nhỏ trickle
dòng chấm chấm dotted line
dòng chữ line (*of text*)
dòng chữ ghi inscription
dòng dõi pedigree; ***là dòng dõi của*** be descended from
dòng điện current ELEC
dòng điện một chiều direct

current
dòng điện xoay chiều alternating current
dòng nước current (*in sea etc*)
dòng suối stream
dỗ dành coax; ***dỗ dành ai làm gì*** coax s.o. to do sth
dốc hill; slant ◊ steep
dốc hết exhaust
dốc xuống descend; dip; slope
dốc sức in a burst of energy
dối trá deceitful; underhand
dồi dào abundant; plentiful; generous *portion* ◊ (sự) abundance
dồn dập repeatedly
dồn hết summon up
dồn lại round up
dồn nén pent-up
dồn thành đống drift
dồn tới tấp deluge *fig*
dồn vào chân tường corner *person*
dông dash off
dông dài chatty
dông tố thundery
dơ dirty
dở bad; lousy ◊ badly
dỡ unload *goods*
dỡ hàng unload *truck*
dơi bat (*animal*)
dởm bogus
du elm
du côn: ***kẻ/tên/tay du côn*** bully
du cư nomadic
du dân nomad
du dương musical; harmonious, melodious; tuneful
du khách visitor, tourist
du kích guerrilla
du lịch travel; tourism; ***du lịch gọn nhẹ*** travel light
du lịch sinh thái ecotourism
du ngoạn có hướng dẫn guided tour
du thuyền yacht
dù parachute; (*S*) umbrella ◊ however; ***dù họ có quan trọng/giàu đến đâu*** however big/rich they are
dù che nắng sunshade
dù cho even if
dù sao anyway
dù sao đi nữa all the same
dùi cui club; stick
dùi trống drumstick MUS
dụi tắt stub out
dung dịch solution (*mixture*)
dung lượng nhớ storage capacity
dung thứ tolerate ◊ (sự) tolerance; ***tôi sẽ không dung thứ!*** I won't tolerate it!
dung tích volume
dung tích xi lanh cubic capacity
dung túng condone
dùng expend; use; ***dùng để chữa bệnh*** for medicinal purposes; ***dùng trước ngày ...*** best before ...; ***dùng thuốc tránh thai*** be on the pill
dùng hết use up
dùng lại reuse
dùng mòn wear
dùng một lần disposable
dùng như function as
dùng rồi used
dùng sai misuse
dùng thử try
dũng cảm courageous; spirited; valiant ◊ (sự) courage
dụng cụ device, tool; instrument; gear; apparatus
dụng cụ gia đình household goods
dụng cụ kì cục contraption
dụng cụ ngừa thai contraceptive
dụng cụ nhà bếp kitchenware
dụng cụ phun nước sprinkler
dụng cụ thể thao sports gear

---

dụng cụ văn phòng office supplies
duy nhất only, sole ◊ solely
duy trì maintain; keep up; sustain ◊ (sự) maintenance; observance (*of festival*)
duyên dáng elegant; graceful ◊ (sự) charm; elegance; grace
duyệt review
duyệt binh parade; review MIL
duyệt trước preview
dư thừa surplus
dư vị aftertaste
dữ vicious
dữ dội fierce; intense; savage; vicious; violent
dữ dội khác thường freak *storm etc*
dữ liệu data
dự án project, undertaking
dự án nghiên cứu research project
dự báo forecast
dự báo bão storm warning
dự báo thời tiết weather forecast
dự định have on, have planned; intend; propose; ***dự định cho*** be meant for; ***dự định làm gì*** intend to do sth; ***tối nay anh/chị có dự định làm gì không?*** do you have anything on tonight?
dự đoán foresee; predict ◊ (sự) forecast, prognosis; projection
dự kiến envisage; project; ***dự kiến làm gì*** plan to do sth
dự phòng spare
dự thi take an exam
dự tính anticipate, bargain for; figure on; contemplate
dự tính trước premeditated
dự trữ reserve(s) ◊ stockpile; ***dự trữ gì*** keep sth in reserve
dưa melon; pickle
dưa chuột cucumber
dưa đỏ (*S*) water melon
dưa gang type of large cucumber
dưa hấu water melon
dưa leo (*S*) cucumber
dưa lê green honey melon
dứa (*N*) pineapple
dừa coconut palm; coconut
dựa prop; lean; rest; ***dựa gì vào gì*** lean sth against sth; ***dựa trên ...*** rest on ...
dựa vào against ◊ base; rely on; rest on; ***dựa vào ai để làm gì*** rely on s.o. to do sth; ***dựa vào gì*** lean against sth; ***dựa X vào Y*** base X on Y
dừng stop
dừng bánh draw up (*of vehicle*)
dừng đột ngột check, stop
dừng lại call at; stop over; halt, stop; pull up; come to a stop ◊ (sự) stopover
dựng erect; pitch; put up *fence etc*; make *movie*; ***dựng thẳng gì lên*** stand sth on end
dựng đứng sheer *drop etc*
dựng lên raise; set up
dựng tóc gáy hair-raising
dược pharmaceutical
dược phẩm pharmaceuticals
dược sĩ, dược sỹ druggist, pharmacist
dược thảo medicinal herbs
dưới below; under; underneath ◊ down; ***dưới ánh nắng*** in the sun; ***dưới ánh sáng của*** in the light of
dưới cùng bottom
dưới dạng kể chuyện narrative
dưới dường under ◊ inferior, poor *quality*; lower
dưới không subzero; ***10 độ dưới không*** 10 below zero
dưới mặt đất underground
dưới nhà downstairs
dưới nước underwater; aquatic

dưới tầm vai underarm *throw*
dương positive
dương cầm piano
dương tính positive
dương vật penis
dương xỉ fern
dường như seem ◊ seemingly; ***dường như là ...*** it seems that ...; ***dường như tôi đã gặp anh ở đâu*** I get the feeling that I've seen you somewhere before
dứt khoát decisive; emphatic; firm; pronounced ◊ certainly, definitely; explicitly

Đ

Đ (= ***đồng***) dong FIN
đa banyan tree
đa cảm sentimental ◊ (sự) sentimentality
đa dạng diverse, varied ◊ (sự) variety, spectrum
đa dạng hóa diversify ◊ (sự) diversification
đa dạng sinh học biologically diverse ◊ (sự) biological diversity
đa mưu shrewd, scheming
đa quốc gia multinational
đa số majority
đa số phiếu majority vote
đá stone; ice ◊ kick; ***đá loanh quanh*** kick around
đá acđoa slate
đá cuội stone; pebble; shingle
đá granit granite
đá lát paving stone; tile
đá lổn nhổn rocky
đá mạt grit
đá ngầm reef
đá phạt trực tiếp free kick
đá phấn chalk
đá quí, **đá quý** jewel, gem
đá vôi limestone
đà momentum
đã already ◊ have already ◊ (*used to denote completed action*): ***họ đã điện thoại lại*** they called back; ***đã ... rồi*** already; ***đã có cả rồi, cám ơn*** that's all, thanks; ***đã hết*** be all gone; ***đã được xuất bản*** be published
đã bao giờ ever
đã cắt đứt be through (*of couple*)
đã có từ lâu long-standing
đã được ấn định fixed
đã lâu long ago
đã nêu trên above-mentioned
đã qua past, over, gone by
đã từng ever ◊ (*indicates perfect tense*)
đai band; hoop
đai an toàn seat belt
đai ốc nut (*for bolt*)
đái pee; urinate
đái đường diabetes
đài radio
đài bán dẫn transistor radio
đài báo thức radio alarm
đài chỉ huy bridge (*of ship*)
đài có kèm đồng hồ báo thức clock radio
đài điều khiển control tower

đài kỷ niệm monument
Đài Loan Taiwan ◊ Taiwanese
đài phát thanh radio station
đài phun nước fountain
đài thiên văn observatory
đài truyền hình station TV
đài tưởng niệm memorial
đại bàng eagle
đại biểu delegate, representative
đại ca kịch traditional Vietnamese-style opera
đại diện agent, representative
đại diện cho represent
đại dương ocean
đại hoàng rhubarb
đại học university
đại hội congress
Đại hội thể thao Ôlimpích Olympic Games
đại khái rough, approximate ◊ roughly, approximately
đại lộ avenue
đại lý outlet; agent
đại lý vận chuyển hàng hóa forwarding agent
đại sứ ambassador
đại sứ quán embassy
đại tá colonel
Đại Tây Dương Atlantic
đại tu overhaul
đại từ pronoun
đại từ chỉ ngôi personal pronoun
đam mê compulsive ◊ (sự) passion
đam mê lạc thú sensual ◊ (sự) sensuality
đam mê sắc tình sexual
đám crowd; group; festival; funeral; party; ***một đám sáng giá*** eligible bachelor
đám bụi cloud of dust
đám cháy fire
đám cưới marriage
đám cưới vàng golden wedding anniversary
đám đông crowd; mob
đám đông chen chúc crush, crowd
đám khói cloud of smoke
đám mây cloud
đám rước procession
đám tang funeral
đàm phán negotiate
đàm thoại conversational
đảm bảo ensure; ***đảm bảo chắc chắn là sẽ làm xong gì*** see to it that sth gets done
đảm nhiệm assume
đạm bạc meager
đan knit; weave; ***việc đan*** knitting
Đan Mạch Denmark ◊ Danish
đàn flock; herd; swarm; musical instrument; altar
đàn áp repress, suppress, put down; oppress ◊ oppressive; repressive ◊ (sự) suppression
đàn bà woman
đàn bà góa widow
đàn bà phóng túng slut
đàn ban jô banjo
đàn công bát double bass
đàn dây stringed instrument
đàn ghi ta guitar
đàn hồi elastic; resilient ◊ (sự) elasticity; resilience
đàn oóc organ MUS
đàn ông man, male ◊ masculine; ***có vẻ đàn ông*** manly
đàn ông Anh Englishman
đàn ông có vợ married man
đàn ông độc thân bachelor
đàn ông Pháp Frenchman
đàn pianô cánh dơi grand piano
đàn tam thập lục zither (*36 string*)
đàn tranh zither (*16 string*)
đàn viôlông violin, fiddle
đàn xenlô cello
đạn dược ammunition

đạn pháo shell MIL
đang be ◊ (*denotes present continuous*): ***đứa bé đang ngủ*** the baby is sleeping; ***đang làm gì*** be in the middle of doing sth
đang bận occupied
đang khi while
đang lên be on the way up
đang lúc while
đang thịnh hành be in (vogue)
đáng be worth; merit; ***không đáng đợi*** it's not worth waiting; ***đáng đời anh/chị*** it serves you right
đáng buồn dismal
đáng buồn là sadly
đáng ca ngợi praiseworthy
đáng chê trách blameworthy; reprehensible
đáng chú ý notable; remarkable; noticeable
đáng được deserve, merit
đáng được hưởng well-earned
đáng được kính trọng worthy
đáng ghét disagreeable; ***kẻ/tên/tay đáng ghét*** undesirable; disgusting person
đáng ghi nhớ memorable
đáng giá be of value; be worth a lot
đáng gờm formidable
đáng hài lòng satisfactory
đáng kể considerable, substantial, significant
đáng khâm phục admirable
đáng khen creditable; laudable
đáng khiển trách reprehensible
đáng khinh contemptible
đáng kinh ngạc stunning; mid-boggling
đáng làm worthwhile
đáng lẽ should have; would have; could have; ***đáng lẽ anh nên báo trước cho tôi!*** you could have warned me!; ***đáng lẽ tôi đã không giận đến thế nếu ...*** I would not have been so angry if ...; ***đáng lẽ tôi đã nói với anh/chị nhưng ...*** I would have told you but ...
đáng lẽ thì ... be supposed to ...
đáng lo ngại worrying
đáng mong muốn desirable
đáng nản lòng disheartening
đáng ngạc nhiên surprising
đáng ngờ doubtful; dubious; questionable
đáng sợ horrifying
đáng thèm muốn enviable
đáng thương piteous, pitiful
đáng tiếc lamentable, regrettable; ***đáng tiếc là*** it's a pity that
đáng tin credible ◊ (sự) credibility
đáng tin cậy credible; trustworthy; dependable, reliable
đáng trách guilty; deplorable
đáng xấu hổ shameful, criminal
đáng yêu delightful, lovely; lovable
đàng hoàng distinguished; proper
đàng sau (*S*) behind
đảng party POL
Đảng Cộng Sản Communist Party
Đảng viên (Communist) Party member
đảng viên Đảng Cộng hòa republican
đảng viên Đảng Tự do liberal
Đảng Xanh Green Party
đãng trí absent-minded, scatterbrained
đanh thép be strong
đánh clean; hit, thump; put on *make-up*; strike *match*; whip *cream*; whisk; (*N*) brush *teeth*; catch *fish*
đánh bại defeat
đánh bằng roi beat, whip
đánh bất tỉnh knock unconscious

đánh bể break
đánh bom bomb ◊ (sự) bomb attack
đánh bóng polish
đánh bốc box
đánh cá bet; catch ◊ (sự) catch (*of fish*); fishing
đánh cá voi whaling
đánh chặn intercept
đánh chìm sink *ship*
đánh chuông điểm giờ chime
đánh cờ play chess
đánh cuộc bet
đánh dấu highlight; mark
đánh dấu kiểm tra check off
đánh đầu head *ball*
đánh đập beat; beat up; knock around; thrash ◊ (sự) thrashing
đánh đòn wallop
đánh đổ knock over, upset
đánh đổi swap
đánh gậy bat
đánh giá assess, sum up, evaluate ◊ (sự) evaluation; estimate; ***theo sự đánh giá của tôi*** in my estimation
đánh giá cao appreciate, value; ***đánh giá cao về ai*** have a high opinion of s.o.
đánh giá lại take stock
đánh giá quá cao overestimate; ***được đánh giá quá cao*** overrated
đánh giá quá thấp undervalue
đánh giá sai misjudge
đánh giá thấp minimize; underestimate
đánh giấy ráp (*N*) sand, sandpaper
đánh gôn golf ◊ play golf
đánh gục wallop
đánh hơi sniff
đánh huỵt thump
đánh lạc hướng divert; sidetrack
đánh lập cập chatter
đánh liều risk; take a chance
đánh lộn brawl
đánh lừa deceive; delude; mislead; string along; ***đánh lừa ai đó*** string s.o. along; ***bị đánh lừa*** delusive ◊ (sự) delusion
đánh máy type (*with keyboard*)
đánh mạnh wallop, whack
đánh ngất knock out
đánh nhau fight; clash; struggle
đánh nhẵn rub down
đánh phấn powder
đánh rắm (*N*) fart
đánh rơi drop
đánh số number
đánh thuế tax; impose a tax
đánh thuốc độc poison
đánh thuốc mê drug
đánh thức wake, rouse
đánh trứng whisk
đánh váo key in COMPUT
đánh vần spell *word*
đánh vécni varnish
đành chấp nhận settle for
đào peach (tree); peach blossom ◊ dig; excavate; mine
đào bới dig up
đào ngũ desert ◊ (sự) desertion MIL; ***kẻ/tên/tay đào ngũ*** deserter
đào sâu thêm deepen
đào tạo coach; train ◊ (sự) training
đào tạo giáo viên teacher training
đảo island
đảo chính coup
đảo lộn topsy-turvy
đảo ngược invert; reverse
đảo ngược lại upside down
đảo san hô coral island
đạo Ấn Hinduism
đạo Cao Caodaism
đạo Cao Đài Caodaism
đạo Cơ đốc Christianity
đạo cụ prop THEA

đạo diễn direct; mastermind ◊ director; producer
đạo đức morality; morals; virtue ◊ ethical; moral; ***có đạo đức*** moral; ***có đạo đức tốt*** virtuous
đạo đức giả hypocritical; ***kẻ/tên/tay đạo đức giả*** hypocrite
đạo đức học ethics
đạo Giáo Confucianism
đạo Hòa Hảo Buddhist sect
đạo Hồi Islam ◊ Islamic
đạo Khổng Confucianism
đạo Lão Taoism ◊ Taoist
đạo luật act, statute
đạo lý ethics
đạo Phật Buddhism
đạo Thiên Chúa Catholicism
đạo Thiên Chúa La Mã Roman Catholic
đạo Thiền Zen
đạo Tin lành Protestantism
đáp lại return; reply; respond; render
đáp ứng satisfy, meet; respond to
đạp pedal
đạp phanh put on the brake
đạp xe pedal
đạp xe đạp cycling
đạt achieve; gain
đạt doanh số turn over FIN
đạt được produce; achieve; acquire, obtain; measure up to ◊ (sự) achievement; ***đạt được thỏa thuận về*** reach agreement on; ***đạt được tốc độ*** gain speed
đạt kết quả work, succeed
đạt tiêu chuẩn be up to standard
đạt tới achieve, reach
đạt vị trí đứng đầu take the lead; get to the top
đau painful, sore, tender ◊ hurt ◊ (sự) ache; ***bị đau*** hurt; be in pain
đau buốt hurt, smart
đau buồn distressing; painful
đau bụng tummy ache; colic
đau cứng stiff ◊ stiffen up
đau dạ dày stomach ache
đau đầu headache; hangover
đau đớn suffer ◊ (sự) pain; ***nỗi đau đớn*** anguish
đau đớn cực độ agonizing ◊ (sự) agony
đau khổ upset; upsetting ◊ (sự) pain, suffering; torment; ***nỗi đau khổ*** grief; ***đau khổ vì gì*** get upset about sth
đau lòng broken-hearted; heartbreaking; poignant
đau lưng backache; lumbago
đau nhói twinge; prick
đau nhức ache ◊ (sự) tenderness
đau ốm ill, sick ◊ (sự) illness, sickness
đau răng toothache
đau tai earache
đau thắt ngực angina
đau thần kinh tọa sciatica
đau xóc have a stitch
đáy bottom; floor (*of ocean*); bed (*of river etc*)
đặc solid; strong; thick ◊ thicken
đặc ân privilege
đặc biệt special; exclusive; exotic; particular ◊ especially; remarkably
đặc công special commando
đặc điểm characteristic, trait
đặc điểm kỹ thuật specification
đặc quánh stiff
đặc quyền privilege
đặc sản specialty
đặc sắc character
đặc tính characteristic; ***đúng là đặc tính của anh ta!*** that's typical of him!
đặc trưng specific; typical; characteristic; ***đó là đặc trưng của anh ấy!*** that's typical of him!

ơ ur	**y** (tin)	**ây** uh-i	**iê** i-uh	**oa** wa	**ôi** oy	**uy** wee	**ong** aong
u (soon)	**au** a-oo	**eo** eh-ao	**iêu** i-yoh	**oai** wai	**ơi** ur-i	**ênh** uhng	**uyên** oo-in
ư (dew)	**âu** oh	**êu** ay-oo	**iu** ew	**oe** weh	**uê** way	**oc** aok	**uyêt** oo-yit

đăm chiêu wistful
đắm sink; go down
đắm chìm go down (*of ship*)
đắm mình vào immerse oneself in
đắm tàu shipwreck; ***bị đắm tàu*** be shipwrecked
đắn đo hesitate ◊ (sự) scruples; hesitation; ***không đắn đo khi làm điều gì*** have no scruples about doing sth
đăng publish
đăng ký register, enroll; check in ◊ properly; ***đăng ký tham gia*** enter; ***đăng ký ai tham gia vào gì*** enter s.o. for sth
đăng ký trước để giữ chỗ advance booking
đăng nhiều kỳ serialize
đăng tên nhập ngũ join up, enlist
đắng bitter
đằng sau behind; after ◊ back side ◊ in back; backward
đằng sau ra đằng trước back to front
đằng trước front; ***ở đằng trước*** at the front; at the front of
đẳng cấp caste
đắt dear, expensive
đắt tiền expensive
đặt place, put; locate; order; book, reserve; devise; coin; ***đặt cái bàn nằm nghiêng*** stand the table on end; ***đặt câu hỏi*** ask a question
đặt bom: ***kẻ/tên/tay đặt bom*** bomber (*terrorist*)
đặt chỗ book ◊ (sự) booking
đặt cọc deposit; ***đặt cọc 200$*** $200 down
đặt cược stake
đặt giá price *goods*; quote *price* ◊ (sự) bid (*at auction*)
đặt hàng place an order ◊ (sự) order
đặt hết chỗ booked up
đặt làm commission ◊ custom-made
đặt lại replace
đặt may custom-made, made to measure
đặt máy nghe trộm bug, tap
đặt mìn mine, lay mines in
đặt món ăn order (*in restaurant*)
đặt mua dài hạn subscribe to ◊ (việc) subscription
đặt ống dẫn pipe
đặt ống nghe xuống hang up TELEC
đặt phịch slam down
đặt phòng (room) reservation
đặt tên name; ***đặt tên ai theo tên ai*** name s.o. for s.o.; ***đặt tên chế nhạo ai*** call s.o. names
đặt tên mới rename
đặt thăng bằng balance
đặt trước reserve ◊ (sự) reservation; ***được đặt trước*** reserved
đặt vào giữa center
đặt ... xuống put down
đâm crash; knife, stab
đâm đầu vào nhau head-on
đâm đầu xuống headlong
đâm ngã run down, knock down
đâm thủng puncture
đâm vào hit; bump into; ram
đâm vỡ crash *car*
đấm punch; thump; ***đấm xuống bàn*** thump one's fist on the table
đầm đìa mồ hôi covered in sweat
đầm lầy marsh; swamp ◊ marshy
đẫm lệ tearful
đẫm máu bloody
đẫm mồ hôi sweaty
đậm dark *color*
đần độn stupid, dense
Đấng Tạo hóa the Creator
đập hit, strike; beat; bounce; knock; pulsate; swat *insect*; thresh *corn*; ***đập X tan ra thành từng mảnh***

smash X to pieces
đập ầm ầm hammer; ***đập cửa ầm ầm*** hammer at the door
đập khẽ rap
đập mạnh throb; thump; smash; pound on ◊ driving *rain*
đập nước dam, weir
đập phá demolish; smash
đập tan demolish ◊ (sự) demolition
đập thình thịch pound (*of heart*)
đập thùm thụp thump; ***đập thùm thụp vào cửa*** thump at the door
đập vào bang
đập vỡ shatter
đất earth, soil; land
đất hoang bush; wasteland
đất liền land; mainland; ***trên đất liền*** ashore, on land; on the mainland
đất nước country, land
đất nước quê hương native country
đất sét clay
đâu where; somewhere; ***để đâu cũng được*** put it down anywhere; ***đâu có***, ***đâu phải*** not at all, by no means, in no way
đâu đâu everywhere
đâu đây, đâu đấy, đâu đó somewhere; ***anh/chị đi đâu đấy?*** where are you going?;
đấu fight; battle; play against
đấu giá bid
đấu không cân sức unevenly matched
đấu kiếm fencing
đấu lại replay
đấu thủ contestant
đấu thủ ghi được bàn scorer
đấu thủ hạt giống seed (*in tennis*)
đấu thủ vào vòng tứ kết quarter-finalist
đấu tranh contest, battle, struggle; ***đấu tranh cho*** strive for; ***đấu tranh để làm gì*** struggle to do sth; ***đấu tranh vì*** fight for
đấu tranh chống combat *unemployment etc*
đấu tranh giai cấp class warfare
đấu tranh quyền lãnh đạo leadership contest
đấu vật wrestling; ***cuộc thi đấu vật*** wrestling contest
đấu với versus
đầu early ◊ head; point; tip
đầu bếp cook
đầu bịt dạ felt tip, felt tip(ped) pen
đầu cầu thang landing (*on staircase*)
đầu cơ speculate FIN ◊ (sự) speculation
đầu đề title
đầu đề nhỏ subheading
đầu đọc thẻ card reader
đầu độc poison
đầu gấu gangster
đầu gối knee
đầu hàng surrender; give in, yield
đầu lòng firstborn
đầu lọc filter tip ◊ tipped
đầu mẩu thuốc lá butt (*of cigarette*)
đầu mút ngón tay fingertip
đầu mùa early
đầu nhọn spike
đầu nổ warhead
đầu óc brain; mind
đầu sỏ ringleader
đầu thú give oneself up; ***đầu thú cảnh sát*** give oneself up to the police
đầu tiên first, original ◊ at first
đầu trần bare-headed
đầu tư invest ◊ (sự) investment
đầu viđêô video recorder
đầu vú teat
đậu bean; (*N*) tofu ◊ perch; settle;

(*S*) park; (*S*) pass (*in exam*)
đậu đũa long beans
đậu Hà lan snow peas, *Br* mange-tout
đậu hũ (*S*) soya bean pudding; beancurd paste
đậu mùa smallpox
đậu nành soy bean
đậu phộng (*S*) peanut
đậu phụ beancurd, tofu
đậu xe (*S*) park *car* ◊ (sự) parking
đây here; there you are (*completing sth*); ***Lan đây*** this is Lan TELEC; ***của anh/chị đây*** there you are (*giving sth*); ***đây ông/bà*** here you are (*giving sth*); ***xin có đây*** here you are (*giving sth*); ***tôi đây*** it's me; ***anh ấy đấy!*** there he is!; ***đây là ...*** this is ...; here is ...; here are ... ***đây là bức thư gửi cho anh/chị*** here's a letter for you; ***đây rồi!*** here we are! (*finding sth*) ◊ (*particle for emphasis*): ***tôi phải đi đây*** I must go
đấy there ◊ (*particle for emphasis*): ***anh/chị đang làm gì đấy?*** what are you doing?
đầy full ◊ be full of; be covered with
đầy ải exile
đầy ắp brimful
đầy đủ complete, full; thorough; adequate; ample ◊ fully
đầy hào hứng spirited
đầy hơi wind, flatulence
đầy hứa hẹn promising, hopeful
đầy không khí pneumatic
đầy kịch tính dramatic
đầy lo âu careworn
đầy năng lực high-powered
đầy nhục cảm sultry
đầy những sự kiện eventful
đầy quyến rũ glamorous
đầy sát khí murderous
đầy ý nghĩa meaningful
đẩy push, shove; budge; poke, prod
đẩy đi propel
đẩy gì ra eject sth
đẩy lên push up
đẩy lùi repel
đẩy mạnh jolt; shove; increase, step up
đẩy nhanh accelerate; precipitate
đẩy ra push away
đẩy trượt slide
đậy cover; put a lid on; ***đậy kỹ sau khi dùng*** close tightly after use
đậy chặt fasten
đe dọa intimidate; menace, threaten ◊ threatening; ominous ◊ (sự) threat, menace; intimidation
đè crush
đè bẹp massacre; crush
đẻ deliver *baby*; lay *eggs* ◊ (sự) birth, labor; ***đang đẻ*** be in labor; ***bị chết lúc đẻ*** be stillborn
đẻ non premature
đem bán đấu giá auction off
đem đến bring
đem lại bring, create; bring in; ***đem lại hiệu quả*** pay dividends
đen black; dark
đen đủi unlucky
đen nhánh jet-black
đen như mực pitch black
đen tối black, gloomy
đèn light; lamp
đèn báo flasher MOT
đèn cây floor lamp
đèn cầy (*S*) candle
đèn chùm chandelier
đèn đạp phanh brake light
đèn đỏ red light
đèn đỏ ở sau xe stoplight
đèn hậu tail light
đèn hiệu sidelight
đèn hiệu giao thông traffic light
đèn hiệu qua đường crosswalk;

---

green light; walk sign
đèn lồng lantern
đèn nê ông neon light; fluorescent light
đèn ngoài đường phố streetlight
đèn nháy flash(light)
đèn pha headlight; floodlight
đèn pha rọi searchlight
đèn phố streetlight
đèn pin flashlight
đèn sân khấu spotlight
đèn stốp brake light
đèn vàng amber
đèn xanh green light
đèn xi nhan indicator; turn signal
đeo wear
đeo vào put on
đéo V fuck ◊ not; ***đéo mẹ*** fuck!; ***đéo mẹ nó!*** fuck him/that!; ***đéo hiểu gì cả*** I understand fuck all
đéo chịu được V fucking
đèo pass (*in mountains*)
đèo Hải Vân Hai Van Pass
đẽo whittle
đẹp beautiful; handsome; lovely; glorious ◊ beauty; ***hãy xử đẹp với chị/em*** be nice to your sister
đẹp bình dị idyllic
đẹp dần brighten up
đẹp gái good-looking
đẹp như mơ dream *house etc*
đẹp như tranh picturesque
đẹp trai good-looking, handsome
đê embankment; dike
đê chắn sóng jetty
đê tiện vile
đế sole (*of shoe*)
đế chế empire
đế dẹt flat
đề án project
đề bạt promote ◊ (sự) promotion (*of employee*)
đề cập mention
đề cập đến touch on
đề cương outline
đề cử nominate ◊ (sự) nomination; ***đề cử ai vào chức vụ*** nominate s.o. for a post
đề mục heading; headline
đề nghị offer ◊ propose, suggest; ***đề nghị các vị khách...*** guests are required to ...; ***đề nghị nâng cốc chúc mừng ai*** propose a toast to s.o.
đề phòng try to prevent, guard against ◊ (sự) precaution
đề tặng dedicate
đề xuất put forward
để put; keep; set *alarm clock etc*; deposit; leave; let ◊ in order to, in order that; ***để việc này cho tôi*** let me handle this; ***để X còn dở dang*** leave X unfinished; ***để làm gì?*** what's it for?; ***để ai làm gì*** let s.o. do sth; ***để đến mai*** leave until tomorrow; sleep on
để bán sale ◊ for sale
để biết chắc make certain
để cách nhau space out
để cho let, allow ◊ so, in order that; ***để cho tôi cũng có thể đến được*** so (that) I could come too
để chuẩn bị cho in preparation for
để dành save
để khô seasoned
để không idle *machinery* ◊ leave empty
để kỷ niệm in commemoration of
để làm gì? what for?, why?
để lại leave; leave behind; bequeath; put back, return; ***để lại ấn tượng*** leave one's mark; ***để lại đến mai*** sleep on
để lâu last (*of food*)
để lộ ra reveal
để lùi ngày tháng postdate
để mà in order to, so as to; so as

ơ ur	**y** (tin)	**ây** uh-i	**iê** i-uh	**oa** wa	**ôi** oy	**uy** wee	**ong** aong
u (soon)	**au** a-oo	**eo** eh-ao	**iêu** i-yoh	**oai** wai	**ơi** ur-i	**ênh** uhng	**uyên** oo-in
ư (dew)	**âu** oh	**êu** ay-oo	**iu** ew	**oe** weh	**uê** way	**oc** aok	**uyêt** oo-yit

để nguyên leave on *coat etc*
để quên leave behind, forget
để ra allow, calculate for
để tang mourning ◊ be in mourning
để thất lạc mislay
để trang trí ornamental, decorative ◊ decorate
để trắng blank
để yên leave alone
để ý notice; ***không để ý đến*** discount; disregard; ***không để ý tới*** take no notice of; brush aside; ***để ý tới gì*** take note of sth, take notice of sth
để xuống put down
đệ đơn kiện lodge a complaint
đệ trình submit, put in ◊ (sự) submission
đếch: ***tôi đếch cần!*** I don't give a damn!
đêm night; ***đi đêm*** travel by night; ***11 giờ đêm*** 11 o'clock at night; ***đêm nay*** tonight; ***làm đêm*** work nights; ***đêm qua*** last night
đêm đêm nightly
đêm Giáng Sinh Christmas Eve
đêm Giao Thừa (lunar) New Year's Eve
đêm hôm trước last night
đêm mai tomorrow night
đêm Nô-en Christmas Eve
đếm count; ***đếm được ...*** keep count of ...
đếm lùi countdown
đếm xỉa consider; take account of; ***không đếm xỉa tới*** in defiance of
đệm accompany MUS ◊ mattress; cushion
đệm lót pad
đệm nhún để nhào lộn trampoline
đến arrive; arrive at; turn up; be; come; come along ◊ arrival ◊ incoming ◊ to; until; ***đến ... thì bao xa?*** how far is it to ...?; ***đến Chi-ca-gô*** to Chicago; ***đi bộ đến nhà ga*** walk to the station; ***đến khi ấy*** by then; ***không đến nỗi nào*** it's not bad
đến chào vĩnh biệt pay one's last respects to
đến dự attend; come, make it
đến đón come for, collect
đến gặp join
đến gần approach; draw on
đến hạn thanh toán mature (*of policy*)
đến khi until; ***đến khi ấy*** by then
đến kịp make it (*catch bus etc*)
đến kỳ hạn due
đến lấy call for, come for
đến mức mà to such an extent that
đến nghe audit *course*
đến như vậy such a, so much of a
đến nơi arrive ◊ arrival
đến tận as far as
đến thăm visit; call; look up; ***đến thăm ai*** pay s.o. a visit
đến thăm lại call back
đến thế that, so; ***to/đắt đến thế*** that big/expensive
đến tìm call for, collect
đền temple REL ◊ compensate
đền bù compensate; make amends; make up for
đền đáp repay
đều even ◊ evenly; ***hai đều*** two all
đều đặn regular
đều đều flat, monotonous; steady
đều nhau equally
đêxiben decibel
đi go; ride; walk; be; get, catch *bus, train etc* ◊ for (*destination etc*) ◊ (*used with imperatives*) let's; why don't you; ***ngày mai chúng tôi sẽ đi*** we're leaving tomorrow; ***đi***

bằng máy bay tới fly in; ***đi bằng tàu hỏa*** go by train; ***đi bằng tàu thủy*** go by boat; ***tàu hỏa đi ...*** a train for ...; ***đi bệnh viện*** go into the hospital; ***im mồm đi!*** shut up!
đi ăn ngoài eat out
đi ẩu jaywalk; drive dangerously ◊ (sự) jaywalking; dangerous driving
đi bách bộ go for a walk
đi bộ walk; hike ◊ walking tour ◊ on foot; ***việc đi bộ*** walking
đi bộ đường dài walking, hiking; hike ◊ walk, hike
đi bơi go swimming, go for a swim
đi cắt tóc get one's hair cut
đi chậm lại slacken off
đi chập chững toddle
đi chệch deflect; depart from, deviate from
đi chợ go shopping ◊ (sự) shopping
đi chơi go out; ***đi chơi píc níc*** go on a picnic
đi công tác be on business; ***đi công tác hay là đi chơi?*** is it business or pleasure?
đi cùng accompany, come along; take; ***đi cùng ai*** keep s.o. company
đi dạo go for a walk; take a stroll; ramble ◊ (sự) stroll; rambling
đi dọc theo along
đi du lịch tour; travel; get about
đi du lịch ba lô backpack
đi đái piss; urinate
đi đây đó travel, knock around
đi đến visit; attend; ***đi đến nhà vệ sinh*** go to the toilet; ***đi đến quyết định*** come to a decision
đi đi go away, shove off; ***đi đi!*** come on!; go away!
đi đi lại lại pace up and down ◊ to and fro
đi đón meet, collect
đi được cover *distance*; ***không thể đi được*** impassable
đi ỉa crap, shit
đi khám visit
đi khập khiễng limp
đi khỏi move out; move away; walk off; leave, push off
đi lạc stray, wander
đi lạch bạch waddle
đi lại get about; move around; visit ◊ mobile ◊ (sự) mobility
đi làm gì? what for?
đi lang thang bum around; wander
đi lảng vảng: ***kẻ/ tên/ tay đi lảng vảng*** prowler
đi lảng vảng kiếm mồi prowl
đi lảng vảng rình mò prowl
đi lẹ lên! (*S*) hurry up!
đi lên come up; go up(stairs); go aboard
đi lính join the army
đi loanh quanh walk around; mill around
đi lướt sóng go surfing
đi máy bay fly ◊ flying
đi máy bay đi fly out
đi máy bay về fly back
đi mua hàng go shopping, do one's shopping
đi mua sắm go shopping
đi ngoài have the runs
đi nhanh lên! hurry up!
đi nhờ hitch ◊ (sự) lift, ride; ***đi nhờ một chuyến*** hitch a ride
đi nhờ xe hitch(hike) ◊ (sự) hitchhiking
đi ốt phát sáng LED, light-emitting diode
đi píc níc picnic
đi qua pass; cross; go by, pass by; negotiate *bend in road*
đi qua biển crossing
đi quanh walk the streets, walk around

đi ra go out
đi ra khỏi come out; go out
đi ra ngoài go outside
đi ra phố go out
đi săn hunt ◊ (sự) hunting
đi thả bộ go for a walk
đi tham quan go sightseeing
đi thành đoàn travel in convoy
đi thăm call on, visit
đi theo follow
đi thong dong saunter
đi thuyền buồm sailing
đi tiếp walk on
đi tiểu urinate
đi tới come to, reach
đi tới đi lui back and forth
đi trước precede, lead on
đi tua go on one's rounds ◊ (sự) round (*of doctor*)
đi vào enter; come in; put on *shoes* ◊ (sự) entrance; exit THEA
đi vào hoạt động come on stream
đi vào trong inward
đi và về there and back
đi văng couch
đi vắng be out (*not at home etc*)
đi vận động canvass
đi về go home
đi vòng quanh round *corner*
đi xe ride
đi xe buýt bus, take by bus
đi xe đạp cycle, bike ◊ (sự) cycling
đi xuống go down ◊ downward
đĩ đực male prostitute
đỉa leech
đĩa disc; discus; disk COMPUT; dish; plate; ***trên đĩa*** on disk
đĩa CD CD, compact disc
đĩa chén bằng sành crockery, flatware
đĩa compact CD, compact disc
đĩa cứng hard disk
đĩa để tách saucer
đĩa hát record, album
đĩa hát đơn single
đĩa lớn platter
đĩa mềm floppy (disk), diskette
đĩa sao copy
đĩa trình bày demo disk
địa chấn học seismology
địa chất geology ◊ geological
địa chi Earthly stems
địa chỉ address
địa chỉ chuyển thư forwarding address
địa chỉ e-mail e-mail address
địa chỉ nơi ở home address
địa chủ land owner
địa cực polar
địa đạo tunnel
địa đạo Củ Chi Cu Chi Tunnels
địa đạo Vĩnh Mốc Vinh Moc Tunnels
địa điểm location; site
địa điểm cắm trại camp ground, campsite
địa điểm xây dựng construction site
địa hình terrain
địa lý geography ◊ geographical
địa ngục hell
địa phương local ◊ locally; ***sản phẩm địa phương*** local produce
địa thế situation
địa vị status, standing, position
đích finish; target
đích làm trò cười butt (*of joke*)
đích thân personally, in person
đích thực authentic, genuine
đích xác definite
địch enemy ◊ hostile
điếc deaf ◊ (sự) deafness
điếc đặc stone-deaf
điềm tĩnh imperturbable, unflappable
điểm mark, grade EDU; point ◊ strike (*of clock*)
điểm cắm điện power outlet,

power point
điểm chuyên môn technicality LAW
điểm danh roll call
điểm đang được tranh luận the point at issue
điểm đông: ***10 độ dưới điểm đông*** 10 below freezing
điểm đông lạnh freezing (point)
điểm đỗ xe buýt bus stop
điểm giao nhau interface *fig*
điểm hấp dẫn selling point
điểm khởi đầu starting point
điểm mù blind spot
điểm nóng hot spot
điểm nút punch line
điểm phát bóng tee
điểm phân equinox
điểm tâm breakfast
điểm xuất phát starting point
điên mad; demented ◊ (sự) madness
điên cuồng frantic; demented
điên loạn hysterical
điên rồ crazy; insane; wild; mindless ◊ (sự) madness; ***kẻ/tên/tay điên rồ*** lunatic
điền fill out
điền kinh athletic ◊ athletics; ***môn điền kinh trên sân bãi*** field event
điền trang estate; land
điền vào complete, fill out
điển hình classic, typical ◊ typically; ***một người đàn ông Mỹ điển hình*** a typical American male; ***điển hình của người Mỹ*** typically American; ***điển hình cho*** be a byword for
điện electric; electrical ◊ electricity; ***mắc điện*** electrify
điện áp voltage
điện ảnh cinema
điện cực electrode
điện đài xách tay walkie-talkie
điện giật shock ELEC
điện thoại (tele)phone
điện thoại công cộng telephone booth; pay phone
điện thoại di động cell phone, *Br* mobile phone
điện thoại dùng thẻ cardphone
điện thoại gọi xa long-distance call
điện thoại miễn phí toll-free
điện thoại trong vùng local call
điện thoại vô tuyến cellular phone
điện thờ shrine
điện trở resistance ELEC
điện tử electron ◊ electronic
điện tử học electronics (*science*)
điệp khúc refrain
điệp viên secret agent
điếu cày water pipe (*to smoke*)
điếu cần sa joint (*of cannabis*)
điều thing; matter; happening; clause; ***điều thiết yếu là ...*** it is vital that ...; ***muốn nói điều gì*** want to say sth
điều bất lợi drawback, disadvantage
điều bí ẩn mystery, puzzle
điều bí hiểm enigma
điều bí mật secret
điều bù lại redeeming feature
điều cản trở hindrance
điều cần thiết necessity
điều chắc chắn certainty
điều chỉnh adjust; readjust; regulate; massage *figures*; set *mechanism*
điều chỉnh âm lượng volume control
điều cốt yếu bottom line
điều dè dặt reservation (*mental*)
điều đó có nghĩa là that is to say
điều độ moderation; ***một cách điều độ*** in moderation

điều động send in
điều hành run *business*, *hotel etc* ◊ (sự) running (*of business*), management
điều hòa reconcile ◊ (sự) reconciliation
điều hòa nhiệt độ air-conditioning
điều khiển control; preside over *meeting*; maneuver; manipulate *bones* ◊ (sự) manipulation; ***được điều khiển bằng máy tính*** computer-controlled; ***không điều khiển được*** lose control of
điều khiển mặt đất ground control
điều khiển từ xa remote control
điều khoản article, section; clause; provision; term
điều khoản phạt penalty clause
điều kiện condition, proviso, stipulation
điều kiện tiên quyết precondition, prerequisite
điều kiện tốt nhất optimum
điều lặp lại repetition
điều may mắn stroke of luck
điều này this; these
điều ngược lại converse, contrary
điều nhảm nhí nonsense
điều nhắc nhở reminder
điều phàn nàn complaint, grievance
điều phiền phức nuisance
điều tất nhiên: ***là điều tất nhiên*** as a matter of course
điều tệ hại nhất the worst
điều thú vị treat; ***tôi có một điều thú vị dành cho anh/chị*** I have a treat for you
điều tiết lộ disclosure
điều tra investigate; check out; check up on ◊ (sự) inquest; probe; investigation; ***đang được điều tra*** it is under investigation; ***điều tra về gì*** inquire into sth
điều trái ngược reverse, opposite
điều trị treat ◊ (sự) remedy; medical treatment
điều ưu tiên priority
điều vô nghĩa garbage, nonsense
điệu bộ theatrical
điệu múa dance (*art form*)
điệu múa thoát y striptease
điệu nhảy dance
điệu nhảy clacket tap dance
điệu nhảy tăng gô tango
điệu vanxơ waltz
đinamít dynamite
đinamô dynamo
Đinh latent fire (*heavenly stem*)
đinh nail; spike
đinh ghim pin
đinh mũ tack
đinh rệp thumbtack
đinh tai nhức óc strident
đinh tán rivet
đinh tử hương lilac
đinh vít screw
đính sew on
đính hôn engaged ◊ get engaged ◊ (sự) engagement (*to be married*)
đình chỉ suspend ◊ (sự) suspension
đình chỉ công tác suspend (*from office etc*)
đình hoãn cancel
đình lại call off
đỉnh summit; crest
đỉnh cao high point; high
đỉnh cao nhất culmination, pinnacle
đỉnh điểm climax
đỉnh đồi brow, hilltop
đỉnh núi peak
đĩnh đạc poised
định cư settle down
định giá value; quote *price* ◊ (sự) valuation; quotation

định hình formative
định hướng orient; orient oneself; shape
định khẩu phần ration
định khuôn dạng format (*of disk*)
định kỳ periodic
định mệnh fate
định nghĩa define ◊ (sự) definition (*of word*); ***không thể định nghĩa được*** indefinable
định rõ define *objective* ◊ (sự) definition
định rõ phạm vi delimit
định trước preconceived
đít bottom; ass
địt V (*S*) fart; (*N*) fuck
địt mẹ (*N*) shit ◊ bastard
đo gauge; measure; take *temperature*
đo được measurable
đo lường measurement
đó it; that; those ◊ there; ***người đó*** that one, that person; ***đó có phải ...?*** is that ...?; ***đó chính là thứ mà tôi cần*** that's the very thing I need
đó là namely; ***đó là bước đầu!*** well, it's a start!; ***đó là gì?*** what's that?; ***đó là cái tôi thích nhất*** that's the one I like most; ***đó là Charlie đang ở đây*** it's Charlie here TELEC
đỏ red
đỏ hoe red; reddish
đỏ hồng rosy
đỏ mặt blush, redden
đỏ ngầu bloodshot
đỏ rực red-hot
đỏ thẫm crimson
đỏ tươi scarlet
đọ được measure up to
đoán guess
đoán trước foretell; ***không đoán trước được*** unpredictable
đoàn team; party; group
đoàn ba-lê ballet company
đoàn đại biểu delegation
đoàn kết unite
đoàn kịch theater company
đoàn ngoại giao diplomatic corps
đoàn người procession, steady flow
đoàn tàu thủy convoy
Đoàn Thanh niên Youth Union
đoàn thám hiểm expedition
đoàn thể corporate
đoàn thủy thủ crew
đoàn tìm kiếm search party
đoàn tụ reunite
đoàn xe convoy, fleet
đoàn xe hộ tống motorcade
đoàn xiếc circus
đoản mạch short circuit
đoạn episode; paragraph; length (*of material*); place (*in book*); verse
đoạn cong sweep
đoạn đồng ca chorus
đoạn quay chậm replay
đoạn trích excerpt, extract; passage
đoạn trích ngắn clip, extract
đoạt giải winning
đọc read; say; ***đọc cho ai nghe*** read to s.o.; ***không thể đọc được*** unpronounceable
đọc cho viết dictate ◊ (việc) dictation
đọc hết go through; ***đọc hết cuốn sách*** read a book through
đọc khó difficulty with reading; ***chứng đọc khó*** dyslexia
đọc liến thoắng rattle off
đọc lướt skim through
đọc một bài diễn văn deliver a speech
đọc nhiều well-read
đọc sai misread
đọc sách báo read ◊ (sự) reading

đọc to read out; read aloud
đọc vất vả wade through
đọc xong finish *book*
đói hungry ◊ (sự) hunger; starvation ◊ starve; ***tôi đói*** I'm hungry; ***tôi đói lắm rồi*** I'm starving; ***đói đến chết*** starve to death
đói bụng hungry
đói cồn cào ravenous
đòi call on, urge; require; want; ***họ đòi bao nhiêu?*** how much do they want?
đòi bồi thường claim
đòi hỏi claim; call for, require; cry out for, need; involve; necessitate ◊ (sự) claim
đòi hỏi nhiều nỗ lực demanding
đòi hỏi quá cao tall order
đòi nhận lại claim
đòi ra hầu tòa subpoena
đón catch; collect, fetch, pick up; wait for; receive
đón nhận welcome *decision etc*
đón tiếp receive ◊ (sự) reception
đòn bẩy lever
đòn chí mạng mortal blow
đòn đánh blow
đòn gánh shoulder pole; yoke
đòn mạnh blow *fig*
đòn tấn công strike
đóng close, shut; drive in *nail*
đóng băng freeze
đóng chai bottle, put in bottles
đóng chặt fasten; fix
đóng cửa close, close down, shut down ◊ closed ◊ (sự) closure
đóng cửa hẳn close, close down
đóng cửa rồi closed, shut
đóng dấu stamp; seal
đóng dấu tem stamp; frank
đóng giả act; impersonate
đóng gói pack; package ◊ (sự) packaging
đóng gói bằng giấy nilông shrink-wrapping
đóng gói chân không vacuum-packed
đóng góp contribute ◊ (sự) contribution
đóng hộp can, put in cans
đóng khung frame; mount
đóng kín (shut) tight
đóng lại shut
đóng sầm bang, slam
đóng sầm lại slam
đóng sẹo scar
đóng thành cục curdle
đóng thuế pay tax; ***trước/sau khi đóng thuế*** before/after tax
đóng vai play; act as
đóng vai chính star (*in movie*)
đóng vai thử screen test
đô dollar, buck
đô đốc hải quân admiral
đô la dollar
đô thị urban
đô thị hóa urbanization
đô vật wrestler
đồ article, item; goods ◊ (*used to insult*): ***đồ chết tiệt!*** damn you!; ***đồ qủi tha ma bắt!*** to hell with you!
đồ ăn food
đồ ăn cũ left-overs
đồ ăn nhanh fast food
đồ ăn sẵn junk food
đồ ăn thừa left-overs
đồ bỏ đi garbage, junk
đồ cá nhân things, belongings
đồ cải trang disguise
đồ cặn bã scum
đồ chó đẻ V son of a bitch
đồ chơi toy
đồ chơi bằng bông fluffy toy
đồ chơi nhồi bông stuffed toy
đồ con lợn pig, swine (*person*)
đồ cổ antique
đồ cúng offerings

đồ của nợ pain in the neck
đồ cũ secondhand
đồ dởm dummy; imitation
đồ dùng appliance; gadget; utensil
đồ dùng văn phòng stationery
đồ đan knitting
đồ đan bằng mây wicker
đồ đạc furniture; stuff, belongings
đồ đạc bàn ghế furniture
đồ đất nung earthenware, terracotta
đồ đểu V bastard, son of a bitch
đồ điện electrical appliances
đồ đông lạnh convenience food
đồ đồng nát junk, trash
đồ gia vị flavoring; spice
đồ giả fake; forgery; imitation
đồ giặt khô dry-cleaning
đồ gốm ceramic ◊ ceramics; pottery (*items*)
đồ hay bắt chước copy cat
đồ họa graphics
đồ hộp convenience food
đồ khâu vá notions
đồ khô groceries
đồ khốn! damn you!
đồ khui hộp can opener
đồ lanh linen
đồ lặn aqualung
đồ may sewing
đồ mở chai bottle opener
đồ nghề paraphernalia
đồ ngốc dope, idiot
đồ ngu twit
đồ ngũ kim hardware (*household*)
đồ nữ trang jewelry, jewels
đồ nữ trang giả costume jewelry
đồ quảng cáo point of sale material
đồ quyên góp donation
đồ quý giá valuables
đồ rác rưởi trash
đồ sắt iron; metal; hardware
đồ sộ enormous; ample
đồ sứ china, porcelain
đồ tắm swimsuit
đồ tắm biển beachwear
đồ tặng phẩm gifts
đồ tể butcher, murderer
đồ thật genuine *antique etc*
đồ thị graph
đồ trang điểm make-up
đồ trang sức rẻ tiền trinket
đồ trang trí ornament; trimming
đồ trang trí lặt vặt knick-knacks
đồ uống drink, beverage
đồ vặn nút chai corkscrew
đồ vật thing, object
đồ vật bị vỡ breakage
đổ blow over; tip over; give way; dump *waste*; shed *blood*
đổ bộ land (*of airplane*)
đổ đầy fill; top up
đổ hết empty
đổ máu shed blood ◊ (sự) bloodshed
đổ mồ hôi perspire ◊ (sự) perspiration
đổ nát disintegrate ◊ in ruins ◊ (sự) ruin
đổ ngập fill up
đổ nhào topple; tumble
đổ ra spill
đổ sập collapse
đổ xuống flop
đỗ stop, call at (*of bus, train*); park *car*; pass (*in exam*)
đỗ xe park ◊ (sự) parking
đỗ xe cạnh xe khác doublepark
độ degree; angle
độ ẩm humidity; moisture; ***độ ẩm 90%*** 90% humidity
độ bách phân Celsius
độ cao altitude, height; pitch MUS
độ căng tension (*in rope*)
độ cứng hardness
độ dốc gradient
độ đậm đặc consistency

độ F Fahrenheit
độ mở aperture PHOT
độ nghiêng slope
độ nhạy speed (*of film*)
độ nhạy cảm sensitivity
độ phân giải resolution
độ phân giải cao high resolution
độ rắn hardness
độ sẫm depth
độ trầm depth
độ vang âm acoustics
đốc công foreman
độc ác nasty; cruel; bitchy; pitiless; savage *criticism*; sick *sense of humor* ◊ (sự) cruelty
độc đáo original
độc đoán domineering
độc hại toxic; virulent
độc lập independence ◊ independent; ***độc lập với*** independently of
độc nhất unique
độc nhất vô nhị unique, excellent
độc quyền monopolize ◊ (sự) monopoly
độc tài dictatorial
độc tấu solo
độc thân single (*not married*)
độc thoại monolog
đôi double ◊ pair; ***một đôi giày/dép*** a pair of shoes/sandals
đôi chút marginally
đôi đũa chopsticks
đôi giày thể thao sneakers
đôi giường tầng bunk beds
đôi khi sometimes
đôi nam nữ couple
đối chiếu contrast
đối chọi hoàn toàn diametrically opposed
đối diện opposite *side etc*
đối đầu showdown, confrontation
đối lập opposite *meaning etc*
đối phó với cope with
đối tác partner
đối tác hùn vốn silent partner
đối thoại dialog; conversation
đối thủ opponent; rival; contender
đối trọng counterbalance
đối với toward; for; to; with respect to; ***đối với anh/chị thì là quá to/nhỏ*** it's too big/small for you; ***đối với tôi*** to me, as far as I'm concerned; ***đó là tin mới đối với tôi*** that's news to me; ***đối với tôi thì cũng được thôi*** that's fine by me
đối xứng symmetric(al) ◊ (sự) symmetry
đối xử treatment
đối xử bất công victimize
đối xử kẻ cả patronize
đối xử tàn ác kick around
đồi hill; ***dẫy đồi phía dưới*** foothills
đồi bại corrupt; rotten ◊ (sự) corruption
đồi mồi sea turtle
đổi exchange; change *money*; swap; switch; ***đổi gì lấy gì*** exchange sth for sth, swap sth for sth, trade sth for sth; ***đổi séc lấy tiền mặt*** cash a check
đổi chác barter; exchange
đổi hướng divert ◊ (sự) diversion
đổi lấy in exchange ◊ in exchange for
đổi lộ trình reroute
đổi mới innovative ◊ (sự) innovation; new way
đổi tần số scramble *message*
đổi tiền exchange, change *currency*
đội crew; team
đội cấp cứu rescue party
đội chống tội phạm xã hội vice squad
đội cứu hỏa fire department
đội cứu lửa fire department
đội đặc nhiệm hit squad

---

ch (*final*) k	**gh** g	**nh** (*final*) ng	**r** z; (*S*) r	**x** s	**â** (but)	**i** (tin)
d z; (*S*) y	**gi** z; (*S*) y	**ph** f	**th** t	**a** (hat)	**e** (red)	**o** (saw)
đ d	**nh** (onion)	**qu** kw	**tr** ch	**ă** (hard)	**ê** ay	**ô** oh

đội gác biển coastguard
đội hình formation
đội hộ tống escort
đội hợp xướng choir
đội kèn đồng brass band
đội lính gác guard
đội mũ put one's hat on
đội phòng chống ma túy anti-drugs unit
đội quản lý management team
Đội quân Cứu tế Salvation Army
đội thu nhặt hài cốt corpse-collecting team MIL
đội trưởng captain, skipper
đốm spot
đốn chop down
đồn rumor has it that ... ◊ post; ***nghe đồn về gì*** hear sth through the grapevine
đồn cảnh sát police station
đồn cảnh sát quân sự military police station
đồn công an police station
đồn điền plantation
đồn trưởng sergeant
đông east ◊ easterly
đông bắc northeast ◊ northeasterly
đông dân cư densely populated
Đông dương Indochina ◊ Indochinese
đông đặc congeal
đông hơn outnumber; ***họ đông hơn*** they were outnumbered
đông kết set (*of glue etc*)
đông lại clot, coagulate
đông lạnh frozen
đông nam southeast ◊ southeasterly
Đông Nam Á Southeast Asia ◊ Southeast Asian
đông nghịt congested; overcrowded
đông người crowded
đông y Oriental medicine
đống pile; mound; heap; drift; ***một đống việc*** a pile of work
đống lửa fire
đống lửa ngoài trời bonfire
đống phế liệu scrap heap
đống tuyết snowdrift
đồng bronze; copper; dong FIN
đồng 25 xen quarter
đồng bào fellow citizen
đồng bảng Anh sterling
đồng bằng plain; delta
Đồng bằng sông Cửu Long, **Đồng bằng sông Mê Kông** Mekong Delta
đồng bộ hóa synchronize
đồng cảm với empathize with
đồng chí comrade POL
đồng cỏ prairie; meadow
đồng đỏ bronze
đồng hóa assimilate
đồng hồ clock; watch
đồng hồ báo thức alarm clock
đồng hồ bấm giờ stopwatch
đồng hồ đeo tay wristwatch
đồng hồ đo gauge; meter
đồng hồ đo dặm odometer
đồng hồ đỗ xe parking meter
đồng hồ mặt trời sundial
đồng hồ tốc độ speedometer
đồng loại fellow man
đồng minh ally
đồng mười xu dime
đồng năm xu nickel
đồng nhất identical to ◊ (sự) identity; ***ý thức đồng nhất dân tộc của họ*** their sense of national identity
đồng pao pound FIN
đồng phục uniform
đồng ruộng field
đồng sự associate
đồng thanh bronze
đồng thau brass

đồng thời parallel ◊ simultaneous
đồng tiền coin; currency
đồng tiền mạnh hard currency
đồng tính luyến ái nam homosexual, gay
đồng tính luyến ái nữ lesbian
đồng tính nữ lesbian
đồng tình concur ◊ sympathetic ◊ (sự) sympathy; ***đồng tình với một người/một tư tưởng nào đó*** be sympathetic toward a person/an idea
đồng xu cent
đồng yên yen FIN
đồng ý agree, be agreeable, consent; ok ◊ (sự) agreement, consent; sanction; ***đồng ý rằng cần phải làm một gì đó*** agree that sth should be done; ***không đồng ý với*** disagree with; ***trả lời đồng ý*** answer in the affirmative
động rough
động cơ engine, motor; motivation; motive
động cơ đốt trong internal combustion engine
động cơ phản lực jet engine
động đất earthquake
động đậy stir (*of sleeping person*)
động kinh epilepsy
động lòng thương compassionate
động mạch artery
động mạch vành coronary arteries
động từ verb
động vào interfere with
động vật animal
động vật bốn chân quadruped
động vật có xương sống vertebrate
động vật học zoology ◊ zoological
động vật không xương sống invertebrate
đốt bite; sting (*of bee*); burn; ignite
đốt cháy burn
đốt sống vertebra
đột kích raid
đột ngột short; sudden ◊ just like that, abruptly; ***đột ngột ngắt lời một người*** stop a person short
đột nhập break in ◊ (sự) break-in
đột nhiên all at once
đờ đẫn blank; glazed ◊ glaze over; ***kẻ/tên/tay đờ đẫn*** zombie; robot
đờ người be paralyzed *fig*
đỡ hold; prop up; get better; ***bây giờ anh ấy đỡ hơn*** he's better now
đời life; times; reign; generation; ***trọn đời*** for life; ***qua đời*** die; pass away; ***cuộc đời là thế đấy!*** that's life!
đời sống life
đời sống riêng tư privacy
đợi wait; wait for; await; look for; ***làm ai phải đợi*** keep s.o. waiting; ***đợi một chút*** wait a minute; ***đợi tí*** just a second!; ***đợi tôi với!*** wait for me!
đơn single ◊ form, document
đơn ca solo
đơn đặt hàng order
đơn đặt hàng tiếp repeat order
đơn điệu monotonous ◊ (sự) monotony
đơn độc solitary; single-handed
đơn giá unit cost
đơn giản simple; plain; basic; unsophisticated ◊ (sự) simplicity
đơn giản hóa simplify
đơn giản quá mức simplistic
đơn phương unilateral
đơn sơ austere; primitive
đơn thuần purely
đơn thuốc (*N*) prescription
đơn tính tiền check (*in restaurant etc*)
đơn vị unit

đơn vị đồn trú garrison
đơn vị thông tin bit COMPUT
đơn xin application
đợt batch; spell
đợt điều trị course of treatment
đợt lưu diễn run (*of play*)
đợt nóng heatwave
đợt thư tới tấp deluge
đra sheet (*for bed*)
Đ.S.V.N. (= ***Đường sắt Việt Nam***) Vietnamese Railroads
đu swing
đu đủ papaya
đu đưa rock (to and fro)
đu mẹ shit ◊ bastard
đủ enough; ***đủ các loại người*** all kinds of people; ***tôi đủ rồi*** I'm alright; ***đủ rồi, yên đi nào!*** that's enough, calm down!
đủ điều kiện eligible
đủ tiêu chuẩn eligible
đủ sức able, competent; ***đủ sức để*** be equal to *task*
đủ tư cách: ***làm ai có đủ tư cách để làm gì*** qualify s.o. to do sth; ***tôi không đủ tư cách để xét đoán*** I am not qualified to judge
đụ má shit ◊ bastard
đua race SP
đua thuyền boat race
đua tranh competitive ◊ (sự) rivalry; ***đua tranh để giành*** contend for; be in contention for; ***đua tranh để giành lấy gì*** compete for sth
đua tranh với rival
đùa joke; jest ◊ play a joke on ◊ jokingly ◊ playful; ***tôi chỉ đùa thôi*** I was only kidding; ***anh/chị đùa đấy chứ!*** you don't mean it!, you've got to be joking!
đùa giỡn jest ◊ in jest
đùa xỏ play a joke on
đũa chopstick
đúc cast; ***giống ai như đúc*** be the spitting image of s.o
đúc hợp fusion
đục chisel
đục lỗ perforated
đui socket
đùi thigh
đun burn, use
đun sôi boil
đùn trách nhiệm pass the buck
đụn cát (sand) dune
đung đưa dangle, swing
đúng precise; proper, true, correct ◊ right; just; on the dot, precisely; really ◊ yes ◊ agree; ***ba giờ đúng*** at 3 o'clock sharp; ***hoàn toàn đúng*** that's absolutely right; ***điều đó không thể đúng được*** that can't be right; ***đúng đấy, phải không?*** that's right, isn't it?; ***đúng rồi*** that's right
đúng đắn sound, sensible
đúng điệu in tune
đúng giờ prompt, punctual ◊ promptly, punctually; ***tôi cần phải đúng giờ*** I must be on time
đúng hướng be moving in the right direction; be in the right ballpark
đúng là exactly; truly
đúng lúc timely; well-timed
đúng mốt fashionable
đúng mức properly
đúng như dự định duly
đúng như thế just like that
đúng như vậy! exactly!
đúng thế! that's right!, quite!
đúng vào lúc này just now
đúng vậy sao? really?
đúng với conform; ***đúng với tiêu chuẩn Nhà nước*** conform to government standards
đũng quần seat (*of pants*)
đụng touch; bump; hit

đụng độ conflict, brush; ***một cuộc đụng độ ở biên giới*** a border incident
đụng ngã knock down, knock over
đụng xe crash
đuốc torch
đuôi tail
đuôi lái rudder
đuổi repel; expel; drive away ◊ (sự) expulsion
đuổi đi chase away, see off; throw out
đuổi khỏi evict; chuck out; ***bị đuổi khỏi công ty/quân đội*** be kicked out of the company/army
đuổi kịp catch up
đuổi ra kick out
đuổi ra ngoài sân expel from the game
đuổi theo chase
đuổi việc dismiss, fire
đút lót buy off, pay off
đút túi pocket, put in one's pocket
đút vội slip, put
đưa bring *person*; give, hand over; take *transport*; deliver ◊ (sự) delivery; ***đưa gì cho ai*** give sth to s.o.
đưa đến bring
đưa đi escort; take, lead; take out (*to dinner etc*)
đưa đi bằng xe hơi drive away
đưa lên sân khấu stage *play*
đưa ra launch (*of product*) ◊ advance *theory*; bring in *legislation*; hold out *hand*, *prospect*
đưa ra câu hỏi put a question
đưa ra tranh cãi challenge
đưa tay delivered by hand
đưa tin report
đưa vào insert; input; send in ◊ (sự) insertion; input; ***đưa X vào Y*** insert X into Y
đưa vào áp dụng introduce ◊ (sự) introduction
đưa vào nhà take in, take indoors
đưa vào từng bước phase in
đưa về take back *person*
đứa *classifier for children or people who are younger or of the same age, either friendly or pejorative*: ***anh/chị có mấy đứa con? - hai đứa*** how many children do you have? - two
đứa hớt lẻo telltale
đứa mách lẻo sneak
đứa quái nào so-and-so
đứa trẻ child, kid
đứa trẻ mới biết đi toddler
đứa trẻ tinh quái rascal
Đức Germany ◊ German
Đức cha Reverend
Đức Khổng Tử Confucius
Đức Phật Buddha
Đức Thánh Thần Holy Spirit
đức tính quality, characteristic
đực male
đứng stand
đứng bàng quan stand by
đứng bất động stand stock-still
đứng dậy stand, stand up, get up
đứng đắn steady; serious; correct; decent; respectable
đứng đầu head; be in the lead; ***đứng đầu danh sách*** at the head of the list
đứng gác guard
đứng lại stop
đứng ngoài hands-off
đứng thăng bằng balance
đứng thẳng người lên! stand up straight!
đứng tránh xa stand clear of
đứng trong hàng stand in line
đứng vào hạng rank among
đứng về phe take sides; side with
đứng xem look on
đứng yên stand still ◊ stationary;

đứng yên ở đó! stay right there!
đừng (*used to form negative imperatives*): ***đừng buồn*** don't be sad; ***xin đừng!*** please don't!
đựng contain
đước (*S*) mangrove
được be (*passive*: *with positive sense*) ◊ (*used to form adjectives in -able*) ◊ for (*distance*) ◊ acquire; gain, win ◊ OK, alright; ***dùng lại được*** reusable; ***được ạ*** very well (*acknowledging an order*); ***được bày bán*** be on sale, be on display; ***thứ Sáu đối với anh/ chị thì được chứ ?*** are you ok for Friday?; ***bà ... được không?*** can you ...?; ***được rồi!*** right!; that's all; ***được, nếu anh muốn*** you may if you like
được chăng hay chớ hit-or-miss
được chiếu be shown (*of movie*)
được chiều be pampered, be spoilt
được lắm that's alright
được lòng popular; ***không được lòng dân*** unpopular
được lợi benefit
được như ý satisfactory, alright
được phép allowed ◊ be allowed to; be authorized to; ***không được phép*** it's not allowed
được quyền làm gì be entitled to do sth
được thôi very well (*signifying reluctance*); it's ok
được truy cập have access to
được tuyển chọn select ◊ (sự) selection
được vinh dự privileged, honored
đượm tinge
đương be ◊ (*denotes present continuous*): ***đứa bé đương ngủ*** the baby is sleeping; ***đương làm gì*** be in the middle of doing sth
đương đầu confront; encounter; tackle; ***đương đầu với*** stand up to; contend with
đương nhiên natural, obvious ◊ of course, naturally
đường way, route; road; avenue *fig*; sugar; ***ở trên đường đi tới nhà ga*** it's on the way to the station; ***bên lề đường*** at the roadside; ***đường còn dài*** it's a long way; ***đường kia*** that way; ***đường này*** this way
đường bay flight path
đường băng runway
đường biên touchline
đường biển sea route; ***gửi bằng đường biển*** send by sea, ship
đường cao tốc freeway; expressway
đường cao tốc có thu lệ phí turnpike
đường cái main road
đường chạy course
đường chạy bên trong inside lane SP
đường chân trời horizon
đường chéo diagonal line
đường chính main road
đường cong curve
đường dài long-distance
đường dây line TELEC; ***đường dây đang bận*** the line is busy
đường dẫn vào inlet (*in machine*)
đường đắp cao embankment RAIL
đường đua racetrack
đường đua chính track
đường đua nhỏ track
đường đục lỗ perforations
đường gờ ridge
đường hàng không air route; flight path
đường hầm tunnel
đường hoàng dignity ◊ dignified
đường huyết mạch arterial road, main road
đường kẻ của đích finish line

ơ ur	**y** (tin)	**ây** uh-i	**iê** i-uh	**oa** wa	**ôi** oy	**uy** wee	**ong** aong
u (soon)	**au** a-oo	**eo** eh-ao	**iêu** i-yoh	**oai** wai	**ơi** ur-i	**ênh** uhng	**uyên** oo-in
ư (dew)	**âu** oh	**êu** ay-oo	**iu** ew	**oe** weh	**uê** way	**oc** aok	**uyêt** oo-yit

đường kính diameter
đường làng lane (*in country*)
đường li crease
đường lối line of inquiry
đường lối chỉ đạo guidelines
đường lối cứng rắn hard line; ***kẻ/ tên/ tay theo đường lối cứng rắn*** hardliner
đường lối hành động course of action
đường men quanh contour
đường mòn footpath, track, trail
Đường mòn Hồ Chí Minh Ho Chi Minh trail
đường ngôi part (*in hair*)
đường nhỏ path
đường nối seam
đường nứt rift
đường ống drain
đường ống dẫn pipeline; drainpipe
đường phố street
đường phố chính main street
đường phố một chiều one-way street
đường phụ access road; back road
đường ray track RAIL
đường ren thread (*of screw*)
đường sacarin saccharin
đường sắt railroad
đường sắt leo núi funicular (railway)
Đường sắt Việt Nam Vietnamese Railroads
đường sống núi ridge
đường song song parallel
đường tắt shortcut
đường thu lệ phí toll road
đường tránh diversion, detour
đường tròn circumference
đường trực giao crossroads, intersection
đường trường long-distance
Đường Trường sơn Ho Chi Minh Trail
đường vào walk, path
đường vằn stripe
đường viền border, surround
đường vòng bypass; detour
đường xe lửa railroad
đường xẻ slit
đứt cầu chì fuse
đứt ra come away (*of button etc*)
đứt rời ra come off

E

e be afraid; ***tôi e rằng ...*** I'm afraid ...; ***tôi e rằng không*** I'm afraid not; ***tôi e rằng thế*** I'm afraid so
e dè self-conscious
e hèm cough; ahem
em me (*addressing one's older brother, sister, member of older generation*); you (*to younger person or child*) ◊ cousin
em bé baby
em chồng brother-in-law (*younger, on husband's side*)
em chú bác cousin (*younger male/ female*)
em dâu sister-in-law (*younger*)
em gái sister (*younger*), kid sister

em họ cousin (*younger male/ female*)
em rể brother-in-law (*younger, on sister's side*)
em trai (kid) brother
em vợ brother-in-law (*younger, on wife's side*)
em yêu darling, honey, my love (*man to woman*)
e-mail e-mail; ***gửi bằng e-mail*** e-mail, send by e-mail
én swallow (*bird*)
eo waist
eo biển strait
eo lưng small of the back
éo le awkward, trying
ép extract; press ◊ (sự) extraction
ép buộc force, coerce ◊ (sự) constraint, coercion; ***bị ép buộc*** forced; ***dưới sự ép buộc*** under duress; ***ép buộc X làm Y*** bulldoze X into Y
ép sát squeeze up
ế unmarketable; left on the shelf
ế chồng (*of woman*) be on the shelf, be unwanted
ế hàng have trouble getting customers
ế vợ (*of man*) be unwanted, have trouble getting a wife
ếch frog
êm quiet; smooth; soft; in good condition
êm ả quiet
êm dịu mellow; soft
êm tai musical, pleasant-sounding; ***không êm tai*** unmusical

F

fax fax; ***fax X cho Y*** fax X to Y; ***gửi X bằng fax*** send X by fax
foóc-xép forceps
frông front (*of weather*)

G

ga (train) station; gas
ga cuối cùng terminus
ga đến arrivals
ga đến hoặc đi terminal
ga hàng không air terminal
ga ra garage
ga trải giường undersheet
ga xe lửa train station, railroad station
ga xép halt RAIL

ơ ur	**y** (tin)	**ây** uh-i	**iê** i-uh	**oa** wa	**ôi** oy	**uy** wee	**ong** aong
u (soon)	**au** a-oo	**eo** eh-ao	**iêu** i-yoh	**oai** wai	**ơi** ur-i	**ênh** uhng	**uyên** oo-in
ư (dew)	**âu** oh	**êu** ay-oo	**iu** ew	**oe** weh	**uê** way	**oc** aok	**uyêt** oo-yit

gà chicken
gà con chick
gà công nghiệp battery hen
gà gật nod off
gà mái hen
gà ta free-range chicken
gà tần chicken simmered in traditional medicinal herbs
gà tây turkey
gà trống cock
gà vịt poultry, fowl
gả marry off
gã he *pej* ◊ guy, fellow
gạ gẫm xin X của Y cadge X from Y
gác put ◊ floor
gác chuông bell tower, church tower
gác lửng mezzanine (floor)
gác mái attic, loft
gác máy replace the receiver
gạc gauze; compress MED
gạch brick
gạch bỏ strike out, delete
gạch dưới underline
gạch đá vụn rubble
gạch ngang dash (*in punctuation*)
gai thorn; spine; spike; prickle
gai dầu cannabis, hemp
gái girl
gái đĩ (*S*) prostitute, hooker
gái điếm prostitute, hooker
gái tân virgin (*female*)
gãi scratch; have a scratch
ga-lăng gallant
galông gallon
gam gram; scale MUS
gam màu shade, tone
gan liver
gan dạ gutsy
gàn dở nuts, nutty
gang cast iron
gánh carry on one's shoulder; shoulder *responsibility*
gánh chịu incur; ***gánh chịu hậu quả xấu nhất của ...*** bear the brunt of ...
gánh nặng burden
gào thét yell; hurl *insults*
gạo rice
gạo lứt (*N*) brown rice
gạo nếp glutinous rice, sticky rice
gạo tám high-quality rice
gạo tẻ (*N*) ordinary rice, non-sticky, polished rice
gạo xay polished rice
gạt brush away
gạt bỏ dismiss; omit; work off ◊ (sự) omission
gạt ra exclude; oust
gạt ra khỏi drop (*from team*)
gạt sang một bên put aside
gạt tàn (thuốc) ashtray
gàu dandruff
gay gắt bitter; cut-throat; scathing; sharp
gay go hard; stiff
gáy spine; nape of the neck
gảy từng tí một pick at one's food
gãy fracture ◊ broken ◊ (sự) break; fracture
găm withhold
gặm gnaw; nibble
gặm cỏ graze
gắn attach; set *jewel*
gắn bằng xi măng cement
gắn bó bind; ***gắn bó với*** be attached to; ***gắn bó với nhau*** stick together ◊ very closely connected
gắn chặt bond; secure
gắn huy chương decorate
gắn liền combine; connect
gắn sẵn built-in
gắn vết thương heal the wounds *also fig*
găng tense
găng bắt bóng mitt

găng tay glove
găng tay liền ngón mitten
gắng sức exert oneself ◊ (sự) exertion
gắng xoay xở try hard to manage
gắp tongs ◊ pick up with chopsticks
gặp meet
gặp gỡ meeting
gặp khó khăn lớn in great difficulties
gặp kỳ phùng địch thủ meet one's match
gặp mặt meet with ◊ (sự) meeting
gặp nhau join
gặp phải meet with, encounter
gặp rắc rối get into trouble
gắt sharp
gặt harvest
gầm roar
gầm gừ growl; snarl
gầm lên roar
gặm chew
gân tendon
gần near; close ◊ close by ◊ (sự) proximity; ***trong một tương lai gần*** in the near future
gần đây near here ◊ recent; ***gần đây tôi không hay nhìn thấy cô ấy*** I don't see her so often these days
gần gũi close relations; intimacy
gần kề adjacent; imminent; close
gần như nearly, almost; all but ◊ verge on
gấp fold; fold up; turn back; increase; multiply ◊ folding; hurried; pressing ◊ urgently; ***ăn gấp*** eat in a hurry; grab a quick bite to eat
gấp ba treble *price*
gấp đôi double
gấp hai lần twice as much
gấp làm đôi double, fold
gấp lại fold up
gấp lên hurry, hurry up
gập bend; turn down *edge*, *collar*
gập lại flex
gật đầu nod
gấu hem; bear (*animal*)
gấu trúc panda
gấu trúc Mỹ raccoon
gây cause; ***gây hào hứng*** stimulating; ***gây ra lạm phát*** inflationary; ***gây X cho Y*** inflict X on Y
gây ấn tượng impress ◊ spectacular; ***bị gây ấn tượng bởi*** be impressed by; ***gây ấn tượng tốt/xấu đối với ai*** make a good/bad impression on s.o.
gây ấn tượng mạnh impressive
gây ấn tượng sâu sắc effective
gây chuyện cause an argument
gây giống breed
gây lộn make a scene
gây nên create, cause; ***gây nên sự náo động*** cause a stir
gây nổ set off, cause
gây ô nhiễm contaminate ◊ (sự) contamination
gây ra cause; provoke; inspire; trigger off; breed *fig*; make *noise*
gây rắc rối play up
gây rối disruptive
gây tai tiếng scandalous
gây tê cục bộ local anesthetic
gầy thin
gầy mòn emaciated
gầy mòn đi waste away
gầy nhom skinny
gẫy come apart
gẫy gập jack-knife
gẫy rắc snap
gậy club; rod
gậy chọc bi-a (billiards) cue
gậy chống walking stick
gậy đánh gôn golf club
gậy trượt tuyết ski pole

GĐ (= ***Giám đốc***) MD, Managing Director
ghe buồm junk (*boat*)
ghé qua look in on, visit; pass through
ghé thăm stop by
ghen tị envy ◊ envious; ***ghen tị với ai về điều gì*** envy s.o. sth
ghen tuông jealous ◊ (sự) jealousy; ***ghen tuông với*** be jealous of
ghép bằng đinh tán rivet; ***ghép gì với gì bằng đinh tán*** rivet sth to sth
ghép lại link up
ghép tim heart transplant
ghép tội oan frame *person*
ghét detest; dislike; have an aversion to ◊ (sự) dislike
ghét bỏ: ***bị ghét bỏ*** in disgrace
ghét cay ghét đắng loathe, hate, detest
ghê awful; terrific
ghê gớm horrible
ghê quá awful; aggressive
ghê rợn horrible ◊ (sự) horror
ghê sợ revolting ◊ (sự) revulsion
ghê tởm hideous; obnoxious; obscene; repulsive; sickening ◊ sicken
ghế seat; chair
ghế bành armchair, easy chair
ghế bị cáo dock LAW
ghế dài bench
ghế dài có tựa pew
ghế đẩu stool
ghế điện electric chair
ghế gấp folding chair
ghế hành khách passenger seat
ghế mây wicker chair
ghế ngồi seats
ghế nhân chứng witness stand
ghế quay swivel chair
ghế trẻ con baby seat
ghế vải deckchair
ghế xếp deckchair
ghế xích đu rocking chair
ghế xô pha sofa
ghềnh rapids
ghi write down; mark; ***ghi 50$ nợ vào tài khoản của tôi*** debit $50 against my account; ***ghi bàn thắng*** score
ghi âm tape ◊ (sự) recording; ***được ghi âm*** recorded
ghi âm trên băng từ tape recording
ghi chép take notes; note down; take down ◊ (sự) note; log
ghi điểm score *goal*, *point*
ghi đông handlebars
ghi được score *goal*, *point*
ghi lại điểm score; keep the score
ghi ngày tháng date, write the date on
ghi nhanh jot down
ghi nhận acknowledge, take on board *comments etc*
ghi nợ debit
ghi số reading (*from meter etc*)
ghi tên register ◊ (việc) registration
ghi tên phạt book, fine
ghi tên thi đấu entry (*for competition*)
ghi tên thuê phòng check in (*at hotel*)
ghi tên vào sổ đen blacklist
ghi thành từng khoản itemize
ghi vào entry (*in diary*, *accounts*)
ghì chặt grapple with
ghim pin, attach ◊ pin
ghim băng safety pin
ghim dập staple; ***đóng vào bằng ghim dập*** staple
ghim lên pin up
ghìm chặt pin, hold down
ghìm giữ restrain
ghìm nén repress

ch (*final*) k	**gh** g	**nh** (*final*) ng	**r** z; (*S*) r	**x** s	**â** (but)	**i** (tin)
d z; (*S*) y	**gi** z; (*S*) y	**ph** f	**th** t	**a** (hat)	**e** (red)	**o** (saw)
đ d	**nh** (onion)	**qu** kw	**tr** ch	**ă** (hard)	**ê** ay	**ô** oh

gí mũi vào poke one's nose into
gì something; anything; what; whatever; ***tôi chẳng nghe thấy gì cả*** I didn't hear anything at all; ***gì thế?*** what?; ***tối nay anh/chị làm gì?*** what are you doing tonight?; ***gì nữa?*** anything else?; what else?
gỉ rust ◊ rusty
gia đình family; ***trong gia đình*** domestic
gia hạn extend; renew; roll over ◊ (sự) extension, renewal
gia hạn thị thực visa extension
Gia Nã Canada ◊ Canadian
gia nhập join
gia súc cattle; livestock; domestic animal
gia sư (private) tutor
gia tài lớn fortune
gia tăng expand ◊ (sự) expansion, growth
gia vị seasoning
giá beansprouts; price; rate; rack; stand; shelf ◊ suppose, supposing that; ***... giá là bao nhiêu?*** how much is/are ...?; ***những ngăn giá*** shelves; ***thật là giá cắt cổ*** it's a rip-off
giá áo hanger; rack
giá ba chân tripod PHOT
giá bán lẻ retail price
giá bán sỉ wholesale price
giá cả cost; price
giá chênh lệch price differential
giá chi phí, bảo hiểm và vận chuyển cost, insurance and freight
giá chi phí và vận chuyển cost and freight
giá cố định fixed price
giá dự thầu tender price
giá đặt bán asking price
giá đặt nến candlestick
giá để ô umbrella stand
giá để xe đạp (bicycle) rack
giá đồng hạng flat rate
giá đỡ bracket (*for shelf*)
giá đơn vị unit price
giá gác rack
giá hời be good value
giá lạnh cold, freezing cold
giá mua purchase price
giá mui xe roof rack
giá mực price list
giá nến candlestick
giá nhất định fixed price
giá phá giá dumping price
giá phải trả cost; price to pay
giá sinh hoạt cost of living
giá thành prime cost; cost price
giá tiền là cost; ***giá tiền họ phải trả là ...*** it cost them ...
giá tiền trả thêm extra charge
giá treo cổ gallows
giá trị merit; value ◊ valuable
giá vé fare, ticket price; ***giá vé người nước ngoài*** ticket price for foreigners
giá vốn cost price
già old, elderly
già đi age; get on
già làng elder; village elder
già yếu senile
giả fake; artificial; mock; phony ◊ disguise; forge *signature*
giả bộ pretend ◊ (sự) act, pretense
giả danh (là) masquerade as, pose as; assume the name of
giả dối misleading ◊ (sự) falsity
giả định assumption; presumption
giả đò (*S*) pretend ◊ (sự) act, pretense
giả mạo falsify
giả như assuming, supposing
giả ốm pretend to be ill
giả sử assuming, supposing
giả tạo false; artificial ◊ (sự) act, pretense

giả thuyết hypothesis; ***có tính chất giả thuyết*** hypothetical
giả tỉ assuming, supposing
giả vờ pretend; make believe; put on; simulate ◊ mock ◊ (sự) make-believe, pretense
giác quan sense (*sight etc*)
giai cấp class
giai cấp công nhân working class
giai điệu tune, melody
giai đoạn stage, phase; ***ở giai đoạn lập kế hoạch*** at the planning stage
giải solve, crack ◊ prize; ***được giải*** award-winning ◊ win a prize
giải đáp answer (*to problem*)
giải đặc biệt jackpot
giải đoán decipher
giải độc đắc jackpot
giải được work out
giải karaoke bàn tay vàng golden hand prize (*for feeling up the waitress*)
giải khát quench one's thirst
giải lao interval; break
giải mã decipher, decode
giải nén unzip COMPUT
giải ngũ be discharged
giải pháp resolution; solution; fix
giải phân cách median strip
giải phẫu dissect
giải phẫu học surgery
giải phóng liberate; emancipate ◊ (sự) liberation; emancipation; ***được giải phóng*** emancipated
giải quyết deal with; process *application etc*; tackle *problem*; settle; straighten out; resolve; sort out; solve; unravel *complexities* ◊ (sự) processing; settlement; solving; ***đang được giải quyết*** be in hand; ***không thể giải quyết được*** insoluble; ***giải quyết dứt điểm một vụ làm ăn*** clinch a deal
giải quyết xong wind up *business*
giải tán remove; disperse; break up; dismantle ◊ (sự) removal
giải thể go into liquidation
giải thi đấu tournament; prize
giải thích explain; interpret ◊ (sự) explanation; ***không thể giải thích được*** inexplicable; unaccountable
giải thích nguyên nhân account for
giải thoát free; ease *one's mind*
giải thưởng prize
giải tội pardon LAW
giải tội cho exonerate
giải trí amuse, entertain ◊ (sự) entertainment; pastime; recreation
giải trừ quân bị disarm ◊ (sự) disarmament
giải vô địch championship
giãi bày confide; ***giãi bày với ai*** confide in s.o.
giam lock up
giam cầm imprison ◊ (sự) imprisonment
giam giữ intern ◊ (sự) internment, detention
giam hãm confine ◊ (sự) confinement
giám đốc director; managing director; manager
giám đốc bộ phận bán hàng sales manager
giám đốc điều hành managing director
giám đốc ngân hàng bank manager
giám đốc tiếp thị marketing manager
giám khảo judge (*in competition*); ***làm giám khảo*** judge
giám mục bishop
giám sát oversee, supervise
giảm fall, drop; reduce, lower; cut

---

back; be down; take off *20% etc*; relax *pace* ◊ (sự) drop, reduction; slowdown
giảm án commute LAW
giảm âm muffler MOT
giảm biên chế downsize
giảm bớt cut down; cut down on; deaden *sound*; diminish; relieve *pain*; slacken off; subside; tone down ◊ (sự) decrease; ***làm giảm bớt*** moderate
giảm dần taper off; whittle down
giảm đến mức tối thiểu minimize
giảm đi moderate; shrink
giảm độ trượt nonskid
giảm ga throttle back
giảm giá discount, mark down ◊ (sự) reduction; discount; ***giảm giá 20$*** $20 off the price
giảm giá trị detract from
giảm khoảng cách bridge the gap
giảm kích thước downsize
giảm mạnh ax; slash
giảm một nửa halve
giảm sáng đèn pha dim the headlights
giảm sút decline; ebb away
giảm thanh silencer; muffler
giảm tốc độ reduce speed, slow down
giảm xuống sink ◊ toned down
gian cunning; deceitful
gian giảo shifty
gian hàng department
gian khôn deceitful; sneaky
gian lận cheat; rig *elections etc* ◊ deceitful
gian nan rough
gián cockroach
gián điệp espionage; spy; ***làm gián điệp*** spy
gián đoạn interrupt ◊ (sự) gap; interruption
gián tiếp indirect
giàn giáo scaffolding
giàn khoan dầu oil rig
giản dị modest ◊ (sự) modesty
giản đơn basic; menial
giãn nở expand ◊ (sự) expansion
giãn ra dilate; stretch
giãn tĩnh mạch varicose vein
giang mai syphilis
giáng: ***giáng X cho Y*** inflict X on Y
giáng cấp downgrade
giáng một đòn deal a blow to
Giáng Sinh Christmas
giáng xuống strike
giảng bài lecture
giảng đạo preach
giảng viên lecturer; academic
giành được get; earn; capture; land *job*; meet with *approval etc*; ***giành được sự giúp đỡ của ...*** enlist the help of ...
giành thắng lợi trước ... win a victory over ...
giao deliver, drop off; join (*of road*) ◊ (sự) delivery
giao bóng serve (*in tennis*)
giao ... cho hand over; turn in (*to police*); ***giao một việc cho ai*** set a task for s.o.
giao cho đóng vai cast *actor*
giao diện interface
giao dịch transact; deal with; socialize ◊ (sự) transaction; dealings
giao du associate; socialize
giao đoạn episode
giao hợp sexual intercourse
giao liên liaison person
giao nộp surrender, hand in ◊ (sự) surrender, handing in
giao phó delegate *work* ◊ (sự) delegation; ***giao phó Y cho X*** entrust X with Y, entrust Y to X
giao phối nội dòng inbreed ◊ (sự)

inbreeding
giao thiệp với deal with; mix with
giao thông traffic; transport
giao thông hai chiều two-way traffic
giao thông hàng hải shipping
giao tiếp communicate ◊ (sự) communication
giáo cụ teaching aid
giáo dục educate; ***có tính giáo dục*** educational; ***có trình độ giáo dục*** educated; ***không được giáo dục*** uneducated
giáo dục bắt buộc compulsory education
giáo điều dogma ◊ dogmatic
giáo đoàn congregation
giáo hoàng Pope
giáo phái denomination; cult, sect
giáo sinh student teacher
giáo sĩ clergyman
giáo sư professor; chair
giáo viên teacher; coach
giáo viên dạy lái xe driving instructor
giáo viên mẫu giáo nursery school teacher
giáo viên tiểu học elementary teacher
Giáp water in nature (*in Vietnamese zodiac*)
giàu rich, affluent; well-to-do
giàu có rich ◊ (sự) wealth
giàu tưởng tượng imaginative
giày shoe
giày dép footwear
giày đế phẳng loafer
giày gót nhọn stilettos
giày ống boot
giày pa-tanh skate
giày tập chạy jogger (*shoe*)
giày thể thao sneakers, *Br* trainers
giày trượt băng skate
giày xăng-đan sandals
giặc aggressor
giặc ngoại xâm foreign aggressors
giăm bông ham
giặt wash
giặt khô dry-clean
giặt là launder
giặt quần áo do the washing
giặt tẩy clean
giấc chợp mắt nap
giấc mơ dream
giấc ngủ sleep
giấc ngủ ngắn snooze
giẫm lên tread on
giẫm nát trample on
giậm chân stamp one's feet
giẫm đạp trample; ***bị giẫm đạp lên*** be trampled underfoot
giẫm vào tread on; ***giẫm vào chân ai*** tread on s.o.'s toes
giận angry; be angry with; ***giận cá chén thớt*** (*proverbial*) be angry with one person and take it out on another; ***vì X mà giận Y*** hold X against Y
giận dữ furious; in a temper ◊ (sự) anger
giận điên lên enraged, livid
giận phát điên lên go wild
giận sôi lên simmer (with rage)
giật pull; snatch
giật dây pull strings
giật gân sensational *pej*
giật giật twitch ◊ jerky
giật lấy snatch
giật lùi backward
giật mạnh tug; wrench; yank; jerk; jolt
giật mình jump (*in surprise*)
giật nước flush; ***giật nước cho X trôi xuống hố xí*** flush X down the toilet
giật nước cho trôi đi flush away
giấu hide; keep back

giấu kín secrete ◊ hidden ◊ (việc) secretion, hiding
giấu mình go into hiding
giấu tên anonymous
giầu rich
giầu có wealthy ◊ (sự) wealth
giây second (*of time*)
giấy paper
giấy báo chuyển nhà eviction order
giấy báo nghỉ việc notice (*to leave job*)
giấy báo trả tiền bill of exchange
giấy bảo hành warranty
giấy bạc ngân hàng bank bill
giấy biên nhận receipt
giấy bóng kính cellophane
giấy bọc wrapping; wrapping paper
giấy chứng minh identification
giấy chứng nhận certificate; reference, testimonial
giấy có tiêu đề letterhead
giấy dán tường (wall)paper
giấy đăng ký kết hôn marriage certificate
giấy gói wrapper; wrapping paper
giấy khai sinh birth certificate
giấy khám sức khỏe medical certificate
giấy lộn wastepaper
giấy lụa tissue paper
giấy mời invitation (*card*)
giấy nhám (*S*) sandpaper
giấy nhắc trả tiền reminder
giấy ni lông để đóng gói shrink-wrapping
giấy nợ IOU, I owe you
giấy phép permit; license; clearance; ***được cấp giấy phép*** be licensed
giấy phép cư trú residence permit
giấy phép hải quan customs clearance
giấy phép làm việc work permit
giấy ráp (*N*) sandpaper
giấy tờ papers; document; ***công việc giấy tờ*** paperwork
giấy vệ sinh toilet paper
giấy viết (thư) writing paper, notepaper
giầy (*S*) shoe
giẻ rag
giẻ lau cloth
giẻ lau nhà floor cloth
gien gene
gieo cast; sow; throw *dice*
giếng well
giếng dầu oil well
giếng nước well (*for water*)
Giê-su Jesus
giết kill; put away *animal*
giết chết murder, slay
giết người kill ◊ (vụ) killing; ***kẻ/tên/tay giết người*** killer, murderer; ***kẻ/tên/tay giết người hàng loạt*** serial killer; ***kẻ/tên/tay giết người thuê*** hitman
giết thời gian while away
giễu cợt make fun of
gigabai gigabyte
gin gin
gin pha tô-níc gin and tonic
gió wind
gió mạnh đột ngột gust
gió mùa monsoon
gió ngược headwind
gió nhẹ breeze
gió rất mạnh gale
gió thổi mạnh gusty wind
gió xuôi tail wind
giỏ basket; tote bag
giỏ lưới basket (*in basketball*)
giỏ mây hamper (*for food*)
giòi maggot
giỏi shine ◊ able; competent ◊ well; ***giỏi về gì*** be good at sth; ***tôi không thể bơi giỏi bằng anh/***

chị I can't swim as well as you
giỏi hơn superior
giỏi nghề expert
giỏi nhạc musical
giỏi việc good at one's job
giòn brittle; crisp
giỏng tai prick up one's ears
giọng accent
giọng kim treble MUS
giọng mũi twang
giọng nam cao tenor (*singer*)
giọng nam trầm bass (*singer*)
giọng nói voice; tone of voice; accent
giọng nữ cao soprano (*voice*)
giọt drip; drop; blob
giọt mưa raindrop
giọt nước mắt teardrop
giỗ chạp anniversary (*of death*)
giống breed; gender GRAM; variety ◊ resemble; take after; parallel ◊ similar; ***giống ai đó*** be like s.o.; ***giống gì đó*** be like sth
giống cái feminine GRAM
giống hệt identical; ***giống y hệt ai*** be the image of s.o.
giống ngựa pony pony
giống nhau alike; the same; similar ◊ (sự) likeness, resemblance, similarity
giống nhau như hệt close resemblance
giống như đàn bà effeminate
giống như ma ghostly
giống như thật lifelike
giơ .. lên hold up; ***giơ cao tay lên*** throw up one's hands; ***giơ tay lên!*** put your hand up!, hands up!
giờ hour; time; ***lúc năm/sáu giờ*** at five/six o'clock; ***5 giờ 15*** (it's) five fifteen, quarter past five; ***hai giờ mười*** (it's) ten after two
giờ ăn mealtime
giờ ăn trưa lunchtime
giờ bay flight time
giờ cao điểm prime time; rush hour; ***những giờ cao điểm*** peak hours
giờ công man-hour
giờ đi ngủ bedtime
giờ địa phương local time
giờ đóng cửa closing time
giờ ghi tên đi máy bay check-in time
giờ giải lao recess EDU; break
giờ hành chính office hours
giờ học class, lesson
giờ khởi hành departure time
giờ làm thêm overtime
giờ làm việc business hours, office hours
giờ mở cửa opening times
giờ nghỉ ăn trưa lunch hour
giờ nghỉ giải lao interlude
giờ nghỉ giữa hai hiệp half time
giờ quốc tế GMT GMT, Greenwich Mean Time
giờ tàu chạy timetable
giờ thăm bệnh visiting hours
giở lướt flick through
giới circle, set (*of people*); sphere; ***giới nhạc jazz/nhạc rock*** jazz/rock scene; ***giới vi tính/sân khấu*** the world of computers/the theater
giới hạn confine; limit ◊ (sự) parameter; ***trong giới hạn*** within limits
giới hạn cao nhất ceiling, limit
giới hạn tốc độ speed limit
giới quyền uy the Establishment
giới quý tộc nobility
giới tăng lữ clergy
giới thiệu introduce; present, front *TV program*; recommend ◊ (sự) introduction (*to person, new food etc*)
giới tính gender, sex

giới tội phạm underworld
giới từ preposition
giũ rinse
giũa (nail) file
giũa móng tay nail file
giục hurry up
giùi lỗ punch (*tool*)
giun worm MED
giúp help; ***làm một việc gì giúp ai*** do s.o. a good turn
giúp đỡ aid, assist ◊ supportive ◊ (sự) help, assistance; aid
giữ keep, hang on to; stay; hold *job, course, disk drive etc*; occupy; maintain; catch; ***giữ không cho tăng*** keep down *costs etc*
giữ bí mật secrecy
giữ bình tĩnh keep one's cool; pull oneself together
giữ độc quyền monopolize
giữ được keep (*of food*)
giữ được bình tĩnh keep one's temper
giữ gìn conserve; preserve; uphold ◊ (sự) preservation
giữ kín hold back; keep ... to oneself; ***giữ kín X không cho Y biết*** keep X from Y; ***giữ kín điều gì*** keep quiet about sth
giữ lại keep; detain, keep in (*in hospital etc*); hold on to; retain; reserve *judgment*; stop *s.o. in street*
giữ liên hệ với keep in contact with
giữ liên lạc với keep in touch with
giữ lời hứa keep a promise
giữ máy hold on TELEC
giữ miệng hold back
giữ quan hệ với keep up with, stay in touch with
giữ vững keep up; stand by *decision*
giữa center; middle ◊ among(st); between ◊ intermediate; ***ở giữa*** in the middle of; ***vào giữa*** in the middle of; ***vào giữa đêm*** in the middle of the night; ***ở giữa không trung*** in midair; ***giữa anh/chị và tôi*** between you and me
giữa ban ngày in broad daylight
giữa buổi midway (*in time*)
giữa các bang interstate
giữa các nước đại tây dương transatlantic
giữa các nước thái bình dương transpacific
giữa công chúng in public
giữa mùa đông midwinter ◊ in the depths of winter
giữa mùa hè midsummer
giữa ngày midday
giữa tuần midweek
giường bed
giường bạt cot
giường cũi crib
giường đi-văng couch
giường đôi double bed
giường đơn single bed
giường một người single bed
giường ngủ couchette, sleeping car; berth, bunk
giường xô pha sofa bed
gò mound
gõ knock; rap at
gõ khẽ rap
gõ nhẹ tap
góc angle; corner; wedge
góc nhỏ nook
góc phố street corner; ***ở góc phố*** on the (street) corner
góc vuông right-angle
gói packet; parcel; sachet ◊ wrap
gói chè teabag
gói lại parcel up
gói quà giftwrap
gói trong giấy ni lông shrink-wrap
gỏi cuốn (*S*) summer roll, fresh

ơ ur	**y** (tin)	**ây** uh-i	**iê** i-uh	**oa** wa	**ôi** oy	**uy** wee	**ong** aong
u (soon)	**au** a-oo	**eo** eh-ao	**iêu** i-yoh	**oai** wai	**ơi** ur-i	**ênh** uhng	**uyên** oo-in
ư (dew)	**âu** oh	**êu** ay-oo	**iu** ew	**oe** weh	**uê** way	**oc** aok	**uyêt** oo-yit

shrimp roll
gọi call; page; order *meal*
gọi điện phone
gọi điện thoại call, phone; make a telephone call; ***việc gọi điện thoại*** (phone)call
gọi điện thoại đánh thức wake-up call
gọi điện thoại lại call back
gọi điện thoại về call in
gọi lại call back
gọi máy nhắn tin page, beep
gọi món ăn order (*in restaurant*)
gọi nội địa national call
gọi trực tiếp direct dial
gọi về recall *ambassador etc*; call back
gom nhặt collect
gọn gàng neat; trim; straight
gọng frame, rim
góp contribute ◊ (sự) contribution
góp chung pool *resources*
góp tiền vào chip in
góp ý contribute (*to discussion*) ◊ (sự) contribution
gót heel
gọt sharpen
gọt bút chì pencil sharpener
gọt vỏ pare, peel
gồ prominent
gồ ghề jagged; rough; uneven
gỗ timber; wood
gỗ dán plywood
gỗ óc chó walnut
gỗ sồi oak
gỗ tếch teak
gỗ thông pine
gỗ xẻ lumber
gốc original ◊ stem (*of word*); ***gốc Trung quốc*** of Chinese origin
gốc cây (tree) stump
gốc rễ roots
gốc từ root (*of word*)
gối pillow
gối đệm cushion
gối lên nhau overlap
gội wash *hair*
gội .. bằng dầu gội đầu shampoo
gội và sấy ép shampoo and set
gồm có comprise; be composed of, consist of; take in, include
gộp lại lump together
gôrila gorilla
gờ edge
gỡ disentangle; disengage
gỡ bỏ thiết bị nghe trộm debug
gỡ lỗi debug COMPUT
gỡ ra extricate
gởi send; mail
gợi cảm sensuous
gợi lại stir up, bring back *memories*
gợi lên prompt; conjure up
gợi nên evoke; stimulate
gợi tình erotic; sensual
gớm guốc forbidding
gợn sóng wavy
gục xuống droop; slump
gửi deposit; send; mail; send in; ship; ***gửi ai đi gặp ai*** send s.o. to s.o.; ***gửi gì cho ai*** send sth to s.o.
gửi bảo đảm by registered mail
gửi bưu điện send off
gửi bức thư đảm bảo send a letter registered
gửi chuyển tiếp forward *mail*
gửi đảm bảo register
gửi đi send off, dispatch
gửi e-mail e-mail
gửi fax fax
gửi hàng ship, send ◊ (sự) shipment; shipping
gửi hóa đơn bill, invoice
gửi kèm inclose
gửi qua bưu điện mail
gửi thư mail
gửi tiền vào ngân hàng bank, put in the bank
gửi tới for the attention of

gửi trả send back; ***gửi trả ... cho cửa hàng*** take ... back to the store
gừng ginger
gươm sword
gương mirror; example; ***nêu gương tốt/xấu*** set a good/bad example
gương chiếu hậu rear-view mirror
gương hậu (driving) mirror
gương mẫu exemplary, model ◊ example
gương mù bad example
gương sáng good example
gượng ép forced

H

ha sít hashish
há open (one's mouth), open wide
há hốc mồm gasp; ***há hốc mồm nhìn*** gape at; gape
há miệng open one's mouth
hà hơi breathe out, exhale
hà lạm abuse
Hà lan Holland ◊ Dutch
hà mã hippopotamus
Hà Nội Hanoi
hà tiện stint on
hả huh? (*asking for confirmation*); ***thế hả?*** is that so?; ***anh ấy đã đi rồi hả?*** has he already gone?
hả hê gloat; ***hả hê trước ...*** gloat over ...
hả hơi flat *beer*
hạ bring down, shoot down; lengthen *sleeve etc*; lower *flag*, *hemline*
hạ bộ genitals
hạ cánh land, touch down ◊ (sự) landing, touchdown (*of airplane*)
hạ cánh khẩn cấp emergency landing
hạ cánh xuống nước splash down
hạ cố deign to
hạ gấu let down
hạ giá reduce the price of, knock down ◊ discount; reduced price
Hạ nghị sĩ member of Congress
Hạ nghị viện House of Representatives
hạ sĩ corporal MIL
hạ sĩ quan noncommissioned officer
hạ thấp lower; dip; ***hạ thấp đèn pha*** dip the headlights; ***hạ thấp giọng*** lower one's voice
hạ xuống descent ◊ go down, descend; lower
hách dịch dictatorial
hai two; ***hai ...*** a couple of ...
hai giường (đơn) twin beds
hai kỳ two-stroke
hai là secondly
hai lần double ◊ twice
hai ... một lần: ***hai ngày một lần*** every other day; ***hai người một lần*** every other person; ***hai năm một lần*** biennial
hai mươi twenty
hái scythe ◊ pick *flowers*, *fruit*

hài hòa harmonious
hài hước comic, humorous ◊ (sự) humor
hài kịch comedy
hài kịch tình thế sitcom
hài lòng content; pleased
hài lòng về việc làm job satisfaction
hải âu seagull; gull
hải cẩu seal
hải đăng lighthouse
hải đồ chart, map
hải lý nautical mile
hải mã sea horse
hải phận (territorial) waters
hải quan customs
hải quân navy ◊ naval
hải sản seafood
hãi hùng nightmare
hại harm; ***chẳng hại gì*** it wouldn't do any harm
hại sức hazardous to health; bad for the health
ham be fond of, like; desire
ham ăn gluttonous
ham chơi fun-loving
ham gái horny; girl-crazy
ham học studious
ham mê be passionately fond of
ham muốn urge
ham muốn nhục dục lust
ham muốn tình dục sexual appetite
ham thể thao sporty
ham thích take up *hobby etc* ◊ (sự) addiction; appetite *fig*
hám lợi acquisitive
hàm jaw
hàm dưỡng self-control
hàm lượng content (*of alcohol etc*)
hàm ý imply, get at ◊ (sự) implication
hãm infuse ◊ (sự) infusion
hãm hiếp rape
hạm đội fleet
Hán học sinology
Hán Nôm Sino-Vietnamese characters
hàn weld ◊ (sự) filling (*in tooth*)
hàn nối fuse
Hàn Quốc (South) Korea ◊ (South) Korean
hàn răng filling (*in tooth*)
hạn dryness, drought; end
hạn chế qualify; restrict ◊ (sự) restriction; constraint ◊ qualified; restricted
hạn chế sinh đẻ practice birth control ◊ (sự) birth control
hạn hán drought
hạn ngạch quota
hạn sử dụng best-before date
hang (động) cave
hàng column; row; goods; shopping ◊ every
hàng bán chạy good seller; top-selling line
hàng bán hạ giá cut-price goods
hàng cá fishmonger
hàng cơm restaurant
hàng dễ cháy inflammable goods
hàng đầu first-class; leading; top; primary; leading-edge
hàng đống loads; loads of
hàng ế poor seller
hàng giả bogus goods, imitations
hàng giải khát refreshments shop
hàng giờ at hourly intervals; for hours; ***tôi ở đây đã hàng giờ rồi*** I've been here for hours
hàng giờ liền for hours on end
hàng gửi nhanh fast delivery goods
hàng hải maritime, nautical
hàng hậu vệ defense
hàng hóa commodity; goods, merchandise

hàng hóa chuyên chở freight
hàng hóa vân tải cargo
hàng không aviation ◊ aeronautical; ***bằng đường hàng không*** by airmail
hàng không quân sự military aviation
hàng lắp ráp self-assembly goods
hàng lậu (thuế) contraband
hàng loạt stream; succession ◊ wholesale *fig*
hàng mẫu miễn phí free sample
hàng miễn thuế duty-free (goods)
hàng mua shopping
hàng năm annual, yearly
hàng ngày daily; everyday
hàng (ngoại) nhập imported goods
hàng nội home product
hàng nước café (*selling drinks only*)
hàng quán shop; store
hàng quý quarterly
hàng rào barrier; fence; hedge; railings
hàng rào cảnh sát cordon
hàng rào cọc nhọn picket fence
hàng rào ngôn ngữ language barrier
hàng rào vòng ngoài perimeter fence
hàng sơn mài lacquerware
hàng tá dozens of
hàng tái nhập reimports
hàng tái xuất re-exports
hàng tạp phẩm groceries
hàng tháng every month, monthly
hàng thật genuine product
hàng thịt butcher's shop
hàng thủ công crafts
hàng thứ nhất front row
hàng tiêu dùng consumer goods; consumer products
hàng trong kho stock
hàng tuần every week, weekly
hàng xa xỉ luxuries
hàng xịn genuine goods
hàng xóm neighborhood; neighbor
hàng xuất cảng export
hàng xuất khẩu export
hàng xứ strange; foreign
hãng firm; agency
hãng bán buôn wholesaler
hãng bán lẻ retailer
hãng buôn trading firm
hãng dầu oil company
hãng du lịch travel agency; travel agent
hãng điều hành du lịch tour operator
hãng hàng không airline
hãng quảng cáo advertising agency
hãng tàu thủy shipping company
hãng thông tấn news agency
hãng tổ chức du lịch tour operator
hạng class, category
hạng bình dân economy class
hạng business business class
hạng chuồng gà gallery THEA
hạng hai second class
hạng nặng heavyweight
hạng nhất first class
hạng nhẹ lightweight
hạng nhì second class *travel*
hạng rẻ nhất economy class
hạng sang first class *travel*
hạng thường economy class
hành scallion; work
hành chính administrative
hành chính quản trị administration
hành động act, deed; action ◊ take action

ơ *ur*	**y** (tin)	**ây** uh-i	**iê** i-uh	**oa** wa	**ôi** oy	**uy** wee	**ong** aong
u (soon)	**au** a-oo	**eo** eh-ao	**iêu** i-yoh	**oai** wai	**ơi** *ur*-i	**ênh** uhng	**uyên** oo-in
ư (dew)	**âu** oh	**êu** ay-oo	**iu** ew	**oe** weh	**uê** way	**oc** aok	**uyêt** oo-yit

hành động phá hoại vandalism
hành động phạm pháp offense
hành động tàn ác atrocity
hành động tàn bạo outrage
hành hạ tyrannize; torment
hành hoa scallion
hành hung assault
hành hương pilgrimage
hành khách occupant; passenger
hành khách ghế trên front seat passenger
hành khô shallot
hành kinh period; menstruation
hành lang corridor, passage
hành lang cửa vào hall
hành lý baggage, luggage
hành lý bỏ quên lost and found
hành lý quá cước excess baggage
hành lý quá mức qui định excess baggage
hành lý xách tay hand baggage
hành nghề practice *law*, *medicine etc*
hành quân march
hành ta scallion
hành tây onion
hành tinh planet
hành trình itinerary; journey
hành vi action; act, deed; behavior, conduct
hành vi sai trái misconduct
hãnh diện proud ◊ (sự) pride
hãnh tiến: ***kẻ/tên/tay hãnh tiến*** upstart
hạnh đào almond (tree)
hạnh kiểm conduct, behavior
hạnh nhân almond
hạnh phúc happy ◊ (sự) happiness, welfare; ***niềm hạnh phúc*** happiness
hao mòn wear (and tear)
háo hức avid
hào chống tăng anti-tank trench
hào hiệp gracious; magnanimous; sporting
hào hoa phong nhã chivalrous
hào hứng stimulating; ***gây hào hứng*** stimulate ◊ stirring
hào nhoáng glossy (magazine)
hào phóng generous, liberal
hão hollow
hão huyền empty; vain ◊ (sự) vanity
hảo hạng excellent
hát sing; chant
hát hò folk singing with chorus
hát quan họ traditional love song (duo)
hát ru lullaby
hạt county; grain; granule; particle PHYS; (*N*) nut; bean; seed; grain; drop
hạt cà phê coffee bean
hạt dẻ chestnut (tree)
hạt dẻ ngựa horse chestnut
hạt gạo rice grain (*husked*)
hạt giống seed
hạt hạnh nhân almond
hạt hồi star anise
hạt lúa rice grain (*unhusked*)
hạt mưa raindrop
hạt ngô kernel of corn
hạt nhân core ◊ nuclear
hạt tiêu pepper
hạt xuàn diamond
háu ăn greedy, gluttonous
hàu oyster
hay good; interesting; lovely; clever; neat; habitual ◊ often ◊ or (*in questions*)
hay bắt nạt: ***kẻ/tên/tay hay bắt nạt*** bully
hay biết know; ***không hay biết*** be unaware of
hay cáu (kỉnh) testy
hay cằn nhằn nagging
hay đùa: ***kẻ/tên/tay hay đùa xỏ*** joker *pej*

---

ch (*final*) k	**gh** g	**nh** (*final*) ng	**r** z; (*S*) r	**x** s	**â** (but)	**i** (tin)
d z; (*S*) y	**gi** z; (*S*) y	**ph** f	**th** t	**a** (hat)	**e** (red)	**o** (saw)
đ d	**nh** (onion)	**qu** kw	**tr** ch	**ă** (hard)	**ê** ay	**ô** oh

hay giúp đỡ helpful
hay hay sort of interesting; not bad; cute
hay hơn better
hay hờn dỗi sulky
hay khóc cry a lot
hay lây contagious
hay lui tới haunt
hay lý sự argumentative
hay mưa rainy
hay nhột (*S*) ticklish
hay nói talkative
hay ốm sickly
hay quá incredible, amazing
hay quên forgetful
hay sinh sự quarrelsome
hay tán tỉnh flirtatious
hay thay đổi fickle; volatile
hay thật! brilliant!, great!
hay tuyệt incredible, amazing
hãy be; let; ***hãy cẩn thận*** be careful; ***hãy chờ một chút!*** hang on a minute!; ***hãy đi thôi!*** let's go!; ***hãy để cho anh ấy vào!*** let him come in!; ***hãy để cho tôi đi!*** let me go!
hãy chú ý pay attention
hăm dọa threaten ◊ (sự) threat; ***hăm dọa ai để buộc làm gì*** force s.o. to do sth
hăm hở eager ◊ (sự) eagerness
hắc-cơ hacker COMPUT
hắn he (*familiar*)
hằn học catty, spiteful
hẳn right, completely
hăng pungent
hăng hái ardent
hăng say passion ◊ spirited
hắng giọng clear one's throat
hắt hơi sneeze
hâm lại warm up
hâm mộ like, be fond of; admire; ***được hâm mộ nhất*** be all the rage
hâm nóng heat up
hâm nóng lên warm up
hầm stew; casserole; underground shelter
hầm chứa basement, cellar
hầm hầm grim
hầm hè snarl
hầm két vaults
hầm rượi (wine) cellar
hầm thông gió ventilation shaft
hầm trú ẩn shelter
hầm ủ bia beer cellar
hân hạnh được gặp anh/chị pleased to meet you
hân hạnh gặp ông/bà how do you do?
hân hoan exult ◊ jubilant
hận hatred; ***kẻ/tên/tay hận đời*** misanthropist
hận thù feud ◊ vindictive
hấp steam
hấp dẫn appeal to; draw ◊ attractive; appetizing; tempting; luscious; striking; compelling; intriguing; fascinating ◊ (sự) attraction, affinity; ***có sức hấp dẫn*** magnetic
hấp hối dying
hấp tấp impulsive, rash
hấp thụ assimilate
hất lên toss
hất ngã throw
hầu bàn wait table ◊ waiter; waitress
hầu hạ wait on
hầu hết most ◊ mostly
hầu như just about, almost, practically; hardly ◊ virtual; ***hầu như không có ai ở đó*** there was hardly anyone there; ***hầu như không còn lại gì*** scarcely anything left; ***tôi hầu như không nghe được*** I can hardly hear

hầu như chắc chắn probably
hậu chiến postwar
hậu cứ rear of a revolutionary base
hậu địch in the enemy's rear
hậu hĩnh lavish
hậu quả consequence; sequel; repercussions
hậu trường behind the scenes
hậu vệ defense player; back SP
HĐND (= ***Hội Đồng Nhân Dân***) People's Council
hé half-open; ***hé mắt*** half-open eyes
hé miệng, **hé môi** open one's mouth
hé mở opened slightly
hé răng open one's lips, part one's lips
hè summer; sidewalk
hẹ garlic chives
hecpet môi cold sore
hẻm (*S*) lane; alley
hẻm núi (*S*) gorge; ravine
hẽm (*N*) lane; alley
hẽm núi (*N*) gorge; ravine
hen asthma
hèn cowardly; mean; humble; modest
hèn chi, **hèn gì** no wonder; that's why
hèn hạ cheap, mean, nasty
hèn kém humble
hèn nào no wonder; that's why
hèn nhát cowardly, spineless; ***kẻ/tên/tay hèn nhát*** coward
hèn yếu weak
hẹn appointment; promise
hẹn gặp make an appointment with ◊ (sự) appointment, meeting
hẹn gặp lại (anh/chị)! see you!
hẹn hò date, go out with
heo (*S*) pig; pork
heo quay (*S*) roast pork
heo rừng (*S*) wild boar
héo khô wither
héo tàn wilt
hẻo lánh loneliness ◊ lonely; secluded
hẹp narrow; restricted
hẹp bụng narrow-minded; petty
hẹp hòi narrow; narrow-minded; suburban; tacky
hét shriek
hét lên shriek
hê rô in heroin
hề clown; ***không hề chi*** never mind; ***không hề gì*** never mind; don't mention it
hề hề (just) laugh
hệ system; branch of the family
hệ chữ viết script
hệ điều hành operating system COMPUT
hệ giao tiếp interface
hệ phái faction, wing (*of party*)
hệ phục vụ server
hệ quả result; consequence
hệ quản lý tệp dữ liệu file manager COMPUT
hệ sinh thái ecosystem
hệ thống system; ***có hệ thống*** systematic
hệ thống báo động sớm early warning system
hệ thống bơm phun nhiên liệu fuel injection system
hệ thống cấp bậc hierarchy
hệ thống chữ Bray braille
hệ thống đánh lửa ignition
hệ thống điều hành operating system
hệ thống đo lường system of measurement
hệ thống giảm xóc suspension
hệ thống hóa systematize ◊ (sự) systematization
hệ thống kinh tế economic system

hệ thống làm việc method of working
hệ thống loa speaker system
hệ thống miễn dịch immune system
hệ thống ống nước plumbing
hệ thống phanh braking system
hệ thống phun nước chống cháy sprinkler
hệ thống phúc lợi xã hội welfare state
hệ thống sưởi heating
hệ thống sưởi trung tâm central heating
hệ thống tăng tốc overdrive
hệ thống thần kinh nervous system
hệ thống thoát nước drainage
hệ thống thông tin nội bộ intercom
hệ thống thuế taxation
hệ thống tiêu hóa digestive system
hệ thống tưới nước irrigation system
hệ tộc genealogy
hệ tư tưởng ideology ◊ ideological
hến mussel; clam
hết be all gone; run out of; finish; ***hết phòng*** no rooms; ***hết giờ*** time is up
hết cạn give out
hết chỗ full up
hết duyên no longer attractive
hết điện run down ◊ dead, flat *battery*
hết hạn expire; run out; be up ◊ out of date ◊ (sự) expiration, expiry
hết hồn panic-stricken
hết hơi breathless
hết hy vọng despair of
hết lòng whole-hearted
hết lời find nothing more to say
hết nợ nần với be quits with
hết sạch fully
hết sức dreadful; enormous; utmost ◊ downright; exceptionally; extra; ***hết sức cố gắng/hào phóng*** be unstinting in one's efforts/generosity
hết sức buồn cười hysterical
hết sức nghiêm trọng desperate
hết sức nhanh in double-quick time
hết sức rõ ràng foolproof
hết thời time is up
hết thời kỳ huấn luyện be out of training
hết tiền hard up
hết tốc lực flat out
hết vé sold out
hết ý wonderful
hi vọng hope
hí neigh
hỉ mũi blow one's nose
hích poke
hích nhẹ jog
hiếm hardly, scarcely ◊ rare
hiếm có exceptional; rare
hiếm khi rarely, seldom
hiếm thấy uncommon
hiểm họa peril
hiểm nguy distress; ***trong cảnh hiểm nguy*** in distress
hiên stoop, porch
hiên hè patio, veranda
hiến pháp constitution ◊ constitutional
hiến thân cho dedicate oneself to
hiền good, kind
hiền lành meek; placid
hiền năng virtuous and talented
hiển nhiên clear, obvious ◊ clearly, obviously
hiển nhiên là evidently, apparently
hiện đại contemporary, modern; up-to-date

hiện đại hóa modernize ◊ (sự) modernization
hiện nay current, present, existing ◊ now; currently
hiện ra materialize; appear; come out (*of sun*)
hiện ra lờ mờ loom up
hiện số digital
hiện tại present ◊ going *price etc* ◊ now
hiện thân embodiment; reincarnation
hiện thân cho embody
hiện thời at this time
hiện thực reality
hiện trạng actual state
hiện trường scene
hiện tượng phenomenon
hiếp dâm rape; ***kẻ/tên/tay hiếp dâm*** rapist
hiệp round (*in boxing*)
hiệp định convention, treaty
hiệp định dẫn độ extradition treaty
hiệp đồng contract
hiệp hội association
Hiệp hội các quốc gia Đông Nam Á ASEAN, Association of South East Asian Nations
hiệp hội cho vay và tiết kiệm savings and loan
hiệp nghị agreement
hiệp phụ overtime SP
hiệp ước pact, treaty
hiếu filial piety
hiếu chiến belligerent
hiếu động restless
hiểu understand, comprehend, see; appreciate ◊ (sự) comprehension; ***tôi hiểu rồi*** I see; ***hiểu ý ai*** read s.o.'s mind
hiểu biết knowing ◊ (sự) understanding, perception; ***ngoài tầm hiểu biết của tôi*** it's beyond me
hiểu biết sâu sắc insight
hiểu được understand, get; cotton on to; ***không thể hiểu được*** impenetrable; incomprehensible, unintelligible
hiểu lầm misunderstand; misconstrue; be under a misapprehension ◊ (sự) misunderstanding; misinterpretation
hiểu ngầm read between the lines
hiểu nhầm misunderstand ◊ (sự) misunderstanding
hiểu rõ digest *information*; follow, understand ◊ (sự) familiarity
hiểu sai misinterpret, misread
hiệu store, shop; signal
hiệu bách hóa department store
hiệu bán đồ khô greengrocer
hiệu bánh kẹo confectioner, candy store
hiệu bánh mì (*N*) bakery
hiệu cầm đồ pawnshop
hiệu cắt tóc nam (*N*) barbershop
hiệu giặt khô dry cleaner
hiệu giặt tự động laundromat
hiệu kem ice-cream parlor
hiệu làm đầu hairdresser
hiệu lực effect; validity; ***có hiệu lực*** come into effect, come into force
hiệu mát xa massage parlor
hiệu năng efficiency
hiệu nghiệm potent
hiệu phó vice-principal
hiệu quả result; effect; ***có hiệu quả*** businesslike; effective ◊ efficiently
hiệu sách bookstore
hiệu suất performance
hiệu suất cao high performance
hiệu suất cao hơn outperform
hiệu thuốc pharmacy

hiệu thuốc tây drugstore
hiệu trưởng principal EDU
hiệu ứng nhà kính greenhouse effect
hiệu văn phòng phẩm stationery store
hình (*S*) photo
hình ảnh image, picture
hình bán nguyệt semicircle
hình bầu dục oval
hình bóng silhouette, figure
hình cầu sphere
hình chữ nhật oblong, rectangle ◊ rectangular
hình dáng shape; outline
hình dung picture, visualize
hình học geometry ◊ geometric(al)
hình lập phương cube
hình lưỡi liềm crescent
hình mờ watermark
hình như apparently
hình nón cone
hình phạt punishment
hình tam giác triangle
hình thái form
hình thành form; compose ◊ (sự) formation
hình tháp pyramid
hình thắt nút loop
hình thoi diamond; lozenge
hình thức form, shape; ***hình thức đầu tư*** form of investment
hình trái xoan ellipse ◊ oval
hình tròn circle ◊ circular
hình tròn dẹt disk
hình trụ cylinder
hình tượng figurative
hình tượng hợp nhất corporate image
hình tứ giác quadrangle
hình vành coronary
hình vẽ figure (*symbol*)
hình viên phân segment
hình vuông square
hình xăm tattoo
hình xoắn ốc spiral
hình xoắn tròn twirl (*of cream etc*)
hít inhale, breathe in
hít khói inhale (*when smoking*)
hít một hơi dài take a deep breath
hít thở breathe, inhale
hít vào breathe in
HIV dương tính HIV-positive
HKDD (= ***Hàng Không Dân Dụng***) Vietnamese Airlines
ho cough
ho gà whooping cough
hò shout for
hò hét shout; shouting
họ they; them ◊ surname, family name; ***họ nói rằng ...*** they say that ...; ***họ và tên*** full name
họ hàng relative
họ hàng bên chồng in-laws (*husband's family*)
họ hàng bên vợ in-laws (*wife's family*)
họ hàng ruột thịt blood relative
họ nội paternal
hoa flower, bloom ◊ *classifier for flowers*: ***có hình hoa*** flowery
hoa bướm pansy
hoa chuông lily of the valley
hoa cúc chrysanthemum
hoa hồi star anise
hoa hồng commission; bonus; rose
Hoa Kỳ United States
hoa lài (*S*) jasmine
hoa lan orchid
hoa liễu venereal disease
hoa mai apricot blossom
hoa mắt dazzle
hoa mơ apricot blossom
hoa mỹ flowery; pompous
hoa nhài (*N*) jasmine
hoa oải hương lavender
hoa phong lan orchid

hoa quả (*N*) fruit
hoa sen lotus flower
hoa súng water lily
hoa thuỷ tiên narcissus
hoa tiêu navigation; navigator; ***làm hoa tiêu*** navigate
hoa tuy líp tulip
hoa văn pattern
hoa viôlét violet
hóa (*corresponds to English -ize*): ***tiêu chuẩn hóa*** standardize
hóa chất chemical
hóa chất chống đông antifreeze
hóa đơn bill, invoice; check; ***xin cho hóa đơn*** check please
hóa học chemistry ◊ chemical
hóa học liệu pháp chemotherapy
hóa thạch fossil
hóa trang make up
hòa tie SP
hòa âm harmony
hòa bình peace ◊ peaceful
hòa giải reconcile; be reconciled ◊ conciliatory ◊ (sự) reconciliation; troubleshooting; ***không thể hòa giải được*** irreconcilable
hòa hoãn détente
hòa hợp fit in ◊ united ◊ (sự) harmony; ***không hòa hợp*** clash; ***không thể hòa hợp được*** irreconcilable
hòa nhã amiable
hòa nhạc concert
hòa nhập mix; integrate; socialize
hòa tan dissolve
hòa thuận get on, be friendly with ◊ harmonious
hòa tỉ số draw, tie
hòa vốn break even
hỏa hoạn blaze, fire
hỏa táng cremate ◊ (sự) cremation
hỏa tiễn (*S*) missile
họa drawing
họa sĩ painter, artist
họa tiết design; motif
họa tiết nhiều ô vuông checkered
hoài nghi cynical; skeptical ◊ in disbelief
hoan hô cheer ◊ hurray ◊ cheering; ***hoan hô!*** well done!
hoan hô cuồng nhiệt go wild
hoan nghênh welcome
hoàn cảnh circumstances; conditions; position, situation; ***trong hoàn cảnh như vậy*** under the circumstances
hoàn chỉnh complete, full, comprehensive
hoàn hảo faultless, flawless, perfect; impeccable
hoàn lại refund, reimburse; ***không hoàn lại*** nonrefundable
hoàn lại tiền refund
hoàn tất finalize
hoàn thành accomplish; finish; terminate ◊ complete ◊ (sự) completion
hoàn thiện perfect; polish up; develop ◊ (sự) development; finish (*of product*)
hoàn toàn absolute; complete, total; utter; downright ◊ completely; utterly; totally; soundly; simply; pure *white etc*; ***hoàn toàn không*** anything but; ***hoàn toàn không ngạc nhiên/thất vọng chút nào*** not in the least surprised/disappointed; ***hoàn toàn không như vậy*** nothing of the kind
hoàn toàn bưng bít ai keep s.o. in the dark
hoàn toàn có khả năng in all likelihood
hoàn toàn đúng như vậy exactly
hoãn adjourn; put off, postpone
hoãn lại delay, postpone ◊ (sự)

postponement
hoãn thi hành án reprieve
hoạn castrate
hoạn nạn misfortune
hoang (dã) wild, desolate
hoang đàng prodigal
hoang phí waste ◊ wasteful
hoang tưởng paranoia ◊ paranoid
hoang vắng derelict; desolate
hoàng cung royal palace
hoàng đạo zodiac
hoàng đế emperor ◊ imperial
hoàng gia royal
Hoàng Hà Yellow River
Hoàng Hải Yellow Sea
hoàng hậu queen
hoàng kim golden *period*
hoàng tộc royalty
hoàng tử prince
hoàng yến canary
hoảng be frightened, be scared
hoảng hốt be terrified, panic
hoảng lên lose one's head; be horrified; ***đừng có hoảng lên!*** don't panic!
hoảng loạn panic
hoảng sợ panic; be frightened ◊ petrified; panic-stricken ◊ (sự) scare, fright; ***làm cho X hoảng sợ*** give X a fright
hoành hành go on the rampage ◊ (sự) rampage; ***hoành hành dữ dội*** rage (*of storm*)
hoạt bát lively *person*
hoạt động operate; perform; work ◊ (sự) operation; activity; ***nó hoạt động thế nào?*** how does it work?
hoạt động phản gián counterespionage
hoạt động tư vấn consultancy
hoặc or ◊ alternatively; ***hoặc ... hay*** either ... or; ***hoặc ... hoặc*** either ... or
hóc ngạt choke
học study; learn; do *French, chemistry etc* ◊ subject; learning; project EDU; ***đi học*** go to school; ***học lái xe*** learn to drive; ***học làm gì*** learn how to do sth
học bài study
học bổng grant; scholarship
học đòi dabble in
học gạo bone up (on), *Br* mug up (on)
học giả scholar
học giỏi academic ◊ do well in school
học hành study ◊ studious; ***chăm chỉ học hành*** study hard
học kỳ semester
học lại study again
học sinh pupil, student; schoolchildren
học sinh nam schoolboy
học sinh nội trú boarder
học sinh nữ schoolgirl
học tập study
học thuộc memorize
học thuyết doctrine
học thuyết Mác Lê Marxist-Leninist theory
học trò disciple; student
học trò cưng (*S*) teacher's pet
học viên trường sĩ quan cadet
học viện academy; institute
học viện quân sự military academy
học vị academic achievement
học vị tiến sĩ doctorate
hoen ố stain
hói bald
hỏi ask; inquire; question ◊ inquiry; ***hỏi ai về gì*** ask s.o. about sth
hỏi dồn pester with questions
hỏi thăm inquire; ask after
hỏi vặn vẹo heckle
hỏi xem check with

hỏi ý kiến consult ◊ (sự) consultation
hóm hỉnh witty ◊ (sự) wit
hòm chest; trunk
hòm dụng cụ tool box
hòm phiếu ballot box
hòm thư PO Box
hõm hollow
hòn dái testicle
hòn đá rock
honđa ôm ride on the back of a motorbike (as a paying passenger)
hỏng fall through (*of plans*); break down ◊ dead *battery etc*; faulty, out of order
hỏng hóc break down (*of machine*) ◊ (sự) breakdown
hỏng máy break down (*of machine*)
hoóc môn hormone
họp session; sitting ◊ meet
họp báo press conference
họp bàn công việc business meeting
họp mặt reunion, get-together
họp thượng đỉnh summit POL
hót sing (*of bird*)
hót líu lo chirp; warble
hô shout; chant
hô hấp respire ◊ (sự) respiration ◊ respiratory
hố pit
hố cát sandpit
hố ngăn cách gulf *fig*
hồ lake; glue
hồ bơi trong nhà indoor pool
hồ chứa reservoir
hồ dán paste
hồ đào Pêcan pecan
hồ nước mặn lagoon
hồ sơ record; records
hồ Tây West Lake
hồ xóa white-out (*for text*)
hổ (*N*) tiger
hổ thẹn be ashamed ◊ (sự) shame; disgrace; ***thật đáng hổ thẹn*** it's a disgrace
hỗ trợ prop up ◊ (sự) backup, support; boost
hộ household ◊ for, instead of, in behalf of ◊ help; ***để tôi làm hộ anh/chị*** let me help you, let me do it for you
hộ chiếu passport
hộ lý orderly (*in hospital*)
hộ sinh midwife
hộ tống escort
hốc recess; socket (*of eye*)
hốc cây trên băng (ice) hockey
hốc hác gaunt
hôi thối foul; smelly ◊ (sự) bad smell, stink
hôi xì bad smell, stink
hối hả scramble
hối hận remorseful ◊ (sự) remorse
hối lộ bribe; corrupt ◊ (sự) bribery; corruption
hối tiếc regret
hối xuất rate of exchange
hối xuất chính thức official exchange rate
hồi act
hồi đáp reply, answer
Hồi giáo Muslim
hồi hộp tense ◊ (sự) suspense
hồi hương repatriate ◊ (sự) repatriation
hồi ký memoirs
hồi phục recuperate; recover; ***cảm thấy hồi phục*** feel renewed
hồi phục sức khoẻ convalesce
hồi tỉnh conscious
hồi tưởng reminisce; relive
hội society
hội chợ fair
hội chợ giải trí carnival, funfair
hội chợ quốc tế international fair
hội chợ triển lãm trade fair

Hội Chữ thập đỏ Red Cross
Hội Chữ thập tự (*S*) Red Cross
hội chứng syndrome
hội đàm consultation
hội đồng council, committee
hội đồng giám khảo examination board
hội đồng kinh tế economic council
Hội Đồng Nhân Dân People's Council
hội đồng quản trị board of trustees; board of directors
hội đồng thị xã town council
hội hè festival
hội họa painting; art
hội họp gathering
Hội liên hiệp phụ nữ Việt Nam Vietnam Women's Union
hội nghị conference, convention
hội nghị bàn tròn roundtable meeting
hội nghị toàn thể hàng năm annual general meeting
hội nghị về bán hàng sales meeting
hội nhà giáo và phụ huynh học sinh parent-teacher association
hội thảo seminar, workshop
hội thẩm juror
hội trường lecture hall
hội ý confer
hôm kia the day before yesterday
hôm nay today; ***hôm nay là ngày thứ mấy?*** what day is it today?
hôm nọ the other day, recently
hôm qua yesterday
hôm sau the day after; ***ngày/đêm hôm sau*** the following day/night
hôm trước the day before
hôn kiss
hôn mê anesthetize ◊ be under ◊ (sự) coma; trance; ***bị hôn mê*** go into a trance
hôn nhau kiss
hôn nhân marriage; matrimony ◊ marital
hôn vội peck, kiss
hồn soul, character
hồn nhiên childlike
hỗn hợp mixture; mix
hỗn loạn chaotic; disorderly; topsy-turvy ◊ (sự) chaos; anarchy
hỗn xược impudent, fresh
hông hip
hống hách bossy
hồng rose; persimmon
hồng hào ruddy
Hồng Kông Hong Kong
hồng ngoại infra-red
hồng ngọc ruby
hộp box; can; carton; case; pack; tub
hộp các tông carton
hộp cấp cứu first-aid kit
hộp cầu chì fusebox
hộp chứa container
hộp diêm (*N*) matchbox
hộp đêm nightclub
hộp đen black box, flight recorder
hộp đựng thức ăn trưa lunch box
hộp quẹt (*S*) matchbox
hộp thoại dialog box COMPUT
hộp thư mailbox
hộp thư bưu điện PO Box
hộp tro ash bin, ash can
hốt hoảng distracted
hột pip; stone; (*S*) nut
hờ hững lukewarm; remote; nonchalant; unconcerned
hở hang revealing; skimpy
hơi a bit; slightly; rather; vaguely; ***hơi buồn/lạ kỳ*** kind of sad/strange; ***hơi nhanh hơn*** a bit faster
hơi ẩm moisture
hơi béo stout
hơi bực tức cross, angry
hơi cay tear gas

hơi chế giễu wry
hơi dính tacky
hơi nóng heat
hơi nước steam; vapor
hơi nước ngưng tụ condensation
hơi thở breath
hời hợt flimsy; superficial
Hợi pig (*in Vietnamese zodiac*)
hợm be conceited; ***hợm của*** be conceited about one's wealth
hợm đời conceited ◊ (sự) conceit; ***kẻ/tên/tay hợm đời*** wise guy
hợm hĩnh snobbish, superior
hợm mình stuck-up; ***kẻ/tên/tay hợm mình*** snob
hơn above; more than; over; beyond ◊ more ◊ plus; than ◊ (*used to form comparatives*): ***hơn hết tất cả*** above all; ***to hơn tôi*** bigger than me; ***thường xuyên hơn*** more often; ***hơn nhất, hơn cả*** best; most; ***khá hơn*** better; ***dễ hơn*** easier; ***hơn nhiều*** considerably more; ***hơn kém*** more or less
hơn nữa besides; moreover ◊ but then (again) ◊ plus; in addition to
hớn hở exuberant
hờn dỗi sulk; ***bị hờn dỗi*** be in the doghouse
hợp compatible
hợp âm chord
hợp chất compound CHEM
Hợp chủng quốc Hoa Kỳ United States (of America)
hợp đồng contract, agreement; policy ◊ contractual
hợp đồng bảo hiểm insurance policy
hợp đồng kỳ hạn futures FIN
hợp đồng thuê lease; rental agreement
hợp hơn be preferable to ◊ preferable
hợp kim alloy
hợp kim thiếc pewter
hợp lý logical; rational; reasonable; sensible; valid
hợp lý hóa rationalize ◊ (sự) rationalization
hợp nhau go, match; ***chúng tôi không hợp nhau*** we're not compatible
hợp nhất amalgamate
hợp pháp legal, lawful; legitimate; rightful
hợp pháp hóa legalize
hợp tác cooperate, play ball ◊ cooperative ◊ (sự) cooperation; interaction
hợp tác xã cooperative
hợp thời trang stylish; in fashion
hợp thức valid; regular
hợp thức hóa validate
hợp với suit; ***hợp với gì*** be suited for sth, be cut out for sth
hợp với lô gíc logical
HQ (= ***hải quan***) Customs
hú howl
hủ tiếu (*N*) rice noodles
hũ (*S*) beancurd paste; tub
hùa theo toe the line
huấn luyện train; coach; groom; ***trong thời kỳ huấn luyện*** be in training
huấn luyện viên trainer; coach; instructor
huấn luyện viên thể dục gymnast
hublông hop (*plant*)
húc butt
húc đầu butt
hung ác brutal ◊ (sự) brutality; ***kẻ/tên/tay hung ác*** brute
hung dữ ferocious, fierce, savage; violent
hung hăng aggressive
hùng biện eloquent ◊ (sự) eloquence

hùng cường mighty
hùng dũng virile
hùng hồn eloquent
hùng mạnh powerful
hùng vĩ majestic ◊ (sự) grandeur; majesty
Hung-ga-ri Hungary ◊ Hungarian
hút absorb; smoke *cigarettes*; ***hút chất độc ra khỏi vết thương*** suck poison out of a wound
hút bụi vacuum
hút khô suck up
hút thuốc (lá) smoke ◊ (sự) smoking; ***tôi không hút thuốc*** I don't smoke
hút thuốc liên tục chain smoke
hút từng hơi ngắn puff on a cigarette
huy chương medal
huy chương bạc silver medal
huy chương đồng bronze medal
huy chương vàng gold medal
huy hiệu pin, button, badge
hủy destroy; cancel
hủy bỏ abolish; scrap; annul; repeal; undo; cancel
hủy bỏ từng bước phase out
hủy diệt wipe out, exterminate ◊ (sự) extermination; holocaust
hủy hoại ruin
huých nudge
huých khuỷu tay elbow; ***huých khuỷu tay để chen*** elbow out of the way
huyên náo hullabaloo, din
huyền bí occult; ***những điều huyền bí*** the occult
huyện district (*administrative*)
huyết áp blood pressure
huyết áp cao hypertension
huyết cầu corpuscle
huyết quản vein
huỳnh quang fluorescent
huýt sáo whistle
huýt sáo chê hiss
huỵt thud
hư naughty; damaged; broken; faulty ◊ break down
hư ảo unreal
hư cấu fictitious
hư hỏng worn out; broken ◊ (sự) wear (and tear)
hư nát ramshackle; ***trong tình trạng hư nát*** in a state of disrepair
hư rồi broken, not working
hứa promise; ***hứa ...*** promise to ...; ***anh ấy chỉ hứa hão*** he's all talk
hứa hẹn promise, pledge
hưng thịnh bloom
hứng thú exciting
hượm một phút! wait a minute!
hương incense
hương muỗi mosquito coil
hương thơm perfume; fragrance
hương vị aroma; bouquet
hương vị bạc hà peppermint
hướng direction; course ◊ direct; ***hướng này*** this way, in this direction; ***hướng bắc*** northern ◊ north; ***hướng về gì*** tend toward sth
hướng dẫn conduct ◊ (sự) guidance; instructions; ***cuộc đi thăm có hướng dẫn*** conducted tour, guided tour
hướng dẫn du lịch tourist information
hướng dẫn sử dụng instructions for use
hướng dẫn viên (du lịch) tour guide; courier
hướng đạo sinh boy scout
hướng đông east
hướng đông nam southeast
hướng lập luận line of reasoning, argument
hướng nghiệp vocational

guidance
hướng tây nam southwest
hướng tới toward; ***hướng tới một giải pháp*** toward a solution
hưởng earn
hươu deer
hươu cái doe
hươu cao cổ giraffe
hữu biên right wing SP
hữu cơ organic
hữu hạn limited, Ltd
hữu hiệu neat, clever
hữu ích use ◊ useful; helpful; productive; ***rất hữu ích cho ai*** be of great use to s.o.
hữu nghị friendship
hữu phái right wing
Hy Lạp Greek
hy sinh sacrifice; make sacrifices
hy vọng hope; ***tôi hy vọng là vậy*** I hope so; ***không có hy vọng là*** there's no hope of that
hyđrat cacbon carbohydrate
hyđrô hydrogen

I

ỉa have a shit; ***đi ỉa*** shit
ỉa chảy diarrhea
ích use; ***không có ích cho ai*** be of no use to s.o.; ***không ích gì*** there's no point
ích kỉ, **ích kỷ** selfish; self-centered
im đi! shut up!
im lặng silent ◊ (sự) silence
im lìm sleepy *town etc*
im mồm shut up; ***im mồm đi!*** shut up!
im nào! shut up!
in print ◊ (sự) imprint (*of credit card*)
in đậm bold (print) ◊ in bold
in lậu pirate
in ra print out
Inđônêxia Indonesia ◊ Indonesian
inh tai ear-piercing
inốc stainless steel
insơ inch
in-tơ-nét-tơ, **interneter** internetter
iốt iodine
Iran Iran ◊ Iranian
Irắc Iraq ◊ Iraqi
Israen Israel ◊ Israeli
ít little; short; few ; ***ít hơn*** fewer; ***ít hơn ...*** fewer than ... ; ***ít đi*** less; ***ăn/nói ít đi*** eat/talk less ***ít cay*** less hot
ít khi hardly, seldom
ít nhất least; at least
ít ỏi not much ◊ meager; miserly, niggardly

K

kẻ *classifier for persons, negative connotations*
kẻ ám sát assassin
kẻ ca rô checked
kẻ cả condescending
kẻ cắp thief
kẻ cướp robber; raider; gangster; mobster; hijacker; hood(lum)
kẻ cướp bóc looter
kẻ đường ranh mark out
kẻ sọc stripe
kẻ sọc nhỏ pinstripe
kẻ tay cắp ở cửa hàng shoplifter
kẻ thù enemy, adversary
kẻ tử thù mortal enemy
kẽ hở loophole; slit
kem cream; lotion; ice cream
kem bôi lotion
kem cây Popsicle®
kem chắn nắng sunblock
kem chống khô da moisturizer
kem chống nắng sunblock
kem đá Popsicle®
kem đánh giày shoe polish
kem đánh răng toothpaste
kem làm rụng lông hair remover
kem nền foundation cream
kem que Popsicle®
kem tẩy cleansing lotion
kem thoa cream; cleansing lotion
kem trứng frosting
kem xoa lotion
kem xô đa soda
kém be bad at; not be as good as, be not a patch on ◊ bad; poor, low *quality*; behind (*in progress*) ◊ less; ***5 giờ kém 15*** a quarter to 5; ***12 giờ kém năm/mười phút*** five/ten minutes of twelve; ***kém thú vị/nghiêm trọng*** less interesting/serious
kém hiệu quả inefficient
kém học thức lowbrow
kém hơn worse; inferior ◊ less
kém năng lực inefficient
kém phẩm chất shoddy
kèm hai bên flank
kèm theo enclose; ***kèm theo đây là ...*** please find enclosed ...
kẽm zinc
ken két grating
kén cá chọn canh picky
kén chọn pick and choose
kèn ácmônica mouthorgan
kèn clarinét clarinet
kèn trôm bông trombone
kèn trôm-pét trumpet
kèn xắc xô saxophone
keng ping
keo gum, glue; ***có sẵn keo dính*** sticky
keo dán glue
keo kiệt miserly, niggardly, stingy
keo xịt tóc lacquer
kéo pull; drag; haul; draw; draw up; tow ◊ (pair of) scissors; ***kéo phéc mơ tuya lên*** zip up *jacket etc*
kéo dài drag; drag on; drag out; lengthen; extend *contract etc*; prolong; last; linger ◊ protracted
kéo dài lê thê drag (*of movie etc*)
kéo đến brew (*of storm*)
kéo đi tow away
kéo giúp hộ give a tow

kéo lại draw back; pull away
kéo lê trail
kéo lên pull out; pull up; hoist
kéo sửa móng tay nail scissors
kéo thấp pull down, lower
kéo tỉa cành shears
kéo xén clippers
kẻo otherwise
kẹo candy
kẹo bạc hà peppermint; mint
kẹo bông cotton candy
kẹo bơ toffee
kẹo cao su chewing gum
kẹo dẻo jelly bean
kẹo mút sucker, lollipop
kẹo nuga nougat
kẹo tăm lollipop
kép dual
kẹp clip; clamp; tongs; ***bị kẹp giữa hai ...*** be sandwiched between two ...
kẹp chặt clamp
kẹp giấy paper clip
kẹp hạt nutcrackers
kẹp hồ sơ file (*of documents*)
kẹp tóc barrette
kẹp uốn tongs (*for hair*)
kẹp vào clip; ***kẹp X vào Y*** clip X to Y
kẹp vỡ crack *nut*
két sắt safe (*for valuables*)
kẹt máy jam
kê đơn prescribe
kế hoạch plan; arrangement; schedule; blueprint; ***đúng với kế hoạch*** be on schedule (*of work*); ***chậm so với kế hoạch*** be behind schedule
kế hoạch hóa gia đình family planning
kế hoạch phân phối distribution arrangement
kế hoạch thí điểm pilot scheme
kế sinh nhai livelihood
kế thừa inherit ◊ (sự) inheritance
kế tiếp next
kế tiếp nhau successive
kế toán accounts; bookkeeping
kế toán viên accountant
kế toán viên có chứng nhận certified public accountant
kế tục succeed; come after
kế vị succeed (*to throne*) ◊ (sự) succession
kề bên adjoining; ***ở kề bên*** nearby, at hand, to hand
kể tell
kể cả allow for ◊ including ◊ inclusive
kể chuyện narrate ◊ (sự) narration
kể chuyện đùa joke
kể lại recite
kể từ lần since
kền nickel
kền kền vulture
kênh channel TV, RAD; canal
kênh tưới nước irrigation canal
kê-ốt kiosk
kết án convict; sentence LAW ◊ (sự) conviction LAW; ***kết án X về tội Y*** convict X of Y
kết bạn make friends; ***kết bạn với X*** make friends with X
kết cấu structure; texture
kết cục ending (*of book etc*)
kết đôi mate
kết hôn marry; ***kết hôn với*** be married to; get married to
kết hôn khác chủng tộc mixed marriage
kết hợp combine ◊ (sự) combination
kết luận conclude; sum up LAW ◊ (sự) conclusion; decision; ***không đi đến kết luận*** inconclusive; ***từ Y rút ra kết luận về X*** conclude X from Y
kết nạp admit

---

ch (*final*) k	**gh** g	**nh** (*final*) ng	**r** z; (*S*) r	**x** s	**â** (but)	**i** (tin)
d z; (*S*) y	**gi** z; (*S*) y	**ph** f	**th** t	**a** (hat)	**e** (red)	**o** (saw)
đ d	**nh** (onion)	**qu** kw	**tr** ch	**ă** (hard)	**ê** ay	**ô** oh

kết nổ đĩa madly in love
kết quả outcome, result, product; fruit *fig*; ***là kết quả của*** result from
kết quả cuối cùng upshot; end result; bottom line
kết quả suy luận deduction
kết thúc end, finish; get off *work*; be over ◊ (sự) conclusion; termination; ***mọi cái đã kết thúc*** it's all over
kết thúc xong finish off
kết tinh crystallize
kết xuất output COMPUT
kêu call, cry; hoot; complain; (*S*) ask; order
kêu ăng ẳng yelp
kêu ầm ĩ blare; blare out
kêu be be bleat
kêu bíp bíp beep, bleep
kêu ca complain
kêu chít chít squeak
kêu cót két creak; squeak
kêu gào call, call out; screech
kêu gọi appeal for; call out, summon
kêu ken két grate
kêu khóc bawl; wail
kêu lách cách rattle; ***làm kêu lách cách*** rattle
kêu lạo xạo crunch
kêu leng keng jingle
kêu lên cry out, give a cry
kêu líu ríu twitter
kêu loạt soạt rustle
kêu ồm ộp croak
kêu quàng quạc quack
kêu ré (lên) squeal
kêu rừ rừ purr
kêu thét scream
kêu thét lên screech
kêu tíc-tắc tick
kêu to cry out; exclaim
kêu ù ù hum
kêu ủn ỉn grunt
kêu vo ve buzz
kêu vù vù whirr
kêu xì xì hiss
kha khá quite good
khá quite, fairly; rather
khá giỏi tolerable
khá hơn better
khá lạnh fresh
khá lớn sizeable
khá nhất best
khá nhiều quite a few, a good many, quite a lot
khả năng ability; capacity; capability; potential; possibility; chance; likelihood; faculty; ***có khả năng*** be capable of; be liable to ◊ potentially; ***không có khả năng làm gì*** be incapable of doing sth; ***khả năng xấu nhất có thể xảy ra là gì?*** what's the worst that could happen?
khả năng chuyển đổi convertibility
khả năng có thể xảy ra probability
khả năng công tác work capacity
khả năng giao tiếp communicative competence
khả năng lãnh đạo leadership skills
khả năng miễn dịch immunity
khả năng nói speech
khả năng sinh sản fertility
khả năng suy xét judgment
khả năng tăng tốc acceleration
khả năng thanh toán tiền mặt liquidity
khả năng xảy ra liability, likeliness
khả nghi suspicious; shady
khả thi feasible; ***nghiên cứu tính khả thi*** feasibility study
khác another; different; other;

ơ ur	**y** (tin)	**ây** uh-i	**iê** i-uh	**oa** wa	**ôi** oy	**uy** wee	**ong** aong
u (soon)	**au** a-oo	**eo** eh-ao	**iêu** i-yoh	**oai** wai	**ơi** ur-i	**ênh** uhng	**uyên** oo-in
ư (dew)	**âu** oh	**êu** ay-oo	**iu** ew	**oe** weh	**uê** way	**oc** aok	**uyêt** oo-yit

various; different from ◊ differently, otherwise ◊ difference; something else; ***khác với*** distinct from
khác biệt distinguish ◊ (sự) distinction
khác nhau differ ◊ different; distinct; various; dissimilar ◊ (sự) difference; gap
khác thường exceptional; unusual
khạc ra cough up
khách guest; company
khách bộ hành pedestrian
khách du lịch tourist
khách dự tiệc dinner guest
khách đến thăm visitor, guest
khách hàng customer, client
khách hàng quen customer, patron
khách qua đường passer-by
khách quan objective
khách sạn hotel
khách tham quan visitor
khách thường xuyên regular
khách trọ resident; boarder
khách vãng lai nonresident
khách xem patron
khai declare (*at customs*)
khai báo về inform on
khai diễn lại reopen
khai hóa civilize
khai man perjure oneself
khai mạc open ◊ inaugural
khai quật excavate; unearth ◊ (sự) excavation
khai sáng enlighten
khai thác develop; exploit; extract; mine for; tap into ◊ (sự) development
khai thác mỏ mining
khai thông unblock
khai vị appetizer, starter
khái niệm concept
khái quát general, broad
khái quát hóa generalize
khám examine
khám bệnh examine
khám nghe sound MED
khám nghiệm tử thi postmortem
khám răng (dental) checkup
khám sức khỏe medical, physical (checkup)
khan hiếm scarce
khán đài grandstand
khán giả audience, crowd; spectator
khán giả (truyền hình) viewer
khàn hoarse; rough
khàn khàn husky *voice*
kháng thể antibody
khánh kiệt broke
khánh thành inaugurate
khao khát crave; hanker after; yearn for ◊ (sự) craving
khảo cổ học archeology
khát be thirsty ◊ (sự) thirst
khát cháy họng be parched
khay tray
khắc carve; engrave
khắc khổ austerity ◊ austere
khắc nghiệt abrasive; harsh, severe; stiff ◊ (sự) severity; ***tính khắc nghiệt của mùa đông*** the rigors of winter
khắc phục surmount
khăn towel; kerchief; turban
khăn ăn napkin
khăn bông towel
khăn choàng shawl
khăn chùi miệng serviette
khăn giấy paper towel; tissue
khăn lau cloth; duster
khăn lau bát đĩa dishcloth, tea cloth
khăn lau tay hand towel
khăn mặt washcloth
khăn phủ giường bedspread
khăn quàng scarf

khăn tay handkerchief
khăn tắm bath towel; towel
khăn thắt lưng sash
khăn trải bàn tablecloth
khăn trải giường sheet
khăn trùm veil
khăn trùm đầu headscarf
khăng khăng persist in
khẳng định claim; maintain; confirm ◊ (sự) confirmation; contention; ***khẳng định rằng*** maintain that
khẳng khiu lanky
khắp all over; ***đi khắp Việt Nam*** travel all over Vietnam; ***đau khắp mọi chỗ*** it hurts all over
khắp mọi nơi everywhere, wherever
khắp nơi throughout; ***khắp nơi đều sơn màu trắng*** painted white all over
khắp thế giới worldwide
khắt khe strict
khâm phục admire ◊ (sự) admiration
khẩn cấp urgent ◊ (sự) emergency
khẩn cầu ai .. beg s.o. to ...
khập khiễng lame; ***đi khập khiễng*** hobble
khất lần stall
khâu sew; stitch; stitch up
khâu lược tack
khấu deduct; ***khấu X vào Y*** deduct X from Y
khấu trừ deduct ◊ (sự) deduction
khẩu hiệu motto; slogan
khẩu phần ration
khẩu vị palate
khe slot
khe hở chink; crevice
khẽ softly
khẽ ho cough
khẽ khàng subdued
khen compliment; give a pat on the back
khen ngợi praise, applaud ◊ (sự) credit; ***nhận được sự khen ngợi về X*** get the credit for X
khéo léo deft; slick ◊ (sự) dexterity
khéo léo của đôi tay sleight of hand
khéo tay skillful, dexterous ◊ (sự) manual dexterity
khéo xử tact ◊ tactful
khép kín self-contained
khét tiếng infamous
khế star fruit
khêu gợi sexy; provocative; voluptuous
khi when, as; ***khi anh ấy đến/ra đi*** on his arrival/departure; ***khi anh/chị quen với công việc*** when you're into the job; ***tôi lấy làm tiếc khi nghe tin đó*** I'm sorry to hear it; ***thật là kinh tởm khi mà ...*** it is disgusting that ...
khi ấy then, at that time
khi cần as necessary
khi cần thiết at a pinch
khi đó then, at that time
khi nào when; ***khi nào anh sẽ trở về?*** when are you coming back?
khí gas; fumes
khí CFC CFC, chlorofluorocarbon
khí động lực: ***theo kiểu khí động lực*** aerodynamic
khí động lực học aerodynamics
khí hậu climate
khí ôdôn ozone
khí ôxy oxygen
khí quyển atmosphere
khí thế spirit
khí tượng meteorological
khí tượng học meteorology
khí tự nhiên natural gas
khỉ monkey
khỉ đột gorilla
khỉ ho cò gáy godforsaken

khỉ không đuôi ape
khía notch
khía cạnh aspect
khía cạnh kinh tế economics
khích lệ encouraging ◊ (sự) incentive, boost
khiêm tốn modest, unassuming; humble
khiếm khuyết shortcoming
khiếm nhã ignorant, rude; tasteless; ***tôi không có ý khiếm nhã*** I didn't mean to be rude
khiến make; order, command; instruct, entrust (*s.o. with doing sth*); cause, induce; ***ngôi nhà/anh ấy khiến tôi rùng mình*** the house/he gives me the creeps; ***tôi xin lỗi đã khiến anh/chị phải chờ*** I'm sorry to have kept you waiting
khiển trách reprimand, rebuke ◊ (sự) blame
khiêng carry
khiếp quá! it's horrible!
khiếp sợ terrified; ***làm khiếp sợ*** terrify, petrify
khiêu dâm pornographic ◊ (sự) pornography
khiêu khích provocative
khiêu vũ dance
khiếu thẩm mỹ esthetic sense; taste; ***có khiếu thẩm mỹ*** tasteful
khinh despise, scorn
khinh bỉ contemptuous; scornful ◊ (sự) contempt; scorn
khinh khí cầu balloon
khinh khỉnh contemptuous; snooty
khinh miệt scornful
khít tight
khịt khịt mũi snort
kho depot; storage (space); store, stock
kho báu treasure
kho dự trữ stockpile
kho hàng warehouse
kho thóc barn
khó difficult, tough; ***thật khó đối với tôi*** it's beyond me
khó chịu uncomfortable; bad; unpleasant; nasty; offensive; tiresome ◊ (sự) discomfort; ***thật khó chịu nếu phải ...*** it's a drag having to ...; ***tôi cảm thấy khó chịu với anh ấy*** I feel uncomfortable with him
khó coi unsightly
khó đọc illegible; unreadable
khó gần antisocial; unapproachable
khó hiểu baffling; confusing; enigmatic; obscure
khó khăn difficulty; trouble ◊ difficult; embarrassing; ***gây khó khăn*** awkward; ***gây khó khăn cho*** embarrass
khó nghĩ puzzling
khó nhọc painstaking
khó nói hard to say; embarrassing to say
khó nuốt hard to swallow
khó ở indisposed
khó tả nondescript
khó tiêu heavy, stodgy; indigestible ◊ (sự) indigestion
khó tìm thấy elusive
khó xử difficult to handle
khoa faculty; department
khoa công trình engineering
khoa giải phẫu anatomy
khoa học science ◊ scientific
khoa học thống kê statistics
khoa học tự nhiên natural science
khoa học viễn tưởng science fiction
khoa ngoại trú out-patients' department
khoa nhi pediatrics

---

ch (*final*) k	**gh** g	**nh** (*final*) ng	**r** z; (*S*) r	**x** s	**â** (but)	**i** (tin)
d z; (*S*) y	**gi** z; (*S*) y	**ph** f	**th** t	**a** (hat)	**e** (red)	**o** (saw)
đ d	**nh** (onion)	**qu** kw	**tr** ch	**ă** (hard)	**ê** ay	**ô** oh

khoa tay múa chân gesticulate
khoa trương pompous; pretentious
khóa lock; turn off ◊ buckle; key MUS; school year, academic year; course; ***khóa chốt gì*** lock sth in position; ***khóa tốt nghiệp năm 1988*** the class of 1988; ***bị khóa ở ngoài cửa*** be locked out
khóa chốt cửa trung tâm central locking
khóa dạy ngôn ngữ language course
khóa đào tạo training course
khóa học course
khóa họp session
khóa kẹp bánh xe wheel clamp, Denver boot
khóa móc padlock; ***khóa móc X vào Y*** padlock X to Y
khóa Vencrô Velcro®
khỏa thân nude
khoác lác brag
khoai lang sweet potato
khoai mì (*S*) cassava
khoai môn taro
khoai sắn (*N*) cassava
khoai tây potato
khoai tây chiên potato chip
khoai tây nghiền mashed potatoes
khoai tây nướng baked potatoes
khoai tây nướng cả vỏ jacket potato
khoai tây rán (French) fries, fried potatoes; hash browns; potato chips
khoái cảm pleasure
khoái cảm đau masochistic; ***kẻ/tên/tay khoái cảm đau*** masochist
khoái nhất favorite
khoan bore; drill; punch *hole*
khoan dung lenient; tolerant ◊ (sự) pardon
khoan hẵng! just a minute! (*in indignation*)
khoan hơi pneumatic drill
khoản sum; article; item
khoản mục item
khoản nợ debit; debt
khoản thu earnings
khoản tiền sum of money
khoản tiền gửi deposit
khoản tiền tiết kiệm saving
khoang module; box
khoang hàng hold (*in ship*)
khoang hành lý hold (*in plane*)
khoang lái cockpit
khoáng đạt liberal
khoáng sản mineral
khoảng space ◊ about, approximately; thereabouts; ***khoảng 50 gì đó*** 50 or so
khoảng cách distance; interval; ***giữ khoảng cách với ai*** give s.o. a wide berth
khoảng cách thế hệ generation gap
khoảng chừng approximate ◊ more or less, in the neighborhood of
khoảng giữa interval
khoảng không void
khoảng không gian outer space
khoảng thời gian interlude; timelag; while; ***khoảng thời gian yên tĩnh*** lull
khoảng trống clearance; gap; vacuum; void
khoanh chunk; round (*of toast*)
khoanh tay fold one's arms
khoanh tròn circle, draw a circle around
khóc cry, have a cry; weep; ***đang khóc*** be in tears; be tearful
khóc nhai nhải whine
khóc thút thít whimper
khoe brag

khoe khoang boast; show off
khỏe well; strong; ***cảm thấy khỏe*** feel well; ***không khỏe*** unwell; unfit; ***chóng khoẻ nhé!*** get well soon!; ***anh/chị có khỏe không? - tôi khỏe*** how are you? - fine
khỏe mạnh healthy; fit; sturdy; sound
khói fumes; smoke ◊ smoky
khói thải exhaust fumes
khỏi recover from; get over; ***đi/chạy khỏi*** walk/run away
khóm cây clump
khô dry ◊ dried
khô cạn dry up
khô cằn arid
khô cháy parch
khô cứng harden
khô cứng lại cake (*of blood*)
khô lạnh crisp
khổ format
khổ dọc portrait *print*
khổ não distressing ◊ (sự) distress
khổ ngang landscape *print*
khổ qua (*S*) bitter melon
khổ sở agonizing; miserable
khôi hài funny
khối volume; mass; bloc POL ◊ cubic
khối đá rock
khối lượng volume
khối lượng công việc workload
khối Nato NATO
khối nước body of water
khối u tumor; growth MED
khối văn phòng office block
khởi dụng initialize COMPUT
khôn khéo clever, cute
khôn ngoan shrewd; wise
khốn khổ miserable ◊ (sự) misery
khốn nạn miserable
không no; not ◊ non…, un... ◊ love (*in tennis*); space ◊ without; ***không ... quá*** not overly ...
không ai nobody; ***không ai biết*** nobody knows
không ai ưa undesirable
không an toàn treachery ◊ unsafe
không bác được undisputed
không bao giờ never
không bao giờ chấm dứt never-ending
không bao giờ thỏa mãn insatiable
không bạo động nonviolent
không bạo lực nonviolence
không bằng lòng unhappy, not satisfied
không bằng nhau unequal
không biến màu color-fast
không biết diễn đạt inarticulate
không bình thường abnormal; unnatural; unbalanced PSYCH
không bị hư hại undamaged
không bị thiệt hại unharmed; unscathed
không bị thương unhurt, uninjured
không bị trừng phạt get off scot-free ◊ with impunity
không can dự hands off
không can thiệp noninterference, nonintervention
không cạn kiệt constant
không cân bằng về mặt tâm lý maladjusted
không cân xứng unbalanced
không cần (đến) dispense with, do without, spare
không cần là ủi non-iron
không cần thiết unnecessary; uncalled-for; superfluous; ***không cần thiết!*** don't bother!
không cấp thiết elective
không chải untidy
không chan hòa unsociable
không chạy be down (*not working*)
không chắc unlikely

không chắc chắn uncertain; uneasy
không chắc có thực improbable, unlikely
không chặt chẽ loose ◊ loosely
không chân thành insincere
không chính thức informal; unofficial
không chính xác inaccurate
không chịu nổi succumb; ***không chịu nổi sự cám dỗ*** succumb to temptation
không chuẩn nonstandard
không chung thủy unfaithful; ***không chung thủy với X*** be unfaithful to X
không chuyên unprofessional
không chuyên nghiệp unprofessional
không chú ý inattentive
không có no ◊ none ◊ without; out of ◊ (*used to form negative adjectives*); ***không có ...*** there is/are not ...; there is/are no; ***không có ai ở nhà*** there was nobody at home; ***không có đồ đạc*** unfurnished
không có căn cứ invalid
không có chính kiến wishy-washy
không có chì lead-free, unleaded
không có chỗ nào nowhere
không có chuyên môn unskilled
không có con childless
không có cơ sở groundless, unfounded
không có dây vai strapless
không có đá straight up, without ice
không có đổ máu bloodless
không có đủ go short of
không có giá trị null and void; worthless
không có gì nothing ◊ that's alright; it's no bother; ***không có gì đáng ngạc nhiên!*** no wonder!; ***không có gì làm tôi thích hơn*** I'd like nothing better; ***không có gì liên quan tới*** that's beside the point
không có gì ngoài nothing but
không có hiệu quả ineffective
không có họ hàng unrelated
không có khiếu về âm nhạc unmusical
không có liên quan unrelated
không có lông hairless
không có lời unprofitable
không có năng lực hopeless
không có người lái unmanned
không có người ở uninhabited
không có sự báo trước without warning
không có thực nonexistent
không có vấn đề gì it doesn't matter; no problem, no trouble
không có vũ khí unarmed
không còn no longer
không còn liên lạc nữa be out of touch
không còn nữa not any more ◊ there is/are none left; ***không còn cà phê/chè nữa*** there's no coffee/tea left; ***không còn nữa không còn gì nữa*** nothing else
không công unpaid ◊ for nothing
không công bằng unfair, unjust
không .. cũng không neither ... nor ...
không dám it's a pleasure, you're welcome; ***chào ông – không dám, chào bà*** good morning, sir - good morning, ma'am
không dấu toneless
không dây wireless
không dễ bắt lửa non(in)flammable
không dễ chịu inhospitable;

ơ *ur*	**y** (tin)	**ây** uh-i	**iê** i-uh	**oa** wa	**ôi** oy	**uy** wee	**ong** aong
u (soon)	**au** a-oo	**eo** eh-ao	**iêu** i-yoh	**oai** wai	**ơi** *ur*-i	**ênh** uhng	**uyên** oo-in
ư (dew)	**âu** oh	**êu** ay-oo	**iu** ew	**oe** weh	**uê** way	**oc** aok	**uyêt** oo-yit

messy
không dễ sử dụng unfriendly *software etc*
không dung thứ được intolerant
không dứt khoát indecisive; tepid
không đáng kể faint; slight; insignificant; negligible; trivial
không đáng tin cậy erratic; unreliable
không đắt inexpensive
không đầy đủ incomplete; skimpy
không đều irregular, uneven ◊ unevenly
không để ý disregard
không đời nào! no way!, not likely!
không đủ insufficient; ***không đủ sức làm nhiệm vụ*** be unequal to the task
không đủ trình độ unqualified
không đúng incorrect
không đúng chỗ misplaced
không đúng sự thật untrue
không đứng đắn indecent
không được must not; should not; ***anh/chị không được nói cho bất cứ ai*** you were not to tell anyone; ***không được!*** no way!; it's no good
không được bảo vệ unprotected
không được phép unauthorized; ***anh/chị không được phép ...*** you are not supposed to ...
không gì cả nothing; not anything
không gỉ rust-proof, nonrust
không gian space
không giống unlike; ***họ không giống nhau chút nào*** they're not at all alike
không hài lòng dissatisfied
không hạn định indefinite ◊ indefinitely
không hiểu biết ignorant; illiterate
không hiểu sao somehow, for some unknown reason
không hóa tan được insoluble
không hòa âm discordant
không hoàn hảo imperfect
không hoạt động inactive; dead *phone*
không hoạt động nữa out of action
không hợp disagree with
không hợp thời trang go out of style ◊ out of fashion
không hữu ích unproductive
không ích kỷ unselfish
không kể excluding
không kể xiết untold
không khí air; atmosphere; climate
không khỏe mạnh unhealthy
không khôn ngoan inadvisable, unwise
không khớp mismatch
không kiểm soát được get out of control
không kín đáo indiscreet
không kinh tế uneconomic
không lưu air traffic
không .. mà/và cũng không neither ... nor ...
không may unluckily; ***thật là không may!*** hard luck!
không một ... nào none of; ***không một sô cô la nào*** none of the chocolate
không một nơi nào nowhere
không một xu dính túi penniless
không nén được irrepressible
không nên inadvisable
không nghi ngờ unsuspecting
không nghỉ without a break
không nghĩa lý gì derisory
không ngờ undreamt-of
không ngớt relentless
không ngủ be up (*out of bed*) ◊ sleepless
không nguôi inconsolable

không ngừng incessant, unceasing ◊ incessantly; on and on; without respite
không nhất quán not unanimous
không nhất trí disagree
không nhận disclaim
không nhận thấy miss, not notice
không nói nên lời speechless
không ở đâu cả nowhere
không pha straight, neat *whiskey etc*
không phải not ◊ free
không phải bây giờ not now
không phải như vậy not like that
không phải trả tiền free of charge
không phận airspace
không phức tạp straightforward, simple
không quá within
không quân air force
không quen unfamiliar; ***không quen làm gì*** be unused to doing sth; ***không quen với gì*** be unused to sth; be unfamiliar with sth
không quên được unforgettable
không ra gì trash
không sao alright, ok; not hurt ◊ it doesn't matter; ***anh/chị không sao chứ?*** are you ok?
không tán thành disapprove of
không tắt leave on *TV etc*
không thay đổi constant
không theo nghi thức informal ◊ (sự) informality
không thể cannot, can't ◊ (*forms negative adjectives*): ***không thể làm X*** (***được***) be unable to do X
không thể áp dụng được inapplicable
không thể ăn được uneatable
không thể bị tấn công được invulnerable
không thể chấp nhận được unacceptable
không thể chê trách được irreproachable
không thể chịu nổi unbearable
không thể chối cãi được indisputable ◊ indisputably
không thể được impossible; ***điều đó không thể được*** that's out of the question
không thể hàn gắn được irreparable
không thể tha thứ unforgivable
không thể thiếu được indispensable
không thể tính được incalculable
không thể tưởng tượng được unthinkable
không thể vào được inaccessible
không thích dislike
không thích hợp inappropriate; unsuitable; unfortunate; unfit; beside the point ◊ unduly; ***không thích hợp để ăn/uống*** be unfit to eat/drink
không thiên vị dispassionate, unbiased
không thoả mãn về tình dục sexual frustration
không thú vị uninteresting
không thuận lợi unfavorable
không thừa nhận contest
không thường xuyên casual; infrequent
không tí nào by no means
không trả được nợ insolvent
không trả tiền nonpayment
không trung thành disloyal
không tuân lệnh disobedient
không tương hợp incompatible ◊ (sự) incompatibility
không tự nhiên stilted
không vâng lời disobedient ◊ (sự) disobedience
không vì cái gì for nothing
không vững shaky; unstable

Khổng giáo Confucianism
khổng long dinosaur
khổng lồ vast; giant; mammoth; monstrous
khờ dại foolish, silly; ***kẻ/tên/tay khờ dại*** idiot, sucker
khơi gợi arouse
khởi đầu initiate ◊ (sự) initiation; ***một sự khởi đầu tốt đẹp/tồi tệ*** get off to a good/bad start
khởi động start; warm up; boot up
khởi hành go, depart; set off (*on journey*) ◊ (sự) departure
Khờ-me Khmer
Khờ-me đỏ Khmer Rouge
khớp agree ◊ joint; socket ANAT
khớp đốt ngón tay knuckle
khớp với check with, tally; go in, fit
khu ward; zone; area; district
khu an dưỡng health resort
khu bảo tồn sanctuary
khu bảo tồn chim bird sanctuary
khu bảo tồn thiên nhiên nature reserve
khu chơi bô-ling bowling alley
khu công nghiệp industrial park
khu đang xây dựng building site
khu đông nhà cửa built-up area
khu gần trung tâm inner city
khu làng chơi red light district
khu liên hợp complex
khu ngoại ô environs; suburbs
khu nhà lớn block
khu nhà ổ chuột ghetto, slum
khu nhà ở residential area
khu nhà rẻ tiền project, housing area
khu phạt đền penalty area
khu phố neighborhood; quarter
khu sản maternity ward
khu sản phụ labor ward
khu trung tâm thành phố downtown
khu vui chơi giải trí amusement park
khu vực area; sector; zone ◊ regional
khu vực buôn bán (shopping) mall
khu vực dịch vụ service sector
khu vực Nhà nước public sector
khu vực tư nhân private sector
khuất disappear ◊ hidden
khuất gió sheltered
khuất nẻo secret
khuất phục subject ◊ (sự) submission
khuây khỏa relieve
khuấy stir; ***khuấy món xúp lên*** give the soup a stir
khúc chunk
khúc côn cầu field hockey
khúc côn cầu trên băng (ice) hockey
khúc củi log (*wood*)
khúc dạo đầu overture
khuếch đại amplifier ◊ amplify
khung frame
khung cảnh setting
khung chậu pelvis
khung cửa trượt sash
khung tập đi walker (*for baby, old person*)
khung thành goal
khung vẽ easel
khủng bố terrorize
khủng hoảng crisis
khủng khiếp dreadful; horrible; terrible; shocking
khuôn mold
khuôn bó bột plaster cast
khuôn đúc cast
khuôn khổ framework
khuôn mẫu model; stereotype; pattern
khuôn viên ground
khuôn viên đại học campus
khụt khịt sniff

khuy (*N*) button
khuy măng-sét cuff link
khuyên advise, recommend; ***khuyên ai nên ...*** advise s.o. to ...; ***khuyên ngăn ai không nên làm gì*** discourage s.o. from doing sth
khuyên bảo advise, counsel
khuyên can dissuade; ***khuyên can X không làm Y*** dissuade X from Y
khuyên giải console; ***không gì khuyên giải được*** inconsolable
khuyên tai earring
khuyến cáo advise
khuyến khích encourage ◊ (sự) encouragement; stimulation
khuyết vacant
khuyết áo buttonhole
khuyết tật defect; impediment; ***có khuyết tật*** defective
khuyết tật trong nói năng speech defect
khuynh hướng tendency; ***có khuynh hướng làm gì*** tend to do sth
khuỷu tay elbow
khứ hồi round trip
khử eliminate
khử trùng sterilize
khước từ decline; pass up *opportunity*; rebuff; ***bị khước từ*** be rebuffed
khứu giác sense of smell
ki lô bai kilobyte
kí kilo
kì nhông lizard
kia there ◊ other; that; those; ***kia là cái gì?*** what is that?
kích jack MOT
kích dục horny; aroused
kích động incite; rouse; work up; stir up; turn on (*sexually*) ◊ rousing; ***bị kích động*** get carried away; get excited; ***kích động ai làm gì*** incite s.o. to do sth; ***bị kích động do điều gì*** get excited about sth
kích lên jack up MOT
kích thích electrify; inflame; whet ◊ (sự) spur, incentive; kick, thrill
kích thích tình dục arouse (*sexually*)
kích thước measurement; proportions; size
kịch drama ◊ dramatic
kịch bản script; scenario
kịch bản phim screenplay
kịch liệt strident; vigorous
kịch tài liệu docudrama
kịch tính drama
kiếm get, fetch ◊ sword
kiếm được get; come by, acquire; earn ◊ obtainable; ***không thể kiếm được*** unobtainable
kiếm sống earn one's living
kiềm chế restrain, check, hold in check; control; curb; refrain ◊ (sự) control; moderation, restraint; ***không kiềm chế*** unrestrained; ***không thể kiềm chế được*** irrepressible; uncontrollable
kiểm check, test
kiểm duyệt censor ◊ (sự) censorship
kiểm kê do the stocktaking ◊ (sự) stocktaking
kiểm lỗi chính tả spellcheck; ***kiểm lỗi chính tả của ...*** do a spellcheck on ...
kiểm soát control; curb; ***kiểm soát được tình hình*** the situation is under control
kiểm soát chặt chẽ hơn clamp down
kiểm soát không lưu air-traffic control
kiểm toán audit
kiểm tra check, go over; check for; verify; inspect; survey ◊ (sự) check;

verification; inspection; test
kiểm tra an ninh security check
kiểm tra chất lượng quality control
kiểm tra chéo double check
kiểm tra đột xuất spot check
kiểm tra hành lý baggage check
kiểm tra hải quan customs inspection
kiểm tra hộ chiếu passport control
kiểm tra kỹ doublecheck
kiểm tra kỹ lưỡng vet
kiểm tra lại query; ***kiểm tra lại X với Y*** query X with Y
kiểm tra sức khỏe checkup
kiên cố robust; strong
kiên cường steadfast; strong
kiên định stalwart, staunch; unswerving
kiên gan persist
kiên nhẫn patient; patiently ◊ (sự) patience; ***hãy kiên nhẫn một chút!*** just be patient!
kiên quyết determined; purposeful; stubborn ***kiên quyết làm gì*** be intent on doing sth; ***kiên quyết thực hiện X*** be dead set on X
kiên trì hold on to *belief*; persevere ◊ persistent
kiên trì theo đuổi stick to
kiến ant
kiến nghị petition
kiến thức knowledge; learning; ***có kiến thức tốt về*** have a good knowledge of
kiến thức cơ bản working knowledge
kiến trúc architecture; construction
kiến trúc sư architect
kiện sue ◊ (sự) case; ***kiện X lên tòa án*** take X to court
kiện cáo lawsuit
kiện lại versus LAW
kiêng keep off *food, drink etc*
kiệt quệ exhausted ◊ (sự) exhaustion; ***làm ai kiệt quệ*** exhaust s.o., drain s.o.
kiệt sức be prostrate with grief ◊ exhausted; run-down; ***không thể kiệt sức*** inexhaustible; ***tôi kiệt sức rồi*** I'm exhausted
kiệt tác masterpiece
kiêu kỳ pretentious
kiêu ngạo arrogant; big-headed; vain ◊ (sự) arrogance
kiểu make, brand; pattern; fashion; style
kiểu ảnh exposure PHOT
kiểu cách fussy
kiểu dáng fashion
kiểu làm đầu hairdo
kiểu mới nhất up-to-date
kiểu tóc hairstyle
kilôbai kilobyte
kilôgam kilogram
kilômét kilometer
kim hand (*of clock*)
kim chỉ giây second hand
kim chỉ số needle
kim cương diamond
kim khâu needle
kim loại metal ◊ metallic
kim tiêm needle
kim tuyến tinsel
kìm pincers; pliers
kìm lại stifle
kìm nén contain *tears, laughter*; ***kìm nén mình*** contain oneself
kín full
kín đáo secretive; cagey; inconspicuous ◊ on the sly
kín hơi airtight
kín nước watertight
Kinh the (Holy) Scriptures; Vietnamese ethnic group
Kinh Cựu ước Old Testament

kinh doanh business ◊ trade, do business ◊ entrepreneurial; ***kinh doanh gì*** trade in sth
kinh doanh chui black economy
kinh doanh tư nhân private enterprise
kinh độ longitude
kinh hoàng worried ◊ (sự) consternation
kinh khủng appalling, awful; hideous
kinh ngạc be astonished ◊ astonishing ◊ (sự) astonishment, amazement; ***kinh ngạc trước*** marvel at
kinh nghiệm experience
kinh nguyệt menstruation
kinh niên chronic
Kinh Tân ước New Testament
kinh tế học economics
kinh tế thị trường market economy
kinh tế thị trường tự do free market economy
kinh tế toàn cầu global economy
kinh thánh Bible
kinh tởm disgusting; repellent; nauseating
kính glasses; lens; glass
kính áp tròng contact lens
kính bảo hộ goggles
kính cẩn honorific; respectful ◊ respectfully
kính chắn gió xe hơi windshield
kính cửa sổ pane
kính đeo mắt eyeglasses
kính đeo vào con ngươi contact lens
kính gọng sừng horn-rimmed spectacles
kính hai lớp double glazing
kính hiển vi microscope
kính lồng contact lenses
kính lúp magnifying glass
kính mát sunglasses, dark glasses
kính màu tinted eyeglasses
kính mờ frosted glass
kính ngắm viewfinder
kính râm sunglasses, dark glasses
kính thiên văn telescope
kính thư Yours truly, Yours
kính trọng look up to, respect; ***rất kính trọng ai*** have great respect for s.o.
kịp in time
kít squeal
Ks (= ***kỹ sư***) engineer
KT (= ***ký thay***) (signed) for and on behalf of, pp
ký sign; (*S*) kilo
ký hậu indorse
ký hiệu reference; symbol
ký hợp đồng phụ subcontract
ký ninh quinine
ký sinh parasite
ký tắt initial, write one's initials on
ký tên sign
ký ức memory, recollection
kỳ installment; period ◊ *classifier for periods of time*
kỳ công exploit; feat
kỳ cục queer, odd, quirky; cranky
kỳ cựu veteran
kỳ diệu magical; miraculous
kỳ diệu thay miraculously
kỳ đua ngựa the races
kỳ hạn target date
kỳ lạ odd, strange, peculiar; quaint; uncanny *resemblance*; phenomenal ◊ funnily, oddly
kỳ nghỉ vacation
kỳ quái bizarre; monstrous
kỳ quặc odd, peculiar
kỳ thai nghén pregnancy
kỳ thi examination
kỳ thú exotic
kỳ vĩ epic
Kỷ wood prepared to burn (*in*

Vietnamese zodiac)
kỷ luật discipline ◊ disciplinary
kỷ luật tự giác self-discipline
kỷ lục record
kỷ nguyên era
kỷ niệm celebrate; commemorate, mark ◊ recollections
kỷ niệm 100 năm centennial
kỷ niệm ngày cưới wedding anniversary
kỹ thorough
kỹ lưỡng thorough; intensive
kỹ năng expertise, skill
kỹ sư engineer
kỹ sư công chính civil engineer
ký thay (signed) for and on behalf of, pp
kỹ thuật technique ◊ technical
kỹ thuật chế bản điện tử desktop publishing
kỹ thuật làm phim hoạt hình animation
kỹ thuật sinh học biotechnology
kỹ thuật tạo ảnh ba chiều hologram
kỹ thuật viên technician
kỹ thuật viên phòng thí nghiệm laboratory technician
kỹ tính choosey
kỵ binh bay Air Cavalry

L

la mule (*animal*)
la bàn compass
la de laser
la hét bawl, shout; clamor; ***la hét đòi*** clamor for
la ó boo
la ó phản đối boo
lá foil; leaf
lá cây leaf
lá chắn bảo vệ shield
lá chắn sáng shutter PHOT
lá cờ flag; colors MIL
lá mặt lá trái two-faced
lá phiếu vote; ballot
lá số tử vi horoscope
lá thiếc tinfoil
lá thư letter
là be; constitute; (*N*) iron, press; ***là quần áo*** do the ironing; ***tôi là bác sĩ*** I am a doctor
lạ strange
lạ lùng funny, odd; stupendous; unbelievable
lạ thường incredible; extraordinary; uncanny; ***một cách lạ thường*** extraordinarily
lác mắt cross-eyed
lạc be lost; lose ◊ stray; ***tôi bị lạc*** I'm lost; ***anh ấy có thể đã bị lạc*** he could have got lost
lạc (*N*) groundnut, peanut
lạc đề digress ◊ (sự) digression
lạc đường lose one's way
lạc hậu backward; outdated
lạc hướng get lost; ***bị lạc hướng*** get sidetracked
lạc lõng out of place
lạc quan optimistic; positive ◊ (sự) optimism
lạc ra stray

lách edge, move slowly
lách cách clink; rattle
lách qua wriggle
lai lịch background
lái drive; fly; sail; steer; ***lái một chặng*** go for a drive in the car
lái đi drive off
lái quá tốc độ qui định speed
lái tắc xi cab driver ◊ drive a cab
lái thuyền sail
lái xe drive ◊ driver ◊ (sự) driving; ***kẻ/tên/tay lái xe bạt mạng*** road hog
lái xe bỏ đi drive away, drive off
lái xe đưa drive
lái xe khi say rượu drunk driving
lái xe tắc xi cab driver
lài (*S*) jasmine
lải nhải về harp on about
lãi interest; yield
lãi gộp compound interest
lãi ròng profit margin; net profit
lãi suất interest rate
lãi suất gốc base rate
lãi suất ngân hàng bank rate
lại again; back; ***đi ngủ lại*** go to sleep again, go back to sleep; ***làm gì lại*** do sth over again; ***anh ấy đánh tôi lại*** he hit me back; ***anh ấy đánh không lại tôi*** he is no match for me; ***họ đã viết/điện thoại lại*** they wrote/phoned back
lại cái gay; bisexual
lại chạy thẳng straighten out
lại đực lesbian; bisexual
lại êm lặng calm down
lại hiện ra reappear
lại khai diễn reopen
lại thẳng ra straighten out
lại tiếp tục resume
lại xuất hiện surface; resurface
làm do; make; be; work as; ***làm giám khảo*** judge; ***làm gián điệp*** spy; ***làm ai/gì có vẻ nhỏ đi*** make s.o./sth look very small
làm ăn tiếp repeat business
làm ấm lên warm, warm up
làm ầm ĩ make a fuss
làm ẩm dampen, moisten
làm bạc màu discolor
làm bản sao duplicate, copy
làm bắn spatter
làm bắn nước splash
làm bắn ra squirt
làm bắn tóe splash
làm bằng be made of; ***làm bằng chuối*** made from bananas
làm bằng gang cast-iron
làm bằng tay handmade
làm bẩn smudge; soil
làm bất động immobilize
làm bật ra dislodge
làm bế tắc stonewall
làm biến dạng deform; disfigure
làm bị thương injure; wound
làm bong gân sprain
làm bóng mượt smooth
làm bỏng scald
làm bối rối puzzle, baffle; bewilder; ruffle; disconcert; embarrass
làm bù ruffle
làm buồn buồn (*N*) tickle (*of material*)
làm buồn chán depress
làm buồn nôn nauseate
làm bực mình annoy ◊ annoying; ***làm bực mình mọi người*** make a nuisance of oneself
làm ca shift work
làm cay đắng embitter
làm cản block; block out
làm cạn drain
làm cạn kiệt exhaust, use up
làm chán nản get down, depress
làm cháy burn
làm cháy xém singe; scorch
làm chảy nước miếng

ơ ur	**y** (tin)	**ây** uh-i	**iê** i-uh	**oa** wa	**ôi** oy	**uy** wee	**ong** aong
u (soon)	**au** a-oo	**eo** eh-ao	**iêu** i-yoh	**oai** wai	**ơi** ur-i	**ênh** uhng	**uyên** oo-in
ư (dew)	**âu** oh	**êu** ay-oo	**iu** ew	**oe** weh	**uê** way	**oc** aok	**uyêt** oo-yit

mouthwatering
làm chậm slacken
làm chậm lại hold up; slow down; set back
làm chết kill
làm chết hàng loạt mow down
làm chết không đau đớn euthanasia
làm chết máy stall *engine*
làm chết người killer ◊ lethal
làm chệch hướng deflect
làm chìm xuống submerge
làm cho make; cause; ***làm cho ai làm gì*** make s.o. do sth; ***làm cho ai sung sướng/tức giận*** make s.o. happy/angry
làm cho đi chệch deflect
làm cho ghê tởm sicken
làm cho hết đông lạnh defrost
làm cho mát cool down
làm cho mệt lử wear out
làm cho mòn rách wear out
làm cho rắn chắc strengthen
làm cho sạch clean
làm cho vui lên cheer up
làm cho vui vẻ perk up
làm cho X xấu hổ mà làm Y shame X into doing Y
làm choáng người shattering
làm choáng váng devastate; stagger; stun
làm chói tai jar
làm chơi dabble in
làm chùng slacken
làm chủ master ◊ (sự) control; mastery
làm chủ bút edit *newspaper*
làm chủ tọa chair; take the chair
làm chứng testify; witness
làm cứng họng silence
làm dấu chữ thập cross oneself
làm dịu moderate; soften; soothe; alleviate
làm dịu bớt ease
làm dừng lại halt
làm dựng tóc gáy scary, frightening
làm đau hurt; trouble
làm đau đớn play up
làm đau khổ grieve ◊ upset
làm đảo lộn play havoc with
làm đắm shipwreck
làm đất till *soil*
làm đầu have one's hair done; ***đi làm đầu*** go to the hairdresser
làm đầy lại refill
làm điếc tai deafen
làm điệu bộ mime
làm đóng băng freeze
làm đông lạnh freeze
làm đổ spill; bring down; blow over
làm đỡ soothe
làm được can do ◊ capable
làm đứt knock out *power lines etc*
làm gãy break
làm gẫy rắc snap
làm giả forge; falsify ◊ (sự) forgery; falsification; ***kẻ/tên/tay làm giả*** forger
làm giảm counteract; prejudice
làm giảm nhẹ soften
làm gián đoạn disrupt; interrupt; discontinue ◊ (sự) disruption
làm giãn ra stretch
làm giàu thêm enrich
làm gọn gàng sạch sẽ smarten up
làm hai bản in duplicate
làm hài lòng charm; gratify; ***làm hài lòng anh/chị*** to your liking
làm hại jeopardize; harm; impair
làm hao mòn sap *energy*
làm hẹp lại taper; take in, make narrower
làm hết khát quench one's thirst ◊ thirst-quenching
làm hết sức mình do one's best
làm hiểu được get through, make

oneself understood
làm hiện ra conjure up
làm hoa mắt dazzle
làm hòa hợp harmonize
làm hoang mang mystify
làm hoảng sợ frighten
làm hỏng ruin, spoil; damage; deface; murder *song etc*; play havoc with; strain *eyes*; wreck; write off *car*; goof; screw up ◊ corrupt COMPUT
làm hỏng bét make a hash of
làm hư damage; spoil *child*
làm hư hại damage
làm hư hỏng corrupt; warp
làm im lặng quieten down
làm khéo workmanlike
làm khó chịu annoying ◊ put off; repel
làm khỏe ra exhilarating
làm khô cứng harden
làm kiệt sức exhaust ◊ exhausting
làm kiệt sức mình burn oneself out
làm kinh hoảng appall
làm kinh ngạc astonish ◊ amazing
làm kinh tởm disgust; nauseate; repel
làm lại reconstruct; do over, do again
làm lan truyền spread
làm lắng dịu defuse *situation*
làm lắng đọng deposit
làm lây infect
làm lật capsize
làm lễ celebrate
làm lễ rửa tội baptize, christen
làm liệt paralyze
làm lo âu trouble, worry
làm lo lắng concern, worry; perturb ◊ perturbing
làm lóa mắt blind; dazzle
làm lõm dent
làm lộ tẩy telltale
làm lộn xộn mess up; muddle up, jumble up
làm lợi benefit
làm lúng túng disconcert
làm mạnh lên build up
làm mắc kẹt jam; strand *tourists*
làm mất danh dự bring dishonor on
làm mất đi lose; shift; take away
làm mất giá trị invalidate
làm mất mặt brushoff; ***bị làm mất mặt*** get the brushoff
làm mất tập trung distract
làm mất thể diện discredit
làm mất tin tưởng vào discredit
làm mất tư cách degrade ◊ degrading
làm mẫu pose
làm méo mó distort
làm mẻ chip
làm mê hoặc enthrall
làm mệt tire
làm mệt mỏi tiring, wearing
làm mòn wear (out)
làm mòn dần wear away
làm mờ blur; mist up
làm mù blind
làm mù quáng blind
làm náo loạn riot
làm nản lòng daunt; dismay ◊ demoralizing; frustrating; unnerving ◊ frustratingly
làm nát squash
làm nền tảng underlie
làm ngạc nhiên amaze, surprise
làm ngạt thở smother
làm ngắn take up, shorten *dress etc*
làm ngập lụt flood
làm ngập nước swamp
làm ngạt thở choke
làm nghẹt clog up
làm nguôi pacify
làm nguôi giận disarming
làm ngượng embarrass

làm nhạt màu bleach *hair*
làm nhàu crease; crumple
làm nhăn wrinkle
làm nhăn nhó contort
làm nhẵn smooth down
làm nhẹ bớt cushion *blow*, *fall*
làm nhẹ đi lighten
làm nhiễm độc infect
làm nhiễm trùng infect
làm nhiễu jam
làm nhột (*S*) tickle
làm nhơ nhuốc tarnish *reputation*
làm nhục disgrace; humiliate; shame ◊ (sự) humiliation
làm nhụt chí discourage
làm nổ blow up; explode; detonate; burst
làm nổi bật single out; make a feature of
làm nứt split
làm om xòm carry on, make a fuss
làm ô nhiễm contaminate, pollute
làm ơn please ◊ can; could ◊ do a favor; do a good turn; ***làm ơn cho ai điều gì*** do s.o. a favor; ***làm ơn cho tôi biết đường tới ...*** could you tell me the way to ...?; ***làm ơn cho tôi đi cùng anh/chị*** please take me with you; ***làm ơn cho tôi một cốc cà phê?*** can I have a cup of coffee?
làm ớn put off, repel
làm phát cáu irritate ◊ irritating
làm phấn chấn exhilarating
làm phật lòng displease
làm phẫu thuật undergo surgery
làm phép cưới marry (*of priest*)
làm phép tính cộng add
làm phiền trouble, bother; worry; harass ◊ annoying ◊ (sự) harassment
làm phong phú enrich
làm phức tạp complicate
làm quá tải overload ELEC
làm quan tâm interest
làm què cripple
làm quen meet; acquaint; ***làm quen với ...*** familiarize o.s. with ...
làm ra vẻ put on *look of regret etc*
làm rạn nứt crack
làm rạng rỡ brighten up
làm ráo nước dry; drain
làm rõ solve
làm rối lên confuse
làm rối loạn disrupt ◊ (sự) disruption
làm rối rít make a fuss
làm rối tinh spoil, screw up
làm rối trí muddle, confuse
làm rối tung muddle, mix; get tangled up
làm rùm beng make a fuss ◊ (sự) hullabaloo
làm rụng strip
làm ruộng work on the land
làm sạch clean; cleanse
làm sáng lên lighten
làm sáng tỏ clarify; clear up; enlighten; solve ◊ illuminating
làm sao why; how; ***làm sao chúng vào được bên trong?*** how did they get in?
làm sao lãng distract
làm sao nhãng distract ◊ (sự) distraction
làm sao vậy? what's wrong?
làm say mê captivate; fascinate ◊ charming
làm sẵn prefabricated
làm sinh động jazz up
làm sổ sách do the books
làm sôi nổi enliven; warm up
làm sợ hãi alarm
làm suy đồi corrupt
làm suy yếu undermine; weaken
làm sửng sốt stun, bowl over; shock
làm tan băng defrost; de-ice

làm tan biến melt away
làm tan ra melt
làm tàn tật maim
làm tắc block; obstruct; block up, clog up
làm tắc nghẽn block in
làm tăng enhance
làm tê liệt cripple, paralyze *industry etc*
làm thay đổi tín ngưỡng convert
làm thay đổi ý kiến budge
làm thăng bằng stabilize
làm thâm (tím) bruise
làm thất bại defeat; frustrate *plans*
làm thất vọng disappoint, let down ◊ depressing
làm theo follow up
làm theo ý mình have one's (own) way
làm thế nào how
làm thiệt hại (*N*) damage
làm thoáng air *room*
làm thông gió ventilate
làm thủ tục (xuất cảnh) check in (*at airport*)
làm tiêu tan dash, shatter
làm tình make love ◊ sex; ***làm tình với*** make love to; have sex with
làm tỉnh lại resuscitate; revive; bring around
làm tỉnh táo refresh ◊ refreshing
làm tò mò intrigue
làm toạc split
làm toáng lên make a fuss
làm tôn vẻ đẹp flattering
làm tổn hại damage; poison *relationship*
làm tổn thương strain
làm tốt hơn hẳn excel oneself
làm trầm trọng thêm aggravate
làm trật khớp dislocate; wrench
làm tròn round off
làm trọng tài phân xử arbitrate
làm trung gian hòa giải intercede; mediate
làm tư self-employed
làm từ thiện do charitable work ◊ (việc) charity
làm tức điên lên infuriating
làm tức giận anger
làm ướt soak
làm ướt sũng drench
làm vấy bẩn stain
làm vênh warp
làm việc work; ***làm việc với cương vị là một giáo viên*** work as a teacher
làm việc cần cù toil
làm việc miệt mài beaver away
làm việc ở nhà homeworking COM
làm việc quá sức overwork ◊ you're overdoing things
làm việc theo ca shift work
làm việc thong thả take things easy
làm vô hiệu hóa neutralize
làm vỡ break
làm vỡ mộng disillusion
làm vỡ tan break, bust
làm vui amuse
làm vui lòng please
làm vui mắt jazz up
làm vui vẻ brighten up
làm vườn do gardening ◊ (việc) gardening
làm vừa lòng take a liking to
làm xây xát scrape
làm xấu đi disfigure
làm xỉu knock out (*of medicine*)
làm xong finish doing
làm xúc động move, touch; affect, concern
làm xước da graze
làm yên tâm reassure ◊ reassuring
lạm dụng trespass on; abuse ◊ (sự) (sexual) abuse
lạm dụng tình dục abuse (sexually) ◊ (sự) sexual abuse

lạm phát inflationary ◊ (sự) inflation; ***gây ra lạm phát*** inflationary
lan can handrail
lan dạ hương hyacinth
lan man rambling
lan ra spread
lan rộng pervasive
lan truyền circulate ◊ (sự) spread
làn coil
làn đường lane MOT
làn đường bên phải inside lane
lang bạt drift; ***kẻ/tên/tay lang bạt*** drifter
lang băm quack (*doctor*)
lang thang roam; ***kẻ/tên/tay lang thang*** bum, hobo; ***kẻ/tên/tay lang thang cơ nhỡ*** down-and-out
láng bóng shiny; glossy ◊ (sự) shine; gloss
láng giềng neighboring
làng village
lảng tránh evasive
lảng vảng loiter
lãng mạn romantic
lãng phí waste
lanh canh chink
lánh đi make oneself scarce
lành benign MED; tame; recovered, healthy; lucky; gentle ◊ heal
lành mạnh healthy; sane; wholesome; ***không lành mạnh*** unhealthy
lành nghề skillful
lãnh cảm frigid (*sexually*)
lãnh đạm frosty
lãnh đạo lead ◊ (sự) leadership; ***dưới sự lãnh đạo cũa anh ấy*** under his leadership
lãnh hải territorial waters
lãnh sự consul
lãnh sự quán consulate
lãnh thổ territory ◊ territorial
lạnh cold; fresh
lạnh buốt bitter
lạnh cứng frozen
lạnh lẽo chilly; impersonal *pej* ◊ (sự) chill
lạnh lùng standoffish; chilly
lạnh nhạt distant, aloof ◊ (sự) snub
lao tuberculosis; dart
Lao công chiến trường battlefield laborer
lao động labor
lao động chân tay manual labor
lao lên surge forward; ***lao lên tấn công*** lunge at
lao móc harpoon
lao qua vùn vụt speed by
lao tới shoot off; make a dash for
lao vội dash
lao vút, lao vụt tear, race
lao xuống plunge; swoop; ***lao xuống vồ*** swoop down on
láo lie; ***nói láo*** tell a lie
láo xược insolent
Lào Laos; Lao ◊ Laotian
lảo đảo lurch; sway; totter
lão khoa geriatric
lát pave ◊ slice; moment; ***hai lát lườn bò*** two beef steaks
lát bánh mì nướng toast
lát nữa later, later on; ***lát nữa sẽ gặp!*** see you later!
lau wipe; mop; ***lau nước mắt*** dry one's eyes
lau rửa mop
lau sạch clean up; rub off
láu cá cunning, shrewd
lạy chúa! Christ!; thank God!
lay động move
lắc shake; waggle
lắc lư rock; swing; wiggle ◊ wobbly
lắm much; very (*in negative sentences*): ***các xe buýt không chạy thường xuyên lắm*** the buses don't go very often
lăn roll; roll over

lăn bóng bowl
lăn lông lốc head over heels
lăn mình roll over
lăn tăn undulating
lặn dive; set, go down (*of sun*)
lặn có bình khí nén scuba diving
lặn trần skin diving
lặn với bình khí nén go scuba diving
lặn xuống submerge
lăng mausoleum; royal tomb
Lăng Chủ Tịch Hồ Chí Minh Ho Chi Minh's Mausoleum
lăng mạ insult; abuse ◊ abusive; ***lăng mạ một ai đó*** call s.o. names
lăng nhăng fool around (*sexually*) ◊ promiscuous
lăng tẩm vua chúa Imperial Tombs
lăng xăng bận rộn hustle and bustle
lắng dần die down, die away
lắng đọng settle
lắng nghe listen; ***anh ấy là người biết lắng nghe*** he's a good listener
lắng xuống wind down; die down
lẳng lơ saucy
lặng calm; serene
lặng đi vì sửng sốt be flabbergasted
lặng gió calm
lặng lẽ silent
lắp install; slot in; fit; ***lắp X vào Y*** fix X onto Y
lắp đặt install; set up ◊ (sự) installation (*of equipment*); ***được lắp đặt*** be up (*of shelves etc*)
lắp ghép vào nhau dock (*of spaceship*)
lắp kính glaze ◊ (sự) glazing
lắp phim load
lắp ráp assemble; piece together ◊ (sự) assembly (*of parts*); ***được lắp ráp*** be modular
lặp đi lặp lại frequency ◊ repetitive
lặp lại duplicate, repeat ◊ (sự) repetition
lặt vặt petty ◊ errand
lấc cấc abrupt; offhand
lâm nghiệp forestry
lâm sàng clinical
lâm vào run into, encounter; ***lâm vào tình thế khó khăn*** be in a jam
lấm bùn muddy
lầm bầm growl
lầm lẫn slip up
lẩm bẩm mutter
lấn vào encroach on
lần time, occasion; ***hai/ba mỗi lần*** two/three at a time; ***lần này*** this time
lần hồi kiếm sống scrape a living
lần lại retrace
lần lượt in turn; one after another
lần nữa again
lần rút tiền debit
lần soát frisk
lần theo trace
lẩn lút đe dọa stalk
lẩn tránh duck; wriggle out of
lẫn lộn muddle up ◊ mixed feelings
lẫn nhau one another, each other ◊ mutual; reciprocal; ***họ giúp đỡ lẫn nhau*** they help each other
lấp fill up; fill in; bury under; ***bị lấp dưới*** be buried under
lấp lánh glitter; shimmer; sparkle; twinkle
lập compile
lập dị eccentric
lập hàng rào cách ly cordon off
lập kế hoạch plan ◊ (sự) planning
lập kế hoạch chi tiêu budget
lập kế hoạch cho tương lai plan ahead
lập pháp legislate ◊ legislative

ơ *ur*	**y** (tin)	**ây** uh-i	**iê** i-uh	**oa** wa	**ôi** oy	**uy** wee	**ong** aong
u (soon)	**au** a-oo	**eo** eh-ao	**iêu** i-yoh	**oai** wai	**ơi** *ur*-i	**ênh** uhng	**uyên** oo-in
ư (dew)	**âu** oh	**êu** ay-oo	**iu** ew	**oe** weh	**uê** way	**oc** aok	**uyêt** oo-yit

lập trình program COMPUT
lập trường stance, position
lập tức straightaway, at once
lật turn over
lật đổ overthrow, topple, bring down; ***có tính chất lật đổ*** subversive
lật lên turn up *collar*
lật ngược turn over, put upside down
lật nhanh flip through
lật nhào turn over (*of vehicle*)
lật úp overturn; ***bị lật úp*** overturn
lâu long; ***lâu năm*** confirmed *bachelor etc*
lâu dài permanent; enduring; long-term
lâu đài castle
lâu (lắm) rồi for a long time; ***lâu rồi*** for years ◊ that was long ago
lầu floor ◊ upstairs
lầu cao nhất top floor
lầu dưới first floor, *Br* ground floor
lầu một second floor, *Br* first floor
Lầu năm góc the Pentagon
lầu sàn first floor, *Br* ground floor
lẩu vegetable and meat soup
lậu illicit
lây lan contagious
lây nhiễm infectious ◊ (sự) infection
lấy take, remove; fetch; ***lấy của ai cái gì*** take sth away from s.o., get sth away from s.o.; ***lấy ra*** unpack, take out
lấy bằng sáng chế patent, take out a patent on
lấy bối cảnh set *movie, novel etc*
lấy đi take away; skim off; ***lấy đi gì của ai*** take sth away from s.o.
lấy hết can đảm pluck up courage
lấy lại regain; get back; reinstate
lấy lại được recover; recoup ◊ (sự) recovery; ***không thể lấy lại được*** irretrievable
lấy lại quyền sở hữu repossess
lấy làm tiếc sorry
lấy lòng ingratiate oneself with
lấy mất take, steal
lấy tròn round up *figure*
lấy về collect, pick up
lấy xuống take down
lầy lội muddy; swampy
LCCT (= ***Lao công chiến trường***) battlefield laborer
le lói glimmer
lẻ retail ◊ odd (*not even*)
lẻ tẻ sporadic
lẽ ra (thì) actually, in fact
lẽ thường common sense
lẹ (*S*) fast, quick; ***lẹ lên!*** come on! hurry up!
len wool ◊ woolen ◊ force one's way
len qua squeeze through
lén nhìn vào sneak a glance at
lèn vào squeeze in
lẻn steal, slip
lẻn ra slip out, go out
leng keng tinkle
léng phéng play around
leo climb up, go up ◊ (sự) climbing
leo lên scale *rockface*
leo núi mountaineering ◊ climb
leo thang climb; escalate ◊ (sự) escalation
leo xuống climb down, come down
lẽo đẽo theo sau trail, lag behind
lê pear (tree)
lê bước plod; tramp; trudge
lê chân shuffle
lề margin (*of page*)
lề đường curb (*on street*)
lễ festival
lễ chính thức function
lễ cưới wedding
lễ gia tiên ancestor worship
lễ Giáng Sinh Christmas

---

ch (*final*) k	**gh** g	**nh** (*final*) ng	**r** z; (*S*) r	**x** s	**â** (but)	**i** (tin)
d z; (*S*) y	**gi** z; (*S*) y	**ph** f	**th** t	**a** (hat)	**e** (red)	**o** (saw)
đ d	**nh** (onion)	**qu** kw	**tr** ch	**ă** (hard)	**ê** ay	**ô** oh

lễ giới thiệu induction ceremony
lễ hội festival; ***những cuộc lễ hội*** festivities
lễ khai trương launch(ing) ceremony
lễ kỷ niệm anniversary; commemeration; celebration
lễ mai táng burial
lễ mixa mass REL
lễ nghi ritual
lễ Nô-en Christmas; ***vào ngày lễ Nô-en*** on Christmas day
lễ Phật ản Buddha's birthday celebration
lễ phép politeness
lễ phục evening dress (*for man*)
lễ phục nam business suit
lễ Phục Sinh Easter; resurrection REL
lễ rửa tội baptism
lễ tân reception
lệ phí fee; toll
lệ phí ngân hàng commission
lệ thuộc vào be subject to
lệ thường routine; ***theo lệ thường*** as a rule
lệch lop-sided
lệch lạc warped
lên board; get in; get on; go up ◊ up; upward; ***lên xe buýt/xe đạp*** get on the bus/one's bike; ***lên 10 pao*** put on 10 pounds
lên án condemn ◊ (sự) condemnation
lên ảnh đẹp photogenic
lên bờ disembark, go ashore
lên cao climb
lên cân put on weight
lên cơn buồn be beside oneself with grief
lên cơn giận be beside oneself with rage
lên cơn sốt have a temperature
lên danh sách list
lên dây tune *instrument*; wind up *clock*
lên dốc uphill
lên đồng go into a trance
lên được gain, put on *weight*
lên đường set out (*on journey*)
lên gác (*N*) upstairs ◊ go upstairs
lên kịp catch
lên lầu (*S*) upstairs ◊ go upstairs
lên men ferment ◊ (sự) fermentation
lên tàu embark; board
lên tới amount to
lên trên onto
lên xe get on (*to train etc*)
lệnh warrant
lệnh ân xá amnesty
lệnh báo động alert
lệnh cấm ban; prohibition
lệnh chi money order
lệnh giới nghiêm curfew
lệnh hoãn thi hành án reprieve
lệnh khám xét search warrant
lệnh trả tiền banker's order
lệnh trục xuất deportation order
lệnh vĩ mô macro
lều tent
lều bạt lớn marquee
lều bằng gỗ súc log cabin
lều tuyết igloo
lì thickskinned
Li-băng Libyan
Li-Bi Libya
lịch calendar
lịch bay flight schedule
lịch chạy tàu railroad schedule
lịch đại chronological; ***theo trình tự lịch đại*** in chronological order
lịch sử history ◊ historic; historical
lịch sự polite, courteous; well-mannered; refined; smart ◊ (sự) courtesy; ***không lịch sự*** have no manners
lịch thiệp diplomatic, tactful;

không lịch thiệp tactless
li-e cork (*material*)
liếc nhìn glance; ***liếc nhìn ai/gì*** glance at s.o./sth
liếm lick; lap up
liếm môi lick one's lips
liềm sickle
liên bang federation ◊ federal
liên doanh joint venture
liên đoàn confederation
liên hệ associate; relate ◊ (sự) connection, contact; ***liên hệ X với Y*** relate X to Y
liên hiệp incorporated
liên hiệp công ty corporate
Liên hiệp quốc UN, United Nations
liên hoan festival; party
liên hợp incorporated
liên kết link; ***không liên kết*** nonaligned; ***liên kết với*** in association with
liên lạc contact; liaise with ◊ (sự) communication, contact; liaison; ***mất liên lạc với ai*** lose touch with s.o.
liên lạc được get through TELEC; ***không thể liên lạc được*** unobtainable TELEC
liên lạc viễn thông telecommunications
liên lạc với nhau communicate
liên miên constant
liên minh league; union; coalition
liên quan involve, concern; be relevant ◊ (sự) relevance; ***không liên quan*** irrelevant, immaterial; ***X có liên quan với Y*** X is relative to Y; X is related to Y
liên quan đến concerning
liên quan tới relate to ◊ in connection with; ***liên quan tới cái gì?*** what does it involve?
liên tiếp consecutive; repeated ◊ in succession
liên tục continual; continuous; successive; uninterrupted *sleep*; unrelenting ◊ perpetually; nonstop ◊ (sự) continuity
liên từ conjunction GRAM
Liên Xô Soviet Union
liền consecutive; continuous; ***5 ngày liền*** 5 days in a row
liền một lúc all at once
liệt paralysis ◊ be paralyzed; ***bị liệt giường*** be confined to one's bed
liệt sĩ war dead; war hero
liệt tim heart failure
liều dose ◊ take a risk; venture
liều lượng dosage
liễu willow
liệu (*used to ask questions when wondering about sth*): ***liệu 50 đô la có đủ không?*** will $50 be enough?
linh cảm hunch; premonition
linh động stretch ◊ flexible; ***tôi khá linh động*** I'm quite flexible
linh hoạt supple; lively
linh hồn soul; spirit
linh lợi nimble; sprightly
linh mục priest
linh mục nghe xưng tội confessor
linh thiêng sacred
linh tinh miscellaneous
linh tính foreboding
lính bộ binh infantry soldier
lính cứu hỏa fire fighter, fireman
lính đánh thuê mercenary MIL
lính gác guard; sentry
lính mới greenhorn
lính quân dịch draftee
lính thủy đánh bộ marine MIL
lính thường the ranks
lĩnh hội perceive
lĩnh vực area; field; territory; frontier; ***đó không phải là lĩnh***

vực của tôi that's not my field
lĩnh vực khó khăn minefield *fig*
lít liter
lít Anh, **lít Mỹ** quart
líu: ***tiếng nói của cô ấy đã líu nhíu*** her speech was slurred
líu lo chirp; warble
lo worried
lo giải quyết see to
lo lắng anxious, worried; apprehensive ◊ bother, worry ◊ care of ◊ (sự) anxiety, worry; concern; ***không lo lắng về X*** be unconcerned about X; ***cảm thấy lo lắng về*** feel uncomfortable about
lo lắng bồn chồn agitated ◊ (sự) agitation
lo liệu see about, look into
lo ngại concerned, anxious; ***lo ngại làm gì*** be nervous about doing sth; ***không lo ngại về*** have no qualms about
lo nghĩ preoccupied
lo sốt vó be on tenterhooks
lo sợ jumpy
lo xa foresee ◊ (sự) foresight
ló come out, appear
lò oven
lò bếp cooker
lò cao blast furnace
lò đốt rác incinerator
lò đúc foundry
lò luyện kim furnace
lò nấu thủy tinh (glass) furnace
lò nung kiln
lò nướng grill
lò nướng bánh bakery
lò phản ứng hạt nhân nuclear reactor
lò sưởi fire; stove; radiator; fireplace
lò vi sóng microwave (oven)
lò xo spring
lọ jar
lọ muối saltcellar
loa (loud)speaker
loa kèn lily
loa phóng thanh loudspeaker
loài species
loài bò sát reptile
loài có nguy cơ tuyệt chủng endangered species
loài (động vật) có vú mammal
loài gặm nhấm rodent
loài gây hại pest
loài người human race
loại category; denomination; grade EDU; kind, type; variety; elimination ◊ disqualify; eliminate; ***loại ... gì?*** what kind of ...?, what type of ...?
loại bỏ eliminate; reject; weed out; work off *flab*; condemn *building, meat*
loại bỏ caphêin decaffeinated
loại cây tùng bách conifer
loại sang de luxe
loại trừ exclude, rule out; stamp out *violence etc*
loại xoàng second-rate
loạn luân incestuous ◊ (sự) incest
loạn thần kinh chức năng neurosis
loạn trí deranged
loang lổ run (*of paint, make-up*)
loảng xoảng clang; clatter
loãng thin; watery
loạng choạng wobble; stagger ◊ unsteady
loanh quanh lounge about
loạt spectrum; range; series; volley
loạt đạn burst (of gunfire)
loạt đạt bắn gunfire
loạt soạt rustle
loạt súng chào salute
lọc filter; strain; refine

lọc lõi wordly
lọc sạch purify
lọc trà tea strainer
lọc xọc rattle
lọc xương bone, take the bones out of
loe flare (*in dress*)
lóe lên flicker; ***lóe lên một tia cảm hứng*** have a flash of inspiration
lóe sáng flash; glint
lòe loẹt garish, gaudy; tacky; showy
lõi core
lõm sunken ◊ dent
lon can (*for drinks*)
lọn tóc lock (*of hair*)
lọn tóc xoăn curl
long lanh twinkle
long trọng grave; solemn; state *banquet etc*
lóng ngóng fumble
lòng giblets; lap; bowels
lòng bàn chân sole (*of foot*)
lòng bàn tay palm (*of hand*)
lòng biết ơn gratitude, appreciation
lòng bò tripe
lòng căm thù hatred
lòng đào rare *steak*
lòng đỏ trứng yolk
lòng đường roadway
lòng hiếu thảo filial piety
lòng khoan dung clemency
lòng khòng slouch
lòng mến khách hospitality
lòng mong muốn longing
lòng mong ước yearning
lòng nhân đạo humanity
lòng nhân đức philanthropy
lòng nhân từ mercy
lòng sông riverbed
lòng thương compassion
lòng thương hại pity
lòng tin confidence, trust
lòng tốt goodness; kindness
lòng trắng trứng white (*of egg*)
lòng trung thực honesty
lòng tự trọng ego; pride; self-respect
lòng yêu mến affection
lòng yêu nước patriotism
lỏng liquid; molten ◊ play TECH
lỏng lẻo lax, slack; loose ◊ loosely
lõm dent
lót line (*with material etc*) ◊ mat
lót con chuột mouse mat
lọt ra filter through
lô block; lot; ***một lô hàng gửi*** consignment of goods
lô cuốn roller
lô gíc logic
lô hàng tiết kiệm economy size
lố bịch ludicrous, ridiculous, absurd ◊ (sự) absurdity
lỗ eye (*of needle*)
lỗ chân lông pore
lỗ dòm ở cửa peephole
lỗ đít anus; asshole
lỗ hổng hole; cavity; gap; opening
lỗ khóa keyhole
lỗ mũi nostril
lỗ thông vent
lỗ thủng puncture
lộ ra show; ***nó có lộ ra không?*** does it show?
lộ ra ngoài leak out (*of news*)
lộ rõ apparent
lộ sáng thừa overexpose
lộ trình làm việc round
lôi drag
lôi cuốn attract ◊ manipulative
lôi kéo manipulate; tempt; ***lôi kéo ai làm gì*** tempt s.o. into doing sth; ***lôi kéo X vào Y*** drag X into Y
lôi ra ngoài flush out
lôi thôi disheveled; difficult, troublesome
lối way; manner, style; route

lối bơi crôn crawl (*in swimming*)
lối chơi play SP
lối chơi bài paxiên solitaire
lối đi passageway
lối nói hoa mỹ rhetoric *pej*
lối nói kéo dài giọng drawl
lối nói liến thoắng patter
lối ra exit, way out
lối ra khẩn cấp emergency exit
lối ra vào gateway
lối ra vào phía trước front entrance
lối sống way of life
lối thoát hỏa hoạn fire escape
lối vào entry, way in; entrance, door; access
lối viết case (*of letter*)
lồi ra protrude; bulge
lỗi error; mistake; fault; bug COMPUT; ***cảm thấy có lỗi*** feel bad about; ***có lỗi*** be in the wrong; ***đó là lỗi của anh/chị*** it's your fault
lỗi in sai misprint
lỗi lầm guilt
lỗi ngớ ngẩn blunder
lỗi thiết kế design fault
lỗi thời out-of-date; dated, old-fashioned; obsolete
lội wade; (*S*) swim
lội nước paddle
lốm đốm spotted
lổn nhổn lumpy
lộn ngược upside down ◊ turn upside down
lộn trái turn inside out
lộn xộn messy, untidy; disorderly ◊ mix up, muddle up ◊ (sự) disorder; havoc
lông hair (*of animal*)
lông bông flighty
lông chim plumage
lông lá hairy
lông mày eyebrow
lông mi eyelash
lông mu pubic hair
lông thú fur; ***bằng lông thú*** furry
lông tơ chim down, feathers
lông vũ feather
lồng ấp incubator
lồng chim bird cage
lồng ghép mainstream ◊ (sự) mainstreaming
lồng kính incubator
lồng tiếng dub
lộng gió windy
lộng lẫy gorgeous; magnificent
lốp tire (*of car etc*)
lốp dự phòng spare tire
lộp cộp clatter
lộp độp patter
lột bỏ strip
lột da skin *animal etc*
lơ đãng vacant
lơ đễnh wander
lơ là slack; ***lơ là không làm gì đó*** omit to do sth
lơ lớ speak with a slight accent
lờ đờ bleary-eyed
lờ mờ blur ◊ dim
lở đất landslide
lỡ miss, not be present at
lỡ lời slip of the tongue
lời profit; gain; word; ***có lời*** pay, be profitable; ***chị ấy không nói một lời*** she didn't say a word
lời bình luận comment
lời bôi nhọ libel
lời buộc tội accusation
lời ca lyrics
lời cam kết commitment
lời cám ơn thanks
lời cáo phó obituary
lời cảnh cáo warning
lời cầu nguyện prayer
lời cầu nguyện của Chúa Lord's Prayer
lời cầu xin plea
lời chào hỏi greeting

lời chào tạm biệt farewell
lời châm chọc sarcasm
lời chế nhạo jeer, taunt
lời chia buồn condolences
lời chỉ dẫn hint; direction; counseling; brief
lời chú giải note
lời chú thích tấm ảnh caption
lời chúc wish; ***lời chúc tốt đẹp*** (kind) regards; ***những lời chúc tốt đẹp nhất*** best wishes
lời chúc mừng congratulations; ***gửi cô ấy lời chúc mừng tốt đẹp của tôi*** send her my best wishes
lời chửu rủa curse; swearword
lời dự báo prediction
lời đề nghị proposal, suggestion
lời đề tặng dedication (*in book*)
lời động viên pep talk
lời giải thích chung chung gloss
lời giới thiệu blurb
lời gợi ý hint, pointer
lời hứa promise; ***không giữ lời hứa*** not keep a promise
lời hứa hẹn pledge
lời hứa trung thành Pledge of Allegiance
lời kêu gọi appeal
lời khai deposition
lời khen compliment
lời khen ngợi praise
lời khoe khoang boast
lời khuyên advice, counsel; hint; recommendation; ***nghe theo lời khuyên của ai*** take s.o.'s advice
lời mở đầu foreword
lời mời invitation
lời nguyền rủa curse, spell
lời nhạt nhẽo platitude
lời nhắn message
lời nhận xét dí dỏm quip
lời nói dối lie
lời nói đầu preface, introduction
lời nói đùa jest
lời nói lém lỉnh wisecrack
lời nói thô tục bad language
lời phản kháng protest
lời than tiếc lament
lời than vãn moan
lời thề oath; vow
lời thỉnh cầu request
lời trích dẫn quotation, quote (*from author*)
lời tuyên án sentence LAW; verdict
lời tuyên bố claim, assertion; declaration
lời tường thuật commentary
lời vặn lại retort
lời vô nghĩa hokum
lời vu khống slur
lời xin lỗi apology
lời xúc phạm insult
lợi advantage, good; gum (*in mouth*); ***có lợi cho anh/chị*** it's to your advantage; ***không đem lại lợi lộc ...*** it doesn't pay to ...
lợi dụng profit from; use *pej*; prey on; ***lợi dụng từ*** cash in on
lợi ích benefit
lợi ích phụ spin-off
lợi nhuận profit
lợi thế advantage
lởm chởm jagged; ragged; rugged
lớn big, large; major; extensive
lớn hết cỡ full-grown
lớn hơn elder
lớn lao enormous
lớn lên grow
lớn nhất supreme
lớn thứ hai second biggest
lớn tiếng vocal
lớn tuổi nhất eldest
lớn vổng lên shoot up
lợn (*N*) pig
lợn nái (*N*) sow (*pig*)
lợn quay (*N*) roast pork
lợn sữa (*N*) sucking pig
lợn thịt (*N*) hog

---

lớp grade (*in school*); course; class; crop *fig*; layer; strata; coating
lớp bọt head
lớp bồi dưỡng refresher course
lớp cỏ turf
lớp gỗ dán veneer
lớp học buổi tối evening class
lớp học cấp tốc crash course, intensive course
lớp huấn luyện quân sự cho học sinh lớn cadet corps
lớp người trung lưu middle class(es)
lớp nhân trên topping
lớp sơn coat of paint; paintwork
lớp tập huấn workshop
lớp trong lining
lớp váng scum
lớp vải lót lining
lũ trẻ the little ones
lúa rice (*plant*)
lúa mạch barley
lúa mạch đen rye
lúa mì wheat
lúa nước wet rice
lụa silk
lụa tơ tằm silkworm
Luân Đôn London
luân phiên làm do in rotation
luẩn quẩn hang around
luận điệu allegation
luận ra X từ Y infer X from Y
luận văn thesis
luật law
luật cung cầu law of supply and demand
luật đầu tư investment law
luật hình sự criminal law
luật lệ law
luật pháp legislation
luật sư lawyer, attorney; counselor
luật sư bên bị defense lawyer
luật sư bị cáo defense LAW
lúc point, moment ◊ at; in; ***đã đến lúc ...*** it is high time ...; ***lúc nắng/mưa*** sunny/showery intervals; ***tôi sẽ trở về lúc sáu giờ*** I'll be back by six; ***lúc nóng nhất của mùa hè*** the height of summer; ***lúc nửa đêm*** in the dead of night; ***lúc sẩm tối*** at nightfall; ***lúc tảng sáng*** in the early hours of the morning; ***vào lúc nửa đêm*** at midnight; ***vào lúc rỗi rãi*** at your leisure
lúc chạng vạng dusk
lúc chập tối twilight
lúc đầu originally; in the first place
lúc đó then, at that time
lúc lắc dangle; swing; wiggle; shake ◊ rattle (*child's*)
lúc nào when
lúc nào cũng all the time; always
lúc này at the moment; presently; just now; ***vào lúc này*** by now; just now
lúc nhúc swarm
lúc tạm nghỉ intermission, interval
lục địa continent ◊ continental
lục địa Trung Hoa mainland China
lục lọi poke around
lục soát search, comb
lục soát kỹ lưỡng ransack
lục tìm comb
lục tung rummage around
lùi back, back up, reverse; ***không lùi bước*** stand one's ground
lùi lại back away, draw back; stand back
lùi ra xa back away, cower
lùi về phía sau backward
lùi xe reverse MOT
lúm đồng tiền dimple
lùm group
lún settle (*of building*) ◊ (sự) settlement
lún xuống subside
lùn short *person*

ơ ur	**y** (tin)	**ây** uh-i	**iê** i-uh	**oa** wa	**ôi** oy	**uy** wee	**ong** aong
u (soon)	**au** a-oo	**eo** eh-ao	**iêu** i-yoh	**oai** wai	**ơi** ur-i	**ênh** uhng	**uyên** oo-in
ư (dew)	**âu** oh	**êu** ay-oo	**iu** ew	**oe** weh	**uê** way	**oc** aok	**uyêt** oo-yit

lung lay shake; wobble; waggle ◊ unsteady; wobbly
lung tung disorderly; aimless
lúng túng embarrassed; disconcerted ◊ (sự) embarrassment; ***bị lúng túng*** be in a fix; be at a loss; ***lúng túng ghê gớm*** acute embarrassment
lùng kiếm hunt
lùng sục scour
lùng thùng baggy
lũng đoạn thị trường corner market
luộc boil
luộc thật chín hard-boiled
luộm thuộm sloppy; slovenly
luôn âm vang haunting
luôn luôn all the time, all along ◊ invariably, always
luồn lách weave
luống bed
luống hoa flowerbed
luồng channel; current; puff
luồng gió mạnh blast
luồng máu bloodstream
luồng nước waterway
lụt flood
luyến tiếc quá khứ nostalgic
luyện practice
luyện để tạo thói quen condition PSYCH ◊ (sự) conditioning
luyện tập drill MIL; train
lứa đẻ litter (*of animals*)
lừa donkey ◊ set up, frame; rip off; ***lừa ai làm gì*** trick s.o. into doing sth; ***lừa X để lấy Y*** cheat X out of Y, do X out of Y
lừa bịp con, swindle
lừa dối trick; ***lừa dối vợ mình*** cheat on one's wife
lừa đảo swindle, screw ◊ fraudulent ◊ (sự) deceit; trickery; fraud; swindle; ***kẻ/tên/tay lừa đảo*** con man; crook; trickster; fraud
lừa gạt cheat ◊ (sự) set-up
lửa fire; ***anh/chị có lửa không?*** do you have a light?
lựa chọn select, choose ◊ (sự) alternative; choice; option; ***tôi đã không có sự lựa chọn nào khác*** I had no other option
lực strength
lực hút gravity PHYS
lực lưỡng burly
lực lượng the forces
lực lượng bảo an security forces
lực lượng dân quân militia
lực lượng đặc biệt của Mỹ US special forces
lực lượng đặc nhiệm task force
lực lượng lao động workforce
lực lượng nòng cốt trung kiên hard core
lực lượng tăng viện reinforcements MIL
lực lượng thúc đẩy driving force
lực lượng vũ trang armed forces
lưng back
lửng lơ noncommittal; sluggish
lược comb
lược bớt trim down, prune
lưới grating; net; mesh
lưới anh sinh xã hội social safety net
lưới bảo vệ grill, grille
lưới đánh cá fishing net
lưới điện grid
lưới sắt wire netting
lười idle
lười biếng lazy
lười nhác indolent
lưỡi blade; tongue
lưỡi câu hook
lưỡi dao cạo razor blade
lưỡi máy lăn cắt cỏ roller blade
lưỡi trai visor
lươn eel
lườn bò steak

lượn lờ loaf around
lượn sóng wavy
lượn vòng circle; wheel
lương khởi điểm starting salary
lương tâm conscience; ***có lương tâm tội lỗi*** have a guilty conscience
lương thiện straight
lương thực food
lương tối thiểu minimum wage
lường trước anticipate ◊ (sự) anticipation
lưỡng lự về be undecided about
lưỡng tính bisexual
lượng quantity, amount
lượng béo thấp low-fat
lượng ca lo thấp low-calorie
lượng mưa rainfall
lượng nhỏ splash
lướt glide; surf
lướt qua leaf through; skim
lướt sóng surf ◊ (sự) surfing
lướt thuyền (gió) windsurfing, sailboarding
lướt ván buồm sailboard; sailboarding, windsurfing
lướt ván nước waterskiing
lượt turn; time; ***tới lượt anh/chị*** it's your turn; over to you; ***đến lượt lái xe*** take a turn at the wheel; ***đến lượt tôi*** it's my turn; ***đến lượt tôi (trả tiền)*** this is on me
lượt ăn sitting (*for meals*)
lượt chơi try
lượt đi outgoing
lưu diễn run (*of play*)
lựu đạn grenade
lưu huỳnh sulfur
lưu kho storage
lưu lại stay
lưu loát articulate; fluent ◊ fluently ◊ (sự) fluency; ***anh ấy nói tiếng Trung Quốc lưu loát*** he speaks fluent Chinese
lưu lượng vận chuyển traffic (*at airport*)
lưu ly forget-me-not
lưu thông circulate; flow
lưu trữ store COMPUT
lưu trữ dữ liệu data storage ◊ store data
lưu trữ trong máy tính computerize
lưu trữ vào hồ sơ file away
lưu vong exile
lưu ý point out; ***lưu ý ai tới gì*** bring sth to s.o.'s attention
lựu đạn grenade
ly (*S*) cup; glass
ly dị divorced
ly hôn divorce, get divorced ◊ divorced ◊ (sự) divorce; ***được ly hôn*** get a divorce
ly kỳ thriller
ly thân separate ◊ separated; estranged ◊ (sự) separation
lý do cause, reason; consideration, factor; excuse; ***vì lý do đó*** that's why; ***không vì bất cứ lý do nào*** on no account
lý gai gooseberry
lý lẽ case, argument; point; ammunition
lý luận argue; ***lý luận rằng ...*** argue that ...
lý sự rationalize
lý thuyết theory ◊ theoretical; academic
lý thú stimulating; entertaining
lý trí reason
lý tưởng ideal, perfect
lý tưởng chủ nghĩa idealistic

M

ma ghost; ***nơi này có ma ám*** this place is haunted
ma cô pimp
ma lanh slick, cunning
ma quỷ ghosts and devils
ma sát rub together; create friction ◊ (sự) friction
ma thuật magic ◊ magical
ma túy drugs; narcotic
ma túy trái phép controlled substance
má cheek; mother; (*S*) me
mà but ◊ that, which; who; whose ◊ in order to ◊ (*filler word, for emphasis*): ***đây là nơi mà tôi đã ở*** this is where I used to live; ***đấy mà*** there you are (*finding sth*); ***có gì mà vội ghê thế?*** what's the big rush?
mà cả (*S*) bargain; haggle
.. **mà ... cũng không** either ... or; ***tôi không đi mà chị ấy cũng sẽ không đi*** I won't go and she won't go either
mà không without; ***chị ấy đã đi mà không nói lời tạm biệt*** she left without saying goodbye
mã paper effigy
mã bưu điện zipcode
mã lực horsepower
mã số code; area code
mã thư tín zip code
mã truy cập access code
mã vùng area code
mạ gilt; plate; rice seedling; ***gieo mạ*** sow rice (seeds)
mạ bạc silver-plated
mác make; mark FIN
Mác Lê(nin) Marxist-Leninist
Mác Xít Marxist
mách report; recommend; suggest
mách lẻo snitch
mách nước advice; tip
mạch pulse; source
mạch đập pulse beat
mạch điện circuit
mạch điện tử làm bằng silic silicon chip
mạch lạc straight; coherent ◊ (sự) coherence
mạch máu blood vessel
mạch nước course (*of stream*)
mai spade; shell (*of tortoise*); apricot; plum ◊ tomorrow; ***chiều mai*** tomorrow afternoon
mai sau later; in the future ◊ future
mái roof; ***gà mái*** hen
mái bằng fringe
mái chèo oar; paddle
mái hiên eaves
mái vòm dome; vault
mài sharpen
mài nhẵn file
mải be carried away; be absorbed in; ***mải việc*** be absorbed in one's work
mải mê engrossed in
mải mê nghiên cứu pore over
mãi mãi forever
mại dâm prostitution
Ma-lay-si-a Malaysia ◊ Malaysian
man việt quất cranberry
màn curtain THEA; (*N*) mosquito

net
màn ảnh screen (*in movie theater*)
màn che shade
màn che chắn screen (*protective*)
màn cửa drapes
màn hình screen, display COMPUT; monitor
màn hình trợ giúp help screen
màn lưới net curtain
màn tinh thể lỏng LCD, liquid crystal display
màn trướng drapery
mãn hạn end of one's term
mãn kinh menopause
mãn nguyện contented ◊ (sự) contentment; gratification
mãn ý satisfied; satisfied with
mạn area; region
mạn ngược mountain area
mạn thuyền side of the boat
mạn trái port NAUT
mang bring; carry; have with one ◊ gill (*of fish*); ***có mang*** be pregnant
mang bệnh have an illness
mang điềm gở sinister
mang được manage *heavy object etc*
mang lại yield; ***mang lại nỗi nhục cho*** bring shame on
mang lên take up, carry up
mang mối ác cảm bear a grudge
mang nhan đề entitled *book*
mang ơn be indebted to
mang tai tiếng get a bad reputation
mang thai be pregnant
mang theo carry, have with one
máng đổ rác garbage chute
máng nước gutter
màng membrane
màng tai eardrum
mảng large patch
mảng cỏ patch of grass
mãng cầu (*N*) soursop
mạng darn ◊ web; network COMPUT; life; ***bỏ mạng*** die; lose one's life
mạng chat chat room
mạng che mặt veil
mạng điện wiring
mạng Internet Internet; ***trên mạng Internet*** on the Internet
mạng lưới chain; network; ***mạng lưới đường sắt*** railroad network
mạng nhện spiderweb, cobweb
mạng vi tính toàn cầu World Wide Web
manh mối clue
mánh lới gimmick
mành mành blind
mành trúc bamboo blind
mảnh piece; shred; flake ◊ thin; ***mảnh gỗ*** piece of wood
mảnh bánh vụn crumb
mảnh đất plot (of land)
mảnh đất quê hương native land
mảnh giẻ washcloth
mảnh khảnh thin; slight
mảnh vỡ fragment; debris
mảnh vụn splinter; wreckage
mãnh liệt intense, violent ◊ (sự) violence
mạnh strong, hard, powerful *punch*; healthy *economy*; high *wind*; blinding *light*
mạnh bạo audacious; daring
mạnh khỏe strong; healthy
mạnh lên strengthen
mạnh mẽ forceful; forcible; drastic; energetic; intense *personality*; solid *support*; vivid *imagination*
manơcanh mannequin, dummy
mào crest
mào đầu preamble
Mão cat (*in Vietnamese zodiac*)
mạo forge
mạo danh: ***kẻ/tên/tay mạo danh***

ơ ur	**y** (tin)	**ây** uh-i	**iê** i-uh	**oa** wa	**ôi** oy	**uy** wee	**ong** aong
u (soon)	**au** a-oo	**eo** eh-ao	**iêu** i-yoh	**oai** wai	**ơi** ur-i	**ênh** uhng	**uyên** oo-in
ư (dew)	**âu** oh	**êu** ay-oo	**iu** ew	**oe** weh	**uê** way	**oc** aok	**uyêt** oo-yit

impostor
mạo hiểm risky ◊ (sự) chance, risk
mạo từ article GRAM
mát fresh; cool ◊ cool down
mát mẻ cool
mát tay skillful
mát tít putty
mát xa massage
mạt chược mah-jong
mạt sát insult
Mát-xơ-cơ-va Moscow
mau quick; fast
mau hiểu quick to understand, quick on the uptake
mau lẹ swift; snappy
mau lên! get a move on!
mau phục hồi resilient
máu blood; bloodstream ◊ game, willing
máu buồn: ***có máu buồn*** ticklish
máu cam nosebleed
máu gái: ***kẻ/tên/tay máu gái*** womanizer, wolf
máu ghen jealousy
máu lạnh cold-blooded
máu mê passion for
máu nóng hot-tempered, quick-tempered
màu color ◊ in color; ***bầu trời màu gì?*** what color is the sky?
màu be brown
màu chanh limegreen
màu da bò buff
màu da cam orange
màu đen black ◊ blackness
màu hồng pink
màu hung hung đỏ sandy
màu kem cream
màu lục sẫm dark green
màu lục tươi emerald
màu mơ chín apricot
màu mỡ fertile ◊ (sự) fertility
màu nâu brown
màu ngọc lam turquoise
màu nước watercolor
màu phấn nhạt pastel
màu rám nắng tan
màu sắc color; shade
màu tía purple; reddish purple
màu tím violet; purple
màu tím nhạt lilac
màu trắng white
màu vàng yellow; golden
màu xanh blue
màu xanh nước biển navy blue
may lucky ◊ luckily, fortunately ◊ run up *clothes*; ***thật may anh/chị đã ...*** it's a good job you ...
may đo made-to-measure; custom-made; tailor-made
may mắn luck ◊ fortunate, happy; lucky ◊ fortunately, luckily ◊ luck out; ***được may mắn có*** be blessed with
may mắn là fortunately
may mắn thay luckily
may mắn tìm thấy happen across
may sẵn ready-made, off the peg
may vá sew ◊ (việc) sewing
máy machine; engine
máy ảnh camera
máy bán hàng tự động slot machine, vending machine
máy bán vé ticket machine
máy bay airplane, aircraft
máy bay chiến đấu fighter (plane)
máy bay chở hàng freight plane, freighter
máy bay oanh tạc bomber
máy bay phản lực jet
máy bay quân sự warplane
máy bay trực thăng helicopter
máy bơm pump
máy cạo râu shaver
máy cát xét cassette player
máy cát xét cá nhân Walkman®
máy chấm công time clock

máy chế biến thực phẩm food processor
máy chiếu phim dương bản slide projector
máy chủ mainframe
máy chủ mạng server
máy chụp ảnh camera
máy chụp ảnh số hóa digital camera
máy chữ typewriter
máy dập ghim staple gun
máy dò detector
máy đánh bạc slot machine
máy đánh bóng sander
máy điện thoại telephone
máy điện thoại không dây cordless phone
máy điện thoại trả lời tự động answer phone
máy điện thoại truyền hình videophone
máy điện toán computer
máy điều hòa nhịp tim pacemaker MED
máy fax fax (machine)
máy gặt đập combine harvester
máy ghi âm tape recorder
máy ghi âm băng từ tape deck
máy ghi âm cát xét cassette recorder
máy gia tốc accelerator (*in physics*)
máy giặt washing machine
máy hát tự động jukebox
máy hô hấp nhân tạo respirator
máy hút bụi vacuum cleaner
máy in printer
máy in đồ thị plotter COMPUT
máy in la de laser printer
máy in phun mực inkjet (printer)
máy in sách báo printing press
máy kéo tractor
máy khâu sewing machine
máy khoan drill
máy lạnh air-conditioner
máy lọc filter
máy móc machinery; engine ◊ mechanical
máy móc thiết bị plant, equipment
máy nghe trộm bug
máy nhánh extension TELEC
máy nhắn tin pager
máy pha cà phê coffee maker
máy phách fax
máy phát transmitter
máy phát điện generator
máy phóng thanh loudspeaker; amplifier
máy photocopy photocopier
máy phô tô photocopier
máy phụ extension TELEC
máy quay đĩa record player
máy quay phim camcorder
máy quay viđêô video camera
máy quay viđêô xách tay camcorder
máy quét hình scanner COMPUT
máy ra-đi-ô radio
máy rút tiền tự động ATM, automated teller machine
máy rửa bát đĩa dishwasher
máy sấy drier
máy sấy tóc hairdrier
máy soi chụp scanner MED
máy stereo cá nhân personal stereo
máy thu receiver
máy thu băng viđêô VCR, video cassette recorder
máy thu hình màu color television
máy thu thanh radio
máy thu tiền cash desk
máy thuyền outboard motor
máy ti vi màu color TV
máy tiện lathe
máy tính computer; calculator

máy tính cá nhân PC, personal computer
máy tính cầm tay pocket calculator
máy tính dùng trong nhà home computer
máy tính nhỏ calculator
máy tính tiền cash register
máy tính tiền đỗ xe (parking) meter
máy tính xách tay laptop, notebook COMPUT
máy trả tiền mặt cash machine
máy trộn thức ăn food mixer
máy trợ thính hearing aid
máy truyền hình television
máy ủi bulldozer
máy vắt quần áo spin-drier
máy vi tính personal computer
máy vi tính riêng lẻ standalone computer
máy vô tuyến television (set)
máy vô tuyến xách tay portable TV
máy xé giấy shredder
máy xén mower
máy xén cỏ lawn mower
máy xúc excavator
mày you (*familiar*)
mày mò tinker with
mắc hook, peg ◊ expensive
mắc áo clothes hanger, coathanger
mắc bẫy be trapped
mắc cỡ ashamed; embarrassed
mắc điện thoại be on the telephone
mắc lỗi go wrong
mắc nạn have an accident; be in difficulties
mắc nợ be in debt
mắc tội charged with; accused of
mắc vào lodge
mắc việc be busy
mặc wear, have on
mặc ấm dress warmly; cover up
mặc cả (*N*) bargain; haggle
mặc cảm complex PSYCH
mặc cảm tự ti inferiority complex
mặc dầu although ◊ in spite of
mặc dù although ◊ despite; ***mặc dù có thể thất bại*** though it might fail; ***mặc dù vậy*** even so
mặc đồ ấm vào wrap up
mặc đồ tang wear mourning
mặc kệ leave alone; let alone; ignore
mặc phong phanh scantily clad
mặc quần áo dress, get dressed ◊ (sự) wear
mặc thử try on
mặc thường phục in plain clothes
mặc vào put on
mắm: ***nước mắm*** fish sauce
mắm cáy crab paste
mắm môi purse one's lips
mắm ruốc shrimp paste
mắm tôm fermented shrimp paste
mặn salty; ***có vị mặn*** savory
măng bamboo shoots
măng cụt mangosteen
măng tây asparagus
mắng scold
mắng nhiếc chew out
mắt eye
mắt cá chân ankle
mắt gà mờ poor eyesight
mắt hột trachoma
mắt kính lens; eyeglasses
mắt lác cross-eyed
mắt lưới mesh
mắt thâm tím black eye
mắt thường naked eye
mắt xích link
mặt face; surface; side; field; aspect; sphere; ***một mặt ... mặt khác*** on one hand … on the other; ***mặt tiêu cực*** negative aspect; ***mặt đối mặt*** face to face; ***biết***

mặt know by sight; ***trong tầm mắt*** within sight of; ***ngoài tầm mắt*** out of sight
mặt bàn phụ flap
mặt bậc cầu thang tread (*of staircase*)
mặt bất lợi disadvantage, downside
mặt bên side
mặt chia độ scale
mặt dây pendant
mặt dưới bottom
mặt đất ground
mặt đồng hồ dial
mặt đường pavement
mặt hàng chủ yếu staple
mặt hạn chế limitation
mặt hướng về face
mặt mạnh strength
mặt nạ mask
mặt ngoài exterior
mặt nhìn nghiêng profile
mặt nước surface (of the water)
mặt phẳng level surface; plane
mặt sau back, reverse
mặt số dial
mặt tiền façade
mặt trái inside out
mặt trái xoan oval face
mặt trăng moon; ***thuộc mặt trăng*** lunar
mặt trận front MIL
mặt trời sun
mặt trời lặn sunset
mặt trời mọc sunrise
mặt trước front
mâm (*N*) round tray
mâm xôi raspberry
mầm sprout, shoot
mầm mống germ (*of idea*)
mầm non: ***trường mầm non*** preschool
mân mê feel; finger
mẫn cảm sensitive
mận plum; plum tree
mận khô prune
mập fat; corpulent
mập mờ vague; ambiguous
mất lose ◊ missing, lost ◊ (sự) loss
mất bình tĩnh lose one's temper; lose one's cool; get nervous
mất cắp have ... stolen
mất chức lose one's position
mất của cải lost and found
mất danh dự dishonorable ◊ (sự) dishonor
mất dạy ill-bred
mất dần peter out
mất đi go, come out (*of stain etc*)
mất điện blackout ELEC; power cut, power outage
mất độ bóng tarnish
mất giá depreciate; devalue ◊ (sự) depreciation FIN; devaluation
mất hứng lose one's enthusiasm; turn off
mất mát lose ◊ (sự) loss
mất mặt lose face
mất mùa have a bad harvest ◊ (sự) bad harvest
mất ngủ insomnia ◊ sleepless
mất nước dehydrated
mất ổn định unstable ◊ (sự) instability
mất phương hướng disoriented ◊ lose one's bearings
mất quyền fall from power
mất sĩ diện lose face
mất thời gian bother; waste time
mất tích missing
mất tiền lose money ◊ not free of charge
mất tinh thần demoralized
mất tính đàn hồi perish
mất trật tự unruly
mất trinh lose one's virginity
mất trí insane, mental ◊ (sự) insanity

mất trộm: ***bị mất trộm*** have a robbery
mất vệ sinh unhygienic, insanitary
mất vị trí đứng đầu lose the lead
mật classified *information* ◊ honey; treacle; bile; gall
mật độ density
mật gấu bear gall (*used medicinally*)
mật hoa nectar
mật khẩu password
mật mã code
mật mía molasses
mật ong honey
mâu thuẫn clash, conflict ◊ (sự) contradiction
mâu thuẫn với conflict with, contradict
mầu (*S*) color
mầu: ***phép mầu*** miracle; magic
mấu chốt key; clue; ***mấu chốt của vấn đề*** the key to the matter
mẩu bit, piece; stub
mẩu bánh mì breadcrumbs
mẩu tin item; ***một mẩu tin*** a bit of news
mẫu sample, specimen; form
mẫu Anh acre
mẫu đăng ký entry form
mẫu đầu tiên prototype
mẫu đơn application form
mẫu giáo nursery; kindergarten
mẫu gương role model
mẫu hình pattern
mẫu in sẵn coupon
mẫu lấy ngẫu nhiên random sample
mẫu máu blood sample
mẫu mực exemplary
mẫu tiêu biểu cross-section
mẫu tử maternal
mẫu xét nghiệm specimen MED, smear
Mậu wood (*in Vietnamese zodiac*)
mậu dịch trade; commerce; store
mây cloud; rattan
mấy how many; how much; what; how ◊ several; ***thằng bé này lên mấy?*** how old is he, this boy?; ***hôm nay là ngày mấy?*** what's the date today?; ***2 cộng 3 là mấy?*** what is 2 and 3?; ***mấy giờ rồi?*** what's the time?; ***mấy khi*** not always; seldom; ***mấy lần*** several times; ***mấy ngày qua*** the other day
me tamarind
mè nheo nag
mẻ batch; ***mẻ cá*** catch of fish
mẻ lưới haul
mẽ appearance
mẹ (*N*) mother ◊ me
mẹ chồng mother-in-law
mẹ đẻ mother; ***tiếng mẹ đẻ*** mother tongue
mẹ ghẻ, mẹ kế stepmother
mẹ kiếp! damn!, shit!
mẹ mìn child kidnapper
mẹ vợ mother-in-law
men enamel; yeast
men răng enamel (*on tooth*)
men rượu yeast
men theo skirt; go along the side of
meo meo miaow
méo be out of shape; ***gương mặt méo đi vì đau đớn*** face twisted in pain
méo mó warped
mèo cat
mèo con kitten
mèo đực tomcat
mèo lạc stray cat
mèo rừng lynx
Mẽo Yank ◊ Yankie
mẹo trick, knack
mép edge; ledge
mét meter ◊ metric

---

mê like; go in for
mê cung maze
mê đắm have a crush on
mê hoặc entranced
mê hồn ravishing
mê ly breathtaking
mê man unconscious; in a coma
mê mẩn spellbound
mê sảng delirious
mê say be nuts about
mê tín superstitious ◊ (sự) superstition
mê tít fall for; be crazy about
mề đay medal
mếch lòng offended; ***làm mếch lòng*** offend
mêga bai megabyte
Mêhicô Mexico ◊ Mexican
mền nhồi lông eiderdown
mềm soft; limp, floppy; supple; tender *steak* ◊ tenderness (*of steak*)
mềm dẻo springy
mềm đi soften
mềm mại supple
mềm yếu weak (*morally*) ◊ weaken ◊ weakling; (sự) weakness
mến khách friendly, hospitable; ***không mến khách*** inhospitable
mền (*S*) blanket; rug
mền bông (*S*) quilt, duvet
mêng mông vast; spacious
mệnh đề clause GRAM
mệnh lệnh command, order
mệt tired
mệt chết được dead beat, dead tired
mệt đứt hơi be winded; be pooped
mệt lử worn-out, dog-tired
mệt mỏi tire; ***cảm thấy mệt mỏi*** be feeling tired; be under the weather; ***không mệt mỏi*** tireless, untiring; ***gây mệt mỏi*** tiring
mệt mỏi vì be weighed down with
mệt nặng very sick; seriously ill
mệt nhoài grueling, punishing
mệt nhọc tired; tiring ◊ (sự) tiredness, fatigue
mếu be on the verge of tears
mí mắt eyelid
mì noodles; noodle soup
mì chính glutamate
mì sợi vermicelli
mía sugar cane
mỉa mai ironic(al) ◊ (sự) irony
micrô microphone
miến cellophane noodles
Miến Điện Burma ◊ Burmese
miền zone; area; region
miền bắc north ◊ northern
miền duyên hải coastal region
miền đông east ◊ eastern
miền nam south ◊ southern
miền quê countryside
miền tây west ◊ western
miền trung central
miễn exempt; discharge; ***được miễn*** be exempt from; be immune; ***anh ấy được miễn cho mọi trách nhiệm về ...*** he was exonerated of all responsibility for ...; ***miễn cho X về Y*** excuse X from Y
miễn cưỡng grudge ◊ grudging; reluctant ◊ (sự) reluctance; ***miễn cưỡng làm gì*** be reluctant to do sth
miễn dịch immune
miễn là so long as
miễn phí free
miễn thuế duty-free, tax-free
miễn trừ immune ◊ (sự) immunity
miễn vào no admittance
miếng bite; mouthful; piece; lump; wad
miếng bịt seal
miếng cắt section

---

miếng đệm gasket
miếng đệm lót pad
miếng gạc swab MED
miếng lót đĩa ăn place mat
miếng rửa bát đĩa sponge
miếng vá patch (*on clothes*)
miếng vải chắp mảnh patchwork
miệng mouth; brim; rim ◊ oral
miệng kèn mouthpiece (*of instrument*)
miệng núi lửa crater
miệng vòi nozzle
miệt thị disparaging
miêu tả describe ◊ (sự) description; portrayal
miêu tả sai misrepresent
miêu tả tính cách characterize
miếu temple
miligam milligram
milimét millimeter
mím close
mỉm cười smile; ***mỉm cười với*** smile at
mìn mine (*explosive*)
mịn clear, soft *skin*; fluffy
mịn màng delicate
minh họa graphic ◊ illustrate ◊ (sự) illustration
minh oan clear, vindicate
mình me ◊ let's ◊ oneself; ***theo sự chủ động của mình*** on one's own initiative
mít jack fruit
mít tinh meeting
mít tinh lớn rally
mó máy meddle; mess around with
mò mẫm tìm grope for
mò ra root out
mò vét drag
mỏ beak; (coal)mine
mỏ đá quarry
mỏ lết đầu dẹt monkey wrench
mỏ neo anchor
mỏ than coalmine
móc catch; clasp
móc nối hitch up
móc túi: ***kẻ/tên/tay móc túi*** pickpocket
mọc come up, rise; be up (*of sun*); grow
mọc bừa bãi run wild
mọc lên shoot up
mọc lên như nấm mushroom
mọc mầm sprout
mọc sum suê flourish
mọc um tùm overgrown
modem modem
moi được extract; ***moi được X từ Y*** drag X out of Y
moi hết tiền clean out
moi ra dredge up
mỏi mắt eye strain
mọi every
mọi người everybody; people; ***mọi người khác đều đi cả*** everyone else is going; ***mọi người nói ...*** people say ...; ***mọi người trong gia đình tôi*** my folk
mọi nơi everywhere
mọi thứ everything
móm toothless ◊ loss
mõm muzzle; snout
món course (*of meal*); ***món này ngon tuyệt*** that was delicious
món ăn cooking; dish; food
món ăn ấn định set meal
món ăn kèm side dish
món ăn nhẹ refreshment
món chế biến concoction
món hàng item
món hầm stew
món hời bargain, good buy
món quà gift, present
món quà thưởng bonus
món tiền cả cục lump sum
mòn wear out
mòn dần wear away
mong hope; expect; wait for; ***tôi***

không mong là thế I hope not; ***tôi mong là thế*** I hope so
mong chờ expect ◊ (sự) expectation
mong đợi bank on; look forward to ◊ expectant
mong mỏi long for; ***mong mỏi làm gì*** be longing to do sth
mong muốn wish for; desire ◊ (sự) desire; ***không mong muốn*** undesirable
mong ngóng pine for
móng nail
móng guốc hoof
móng ngựa horseshoe
móng tay fingernail
móng vuốt claw
mỏng thin; fine; flimsy; slim
mỏng manh fragile, flimsy; remote *possibility*; slender *chance*
mọng nước juicy
mooc-phin morphine
mô tissue ANAT
mô đất clump; hump
môđun module
mô hình model, mock-up; pattern
mô phạm: ***người mô phạm*** pedant; ***làm ra vẻ mô phạm*** be pedantic
mồ grave; tomb
mồ côi orphan
mồ hôi sweat, perspiration
mổ operate; operate on MED; bite, peck
mổ ghép gan liver transplant
mổ ghép thận kidney transplant
mổ ghép tim heart transplant
mổ khám nghiệm tử thi autopsy
mổ thịt slaughter
mổ tử thi autopsy
mổ xẻ operation MED
mộ grave; tomb
mộ đạo devout
mốc landmark *also fig*; mold; ***bị mốc*** moldy
mốc chuẩn benchmark
mốc meo musty
mộc mạc homely; simple; plain
mộc nhĩ (*N*) wood ears
môi lip; (*N*) ladle
môi sinh environment
môi son red lips
môi trường environment; atmosphere
môi trường sống habitat
môi trường xung quanh surroundings
mối *classifier for feelings, relationships*: ***mối ác cảm*** (feeling of) antipathy
mồi bait; boot COMPUT
mồi ngon easy prey
mồi nổ primer; detonator
mỗi each; every ◊ per; ***mỗi cái là 1.50$*** they're $1.50 each
mỗi khi whenever
mỗi một each
mỗi năm per annum
mỗi người each; everyone, everybody; ***15$ mỗi người*** $15 each
mồm mouth
môn *classifier for sports, sciences, subjects*
môn bóng ball game, baseball
môn chơi game
môn cờ board game
môn đệ pupil; disciple
môn học subject (*of study*)
môn phái sect
môn thi thể thao event SP
mông buttocks, butt; rump
Mông Cổ Mongolia ◊ Mongolian
mông đít bottom, buttocks
mộng joint
mốt fashion, vogue ◊ the day after tomorrow; ***rất mốt*** trendy; snazzy; ***mốt mới nhất*** the latest craze;

không còn là mốt nữa be out of fashion

một one; a; either; ***một cái như cái này*** one like this; ***con trai/con gái một*** only son/daughter; ***giá một cân*** price per kilogram; ***một cái khác*** another one

một cách (*used to form adverbs*) in a ... way; ***một cách bí mật*** secretly; ***một cách cẩn thận*** carefully

một cách tàn bạo brutally

một chiều one-way *ticket, street*

một chỗ nào đó somewhere

một chuỗi succession

một chút a little, a bit ◊ some; ***một chút ít*** just a few; ***một chút thôi*** just a few

một ít a little, a bit; few ◊ some; ***một ít bánh mì*** a bit of bread; ***một ít vẫn còn hơn không*** a little is better than nothing

một khi once; ***một khi anh/chị kết thúc*** once you have finished

một lần once; ***một lần nữa*** once again, once more

một loạt a string of

một lúc briefly

một mạch at a stretch

một mặt ..., mặt khác ... on the one hand ..., on the other hand ...

một mình alone; by itself; by myself/yourself etc; on his/my etc own ◊ solitary; solo

một nửa half; halfway

một phần part, partly; partially; ***một phần số tiền*** some of the money; ***một phần ba*** third; ***một phần hai mươi*** twentieth; ***một phần mười hai*** twelfth; ***một phần tư*** quarter

một số measure; number ◊ several; some; ***một số người nói rằng ...*** some people say that ...

một tập hợp assortment

một tí a scrap, a little bit; some

một tràng torrent

một vài a few; some

mơ dream; apricot

mơ hồ ambiguous; vague, hazy

mơ màng daydream ◊ dreamy

mơ mộng dream; ***người mơ mộng hão huyền*** dreamer

mơ tưởng wishful thinking

mơ ước dream

mớ bòng bong be a mess

mớ lộn xộn jumble

mớ rối tangle

mờ dim, hazy; opaque; ***làm cho mờ*** tarnish

mờ dần wear away

mờ đi dim (*of lights*); mist over

mờ nhạt faint; fuzzy

mở open; access *file*; draw; remove, take off *lid etc*; be off (*of lid etc*); put on *tape etc*; switch on *TV*, *PC*; turn on *faucet*, *engine*; undo *parcel etc*; unpack; ***được mở*** be on (*of TV, computer etc*)

mở cửa open (*of store*)

mở đài tune in

mở đầu pioneer; foretaste

mở đồ hộp can opener

mở đường cho pave the way for

mở hàng be the first customer of the day

mở kênh tune in

mở khóa unlock

mở khóa phéc mơ tuya unzip

mở lại reopen

mở lớp start a class

mở màn raise the curtain

mở máy start an engine; start up; be a motormouth

mở miệng open one's mouth; begin to speak

mở nắp chai bottle-opener

mở nút uncork

mở nút chai corkscrew
mở ra unscrew; unwrap; unfold; usher in *new era*
mở rộng enlarge, make bigger; expand; broaden; extend ◊ extensive; gaping *hole*; sprawling *city*; wide-open ◊ (sự) enlargement; expansion
mở rộng hoạt động branch out, diversify
mở số draw (*in lottery*)
mở tiệc give a banquet; give a party
mở to gape ◊ wide-open
mở to ống kính zoom in on
mỡ fat; grease
mới new, fresh
mới cứng brand-new
mới đắc cử incoming, newly elected
mới đầu at first
mới đây recently, lately, the other day; just now
mới (đây) nhất latest
mới sinh newborn
mới toanh brand-new
mời invite, ask; offer ◊ please; ***mời ai đồ uống*** buy s.o. a drink; ***tôi có thể mời anh/chị ăn một bữa chứ?*** can I invite you for a meal?
mời đến call; call back; call in; invite
mời đi chơi ask out
mời vào! come in!
mu bàn chân instep
mù blind
mù chữ illiterate
mù màu color-blind
mù quáng unquestioning
mù tạc mustard
mủ pus
mũ hat
mũ bảo hiểm helmet
mũ bảo hộ crash helmet
mũ bảo vệ helmet
mũ cát cap
mũ chóp cao top hat
mũ chũm skullcap, brimless cap
mũ cối helmet; sun-helmet; Vietnamese army helmet
mũ két cap, hat
mũ không vành cap
mũ lưỡi trai baseball cap
Mũ Nồi Xanh Green Berets MIL
mũ tắm shower cap
mũ trùm đầu hood
mũ tử cung diaphragm (*contraceptive*)
mụ dame
mụ ấy she *pej*
mụ đàn bà broad, dame
mụ La Sát dragon *fig*
mụ mẫm stagnate
mụ phù thủy witch
mụ ta she *pej*
mua buy, purchase; ***mua mang về*** to go *hamburger etc*; ***tôi sẽ mua*** I'll take it
mua chuộc bribe
mua được pick up, buy
mua hàng shop; ***việc mua hàng*** shopping
mua hết buy up
mua lại buy out ◊ secondhand
mua sắm shopping; ***đi mua sắm lu bù*** go on a shopping spree
mua trả góp installment plan
mua trước book *ticket etc*
múa dance
múa dân gian folk dance
múa dân tộc folk dancing
múa lân unicorn dance
múa rối nước water puppets
múa rồng dragon dance
mùa season
Mùa chay Lent
mùa đông winter ◊ wintry
mùa gặt rice harvest

---

mùa hạ summer
mùa hè summer; summer holiday
mùa hội hè the festive season
mùa khô dry season
mùa mưa monsoon season, the rains ◊ rainy
mùa nghỉ vacation time
mùa thu fall, autumn
mùa vắng khách low season, off-season
mùa xuân spring
múc scoop
mục column (*in paper*); decay; plank (*of policy*)
mục đích objective, aim; purpose
mục hỏng rotten
mục nát rot
mục rao vặt classified ad(vertisement); want ad
mục sư pastor
mục thông báo bulletin board
mục tiêu target, goal
mui xe gập hood MOT
múi segment
múi giờ time zone
Mùi goat (*in Vietnamese zodiac*)
mùi smell
mùi hôi stink
mùi hôi thối stench
mùi hơi scent
mùi tây parsley
mùi thơm scent
mùi vị flavor
mủi lòng moved; touched; ***không mủi lòng*** unmoved
mũi nose; point (*of knife*); toe (*of shoe*) ◊ nasal
mũi đan stitch
mũi hếch snub-nosed
mũi khâu stitch; stiches MED
mũi kim needle
mũi tàu bow (*of ship*)
mũi tên arrow
mũi thuyền prow
mũi tiêm shot, injection
mũm mĩm chubby, plump
mùn cưa sawdust
mụn spot
mụn cóc wart
mụn giộp herpes
mụn nhọt pimple
mùng (*S*) mosquito net
muôi scoop
muối salt
muỗi mosquito
muốn want; ***muốn làm gì*** want to do sth; ***nếu anh/chị muốn*** if you want; ***không muốn*** disinclined; ***tôi muốn ...*** I would like ...; I would like to ...; ***anh/chị có muốn ... không?*** would you like to ...?; would you like ...?; ***tôi rất muốn ...*** I've a good mind to ...; ***tôi muốn có ...*** I could do with ...; ***muốn ... đến chết đi được*** be dying to ...
muốn gặp ask for
muộn (*N*) late; ***muộn rồi*** it's getting late
muộn mằn belated
muỗng (*S*) spoon; ladle
muỗng cà phê (*S*) teaspoon
múp míp stubby
mút suck; ***mút ngón tay cái*** suck one's thumb
mưa rain; ***dưới mưa*** in the rain
mưa axít acid rain
mưa dông rainstorm
mưa đá hail
mưa nhiều rainy ◊ it's rainy
mưa phùn drizzle
mưa rào đột ngột cloudburst
mưa tuyết sleet
mưa xối xả be teeming with rain
mửa (*S*) vomit
mức rate
mức cầu demand
mức chuẩn nghèo poverty line
mức độ degree, extent; level; ***ở***

một mức độ nào đó in a way
mức giới hạn tín dụng credit limit
mức sâu sắc depth
mức sống standard of living
mức sống chỉ đủ để tồn tại subsistence level
mức thấp low (*in sales, statistics*)
mức thấp nhất bottom out
mức tiêu chuẩn pass mark
mức tiêu thụ cao nhất peak consumption
mức tối thiểu minimum
mức trung bình average
mực ink; squid; cuttlefish
mực nước water level
mực nước biển sea level; ***trên/ dưới mực nước biển*** above/ below sea level
mưng mủ fester
mừng glad
mười ten
mười ba thirteen
mười bảy seventeen
mười bốn fourteen
mười chín nineteen
mười hai twelve
mười lăm fifteen
mười một eleven
mười sáu sixteen
mười tám eighteen
mượn borrow; rent ◊ on loan
mương ditch
mướp loofah
mướp đắng (*N*) bitter melon
mượt soft *material*
mứt candied fruit; conserve; jam
mứt cam marmalade
mứt nhừ marmalade
mưu cầu pursue ◊ (sự) pursuit
mưu đồ intrigue, scheme
mưu lược tactical
mưu mẹo hơn outwit
mưu tính plot
Mỹ United States, America ◊ American
Mỹ La tinh Latin America ◊ Latin American
mỹ phẩm cosmetic
mỹ viện beauty parlor

N

na custard apple
Na Uy Norway ◊ Norwegian
nã pháo shell MIL
nạc lean
nách armpit
nai deer
nài nỉ insist ◊ insistent
nài xin plead with
nam male; south, southerly
nam bán hàng salesman
nam châm magnet
nam hay nữ sex
Nam Mỹ South America ◊ South American
nam nữ bình quyền feminist
nam phát ngôn viên spokesman
Nam Phi South Africa ◊ South African
nam thiếu niên teenage boy
nam tính manhood

nan giải knotty; ***vấn đề nan giải của ...*** the vexed question of ...
nan hoa spoke (*of wheel*)
nản lòng disheartened
nạn disaster; misfortune; catastrophe
nạn dịch epidemic
nạn đói famine
nạn hối lộ corruption
nạn lụt flooding
nạn mù chữ illiteracy
nạn nhân victim, casualty
nạn nhân vụ hiếp dâm rape victim
nạn quan liêu bureaucracy
nạn thất nghiệp unemployment
nang cyst
nàng young woman ◊ she
nàng dâu daughter-in-law
nàng tiên fairy
nàng tiên nâu drug
nạng crutch
nao núng flinch; ***không nao núng*** relentless
náo động cause a disturbance; disturb ◊ (sự) disturbance; commotion
náo loạn riot; disturbances; ***kẻ/tên/tay náo loạn*** rioter
náo nhiệt busy; noisy; boisterous
nào any; which; ***anh/chị có cái nào không?*** do you have any?
nào đó certain; ***một ông S nào đó*** a certain Mr S
nào, nào! there, there!
não brain
nạo grate *food* ◊ grater
nạo thai have an abortion; terminate *pregnancy* ◊ (sự) abortion
nạo vét dredge
nạp dữ liệu load *software*
nạp đạn load *gun*
nạp điện charge *battery*
nạp lại recharge
napan napalm
này this; these; ***này, các anh*** hey, you guys
... này hoặc ... kia either ... or
nảy bounce
nảy lên bounce
nảy ra come up with
nảy sinh arise
nạy push off *lid*; prize open
nặc danh anonymous ◊ anonymity
nặc mùi reek of
năm year; five
năm ánh sáng light year
năm học academic year
năm mới new year
năm mươi fifty
năm nhuận leap year
năm tài chính fiscal year, financial year
nắm hold; pick up *language*, *skill*; catch; wield *power*, *weapon*; ***nắm được quyền kiểm soát*** be in control of
nắm bắt understand, grasp
nắm chắc have a firm grasp of, master
nắm chặt clasp, clutch, grasp; tighten one's grip on
nắm đấm handle
nắm lấy seize; take hold of
nắm phần đúng be in the right
nắm quyền take over ◊ in power
nắm quyền kiểm soát take over ◊ (sự) takeover
nắm tay fist
nắm tiền wad; ***một nắm tiền giấy 100$*** a wad of $100 bills
nắm tuyết snowball
nắm vững master ◊ (sự) grasp, mastery
nằm lie; ***nằm trong khoảng từ X đến Y*** range from X to Y
nằm im dormant *volcano*

nằm liệt giường bedridden
nằm ngang horizontal
nằm nghỉ lie down
nằm ngổn ngang sprawl
nằm ở lie, be situated, be located
nằm xuống lie down
nắn squeeze
nắn điện adapter
nặn form, shape, mold
nặn óc rack one's brains
năng động dynamic
năng khiếu aptitude; flair
năng lượng energy, power
năng lượng hạt nhân nuclear energy
năng lượng mặt trời solar energy
năng lượng nguyên tử atomic energy
năng lực competence; dynamism; ***có năng lực*** capable, efficient, competent; ***tôi không đủ năng lực để xét đoán*** I'm not competent to judge; ***năng lực tôi có phần cùn đi*** I'm a little rusty
năng nổ energetic; dynamic; go-ahead
năng suất productivity; ***có năng suất*** efficient; productive
nắng sunny
nặng bad; heavy; strong *cheese, smell, accent*; heady *wine* ◊ badly; ***nặng ở phần đầu*** topheavy
nặng gánh be burdened with; ***làm cho X nặng gánh với Y*** burden X with Y
nặng nề heavy *loss*; labored *style*
nặng tai hard of hearing
nặng trĩu be weighed down with
nắp cap, top, lid; flap (*of envelope*)
nắp đậy bếp hood (*over cooker*)
nắp đậy ống kính lens cover
nắp trục hubcap
nắp xoáy screw top
nấc hiccup
nấm mushroom
nấm hương dried Chinese mushroom
nấm mèo (*S*) wood ears
nấm mốc mildew
nấm rơm straw mushroom
nấn ná linger
nâng raise
nâng cao improve ◊ (sự) improvement
nâng cấp upgrade
nâng cốc toast (*when drinking*)
nâng giá revalue ◊ (sự) revaluation
nâng giá tiền tệ currency revaluation
nâng hàng pallet
nâng lên lift; heave; scoop up
nấp đằng sau be behind, be responsible for
nâu brown; ***nâu vàng nhạt*** tan; ***nâu nhạt*** beige
nâu đá Vietnamese coffee with condensed milk
nấu cook
nấu ăn cook
nấu chảy melt down ◊ molten
nấu kỹ well-done
nấu nướng culinary
nấu quá nhừ overdo ◊ overdone
nấu sẵn ready-made
nẩy lại rebound
né tránh evade, bypass, dodge
nem spring roll
nem cuốn (*N*) summer roll, fresh shrimp roll
nem rán fried spring roll
nem Sài Gòn Saigon spring roll
ném throw; drop *bomb*; ***ném túi bụi Y vào X*** pelt X with Y
ném bom bomb
ném bóng vào sân throw-in
ném đi throw away
ném phịch slam down

---

nén compress; bottle up *feelings*; zip up *file*; stuff
nén hương joss stick, incense stick
nén lòng repress one's feelings
nép vào nestle
nẹp răng brace
nét feature
nét bút stroke (*in writing, painting*)
nét chữ handwriting, writing
nét chữ nguệch ngoạc scrawl
nét đặc trưng feature
nét riêng biệt peculiarity
nét ửng đỏ blush
nếm taste
nếm mùi taste *freedom etc*
nếm trải experience
nệm cushion; mattress
nên should ◊ advisable; ***anh/chị nên đi khám bác sĩ*** you should see a doctor; ***bà không nên..*** you shouldn't ...; ***cho nên ...*** that is why ...
nến candle
nền background; foundation ◊ *classifier for cultural and economic etc institutions*
nền chuyên chính vô sản dictatorship of the proletariat
nền giáo dục education
nền giáo dục trung học secondary education
nền kinh tế economy
nền lò sưởi hearth
nền móng foundations
nền văn hóa culture
Nê-pan Nepal ◊ Nepalese
nếp glutinous rice
nếp gấp fold; pleat
nếp nhàu crease
nếp nhăn wrinkle
nêu raise; ***nêu gì lên làm thí dụ*** hold sth up as an example; ***nêu lên quan điểm*** voice an opinion, raise a point
nêu ra bring up *subject*
nếu if; ***anh/chị có đồng ý nếu ... không?*** is it ok with you if ...?; ***nếu không có anh/chị*** if it weren't for you, without you; ***nếu không*** otherwise; ***nếu không thì*** or else; ***nếu tôi hút thuốc thì có làm phiền anh/chị không?*** would you mind if I smoked?
Nga Russia ◊ Russian
ngà ivory ◊ tusk
ngà say tipsy
ngả mình recline
ngã fall; ***có người ngã kìa!*** man overboard!
ngã ba fork
Ngã ba Sông Hồng Red River Gorge
ngã gục collapse
ngã lộn nhào fall over
ngã ngũ be settled, concluded; ***chưa ngã ngũ*** indecisive; ***những điều còn chưa ngã ngũ*** loose ends
ngã sấp fall flat on one's face
ngã tư crossroads, intersection; junction; square; (*N*) traffic circle
ngã xe fall from a vehicle
ngã xuống fall down
ngạc miệng palate (*in mouth*)
ngạc nhiên amazed; amazing ◊ (sự) amazement, surprise
ngai vàng throne
ngái ngủ sleepy
ngại hesitate ◊ hesitancy (*about troubling s.o.*) ◊ lazy
ngàn (*S*) thousand
ngang level, equal; ***ngang điểm với ai*** draw level with s.o.; ***ngang như cua*** stubborn as a mule
ngang bằng level
ngang bướng unruly; stubborn; restive
ngang ngạnh defiant

ngang ngược contrary
ngang qua by, past; ***đi ngang qua*** cross, go across
ngang tầm với be on a par with
ngành line; department (*in university*)
ngành dân chính civil service
ngành dịch vụ service industry
ngành du lịch tourism
ngành hàng hải navigation
ngành hậu cần logistics
ngành nghề business
ngành ngoại giao diplomacy
ngành quảng cáo advertising
ngao large mussel
ngào ngạt strong
ngáp yawn; ***ngáp ngủ*** sleepy
ngạt stuffy
ngạt mũi nasal congestion
ngạt thở suffocate ◊ (sự) suffocation
ngay immediate ◊ directly, right; outright *kill*; promptly; soon; even; ***đi ngủ ngay*** go straight to bed; ***ngay sau ngân hàng/nhà thờ*** immediately after the bank/church; ***ngay trước đó*** shortly before that; ***ngay chỗ này*** just here; ***ngay như*** even if
ngay bây giờ momentarily; right now
ngay cả even
ngay cả .. cũng không not even
ngay chốc lát presently, soon
ngay khi directly, as soon as
ngay lập tức right now, immediately, at once ◊ instant
ngay lúc này right now
ngay phía trước straight ahead
ngay sát vách next-door
ngay tại chỗ on the spot
ngay thẳng upright; ***không ngay thẳng*** crooked, dishonest
ngay tức khắc directly, instantly
ngáy snore ◊ (sự) snoring
ngày day; ***những ngày ấy*** in those days
ngày 31 tháng Chạp New Year's Eve
ngày càng (nhiều) more and more; ***ngày càng nhiều sinh viên/thời gian*** more and more students/time
ngày Chủ Nhật Sunday
ngày cuối tuần weekend
ngày cưới wedding day
Ngày Độc lập Independence Day
Ngày Giải Phóng Liberation Day
ngày giao hàng delivery date
ngày hết hạn expiration date
ngày hôm sau the day after
ngày hội festive ◊ carnival
ngày kia the day after tomorrow; ***một ngày kia*** one day
ngày làm việc work day
ngày lại ngày day by day
ngày lễ public holiday
ngày Lễ Tạ ơn Thanksgiving (Day)
ngày liệt sĩ Memorial Day
ngày lĩnh lương payday
ngày mai tomorrow; ***ngày mai tôi sẽ nói cho anh/chị biết*** I will let you know tomorrow
Ngày mồng một tháng Năm May Day
Ngày mùng một tháng Năm (*S*) May Day
Ngày mùng một tháng Giêng New Year's Day
ngày nay nowadays
ngày nào đó one day; someday; sometime
ngày ngày day in day out
ngày nghỉ day off, holiday
ngày nghỉ lễ (công cộng) public holiday
ngày Nô-en Christmas Day

Ngày Quốc Khánh National Day
Ngày quốc tế lao động International Worker's Day
ngày sinh date of birth
Ngày tết Dương lịch New Year's Day (*Western*)
ngày tháng date
ngày thường (trong tuần) weekday
ngày trước eve
ngày trước tuần chay Mardi Gras
ngày xưa có một ... once upon a time there was ...
ngắc ngứ broken *English etc*
ngăm đen swarthy
ngắm look at, view; contemplate
ngắm cảnh sightseeing
ngăn compartment; car RAIL; box
ngăn cách separate
ngăn cản prevent, stop; deter; put off; interfere with *plans*; hold back *crowds*; ***ngăn cản ai làm gì*** prevent s.o. from doing sth; ***không ngăn cản X*** let X go unchecked
ngăn cấm prohibit; bar
ngăn chặn avert; prevent; prohibit; foil; contain *floodwaters*; stem; stifle *criticism*, *debate*; ***ngăn chặn một gì*** clamp down on sth; ***ngăn chặn tờ séc*** stop a check
ngăn chuồng stall (*for horse etc*)
ngăn đá freezing compartment
ngăn để hành lý trunk (*of car*)
ngăn đựng tiền till
ngăn kéo drawer
ngăn nắp neat, tidy; orderly ◊ tidy up
ngăn ngừa prevent ◊ (sự) prevention
ngăn ra partition off
ngăn trở inhibit
ngắn short, brief
ngắn gọn brisk
ngắn hạn short-term
ngắn ngủi short
ngắn tay short-sleeved
ngắt interrupt, break in; disconnect
ngắt điện circuit breaker
ngắt lời interrupt ◊ (sự) interruption
ngâm soak, immerse; recite
ngâm nga hum
ngấm ngầm implicit; insidious ◊ lurk (*of doubt*)
ngấm vào sink in
ngầm tacit; underground
ngầm định default COMPUT
ngân hàng bank FIN
ngân hàng máu blood bank
Ngân hàng phát triển Châu Á Asian Development Bank
Ngân hàng thế giới World Bank
ngân hàng tiết kiệm savings bank
ngân hàng tinh trùng sperm bank
ngân quỹ budget
ngân sách budget; ***ngân sách có hạn*** be on a budget
ngân sách quốc phòng defense budget
ngần ngại flinch
ngẩn ngơ pine for ◊ distraught
ngập flood; ***bị ngập*** flooded, inundated
ngập đầu: ***bị ngập đầu trong*** be swamped with, be snowed under with
ngập đến come up to, reach
ngập mặn salt flat
ngập ngừng hesitate ◊ (sự) hesitation ◊ hesitating ◊ hesitatingly
ngập nước waterlogged
ngất (đi) faint; pass out
ngấu nghiến voraciously
ngẫu nhiên random

ngây ngấy sốt feverish
ngây thơ innocent; naive ◊ (sự) innocence
ngấy greasy *food*
nghe listen; listen to; hear; ***nghe đây, chuyện nghiêm túc đấy*** listen, this is serious; ***chuyện ấy nghe ra cũng thú vị*** that sounds interesting; ***không nghe được*** inaudible
nghe lỏm listen in; overhear
nghe nhìn audiovisual
nghe nói về hear about
nghe phong thanh get to hear about
nghe rõ hear, catch
nghe thấy hear
nghe thấy được audible
nghe trộm eavesdrop; intercept *message*
nghẹn ngào gulp, choke
nghèo poor
nghèo nàn slender *income* ◊ (sự) poverty
nghèo xác xơ poverty-stricken
nghề craft, trade, profession ◊ *classifier for jobs, professions*
nghề cá fishing
nghề đóng kịch acting (*in the theater*)
nghề đóng phim acting (*in movies*)
nghề gốm pottery
nghề kỹ sư engineering
nghề làm báo journalism
nghề làm báo điều tra investigative journalism
nghề làm đồ gốm ceramics; pottery
nghề làm vườn horticulture
nghề mộc woodwork
nghề nấu ăn cookery
nghề nghiệp profession; occupation; career
nghề phụ sideline
nghề thợ nề masonry
nghề thủ công craft; handicraft
nghề tự do freelance
nghề xây dựng building trade; construction industry
nghề y tá nursing
nghệ turmeric
nghệ sĩ artist; artistic person
nghệ sĩ bậc thầy virtuoso
nghệ thuật art; the arts ◊ artistic
nghệ thuật biên đạo múa choreography
nghệ thuật điêu khắc sculpture
nghệ thuật in khắc engraving
nghệ thuật nhiếp ảnh photography
nghệ thuật sân khấu drama
nghển cổ crane one's neck
nghi suspect
nghi lễ ceremony ◊ ceremonial
nghi ngại doubtful ◊ doubtfully ◊ (sự) misgivings
nghi ngờ distrust; mistrust; doubt; be suspicious of; question ◊ dubious ◊ (sự) doubt; suspicion; distrust; ***không thể nghi ngờ được*** unquestionably, without doubt
nghi ngờ bản thân doubt oneself ◊ (sự) self-doubt
nghi thức ceremony, ceremonial; formality; ritual; protocol; ***theo nghi thức*** formal
nghỉ rest; be off (*not at work*) ◊ closed; ***đi nghỉ*** take a vacation; ***đi nghỉ ở ...*** go to ... on vacation; ***một ngày/tuần nghỉ làm việc*** take a day/week off; ***nghỉ làm một ngày*** take a day off; ***đang nghỉ lễ*** be on vacation
nghỉ đẻ maternity leave
nghỉ giải lao interval; rest
nghỉ hè summer vacation

nghỉ mệt have a rest
nghỉ ngơi rest, relax ◊ (sự) rest; relaxation; break; respite
nghỉ ốm be on sick leave
nghỉ phép be on leave
nghỉ thi đấu time out
nghỉ việc lay off *workers*
nghỉ xả hơi interval THEA
nghĩ think; ***nghĩ gì nói nấy*** speak one's mind; ***anh/chị nghĩ thế nào?*** what do you think?; ***anh/chị nghĩ gì về điều đó?*** what do you think of it?; ***tôi không nghĩ vậy*** I don't think so; ***tôi không nghĩ thế*** I guess not; ***tôi nghĩ thế*** I guess so
nghĩ ngợi brood
nghĩ tốt về be well disposed toward
nghĩ vẩn vơ về toy with
nghị lực drive, energy
nghị quyết resolution
nghị sĩ Congressman
nghĩa meaning; sense; ***cái đó không có nghĩa gì*** it doesn't make sense; ***về một nghĩa nào đó*** in a sense
nghĩa bóng figurative
nghĩa đen literal
nghĩa địa graveyard
nghĩa trang cemetery
nghĩa vụ quân sự military service
nghĩa xấu pejorative, derogatory
nghịch fiddle with; ***nghịch dại dột với*** fool around with; ***nghịch vớ vẩn*** fiddle around with
nghịch lý paradox ◊ paradoxical
nghiêm cấm strictly forbid ◊ it is strictly forbidden
nghiêm khắc severe; stern; strict; rigorous ◊ (sự) severity
nghiêm ngặt strict *instructions*, rigorous *tests*; stringent *conditions* ◊ tighten *controls*; tighten up
nghiêm nghị stuffy *person* ◊ (sự) frown
nghiêm trọng bad; serious *illness*, *damage*; nasty *cut*, *disease* ◊ badly *injured* ◊ (sự) severity
nghiêm túc serious; no-nonsense; ***nghiêm túc đấy chứ?*** seriously?; ***nghiêm túc dự định*** seriously intend to
nghiên cứu look at, examine; study; research into; read up on ◊ (sự) investigation; research; study
nghiên cứu sinh graduate, *Br* postgraduate
nghiên cứu thị trường market research
nghiên cứu và phát triển R&D, research and development
nghiên cứu về kinh doanh business studies
nghiên cứu về quản lý management studies
nghiến chặt clench *teeth*
nghiền mash
nghiện be addicted to, be hooked on ◊ (sự) addiction; ***gây nghiện*** be addictive; ***nghiện ma túy*** be on drugs
nghiêng lean, slant ◊ sideways ◊ slanting; italic
nghiệp profession
nghìn thousand
ngó look; take care of, look after; ***tôi có thể ngó xem qua được không?*** can I have a look around?
ngó ngoáy tamper with
ngó sen lotus stalks
ngó theo stare at
ngó trân trân stare
ngò (*S*) cilantro, coriander
ngõ (*N*) lane, alley
ngõ cụt blind alley; dead end; cul-

de-sac
ngỏ thông gateway COMPUT
Ngọ horse (*in Vietnamese zodiac*)
ngọ ngoạy wriggle
ngoài aside from; beyond; outside; ***ngoài ... ra*** besides, aside from
ngoài cao điểm offpeak
ngoài da superficial
ngoài đường biên touch SP
ngoài giờ overtime
ngoài hôn nhân extramarital
ngoài tầm nghe out of earshot
ngoài tầm nhìn out of sight
ngoài tầm tay out of reach
ngoài trời open-air, outdoor ◊ outdoors
ngoại maternal; external
ngoại cảm cold, chill (*caused by cold weather*)
ngoại cỡ outsize
ngoại giao diplomatic ◊ (sự) foreign affairs
ngoại hối foreign exchange
ngoại kiều alien
ngoại lệ exception, one-off
ngoại ngữ foreign language
ngoại nhập foreign, exotic
ngoại ô suburb; outskirts
ngoại quốc foreign
ngoại tệ foreign currency
ngoại tình adulterous ◊ (sự) adultery; ***những vụ ngoại tình*** extramarital affairs
ngoại trừ apart from
ngoại vi periphery
ngoan behave (oneself) ◊ well-behaved, good; ***hãy ngoan nào!*** behave (yourself)!
ngoan cố obstinate
ngoan cường stubborn; tenacious; dogged
ngoạn mục spectacular
ngoáy scribble
ngoáy mũi pick one's nose
ngoằn ngoèo zigzag
ngoặt swerve
ngoặt sang curve
ngọc bích jade
Ngọc Hoàng Jade Emperor
ngọc lan magnolia
ngọc quý pearl
ngọc trai pearl
ngoe ngoe cry (*of baby*)
ngoe nguẩy wag *tail*
ngon delicious, beautiful; good *food*; good, sound *sleep*; running well *machine* ◊ soundly *sleep*
ngon miệng delicious ◊ (sự) appetite
ngon nhất best *taste*
ngón chân toe
ngón tay finger
ngón tay cái thumb
ngón (tay) trỏ index finger, forefinger
ngọn blade (*of grass*); top (*of mountain*)
ngọn đồi hill
ngọn lửa flame
ngọng líu slurred
ngọt sweet
ngọt xớt glib, smooth
ngô (*N*) corn
ngô hạt ngọt (*N*) sweetcorn
ngộ độc thức ăn food poisoning
ngộ nghĩnh funny
ngộ nghĩnh trơ tráo saucy
ngốc nghếch foolish, stupid
ngôi sao star *also fig*
ngôi sao điện ảnh movie star
ngôi sao nhạc rốc rock star
ngồi sit
ngồi chơi không twiddle one's thumbs
ngồi dậy sit up
ngồi ghé perch
ngồi ghế điện go to the (electric) chair

ngồi không idle away
ngồi ngất ngưởng perch
ngồi thẳng lên sit up
ngồi xổm squat (on one's haunches)
ngồi xuống sit down
ngồi yên tại chỗ stay put
ngồm ngoàm chomp ◊ chomping
ngôn ngữ language
ngôn ngữ Ả rập Arabic
ngôn ngữ cử chỉ body language
ngôn ngữ học linguistic
ngôn ngữ ký hiệu sign language
ngốn gulp down
ngốn hết polish off, scoff
ngốn sạch wolf down *food*
ngông cuồng wild *teenager etc*
ngỗng goose
ngột ngạt oppressive, stifling; stuffy *room*
ngớ ngẩn cockeyed
ngờ ngợ vague
ngờ vực suspicious
ngớt subside; ease off
ngu stupid
ngu dốt stupid, thick
ngu đần fool
ngu ngốc stupid, idiotic, dumb ◊ (sự) stupidity; ***kẻ/tên/tay ngu ngốc*** idiot, ass; ***làm điều ngu ngốc*** fool around
ngu si brainless
ngu xuẩn stupid ◊ (sự) folly
ngủ sleep; fall asleep ◊ dormant; ***đi ngủ*** go to bed, turn in; go to sleep; ***tôi không thể ngủ được*** I couldn't get to sleep; ***ngủ với*** sleep with, go to bed with
ngủ dậy muộn sleep late
ngủ đông hibernate
ngủ gật snooze
ngủ muộn sleep late
ngủ quá giấc oversleep
ngủ say fast asleep
ngủ thiếp đi fall asleep
ngủ vạ vật sleep rough
ngũ cốc cereal
ngũ vị hương five spices powder
ngụ ý imply
ngụm mouthful; ***một ngụm ...*** a drink of ...
nguôi dần die down
nguôi đi cool (*of tempers*); ***làm ai nguôi đi*** cool s.o. down
nguội cool down
nguội lạnh cool (*of interest*)
nguồn source; resource
nguồn cảm hứng inspiration
nguồn dự trữ stock, supplies
nguồn gốc origin, beginning
nguy cơ risk
nguy hại harmful, bad; ***gây nguy hại*** endanger
nguy hiểm dangerous; hazardous ◊ (sự) danger; hazard; ***trong tình trạng nguy hiểm*** be in jeopardy
nguy kịch critical MED; life-threatening
nguy nga impressive; magnificent; palatial
ngụy trang camouflage
nguyên original, unchanged
nguyên âm vowel
nguyên bản original
nguyên chất pure; straight up *whiskey*; solid *gold etc* ◊ (sự) purity
nguyên đơn claimant; plaintiff
nguyên liệu materials; raw materials
nguyên lý foundation; principle; ***về nguyên lý*** in principle; ***vì những nguyên lý đạo đức*** on principle
nguyên nhân cause
nguyên tắc principle
nguyên tắc đạo đức moral principle
nguyên thể infinitive GRAM

nguyên thủy primitive
nguyên tố element CHEM
nguyên tử atom ◊ atomic
nguyên văn literal
nguyền rủa blaspheme; curse
nguyệt quế laurel
nguyệt thực eclipse of the moon
ngữ pháp grammar ◊ grammatical
ngứa itch; sting ◊ (sự) irritation; ***gây ngứa*** irritating
ngứa ngáy itch
ngừa thai contraception
ngửa face up; ***ngửa hay sấp?*** heads or tails?; ***bơi ngửa*** backstroke
ngựa horse
ngựa cái mare
ngựa cưỡi horse, mount
ngựa đua racehorse
ngựa đực to colt
ngựa giống stallion
ngựa vằn zebra
ngực bust; chest; bosom; ***ngực đàn bà*** woman's breasts
ngực lép flat-chested
ngực trần topless
ngửi sniff
ngửi hít smell
ngửi thấy smell
ngưng tụ condense
ngừng stop; adjourn; break off; ***ngừng làm gì*** stop doing sth; ***ngừng đi nào!*** will you stop that!
ngừng bắn cease-fire; truce
ngừng chống cự succumb
ngừng đập stop (beating)
ngừng hoạt động fail, fold, collapse; discontinue
ngừng không thanh toán séc stop a check
ngừng kinh doanh shut down
ngừng lại cease ◊ (sự) cessation
ngừng trệ standstill; ***trong trạng thái ngừng trệ*** be at a standstill
ngước nhìn lên look up
ngược inverse
ngược chiều kim đồng hồ counterclockwise
ngược dòng upstream
ngược đãi abuse, illtreat; persecute ◊ (sự) persecution; maltreatment
ngược lại on the contrary; conversely; vice versa ◊ reverse; ***đi ngược lại*** backpedal *fig*
ngược nhau opposite
người person; people; ***người nhà tôi*** my folk
người Ac-hen-ti-na Argentinian
người Ai cập Egyptian
người Ai-len Irishman
người Anh Briton; the British; the English
người anh hùng hero
người Anh-điêng Indian
người Áo Austrian
người Ap-ga-ni-xtăng Afghan
người Ả rập Arab
người Ả-rập Xê út Saudi
người ăn chay vegetarian
người ăn theo dependent
người ăn xin beggar
người âm mưu plotter
người Ấn Độ Indian
người ấy thingumajig, what's-his-name
người ẩn dật recluse
người ba hoa chatterbox
người Ba Lan Pole
người bán seller; sales person
người bán báo newsdealer
người bán buôn seller
người bán cá fishmonger
người bán đồ nữ trang jeweler
người bán hàng (sales) clerk
người bán hàng rong street hawker
người bán hoa florist
người bán lẻ retailer

ơ ur	**y** (tin)	**ây** uh-i	**iê** i-uh	**oa** wa	**ôi** oy	**uy** wee	**ong** aong
u (soon)	**au** a-oo	**eo** eh-ao	**iêu** i-yoh	**oai** wai	**ơi** ur-i	**ênh** uhng	**uyên** oo-in
ư (dew)	**âu** oh	**êu** ay-oo	**iu** ew	**oe** weh	**uê** way	**oc** aok	**uyêt** oo-yit

người bán ở quầy rượu bartender
người bán sách bookseller
người bán sỉ wholesaler
người bán tạp phẩm grocer
người bán thuốc cigarette vendor
người báo tin informant
người bảo đảm guarantor
người bảo lãnh guarantor
người bảo thủ stick-in-the-mud
người bảo trợ sponsor; patron
người bảo vệ security guard; protector
người bảo vệ rừng forest ranger
người Bắc Mỹ North American
người Bắc Triều Tiên (North) Korean
người Bắc Việt Nam North Vietnamese
người bắn cung archer
người bắn tỉa sniper
người Băng la đét Bangladeshi
người bắt bóng catcher
người bắt chước mimic
người béo phệ fatty, fatso
người bên cạnh neighbor
người bệnh tâm thần psychopath
người bi quan pessimist
người Bỉ Belgian
người bị bắt giữ detainee
người bị động kinh epileptic
người bị giam cầm captive
người bị kết án tù convict
người bị ruồng bỏ outcast
người bị suy nhược thần kinh nervous wreck
người bị thương injured (people)
người bị tình nghi suspect
người biểu diễn performer
người biểu tình demonstrator, protester
người bỏ học nửa chừng (school) dropout
người Bồ Đào Nha Portuguese
người bơi swimmer
người Brazin Brazilian
người buôn bán dealer; vendor
người buôn bán đồ cổ antique dealer
người buôn bán ma túy pusher
người buôn lậu smuggler
người Bu-tăng Bhutanese
người bủn xỉn miser
người cá nhân chủ nghĩa individualist
người cải đạo convert
người Canađa Canadian
người cắm trại camper (*person*)
người Cămpuchia Cambodian
người cầm holder (*of passport, ticket etc*)
người cầm quyền administrator; ruler
người cần cù plodder
người cấp dưới junior, subordinate
người cấp thấp hơn inferior
người cấp trên superior
người cầu toàn perfectionist
người cha father
người chạy bộ jogger
người chạy trốn fugitive
người chăn bò cowboy
người chăn ngựa groom
người chấm thi examiner
người châu Á Asian
người châu Âu European
người châu Mỹ La tinh Hispanic
người châu Phi African
người chết dead person; death, fatality; ***những người chết*** the dead
người chi trả payer
người chỉ huy commander
người chỉ trích critic
người chia bài dealer (*in cards*)
người cho donor
người cho máu blood donor

người chống đối dissident
người chồng husband
người chồng sợ vợ henpecked husband
người chơi player
người chơi dương cầm pianist
người chơi đàn ghi ta guitarist
người chơi đàn viôlông violinist
người chơi gôn golfer
người chơi lướt ván buồm windsurfer
người chơi nghiệp dư amateur
người chơi ten-nít tennis player
người chủ proprietor
người chủ gia đình head of the family
người chủ hiệu shopkeeper
người chuyên nghiệp professional
người chuyên quyền dictator *fig*
người chứng kiến witness; eyewitness
người chứng nhận referee (*for job*)
người có holder (*of passport, ticket etc*)
người có cảm tình sympathizer
người có tội sinner
người cô đơn loner
người cộng sản Communist
người cộng tác với địch collaborator (*with enemy*)
người cung cấp hàng hóa supplier
người cung cấp tin (tức) informant; informer
người cùng chơi playmate
người cùng làm việc colleague
người cùng phe partner
người cùng thời contemporary
người cuồng tín fanatic
người cưỡi ngựa rider
người cưỡi ngựa đua jockey
người cử tạ weightlifter
người da đen black
người da trắng white
người dạy trainer
người dân subject (*of country*)
người dẫn chỗ usher
người dẫn chương trình host (*of TV program*); anchorman
người dẫn đầu pacemaker SP
người Do Thái Jew
người dự thi competitor
người dự tiệc diner
người Đan Mạch Dane
người đánh cá fisherman
người Đài Loan Taiwanese
người đàm phán negotiator
người đã về hưu senior citizen
người đại diện representative
người đại diện công đoàn shop steward
người đạp xích lô cyclo rider
người đần độn imbecile
người đầu cơ speculator
người đầu não brains
người đeo ba lô backpacker
người đến thăm caller, visitor
người đi ẩu jaywalker
người đi bộ đường dài hiker, walker
người đi chào hàng commercial traveler
người đi dạo rambler; stroller
người đi du lịch traveler
người điên madman, lunatic
người điên khùng maniac
người điều hành (tour) operator
người điều khiển (machine) operator
người đi nghỉ vacationer
người đi nhờ xe hitchhiker
người đi săn hunter
người đi tham quan sightseer
người đi xe đạp cyclist, rider
người đi xe máy motorcyclist, rider

người đi xem phim moviegoer
người địa phương local
người định cư emigrant; settler
người đóng góp contributor
người đóng thay double (*in movies*)
người đóng thuế tax payer
người đọc reader
người Đông Nam Á Southeast Asian
người đồng hương (fellow) countryman
người đồng sở hữu part owner
người đồng tính luyến ái gay, homosexual
người đổi mới innovator
người đua ô tô racing driver
người đua xe (máy) hell rider
người đưa tang mourner
người đưa thư courier; mailman
người đưa tin messenger
người được bảo trợ ward
người được đào tạo trainee
người được đề cử nomination, nominee
người được phỏng vấn interviewee
người được thưởng huy chương medalist
người được ủy nhiệm proxy
người được ủy thác trustee
người Đức German
người đứng đầu head
người gác lookout; warden; guard
người gác biển coastguard
người gác cổng janitor
người gác cửa porter
người gác dan guard
người gác đêm night porter
người gây mê anesthetist
người gây phiền hà troublemaker
người ghi được điểm scorer
người ghi tên dự thi entrant
người gian lận cheat
người giao bóng server (*in tennis*)
người giám hộ guardian
người giám sát supervisor
người giả trang transvestite
người giàu rich person; the rich
người giỏi nhất the best
người giống hệt double
người giơ đầu chịu báng scapegoat
người giúp đỡ helper
người giúp việc maid, domestic help
người giữ (record) holder
người giữ kỷ lục record holder
người giữ trật tự bouncer, doorman
người góa vợ widower
người gọi (điện thoại) caller TELEC
người gửi sender
người Hà lan Dutchman; Dutchwoman; the Dutch
người ham mê addict
người hãm tài jinx
người Hàn Quốc (South) Korean
người hàng thịt butcher
người hành hình executioner
người hành hương pilgrim
người hảo tâm benefactor
người hát giọng nữ cao soprano
người hát xẩm blind singer
người hay cả thẹn prude; ***thuộc người hay cả thẹn*** prudish
người hay cằn nhằn grumbler
người hâm mộ fan; admirer
người hầu maid
người hầu bàn waiter
người hầu bàn nữ waitress
người hòa giải troubleshooter
người hoài nghi cynic; skeptic
người học learner
người học lái xe learner driver
người học nghề apprentice

người hóm hỉnh wit
người huấn luyện instructor
người Hung-ga-ri Hungarian
người hướng dẫn guide; supervisor
người hướng ngoại extrovert
người hướng nội introvert
người Hy Lạp Greek
người Inđônêxia Indonesian
người I-ran Iranian
người I-rắc Iraqi
người Israen Israeli
người kế vị successor
người kể chuyện narrator
người khác giới the opposite sex
người khác thường freak
người khai thác bất động sản property developer
người khắt khe puritan
người không biết bơi nonswimmer
người không chuyên layman
người không hút thuốc lá nonsmoker
người khổng lồ giant
người khờ dại moron
người khuân vác porter
người kích động agitator
người kiểm soát vé ticket inspector
người kiểm toán auditor
người Kinh Kinh people (*largest ethnic group in Vietnam*)
người kinh doanh bất động sản realtor
người kỳ cục crank
người kỳ cựu veteran
người kỳ diệu marvel
người lạ stranger
người lạ mặt foreigner
người lạc lõng misfit
người lạc quan optimist
người lái driver; navigator NAUT
người lái thuyền buồm yachtsman
người lái xe điện streetcar driver
người lái xe máy motorcyclist
người lái xe ô tô motorist
người lái xe tải teamster, truck driver
người lái xe tắc xi cab driver
người láng giềng neighbor
người lang thang bum
người làm chứng witness
người làm công employee
người làm công ăn lương wage earner
người làm công tác xã hội social worker; welfare worker
người làm nghề tự do freelancer
người làm phim film-maker
người làm quân sư mastermind
người làm trò ảo thuật conjurer
người làm trung gian hòa giải mediator
người làm vệ sinh cleaner
người làm việc ở nông trại truck farmer
người làm vườn gardener
người lãnh đạo leader; chief
người lao công laborer
người lao động chân tay manual worker
người lao động trí óc white-collar worker
người Lào Laotian
người lặn diver
người lấp chỗ trống stopgap
người lập dị eccentric; weirdo
người lập trình programmer
người Li-băng Libyan
người lính soldier
người lớn adult, grown-up
người lớn tuổi hơn senior
người lớn tuổi nhất the eldest
người lùn dwarf, midget
người ly hôn divorcee
người Mã lai Malay

người man rợ savage
người mang mầm bệnh carrier (*of disease*)
người máy robot
người mắc bệnh đái đường diabetic
người mắc bệnh tâm thần phân liệt schizophrenic
người mắc chứng đọc khó dyslexic
người mẫu model; ***làm người mẫu*** model, work as a model
người mẫu thời trang (fashion) model
người Mêhicô Mexican
người Miến Điện Burmese
người miền Bắc northerner
người môi giới broker
người Mông Cổ Mongolian
người mộng du sleepwalker
người mở đường forerunner
người mới bắt đầu beginner
người mới đến newcomer
người mới tu novice
người mới vào nghề novice
người mua buyer
người mua hàng shopper
người mù blind person; the blind
người Mỹ American
người Mỹ La tinh Latin American
người Na Uy Norwegian
người Nam Mỹ South American
người Nam Phi South African
người nào? which one?
người nào đó somebody; so-and-so
người nấu ăn cook
người Nê-pan Nepalese
người Nga Russian
người ngang hàng equal, peer
người nghèo poor person; the poor
người nghiện addict
người nghiện ma túy drug addict
người nghiện rượu alcoholic
người nghiện thuốc lá smoker
người nghiện thuốc phiện opium smoker
người nghiện trà tea drinker
người ngoài outsider
người ngoại đạo heathen
người ngoại quốc foreigner
người ngồi lê mách lẻo gossip
người ngớ ngẩn nerd
người ngu ngốc imbecile, jerk
người nhái frogman
người nhào lộn tumbler
người nhảy dancer
người nhảy dù parachutist
người nhảy pơ lông giông diver
người nhận addressee; receiver, recipient
người nhận chi trả payee
người nhập cư immigrant
người nhập khẩu importer
người Nhật (Bản) Japanese
người nhút nhát wimp
người Niu-Zi-Lân New Zealander
người nói dối liar
người nói tiếng mẹ đẻ native speaker
người nổi tiếng celebrity
người nộp đơn applicant
người nước ngoài foreigner
người nướng bánh baker
người ở occupant; servant
người ở trọ lodger
người Pakixtan Pakistani
người phao tin đồn nhảm scaremonger
người phác thảo draftsman
người Pháp Frenchman; Frenchwoman; the French
người phát hiện discoverer
người phàm ăn glutton
người phàm tục philistine
người phản đối protester
người phân phối distributor

người Phần Lan Finn
người phiên dịch interpreter
người phiền phức nuisance
người Phi-líp-pin Filipino
người phỏng vấn interviewer
người phục vụ attendant; valet
người phụ tá assistant
người phụ trách nhà bảo tàng curator
người phương Đông East Asian
người phương Tây Westerner
người quan liêu bureaucrat
người quan sát observer
người quan trọng important person, VIP
người quay phim cameraman
người quá cố the deceased
người quản lý administrator; super, superintendent (*of apartment house*)
người quản lý nhân sự personnel manager
người quảng cáo advertiser
người què (quặt) cripple
người quen acquaintance; contact
người quét dọn cleaner
người ra quyết định decision-maker
người ruột thịt gần nhất next of kin
người rửa bát đĩa dishwasher (*person*)
người san bằng tỷ số equalizer SP
người sáng lập creator, founder
người sáng tác creator
người sáng tạo creator; originator
người sành ăn gourmet
người sành sỏi connoisseur
người sau latter
người say mê enthusiast; fan
người say rượu drunk
người săn đuổi pursuer
người Séc Czech
người Sing-ga-po Singaporean
người soạn diễn văn speech writer
người sống ly hương exile
người sống ngoài lề xã hội dropout (from society)
người sống sót survivor
người sử dụng user
người sử dụng bàn phím keyboarder
người sưu tầm collector
người sửa chữa repairman
người ta you, one; people, they; I; ***người ta có thể nói gì/làm gì?*** what can one say/do?; ***người ta không bao giờ biết được*** you never know; ***người ta đã bảo rồi mà!*** I have already said so!
người tai quái devil
người tài trợ backer
người tạm trú nonresident
người tàn tật disabled person; invalid; the disabled
người tạo mẫu thời trang fashion designer
người tặng donor
người tầm thường mediocrity
người Tây Ban Nha Spaniard
người Tây Phương Westerner
người Tây Tạng Tibetan
người thách đấu challenger
người Thái Lan Thai
người tham gia participant
người tham gia bãi công striker
người thanh tra inspector
người thay đổi tín ngưỡng convert
người thay thế replacement; substitute
người thăm dò ý kiến pollster
người thắng winner
người thắng cuộc winner
người thẩm vấn interrogator

người thất bại loser
người theo chế độ dân chủ democrat
người theo chủ nghĩa hòa bình pacifist
người theo chủ nghĩa khỏa thân nudist
người theo chủ nghĩa Mác Marxist
người theo chủ nghĩa tư bản capitalist
người theo chủ nghĩa xã hội socialist
người theo đạo Lão Taoist
người theo đạo Thiên Chúa La Mã Roman Catholic
người theo đạo Tin lành Protestant
người theo dõi follower (*of TV program*)
người thiên về vật chất materialist
người thiết kế designer
người thiết kế nội thất interior designer
người thích đùa joker
người thích phô trương exhibitionist
người thích tự hành hạ mình masochist
người Thổ Nhĩ Kỳ Turk
người thợ workman
người thu ngân teller (*in bank*)
người thu vé ticket collector
người thua loser
người thuê tenant
người thuộc Đảng Dân chủ Democrat
người thuộc thế giới khác alien
người Thụy Điển Swede
người thuyết giáo preacher
người thừa kế heir
người thừa kế nữ heiress
người thực tế realist
người tị nạn refugee
người tiên phong pioneer
người tiền nhiệm predecessor
người tiêu dùng consumer; end-user
người tình lover
người tình nguyện volunteer
người tóc đỏ redhead
người tổ chức organizer
người tốt nghiệp đại học graduate
người trả tiền payer
người trí thức intellectual
người trình diễn thoát y stripper
người trốn quân dịch draft dodger
người trốn vé stowaway
người trông trẻ baby-sitter; nanny
người trung gian intermediary; middleman; go-between
người Trung Quốc Chinese
người trúng giải prizewinner
người trúng thưởng winner
người trụy lạc pervert
người truyền bá Phúc âm evangelist
người trực tổng đài operator TELEC
người trượt băng (ice-)skater
người trượt tuyết skier
người tuân thủ conformist
người tung hứng juggler
người tuyết snowman
người tư vấn consultant
người tư vấn về quản lý management consultant
người từ thiện philanthropist
người ủ bia brewer
người Úc Australian
người ủng hộ supporter
người vào chung kết finalist
người vận động campaigner
người vẽ drawer (*person*)
người vẽ sơ đồ thiết kế

draftsman
người vẽ tranh minh họa illustrator
người vi phạm trespasser
người vị thành niên minor
người viết writer
người viết báo chuyên mục columnist
người viết bài contributor
người viết lời bài hát lyricist
người viết quảng cáo copywriter
người viết thư correspondent
người Việt Nam Vietnamese
người vô dụng bum
người vô thần atheist
người vô tích sự good-for-nothing
người vợ wife
người xây dựng builder
người Xcốtlen Scot
người xem onlooker
người xuất bản publisher
người Ý Italian
người yêu boyfriend; girlfriend; lover
người yêu cầu claimant
người yêu nước patriot
ngưỡng cửa doorstep; threshold; ***ở ngưỡng cửa của ...*** be on the verge of ...
ngượng ngập sheepish
ngượng ngùng embarrassed, ashamed
nha sĩ dentist
nhà home; house; place; building ◊ *classifier for person in a certain occupation and for buildings*: ***ở nhà*** at home; home; ***đến nhà tôi*** go to my place
nhà ăn (*N*) restaurant
nhà ảo thuật magician
nhà báo journalist
nhà báo thể thao sports journalist
nhà băng bank
nhà bệnh lý học pathologist
nhà cách mạng revolutionary
nhà cải cách hăng hái do-gooder
nhà cầu (S) john
nhà chiêm tinh astrologer
nhà chính trị politician
nhà chọc trời skyscraper
nhà chuyên viên expert; specialist
nhà chức trách the authorities
nhà cửa đất đai property, land
nhà diễn thuyết speaker
nhà di truyền học geneticist
nhà doanh nghiệp entrepreneur
nhà du hành vũ trụ astronaut, cosmonaut
nhà duy linh spiritualist
nhà dưỡng lão home, institute; nursing home; rest home
nhà đầu tư investor
nhà để máy bay hangar
nhà để xe garage
nhà địa chất geologist
nhà điêu khắc sculptor
nhà độc tài dictator
nhà ga station
nhà hàng restaurant
nhà hàng hải navigator
nhà hát theater
nhà hóa học chemist
nhà hoạt động activist
nhà khách guesthouse
nhà khảo cổ archeologist
nhà khí tượng meteorologist
nhà kho storehouse, store; shed
nhà khoa học scientist
nhà khoa học tự nhiên natural scientist
nhà khoa học về thông tin information scientist
nhà khối apartment block

nhà kinh tế học economist
nhà kính greenhouse; conservatory
nhà ký túc hostel
nhà làm homemade
nhà lầu apartment
nhà leo núi climber, mountaineer
nhà Lê Le Dynasty
nhà lưu động mobile home, trailer
nhà Lý Ly Dynasty
nhà máy factory, plant
nhà máy bia brewery
nhà máy điện power station
nhà máy điện hạt nhân nuclear power station
nhà máy lọc refinery
nhà máy sản xuất hơi đốt gas works
nhà máy sợi mill
nhà máy tinh chế refinery
nhà máy xay mill
nhà máy xử lý chất thải sewage plant
nhà môi trường học environmentalist
nhà nấu cơm trọ rooming house
nhà nghề professional
nhà nghiên cứu researcher
nhà ngoại giao diplomat
nhà ngôn ngữ học linguist
nhà Nguyễn Nguyen Dynasty
nhà nguyện chapel
nhà nhiếp ảnh photographer
nhà nước state (*part of country*)
nhà ở housing
nhà ở tập thể dormitory
nhà phát minh inventor
nhà phân tâm học psychoanalyst
nhà phẫu thuật tạo hình plastic surgeon
nhà phê bình critic; reviewer
nhà phụ annex
nhà quê provincial; hick
nhà sàn stilt house
nhà sản xuất manufacturer; producer; maker
nhà sinh thái học ecologist
nhà soạn kịch dramatist, playwright
nhà soạn nhạc composer
nhà sư (Buddhist) monk
nhà sử học historian
nhà tài chính financier
nhà tâm lý học psychiatrist
nhà thám hiểm explorer
nhà thiên văn astronomer
nhà thổ brothel
nhà thơ poet
nhà thờ church
nhà thờ lớn cathedral
nhà thuốc pharmacy
nhà thuyền houseboat
nhà thương điên (mental) asylum
nhà tin học computer scientist
nhà toán học mathematician
nhà tranh thatched house
Nhà Trắng White House
nhà Trần Tran Dynasty
nhà trẻ nursery
nhà trí thức intellectual; egghead
nhà trọ boarding house
nhà trọ thanh niên hostel
nhà truyền giáo missionary
nhà tù prison, jail
nhà tư bản capitalist
nhà tư bản công nghiệp industrialist
nhà tự nhiên học naturalist
nhà văn writer
nhà văn châm biếm satirist
nhà văn xoàng hack
nhà vật lý physicist
nhà vật lý trị liệu physiotherapist
nhà vệ sinh rest room, toilet
nhà vệ sinh nam men's room
nhà vệ sinh nữ ladies' room
nhà viết tiểu thuyết novelist
nhà vô địch champion

nhà xác morgue, mortuary
nhà xí (N) john
nhà xuất bản publishing company, publisher
nhà xuất khẩu exporter
nhà xứ pastor's house
nhả release *brake*
nhả côn declutch
nhả đạn liên tục blaze away
nhả khói blow smoke
nhả ra cough up, pay
nhạc music
nhạc blu blues
nhạc công đàn dây string player; string section
nhạc công độc tấu soloist
nhạc cụ (musical) instrument
nhạc dân gian folk music
nhạc đồng quê country music
nhạc hiệu signature tune
nhạc ja jazz
nhạc khí gõ percussion instrument; percussion section
nhạc khí thổi wind instrument; wind section
nhạc kịch opera
nhạc kịch trường opera house
nhạc phát ra loa piped music
nhạc pốp pop (music)
nhạc rap rap MUS
nhạc rốc rock MUS
nhạc sĩ musician
nhạc sĩ sáng tác bài hát songwriter
nhạc trưởng concert master
nhạc viện conservatory
nhai chew
nhai tóp tép munch
nhại impersonate
nhại lại impression ◊ do an impression of
nham hiểm sinister
nhàm corny, hackneyed
nhàm chán humdrum, trite
nhảm nhí naughty *word etc*
nhan sắc looks
nhàn hạ slack
nhàn rỗi unoccupied; ***vào lúc nhàn rỗi*** in an idle moment
nhãn tag, label; longan
nhãn cầu eyeball
nhãn dính sticker
nhãn hiệu brand; label; trademark
nhãn hiệu dẫn đầu brand leader
nhãn hiệu nổi tiếng brand leader
nhãn tên nametag
nhanh quick, fast, rapid; brisk *walk* ◊ soon
nhanh chóng prompt; speedy; meteoric ◊ (sự) rapidity
nhanh lên! be quick!; hurry up!
nhanh nhẹn agile, nimble; brisk
nhanh trí quickwitted ◊ (sự) presence of mind
nhánh cây twig
nhào lộn acrobatics
nhào trộn blend in; knead
nhão soggy
nhạo báng ridicule
nhát chặt caratê karate chop
nhát chém chop
nhát gan cowardly; ***kẻ/tên/tay nhát gan*** coward
nhạt weak; pastel; ***hồng/xanh nhạt*** pale pink/blue
nhạt nhẽo tame *joke etc*
nhau each other ◊ inter...
nhàu crush; wrinkle
nháy mắt ra hiệu wink; ***nháy mắt ra hiệu cho ai*** wink at s.o.
nhảy dance; jump, leap; hop; ***nhảy vọt vào*** leap into
nhảy bật lên spring
nhảy cao high jump
nhảy chân sáo skip
nhảy dây skip
nhảy dù parachute; bail out
nhảy đầm disco

ơ *ur*	**y** (tin)	**ây** uh-i	**iê** i-uh	**oa** wa	**ôi** oy	**uy** wee	**ong** aong
u (soon)	**au** a-oo	**eo** eh-ao	**iêu** i-yoh	**oai** wai	**ơi** *ur*-i	**ênh** uhng	**uyên** oo-in
ư (dew)	**âu** oh	**êu** ay-oo	**iu** ew	**oe** weh	**uê** way	**oc** aok	**uyêt** oo-yit

nhảy lao đầu xuống dive
nhảy lên leap, bound
nhảy lộn nhào somersault
nhảy múa dancing; dance
nhảy ngựa gỗ vault
nhảy nhót bounce
nhảy pơ lông giông dive ◊ (sự) diving (*from board*); ***động tác nhảy pơ lông giông cao*** high diving
nhảy qua jump, leap over
nhảy sào polevault, vault
nhảy xa broad jump, long jump
nhảy xuống dive; leap into
nhạy bén on the ball, alert
nhạy cảm sensitive
nhắc remind; ***nhắc nhiều để Y nhớ X*** drum X into Y; ***nhắc nhở ai điều gì*** remind s.o. of sth
nhắc lại repeat
nhắc vở prompt
nhắm close; aim
nhắm lại closed
nhằm thẳng vào pointed *remark*
nhằm vào target; be meant for, be aimed at
nhăn wrinkle
nhăn mặt wince
nhăn nhúm shrivel
nhẵn bóng shiny
nhẵn nhụi smooth
nhặt lên pick up
nhấc take up
nhấc ... lên hoist; pick up
Nhâm virgin land (*in Vietnamese zodiac*)
nhầm mistake; ***nhầm X với Y*** mistake X for Y
nhầm lẫn confuse, mix up ◊ (sự) confusion, mix-up; ***không nhầm lẫn*** unerring; ***không thể nhầm lẫn được*** unmistakable; ***nhầm lẫn X với Y*** confuse X with Y
nhầm số wrong number
nhân filling (*in sandwich etc*); kernel; (sự) multiplication ◊ multiply
nhân chứng witness
nhân chứng cho bên bị defense witness
nhân công hand
nhân dân the people; ***nhân dân Việt Nam*** the Vietnamese people; ***của nhân dân*** of the people, popular
nhân dân tự vệ civilian self-defense
nhân đạo humane; humanitarian
nhân đức benevolent; charitable
nhân loại mankind, man, humanity
nhân lực human resources
nhân nhượng concede; ***không nhân nhượng*** uncompromising
nhân phẩm human dignity
nhân sâm ginseng
nhân tạo artificial; man-made
nhân thể incidentally
nhân tiện by the way
nhân tố factor
nhân từ benign, merciful
nhân vật character (*in book etc*); personality, celebrity
nhân vật phản diện villain
nhân viên personnel, staff; staffer
nhân viên bán vé booking clerk
nhân viên bắt chó đi lạc dog catcher
nhân viên cứu hộ lifeguard
nhân viên dịch vụ thẩm mỹ beautician
nhân viên đánh máy typist
nhân viên đội kiểm tra ma túy narcotics agent
nhân viên hải quan customs officer
nhân viên kế toán accountant; bookkeeper

nhân viên khuân vác hành lý bellhop
nhân viên kiểm soát không lưu air-traffic controller
nhân viên làm phòng maid (*in hotel*)
nhân viên lễ tang mortician
nhân viên lễ tân desk clerk, receptionist, room clerk
nhân viên mát xa masseur; masseuse
nhân viên mặt đất ground crew; ground staff (*at airport*)
nhân viên phục vụ steward; maid
nhân viên phục vụ bàn waiter; waitress
nhân viên quầy ba bartender; bar staff
nhân viên tạm thời temp
nhân viên thuế tax inspector
nhân viên thư viện librarian
nhân viên tiếp tân receptionist
nhân viên tổng đài operator
nhân viên trợ giúp y tế paramedic
nhấn click on COMPUT
nhấn mạnh emphasize, stress ◊ (sự) emphasis, stress ◊ emphatic
nhẫn ring
nhẫn cưới wedding ring
nhẫn đính hôn engagement ring
nhẫn nại patient
nhẫn tâm callous, unfeeling
nhận accept; receive
nhận biết perceive; identify
nhận dạng identify ◊ (sự) identification; identity
nhận diện pick out, identify
nhận định judge; opinion ◊ (sự) judgment; verdict
nhận được get, receive; obtain; take out *insurance policy*; ***nhận được tin của*** hear from
nhận làm take on *job*; take up *offer*
nhận làm con nuôi adopt; ***việc nhận làm con nuôi*** adoption
nhận lại have back
nhận ra know, recognize; distinguish; spot; be conscious of; ***có thể nhận ra điều đó nhờ ...*** it can be recognized by ...
nhận thấy detect, discern ◊ (sự) acknowledg(e)ment; ***không thể nhận thấy được*** imperceptible; ***nhận thấy gì*** become aware of sth
nhận thức be aware of, realize; perceive ◊ (sự) awareness; realization; perception
nhận thức được realize
nhận thức muộn hindsight
nhận tiền ứng trước get money in advance
nhận trách nhiệm accept responsibility for
nhận vào admit
nhận xét observe, remark ◊ (sự) observation, remark; ***nhận xét X với vẻ bề ngoài của nó*** judge X by appearances
nhận xét dí dỏm quip
nhận xét hóm hỉnh witticism
nhấp nháp sip
nhấp nhô bob
nhập enter, input, key in ◊ (sự) input COMPUT
nhập cư immigrate ◊ (sự) immigration
nhập liệu input
nhập dữ liệu data capture
nhập khẩu import
nhập ngũ enlist
nhập quốc tịch be naturalized; ***cô ấy xin nhập quốc tịch Anh*** she's applied for British citizenship
nhập vào nhau merge
nhập viện admit
nhất most; first; ***đẹp nhất/ thú vị***

nhất the most beautiful/the most interesting
nhất là most of all
nhất quán coherent; consistent ◊ (sự) consistency; ***không nhất quán*** inconsistent
nhất quyết be determined; ***nhất quyết cho rằng*** be determined that; ***tôi nhất quyết không ...*** I'm damned if ...
nhất thiết necessarily
nhất trí unanimous ◊ (sự) consensus; ***không nhất trí*** disagree; ***nhất trí về*** be unanimous on; ***làm cho gì nhất trí với gì*** reconcile sth with sth
Nhật (Bản) Japan ◊ Japanese
nhật ký diary; journal
nhật ký hàng hải log
nhật thực eclipse of the sun
nhậu (*S*) drinking
nhầy nhụa slimy
nhé emphasize; gently persuade
nhẹ gentle, light; mild; minor; slight ◊ lightness
nhẹ người relief; ***thật là nhẹ cả người*** that's a relief
nhẹ cân underweight
nhẹ dạ credulous
nhẹ nhàng soft ◊ mildly
nhẹ nhõm: ***cảm thấy nhẹ nhõm*** be relieved
nhét tuck; tuck in; jam; ***nhét X vào trong Y*** stuff X into Y
nhếch nhác disheveled; scruffy; ***trông anh/chị thật là nhếch nhác!*** what a sight you are!
nhện spider
nhỉ isn't it?; aren't you?; don't you?
nhị phân binary
nhích lên từng bước at a crawl
nhiễm contract, develop *illness*; pick up *habit*
nhiễm trùng septic
nhiễm trùng máu blood poisoning
nhiệm kỳ term
nhiệm kỳ tổng thống presidency
nhiệm vụ assignment; brief; mission; duty, task; ***đang làm nhiệm vụ*** be on duty; ***giao nhiệm vụ cho ai*** set a task for s.o.
nhiên liệu fuel
nhiệt heat
nhiệt độ temperature
nhiệt đới tropical
nhiệt kế thermometer
nhiệt tâm warmhearted ◊ (sự) zeal
nhiệt tình ◊ enthusiastic ◊ (sự) enthusiasm; warmth
nhiều much; many; ample; heavy *bleeding*; multiple *births* ◊ a good deal, a lot; plenty; a lot of; plenty of ◊ greatly; far; ***dễ hơn/tốt hơn rất nhiều*** it's a whole lot easier/better; ***rất nhiều*** a great many, a good many; masses of ◊ very much; ***tốt hơn/dễ hơn nhiều*** a lot better/easier; ***nhiều ơi là nhiều*** a hell of a lot; ***nhiều thế cơ à?*** as much as that?; ***nhiều hơn*** more; ***nhiều hơn thế nữa*** more than that; ***nhiều khoảng chừng*** as much as ...; ***không gì nhiều lắm*** not a lot; nothing much; not really; not so much
nhiều bụi dusty
nhiều lần many times, over and over again
nhiều màu sắc colorful
nhiều mây cloudy
nhiều mỡ fatty
nhiều nhất the most; ***nhiều nhất là*** at the most ◊ maximum
nhiều quá too much; too many; so much; so many
nhiều tác dụng versatile
nhiễu interference

nhím hedgehog; porcupine
nhím biển sea urchin
nhìn look; look at, eye; glance
nhìn bề ngoài visually
nhìn căng mắt vào peer at
nhìn chăm chú scan
nhìn chằm chằm gaze, stare; ***nhìn chằm chằm vào*** gaze at, stare at
nhìn chệch ra stray
nhìn đăm đăm stare
nhìn đểu cáng leer (*sexual*)
nhìn đi chỗ khác look away
nhìn giận giữ glare at
nhìn gí mắt peer at
nhìn kỹ peer
nhìn lại look back ◊ in retrospect
nhìn lén peek
nhìn lướt nhanh scan
nhìn lướt qua glimpse
nhìn quỷ quyệt leer (*evil*)
nhìn ra give onto
nhìn ra ngoài look out; look out of
nhìn thấy see, catch sight of; catch a glimpse of; ***tôi không thể nhìn thấy*** I can't see; ***nhìn thấy được từ*** within sight of
nhìn tổng quát survey
nhìn trộm peep, peek
nhìn vội peep, peek
nhìn xa thấy rộng farsighted
nhìn xuyên qua được see-through
nhịn go without *food etc*; repress *laugh etc*; ***nhịn thở*** hold one's breath; ***tôi đã không thể nhịn cười*** I couldn't help laughing; ***làm ơn cố nhịn hút thuốc*** please refrain from smoking
nhíp tweezers
nhịp rhythm; tempo
nhịp đập beat (*of heart*)
nhịp điệu rhythm, beat MUS
nhịp tim heartbeat
nhíu mắt screw up
nho grape; vine
nho khô currant; raisin
nhỏ little, small; slight, minor ◊ drip
nhỏ bé puny
nhỏ dầu oil leak
nhỏ giọt drip
nhỏ gọn compact
nhỏ lại dwindle
nhỏ nhất least
nhỏ nhen petty
nhỏ nhoi paltry
nhỏ tí xíu minuscule
nhỏ xíu diminutive
nhòe misty
nhói acute, sharp
nhóm circle; group; party; cluster
nhóm ca sĩ vocal group
nhóm dân tộc ethnic group
nhóm đại diện deputation
nhóm đối tượng target group
nhóm máu blood group
nhóm người group of people; panel
nhóm người ưu tú nhất elite
nhóm người vận động lobby POL
nhóm nhạc đệm backing group MUS
nhóm những người ủng hộ following
nhóm phân lập splinter group
nhóm tứ tấu quartet
nhón chân on tippy-toe
nhọt boil
nhô ra emerge; project; protrude ◊ prominent *chin*
nhổ extract, take out; pull off; spit ◊ (sự) extraction; ***cấm khạc nhổ*** no spitting
nhổ cỏ weed *garden*
nhổ lên pull up
nhổ lông pluck *chicken*

nhổ neo sail, leave; cast off (*of ship*)
nhổ nước bọt spit
nhổ ra spit out
nhồi stuff *turkey etc*
nhồi máu cơ tim coronary
nhồi nhét cram; pad; clog up
nhồi sọ indoctrinate
nhôm aluminum
nhộn nhịp busy
nhộn nhịp hối hả hustle
nhốt lock in
nhốt ở ngoài lock out; ***tôi đã bị nhốt mình ở bên ngoài*** I locked myself out
nhơ tainted
nhớ remember; miss; ***tôi nhớ anh/chị lắm*** I miss you so; ***nhớ gì*** bear sth in mind; ***nhớ khóa cửa đấy*** remember to lock the door
nhớ lại recall, recollect ◊ (sự) recollection ◊ it came back to me; ***làm ai nhớ lại ai*** remind s.o. of s.o.; ***làm ai nhớ lại điều gì*** remind s.o. of sth
nhớ nhà be homesick
nhớ ơn grateful
nhờ send for; ask to do a favor ◊ thanks to
nhờ cậy đến fall back on
nhờ ... chuyển c/o, care of; ***gửi Joe Hall, nhờ Brown chuyển giúp*** Joe Hall, c/o Brown
nhờ có thanks to, through
nhờ một việc ask a favor
nhỡ miss
nhờn greasy
nhớp nháp clammy; sticky
nhớp nhúa sleazy
nhợt light ◊ (sự) lightness
nhợt nhạt very pale, wishy-washy
nhu cầu need, requirement, want
nhũ băng icicle
nhúc nhích budge
nhục hình corporal punishment
nhục nhã disgraceful; dishonorable; humiliating ◊ (sự) disgrace
nhúm pinch
nhún shrug
nhún vai shrug (one's shoulders)
nhung velvet
nhung kẻ corduroy
nhúng dip
nhuốm tinge
nhuộm color; dye; tint
nhuộm màu stain
nhút nhát nervous; retiring; shy
như as; like; such as; ***như có phép mầu*** like magic; ***như pháp luật qui định*** as required by law
như cứt crap
như điên like mad; madly
như là as; as though; ***như là phương sách cuối cùng*** as a last resort
như nhau equal, the same; ***anh ấy và tôi cùng nói như nhau*** he and I said the same thing; ***ngửi/nhìn như nhau*** smell/look the same
như thế such ◊ thus; so; ***đàn ông đều như thế cả*** men are all the same; ***ăn/uống nhiều như thế*** eat/drink so much
như thế nào how
như thế này this way
như thường lệ as usual
như trẻ con boyish
như vậy so, like this; ***tôi cho là như vậy*** I expect so
nhử entice, lure
nhựa sap
nhựa đường tar
nhựa PVC PVC
nhựa ruồi holly
nhựa thông resin
nhức đầu headache ◊ have a

headache
nhức nhối excruciating
nhưng but; ***nhưng như thế thì không công bằng!*** but that's not fair!
những some ◊ (*used to form plural nouns*): ***những lời chia buồn*** condolences; ***những người giàu*** the rich
những cái ấy they (*things*)
những cái đó them (*things*); those
những cái này these
những điều đó those
những .. đó those
những gì sau đây the following
những .. này these
những người mới cưới newlyweds
những người sống nơi vỉa hè streetpeople
những người thất nghiệp the unemployed
những người vô gia cư the homeless
những thăng trầm ups and downs
những thú vui xác thịt the pleasures of the flesh
những trang vàng yellow pages
những vật khác the others (*things*)
nhược điểm defect, flaw; weakness
nhường đường yield, give way
nhượng bộ back down, yield ◊ (sự) concession
ni lông nylon
nĩa fork
niêm phong freeze *bank account*
niềm *classifier for feelings such as joy, trust and faith*
niềm hân hoan jubilation
niềm sung sướng bliss
niềm tin belief, faith; conviction
niềm vui (sướng) pleasure; fun; delight; joy; glee
nín lặng stay silent
nín thinh stay silent
nín thở hold one's breath
nịnh hót flatter ◊ (sự) flattery
nịnh nọt butter up
nịt elastic
nịt bít tất garter
nịt vú brassière
nitơ nitrogen
níu lại buttonhole
Niu-Yóoc New York
Niu-Zi-Lân New Zealand
no full up
nó he; she; him; her; it
nóc ridge
nọc độc venom
nói speak; speak to; talk; say; talk to; tell; ***tôi đang nói đây*** speaking TELEC; ***nói về gì?*** what's it about?; ***ông/bà nói gì?*** pardon me?; ***nói bậy!*** nonsense!; ***nói nhảm!*** nonsense!
nói chung in general, broadly speaking
nói chuyện talk; give a talk; address; ***nói chuyện riêng với ai*** have a word with s.o.
nói chuyện phiếm chat; gossip
nói chuyện tầm phào prattle
nói chuyện xã giao mingle (*at party*)
nói dối lie (*tell untruth*)
nói dối vô hại white lie
nói đến mention
nói điên cuồng rave
nói đùa joke; ***nói đùa ai*** pull s.o.'s leg
nói được rõ ràng express oneself
nói hết finish (talking)
nói huênh hoang talk big
nói huyên thiên yap
nói khàn khàn croak
nói khẽ keep one's voice down
nói không mạc lạc ramble

---

nói lại repeat
nói lan man ramble
nói lắp stammer, stutter
nói liến thoắng chatter
nói lí nhí mumble
nói líu nhí slur
nói loanh quanh waffle
nói lời chào tạm biệt với say goodbye to
nói lung tung rant and rave
nói mát allude to
nói năng tản mạn ramble ◊ (sự) rambling
nói nghiêm chỉnh joking apart
nói ngọng lisp; have a speech impediment; have pronunciation problems
nói nhảm nhí talk nonsense
nói nhẹ bớt downplay
nói quanh co beat about the bush
nói ra ý nghĩ của mình think aloud
nói riêng confide ◊ in particular
nói rõ thêm expand on
nói sảng rave
nói thay cho speak for
nói thẳng speak out ◊ plain-spoken
nói thầm whisper
nói thật đấy! honestly!
nói thêm add
nói tiếp talk on
nói to talk loudly; shout
nói to lên speak up
nói toạc make it plain; ***nói toạc ra với ai*** give s.o. a piece of one's mind
nói trạng brag
nói vấp váp stumble over; stumble over one's words
nói xấu defame ◊ (sự) defamation
nói xen vào chip in
nòi pedigree
non nớt immature
nón conical hat
nóng hot; quick-tempered
nóng hổi red-hot *metal, news*
nóng khó chịu sweltering
nóng lòng be anxious for
nóng nảy petulant
nóng nẩy fiery
nóng như thiêu scorching hot
nóng nực humid
nóng sốt piping hot
nóng tính short-tempered
nòng cốt skeleton; backbone *fig*
nòng nọc tadpole
nô đùa play; ***thích nô đùa*** frisky
nô lệ slave
nổ blow (*of fuse, tire*); burst; detonate; explode; go off ◊ (sự) explosion
nổ ầm ầm crash (*of thunder*)
nổ bốp pop
nổ đùng đùng boom
nổ lách tách crackle
nổ lốp xe blow-out
nổ ra erupt
nổ súng fire
nổ tung explode, blow up; go bang
nỗ lực strive ◊ (sự) bid, attempt; effort; ***nỗ lực để làm gì*** make an effort to do sth
nốc gulp down, put away
nốc ao knock out ◊ KO
nôi cradle
nối connect, join ◊ (sự) connection
nối chương trình link up
nối giáo cho giặc collaborate with the enemy
nối lại reconnect; knit together
nối máy connect, put through TELEC
nối mạng on-line; ***không nối mạng*** off-line; ***nối mạng với*** go on-line to
nối ngôi succeed, follow
nồi pot
nồi cơm điện (electric) rice

cooker
nồi hấp steamer
nồi hơi boiler
nổi float; show up, be visible ◊ afloat; in relief
nổi bật stand out, stick out ◊ prominent; striking
nổi bật lên come to the fore
nổi bật nhất predominant
nổi bùng lên flare up
nổi cơn lên be steamed up
nổi cơn thịnh nộ be in a rage
nổi da gà gooseflesh
nổi dậy revolt, uprising
nổi đóa be fuming
nổi giận get worked up; ***làm ai nổi giận*** make s.o. angry
nổi gió: ***trời nổi gió to*** it's getting windy
nổi khùng lên erupt, fly into a rage
nổi lên break (*of storm*); get up (*of wind*)
nổi lên mặt nước surface (*of water*)
nổi loạn mutiny; rebellion
nổi nóng flare up, get angry
nổi tiếng famous, renowned ◊ become popular, take off ◊ (sự) fame, celebrity; ***nổi tiếng tốt*** have a good reputation; ***nổi tiếng về*** be famous for; ***những bài hát/ đĩa nổi tiếng*** hit songs/ records
nổi tiếng xấu disreputable ◊ have a bad reputation
nổi xung rage
nỗi day dứt qualm
nỗi đau buồn sorrow
nỗi khiếp sợ terror
nỗi luyến tiếc quá khứ nostalgia
nỗi nhục shame
nỗi ô nhục stigma
nỗi sợ hãi phobia
nỗi xúc động feeling
nội paternal
nội (bộ) internal ◊ internally; in-house
nội các cabinet POL
nội cảm chest cold
nội chiến civil war
nội dung content; contents
nội địa inland; domestic
nội động từ intransitive
nội tại in-house
nội thành inner city; city center
nội thất interior
nón sắt helmet
nôn (*N*) vomit; throw up
nôn nóng impatient ◊ (sự) impatience
nôn ra bring up, vomit
nông (cạn) shallow
nông dân farmer; peasant
nông nghiệp agriculture ◊ agricultural
nông nổi impetuous
nông thôn country ◊ rural; ***ở nông thôn*** in the country
nồng nặc overpowering ◊ reek
nồng nhiệt passionate, fervent; warm *welcome*
nộp give in; hand over
nộp giấy báo thôi việc hand in one's notice
nộp tiền bảo lãnh bail out LAW
nộp vào pay in
nốt đen quarternote
nốt đỏ spot
nốt giộp blister
nốt nhạc note MUS
nốt ruồi mole (*on skin*)
nơ bướm bow; bow tie
nở hatch out (*of egg*); open; be out (*of flower*)
nở hoa flower, bloom
nở nang buxom
nở rộng ra dilate

nợ due; in the red ◊ owe; ***tài khoản của bà ấy ghi nợ 50$*** her account was debited with $50; ***nợ ai 500$*** owe s.o. $500
nợ quốc gia national debt
nơi place; area; part
nơi ăn chỗ nghỉ accommodation; board and lodging
nơi ẩn dật retreat
nơi ẩn náu haven; refuge; hideaway
nơi bán hàng point of sale
nơi bẩn thỉu dump
nơi chốn locality
nơi cư trú asylum POL
nơi để đồ tạp nhạp junkyard
nơi đến destination; arrival
nơi đồn trú garrison
nơi đổ rác dump
nơi gặp gỡ venue
nơi giải đáp thông tin information desk
nơi giữ đồ đạc bị thất lạc lost and found
nơi giữ ô tô bị phạt pound (*for cars*)
nơi hay lui tới haunt
nơi hẹn gặp meeting place, rendez-vous
nơi hỏa táng crematorium
nơi họp chợ marketplace
nơi hội họp meeting place
nơi khác elsewhere
nơi làm việc place of work; workplace
nơi lưu trữ archives
nơi mà where
nơi nào đó somewhere
nơi nghỉ resort
nơi nghỉ ở bờ biển seaside resort
nơi nhận hành lý baggage reclaim
nơi phát thuốc dispensary
nơi rửa ô tô car wash
nơi sinh birthplace
nơi tập kết rendez-vous
nơi thu đổi tiền exchange bureau
nơi trả tiền mua hàng checkout
nơi trông giữ chó kennels
nơi tụ cư melting pot
nơi yên tĩnh oasis *fig*
nới lỏng loosen
nới rộng thêm let out *jacket etc*
nụ bud BOT
nụ cười smile
nụ cười tự mãn smirk
nụ hôn kiss
núi mountain
núi lửa volcano
núm knob
núm vú nipple
nung nấu smolder (*with anger*)
nuôi bring up *child*; feed, support *family*; keep *animals*; cherish *hope etc*
nuôi dưỡng keep *family*; raise *children* ◊ (sự) nurture
nuông chiều indulgent ◊ pamper ◊ (sự) indulgence
nuốt swallow
nuốt hết eat up *fig*
nuốt lời back out
nuốt vội gobble up
núp lurk
nút knot; plug; stopper; (*S*) button
nút bấm button
nút bông vệ sinh tampon
nút chai cork
nút định giờ time switch
nút kép square knot
nút lại plug *hole*
nút thòng lọng noose
nút tua đi fast forward
nút xoắn twist
nữ female, woman
nữ anh hùng heroine
nữ bác sĩ woman doctor
nữ cảnh sát policewoman

nữ chiêu đãi viên hostess
nữ chiêu đãi viên hàng không air hostess
nữ chúa matriarch
nữ chủ tịch chairwoman
nữ công an policewoman
nữ diễn viên actress
nữ diễn viên ba lê ballerina
nữ hoàng empress; queen
nữ hướng đạo girl guide, girl scout
nữ hướng đạo nhỏ tuổi Brownie
nữ lao công cleaning woman
nữ nghị sĩ Congresswoman
nữ phát ngôn viên spokeswoman
nữ thần goddess
nữ thương gia businesswoman
nữ tính feminine
nữ tu sĩ nun; woman priest
nửa half
nửa buổi: ***làm việc nửa buổi*** work part-time
nửa chừng halfway
nửa đêm midnight
nửa đường halfway, midway
nửa giá half price
nửa giá vé half fare
nửa giờ half an hour
nửa pao half a pound
nửa tiếng half hour
nữa again; more; any more; else ◊ another; ***người nữa*** another (person); ***người nào đó nữa*** somebody else; ***ai nữa?*** anyone else?; who else?; ***không ai nữa*** no one else
nức nở sob
nước water; juice; country ◊ *classifier for countries*
nước bọt (*N*) saliva
nước bưởi tây grapefruit juice
nước cam orange juice
nước chanh lemon juice
nước chanh ga lemonade
nước chấm dipping sauce
nước cộng hòa republic
nước da complexion
nước dân chủ democracy; democratic country
nước dừa coconut milk
nước dùng broth, stock
nước đang phát triển developing country
nước đại gallop
nước đi move
nước đóng chai bottled water
nước hầm stock (*for cooking*)
nước hoa perfume, scent
nước hoa xịt perfume spray
nước khoáng mineral water
nước lũ flood, torrent
nước máy running water
nước mắm fish sauce
nước mắt tear; ***rơi nước mắt*** be in tears
nước men glaze
nước miếng (*S*) saliva
nước ngoài abroad, overseas ◊ foreign
nước ngọt freshwater; soft drink, soda
nước nguội cooled water
nước nhầy mucus
nước nhập khẩu importer, importing country
nước ớt chilli sauce
nước quả juice
nước rửa bát dishwater
nước sạch để uống drinking water
nước sô cô la nóng hot chocolate
nước sốt relish
nước súc miệng mouthwash
nước táo apple juice
nước thơm dịu eau de toilette
nước tiểu urine
nước tinh khiết pure water;

drinking water
nước tô-níc tonic (water)
nước trái cây (*S*) fruit juice
nước uống (được) drinking water
nước ướp marinade
nước vôi trắng whitewash
nước xoài mango juice
nước xô đa soda
nước xốt sauce; dip; gravy
nước xuất khẩu exporter, exporting country
nước xúp vegetable stock
nướng bake; broil, grill ◊ charbroiled ◊ (sự) broiler
nướng vỉ barbecue
nứt nẻ chapped
nứt ra split

O

òa khóc burst into tears; break down
oai nghiêm imposing
oai vệ majestic
oải hương lavender
oát watt
oằn lại buckle
oằn người dưới be weighed down with
óc brain; mind; intelligence
óc chó walnut (tree)
oi stifling hot
oi bức muggy, sultry
ói (*S*) throw up
om sòm fuss; ***đừng có làm om sòm lên như vậy*** don't make such a fuss
ong bee
ong bắp cày wasp; hornet
ong chúa queen bee
ong nghệ bumblebee
óng ánh glisten
ọp ẹp dilapidated, tumbledown; shaky

Ô

ô box (*on form*); umbrella; parasol
ô cửa sổ porthole
ô kính window (*of store*)
ô kính cửa hàng shop window
ô kính cửa sổ windowpane
ô nhiễm pollute ◊ polluted ◊ (sự) pollution; ***không ô nhiễm*** nonpolluting
ô nhiễm không khí atmospheric pollution

ô nhiễm môi trường environmental pollution
ô tô car
ô tô có bộ số tự động automatic
ô tô công ty company car
ô tô cực nhỏ subcompact (*car*)
ô tô đuôi cong hatchback; station wagon
ô tô khách bus
ô tô nhỏ compact
ô vuông square
ổ breeding ground
ổ bánh mì loaf; roll
ổ băng tape drive
ổ bi ball bearing
ổ cắm power point, outlet
ổ đạn cartridge
ổ đề kháng pocket of resistance
ổ đĩa disk drive
ổ đĩa CD-ROM CD-ROM drive
ổ khóa lock
ổ lợn pigpen *fig*
ổ trục bearing (*in machine*)
ốc snail
ốc đảo oasis
ốc sên snail
ôi go bad
ôi khét rancid
ổi guava
ôliu olive (tree)
ôm hold; embrace
ôm ấp cuddle
ôm chặt hug; clasp
ôm ghì embrace
ôm nhau embrace
ốm ill, sick ◊ illness; ***bị ốm*** fall ill, be taken ill; ***ốm nặng vô phương cứu chữa*** terminally ill
ôn con brat
ôn hòa mild; moderate ◊ (sự) mildness; moderation; ***người có quan điểm ôn hòa*** moderate POL
ôn lại brush up
ôn tập review
ồn ào noise; uproar ◊ noisy
ổn alright; satisfactory; ***cái đó sẽ ổn thôi, đừng lo!*** it will be alright, don't worry!; ***có gì không ổn chăng?*** is something wrong?
ổn định stabilize; freeze *wages* ◊ stable ◊ (sự) stability; ***không ổn định*** unsettled; unstable
ổn định cuộc sống settle down
ông man; Mr; grandad ◊ you (*to a more senior man*); ***ông có thể ...?*** could you ...?
ông ấy he; him
ông bà grandparents
ông chủ boss
ông chủ quán landlord
ông chủ trọ landlord
ông đồng medium
ông già dad; old man
ông già Nô-en Santa Claus
ông già vợ father-in-law
ông ngoại grandfather (*maternal*)
ông nội grandfather (*paternal*)
Ông Táo Kitchen God
ông trùm tycoon
ông xã husband, hubby
ống stem; tube; drain
ống dẫn pipe
ống điếu pipe
ống hút straw
ống khói chimney; funnel
ống khói cao stack
ống kính zoom lens
ống kính chụp xa telephoto lens
ống mềm hose
ống nghe receiver TELEC; stethoscope
ống nghe đeo tai earphones
ống nghiệm test tube
ống nhòm binoculars
ống nhòm xem ôpêra opera glasses
ống nivô spirit level
ống nói mouthpiece

ống phun spraygun
ống sáo flute
ống thoát overflow
ống thở snorkel
ống tiêm syringe
ống tiêu recorder MUS
ống tiêu nước drainpipe
ống truyền drip MED
ống xả exhaust; exhaust pipe
ổng (*S*) he
ôpêra opera
ôxít oxide

ơ

ờ well ...
ở at; in; on; to ◊ live; stand; ***ở cửa hàng tạp phẩm*** at the grocery store; ***ở đằng này/đằng kia*** over here/there; ***ở phía bắc/nam của ...*** to the north/south of ...
ở bất cứ nơi đâu anywhere
ở bất cứ nơi nào wherever
ở bên dưới below
ở bên kia across; beyond
ở bên ngoài outside, outdoors ◊ outer
ở bên trong inside, indoors ◊ inner
ở cấp so sánh comparative
ở chỗ đó over there
ở dưới below, beneath; ***ở dưới đất*** on the ground
ở đâu where; wherever; ***anh/chị sinh ở đâu?*** where were you born?; ***ở đâu vậy?*** where is it?
ở đâu đó somewhere
ở đây here; over here
ở đó there; over there
ở được habitable; ***không thể ở được*** uninhabitable
ở gần nearby
ở lại stay; stay behind; ***ở lại đêm*** stay the night
ở mức vừa phải moderately
ở ngoài out of
ở ngoài trời in the open air, outdoors
ở ngoại ô suburban
ở nước ngoài abroad
ở phía trước in front ◊ in front of
ở trên aboard; over; on top of; ***ở trên đường phố*** in the street; ***ở trên dỉnh của*** on top of
ở trên cao overhead; at the top; ***ở trên cao đây/đấy*** up here/there
ở trong in; inside; ***ở trong đây*** in here
ở trong nước in my country; home
ở trước mặt in front
ợ belch, burp
ợ nóng heartburn
ơi hey; ***ông/bà ơi*** excuse me
ơn favor; grace; gratitude; ***xin làm ơn thôi cho!*** do me a favor!
ớn lạnh chill ◊ chilly
ớt chilli (pepper)
ớt ngọt (bell) pepper

P

Pakixtan Pakistan ◊ Pakistani
panen panel
panh pint
pao pound
parasốc bumper
pa-tanh roller skate
pê đê *pej* fag
pênixilin penicillin

PH

pha make *coffee, tea*; brew; mix
pha bằng phin percolate
pha len wool mixture
pha lê crystal
pha loãng dilute; make a weak coffee/tea etc
pha nước uống make a drink; ***tôi sẽ pha nước uống cho anh/chị*** I'll fix you a drink
pha nước vào water down
pha trộn blend; mix
pha với đá on the rocks
phá knock down; break *record*; destroy; ***không phá vỡ được*** unbreakable *record*
phá bung force *door etc*; ***phá bung X*** force X open
phá đám disturb; spoil; ***kẻ/tên/tay phá đám*** spoilsport
phá đổ demolish, pull down; break down *door*; topple over
phá giá devaluate; slash prices ◊ (sự) devaluation; ***phá giá tiền tệ*** currency devaluation
phá hoại destroy; sabotage; vandalize ◊ destructive ◊ (sự) destruction; sabotage; ***kẻ/tên/tay phá hoại*** vandal; ***kẻ/tên/tay phá hoại bãi công*** strikebreaker
phá hủy demolish; obliterate ◊ (sự) demolition
phá kỷ lục record-breaking
phá lên cười burst out laughing
phá nổ blast
phá phách rampage
phá ra cười crack up, burst out laughing
phá rối disrupt ◊ (sự) disruption
phá rừng deforestation
phá sản bankrupt; go bankrupt; crash (*of market*) ◊ (sự) bankruptcy; crash; ***bị phá sản*** bankrupt ◊ go bankrupt, go broke; be ruined
phà ferry
phà chở khách passenger ferry
phà chở xe car ferry
phác họa sketch

phác thảo outline
phác thảo sơ lược rough draft
phai fade; ***phai màu*** lose color
phái sect; gender
phái đoàn mission
phái đoàn thương mại trade mission
phái giữa center POL
phái viên envoy
phải have (got) to; must; should ◊ that's right; ***tôi phải*** I must; ***không cần phải thô lỗ*** there's no need to be rude
phải chăng reasonable ◊ is it true that ...?; isn't that so?; ***phải chăng tôi phải hiểu rằng...?*** am I to gather that ...?
phải chết mortal
phải không? is she?; are you? don't they? *etc*
phải lòng fall in love
phải thế không? is it?; do they? *etc*; is that so?
phải trái right and left; ***biết phải trái*** have common sense
phải vậy không? is it?; do they? *etc*; is that so?
phải xin lỗi owe an apology
phàm tục profane
phạm make *mistake*; commit *error*, *crime*
phạm nhân prisoner
phạm pháp delinquency; law breaking ◊ illegal; ***kẻ/tên/tay phạm pháp*** delinquent
phạm pháp ở vị thành niên juvenile delinquency
phạm sai lầm put one's foot in it
phạm tội sin; ***kẻ/tên/tay phạm tội*** criminal, offender; sinner
phạm vi scope; sphere (*of activity*, *interest*)
phạm vi ảnh hưởng sphere of influence
phạm vi rộng lớn breadth (*of knowledge*)
phạm vi xét xử jurisdiction
phán quyết judgment; ***quan tòa phán quyết rằng ...*** the judge ruled that ...
phán xử sentence (to); be sentenced
phàn nàn complain; bitch ◊ (sự) complaint
phàn nàn về deplore
phản anti-; counter- ◊ betray
phản ánh reflect ◊ (sự) reflection
phản bác contest
phản bác lại counter, retaliate
phản biện rebuttal
phản bội betray; give away; doublecross ◊ (sự) betrayal; ***kẻ/tên/tay phản bội*** traitor
phản cách mạng counter-revolutionary
phản chiếu mirror, reflect ◊ (sự) reflection; ***được phản chiếu trên*** be reflected in
phản công (lại) counter; counter-attack
phản đối disapprove of; object to, mind; disagree; object; protest ◊ against ◊ (sự) objection
phản động reactionary
phản kháng ầm ĩ protest ◊ (sự) uproar
phản lại backfire *fig*
phản lại chính mình give oneself away
phản loạn rebellious ◊ rebel
phản quốc commit treason, betray one's country ◊ (sự) treason
phản tác dụng counterproductive
phản ứng react ◊ (sự) reaction
phản ứng dây chuyền chain reaction
phản ứng dữ dội backlash
phản ứng không tự chủ reflex

---

ch (*final*) k	**gh** g	**nh** (*final*) ng	**r** z; (*S*) r	**x** s	**â** (but)	**i** (tin)
d z; (*S*) y	**gi** z; (*S*) y	**ph** f	**th** t	**a** (hat)	**e** (red)	**o** (saw)
đ d	**nh** (onion)	**qu** kw	**tr** ch	**ă** (hard)	**ê** ay	**ô** oh

reaction
phản ứng phụ side effect
phản xã hội antisocial
phản xạ reflex (action)
phanh (*N*) brake
phanh tay (*N*) parking brake
Phan-xi-pan Fansipan (*highest mountain in Vietnam*)
phao buoy; life belt; crib (*for exam*)
phao cấp cứu life belt
phao câu pope's nose
pháo artillery, guns; firecracker
pháo binh artillery
pháo bông fireworks
pháo đài fort; stronghold *fig*
pháo hạm gunship
pháo hoa fireworks; rocket
pháo kích shell ◊ (sự) shellfire; artillery attack; ***bị pháo kích*** come under shellfire
pháo sáng flare
pháo thuyền trực thăng helicopter gunship
Pháp France ◊ French
pháp luật law; ***không có pháp luật*** lawless
pháp lý legal; judicial
phát deliver *parcel etc*; dispense; broadcast; administer *medicine*; break out (*of disease*); smack *bottom* ◊ (sự) delivery; ***đang phát*** be on (*of program*)
phát âm pronounce ◊ vocal ◊ (sự) pronunciation
phát âm sai mispronounce ◊ (sự) mispronunciation
phát biểu make a speech; state; announce
phát bóng kick off
phát đạt boom; prosper ◊ brisk; booming, flourishing; prosperous
phát điên go mad; ***làm cho ai phát điên lên*** drive s.o. mad
phát điện generate electricity
phát động put things in motion
phát đơn kiện bring an action against
phát ghen lên với be envious of
phát giác reveal; discover *plot* ◊ (sự) revelation; discovery
phát hành come out (*of book, CD etc*) ◊ (sự) issue; release (*of CD etc*)
phát hiện discover; detect; strike *oil*; dig up, unearth *information* ◊ (sự) detection; discovery
phát hiện mới breakthrough
phát hiện ra find out
phát huy develop *talent*, *initiative*
phát lại repeat, rebroadcast
phát lại âm reproduce ◊ (sự) reproduction
phát minh invent ◊ (việc) invention
phát ngôn viên spokesperson
phát nhỏ giọt dole out
phát phì put on weight
phát ra release *information*; let out *groan etc*; generate *electricity*; utter *sound*
phát rắm fart
phát sáng luminous
phát sinh derivative
phát súng shot, gunshot
phát tài prosperous
phát thanh broadcast◊ (sự) broadcasting
phát thanh nhiều buổi serialize
phát thanh viên broadcaster; announcer; newreader
phát tín hiệu báo động raise the alarm
phát to blare out
phát triển develop; expand; grow ◊ (sự) development; growth
phát triển kinh tế xã hoị socio-economic development
phát vào đít spank
phát xít fascist

phạt fine; discipline; penalize ◊ (sự) penalty
phạt giữ lại keep in (*at school*)
phạt roi beat, whip ◊ (sự) beating, whipping
phẳng level
phẳng lặng calm, serene
phẳng phiu smooth
phẩm cách dignity
phẩm chất quality; virtue; ***phẩm chất của cuộc sống*** quality of life
phân centimeter
phân ban subcommittee
phân biệt distinguish; segregate ◊ (sự) distinction; segregation; ***không phân biệt*** indiscriminate; ***không phân biệt được*** indistinguishable
phân biệt chủng tộc racial discrimination ◊ racist; ***kẻ/tên/tay phân biệt chủng tộc*** racist
phân biệt đối xử differentiate between ◊ (sự) discrimination
phân biệt đối xử đối với discriminate against
phân biệt giữa differentiate between
phân biệt với mark out, set apart; ***phân biệt X với Y*** set X apart from Y; discriminate between X and Y; distinguish between X and Y
phân bón fertilizer; manure
phân cấp quản lý decentralize ◊ (sự) decentralization
phân chia allot, assign; share out; divide; break down *figures* ◊ (sự) breakdown (*of figures*); ***không thể phân chia được*** indivisible
phân công allocate, assign
phân cực polarize
phân hạt nhân split the atom ◊ (sự) nuclear fission
phân loại classify, sort ◊ (sự) classification
phân phát allocate, distribute; give out *leaflets etc* ◊ (sự) distribution, handing out
phân phối distribute ◊ (sự) distribution
phân số fraction
phân số thập phân decimal
phân súc vật dung
phân tâm học (psycho)analysis
phân tây centimeter
phân tích analyze ◊ (sự) analysis
phân tích chi phí - lợi ích cost-benefit analysis
phân từ quá khứ past participle
phân tử molecule ◊ molecular
phân vai cast
phân vân waver; hesitate; ***phân vân giữa hai sự lựa chọn*** waver between two alternatives
phân xử arbitrate ◊ (sự) arbitration
phấn chalk; powder (*for face*)
phấn chấn elated ◊ (sự) elation; nervous energy
phấn hoa pollen
phấn hồng blusher
phấn khích excited ◊ (sự) excitement
phấn khởi excited
phấn màu crayon
phần bit, part; fraction; quota; section (*of text, book*); share (*of inheritance, profits*); helping (*of food*); movement MUS
phần bổ sung supplement
phần còn lại remainder, the rest
phần cứng hardware COMPUT
phần đầu beginning
phần đầu trang header (*in document*)
phần đệm accompaniment; backing MUS
phần hướng ra biển sea front
phần kết epilog

Phần Lan Finland ◊ Finnish
phần lớn most ◊ the bulk
phần lưng back; back part
phần mềm software
phần mềm trọn gói software package
phần mộc woodwork
phần mở đầu opening, beginning
phần mở rộng extension (*to house*)
phần nào partly; ***xong rồi chứ? - phần nào*** is it finished? - sort of
phần nhạc phim score (*of movie etc*)
phần nhỏ fragment
phần thân trên bodice
phần thưởng award; reward
phần tiếp continuation
phần trả từng kỳ installment
phần trăm percent
phần trên top
phần tư quarter
phần tử cánh hữu right winger POL
phần tử cấp tiến radical; extremist
phần tử diều hâu hawk *fig*
phần tử lật đổ subversive
phần tử phản động reactionary
phần tử phát xít fascist
phần tử xô vanh chauvinist
phần việc stint; ***làm phần việc của mình*** do one's share of the work
phần xây nề masonry
phẫn nộ indignant ◊ (sự) indignation, outrage; ***tôi rất phẫn nộ khi nghe thấy ...*** I was outraged to hear ...
phất wave
phất phới flutter
Phật Buddha
Phật giáo Buddhist
Phật giáo thiền phái Zen Buddhism
phẫu thuật surgical ◊ (sự) surgery
phẫu thuật tạo hình plastic surgery
phẫu thuật thẩm mỹ cosmetic surgery
phẫu thuật tim mạch bypass surgery
phe cánh clan
phe đối lập opposition
phe phái in-group
phe vé scalper
phéc mơ tuya zipper, fastener
phép authority; leave; sabbatical
phép chấm câu punctuation
phép chia division MATH
phép chữa bệnh bằng thôi miên hypnotherapy
phép chữa bệnh vi lượng đồng căn homeopathy
phép điều trị treatment
phép điều trị bằng tia X radiotherapy
phép kì diệu miracle
phép lịch sự decency
phép mầu magic; miracle
phép nghỉ ốm sick leave
phép ứng xử lịch sự social niceties
phê bình review; criticize
phê chuẩn sanction
phê phán critical ◊ find fault with
phế liệu scrap
phế phẩm waste product
phế thải waste
phế thải công nghiệp industrial waste
phết spread; spank
phết bơ butter *bread*
phết lên smear
phi công pilot
phi công lái phụ copilot
phi cơ (*S*) airplane
phi đạn (*S*) rocket, missile

phi đội crew (*of aircraft*)
phi hành đoàn flight crew
phi hạt nhân nuclear-free
phi lý illogical, irrational; monstrous
phi nước đại gallop
phi pháp illegal
phi thường magnificent; superhuman
phi tiêu dart
phi vàng brown (*in cooking*), fry to a golden brown
phí bảo hiểm insurance premium
phí phục vụ service charge
phí tổn expense
phỉ hazelnut; hazel (tree)
phía bắc north ◊ northern
phía dưới below; at the bottom of
phía đông east ◊ eastern
phía nam south ◊ southern
phía sau back, rear ◊ behind; ***ở phía sau xe ô tô*** in back of the car
phía tây west ◊ western
phía trên above
phía trong inside
phía trước front
phích (nước) (*N*) vacuum flask
phích cắm outlet ELEC; plug; ***phích cắm hai chạc*** a 2-pin plug
phiên bản reproduction
phiên dịch interpret ◊ (sự) interpretation
phiên tòa trial; hearing LAW
phiến slab
phiến loạn rebel, revolt; ***kẻ/tên/tay phiến loạn*** rebel
phiến tinh thể chip COMPUT
phiền trouble ◊ troublesome
phiền hà cumbersome
phiền phức troublesome ◊ (sự) trouble, bother; annoyance; ***thật là phiền phức!*** what a nuisance!
phiền toái cumbersome
phiêu lưu adventurous ◊ (sự) adventure; ***thích phiêu lưu*** adventurous
phiếu coupon, voucher; ticket; card
phiếu giao hàng delivery note
phiếu mua hàng giảm giá discount voucher
phiếu mua tặng phẩm token, gift token
phiếu phạt đỗ xe parking ticket
phiếu quà tặng gift voucher
phiếu trắng abstention
Phi-líp-pin the Philippines ◊ Filipino
phim movie; film
phim ảnh movie
phim chính feature
phim dành cho người lớn adult movie
phim dương bản slide PHOT
phim đèn chiếu transparency PHOT
phim hài comedy (movie)
phim hoạt hình (animated) cartoon
phim khiêu dâm porn movie
phim màu color film
phim nhà làm home movie
phim quay lấy home movie
phim rùng rợn horror movie
phim tài liệu documentary
phim tình yêu romance
phím key COMPUT
phím cách space bar
phím chữ hoa caps lock
phím dịch chuyển shift key
phím enter enter (key), return
phím lùi backspace (key)
phím síp shift key
phím trỏ cursor
phím xóa delete key
phin filter
phình ra bulge ◊ swollen
phỉnh nịnh wheedle; ***phỉnh nịnh***

Y để được X wheedle X out of Y
phít foot (*length*)
pho mát cheese
pho mát trắng nhiều kem cream cheese
phó deputy ◊ vice
phó chủ tịch deputy leader; vice president
phó giáo sư associate professor
phó mặc cho be at the mercy of
phó thuyền trưởng mate NAUT
phong bì envelope
phong cách style
phong cách riêng idiosyncrasy
phong cảnh landscape; scenery
phong cầm organ MUS
phong kiến feudal ◊ feudalism
phong lan orchid
phong phú varied; wide *experience* ◊ (sự) wealth of
phong tỏa blockade
phong trào movement
phong trào giải phóng phụ nữ women's lib
phong trào kháng chiến Resistance POL
phong tục custom, tradition
phong vũ biểu barometer
phóng launch; lift off ◊ (sự) blast-off, lift-off
phóng đãng dissolute
phóng đại magnify
phóng khoáng open-minded; liberated
phóng lên rise; ***được phóng lên*** blast off
phóng nhanh go fast, race along
phóng sự news report
phóng to enlarge, blow up *photograph* ◊ (sự) enlargement, blow-up
phóng túng loose *morals*
phóng viên reporter; correspondent
phóng vù vù zoom
phóng xạ radiation ◊ radioactive
phóng xuống launch
phòng room; department; bureau; ward
phòng ăn dining room
phòng bán vé box office; ticket office
phòng bệnh preventive MED ◊ (sự) prevention MED; room (*in hospital*)
phòng bỏ phiếu voting booth
phòng cách ly isolation ward
phòng cấp cứu accident and emergency
phòng chẩn mạch clinic
phòng cho thuê accommodations
phòng chờ waiting room
phòng chơi lounge
phòng cứu thương accident and emergency
phòng dành cho khách spare room
phòng đánh pun pool hall
phòng để quần áo closet
phòng điều tra các vụ án giết người homicide (department)
phòng đôi double (room)
phòng đợi departure lounge; waiting room
phòng đợi khởi hành departure lounge
phòng đợi lên máy bay departure lounge
phòng đơn single (room)
phòng đứng chờ standing room
phòng ghi âm recording studio
phòng giặt là laundry
phòng giữ mũ áo checkroom (*for coats*)
phòng gửi hành lý (baggage) checkroom
phòng hai giường twin room
phòng hai người double room
phòng học classroom

phòng họp conference room
phòng họp ban giám đốc boardroom
phòng hội nghị conference room
phòng hướng dẫn information desk
phòng kép twin room
phòng khách living room, sitting room
phòng khách sạn hotel room
phòng khám (bệnh) clinic
phòng kho stockroom
phòng làm việc office; study
phòng làm việc của giáo viên staffroom
phòng làm việc riêng den
phòng lễ tang funeral home
phòng lễ tân reception
phòng lớn hall
phòng mổ operating room
phòng một (người) single (room)
phòng ngủ bedroom
phòng ngủ chính master bedroom
phòng ngủ dành cho khách guestroom
phòng ngừa prevent ◊ preventive; precautionary; ***phòng ngừa ai làm gì*** prevent s.o. from doing sth
phòng nhảy disco disco
phòng nhân sự personnel (department)
phòng tắm bathroom
phòng tập thể dục gymnasium
phòng thay quần áo dressing room
phòng thể dục thẩm mỹ fitness center
phòng thí nghiệm lab, laboratory
phòng thính giả auditorium
phòng thông tin information desk
phòng thông tin du lịch tourist (information) office
phòng thu phát các chương trình truyền hình television studio
phòng thủ defensive ◊ defend ◊ (sự) defense
Phòng thương mại Chamber of Commerce
phòng tiếp tân lobby; reception
phòng tranh (art) gallery
phòng trà tearoom; hostess bar
phòng treo quần áo checkroom
phòng triển lãm hội họa art gallery
phòng trưng bày showroom
phòng trưng bày nghệ thuật art gallery
phòng thư lưu general delivery
phòng thử quần áo fitting room
phòng vé ticket office
phòng vệ dân sự (dân vệ) civilian guard
phòng vệ sinh washroom, lavatory
phòng vệ sinh nam men's room
phòng vệ sinh nữ ladies' room
phòng xét xử courtroom
phòng xưng tội confessional REL
phỏng đoán guess ◊ (sự) conjecture, guesswork
phỏng vấn interview
phọt ra gush
phô trương show off, parade ◊ showy; flamboyant; ostentatious; ***kẻ/tên/tay phô trương*** show-off; ***không phô trương*** unobtrusive
phố street
phố chính main street
phố nhỏ side street
phố Wall Wall Street
phổ biến common; general; widespread; ***không phổ biến*** unpopular
phổ biến nhất prevailing
phôi thai embryo

phối hòa âm harmonize
phối hợp coordinate ◊ (sự) coordination
phổi lung
phồn vinh prosper ◊ prosperous ◊ (sự) prosperity
phông cảnh set; scenery THEA
phông chữ font (*for printing*)
phồng lên flare
phốt phát phosphate
phờ phạc haggard, washed-out
phở noodles; noodle soup; (*slang*) mistress, bit on the side
phơi bày expose
phơi khô dry
phơi nắng bask
phơi ra expose ◊ (sự) exposure; ***phơi X ra Y*** expose X to Y
phớt lờ ignore; brush off *criticism*
phu khuân vác porter (*in hotel*)
phù dâu bridesmaid
phù hiệu badge
phù hợp correspond ◊ properly ◊ (sự) correspondence; ***không phù hợp*** incongruous; ***phù hợp với*** in accordance with, in keeping with, in line with
phù phiếm frivolous
phù rể best man
phủ cover; covered with; draped in
phủ băng freeze over; ice up ◊ icy
phủ cỏ grassy
phủ đầy coat (with)
phủ định negative
phủ giấy dán tường wallpaper
phủ kem trên topped with cream
phủ nhận deny ◊ (sự) denial; ***không thể phủ nhận được*** undeniable ◊ undeniably
phủ quyết veto
phủ rêu mossy
phụ auxiliary; secondary
phụ âm consonant
phụ bạc treacherous
phụ cận surrounding
phụ đề subtitle
phụ đính enclosure (*with letter*)
phụ kiện add-on
phụ lục appendix
phụ nữ woman
phụ nữ Anh Englishwoman
phụ nữ có chồng married woman
phụ nữ có mang expectant mother
phụ nữ Pháp Frenchwoman
phụ nữ tóc vàng blonde
phụ thuộc dependent ◊ (sự) dependence, dependency; ***phụ thuộc vào*** be dependent on; ***phụ thuộc vào anh/chị*** it's up to you
phụ thuộc lẫn nhau interdependent
phụ trách be in charge; be responsible for
phụ trương insert, supplement
phụ tùng thay thế spare
phúc lành blessing REL
phục hồi bring back; retrieve; revive *custom etc*; rehabilitate *criminal etc* ◊ (sự) revival
phục hồi chức năng rehabilitate ◊ (sự) rehabilitation
phục hồi chức vị reinstate ◊ (sự) reinstatement
phục kích ambush
phục vụ serve; attend to *customer* ◊ (sự) service
phục vụ tại phòng room service
phủi brush off
phủi bụi dust
phun spray, squirt; ***phun Y lên X*** spray X with Y
phun lửa erupt ◊ (sự) eruption
phun ra spout
phung phí spend, blow; fritter away, squander ◊ extravagant ◊ (sự) extravagance
phút minute; ***mười lăm phút***

fifteen minutes, quarter of an hour
phụt ra spurt
phức tạp complex; complicated ◊ (sự) complication
phương Đông east; Orient, East Asia ◊ Oriental, East Asian
phương nam south
phương pháp method, system; formula; ***có phương pháp*** methodical, systematic
phương pháp điều trị therapy
phương Tây the West ◊ Western
phương thức mode
phương tiện means; medium; vehicle (*for information etc*)
phương tiện giảng dạy nhìn visual aid
phương tiện giao thông communications; means of transportation
phương tiện thông tin đại chúng mass media, the media
phương tiện thông tin tổng hợp multimedia
phương tiện vận chuyển means of transportation
phương tiện vận chuyển công cộng public transportation
phương trình equation
phường guild; precinct; ***công an phường*** district police
phượng phoenix
pianô piano
pianô tủ upright (piano)
pigiama pajamas
pin battery
pít-tông piston
politen polyethylene
polixtiren polystyrene

Q

QL (= ***Quốc lộ***) main road from north to south
qua across; through; via ◊ spend *time*; cross; go past
qua cơn hiểm nghèo be out of danger
qua đại tây dương transatlantic
qua đêm overnight
qua đi pass, blow over
qua đời pass away ◊ (sự) demise
qua đường by way of; via
qua khỏi survive
qua lại back and forth; ***cấm qua lại*** no trespassing
qua lại được passable
qua thái bình dương transpacific
qua thống kê statistically
quá extremely; too, excessively ◊ past, after; ***quá nặng để vác*** too heavy to carry
quá cao excessive *speed*; prohibitive *prices*
quá cảnh in transit
quá chậm overdue
quá cuồng nhiệt wild *party etc*
quá cường điệu gushy
quá dạt dào effusive
quá dắt costly
quá đáng immoderate; excessive; outrageous *prices etc*

quá đắt overpriced
quá độ transitional ◊ be excessive; ***ăn/uống quá độ*** eat/drink to excess
quá giờ overrun
quá hiếu động hyperactive
quá khắt khe straitlaced
quá khó khăn formidable
quá khứ past
quá kích động hysterical ◊ (sự) hysteria
quá lâu lengthy
quá lo âu neurotic
quá mạnh drastic
quá mức overly ◊ excessive ◊ (sự) excess
quá nhạy cảm hypersensitive
quá nhiều too much; too many ◊ excessive; ***quá nhiều cơm*** too much rice
quá nhiệt tình với go overboard for
quá quắt exaggerated, excessive; ***thật là quá quắt!*** that's really too much!
quá rõ ràng glaring
quá say mê be crazy about
quá sớm premature; untimely
quá sợ be overawed by
quá táo bạo presumptuous
quá tỉ mỉ finicky
quá tồi tệ stink
quá trình process
quá trình lớn lên growth
quá trình sinh con childbirth
quá trình tuyển chọn selection process
quá trọng lượng overweight
quà gift, present
quà Nô-en Christmas present
quà tặng gift, present
quả fruit ◊ *classifier for round things*: ***quả hồng*** persimmon
quả bóng ball
quả bóng chày baseball
quả bóng đá football
quả cầu lông shuttlecock
quả đấm cửa doorknob
quả đất globe
quả địa cầu globe
quả giao bóng service (*in tennis*)
quả nắm cửa knob
quả phạt đền penalty SP
quả phạt góc corner (kick) (*in soccer*)
quả quyết assertive
quả tang: ***bắt quả tang*** catch red-handed
quả trái backhand
quả tua tassel
quả vôlê volley
quạ crow; raven
quai strap
quai bị mumps
quái: ***mày muốn cái quái gì?*** what the hell do you want?; ***mày đang làm cái quái gì vậy?*** what the hell are you doing?
quái dị freak
quái vật monster
quan chức cao cấp dignitary
quan điểm opinion, point of view; view; position; slant; ***theo quan điểm của tôi*** in my opinion; ***quan điểm chính trị của anh ấy là thế nào?*** what are his politics?
quan hệ relation; relationship; ***có quan hệ bình đẳng/khác biệt*** be on the same/a different footing; ***có quan hệ đứng đắn*** be going steady; ***quan hệ giữa tôi với anh/chị là thế nào?*** where do I stand with you?; ***có quan hệ hữu nghị với ...*** be on a friendly footing with ...; ***quan hệ kinh doanh/ngoại giao*** business/diplomatic relations; ***có quan hệ thông gia với X*** be

connected with X by marriage; ***có quan hệ tốt/xấu với ai*** be on good/bad terms with s.o.; ***có quan hệ với những người có ảnh hưởng*** be well connected
quan hệ bừa bãi promiscuous relationships
quan hệ Đông-Tây East-West relations
quan hệ họ hàng relation (*in family*)
quan hệ máu mủ blood relation, blood relative
quan hệ quần chúng PR, public relations
quan hệ thư từ correspondence
quan hệ tình dục intimacy; (sexual) relationship
quan hệ tình dục không an toàn unprotected sex
quan hệ với khách hàng customer relations
quan lại mandarin (*in China*)
quan liêu bureaucratic ◊ (sự) bureaucracy
quan niệm sai lầm misconception
quan sát watch; observe; survey ◊ (sự) observation
quan sát viên observer
quan tài casket, coffin
quan tâm care; care about; consider ◊ interested ◊ (sự) consideration; interest; concern; ***không quan tâm đến*** with no regard for; ***quan tâm tới gì*** take an interest in sth
quan trọng big, important; fundamental ◊ (sự) matter; ***rất quan trọng*** crucial; momentous; ***không quan trọng*** insignificant; unimportant; ***có tầm quan trọng bậc nhất*** of prime importance; ***quan trọng nhất*** dominant, foremost; paramount
quán joint, place
quán ăn restaurant; inn
quán ăn cạnh đường diner
quán ăn nhẹ snack bar
quán ăn tự phục vụ cafeteria
quán cà phê coffee shop; café
quán dành cho lái xe tải truck stop
quán giải khát café
quán trọ thanh niên youth hostel
quán từ article GRAM
quán từ không xác định indefinite article GRAM
quán từ xác định definite article GRAM
quản gia caretaker; housekeeper
quản lý manage; administer; conduct ◊ (sự) management; administration
quản lý tồi mismanagement
quang cảnh view
quang đãng clear
quang gánh hanging basket
quàng quạc quack
quảng cáo advertisement, ad; commercial; advertising; publicity ◊ advertise; promote; publicize
quảng cáo liên tiếp plug
quảng cáo thổi phồng hype
quảng cáo xen giữa commercial break
quảng trường square
quãng stretch; way; ***đó là một quãng đi bộ dài/ngắn đến cơ quan*** it's a long/short walk to the office
quanh co indirect *route*; crooked; twisting, winding *roads*; contorted *excuse etc* ◊ stall, play for time; wind (*of path etc*)
quanh đây be about
quanh quẩn around
quanh quẩn gần đây stick

around
quành bend
quát tháo shout at; bawl out
quạt fan
quạt máy ventilator
quạt tay fan (*handheld*)
quạt trần ceiling fan
quay rotate (*of blades*); spin, turn (*of wheel*); swing; turn around; avert *eyes*; roast *beef* ◊ (sự) rotation
quay chậm slow motion; ***được quay chậm*** in slow motion
quay cóp copy
quay cuồng whirl; ***đầu óc tôi quay cuồng*** my head is spinning
quay lại turn around ◊ (sự) action replay
quay lên wind up *window*
quay lui turn back
quay lưng đi turn away
quay lưng lại turn one's back on
quay lưng ra back onto
quay mặt lại turn around
quay ngoắt swing
quay ngược do a U-turn ◊ (sự) U-turn (*in policy etc*)
quay nhanh (lại) spin around
quay phim film, shoot
quay số dial
quay tại hiện trường on location
quay tít whirl
quay tròn revolve; twirl; whirl; wheel around
quay trở lại double back, turn back
quay trượt lại spin around
quay vòng turn
quay xuống wind down *car window*
quăn curl
quăn tít frizzy
quằn quại squirm
quặn đau writhe
quăng sling
quẳng dump, dispose of
quặng ore
quặt bend
quân man (*in chess etc*)
quân bài playing card
quân cảnh MP, Military Policeman
quân chủng services MIL
quân cơ hearts
quân địch enemy
quân đoàn corps
quân đoàn thủy quân lục chiến Marine corps
quân đội army, the military; troops
Quân Đội Nhân Dân People's Army
quân J jack (*in cards*)
quân nhảy dù paratrooper
quân nhân serviceman
quân nhân phục viên returnee MIL
quân nhép clubs (*in cards*)
quân phăng teo joker
quân phiến loạn rebel troops
quân phục uniform
quân rô diamonds (*in cards*)
quân sự military
quân tiếp viện reinforcements
quấn wind, wrap
quấn kín envelop
quấn quanh wind
quần pants; slacks
quần áo clothes; clothing; dress
quần áo bình thường casual wear
quần áo bơi swimsuit
quần áo cần giặt laundry, washing
quần áo cần là (*N*) **/ủi** (*S*) ironing
quần áo dành cho trẻ con children's clothes
quần áo dơ laundry (*clothes*)
quần áo đàn bà ladies' wear
quần áo đàn ông menswear
quần áo giặt là laundry
quần áo hóa trang fancy dress

ơ ur	**y** (tin)	**ây** uh-i	**iê** i-uh	**oa** wa	**ôi** oy	**uy** wee	**ong** aong
u (soon)	**au** a-oo	**eo** eh-ao	**iêu** i-yoh	**oai** wai	**ơi** ur-i	**ênh** uhng	**uyên** oo-in
ư (dew)	**âu** oh	**êu** ay-oo	**iu** ew	**oe** weh	**uê** way	**oc** aok	**uyêt** oo-yit

quần áo lót underwear; body (suit)
quần áo lót của phụ nữ lingerie
quần áo mốt cao cấp designer clothes
quần áo nam menswear
quần áo ngủ pajamas
quần áo nịt leotard
quần áo phụ nữ ladies' wear
quần áo thể thao tracksuit; jogging suit
quần áo trẻ em children's wear
quần áo vũ trụ spacesuit
quần bó chẽn pantyhose
quần bò jeans, denims
quần chúng extra (*in movie*)
quần chúng nhân dân the masses
quần lót briefs, underpants; panties
quần lót đàn bà panties
quần lót nữ panties
quần nhung kẻ cords
quần nịt pantyhose
quần pigiama pajama pants
quần soóc shorts
quần tắm swimsuit
quần tất pantyhose
quần vợt tennis
quẫn bách be in great difficulties
quẫn trí distraught
quận district; precinct
quất flog, lash
quất mạnh buffet (*of wind*)
quấy rầy bother; badger; pester; disturb; persecute ◊ (sự) disturbance; persecution; ***kẻ/tên/tay quấy rầy*** pest; ***quấy rầy ai để làm gì*** pester s.o. to do sth
quấy rối harass; molest ◊ (sự) harassment; ***quấy rối tình dục ai*** harass s.o. sexually
quấy rối về tình dục sexually harass ◊ (sự) sexual harassment
quầy bar; booth (*at market, in restaurant etc*); kiosk; counter
quầy bán báo newsstand
quầy bán đồ nhắm snackbar
quầy bán hàng (market) stall
quầy bán sách bookstall
quầy bán sách báo newsstand
quầy cân hành lý check-in
quầy đổi tiền exchange bureau
quầy hàng counter
quầy lễ tân (reception) desk
quầy rượu bar; saloon
quầy sách bookstall
quầy tiếp tân reception (desk)
quầy trả tiền cash desk
quầy văn phòng phẩm stationer's
quầy vé ticket office
quẫy đạp thrash about
quẫy rồi used to
quẩy (*N*) fried dough sticks
quen familiar; familiar with; habitual; usual ◊ get used to; ***làm cho quen*** familiarize; ***quen làm gì*** be used to doing sth; ***quen với*** be used to, be accustomed to; ***chỉ quen mặt*** know by sight; ***anh/chị có quen ông ta không?*** do you know him?; ***tôi chưa quen việc*** I'm new to the job
quen biết be acquainted with
quen thói habitual
quen thuộc be acquainted ◊ (sự) familiarity
quẹo (*S*) turn
quét scan (in) COMPUT; sweep
quét sạch sweep up; mop up
quét sạch bọn tội phạm clean up
quét vôi trắng whitewash
quẹt (*S*) match
quẹt lửa cigarette lighter
quê village; home; country; countryside ◊ rural; ***dân quê*** country people; ***quê ... ở***

originate from ...
quê gốc originate; ***anh ấy quê gốc ở Pháp*** originally he comes from France
quê hương home; native village; native country, homeland
quê ngoại mother's village
quê nội father's village
quê quán native country, homeland; native village; home town; country of origin
quế cinnamon
quên forget; ***được quên đi*** be forgotten, blow over (*of argument*)
quên được get over
quên hết be oblivious of
quên lãng forget; forgotten ◊ (sự) oblivion; ***bị rơi vào quên lãng*** fall into oblivion
quên mình selfless
qui chế công ty company law
qui định stipulate; designate; provide for
qui hoạch lại redevelop
qui mô size
qui tắc regulation, rule
Quỉ Xa tăng the Devil, Satan
quít mandarin orange; tangerine
quốc ca national anthem
quốc gia nation; state ◊ national
quốc hội assembly POL; parliament ◊ parliamentary; congressional
quốc hội Hoa Kỳ Congress
quốc hữu hóa nationalize
quốc lộ highway; main road from north to south Vietnam
quốc ngữ Vietnamese script
quốc phòng defense
quốc tế international; cosmopolitan ◊ internationally
quốc tịch nationality
quốc vương monarch
quy judge; ***quy X cho Y*** put X down to Y
quy định stipulate; fix ◊ (sự) stipulation; regulation ◊ fixed; set; ***sách/bài quy định*** set book/reading
quy định phạm vi delimit
quy lỗi blame; ***quy lỗi cho X về Y*** blame X for Y
quy luật law; rule; ***quy luật phát triển*** law of (social) development
quy mô scale
quy tắc rules; regulations
quy tắc vận hành operating instructions
quy tội accuse; accuse of; charge; charge with
quy trình process
Quý cultivated land (*in Vietnamese zodiac*)
quý precious
quý giá precious, valuable
quý phái noble
quý tộc noble
quý trọng respect, value, prize
quỳ kneel
quỳ xuống be down on one's knees
quỷ Sa tăng Satan
quỷ tha ma bắt mày đi! go to hell!
quỹ fund
quỹ đạo orbit; ***đưa gì vào quỹ đạo*** send sth into orbit
quỹ đen slush fund
quỹ lương trợ cấp pension fund
quỹ tài trợ foundation, organization
Quỹ Tiền Tệ Quốc Tế International Monetary Fund
quỵ xuống crumple
quyên góp collect; donate ◊ (sự) collection; donation
quyến rũ captivate; seduce ◊ alluring; cute; seductive ◊ (sự) seduction

quyền acting, temporary ◊ right; title
quyền Anh boxing
quyền bình đẳng giữa các chủng tộc racial equality
quyền công dân civil rights
quyền đi vào entry
quyền đòi hỏi claim; right
quyền được đi qua right of way
quyền hành authoritative
quyền lực authority, power
quyền miễn trừ ngoại giao diplomatic immunity
quyền nhập cảnh entry
quyền phủ quyết veto
quyền sỡ hữu ownership
quyền trông nom custody
quyền ủy nhiệm power of attorney
quyền ưu tiên right of way, priority; ***được quyền ưu tiên*** have priority; ***có quyền ưu tiên hơn*** take precedence over
quyển volume
quyển anbom album
quyển séc checkbook
quyển vở exercise book
quyết định decide; make up one's mind ◊ decision ◊ decisive; critical
quyết đoán assertive
quyết liệt drastic; intense
quyết tâm resolve ◊ (sự) determination; resolution; ***quyết tâm làm gì*** resolve to do sth
quyết toán sổ sách balance the books
quỵt abscond
quỵt nợ refuse to settle a debt

R

ra out ◊ go out; come out; get out (*of prison*); ***ra đây*** come here
ra bộ as if ◊ seem
ra đa radar
ra đi come away; go; go away ◊ (sự) departure
ra đón go out to meet
ra đời be born; come into being
ra gì: ***chẳng ra gì*** it's worthless
ra hầu tòa on trial
ra hiệu signal; beckon
ra khỏi get out (*of car etc*); let out; quit COMPUT ◊ out of
ra khỏi chương trình log off
ra làm chứng take the stand
ra lệnh command; dictate (*course of action*); ***thích ra lệnh*** dictatorial; ***ra lệnh (cho) ai làm gì*** order s.o. to do sth; tell s.o. to do sth
ra mặt show oneself ◊ openly
ra miệng speak in public
ra mồ hôi perspire
ra mồm speak in public
ra mở cửa answer the door
ra oai show one's teeth
ra phết quite; ***hay ra phết*** quite good
ra quân deploy troops
ra sức strive
ra tay show what one is made of
ra Tết post Tet celebration ◊ after

Tet
ra tòa appear LAW ◊ (sự) appearance
ra vào come in and out
ra vẻ e lệ coy
ra vẻ kẻ cả patronizing
ra viện be discharged from the hospital
rã rời weary, exhausted, shattered
rác garbage, trash; litter
rác rưởi waste; garbage ◊ shitty, crap
rách rip, tear; slash
rách nát tattered
rách rưới ragged
rạch slash; score *line* ◊ (sự) incision
rạch mở slit
rái cá otter
rải scatter
rải đá stony
rải lại resurface
rải rác scattered; ***rải rắc khắp phòng*** be scattered all over the room
rám nắng brown, tanned ◊ tan ◊ (sự) (sun)tan; ***có nước da rám nắng*** get a (sun)tan
rán (deep-)fry
rán vàng brown (*in cooking*), fry to a golden brown
rạn crack
rạn nứt cracked ◊ (sự) breach, rift
rang roast; ***chúng tôi bị rang nóng*** we're roasting
ráng sức plug away
ràng buộc binding *agreement* ◊ tie down
rạng đông dawn
rạng rỡ radiant ◊ brightly ◊ (sự) brightness; radiance
rạng sáng daybreak
ranh sly; mischievous ◊ border
ranh con monkey, scoundrel
ranh giới boundary; limit
ranh mãnh sly; clever; wicked *laugh*
rành fluent
rành rành downright *lie*; gross *exaggeration* ◊ distinctly
rành rọt clear; fluent, flowing
rảnh free
rảnh mặt get out of view
rảnh nợ good riddance
rảnh rỗi free; idle
rảnh tay have a rest
rãnh ditch; groove
rãnh nước gutter
rao hàng advertize; shout out one's wares
ráo dry
ráo hoảnh tearless; dry *eyes*
ráo nước dried; ***để cho ráo nước*** strain *vegetables*
ráo riết remorseless
rào hurdle SP
rào chắn đường roadblock
rào lại fence in ◊ (sự) enclosure
rào quanh enclose
rạp chiếu bóng movie theater
rạp chiếu phim movie theater
rạp hát theater
rạp ôpêra opera house
rạp xi nê movie theater
rát sting
rau vegetable
rau bina spinach
rau bí squash; wax gourd
rau các loại vegetables
rau cần celery
rau cần tây oriental celery
rau cỏ vegetables
rau dền spinach (*Southeast Asian variety*)
rau diếp lettuce
rau húng sweet basil
rau húng cho (*N*) sweet basil
rau muống water spinach
rau mùi (*N*) cilantro, coriander

---

rau răm fragrant knotweed
rau sống salad
rau thơm herbs
ráy tai wax (*in ear*)
rắc sprinkle
rắc rối intricate, involved; troublesome ◊ (sự) mess
rằm fifteenth day of the month (*Lunar calendar*)
răn đe deterrent
rắn solid ◊ snake
rắn chắc firm
rắn đuôi kêu rattlesnake
rắn lại solidify
răng tooth ◊ dental; ***không có răng*** toothless
răng bánh xe cog
răng giả false teeth, dentures
răng hàm molar
răng khôn wisdom tooth
răng nanh fang
răng nọc fang (*of snake*)
răng sữa milk tooth
rằng that; ***có tin tiết lộ rằng ...*** it has emerged that ...
râm mát shady *spot*, shaded
rậm bushy
rậm rạp dense
rần rần pins and needles
rận louse
rập nổi emboss
rất very; highly, most; tremendously; a lot; ***rất cần*** badly in need of; ***tốt/dễ hơn rất nhiều*** so much better/easier; ***rất nhiều*** very much
rất có thể probable ◊ no doubt, probably
râu beard; bristles; antenna (*of insect*); whiskers; ***không có râu*** hairless
râu mọc lởm chởm stubble
râu quai nón whiskers
râu sờ feeler
rầu rĩ mope ◊ plaintive
ré squeal
rẻ cheap, inexpensive
rẻ như bèo dirt cheap
rẻ như bùn dirt cheap
rẻ tiền tacky
rẽ (*N*) turn; turn off; ***rẽ sang phải*** turn to the right, take a right
rẽ đường ngôi part one's hair
rẽ ngoặt branch off
rẽ nước wake (*of ship*)
rẽ ra diverge
rèm che buồng tắm shower curtain
rèm cửa curtain; drapes; shades
ren lace
rèn kỷ luật discipline
reo hò cheer; ***những tiếng reo hò sung sướng/khích động*** shouts of joy/excitement
reo hò cổ vũ cheer on
reo mừng cheer
rét cold
rét buốt chilled
rét cóng freeze; be freezing
rét ngọt dry cold
rét như cắt piercing cold
rét run tremble with cold
rê bóng dribble SP
rể son-in-law
rễ root
rên groan
rên lên groan
rên rỉ moan
rền roll (*of thunder*)
rền rĩ wail
rệp bug, insect
rêu moss
rêu phủ mossy
rệu rã shaky
rệu rạo shaky, loose; dilapidated
rỉ leak
rỉ ra seep; seep out
ria mép mustache

riêng private; individual ◊ in private; privately; separately
riêng biệt separate; isolated ◊ individually ◊ (sự) privacy; ***riêng biệt của*** peculiar to
riêng lẻ individual ◊ standalone (*computer*)
riêng rẽ separately
riêng tư personal; intimate
riêng từng respective
riềng wild ginger
rim poach
rình mò snoop around
rít screech; whizz
rít lên screech; snap (*in speaking*); whistle (*of wind*)
ríu rít gurgle
rìu ax
rìu cán ngắn hatchet
rò leak out; ***bị rò*** leak ◊ leaky
rò rỉ escape
rò tin leak (*of information*)
rỏ (*S*) drip
rỏ dầu (*S*) oil leak
rõ nét clear
rõ nghĩa meaningful
rõ ràng clear, obvious; definite; distinct; coherent; outright *winner* ◊ obviously; distinctly; easily, by far ◊ (sự) clarity; ***trở nên rõ ràng là*** become clear that
rõ rành rành patently, clearly
rõ rệt marked, definite; pronounced; stark *reminder*, *contrast*
rọ bịt mõm muzzle
roi whip
rọi shine
rọi sáng shed light on
rón rén creep ◊ stealthy
rong biển seaweed
ròng rọc pulley
rót pour; pour out
rót đầy lại refill
rót vào inject ◊ (sự) injection
rồ dại mad, lunatic ◊ (sự) madness, lunacy
rổ strainer
rôbốt robot
rốc ket (*N*) rocket
rốc-en-rôn rock 'n' roll
rối bù disheveled
rối loạn troubled ◊ (sự) confusion; chaos; turmoil; disorder MED
rối trí muddled ◊ (sự) muddle; ***làm ai rối trí*** drive s.o. to distraction
rối tung be a mess
rồi already ◊ (*used to mark a completed action*): ***trước đây lâu rồi*** long before this; ***tôi hiểu rồi*** I see; ***chắc là 6 giờ rồi*** it must be about 6 o'clock; ***rồi sẽ biết*** time will tell; ***chắc bây giờ họ đã tới rồi*** they'll surely have arrived by now; ***kết thúc rồi*** it's over
rồi sao? (*S*) so what?; what happens next?
rỗi free; ***chiều nay anh/chị có rỗi không?*** are you free this afternoon?
rốn navel
rộn ràng throb
rống bellow
rống lên bellow
rồng dragon
rồng mây gặp hội golden opportunity
rỗng hollow
rỗng bụng empty stomach
rỗng túi penniless
rộng wide, broad; roomy; ***rộng 10m*** 10m across
rộng lớn large; extensive *knowledge*; wide *range*
rộng lùng thùng loose *clothes*
rộng lượng generous, not too critical
rộng rãi spacious

rốt cuộc finally, eventually; ***rốt cuộc thì*** as it turned out
rơi come down; drop; crash; ***rơi đúng vào ngày thứ Ba*** it falls on a Tuesday
rơi lộp bộp patter
rơi máy bay plane crash
rơi tõm splash
rơi vỡ come apart, fall to pieces
rơi vỡ loảng xoảng crash
rơi xuống land
rời leave (*of bus, plane etc*); depart; separate from; move; ***không rời nhau*** inseparable
rời bỏ desert, abandon ◊ (sự) desertion, abandonment
rời đi leave (*of person*)
rời khỏi leave; vacate; quit *job etc*; pull out (*of ship*)
rời rạc disjointed; scrappy
rời xa nhau dần drift apart
rơm straw
rờn rợn scary, creepy
ru lét roulette
rú roar
rú lên howl; roar
rủ xuống droop; hang down to
rùa turtle; tortoise
rúc hoot
rúc còi hoot
rúc rích giggle
rui nhà rafter
rủi misfortune; ***gặp rủi*** have bad luck
rủi ro unfortunate ◊ (việc) mishap
rum rum
rúm người lại cringe
run tremble
run lên shiver; thrill
run rẩy shake; quake ◊ shaky
run run shake; quiver ◊ shaky
rung shake; ring
rung chuông chime
rung chuyển shudder
rung động vibrate ◊ (sự) vibration
rung lên quake; shudder; vibrate
rung rinh quiver; tremble
rung rung quaver (*of voice*)
rung tiếng quaver (*of voice*)
rùng mình shudder; ***ngôi nhà/anh ấy khiến tôi rùng mình*** the house/he gives me the creeps
rùng rợn ghastly; scary; ***những điều rùng rợn của chiến tranh*** the horrors of war
rụng fall out (*of hair*); shed *leaves*
rụng rời shattered, very upset
rụng tóc baldness; hair loss
ruồi fly
ruồng bỏ abandon, desert
ruộng field
ruộng bắp (*S*) corn field
ruộng bậc thang terraced field
ruộng biển marsh
ruộng đất field; land
ruộng gái hemp field
ruộng lúa ricefield
ruộng ngô (*N*) corn field
ruộng nho vineyard
ruộng rẫy farm
ruộng sắn cassava field
ruột gut, intestines; lining (*of brakes*)
ruột bánh mì breadcrumbs
ruột bánh xe (*S*) inner tube
ruột kết colon ANAT
ruột thừa appendix ANAT
rút get out, take out; draw *cash*, *gun*; drop *charges*, *requirement etc*; ebb ◊ (sự) withdrawal (*of money*, *troops*); ***rút dao chĩa vào ai*** pull a knife on s.o.
rút cục eventually; ***rút cục anh sẽ thích*** you'll come to like it, you'll get to like it
rút gọn shorten, condense
rút khỏi drop out; withdraw; pull

out; evacuate
rút lại retract, withdraw *statement etc* ◊ (sự) retraction; withdrawal (*of complaint, accusation*)
rút lui retreat; back off; stand down (*in election etc*)
rút ngắn shorten; ***rút ngắn một kỳ nghỉ/cuộc họp*** cut a vacation/meeting short
rút phích cắm unplug
rút ra take out; extract; pull out
rút thăm draw (*in lottery*)
rút vào bí mật go underground
rút xuống subside
rụt rè coy
ruy băng ribbon
rửa clean, wash; develop
rửa phim film processing
rửa ráy wash up
rửa tội baptize
rực brilliant; sparkling
rực cháy inflamed (with)
rực rỡ splendid; colorful
rực rỡ về màu sắc blaze of color
rừng forest; wood
rừng cây woods
rừng cấm protected forest
rừng nhiệt đới rain forest
rừng rậm jungle
rừng rú forests, woods; jungle ◊ wild
rừng rực blazing; roaring *fire*
rưỡi half; ***bây giờ là hai giờ rưỡi*** it's half past two
rượu alcohol ◊ alcoholic; ***không có rượu*** nonalcoholic; ***có rượu*** strong *drink*; alcoholic
rượu chính vụ vintage (*of wine*)
rượu đếp (*S*) rice wine
rượu mạnh liquor, spirits
rượu mùi liqueur
rượu se-ry sherry
rượu táo cider
rượu trắng Vietnamese rice wine
rượu vang wine (*Western*)
rứt pull *hair, clothes*; ***rứt ra*** break away

S

sa (silk) gauze; sand ◊ drop; fall; ***sa vào tay địch*** fall into the hands of the enemy
sa lát salad
sa mạc desert; type of song
sa môn Buddhist priest
sa ngã depraved; debauched; corrupt
sa sả vehement ◊ vehemently
sa sầm darken
sa sẩy suffer a loss; have a miscarriage
sa sỉ luxury
sa sút drop, take a dive ◊ (sự) downfall; comedown
sa thải fire; dismiss ◊ (sự) dismissal; ***bị sa thải*** be laid off; be fired
sa thạch sandstone
sà lan barge NAUT
sách book
sách bán chạy nhất best-seller
sách báo reading matter

sách báo khiêu dâm pornography
sách báo xuất bản publication
sách bìa cứng hardback
sách bìa mềm paperback
sách bò cattle stomach
sách bỏ túi paperback; pocketbook
sách chỉ dẫn sử dụng user manual
sách cũ old book; second-hand book
sách dạy guide
sách dạy nấu ăn cookbook
sách dẫn bibliography
sách giáo khoa textbook
sách hướng dẫn guide
sách hướng dẫn du lịch guidebook, travel guide
sách nhiễu extort money from
sách nhỏ brochure
sách Phúc âm Gospel
sách tham khảo reference book
sách tranh ảnh picture book
sách vở books and notebooks ◊ bookish
sạch clean
sạch bong spotless
sạch khô run dry ◊ dried up
sạch mắt nice-looking
sạch nợ get rid of one's debts
sạch sẽ clean; spruce
sạch sẽ chỉnh tề immaculate
sạch trơn cleaned out
sai wrong; false; incorrect ◊ incorrectly; ***không thể sai được*** infallible
sai bảo give orders; order about
sai biệt diffference; discrepancy
sai chính tả misspelt
sai điệu out of tune
sai khớp chân sprain one's ankle
sai lầm mistake ◊ mistaken; misguided; ***sai lầm trong việc nhận định tình hình*** an error of judgment
sai phái boss around
sai sót fault; flaw
sai sót của con người human error
sai trái improper
Sài Gòn Saigon
Sài Gòn trước đây old Saigon
sải fathom NAUT
sải bước stride
sải chân stride
sa-lát salad
sa-lát hoa quả fruit salad
sạm nắng weather-beaten
san bằng flatten
san bằng tỷ số even the score
san hô coral
san phẳng flatten
san ủi bulldoze
sán dây tapeworm
sàn floor; deck (*of bus*)
sàn diễn ring (*at circus*)
sàn nhà floor
sản lượng output
sản phẩm product; produce
sản phẩm hàng đầu market leader
sản phẩm làm từ sữa dairy product
sản phẩm phụ by-product, spin-off
sản phẩm thay thế substitute
sản xuất produce; bring out; manufacture; output ◊ (sự) production; manufacture; generation ELEC; ***sản xuất tại Việt Nam*** made in Vietnam
sản xuất hàng loạt mass-produce ◊ (sự) mass production
sản xuất hợp lý hóa rationalized production
sản xuất lương thực food output
sản xuất nông nghiệp

agricultural production
sạn grit
sang transfer; go over; come over ◊ luxurious; upmarket ◊ fine appearance; ***quay ngoắt sang với những người Đảng Dân Chủ*** swing to the Democrats
sang chuyển transfer
sang một bên aside
sang phải right
sang trọng luxury; plush; upmarket
sáng bright
sáng bóng shine
sáng chế develop; originate; devise ◊ (sự) development
sáng chói very bright ◊ (sự) brilliance; brightness
sáng kiến initiative ◊ (sự) innovation
sáng lập found, create ◊ (sự) foundation
sáng lập ra found, establish
sáng lên glint
sáng mai in the morning; tomorrow morning
sáng màu fair *hair*
sáng mắt have good eyesight; become aware, realize
sáng nay this morning
sáng ngày mai tomorrow morning
sáng rực glow
sáng suốt clear ◊ wise; discerning
sáng sủa bright; light; intelligent ◊ (sự) brightness; lightness
sáng tác compose; create ◊ (sự) creation
sáng tạo create; originate; think up ◊ creative ◊ (sự) creation
sáng tính intelligent, sharp
sàng sieve ◊ sift
sàng lọc sift
sảng khoái cheerful; elated; refreshed
sánh được compare; match; ***không thể sánh được*** incomparable
sành điệu sophisticated
sành sỏi discriminating
sành sứ porcelain
sao print off, run off ◊ star ◊ how; why; ***không sao*** that's alright; never mind; ***sao không?*** why not?; ***sao anh/chị dám như thế!*** how dare you!; ***sao đấy?*** what happened?
sao băng meteor; falling star
sao biển starfish
sao chép copy
sao chổi comet
sao chụp copy, photocopy
sao đĩa mềm backup disk
sao lại reproduce *sounds etc*; run off ◊ (sự) reproduction; ***sao lại thế được!*** come on!
sao lãng fail in one's duty
sao lưu back up *file* ◊ (sự) backup
sao một tệp make a copy of a file
sao nhãng neglect; ***bị sao nhãng*** neglected
sao phỏng theo copy
Sao và Sọc Stars and Stripes
sáo blackbird
sáo đá starling
sáo trúc bamboo flute
sào pole
sào đậu perch
sáp wax; ointment
sạp stall; kiosk
sạp báo newspaper kiosk
sạp thuyền deck (*of boat*)
sát close to; attached to ◊ closely
sát bên mình close at hand
sát bên nhau side by side
sát cánh với nhau pull together
sát da skintight ◊ superficial scratch
sát hại kill; murder; assassinate

◊ (sự) killing; murder; assassination
sát nhân murder; homicide
sát nhập merge ◊ (sự) merger
sát nút by a narrow margin
sát vách next-door
sau after; afterward ◊ back; rear; nest ◊ behind; next to (*in comparison*); past; ***được thanh toán sau*** be paid in arrears; ***như sau*** as follows; ***ở sau*** behind; ***ở phía sau xe buýt*** at the back of the bus; ***sau một tuần kể từ ngày mai*** a week tomorrow; ***lần sau*** next time; ***tuần sau*** next week
sau cùng rearmost ◊ lastly
sau đại học postgraduate
sau đây following ◊ as follows
sau đó next; then; subsequently
sau hết after all; at last ◊ last; latest
sau khi after
sau lưng behind, secretly ◊ at the back
sau này later on
sáu six
sáu mươi sixty
say deep *sleep*; drunk; high (*on drugs*); ***làm ai say*** get s.o. drunk
say đắm passionate; madly in love; ***cô ta yêu say đắm*** she's head over heels in love
say gái girl-crazy
say máy bay airsick; ***bị say máy bay*** get airsick
say mèm drunk out of one's mind, in a drunken stupor
say mê be enthusiastic about, be mad about; be hooked on ◊ compulsive *reading* ◊ (sự) mania, craze; fascination
say nắng heatstroke, sunstroke
say rượu drunk; drunken ◊ get drunk
say sóng seasick; ***bị say sóng*** get seasick
say sưa drunken; ***say sưa bởi/với gì*** intoxicated by/with sth
say tàu seasick
say tàu xe travelsick
say thuốc on drugs; high
sắc sharp *knife* ◊ tint, tone; beauty; royal decree
sắc đèo (lưng) knapsack
sắc đẹp feminine beauty
sắc hồng hào color
sắc lệnh decree, order
sắc màu color; shade
sắc nhỏ pocketbook
sắc sáng highlight (*in hair*)
sắc sảo sharp, penetrating *mind, analysis*; incisive
sắc tài beauty and talent
sắc thái coloring, tint; nuance, shade
sặc choke; smell of
sặc sỡ loud, flashy *colors etc*; vivid
săm inner tube; ***không có săm*** tubeless
săn bắn trái phép poaching
săn bắt hunt
săn đuổi pursue; stalk ◊ (sự) pursuit
săn lùng hunt; chase; ***cuộc săn lùng tội phạm*** manhunt
săn trộm poach *fish etc*
sắn (N) cassava
sẵn có available
sẵn lòng ready ◊ readily; ***không sẵn lòng làm ...*** be unwilling to do ...
sẵn sàng ready; willing; available; live *ammunition* ◊ stand by ◊ willingly; ***sẵn sàng làm gì*** be disposed to do sth; ***trong trạng thái sẵn sàng*** on standby
sẵn sàng hợp tác cooperative
sắp soon; nearly ◊ be about to ◊ arrange, put in order; ***sắp có một phát minh*** be on the brink

of a discovery; ***sắp làm gì*** be on the point of doing sth; ***sắp muộn rồi*** it's getting late
sắp chữ thẳng hàng justify *text*
sắp đặt arrange; lay out ◊ (sự) arrangement; ***sắp đặt bàn ăn*** set the table
sắp đặt lại rearrange
sắp giao due for delivery
sắp hàng line up, stand in line
sắp sửa be on the point of ◊ before long
sắp theo thứ tự put in order
sắp tiêu vong dying
sắp tới upcoming, forthcoming ◊ before long
sắp xảy ra imminent; impending
sắp xếp arrange, organize; structure *schedule etc*; sort out; sort COMPUT ◊ (sự) organization; ***được sắp xếp*** be on (*of meeting etc*); ***sắp xếp gì lại*** put sth away again
sắp xếp hợp lý streamline
sắp xếp lại rearrange, reorganize ◊ (sự) reorganization
sắt iron
sắt vụn scrap metal
sâm ginseng
sâm banh champagne
sâm Cao ly Korean ginseng
sấm thunder
sấm chớp thunder and lightning
sấm sét mưa bão thunderstorm
sầm snap
sẫm dark; deep *color*
sẫm màu dark
sân course SP; court SP; field SP; yard (*of prison etc*)
sân bay airport
sân bay nhỏ airfield
sân bay trên boong flight deck (*on aircraft carrier*)
sân băng ice rink
sân bóng playing field
sân chơi playground
sân chơi bình đẳng level playing field
sân chơi bóng chày ballpark
sân đậu xe parking lot
sân đỗ platform
sân ga track RAIL
sân gôn golf course
sân hiên terrace
sân khấu stage THEA ◊ theatrical
sân nhà home ground; ***trên sân nhà*** at home SP
sân phơi laundry drying room
sân sau backyard
sân ten-nít tennis court
sân trong courtyard
sân vận động stadium
sân vườn yard (*behind house*)
sần rugged, rough; uneven
sần sùi rugged
sấp face down; ***ngửa hay sấp?*** heads or tails?
sâu deep, profound ◊ decay (*of teeth*); worm; insect
sâu bọ insect
sâu bướm caterpillar
sâu sắc deep, profound *thinker*; penetrating *analysis*; perceptive *person* ◊ profoundly; ***một cách sâu sắc*** in depth
sâu thẳm innermost
sâu thêm deepen
sâu xa underlying
sấu alligator; crocodile; *imaginary animal made of stone or bronze in front of temples*
sầu riêng durian; secret sorrow
sấy tóc blow-dry
sẩy thai miscarry MED ◊ (sự) miscarriage
sậy reed
s. CN (= ***sau Công Nguyên***) AD
sẻ sparrow ◊ divide
sẽ will, shall; would; ***anh/chị sẽ***

có mặt ở đó chứ? will you be there?; ***tôi sẽ đưa anh/chị về nhà*** I'll take you home; ***tôi sẽ giúp nếu có thể*** I would help if I could; ***không, tôi sẽ làm*** no, I'll do it; ***sẽ làm gì*** be going to do sth; ***sẽ là thô lỗ nếu ...*** it is rude to ...
sẽ gặp be in for
sẽ sinh be due (*of baby*)
Séc Czech
séc check FIN
séc du lịch traveler's check
séc trả lương pay check
sen lotus
sẹo scar ◊ wrinkled
sét lightning; thunderbolt; ***như sét đánh ngang tai*** like a bolt from the blue
sên slug
sếp boss
si mê be infatuated with
sĩ diện honor; face; pride; prestige ◊ snobbish, snooty
sĩ quan officer
SIĐA Aids
siêng năng diligent
siết chặt squeeze; tighten; clench ◊ (sự) squeeze
siêu kettle; harpoon ◊ super, great
siêu âm supersonic ◊ (sự) scan, ultrasound
siêu cường superpower
siêu linh psychic
siêu phàm the supernatural
siêu thị supermarket
siêu tự nhiên supernatural
siêu văn bản hypertext
silic silicon
Sing-ga-po Singapore ◊ Singaporean
sinh be born ◊ (sự) birth
sinh ba: ***con sinh ba*** triplet
sinh con breed ◊ (sự) childbearing
sinh đẻ give birth ◊ (sự) birth; delivery; confinement
sinh đôi: ***con sinh đôi*** twin
sinh động animated, lively; colorful; graphic ◊ (sự) animation, liveliness; ***không sinh động*** lifeless
sinh hạ bear *child*
sinh hóa life and death; biochemistry; gross returns
sinh hoạt livelihood; activity
sinh học biology ◊ biological
sinh lãi yield FIN
sinh lời pay off; yield interest
sinh lực energy
sinh nhật birthday
sinh nhật Bác Hồ Ho Chi Minh's Birthday
sinh ra give birth to
sinh ra ung thư carcinogenic
sinh sản reproduce ◊ reproductive ◊ (sự) reproduction
sinh sống settle; live; exist
sinh suất birthrate
sinh thái học ecology
sinh tố vitamin; fresh fruit drink
sinh tư: ***đứa trẻ sinh tư*** quadruplet
sinh vật being
sinh vật học biology ◊ biological
sinh viên student
sinh viên được học bổng scholar (*awarded a scholarship*)
sinh viên năm thứ nhất freshman
sinh viên tốt nghiệp graduate
sirô ho cough syrup
so dây tune up
so lại droop
so sánh compare ◊ comparative ◊ (sự) comparison; parallel; ***không thể so sánh được*** there's no comparison; ***so sánh X với Y*** compare X with Y
so với compared with

sò oyster; clam
sọ skull
sọ dừa coconut shell
soài mango
soạn write *music*
soạn đồ ra unpack
soạn thảo draft; compile; compose
sóc squirrel
soi light; ***soi gương*** look at oneself in the mirror; ***soi cá*** fish using a light
soi chụp scan MED
soi xét scrutinize; examine
sỏi gravel
sỏi mật gallstone
son (bôi) môi lipstick
son phấn make-up; cosmetics; ***đời son phấn*** life of a prostitute
song still
song ca duo (*singers*)
song mây rattan
song ngữ bilingual
song song parallel
song tấu duo (*instrumentalists*)
sóng wave; frequency
sóng cồn tidal wave
sóng dài long wave
sóng gió stormy
sóng ngắn short wave
sóng trung medium wave
sóng vỗ surf
sòng bạc casino
sọt basket
sọt đựng giấy lộn wastepaper basket
sô cô la chocolate
sô cô la bạc hà mint
sô cô la bọc hạnh nhân chocolate coated almonds
sô cô la sữa milk chocolate
sô cô la thường plain chocolate
sô vanh chauvinist
số number; gear MOT
số cao high, top MOT
số cao nhất top gear
số chẵn even
số chín nine
số chín mươi ninety
số chuyến bay flight number
số còn lại balance, remainder
số dặm đã đi được mileage
số dư balance (*of bank account*); remainder MATH
số dư tài khoản bank balance
số đăng ký license number; registration number
số đếm được count
số điểm score; ***số điểm là bao nhiêu?*** what's the score?
số điện thoại phone number
số điện thoại để liên hệ contact number
số đo measurement
số đo cơ thể vital statistics
số đông masses of
số gấp đôi double
số giấy phép license number
số hai của bộ số second gear
số hiệu chuyến bay flight number
số hóa digital
số học arithmetic
số hội viên membership
số ít singular GRAM; ***ở dạng số ít*** in the singular
số không zero; neutral MOT
số liệu ra data output
số lùi reverse (gear) MOT
số lượng amount; ***số lượng cần thiết ...*** the required amount of ...; ***với số lượng lớn*** in bulk
số lượng người vào intake
số lượng nhỏ nhất least
số mã vùng area code
số mệnh destiny
số một one
số mười ten
số mười chín nineteen

số nhận dạng cá nhân PIN, personal identification number
số nhiều plural; ***ở số nhiều*** in the plural
số nhỏ modesty
số phận fate; fortune
số thu receipts
số tiền sum
số tiền bảo hiểm sum insured
số tiền chi trội overdraft
số tiền được trả lại rebate
số tiền phải trả charge
số tiền phải trả thêm surcharge
số tiền thiếu hụt deficit
số tiền thuê credit
số tiền trả vào tài khoản credit
số tối thiểu minimum
số trang page number
số trúng winning number
số vùng dial code
số xêri serial number
sổ register; book; notebook; account book
sổ cái ledger
sổ đen blacklist
sổ địa chỉ address book
sổ điểm score book
sổ ghi các cuộc hẹn gặp appointments diary
sổ lộ trình logbook
sổ nhập quy cash book, receipts book
sổ nhật ký diary (*business etc*)
sổ tay diary; notebook; planner
sổ tay hướng dẫn handbook
sổ tay hướng dẫn sử dụng instruction manual
sổ tay nhỏ pocketbook, paperback
sổ tiết kiệm savings (bank) book, pass book
sổ tổng kê balance sheet
sổ vé book of tickets
sỗ sàng forward *person*
sốc shock; ***bị sốc*** be in shock
sôi boil
sôi động tumultuous; electric
sôi nổi heated *discussion*; hectic *activity*; vivacious, effervescent *personality*; ***không sôi nổi*** lowkey; ***nói sôi nổi về điều gì*** rave about sth
sôi nổi lên warm up
sôi trào boil over
sôi ùng ục rumble
sồi oak (tree); beech
sông river
sông băng glacier
sông biển sea and rivers
sông Cửu Long Mekong River
sông Hồng Red River
sông Hương Perfume River
sông Mê Công Mekong River
sông Ngân Hà Milky Way
sông nhánh tributary
sông núi rivers and mountains; country; motherland
sống live, be alive ◊ raw; ***nhạc sống*** live music
sống bằng live on, exist on; subsist on
sống chung với nhau cohabit
sống động vivid
sống được make it, survive
sống hoàn lương go straight
sống lâu hơn outlive
sống mũi bridge (*of nose*)
sống qua được survive
sống riêng live apart
sống sót survive ◊ (sự) survival
sống tàu keel
sống theo live up to
sống xả láng live it up
sốt temperature ◊ feverish
sốt cà chua tomato ketchup
sốt phát ban typhus
sốt rét malaria
sốt sắng enthusiastic; obliging

sốt thương hàn typhoid (fever)
sốt vàng da yellow fever
sơ distant; small; petty ◊ beginning; fiber; Catholic nun ◊ incompletely; ***biết sơ sơ*** know a little bit (about); have a smattering (of)
sơ bộ preliminary ◊ (sự) first steps
sơ cấp elementary
sơ cứu first aid
sơ đẳng basic
sơ đồ plan
sơ đồ mặt bằng ground plan
sơ lược superficial
sơ sài sketchy; incomplete; careless
sơ suất oversight
sơ tán evacuate
sơ xuất mistake ◊ make a mistake
sơ yếu lý lịch résumé
sờ feel; touch; ***cấm sờ*** do not touch
sờ soạng fumble about; grope; paw; feel up
sờ thấy feel; ***sờ thấy như lụa/vải bông*** it feels like silk/cotton
sở department; office; agency
sở chỉ huy headquarters
sở hữu possessive GRAM ◊ (sự) possession; ***có tính sở hữu*** possessive
sở thích liking; inclination; taste
sở thích riêng hobby
Sở Thuế Internal Revenue Service
sở thú (*S*) zoo
sở vệ sinh sanitation department
sợ be afraid; be afraid of, fear; ***làm cho ... hoảng sợ*** give a scare; ***làm cho ... sợ phải lánh xa*** scare away
sợ hãi be scared of; get cold feet ◊ scary; eerie ◊ (sự) fear; ***không sợ hãi*** fearless; ***sợ hãi đến cực độ*** be scared stiff
sợ vợ henpecked
sởi measles
sợi fiber; strand; yarn ◊ *classifier for threads*
sợi chỉ thread
sợi cước bristles
sợi dây string
sợi dây ràng buộc bond
sợi quang fiber optics
sợi thủy tinh fiberglass
sợi tóc hair
sợi tổng hợp synthetic
sớm early; shortly; soon ◊ premature; ***sớm hay muộn*** sooner or later; ***sớm nhất thì bao giờ anh/chị có thể sẵn sàng ra đi?*** how soon can you be ready to leave?
sớm phát triển precocious
sơn paint; varnish (*for nails*); lacquer; ***sơn còn ướt*** wet paint; ***sơn màu vàng*** painted in yellow
sơn bóng gloss paint; varnish (*for nails*)
sơn bôi móng tay nail varnish, nail polish
sơn phun spray (paint)
sơn quét lại redecorate
sơn tráng men enamel paint
sờn wear out; ***bị sờn*** frayed
sờn góc dog-eared
sờn mòn worn-out
sờn rách well-worn ◊ (sự) wear (and tear)
stereo stereo
su hào kohlrabi
su sê traditional wedding cake
su su chayote
sủa bark
sủa ăng ẳng yap
suất portion
súc chunk; log; pack ◊ wash; rinse; cleanse
súc miệng gargle
súc sắc dice

súc thịt joint (*of meat*)
súc tích concise, succinct; choice *phrases*
sục sạo nose about
sục vào swoop on; burst into
sủi bọt effervescent *drink*; frothy *cream*
sủi tăm simmer; bubble
sung sycamore; cluster fig
sung huyết congestion MED
sung sướng delighted ◊ happily
sung sướng mê ly ecstatic
sung sướng vô ngần rapture
sung sức fit (*physically*) ◊ (sự) fitness; ***ở thời kỳ sung sức nhất*** be in one's prime (*of man*)
sung túc well-off
súng gun
súng cầm tay pistol, revolver
súng cối mortar MIL
súng lục pistol, revolver
súng máy machine gun
súng ngắn pistol
súng phòng không anti-aircraft gun
súng săn hunting gun
súng tay handgun
súng tiểu liên submachine gun
súng trường rifle
súng tự động automatic (weapon)
sùng đạo pious; religious
sửng sốt dazed
suối creek, stream
suôn sẻ smooth
suốt direct ◊ through; throughout; ***suốt cuộc đời của cô ấy*** all her life; ***suốt mùa đông/hè*** through the winter/summer; ***suốt từ đó*** ever since
suốt đời lifelong
súp broth
súp lơ cauliflower
súp lơ xanh broccoli
sụp đổ fall down, collapse; cave in (*of roof*); crumble (*of civilization*); fall (*of government*) ◊ (sự) fall; doom
sút kém suffer, deteriorate, go downhill
sụt cân lose weight
sụt giá fall in value, take a dive
sụt xuống slump; collapse
suy diễn deductive ◊ (sự) deduction
suy dinh dưỡng malnourished ◊ (sự) malnutrition
suy đoán speculate ◊ (sự) speculation
suy đồi decadent
suy giảm decline; wane
suy kém impaired
suy luận deduce; conclude
suy ngẫm contemplate
suy nghĩ think, reflect ◊ (sự) reflection
suy nghĩ kỹ give careful thought to
suy nghĩ thêm give more thought to
suy nghĩ về think over
suy nhược break down (*mentally*) ◊ (sự) breakdown
suy nhược thần kinh nervous breakdown; ***là một người suy nhược thần kinh*** be a nervous wreck
suy sụp collapse; crack up; ***bị suy sụp*** go to pieces
suy sụp tinh thần depressed ◊ (sự) depression
suy tàn decay
suy thoái decline ◊ (sự) downturn
suy tính consider, mull over
suy tính cá nhân personal thoughts
suy vi go downhill ◊ (sự) downfall
suy xét kỹ lưỡng think through
suy xét sâu sắc discerning

suy yếu ailing ◊ weaken
suyễn asthma
suýt nearly; ***suýt bị gì*** narrowly escape sth
suýt nữa almost, nearly; ***suýt nữa thì nguy*** that was a close shave
suýt phát khóc be on the verge of tears
suýt soát narrowly
suỵt! hush!
sư tử lion
sứ china; ambassador; envoy
sứ đoàn diplomatic corps
sứ mệnh mission
sứ quán embassy
sử dụng use; utilize; draw on, make use of; employ; exert *authority*; spend *time* ◊ (sự) use; ***đem X cho Y sử dụng*** put X at Y's disposal
sử dụng bừa bãi abuse
sử dụng nhiều thứ tiếng multilingual
sử dụng quá liều overdose
sử dụng triệt để stretch
sử gia historian
sử học history
sự (*used to form nouns*): ***sự an ninh*** security; ***sự bất bình đẳng*** inequality; ***sự béo nhão*** flab; ***sự tập trung*** concentration
sự cố event; fact
sự đúng giờ punctuality
sự được lòng dân popularity
sự hữu ích usefulness
sự kiện event; occasion; happening; action; ***một sự kiện ngoại giao*** a diplomatic incident
sự kiện hiện nay current events
sự lạm dụng misuse
sự nghiệp career; cause; objective
sự ra đời birth *fig*
sự sáng tạo ra thế giới creation REL
sự sẵn lòng readiness
sự sẵn sàng willingness
sự tăng nhiệt độ khí quyển trái đất global warming
sự thật truth; ***sự thật là*** in fact, as a matter of fact
sự thế situation
sự thụ thai conception (*of child*)
sự tích story; history
sự tống tiền blackmail; extortion
sự treo máy crash COMPUT
sự trinh sát reconnaissance
sự trong lành purity (*of air*)
sự trong trẻo purity (*of voice*)
sự vật thing
sự viêm nhiễm inflammation MED
sự việc matter, affair; business; fact; ***sự việc diễn ra trôi chảy*** it went smoothly
sứa jellyfish
sửa correct ◊ (sự) correction; ***tôi sẽ sửa cho anh/chị*** I'll get it fixed for you; ***không thể sửa được*** incorrigible
sửa bậy tamper with
sửa cho đẹp touch up *photo*
sửa cho thẳng straighten
sửa chữa repair, fix; mend ◊ (việc) repair
sửa chữa lại do up *building etc*
sửa đổi amend, modify; compromise ◊ (sự) amendment, modification
sửa đường road repairs
sửa lại adapt; revise ◊ (việc) adaptation; revision
sửa mới recondition
sửa sang chỉnh tề tidy oneself up
sửa sang lại freshen up
sửa soạn get ready; fix *lunch etc*; ***sửa soạn gì sẵn sàng*** get sth ready
sửa tạm patch up
sữa milk

sữa chua yoghurt
sữa đặc condensed milk
sữa đậu nành soy drink; soy bean milk
sữa không kem skimmed milk
sữa tắm shower gel
sữa trộn milkshake
sức bền bỉ stamina
sức cản của không khí air resistance
sức chịu đựng endurance
sức chứa capacity
sức đề kháng resistance
sức ép pressure, strain; ***gây sức ép*** pressure; strain; ***dùng sức ép đối với ...*** bring pressure to bear on ...
sức hấp dẫn appeal, attraction; magnetism
sức hút suction
sức kéo căng strain
sức khỏe health; ***giữ sức khoẻ*** keep fit
sức lôi kéo appeal, pull
sức lực strength; pressure
sức mạnh force, power; strength
sức mạnh đòn bẩy leverage
sức mạnh tình dục virility
sức mạnh vũ phu brute force
sức quyến rũ glamor
sức sống vigor, vitality
sức thuyết phục conclusiveness; convincingness; forcefulness (*of argument, speaker*)
sức vóc endurance; strength
sưng amiđan tonsillitis
sưng các tuyến bạch hầu glandular fever
sưng lên swell ◊ swollen
sưng phồng swollen and puffy
sưng phù bloated
sừng horn
sửng sốt shocked ◊ (sự) shock
sững sờ stupefy ◊ (sự) dismay
sưởi ấm heat up
sườn side; flank; slope (*of mountain*); spare ribs; chop
sườn đồi hillside
sườn lợn pork ribs
sương dew
sương giá frost
sương khói smog
sương mù fog; mist ◊ foggy; misty
sương mù mỏng haze
sướng delight ◊ gleeful; delightful
sướng cuồng lên delirious
sưu tầm collect, save
Sửu buffalo (*in Vietnamese zodiac*)

T

ta let's ◊ we; us ◊ things Vietnamese ◊ Vietnamese
ta lông tread (*of tire*)
tá dozen
tà low in the sky; setting; magical
tả describe ◊ left
tả được describable; ***không thể tả được*** indescribable
tả lại describe ◊ (sự) description
tả tơi in tatters
tã (lót) diaper
tạ weight

tạ ơn Chúa! thank goodness!
tab tab (*in text*)
tác dụng effect; action; ***có tác dụng*** take effect, tell
tác động effect; impact; ***dễ bị tác động*** impressionable
tác động phụ side effect
tác giả author
tác giả kịch bản scriptwriter
tác nhân kích thích stimulus
tác phẩm production (*TV program etc*); composition MUS; ***những tác phẩm của ...*** the works of ...
tác phẩm dự thi entry (*for competition*)
tác phẩm điêu khắc sculpture
tác phẩm đoạt giải winning entry
tác phẩm kinh điển classic
tác phẩm nghệ thuật work of art
tác phẩm văn học literature
tách break up; ***tách X khỏi Y*** separate X from Y
tách biệt secluded ◊ (sự) seclusion; ***ở một nơi tách biệt*** at the back of beyond
tách cà phê nhỏ demitasse
tách khỏi break away; distance oneself from
tách ra isolate; separate; come apart
tách riêng isolate, identify; ***tách riêng X khỏi Y*** keep X separate from Y
tách riêng ra separate
tách rời separate, divorce; pull away; ***không thể tách rời*** inseparable
tách xa ra khỏi stay away from
tai ear
tai ác perverse. awkward
tai hại disastrous; fatal *error*
tai họa disaster; evil
tai nạn accident
tai nạn giao thông traffic accident
tai nạn ô tô đâm nhau smash, (car) crash
tái underdone
tái bản reprint
tái bút PS, postscript
tái diễn recur
tái diễn đều recurrent
tái đầu tư plow back
tái hôn remarry
tái mét pale
tái nhợt white (*with anger*)
tái phát flare up (*of illness*) ◊ (sự) relapse
tái sinh recycle; be reborn ◊ (sự) recycling; rebirth
tái tạo simulate; recycle ◊ (sự) recycling
tái vũ trang rearm
tái xanh pale
tài knack, ability ◊ talented
tài chính finance ◊ financial; fiscal
tài giỏi talented; competent ◊ (sự) brilliance
tài khoản account; accounts, books; ***có tài khoản ở*** bank with; ***còn tiền trong tài khoản*** be in credit
tài khoản chung joint account
tài khoản ngân hàng bank account
tài khoản tiết kiệm savings account
tài khoản tín dụng charge account
tài khoản vãng lai checking account
tài liệu document; documentation; material; information, literature (*promotional*) ◊ documentary
tài liệu lưu trữ archives
tài năng ability, talent; prowess
tài ngoại giao diplomacy, tact
tài sản possessions, property; asset FIN; estate (*of deceased*)

tài sản kế thừa legacy
tài tình clever; ingenious ◊ (sự) ingenuity
tài trí mind, intellect
tài trợ finance, fund, bankroll
tài tử amateur *pej*
tài xế chauffeur
tài xế xe lửa engineer RAIL
tải lên upload
tải trọng load ELEC
tải xuống download
tại at; in; on ◊ due to, because of
tại chỗ live ◊ on the spot
tại đây here
tại nhà: ***tại nhà anh/chị*** at your house; ***tại nhà tôi/anh ấy*** at my/his place
tại sao why; ***tại sao lại không?*** why not?; ***tại sao vậy?*** why is that?
tam ca trio
tam tấu pianô piano trio
tám eight
tám mươi eighty
tàm tạm passable, so-so
tạm temporary, provisional
tạm biệt bye(-bye); so long
tạm dừng stop; freeze *video* ◊ (sự) pause
tạm đóng cửa close up
tạm giam remand; ***bị tạm giam*** be in custody; be on remand
tạm hoãn reprieve
tạm nghỉ take a break
tạm ngừng pause
tạm thay thế fill in for
tạm thời temporary, provisional; makeshift ◊ for the time being; temporarily; ***làm tạm thời*** temp
tạm vừa ý satisfactory *pej*
tan thaw
tan băng thaw (*of frozen food*)
tan biến go (*of pain, doubt, problem etc*)
tan dần die down; wear off
tan đi clear, lift *of mist*
tan ra melt; disintegrate
tan vỡ disintegrate, crumble (*of hopes, marriage etc*) ◊ in ruins; in tatters (*of career etc*); ***bị tan vỡ*** broken *home*
tán dương glowing *description*
tán đồng endorse; echo
tán lá foliage
tán thành approve; approve of; be in favor of ◊ (sự) approval; ***không tán thành*** disapprove ◊ unfavorable
tán thành bột pulverize
tán thưởng applause
tán tỉnh make advances; flirt; ***kẻ/tên/tay tán tỉnh*** flirt
tàn ash
tàn bạo outrageous
tàn dư remnant
tàn lụi die out
tàn nhang freckle
tàn nhẫn cold-blooded, heartless; ruthless, remorseless; merciless ◊ (sự) heartlessness; ruthlessness; ***thật thà một cách tàn nhẫn*** be brutally frank
tàn nhẫn về mặt tinh thần mental cruelty
tàn phá devastate; strike (*of hurricane*)
tàn sát slaughter, massacre
tàn tạ seedy
tàn tật disabled ◊ (sự) disability; ***bị tàn tật*** be handicapped
tàn tích hangover
tản nhiệt radiator
tảng block
tảng băng trôi iceberg
tảng đá kê bước stepping stone
tảng đá mòn boulder
tảng sáng small hours
tạnh go away; ***trời đã tạnh mưa*** it

has stopped raining
tao I; me (*familiar*)
tao nhã refined; elegant
táo apple; jujube; crab apple
táo bạo bold, daring ◊ (sự) audacity
táo bón constipation ◊ constipated
táo tây apple
táo Thái Lan Thai apple
tào lao mess around
tào phở (*N*) bean curd with syrup
tạo provide; create, make
tạo lập establish
tạo nên create
tạo ra generate; produce; create ◊ (sự) creation; ***tạo ra vấn đề/ mối đe dọa*** pose a problem/a threat
táo Tàu Chinese date
tạo thành comprise, constitute, make up; generate (*in linguistics*); make *total*
tạp chí magazine; journal
tạp chí khiêu dâm girlie magazine
tạp chí ra hàng tháng monthly (magazine)
tạp chí xuất bản định kỳ periodical
tát smack, slap; ***tát anh ấy vào mặt*** slap him in the face
tạt đến drop by
tạt lại chơi come around
tạt qua come by
tạt vào stop off
tạt vào thăm drop in
Tàu China ◊ Chinese
tàu ship; train; streetcar
tàu biển chở du khách cruise liner
tàu cao tốc high-speed train
tàu chiến warship
tàu chở dầu tanker; oil tanker
tàu con thoi space shuttle
tàu di động trên đệm không khí hovercraft
tàu đánh cá fishing boat
tàu điện streetcar
tàu điện ngầm subway RAIL
tàu đổ bộ landing craft
tàu hàng freight train
tàu hỏa train
tàu hỏa tốc hành express
tàu kéo tug
tàu khu trục destroyer
tàu lửa train
tàu lượn glider
tàu ngầm submarine
tàu ngầm hạt nhân nuclear submarine
tàu nhanh high-speed train
tàu phá băng icebreaker
tàu phóng ngư lôi torpedo-boat
tàu quét thủy lôi minesweeper
tàu sân bay aircraft carrier
tàu thăm dò vũ trụ probe (*scientific*)
Tàu Thống Nhất North-South express train
tàu thủy boat; liner; ***trên tàu thủy*** on board (ship)
tàu thủy chở côngtenơ container ship
tàu thủy chở hàng freighter
tàu tốc hành fast train
tàu vũ trụ rocket; spacecraft, spaceship
tay arm; hand ◊ *classifier for persons, with negative connotations*: ***bằng tay*** by hand; ***tay thô tục*** lout
tay áo sleeve; ***không có tay áo*** sleeveless
tay ga throttle
tay lái (steering) wheel; handlebar
tay lái bên phải right-hand drive
tay nghề workmanship
tay non beginner

tay sai henchman
tay súng shot; ***là tay súng giỏi/ kém*** be a good/poor shot
tay trong insider
tay trống drummer
tay vịn (hand)rail
tay xách handle
táy máy nghịch monkey about with
tắc block ◊ blocked ◊ (sự) blockage
tắc mạch embolism
tắc nghẽn be backed up (*of traffic*) ◊ (sự) block; obstruction; congestion; gridlock; ***bị tắc nghẽn*** be jammed
tắc nghẽn giao thông traffic congestion
tắc xi taxi
tăm toothpick
tắm take a shower; have a bath; ***cấm tắm*** no swimming
tắm bồn take a bath ◊ tub
tắm hơi sauna
tắm nắng sunbathe
tắm rửa have a wash, wash; freshen up
tằm silkworm
tăng increase; boost; put up *prices*; heighten *effect*, *tension*; revive (*of business*) ◊ (sự) increase, hike (*in prices*); raise (*in salary*)
tăng cường strengthen; intensify; promote, encourage ◊ (sự) boost
tăng dần accumulate ◊ progressive
tăng gấp ba treble
tăng gấp bốn lần quadruple
tăng gấp đôi double
tăng giá rise in value; mark up ◊ (sự) mark-up
tăng giá trị appreciate FIN
tăng lên increase; grow (*of amount*, *number*); go up (*of prices*); rise (*of temperature*, *prices*); build up (*of excitement*, *pressure*); turn up *volume* ◊ increasing ◊ (sự) increase, build-up; rise
tăng lên đột ngột surge
tăng thêm increase; deepen (*of crisis etc*); multiply
tăng tốc accelerate ◊ gas pedal
tăng tốc độ gather speed; speed up
tăng tối ta maximize
tăng trưởng nhanh chóng surge
tăng trưởng số không zero growth
tăng vọt rocket, shoot up (*of prices*); spiral; jump ◊ (sự) boom; jump
tặng give; present *award*; donate ◊ (sự) donation; ***tặng Y cho X*** present X with Y
tặng phẩm present, gift
tặng thưởng award
tắt extinguish; put off, switch off *light*, *TV*; go out (*of light*, *fire*); shut down *computer*; blow out (*of candle*); be off; be out
tắt dần die down
tắt mạng go off-line
tắt nghẽn jam; be jammed
tâm đầu ý hợp be on the same wavelength
tâm điểm bull's-eye
tâm động đất epicenter
tâm linh psychic
tâm lý psychological
tâm lý học psychology
tâm thần mental illness
tâm thần học psychiatry
tâm thần phân lập split personality
tâm thần phân liệt schizophrenia ◊ schizophrenic
tâm trạng mood, frame of mind; ***có tâm trạng vui vẻ/khó chịu*** be in a good/bad mood
tâm trạng căng thẳng stress; ***có***

tâm trạng căng thẳng be under stress
tâm trí mind; thoughts
tấm plate, sheet (*of metal, glass*); slab (*of cake etc*) ◊ *classifier for flat things*
tấm bạt che awning
tấm chắn (bảo vệ) shield
tấm che mặt visor
tấm ghép panel
tấm thu năng lượng mặt trời solar panel
tấm ván board; plank
tầm range (*of voice, vision*)
tầm bắn range (*of missile, gun*)
tầm hoạt động range (*of airplane*)
tầm ma nettle
tầm nghe hearing; ***trong tầm nghe*** within earshot
tầm nhìn visibility
tầm quan trọng emphasis; importance
tầm tay: ***trong tầm tay*** within reach
tầm thường humble *meal, house*; commonplace; trifling *concerns*
tầm xa long-range
Tân wrought metal (*in Vietnamese zodiac*)
tân new
tân binh recruit MIL
Tân Tây Lan New Zealand
tân tiến nhất ultimate
tấn ton
tấn công attack; strike ◊ (sự) assault, attack; offensive
tần số frequency
tần số cao high-frequency
tận end
tận cùng farthest limit, extreme end; ***trong tận cùng*** innermost
tận dụng take advantage of; make the most of
tận tâm conscientious
tận tụy devoted ◊ (sự) devotion; ***tận tụy với ...*** dedicate oneself to ...; ***tận tụy với một người*** be devoted to a person
tâng bốc flattering
tầng floor, story; ***ở tầng dưới*** downstairs; ***ở tầng trên*** upstairs
tầng hầm basement; vaults
tầng lầu floor, story
tầng lớp tier
tầng lớp lao động working-class
tầng lớp thượng lưu upper-class
tầng lớp trên upper-class
tầng lớp trung lưu middle-class
tầng mái penthouse
tầng ong honeycomb
tầng ôdôn ozone layer
tầng thượng upper
tầng trệt first floor
tấp nập busy
tập bản đồ atlas
tập đoàn consortium; corporation; group (of companies)
tập giấy pad (*for writing*)
tập giấy để ghi chép notepad
tập hợp assemble; mass ◊ (sự) set MATH
tập hợp các điều kiện package (*of offers etc*)
tập hợp lại rally around; ***tập hợp lại xung quanh ai*** rally around s.o.
tập hợp thành nhóm group
tập luyện exercise; take exercise; practice; work out ◊ (sự) exercise; practice; ***không tập luyện*** be out of practice
tập luyện thể dục do gymnastics ◊ (sự) gymnastics
tập quán custom
tập thể collective
tập thể dục take exercise
tập tin file COMPUT
tập trung centralize; concentrate

◊ intensive ◊ (sự) concentration; ***tập trung làm gì*** be intent on doing sth; ***tập trung tư tưởng vào gì*** keep one's mind on sth; ***tập trung vào*** center on; focus on; zero in on; ***tập trung vào gì*** concentrate on sth
tập tục practice, custom
tất cả all ◊ altogether; overall; ***tất cả chúng tôi*** all of us; ***tất cả đã thu xếp xong*** it's all fixed up
tất cả mọi cái everything
tất dài stocking
tất nhiên of course, certainly, sure ◊ automatically; ***tất nhiên là không*** of course not, certainly not
tất phải thất bại doomed
tất yếu automatic
tật lác mắt (*N*) squint
tật lé mắt (*S*) squint
tật nguyền handicap
tật nguyền tâm thần mentally handicapped
tật nói lắp stammer
tật nói ngọng lisp
tấu revue
tầu (*S*) vessel; train; streetcar
tẩu thuốc pipe (*to smoke*)
tây west; westerly
Tây ba lô backpacker (*Western tourist*)
Tây Ban Nha Spain ◊ Spanish
tây bắc northwest
tây hóa westernize
tây nam southwest
Tây Phương Western; ***các nước Tây Phương*** the West
Tây Tạng Tibet ◊ Tibetan
tẩy get out, remove; bleach ◊ eraser, rubber
tẩy chay boycott
tẩy não brainwash ◊ (sự) brainwashing
tẩy sạch come out (*of stain etc*)
tẩy trùng disinfect
tẩy xóa rub out (*with eraser*)
té fall
tẻ ngắt dead *town*, *bar etc*; drab *streets*, *clothes*
tẻ nhạt monotonous
téc-mốt thermos flask
tem stamp (*for letter*)
ten-nít tennis
tê cóng numb
tê giác rhinoceros
tê tê tingle
tế bào cell BIO
tế nhị delicate *problem*, *situation* ◊ (sự) delicacy; ***không tế nhị*** obvious; tactless
tệ bad
tệ hại bad; harmful; wicked
tệ nạn xã hội social evils; vice
tệ nhất worst
tệ quá terrible
tệ quan liêu red tape
tếch teak
tên name, first name, given name ◊ *classifier for person, with negative connotations*: ***anh/chị tên gì?*** what's your name?; ***tên thô tục*** lout
tên cướp bandit
tên cướp có súng gunman
tên đệm middle name
tên gọi tắt diminutive
tên họ thời con gái maiden name
tên họ viết tắt initial
tên khai sinh née
tên khủng bố terrorist
tên lưu manh ruffian
tên lửa missile, rocket
tên lửa đạn đạo ballistic missile
tên lửa điều khiển guided missile
tên người dùng user name
tên nhãn hiệu brand name
tên thánh Christian name
tên tuổi lớn big name

tên vô lại scoundrel
tệp file COMPUT
tệp chỉ đọc read-only file
tệp gửi kèm theo attachment (*to e-mail*)
Tết Vietnamese New Year
tết festival; carnival; plait
Tết Âm Lịch Vietnamese New Year
tết Mậu Thân Tet offensive
Tết Nguyên Đán Lunar New Year
Tết Thanh Minh Ching Ming Festival
Tết Trung Thu Mid-Autumn Festival, Moon Festival
TGĐ (= ***Tổng Giám đốc***) CEO
tha let off (*not punish*); ***tôi sẽ không tha!*** I won't tolerate it!
tha bổng acquit LAW
tha lỗi excuse, forgive
tha thiết anxious; impassioned ◊ dearly
tha thứ forgive; pardon; stand for, tolerate; ***không tha thứ được*** unforgivable
tha tội absolve *sinners*; pardon LAW
thà rằng rather
thả drop; free, liberate; release ◊ (sự) liberation; release
thả dù parachute
thả neo anchor
thả nổi float FIN
thả rong at large
thả xe freewheel
thả xuống lower
thác nước waterfall
thác phun fountain
thạc sĩ master's (degree)
thạc sĩ Văn chương MA, Master of Arts
thách challenge, defy; ***thách X làm Y*** dare X to do Y
thách đấu challenge
thách thức challenge
thạch jelly
thạch anh crystal; quartz
thạch lựu pomegranate
thái carve; chop; cut up
Thái Bình Dương Pacific (Ocean); ***những nước bên bờ Thái Bình Dương*** Pacific Rim countries
thái cực extreme
thái dương temple ANAT
thái độ attitude; manner; gesture (*of friendship etc*)
thái độ hoài nghi cynicism; skepticism
thái độ khiêm nhường humility
thái hạt lựu dice, cut
Thái Lan Thailand ◊ Thai
thái nhỏ shred
thải bỏ discard ◊ (sự) disposal
tham ăn greedy
tham chiến belligerent
tham dự go in for *competition*
tham gia enter *competition*; participate ◊ (sự) involvement, participation
tham gia cuộc đua compete
tham gia quảng cáo endorse *product* ◊ (việc) endorsement (*of product*)
tham gia vào come in on; join in; engage in; take part in; be a party to LAW; ***tham gia vào một thỏa thuận*** come in on a deal
tham gia vào cuộc bãi công be on strike
tham lam greedy (*for money*) ◊ (sự) greed
tham nhũng corrupt ◊ (sự) corruption
tham quan sightseeing; visit
tham vọng ambition ◊ ambitious
thám báo scout MIL
thám hiểm expedition
thám tử detective
thảm carpet; rug, mat
thảm chùi chân doormat

thảm hại pathetic, miserable
thảm họa catastrophe
thảm thêu tapestry
than coal
than củi charcoal
than hồng embers
than khóc wail
than phiền complain of MED; nag, go on at
than vãn complain ◊ (sự) complaint
thán từ exclamation
thản nhiên matter-of-fact; impassive; ***thản nhiên trước*** impervious to
thang ladder
thang đứng stepladder
thang lương salary scale
thang máy elevator; escalator
thang máy bay ramp (*for airplane*)
tháng month
tháng Ba March
tháng Bảy July
tháng Chín September
tháng Giêng January
tháng Hai February
tháng Mười October
tháng Mười hai December
tháng Mười một November
tháng Năm May
tháng Sáu June
tháng Tám August
tháng Tư April
thanh bar (*of iron, chocolate*)
thanh củi stick
thanh lịch elegant
thanh long dragon fruit
thanh lý liquidate ◊ (sự) liquidation
thanh mảnh trim
thanh nẹp splint
thanh ngang crossbar (*of bicycle*)
thanh niên youth
thanh niên mới lớn adolescent
thanh quản larynx
thanh ray rail (*on track*)
thanh thản serene
thanh thiếu niên teenager
thanh toán pay; pay off; settle ◊ (sự) payment; repayment; settlement (*of debt*)
thanh toán để rời khách sạn check out
thanh toán ngay bằng tiền mặt cash down
thanh toán trước pay in advance ◊ (sự) advance payment
thanh tra inspect ◊ (sự) inspection
thanh trừng purge
thánh saint ◊ sacred
thánh đường sanctuary REL
thành citadel
thành công do well; succeed; get on; make it: pull off *deal etc* ◊ successful ◊ (sự) success; hit; ***thành công trong việc gì*** succeed in doing sth; ***việc thành công*** success, hit; ***không thành công*** unsuccessful ◊ unsuccessfully
thành đạt successful
thành hàng một in single file
thành kiến prejudice, bias; ***có thành kiến*** prejudiced; ***làm ai có thành kiến*** prejudice s.o.
thành lập establish, set up
thành lũy citadel; rampart
thành ngữ expression, phrase, saying
Thành Nội Royal Citadel
thành phẩm end product
thành phần composition; constituent; ingredient
thành phố city ◊ metropolitan; municipal
thành phố cảng port, seaport
Thành phố Hồ Chí Minh Ho Chi

Minh City, HCM
thành phố kết nghĩa twin town
thành phố quê hương hometown
thành quách citadel
thành sự thật materialize
thành thạo expert; proficient; accomplished ◊ (sự) proficiency; mastery
thành thật open, honest
thành tích performance; ***có thành tích tốt về gì*** have a good record for sth
thành tích bất hảo disreputable
thành tố ingredient
thành tựu achievement
thành viên member
thành viên của tổ chức bán quân sự paramilitary
thành viên hội nghị conventioneer
thành viên mới recruit
thao tác maneuver
tháo disconnect; drain *oil etc*; unfix
tháo dỡ dismantle, take down
tháo ngòi nổ defuse *bomb*
tháo ốc unscrew
tháo ra detach; unwind; unravel
tháo rời take to pieces
tháo vát versatile ◊ (sự) versatility
tháo xuống take down (*from shelf*)
thảo draw up *document*
thảo luận discuss, talk over ◊ (sự) discussion
thạo tin be in the know
tháp tower; pagoda
tháp Chàm Cham towers
tháp nhỏ turret (*of castle*)
tháp nhọn spire
tháp pháo turret (*of tank*)
thay change; take over
thay cho instead of; ***thay cho ai*** substitute for s.o.
thay đổi change, alter; shift; vary; switch ◊ variable ◊ (sự) change, alteration; shift; variation; inflection (*of voice*) ◊ it varies; ***không thể thay đổi*** irrevocable; ***để thay đổi thói thường*** for a change
thay đổi bất thường fluctuate ◊ (sự) fluctuation
thay đổi đề tài change the subject
thay đổi đột ngột switch(over)
thay đổi nhất thời blip
thay đổi ý kiến change one's mind
thay mặt on/in behalf of; ***thay mặt tôi/anh ấy*** on my/his behalf
thay mặt cho deputize for
thay phiên relieve, take over from; ***tôi sẽ thay phiên cầm lái*** I'll take a spell at the wheel
thay quần áo change (clothes) ◊ (sự) change of clothes
thay thế replace; displace; stand in for; substitute ◊ (sự) substitution; ***X thay thế cho Y*** substitute X for Y; ***không thể thay thế được*** irreplaceable
thay thế cho instead
thay vì in place of
thắc mắc wonder
thăm look around; visit
thăm dò explore; probe; prospect for ◊ tentative ◊ (sự) exploration
thăm dò ý kiến poll, survey
thăn bò steak
thằn lằn lizard
thăng bằng equilibrium; ***không thăng bằng*** unstable
thăng trầm checkered *career*
thắng beat; win; prevail; (*S*) brake
thắng cảnh sights
thắng cảnh lịch sử historical site
thắng đậm thrashing SP
thắng lợi triumph; win
thắng lợi long trời lở đất win a landslide victory
thắng tay (*S*) parking brake

thằng béo fatso
thằng cha he *pej*
thằng dở hơi nut, idiot
thằng hề clown *pej*
thằng ngốc idiot, asshole
thằng ngu (ngốc) prick *pej*
thằng pê đê *pej* fag
thẳng direct; nonstop; straight; ***nhìn thẳng vào mắt ai*** look s.o. straight in the eye; ***đi thẳng vào vấn đề*** get to the point; ***đi thẳng tới*** carry straight on
thẳng đứng bolt upright; erect; upright; vertical
thẳng người lên straighten up
thẳng thắn frank, candid; direct; outspoken; straight; sporting; ***thẳng thắn mà nói thì ...*** to be honest with you ...
thẳng thừng blunt; point-blank
thẳng về phía trước straight ahead
thặng dư surplus
thắp light; ***được thắp sáng*** be lit up; be on (*of light*)
thắt do up; tie
thắt lưng belt; ***thắt lưng buộc bụng*** tighten one's belt *fig*
thắt nút tie; knot; ***thắt nút hai dây với nhau*** tie two ropes together
thâm bruise ◊ insidious; deep
thâm hụt shortfall, deficit
thâm nhập infiltrate; penetrate ◊ (sự) penetration
thấm dab off; soak up; ***không thấm nước*** showerproof, waterproof
thấm khô blot
thấm thía sink in; ***phải mất một thời gian dài mới thấm thía được sự thực*** it took a long time for the truth to sink in
thầm mentally
thầm kín innermost; ulterior
thầm lặng silent; muted
thẩm đoán estimate, assess
thẩm mỹ esthetic
thẩm mỹ viện beauty salon
thẩm phán judge
thẩm quyền competence; ***có thẩm quyền*** authoritative
thẩm tra screen
thẩm vấn interrogate ◊ (sự) interrogation
thẩm vấn chéo cross-examine
thậm chí actually; even; ***thậm chí to hơn*** even bigger; ***thậm chí tôi còn biết anh ấy*** actually I do know him
Thân monkey (*in Vietnamese zodiac*)
thân close; intimate ◊ stalk; stem; trunk; ***thân với X*** be friendly with X
thân cây stem
thân chủ client
thân hình figure (*of person*)
thân máy bay fuselage
thân mật friendly; informal, familiar (*form of address*) ◊ nicely, pleasantly ◊ (sự) informality
thân mến dear; ***Richard thân mến*** Dear Richard
thân nhân relative
thân răng crown (*on tooth*)
thân tàu hull
thân thiết intimate ◊ (sự) intimacy
thân thiết với ... đó be close to
thân thiện amicable, friendly
thân thuộc familiar
thân trục shaft
thân xe bodywork
thần god
thần đồng (child) prodigy
thần giao cách cảm telepathy
thần học theology
thần thánh divine, holy

thần thoại myth; mythology ◊ mythical
thần tượng idol; icon; heart throb
thần tượng hóa idolize
thận kidney ANAT
thận trọng careful; prudent; discreet; scrupulous ◊ (sự) caution; discretion
thấp short; low; flat MUS
thấp bè bè squat
thấp đậm stocky
thấp khớp rheumatism
thấp nhất bottom; rock-bottom; ***thấp nhất từ trước tới nay*** be at an all-time low
thập kỷ decade
thất bại fall down; fail; go wrong; break down (*of talks*) ◊ (sự) breakdown; defeat; failure; fiasco
thất bại chủ nghĩa defeatist
thất lạc unemployed
thất nghiệp unemployed
thất thường irregular; erratic; variable
thất vọng disappointed ◊ (sự) disappointment; ***gây thất vọng*** disappointing; ***thất vọng của cuộc sống hiện đại*** the frustrations of modern life
thật real ◊ really ◊ it is, that is; ***đây là không có thật!*** this is unreal!; ***thật vậy hả?*** is that so?; ***thật nhiều hơn nữa*** a lot more; ***thật vậy sao?*** really?; ***nóng thật!*** so hot!
thật là so; really; such ◊ how; ***thật là buồn cười!*** how funny!; ***thật là đáng buồn!*** how sad!; ***thật là không may cho anh/chị!*** that was so unlucky for you!; ***thật là nóng/lạnh*** so hot/cold; ***thật là sung sướng được gặp anh/chị!*** great to see you!
thật ra as a matter of fact, indeed
thật sự proper, real; true *friend etc*; substantive ◊ truly
thật thà on the level
thầu khoán contractor
thầu khoán phụ subcontractor
thấy see; tell *difference*; find
thấy kinh menstruate
thấy trước visualize, envisage
thầy bói fortune-teller
thầy cả high priest
thầy hiệu trưởng principal EDU
thầy thuốc physician
thầy tu monk (*Christian*)
the thé high-pitched; grating; piercing
thè ra stick out
thẻ counter (*in game*); chip; credit card
thẻ chứng minh identity card
thẻ điện thoại phonecard
thẻ hội viên membership card
thẻ khóa cửa card key
thẻ lên máy bay boarding card (*for airplane*)
thẻ lên tàu boarding card (*for ship*)
thẻ ngân hàng banker's card
thẻ quân nhân dog tag
thẻ ra vào pass
thẻ tín dụng credit card
thèm crave
thèm muốn desire; ***là sự thèm muốn của*** be the envy of
thèm thuồng crave ◊ (sự) craving
then bolt
then cửa catch (*on window etc*)
theo follow ◊ according to; ***theo đánh giá của anh ấy*** at his valuation; ***theo đồng hồ của tôi*** by my watch; ***theo giờ/tấn*** by the hour/ton
theo bản năng instinctive
theo cánh hữu on the right POL

ơ ur	**y** (tin)	**ây** uh-i	**iê** i-uh	**oa** wa	**ôi** oy	**uy** wee	**ong** aong
u (soon)	**au** a-oo	**eo** eh-ao	**iêu** i-yoh	**oai** wai	**ơi** ur-i	**ênh** uhng	**uyên** oo-in
ư (dew)	**âu** oh	**êu** ay-oo	**iu** ew	**oe** weh	**uê** way	**oc** aok	**uyêt** oo-yit

theo chiều kim đồng hồ clockwise
theo chu kỳ periodic
theo chủ nghĩa gia trưởng paternalistic
theo Công giáo Catholic
theo dõi follow; monitor; watch; spy on; ***theo dõi được gì*** keep track of sth
theo đuổi follow; trail; pursue *career*
theo kịp keep up; keep up with
theo Phật giáo Buddhist
theo sau in the wake of
thép steel
thép không gỉ stainless steel
thép xây dựng structural steel
thét shout
thét lên bellow, shout, yell
thế so, that ◊ (*cushion word*); ***tôi nghĩ thế*** I guess so; ***với tôi thì cũng thế cả thôi*** it's all the same to me; ***tôi thế nào cũng được*** I don't mind; ***thế rồi thì sao?*** so what?; ***thế là xong!*** that settles it!; ***thế là hết!*** that's it!; ***thế đấy*** that's it; ***thế nào*** what?; what about?; how was it?; ***thế thôi*** no more, that's it
thế bế tắc impasse
thế chấp mortgage
thế cờ bí stalemate
thế đứng stance
thế giới world; ***trên toàn thế giới*** worldwide
thế giới thứ ba Third World
thế giới vi mô microcosm
thế hệ generation
thế hệ mai sau posterity
thế kỷ century
thế lực thị trường market forces
thế phòng ngự defensive; ***ở vào thế phòng ngự*** on the defensive
thế tục secular
thề swear; promise; be on oath; ***thề làm gì*** vow to do sth
thề trước tòa be on oath
thể form
thể bị động passive GRAM
thể chất constitution (*of person*)
thể chế institution
thể chủ động active GRAM
thể dục gymnastics
thể dục chạy bộ jog; jogging
thể dục hít đất push-up
thể dục nhịp điệu aerobics
thể điều kiện conditional GRAM
thể hiện depict; show *interest, emotion*; display COMPUT; come out (*of results*) ◊ (sự) show, display
thể lực physique
thể mệnh lệnh imperative GRAM
thể thao sport ◊ sporting
thể thao mùa đông winter sports
thể thao tàu lượn gliding
thể xác physical
thêm more; additional, extra; ***thêm chút nữa*** a little more; ***thêm mọt cái nữa*** another one (*thing*); ***thêm mọt người nữa*** another one (*person*)
thêm gia vị flavor
thêm nữa further
thêm vào add; eke out ◊ in addition; in addition to; ***phần thêm vào phải trả tiền*** optional extras
thềm ga platform
thết treat; ***đây là tôi thết*** it's my treat; ***thết đãi ai gì*** treat s.o. to sth
thêu embroider
thêu dệt embroider *fig*
thêu dệt thêm embellish
thêu thùa embroidery; needlework
thi take *exam etc*
thi đấu play *opponent*; fight; ***đội Mỹ thi đấu với đội Brazin*** America against Brazil

---

thi đậu (*S*) pass an exam
thi đố quiz
thi đỗ pass an exam
thi đua với emulate
thi hài remains
thi hành carry out
thi ném đĩa discus (*event*)
thi trượt fail
thi vấn đáp oral exam
thi vị poetic
thí dụ example; ***thí dụ như*** for example
thí nghiệm experiment
thí sinh candidate
thì (*grammatical word used in conditions and to express effect*): ***không bao lâu thì chuông điện thoại reo*** the phone rang soon after; ***5 tuần thì quá lâu*** 5 weeks is too long; ***anh/chị muốn lấy cái nào thì lấy*** take any one you like; ***anh ấy vừa mới bước vào phòng thì ...*** scarcely had he entered the room when ...; ***một cách thẳng thắn thì nó không đáng phải như vậy*** frankly, it's not worth it; ***nếu không thì ...!*** or else ...! ; ***thì đã sao nào?*** so what?
thì giờ time
... thì sao? how about ...?
thì thầm whisper; murmur
thị giác visual; ***một trí nhớ thị giác tốt*** a good visual memory
thị lực eyesight, sight, vision; ***thị lực suy kém*** visually impaired
thị phần market share
thị thực visa
thị thực nhập cảnh entry visa
thị thực xuất cảnh exit visa
thị tộc clan
thị trấn town
thị trấn tỉnh lẻ hick town
thị trường market
thị trường chứng khoán stock market; securities market
thị trường chứng khoán sụt giá stockmarket crash
thị trường đầu cơ bull market
thị trường kỳ hạn futures market
thị trường mục tiêu target market
thị trường tiền tệ money market
thị trường toàn cầu global market
thị trưởng mayor
thị xã town
thìa (*N*) spoon; spoonful
thìa cà phê (*N*) teaspoon
thìa uống trà (*N*) teaspoon
thìa xúp (*N*) soup spoon
thích like; enjoy ◊ maple; ***rất thích*** adore, love; ***thích làm gì*** like to do sth
thích đáng decent *salary etc*; due *care etc*; relevant *information*
thích giao du sociable
thích hơn prefer ◊ (sự) preference; ***thích chờ đợi hơn*** prefer to wait; ***thích làm gì hơn*** prefer to do sth; ***thích X hơn Y*** prefer X to Y; ***hoặc anh/chị thích ... hơn?*** or would you rather ...?
thích hợp appropriate; suitable; fitting
thích nghi adapt; acclimate, acclimatize
thích nhất favorite
thích thú enjoy ◊ (sự) amusement; enjoyment; fondness ◊ with amusement
thích ứng readjust
thiếc tin
thiên heaven; bias ◊ be inclined
Thiên chúa giáo Catholic
thiên đường paradise
thiên hướng inclination; vocation; ***có thiên hướng làm gì*** be inclined to do sth

thiên nga swan
thiên nhiên natural
thiên niên kỷ millennium
thiên sử thi epic
thiên tai natural disaster
thiên tài genius; giant *fig*; ***một trong những thiên tài vĩ đại của thế kỷ này*** one of the great minds of this century
thiên thạch meteorite
thiên văn học astronomy
thiên vị biased, one-sided
thiến castrate
thiển cận shortsighted *fig*
thiện chí goodwill; ***có thiện chí*** favorable
thiện ý favor
thiếp (mừng) card
thiếp mừng Nô-en Christmas card
thiết bị equipment; appliance, device; facilities; fittings
thiết bị báo động khi có trộm burglar alarm
thiết bị cố định fixture
thiết bị đầu cuối terminal COMPUT
thiết bị đo nồng độ rượu Breathalyzer®, breath analyzer
thiết bị giảm sốc shock absorber
thiết bị giữ độ ẩm humidifier
thiết bị hiện hình visual display unit
thiết bị lái steering
thiết bị lái tự động autopilot
thiết bị ngoại vi peripheral COMPUT
thiết bị sưởi heater
thiết bị truyền lực cho bánh trước front-wheel drive
thiết kế design; plan
thiết kế bằng vi tính - chế tạo bằng vi tính CAD-CAM
thiết kế nội thất interior design
thiết lập institute
thiết tha eager
thiết thực practical; down-to-earth; hard-headed
thiết yếu essential, vital
thiệt hại damage
thiêu cháy gut
thiêu hủy wipe out
thiêu trụi burn down
thiếu absence ◊ lack, be short of; be wanting in ◊ missing; ***thiếu gì*** void of sth
thiếu ăn underfed
thiếu cân đối disproportionate
thiếu hụt shortage
thiếu khả năng unable ◊ (sự) inability
thiếu kinh nghiệm inexperienced
thiếu máu anemia
thiếu năng lực incompetent ◊ (sự) incompetence
thiếu người làm short-staffed
thiếu nhân sự short-staffed
thiếu nhân viên understaffed
thiếu nhiệt tình half-hearted
thiếu niên teenager; teenage girl
thiếu sót defect; ***có thiếu sót*** defective
thiếu suy nghĩ off the cuff
thiếu tá major MIL
thiếu tế nhị indelicate
thiếu thận trọng indiscreet; inconsiderate; reckless ◊ (sự) indiscretion; inconsiderateness; recklessness
thiếu thốn deprived
thiếu tôn trọng disrespectful ◊ (sự) disrespect
thiếu tự tin insecure ◊ (sự) insecurity
thiếu xây dựng destructive
thiểu số minority
Thìn dragon (*in Vietnamese zodiac*)
thính acute

thính giả listener; audience
thính giác hearing
thình lình suddenly
thình thịch dull
thỉnh thoảng now and again, now and then ◊ occasional
thịnh soạn hearty *meal*
thịnh vượng thrive ◊ (sự) prosperity
thịt meat; flesh
thịt ba chỉ belly of pork
thịt băm ground meat
thịt băm viên meatball
thịt bê veal
thịt bò beef
thịt bò băm viên beefburger
thịt chó dog meat
thịt cừu mutton
thịt cừu non lamb
thịt đi eliminate *opponent*
thịt đỏ red meat
thịt gà chicken
thịt gà vịt poultry
thịt heo (*S*) pork
thịt lợn (*N*) pork
thịt mông bò rumpsteak
thịt nai venison
thịt nguội cold cuts
thịt nướng barbecue
thịt quay roast
thịt rừng game
thịt thăn fillet
thịt thăn bò sirloin
thịt thỏ rabbit
thịt trắng white meat
thịt viên meatball
thiu stale
thiu hỏng rot ◊ rotten
thiu thối bad, rotten
thoa bóp massage
thò ra protrude
thỏ rabbit
thỏ cái doe (*of rabbit*)
thỏ rừng hare
thỏa đáng adequate, satisfactory; decent *sleep*; ***điều này là chưa thỏa đáng*** this is not satisfactory; ***không thỏa đáng*** inadequate; unsatisfactory
thỏa hiệp compromise
thỏa mãn satisfactory, alright ◊ satisfy ◊ (sự) fulfillment; indulgence; satisfaction; ***cảm thấy thỏa mãn*** feel fulfilled; ***cái đó đã làm anh/chị thỏa mãn chưa?*** is that to your satisfaction?; ***thỏa mãn vì điều gì*** get satisfaction out of sth
thỏa thích gì indulge in sth
thỏa thuận agree ◊ pact ◊ (sự) agreement, deal, bargain; settlement, payment; ***thỏa thuận dứt khóa*** clinch a deal
thoái hóa degenerate
thoải mái comfortable; relaxed, easy-going *person*; ***không thoải mái*** uncomfortable; uneasy
thoải mái đi relax, lighten up
thoáng khí airy
thoáng nhìn thấy glimpse, catch a fleeting glimpse of
thoáng qua momentary ◊ momentarily
thoát tội get off (*not be punished*)
thoát vị hernia
thoát y strip
thoạt tiên to begin with
thoăn thoắt springy
thóc rice (*with husks*)
thóc mách nosy
thọc lét (*S*) tickle
thọc mạnh jab
thói cao ngạo của đàn ông machismo
thói côn đồ hooliganism
thói đạo đức giả hypocrisy
thói nghiện rượu drinking
thói phàm ăn gluttony

thói quen habit; ***theo thói quen của anh ấy*** as was his custom
thói xấu vice
thỏi ingot
thon thả slim; slender; ***làm cho người thon thả*** slim, be slimming
thô coarse; raw *sugar, iron*
thô bạo rough, violent
thô lỗ rude, vulgar ◊ (sự) rudeness
thô ráp rough
thô sơ crude, rudimentary
thô tục crude, vulgar; ***kẻ/tên/tay thô tục*** lout
thổ dân native
thổ lộ pour out
thổ ngữ vernacular
Thổ Nhĩ Kỳ Turkey ◊ Turkish
thôi no longer; ***chỉ có thế thôi, xin cám ơn*** that's all, thanks
thôi cái đó đi! cut that out!
thôi đi! that'll do!
thôi miên hypnotize ◊ (sự) hypnosis
thôi thúc compel ◊ (sự) compulsion
thôi việc quit ◊ (sự) departure
thối decay
thối rữa decompose
thổi blow
thổi bong bóng blow bubbles
thổi căng blow up
thổi cuốn đi blow
thổi phồng exaggerate
thổi tắt blow out
thôn hamlet
thôn tính annex
thông pine (tree), fir; cone
thông báo announce; circulate *memo etc*; notify *authorities* ◊ (sự) announcement; statement; notice; circular; ***thông báo cho ai về cái gì*** keep s.o. in the picture; ***thông báo ai kịp thời*** keep s.o. posted; ***thông báo trước bốn tuần*** four weeks' notice; ***thông báo tường tận cho X về Y*** brief X on Y
thông báo hướng dẫn du lịch tourist information
thông báo lỗi error message
thông cảm sympathetic ◊ (sự) sympathy
thông cảm với sympathize with
thông dịch translate; interpret ◊ translator; interpreter
thông điệp message (*of book etc*)
thông gió ventilation
thông lệ practice; ***theo thông lệ thì ...*** it is customary to ...
thông minh clever, intelligent; brilliant *idea* ◊ (sự) brains, intelligence
thông ngôn interpreter
thông qua adopt; carry *proposal*; pass, approve; ***việc thông qua*** adoption
Thông Tấn Xã Việt Nam Vietnam News Agency
thông thái wise ◊ (sự) wisdom
thông thuộc be conversant with
thông thường normal, regular; conventional, customary ◊ usually
thông tin information; ***có nhiều thông tin*** informative
thông tin phản hồi feedback
thông tục colloquial
thống đốc governor
thống kê statistical
thống nhất unify ◊ (sự) unification; unity
thống nhất lại reunite ◊ (sự) reunification
thống trị dominate ◊ (sự) domination, sway
thốt ra blurt out
thơ verse
thơ ca poetry
thơ ca cho trẻ nhỏ nursery rhyme

thớ grain
thờ cúng worship
thờ cúng ông bà ancestor worship
thờ ơ indifferent; apathetic ◊ (sự) indifference
thờ tổ tiên ancestor worship
thở breathe ◊ (sự) breathing
thở dài sigh; ***thở dài khoan khoái*** heave a sigh of relief
thở gấp breathless ◊ (sự) breathlessness ◊ be out of breath
thở hổn hển gasp; pant; be out of breath
thở khò khè wheeze
thở phì phì snort
thở ra breathe; breathe out
thợ cắt tóc barber
thợ cơ khí mechanic
thợ điện electrician
thợ đồng hồ watchmaker
thợ gốm potter
thợ hàn welder
thợ in printer
thợ khóa locksmith
thợ kim hoàn jeweler; goldsmith
thợ làm đầu hairdresser
thợ lắp kính glazier
thợ lắp ráp fitter
thợ may tailor
thợ may quần áo nữ dressmaker
thợ máy mechanic; engineer NAUT
thợ mỏ miner
thợ mộc carpenter; joiner
thợ nề bricklayer; mason
thợ ống cống plumber
thợ ống nước plumber
thợ rèn blacksmith
thợ sơn decorator; painter
thợ sửa giày shoe repairer
thợ thủ công artisan, craftsman
thời time; tense GRAM
thời biểu schedule; ***đúng với thời biểu*** be on schedule; ***chậm so với thời biểu*** be behind schedule
thời chiến wartime
thời đại age, era; ***đó là một dấu hiệu của thời đại*** it's a sign of the times
thời điểm hòa vốn break-even point
thời gian time; duration; spell
thời gian bảo hành guarantee period
thời gian bay flight time
thời gian biểu timetable, schedule
thời gian chờ đợi wait
thời gian được nghỉ leave
thời gian làm thử trial period
thời gian nghỉ ốm sick leave
thời gian nghỉ trưa lunch break
thời gian ngừng họp recess
thời gian quản chế probation LAW
thời gian rảnh rỗi leisure (time)
thời gian rỗi spare time
thời gian thanh toán để rời khách sạn checkout time
thời gian thử nghiệm trial period
thời gian thử thách probation period (*in job*)
thời gian thực real time
thời gian thực hiện timescale
thời gian trôi qua the passage of time
thời gian truy cập thông tin access time
thời gian vô tận eternity
thời giờ rảnh rỗi leisure (time)
thời hạn time limit
thời hạn cuối cùng deadline
thời hiện tại present GRAM
thời hoàn thành perfect GRAM
thời học sinh school days
thời khóa biểu schedule
thời kỳ period, patch
thời kỳ dưỡng bệnh convalescence
thời kỳ đầu early *Picasso etc*

thời kỳ huấn luyện training period
thời kỳ mãn kinh menopause
thời kỳ mùa xuân springtime
thời kỳ nhịn ăn fast (*not eating*)
thời kỳ suy sụp slump
thời kỳ trứng nước infancy
thời nay present-day
thời quá khứ past tense GRAM
thời quá khứ chưa hoàn thành imperfect GRAM
thời sung túc time of plenty
thời sự topical ◊ (sự) current events
thời thanh niên adolescence
thời thơ ấu childhood
thời thượng fashionable
thời tiền sử prehistoric
thời tiết weather
thời tiết nóng heat
thời trang style, fashion ◊ fashionable
thời Trung cổ Middle Ages ◊ medieval
thời tương lai future GRAM
thời vàng son heyday
thơm fragrant ◊ (*S*) pineapple
thơm ngon gorgeous; luscious
thớt bếp burner
thu record (*on tape etc*); remove ◊ (sự) reception (*for radio etc*); recording; removal; ***thu một chương trình TV vào băng viđêô*** video a TV program
thu ẩn túy unadulterated, absolute
thu dọn clear away, clear up
thu được poll *votes*
thu gom collect
thu gọn compress
thu góp raise *money*
thu hoạch reap ◊ (việc) harvest
thu hồi revoke
thu hút attract; ***thu hút sự chú ý của ai*** catch s.o.'s eye; ***bị thu hút vào ...*** be absorbed in ...
thu lượm collect
thu mình lại withdrawn, shy
thu nhập income; revenue
thu nhập khả dụng disposable income
thu nhỏ lại miniature
thu thập build up, accumulate; gather
thu xếp arrange, fix up; ***anh/chị đã thu xếp như thế nào với anh ấy?*** how did you leave things with him?; ***thu xếp tốt đẹp mọi việc*** put things right
thu xếp cho arrange for
thú beast
thú con cub
thú nhận admit, confess ◊ (sự) admission; ***thú nhận điểm yếu về gì*** confess to a weakness for sth; ***tôi xin thú nhận là tôi không biết*** I confess I don't know; ***thú nhận với ai*** confess to s.o.
thú tội confess (*to police*); plead guilty ◊ (sự) confession
thú vị lovely, nice; enjoyable; interesting; welcome *change, sight etc*; ***đó là một điều thú vị thực sự*** it was a real treat
thú vui ban đêm nightlife
thù địch hostile ◊ (sự) antagonism, hostility
thù ghét hate ◊ (sự) ill will
thù hận hate ◊ (sự) animosity
thù oán rancorous ◊ (sự) rancor
thủ công handicrafts
thủ dâm masturbate ◊ (sự) masturbation
thủ đoạn maneuver ◊ scheming
thủ đoạn làm tiền racket
thủ đô capital (*of country*); metropolis
Thủ hiến premier (*in Australia*)

thủ môn goalkeeper
thủ phạm culprit
thủ pháo hand-grenade
thủ quỹ cashier; treasurer
thủ thuật cắt bỏ dạ con hysterectomy
thủ tục procedure; formality; ***đó chỉ là một thủ tục thôi*** it's just a formality
thủ tướng prime minister
thụ cầm harp
thụ động passive
thụ thai conceive
thụ tinh fertilize
thụ tinh nhân tạo artificial insemination
thua lose
thua đậm massacre
thua lỗ make a loss ◊ (sự) loss
thua thiệt loss; ***bị thua thiệt*** lose out
thuần chủng thoroughbred
thuần hoá domesticate; tame
thuần khiết platonic
thuận lợi merit, advantage; ***điều kiện thuận lợi*** favorable conditions
thuận tay phải right-handed
thuận tay trái left-handed
thuận tiện convenient ◊ (sự) convenience; ***làm cho thuận tiện*** facilitate
thuận và chống pros and cons
thuật chiêm tinh astrology
thuật khắc axít etching
thuật ngữ terminology
thuật ngữ chuyên môn technicality
thuật viết chữ calligraphy
thúc bách: ***bị thúc bách về*** be pushed for
thúc đẩy advance *knowledge*, *cause etc*; motivate *person*; promote, stimulate *growth*, *demand* ◊ (sự) impetus
thúc ép push, urge; ***bị thúc ép làm gì*** be under pressure to do sth
thúc ép đòi press for
thúc giục rush; hustle
thuê rent; hire, book; lease
thuê miễn phí rent-free
thuê mua trả góp lease purchase
thuê riêng charter
thuế tax; duty; tariff
thuế quan Customs
thuế thu nhập income tax
thung lũng valley
Thung lũng sông Hồng Red River Valley
thùng box; case; drum; barrel; bucket
thùng chứa to (storage) bin
thùng gỗ lớn crate
thùng nhỏ keg
thùng rác garbage can, trashcan
thùng thư (bưu điện) mailbox
thùng xe trunk (*of car*)
thuốc drug MED; medication; remedy; cigarette
thuốc an thần sedative, tranquilizer
thuốc bắc traditional medicine
thuốc bổ tonic MED
thuốc bôi lotion
thuốc bôi mi mắt mascara
thuốc cao dán adhesive plaster
thuốc chống côn trùng insect repellent
thuốc chữa rắn cắn snake bite antidote
thuốc dán Bandaid®
thuốc đạn suppository
thuốc đánh bóng polish
thuốc độc poison
thuốc đuổi côn trùng repellent
thuốc gây mê anesthetic
thuốc giải độc antidote
thuốc giảm đau painkiller

ơ ur	**y** (tin)	**ây** uh-i	**iê** i-uh	**oa** wa	**ôi** oy	**uy** wee	**ong** aong
u (soon)	**au** a-oo	**eo** eh-ao	**iêu** i-yoh	**oai** wai	**ơi** ur-i	**ênh** uhng	**uyên** oo-in
ư (dew)	**âu** oh	**êu** ay-oo	**iu** ew	**oe** weh	**uê** way	**oc** aok	**uyêt** oo-yit

thuốc ho cough medicine
thuốc hỗn hợp mixture MED
thuốc kháng sinh (*N*) antibiotic
thuốc lá cigarette; tobacco
thuốc lá sợi tobacco
thuốc lào tobacco (*for water pipe*)
thuốc màu paint
thuốc men drug
thuốc mỡ ointment
thuốc ngừa sâu bọ cắn insect repellent
thuốc ngừa thai (contraceptive) pill
thuốc nhuận tràng laxative
thuốc nhuộm dye; stain
thuốc nhuộm tóc hair dye
thuốc nổ dynamite *fig*
thuốc phiện opium
thuốc rửa sơn bôi móng tay nail polish remover
thuốc sát trùng antiseptic
thuốc súng gunpowder
thuốc tẩy gỉ rust remover
thuốc tẩy (trắng) bleach
thuốc tẩy vết bẩn stain remover
thuốc trị đau painkiller
thuốc trợ giúp thụ thai fertility drug
thuốc trụ sinh (*S*) antibiotic
thuốc trừ sâu insecticide; pesticide
thuốc uống medicine
thuốc viên ngừa thai (contraceptive) pill
thuốc xịt spray
thuộc belonging to ◊ (*used to form adjectives*): ***thuộc phía bắc*** northern
thuộc cánh tả left-wing
thuộc da tan *leather*
thuộc dòng dõi descent
thuộc địa colony
thuộc lòng know by heart
thuộc tính attribute
thuộc về belong to
thụt withdraw; take in; go in; ***thụt vào đầu dòng*** indent a line
thụt lùi retrograde
thủy ... hydro...
thủy đậu chicken pox
thủy điện hydroelectric
thủy lực hydraulic
thủy ngân mercury, quicksilver
thủy thủ sailor, seaman ◊ seafaring
thủy tinh glass
thủy tinh thể lens ANAT
thủy triều tide; ***thủy triều lên/xuống*** the tide is in/out
thủy triều ở mức thấp nhất low tide
Thụy Điển Sweden ◊ Swedish
Thụy Sĩ Switzerland ◊ Swiss
thuyền boat, craft
thuyền buồm sailboat; yacht; sailing ship; yachting
thuyền cao tốc speedboat
thuyền chèo rowboat
thuyền có mái chèo rowboat
thuyền cứu đắm lifeboat
thuyền đánh lưới rà trawler
thuyền máy motorboat
thuyền nhân boat people
thuyền tam bản sampan
thuyền thể thao yacht
thuyền trưởng captain, master, skipper
thuyết cấp tiến radicalism
thuyết duy linh spiritualism
thuyết giáo preach, moralize
thuyết giảng preach *sermon*
thuyết phục persuade; convince ◊ (sự) persuasion; ***thuyết phục ai làm gì*** persuade s.o. to do sth; talk s.o. into doing sth
thuyết tiên định predestination
thư letter
thư báo memo
thư bảo đảm registered letter
thư giãn relax

thư giới thiệu recommendation
thư ký secretary; clerk ◊ secretarial
thư mục bibliography; folder, directory COMPUT
thư phát nhanh express letter
thư thả easy, relaxed
thư thường surface mail
thư tín dụng letter of credit
thư tình love letter
thư từ mail; correspondence
thư từ quảng cáo junk mail
thư viện library
thứ day; type; minor; ***cung Rê thứ*** in D minor
thứ Ba Tuesday
thứ ba third
thứ ba mươi thirtieth
thứ Bảy Saturday
thứ bảy seventh
thứ bảy mươi seventieth
thứ bốn fourth
thứ bốn mươi fortieth
thứ chín ninth
thứ chín mươi ninetieth
thứ Hai Monday
thứ hai second
thứ hai mươi twentieth
thứ một nghìn thousandth
thứ một trăm hundredth
thứ một tỷ billionth
thứ mười tenth
thứ mười ba thirteenth
thứ mười bảy seventeenth
thứ mười bốn fourteenth
thứ mười chín nineteenth
thứ mười hai twelfth
thứ mười lăm fifteenth
thứ mười một eleventh
thứ mười sáu sixteenth
thứ mười tám eighteenth
thứ Năm Thursday
thứ năm fifth
thứ năm mươi fiftieth
thứ nhất first
thứ nhất là firstly
thứ nhì second best
thứ Sáu Friday
thứ sáu sixth
thứ sáu mươi sixtieth
thứ Sáu tuần Thánh Good Friday
thứ tám eighth
thứ tám mươi eightieth
thứ Tư Wednesday
thứ tự order; ***theo thứ tự chữ cái*** alphabetical; in alphabetical order
thứ yếu secondary, peripheral
thử try ◊ mock *exams etc*
thử làm qua dabble in
thử mùi experiment with
thử nghiệm test; trial (*of equipment*) ◊ try out; ***đem thử nghiệm gì*** have sth on trial; ***thử nghiệm trên*** experiment on; ***thử nghiệm với*** experiment with
thử nghiệm thăm dò exploratory
thử thách test ◊ (sự) ordeal; test
thử thách gay go acid test
thử xem check out *new bar etc*
thưa thin ◊ *polite word used when addressing people*
thưa bà ma'am
thưa ngài sir; Dear Sir
thưa ông excuse me, sir
thưa quí ngài gentlemen; Dear Sirs
thưa thớt scattered; sparse *growth*
thừa excess; redundant; ***đã có thừa 5 cái*** there were 5 to spare
thừa kế inherit ◊ (sự) inheritance
thừa nhận acknowledge; concede ◊ (sự) acknowledg(e)ment
thức awake ◊ stay up
thức ăn food
thức ăn đông lạnh frozen food
thức ăn gia súc fodder
thức ăn thường ngày diet; staple diet
thức ăn tự nhiên health food
thức chờ wait up

thức dậy wake
thức khuya sit up, wait up
thức thời trendy
thực real; true; net *price etc*
thực dân colonial
thực dụng pragmatic
thực đơn menu
thực hành practical; hands-on ◊ (sự) practice
thực hiện carry out, perform; execute; fulfill; implement ◊ (sự) execution (*of plan*); fulfillment (*of contract etc*); realization (*of goal etc*)
thực hiện đúng theo abide by
thực hiện được realize *dreams etc*
thực nghiệm experimental
thực sự actual; real ◊ actually; really; ***thực sự nhiều*** very much indeed
thực tế down-to-earth, practical; realistic ◊ reality; ***trên thực tế*** in practice, in reality; ***không thực tế*** impractical; unrealistic
thực tế là in fact, as a matter of fact
thực thi enforce
thực tiễn practical
thực vật plant
thực vật học botany ◊ botanical
thước ruler
thước Anh yard (*measurement*)
thước dây tape measure
thước đo yardstick; barometer *fig*
thước gấp rule (*for measuring*)
thước kẻ pointer (*for teacher*)
thương wound; gash; sore ◊ feel sorry (or); be fond of
thương cảm commiserate; feel sorry (for); ***tôi thấy thương cảm cho cô ấy*** I feel sorry for her
thương gia businessman
thương hại pity; take pity on
thương mại business; commerce; trade ◊ commercial
thương mại hóa commercialize
thương mến loving
thương nhân trader, merchant
thương tâm heartrending
thương tích injury
thương tiếc lament, mourn; mourn for, grieve for
thương trường marketplace
thương vong casualty
thường usual; mediocre, average; prevailing *wind* ◊ usually, normally; often ◊ compensate
thường kỳ regular
thường lệ regular; routine; usual; ***xin cho như thường lệ*** the usual, please
thường lui tới frequent *bar etc*
thường phục civilian clothes
thường xuân ivy
thường xuyên frequent; perpetual *interruptions etc*; permanent *job, employee, address* ◊ frequently ◊ (sự) frequency; ***các xe buýt không chạy thường xuyên lắm*** the buses don't go very often
thưởng recompense, reward; tip *waiter etc*
thưởng thức appreciate, savor ◊ (sự) appreciation
Thượng Đế The Supreme Being
thượng đỉnh summit (*of powers*)
thượng lưu high; upper
thượng nghị sĩ senator
thượng viện senate
ti tit; boob
ti tiện shoddy
ti vi TV; ***trên ti vi*** on TV
Tí snake (*in Vietnamese Zodiac*)
tí little; ***to hơn tí*** a little bigger
tí nữa in a minute
tí xíu tiny ◊ a little bit
tỉ giá hối đoái exchange rate
tỉ giá lãi suất hàng năm APR,

annual percentage rate
tỉ lệ rate; proportion
tỉ lệ đổi tiền exchange rate
tỉ lệ sinh đẻ birth rate
tỉ mỉ elaborate; meticulous; minute; ***đến từng chi tiết tỉ mỉ*** in minute detail
tỉ số 40 đều deuce
tia jet (*of water*); ray
tia chớp lightning
tia hy vọng glimmer of hope
tia la de laser beam
tia lửa spark
tia sáng le lói glimmer
tia sáng lóe glint
tia sáng yếu ớt gleam
tía tô red perilla, red beefsteak leaf
tỉa prune *plant*; pluck *eyebrows*
tích chứa collect
tích cực active; positive; meaningful
tích cực hoạt động active
tích lại run up *debts etc*
tích lũy accumulate
tích trữ hoard; stock up on
tịch thu confiscate
tíc-tắc tick
tiếc regret; ***thật là tiếc!*** hard luck!
tiệc party
tiệc chia tay leaving party
tiệc đứng buffet
tiệc hóa trang fancy-dress party
tiệc lớn banquet
tiệc mừng nhà mới housewarming (party)
tiệc trà tea ceremony
tiêm inject ◊ (việc) injection MED; ***con ngựa đã được tiêm chất kích thích*** the horse was doped
tiêm chủng inoculate ◊ (sự) inoculation
tiêm ngừa (*N*) vaccinate ◊ (sự) vaccination; ***được tiêm ngừa phòng*** be vaccinated against
tiềm năng potential
tiềm thức subconscious (mind) ◊ unconscious
tiệm (*S*) store
tiệm ăn (*S*) restaurant
tiệm bán giày dép (*S*) shoe store
tiệm bánh mì (*S*) bakery
tiệm đồ ăn nhanh (*S*) fast-food restaurant
tiệm giặt khô (*S*) dry-cleaner
tiệm hớt tóc (*S*) barbershop
tiên đoán prophesy
tiên lượng bệnh prognosis
tiên nghiệm transcendental
tiên phong pioneering
tiên tiến advanced; élite
tiên tiến nhất state-of-the-art
tiên tri prophesy ◊ (sự) prophecy
tiến bộ progress, come on, get on ◊ progressive *policy*, *person* ◊ (sự) progress
tiến đánh close in
tiến hành carry on, conduct; set up *inquiry*; stage *demonstration*; wage *war*; take place; ***việc tiến hành*** institution, setting up; ***đang được tiến hành*** be in progress, be under way
tiến hành cuộc bãi công go on strike
tiến hóa evolve ◊ (sự) evolution
tiến lên advance MIL; move up ◊ (sự) advance
tiến sĩ doctor (*of philosophy etc*)
tiến sĩ Triết học PhD, Doctor of Philosophy
tiến tới progress
tiến triển progress, come along; evolve; work out (*of relationship*); unwind (*of story*)
tiến về phía make for
tiền money
tiền án criminal record
tiền bản quyền tác giả royalty

ơ ur	**y** (tin)	**ây** uh-i	**iê** i-uh	**oa** wa	**ôi** oy	**uy** wee	**ong** aong
u (soon)	**au** a-oo	**eo** eh-ao	**iêu** i-yoh	**oai** wai	**ơi** ur-i	**ênh** uhng	**uyên** oo-in
ư (dew)	**âu** oh	**êu** ay-oo	**iu** ew	**oe** weh	**uê** way	**oc** aok	**uyêt** oo-yit

tiền bảnh sterling
tiền bảo kê protection money
tiền bảo lãnh bail
tiền bồi thường compensation, damages
tiền bớt discount
tiền cấp dưỡng alimony
tiền chiến prewar
tiền chi vặt petty cash
tiền cho vay loan
tiền chu cấp allowance; maintenance
tiền chuộc ransom
tiền chuyên chở freight (costs)
tiền cứ outpost
tiền đánh cuộc bet, stake
tiền đạo forward SP
tiền đặt cọc deposit, down payment
tiền đầu tư investment
tiền được cuộc winnings
tiền giả dud, counterfeit bill
tiền giấy bank bill
tiền góp kitty
tiền hoa hồng commission
tiền hoàn lại refund
tiền lãi cổ phần dividend
tiền lại quả bribe, kickback
tiền lẻ (small) change
tiền lệ precedent
tiền lời returns
tiền lương salary; wages; pay
tiền mặt cash
tiền nhà rent
tiền nội trợ housekeeping money
tiền nợ quá hạn arrears
tiền pao pound sterling
tiền phạt fine
tiền phạt vi phạm tốc độ speeding fine
tiền puốc boa tip
tiền sản antenatal
tiền sảnh lobby
tiền tài trợ grant
tiền tạm ứng advance
tiền tệ currency ◊ monetary
tiền thân forerunner
tiền thu được proceeds
tiền thu nhập earnings
tiền thù lao fee
tiền thuê rent
tiền thưởng bonus; reward; tip
tiền thừa trả lại change
tiền tiết kiệm savings
tiền tố prefix
tiền trả fee
tiền trả công remuneration
tiền trả trước retainer FIN
tiền trợ cấp allowance; subsidy; welfare; ***được cấp tiền trợ cấp*** be on welfare
tiền trợ cấp xã hội welfare check
tiền vào cửa entrance fee
tiền vay cuả ngân hàng bank loan
tiền vé fare
tiền vé trả thêm excess fare
tiền vệ quarterback
tiền vốn capital FIN
tiền xe fare
tiễn see off; ***tiễn ai về nhà*** see s.o. home
tiện (**lợi**) handy, convenient; advantageous
tiện nghi comfort; convenience ◊ comfortable
tiếng language; sound; hour; ***tiếng ầm ĩ*** din, racket
tiếng Anh English
tiếng Ba Lan Polish
tiếng Bắc Kinh Mandarin
tiếng Bồ Đào Nha Portuguese
tiếng Cămpuchia Cambodian
tiếng chuông ring
tiếng cười laugh ◊ laughter; ***tiếng cười phá lên*** roars of laughter; ***tiếng cười rúc rích*** chuckle; giggle

tiếng Đan Mạch Danish
tiếng địa phương dialect
tiếng địa phương Đài Loan Taiwanese
tiếng động noise
tiếng Đức German
tiếng Hà lan Dutch
tiếng Hàn Korean
tiếng Hung Hungarian
tiếng Hy Lạp Greek
tiếng khàn khàn croak
tiếng lóng slang
tiếng Mã lai Malay
tiếng mẹ đẻ mother tongue, native language
tiếng Miến Điện Burmese
tiếng Mỹ American English
tiếng Na Uy Norwegian
tiếng Nga Russian
tiếng ngân vang ring (*of voice*)
tiếng Nhật Japanese
tiếng nói voice
tiếng nói lí nhí mumble
tiếng nổ crash (*of thunder etc*)
tiếng Phần Lan Finnish
tiếng Pháp French
tiếng Quan Thoại Mandarin
tiếng Quảng Đông Cantonese
tiếng sấm thunder
tiếng sập mạnh bang
tiếng Séc Czech
tiếng tăm (public) image
tiếng Tây Ban Nha Spanish
tiếng Tây Tạng Tibetan
tiếng Thái Lan Thai
tiếng Thổ Nhĩ Kỳ Turkish
tiếng Thụy Điển Swedish
tiếng Triều Tiên Korean
tiếng Trung Quốc Chinese
tiếng ù ù drone
tiếng vang echo
tiếng Việt Vietnamese
tiếng vo ve buzz
tiếng vỗ tay applause
tiếng xấu notoriety; bad reputation; ***có tiếng xấu*** notorious
tiếng Ý Italian
tiếp cận approach; have access to ◊ (sự) access
tiếp diễn progress
tiếp đãi entertain
tiếp đất ground ELEC
tiếp giáp border
tiếp giáp với border on
tiếp ký countersign
tiếp nhận go down (*of suggestion etc*)
tiếp nhiên liệu refuel
tiếp nối follow
tiếp phát relay TV, RAD
tiếp quản take over
tiếp sau next
tiếp theo following, subsequent
tiếp theo sau follow in the wake of
tiếp thị marketing
tiếp thức ăn serve up
tiếp tục carry on, continue, go on ◊ persistently ◊ (sự) continuation; persistence; ***tiếp tục không nản lòng*** carry on undaunted
tiếp tục lại renew ◊ (sự) renewal
tiếp xúc approach; have access to ◊ (sự) access (*to one's children*); exposure (*to radiation*); ***tiếp xúc với*** make overtures to, approach
tiếp xúc thăm dò approach; propose ◊ (sự) approach; proposal
tiết kiệm economy, saving ◊ economical ◊ economize; economize on; save *time*, *money*
tiết kiệm năng lượng energy-saving
tiết kiệm thời gian timesaving
tiết lộ reveal, disclose; unfold ◊ (sự) disclosure; ***có tin tiết lộ rằng ...*** it has emerged that ...

tiết mục act, turn (*in vaudeville*)
tiết mục biểu diễn trên dây high wire
tiết ra secrete ◊ (sự) secretion
tiêu pepper
tiêu biểu characteristic; representative
tiêu biểu cho characterize
tiêu chuẩn norm, standard; criterion; ***dưới mức tiêu chuẩn*** substandard
tiêu chuẩn hóa standardize
tiêu cực negative; passive *resistance*
tiêu diệt exterminate
tiêu diệt các loài gây hại pest control
tiêu dùng consume ◊ (sự) consumption
tiêu đề letterhead
tiêu đi drain away
tiêu điểm focus; ***ở trong tiêu điểm*** be in focus; ***ở ngoài tiêu điểm*** be out of focus
tiêu điều stark
tiêu hóa digest ◊ (sự) digestion
tiêu huyền sycamore
tiêu khiển amuse ◊ (sự) amusement, distraction
tiêu nước drain ◊ (sự) drainage
tiêu sài spend
tiêu tan evaporate
tiêu thụ consume
tiểu sử biography; life history
tiểu thuyết novel; fiction
tiểu thuyết tình yêu romance
tim heart ◊ cardiac
tim đập nhanh palpitations
tim ngừng đập cardiac arrest
tìm search; look for; ***tìm việc làm*** be seeking employment, be job hunting
tìm cách gạ gẫm make a pass at
tìm được dig out
tìm được cách ... manage to ...
tìm hiểu explore; find out; ***tìm hiểu chắc chắn rằng ...*** make sure that ...
tìm kiếm look; look for, search for ◊ (sự) search
tìm lại được retrieve
tìm ra work out *solution*
tìm thấy trace; track down; unearth
tìm tòi seek
tin believe ◊ news; ***tin có ma*** believe in ghosts; ***có tin đồn là anh ấy đang ở Hồng Kông*** he is reported to be in Hong Kong; ***không thể tin được*** unbelievable; inconceivable; ***theo tin dồn*** by hearsay; ***tin vào*** believe in; count on
tin cậy trust ◊ (sự) reliance, trust
tin cậy được trusted
tin chắc be certain ◊ (sự) certainty
tin chắn believe in, be confident about ◊ (sự) confidence
tin đồn rumor; ***có tin đồn rằng ...*** it is rumored that ...
tin giật gân sensation
tin học computing; computer science
tin học hóa computerize
tin là attach *importance*
Tin Lành Protestant; Christianity
tin mật dope
tin người trustful, trusting
tin sốt dẻo scoop
tin thể thao sports news
tin tưởng confident ◊ (sự) trust, confidence
tin tưởng vào look to, rely on; ***tôi tin tưởng vào anh/chị*** I trust you; ***tin tưởng vào gì*** confident of sth
tin tức news; ***có tin tức gì về ... không?*** is there any word from ...?
tin tức nội bộ inside information

tin tức tình báo intelligence
tin tức trang nhất front page news
tín dụng credit
tín đồ believer REL
tín đồ Cơ đốc Christian
tín đồ đạo Phật Buddhist
tín đồ Thanh giáo Puritan
tín đồ Thiên chúa giáo Catholic
tín hiệu signal
tín hiệu bận busy signal
tín hiệu cấp cứu distress signal
tín hiệu giao thông stoplight
tín ngưỡng belief
tín nhiệm have confidence in ◊ (sự) credibility
tinh chế refine
tinh dịch semen; sperm
tinh hoàn testicle
tinh khiết pure
tinh nghịch mischievous
tinh nhuệ élite
tinh tế subtle; fine *distinction etc*; polished *performance*
tinh thần mental; spiritual ◊ morale; spirit
tinh thần đồng đội team spirit
tinh thần tận tụy dedication
tinh tinh chimpanzee
tinh trùng sperm
tinh vi sophisticated
tinh xảo skillful
tinh ý observant
tính count; calculate; charge *sum* ◊ streak (*of meanness etc*)
tính bài ngoại xenophobia
tính bạo dâm sadism
tính bền vững sustainability
tính bi quan pessimism
tính cách character, personality
tính cao thượng nobility
tính cần cù industriousness
tính cấp bách urgency
tính cẩu thả negligence
tính chất gay go hardness
tính chất kỳ lạ peculiarity
tính chất tầm thường mediocrity
tính chín chắn maturity
tính chính trực integrity
tính chính xác accuracy
tính cộng addition MATH
tính cơ động mobility
tính dữ dội intensity; violence
tính đa dạng diversity; versatility
tính đàn hồi elasticity
tính đàn ông masculinity
tính đáng tin cậy reliability
tính đến accommodate; make allowances for; take into account; count; qualify
tính độc đáo originality, freshness
tính gợi tình eroticism
tính hài hước sense of humor
tính hào phóng generosity
tính hèn nhát cowardice
tính hiệu quả efficiency
tính hợp lý rationality; validity
tính hợp pháp legality
tính khiêm tốn modesty
tính khí temperament, nature
tính khí thất thường moody, temperamental
tính không dứt khoát indecisiveness
tính không trung thực dishonesty
tính kiên nhẫn patience
tính kiên trì perseverance; persistence
tính lầm miscalculate
tính long trọng splendor
tính lười nhác indolence
tính mịn màng delicacy
tính mới lạ novelty
tính nam nhi virility
tính năng động dynamism
tính ngay thẳng candor
tính nghiêm khắc rigor

ơ ur	**y** (tin)	**ây** uh-i	**iê** i-uh	**oa** wa	**ôi** oy	**uy** wee	**ong** aong
u (soon)	**au** a-oo	**eo** eh-ao	**iêu** i-yoh	**oai** wai	**ơi** ur-i	**ênh** uhng	**uyên** oo-in
ư (dew)	**âu** oh	**êu** ay-oo	**iu** ew	**oe** weh	**uê** way	**oc** aok	**uyêt** oo-yit

tính ngoan cố obstinacy
tính nhẩm mental arithmetic
tính nhân multiplication
tính nhút nhát shyness
tính phóng xạ radioactivity
tính sai be wrong, be out
tính sáng tạo enterprise
tính sôi nổi vivacity
tính tế nhị delicacy (*of problem*)
tính tham ăn greed
tính thận trọng prudence
tính thêm add on
tính thiêng liêng sanctity
tính thực tế realism
tính tiền vào charge, put on an account
tính tiết kiệm thrift
tính toán figure out ◊ (sự) calculation ◊ calculating
tính toán mức trung bình average out
tính toán sai miscalculate ◊ (sự) miscalculation
tính tổng số add up, total
tính trái đạo đức immorality
tình trạng kiệt lực exhaustion
tính trung bình average
tính trung lập neutrality POL
tính tư lợi self-interest
tính từ adjective
tính tự phụ conceit, vanity
tính tương hợp compatibility
tính vĩnh cửu eternity
tính vô tư detachment
tính xác thực authenticity
tình báo công nghiệp industrial espionage
tình bạn friendship; comradeship; companionship
tình cảm sentiment ◊ sentimental; emotional
tình cảm dấm dớ slush
tình cảm mạnh mẽ passion
tình cờ incidental; casual ◊ by accident ◊ (sự) chance
tình cờ gặp run across, run into
tình cờ thấy come across
tình cờ tìm ra stumble across
tình cờ tìm thấy run across
tình dục sex ◊ sexual; ***có quan hệ tình dục*** intimate
tình dục khác giới heterosexual, straight
tình đoàn kết solidarity
tình hình situation; ***tình hình đang được cải thiện*** things are looking up
tình huống căng thẳng tension
tình nghi suspect; ***bị tình nghi*** suspected
tình nguyện voluntary ◊ volunteer
tình người: ***có tình người*** caring
tình nhân mistress
tình thế khó khăn jam, predicament
tình thế khó xử embarrassing situation; ***đặt ai vào tình thế khó xử*** put s.o. on the spot
tình thế tiến thoái lưỡng nan dilemma; ***ở vào tình thế tiến thoái lưỡng nan*** be in a dilemma
tình tiết giảm nhẹ mitigating circumstances
tình trạng condition, state
tình trạng bất an unrest
tình trạng bẩn thỉu squalor
tình trạng bị giam cầm captivity
tình trạng bị sa thải lay-off; being laid off
tình trạng bối rối perplexity
tình trạng buồn chán depression
tình trạng già yếu senility
tình trạng khẩn cấp emergency; state of emergency
tình trạng khoẻ mạnh well-being
tình trạng không ổn định instability
tình trạng không rõ ràng

uncertainty
tình trạng kiệt sức exhaustion
tình trạng lộn xộn muddle
tình trạng mục hỏng decay
tình trạng sẵn sàng readiness
tình trạng sâu răng tooth decay
tình trạng suy tàn decay
tình trạng suy thoái depression; recession
tình trạng sức khỏe condition (*of health*)
tình trạng thất nghiệp unemployment
tình trạng thị trường không chấp nhận market resistance
tình trạng thiết quân luật martial law
tình trạng trì trệ bottleneck
tình trạng vô chính phủ anarchy
tình trạng vỡ nợ bankruptcy
tình trạng yếu kém weakness
tình yêu love
tỉnh province; county ◊ provincial
tỉnh khô dry
tỉnh lại bring around, bring to; come around, come to, regain consciousness
tỉnh rượu sober up
tỉnh táo wide-awake; alert; lucid ◊ (sự) sanity
tỉnh trưởng governor
tĩnh (điện) static (electricity)
tĩnh lặng still, quiet
tịnh net *weight*
tiu nghỉu crestfallen
ti vi TV; ***trên ti vi*** on TV
TLĐLĐVN (= ***Tổng liên đoàn lao động Việt Nam***) Vietnam Workers' Confederation
to big, large; heavy *rain*; loud *voice*
to béo corpulent
to khỏe hefty
to lắm enormous
to lớn enormous, huge
tò mò curious, inquisitive ◊ (sự) curiosity; ***tôi tò mò muốn biết ...*** I would be intrigued to know ...
to nặng bulky
to như thật lifesized
to tiếng loud
tỏ ra ăn năn penitent
tỏ ra láu cá với get smart with
tỏ ra tôn trọng show respect to
tỏ ra xuất sắc excel
tỏ ý khen ngợi complimentary
toa compartment, car RAIL
toa ăn dining car
toa cáp cable car
toa giường nằm couchette
toa hành khách car
toa hành lý baggage car
toa hút thuốc smoking car
toa ngủ sleeping car
toa thuốc (*S*) prescription
toa trần freight car
toa xe lửa car RAIL
toa xe lửa có giường ngủ sleeping car
toa xe trần wagon
tòa án court LAW; courthouse; tribunal
tòa án quân sự court martial
Tòa án Quốc tế International Court of Justice
Tòa án tối cao High Court
tòa đại sứ embassy
tòa lãnh sứ consulate
tòa nhà building; premises; ***trong tòa nhà*** on the premises
tòa thị chích town hall
tòa thị chính city hall
tỏa radiate; give off
tỏa khói smoke
tỏa ra emit ◊ (sự) emission
toạc (ra) split
toán math; team; party, group
toán học mathematics ◊ mathematical

ơ ur	**y** (tin)	**ây** uh-i	**iê** i-uh	**oa** wa	**ôi** oy	**uy** wee	**ong** aong
u (soon)	**au** a-oo	**eo** eh-ao	**iêu** i-yoh	**oai** wai	**ơi** ur-i	**ênh** uhng	**uyên** oo-in
ư (dew)	**âu** oh	**êu** ay-oo	**iu** ew	**oe** weh	**uê** way	**oc** aok	**uyêt** oo-yit

toàn bộ whole; comprehensive; entire ◊ across the board
toàn bộ cử tri electorate
toàn cảnh panorama ◊ panoramic
toàn cầu global
toàn diện exhaustive
toàn năng all-round
toàn tập collected; ***Hồ Chí Minh toàn tập*** the complete works of Ho Chi Minh
toàn thể global ◊ univerally
toát mồ hôi sweat
tóc hair
tóc bạc gray-haired; ***bắt đầu có tóc bạc*** be going gray
tóc cắt bồng bob
tóc đuôi ngựa ponytail
tóc húi cua crew cut
tóc mai sideburn
tóc tết plait
tóc vàng blond
tỏi garlic
tỏi tây leek
tóm lại briefly, in a nutshell; to sum up
tóm lại ... là boil down to; be the bottom line
tóm tắt summarize; abridge ◊ (sự) round-up (*of news*)
tòng phạm accessory, accomplice
tô bowl; ***tô xúp*** a bowl of soup
Tô Cách Lan Scotland ◊ Scottish
tô điểm embellish, trim
tô đựng xúp soup bowl
tố cáo report; denounce; ***tố cáo một người với cảnh sát*** report a person to the police
tố giác expose ◊ (sự) exposure
Tổ chức các nước xuất khẩu dầu lửa OPEC, Organization of Petroleum Exporting Countries
tổ nest
tổ chức organize; throw *party* ◊ (sự) organization
Tổ chức hiệp ước Bắc Đại tây dương NATO, North Atlantic Treaty Organization
Tổ chức Hòa bình Mỹ Peace Corps
tổ chức khủng bố terrorist organization
Tổ chức Lao Động quốc tế ILO, International Labor Organization
tổ chức lại reorganize ◊ (việc) reorganization
tổ chức từ thiện charity
Tổ chức y tế thế giới WHO, World Health Organization
tổ khúc suite MUS
tổ ong beehive
tổ quốc home (*country*)
tổ tiên ancestor
tốc độ speed; rate; ***với tốc độ này*** at this rate
tốc độ tiết kiệm nhiên liệu cruising speed
tốc hành express
tốc ký shorthand
tôi I; me ◊ my
tối dark
tối cao supreme
tối đa maximum ◊ at (the) most
tối đa là at the outside
tối hậu thư ultimatum
tối lại darken
tối mai tomorrow night
tối mật top secret
tối nay this evening, tonight
tối tăm dim, gloomy
tối thiểu minimum ◊ minimal
tối ưu optimum
tồi bad, poor ◊ poorly, badly
tồi đi worsen
tồi nhất worst
tồi tàn shabby
tồi tệ lousy, rotten; run-down; unsavory
tồi tệ nhất worst

---

ch (*final*) k	**gh** g	**nh** (*final*) ng	**r** z; (*S*) r	**x** s	**â** (but)	**i** (tin)
d z; (*S*) y	**gi** z; (*S*) y	**ph** f	**th** t	**a** (hat)	**e** (red)	**o** (saw)
đ d	**nh** (onion)	**qu** kw	**tr** ch	**ă** (hard)	**ê** ay	**ô** oh

tội crime
tội ác chiến tranh war crime
tội cố ý gây hỏa hoạn arson
tội giết người homicide
tội hiếp dâm rape
tội khai man perjury
tội lỗi guilt LAW; sin ◊ sinful
tội nghiệp pathetic; poor, unfortunate; ***tội nghiệp Lan!*** poor old Lan!; ***thật tội nghiệp!*** poor bastard!
tội phạm crime ◊ criminal
tội phạm chiến tranh war criminal
tội phạm hung dữ thug
Tô-ky-ô Tokyo
tôm shrimp
tôm he *type of crayfish*
tôm hùm lobster
tôn giáo religion ◊ religious
tôn múi corrugated iron
tôn sùng revere
tôn thờ worship
tôn trọng respect
tốn nhiều thời gian time-consuming
tồn tại exist ◊ (sự) being, existence; survival
tổn hại damage; harm
tổn thương hurt, wound; ***dễ bị tổn thương*** vulnerable
tống cổ ra khỏi throw out
tống khứ get rid of
tống ... ra eject
tống tiền extort money from; ***kẻ/tên/tay tống tiền*** blackmailer
tổng gross FIN; sum
Tổng Công ty Bưu Chính Viễn Thông Vietnam Post and Telecommunications
tổng cộng total
Tổng cục Hải quan Customs Department
tổng diễn tập dress rehearsal
tổng doanh số hàng bán ra sales figures
tổng đài switchboard
tổng đài địa phương local exchange
tổng đài điện thoại operator
tổng giám đốc CEO, Chief Executive Officer
tổng hợp assortment
Tổng liên đoàn lao dộng Việt Nam Vietnam Workers' Confederation
tổng quát generally
tổng sản lượng quốc gia GNP, gross national product
tổng sản lượng trong nước GDP, gross domestic product
tổng số total
tổng số là work out to; ***tổng số là ba*** three in all
tổng số phát hành circulation (*of newspaper*)
tổng số tiền amount
tổng thống president ◊ presidential
Tổng Thư Ký Secretary General
Tổng tuyển cử general election
tổng tư lệnh commander-in-chief
tổng vệ sinh spring-cleaning
tông-đơ clippers
tốt good; sound *business*; well-made ◊ well; nicely
tốt bụng kind
tốt đẹp beautiful
tốt đối với be good for
tốt hơn better; superior, better quality; ***tốt hơn cho chúng tôi*** all the better for us; ***tốt hơn là tôi không nên*** I'd really better not
tốt lắm alright
tốt mã good-looking
tốt nghiệp qualify
tốt nghiệp đại học graduate ◊ (sự) graduation

tốt nhất best; the best; ***tốt nhất nếu ...*** it would be best if ...
tốt nhất là preferably
tột đỉnh peak
tột độ extreme
tơ (lụa) silk
tờ sheet (of paper)
tờ báo newspaper
tờ đơn form
tờ giấy bạc bill
tờ khai form
tờ quyết toán balance sheet
tờ rơi leaflet
tới arrive; get in (*of train, plane*); reach ◊ next; ***tới bênh vực ai*** come to s.o.'s defense; ***tới thành phố*** hit town; ***tuần tới*** next week
tới gần draw near
tới nơi arrive ◊ (sự) arrival
tới tấp in quick succession
tời hoist
tởm disgust; be sick of
tra look up; refer to
tra cứu consult
tra dầu oil
tra dầu mỡ lubricate ◊ (sự) lubrication
tra hỏi grill
tra tấn torture
trà (*S*) tea
trà chanh (*S*) lemon tea
trà dược thảo (*S*) herb(al) tea
trà xanh (*S*) green tea
trả pay
trả bằng tiền mặt pay (in) cash
trả công payment ◊ remunerate
trả đũa retaliate, hit back; get even with ◊ (sự) reprisal, retaliation
trả giá pay for; bid (*at auction*) ◊ (sự) bargaining; ***với sự trả giá bằng sức khoẻ của anh ấy*** at the expense of his health
trả hết redeem; pay in full
trả hết nợ pay up
trả lại return; give back; take back; repay ◊ (sự) return; refund; ***trả lại X cho Y*** give X back to Y
trả lời answer, reply; ***trả lời điện thoại*** answer the telephone
trả lương pay
trả nợ pay back
trả quá cao overpaid
trả thêm be extra, cost extra ◊ supplement, extra charge
trả thù pay back; take one's revenge ◊ (sự) revenge; vengeance
trả tiền pay; pay for; put down *deposit* ◊ payment; ***do công ty trả tiền*** at the company's expense
trả tiền công payment
trả tiền mặt cash payment ◊ pay cash
trả tiền trước cash in advance
trả trước advance
trác táng debauched ◊ (sự) debauchery
trách reproach
trách mắng tick off, reprimand ◊ (sự) reproach
trách móc tell off
trách nhiệm accountability; commitment; responsibility; duty; ***có tinh thần trách nhiệm*** responsible
trai oyster
trai tân virgin (*male*)
trái left ◊ against, contrary to ◊ (*used for negative adjectives*) in..., un...
trái cây (*S*) fruit
trái đạo đức immoral
trái đất earth, world; ***của trái đất*** terrestrial
trái luật wrongful
trái ngược contrary, opposite; ***trái ngược với ai đó*** be alien to s.o.
trái ngược nhau contrasting; contradictory

trái phiếu thượng hạng gilts
trái tim đeo cổ locket
trái với run counter to ◊ contrary to; as opposed to; ***trái với bản chất*** go against the grain; ***trái với pháp luật*** against the law
trải spread; ***trải đệm giường*** make the beds; ***trải dài từ X đến Y*** stretch from X to Y
trải qua experience, go through; undergo; ***trải qua một ca mổ ruột thừa*** have an operation for appendicitis
trải ra unfold, unroll
trải rộng ra stretch
trại camp
trại chăn nuôi ranch
trại giam prison; ***đưa trả ai về trại giam*** remand s.o. in custody
trại mồ côi orphanage
trại tị nạn refugee camp
trạm stop; station
trạm bán xăng gas station
trạm công tác work station
trạm cuối cùng (*S*) terminal, terminus
trạm điện thoại công cộng phone booth
trạm đổ xăng filling station
trạm kiểm soát checkpoint
trạm kiểm soát nhập cảnh passport control
trạm kiểm tra ở trường đua checkpoint
trạm sân bay air terminal
trạm sửa chữa repair shop
trạm thu lệ phí cầu đường toll booth
trạm vũ trụ space station
trạm xăng filling station
trạm xăng dầu service station
trạm xe buýt bus stop
trạm y tế địa phương local health unit
trán forehead, brow
tràn overflow, spill over ◊ sieve; strainer
tràn đầy sức sống be cheerful, be full of beans
tràn ngập fill up; ***tràn ngập bởi*** be overrun with; ***khánh du lịch tràn ngập thành phố*** tourists take over the town
tràn qua bờ flood its banks, overflow
tràn ra run over
tràn vào overrun; ***ánh nắng tràn vào gian buồng*** sunlight streamed into the room
trang page
trang bị equip
trang bị đồ đạc furnish
trang bị máy tính computerize
trang bị vũ khí arm
trang điểm make up, put make-up on; ***không trang điểm*** unmade-up
trang hoàng decorate
trang nhã elegant ◊ (sự) style; elegance
trang nhất front page
trang phục costume
trang thể thao sports page
trang tranh chuyện vui comics
trang trại farm
trang trí decorate ◊ (sự) decoration ◊ decorative
trang trí lộng lẫy ornate
trang trí nhỏ charm
trang trọng formal
trang web web page
tráng develop *film*; rinse ◊ (sự) developing (*of film*)
tráng lệ splendid
tráng miệng dessert
tràng giang đại hải long-winded
trảng heath
trạng *used to describe states*,

situations, *appearances*; ***trạng bối rối*** perplexity
trạng thái state
trạng thái bị kích thích nervousness
trạng thái bình thường normality
trạng thái đơn độc solitude
trạng thái mê ly ecstasy
trạng thái phởn phơ euphoria
trạng thái tỉnh táo consciousness MED
trạng từ adverb
tranh ảnh tài tử pin-up
tranh biếm họa caricature; cartoon
tranh cãi argument ◊ argue
tranh chấp dispute
tranh cử contest *leadership etc* ◊ (sự) clash
tranh ghép mảnh mosaic
tranh in khắc engraving
tranh in to poster
tranh khắc gỗ woodcut print
tranh khỏa thân nude
tranh lụa silk painting
tranh luận debate; controversy; ***tranh luận với*** reason with; ***gây ra tranh luận*** controversial
tranh luận triệt để thrash out
tranh minh họa illustration
tranh phong cảnh landscape
tranh sơn dầu oil painting
tranh sơn mài lacquer painting
tranh thủ: ***tranh thủ ăn*** grab a bite to eat; ***tranh thủ chợp mắt*** grab some sleep
tranh vui comic strip
tránh avoid; dodge; ward off; shun; keep off *subject etc* ◊ (sự) evasion; ***không thể tránh được*** inescapable; inevitable; unavoidable
tránh mặt avoid meeting
tránh nhiệm liability
tránh thụ thai be on the pill ◊ (sự) birth control
tránh xa steer clear of; keep away
trao đổi exchange; trade ◊ (sự) exchange; flow (*of information*); ***trao đổi kinh nghiệm*** share experiences
trao đổi hàng hóa barter
trao đổi thư từ correspond
trao đổi ý kiến consult, discuss
tráo mắt stare (at)
trào shed
trào lưu trend, tendency
trát daub; plaster; ***trát đầy*** be plastered with
trát đòi hầu toà subpoena; summons
trau chuốt polish
trau dồi cultivate; sharpen *skills*
trăm hundred
trằn trọc: ***qua một đêm trằn trọc*** have a restless night
trăng moon; ***đêm trăng*** moonlit night
trăng non new moon
trăng tròn full moon
trắng white; blank *tape*; fair
trắng nhạt off-white
trắng trợn blatant
trâm hairpin
trâm cài áo brooch
trầm bass; deep, low
trầm ngâm muse ◊ pensive
trầm tích deposit (*mineral*)
trầm trọng critical, serious; ***ốm trầm trọng*** critically ill
trầm tư meditate ◊ thoughtful ◊ (sự) meditation
trân trọng treasure
trấn lột mug ◊ (sự) mugging; ***kẻ/ tên/ tay trấn lột*** mugger
trấn tĩnh calm down
trấn tĩnh lại compose oneself

trần naked; bare ◊ poach ***bằng mắt trần*** to the naked eye
trần nhà ceiling
trần như nhộng stark naked
trần thế earthly
trần truồng naked, in the nude
trần trụi bare
trận game; spell, period (*of weather*); bout MED; battle
trận bão tuyết dữ dội blizzard
trận chung kết final SP
trận cười điên dại hysterics
trận đánh battle; combat
trận đánh đôi doubles
trận đánh đôi nam nữ mixed doubles
trận đánh đơn singles
trận đấu match; bout
trận đấu hòa draw, tie
trận đấu lại replay
trận đấu quyền Anh boxing match
trận đấu quyết định decider
trận đấu trên sân nhà home game
trận đấu vật wrestle
trận đòn beating, hiding
trận động đất (earth)quake
trận giao chiến engagement MIL
trận hòa tie SP
trận mưa đá dữ dội hailstorm
trận mưa lớn deluge
trận mưa rào shower
trận thủy chiến naval battle
trận tuyết lở avalanche
trận tứ kết quarter-final
trật mắt cá chân twist one's ankle
trật tự order; ***theo trật tự*** in sequence; ***không trật tự ngăn nắp*** out of order, not in sequence
trâu buffalo
trâu Ấn Độ water buffalo
trâu non thiến steer, bullock
trấu husk (*of rice*)
trầu betel
tr. CN (= ***trước Công Nguyên***) BC
tre bamboo
trẻ young; ***cô ấy trẻ hơn tôi mười tuổi*** she is ten years my junior
trẻ bụi đời urchin
trẻ con child *pej*; infant; youngster ◊ infantile, juvenile *pej*
trẻ em child
trẻ hơn junior
trẻ mồ côi orphan
trẻ sơ sinh baby
trẻ trung youthful
treo hang; suspend; put up *poster, leaflet*; ***bị treo*** crash COMPUT; ***còn để treo*** be pending
treo cổ hang *person*
treo cổ lên hang, string up
trèo climb; go up; mount; scramble
trèo lên climb; go up *hill, stairs*
trèo núi climb
trèo xuống climb down
trẹo đĩa khớp slipped disc
trề môi pout
trễ (*S*) late, tardy; ***bị trễ*** be delayed
trên on; above; up ◊ upper; ***trên bàn/tường*** on the table/wall; ***trên bờ*** on shore; ***trên 10,000*** upward of 10, 000; ***trên đài phát thanh*** on the radio; ***trên xe buýt/tàu hỏa*** on the bus/train; ***một trên mười*** one in ten
trên cao high up
trên danh nghĩa nominal
trên đây above
trên đó up there
trên gác (*N*) upstairs
trên kia up there
trên lầu (*S*) upstairs
trêu chọc goad; kid; tease
trí nhớ memory; ***có trí nhớ tốt/tồi*** have a good/bad memory
trí thông minh intelligence

ơ ur	**y** (tin)	**ây** uh-i	**iê** i-uh	**oa** wa	**ôi** oy	**uy** wee	**ong** aong
u (soon)	**au** a-oo	**eo** eh-ao	**iêu** i-yoh	**oai** wai	**ơi** ur-i	**ênh** uhng	**uyên** oo-in
ư (dew)	**âu** oh	**êu** ay-oo	**iu** ew	**oe** weh	**uê** way	**oc** aok	**uyêt** oo-yit

trí thức intellectual; highbrow
trí tuệ intellect ◊ intellectual; mental
trí tuệ nhân tạo artificial intelligence
trí tưởng tượng imagination; ***không có trí tưởng tượng*** unimaginative
trì hoãn defer, postpone; stall
trì trệ stagnant; ***ở vào trạng thái trì trệ*** be in the doldrums
trĩ piles MED
trị handle, control
trị giá be worth
trị liệu therapeutic
trị vì reign, rule
trích dẫn quote; ***trích dẫn tác giả*** quote from an author
trích đoạn quảng cáo trailer (*of movie*)
triển lãm exhibit ◊ (sự) exhibition
triển vọng prospect; prospects
triết gia philosopher
triết học philosophy ◊ philosophical
triết lý philosophy
triệt bỏ eliminate, root out ◊ (sự) elimination
triệt để radical
triệt sản sterilize
triều đại dynasty; reign
triều lên high tide
Triều Tiên Korea ◊ Korean
triều xuống low tide
triệu million
triệu chứng symptom MED; ***những triệu chứng trong lúc cai nghiện*** withdrawal symptoms
triệu dụng call up COMPUT
triệu phú millionaire
triệu tập call; convene; summon
trinh tiết virginity
trình hand in
trình báo report
trình bày lay out; set out; demonstrate ◊ (sự) demo, demonstration (*of video, machine etc*); presentation (*to audience*); ***trình bày bài giảng*** give a lecture
trình bầy format
Trình Chọn chooser COMPUT
trình diễn mẫu model
trình diễn perform, play ◊ (sự) rendering
trình diễn buổi chiều matinée
trình diễn thoát y strip show
trình diễn xiếc circus
trình diện report
trình duyệt browser
trình độ cao advanced
trìu mến affectionate; fond; warm ◊ affectionately ◊ (sự) warmth
tro ash
tro cốt ashes
tro tàn ashes
trò ảo thuật magic (*tricks*)
trò bịp bluff; trick
trò bịp bẩn thỉu dirty trick
trò chơi amusements; game; play
trò chơi bau-linh bowling
trò chơi bi-a billiards
trò chơi bi-da snooker
trò chơi chắp hình jigsaw (puzzle)
trò chơi cò quay roulette
trò chơi đố puzzle
trò chơi khăm hoax; practical joke
trò chơi lắp hình jigsaw (puzzle)
trò chơi ô chữ crossword (puzzle)
trò chơi pun pool (*game*)
trò chơi trên máy tính computer game
trò chơi viđêô video game
trò chuyện talk
trò cờ bạc gambling
trò cười laughing stock
trò đánh lạc hướng diversion
trò đùa practical joke

trò đùa tinh nghịch prank
trò giả tạo pose, pretense
trò giải trí amusement, entertainment
trò giải trí trong chuyến bay in-flight entertainment
trò hấp dẫn draw, attraction
trò hề farce; mockery
trò khôi hài gag, joke
trò lặt vặt trifle, triviality
trò lừa đảo scam
trò may rủi gamble
trò mua vui cabaret
trò nguy hiểm stunt
trò quảng cáo stunt
trò tinh nghịch mischief
trò ú tim hide-and-seek
trọ tại board at
tróc ra peel
trọc hairless
trói tie up
trói buộc bind, tie
tròn round
tròn số in round figures
trọn vẹn whole, integral; full-length
trong during; for (*time*); in; inside, within; over a period of; among ◊ inner; clear; ***trong ba ngày/hai giờ*** for three days/two hours; ***trong nhà*** in the house; ***trong suốt cuộc đời tôi*** in my lifetime; ***trong hai giờ*** in two hours; ***trong quá khứ*** in the past; ***trong một thời gian*** for a while
trong chuyến bay in-flight
trong khi while; ***trong khi tôi vắng mặt*** during my absence, while I was absent
trong khi chờ đợi pending
trong khoảng between (*time*); ***trong khoảng cách gần có thể đi bộ*** be within walking distance
trong lành pure
trong lòng bowels
trong lúc in; while; in the course of; ***trong lúc đang qua đường*** in crossing the road; ***trong lúc đó*** in the meantime
trong nhà domestic; indoor ◊ indoors
trong nội bộ in-house
trong nước domestic, internal
trong phạm vi within; ***trong phạm vi quyền hạn của tôi*** within my power
trong sáng pure ◊ (sự) clarity (*of sound*); purity (*moral*); ***không trong sáng*** impure
trong sạch clear
trong số among(st); ***5 trong số 10*** 5 out of 10
trong suốt transparent
trong thâm tâm inward ◊ inwardly, privately
trong thời gian over; during
trong trẻo pure
trong trường hợp ... in case ...; ***trong trường hợp đó*** in that case; ***trong trường hợp khẩn cấp*** in an emergency; ***trong trường hợp xấu nhất*** if the worst comes to worst
trong vắt clear
trong vòng within; inside of; ***trong vòng hai giờ*** inside of 2 hours
tròng mắt iris
tròng trành lurch, roll
trọng âm accent; stress
trọng lượng weight
trọng tài referee; umpire ◊ (sự) arbitration
trọng tài biên linesman
trọng tội felony
trọng trách responsible
trố ra bulge
trổ hoa blossom
trôi chảy flow; ***một cách trôi chảy*** without problems, smoothly

trôi giạt drift
trôi nhanh fly past
trôi qua pass, go by; elapse
trôi sạch flush
trôi vùn vụt whizz by
trội dominant
trội hơn surpass; outdo
trội hơn hẳn predominate
trộm furtive ◊ steal ◊ burglary; robbery; ***kẻ/tên/tay trộm*** burglar; robber; thief
trộm cắp theft
trốn đi elope
trốn học play truant, play hooky
trốn thoát escape; break away; elude ◊ (sự) escape
trốn tránh shirk; run away; ***đang trốn tránh*** be in hiding
trốn vé stow away
trộn combine; mix; toss *salad*
trộn lẫn mingle
trông expect
trông hộ keep an eye on
trông mong rely on; depend on
trông ngon miệng nice to eat
trông nom take care of, look after; care for
trông ra look onto
trông trẻ baby-sit
trông xuống overlook
trống free, unoccupied; male ◊ drum
trống đồng bronze drum
trống không empty ◊ (sự) emptiness
trống rỗng bare
trống trải bleak; open
trống vắng empty ◊ (sự) emptiness
trồng grow; plant ◊ filling (*in tooth*)
trồng trọt cultivate ◊ (sự) cultivation
trồng trọt được arable
trơ tráo shameless; fresh; saucy ◊ (sự) shamelessness; nerve
trơ trọi bare
trở buồm tack
trở cờ turn traitor
trở lại return; go back, date back; retrace; ***trở lại năm 1935*** back in 1935
trở lại vị trí trước đây make a comeback
trở lại yên tĩnh settle down
trở lực setback
trở mình toss and turn; turn over
trở mùi rancid
trở nên become, get, go; ***trở nên chua/lạnh*** it has turned sour/cold; ***trở nên già/mệt*** grow old/tired; ***trở nên hoảng hốt*** panic
trở nên bình tĩnh calm down
trở nên chín chắn mature; mellow
trở nên cuồng nhiệt go wild
trở nên cứng rắn harden
trở nên dữ dội intensify
trở nên điên khùng go berserk
trở nên điên loạn become hysterical
trở nên hoạt bát blossom
trở nên im lặng quieten down
trở nên kẹt seize up
trở nên khá hơn be on the mend
trở nên lăng mạ become abusive
trở nên nổi danh make a name for oneself
trở nên phấn chấn perk up
trở nên phổ biến catch on, become popular
trở nên quen get used to; ***trở nên quen với ai/gì*** get used to s.o./sth
trở nên rộng hơn fill out; widen
trở nên tiều tụy go to seed (*of person*)
trở nên tồi tàn go to seed (*of district*)
trở nên tốt hơn improve, pick up
trở nên xấu đi go wrong

trở nên xấu hơn worsen
trở nên yên tĩnh calm down, quieten down
trở ngại obstacle
trở thành become; ***trở thành bạn*** become friends
trở thành mốt be in vogue
trở thành sự thật come true
trở thành tin quan trọng make the headlines
trở về return; go back; get back; come back ◊ (sự) return
trở về nhà homeward (*to own house*) ◊ (sự) homecoming; ***ta trở về nhà nhé?*** what about heading home?
trở về nước homeward (*to own country*)
trợ cấp pension
trợ cấp cho subsidize
trợ giúp stake; finance
trợ giúp kỹ thuật technical assistance
trợ giúp tiền bail out
trợ lý đạo diễn assistant director
trợ lý giám đốc assistant director; assistant manager
trợ lý nghiên cứu research assistant
trợ lý riêng personal assistant
Trời God
trời heaven; sky ◊ it (*used in expressions about the weather*): ***trời băng giá*** it's freezing; ***trời đang mưa*** it's raining; ***trời lạnh*** it's cold; ***trời nắng*** it's sunny; ***nếu trời không mưa*** if the rain keeps off
trời đất! good heavens!
trời ơi! (oh) dear!, dear me!; good heavens!
trời quang đãng clear up (*of weather*)
trơn plain; slick; slippery
tru lên whine
trú shelter
trù dập pick on
trù tính plan
trụ cột gia đình breadwinner
trụ sở chính head office
trúc bamboo
trục axle; hub
trục cán rolling pin
trục quay crankshaft
trục trặc malfunction; misfire; play up; go wrong ◊ (sự) malfunction; hitch; ***xe ô tô có gì trục trặc*** there is something wrong with the car; ***không có trục trặc*** trouble-free; ***không có trục trặc gì*** without a hitch
trục xuất deport; expel ◊ (sự) deportation; expulsion
trung average; mid ◊ center
trung bình medium ◊ average, middling ◊ on average
trung cấp intermediate
trung đoàn regiment
trung đội platoon
Trung Đông Middle East
trung gian hòa giải mediate ◊ (sự) mediation
trung hòa neutralize
trung lập neutral
Trung Quốc China ◊ Chinese
trung sĩ sergeant
trung tâm center; focus; heart ◊ central; main; core
trung tâm buôn bán plaza, shopping mall
trung tâm điều khiển control center
trung tâm giải trí leisure center
trung tâm hội nghị convention center
trung tâm thành phố city center, downtown
trung tâm thể thao leisure center
trung tâm thị xã town center,

downtown
trung tâm thương mại shopping mall, shopping center
trung thành loyal, faithful, constant; ***không trung thành*** disloyal, untrue; ***trung thành với ai*** be loyal to s.o., stick by s.o.; ***trung thành với đối tác của mình*** be faithful to one's partner
trung thực truthful; ***không trung thực*** dishonest; questionable
trung úy lieutenant
trung ương central
trúng đậm make a killing
trúng giải prizewinning
trúng số độc đắc hit the jackpot
trùng giờ clash
trùng khớp ngẫu nhiên coincide ◊ (sự) coincidence
trùng tu renovate; restore ◊ (việc) renovation; restoration
trùng với conflict
trút pour; pour out; ***trời mưa như trút*** it's pouring (with rain)
trút hết empty; give vent to
trút lên đầu take it out on
truy cập access; connect to COMPUT
truy nã chase; ***anh ấy đang bị công an truy nã*** he is wanted by the police
truy nhập từ xa remote access
truy tặng award posthumously ◊ (sự) posthumous award
truy tố indict; prosecute ◊ (sự) prosecution LAW
trụy lạc perverted ◊ (sự) perversion
truyền transmit, beam; flow ◊ (sự) transmission
truyền bá spread
truyền đạt communicate
truyền đạt được come across (*of idea, humor*)
truyền đi spread
truyền hình broadcast; televise ◊ (sự) broadcasting
truyền hình cáp cable (TV)
truyền hình vệ tinh satellite television
truyền lại hand down
truyền lực drive TECH
truyền máu give a blood transfusion ◊ (sự) blood transfusion
truyền thông communications
truyền thống tradition ◊ traditional; ***theo truyền thống*** traditionally
truyền thuyết legend
truyện story, tale
truyện ngắn short story
truyện thần tiên fairy tale
truyện tranh comic; comic book
truyện trinh thám detective novel; mystery
trừ subtract, take away ◊ minus; except; ***trừ tôi ra khỏi việc này*** leave me out of this
trừ bỏ cut out, eliminate
trừ khi except that
trừ phi unless; except
trừ tiệt eradicate
trực giác intuition
trực hệ direct
trực tiếp direct; firsthand
trưng bày display, exhibit, show ◊ (sự) exhibition; ***được trưng bày*** be on show, be on display
trưng cầu canvass
trưng cầu dân ý referendum
trưng đèn illuminate
trứng egg
trứng cá muối caviar
trứng chần poached egg
trứng ốp lết omelet
trứng rán fried egg
trứng trưng scrambled eggs
trừng phạt punish ◊ (sự)

punishment; penalty
trừng phạt kinh tế economic sanction
trừng phạt tử hình capital punishment
trước before; by, no later than; in front of ◊ front; last, preceding; previous; prior; former ◊ in advance; first; beforehand; prior to; ***hai ngày trước*** 2 days ago; ***người trước*** the former; ***trước 6 giờ một chút*** a little before 6; ***không trước thứ Sáu*** not until Friday; ***trước đó đã lâu*** long before then
trước đây before; previously; ago ◊ old; past; ***trước đây lâu rồi*** long ago
trước đó preceding
trước hết first; first of all; in the first place; to begin with
trước hôn nhân premarital
trước khi before
trước khi đẻ prenatal
trước khi nộp thuế pre-tax
trước kia formerly; ***hiện nay tôi không làm việc tại đó, song trước kia thì có*** I don't work there now, but I used to
trước mắt in the short run
trước mặt in the presence of
trường school
trường cao đẳng college
trường công public school
trường dạy lái xe driving school
trường dạy thiết kế design school
trường đại học university, school
trường đấu arena
trường đua course
trường đua ngựa racecourse
trường học school
trường học buổi tối night school
trường hợp case, instance; ***trong bất cứ trường hợp nào*** at all events; ***trường hợp đắn đo*** a borderline case
trường hợp mổ đẻ Cesarean
trường mẫu giáo nursery school
trường nội trú boarding school
trường thoại speech (*in play*)
trường thương nghiệp business school
trường tiểu học elementary school
trường trung học high (school)
trưởng: ***khóa Đô trưởng*** in (the key of) C major
trưởng ban nghi thức master of ceremonies
trưởng đoàn head of the delegation
trưởng phi đội captain
trưởng tàu conductor (*on train*)
trưởng thành grow up; ***ở lứa tuổi chưa trưởng thành*** underage
trưởng thành thực sự full-grown
trượt fail; miss; skid; slide; slip
trượt băng skate ◊ skating
trượt băng nghệ thuật figure skating
trượt chân lose one's footing ◊ (sự) slip (*on ice*)
trượt nước waterski ◊ waterskiing
trượt pa-tanh skate ◊ skating
trượt tuyết ski ◊ skiing
trượt vỏ chuối flunk
trượt xuống drop, slide
trừu tượng abstract
TTK (= ***Tổng Thư Ký***) Secretary General
TTXVN (= ***Thông Tấn Xã Việt Nam***) Vietnam News Agency
tu sĩ monk
tu từ học rhetoric
tu viện convent; monastery ◊ monastic
tù prison; imprisonment; ***trong tù***

be in prison; ***bị kết án 15 năm tù*** be sentenced to 15 years imprisonment
tù binh prisoner of war
tù đọng stagnant
tù nhân prisoner
tù trưởng chief
tủ cabinet; closet
tủ búp-phê sideboard
tủ đá freezer
tủ để bát đĩa dresser (*in kitchen*)
tủ đựng hồ sơ file cabinet
tủ đựng quần áo closet
tủ hoặc bàn có ngăn kéo chest of drawers
tủ khóa locker (*for baggage etc*)
tủ kính glass case
tủ kính cửa hàng shop window
tủ kính trưng bày display cabinet
tủ lạnh fridge, icebox
tủ ngăn nhỏ có khóa locker
tủ quần áo closet (*for clothes*)
tủ quần áo lớn walk-in closet
tủ sách bookcase
tụ tập collect; congregate
tua bin turbine
tua đi fast forward
tua lại rewind
tuân lệnh obey; ***không tuân lệnh*** disobey
tuân theo comply; comply with; conform; keep to; obey ◊ obedient ◊ (sự) obedience; compliance; ***không tuân theo*** defy; disobey
tuân thủ adhere to
tuần week; round (*of drinks*)
tuần báo weekly (*magazine*)
tuần biển lifeguard
tuần hành march
tuần hoàn circulate ◊ (sự) circulation (*of blood*)
Tuần lễ Thánh Holy Week
tuần tra patrol; ***việc tuần tra*** patrol; ***đang tuần tra*** be on patrol
tuần trăng mật honeymoon
Tuất dog (*in Vietnamese zodiac*)
tục lệ convention, tradition
tục ngữ proverb, saying
tục tĩu coarse, vulgar; obscene; bawdy, smutty
tui (*S*) I (*formal*)
túi bag; pocket
túi áo pocket
túi bên trong inside pocket
túi cóc backpack
túi du lịch travel bag
túi để đồ carrier bag
túi đựng đồ trang điểm vanity case
túi đựng hàng carrier bag
túi giấy paper bag
túi hông hip pocket
túi mật gall bladder
túi ngủ sleeping bag
túi nhỏ pouch
túi ni lông plastic bag
túi quần pocket
túi sách đeo vai schoolbag
túi sau quần hip pocket
túi xách hàng carrier bag
túm lấy seize
túm tụm với nhau huddle together
tụm lại với nhau huddle together
tụm quanh cluster
tung toss; throw up; ***tung đồng xu*** toss a coin
tung bay fly
tung hứng juggle
tung ra launch
túng be short of
túng thiếu needy
tuổi age; ***tôi 15 tuổi*** I'm 15; ***ở tuổi 18*** at the age of 18
tuổi dậy thì puberty
tuổi già old age

tuổi mới lớn adolescent
tuổi thanh thiếu niên teenage; ***ở tuổi thanh thiếu niên*** be in one's teens
tuổi thanh xuân teens; ***đến tuổi thanh xuân*** reach one's teens
tuổi thọ life
tuổi thọ trung bình life expectancy
tuổi trẻ youth
tuổi trung niên middle-aged
tuổi trưởng thành maturity; manhood
tuổi về hưu retirement age
tuồng (Central Vietnamese) classical opera; (Central Vietnamese) folk opera
tuột tay khỏi lose one's hold on
túp lều hut; shack
tút carton
tụt take down *pants*; take off *shoes*
tụt lại sau be behind; lag behind
tụt lùi fall behind (*in studies*)
tụt xuống plummet, plunge
tụt xuống thấp slip (*of quality etc*)
tuy là although, though
tuy nhiên however, though; nevertheless ◊ yet; ***tuy nhiên vẫn chưa kết thúc*** it's not finished though
tuy rằng although, though
tuy thế nonetheless
tuy vậy however
tùy depend; ***cái đó còn tùy*** that depends; ***tùy anh/chị!*** suit yourself!; it's up to you; ***tùy anh/chị thôi*** please yourself
tùy biến customize
tùy nghi di tản evacuate flexibly
tùy theo according to
tùy tiện arbitrary; casual, offhand
tùy ý anh/chị at your discretion
tuyên án pass sentence
tuyên bố declare; state; pronounce; proclaim; make a statement; bring in (*verdict*); ***tuyên bố một người vô tội/có tội*** find a person innocent/guilty
tuyên chiến declare war ◊ (sự) declaration of war
tuyên thệ swear in *witness*
tuyên truyền make propaganda ◊ (sự) propaganda
tuyến gland; route
tuyến bạch cầu lymph gland
tuyến đường route
tuyến đường sắt railroad
tuyến giáp thyroid (gland)
tuyến phòng ngự defense line
tuyến tính linear
tuyển take on *staff*
tuyển chọn select ◊ (sự) selection
tuyển dụng employ, hire; ***anh ấy được tuyển dụng làm ...*** he's employed as a ...
tuyển mộ enlist; recruit ◊ (sự) recruitment
tuyển sinh enrolment
tuyển thủ thay thế substitute SP
tuyển thủ trong trận chung kết finalist
tuyết snow
tuyết rơi snow; ***có tuyết rơi*** snowy
tuyết tan slush
tuyệt great, excellent
tuyệt chủng die out ◊ extinct ◊ (sự) extinction
tuyệt diệu tremendous
tuyệt đẹp exquisite; gorgeous
tuyệt đối absolute
tuyệt hảo perfect ◊ (sự) perfection
tuyệt trần amazing
tuyệt vọng despair; desperation ◊ desperate; hopeless; ***một cách tuyệt vọng*** in despair
tuyệt vời fantastic, marvelous; great, super; ***đẹp tuyệt vời***

stunningly beautiful
tuýp tube
tư private
tư bản capitalist
tư cách mold; ***với tư cách là ...*** in the capacity of ...
tư cách công dân citizenship
tư cách hội viên membership
tư cách làm cha paternity
tư cách lăng nhăng promiscuous behavior
tư duy thought
tư ích personal benefit
tư lập privately owned
tư liệu means; data
tư liệu sản xuất means of production
tư lợi personal interests
tư nhân private ◊ privately
tư pháp justice; private law
tư sản private property
tư sắc beauty, elegance
tư thế position; posture; dignity
tư thế đĩnh đạc poise
tư trào line of thought
tư tưởng idea; thought
tư tưởng rộng rãi broadmindedness
tư tưởng trọng nam khinh nữ sexist attitude
từ word; term ◊ from (*in time, space*); since; ***tôi từ ... tới*** I am from ..., I come from ...; ***tư ... trở lên*** from ... onward; ***từ ... đến*** from ... to; ***từ 10 đến 15 người*** from 10 to 15 people; ***từ 9 giờ đến 5 giờ*** from 9 to 5 (o'clock); ***từ nay giờ trở đi*** from now on; ***từ tuần trước*** since last week; ***từ đó tôi không còn gặp anh ấy nữa*** I haven't seen him since
từ bỏ discard; disown; jettison; renounce; break away
từ bỏ cố gắng give up
từ căn root (*of word*)
từ chối deny; refuse; turn down ◊ (sự) denial; refusal; ***từ chối không làm gì*** refuse to do sth; ***trả lời từ chối*** answer in the negative
từ chối không cho withhold
từ chuyên môn jargon
từ chức resign; step down ◊ (sự) resignation
từ cực magnetic pole
từ đa tiết polysyllabic word
từ đầu from the beginning, from scratch ◊ prefix
từ điển dictionary
từ điển bách khoa encyclopedia
từ điển cụm từ và thành ngữ phrasebook
từ điển song ngữ bilingual dictionary
từ đó since
từ đồng nghĩa synonym
từ khi since
từ loại part of speech
từ nghi vấn interrogative GRAM
từ nguồn trực tiếp at first hand
từ thiện charitable; philanthropic
từ tượng thanh onomatopoeic words
từ xa in the distance
tử hình death penalty; ***bị kết án tử hình*** sentenced to death
tử sĩ dead soldier (*in Vietnamese People's Army*)
tử tế good-natured; kind, kindly; proper; decent ◊ (sự) kindness; decency; ***tử tế đối với ai*** be kind toward s.o.; ***thật tử tế quá*** that's very kind
tử tế tốt bụng neighborly
tử thi corpse, cadaver
tử vì đạo: ***người tử vì đạo*** martyr REL
tử vong fatality; mortality

tự self
tự anh ấy himself
tự buộc tội incriminate oneself
tự cắt vào cổ tay slash one's wrists
tự chị ấy herself
tự cho mình là đúng self-righteous
tự chọn elective, optional
tự chủ collected, calm ◊ (sự) self-control
tự chủ được control oneself; ***không tự chủ được*** lose control of oneself
tự do free; permissive ◊ (sự) liberty, freedom; latitude; ***được tự do*** be at liberty, be at large
tự do báo chí freedom of the press
tự do ngôn luận free speech, freedom of speech
tự đề cao pushy
tự động automatic
tự động hóa automate; ***việc tự động hóa*** automation
tự hạn chế mình control oneself
tự hào proud ◊ (sự) pride; ***tự hào về*** be proud of; pride oneself on
tự họ by themselves
tự hỏi wonder
tự khẳng định mình assert oneself
tự kiềm chế restrain oneself
tự kỷ trung tâm egocentric
tự làm hại mình compromise oneself
tự làm khổ mình distress oneself
tự làm lấy DIY, do-it-yourself
tự lo liệu lấy fend for oneself
tự lực self-reliant; ***không thể tự lực*** helpless
tự mãn self-satisfied, smug; complacent ◊ (sự) smugness; complacency
tự mình oneself; yourself; yourselves etc ◊ by oneself/herself/himself etc
tự nguyện of one's own accord
tự nhận (là) profess ◊ self-confessed
tự nhiên nature ◊ natural ◊ naturally
tự nó itself
tự phát spontaneous
tự phụ conceited
tự phục vụ self-service
tự quản autonomous ◊ (sự) autonomy
tự rạch cổ tay slash one's wrists
tự sửa chữa do-it-yourself
tự thiêu burn oneself to death
tự thỏa mãn indulge
tự thú nhận self-confessed
tự tin confident, self-assured ◊ (sự) assurance, self-confidence
tự tôi myself
tự trọng proud
tự tử kill oneself, commit suicide ◊ (sự) suicide
tự vệ defend oneself ◊ (sự) self-defense; ***không có khả năng tự vệ*** defenseless
tựa đầu headrest
tức cười comical
tức điên lên furious; ***làm ai tức điên lên*** infuriate s.o.
tức giận angry, mad ◊ (sự) anger; ***tức giận với ai*** be angry with s.o.
tức thật! blast!
tức thì immediately
từng ever ◊ (*indicates perfect tense*): ***chị ấy là người từng trải*** she has been around
từng bước một step by step
từng cái một one by one (*of things*)
từng người một one by one (*of people*)

ơ u*r*	**y** (tin)	**ây** uh-i	**iê** i-uh	**oa** wa	**ôi** oy	**uy** wee	**ong** aong
u (soon)	**au** a-oo	**eo** eh-ao	**iêu** i-yoh	**oai** wai	**ơi** u*r*-i	**ênh** uhng	**uyên** oo-in
ư (dew)	**âu** oh	**êu** ay-oo	**iu** ew	**oe** weh	**uê** way	**oc** aok	**uyêt** oo-yit

từng phần một piecemeal
từng quý một quarterly
từng trải experienced ◊ (sự) experience
tước strip; take away; ***tước X khỏi Y*** deprive X of Y
tước bỏ Y của X divest X of Y, strip X of Y
tước quyền thừa kế disinherit
tước vũ khí disarm ◊ (sự) disarmament
tươi bright; crisp; fresh *fruit, meat*
tươi cười beam, smile
tươi ngon fresh ◊ (sự) freshness
tươi tỉnh brighten
tưới irrigate ◊ (sự) irrigation
tưới nước water
tươm tất decent
tương đối comparative; relative ◊ comparatively; relatively
tương đương corresponding; comparable; equivalent; ***tương đương với*** be equivalent to; be tantamount to; correspond to
tương hợp compatible; ***không tương hợp*** incompatible
tương lai future; prospective; ***trong tương lai*** in future
tương ớt chilli sauce
tương phản contrast
tương tác interactive ◊ (sự) interaction
tương thích interface ◊ compatible COMPUT
tương tự similar; analog COMPUT ◊ (sự) analogy; parallel
tương ứng correspond ◊ corresponding; ***một cách tương ứng*** respectively
tương xứng match; correspond ◊ matching; ***sự không tương xứng*** mismatch
tướng general MIL
tường wall
tường tận thorough; complete; ***biết tường tận gì*** know sth inside out
tường thuật report
tưởng nhớ: ***để tưởng nhớ tới*** in memory of
tưởng niệm commemorate ◊ (sự) memorial
tưởng tượng imagine, conceive of ◊ imaginary; ***không thể tưởng tượng được*** unimaginable; ***khó mà tưởng tượng nổi!*** it boggles the mind!; ***đó hoàn toàn do anh tưởng tượng*** it's all in your mind
tưởng tượng ra dream up
tượng statue
tượng Nữ thần Tự do Statue of Liberty
tượng thần idol
tượng trưng represent ◊ (sự) symbol
tượng trưng cho symbolize
tướt đoạt Y của X divest X of Y
Tý rat (*in Vietnamese zodiac*)
tỷ billion
tỷ giá rate
tỷ lệ percentage; proportion; scale
tỷ lệ phần trăm percentage
tỷ lệ sinh đẻ birthrate
tỷ lệ tử vong mortality
tỷ số thắng par (*in golf*)
Tỵ snake (*in Vietnamese zodiac*)

U

u ám bleak; dull, overcast
u buồn gloomy ◊ (sự) gloom
u sầu gloomy; melancholy; somber
ù té chạy bolt, run off
ủ brew
ủ ấm muffle up
ủ chăn tuck in; ***ủ chăn cho ai*** tuck s.o. up in bed
ủ rũ glum; morose; sullen
UBND (= ***Ủy Ban Nhân Dân***) People's Committee
Úc Australia ◊ Australian
uể oải lethargic
ủi (*S*) iron, press
ủi quần áo (*S*) ironing
ùn đống stack up, pile up ◊ (sự) backlog
ùn lại build up
ùn ùn kéo ra khỏi stream out of
ùn ùn kéo vào stream into
ủn ỉn grunt
ung dung laidback, leisurely
ung thư cancer
ung thư phổi lung cancer
ùng ục gurgle
ủng hộ back, support, be behind; defend; endorse; uphold, vindicate; second *motion* ◊ for, in favor of ◊ (sự) endorsement; support; ***tôi ủng hộ ý kiến*** I am for the idea
ủng hộ mạnh mẽ champion *cause*
ủng hộ việc bảo vệ môi trường green, environmentally friendly
uốn cong bend
uốn éo swing
uốn khúc twist; wind; zigzag ◊ winding
uốn lượn bend
uốn sóng perm
uốn ván tetanus
uốn xoăn curl
uống drink; ***đi uống một chầu*** go for a drink
uống được drinkable
uống hết drink; drink up
uống một hơi hết down, swallow
uống nốt drink up
uống rượu drink (alcohol) ◊ drinking; ***tôi không uống rượu*** I don't drink
uống thuốc take medicine
úp mở với mess around
uran uranium
uy lực power; ***có uy lực*** powerful, potent
uy nghi majestic
uy thế supremacy
uy tín prestige; reputation; ***có uy tín*** prestigious; reputable
ủy ban committee, commission
Ủy Ban Nhân Dân People's Committee
ủy mị sentimental; corny, sloppy
ủy nhiệm authorize; commission ◊ (sự) authority, proxy
ủy thác mandate; trust FIN
ủy viên công tố public prosecutor
ủy viên công tố quận DA, district attorney
ủy viên hội đồng councilor; councilman
ủy viên quản trị executive
uyên bác scholarly ◊ (sự) scholarship

ơ u*r*	**y** (tin)	**ây** uh-i	**iê** i-uh	**oa** wa	**ôi** oy	**uy** wee	**ong** aong
u (soon)	**au** a-oo	**eo** eh-ao	**iêu** i-yoh	**oai** wai	**ơi** u*r*-i	**ênh** uhng	**uyên** oo-in
ư (dew)	**âu** oh	**êu** ay-oo	**iu** ew	**oe** weh	**uê** way	**oc** aok	**uyêt** oo-yit

uyển chuyển graceful
uyển ngữ euphemism
uýt ki whiskey
ưa nhìn good-looking
ưa thích take to, like; ***được ưa thích*** (***nhất***) favorite
ức chế uptight, inhibited ◊ (sự) inhibition
ứng biến improvise
ứng cử run (*in election*) ◊ (sự) candidacy; ***ứng cử Tổng thống*** run for President
ứng cử viên candidate
ứng dụng application COMPUT
ứng xử behave ◊ (sự) behavior; ***các phép ứng xử lịch sự*** social niceties
ửng đỏ flush, go red
ửng hồng glow
ước wish; desire
ước chừng estimate
ước đoán judge, estimate
ước mong wish
ước tính estimate
ườn ra sprawl
ương ngạnh headstrong
ướp marinate
ướp lạnh cool; chill; refrigerate ◊ iced
ướp xác embalm
ướt wet
ướt đẫm soaked
ướt sũng dripping (wet); ***bị ướt sũng*** get drenched; be wet through
ưu đãi preferential
ưu thế advantage
ưu tiên prioritize

V

va bump
va chạm knock; impact; contact
va li suitcase
va mạnh bang
va nhẹ brush against
va vào nhau collide
vá patch
và and; ***và thêm cả*** as well as, in addition to; ***và vân vân*** and so forth, and so on
vả (pear) fig
vả lại besides
vác carry; hump; manhandle
vách đá cliff
vách đá dựng đứng crag
vách ngăn partition, screen
vạch line
vạch chéo slash (*in punctuation*)
vạch mặt expose
vạch quân hàm stripe
vạch ra map out
vạch rõ point to
vạch trần expose
vácxin vaccine
vai part, role; shoulder; ***có ... đóng vai chính*** feature
vai diễn portrayal
vai hề clown
vai trò role
vài few, not many; several; some
vải cloth, fabric, material, textile; lychee

vải bạt canvas
vải băng bó bandage
vải bò denim
vải bông cotton
vải ca rô check (*pattern*)
vải lanh linen
vải nhựa tarpaulin
vải poliexte polyester
vãi scatter
van valve; choke MOT
van của động cơ xăng choke MOT
van điều tiết không khí choke MOT
van nài implore
van tiết lưu throttle
ván game (*in tennis*)
ván bập bênh seesaw
ván buồm sailboard, windsurfer
ván lướt sóng surfboard
ván nhún springboard
ván sàn floorboard
ván trượt skateboard
ván trượt tuyết ski
vãn hồi hòa bình restore peace
vãn khách off-season
vạn năng all-purpose
vang wine
vang dội reverberate ◊ resounding
vang lại echo
vang lên go off (*of alarm*)
vang sủi tăm sparkling wine
vang trắng white wine
vang xa carry
vàng yellow; blond; gold
vàng da jaundice
vàng hoe yellow; blond; gold
vành brim; rim
vani vanilla
vào in; for; at; on ◊ incoming *tide* ◊ arrive ◊ entry ***vào buổi chiều*** in the afternoon; ***vào buổi sáng*** in the morning; ***vào buổi tối*** in the evening; ***vào lúc 5 giờ*** at 5 o'clock; ***vào buổi trưa*** at noon; ***vào năm 1999*** in 1999; ***vào ngày mùng 1 ...*** on the 1st of ...; ***vào quãng thời gian này ngày mai*** by this time tomorrow; ***vào ga*** arrive at the station; ***vào đây*** come in here; ***vào miễn phí*** admission free
vào chương trình log on; log on to
vào cua corner (*of car, driver*)
vào cửa entrance; admission
vào giai đoạn cuối terminal
vào hùa bắt nạt gang up on
vào khoảng around, roughly
vào khớp engage TECH
vào trong inside ◊ into
vạt tab
vay borrow
váy skirt
váy cưới gown
váy dài dress; gown
váy lót underskirt
váy mini, **váy ngắn** miniskirt
vảy scale (*on fish*) ◊ sprinkle
vảy da scab
văn bản text; ***bằng văn bản*** in writing
văn bia epitaph
văn cảnh context
văn hóa culture ◊ cultural
văn học literature ◊ literary
Văn Miếu Temple of Literature
văn minh civilization
văn phong writing
văn phong báo chí journalism
văn phòng office
văn phòng du lịch travel agency
văn xuôi prose
vắn tắt brief
vằn stripe; ***có vằn*** striped
vặn turn; twist
vặn bớt turn down *heating*
vặn chặt screw; ***vặn chặt X vào Y***

screw X to Y
vặn hỏi quiz
vặn lại retort
vặn lên turn up *volume, TV*
vặn nhỏ turn down *volume, TV*
vặn vẹo contort
vặn vít screwdriver
vắng mặt absent ◊ be away ◊ (sự) absence
vắng tanh deserted
vắt squeeze
vắt chéo chân cross one's legs
vắt khô spin-dry
vắt kiệt squeeze dry
vắt nước wring out
vắt sữa milk
vặt trifling
vân vân and so on
vấn đề problem, catch; trouble; issue, matter, question; ***vấn đề là*** the point is
vần rhyme
vần với nhau rhyme
vẫn remain ◊ still; ***họ vẫn là cha mẹ tôi*** they are still my parents; ***vẫn độc thân*** still single
vẫn còn hold out ◊ still, yet; ***vẫn còn cách xa*** it's a long way off
vẫn tiếp tục ngắt lời keep (on) interrupting
vận chuyển transport ◊ (sự) transportation
vận động campaign; maneuver
vận động quảng cáo promotion COM
vận động viên bóng chày baseball player; batter
vận động viên chạy runner
vận động viên chạy nước rút sprinter
vận động viên chạy vượt rào hurdler
vận động viên điền kinh athlete
vận động viên đua thuyền sailor
vận động viên nam sportsman
vận động viên nhảy jumper
vận động viên nữ sportswoman
vận động viên về thứ nhì runner-up
vận hành function; operate, work; ***vận hành bằng*** be powered by
vận may good luck, fortune
vận rủi bad luck
vận tải đường bộ haulage
vận tải đường thủy shipping
vận tốc velocity
vâng (*N*) yes
vâng lời obey; ***không vâng lời*** disobey ◊ disobedient
vầng hào quang halo
vấp stumble, trip; trip up; stub; ***làm cho ai vấp*** trip s.o. up; ***vấp ngón chân*** stub one's toe
vấp ngã trip up, fall
vấp phải stumble over
vất vả plod along, plod on ◊ strenuous; painful; ***vất vả mới đạt đủ điểm*** scrape through
vật thing, item; wrestling ◊ wrestle
vật áp cuối the last but one
vật bồi thường recompense
vật chạm khắc carving
vật chất matter PHYS ◊ wordly, material
vật chống support
vật chở load
vật chướng mắt eyesore
vật chướng ngại hurdle, obstacle; stumbling block
vật dụng điện khí electrical appliances
vật đệm buffer; padding
vật được gửi kèm theo inclosure
vật được yêu thích nhất favorite
vật hại mùa màng vermin
vật hiếm rarity
vật hóa thạch fossil

vật hối lộ bribe
vật khảm inlay
vật kỳ diệu marvel
vật kỳ quái monstrosity
vật kỷ niệm memento, souvenir
vật lai hybrid
vật lấp chỗ trống stopgap
vật liệu material, substance
vật lộn battle, struggle; grapple with
vật lý hạt nhân nuclear physics
vật lý học physics
vật lý trị liệu physiotherapy
vật mang mầm bệnh carrier (*of disease*)
vật mua purchase
vật nặng burden
vật ném missile
vật nuôi pet
vật nuôi trong nhà domestic animal
vật quý giá gem *fig*
vật sở hữu possession; property
vật tế thần sacrifice
vật thay thế replacement
vật thí nghiệm guinea pig *fig*
vật thưởng recompense
vật trang trí decoration
vật trưng bày exhibit
vật tương đương equivalent
vây fin (*of fish*)
vây bắt raid
vây chặn seal off
vây hãm besiege ◊ (sự) siege
vây quanh mob *pop star etc*
vây ráp raid
vấy bẩn dirty; stain
vẩy splash
vẫy wag; waggle; ***vẫy ai*** wave to s.o.; ***vẫy xe đi nhờ*** thumb a ride
vẫy tay wave
vậy so; ***tôi nghĩ là vậy*** I think so; ***vậy à?*** really?; ***vậy đấy*** that's it; ***vậy thì sao?*** so what?; ***vậy thì*** then (*deducing*); ***vậy thì tôi đã để nó ở đâu?*** now then, where did I put it?
ve áo lapel
ve vẩy wag
vé ticket; fare; ***vé đã bán hết*** sold out
vé để trống open ticket
vé đi one-way ticket
vé khứ hồi round trip ticket
vé tập thể group/party ticket
vé xe fare
vẻ seem; appear to
vẻ bề ngoài appearance, look; trappings; veneer
vẻ cau có scowl
vẻ duyên dáng elegance; grace
vẻ đẹp beauty
vẻ giận dữ edge
vẻ hồng hào glow
vẻ lộng lẫy magnificence
vẻ mặt expression
vẻ ngoài façade
vẻ nhăn nhó grimace
vẻ thanh lịch elegance
vẻ tráng lệ splendor
vẻ vang glorious
vẻ xanh xao pallor
vẽ draw; trace; paint ◊ drawing
vẽ chân dung portray
vẽ theo tỷ lệ scale drawing
vecmut vermouth
vécni varnish
ven edge; fringe
ven biển coastal
véo nip, pinch
vét mop up
vẹt parrot; (*N*) mangrove
về get in, come home; go back ◊ about; regarding; as regards ◊ (*used to form adjectives and adverbs*); ***về nhà*** go home
về căn bản substantially
về cơ bản basically, essentially

ơ *ur*	**y** (tin)	**ây** uh-i	**iê** i-uh	**oa** wa	**ôi** oy	**uy** wee	**ong** aong
u (soon)	**au** a-oo	**eo** eh-ao	**iêu** i-yoh	**oai** wai	**ơi** ur-i	**ênh** uhng	**uyên** oo-in
ư (dew)	**âu** oh	**êu** ay-oo	**iu** ew	**oe** weh	**uê** way	**oc** aok	**uyêt** oo-yit

về đêm nightly ◊ at nighttime, in the nighttime
về đích come in (*in race*)
về giáo dục educational
về hướng đông-nam southeast
về hưu retire ◊ retired ◊ (sự) retirement
về lại go back; come back; get back
về lâu dài in the long run
về mặt di truyền genetically
về mặt kinh tế economically
về mặt kỹ thuật technically
về mặt lý thuyết in theory
về mặt này in this regard
về mặt tâm lý psychologically
về môi trường environmental
về nước go home (*to country*) ◊ (sự) homecoming
về phần as for
về phần tôi personally
về phe on the side of; ***tôi đứng về phe anh/chị*** I'm on your side
về phía toward; ***về phía bắc*** north, northward; ***về phía nam của ...*** to the south of ...
về phía sau backward
về phía trước forward; onward
về quản lý managerial
về quê go home (*to town, part of country*) ◊ (sự) homecoming
về sinh thái ecological
về số không in neutral
về thể xác physically
về trước ago, before
về việc about
vệ sinh hygiene; toilet ◊ hygienic; sanitary; ***không vệ sinh*** unsanitary
vệ sinh cá nhân personal hygiene
vệ sĩ bodyguard; escort
vệ tinh satellite
vệ tinh liên lạc communications satellite
vênh bent, curved; swell-headed
vênh lên warp
vênh mặt look proud, look full of oneself
vênh vang pompous
vểnh ra protrude, stick out
vểnh tai prick up one's ears
vết mark; blot; smear; trail; ***làm có vết*** mark, stain
vết bánh xe rut (*in road*)
vết bẩn dirt, filth; smudge; stain
vết bỏng burn
vết cắn bite
vết cắt cut
vết cháy burn
vết dầu loang slick
vết đứt cut
vết khía notch
vết lõm dent
vết nứt split
vết rách rip, tear; slash
vết rạn crack
vết sẹo scar
vết thâm bruise
vết thâm tím bruise
vết thương wound; gash; sore
vết thương từ phát đạn gunshot wound
vết toạc split
vết xước scratch
vệt blotch; dab; streak
vi điện tử microelectronics
vi khuẩn bacteria
vi mạch integrated circuit; microchip
vi phạm break, contravene, violate ◊ (sự) breach; violation
vi phạm hợp đồng be in breach of contract ◊ (sự) breach of contract
vi phạm nhẹ misdemeanor
vi phạm tốc độ speed ◊ (sự) speeding
vi phim microfilm
vi rút virus ◊ viral

vi trùng germ
ví wallet; pocketbook; billfold
ví dụ instance, example; ***ví dụ như, cho vì dụ*** for instance
ví xách tay purse
vì because, as; because of, due to; out of (*cause*); with (*cause*); ***vì quá đắt*** because it was too expensive; ***vì anh/chị*** for your sake; ***vì tôi*** for my sake; ***vì lợi ích của*** for the sake of; ***vì ghen tức/tò mò*** out of jealousy/curiosity
vì lý do on account of
vì sao (mà) why
vì thế therefore
vì vậy accordingly; so; therefore
vỉ nướng barbecue
vĩ bow MUS
vĩ bạch cue (*for actor etc*)
vĩ đại great *composer*, *writer* ◊ (sự) greatness
vĩ độ latitude
vĩ tố ending GRAM
vĩ tuyến parallel (*in geography*)
vị taste
vị giác taste
vị khách guest; visitor
vị tha altruistic, selfless
vị thành niên juvenile
vị thành niên phạm pháp juvenile delinquent
vị thần deity
vị trí place; position; post
vị trí cuối cùng bottom
vị trí đứng đầu top
vị trí hợp lệ onside
vị trí web web site
vỉa seam (*of ore*)
vỉa hè sidewalk
viđêô video
việc affair; concern; job; work ◊ (*used to form nouns of action*): ***đấy không phải việc của anh/chị!*** mind your own business!; ***việc này cần phải rất cẩn thận*** this job requires great care; ***việc này chẳng có hại gì nếu ...*** it wouldn't do any harm to ...; ***không việc gí*** it doesn't matter; ***có việc gì vậy?*** what's up? ***việc gì đã xảy ra thế?*** what has happened?
việc khoán piecework
việc làm employment; job; ***không có việc làm*** out of work
việc làm có trả lương paid employment
việc làm giả forgery
việc làm phi pháp malpractice
việc lặt vặt errand
việc ngoại giao foreign affairs
việc phi thường coup
việc vặt chore
việc xảy ra occurrence
viêm gan hepatitis
viêm kết mạc conjunctivitis
viêm khớp arthritis
viêm màng não meningitis
viêm phế quản bronchitis
viêm phổi pneumonia
viêm ruột thừa appendicitis
viêm thanh quản laryngitis
viêm xoang sinusitis
viên tablet; sweet; bullet; brick; jewel
viên đá nhỏ ice cube
viên đạn bullet
viên đạn bọc đường sugar-coated bullets (*losing one's ideals because of the attraction of material well-being*)
viên đạn nhỏ pellet
viên ngậm lozenge
viên ngậm chống ho throat lozenge
viên ngọc lục bảo emerald
viên ngọc quý gem, jewel (*person*)
viên ngọt sweetener

viên nhỏ pellet
viên thanh tra surveyor
viên thuốc pill
viên thuốc ngủ sleeping pill
viên vitamin vitamin pill
viền cổ neckline
viễn cảnh prospect; outlook; scenario
viễn dương seagoing
Viễn Đông Far East
viễn thị farsighted, long-sighted
viện bảo tàng museum
viện điều dưỡng sanitarium
viện hàn lâm academy
viện trợ aid
viết write; make out *list, check*; ***một vở kịch do ... viết*** a play by ...; ***viết vài dòng cho*** drop a line to
viết bài contribute (*to magazine etc*)
viết chữ in hoa print (*in block capitals*)
viết đúng chính tả spell
viết hoa capital (letter)
viết lại rewrite
viết ngoáy scribble
viết nguệch ngoạc scrawl, scribble
viết sai chính tả misspell
viết tay handwritten
viết tắt abbreviate ◊ (sự) abbreviation; ***là chữ viết tắt của*** stand for, represent
viết thư write
viết văn write ◊ (sự) writing
Việt Cộng Viet Cong
Việt Cộng nằm vùng Viet Cong secret agent
Việt Kiều Overseas Vietnamese
Việt Nam Vietnam ◊ Vietnamese
việt vị offside SP
vinh dự honor; ***thật là một vinh dự được ...*** it was an honor to ...
vinh quang glorious ◊ (sự) glory
vĩnh cửu eternal
vĩnh viễn permanent; eternal ◊ permanently; for keeps
vịnh bay; gulf
Vịnh Bắc Bộ Gulf of Tonkin
Vịnh Hạ long Halong Bay
Vịnh Thái Lan Gulf of Thailand
visa visa
vịt duck
vịt cái duck (*female*)
vitamin vitamin
VNPT Vietnam Post and Telecommunications
vo tròn screw up *piece of paper etc*
vò nhàu rumple
vỏ husk; peel; shell; ***ra khỏi cái vỏ của mình*** come out of one's shell
vỏ bánh crust; pastry
vỏ bọc cover; housing TECH
vỏ kem ốc quế cone
vỏ trứng eggshell
vỏ xe tire
võ caratê karate
võ đài ring
võ giu đô judo
võ sĩ fighter, boxer
võ sĩ hạng trung middleweight
võ sĩ quyền Anh boxer
võ sư martial arts instructor
võ thuật martial arts
vóc dáng build (*of person*)
voi elephant
vòi faucet; jet; spout; trunk (*elephant's*)
vòi tắm shower
vòm arch
vòng round (*of competition*)
vòng cổ collar
vòng cuộn coil
vòng cung circle
vòng đeo chìa khóa keyring
vòng đeo tay bracelet
vòng đệm washer (*for faucet etc*)
vòng đua circuit, lap

vòng eo waistline
vòng gỗ hoop
vòng hoa garland; wreath
vòng kéo ring-pull
vòng kiềng bandy
vòng loại preliminary
vòng ngoài perimeter
vòng ngực bust; chest
vòng quanh around (*in circle*) ◊ circular
vòng quay spin, turn; revolution; rev; ***vòng quay/phút*** revs per minute
vòng quay chuyển phim carousel (*for slides*)
vòng quay ngựa gỗ carousel, merry-go-round
vòng tay bracelet
vòng tròn ring, circle
vòng vo circular
võng hammock
võng xuống sag
voọc langur
vô ...less; un... ◊ (*S*) enter
vô bổ pointless
vô chủ unattended
vô cơ inorganic
vô cớ unprovoked
vô cùng deep ◊ enormously
vô danh unknown; ***kẻ/tên/tay vô danh*** nonentity
vô dụng useless; ineffectual
vô duyên misfire
vô địch unbeatable, invincible
vô điều kiện unconditional
vô gia cư homeless; ***làm ai trở nên vô gia cư*** make s.o. homeless
vô giá priceless; invaluable; inestimable
vô giá trị worthless
vô hại harmless; inoffensive
vô hạn infinite, unlimited
vô hình invisible
vô học uneducated
vô ích useless; futile; ***những cố gắng của họ đều là vô ích*** their efforts were in vain; ***thật là vô ích nếu cứ cố*** there's no point in trying
vô lại worthless; ***kẻ/tên/tay vô lại*** rogue
vô lễ impolite; irreverent
vô liêm sỉ shameless
vô lương tâm unprincipled, unscrupulous
vô lý absurd, preposterous, ridiculous; unreasonable ◊ (sự) absurdity; ***vô lý, dễ thôi!*** nonsense, it's easy!
vô nghĩa nonsense ◊ meaningless; senseless
vô nhân đạo inhuman
vô ơn ungrateful
vô phương kế be at one's wits' end
vô sản proletarian; havenots
vô sinh infertile, sterile ◊ (sự) infertility
vô số countless, innumerable
vô sự unscathed
vô tác dụng idle
vô tâm inattentive
vô tận inexhaustible; unlimited ◊ (sự) infinity
vô thời hạn permanent; indefinitely
vô thức automatic; unconscious
vô tính neuter
vô tình insensitive; involuntary ◊ (sự) insensitivity
vô tổ chức disorganized
vô tội innocent LAW ◊ (sự) innocence
vô trách nhiệm irresponsible
vô tri ignorant
vô tri vô giác inanimate
vô trùng antiseptic; sterile

---

vô tuyến television; ***trên vô tuyến*** on television
vô tuyến điện radio; ***bằng vô tuyến điện*** by radio
vô tuyến truyền hình television
vô tư impartial; detached; light-hearted ◊ (sự) detachment; impartiality
vô tư lự carefree, happy-go-lucky
vô vị tasteless; bland; boring
vô ý unintentionally
vồ pounce
vồ hết snap up
vồ vập lap up
vỗ clap; flap
vỗ ầm ầm crash
vỗ cánh flutter
vỗ nhẹ lap ◊ pat
vỗ tay clap
vỗ tay hoan nghênh applaud
vôi lime
vội rush, hurry; ***đang vội*** be in a rush; ***có gì mà vội ghê thế?*** what's the big rush?
vội kết luận jump to conclusions
vội vàng hasty; snap; cursory ◊ (sự) hurry, haste
vội vã rush, be in a hurry ◊ (sự) rush
vôn volt
vốn (start-up) capital ◊ used to; ***tôi vốn thích/biết anh ấy*** I used to like/know him
vốn chung pool, common fund
vốn cổ phần equity
vốn dự trữ reserve capital
vốn đăng ký registered capital
vốn đầu tư stake
vốn đầu tư nước ngoài foreign investment capital
vốn đầu tư trực tiếp direct investment capital
vốn lưu động liquid asset
vốn pháp định legal capital
vốn quý asset
vốn trái khoán debenture capital
vốn từ vocabulary
vốtca vodka
vớ (*S*) sock
vớ được clean up (*on stock market etc*)
vớ vẩn trivial; nonsensical
vờ vịt playact
vở hài kịch ngắn sketch THEA
vở kịch play, drama
vở nhạc kịch musical
vở nháp sketchbook
vỡ dig up; rupture; break (*of boy's voice*); ***không vỡ được*** unbreakable
vỡ loảng xoảng crash, smash
vỡ mộng disenchanted ◊ (sự) disillusionment
vỡ nát smashed
vỡ nợ bankrupt ◊ go bankrupt
vỡ tan shatter, smash
vỡ tan tành total *car*
vỡ vụn crumble; splinter ◊ broken, in pieces
vợ wife
vợ bé concubine
vợ cả first wife
vợ chồng married
vợ chưa cưới fiancée
vợ con wife and child(ren)
vợ cũ ex (*former wife*)
vợ không cưới xin common law wife
với with; at; in; on; ***với cung cách này*** at this rate; ***với tốc độ 150 dặm/giờ*** at 150 mph; ***với hai con số*** in double figures; ***với một tốc độ dữ dội*** at a furious pace; ***với qui mô lớn hơn/nhỏ hơn*** on a larger/smaller scale
với điều kiện là on condition that, provided (that); on the understanding that

---

ch (*final*) k	**gh** g	**nh** (*final*) ng	**r** z; (*S*) r	**x** s	**â** (but)	**i** (tin)
d z; (*S*) y	**gi** z; (*S*) y	**ph** f	**th** t	**a** (hat)	**e** (red)	**o** (saw)
đ d	**nh** (onion)	**qu** kw	**tr** ch	**ă** (hard)	**ê** ay	**ô** oh

với giá for; at; in exchange for; ***với giá 10 đô la*** at 10 dollars
với nhau together
với tay reach out
vợt racket; bat
vợt ten-nít tennis racket
VTV (= ***Việt Nam Ti Vi***) Vietnamese Television
vu cáo slander
vú breast; tit
vú giả pacifier (*for baby*)
vú sữa mamey apple
vũ dân tộc folk dance
vũ hội dance
vũ hội ở trường prom, school dance
vũ khí weapon, arms; armaments; ***có vũ khí*** armed
vũ khí hạt nhân nuclear weapons
vũ lực force
vũ trụ universe
vũ trường dance hall
vụ case; crop; ***vụ lúa mì/khoai tây*** the wheat/potato crop
vụ ám sát assassination
vụ án case; trial
vụ bê bối scandal
vụ cướp hijack; holdup, raid; robbery
vụ cướp có vũ khí armed robbery
vụ đánh lộn brawl
vụ đâm ô tô car crash
vụ đụng xe car crash
vụ gặt (lúa) rice harvest
vụ giết người murder
vụ hỏa hoạn blaze, fire
vụ kiện case LAW
vụ làm ăn deal; transaction
vụ làm ăn tiếp repeat business
vụ lợi mercenary *attitude etc*
vụ nổ blast, explosion
vụ rơi máy bay plane crash
vụ trấn lột mugging
vụ trộm burglary, robbery
vụ xì căng đan scandal
vụ xử án court case
vua king
vui amusing; enjoyable; happy ◊ fun
vui chơi pleasure; play; ***tạm biệt, vui chơi thoả thích nhé!*** bye, have fun!
vui đùa enjoy oneself; ***hãy vui đùa thỏa thích!*** enjoy yourselves!
vui lên đi! cheer up!
vui lòng: ***rất vui lòng*** with pleasure
vui mắt pleasing
vui mừng glad
vui mừng khôn xiết overjoyed
vui nhộn entertaining; lively; ***thật là vui nhộn*** it was fun
vui sướng gleeful
vui thích enjoy oneself; have fun ◊ (sự) fun, enjoyment, pleasure
vui tính good-humored; hearty
vui vẻ cheerful; genial; buoyant; merry ◊ gladly ◊ enjoy oneself
vùi đầu vào bury oneself in
vụn vặt fragmentary
vung brandish
vung tiền splash out
vùng district; region; stretch; zone
vùng áp thấp low, low pressure area, depression
vùng Bắc cực Arctic
vùng cát lún quicksand
vùng cấm restricted area MIL
vùng cấm bay no-fly zone
vùng có chung múi giờ time zone
vùng có thiên tai disaster area
vùng đặc cư reservation
vùng đất thấp lowlands
vùng hoang vu the wilds; wilderness
vùng hông haunch
vùng lân cận vicinity; ***vùng lân cận của ...*** in the vicinity of ...; ***ở***

vùng lân cận nhất in the immediate neighborhood
vùng mở rộng sprawl
vùng Nam cực Antarctic
vùng nhiệt đới tropics
vùng nội địa interior
vùng nông thôn countryside
vùng rộng lớn expanse
vũng pool
vũng nhỏ puddle
vụng trộm sneaky
vụng về clumsy, awkward; inept ◊ (sự) clumsiness
vuông square; *dặm/thước Anh vuông* square mile/yard
vuông góc perpendicular; *vuông góc với* at right-angles to
vuốt claw ◊ stroke
vuốt phẳng smooth out
vuốt thon taper
vuốt ve caress, fondle, pet ◊ (sự) caress
vụt mạnh wallop
vừa fit ◊ medium *steak* ◊ just, only; *vừa khít* it's a tight fit; *vừa vặn* it's a good fit; *vừa ... vừa* both … and …
vừa đủ barely, only just
vừa khớp fit
vừa mới hardly, scarcely; just; just now; only just; *tôi vừa mới định rời khỏi khi ...* I was just about to leave when ...; *tôi vừa mới trông thấy cô ấy* I've just seen her
vừa phải moderate
vừa qua just gone; *tuần vừa qua* last week
vừa tới be through, have arrived
vừa ý fulfilling; satisfactory; *cái này chưa được vừa ý* this is not satisfactory
vữa mortar; plaster
vực thẳm abyss
vững steady, stable; *làm cho vững* strengthen; steady
vững chắc solid; strong
vững tin convinced
vững vàng secure, confident; *không vững vàng* insecure
vươn vai stretch
vườn garden
vườn bách thảo botanical garden
vườn bách thú zoo
vườn cây ăn quả orchard
vườn hoa garden
vườn quốc gia national park
vườn thú (*N*) zoo
vườn trẻ kindergarten
vườn ươm nursery (*for plants*)
vương quốc empire; kingdom
Vương quốc Anh UK, United Kingdom
vướng: *bị vướng mắc vào* become entangled in (*in love affair*); *bị vướng vào* become entangled in (*in rope*)
vượt pass, overtake; travel
vượt lên pass, overtake
vượt ngục break out (*of prisoners*)
vượt qua overcome; get over; negotiate; exceed, pass ◊ beyond; in excess of; *chúng ta đã vượt qua được điều tệ hại nhất* we're over the worst; *không thể vượt qua* insurmountable
vứt throw out
vứt bỏ dispose of; jettison ◊ (sự) disposal
vứt đi throw away, chuck out
vvv (= *và vân vân*) etc

X

xa distant, far away ◊ far; ***còn xa*** it's a long way off; ***ở xa*** far away
xa hoa expensive ◊ (sự) luxury
xa hơn farther; ***xa hơn 2 dặm nữa*** 2 miles further (on); ***xa hơn nữa*** further; beyond
xa lạ alien
xa lạ với Mỹ un-American
xa lánh: ***làm cho xa lánh*** alienate
xa lộ giữa các bang interstate
xa nhất furthest, farthest
xa phia sapphire
xa tanh satin
xa xỉ phẩm luxury goods
xa xôi outlying, remote
xa xưa distant, remote
xà beam; crossbar
xà bông (*S*) soap
xà bông rửa chén đĩa (S) dishwashing liquid
xà cừ mother-of-pearl
xà lách salad
xà lách cải bắp coleslaw
xà lách cải xoong watercress salad
xà lim cell (*for prisoner*)
xà ngang crossbar (*of goal*)
xà phòng soap ◊ soapy
xà phòng cạo râu shaving soap
xà phòng rửa bát đĩa (N) dishwashing liquid
xà treo trapeze
xả lemon grass
xả nước rinse
xã giao social relations; social etiquette; ***tính xã giao*** sociable disposition
xã hội society ◊ social
xã hội chủ nghĩa socialist
xã hội học sociology
xã hội thượng lưu high society
xã hội tiêu dùng consumer society
xã luận editorial
xạ thủ archer
xác corpse
xác chết (dead) body ◊ lifeless
xác định define; determine; ***không xác định*** erratic; indeterminate
xác định địa điểm site, locate
xác định phạm vi delimit
xác định rõ pinpoint
xác định số lượng quantify
xác định vị trí locate; ***việc xác định vị trí*** location
xác lập setup
xác minh establish; verify; vouch for ◊ (sự) verification
xác nhận back up, support; bear out, confirm ◊ (sự) confirmation
xác ô tô wreck (*of car*)
xác tàu wreck (*of ship*)
xác thịt flesh; body
xác thực solid
xách carry
xách tay portable
xài spend
xài dòng use
xám gray
xám xịt dingy
xanh blue; green
xanh biển navy blue
xanh da trời sky blue
xanh lá cây green

xanh nước biển navy blue
xanh xao pasty; sickly; wan
xao xuyến flutter
xáo bài shuffle *cards*
xáo động turbulent ◊ (sự) turbulence; ***bị xáo động*** disturbed
xáo trộn upheaval
xào stir-fry
xảo quyệt crafty, cunning, devious
xát rub
xay grind *coffee, meat*
xảy ra happen, occur; come about; go on
xảy ra đồng thời coincide
xắc bag
xắc mắc fond of finding fault, carping
xắc nhỏ overnight bag
xắc tay purse, pocketbook
xắc xói sneering
xắn roll up; tuck up
xắn lên turn up
xăng gas
xăng dầu gas(oline)
xăng ti-mét centimeter
xắp đặt contrive, arrange
xắp đặt cho trật tự order
xấc láo impertinent ◊ (sự) impertinence
xâm lược invade ◊ (sự) aggression; invasion
xâm nhập intrude; trespass on ◊ (sự) intrusion; ***kẻ/tên/tay xâm nhập*** intruder
xâm phạm trespass; encroach on; violate ◊ (sự) violation
xấp xỉ in the vicinity of; ***xấp xỉ 40 tuổi*** be pushing 40
xập tiệm close down ◊ (sự) closure; demise
xâu chuỗi hạt thread *beads*
xâu kim thread *needle*
xấu bad; foul; homely
xấu đi descend; deteriorate
xấu hổ be ashamed of; squirm ◊ (sự) shame; ***anh/chị phải biết xấu hổ chứ*** you should be ashamed of yourself
xấu hơn worse
xấu tính ill-natured
xấu xa evil
xấu xí ugly
xây build
xây dựng construct; build up; erect; found ◊ (sự) building (*activity*), construction ◊ constructive; ***đang được xây dựng*** be under construction; ***được xây dựng*** be up, be built
xây dựng lại rebuild; reconstruct
xây dựng luật pháp legislation
xây đắp form *friendship etc*
xây đập dam *river*
Xcốt Scotch
Xcốtlen Scotland ◊ Scottish
xe vehicle ◊ spin *cotton etc*
xe buýt bus
xe buýt nội thành city bus
xe buýt tốc hành express bus
xe ca (long-distance) bus
xe cắm trại motor home
xe cấp cứu ambulance
xe cho thuê rental car
xe chở tù patrol wagon
xe có hiệu suất cao performance car
xe cộ traffic; vehicles
xe con thoi shuttlebus
xe cút kít wheelbarrow
xe cứu hỏa fire truck, fire engine
xe cứu thương ambulance
xe đạp bicycle, bike
xe đạp ba bánh tricycle
xe đạp địa hình mountain bike
xe đạp hai chỗ ngồi tandem
xe đẩy stroller (*for baby*); cart
xe đẩy hành lý baggage cart

---

xe đẩy trẻ con baby carriage, buggy
xe điện streetcar
xe điện bánh hơi trolleycar
xe đò (*S*) (long-distance) bus
xe đua racing car; sportscar
xe gắn máy motor vehicle; moped; motorbike
xe giao hàng delivery van
xe gíp jeep
xe hẩy scooter
xe hòm sedan
xe honđa (*S*) motorbike
xe hơi car
xe hư break down
xe khách bus
xe lái bên trái left-hand drive
xe lam lambretta (*three-wheeled transport*)
xe lăn wheelchair
xe li-mô-din limousine, limo
xe lửa train; ***bằng xe lửa*** by train
xe lửa chở hàng freight train
xe máy motorcycle, bike; ***đi xe máy*** bike
xe moóc trailer
xe mô tô motorbike
xe nâng forklift (truck)
xe ngựa cart
xe ô tô auto(mobile)
xe ôm motorbike taxi
xe scutơ scooter
xe tải truck; van
xe tải nhỏ pick-up (truck)
xe tang hearse
xe tắc xi cab
xe tăng tank MIL
xe thiết giáp armored vehicle
xe thuê rental car
xe trượt tuyết toboggan, sled(ge)
xe tuần tra patrol car
xe vận tải truck
xe vét-pa motorscooter
xe xà lun sedan
xé tear
xé bỏ tear up
xé mở tear open
xé nát mangle
xé tan tear up
xé toạc rip
xéc set (*in tennis*)
xem look at; see; view; watch; ***xem vô tuyến*** watch television; ***xem ai/gì như là*** look on s.o./sth as; ***tôi có thể xem được không?*** can I have a look?; ***xem này!*** look!
xem lại run through
xem lướt browse; look through; ***xem lướt hết quyển sách*** browse through a book
xem ra sound, seem; ***xem ra đó là một ý hay*** that sounds like a good idea
xem thường look down on; put down, belittle
xem xét check; check on; look over; consider; view ◊ (sự) consideration; check
xem xét đầy đủ think through
xem xét kỹ sift through; weigh up
xem xét kỹ càng study
xem xét kỹ lưỡng overhaul; scrutinize ◊ (sự) scrutiny; ***được đưa ra xem xét kỹ lưỡng*** come under scrutiny
xem xét lại reconsider; review; ***việc xem xét lại*** review; ***đang được xem xét lại*** it is under review
xen nhau alternate
xen vào put in, insert
xén mow
xẻng shovel
xentimet centimeter
xéo go away; ***xéo đi!*** beat it!
xèo xèo sizzle
xét đoán judge
xét nghiệm test
xét nghiệm máu blood test

xét thấy seeing (that)
xét xử try; judge LAW
xê dịch shift, move
xếch slanting
xếp pack
xếp ... chồng lên nhau stack
xếp chữ typeset
xếp gọn stow
xếp hàng line up
xếp hạng rate, rank
xếp hành lý pack
xếp loại grade
xếp ... thành đống heap up
xếp vào chương trình schedule
xếp vào hồ sơ file
xếp xen kẽ stagger
xi đánh giày shoe polish
xi măng cement
xi nê (ma) movie theater; cinema
xi nhan indicate (*when driving*)
xí nghiệp enterprise
xì dầu soy sauce
xì gà cigar
Xịa CIA agent
xích chain; ***xích X vào Y*** chain X to Y
xích đạo equator
xích lại gần snuggle up to
xích lô cyclo, pedicab, trishaw
xích mích friction
xích tâm bội tinh Purple Heart
xiếc circus
xiếc nhào lộn acrobat
xiết chặt press
xiêu vẹo crooked
xilanh cylinder
xin apply for; put in for; beg; cadge, bum *cigarette etc* ◊ please, (*used to make polite requests*): ***xin anh/chị đóng cửa lại*** would you close the door, please?; ***xin anh/chị nói với cô ấy là ...?*** would you please tell her that ...?; ***xin phép ông/bà*** excuse me
xin cám ơn thank you, thanks
xin chào how do you do?; hello
xin chúc mừng! congratulations!
xin đừng ... please do not ...
xin kính chào quí vị ... welcome to ...
xin lỗi apologize ◊ excuse me ◊ sorry; (***tôi***) ***xin lỗi!*** (I'm) sorry!; ***xin lỗi, anh/chị nói sao?*** I beg your pardon?, pardon me?; ***xin lỗi anh/chị*** I beg your pardon
xin mời not at all!; please do; ***xin mời ngồi*** please take a seat
xỉn matt
xinh pretty, good-looking
xinh đẹp cute
xinh xắn pretty; quaint
xinh xinh cute, pretty
xirô syrup
xoa apply, dab on
xoa bóp massage
xóa erase; delete; zap COMPUT
xóa bảng eraser
xóa bỏ cross off, cross out; delete; stamp out *disease*; write off *debt* ◊ (sự) deletion, eradication
xóa bỏ tệ phân biệt chủng tộc desegregate
xóa đi blot out
xóa hết wipe out
xóa sạch obliterate; take out *stain*
xóa tan remove ◊ (sự) removal
xõa xuống come to, reach; hang
xoài mango
xoàng mediocre, indifferent; bad
xoay spin; swivel
xoay quanh pivot
xoay sở manage, cope
xoay sở được get by (*financially*)
xoay tít whirl
xoay xoay twiddle
xoay xở wangle
xoay xở được cope; cope with
xoay xở làm contrive to do

xoáy sneak, steal ◊ rip-off
xoáy nước whirlpool
xoáy trộm: ***kẻ/tên/tay xoáy trộm*** scrounger
xoăn curly
xoăn tít fuzzy
xoắn twist ◊ curly
xoắn trôn ốc wind (*of staircase etc*)
xóc bumpy
xoi mói pry; ***xoi mói vào*** pry into
xói mòn erode ◊ (sự) erosion
xóm hamlet
xong finish; ***xin làm xong vào ngày thứ Hai*** please get it done for Monday
xót sting
xô bucket ◊ push
xô đẩy shove
xô thơm sage (*herb*)
xổ số raffle
xộc dash, rush; ***xộc vào phòng*** burst into a room
xôi (*N*) steamed glutinous rice
xối xả torrential
xông khói smoke *bacon etc*
xông lên tấn công charge, attack
xoong saucepan
xốp porous
xốp như bông fluffy
xốt cà chua catsup
xốt mayone mayonnaise
xốt táo apple sauce
xới vấn đề brainstorm ◊ (việc) brainstorming
xteroit steroids
xu cent; ***không có xu nào*** broke, without a red cent
xu chiêng brassière
xu hướng tendency, trend
xu nịnh slimy
xu thời jump on the bandwagon
xua brush (off)
xua đi shoo away
xua đuổi scare away
xua tan disperse
xua tan sự e ngại break the ice *fig*
xuân sắc youth and beauty; prime; ***ở thời kỳ xuân sắc*** be in one's prime
xuất export COMPUT
xuất bản publish, bring out ◊ (sự) publication; edition ◊ (việc) publishing
xuất hiện appear; come along, show up; enter THEA ◊ (sự) appearance
xuất hiện trên sân khấu entrance THEA
xuất huyết hemorrhage
xuất khẩu export
xuất phát depart
xuất phát từ stem from; ***xuất phát từ cái này nên ...*** it follows from this that ...
xuất sắc excellent, brilliant, outstanding; eminent; top ◊ (sự) excellence ◊ excel; shine; ***xuất sắc về*** excel at
xuất trình show
xúc scoop
xúc động be thrilled ◊ emotional ◊ (sự) thrill; ***gây xúc động*** thrilling; ***gây xúc động mạnh*** sensational
xúc giác touch
xúc phạm insult, offend; hurt; outrage ◊ derogatory; stinging ◊ (sự) insult
xúc tiến promote *idea, area etc* ◊ (sự) promotion (*of idea etc*)
xúc tu tentacle
xúc xích sausage
xuềnh xoàng dowdy
xui xẻo ill-fated
xúi giục egg on
xúi quẩy jinx

xung đột clash; conflict; gang warfare
xung quanh around
xủng xoẻng clink
xuống descend; fall; get down; go down; come down; get off; slide ◊ descent ◊ downward ◊ down; ***xuống miền Nam*** down south
xuống cấp downgrade
xuống cầu thang downstairs
xuống dốc downhill
xuống máy bay disembark
xuống tàu embark
xuống thang climb down *fig*
xuống thấp sink
xuống tới điểm thấp nhất reach rock-bottom
xuống xe get out; get off
xuồng canoe; dinghy
xuồng hơi dinghy
xuồng máy motorboat
xuồng phao dinghy
xúp soup
xuyên qua penetrate ◊ (sự) penetration
xuyên tạc distort
xuyên thấu piercing
xuyên thủng pierce
xứ Wales Wales ◊ Welsh
xử judge; ***một vụ án xử sai*** miscarriage of justice; ***xử sự một cách ngốc nghếch*** make a fool of oneself
xử lý process; treat; handle *case etc*; crack, solve
xử lý dữ liệu data processing ◊ process data
xử lý dữ liệu điện tử EDP, electronic data processing
xử lý sai mishandle
xử lý thẳng tay crackdown
xử lý văn bản word processing
xử tử execute *criminal* ◊ (sự) execution
xử tử bằng ghế điện be electrocuted
xưng hô address *person*
xưng tội confess REL ◊ (sự) confession; ***xưng tội với*** confess to
xứng đáng fit, worthy ◊ (sự) merit; ***không xứng đáng*** undeserved ◊ beneath (*in status, value*); ***xứng đáng với*** be worthy of, deserve
xước scratch
xương bone
xương bánh chè kneecap
xương cá fishbone
xương đòn collarbone
xương gò má cheekbone
xương rồng cactus
xương sống spine ◊ spinal
xương sống cùng base of the spine
xương sụn gristle
xương sườn rib
xương vai shoulder blade
xương xẩu gnarled
xưởng workshop
xưởng chế tạo manufacturing plant
xưởng đóng tàu shipyard
xưởng đúc gang ironworks
xưởng gốm pottery
xưởng lắp ráp assembly plant
xưởng phim (film) studio
xưởng sửa chữa ô tô garage
xưởng sửa chữa và đóng tàu dockyard
xưởng truyền hình (TV) studio
xưởng vẽ studio (*artist's*)

YZ

y học medicine
y khoa medical
y tá nurse
y tá nam male nurse
y tá thực tập student nurse
y tế medical
Ý Italy ◊ Italian
ý idea; intention; meaning; ***thôi được, chúng ta sẽ làm theo ý của anh/chị*** OK, we'll do it your way; ***không có ý*** unintentional; ***ý anh/chị muốn nói gì?*** what do you mean?
ý chí will(power)
ý chính gist
ý định intention; ***với ý định*** with a view to; ***tôi không hề có ý định ...*** I have no intention of ...
ý kiến thought, idea; sentiment, opinion; ***ý kiến hay đấy!*** good idea!; ***không có ý kiến!*** no comment!
ý kiến bất chợt brainwave
ý kiến chuyên gia expert advice
ý kiến tư vấn consultancy
ý nghĩ notion; ***ý nghĩ thuần túy*** the very thought
ý nghĩ bất chợt inspiration
ý nghĩa sense, point; significance; ***điều đó có ý nghĩa gì với anh/chị không?*** doesn't it mean anything to you?
ý niệm idea
ý thích đột ngột whim
ý thức consciousness, awareness; ***không ý thức được về*** be unaware of; ***làm ai có ý thức về gì*** educate s.o. about sth, make s.o. aware of sth; ***không có ý thức về*** be unconscious of
yếm dãi bib
yên still; ***hãy yên nào!*** keep still!
yên ả quiet
yên bình tranquil
yên đèo pillion
yên nào! quiet
yên ngựa saddle (*for horse*)
yên ổn secure *job* ◊ (sự) security
yên tâm secure ◊ (sự) security (*of beliefs etc*)
yên tĩnh calm, peaceful ◊ (sự) silence; quiet; ***thích yên tĩnh*** peaceable, peace-loving
yên xe saddle (*for bike*)
yến mạch oats
yêu love; be in love; ***yêu ai một cách mãnh liệt*** fall violently in love with s.o.
yêu cầu demand, call for; insist on; request, ask for ◊ (sự) demand; requirement; ***theo yêu cầu*** on request; ***yêu cầu ai ...*** ask s.o. for ...; ***yêu cầu ai làm gì*** ask s.o. to do sth; ***bài vở không đạt yêu cầu*** this is not satisfactory
yêu chiều dote on
yêu mến fond ◊ (sự) fondness
yêu như điên madly in love
yêu nước patriotic
yêu quí, yêu quý dear; beloved; darling; ***con yêu quý*** my love (*to child*)
yêu say mê be madly in love
yêu thương cherish

---

yếu weak; delicate; bad ◊ weakling
yếu dần peter out
yếu đi weaken; flag, tire; die down
yếu đuối infirm ◊ (sự) infirmity
yếu kém weak
yếu mệt floppy
yếu ớt feeble, frail; puny ◊ (sự) delicacy
yếu tố element, part; factor; ***yếu tố thúc đẩy*** impetus; motivational factor
zê-rô zero

A

a, an ◊ (*with một and classifier*): ~ ***book about Hanoi*** một quyển sách về Hà Nội; ***he rented ~ car*** anh ấy thuê một chiếc ô tô; ***is that an antique?*** đó có phải là một thứ đồ cổ không?; ***can I have ~ beer?*** cho tôi xin một cốc bia; ***five men and ~ woman*** năm người đàn ông và một người đàn bà ◊ (*classifier without một*): ***do you have ~ map?*** anh/chị có bản đồ không?; ***I don't have ~ map*** tôi không có bản đồ ◊ (*no equivalent in Vietnamese*): ***I'm ~ student*** tôi là học sinh; ***I have ~ headache*** tôi đau đầu; ***~ cousin of mine*** anh chị em họ của tôi ◊ (*per*) một, mỗi; ***$50 ~ ride*** 50$ đi một lần; ***$15 ~ night*** 15$ một đêm
abalone bào ngư
abandon *object* bỏ; *person* bỏ rơi; *car* bỏ lại; *plan* bỏ dở
abbreviate viết tắt
abbreviation chữ viết tắt
abdomen bụng
abdominal bụng
abduct bắt cóc
♦**abide by** thực hiện đúng theo
ability khả năng; (*talent*) tài năng
ablaze bốc cháy
able (*skillful*) lành nghề; ***be ~ to*** có thể … được; ***I wasn't ~ to see/hear*** tôi không thể nhìn thấy/nghe được
abnormal không bình thường
aboard 1 *prep ship, plane* ở trên **2** *adv*: ***be ~*** (*on ship, plane*) ở trên; ***go ~*** (*onto ship, plane*) đi lên
abolish hủy bỏ
abort *v/t mission, rocket launch* bỏ; COMPUT: *program* bỏ dở
abortion sự nạo thai; ***have an ~*** nạo thai
about 1 *prep* (*concerning*) về; ***what's it ~?*** (*book, movie*) nói về gì? **2** *adv* (*roughly*) khoảng; ***~ 50*** khoảng 50; ***be ~ to do sth*** sắp sửa làm gì
above 1 *prep* (*higher than*) cao hơn; (*more than*) hơn; ***~ all*** trước hết là **2** *adv* phía trên; ***on the floor ~*** ở tầng trên
above-mentioned đã nêu trên
abrasion chỗ bị trầy da
abrasive *personality* khắc nghiệt
abridge tóm tắt
abroad *live* ở nước ngoài; *go* ra nước ngoài
abrupt *departure* bất ngờ; *manner* lấc cấc
abscess áp xe
absence (*of person*) sự vắng mặt; (*lack*) thiếu
absent *adj* vắng mặt
absent-minded đãng trí
absolute *power* tuyệt đối; *idiot, mess* hoàn toàn
absolutely (*completely*) hoàn toàn; ***~ not!*** chắc chắn là không!; ***do you agree? – ~*** anh/chị đồng ý chứ? – hoàn toàn đồng ý
absolve *sinners* tha tội
absorb (*of plant, sand*) hút; ***~ed in ...*** bị thu hút vào ...
absorbent chất hút ẩm
absorbent cotton bông gòn
abstain (*from voting*) bỏ phiếu trắng
abstention (*in voting*) phiếu trắng
abstract *adj* trừu tượng
absurd *idea, suggestion* vô lý; *appearance* lố bịch

absurdity sự vô lý; (*of appearance*) sự lố bịch
abundance sự dồi dào
abundant dồi dào
abuse[1] *n* (*insults*) sự lăng mạ; (*sexual*) sự lạm dụng tình dục; (*of thing*) sử dụng bừa bãi
abuse[2] *v/t* (*physically*) ngược đãi; (*verbally*) lăng mạ; (*sexually*) lạm dụng tình dục
abusive *language* lăng mạ; ***become ~*** trở nên lăng mạ
abysmal (*very bad: grade*) rất xấu; *spelling* thật tồi
abyss vực thẳm
academic 1 *n* giảng viên **2** *adj studies, interests* lý thuyết; *person* thông thái; ***the ~ year*** năm học
academy học viện; (*society to advance arts or sciences*) viện hàn lâm
accelerate 1 *v/i* tăng tốc **2** *v/t production* đẩy nhanh
acceleration (*of car*) khả năng tăng tốc
accelerator chân ga; PHYS máy gia tốc
accent (*when speaking*) giọng nói; (*on printed character*) dấu; (*emphasis*) trọng âm
accentuate nhấn mạnh
accept 1 *v/t offer, suggestion, present* nhận; *behavior, conditions* chấp nhận **2** *v/i* chấp nhận
acceptable có thể chấp nhận được
acceptance sự chấp nhận
access 1 *n* (*to building*) lối vào; (*to secrets*) sự tiếp cận; (*to one's children*) sự tiếp xúc; ***have ~ to*** *computer* được truy cập; *child* được tiếp xúc; *secrets* được tiếp cận **2** *v/t* mở; COMPUT truy cập
access code COMPUT mã truy cập
accessible *house* có thể tới được; *information, objects* có thể sử dụng được
accessory (*for wearing*) những đồ phụ tùng trang phục; LAW tòng phạm
access road đường phụ
access time COMPUT thời gian truy cập thông tin
accident tai nạn; ***by ~*** tình cờ
accidental bất ngờ
acclimate, acclimatize *v/t* thích nghi
accommodate cung cấp nơi ở; *special requirements* tính đến
accommodations phòng cho thuê
accompaniment MUS phần đệm
accompany đi cùng; MUS đệm
accomplice tòng phạm
accomplish *task, goal* hoàn thành
accomplished thành thạo
accord: ***of one's own ~*** tự nguyện
accordance: ***in ~ with*** phù hợp với
according: ***~ to*** theo
accordingly (*consequently*) vì vậy; (*appropriately*) một cách phù hợp
account *n* (*financial*) tài khoản; (*report*) bản báo cáo; (*description*) sự miêu tả; ***give an ~ of*** cung cấp một bản báo cáo về; ***on no ~*** không vì bất cứ lý do nào; ***on ~ of*** vì lý do; ***take ... into ~***, ***take ~ of ...*** tính đến ...
♦**account for** (*explain*) giải thích nguyên nhân; (*make up, constitute*) chiếm
accountability trách nhiệm
accountable: ***be held ~*** chịu trách nhiệm
accountant nhân viên kế toán
accounts kế toán
accumulate 1 *v/t evidence* thu thập; *wealth* tích lũy **2** *v/i* tăng dần
accuracy tính chính xác
accurate chính xác

accusation sự buộc tội; (*public*) lời buộc tội
accuse buộc tội; ***he ~d me of lying*** anh ấy đã buộc tội tôi nói dối; ***be ~d of ...*** LAW bị buộc tội vì ...
accused: ***the ~*** LAW bị cáo
accustom: ***be/get ~ed to*** quen với
ace (*in cards*) con át; (*in tennis: shot*) cú giao bóng thắng điểm
ache **1** *n* sự đau **2** *v/i* đau nhức
achieve đạt được
achievement (*of ambition*) sự đạt được; (*thing achieved*) thành tựu
acid *n* axít
acid rain mưa axít
acid test *fig* thử thách gay go
acknowledge (*admit*) thừa nhận; *receipt* báo cho biết đã nhận được
acknowledg(e)ment (*of truth of sth etc*) sự thừa nhận; (*of receipt*) giấy báo cho biết đã nhận được
acoustics (*science*) âm học; (*of room*) độ vang âm
acquaint: ***be ~ed with*** *person* làm quen với biết; *author* quen thuộc với
acquaintance (*person*) người quen
acquire *skill, knowledge, property* đạt được
acquisitive hám lợi
acquit LAW tha bổng
acre mẫu Anh
acrobat diễn viên nhào lộn
acrobatics động tác nhào lộn
across **1** *prep* ◊ (*on other side of: of the sea, table etc*) ở bên kia; ***it's ~ the road from the hotel*** ở bên kia đường của khách sạn; ***she shouted from ~ the street*** cô ấy gọi to từ bên kia đường ◊ (*to other side of: of the sea etc*) qua; ***walk ~ the street*** đi qua phố **2** *adv* (*to other side*) qua; ***10m ~*** rộng 10m
act **1** *v/i* THEA diễn (kịch); (*pretend*) đóng giả; ***~ as*** đóng vai **2** *n* (*deed*) hành động; (*of play*) hồi; (*in vaudeville*) tiết mục; (*pretense*) sự giả bộ; (*law*) đạo luật
acting **1** *n* (*performance*) sự diễn xuất; (*occupation: in theater*) nghề đóng kịch; (*in movies*) nghề đóng phim **2** *adj* (*temporary*) quyền
action hành động; (*of movie*) sự kiện; ***out of ~*** (*not functioning*) không hoạt động nữa; ***take ~*** hành động; ***bring an ~ against*** LAW phát đơn kiện
action replay TV sự quay lại
active tích cực hoạt động; *party member* tích cực; GRAM thể chủ động
activist POL nhà hoạt động
activity (*being busy*) sự náo nhiệt; (*pastime, thing to do*) hoạt động
actor diễn viên
actress nữ diễn viên
actual thực sự
actually (*in fact, to tell the truth*) thực sự; (*surprised*) thậm chí; ***~ I do know him*** (*stressing converse*) thậm chí tôi còn biết anh ấy
acupuncture châm cứu
acute *pain* nhói; *sense* thính; ***~ embarrassment*** lúng túng ghê gớm
ad quảng cáo
adapt **1** *v/t* (*for stage, TV etc*) chuyển thể; *machine* sửa lại **2** *v/i* (*of person*) thích nghi
adaptable *person, plant* có khả năng thích nghi; *vehicle etc* có thể sử dụng vào nhiều việc
adaptation (*of play etc*) bản phóng tác
adapter (*electrical*) bộ nắn điện, a-đáp-tơ
add **1** *v/t* MATH cộng; (*say*) nói thêm; *comment* bình luận thêm;

sugar, salt etc thêm vào **2** *v/i* (*of person*) làm phép tính cộng
♦**add on** *15% etc* tính thêm
♦**add up** **1** *v/t* tính tổng số **2** *v/i fig* có lý
addict (*on drugs*) người nghiện; (*of TV etc*) người ham mê
addicted: ***be ~ to*** *also fig* nghiện
addiction (*to drugs*) sự nghiện; (*to TV, chocolate etc*) sự ham thích
addictive: ***be ~*** *also fig* gây nghiện
addition MATH tính cộng; (*to list, company etc*) bổ sung; ***in ~*** thêm vào; ***in ~ to*** thêm vào
additional thêm
additive chất phụ gia
add-on phụ kiện
address **1** *n* địa chỉ; ***form of ~*** cách xưng hô **2** *v/t letter* đề địa chỉ; *audience* nói chuyện; *person* xưng hô
address book sổ địa chỉ
addressee người nhận
adequate đầy đủ; (*satisfactory*) thỏa đáng
♦**adhere to** *surface* dính vào; *rules* tuân thủ
adhesive dính
adhesive plaster thuốc cao dán
adhesive tape băng dính
adjacent gần kề
adjective tính từ
adjoining kề bên
adjourn *v/i* (*of court*) hoãn; (*of meeting*) ngừng
adjust *v/t* điều chỉnh
adjustable có thể điều chỉnh được
administer *medicine* phát; *company* quản lý; *country* cai trị
administration công việc hành chính; (*of company*) sự quản lý; (*of country*) sự cai trị; (*government*) chính quyền
administrative hành chính
administrator (*of company*) người quản lý; (*in government*) người cầm quyền
admirable đáng khâm phục
admiral đô đốc hải quân
admiration sự khâm phục
admire khâm phục
admirer người hâm mộ
admissible có thể chấp nhận
admission (*confession*) sự thú nhận; ***~ free*** vào cửa miễn phí
admit (*to a place*) cho vào; (*to school*) nhận vào; (*to hospital*) nhập viện; (*to organization*) kết nạp; (*confess*) thú nhận; (*accept*) công nhận
admittance: ***no ~*** miễn vào
adolescence thời thanh niên
adolescent **1** *n* thanh niên mới lớn **2** *adj* tuổi mới lớn
adopt *child* nhận ... làm con nuôi; *plan, policy* thông qua
adoption (*of child*) việc nhận làm con nuôi; (*of plan, policy*) việc thông qua
adorable *person* rất đáng yêu; *thing* rất hấp dẫn
adore *person* rất yêu quý; *chocolate etc* rất thích
adult **1** *n* (*person*) người lớn; (*animal*) con vật đã lớn **2** *adj* người lớn; ***~ movie*** phim dành cho người lớn
adultery sự ngoại tình
advance **1** *n* (*sum of money*) tiền tạm ứng; (*in science etc*) bước tiến; MIL sự tiến lên; ***in ~*** trước; ***get some money in ~*** nhận tiền ứng trước; ***make ~s*** (*progress*) có tiến bộ; (*to woman*) tán tỉnh **2** *v/i* MIL tiến lên; ***~ a long way*** (*make progress*) có những bước tiến dài **3** *v/t theory* đưa ra; *sum of money* trả trước; *human knowledge, a*

cause thúc đẩy
advance booking sự đăng ký trước để giữ chỗ
advanced *country* tiên tiến; *level* cao; *learner* trình độ cao
advance payment sự thanh toán trước
advantage lợi thế; ***it's to your ~*** nó có lợi cho anh/chị; ***take ~ of*** *opportunity etc* tận dụng
advantageous có lợi
adventure sự phiêu lưu
adventurous *person* thích phiêu lưu; *policy* đầy phiêu lưu
adverb trạng từ
adversary (*in contest*) đối thủ; (*in battle*) kẻ thù
advertise *v/t & v/i* quảng cáo
advertisement quảng cáo
advertiser người quảng cáo
advertising quảng cáo; (*industry*) ngành quảng cáo
advertising agency hãng quảng cáo
advice lời khuyên; ***take s.o.'s ~*** nghe theo lời khuyên của ai
advisable nên
advise *person* khuyên bảo; *government* khuyến cáo; *caution etc* khuyên; ***~ s.o. to ...*** khuyên ai nên ...
adviser cố vấn
aerial (*antenna*) ăng ten
aerial photograph ảnh chụp từ trên không
aerobics thể dục nhịp điệu
aerodynamic theo kiểu khí động lực
aeronautical hàng không
aeroplane *Br* máy bay
aerosol bình xịt
aerospace industry công nghiệp hàng không vũ trụ
affair (*matter*) việc; (*business*) công việc; (*love ~*) chuyện tình; ***have an ~ with*** dan díu với
affect (*influence*) ảnh hưởng; (*concern*) làm xúc động
affection lòng yêu mến
affectionate trìu mến
affinity (*attraction*) sự hấp dẫn; (*close resemblance*) sự giống nhau
affirmative: ***answer in the ~*** trả lời đồng ý
affluent giàu có; ***~ society*** xã hội thịnh vượng
afford (*financially*) có đủ tiền
Afghan **1** *adj* Ap-ga-ni-xtăng **2** *n* người Ap-ga-ni-xtăng
Afghanistan nước Ap-ga-ni-xtăng
afloat *boat* nổi
afraid: ***be ~*** sợ; ***be ~ of*** (*cats, upsetting person etc*) sợ; ***I'm ~*** (*expressing regret*) tôi e rằng; ***I'm ~ so*** tôi e rằng thế; ***I'm ~ not*** tôi e rằng không
Africa châu Phi
African **1** *adj* châu Phi **2** *n* người châu Phi
after **1** *prep* (*in order, time*) sau; (*in position*) đằng sau; ***~ all*** sau hết; ***~ that*** sau đó; ***it's ten ~ two*** hai giờ mười phút **2** *adv* sau; ***the day ~*** ngày hôm sau
afternoon buổi chiều; ***in the ~*** vào buổi chiều; ***this ~*** chiều nay; ***good ~*** (*to older man*) chào ông; (*to older woman*) chào bà; (*to younger man, same age*) chào anh; (*to younger woman, same age*) chào chị
after sales service dịch vụ bảo hành; **aftershave** *nước hoa dùng sau khi cạo râu*; **aftertaste** dư vị
afterward sau
again lại
against *lean* dựa vào; (*hostile toward*) chống lại; ***America ~***

Brazil SP đội Mỹ thi đấu với đội Brazin; ***I'm ~ the idea*** tôi chống lại ý kiến ấy; ***what do you have ~ her?*** anh/chị có điều gì chống lại cô ta?; ***~ the law*** trái với pháp luật

age **1** *n* (*of person, object*) tuổi; (*era*) thời đại; ***at the ~ of*** vào thời đại ...; ***under ~*** dưới tuổi trưởng thành; ***she's five years of ~*** cô bé lên năm tuổi **2** *v/i* già đi

agency (*business, organization*) hãng

agenda chương trình nghị sự; ***on the ~*** trong chương trình nghị sự

agent đại diện

Agent Orange chất độc màu da cam

aggravate làm trầm trọng thêm; (*annoy*) chọc tức

aggression sự xâm lược

aggressive hung hăng; (*dynamic*) năng nổ

aggressor kẻ xâm lược; ***foreign ~s*** giặc ngoại xâm

agile nhanh nhẹn

agitated lo lắng bồn chồn

agitation sự lo lắng bồn chồn

agitator người kích động

ago: ***2 days ~*** hai ngày trước; ***long ~*** từ đây lâu rồi; ***how long ~?*** cách đây bao lâu rồi?

agonizing *pain* khổ sở

agony sự đau đớn cực độ

agree **1** *v/i* đồng ý; (*of figures, accounts*) khớp; (*reach agreement*) thỏa thuận; ***I ~*** tôi đồng ý; ***I don't ~*** tôi không đồng ý; ***it doesn't ~ with me*** (*of food*) cái này không thích hợp với tôi **2** *v/t price* thỏa thuận; ***~ that something should be done*** đồng ý rằng cần phải làm gì đó

agreeable (*pleasant*) dễ chịu; ***be ~*** (*in agreement*) đồng ý

agreement (*consent*) sự đồng ý; (*contract*) hợp đồng; ***reach ~ on*** đạt được thỏa thuận về

agricultural nông nghiệp

agriculture nông nghiệp

ahead: ***be ~ of*** dẫn đầu; ***plan ~*** lập kế hoạch cho tương lai

aid **1** *n* (*help*) sự giúp đỡ; (*money*) viện trợ **2** *v/t* giúp đỡ

Aids bệnh AIDS, bệnh SIĐA

aid worker nhân viên làm công tác viện trợ phát triển

ailing *economy* suy yếu

aim **1** *n* (*in shooting*) cú nhắm; (*objective*) mục đích **2** *v/i* (*in shooting*) nhắm; ***~ at doing sth, ~ to do sth*** cố gắng làm gì **3** *v/t*: ***be ~ed at*** (*of remark etc*) nhằm vào; (*of guns*) chĩa vào

air **1** *n* không khí; ***by ~*** *travel* bằng đường hàng không; *send mail* bằng máy bay; ***in the open ~*** ở ngoài trời; ***on the ~*** RAD, TV đang phát **2** *v/t room* làm thoáng; *fig*: *views* bộc lộ

airbase căn cứ không quân; **Air Cavalry** kỵ binh bay; **air-conditioned** có điều hòa nhiệt độ; **air-conditioner** máy lạnh; **air-conditioning** điều hòa nhiệt độ; **aircraft** máy bay; **aircraft carrier** tàu sân bay; **air cylinder** bộ đồ lặn; **airfield** sân bay nhỏ; **air force** không quân; **air hostess** nữ chiêu đãi viên hàng không; **air letter** thư giấy hàng không; **airline** hãng hàng không; **airmail**: ***by ~*** bằng máy bay; **airplane** máy bay; **air pollution** sự ô nhiễm không khí; **airport** sân bay; **airsick**: ***get ~*** bị say máy bay; **airspace** không phận; **air terminal** trạm sân bay; **airtight** *container* kín hơi; **air**

traffic không lưu; **air-traffic control** kiểm soát không lưu; **air-traffic controller** nhân viên kiểm soát không lưu
airy *room* thoáng khí; *attitude* không thực tế
aisle lối đi
aisle seat chỗ ngồi bên lối đi
alarm 1 *n* báo động; ***raise the ~*** phát tín hiệu báo động **2** *v/t* làm sợ hãi
alarm clock đồng hồ báo thức
album (*for photographs*) quyển anbom; (*record*) đĩa hát
alcohol rượu
alcoholic 1 *n* người nghiện rượu **2** *adj* có rượu
alert 1 *n* (*signal*) lệnh báo động; ***be on the ~*** cảnh giác **2** *v/t* báo trước **3** *adj* tỉnh táo
alibi *n* chứng cớ ngoại phạm
alien 1 *n* (*foreigner*) ngoại kiều; (*from space*) người thuộc thế giới khác **2** *adj* xa lạ; ***be ~ to s.o.*** trái ngược với ai đó
alienate làm cho xa lánh
alight *adj* bốc cháy
alike 1 *adj*: ***be ~*** giống nhau **2** *adv*: ***young and old ~*** già cũng như trẻ
alimony tiền cấp dưỡng
alive: ***be ~*** còn sống
all 1 *adj* tất cả; ***we ~ agree*** tất cả chúng tôi đều đồng ý; ***~ Vietnamese students*** tất cả học sinh Việt Nam; ***~ the time*** lúc nào cũng **2** *pron* tất cả; ***~ of us*** tất cả chúng tôi; ***he ate ~ of it*** anh ấy đã ăn hết tất cả; ***that's ~, thanks*** đủ rồi, cám ơn; ***for ~ I care*** tôi bất cần; ***for ~ I know*** tôi chỉ biết rằng **3** *adv*: ***~ at once*** (*at the same time*) cùng một lúc; (*suddenly*) đột nhiên; ***~ but*** (*except*) tất cả… trừ; (*nearly*) gần như; ***~ the better*** càng tốt; ***they're not at ~ alike*** họ không giống nhau chút nào; ***not at ~!*** (*you're welcome*) không dám!; (*no way*) không chút nào; ***two ~*** (*in score*) hai đều
allegation luận điệu
alleged bị cho là
allergic: ***be ~ to …*** dị ứng với …
allergy dị ứng
alleviate làm dịu
alley ngõ (*N*), hẻm (*S*)
alliance sự liên minh
alligator cá sấu Mỹ
allocate *tasks* phân công; *funds* cấp; *tickets, seats* phân phát
allot phân chia
allow (*permit*) cho phép; (*calculate for*) để ra; ***be ~ed to*** được phép; ***it's not ~ed*** không được phép; ***~ s.o. to do sth*** cho phép ai làm gì
♦**allow for** kể cả
allowance (*money*) tiền trợ cấp; (*pocket money*) tiền chu cấp; ***make ~s*** (*for thing, weather etc*) tính đến; (*for person*) chiếu cố
alloy hợp kim
all-purpose vạn năng; **all-round** chung; *athlete* toàn năng; **all-time**: ***be at an ~ low*** thấp nhất từ trước tới nay
♦**allude to** ám chỉ
alluring quyến rũ
all-wheel drive xe lái bằng bốn bánh
ally *n* đồng minh
almond (*tree*) cây hạnh đào; (*nut*) hạt hạnh nhân
almost gần như
alone một mình
along 1 *prep* (*moving forward*) đi dọc theo; (*situated beside*) dọc theo **2** *adv* cùng đi; ***~ with*** cùng

với; ***all*** ~ (*all the time*) luôn luôn
aloud: ***read*** ~ đọc to; ***think*** ~ nói ra ý nghĩ của mình
alphabet bảng chữ cái
alphabetical theo thứ tự chữ cái
already đã… rồi; ***I ~ saw that movie*** tôi đã xem phim này rồi
alright (*satisfactory*) được như ý; (*well*) khỏe; ***that's*** ~ (*doesn't matter*) không sao; (*when s.o. says thank you*) không có gì; (*is quite good*) được lắm; ***I'm*** ~ (*not hurt*) tôi không sao; (*have got enough*) tôi đủ rồi; ***~, that's enough!*** tốt lắm, thế này đủ rồi!
also cũng
altar bàn thờ
alter *v/t* thay đổi
alteration sự thay đổi
alternate **1** *v/i* xen nhau **2** *adj*: ***on ~ Mondays*** vào mỗi hai tuần thứ Hai
alternating current dòng điện xoay chiều
alternative **1** *n* sự lựa chọn; ***there's no*** ~ không có sự lựa chọn **2** *adj* khác; ***~ solution*** giải pháp khác
alternatively hoặc
although mặc dù
altitude (*of plane, mountain, city*) độ cao
altogether (*completely*) hoàn toàn; (*in all*) tất cả
altruistic vị tha
aluminum nhôm
always lúc nào cũng, luôn luôn; ***it is ~ raining here*** ở đây trời mưa luôn
a.m.: ***at 7.00~*** vào lúc 7 giờ sáng
amalgamate *v/i* (*of companies*) hợp nhất
amateur *n* (*unskilled*) tài tử; SP người chơi nghiệp dư
amaze làm ngạc nhiên
amazed ngạc nhiên
amazement sự ngạc nhiên
amazing (*surprising*) làm kinh ngạc; (*very good*) tuyệt vời
ambassador đại sứ
amber: ***at*** ~ lúc đèn đổi màu vàng
ambiguous mơ hồ
ambition tham vọng
ambitious đầy tham vọng
ambulance xe cấp cứu
ambush **1** *n* cuộc phục kích **2** *v/t* phục kích
amend sửa đổi
amendment sự sửa đổi
amends: ***make*** ~ đền bù
amenities tiện nghi
America (*USA*) nước Mỹ; (*continent*) châu Mỹ
American **1** *n* người Mỹ **2** *adj* Mỹ; ***~ English*** tiếng Mỹ; ***~ national*** kiều Mỹ
amiable hòa nhã
amicable thân thiện
ammunition đạn dược; *fig* lý lẽ
amnesty *n* (*for prisoners*) lệnh ân xá
among(st) (*in the group of*) trong số; (*in the middle of*) giữa
amount số lượng; (*sum of money*) tổng số tiền
♦**amount to** lên tới; ***it doesn't ~ much!*** đó chẳng thấm vào đâu!
ample *supplies, food* đầy đủ; *money* nhiều; *bosom* đồ sộ
amplifier bộ khuếch đại
amplify *sound* khuếch đại
amputate cắt bỏ
amuse (*make laugh etc*) làm vui; (*entertain*) giải trí
amusement (*merriment*) sự thích thú; (*entertainment*) trò giải trí; **~s** (*games*) trò chơi; ***to our great*** ~ chúng tôi rất buồn cười
amusement park khu vui chơi giải

trí
amusing vui
anabolic steroid xteroit tổng hợp
analog COMPUT tương tự
analogy sự tương tự
analysis sự phân tích; PSYCH phân tâm học
analyze phân tích
anarchy POL tình trạng vô chính phủ; *fig* sự hỗn loạn
anatomy khoa giải phẫu
ancestor tổ tiên
ancestor worship thờ cúng ông bà
anchor NAUT **1** *n* mỏ neo **2** *v/i* thả neo
anchorman TV người dẫn chương trình
ancient *adj* cổ
and ◊ và; ***2 ~ 2 is 4*** 2 cộng 2 bằng 4 ◊: ***faster ~ faster*** ngày càng nhanh ◊ (*consequence*): ***do that ~ you'll regret it*** làm đi rồi anh/chị sẽ hối hận
anemia bệnh thiếu máu
anemic: ***be ~*** bị thiếu máu
anesthetic *n* thuốc gây mê
anesthetist người gây mê
anger 1 *n* sự tức giận **2** *v/t* làm tức giận
angina chứng đau thắt ngực
angle *n* góc
angry tức giận; ***be ~ with s.o.*** tức giận với ai
anguish nỗi đau đớn
animal động vật
animated sinh động
animated cartoon phim hoạt hình
animation (*liveliness*) sự sinh động; (*art of making movie*) kỹ thuật làm phim hoạt hình
animosity sự thù hận
ankle mắt cá chân
annex 1 *n* (*building*) nhà phụ **2** *v/t state* thôn tính
anniversary lễ kỷ niệm hàng năm; (*of death*) giỗ chạp
announce thông báo
announcement thông báo
announcer TV, RAD phát thanh viên
annoy làm bực mình; ***be ~ed*** bực mình
annoyance (*anger*) sự bực mình; (*nuisance*) cái phiền phức
annoying làm phiền
annual *adj* (*once a year*) hàng năm; (*of a year*) của một năm
annul *marriage* hủy bỏ
anonymous *person* giấu tên; *letter* không ký tên; ***an ~ poem*** một bài thơ nặc danh
anorexia chứng biếng ăn
anorexic: ***be ~*** chứng biếng ăn
another 1 *adj* (*different*) khác; (*additional*) nữa **2** *pron* (*different one*: *thing*) cái khác; (*different one*: *person*) người khác; (*additional one*: *thing*) cái nữa; (*additional one*: *person*) người nữa; ***one ~*** lẫn nhau
answer 1 *n* (*to letter, person, question*) sự trả lời; (*to problem*) cách giải đáp **2** *v/t letter, person, question* trả lời; ***~ the door*** ra mở cửa; ***~ the telephone*** trả lời điện thoại
♦**answer back** *v/t & v/i* cãi lại
♦**answer for** *one's actions* chịu trách nhiệm về; *person* bảo đảm
answer phone máy điện thoại trả lời tự động
ant con kiến
antagonism sự thù địch
Antarctic *n* vùng Nam cực
antenatal *classes* tiền sản; ***~ clinic*** phòng khám trước khi đẻ thai
antenna (*of insect*) râu; (*for TV*) ăng ten
anti-aircraft gun súng phòng không

antibiotic *n* thuốc kháng sinh (*N*), thuốc trụ sinh (*S*)
antibody kháng thể
anticipate dự tính
anticipation sự lường trước
antidote thuốc giải độc; ***~ for snake bites*** thuốc chữa rắn cắn
anti-drugs unit đội phòng chống ma túy
antifreeze hóa chất chống đông
antipathy mối ác cảm
antiquated cổ lỗ
antique *n* đồ cổ
antique dealer người buôn bán đồ cổ
antiseptic 1 *adj ointment, cream* diệt khuẩn; *bandage* vô trùng **2** *n* thuốc sát trùng
antisocial *tendencies* phản xã hội; (*not friendly*) khó gần
antivirus program COMPUT chương trình chống virút
anxiety sự lo lắng
anxious lo lắng; (*eager*) tha thiết; ***be ~ for ...*** (*for news etc*) nóng lòng ...
any 1 *adj* ◊ (*no equivalent*): ***are there ~ diskettes?*** có đĩa mềm không?; ***is there ~ bread?*** có bánh mì không? ◊ (*emphatic*) nào; ***have you ~ idea at all?*** anh/chị có ý kiến nào không?; ***take ~ one you like*** anh/chị muốn lấy cái nào cũng được **2** *pron* cái nào; ***do you have ~?*** anh/chị có cái gì không?; ***there isn't/aren't ~ left*** không còn lại cái nào; ***~ of them could be guilty*** bất cứ ai trong bọn họ đều có thể phạm tội **3** *adv*: ***is that ~ easier?*** thế có dễ hơn chút nào không?; ***I don't like it ~ more*** tôi không còn thích nữa
anybody ai; ***was ~ at home?*** đã có ai ở nhà lúc đó không?; ***~ could do that*** (*emphatic*) ai cũng có thể làm được; ***there wasn't ~ there*** đã không có ai ở đó
anyhow dù sao đi nữa
anyone → ***anybody***
anything cái gì; (*with negatives*) gì; ***~ will do*** (*emphatic*) cái gì cũng được; ***I didn't hear ~*** tôi chẳng nghe thấy gì cả; ***~ but*** cái gì cũng được trừ; ***~ else?*** còn gì nữa không?
anyway → ***anyhow***
anywhere đâu; ***he won't go ~ without me*** anh ấy sẽ không đi đâu nếu không có tôi; ***I can't find it ~*** (*emphatic*) tôi tìm đâu cũng không thấy
apart (*in distance*) cách nhau; ***live ~*** (*of people*) sống riêng; ***~ from*** (*excepting*) ngoại trừ; (*in addition to*) ngoài ... ra
apartment căn hộ
apartment block dãy nhà lầu
apathetic thờ ơ
ape *n* khỉ không đuôi
aperture PHOT độ mở
apologize xin lỗi
apology lời xin lỗi
apostrophe dấu lược
appall làm kinh hoảng
appalling *behavior, language etc* kinh khủng
apparatus dụng cụ
apparent lộ rõ; ***become ~ that ...*** trở nên rõ ràng là ...
apparently hình như
appeal 1 *n* (*charm*) sức hấp dẫn; (*for funds etc*) lời kêu gọi; LAW sự chống án **2** *v/i* LAW chống án
♦**appeal for** kêu gọi
♦**appeal to** (*be attractive to*) hấp dẫn
appear (*in movie, of new product*) xuất hiện; (*in court*) ra tòa; (*look,*

seem) có vẻ; ***it ~s that ...*** có vẻ như ...
appearance (*arrival, in movie etc*) sự xuất hiện; (*in court*) sự ra tòa; (*look*) vẻ bề ngoài; ***put in an ~*** có mặt
appendicitis bệnh viêm ruột thừa
appendix MED ruột thừa; (*of book etc*) phụ lục
appetite sự ngon miệng; *fig* sự ham thích; ***sexual ~*** ham muốn tình dục
appetizer (*food*) món khai vị; (*drink*) rượu khai vị
appetizing hấp dẫn
applaud 1 *v/i* vỗ tay hoan nghênh **2** *v/t* vỗ tay hoan nghênh; *fig* khen ngợi
applause tiếng vỗ tay; (*praise*) tán thưởng
apple quả táo
apple pie bánh táo
apple sauce nước xốt táo
appliance thiết bị; (*household*) đồ dùng
applicable áp dụng được
applicant người nộp đơn
application (*for job, passport, visa, university etc*) đơn xin
application form mẫu đơn
apply 1 *v/t* áp dụng; *ointment* bôi **2** *v/i* (*of rule, law*) áp dụng
♦**apply for** *job, passport, university* xin
♦**apply to** (*contact*) liên hệ; (*affect*) áp dụng
appoint (*to position*) bổ nhiệm
appointment (*to position*) sự bổ nhiệm; (*meeting*) sự hẹn gặp
appointments diary sổ ghi các cuộc hẹn gặp
appreciate 1 *v/t advice, kindness* đánh giá cao; *good wine, music* thưởng thức; (*be grateful for*) biết ơn; (*acknowledge*) hiểu; ***thanks, I ~ it*** cám ơn, tôi rất cảm kích **2** *v/i* FIN tăng giá trị
appreciation (*of kindness etc*) lòng biết ơn; (*of music etc*) sự thưởng thức
apprehensive lo lắng
apprentice người học nghề
approach 1 *n* sự đến gần; (*proposal*) sự tiếp xúc thăm dò; (*to problem*) cách tiếp cận **2** *v/t* (*get near to*) đến gần; (*contact*) tiếp xúc; *problem* tiếp cận
approachable *person* dễ gần
appropriate *adj* thích hợp
approval sự tán thành
approve *v/t & v/i* tán thành
♦**approve of** tán thành
approximate *adj* khoảng chừng
approximately khoảng
APR (= ***annual percentage rate***) tỉ giá lãi suất hàng năm
apricot (*tree*) quả mơ; (*fruit*) cây mơ; (*color*) màu mơ chín
apricot blossom hoa mơ
April tháng Tư
apt *remark* thích hợp; ***be ~ to ...*** có khả năng ...
aptitude năng khiếu
aqualung bộ đồ lặn
aquarium bể cá
aquatic dưới nước
Arab 1 *adj* Ả rập **2** *n* người Ả rập
Arabic 1 *adj* Ả rập **2** *n* ngôn ngữ Ả rập
arable trồng trọt được
arbitrary tùy tiện
arbitrate *v/i* làm trọng tài phân xử
arbitration sự phân xử
arcade (*with slot machines*) phòng có đặt các máy trò chơi
arch *n* vòm
archeologist nhà khảo cổ
archeology khảo cổ học

archer MIL người bắn cung; SP xạ thủ
architect kiến trúc sư
architecture khoa kiến trúc
archives (*place*) nơi lưu trữ; (*documents*) tài liệu lưu trữ
archway cổng tò vò
Arctic *n* vùng Bắc cực
ardent hăng hái
area (*region*) khu vực; (*of activity, job, study etc*) lĩnh vực; (*square meters etc*) diện tích
area code TELEC mã vùng
arena SP trường đấu
Argentina nước Ác-hen-ti-na
Argentinian **1** *adj* Ac-hen-ti-na **2** *n* người Ac-hen-ti-na
arguably có thể biện luận là
argue **1** *v/i* (*quarrel*) cãi nhau; (*reason*) lý luận **2** *v/t*: ~ ***that*** lý luận đi
argument (*quarrel*) sự cãi nhau; (*reasoning*) sự tranh luận
argumentative hay lý sự
arid *land* khô cằn
arise (*of situation, problem*) nảy sinh
arithmetic số học
arm[1] *n* (*of person*) cánh tay; (*of chair*) tay
arm[2] *v/t* trang bị vũ khí
armaments vũ khí
armchair ghế bành
armed có vũ khí
armed forces các lực lượng vũ trang
armed robbery vụ cướp có vũ khí
armor áo giáp
armored vehicle xe thiết giáp
armpit nách
arms (*weapons*) vũ khí
army quân đội
aroma hương vị, mùi thơm
around **1** *prep* (*in circle*) vòng quanh; (*roughly*) vào khoảng; ***it's ~ the corner*** chỉ gần đây thôi **2** *adv* (*in the area*) quanh quẩn; (*encircling*) bao quanh; ***be ~*** (*somewhere near*) ở quanh đây; ***he lives ~ here*** anh ấy ở quanh đây; ***walk ~*** đi loanh quanh; ***she has been ~*** (*has traveled a lot, is experienced*) chị ấy là người từng trải; ***there are a lot of people ~*** có rất nhiều người ở quanh đây
arouse khơi gợi; (*sexually*) kích thích tình dục
arrange (*put in order*) sắp đặt; *furniture* sắp xếp; *music* cải biên; *meeting, party etc* thu xếp; *time and place* thỏa thuận; ~ ***flowers*** cắm hoa; ***I've ~d to meet her*** tôi đã thu xếp để gặp cô ta
♦**arrange for** thu xếp cho
arrangement (*plan*) kế hoạch; (*agreement*) sự thỏa thuận; (*layout: of furniture etc*) sự sắp đặt; (*of music*) sự cải biên; ***flower*** ~ cách cắm hoa
arrears tiền nợ quá hạn; ***be in ~*** (*of person*) chậm trả; ***be paid in ~*** được thanh toán sau
arrest **1** *n* sự bắt giữ; ***be under*** ~ bị bắt giữ **2** *v/t* bắt giữ
arrival sự tới nơi; **~s** (*at airport*) ga đến
arrive đến
♦**arrive at** *place* đến; *decision etc* đạt tới
arrogance sự kiêu ngạo
arrogant kiêu ngạo
arrow mũi tên
arson tội cố ý gây hỏa hoạn
art nghệ thuật; ***the ~s*** mỹ thuật; ***~s degree*** bằng cử nhân văn chương
arterial road con đường huyết mạch

artery ANAT động mạch
art gallery phòng trưng bày nghệ thuật
arthritis bệnh viêm khớp
article (*item*) đồ; (*in newspaper*) bài báo; (*section*) điều khoản; GRAM mạo từ
articulate *adj essay etc* lưu loát; *person* ăn nói lưu loát
artificial *leather, flowers, hand* giả; *light* nhân tạo; (*not sincere*) giả tạo
artificial intelligence trí tuệ nhân tạo
artillery (*guns*) pháo; (*section of the army*) pháo binh
artisan thợ thủ công
artist (*painter*) họa sĩ; (*artistic person*) nghệ sĩ
artistic *skills* nghệ thuật
as **1** *conj* ◊ (*while, when*) trong khi; ***~ I was leaving, the phone rang*** đang khi tôi đi ra thì chuông điện thoại reo ◊ (*because*) vì; ***I didn't go ~ I wasn't feeling well*** tôi đã không đi vì tôi cảm thấy không được khỏe; ◊ (*like*) như; ***~ I said ...*** như tôi đã nói...; ***~ if*** cứ như là; ***~ usual*** như thường lệ; ***~ necessary*** khi cần **2** *adv* bằng; ***~ high/pretty/etc ~ ...*** cao/xinh/vv bằng ...; ***~ much ~ that?*** nhiều thế cơ à? **3** *prep* như là; ***~ a child*** khi còn là đứa trẻ; ***work ~ a teacher/translator*** làm việc như là một giáo viên/biên dịch; ***~ for*** về phần; ***~ Hamlet*** như Hamlet
asap (= ***as soon as possible***) càng sớm càng tốt
ASEAN (= ***Association of South East Asian Nations***) Hiệp hội các quốc gia Đông Nam Á
ash (*from cigarette*) tàn; (*from volcano*) tro; ***~es*** (*of fire*) tro tàn; (*after cremation*) tro cốt
ashamed ngượng ngùng; ***be ~ of*** xấu hổ; ***you should be ~ of yourself*** anh/chị phải thấy xấu hổ về bản thân mình
ash can hộp tro
ashore trên đất liền; ***go ~*** lên bờ
ashtray cái gạt tàn
Asia châu Á
Asian **1** *adj* châu Á **2** *n* người châu Á
Asian Development Bank Ngân hàng phát triển châu Á
aside sang một bên; ***~ from*** ngoài
ask **1** *v/t person* hỏi; (*invite*) mời; ***~ a question*** đặt câu hỏi; ***~ a favor*** nhờ một việc; ***can I ~ you something?*** (*ask a question*) tôi hỏi anh/chị ti chuyện được không?; ***~ s.o. for ...*** yêu cầu ai ...; ***~ s.o. to do sth*** yêu cầu ai làm gì; ***~ s.o. about sth*** hỏi ai về gì **2** *v/i* hỏi
♦**ask after** *person* hỏi thăm
♦**ask for** yêu cầu; *person* muốn gặp
♦**ask out** (*for a drink, night out*) mời đi chơi
asking price giá đặt bán
asleep: ***be*** (***fast***) ~ đang ngủ say; ***fall ~*** ngủ thiếp đi
asparagus măng tây
aspect khía cạnh
aspirin aspirin
ass[1] F (*idiot*) kẻ ngu ngốc
ass[2] V (*backside*) mông đít
assassin tên sát nhân
assassinate ám sát
assassination vụ ám sát
assault **1** *n* MIL sự tấn công; (*sexual*) sự cưỡng hiếp; LAW sự hành hung **2** *v/t* hành hung
assemble **1** *v/t parts* lắp ráp **2** *v/i* (*of people*) tập hợp
assembly (*of parts*) sự lắp ráp; POL

Quốc hội
assembly line dây chuyền lắp ráp
assembly plant xưởng lắp ráp
assent *v/i* đồng ý, tán thành
assert: *~ **oneself*** tự khẳng định mình
assertive *person* quyết đoán; *tone* quả quyết
assess *situation, value* đánh giá
asset FIN tài sản; *fig* vốn quý
asshole V lỗ đít; (*idiot*) thằng ngốc
assign *person* phân công; *thing* phân chia
assignment (*task*) nhiệm vụ; EDU bài làm
assimilate *v/t information* hấp thụ; *person into group* đồng hóa
assist giúp đỡ
assistance sự giúp đỡ
assistant (*helper*) người phụ tá
assistant director trợ lý giám đốc; (*of movie*) trợ lý đạo diễn
assistant manager trợ lý giám đốc
associate **1** *v/t* liên hệ **2** *v/i*: *~ **with*** giao du với **3** *n* đồng sự
associate professor phó giáo sư
association hiệp hội; ***in ~ with*** liên kết với
assortment (*of books, CDs*) một bộ; (*of food*) tổng hợp; (*of people*) một tập hợp
assume (*suppose*) cho rằng; *power* đảm nhiệm
assumption giả định
assurance sự cam đoan; (*confidence*) sự tự tin
assure (*reassure*) cam đoan
assured (*confident*) tự tin
asterisk dấu hoa thị
asthma bệnh hen
astonish làm kinh ngạc; ***be ~ed*** kinh ngạc
astonishing rất ngạc nhiên, kinh ngạc
astonishment sự kinh ngạc
astrologer nhà chiêm tinh
astrology thuật chiêm tinh
astronaut nhà du hành vũ trụ
astronomer nhà thiên văn
astronomical *sum, price* rất cao
astronomy thiên văn học
asylum (*mental*) nhà thương điên; (*political*) nơi ẩn nấp
at (*with places*) ở; ***~ the cleaner's*** ở chỗ người quét dọn; ***~ Joe's*** ở chỗ Joe; ***~ the door*** ở cửa; ***~ 10 dollars*** với giá 10 đô la; ***~ the age of 18*** ở tuổi 18; ***~ 5 o'clock*** vào lúc 5 giờ; ***~ 150 mph*** với tốc độ 150 dặm/giờ; ***be good/bad ~ sth*** giỏi/dở về gì
atheist *n* người vô thần
athlete nhà điền kinh
athletic điền kinh; (*physically strong*) rất thể thao
athletics điền kinh
Atlantic *n* Đại Tây Dương
atlas tập bản đồ
ATM (= ***automated teller machine***) máy rút tiền tự động
atmosphere (*of earth*) khí quyển; (*ambience*) không khí
atmospheric pollution sự ô nhiễm không khí
atom nguyên tử
atom bomb bom nguyên tử
atomic nguyên tử
atomic energy năng lượng nguyên tử
atomic waste chất thải nguyên tử
atomizer bình xịt
atrocious rất tồi; *smell* khó chịu
atrocity hành động tàn ác
attach gắn; *importance* coi; ***be ~ed to*** (*fond of*) gắn bó với
attachment (*to e-mail*) tệp gửi kèm theo

attack **1** *n* sự tấn công; (*verbal*) sự công kích **2** *v/t* tấn công; (*verbally*) công kích
attempt *n & v/t* cố gắng
attend (*be present at*) đến dự; (*go regularly to*) đi đến
♦**attend to** giải quyết; *customer* phục vụ
attendance sự có mặt
attendant (*in museum*) người phục vụ
attention sự chú ý; ***bring sth to s.o.'s*** ~ lưu ý ai tới gì; ***your ~ please*** xin chú ý; ***pay*** ~ hãy chú ý
attentive *listener* chăm chú
attic gác mái
attitude thái độ
attn (= ***for the attention of***) gửi tới
attorney (*lawyer*) luật sư; ***power of*** ~ quyền ủy nhiệm
attract thu hút; *attention* lôi cuốn; ***be ~ed to s.o.*** bị ai thu hút
attraction sự hấp dẫn; (*romantic*) sức hấp dẫn
attractive hấp dẫn
attribute[1] *v/t*: ~ ***sth to ...*** cho gì là do ...; *poem etc* cho gì là của ...
attribute[2] *n* thuộc tính
auction **1** *n* cuộc bán đấu giá **2** *v/t* bán đấu giá
♦**auction off** đem bán đấu giá
audacious *plan* táo bạo
audacity sự táo bạo
audible nghe thấy được
audience (*in theater*, *at show*, *TV*) khán giả
audio *adj* (thuộc) âm thanh
audiovisual nghe nhìn
audit **1** *n* sự kiểm toán **2** *v/t* kiểm toán; *course* đến nghe
audition **1** *n* buổi diễn thử **2** *v/i* diễn thử
auditor người kiểm toán
auditorium (*of theater etc*) phòng thính giả
August tháng Tám
August Revolution Cách mạng Tháng Tám
aunt (*maternal*) dì; (*paternal*) cô
austere *interior*, *style* đơn sơ; *person*, *face* khắc khổ
austerity (*economic*) khắc khổ
Australasia nước Úc và các đảo lân cận
Australia nước Úc
Australian **1** *adj* Úc **2** *n* người Úc
Austria nước Áo
Austrian **1** *adj* Áo **2** *n* người Áo
authentic đích thực
authenticity tính xác thực
author (*of story*, *novel*, *text*) tác giả
authoritative (*reliable*) có thẩm quyền; *person*, *manner* quyền hành
authority quyền lực; (*permission*) phép; ***be an ~ on ...*** là chuyên gia về ...; ***the authorities*** nhà chức trách
authorize cho phép; ***be ~d to ...*** được phép ...
autistic bị bệnh tự kỷ
auto *n* xe ô tô
autobiography bản tự truyện
autograph *n* chữ ký lưu niệm
automate tự động hóa
automatic **1** *adj machine* tự động; *action*, *thought* vô thức; *promotion etc* tất yếu **2** *n* (*gun*) súng tự động; (*car*) ô tô có bộ số tự động
automatically *close* một cách tự động; *fine*, *punish*, *follow* tất nhiên
automation việc tự động hóa
automobile xe ô tô
automobile industry công nghiệp sản xuất xe ô tô
autonomy sự tự quản
autopilot thiết bị lái tự động

---

autopsy mổ khám nghiệm tử thi
auxiliary *adj* phụ
available sẵn có; *person* sẵn sàng
avalanche trận tuyết lở
avenue đại lộ; *fig* con đường
average **1** *adj* trung bình; (*ordinary*) bình thường; (*of mediocre quality*) thường **2** *n* mức trung bình; ***above / below ~*** trên / dưới mức trung bình; ***on ~*** trung bình **3** *v/t* tính trung bình
♦**average out** *v/t* tính toán mức trung bình
♦**average out at** tính trung bình là
aversion: ***have an ~ to*** ghét
avert *one's eyes* quay; *crisis* ngăn chặn
aviation hàng không
avid háo hức
avocado quả bơ
avoid tránh
awake *adj* thức; ***it's keeping me ~*** cái đó làm tôi thức giấc
award **1** *n* (*prize*) phần thưởng **2** *v/t* tặng thưởng; *damages* thưởng
aware: ***be ~ of sth*** có ý thức về gì; ***become ~ of sth*** nhận thấy gì
awareness sự nhận thức
away: ***be ~*** (*traveling, sick etc*) vắng mặt; ***walk / run ~*** đi / chạy khỏi; ***look ~*** nhìn đi chỗ khác; ***it's 2 miles ~*** cách đây 2 dặm; ***Christmas is still 6 weeks ~*** còn cách 6 tuần mới tới lễ Giáng Sinh; ***take sth ~ from s.o.*** lấy cái gì của ai đó; ***put sth ~*** cất đi gì đó
away game SP cuộc đấu ở sân khách
awesome F (*terrific*) cực kỳ
awful kinh khủng
awkward (*clumsy*) vụng về; (*difficult*) gây khó khăn; (*embarrassing*) lúng túng; ***feel ~*** cảm thấy lúng túng
awning tấm bạt che
ax **1** *n* cái rìu **2** *v/t project, budget, job etc* cắt bớt
axle trục

B

BA (= ***Bachelor of Arts***) cử nhân văn chương
baby *n* trẻ sơ sinh
baby carriage xe đẩy trẻ con; **baby-sit** trông trẻ; **baby-sitter** người trông trẻ
bachelor người đàn ông độc thân
back **1** *n* (*of person, clothes, chair*) lưng; (*of car, bus, house*) phía sau; (*of paper*) mặt sau; (*of book, drawer*) cuối; SP hậu vệ; ***in ~*** ở đằng sau nhà; ***in the ~ of the car*** ở phía sau xe ô tô; ***at the ~ of the bus*** ở phía sau xe buýt; ***~ to front*** đằng sau ra đằng trước; ***at the ~ of beyond*** ở một nơi tách biệt **2** *adj wheels, legs, seat, door etc* sau; ***~ road*** đường phụ **3** *adv*: ***please move / stand ~*** xin hãy xê ra / đứng lùi lại; ***2 meters ~ from the edge*** lùi cách mét 2m; ***~ in 1935*** trở lại năm 1935; ***give X ~ to Y*** trả lại X

cho Y; ***she'll be ~ tomorrow*** cô ấy sẽ trở lại vào ngày mai; ***when are you coming ~?*** khi nào anh sẽ trở về?; ***take sth ~ to the store*** (*because unsatisfactory*) mang gì trả lại cho cửa hàng; ***they wrote/phoned ~*** họ đã viết thư hồi âm/điện thoại lại; ***he hit me ~*** anh ấy đánh trả lại tôi **4** *v/t* (*support*) ủng hộ; *car* lùi; *horse* đánh cá tiền **5** *v/i* (*of driver*) lùi

♦**back away** lùi lại

♦**back down** nhượng bộ

♦**back off** rút lui

♦**back onto** quay lưng ra

♦**back out** (*of commitment*) nuốt lời

♦**back up 1** *v/t* (*support*) xác nhận; *claim, argument* chứng minh; *file* sao lưu; ***be backed up*** (*of traffic*) tắc nghẽn **2** *v/i* (*in car*) lùi

back burner: ***put sth on the ~*** gác gì lại; **backdate** có giá trị từ trước đó; **backdoor** cửa sau

backer người tài trợ

backfire *v/i fig* phản lại; **background** (*of painting, picture*) nền; (*of person*) lai lịch; (*of situation*) bối cảnh; **backhand** *n* (*in tennis*) cú ve, quả trái

backing (*support*) sự hỗ trợ; MUS phần đệm

backing group MUS nhóm nhạc đệm

backlash phản ứng dữ dội; **backlog** sự ùn đống; **backpack 1** *n* ba lô **2** *v/i* đi du lịch ba lô; **backpacker** người đeo ba lô; (*Western tourist*) Tây ba lô; **backpedal** *fig* đi ngược lại; **backspace (key)** (phím) lùi; **backstairs** cầu thang sau; **backstroke** SP bơi ngửa

backup (*support*) hỗ trợ; COMPUT sự sao lưu; ***take a ~*** COMPUT làm một bản sao

backup disk COMPUT sao đĩa mềm

backward 1 *adj child* chậm phát triển; *society* lạc hậu; *glance* về phía sau **2** *adv* giật lùi, lùi về phía sau

backyard *also fig* sân sau; ***the not in my ~ syndrome*** hội chứng "không phải ở chỗ tôi"

bacon (*smoked*) thịt lợn xông khói (*N*), thịt heo xông khói (*S*); (*salted*) thịt lợn muối (*N*), thịt heo muối (*S*)

bacteria vi khuẩn

bad *news, manner, person, day* xấu; *pay, management* tồi; *spelling* dở; *smell, mood etc* khó chịu; *cold, headache etc* nặng; *mistake, accident* nghiêm trọng; (*rotten*) thiu thối; ***it's not ~*** không đến nỗi nào; ***that's really too ~*** (*shame*) thật đáng tiếc; ***feel ~ about*** (*guilty*) cảm thấy có lỗi; ***be ~ at*** kém; ***be ~ for s.o.*** (*for health etc*) có hại cho ai; ***Friday's ~, how about Thursday?*** thứ Sáu là ngày xấu, vậy thứ Năm thì sao?

bad debt món nợ không có hy vọng được trả lại

badge phù hiệu

badger *v/t* quấy rầy

bad language lời nói thô tục

badly *injured, damaged* nặng; *behaved* tồi; ***~ in need of*** rất cần; ***I did really ~ in the exam*** tôi làm bài dở thật trong kỳ thi; ***he ~ needs a haircut/rest*** anh ấy rất cần sự cắt tóc/nghỉ ngơi; ***he is ~ off*** (*poor*) anh ấy lâm cảnh nghèo khổ

badminton cầu lông, vũ cầu

baffle làm bối rối; ***be ~d*** bối rối

baffling *mystery* bí ẩn; *software etc*

khó hiểu

bag (*plastic, paper, for traveling*) túi; (*for school*) cặp sách; (*woman's purse*) xắc

baggage hành lý

baggage car RAIL toa hành lý; **baggage cart** xe đẩy hành lý; **baggage check** kiểm tra hành lý; **baggage reclaim** nơi nhận hành lý

baggy lùng thùng

bail *n* LAW sự bảo lãnh; (*money*) tiền bảo lãnh; ***on ~*** được tại ngoại hậu tra

♦**bail out** **1** *v/t* LAW nộp tiền bảo lãnh; *fig* trợ giúp tiền **2** *v/i* (*from airplane*) nhảy dù

bait *n* mồi

bake *v/t* nướng

baked potato khoai tây nướng

baker người nướng, bán bánh

bakery tiệm bánh mì (*S*), hiệu bánh mì (*N*)

balance **1** *n* sự cân bằng; (*remainder*) số còn lại; (*of bank account*) số dư **2** *v/t* đặt thăng bằng; ***~ the books*** quyết toán sổ sách **3** *v/i* (*of object*) đặt thăng bằng; (*of person*) đứng thăng bằng; (*of accounts*) cân bằng

balanced (*fair*) công bằng; *diet* cân đối; *personality* cân bằng

balance of payments cán cân thanh toán; **balance of trade** cán cân mậu dịch; **balance sheet** tờ quyết toán

balcony (*of house, theater*) ban công (*N*), bao lơn (*S*)

bald *man* hói; ***he's going ~*** anh ấy đã bắt đầu hói

ball quả bóng; ***on the ~*** *fig* nhạy bén; ***play ~*** *fig* hợp tác; ***the ~'s in his court*** *fig* đã đến lượt anh ấy phải lên tiếng

ball bearing ổ bi

ballerina nữ diễn viên ba lê

ballet ba lê

ballet dancer diễn viên ba lê

ball game môn bóng; (*baseball*) môn bóng chày; ***that's a different ~*** đó là một tình thế khác

ballistic missile tên lửa đạn đạo

balloon (*child's*) quả bóng bay; (*for flight*) khinh khí cầu

ballot **1** *n* lá phiếu **2** *v/t members* cho bỏ phiếu kín

ballot box hòm phiếu

ballpark (*baseball*) sân chơi bóng chày; ***be in the right ~*** *fig* đúng hướng; **ballpark figure** số liệu tương đối; **ballpoint (pen)** bút bi

balls V hòn dái; (*courage*) can đảm; *Br* (*nonsense*) điều nhảm nhí

bamboo cây tre

bamboo bed chõng tre

bamboo shoots măng

ban **1** *n* lệnh cấm **2** *v/t* cấm

banana quả chuối

band ban nhạc; (*pop*) ban nhạc pốp; (*strip of metal*) đai; (*for hair etc*) dải băng

bandage **1** *n* vải băng bó **2** *v/t* băng bó

Band-Aid® cao dán

bandit tên cướp

bandwagon: ***jump on the ~*** xu thời

bandy *legs* vòng kiềng

bang **1** *n* (*noise*) tiếng sập mạnh; (*blow*) cú va mạnh **2** *v/t door* đóng sầm; (*hit*) đập vào **3** *v/i* đóng sầm

Bangladesh nước Băng la đét

Bangladeshi **1** *adj* Băng la đét **2** *n* người Băng la đét

banjo đàn ban jô

bank[1] (*of river*) bờ

bank[2] **1** *n* FIN ngân hàng **2** *v/i*: ***~ with*** có tài khoản ở **3** *v/t money*

gửi tiền vào ngân hàng
♦**bank on** mong đợi; ***don't ~ it*** đừng quá hy vọng
bank account tài khoản ngân hàng; **bank balance** số quyết toán tài khoản; **bank bill** giấy bạc ngân hàng
banker chủ ngân hàng
banker's card thẻ ngân hàng
banker's order lệnh trả tiền
bank loan tiền vay của ngân hàng; **bank manager** giám đốc ngân hàng; **bank rate** lãi suất ngân hàng; **bankroll** *v/t* tài trợ
bankrupt 1 *adj person* bị vỡ nợ; *company* bị phá sản; ***go ~*** (*of person*) bị vỡ nợ; (*of company*) bị phá sản **2** *v/t person* vỡ nợ; *company* phá sản
bankruptcy (*for person*) tình trạng vỡ nợ; (*for company*) sự phá sản
bank statement bản báo cáo ngân hàng
banner biểu ngữ
banns công bố hôn nhân ở nhà thờ
banquet tiệc lớn
banter *n* câu nói bông đùa
banyan tree cây đa
baptism lễ rửa tội
baptize làm lễ rửa tội; ***she was ~d Mary*** cô bé được đặt tên thánh là Mary
bar[1] (*of iron, chocolate*) thanh; (*for drinks*) quầy rượu; (*counter*) quầy; ***a ~ of soap*** một bánh xà phòng; ***be behind ~s*** trong tù
bar[2] *v/t* ngăn cấm
bar[3] *prep* (*except*) trừ
barbecue 1 *n* (*meal*) bữa ăn thịt nướng; (*party*) bữa tiệc nướng thịt ngoài trời; (*equipment*) vỉ nướng **2** *v/t* nướng vỉ
barbed wire dây thép gai
barber thợ cắt tóc
bar code mã số kẻ sọc trên hàng hóa
bare *adj* (*naked*) trần; *room* trống rỗng; *hillside etc* trơ trọi; *floor* trần trụi
barefoot: ***be ~*** chân không
bare-headed đầu trần
barely (*only just*) vừa đủ; ***we ~ had time to catch the train*** chúng tôi chỉ vừa có đủ thời gian để kịp lên tàu
bargain 1 *n* (*deal*) sự thỏa thuận; (*good buy*) món hời; ***it's a ~!*** (*deal*) thật là một món hời! **2** *v/i* mặc cả (*N*), mà cả (*S*)
♦**bargain for** (*expect*) dự tính
barge *n* NAUT sà lan
bark[1] **1** *n* (*of dog*) tiếng sủa **2** *v/i* sủa
bark[2] (*of tree*) bóc vỏ
barley lúa mạch
barn kho thóc
barometer phong vũ biểu; *fig* thước đo
barracks MIL doanh trại
barrel (*container*) thùng
barren *land* cằn cỗi
barrette cái kẹp tóc
barricade *n* chiến lũy
barrier *also fig* hàng rào; ***language ~*** hàng rào ngôn ngữ
bartender nhân viên quầy ba
barter 1 *n* sự trao đổi hàng hóa **2** *v/t* đổi chác
base 1 *n* (*bottom*) chân; (*center*) bản doanh; MIL căn cứ; ***~ of the spine*** xương sống cùng **2** *v/t* dựa vào; ***~ X on Y*** dựa X vào Y; ***be ~d in*** (*in city, country*) ở
baseball (*ball*) quả bóng chày; (*game*) môn bóng chày
baseball bat chày vụt bóng; **baseball cap** mũ lưỡi trai; **baseball player** cầu thủ bóng

chày
basement (*of house, store*) tầng hầm
base rate FIN lãi suất gốc
basic *idea, salary etc* cơ bản; (*elementary*) sơ đẳng; (*simple, unsophisticated*) đơn giản
basically về cơ bản
basics: ***the ~*** những cái cơ bản; ***get down to ~*** đi vào những vấn đề thiết yếu
basin (*for washing*) bồn rửa
basis (*of relationship, argument etc*) cơ sở; ***on the ~ of this information*** trên cơ sở thông tin này
bask phơi nắng
basket giỏ; (*in basketball*) giỏ lưới
basketball bóng rổ; (*ball*) quả bóng rổ
bass **1** *n* (*part*) bè trầm; (*singer*) giọng nam trầm; ***double ~*** (*instrument*) đàn công bát **2** *adj* trầm
bastard con hoang; F đồ đểu; ***poor ~*** F thật tội nghiệp
bat[1] **1** *n* (*for baseball*) chày vụt bóng; (*for table tennis*) vợt **2** *v/i* (*in baseball*) đánh gậy
bat[2]: ***he didn't ~ an eyelid*** anh ấy thản nhiên như không
bat[3] (*animal*) con dơi
batch *n* (*of students, data*) đợt; (*of bread, products*) mẻ
bath *n* bồn tắm; ***have a ~, take a ~*** tắm
bathe *v/i* (*have a bath*) tắm
bath mat thảm hút nước; **bathrobe** áo choàng tắm; **bathroom** buồng tắm; (*toilet*) buồng vệ sinh; **bath towel** khăn tắm; **bathtub** bồn tắm
batter[1] *n* (*for cakes*) bột nhào; (*for fish etc*) bột tẩm
batter[2] *n* (*in baseball*) vận động viên bóng chày
battery pin; MOT bộ ắc quy
battle **1** *n* trận đánh; *fig* cuộc đấu tranh **2** *v/i* (*against illness etc*) vật lộn, đấu tranh
battlefield, battleground chiến trường
bawdy tục tĩu
bawl (*shout*) la hét; (*weep*) kêu khóc
♦**bawl out** *v/t* F quát tháo
bay (*inlet*) vịnh
bay window cửa sổ lồi
be ◊ (*with nouns*) là; (*negative*) không phải là; ***I am a doctor*** tôi là bác sĩ; ***she is Australian*** cô ấy là người Úc; ***I'm not a doctor*** tôi không phải là bác sĩ ◊ (*with adjectives*: *be is not translated*): ***I'm tired*** tôi mệt; ***she is beautiful*** cô ấy đẹp; ***I'm not tired*** tôi không mệt; ***I'm 15*** tôi 15 tuổi; ***was she there?*** cô ấy có ở đấy không?; ***it's me*** tôi đây; ***how much is/are ...?*** ... giá là bao nhiêu?; ***there is, there are*** có ◊ (*imperative*) hãy; (*negative*) đừng; ***~ careful*** hãy cẩn thận; ***don't ~ sad*** đừng buồn ◊ đi, đến; ***has the mailman been?*** người đưa thư đã đi chưa?; ***I've never been to Vietnam*** tôi chưa bao giờ đến Việt Nam; ***I've been here for hours*** tôi ở đây đã hàng giờ rồi; ***I'll be back by six*** tôi sẽ trở về lúc sáu giờ ◊ (*tags*) phải không?; ***that's right, isn't it?*** đúng đấy, phải không?; ***she's Chinese, isn't she?*** cô ta là người Trung Quốc, phải không? ◊ (*auxiliary*) đang; ***I am thinking*** tôi đang nghĩ; ***he is running*** anh ấy đang chạy; ***you're ~ing silly*** anh/chị đang làm trò ngớ ngẩn; ***he was crying*** anh ấy đang khóc

◊ (*obligation*) cần phải; ***you are to do what I tell you*** anh/chị cần phải làm những gì tôi bảo; ***I was to tell you this*** tôi cần phải nói với anh/chị điều này; ***you were not to tell anyone*** anh/chị không được nói với ai ◊ (*passive: especially with negative sense*) bị; ***he was killed*** (*by s.o. else*) anh ấy đã bị giết; (*in a collision*) bị đụng xe chết; (*run over*) bị xe cán chết ◊ (*passive: especially with positive sense*) được; ***they have been sold*** chúng đã được bán; ***the house was built*** ngôi nhà đã được xây dựng

♦**be in for** *surprise, trouble etc* sẽ gặp

beach bờ biển

beachwear đồ tắm biển

beads chuỗi hạt

beak mỏ

beaker (*for drinking*) cốc

be-all: ***the ~ and end-all*** phần quan trọng

beam 1 *n* (*in ceiling etc*) xà **2** *v/i* (*smile*) tươi cười **3** *v/t* (*transmit*) truyền

beans đậu; ***coffee ~*** hạt cà phê; ***be full of ~*** tràn đầy sức sống

beansprouts giá

bear[1] (*animal*) con gấu

bear[2] **1** *v/t weight* chịu được; *costs* chịu; (*tolerate*) chịu đựng; *child* sinh hạ **2** *v/i*: ***bring pressure to ~ on ...*** dùng sức ép đối với ...

♦**bear out** (*confirm*) xác nhận

bearable chịu đựng được

beard râu

bearing (*in machine*) ổ trục; ***that has no ~ on the case*** cái đó chẳng liên quan gì đến trường hợp này

beast con thú

beat 1 *n* (*of heart*) nhịp đập; (*of music*) nhịp điệu **2** *v/i* (*of heart, rain*) đập; ***~ about the bush*** nói quanh co **3** *v/t* (*in competition*) thắng; (*hit*) đánh đập; (*pound*) đập; ***~ it!*** F xéo đi!; ***it ~s me*** F tôi không hiểu

♦**beat up** đánh đập

beaten: ***off the ~ track*** ở một nơi biệt lập ít người đi lại

beating (*physical*) trận đòn

beat-up F cũ nát

beautician nhân viên làm đẹp

beautiful *woman, house, day* đẹp; *meal* ngon; *vacation* tốt đẹp; *story, movie* hay; ***thanks, that's just ~!*** (*food*) cám ơn, rất ngon

beautifully *cooked, done* rất tốt; *simple* rất

beauty (*of woman, sunset*) vẻ đẹp

beauty parlor mỹ viện

♦**beaver away** làm việc miệt mài

because vì; ***~ it was too expensive*** vì quá đắt; ***~ of*** vì

beckon *v/i* ra hiệu

become *warmer, clearer, evident etc* trở nên; *doctor, priest etc* trở thành; ***what's ~ of her?*** cô ấy đã ra sao rồi?

bed cái giường; (*of flowers*) luống; (*of sea, river*) đáy; ***go to ~*** đi ngủ; ***he's still in ~*** anh ấy vẫn còn ở trên giường; ***go to ~ with ...*** ngủ với ...; ***make the ~*** làm giường

bedclothes bộ đồ trải giường

bedding bộ đồ trải giường

bedridden nằm liệt giường;
bedroom phòng ngủ; **bedspread** khăn phủ giường; **bedtime** giờ đi ngủ

bee con ong

beech cây sồi

beef 1 *n* thịt bò; F (*complaint*) sự than vãn **2** *v/i* F (*complain*) than

vãn
♦**beef up** F tăng cường
beefburger thịt bò băm viên, bơ gơ
beehive tổ ong
beeline: ***make a ~ for*** sà ngay tới
beep **1** *n* tiếng bíp bíp **2** *v/i* kêu bíp bíp **3** *v/t* (*call on pager*) gọi máy nhắn tin
beeper máy nhắn tin
beer bia
beetle bọ cánh cứng
before **1** *prep* (*in time, order, position*) trước; ~ ***Tuesday*** trước thứ Ba **2** *adv* trước đây; ***the week/ day*** ~ tuần/hôm trước **3** *conj* trước khi; ~ ***you leave*** trước khi anh/chị đi
beforehand trước
beg **1** *v/i* ăn xin **2** *v/t*: ~ ***s.o. to ...*** khẩn cầu ai ...
beggar người ăn xin
begin **1** *v/i* bắt đầu; ***to ~ with*** (*at first*) trước hết; (*in the first place*) thoạt tiên **2** *v/t* bắt đầu
beginner người mới bắt đầu
beginner driver người học lái xe
beginning phần đầu; (*origin*) nguồn gốc
behalf: ***on/in ~ of*** thay mặt; ***on my/ his*** ~ thay mặt tôi/anh ấy
behave *v/i* cư xử; ~ (***oneself***) (*of children*) ngoan; ~ (***yourself***)! hãy ngoan nào!
behavior cách cư xử
behind **1** *prep* (*in position*) sau; (*in progress*) kém; (*in order*) ở sau; ***be ~ ...*** (*responsible for*) nấp đằng sau ...; (*support*) ủng hộ **2** *adv* (*at the back*) đằng sau; ***be ~ with sth*** chậm trễ trong việc gì
Beijing Bắc Kinh
being (*existence*) sự tồn tại; (*creature*) sinh vật
belated muộn mằn
belch **1** *n* tiếng ợ **2** *v/i* ợ
Belgian **1** *adj* Bỉ **2** *n* người Bỉ
Belgium nước Bỉ
belief niềm tin; (*religious*) tín ngưỡng
believe tin
♦**believe in** tin vào; *ghosts* tin có
believer REL tín đồ; *fig* người tin tưởng
bell chuông
bellhop nhân viên khuân vác hành lý
belligerent *adj* hiếu chiến; (*engaged in war*) tham chiến
bellow **1** *n* (*of person*) tiếng thét; (*of bull*) tiếng rống **2** *v/i* (*of person*) thét lên; (*of bull*) rống lên
belly bụng
bellyache *v/i* F cằn nhằn
belong: ***where does this ~?*** cái này để ở đâu?; ***I don't ~ here*** tôi không thích hợp với nơi đây
♦**belong to** thuộc về, của; *club, organization* là thành viên; ***that CD belongs to me*** đĩa CD này là của tôi
belongings của cải
beloved *adj* yêu quý
below **1** *prep* dưới **2** *adv* ở dưới; (*in text*) ở bên dưới; ***see*** ~ xem bên dưới; ***10 degrees*** ~ âm 10 độ
belt thắt lưng; ***tighten one's*** ~ *fig* thắt lưng buộc bụng
bench (*seat*) ghế dài; (*work~*) bàn thợ
benchmark dấu làm chuẩn
bend **1** *n* chỗ rẽ **2** *v/t* gập **3** *v/i* (*of road*) quặt; (*of river*) uốn lượn; (*of pipe*) uốn cong; (*of person*) cúi
♦**bend down** cúi xuống
bender F: ***go on a*** ~ đi nhậu say sưa
beneath **1** *prep* ở dưới; (*in status, value*) không xứng đáng **2** *adv* ở

dưới
benefactor người hảo tâm
beneficial có lợi
benefit **1** *n* lợi ích **2** *v/t* làm lợi **3** *v/i* được lợi
benevolent nhân đức
benign nhân từ; MED lành
bequeath di tặng; *fig* để lại
bereaved **1** *adj* bị mất người thân **2** *n*: ***the ~*** người bị mất thân nhân
berry quả mọng
berserk: ***go ~*** trở nên điên khùng
berth (*for sleeping*) giường ngủ; (*for ship*) chỗ thả neo; ***give s.o. a wide ~*** giữ khoảng cách với ai
beside bên cạnh; ***be ~ oneself with rage/grief*** cơn giận xung thiên/sầu khổ; ***that's ~ the point*** không có gì liên quan tới
besides **1** *adv* hơn nữa, vả lại **2** *prep* (*apart from*) ngoài ... ra
best **1** *adj* tốt nhất; (*Vietnamese often prefers a more specific word than 'best', so for example the 'best price' may translate as the 'highest/lowest price'*): *food, meal* ngon nhất; (*in quality*) *hotel, restaurant, train service, model* khá nhất; (*most skilled, most able*) *craftsman, student, doctor* giỏi nhất; *speaker* hay nhất; (*~ made*) *movie, book* hay nhất; (*strongest*) *runner, boxer* khỏe nhất; (*most valid*) *reason* chính đáng nhất; (*most enjoyable*) *party, vacation* vui nhất; (*most suitable*) *color* hợp nhất **2** *adv* tốt nhất; *like* nhiều nhất; *dressed* đẹp nhất; ***it would be ~ if ...*** tốt nhất nếu ...; ***I like her ~*** tôi thích cô ấy nhất **3** *n*: ***do one's ~*** làm hết sức mình; ***make the ~ of*** cố gắng cứu vãn; ***all the ~!*** chúc mọi sự tốt lành!
best before date hạn sử dụng; **best man** (*at wedding*) phù rể; **best-seller** sách bán chạy nhất
bet **1** *n* sự đánh cuộc; (*money wagered*) tiền đánh cuộc **2** *v/t & v/i* đánh cuộc; ***I ~ that ...*** (*reckon*) tôi chắc chắn rằng ...; ***you ~!*** chắc chắn!
betel trầu; ***chew ~*** ăn trầu
betray phản bội
betrayal sự phản bội
better tốt hơn; (*Vietnamese often prefers a more specific word than 'better', so for example a 'better price' may translate as a 'higher/lower price'*): *food, meal* ngon hơn; (*in quality*) *hotel, restaurant, train service, model* khá hơn; (*more skilled, able*) *craftsman, student, doctor* giỏi hơn; *speaker* hay hơn; (*~ made*) *movie, book* hay hơn; (*stronger*) *runner, boxer* khỏe hơn; (*more valid*) *reason* chính đáng hơn; (*more enjoyable*) *party, vacation* vui hơn; (*more suitable*) *color* hợp hơn; ***get ~*** (*improve*) trở nên tốt hơn; (*in health*) đã đỡ hơn; ***he's ~*** (*in health*) anh ấy đã đỡ hơn; ***you look ~ today*** anh/chị trông khá hơn hôm nay; ***that's ~, now you're getting it!*** thế thì đỡ hơn, anh/chị đã nắm được rồi đấy! **2** *adv* tốt hơn; *sing, dance* hay hơn; *like* hơn; ***you'd ~ ask permission*** anh/chị nên xin phép thì hay hơn; ***I'd really ~ not*** tôi thật sự không nên thì hơn; ***all the ~ for us*** càng tốt hơn cho chúng tôi
better-off *adj* khá khiển hơn
between giữa; (*in time*) trong khoảng; ***I'll meet you ~ 5 and 5.30*** tôi sẽ gặp anh/chị trong khoảng thời gian từ 5 đến 5 giờ

30; ~ ***you and me*** giữa anh/chị và tôi
beverage *fml* đồ uống
beware: ~ ***of*** coi chừng
bewilder làm bối rối
beyond **1** *prep* (*in space*) ở bên kia; (*outside the range of*) vượt quá; ***it's ~ me*** (*don't understand*) ngoài tầm hiểu biết của tôi; (*can't do it*) ngoài khả năng tôi **2** *adv* xa hơn nữa
Bhutan nước Bu-tăng
Bhutanese **1** *adj* Bu-tăng **2** *n* người Bu-tăng
bias *n* (*against*) sự thành kiến; (*in favor of*) sự thiên về
bias(s)ed thiên vị
bib (*for baby*) yếm dãi
Bible kinh thánh
bibliography thư mục
biceps bắp tay
bicker cãi cọ
bicycle *n* xe đạp
bid **1** *n* (*at auction*) sự đặt giá; (*attempt*) sự nỗ lực **2** *v/i* (*at auction*) đấu giá
biennial *adj* hai năm một lần
big **1** *adj* lớn; (*long*: *word*) dài; (*important*) quan trọng; ***my ~ brother/sister*** anh/chị tôi; ~ ***name*** vang danh **2** *adv*: ***talk*** ~ nói huênh hoang
bigamist (*man*) người hai chồng; (*woman*) người hai vợ
big-headed kiêu ngạo
bike **1** *n* xe đạp; (*motor~*) xe máy **2** *v/i* đi xe đạp; (*by motor~*) đi xe máy
bikini bộ áo tắm hai mảnh, bikini
bilingual song ngữ
bill **1** *n* (*invoice*) hóa đơn; (*money*) tờ giấy bạc; POL bản dự thảo luật; (*poster*) áp phích **2** *v/t* (*invoice*) gửi hóa đơn
billboard bảng dán quảng cáo
billfold ví tiền
billiards trò chơi bi-a
billion tỷ
billionth *adj* thứ một tỷ
bill of exchange giấy báo trả tiền
bill of sale hóa đơn
bin (*for storage*) thùng chứa to
binary nhị phân
bind *v/t* (*connect*) gắn bó; (*tie*) trói buộc; (LAW: *oblige*) bắt buộc
binder (*for papers*) bìa
binding **1** *adj agreement*, *promise* ràng buộc **2** *n* (*of book*) bìa sách
binoculars ống nhòm
biodegradable có thể thối rữa được
biography tiểu sử
biological sinh học; ~ ***parents*** cha mẹ đẻ; ~ ***detergent*** chất tẩy sinh học
biology sinh vật học
biotechnology kỹ thuật sinh học
bird chim
bird of prey chim săn mồi
bird sanctuary khu bảo tồn chim
birth (*of child*) sự sinh đẻ; (*labor*) sự đẻ; *fig* (*of country etc*) sự ra đời; ***give ~ to*** *child* sinh ra; ***date of ~*** ngày sinh
birth certificate giấy khai sinh; **birth control** sự hạn chế sinh đẻ; **birthday** sinh nhật; ***happy ~!*** chúc mừng sinh nhật!; **birthplace** nơi sinh; **birthrate** tỷ lệ sinh đẻ
biscuit (*cracker*) bánh quy giòn
bisexual **1** *adj* lưỡng tính **2** *n* kẻ lưỡng tính
bishop giám mục
bit *n* (*piece: of wood, string etc*) mẩu; (*part of a whole*) phần; COMPUT đơn vị thông tin; ***a*** ~ (*a little*) một ít; (*a little while*) một chút; (*rather*) hơi; ***a ~ faster*** nhanh hơn tí; ***a ~ of bread*** một ít

bánh mì; ***a ~ of news*** một mẩu tin; ***~ by ~*** dần dần; ***I'll be there in a ~*** tôi sẽ sớm có mặt ở đó

bitch **1** *n* (*dog*) chó cái; F (*woman*) con mụ **2** *v/i* F (*complain*) phàn nàn

bitchy F *person*, *remark* độc ác

bite **1** *n* vết cắn; (*of food*) miếng; ***get a ~*** (*of angler*) cắn câu; ***let's have a ~ to eat*** hãy ăn chút gì đã **2** *v/t* cắn; (*of mosquito, flea*) đốt **3** *v/i* cắn; (*of mosquito, flea*) đốt; (*of fish*) cắn câu

bitter *taste* đắng; *person, comment, tone* chua cay; *failure* cay đắng; *wind* lạnh buốt; *argument* gay gắt

bitterly *cold* buốt; *smile* chua chát; *weep* thảm thiết

black **1** *adj* đen; *person* da đen; *fig* (*gloomy*) đen tối **2** *n* (*color*) màu đen; (*person*) người da đen; ***in the ~*** FIN có tiền ở tài khoản ngân hàng

♦**black out** *v/i* (*lose consciousness*) ngất đi

blackberry quả mâm xôi; **blackbird** chim hét; **blackboard** bảng đen; **black box** hộp đen; **black economy** kinh doanh chui

blacken *person's name* bôi nhọ

black eye mắt thâm tím; **black ice** lớp băng mỏng; **blacklist** **1** *n* sổ đen **2** *v/t* ghi tên vào sổ đen; **blackmail** **1** *n* (*demanding money*) sự tống tiền; (*using threats*) sự hăm dọa; ***emotional ~*** sự hăm dọa bằng tình cảm **2** *v/t*: ***they are ~ing him*** họ đang hăm dọa anh ấy; ***~ s.o. into doing sth*** hăm dọa ai để buộc họ làm gì; **blackmailer** (*who demands money*) kẻ tống tiền; (*who threatens*) kẻ hăm dọa; **black market** chợ đen

blackness độ đen

blackout ELEC sự mất điện; MED sự choáng ngất

blacksmith thợ rèn

bladder bàng quang

blade (*of knife, sword*) lưỡi; (*of helicopter*) cánh quạt; (*of grass*) ngọn

blame **1** *n* sự khiển trách; (*responsibility*) sự chịu trách nhiệm **2** *v/t* chê trách; ***~ X for Y*** quy lỗi cho X về Y

bland *smile, food* nhạt; *answer* vô vị

blank **1** *adj* (*not written on*) để trắng; *tape* trắng; *look* đờ đẫn **2** *n* (*empty space*) chỗ trống; ***my mind's a ~*** đầu óc tôi trống rỗng

blank check chi phiếu không gạch

blanket *n* chăn (*N*), mền (*S*); ***a ~ of ...*** *fig* một lớp ...

blare *v/i* kêu ầm ĩ

♦**blare out** **1** *v/i* kêu ầm ĩ **2** *v/t* phát to

blaspheme *v/i* báng bổ

blast **1** *n* (*explosion*) vụ nổ; (*gust*) luồng gió mạnh **2** *v/t* phá nổ; ***~!*** F tức thật!

♦**blast off** (*of rocket*) được phóng lên

blast furnace lò cao

blast-off sự phóng

blatant trắng trợn

blaze **1** *n* (*fire*) vụ hỏa hoạn; ***a ~ of color*** sự rực rỡ về màu sắc **2** *v/i* (*of fire*) cháy sáng rực

♦**blaze away** (*with gun*) nhả đạn liên tục

bleach **1** *n* thuốc tẩy trắng **2** *v/t* *hair* làm nhạt màu

bleak *countryside* trống trải; *weather* ảm đạm; *future* u ám

bleary-eyed mắt lờ đờ

bleat *v/i* (*of sheep*) kêu be be

bleed **1** *v/i* chảy máu **2** *v/t* *fig* chảy máu

bleeding *n* sự chảy máu
bleep **1** *n* tiếng kêu bíp bíp **2** *v/i* kêu bíp bíp
bleeper thiết bị phát ra tiếng bíp bíp
blemish **1** *n* vết nhơ **2** *v/t reputation* làm ô uế
blend **1** *n* sự pha trộn **2** *v/t* pha trộn
♦**blend in** **1** *v/i* ăn nhập **2** *v/t* (*in cooking*) nhào trộn
blender (*machine*) máy nghiền nát lỏng thực phẩm
bless ban phúc; (***God***) ***~ you!*** Chúa ban phước cho anh/chị!; ***~ you*** (*to children*) cơm cá, (*nothing said to adults*); ***be ~ed with ...*** được may mắn có ...
blessing REL phúc lành; *fig* (*approval*) sự chấp thuận
blind **1** *adj* mù; *corner* cụt; ***~ to*** không hay biết **2** *n*: ***the ~*** người mù **3** *v/t* làm mù; (*dazzle*) làm lóa mắt; *fig* (*of love etc*) làm mù quáng
blind alley ngõ cụt (*N*); **blind date** *cuộc gặp gỡ được xắp xếp cho những người chưa quen biết nhau*; **blindfold** **1** *n* sự bịt mắt **2** *v/t* bịt mắt **3** *adv*: ***I could do it ~*** cái đó thì bịt mắt tôi cũng làm được
blinding *light* mạnh; *headache* nặng
blind spot (*in road*) điểm mù; *fig* (*in abilities etc*) môn học yếu kém
blink *v/i* (*of light, person*) chớp mắt; ***~ back one's tears*** cầm nước mắt
blip (*on radar screen*) điểm sáng trên màn hình ra đa; *fig* sự thay đổi nhất thời
bliss niềm sung sướng
blister **1** *n* nốt giộp **2** *v/i* bị giộp
blizzard trận bão tuyết dữ dội
bloated sưng phù
blob (*of liquid*) giọt
bloc POL khối
block **1** *n* (*of ice, stone etc*) tảng; (*in town*) khu nhà lớn; (*of shares*) lô; (*blockage*) sự tắc nghẽn **2** *v/t road, traffic, drain* làm tắc; *view* làm cản
♦**block in** (*with vehicle*) làm tắc nghẽn
♦**block out** *light* làm cản
♦**block up** *v/t sink etc* làm tắc
blockade **1** *n* sự phong tỏa **2** *v/t* phong tỏa
blockage sự tắc nghẽn
blockbuster (*movie*) một bộ phim nổi tiếng; (*book*) một tác phẩm nổi tiếng
block letters chữ hoa
blond *adj* vàng
blonde *n* (*woman*) phụ nữ tóc vàng
blood máu; ***in cold ~*** một cách tàn nhẫn
blood bank ngân hàng máu; **blood donor** người cho máu; **blood group** nhóm máu
bloodless *coup, revolution* không có đổ máu
blood poisoning nhiễm trùng máu; **blood pressure** huyết áp; **blood relation**, **blood relative** quan hệ máu mủ, họ hàng ruột thịt; **blood sample** mẫu máu; **bloodshed** sự đổ máu; **bloodshot** đỏ ngầu; **bloodstain** bị vấy máu; **bloodstream** luồng máu; **blood test** xét nghiệm máu; **blood transfusion** sự truyền máu; **blood vessel** mạch máu
bloody *hands, battle etc* đẫm máu
bloody mary vốt ca pha với nước cà chua
bloom **1** *n* bông hoa; ***in full ~*** đang nở rộ **2** *v/i* nở hoa; *fig* hưng thịnh
blossom **1** *n* chùm hoa **2** *v/i* trổ hoa; *fig* trở nên hoạt bát
blot **1** *n* vết; ***a ~ on the landscape*** cái làm mất vẻ đẹp chung **2** *v/t* (*dry*) thấm khô

♦**blot out** *memory* xóa đi; *sun* che mờ
blotch vệt
blotchy có vệt
blouse áo choàng
blow[1] *n* đòn; ***this dealt our plans a ~*** kế hoạch chúng ta bị giáng một đòn
blow[2] **1** *v/t* (*of wind*) thổi cuốn đi; *whistle* thổi; F (*spend*) phung phí; F *opportunity* bỏ lỡ; ~ ***one's nose*** hỉ mũi; ~ ***smoke*** nhả khói **2** *v/i* (*of wind, whistle, person etc*) thổi; (*of fuse, tire*) nổ
♦**blow off 1** *v/t* thổi bay **2** *v/i* bị thổi bay
♦**blow out 1** *v/t candle* thổi tắt **2** *v/i* (*of candle*) tắt
♦**blow over 1** *v/t* làm đổ **2** *v/i* (*topple*) đổ; (*of storm*) qua đi; (*of argument*) được quên đi
♦**blow up 1** *v/t* (*with explosives*) làm nổ; *balloon* thổi căng; *photograph* phóng to **2** *v/i* nổ tung; F (*become angry*) nổi nóng
blow-dry *v/t* sấy tóc; **blow-out** (*of tire*) nổ lốp xe; F (*big meal*) bữa chén no say; **blow-up** (*of photo*) sự phóng to
blue 1 *adj* xanh da trời; *movie* khiêu dâm **2** *n* màu xanh
blue chip cổ phần của các công ty lớn; **blue-collar worker** công nhân; **blueprint** bản thiết kế; *fig* (*plan*) kế hoạch
blues MUS nhạc blu; ***have the ~*** cảm thấy buồn chán
blues singer ca sĩ hát điệu blu
bluff 1 *n* (*deception*) trò bịp **2** *v/i* bịp
blunder 1 *n* lỗi ngớ ngẩn **2** *v/i* phạm sai lầm ngớ ngẩn
blunt *adj pencil, knife* cùn; *person* thẳng thừng
bluntly *speak* một cách thẳng thừng
blur 1 *n* lờ mờ **2** *v/t* làm mờ
blurb (*on book*) lời giới thiệu
♦**blurt out** thốt ra
blush 1 *n* nét ửng đỏ **2** *v/i* đỏ mặt
blusher (*cosmetic*) phấn hồng
BO (= ***body odor***) mùi mồ hôi người
board 1 *n* (*of wood etc*) tấm ván; (*for game*) bàn cờ; (*for notices*) bảng; ~ (***of directors***) ban giám đốc; ***on ~*** (*plane*) trên máy bay; (*ship*) trên tàu thủy; (*train*) trên tàu hỏa; ***take on ~*** *comments etc* ghi nhận; (*fully realize truth of*) nhận thức được; ***across the ~*** toàn bộ **2** *v/t airplane etc* lên
♦**board up** bịt kín bằng ván
♦**board with** ở trọ tại
board and lodging ăn và ở trọ
boarder khách trọ; EDU học sinh nội trú
board game môn cờ
boarding card (*for plane*) thẻ lên máy bay; (*for ship*) thẻ lên tàu; **boarding house** nhà trọ; **boarding pass** (*for ship*) thẻ lên tàu; (*for plane*) thẻ lên máy bay; **boarding school** trường nội trú
board meeting cuộc họp ban giám đốc; **board room** phòng họp ban giám đốc; **boardwalk** *lối đi dạo lát bằng ván*
boast 1 *n* lời khoe khoang **2** *v/i* khoe khoang
boat tàu thủy; (*small, for leisure*) thuyền; ***go by ~*** đi bằng tàu thủy
boat people thuyền nhân
boat race cuộc đua thuyền
bob[1] (*haircut*) kiểu tóc cắt bồng
bob[2] *v/i* (*of boat etc*) nhấp nhô
♦**bob up** xuất hiện đột ngột
bobsled, bobsleigh xe trượt băng
bodice phần thân trên
bodily 1 *adj* của cơ thể **2** *adv eject*

bằng vũ lực

body cơ thể; (*dead*) xác chết; **~ *of water*** khối nước; **~ (*suit*)** (*undergarment*) bộ quần áo lót

bodyguard vệ sĩ; **body language** ngôn ngữ cử chỉ; **body odor** mùi mồ hôi người; **body shop** MOT xưởng sửa chữa thân xe; **bodywork** MOT thân xe

boggle: ***it ~s the mind!*** khó mà tưởng tượng nổi!

bogus *doctor etc* dởm; *argument etc* giả

boil[1] *n* nhọt

boil[2] **1** *v/t liquid* đun sôi; *egg, vegetables* luộc **2** *v/i* đun sôi

♦**boil down to** tóm lại ... là; ***it boils down to a question of money*** chung quy vẫn là vấn đề tiền bạc

♦**boil over** (*of milk etc*) sôi trào

boiled rice cơm

boiler nồi hơi

boisterous náo nhiệt

bold 1 *adj* táo bạo **2** *n* (*print*) sự in đậm; ***in ~*** in đậm

bolster *v/t confidence* củng cố

bolt 1 *n* (*on door*) cái then; (*of lightning*) ánh chớp; ***like a ~ from the blue*** như sét đánh ngang tai **2** *adv*: **~ *upright*** thẳng đứng **3** *v/t* (*fix with bolts*) bắt bu lông; *door* cài then **4** *v/i* (*run off*) chạy lồng lên; (*of prisoner*) ù té chạy

bomb 1 *n* bom **2** *v/t* MIL ném bom; (*of terrorists*) đánh bom

bombard: **~ *with questions*** hỏi dồn dập

bomb attack sự tấn công bằng bom

bomber (*airplane*) máy bay oanh tạc; (*terrorist*) kẻ đặt bom

bomber jacket áo vét phi công

bomb scare cơn hoảng sợ bị bom

bond 1 *n* (*tie*) sợi dây ràng buộc; FIN công trái **2** *v/i* (*of glue*) gắn chặt

bone 1 *n* xương **2** *v/t meat, fish* lọc xương

bonfire đống lửa ngoài trời

bonsai cây bon sai

bonus (*money*) tiền thưởng; (*something extra*) món quà thưởng

boo 1 *n* tiếng la ó **2** *v/t actor, speaker* la ó phản đối **3** *v/i* la ó

book 1 *n* sách; **~ *of matches*** diêm giấy **2** *v/t* (*reserve*) đặt chỗ trước; (*rent*) thuê; (*of policeman*) ghi tên phạt **3** *v/i* (*reserve*) đặt chỗ trước

bookcase tủ sách

booked up *hotel, restaurant, flight* đặt hết chỗ; ***I'm ~ all next week*** tôi bận hết cả tuần sau

bookie F người đánh cá ngựa thuê

booking (*reservation*) sự đặt chỗ

booking clerk nhân viên bán vé

bookkeeper kế toán viên

bookkeeping kế toán

booklet cuốn sách mỏng

bookmaker người đánh cá ngựa thuê

books (*accounts*) tài khoản; ***do the ~*** làm sổ sách

bookseller người bán sách; **bookstall** quầy sách; **bookstore** cửa hàng sách

boom[1] **1** *n* sự bùng nổ; ***the post-war baby ~*** sự bùng nổ sinh đẻ sau chiến tranh **2** *v/i* (*of business*) phát đạt

boom[2] *n* (*noise*) tiếng nổ đùng đùng; (*in trade etc*) sự tăng vọt

boonies F: ***out in the ~*** nơi xa xôi hẻo lánh

boost 1 *n* (*to sales, confidence*) sự tăng cường; (*encouragement*) khích lệ; (*to economy*) sự hỗ trợ **2** *v/t production, sales, prices* làm tăng; *confidence, morale* khích lệ

boot *n* giày ống
♦**boot out** F tống cổ ra khỏi
♦**boot up** *v/t & v/i* COMPUT khởi động
booth (*at market, fair, in restaurant*) quầy
booze *n* F rượu
booze-up F bữa uống say sưa
border 1 *n* (*between countries*) biên giới; (*edge*) đường viền **2** *v/t country, river* tiếp giáp
♦**border on** *country* tiếp giáp với; (*be almost*) gần như là
borderline: ***a ~ case*** một trường hợp cần sự đắn đo
bore[1] *v/t hole* khoan
bore[2] **1** *n* (*person*) người nói chuyện dài dòng và nhạt nhẽo **2** *v/t* làm buồn, làm chán
bored buồn, chán; ***be ~*** buồn, chán
boredom tình trạng buồn, chán
boring buồn tẻ
born: ***be ~*** sinh; ***be ~ blind/deaf*** mù/điếc bẩm sinh; ***where were you ~?*** anh/chị sinh ở đâu?; ***be a ~ teacher*** là một thầy giáo bẩm sinh
borrow *money, food* vay; *object, word, person* mượn
bosom (*of woman*) bộ ngực
boss (*male*) ông chủ; (*female*) bà chủ
♦**boss around** sai phái
bossy hống hách
botanical thực vật học; ***~ garden*** vườn bách thảo
botany thực vật học
botch *v/t* làm hỏng
both 1 *adj & pron* cả hai; ***I know ~ (of the) brothers*** tôi biết cả hai anh em; ***~ (of the) brothers were there*** cả hai anh em đều ở đó; ***~ of them*** cả hai **2** *adv*: ***~ ... and ...*** cả ... lẫn; vừa ... vừa; ***is it business or pleasure? – ~*** công tác hay đi chơi? – cả hai
bother 1 *n* sự phiền phức; ***it's no ~*** không có gì **2** *v/t* (*disturb*) làm phiền; *person working* quấy rầy; (*worry*) lo lắng **3** *v/i* mất thời gian; ***don't ~!*** (*you needn't do it*) đừng bận tâm; ***you needn't have ~ed*** lẽ ra anh/chị không cần bận tâm
bottle 1 *n* chai; (*for baby*) bình sữa **2** *v/t* đóng chai
♦**bottle up** *feelings* nén
bottle bank thùng đựng vỏ chai
bottled water nước đóng chai
bottleneck *n* (*in road*) chỗ hay bị tắc nghẽn; (*in production*) tình trạng trì trệ
bottle-opener cái mở nắp chai
bottom 1 *adj* vị trí cuối cùng, thấp nhất **2** *n* (*on the inside*) đáy; (*of hill*) chân; (*of pile*) dưới cùng; (*underside*) mặt dưới; (*of street, garden, page etc*) cuối; (*buttocks*) mông đít; ***at the ~ of the screen*** ở dưới màn ảnh
♦**bottom out** mức thấp nhất
bottom line *fig* (*financial outcome*) kết quả cuối cùng; (*the real issue*) điều cốt yếu
boulder tảng đá mòn
bounce 1 *v/t ball* đập **2** *v/i* (*of ball*) nảy lên, nảy; (*on sofa etc*) nhảy nhót; (*of rain etc*) đập; (*of check*) bị trả lại
bouncer người giữ trật tự
bound[1]: ***be ~ to do sth*** (*sure to*) chắc chắn làm gì; (*obliged to*) buộc phải làm gì
bound[2]: ***be ~ for*** (*of ship*) đi về hướng
bound[3] **1** *n* (*jump*) sự nhảy lên **2** *v/i* chạy nhảy
boundary ranh giới
boundless *sea, space* bao la;

ơ ur	**y** (tin)	**ây** uh-i	**iê** i-uh	**oa** wa	**ôi** oy	**uy** wee	**ong** aong
u (soon)	**au** a-oo	**eo** eh-ao	**iêu** i-yoh	**oai** wai	**ơi** ur-i	**ênh** uhng	**uyên** oo-in
ư (dew)	**âu** oh	**êu** ay-oo	**iu** ew	**oe** weh	**uê** way	**oc** aok	**uyêt** oo-yit

kindness, *enthusiasm* vô hạn
bouquet (*flowers*) bó hoa; (*of wine*) hương vị
bourbon rượu uýt ki ngô
bout MED trận; (*in boxing*) trận đấu; ***a ~ of flu*** một trận cúm
boutique tiệm bán quần áo thời trang
bow[1] **1** *n* (*as greeting*) cái cúi chào **2** *v/i* cúi chào **3** *v/t head* cúi
bow[2] (*knot*) nơ bướm; MUS vĩ
bow[3] (*of ship*) mũi tàu
bowels lòng
bowl[1] (*container*) chậu; (*for rice, soup*) chén (*S*), bát (*N*)
bowl[2] *n* (*in tenpins*) quả bóng ki; (*in lawn bowls*) quả bóng gỗ
♦**bowl over** *fig* làm sửng sốt
bowling alley bãi chơi ki
bow tie cà vạt nơ bướm
box[1] *n* (*small, cardboard*) hộp; (*large, crate*) thùng; (*on form*) ô
box[2] *v/i* đánh bốc
boxer võ sĩ quyền Anh
boxing môn quyền Anh
boxing match trận đấu quyền Anh
box office chỗ bán vé
boy cậu bé; (*older, young man*) chàng trai; (*son*) con trai
boycott **1** *n* sự tẩy chay **2** *v/t* tẩy chay
boyfriend bạn trai; (*lover*) người yêu
boyish như trẻ con
boyscout hướng đạo sinh
bra nịt vú, xu chiêng
brace (*on teeth*) nẹp răng
bracelet vòng tay
bracket (*for shelf*) giá đỡ; (*in text*) dấu ngoặc
brag *v/i* khoác lác
braid *n* (*in hair*) bím tóc; (*trimming*) dải viền
braille chữ nổi, hệ thống chữ Bray
brain não, óc
brainless F ngu si
brains (*intelligence*) sự thông minh; (*person*) người đầu não
brainstorm → ***brainwave***; **brainstorming** gom góp ý kiến; **brain surgeon** bác sĩ phẫu thuật não; **brainwash** tẩy não; **brainwashing** sự tẩy não; **brainwave** (*brilliant idea*) ý kiến bất chợt
brainy F thông minh
brake **1** *n* cái phanh (*N*), cái thắng (*S*); *fig* sự hạn chế **2** *v/i* đạp phanh
brake light đèn đạp phanh
brake pedal bàn đạp phanh
branch *n* (*of tree*) cành cây; (*of bank, company*) chi nhánh
♦**branch off** (*of road*) rẽ ngoặt
♦**branch out** (*diversify*) mở rộng hoạt động
brand **1** *n* (*of product*) nhãn hiệu **2** *v/t*: ***be ~ed a liar*** bị quy là kẻ nói dối
brand image nhãn uy tín sản phẩm
brandish vung
brand leader nhãn hiệu dẫn đầu; **brand loyalty** sự trung thành với nhãn hiệu; **brand name** tên nhãn hiệu; **brand-new** mới toanh
brandy rượu cô nhắc
brass (*alloy*) đồng thau
brass band đội kèn đồng
brassière nịt vú, xu chiêng
brat *pej* ôn con
bravado làm ra vẻ can đảm
brave *adj* can đảm
bravery sự can đảm
brawl **1** *n* vụ đánh lộn **2** *v/i* đánh lộn
brawny (*strong*) khỏe mạnh
Brazil nước Brazin
Brazilian **1** *adj* Brazin **2** *n* người Brazin

breach (*violation*) sự vi phạm; (*in party*) sự rạn nứt
breach of contract LAW sự vi phạm hợp đồng
bread *n* bánh mì
breadcrumbs (*for cooking*) ruột bánh mì; (*for bird*) mẩu bánh mì
breadth (*of road etc*) bề rộng; (*of knowledge etc*) phạm vi rộng lớn
breadwinner trụ cột gia đình
break 1 *n* (*in bone etc*) sự gãy; (*rest*) nghỉ ngơi; (*in relationship*) sự chấm dứt quan hệ; ***give s.o. a ~*** (*opportunity*) cho ai cơ hội; ***take a ~*** tạm nghỉ; ***without a ~*** *work, travel* không ngừng **2** *v/t machine* làm hư; *toy, glass, egg etc* làm vỡ; *stick, arm, leg* làm gãy; *rules, law* vi phạm; *news* báo; *record* phá; ***~ a promise*** không giữ lời hứa **3** *v/i* (*of machine, device, toy*) bị hỏng; (*of china, glass, egg etc*) bị vỡ; (*of stick, leg etc*) bị gãy; (*of news*) báo; (*of storm*) nổi lên; (*of boy's voice*) vỡ
♦**break away** *v/i* (*escape*) trốn thoát; (*from family, tradition*) từ bỏ; (*from organization*) tách khỏi
♦**break down 1** *v/i* (*of vehicle, machine*) bị hỏng; (*of talks*) thất bại; (*in tears*) òa khóc; (*mentally*) suy nhược **2** *v/t door* phá đổ; *figures* phân chia
♦**break even** COM hòa vốn
♦**break in** (*interrupt*) ngắt; (*of burglar*) đột nhập
♦**break off 1** *v/t branch, chocolate etc* bẻ; *relationship* cắt đứt; ***they've broken it off*** họ đã chia tay nhau **2** *v/i* (*stop*) ngừng
♦**break out** (*start up*) bùng nổ; (*of disease*) phát; (*of prisoners*) vượt ngục; ***he broke out in a rash*** anh ấy bỗng phát ban
♦**break up 1** *v/t* (*into component parts*) tách; *fight* chấm dứt **2** *v/i* (*of ice*) tan; (*of couple*) chấm dứt quan hệ; (*of band, meeting*) giải tán
breakable dễ vỡ
breakage đồ vật bị vỡ
breakdown (*of vehicle, machine*) sự hỏng hóc; (*of talks*) sự thất bại; (*nervous ~*) sự suy nhược; (*of figures*) sự phân chia
break-even point thời điểm hòa vốn
breakfast *n* bữa ăn sáng; ***have ~*** ăn sáng
break-in sự đột nhập
breakthrough (*in plan, negotiations*) bước đột phá mới; (*in science, technology*) phát hiện mới
breakup (*of marriage, partnership*) sự chấm dứt
breast (*of woman*) ngực; (*boob*) vú
breastfeed *v/t* bú bằng sữa mẹ
breaststroke kiểu bơi ếch
breath hơi thở; ***be out of ~*** thở hổn hển; ***take a deep ~*** hít một hơi dài
Breathalyzer®, breath analyzer thiết bị đo nồng độ rượu
breathe 1 *v/i* thở **2** *v/t* thở ra
♦**breathe in 1** *v/i* thở vào **2** *v/t* hít
♦**breathe out** *v/i* thở ra
breathing sự thở
breathless hết hơi
breathlessness sự thở gấp
breathtaking *view* ngoạn mục; *beauty, good looks* tuyệt vời
breed 1 *n* giống **2** *v/t* gây giống; *fig* gây ra **3** *v/i* (*of animals*) sinh con
breeding (*of animals, plants*) sự sinh sản
breeding ground *fig* ổ
breeze cơn gió nhẹ
brew 1 *v/t beer* ủ; *tea* pha **2** *v/i* (*of storm*) kéo đến; (*of trouble*) âm ỉ
brewer người ủ bia

brewery nhà máy bia
bribe **1** *n* vật hối lộ **2** *v/t official etc* hối lộ; *child* mua chuộc
bribery sự ăn hối lộ
brick gạch
bricklayer thợ nề
bride cô dâu
bridegroom chú rể
bridesmaid phù dâu
bridge[1] **1** *n* cái cầu; (*of nose*) sống mũi; (*of ship*) đài chỉ huy **2** *v/t*: *~ **the gap*** giảm khoảng cách
bridge[2] (*card game*) bài brít
brief[1] *adj* ngắn, vắn tắt
brief[2] **1** *n* (*mission*) lời chỉ dẫn **2** *v/t*: ***~ X on Y*** thông báo tường tận cho X về Y
briefcase cái cặp
briefing lời chỉ dẫn tường tận
briefly (*for a short period of time*) một lúc; (*in a few words*) một cách ngắn gọn; (*to sum up*) tóm lại
briefs (*for women, men*) quần lót
bright *color, light* sáng; *smile* tươi; *future, prospect* sáng sủa; (*sunny*) sáng sủa; (*intelligent*) thông minh
brighten (*of face, person*) tươi tỉnh
♦**brighten up** **1** *v/t* (*make brighter*) làm rạng rỡ; (*make cheerful*) làm vui vẻ **2** *v/i* (*of weather*) đẹp dần
brightly *smile, shine* rạng rỡ; ***~ colored flags*** những lá cờ màu sắc rực rỡ
brightness (*of weather*) sự sáng sủa; (*of smile*) sự rạng rỡ; (*intelligence*) sự thông minh
brilliance (*of person*) sự tài giỏi; (*of color*) sự sáng chói
brilliant *sunshine etc* chói lọi; (*very good*) xuất sắc; (*very intelligent*) rất tài giỏi; *idea* rất hay
brim (*of container*) miệng; (*of hat*) vành
brimful đầy ắp
bring *object* mang; *person* đưa; (*create: peace, happiness, misery*) đem lại; ***~ it here, will you*** anh/chị hãy mang lại đây; ***can I ~ a friend?*** tôi mang người bạn theo có được không?
♦**bring about** dẫn tới
♦**bring around** (*from a faint*) làm tỉnh lại; (*persuade*) thuyết phục
♦**bring back** (*return*) trả lại; (*re-introduce*) phục hồi, đưa về lại; *memories* gợi lại
♦**bring down** *fence, tree* làm đổ; *government* lật đổ; *bird, airplane, price etc* hạ; *inflation* giảm
♦**bring in** *interest, income* đem lại; *legislation* đưa ra; *verdict* tuyên bố; (*involve*) cho tham gia vào
♦**bring out** *book* xuất bản; *video, CD etc* sản xuất
♦**bring to** (*from a faint*) làm tỉnh lại
♦**bring up** *child* nuôi; *subject* nêu ra; (*vomit*) nôn ra
brink (*edge*) bờ; ***be on the ~ of financial ruin*** bên bờ vực sâu của sự phá sản; ***be on the ~ of a discovery*** rất gần phát hiện cái gì
brisk *person* nhanh nhẹn; *walk* nhanh; *voice* ngắn gọn; *trade* đắt hàng
bristles (*on chin*) râu; (*of brush*) sợi cước
bristling: ***be ~ with*** đầy
Britain nước Anh
British **1** *adj* Anh **2** *n*: ***the ~*** người Anh
Briton người Anh
brittle *adj* giòn
broach *subject* đề cập
broad **1** *adj* rộng; (*general*) khái quát; ***in ~ daylight*** giữa ban ngày ban mặt **2** *n* F (*woman*) mụ đàn bà
broadcast **1** *n* RAD chương trình phát thanh; TV chương trình

---

ch (*final*) k	**gh** g	**nh** (*final*) ng	**r** z; (*S*) r	**x** s	**â** (but)	**i** (tin)
d z; (*S*) y	**gi** z; (*S*) y	**ph** f	**th** t	**a** (hat)	**e** (red)	**o** (saw)
đ d	**nh** (onion)	**qu** kw	**tr** ch	**ă** (hard)	**ê** ay	**ô** oh

truyền hình **2** *v/t* RAD phát thanh; TV truyền hình
broadcaster phát thanh viên
broadcasting RAD sự phát thanh; TV sự truyền hình
broaden **1** *v/i* được mở rộng **2** *v/t* mở rộng
broadjump môn nhảy xa
broadly: ~ ***speaking*** nói chung
broadmindedness tư tưởng rộng rãi
broccoli súp lơ xanh
brochure sách nhỏ
broil *v/t* nướng
broiler (*on stove*) sự nướng
broke F (*temporarily*) không có xu nào; (*long term*) khánh kiệt; ***go ~*** (*go bankrupt*) bị phá sản
broken *adj machine etc* bị hỏng; *glass, window* bị vỡ; *neck, arm* bị gãy; *home* bị tan vỡ; *marriage* bị thất bại; *English* ngắc ngứ
broken-hearted nát gan
broker người môi giới
bronchitis viêm phế quản
bronze *n* (*metal*) đồng thanh; ~ ***drum*** trống đồng
brooch trâm cài áo
brood *v/i* (*of person*) nghĩ ngợi
broom cái chổi
broth (*soup*) xúp; (*stock*) nước hầm
brothel nhà chứa
brother (*elder*) anh trai; (*younger*) em trai; ***they're ~s*** họ là anh em trai; ***~s and sisters*** anh em trai và chị em gái
brother-in-law (*older, on wife's side*) anh vợ; (*older, on husband's side*) anh chồng; (*older, on sister's side*) anh rể; (*younger, on sister's side*) em rể; (*younger, on wife's side*) em vợ; (*younger, on husband's side*) em chồng
brotherly như anh em
brow (*forehead*) trán; (*of hill*) đỉnh đồi
browbeat hăm dọa
brown **1** *n* màu nâu **2** *adj* nâu; (*tanned*) rám nắng **3** *v/t* (*in cooking*) phi vàng **4** *v/i* (*in cooking*) được rán vàng
brownbag: ***~ it*** F mang theo bữa trưa
Brownie nữ hướng đạo nhỏ tuổi
brownie (*cake*) bánh sô cô la hạnh nhân
Brownie points: ***earn ~*** giành được điểm tốt
brown-nose *v/t* F bợ đít
browse (*in store*) xem lướt; ***~ through a book*** đọc lướt một quyển sách
browser COMPUT chương trình duyệt
bruise **1** *n* vết thâm tím; (*on fruit*) vết thâm **2** *v/t* làm thâm tím; *fruit* làm thâm **3** *v/i* bị thâm tím; (*of fruit*) bị thâm
bruising *adj fig* đau lòng
brunch bữa ăn nửa buổi
brunette người đàn bà tóc nâu
brunt: ***bear the ~ of ...*** (*of disaster, fighting etc*) gánh chịu hậu quả xấu nhất của ...
brush **1** *n* bàn chải; (*conflict*) cuộc đụng độ **2** *v/t teeth* đánh (*N*), chải (*S*); *jacket, hair* chải; *floor* cọ; (*touch lightly*) chạm nhẹ; (*remove*) gạt, xua
♦**brush against** *thing* chạm phải; *person* va nhẹ
♦**brush aside** (*pay no attention to*) gạt qua một bên
♦**brush off** phủi; *criticism* phớt lờ
♦**brush up** ôn lại
brushoff F sự làm mất mặt; ***get the ~*** bị làm mất mặt
brusque cộc lốc

Brussels sprouts cải Bruxen
brutal hung ác, tàn nhẫn
brutality sự hung ác, sự tàn nhẫn
brutally một cách tàn bạo; ***be ~ frank*** thật thà một cách tàn nhẫn
brute kẻ cục súc
brute force sức mạnh vũ phu
bubble *n* (*in champagne etc*) bọt tăm; ***blow ~s*** thổi bong bóng
bubble gum kẹo cao su thổi bóng
buck[1] *n* F (*dollar*) đô
buck[2] *v/i* (*of horse*) nhảy chụm bốn vó
buck[3]: ***pass the ~*** đùn trách nhiệm
bucket *n* xô
buckle[1] **1** *n* khóa **2** *v/t belt* cài khóa
buckle[2] *v/i* (*of wood*) cong lại; (*of metal*) oằn lại
bud *n* BOT nụ
Buddha Đức Phật
Buddhism đạo Phật
Buddhist **1** *adj* Phật giáo **2** *n* tín đồ đạo Phật
Buddhist monk nhà sư
buddy F bạn thân; (*form of address*) bạn
budge **1** *v/t* đẩy; (*make reconsider*) làm thay đổi ý kiến **2** *v/i* nhúc nhích; (*change one's mind*) thay đổi ý kiến
budgerigar chim vẹt đuôi dài
budget **1** *n* ngân sách; (*of a family*) ngân quỹ; ***be on a ~*** ngân sách có hạn **2** *v/i* lập kế hoạch chi tiêu
♦**budget for** dành dụm tiền cho
buff[1] *adj color* màu da bò
buff[2]: ***a movie/jazz ~*** một người mê phim/nhạc jazz
buffalo con trâu; (*in Vietnamese zodiac*) Sửu
buffer RAIL vật đệm; COMPUT bộ đệm; *fig* vật đệm
buffet[1] *n* (*meal*) tiệc đứng
buffet[2] *v/t* (*of wind*) quất mạnh
bug **1** *n* (*insect*) con rệp; (*virus*) bệnh do virút gây ra; (*spying device*) máy nghe trộm; COMPUT lỗi **2** *v/t room*, *telephone* đặt máy nghe trộm; F (*annoy*) làm bực mình
buggy (*for baby*) xe đẩy trẻ con
build **1** *n* (*of person*) vóc dáng **2** *v/t* xây
♦**build up** **1** *v/t strength* làm mạnh lên; *relationship* xây dựng; *collection* thu thập **2** *v/i* (*of dirt, silt*) chồng chất; (*of excitement, pressure etc*) tăng lên
builder thợ xây cất
building tòa nhà; (*activity*) sự xây dựng
building site khu đang xây dựng
building trade nghề xây cất
build-up (*accumulation*) sự tăng lên; (*publicity*) quảng cáo
built-in gắn sẵn
built-up area khu đông nhà cửa
bulb BOT củ; (*light ~*) bóng đèn
bulge **1** *n* chỗ phình ra **2** *v/i* (*of pocket, wall*) phình ra; (*of eyes*) lồi ra
bulk phần lớn; ***in ~*** với số lượng lớn
bulky *parcel* cồng kềnh; *sweater* to nặng
bull (*animal*) con bò đực
bulldoze (*demolish*) san ủi; ***~ X into doing Y*** *fig* ép buộc X làm Y
bulldozer máy ủi
bullet viên đạn
bulletin bản tin
bulletin board (*on wall*) bảng tin thông báo; COMPUT mục thông báo
bullet-proof chống đạn
bull market FIN thị trường đầu cơ
bull's-eye tâm điểm; ***hit the ~*** bắn trúng tâm
bullshit *n* & *v/i* V nói láo

bully **1** *n* kẻ du côn; (*child*) kẻ hay bắt nạt **2** *v/t* bắt nạt

bum F **1** *n* (*tramp*) người lang thang; (*worthless person*) người vô dụng **2** *adj* (*useless*) vô giá trị **3** *v/t cigarette etc* xin

♦**bum around** F (*travel*) đi lang thang; (*be lazy*) không làm gì cả

bumblebee ong nghệ

bump **1** *n* (*swelling*) chỗ sưng; (*in road*) chỗ gồ ghề; ***get a ~ on the head*** bị cục u trên đầu **2** *v/t* va

♦**bump into** *table* đâm vào; (*meet*) chạm trán

♦**bump off** F (*murder*) giết

♦**bump up** F *prices* tăng

bumper *n* MOT cái parasốc

bumpy xóc

bun (*hairstyle*) búi tóc; (*for eating*) bánh mì ngọt

bunch (*of people*) nhóm; ***a ~ of flowers*** một bó hoa; ***a ~ of grapes*** một chùm nho; ***thanks a ~*** (*ironic*) thật cám ơn quá

bundle *n* (*of clothes*) chồng; (*of wood*) bó

♦**bundle up** **1** *v/t* bó lại **2** *v/i* (*dress warmly*) mặc ấm

bungle *v/t* làm hỏng

bunk giường ngủ

bunk beds đôi giường tầng

buoy *n* phao

buoyant *mood* vui vẻ; *economy* đang lên

burden **1** *n* vật nặng; *fig* gánh nặng **2** *v/t*: ***~ X with Y*** làm cho X nặng gánh với Y

bureau (*chest of drawers*) bàn làm việc; (*government department*) cục; (*office*) phòng

bureaucracy (*red tape*) sự quan liêu; (*system*) bộ máy quan liêu

bureaucrat người quan liêu

bureaucratic quan liêu

burger bánh mì kẹp thịt, bơ gơ

burglar kẻ trộm

burglar alarm thiết bị báo động khi có trộm

burglarize ăn trộm

burglary vụ trộm

burial lễ mai táng

burly lực lưỡng

Burma nước Miến Điện

Burmese **1** *adj* Miến Điện **2** *n* (*person*) người Miến Điện; (*language*) tiếng Miến Điện

burn **1** *n* vết bỏng **2** *v/t* đốt; *toast, meat* làm cháy; (*of sun*) cháy nắng; (*use*) đun **3** *v/i* cháy; (*get sunburnt*) bỏng nắng

♦**burn down** **1** *v/t* thiêu trụi **2** *v/i* cháy trụi

♦**burn out**: ***burn oneself out*** làm kiệt sức mình; ***a burned-out car*** một chiếc ô tô bị cháy trụi

burner (*on cooker*) thớt bếp

burp **1** *n* cái ợ **2** *v/i* ợ **3** *v/t baby* vỗ cho hết trớ

burst **1** *n* (*in water pipe*) chỗ vỡ; (*of gunfire*) loạt đạn; ***in a ~ of energy*** dốc sức **2** *adj tire* căng **3** *v/t balloon* làm nổ **4** *v/i* (*of balloon, tire*) nổ; ***~ into a room*** xộc vào phòng; ***~ out laughing*** phá lên cười

bury *person, animal* chôn; (*conceal*) chôn giấu; ***be buried under*** (*covered by*) bị chôn vùi; ***~ oneself in work*** vùi đầu vào công việc

bus **1** *n* xe buýt **2** *v/t* đi xe buýt

busboy anh hầu bàn phụ

bush (*plant*) bụi cây; (*land*) đất hoang

bushed F (*tired*) rất mệt

bushy *beard* rậm

business (*trade, company*) kinh doanh; (*work*) công việc; (*sector*) ngành nghề; (*affair, matter*) sự việc; (*as subject of study*) thương mại; **on ~** đi công tác; ***that's none of your ~!*** đấy không ăn nhằm gì đến anh/chị!

business card danh thiếp; **business class** hạng sang, hạng business; **business hours** giờ làm việc; **businesslike** (*efficient*) có hiệu quả; **business lunch** bàn công việc qua bữa ăn trưa; **businessman** thương gia; **business meeting** họp bàn công việc; **business school** trường thương nghiệp; **business studies** sự nghiên cứu về kinh doanh; **business suit** bộ lễ phục nam; **business trip** chuyến đi công tác; **businesswoman** nữ thương gia

bus station bến xe buý

bus stop trạm xe buýt

bust[1] *n* (*of woman*) ngực, vòng ngực

bust[2] F **1** *adj* (*broken*) bị vỡ tan; ***go ~*** bị phá sản **2** *v/t* làm vỡ tan

♦**bustle around** bận rộn

bust-up F chia tay nhau

busty có bộ ngực to

busy 1 *adj day, life, person* bận rộn; *street* náo nhiệt; *store, restaurant,* (*making money*) nhộn nhịp; (*full of people*) tấp nập; TELEC bận; ***be ~ doing sth*** đang bận làm gì **2** *v/t*: ***~ oneself with*** bận rộn với

busybody kẻ lắm chuyện

busy signal tín hiệu báo bận

but 1 *conj* ◊ mà; ***it's not me ~ my father you want*** người anh/chị cần gặp không phải là tôi mà là cha tôi; ***~ then*** (***again***) (*on the other hand*) hơn nữa ◊ (*expressing protest, surprise*) nhưng; ***~ you promised!*** nhưng anh/chị đã hứa!; ***~ that's not fair!*** nhưng như thế thì không công bằng! **2** *prep*: ***all ~ him*** tất cả trừ anh ấy; ***the last ~ one*** (*person*) người áp cuối; (*thing*) vật áp cuối; ***~ for you*** nếu không vì anh/chị; ***nothing ~ the best*** không gì ngoài cái tốt nhất

butcher người hàng thịt; (*murderer*) đồ tể

butt 1 *n* (*of cigarette*) đầu mẩu thuốc lá; (*of joke*) đích làm trò cười; F (*buttocks*) mông **2** *v/t* húc đầu; (*of goat, bull*) húc

♦**butt in** ngắt lời

butter 1 *n* bơ **2** *v/t* phết bơ

♦**butter up** F nịnh nọt

butterfly (*insect*) con bướm

buttocks mông

button 1 *n* khuy (*N*), nút (*S*); (*on machine*) nút bấm; (*badge*) huy hiệu **2** *v/t* cài khuy

♦**button up** cài khuy lại

buttonhole 1 *n* (*in suit*) khuyết áo **2** *v/t* níu lại

buxom nở nang

buy *v/t* mua; ***can I ~ you a drink?*** tôi có thể mua cho anh/chị cái gì uống chứ?; ***$50 doesn't ~ much*** 50$ không mua được gì nhiều lắm

♦**buy off** (*bribe*) đút lót

♦**buy out** COM mua lại

♦**buy up** mua hết

buyer người mua; (*for department store*) người mua hàng vào

buzz 1 *n* (*of insect*) tiếng vo ve; F (*thrill*) thích thú **2** *v/i* (*of insect*) kêu vo ve; (*with buzzer*) bấm chuông **3** *v/t* (*with buzzer*) bấm chuông gọi

♦**buzz off** F cút đi

buzzer chuông

by 1 *prep* ◊ (*showing agent, result*) bởi, do; ***he was hit ~ a car*** anh ấy đã bị ô tô đâm; ***it was translated ~ ...*** do ... dịch; ***a play ~ ...*** một vở kịch do ... viết; ***be shocked ~*** sửng sốt bởi ◊ (*next to*) bên cạnh; (*near*) bên; ***side ~ side*** bên cạnh nhau ◊ (*no later than*) trước; ***~ this time tomorrow*** ngày mai vào lúc này ◊ (*past*) ngang qua; ***we drove ~ the ...*** chúng tôi lái xe ngang qua ... ◊ (*mode of transport*) bằng; ***~ bus / train*** bằng xe buýt / tàu hỏa ◊ (*according to*) theo; ***~ my watch*** theo đồng hồ của tôi; ***~ the hour / ton*** theo giờ / tấn ◊: ***~ day / night*** vào ban ngày / đêm; ***~ oneself*** một mình ◊ (*measurement*): ***he won ~ a couple of minutes*** anh ấy đã thắng trước vài phút; ***2 ~ 4*** 2 nhân 4 **2** *adv*: ***~ and ~*** (*soon*) chẳng bao lâu

bye(-bye) chào, tạm biệt
bygone: ***let ~s be ~s*** đừng nhắc tới chuyện cũ
bypass **1** *n* (*road*) đường vòng; MED đường dẫn máu phụ trong phẫu thuật tim mạch **2** *v/t* né tránh
bypass surgery phẫu thuật tim mạch
by-product sản phẩm phụ
bystander người ngoài cuộc
byte bai
byword: ***be a ~ for*** điển hình cho

C

cab (*taxi*) tắc xi; (*of truck*) ca bin
cabaret trò mua vui
cabbage cải bắp
cab driver lái tắc xi
cabin buồng lái
cabin crew phi đội
cabinet (*drinks, medicine ~*) tủ; POL nội các
cable (*of electrical appliance, for securing*) dây cáp; ~ (***TV***) truyền hình cáp
cable car toa cáp
cable television → ***cable***
cab stand bến xe tắc xi
cactus cây xương rồng
cadaver tử thi
CAD-CAM thiết kế bằng vi tính, chế tạo bằng vi tính
caddie **1** *n* (*in golf*) người vác gậy cho người chơi gôn **2** *v/i*: ***~ for*** vác gậy gôn cho
cadet sĩ quan đào tạo
cadge: ***~ X from Y*** gạ gẫm xin X của Y
café quán giải khát, quán cà phê
cafeteria quán ăn tự phục vụ
caffeine caphêin
cage (*for bird*) lồng; (*for lion*) chuồng
cagey kín đáo
cahoots: ***be in ~ with*** cấu kết với
cake **1** *n* bánh ngọt; ***be a piece of ~*** *fig* dễ như chơi **2** *v/i* (*of blood*) khô cứng lại; ***his shoes were ~d with mud*** giày nó phủ đầy bùn đóng thành bánh
calcium canxi
calculate (*work out*) có ý định; (*in arithmetic*) tính
calculating *adj* tính toán

calculation sự tính toán
calculator máy tính
calendar lịch
calf[1] (*young cow*) con bê
calf[2] (*of leg*) bụng chân, bắp chân
caliber (*of gun*) cỡ; ***a man of his ~*** một người đàn ông có năng lực như anh ấy
call 1 *n* (*phone~*) việc gọi điện thoại; (*shout*) tiếng kêu; (*demand*) yêu cầu; ***there's a ~ for you*** có điện thoại cho anh/chị **2** *v/t* (*on phone*) gọi điện thoại; (*summon: manager, doctor*) mời đến; *the kids* gọi; *meeting, person for interview* triệu tập; (*describe as*) gọi; (*shout*) kêu gào; ***what have they ~ed the baby?*** họ đặt tên cho đứa bé là gì?; ***but we ~ him Tom*** nhưng chúng tôi gọi nó là Tom; ***~ s.o. names*** lăng mạ một ai đó **3** *v/i* (*on phone*) gọi điện thoại; (*shout*) kêu; (*visit*) đến thăm
♦**call at** (*stop at: of person, train*) dừng lại
♦**call back 1** *v/t* (*on phone*) gọi lại; (*summon*) mời đến **2** *v/i* (*on phone*) gọi lại; (*make another visit*) đến thăm lại
♦**call for** (*collect: person*) đến tìm; *sth* đến lấy; (*demand*) yêu cầu; (*require*) đòi hỏi; *celebration* cần phải
♦**call in 1** *v/t* (*summon*) mời đến **2** *v/i* (*phone*) gọi về
♦**call off** (*cancel*) đình lại
♦**call on** (*urge*) đòi; (*visit*) đi thăm
♦**call out** (*shout*) kêu gào; (*summon*) kêu gọi
♦**call up** *v/t* (*on phone*) gọi; COMPUT triệu dụng
caller (*on phone*) người gọi; (*visitor*) người đến thăm
call girl gái điếm, gái đĩ (*S*) (*hẹn gặp qua điện thoại*)
calligraphy thuật viết chữ
callous *person, attitude, act* nhẫn tâm
calm 1 *adj sea* lặng; *weather* lặng gió; *person* bình tĩnh **2** *n* (*of countryside*) sự yên tĩnh; (*of person*) sự bình tĩnh **3** *v/t*: → ***calm down***
♦**calm down 1** *v/t* trấn tĩnh **2** *v/i* (*of sea*) lại êm lặng; (*of weather*) lại lặng gió; (*of person*) trở nên bình tĩnh; (*of situation*) trở nên yên tĩnh
calorie calo
Cambodia nước Cămpuchia
Cambodian 1 *adj* (thuộc) Cămpuchia **2** *n* (*person*) người Cămpuchia
camcorder máy quay viđêô xách tay
camera máy ảnh; (*film, video, television ~*) máy quay phim
cameraman người quay phim
camouflage 1 *n* sự ngụy trang **2** *v/t* ngụy trang
camp 1 *n* trại **2** *v/i* cắm trại
campaign 1 *n* cuộc vận động **2** *v/i* vận động
campaigner người vận động
camper (*person*) người cắm trại; (*vehicle*) xe cắm trại
camp ground địa điểm cắm trại
camping sự cắm trại
campsite địa điểm cắm trại
campus khuôn viên đại học
can[1] ◊ (*ability*) có thể, được; ***~ you hear me?*** anh/chị có thể nghe tôi nói gì không?; ***~ you speak French?*** anh/chị nói được tiếng Pháp chứ?; ***~ he call me back?*** anh ấy có thể gọi điện thoại lại cho tôi không?; ***I'll do it as fast as I ~*** tôi sẽ cố gắng hết sức làm cho nhanh; ***~ I help you?*** tôi có

thể giúp anh/chị điều gì không?; **~ you help me?** anh/chị giúp tôi có được không? ◊ (*with negatives*) không thể; **I can't see** tôi không thể nhìn thấy; **that can't be right** điều đó không thể đúng được ◊ (*permission*) có thể; **~ I use your phone?** tôi dùng điện thoại của anh/chị có được không?; **~ I have a beer?** cho tôi xin một cốc bia; **could I have a beer?** xin cho tôi một cốc bia

can² **1** *n* (*for drinks*) lon; (*for soup, pork, vegetables, paint etc*) hộp **2** *v/t* (*put in ~*) đóng hộp

Canada nước Canađa

Canadian **1** *adj* (thuộc) Canađa **2** *n* người Canađa

canal (*waterway*) kênh

canary chim hoàng yến

cancel *meeting, vacation, flight, train* bãi bỏ; *appointment, reservation* đình hoãn

cancellation (*of meeting, vacation, flight, train*) sự bãi bỏ; (*of booking, performance, plane ticket*) việc bỏ không mua vé

cancer bệnh ung thư

candid *opinion, statement, person* thẳng thắn

candidacy sự ứng cử

candidate (*for position*) ứng cử viên; (*in exam*) thí sinh

candied fruit mứt

candle cái nến, đèn cầy (*S*)

candlestick giá nến

candor tính ngay thẳng

candy cái kẹo

cannabis cây gai dầu

canned *fruit, tomatoes* đóng hộp; (*recorded*) ghi âm

cannibalize: **~ a car** tháo xe hỏng để dùng vào xe khác

cannot → **can¹**

canoe xuồng

can opener cái mở đồ hộp

can't → **can¹**

canteen (*in factory*) căng tin

Cantonese *adj* Quảng Đông

canvas (*for painting*) bức vẽ sơn dầu; (*material*) vải bạt

canvass **1** *v/t* (*seek opinion of*) trưng cầu **2** *v/i* POL đi vận động

canyon hẽm núi

Caodaism đạo Cao Đài

cap (*hat*) mũ két; (*of bottle, jar, pen, lens*) nắp

capability (*of person, military*) khả năng

capable (*efficient*) có năng lực; **be ~ of** có khả năng; **he was ~ of murder** hắn có khả năng giết người

capacity (*of container, elevator, building, stadium, oil tank*) sức chứa; (*of car engine, factory*) công suất; (*ability*) khả năng; **in my ~ as ...** với tư cách của tôi là ...

capacity crowd chật ních

capital *n* (*of country*) thủ đô; (*~ letter*) chữ hoa; (*money*) tiền vốn

capital gains tax thuế lợi tức

capitalism chủ nghĩa tư bản

capitalist **1** *adj system, society* tư bản **2** *n* người theo chủ nghĩa tư bản; (*businessman*) nhà tư bản

capital letter chữ hoa

capital punishment trừng phạt tử hình

capitulate đầu hàng

capsize **1** *v/i* bị lật **2** *v/t* làm lật

capsule (*of medicine*) bao con nhộng; (*space ~*) *khoang sống và làm việc của nhà phi hành trên tàu vũ trụ*

captain *n* (*of ship*) thuyền trưởng; (*of aircraft*) trưởng phi đội; (*of team*) đội trưởng

caption *n* lời chú thích tấm ảnh
captivate (*of scenery*) làm say mê; (*of beautiful girl*) quyến rũ
captive (*person*) người bị giam cầm; (*animal*) con vật bị nhốt
captivity tình trạng bị giam cầm
capture 1 *n* (*of city*) sự chiếm đóng; (*of criminal*) sự bắt giữ; (*of animal*) sự bắt **2** *v/t person, animal* bắt; *city, building* chiếm đóng; (*win*: *market share*) giành được; (*portray*) nắm bắt được
car xe ô tô (*N*), xe hơi (*S*); (*of train*) toa xe lửa; ***by ~*** bằng xe ô tô (*N*); bằng xe hơi (*S*)
carafe bình nước hoặc rượu
carat cara
carbohydrate hydrat cacbon; (*food*) chứa hydrat cacbon
carbonated *drink* có ga
carbon monoxide cacbon monoxyt
carbureter, **carburetor** bộ chế hòa khí, cacbuaratơ
carcinogen chất sinh ung thư
carcinogenic sinh ra ung thư
card (*to mark special occasion*) thiếp mừng; (*post~*) bưu thiếp; (*business ~*) danh thiếp; (*playing ~*) con bài
cardboard các tông
cardiac *unit, massage, failure* tim
cardiac arrest tim ngừng đập
cardigan áo len đan
card index bộ phiếu thư mục
card key thẻ chìa khóa
care 1 *n* (*of baby, pet, elderly, sick person*) sự chăm sóc; (*medical ~*) sự điều trị; (*worry*) sự lo lắng; ***~ of ...*** (*on envelope*) nhờ ... chuyển; ***take ~*** (*be cautious*) cẩn thận; ***take ~ (of yourself)!*** (*goodbye*) cẩn thận nhé!; ***take ~ of*** (*look after*: *baby, dog, house*) trông nom; (*deal with*) chịu trách nhiệm về; (***handle***) ***with ~!*** (*on label*) hãy mang vác cẩn thận! **2** *v/i* quan tâm; ***I don't ~*** tôi bất cần; ***I couldn't ~ less*** tôi không thể quan tâm ít hơn
♦**care about** quan tâm
♦**care for** (*look after*) trông nom; (*like, be fond of*) thích; ***would you ~ ...?*** anh/chị có muốn ... không?
career (*profession*) nghề nghiệp; (*path through life*) sự nghiệp
carefree vô tư lự
careful (*cautious*) cẩn thận; (*about how to break the news etc*) thận trọng; (*thorough*) kỹ lưỡng; *worker* cẩn thận; (***be***) ***~!*** hãy cẩn thận!
carefully (*with caution*) một cách cẩn thận; *worked-out etc* một cách chu đáo
careless cẩu thả; ***you are so ~!*** anh/chị cẩu thả quá!
caress 1 *n* sự vuốt ve **2** *v/t* vuốt ve
caretaker quản gia
careworn chăm lo kiệt quệ
cargo hàng hóa vận tải
caricature *n* tranh biếm họa
caring *adj* giàu lòng thương
carnage sự tàn sát
carnation cây cẩm chướng
carnival ngày hội
carol *n* bài hát mừng Nô-en
carousel (*at airport*) băng chuyền hành lý; (*for slide projector*) vòng quay chuyển phim; (*merry-go-round*) vòng quay ngựa gỗ
carp (*fish*) cá chép
carpenter thợ mộc
carpet tấm thảm
carpool 1 *n* sự đi xe chung **2** *v/i* đi xe chung
car port mái che ô tô
car rental chỗ thuê xe hơi
carrier (*company*) công ty vận

chuyển; (*of disease*: *person*) người mang mầm bệnh; (*animal*) vật mang mầm bệnh

carrot củ cà rốt

carry 1 *v/t* (*of person*: *in hand*) xách; (*on back or shoulder*) vác; (*of two people*) khiêng; (*in arms*) bế; (*from a place to another*) chuyển; (*have on one's person*) mang theo; (*of pregnant woman*) có mang; *disease* mang; (*of ship, plane, bus etc*) chở; *proposal* thông qua; ***get carried away*** bị kích động **2** *v/i* (*of sound*) vang xa

♦**carry on 1** *v/i* (*continue*) tiếp tục; (*make a fuss*) làm om xòm; (*have an affair*) dan díu **2** *v/t* (*conduct*) tiến hành

♦**carry out** *survey etc* thực hiện; *orders etc* thi hành

cart xe ngựa

cartel các-ten

carton (*for storage, transport*) hộp các-tông; (*for milk, eggs etc*) hộp; (*of cigarettes*) tút

cartoon (*in newspaper, magazine*) tranh biếm họa; (*on TV, movie*) phim hoạt hình

cartridge (*for gun*) ổ đạn

carve *meat* thái; *wood* khắc

carving (*figure*) vật chạm khắc

car wash nơi rửa ô tô

case[1] (*container*: *for glasses, jewel, pencil*) hộp; (*of Scotch, wine*) thùng; *Br* (*suitcase*) va li; ***glass ~*** (*in museum etc*) tủ kính

case[2] *n* (*instance*) trường hợp; (*argument*) lý lẽ; (*for police, mystery*) vụ; MED ca; LAW vụ kiện; ***in ~ ...*** trong trường hợp ...; ***in any ~*** bất luận thế nào; ***in that ~*** trong trường hợp đó

case history MED bệnh án

cash 1 *n* tiền mặt; ***~ down*** thanh toán ngay bằng tiền mặt; ***pay*** (***in***) ~ trả bằng tiền mặt; ***~ in advance*** trả tiền trước **2** *v/t*: ***~ a check*** đổi séc lấy tiền mặt

♦**cash in on** lợi dụng

cash cow con bò sữa; **cash desk** quầy trả tiền; **cash discount** giảm giá nếu trả bằng tiền mặt; **cash flow** chênh lệch thu chi

cashier *n* (*in store etc*) thủ quỹ

cash machine máy lấy tiền

cashmere *adj coat, sweater* bằng len ca-sơ-mia

cash register máy tính tiền

casino sòng bạc

casket (*coffin*) quan tài

cassava củ sắn (*N*), khoai mì (*S*)

cassette băng cát xét

cassette player máy cát xét

cassette recorder máy ghi âm cát xét

cast 1 *n* (*of play*) dàn diễn viên; (*in a mold*) khuôn đúc; ***take a ~ of the footprints*** lấy khuôn mẫu những dấu chân **2** *v/t doubt, suspicion* gieo; *metal* đúc; *play* phân vai; *actor* giao cho đóng vai

♦**cast off** *v/i* (*of ship*) nhổ neo

caste đẳng cấp

caster (*on chair etc*) bánh xe nhỏ

cast iron *n* gang

cast-iron *adj* làm bằng gang

castle lâu đài

castor → ***caster***

castrate thiến

casual (*chance*) tình cờ; (*offhand*) tùy tiện; (*not formal*) bình thường; (*not permanent*) không thường xuyên

casualty thương vong; *fig* nạn nhân

casual wear thường phục

cat con mèo; (*in Vietnamese zodiac*) Mão

catalog *n* bộ danh mục

catalyst *fig* chất xúc tác, vật xúc tác
catastrophe thảm họa
catch **1** *n* (*sport*) sự bắt bóng; (*of fish*) sự đánh cá; (*on door, window*) then cửa; (*on box*) cái móc; (*problem, snag*) vấn đề; ***a very small ~*** (*of fish*) một mẻ cá ít **2** *v/t ball etc* bắt; (*get on: bus, train*) đón; (*not miss: bus, train*) lên kịp; *fish with rod* câu; *fish with net* đánh; (*in order to speak to*) kịp nói chuyện; (*hear*) nghe rõ; *illness* bị; ***the dog caught a cookie in its mouth*** con chó ngoạm chiếc bánh trong mồm; ~ (***a***) ***cold*** bị cảm lạnh; ~ ***s.o.'s eye*** (*of person, object*) thu hút sự chú ý của ai; ~ ***sight of***, ~ ***a glimpse of*** nhìn thấy; ~ ***X doing Y*** bắt quả tang X làm Y
♦**catch on** (*become popular*) trở nên phổ biến; (*understand*) nắm được
♦**catch up** *v/i* đuổi kịp
♦**catch up on** bù lại
catch-22: ***it's a ~ situation*** đó là một tình huống khó xử
catcher (*in baseball*) người bắt bóng
catching *also fig* dễ lây
catchy *tune* dễ nhớ
category loại
♦**cater for** (*meet the needs of*) phục vụ; (*provide food for*) cung cấp thức ăn
caterer người cung cấp thức ăn
caterpillar *insect* sâu bướm
cathedral nhà thờ lớn
Catholic **1** *adj* Thiên chúa giáo **2** *n* tín đồ Thiên chúa giáo
Catholicism đạo Thiên chúa
catsup xốt cà chua
cattle con bò
catty hằn học
cauliflower súp lơ
cause **1** *n* nguyên nhân; (*grounds*) lý do; (*of movment etc*) sự nghiệp **2** *v/t* gây ra
caution **1** *n* (*carefulness*) sự thận trọng; ~ ***is advised*** cần phải thận trọng **2** *v/t* (*warn*) báo trước
cautious cẩn thận
cave hang động
♦**cave in** (*of roof*) sụp đổ
caviar trứng cá muối
cavity lỗ hổng
cc **1** *n* bản sao **2** *v/t letter* gửi bản sao
CD (= ***compact disc***) đĩa compact
CD-ROM CD-ROM, bộ nhớ chỉ đọc trên đĩa compact
CD-ROM drive ổ đĩa CD-ROM
cease **1** *v/i* chấm dứt **2** *v/t* ngừng
ceasefire ngừng bắn
ceiling (*of room*) trần nhà; (*limit*) giới hạn cao nhất
celebrate **1** *v/i* ăn mừng **2** *v/t* kỷ niệm; (*observe*) làm lễ
celebrated *author, conductor, poet etc* nổi tiếng; ***be ~ for*** nổi tiếng về
celebration lễ kỷ niệm
celebrity (*person*) người nổi tiếng; (*fame*) sự nổi tiếng
celery cần tây
Celestial Stems can
cell (*for prisoner*) xà lim; BIO tế bào
cellar (*under house*) hầm chứa; (*for wine storage*) hầm rượi
cello đàn xenlô
cellophane giấy bóng kính
cellophane noodles miến
cellphone, **cellular phone** điện thoại vô tuyến
Celsius *adj* độ bách phân
cement **1** *n* xi măng **2** *v/t bricks* gắn bằng xi măng; *friendship* củng cố
cemetery nghĩa trang
censor *v/t book, play, movie* kiểm

---

duyệt
censorship việc kiểm duyệt
cent đồng xu
centennial kỷ niệm 100 năm
center 1 *n* (*of room, table*) giữa; (*of city, building*) trung tâm; POL phái giữa; ***in the ~ of*** ở vào trung tâm của **2** *v/t* (*put in the middle*) đặt vào giữa
♦ **center on** tập trung vào
centigrade *adj*: ***10 degrees ~*** 10 độ C
centimeter xentimet, phân
central trung tâm; (*main*) chính; ***~ France*** miền trung nước Pháp; ***be ~ to sth*** là phần quan trọng nhất của gì
Central Committee of Overseas Vietnamese Ban Việt Kiều Trung Ương
central heating hệ thống sưởi trung tâm
centralize *decision-making* tập trung
central locking MOT khóa chốt cửa trung tâm
central processing unit bộ xử lý trung tâm
century thế kỷ
CEO (= ***Chief Executive Officer***) tổng giám đốc
ceramic *adj* đồ gốm
ceramics (*objects*) đồ gốm; (*art*) nghề làm đồ gốm
cereal (*grain, food*) ngũ cốc
ceremonial 1 *adj* nghi lễ **2** *n* nghi thức
ceremony (*event*) nghi lễ; (*ritual*) nghi thức
certain (*sure*) chắc chắn; (*particular*) nào đó; ***it's ~ that ...*** chắc chắn là ...; ***a ~ Mr S*** một ông S nào đó; ***make ~*** để biết chắc; ***know/say for ~*** biết/nói đích xác
certainly (*definitely*) dứt khoát; (*of course*) tất nhiên; ***~ not!*** tất nhiên là không!
certainty (*confidence*) sự tin chắc; (*inevitability*) điều chắc chắn; ***it's a ~*** đó là điều chắc chắn
certificate (*qualification*) bằng; (*official paper*) giấy chứng nhận
certified public accountant kế toán viên có chứng nhận
certify chứng nhận
Cesarean *n* mổ xê-da
cessation sự ngừng lại
c/f (= ***cost and freight***) giá chi phí và vận chuyển
CFC (= ***chlorofluorocarbon***) khí CFC
chain 1 *n* (*for animal, anchor, bicycle*) dây xích; (*jewelry*) dây chuyền; (*of stores, hotels*) mạng lưới **2** *v/t*: ***~ X to Y*** xích X vào Y
chain reaction phản ứng dây chuyền; **chain smoke** hút thuốc liên tục; **chain smoker** người hút thuốc liên tục; **chain store** chi nhánh cửa hàng
chair 1 *n* ghế; (*arm~*) ghế bành; (*at university*) giáo sư; ***the ~*** (*electric ~*) ghế điện; (*at meeting*) chủ tọa; ***go to the ~*** lên ngồi ghế điện; ***take the ~*** làm chủ tọa **2** *v/t meeting* làm chủ tọa
chairman chủ tịch; **chairperson** chủ tịch; **chairwoman** nữ chủ tịch
chalk (*for writing*) phấn; (*in soil*) đá phấn
challenge 1 *n* (*difficulty*) sự thách thức; (*in competition*) thách đấu **2** *v/t* (*defy*) thách; (*to race, game*) thách đấu; (*to debate*) thách thức; (*call into question*) đưa ra tranh cãi
challenger người thách đấu
challenging *job, undertaking* có tính kích thích

Cham Chàm
chambermaid (*in hotel*) cô hầu phòng
Chamber of Commerce Phòng thương mại
chamois leather da thuộc
champagne rượu sâm banh
Champa Kingdom Vương quốc Chàm
champion **1** *n* SP nhà vô địch; (*of cause*) chiến sĩ đấu tranh **2** *v/t cause* ủng hộ mạnh mẽ
championship (*event*) giải vô địch; (*title*) chức vô địch
Cham towers tháp Chàm
chance (*possibility*) khả năng; (*opportunity*) cơ hội; (*risk*) sự mạo hiểm; (*luck*) sự tình cờ; ***by ~*** do tình cờ; ***take a ~*** đánh liều; ***I'm not taking any ~s*** tôi không liều lĩnh chút nào
chandelier đèn chùm
change **1** *n* (*alteration: to plan, idea, script*) sự thay đổi; (*in society, climate, condition*) sự biến chuyển; (*small coins*) tiền lẻ; (*from purchase*) tiền thừa trả lại; ***for a ~*** khác với ngày thường; ***a ~ of clothes*** sự thay quần áo **2** *v/t* (*alter*) thay đổi; *bank bill* đổi tiền; (*replace*) thay; *trains, planes* chuyển; *one's clothes* thay **3** *v/i* thay đổi; (*put on different clothes*) thay; (*take different train, bus*) chuyển
channel (*on TV, radio*) đài kênh; (*waterway*) luồng
chant **1** *n* bài hát **2** *v/i* REL xướng; (*sing*) hát; (*of demonstrators etc*) hô
chaos sự hỗn loạn
chaotic hỗn loạn
chapel nhà nguyện
chapped nứt nẻ
chapter (*of book*) chương; (*of organization*) chi nhánh
character (*nature*) cá tính; (*person*) tính cách; (*in book, play*) nhân vật; (*personality*) đặc sắc; (*in writing*) chữ viết; ***he's a real ~*** anh ấy quả là có chí khí
characteristic **1** *n* đặc điểm **2** *adj* tiêu biểu
characterize (*be typical of*) tiêu biểu cho; (*describe*) miêu tả tính cách
charbroiled nướng
charcoal (*for barbecue*) than củi; (*for drawing*) chì than
charge **1** *n* (*fee*) số tiền phải trả; LAW sự buộc tội; ***free of ~*** không phải trả tiền; ***will that be cash or ~?*** cái đó sẽ trả tiền hay ghi sổ?; ***be in ~*** phụ trách; ***take ~*** chịu trách nhiệm điều hành **2** *v/t sum of money* tính; (*put on account*) tính tiền vào; LAW buộc tội; *battery* nạp điện **3** *v/i* (*attack*) xông lên tấn công
charge account tài khoản tín dụng
charge card thẻ tín dụng
charisma tài lôi cuốn quần chúng
charitable *institution, donation* từ thiện; *person* nhân đức
charity (*assistance*) việc làm từ thiện; (*organization*) tổ chức từ thiện
charm **1** *n* (*appealing quality*) sự duyên dáng; (*on bracelet etc*) trang trí nhỏ **2** *v/t* làm hài lòng
charming làm say mê
charred *wood* bị cháy xém
chart (*diagram*) biểu đồ; (*map: for sea*) hải đồ; (*for airplane*) bản đồ; ***the ~s*** MUS *danh mục những đĩa nhạc pop bán chạy nhất trong tuần*
charter *v/t* thuê riêng

charter flight chuyến bay bằng máy bay thuê
chase **1** *n* sự truy nã **2** *v/t* đuổi theo
♦ **chase away** đuổi đi
chaser (*drink*) *đồ uống tiếp theo một đồ uống khác*
chassis (*of car*) khung gầm
chat **1** *n* chuyện phiếm **2** *v/i* nói chuyện phiếm
chatter **1** *n* cuộc nói chuyện huyên thuyên **2** *v/i* (*talk*) nói liến thoắng; (*of teeth*) đánh lập cập
chatterbox người thích nói chuyện
chatty *person* thích nói chuyện phiếm; *letter* dông dài
chauffeur *n* tài xế
chauvinist (*male* ~) phần tử xô vanh
cheap *adj* (*inexpensive*) rẻ; (*nasty*) hèn hạ; (*mean*) bủn xỉn
cheat **1** *n* (*person*) người gian lận **2** *v/t* lừa gạt; ~ ***X out of Y*** lừa X để lấy Y **3** *v/i* (*in exam, cards etc*) gian lận; ~ ***on one's wife*** lừa dối vợ mình
check[1] **1** *adj shirt* ca rô **2** *n* vải ca rô
check[2] FIN séc; (*in restaurant etc*) hoá đơn; ~ ***please*** xin cho hóa đơn
check[3] **1** *n* (*to verify sth*) cuộc kiểm tra; ***keep in*** ~, ***hold in*** ~ kiềm chế; ***keep a*** ~ ***on*** kiểm tra **2** *v/t* (*verify*) xem xét; *machinery* kiểm tra; (*restrain*) kiềm chế; (*stop*) dừng đột ngột; (*with a ~mark*) dấu kiểm tra; *coat, package etc* gửi áo mũ hoặc túi **3** *v/i* xem xét; ~ ***for*** kiểm tra
♦ **check in** (*at airport*) làm thủ tục (xuất cảnh); (*at hotel*) ghi tên thuê phòng
♦ **check off** đánh dấu kiểm tra
♦ **check on** xem xét
♦ **check out** **1** *v/i* (*of hotel*) thanh toán để rời khách sạn **2** *v/t* (*look into*) điều tra; *club, restaurant etc* thử xem
♦ **check up on** điều tra
♦ **check with** (*of person*) hỏi xem; (*tally: of information*) khớp với
checkbook quyển séc
checked *material* kẻ ca rô
checkerboard bàn cờ đam
checkered *pattern* họa tiết nhiều ô vuông; *career* thăng trầm
checkers cờ đam
check-in (counter) bàn ghi tên đi máy bay
checking account tài khoản vãng lai
check-in time giờ ghi tên đi máy bay
checklist bản kê các khoản; **checkmark** dấu kiểm tra; **checkmate** *n* chiếu hết; **checkout** (*in supermarket*) nơi trả tiền mua hàng; **checkout time** (*from hotel*) thời gian thanh toán để rời khách sạn; **checkpoint** (*military, police*) trạm kiểm soát; (*in race etc*) trạm kiểm tra ở trường đua; **checkroom** (*for coats*) phòng giữ mũ áo; (*for baggage*) phòng gửi hành lý; **checkup** (*medical*) cuộc kiểm tra sức khỏe; (*dental*) khám răng
cheek má
cheekbone xương gò má
cheer **1** *n* tiếng reo mừng; ***~s!*** (*toast*) chúc sức khoẻ! **2** *v/t* hoan hô **3** *v/i* reo hò
♦ **cheer on** reo hò cổ vũ
♦ **cheer up** **1** *v/i* vui lên; ***~!*** vui lên đi! **2** *v/t* làm cho vui lên
cheerful *person, mood, smile* vui vẻ
cheering tiếng hoan hô
cheerleader người dẫn đầu hoan hô

cheese pho mát
cheeseburger pho mát bọc thịt băm
cheesecake bánh pho mát
chef bếp trưởng
chemical *n & adj* hóa chất
chemical warfare chiến tranh hóa học
chemist nhà hóa học
chemistry môn hóa học; *fig* sự hấp dẫn tình dục
chemotherapy hóa học liệu pháp
cherish *garden, homeland* yêu thương; *memory* ấp ủ trong lòng; *hope, illusion* nuôi
cherry (*fruit*) quả anh đào; (*tree*) cây anh đào
cherry blossom hoa anh đào
chess môn đánh cờ
chessboard bàn cờ
chest (*of person*) ngực; (*tool ~*) hòm
chestnut hạt dẻ; (*tree*) cây hạt dẻ
chest of drawers tủ hoặc bàn có ngăn kéo
chew *v/t* nhai; (*of dog, rats*) gậm; ~ ***betel*** ăn trầu
♦ **chew out** F mắng nhiếc
chewing gum kẹo cao su
chick gà con; F (*girl*) cô gái
chicken **1** *n* con gà; (*food*) món thịt gà; F kẻ nhát gan **2** *adj* F (*cowardly*) nhát gan
♦ **chicken out** F rút lui vì nhát
chickenfeed F số tiền nhỏ mọn
chicken pox bệnh thủy đậu
chief **1** *n* (*head*) người lãnh đạo; (*of tribe*) tù trưởng **2** *adj* chủ yếu
chiefly chủ yếu là
chilblain chỗ phát cước
child đứa trẻ; *pej* trẻ con; ***she's their only ~*** cô ấy là đứa con duy nhất của họ; ***is this your ~?*** đây có phải là con của anh/chị không?; ***children's literature/program*** văn học/chương trình thiếu nhi
childbirth quá trình sinh con
childhood thời thơ ấu
childish *pej* con nít
childless không có con
childlike hồn nhiên
chill **1** *n* (*in air*) sự lạnh lẽo; (*illness*) sự cảm lạnh **2** *v/t wine* ướp lạnh
chilli (pepper) quả ớt
chilli sauce nước ớt
chilly *weather* lạnh lẽo; *welcome* lạnh lùng; ***I'm ~*** tôi thấy ớn lạnh
chime *v/i* (*of clock*) đánh chuông điểm giờ; (*of doorbell etc*) rung chuông
chimney ống khói
chimpanzee con tinh tinh
chin cằm
China nước Trung Quốc
china đồ sứ; (*material*) bằng sứ
Chinese **1** *adj* Trung Quốc **2** *n* (*language*) tiếng Trung Quốc; (*person*) người Trung Quốc
Chinese character chữ Trung Quốc; **Chinese domination** Bắc thuộc; **Chinese script** chữ Hán, chữ Tàu
chink (*gap*) khe hở; (*sound*) tiếng lanh canh
chip **1** *n* (*fragment*) mảnh vỡ; (*damage*) chỗ vỡ mẻ; (*in gambling*) thẻ; COMPUT phiến tinh thể; (***potato***) ***~s*** khoai tây rán **2** *v/t* (*damage*) làm mẻ
♦ **chip in** (*interrupt*) nói xen vào; (*with money*) góp tiền vào
chiropractor người làm nghề chữa xoa bóp
chirp *v/i* líu lo
chisel *n* cái đục
chivalrous hào hoa phong nhã
chlorine clo

chockfull chật ních
chocolate sô cô la; ***hot ~*** nước sô cô la nóng
chocolate cake bánh sô cô la
choice 1 *n* sự lựa chọn; (*selection*) các loại để chọn; (*preference*) sự lựa chọn tuỳ thích; ***I had no ~*** tôi không có sự lựa chọn **2** *adj* (*top quality: fruits*) có chất lượng ngon; *phrases* súc tích
choir đội hợp xướng
choke 1 *n* MOT van điều tiết không khí **2** *v/i* hóc ngạt; ***he ~d on a bone*** anh ấy hóc xương ngạt thở **3** *v/t* làm ngạt thở
cholesterol colextêrôn
choose 1 *v/t* chọn **2** *v/i* chọn lựa
choosey F (*about food*) cầu kỳ; (*about friends*) kỹ tính
chop 1 *n* (*with ax*) nhát chém; (*meat*) miếng sườn **2** *v/t wood* chặt; *meat, vegetables* thái
♦ **chop down** *tree* đốn
chopper (*tool*) dao bầu; F (*helicopter*) máy bay trực thăng
chopsticks đũa
chord MUS hợp âm
chore việc vặt
choreographer biên đạo múa
choreography nghệ thuật biên đạo múa
chorus (*singers*) dàn hợp xướng; (*of song*) đoạn đồng ca
Christ Chúa Giê-su; ***~!*** F lạy Chúa!
christen làm lễ rửa tội
Christian 1 *n* tín đồ Cơ đốc **2** *adj* Cơ đốc; *attitude* tư tưởng Cơ đốc
Christianity đạo Cơ đốc
Christian name tên
Christmas lễ Nô-en, Giáng Sinh; ***at ~*** vào lễ Nô-en; ***Merry ~!*** chúc Nô-en vui vẻ!
Christmas card thiếp mừng Nô-en; **Christmas Day** ngày Nô-en; **Christmas Eve** đêm Nô-en; **Christmas present** quà Nô-en; **Christmas tree** cây Nô-en
chrome, chromium crom
chronic kinh niên
chronological lịch đại; ***in ~ order*** theo trình tự lịch đại
chrysanthemum hoa cúc
chubby *child* mũm mĩm
chuck *v/t* F ném
♦ **chuck out** *object* vứt đi; *person* đuổi đi
chuckle 1 *n* tiếng cười rúc rích **2** *v/i* cười rúc rích
chunk (*of bread*) khoanh; (*of meat*) súc; (*of wood*) khúc
chu nom chữ Nôm
church nhà thờ
chute (*slide in playground etc*) cầu trượt; (*for garbage*) máng đổ rác
CIA (= ***Central Intelligence Agency***) CIA, cơ quan tình báo trung ương Mỹ
cider rượu táo
CIF (= ***cost insurance freight***) giá CIF, chi phí, bảo hiểm và vận chuyển
cigar xì gà
cigarette thuốc lá
cinema (*as institution*) điện ảnh; *Br* (*building*) rạp chiếu bóng, rạp xi nê
cinnamon quế
circle 1 *n* hình tròn; (*group: of friends*) nhóm; (*business, political ~*) giới; ***sitting in a ~*** ngồi thành vòng tròn **2** *v/t* (*draw ~ around*) khoanh tròn **3** *v/i* (*of plane, bird*) lượn vòng
circuit (*electrical*) mạch điện; (*lap*) vòng đua
circuit board bảng mạch điện
circuit breaker cái ngắt điện
circular 1 *n* (*giving information*)

thông báo **2** *adj bed, pond* hình tròn; *tour* vòng quanh; *argument* vòng vo

circulate **1** *v/i* (*of blood*) tuần hoàn; (*of news, rumor*) lan truyền; (*of air*) lưu thông **2** *v/t memo* thông báo

circulation BIO sự tuần hoàn; (*of newspaper, magazine*) tổng số phát hành

circumference đường tròn

circumflex dấu mũ

circumstances hoàn cảnh; (*financial*) tình hình; ***under no ~*** dù trong hoàn cảnh nào; ***under no ~ should the child be left unattended*** dù trong hoàn cảnh nào cũng không được bỏ mặc đứa bé; ***under the ~*** trong hoàn cảnh như vậy

circus (*group of performers*) đoàn xiếc; (*performance*) buổi trình diễn xiếc

cistern bể chứa nước

citizen công dân; (*of town*) dân

citizenship tư cách công dân; ***she's applied for American ~*** cô ấy xin nhập quốc tịch Mỹ

city thành phố; ***~ center*** trung tâm thành phố; ***~ hall*** tòa thị chính

civic *adj pride, responsibilities* công dân

civil (*as opposed to military*) dân sự; (*polite*) lịch sự; ***~ disobedience*** bất tuân luật pháp

civil engineer kỹ sư công chính

civilian **1** *n* dân thường **2** *adj*: ***~ clothes*** thường phục

civilization văn minh

civilize *person* khai hoá

civil rights quyền công dân; **civil servant** công chức; **civil service** ngành dân chính; **civil war** nội chiến

claim **1** *n* (*request*) sự đòi hỏi; (*right*) quyền đòi hỏi; (*assertion*) lời tuyên bố **2** *v/t* (*ask for as a right*) đòi hỏi; (*for damages*) đòi bồi thường; (*assert*) khẳng định; *lost property* đòi nhận lại; ***they have ~ed responsibility for the attack*** họ tuyên bố chịu trách nhiệm về cuộc tấn công

claimant người yêu cầu; LAW nguyên đơn

clam con trai

♦**clam up** F câm như hến

clammy *hands* nhớp nháp; *weather* ẩm ướt

clamor *n* (*noise*) tiếng ồn ào; (*outcry*) tiếng la hét

♦**clamor for** la hét đòi

clamp **1** *n* (*fastener*) cái kẹp **2** *v/t* (*fasten*) kẹp chặt

♦**clamp down** kiểm soát chặt chẽ hơn

♦**clamp down on** ngăn chặn một

clan thị tộc; (*close group*) phe cánh

clandestine bí mật

clang **1** *n* tiếng loảng xoảng **2** *v/i* loảng xoảng

clap **1** *v/t one's hands* vỗ **2** *v/i* (*applaud*) vỗ tay

clarify *statement* làm sáng tỏ

clarinet kèn clarinét

clarity (*of sound*) sự trong sáng; (*of explanation*) sự rõ ràng

clash **1** *n* (*argument*) sự tranh cãi; (*of personalities*) mâu thuẫn; (*fight*) xung đột **2** *v/i* (*fight*) đánh nhau; (*of colors*) không hòa hợp; (*of opinions*) bất đồng sâu sắc; (*of events*) trùng giờ

clasp **1** *n* (*fastener*) cái móc **2** *v/t* (*in hand*) nắm chặt; (*embrace*) ôm chặt

class *n* (*lesson*) giờ học; (*category*) hạng; (*social*) giai cấp; ***we were***

in the same ~ at school ở trường chúng tôi học cùng một lớp; ***the ~ of 1988*** khóa tốt nghiệp năm 1988
classic **1** *adj* (*typical*) điển hình; (*definitive*) cuối cùng **2** *n* tác phẩm kinh điển
classical *music* cổ điển
classical opera tuồng
classification (*act*) sự phân loại; (*category*) loại
classified *information* mật
classified ad(vertisement) mục rao vặt
classifier từ phân loại
classify (*categorize*) phân loại
classmate bạn cùng lớp; **classroom** phòng học; **class warfare** đấu tranh giai cấp
classy F sang trọng
clatter **1** *n* (*of boots*) tiếng lộp cộp; (*of broken glass*) tiếng loảng xoảng **2** *v/i* chạy rầm rầm
clause (*in agreement*) điều khoản; GRAM mệnh đề
claustrophobia chứng sợ chỗ kín
claw **1** *n* (*of cat, bird*) vuốt; (*of crab, lobster*) càng; (*of woman*) móng vuốt **2** *v/t* (*scratch*) cào
clay đất sét
clean **1** *adj* sạch **2** *adv* F (*completely*) hoàn toàn **3** *v/t* làm cho sạch; *teeth, shoes* đánh; *house, room* dọn sạch; *car, hands, face* rửa; *clothes* giặt tẩy; ***have sth ~ed*** làm sạch gì
♦**clean out** *room, closet* dọn sạch; *fig* moi hết tiền
♦**clean up** **1** *v/t* dọn sạch; *fig: city* quét sạch bọn tội phạm **2** *v/i* dọn sạch; (*wash*) lau sạch; (*on stock market etc*) vớ được
cleaner (*male, female*) người làm vệ sinh; ***dry-~*** tiệm giặt khô
cleaning woman nữ lao công
cleanse (*skin*) làm sạch
cleanser (*for skin*) chất làm sạch
clear **1** *adj voice* trong; *photograph, vision* rõ nét; *thinker* sáng suốt; (*easy to understand*) dễ hiểu; (*obvious*) hiển nhiên; *weather, sky* quang đãng; *water* trong vắt; *skin* mịn; *conscience* trong sạch; ***I'm not ~ about it*** tôi chưa được rõ về cái đó; ***I didn't make myself ~*** tôi đã nói không được rõ **2** *adv* một cách rõ ràng; ***stand ~ of*** đứng tránh xa; ***steer ~ of*** tránh xa **3** *v/t roads, table* dọn sạch; (*acquit*) minh oan; (*authorize*) cho phép; (*earn*) kiếm được; ***~ one's throat*** hắng giọng **4** *v/i* (*of sky*) quang đãng; (*of mist*) tan đi
♦**clear away** *v/t* thu dọn
♦**clear off** *v/i* (*of thief etc*) chuồn ngay; ***~!*** cút đi!
♦**clear out** **1** *v/t closet* dọn sạch **2** *v/i* đi khỏi
♦**clear up** **1** *v/i* thu dọn; (*of weather*) trời quang đãng; (*of illness, rash*) biến đi **2** *v/t* (*tidy*) dọn sạch; *mystery, problem* làm sáng tỏ
clearance (*space*) khoảng trống; (*authorization*) giấy phép
clearance sale sự bán thanh lý
clearly (*with clarity*) một cách rõ ràng; (*evidently*) hiển nhiên
clemency lòng khoan dung
clench *teeth* nghiến chặt; *fist* siết chặt
clergy giới tăng lữ
clergyman giáo sĩ
clerk (*administrative*) thư ký; (*in store*) người bán hàng
clever *person, animal* thông minh; *idea* hay; *gadget, device* tài tình
click **1** *n* COMPUT sự bấm (con chuột) **2** *v/i* bấm lách cách

♦**click on** COMPUT nhấn
client (*of lawyer*) thân chủ; (*customer*) khách hàng
cliff vách đá
climate khí hậu; *fig* (*political* ~) không khí
climax *n* đỉnh điểm
climb **1** *n* (*up mountain*) sự leo trèo **2** *v/t* leo trèo **3** *v/i* leo trèo; (*up mountain*) leo núi; (*of plane*) lên cao; *fig* (*of inflation etc*) leo thang
♦**climb down** (*from tree, ladder*) trèo xuống; *fig* xuống thang
climber (*of mountain*) người leo núi; (*social* ~) kẻ bon chen
clinch: ~ ***a deal*** thỏa thuận dứt khoát
cling (*of clothes*) bó sát
♦**cling to** (*of child*) bám chặt lấy; *ideas, tradition* bám lấy
clingfilm giấy nhựa dính
clingy *child, boyfriend* bám lẵng nhẵng
clinic phòng khám bệnh
clinical *training, symptoms* lâm sàng
clink **1** *n* (*of glasses*) tiếng lách cách **2** *v/i* (*of coins*) xủng xoẻng
clip[1] **1** *n* (*fastener*) cái kẹp **2** *v/t* kẹp vào; ~ ***X to Y*** kẹp X vào Y
clip[2] **1** *n* (*extract*) đoạn trích ngắn **2** *v/t hair, hedge, grass* cắt tỉa
clipboard bìa kẹp hồ sơ
clippers (*for hair*) tông-đơ; (*for nails*) bấm móng tay; (*for gardening*) kéo xén
clipping (*from newspaper*) bài báo cắt ra
clock đồng hồ
clock radio đài có kèm đồng hồ báo thức; **clockwise** theo chiều kim đồng hồ; **clockwork** bộ máy đồng hồ; ***it went like*** ~ sự việc diễn ra trôi chảy
♦**clog up** **1** *v/i* bị tắc **2** *v/t drain* làm tắc; *nose* làm nghẹt
close[1] **1** *adj friend* thân; *relative* gần; ~ ***resemblance*** giống nhau như hệt **2** *adv* gần; ~ ***at hand*** sát bên mình; ~ ***by*** gần; ***be ~ to s.o.*** (*emotionally*) thân thiết với ai đó
close[2] **1** *v/t door, window, drawer* đóng; *eyes* nhắm; *mouth* mím; (*permanently: business*) đóng cửa **2** *v/i* (*of door, store*) đóng cửa; (*of eyes*) nhắm; (*of business: permanently*) đóng cửa hẳn
♦**close down** **1** *v/t* đóng cửa **2** *v/i* (*permanently*) đóng cửa hẳn
♦**close in** *v/i* (*of rebel troops*) tiến đánh; (*of fog*) bao phủ
♦**close up** **1** *v/t building* tạm đóng cửa **2** *v/i* (*move closer*) nhích lại gần hơn
closed *store* đóng cửa; *eyes* nhắm lại
closed-circuit television hệ thống truyền hình cáp
closely *listen, watch* chăm chú; *cooperate* chặt chẽ
closet tủ; (*for clothes*) tủ quần áo
close-up PHOT cận cảnh
closing time giờ đóng cửa
closure (*permanent*) việc đóng cửa; (*of store*) sự đóng cửa
clot **1** *n* (*of blood*) cục đông **2** *v/i* (*of blood*) đông lại
cloth (*fabric*) vải; (*for kitchen*) khăn lau; (*for cleaning etc*) giẻ lau
clothes quần áo
clothes brush bàn chải quần áo
clothes hanger mắc áo
clothing quần áo
cloud *n* mây; ***a ~ of smoke/dust*** đám khói/bụi
♦**cloud over** (*of sky*) phủ mây
cloudburst mưa rào đột ngột
cloudy u ám

clout *n fig* (*influence*) ảnh hưởng
clown (*in circus*) vai hề; (*joker*) anh hề; *pej* thằng hề
club *n* (*weapon*) dùi cui; (*golf iron*) gậy; (*organization*) câu lạc bộ
clubs (*in cards*) quân nhép
clue manh mối; ***I haven't a ~*** F tôi hoàn toàn mù tịt
clued-up F am hiểu
clump *n* (*of earth*) mô đất; (*of plants*) khóm cây
clumsiness sự vụng về
clumsy *person* vụng về
cluster **1** *n* (*of people, houses*) nhóm; (*of trees*) cụm **2** *v/i* (*of people*) tụm quanh; (*of houses*) bao quanh
clutch **1** *n* MOT côn **2** *v/t s.o.'s hand* nắm chặt
♦ **clutch at** cố túm lấy
co. (= ***Company***) công ty
c/o (= ***care of***) nhờ ... chuyển; ***Joe Hall, ~ Brown*** gửi Joe Hall, nhờ Brown chuyển giúp
coach **1** *n* SP huấn luyện viên; (*singing, drama ~*) giáo viên **2** *v/t* huấn luyện; *singers, actors* đào tạo
coagulate (*of blood*) đông lại
coal than
coalition sự liên minh
coalmine mỏ than
coarse *skin, fabric* thô; *hair* cứng; (*vulgar*) tục tĩu
coast *n* bờ biển; ***at the ~*** ở bờ biển
coastal *fisheries, waters* ven biển
coastguard đội gác biển; (*person*) người gác biển
coastline bờ biển
coat **1** *n* áo vét; (*over~*) áo khoác; (*of animal*) bộ lông; (*of paint etc*) lớp **2** *v/t* (*with dust, paint*) phủ đầy; ***chocolate ~ed almonds*** sô cô la bọc hạnh nhân
coathanger mắc áo
coating (*of dust, chocolate*) lớp
coax dỗ dành; ***~ s.o. to do sth*** dỗ dành ai làm gì
cobweb mạng nhện
cocaine cocain
cock *n* (*chicken*) con gà trống; (*any male bird*) con chim trống; (*in Vietnamese zodiac*) Dậu
cockeyed *idea etc* ngớ ngẩn
cock fight chọi gà
cockpit (*of plane*) khoang lái
cockroach con gián
cocktail rượu cốc-tay
cocoa (*plant*) cây ca-cao; (*drink*) ca-cao
coconut (*food*) dừa
coconut palm cây dừa
COD (= ***collect on delivery***) thanh toán tiền khi giao hàng
cod cá thu
coddle *sick person, child* chiều chuộng
code *n* mật mã
coeducational giáo dục hỗn hợp
coerce ép
coexist chung sống
coexistence sự chung sống
coffee cà phê
coffee break giờ giải lao có cà phê; **coffee maker** máy pha cà phê; **coffee pot** bình cà phê; **coffee shop** quán cà phê; **coffee table** bàn thấp nhỏ
coffin *Br* quan tài
cog răng bánh xe
cognac rượu cô nhắc
cogwheel bánh răng
cohabit sống chung với nhau
coherent *analysis, description, argument* rõ ràng; *speech* mạch lạc
coil **1** *n* (*of rope, barbed wire*) cuộn; (*of smoke*) làn; (*of snake*) vòng cuộn **2** *v/t* cuộn; ~ (***up***) cuộn tròn
coin *n* đồng tiền

---

coincide (*of events*) xảy ra đồng thời
coincidence sự trùng khớp ngẫu nhiên
Coke® cô ca (cô la)
cold 1 *adj* lạnh; ***I'm*** (***feeling***) ~ tôi thấy lạnh; ***it's*** ~ trời lạnh; ***in*** ~ ***blood*** một cách tàn nhẫn; ***get*** ~ ***feet*** *fig* ớn nhát **2** *n* sự lạnh lẽo; (*illness*) sự cảm lạnh; ***I have a*** ~ tôi bị cảm lạnh
cold-blooded máu lạnh; *fig* tàn nhẫn; **cold cuts** món thịt nguội; **cold sore** bệnh hecpet môi; **Cold War** chiến tranh lạnh
coleslaw món xà lách cải bắp
colic cơn đau bụng
collaborate cộng tác
collaboration sự cộng tác
collaborator (*with enemy*) kẻ tiếp tay; (*in writing book etc*) cộng tác viên
collapse (*of floor*, *roof*, *building*) sự đổ sập; (*of person*) sự ngã gục
collapsible *seat*, *umbrella* có thể gấp gọn
collar (*of shirt*, *jacket*) cổ áo; (*of dog*, *cat*) vòng cổ
collarbone xương đòn
colleague bạn đồng nghiệp
collect 1 *v/t person* đón; (*suit etc*: *from cleaner's*) lấy về; (*as hobby*) sưu tầm; (*clothes etc*: *for charity*) quyên góp; *one's belongings* thu lượm; *wood for fire* gom; *rainwater* tích chứa **2** *v/i* (*gather together*) tụ tập **3** *adv*: ***call*** ~ *cú điện thoại mà người nhận phải trả tiền*
collect call cú điện thoại mà người nhận phải trả tiền
collected *works*, *poems etc* toàn tập; *person* tự chủ
collection bộ sưu tầm; (*designer* ~) bộ sưu tập; (*in church*) sự quyên góp
collective *decision* tập thể; *assets* chung
collective bargaining sự thương lượng tập thể
collector (*as hobby*) người sưu tầm
college trường cao đẳng
collide (*of cars*, *people*) va vào nhau
collision sự va chạm
colloquial *word*, *expression* thông tục
colon (*punctuation*) dấu hai chấm; ANAT ruột kết
colonel đại tá
colonial *adj* thực dân
colonize *country* chiếm làm thuộc địa
colony thuộc địa
color 1 *n* màu sắc; (*in cheeks*) sắc hồng hào; ***what*** ~ ***is the sky?*** bầu trời màu gì?; ***in*** ~ (*of movie etc*) màu; **~s** MIL lá cờ **2** *v/t one's hair* nhuộm **3** *v/i* (*blush*) đỏ mặt
color-blind mù màu
colored *adj person* da màu
color-fast không biến màu
colorful nhiều màu sắc; *character*, *life*, *story* sinh động
coloring (*of hair*, *eyes*, *skin*) sự tô màu
color photograph ảnh màu; **color scheme** sự bố trí màu sắc; **color TV** máy ti vi màu
colt ngựa đực tơ
column (*of figures*) cột; (*of people*) hàng; (*architectural*) cột trụ; (*of text*) cột báo; (*newspaper feature*) mục
columnist người viết báo chuyên mục
coma sự hôn mê
comb 1 *n* cái lược **2** *v/t* chải; *area* lục soát; *newspaper etc* lục tìm
combat 1 *n* trận đánh **2** *v/t*

ch (*final*) k	**gh** g	**nh** (*final*) ng	**r** z; (*S*) r	**x** s	**â** (but)	**i** (tin)
d z; (*S*) y	**gi** z; (*S*) y	**ph** f	**th** t	**a** (hat)	**e** (red)	**o** (saw)
đ d	**nh** (onion)	**qu** kw	**tr** ch	**ă** (hard)	**ê** ay	**ô** oh

unemployment, inflation, apathy etc đấu tranh chống

combination (*of factors*) sự kết hợp; (*of safe*) khóa bí mật

combine **1** *v/t ingredients* trộn; *business with pleasure* kết hợp **2** *v/i* (*of chemical elements*) kết hợp

combine harvester máy gặt đập

combustible (*inflammable*) bén lửa

combustion sự cháy

come (*towards speaker, listener*) đến; (*of train, bus*) đến; ***you'll ~ to like it*** rút cục anh/chị sẽ thích nó; ***how ~?*** F sao vậy?

♦ **come about** (*happen*) xảy ra

♦ **come across** **1** *v/t* (*find*) tình cờ thấy **2** *v/i* (*of idea, humor*) truyền đạt được; ***she comes across as ...*** cô ta gây ấn tượng như ...

♦ **come along** (*come too*) đi cùng; (*turn up: of bus, man*) đến; (*turn up: of job*) xuất hiện; (*progress*) tiến triển

♦ **come apart** (*break*) tách ra; (*fall into pieces*) vỡ mất

♦ **come around** (*to s.o.'s home*) tạt lại chơi; (*regain consciousness*) tỉnh lại

♦ **come away** (*leave*) rời đi; (*of button etc*) bung ra

♦ **come back** trở về; ***it came back to me*** nhớ lại

♦ **come by** **1** *v/i* tạt qua **2** *v/t* (*acquire*) kiếm được; (*receive*) bị

♦ **come down** *v/i* (*from tree, ledge*) xuống; (*in price, amount etc*) giảm; (*of rain, snow*) rơi; ***he came down the stairs*** anh ấy đi xuống thang

♦ **come for** (*attack*) tấn công; (*collect: thing*) đến lấy; (*collect: person*) đến đón

♦ **come forward** (*present oneself*) đứng ra

♦ **come from** từ ... đến; ***I ~ from New York*** tôi từ Niu-Yóoc đến

♦ **come in** (*of person*) đi vào; (*in race*) về đích; (*of train*) tới; (*of tide*) dâng lên; ***~!*** mời vào!

♦ **come in for** là mục tiêu của; ***~ criticism*** là mục tiêu của sự chỉ trích

♦ **come in on** tham gia vào; ***~ a deal*** tham gia vào một thỏa thuận

♦ **come off** (*of handle etc*) rời ra

♦ **come on** (*progress: of painting, garden, baby*) tiến triển; (*of work, study*) tiến bộ; ***~!*** đi đi!; (*in disbelief*) sao lại thế được!

♦ **come out** (*of person*) đi ra khỏi; (*of sun*) hiện ra; (*of results*) thể hiện; (*of records, books*) phát hành; (*of stain*) tẩy sạch

♦ **come to** **1** *v/t place* đi tới; (*of hair*) xõa xuống; (*of dress*) rủ xuống; (*of water*) ngập đến; ***that comes to $70*** tất cả là 70 đô la **2** *v/i* (*regain consciousness*) tỉnh lại

♦ **come up** đi lên; (*of sun*) mọc; ***something has ~*** có chuyện gì đã xảy ra

♦ **come up with** *new idea etc* nảy ra

comeback: ***make a ~*** (*of singer, actor, fashion*) trở lại vị trí trước đây

comedian diễn viên hài; *pej* thằng ngốc

comedown sự sa sút

comedy (*play*) hài kịch; (*movie*) phim hài

comet sao chổi

comeuppance: ***he'll get his ~*** anh ấy sẽ bị trừng phạt đích đáng

comfort **1** *n* tiện nghi; (*consolation*) sự an ủi **2** *v/t* an ủi

comfortable *chair, house, room* thoải mái; (*financially*) sung túc; ***be ~*** (*of person*) dễ chịu

---

ơ ur	**y** (tin)	**ây** uh-i	**iê** i-uh	**oa** wa	**ôi** oy	**uy** wee	**ong** aong
u (soon)	**au** a-oo	**eo** eh-ao	**iêu** i-yoh	**oai** wai	**ơi** ur-i	**ênh** uhng	**uyên** oo-in
ư (dew)	**âu** oh	**êu** ay-oo	**iu** ew	**oe** weh	**uê** way	**oc** aok	**uyêt** oo-yit

comic **1** *n* (*to read*) truyện bằng tranh **2** *adj* hài hước
comical tức cười
comic book cuốn truyện bằng tranh
comics trang tranh chuyện vui
comma dấu phẩy
command **1** *n* (*order*) mệnh lệnh **2** *v/t* (*order*) ra lệnh; (*have authority over*) chỉ huy
commander sĩ quan chỉ huy
commander-in-chief tổng tư lệnh
commemorate (*of statue, memorial etc*) tưởng niệm; *victory etc* kỷ niệm
commemoration (*ceremony*) lễ kỷ niệm; ***in ~ of*** để kỷ niệm
commence *v/t & v/i* bắt đầu
comment **1** *n* lời bình luận; ***no ~!*** không có ý kiến! **2** *v/i* bình luận
commentary lời tường thuật
commentator bình luận viên
commerce thương mại
commercial **1** *adj firm, bank, college* thương mại; (*profitable*) có lãi **2** *n* (*advertisement*) quảng cáo
commercial break quảng cáo xen giữa
commercialize *v/t* thương mại hóa
commercial traveler người đi chào hàng
commiserate thương cảm
commission **1** *n* (*payment*) tiền hoa hồng; (*job*) công việc; (*committee*) ủy ban **2** *v/t* (*for job*) ủy nhiệm
commit *crime, error* phạm; *funds* cam kết; ***~ oneself (on sth)*** cam kết (gì)
commitment (*in professional relationship*) lời cam kết; (*responsibility*) điều ràng buộc
committee ủy ban
commodity FIN hàng hóa
common (*not rare*) phổ biến; (*shared*) chung; ***in ~*** chung; ***have sth in ~ with s.o.*** có gì chung với ai
common law wife vợ không cưới xin; **commonplace** *adj pej* tầm thường; **common sense** lẽ thường
commotion (*noisy disturbance*) sự náo động
communal *land, facilities* công cộng; *kitchen* chung
communal house đình
communicate **1** *v/i* (*have contact*) liên lạc với nhau; (*make self understood*) biểu đạt **2** *v/t idea, intentions* truyền đạt
communication sự liên lạc; (*in relationship*) sự giao tiếp
communications truyền thông; (*in travel*) phương tiện giao thông
communications satellite vệ tinh liên lạc
communicative *person* cởi mở
Communism chủ nghĩa cộng sản
Communist **1** *adj* cộng sản **2** *n* người cộng sản
Communist Party Đảng Cộng Sản
community cộng đồng
commute **1** *v/i* đi làm xa **2** *v/t* LAW giảm án
commuter người đi làm xa
commuter traffic xe cộ của những người đi làm xa
commuter train tàu hỏa chở những người đi làm xa
compact **1** *adj apartment, vehicle, build* nhỏ gọn **2** *n* MOT ô tô nhỏ
compact disc đĩa CD
companion bạn
companionship tình bạn
company (*business organization*) công ty; (*companionship*) sự bầu bạn; (*guests*) khách; ***ballet ~*** đoàn

ba lê; ***theater ~*** đoàn kịch; ***be good/bad ~*** là bạn tốt/xấu; ***keep s.o. ~*** bầu bạn ai
company car ô tô công ty
company law qui chế công ty
comparable (*which can be compared*) có thể so sánh được; (*similar*) tương đương
comparative **1** *adj* (*relative*) tương đối; (*involving comparison*) so sánh; GRAM ở cấp so sánh **2** *n* GRAM cấp so sánh
comparatively tương đối
compare **1** *v/t* so sánh; ***~ X with Y*** so sánh X với Y; ***~d with ...*** so với ... **2** *v/i* sánh; ***how does it ~ with ...?*** sánh với ... thì thế nào?
comparison sự so sánh; ***in ~ with sth/s.o.*** so với gì/ai; ***there's no ~*** không thể so sánh được
compartment ngăn; RAIL toa
compass la bàn; (*for geometry*) (chiếc) com pa
compassion lòng thương
compassionate động lòng thương
compatibility tính tương hợp
compatible *people* hợp; *blood types, lifestyles* tương hợp; COMPUT tương thích; ***we're not ~*** chúng tôi không hợp nhau
compel bắt buộc
compelling *argument* có sức thuyết phục; *movie, book* hấp dẫn
compensate **1** *v/t* (*with money*) đền bù **2** *v/i* bồi thường; ***~ for*** bù đắp cho
compensation (*money*) bồi thường; (*reward*) cái bù đắp lại; (*comfort*) sự khuây khỏa
compete cạnh tranh; (*take part*) tham gia cuộc đua; ***~ for sth*** đua tranh để giành lấy gì
competence năng lực
competent *person* có năng lực; ***I'm not ~ to judge*** tôi không đủ năng lực để xét đoán
competition (*contest*) cuộc thi; SP cuộc thi đấu; (*competing*) sự cạnh tranh; (*competitors*) những người cạnh tranh; ***in ~ with*** cạnh tranh với; ***the government wants to encourage ~*** chính phủ muốn khuyến khích sự cạnh tranh
competitive *profession, skiing* đua tranh; *price, offer* có thể cạnh tranh được
competitor (*in contest*) người dự thi; COM công ty cạnh tranh
compile *dictionary* biên soạn; *list* lập
complacency sự tự mãn
complacent *smile, manner, tone of voice* tự mãn
complain *v/i* kêu ca; (*to store, manager*) phàn nàn; ***~ of*** MED than phiền
complaint điều phàn nàn; MED bệnh; ***submit a formal ~*** đệ đơn kiện
complement *v/t* bổ sung; ***they ~ each other*** họ bổ sung cho nhau
complementary bổ sung
complete **1** *adj* (*total*) hoàn toàn; (*full*) đầy đủ; (*finished*) hoàn thành; ***the ~ works of Shakespeare*** Shakespeare toàn tập **2** *v/t* (*finish*) hoàn thành; *form* điền vào
completely hoàn toàn
completion sự hoàn thành
complex **1** *adj situation, person, system* phức tạp **2** *n* PSYCH mặc cảm; (*of buildings*) khu liên hợp
complexion (*facial*) nước da
compliance sự tuân theo
complicate làm phức tạp
complicated phức tạp
complication sự phức tạp; ***~s*** MED

biến chứng
compliment **1** *n* lời khen **2** *v/t* khen
complimentary tỏ ý khen ngợi; (*free*) biếu tặng; (*in restaurant, hotel*) biếu
compliments slip danh thiếp chào hỏi
comply tuân theo; ~ ***with*** tuân theo
component *n* bộ phận cấu thành
compose *v/t* (*make up*) tạo thành; (*with abstracts*) hình thành; MUS sáng tác; ***be ~d of*** gồm có; ~ ***oneself*** trấn tĩnh lại
composed (*calm*) bình tĩnh
composer MUS nhà soạn nhạc
composition (*make-up*) thành phần; MUS tác phẩm; (*essay*) bài luận
composure sự bình tĩnh
compound *n* CHEM hợp chất
compound interest lãi gộp
comprehend (*understand*) hiểu
comprehension sự hiểu
comprehensive (*full*) toàn bộ
comprehensive insurance bảo hiểm toàn diện
compress **1** *n* MED gạc **2** *v/t air, gas* nén; *information* thu gọn
comprise (*be composed of*) gồm có; (*make up*) tạo thành; ***be ~d of*** gồm có
compromise **1** *n* sự thỏa hiệp **2** *v/i* thỏa hiệp **3** *v/t one's principles* sửa đổi; (*jeopardize*) làm hại; ~ ***oneself*** tự làm hại mình
compulsion PSYCH sự thôi thúc
compulsive *behavior* đam mê; *reading* say mê
compulsory *subject* bắt buộc; ~ ***education*** giáo dục bắt buộc
computer máy tính; ***have sth on ~*** có gì trên máy tính
computer-controlled được điều khiển bằng máy tính
computer game trò chơi trên máy tính
computerize *workplace* trang bị máy tính; *information* lưu trữ trong máy tính; *process* tin học hóa
computer literate: ***be ~*** biết sử dụng máy tính; **computer science** môn tin học; **computer scientist** nhà tin học
computing tin học
comrade (*friend*) bạn; POL đồng chí
comradeship tình bạn
con F **1** *n* trò bịp bợm **2** *v/t* lừa bịp
conceal *evidence, truth, letter* che giấu; ***~ed door*** cửa khuất kín
concede *v/t* (*admit*) thừa nhận
conceit tính tự phụ
conceited tự phụ
conceivable (*believable*) có thể hiểu được; (*imaginable*) có thể tưởng tượng được
conceive *v/i* (*of woman*) thụ thai; ~ ***of*** (*imagine*) tưởng tượng
concentrate **1** *v/i* tập trung; ~ ***on sth*** tập trung vào gì **2** *v/t attention, energies* tập trung
concentrated *juice etc* cô đặc
concentration sự tập trung
concept khái niệm
conception (*of child*) sự thụ thai
concern **1** *n* (*anxiety*) sự lo lắng; (*care*) mối quan tâm; (*business*) việc; (*company*) doanh nghiệp **2** *v/t* (*involve*) liên quan; (*worry*) làm lo lắng; ~ ***oneself with sth*** bận tâm đến gì
concerned (*anxious*) lo ngại; (*caring*) chăm lo; (*involved*) có liên quan; ***as far as I'm ~*** đối với tôi
concerning *prep* liên quan đến
concert buổi hòa nhạc
concerted (*joint*) có phối hợp

concert master nhạc trưởng
concerto bản công xéc tô
concession (*giving in*) sự nhượng bộ
conciliatory *gesture, remark, smile* hòa giải
concise súc tích
conclude **1** *v/t* (*deduce*) kết luận; (*end*) kết thúc; **~ *X from Y*** từ Y rút ra kết luận về X **2** *v/i* kết thúc
conclusion (*deduction*) sự kết luận; (*end*) sự kết thúc; ***in ~*** cuối cùng
conclusive *proof, evidence* có sức thuyết phục
concoct *meal* chế biến; *drink* pha chế; *excuse, story* bịa ra
concoction (*food*) món chế biến; (*drink*) đồ uống pha chế
concrete[1] *adj* (*not abstract*) cụ thể
concrete[2] *n* bê tông
concur *v/i* đồng tình
concussion chấn thương não
condemn *action* lên án; *building, meat* loại bỏ; (*doom*) buộc phải làm
condemnation (*of action*) sự lên án
condensation (*on walls, windows*) hơi nước ngưng tụ
condense **1** *v/t* (*make shorter*) rút gọn **2** *v/i* (*of steam*) ngưng tụ
condensed milk sữa đặc
condescend: ***he ~ed to speak to me*** anh ấy hạ cố nói chuyện với tôi
condescending (*patronizing*) kẻ cả
condition **1** *n* (*state*) tình trạng; (*of health*) tình trạng sức khỏe; (*illness*) bệnh; (*requirement, term*) điều kiện; ***~s*** (*circumstances*) hoàn cảnh; ***on ~ that ...*** với điều kiện là ... **2** *v/t* PSYCH: ***be ~ed to believe that ...*** được luyện để tin rằng điều ...
conditional **1** *adj acceptance* có điều kiện; ***payment of the money is ~ on ...*** việc thanh toán tuỳ thuộc vào việc ... **2** *n* GRAM thể điều kiện
conditioner (*for hair*) dầu dưỡng tóc; (*for fabric*) chất làm mềm vải
conditioning PSYCH sự luyện để tạo thói quen
condo căn hộ
condolences lời chia buồn
condom bao cao su
condominium căn hộ
condone *mistake* bỏ qua; *crime* dung túng
conducive: ***~ to*** dẫn đến
conduct **1** *n* (*behavior*) hạnh kiểm; (*management*) sự quản lý **2** *v/t survey, experiment, investigation* tiến hành; *business* quản lý; *visitors* hướng dẫn; ELEC dẫn; MUS chỉ huy; ***~ oneself*** cư xử
conducted tour cuộc đi thăm có hướng dẫn
conductor MUS chỉ huy dàn nhạc; (*on train*) trưởng tàu
cone (*in geometry*) hình nón; (*for ice cream*) vỏ kem ốc quế; (*of pine tree*) quả thông; (*on highway*) biển báo thi công
confectioner chủ hiệu bánh kẹo
confectioners' sugar đường mịn
confectionery (*candy*) bánh kẹo
confederation liên đoàn
confer **1** *v/t* (*bestow*) ban **2** *v/i* (*discuss*) hội ý
conference hội nghị
conference room phòng họp
confess **1** *v/t sin, guilt, crime* thú nhận; ***I ~ I don't know*** tôi xin thú nhận là tôi không biết **2** *v/i* thú nhận; REL xưng tội; (*to police*) thú tội; ***~ to s.o.*** thú nhận với ai; REL

xưng tội với ai; ~ ***to a weakness for sth*** thú nhận điểm yếu về gì
confession sự thú tội; REL sự xưng tội
confessional REL phòng xưng tội
confessor REL linh mục nghe xưng tội
confide **1** *v/t* nói riêng **2** *v/i* giãi bày; ~ ***in s.o.*** giãi bày với ai
confidence (*assurance*) sự tin chắc; (*trust*) lòng tin; (*secret*) chuyện riêng; ***in*** ~ như là một bí mật
confident (*self-assured*) tự tin; (*convinced*) tin tưởng; ~ ***of sth*** tin tưởng vào gì
confidential *information*, *files*, *letters* bí mật
confine (*imprison*) giam hãm; (*restrict*) giới hạn; ***be ~d to one's bed*** bị liệt giường
confined *space* bó hẹp
confinement (*imprisonment*) sự giam hãm; MED sự sinh đẻ
confirm *v/t arrangement*, *flight*, *reports* khẳng định; *fear* tăng thêm
confirmation (*of theory*, *statement*) sự khẳng định, sự xác nhận; (*of fear*) sự tăng thêm
confirmed (*inveterate*) lâu năm
confiscate tịch thu
conflict **1** *n* (*disagreement*) sự bất đồng; (*clash*) mâu thuẫn; (*war*) xung đột **2** *v/i* (*of dates*, *events*) trùng với; (*go against*) mâu thuẫn
conform tuân theo; (*of product*) đúng với; ~ ***to government standards*** đúng với tiêu chuẩn Nhà nước
conformist *n* người tuân thủ
confront *fear*, *difficulty*, *danger* đương đầu; (*tackle*) nói; ~ ***s.o. with s.o./sth*** buộc ai phải đối mặt với ai/gì
confrontation sự đối đầu
Confucianism đạo Khổng, Khổng giáo
Confucius Đức Khổng Tử
confuse *matters* làm rối lên; (*mix up*) nhầm lẫn; ~ ***s.o.*** (*muddle*) làm ai bối rối; ~ ***X with Y*** nhầm lẫn X với Y
confused *person* bối rối; *situation*, *account*, *speech* không rõ ràng
confusing *message*, *person* khó hiểu
confusion (*chaos*) sự rối loạn; (*mistake*) sự nhầm lẫn; (*embarrassment*) sự bối rối
congeal (*of blood*, *fat*) đông đặc
congenial (*pleasant*) dễ chịu
congenital MED bẩm sinh
congested *roads* đông nghịt
congestion (*on roads*) sự tắc nghẽn; (*in chest*) chứng sung huyết; ***nasal*** ~ chứng ngạt mũi; ***traffic*** ~ sự tắc nghẽn giao thông
congratulate chúc mừng
congratulations những lời chúc mừng; ~! xin chúc mừng!; ~ ***on ...*** chúc mừng nhân dịp ...
congregate (*gather*) tụ tập
congregation REL giáo đoàn
congress (*conference*) đại hội; ***Congress*** (*of US*) quốc hội (Hoa Kỳ)
Congressional quốc hội
Congressman nghị sĩ
Congresswoman nữ nghị sĩ
conical hat nón
conifer loại cây tùng bách
conjecture *n* (*speculation*) sự phỏng đoán
conjugate *v/t* GRAM chia động từ
conjunction GRAM liên từ; ***in ~ with*** cùng với
conjunctivitis viêm kết mạc
♦**conjure up** (*produce*) làm hiện ra; (*evoke*) gợi lên
conjurer, **conjuror** (*magician*)

người làm trò ảo thuật
conjuring tricks những trò ảo thuật
con man kẻ lừa đảo
connect (*join*) nối; TELEC nối máy; (*link*) dính líu; (*to power supply*) cắm
connected: ***be well ~*** có quan hệ với những người có ảnh hưởng; ***be ~ with ...*** có liên quan ...; ***be ~ with X by marriage*** có quan hệ thông gia với X
connecting flight chuyến bay chuyển tiếp
connection (*in wiring*) sự nối; (*link*) mối liên hệ; (*when traveling*) chuyến nối tiếp; (*personal contact*) chỗ thân quen; ***in ~ with ...*** liên quan tới ...
connoisseur người sành sỏi
conquer chinh phục; *fig*: *fear etc* chế ngự
conqueror người chinh phục; (*negative connotations*) tay chinh phục
conquest (*of territory*) cuộc chinh phục
conscience lương tâm; ***it has been on my ~*** tôi cảm thấy lương tâm day dứt
conscientious *worker*, *pupil*, *attitude* tận tâm; *piece of work* chu đáo
conscientious objector người chống quân dịch vì đạo lý
conscious *adj* có ý thức; MED hồi tỉnh; ***be ~ of ...*** nhận ra ...
consciousness (*awareness*) ý thức; MED trạng thái tỉnh táo; ***lose ~*** bất tỉnh; ***regain ~*** tỉnh lại
consecutive liên tiếp
consensus sự nhất trí
consent **1** *n* sự đồng ý **2** *v/i* đồng ý
consequence (*result*) hậu quả
consequently (*therefore*) do đó
conservation (*preservation*) sự bảo tồn
conservationist *n* người bảo tồn môi trường
conservative *adj* (*conventional*) bảo thủ; *clothes* cổ hủ; *estimate* dè dặt
conservatory (*for plants*) nhà kính; MUS nhạc viện
conserve **1** *n* (*jam*) mứt **2** *v/t energy*, *strength* giữ gìn
consider (*regard*) coi như; (*show regard for*) quan tâm đến; (*think about*) xem xét; ***it is ~ed to be ...*** nó được coi như là ...
considerable đáng kể
considerably đáng kể
considerate (*thoughtful*) chu đáo
consideration (*thought*) sự xem xét; (*thoughtfulness*, *concern*) sự quan tâm; (*factor*) lý do; ***take X into ~*** tính đến X
consignment COM lô hàng; ***a ~ of goods*** một lô hàng gửi
♦**consist of** gồm có
consistency (*texture*) độ đậm đặc; (*unchangingness*) sự nhất quán
consistent (*unchanging*) nhất quán
consolation sự an ủi
console *v/t* an ủi
consonant *n* GRAM phụ âm
consortium tập đoàn
conspicuous dễ nhận thấy
conspiracy âm mưu
conspire âm mưu
constant (*continuous*) không cạn kiệt; *pain* liên miên; *speed*, *value* không thay đổi; *friend* trung thành
consternation sự kinh hoàng
constipated táo bón
constipation chứng táo bón
constituent *n* (*component*) thành phần

constitute (*account for*) tạo thành; (*represent*) là
constitution POL hiến pháp; (*of person*) thể chất
constitutional *adj* POL hiến pháp
constraint (*restriction*) sự hạn chế; (*strong pressure*) sự ép buộc
construct *v/t building etc* xây dựng
construction (*of building etc*) việc xây dựng; (*building etc*) kiến trúc; (*trade*) xây dựng; ***under ~*** đang được xây dựng
construction industry công nghiệp xây dựng; **construction site** địa điểm xây dựng; **construction worker** công nhân xây dựng
constructive có tính chất xây dựng
consul lãnh sự
consulate tòa lãnh sự
consult (*seek the advice of*) hỏi ý kiến; (*discuss*) trao đổi ý kiến; *dictionary* tra cứu
consultancy (*company*) công ty tư vấn; (*advice*) ý kiến tư vấn
consultant (*adviser*) người tư vấn
consultation sự hỏi ý kiến; (*meeting for consulting*) cuộc hội đàm
consume (*eat*) ăn hết; (*drink*) uống hết; (*use*) tiêu dùng
consumer (*purchaser*) người tiêu dùng
consumer confidence lòng tin người tiêu dùng; **consumer goods** hàng tiêu dùng; **consumer society** xã hội tiêu dùng
consumption (*of energy, food etc*) sự tiêu dùng
contact 1 *n* (*person*) người quen; (*communication*) sự liên lạc; (*physical*) sự va chạm; ***keep in ~ with X*** giữ liên hệ với X **2** *v/t* liên lạc
contact lens kính áp trong
contact number số điện thoại để liên hệ
contagious lây lan; *fig*: *laughter, fear* dễ lây lan
contain *tears, laughter* kìm nén; *floodwaters* ngăn chặn; ***it ~ed my camera*** nó chứa đựng máy ảnh của tôi; ***~ oneself*** kìm nén mình
container (*box*) hộp chứa; (*bottle*) bình chứa; COM côngtenơ
container ship tàu thủy chở côngtenơ
contaminate làm ô nhiễm
contamination sự gây ô nhiễm
contemplate *v/t* (*look at*) ngắm; (*think about*) suy ngẫm; (*envisage*) dự tính
contemporary 1 *adj art, design, cinema etc* hiện đại **2** *n* người cùng thời
contempt sự khinh bỉ; ***be beneath ~*** hoàn toàn đáng khinh
contemptible đáng khinh
contemptuous *person, smile* khinh khỉnh; *remark* khinh bỉ
♦**contend for** đua tranh để giành ...
♦**contend with** đương đầu với
contender đối thủ
content[1] *n* nội dung
content[2] **1** *adj* hài lòng **2** *v/t*: ***~ oneself with ...*** tạm bằng lòng với ...
contented *person, smile* mãn nguyện
contention (*assertion*) sự khẳng định; ***be in ~ for ...*** đua tranh để giành ...
contentment sự mãn nguyện
contents (*of house, bag etc*) đồ chứa bên trong; (*of letter*) nội dung
contest[1] (*competition*) cuộc thi; (*struggle, for power*) cuộc đấu tranh

contest[2] *leadership etc* tranh cử; *will* không thừa nhận; *statement, point etc* phản bác
contestant đấu thủ
context văn cảnh; ***look at X in ~ / out of ~*** (*circumstances*) nhìn X trong bối cảnh/ngoài bối cảnh của
continent *n* lục địa
continental lục địa
contingency việc bất ngờ
continual *interruptions, complaints* liên tục
continuation (*of story*) phần tiếp; (*continuing*) sự tiếp tục
continue **1** *v/t* tiếp tục; ***to be ~d*** còn tiếp **2** *v/i* tiếp tục
continuity sự liên tục
continuous liên tục
contort *face* làm nhăn nhó; *body* vặn vẹo
contorted *explanation, excuse* quanh co
contour đường men quanh
contraception sự ngừa thai
contraceptive *n* (*device*) dụng cụ ngừa thai; (*pill*) thuốc ngừa thai
contract[1] *n* hợp đồng
contract[2] **1** *v/i* (*shrink*) co lại **2** *v/t illness* nhiễm
contractor thầu khoán
contractual hợp đồng
contradict (*of facts, evidence etc*) mâu thuẫn với; (*argue with*) cãi lại
contradiction sự mâu thuẫn; (*action of contradicting*) sự cãi lại
contradictory *account* trái ngược nhau
contraption F dụng cụ kì cục
contrary[1] **1** *adj* trái ngược; ***~ to ...*** trái với ... **2** *n* điều ngược lại; ***on the ~*** ngược lại
contrary[2] (*perverse*) ngang ngược
contrast **1** *n* sự tương phản **2** *v/t* đối chiếu **3** *v/i* tương phản
contrasting *colors, personalities, views* trái ngược nhau
contravene *law, regulations* vi phạm
contribute **1** *v/i* (*with money, material, time*) đóng góp; (*to magazine, paper*) viết bài; (*to discussion*) góp ý kiến; ***~ to*** (*help to cause*) góp phần gây ra **2** *v/t money, time, suggestion* đóng góp
contribution (*money, time, effort*) sự đóng góp; (*to debate*) sự góp ý kiến; (*to magazine*) bài viết
contributor (*of money*) người đóng góp; (*to magazine*) người viết bài
contrive (*arrange*) xắp đặt; ***~ to do sth*** xoay xở làm gì
control **1** *n* (*of country, organization*) sự kiểm soát; (*of emotion*) sự kiềm chế; (*in ball game, sport*) sự làm chủ; ***be in ~ of ...*** nắm được quyền kiểm soát ...; ***bring X under ~*** chế ngự được X; ***get out of ~*** (*of fire, inflation*) không kiểm soát được; (*of vehicle*) không làm chủ được; ***lose ~ of ...*** không điều khiển được; ***lose ~ of oneself*** không tự chủ được; ***the situation is under ~*** kiểm soát được tình hình; ***circumstances beyond our ~*** tình huống vượt ra ngoài sự kiểm soát của chúng tôi; ***~s*** (*of aircraft, vehicle*) bộ điều chỉnh; (*restrictions*) sự kiểm soát **2** *v/t* (*govern, regulate*) điều khiển; *temper* kiềm chế; (*restrict*) kiểm soát; ***~ oneself*** (*not get angry, emotional*) tự chủ được; (*not overeat etc*) tự hạn chế mình
control center trung tâm điều khiển
control freak F kẻ hay chỉ đạo
controlled substance ma túy trái

ơ ur	**y** (tin)	**ây** uh-i	**iê** i-uh	**oa** wa	**ôi** oy	**uy** wee	**ong** aong
u (soon)	**au** a-oo	**eo** eh-ao	**iêu** i-yoh	**oai** wai	**ơi** ur-i	**ênh** uhng	**uyên** oo-in
ư (dew)	**âu** oh	**êu** ay-oo	**iu** ew	**oe** weh	**uê** way	**oc** aok	**uyêt** oo-yit

phép

controlling interest FIN số lãi to

control panel bảng điều khiển

control tower đài điều khiển

controversial gây ra tranh luận

controversy cuộc tranh luận

convalesce dưỡng bệnh

convalescence thời kỳ dưỡng bệnh

convene *v/t meeting* triệu tập

convenience (*of having sth, location*) sự thuận tiện; ***at your/my ~*** vào lúc thuận tiện cho anh/cho tôi; ***all modern ~s*** mọi tiện nghi hiện đại

convenience food (*canned*) đồ hộp; (*frozen*) đồ đông lạnh

convenience store cửa hàng tạp hóa

convenient thuận tiện

convent tu viện

convention (*tradition*) tục lệ; (*conference*) hội nghị

conventional thông thường

convention center trung tâm hội nghị

conventioneer thành viên hội nghị

conversant: ***be ~ with ...*** thông thuộc ...

conversation cuộc đàm thoại

conversational đàm thoại

converse *n* (*opposite*) điều ngược lại

conversely ngược lại

conversion sự chuyển đổi; ***house ~s*** việc cải tạo nhà cửa

conversion table bảng chuyển đổi

convert **1** *n* người cải đạo **2** *v/t* chuyển đổi; *house, room etc* cải tạo; *person* làm thay đổi tín ngưỡng

convertible *n* (*car*) ô tô bỏ mui được

convey *message, news, wishes etc* chuyển; *impression, opinion, feeling* diễn tả; (*carry*) chuyển

conveyor belt băng tải

convict **1** *n* người bị kết án tù **2** *v/t* LAW kết án; ***~ X of Y*** kết án X về tội Y

conviction LAW sự kết án; (*belief*) niềm tin vững chắc

convince thuyết phục

convinced vững tin

convincing có sức thuyết phục

convivial *person* dễ chan hòa; *meal* thân mật

convoy (*of ships*) đoàn tàu thủy; (*of vehicles*) đoàn xe; ***in ~*** đi thành đoàn

convulsion MED cơn co giật

cook **1** *n* người nấu ăn; (*in restaurant, hotel*) đầu bếp **2** *v/t* nấu; ***a ~ed meal*** một bữa ăn nóng **3** *v/i* nấu ăn

cookbook sách dạy nấu ăn

cookery nghề nấu ăn

cookie bánh bích qui

cooking (*food*) sự nấu nướng

cool **1** *n* F: ***keep one's ~*** giữ bình tĩnh; ***lose one's ~*** mất bình tĩnh **2** *adj weather, breeze* mát mẻ; *drink* mát; (*calm*) bình tĩnh; (*unfriendly*) lạnh nhạt; F (*great*) tuyệt **3** *v/i* (*of food*) ướp lạnh; (*of tempers*) nguôi đi; (*of interest*) nguội lạnh **4** *v/t* F: ***~ it!*** hãy bình tĩnh!

♦ **cool down** **1** *v/i* (*of sth hot*) nguội; (*of weather*) mát; (*of tempers*) bình tĩnh; (*of person: because angry*) bình tĩnh lại; (*of person: because hot*) làm cho mát **2** *v/t drink* làm cho mát; ***cool s.o. down*** *fig* làm ai nguôi đi

cooperate hợp tác

cooperation sự hợp tác

cooperative **1** *n* COM hợp tác xã **2** *adj* COM hợp tác; (*helpful*) sẵn

sàng hợp tác
coordinate *activities* phối hợp
coordination (*of activities, body*) sự phối hợp
cop F cớm
cope (*manage*) xoay xở được; **~ with ...** xoay xở được ...; *problems, difficulties, misfortune* đối phó với ...
copier (*machine*) máy photocopy
copilot phụ tá phi công
copious *notes* rất nhiều; *tears* chan hòa
copper *n* (*metal*) đồng
copy 1 *n* (*duplicate, imitation*) bản sao; (*photocopy*) bản sao chụp; (*of book*) bản; (*of record, CD*) đĩa sao; (*written material*) bản thảo; ***make a ~ of a file*** COMPUT sao một tệp **2** *v/t* (*imitate: of person*) bắt chước; (*of manufacturer*) sao phỏng theo; (*duplicate*) sao chép; (*photocopy*) sao chụp; (*in writing*) ghi chép lại; (*in order to cheat*) quay cóp
copy cat F đồ hay bắt chước; **copycat crime** tội phạm bắt chước; **copyright** *n* bản quyền; **copy-writer** (*in advertising*) người viết quảng cáo
coral san hô
cord (*string*) dây thừng nhỏ; (*cable*) dây
cordial *adj* thân mật
cordless phone máy điện thoại không dây
cordon (*of police*) hàng rào cảnh sát
♦ **cordon off** lập hàng rào cách ly
cords (*pants*) quần nhung kẻ
corduroy nhung kẻ
core 1 *n* (*of apple, pear*) lõi; (*of problem*) cốt lõi; (*of organization, party*) hạt nhân **2** *adj issue, meaning* trung tâm
cork (*in bottle*) nút chai; (*material*) bằng li-e
corkscrew cái mở nút chai
corn ngô (*N*), bắp (*S*)
corner 1 *n* (*of letter, table, street etc*) góc; (*bend: on road*) chỗ quẹo; (*in soccer*) quả phạt góc; ***in the ~*** ở trong góc; ***on the ~*** (*of street*) ở góc phố **2** *v/t person* dồn vào chân tường; ***~ the market*** lũng đoạn thị trường **3** *v/i* (*of driver, car*) vào cua
corner kick (*in soccer*) quả phạt góc
cornstarch bột ngô (*N*), bột bắp (*S*)
corny F *joke* nhàm; *pej* (*sentimental*) ủy mị
coronary 1 *adj* hình vành; ***~ arteries*** động mạch vành **2** *n* nhồi máu cơ tim
coroner chức giảo nghiệm
corporal *n* hạ sĩ
corporal punishment nhục hình
corporate *responsibility, action, law* đoàn thể; *strategy, finances* liên hiệp công ty; ***~ image*** hình tượng hợp nhất; ***sense of ~ loyalty*** ý thức trung thành với đoàn thể
corporation (*business*) tập đoàn
corps MIL quân đoàn; ***Marine ~*** quân đoàn thủy quân lục chiến; ***cadet ~*** thiếu sinh quân; ***diplomatic ~*** đoàn ngoại giao
corpse tử thi
corpulent to béo
corpuscle huyết cầu
corral *n* bãi quây ngựa
correct 1 *adj* chính xác; *behavior* đứng đắn **2** *v/t* sửa; *homework* chấm bài
correction (*mark on paper*) chỗ sửa; (*action*) sự sửa
correspond (*match*) tương ứng; (*write letters*) trao đổi thư từ; ***~ to***

... tương đương với ...; ~ ***with ...*** phù hợp với ...
correspondence (*matching*) sự phù hợp; (*letters*) thư từ; (*exchange of letters*) quan hệ thư từ
correspondent (*letter writer*) người viết thư; (*reporter*) phóng viên
corresponding (*equivalent*) tương ứng
corridor (*in building*) hành lang
corroborate *statement*, *views* chứng thực
corrode *v/t & v/i* ăn mòn
corrosion sự ăn mòn
corrugated cardboard bìa làn sóng
corrugated iron tôn múi
corrupt 1 *adj pej* tham nhũng; (*depraved*) đồi bại; COMPUT làm hỏng **2** *v/t morals* làm suy đồi; *youth* làm hư hỏng; (*bribe*) hối lộ
corruption sự tham nhũng; (*depravity*) sự đồi bại
cosmetic *adj* mỹ phẩm; *fig*: *change* bề ngoài
cosmetics mỹ phẩm
cosmetic surgeon bác sĩ phẫu thuật thẩm mỹ
cosmetic surgery phẫu thuật thẩm mỹ
cosmonaut nhà du hành vũ trụ
cosmopolitan *city* quốc tế
cost 1 *n* giá cả; *fig* giá phải trả **2** *v/t* giá tiền là; *time* phải trả gía bằng; FIN: *proposal*, *project* chi phí; ***it ~ them ...*** giá tiền họ phải trả là ...; ***how much does it ~?*** cái đó giá bao nhiêu?; ***it ~ me my health*** cái đó làm tôi phải hao tổn sức khoẻ
cost and freight COM giá chi phí và vận chuyển; **cost-conscious** có ý thức về sự hao phí; **cost-effective** có lãi; **cost, insurance and freight** COM giá chi phí, bảo hiểm và vận chuyển
costly *mistake* đắt đỏ
cost of living giá sinh hoạt
cost price giá vốn
costume (*for actor*) trang phục
costume jewelry đồ nữ trang giả
cot (*for camping*) giường bạt
cotton 1 *n* vải bông **2** *adj* bằng vải bông
♦**cotton on** F hiểu
♦**cotton on to** F hiểu
♦**cotton to** F cảm thấy thích
cotton candy kẹo bông
couch *n* đi văng
couchette giuờng, cu set
couch potato kẻ biếng nhác
cough 1 *n* sự ho; (*sound*) tiếng ho; (*illness*) chứng ho; (*to get attention*) tiếng e hèm **2** *v/i* ho; (*to get attention*) e hèm
♦**cough up 1** *v/t blood etc* khạc ra; F *money* nhả ra **2** *v/i* F (*pay*) nhả tiền ra trả
cough medicine, cough syrup thuốc ho, sirô ho
could ◊ (*polite request*): ~ ***I have my key?*** tôi lấy chìa khóa của tôi được không?; ~ ***you help me?*** anh/chị có thể giúp tôi được không? ◊ (*possibility*): ***this ~ be our bus*** đây có thể là xe buýt của chúng ta; ***you ~ be right*** có thể là anh/chị đúng; ***I ~n't say for sure*** tôi không dám chắc; ***he ~ have got lost*** anh ấy có thể đã bị lạc ◊ (*indignation*): ***you ~ have warned me!*** đáng lẽ anh/chị nên báo tôi trước!
council (*assembly*) hội đồng
councilman ủy viên hội đồng
councilor ủy viên hội đồng
counsel 1 *n* (*advice*) lời khuyên; (*lawyer*) luật sư **2** *v/t course of action* khuyên bảo; *person* chỉ dẫn

counseling lời chỉ dẫn
counselor (*adviser*) cố vấn; LAW luật sư
count **1** *n* (*number arrived at*) số đếm được; (*action*) sự đếm; (*in boxing*) đếm số; ***keep ~ of ...*** đếm được ...; ***lose ~ of ...*** không đếm được ...; ***at the last ~*** vào lần đếm cuối cùng **2** *v/i* (*to ten etc*) đếm; (*calculate*) tính; (*be important*) có giá trị; (*qualify*) tính đến **3** *v/t* (*~ up*) đếm; (*include*) tính
♦ **count on** trông cậy vào
countdown đếm lùi
countenance *v/t* chấp thuận
counter[1] (*in store, café*) quầy hàng; (*in game*) thẻ
counter[2] **1** *v/t critics, propaganda* phản công lại; *effects of drug* chống lại **2** *v/i* (*retaliate*) phản bác lại
counter[3]: ***run ~ to ...*** trái với ...
counteract *effect, influence* làm giảm; **counter-attack** **1** *n* cuộc phản công **2** *v/i* phản công; **counterbalance** sự đối trọng; **counterclockwise** ngược chiều kim đồng hồ; **counterespionage** hoạt động phản gián
counterfeit **1** *v/t* làm giả **2** *adj money, jewels, bank bill* giả
counterintelligence cơ quan phản gián; **counterpart**: ***my ~ in your company*** người giữ chức vụ tương đương trong công ty anh/chị; **counterproductive** phản tác dụng; **countersign** *v/t* tiếp ký
countless vô số
country (*nation*) nước; (*as opposed to town*) nông thôn; ***in the ~*** ở nông thôn
country and western MUS nhạc đồng quê
countryman (*fellow ~*) người đồng hương
countryside vùng nông thôn
county hạt, tỉnh
coup POL cuộc đảo chính; *fig* việc phi thường
couple (*married*) cặp vợ chồng; (*man and woman*) đôi nam nữ; (*two people*) cặp; ***just a ~*** (*a few*) một chút ít; ***a ~ of ...*** *people, things* hai ...
coupon (*form*) mẫu in sẵn; (*voucher*) phiếu
courage sự dũng cảm
courageous *decision, act, person* dũng cảm
courier (*messenger*) người đưa thư; (*with tourist party*) hướng dẫn viên du lịch
course *n* (*series of lessons*) khóa học; (*part of meal*) món; (*of ship, plane*) hướng; (*for golf, skiing*) sân; (*for horse race*) trường đua; (*for running*) đường chạy; ***of ~*** (*certainly*) tất nhiên; (*naturally*) đương nhiên; ***of ~ not*** tất nhiên là không; ***~ of action*** đường lối hành động; ***~ of treatment*** đợt điều trị; ***in the ~ of ...*** trong lúc ...
court *n* LAW tòa án; SP sân; ***take X to ~*** kiện X lên tòa án
court case vụ xử án
courteous lịch sự
courtesy sự lịch sự
courthouse tòa án; **court martial** **1** *n* tòa án quân sự **2** *v/t* xét xử ở tòa án quân sự; **court order** lệnh tòa án; **courtroom** phòng xét xử; **courtyard** sân trong
cousin (*older male*) anh họ; (*older female*) chị họ; (*younger*) em họ
cove (*small bay*) vịnh nhỏ
cover **1** *n* (*protective*) vỏ bọc; (*of book, magazine*) bìa; (*for bed*) ga phủ giường; (*shelter*) chỗ ẩn nấp;

ơ u*r*	**y** (tin)	**ây** uh-i	**iê** i-uh	**oa** wa	**ôi** oy	**uy** wee	**ong** aong
u (soon)	**au** a-oo	**eo** eh-ao	**iêu** i-yoh	**oai** wai	**ơi** u*r*-i	**ênh** uhng	**uyên** oo-in
ư (dew)	**âu** oh	**êu** ay-oo	**iu** ew	**oe** weh	**uê** way	**oc** aok	**uyêt** oo-yit

(*shelter from rain*) chỗ trú; (*insurance*) bảo hiểm **2** *v/t* che phủ; (*with chocolate*) phủ một lớp; (*in blood, mud*) đầy; (*of insurance policy*) bảo hiểm; *distance* đi được; (*of journalist*) theo dõi đưa tin
♦**cover up 1** *v/t* mặc ấm; *crime, scandal* che giấu **2** *v/i fig* che giấu; ~ ***for X*** bao che cho X
coverage (*by media*) việc đưa tin
covering letter thư phụ giải
covert bí mật
coverup (*of crime*) sự che giấu
cow *n* bò cái
coward kẻ hèn nhát
cowardice tính hèn nhát
cowardly hèn nhát
cowboy người chăn bò
cower lùi ra xa
coy (*evasive*) rụt rè; (*flirtatious*) ra vẻ e lệ
cozy *chair, feeling* thoải mái; *room, house* ấm cúng
CPU (= ***central processing unit***) bộ xử lý trung tâm
crab *n* con cua
crack 1 *n* (*in wall, ceiling, cup etc*) vết rạn; (*joke*) câu đùa hóm hỉnh **2** *v/t cup, glass* làm rạn nứt; *nut* kẹp vỡ; *code* giải; F (*solve*) xử lý; ~ ***a joke*** nói đùa **3** *v/i* rạn; ***get ~ing*** F (*set to work*) bắt tay vào làm ngay
♦**crack down on** xử lý nghiêm ngặt hơn
♦**crack up** *v/i* (*have breakdown*) suy sụp; F (*laugh*) phá ra cười
crackdown xử lý thẳng tay
cracked *cup, glass* rạn nứt
cracker (*to eat*) bánh quy giòn
crackle *v/i* (*of fire*) nổ lách tách
cradle *n* (*for baby*) cái nôi
craft[1] NAUT thuyền
craft[2] (*skill*) nghề thủ công; (*trade*) nghề
craftsman thợ thủ công
crafty xảo quyệt
crag (*rock*) vách đá dựng đứng
cram *v/t* nhồi nhét
cramp chuột rút
cramped *room, apartment* chật hẹp
cramps (*stomach* ~) cơn đau quặn
cranberry quả man việt quất
crane 1 *n* (*machine*) cần trục **2** *v/t*: ~ ***one's neck*** nghển cổ
crank *n* (*strange person*) người kỳ cục; ***health-food*** ~ người câu nệ về thức ăn
crankshaft trục quay
cranky (*bad-tempered*) cáu kỉnh; (*strange*) kỳ cục
crap V **1** *n* cứt; (*bad quality goods, work*) như cứt; ***don't talk ~!*** đừng có nói tầm bậy! **2** *v/i* đi ỉa
crash 1 *n* (*of dishes*) tiếng vỡ loảng xoảng; (*of thunder*) tiếng nổ; COM sự phá sản; COMPUT sự treo máy; ***car/plane*** ~ vụ đâm ô tô/rơi máy bay **2** *v/i* (*of waves*) vỗ ầm ầm; (*of vase, dishes*) rơi vỡ loảng xoảng; (*of thunder*) nổ ầm ầm; (*of car*) đâm; (*of plane*) rơi; (COM: *of market*) phá sản; COMPUT bị treo; F (*sleep*) ngủ **3** *v/t car* đâm vỡ
♦**crash out** F (*fall asleep*) ngủ
crash course lớp học cấp tốc;
crash diet chế độ ăn kiêng tăng cường; **crash helmet** mũ lái mô tô; **crash landing** sự hạ cánh khẩn cấp
crate (*packing case*) thùng gỗ lớn
crater (*of volcano*) miệng núi lửa
crave *food* thèm; *affection, attention* khao khát; *forgiveness* cầu khẩn
craving (*for food*) sự thèm thuồng; (*for attention, affection etc*) sự khao khát
crawl 1 *n* (*in swimming*) lối bơi crôn; ***at a*** ~ (*very slowly*) nhích

lên từng bước **2** *v/i* (*on floor*) bò; (*move slowly*) đi như trườn
♦ **crawl with** *people* đầy nhóc; ***the city is crawling with tourists*** thành phố đầy nhóc khách du lịch; ***the ground was crawling with ants*** sàn lúc nhúc những kiến
crayon (*pencil*) bút chì màu; (*chalk*) phấn màu
craze sự say mê; ***the latest ~*** mốt mới nhất
crazy *adj* điên rồ; ***be ~ about ...*** quá say mê ...
creak 1 *n* tiếng kêu cót két **2** *v/i* kêu cót két
cream 1 *n* (*for skin, coffee, cake*) kem; (*color*) màu kem **2** *adj* màu kem
cream cheese pho mát trắng nhiều kem
creamer (*pitcher*) bình đựng kem; (*for coffee*) bột kem
creamy (*with lots of cream*) nhiều kem
crease 1 *n* (*accidental*) nếp nhàu; (*deliberate*) đường li **2** *v/t* (*accidentally*) làm nhàu
create 1 *v/t* (*cause*) gây ra; (*make*) tạo ra **2** *v/i* (*be creative*) sáng tạo
creation (*something created*) sáng tạo; (*of job, market etc*) sự tạo ra; (*of poets, artists*) sự sáng tác; REL sự tạo ra thế giới
creative sáng tạo
creator người sáng tạo; (*author*) người sáng tác; (*founder*) người sáng lập; ***the Creator*** REL Đấng Tạo hóa
creature (*animal*) con vật; (*person*) kẻ
credibility (*of person*) sự tín nhiệm; (*of story*) sự đáng tin
credible *witness, statement, report* đáng tin cậy
credit 1 *n* FIN bán chịu; (*use of ~ cards*) tín dụng; (*honor*) sự khen ngợi; (*payment received*) số tiền trả vào tài khoản; ***~s and debits*** bên có và bên nợ; ***be in ~*** có tiền trong tài khoản; ***get the ~ for X*** nhận được sự khen ngợi về X **2** *v/t* (*believe*) tin; ***~ an amount to an account*** ghi một khoản tiền vào tài khoản
creditable *performance, mark* đáng khen
credit card thẻ tín dụng
credit limit (*of credit card*) mức giới hạn tín dụng
creditor chủ nợ
creditworthy *company, individual* có khả năng thanh toán
credulous nhẹ dạ
creed (*beliefs*) sự tín ngưỡng
creek (*stream*) suối
creep 1 *n pej* kẻ nịnh **2** *v/i* (*of person*) rón rén; (*of water*) dâng lên từ từ
creeper BOT cây leo
creeps F: ***the house/he gives me the ~*** ngôi nhà/anh ấy khiến tôi rùng mình
creepy F *house* sởn tóc gáy; *person* kỳ quái
cremate hỏa táng
cremation sự hỏa táng
crematorium nơi hỏa táng
crescent *n* (*shape*) hình lưỡi liềm
crest (*of hill*) đỉnh; (*of bird*) mào
crestfallen tiu nghỉu
crevice khe hở
crew *n* (*of ship*) đoàn thủy thủ; (*of aircraft*) phi đội; (*of repairmen etc*) đội; (*group of people*) nhóm người
crew cut kiểu tóc húi cua
crew neck kiểu cổ tròn
crib *n* (*for baby*) giường cũi
crick: ***~ in the neck*** bị vẹo cổ

cricket (*insect*) con dế
crime (*offense*) tội; (*criminal activity*) tội phạm; (*shameful act*) điều đáng xâú hổ, hành động ngu ngốc; ***war*** ~ tội ác chiến tranh
criminal **1** *n* kẻ phạm tội; ***war*** ~ tội phạm chiến tranh **2** *adj* (*relating to crime*) tội phạm; (*shameful*) đáng xấu hổ; ~ ***law*** luật hình sự
crimson *adj* đỏ thẫm
cringe rúm người lại
cripple **1** *n* người què **2** *v/t person* làm què; *country*, *economy*, *industry* làm tê liệt
crisis (*financial*, *political*) cuộc khủng hoảng
crisp *adj weather*, *air* khô lạnh; *lettuce* tươi; *bacon*, *toast*, *apple* giòn; *new shirt*, *bills* mới cứng
criterion (*standard*) tiêu chuẩn
critic người chỉ trích; (*in music*, *theater*, *literature*) nhà phê bình
critical (*making criticisms*) phê phán; (*serious*) trầm trọng; *moment etc* quyết định; MED nguy kịch
critically *speak etc* một cách chỉ trích; ~ ***ill*** ốm trầm trọng
criticism sự chỉ trích
criticize *v/t* chỉ trích
croak **1** *n* (*of frog*) tiếng kêu ồm ộp; (*of person*) tiếng khàn khàn **2** *v/i* (*of frog*) kêu ồm ộp; (*of person*) nói khàn khàn
crockery đĩa chén bằng sành
crocodile cá sấu
crony F chiến hữu
crook *n* (*dishonest*) kẻ lừa đảo
crooked *streets* quanh co; *branch* cong queo; *table* xiêu vẹo; (*dishonest*) không ngay thẳng
crop **1** *n* vụ; *fig* lớp; ***the wheat / potato*** ~ vụ lúa mì/khoai tây **2** *v/t hair* cắt ngắn; *photo* cắt mép
♦ **crop up** (*at work etc*) bất ngờ xảy ra; (*in conversation*) bất ngờ nhắc đến
cross **1** *adj* (*angry*) cáu **2** *n* (*X*) dấu chữ thập; (*Christian symbol*) cây thánh giá **3** *v/t* (*go across*) đi ngang qua; ~ ***oneself*** REL làm dấu chữ thập; ~ ***one's legs*** vắt chéo chân; ***keep one's fingers ~ed*** cầu mong; ***it never ~ed my mind*** chưa bao giờ tôi nghĩ đến **4** *v/i* (*go across*) đi ngang qua đường; (*of lines*) cắt ngang qua nhau
♦ **cross off**, **cross out** xóa bỏ
crossbar (*of goal*) xà ngang; (*of bicycle*) thanh ngang; (*in high jump*) xà
cross-country (skiing) (môn trượt tuyết) đường trường
cross-examine LAW sự cật vấn
cross-eyed lác mắt
crossing NAUT chuyến vượt biển
crossroads ngã tư; **cross-section** (*of people*) mẫu tiêu biểu; **crosswalk** đèn hiệu qua đường; **crossword (puzzle)** trò chơi ô chữ
crouch *v/i* co mình lại; ~ ***down*** cúi xuống
crow *n* (*bird*) con quạ; ***as the ~ flies*** theo đường chim bay
crowd *n* đám đông; (*at sports event*) khán giả
crowded đông người
crown **1** *n* (*on tooth*) thân răng **2** *v/t tooth* bịt răng
crucial rất quan trọng
crude **1** *adj* (*vulgar*) thô tục; (*unsophisticated*) thô sơ **2** *n*: ~ (***oil***) dầu thô
cruel *person*, *joke* độc ác
cruelty sự độc ác
cruise **1** *n* chuyến dạo chơi trên biển bằng tàu thủy **2** *v/i* (*in ship*) đi dạo biển bằng tàu; (*of car*) đi

ở tốc độ vừa phải; (*of plane*) bay ở tốc độ vừa phải
cruise liner tàu biển chở du khách
cruising speed (*of vehicle*) tốc độ đều vừa; *fig* (*of project*) tốc độ triển khai bình thường
crumb mảnh bánh vụn
crumble 1 *v/t* bóp vụn **2** *v/i* (*of bread, stonework*) vỡ vụn; *fig* (*of opposition, hopes, marriage etc*) tan vỡ; (*of civilization*) sụp đổ
crumple 1 *v/t* (*crease*) làm nhàu **2** *v/i* (*collapse*) quỵ xuống
crunch 1 *n* F: ***when it comes to the ~*** khi đến thời điểm quyết định **2** *v/i* (*of gravel*) kêu lạo xạo
crusade *n fig* chiến dịch vận động
crush 1 *n* (*crowd*) đám đông chen chúc; ***have a ~ on*** mê đắm **2** *v/t* đè; (*crease*) làm nhàu; ***they were ~ed to death*** họ đều bị đè chết **3** *v/i* (*crease*) nhàu
crust (*on bread*) vỏ bánh
crutch (*for injured person*) cái nạng
cry 1 *n* (*call*) tiếng kêu; ***have a ~*** khóc **2** *v/t* (*call*) kêu **3** *v/i* (*weep*) khóc
♦**cry out 1** *v/t* kêu to **2** *v/i* kêu lên
♦**cry out for** (*need*) đòi hỏi
crystal (*mineral*) thạch anh; (*glass*) pha lê
crystallize *v/t & v/i* kết tinh
cub thú con
Cuba nước Cu Ba
Cuban 1 *adj* Cu Ba **2** *n* người Cu Ba
cube (*shape*) hình lập phương
cubic khối
cubic capacity TECH dung tích xi lanh
cubicle (*changing room*) buồng nhỏ thay quần áo
Cu Chi Tunnels địa đạo Củ Chi
cucumber quả dưa chuột
cuddle 1 *n* sự ôm ấp **2** *v/t* ôm ấp
cuddly *kitten etc* được cưng chiều; (*liking cuddles*) thích được nâng niu
cue *n* (*for actor etc*) vĩ bạch; (*for pool*) gậy chọc bi-a
cuff 1 *n* (*of shirt*) cổ tay áo; (*of pants*) gấu vén; (*blow*) cái bạt tai; ***off the ~*** *speech* không được chuẩn bị trước; *joke, remark* thiếu suy nghĩ **2** *v/t* (*hit*) bạt tai
cuff link khuy măng sét
cul-de-sac ngõ cụt (*N*)
culinary nấu nướng
♦**culminate in** dẫn đến
culmination đỉnh cao nhất
culprit thủ phạm
cult (*sect*) giáo phái
cultivate *land* trồng trọt; *person* trau dồi
cultivated *person* có học thức
cultivated land (*in Vietnamese zodiac*) Quý
cultivation (*of land*) sự trồng trọt
cultural văn hoá
culture *n* (*artistic*) văn hóa; (*of a country*) nền văn hóa
cultured (*cultivated*) có văn hóa
culture shock cú sốc văn hóa
cumbersome *package* cồng kềnh; *administrative procedures* phiền hà
cunning 1 *n* sự xảo quyệt **2** *adj* xảo quyệt
cup *n* chén (*N*), ly (*S*); (*trophy*) cúp; ***paper ~*** cốc; ***a ~ of tea*** một chén trà
cupboard tủ
curable có thể chữa khỏi
curator (*of museum*) người phụ trách nhà bảo tàng
curb 1 *n* (*of street*) lề đường; (*on powers etc*) sự kiểm soát **2** *v/t anger* kiềm chế; *inflation* kiểm soát
curdle *v/i* (*of milk*) đóng thành cục

cure 1 *n* MED sự điều trị **2** *v/t* MED chữa khỏi; *meat, fish* bảo quản
curfew MIL lệnh giới nghiêm
curiosity (*inquisitiveness*) sự tò mò
curious (*inquisitive*) tò mò; (*strange*) kỳ lạ
curiously (*inquisitively*) một cách tò mò; (*strangely*) một cách kỳ lạ; **~ *enough*** điều kỳ lạ là
curl 1 *n* (*in hair*) lọn tóc xoăn; (*of smoke*) làn khói cuộn tròn **2** *v/t hair* uốn xoăn; (*wind*) cuốn **3** *v/i* (*of hair*) quăn; (*of leaf, paper etc*) cuộn lại
♦ **curl up** cuộn tròn
curly *hair, tail* xoăn
currant (*dried fruit*) nho khô
currency (*money*) tiền tệ; ***foreign ~*** ngoại tệ
current 1 *n* (*in sea, river etc*) dòng nước; ELEC dòng điện; (*of air*) luồng **2** *adj* (*present*) hiện nay
current affairs, current events thời sự, sự kiện hiện nay
current affairs program chương trình thời sự
currently hiện nay
curriculum chương trình giảng dạy
curse 1 *n* (*spell*) lời nguyền rủa; (*swearword*) lời chửi rủa **2** *v/t* nguyền rủa; (*swear at*) chửi rủa **3** *v/i* (*swear*) chửi rủa
cursor COMPUT con trỏ
cursory vội vàng
curt *person, answer, letter* cộc lốc
curtail *speech, trip* cắt ngắn; *spending* giảm bớt
curtain (*at window, door*) rèm cửa; THEA màn
curve 1 *n* đường cong **2** *v/i* (*bend*) ngoặt sang
cushion 1 *n* (*for couch*) gối đệm **2** *v/t blow, fall* làm nhẹ bớt
custard món sữa trứng
custody (*of children*) quyền trông nom; ***in ~*** LAW bị tạm giam
custom (*tradition*) phong tục; ***as was his ~*** theo thói quen của anh ấy
customary thông thường; ***it is ~ to ...*** theo thông lệ thì ...
customer khách hàng
customer relations quan hệ với khách hàng
custom-made đặt làm; *clothes* đặt may
customs hải quan
customs clearance giấy phép hải quan; **Customs Department** Tổng cục Hải quan; **customs inspection** sự kiểm tra hải quan; **customs officer** nhân viên hải quan
cut 1 *n* (*with knife, scissors*) sự cắt; (*injury*) vết đứt; (*of garment*) kiểu cắt may; (*of hair*) kiểu cắt tóc; ***more ~s in education*** thêm cắt giảm trong chi phí giáo dục; ***my hair needs a ~*** tôi cần phải cắt tóc **2** *v/t* cắt; *hours* giảm; ***get one's hair ~*** cắt tóc
♦ **cut back 1** *v/i* (*in costs*) cắt giảm chi tiêu **2** *v/t employees* giảm
♦ **cut down 1** *v/t tree* chặt **2** *v/i* (*in smoking etc*) giảm bớt
♦ **cut down on** *smoking etc* giảm bớt
♦ **cut off** (*with knife, scissors etc*) cắt đứt; (*isolate*) biệt lập; TELEC cắt điện thoại; ***we were ~*** chúng tôi bị cắt điện thoại
♦ **cut out** (*with scissors*) cắt; (*eliminate*) trừ bỏ; ***cut that out!*** F thôi cái đó đi!; ***be ~ for X*** hợp với X
♦ **cut up** *v/t meat etc* thái
cutback sự cắt giảm

---

ch (*final*) k	**gh** g	**nh** (*final*) ng	**r** z; (*S*) r	**x** s	**â** (but)	**i** (tin)
d z; (*S*) y	**gi** z; (*S*) y	**ph** f	**th** t	**a** (hat)	**e** (red)	**o** (saw)
đ d	**nh** (onion)	**qu** kw	**tr** ch	**ă** (hard)	**ê** ay	**ô** oh

cute (*pretty*) xinh đẹp; (*sexually attractive*) quyến rũ; (*smart, clever*) ranh mãnh
cuticle biểu bì
cut-price bán hạ giá
cut-throat *competition* gay gắt
cutting 1 *n* (*from newspaper etc*) bài báo cắt ra **2** *adj remark* cay độc
cyberspace *khoảng không gian liên lạc giữa các máy vi tính*
cycle 1 *n* (*bicycle*) xe đạp; (*series of events*) chu kỳ **2** *v/i* (*ride bicycle*) đi xe đạp
cycling sự đi xe đạp
cyclist người đi xe đạp
cyclo xích lô
cyclo rider người đạp xích lô
cylinder (*container*) hình trụ; (*in engine*) xilanh
cylindrical có hình trụ
cynic người hoài nghi
cynical hoài nghi
cynicism thái độ hoài nghi
cyst nang
Czech 1 *adj* Séc; ***the ~ Republic*** nước cộng hòa Séc **2** *n* (*person*) người Séc; (*language*) tiếng Séc

D

DA (= ***District Attorney***) ủy viên công tố quận
dab *n* (*of paint etc*) vệt
♦**dab off** thấm
♦**dab on** xoa
♦**dabble in** (*for short time*) thử làm qua; (*in amateurish way*) làm chơi; *pej* học đòi
dad ba (*S*), bố (*N*)
dagger dao găm
daily 1 *n* (*paper*) nhật báo **2** *adj* hàng ngày
dainty dễ thương
dairy products các sản phẩm làm từ sữa
dais bục
dam 1 *n* (*for water*) đập nước **2** *v/t river* xây đập
damage 1 *n* thiệt hại; *fig* (*to reputation etc*) sự tổn hại **2** *v/t* làm hư hại; *fig* (*reputation etc*) làm tổn hại
damages LAW tiền bồi thường
damaging có hại
dame F (*woman*) mụ
damn 1 *interj* F mẹ kiếp! **2** *n* F: ***I don't give a ~!*** tôi đếch cần! **3** *adj* F chết tiệt; ***it's a ~ nuisance*** thật là phiền phức **4** *adv* F quá **5** *v/t* (*condemn*) chỉ trích; ***~ it!*** F chết rồi!; ***I'm ~ed if ...*** F tôi sẽ bị trời nếu ...
damned → ***damn*** *adj, adv*
damp *building, room, cloth* ẩm
dampen làm ẩm
dance 1 *n* (*art form*) điệu múa; (*movements and steps*) điệu nhảy; (*social event*) vũ hội; (*act of dancing*) sự nhảy múa **2** *v/i* nhảy; (*as art form*) múa; ***would you like to ~?*** anh/chị có muốn nhảy không?

---

dancer người nhảy; (*performer*) diễn viên múa
dancing nhảy múa
dandruff gàu
Dane người Đan Mạch
danger sự nguy hiểm; ***out of ~*** (*of patient*) đã qua cơn hiểm nghèo
dangerous nguy hiểm
dangle 1 *v/t* lúc lắc **2** *v/i* đung đưa
Danish 1 *adj* Đan Mạch **2** *n* (*language*) tiếng Đan Mạch
Danish (pastry) kiểu Đan Mạch
dare 1 *v/i* dám; ***~ to do sth*** dám làm gì; ***how ~ you!*** thật là quá quắt! **2** *v/t*: ***~ X to do Y*** thách X làm Y
daring *adj* táo bạo
dark 1 *n* bóng tối; ***after ~*** sau khi mặt trời lặn; ***keep s.o. in the ~*** *fig* hoàn toàn bưng bít ai **2** *adj room, night* tối; *hair, eyes, color* sẫm; *clothes* sẫm màu; ***~ green/ blue*** màu lục/lam sẫm
darken (*of sky*) tối lại
dark glasses kính râm
darkness bóng tối
darling 1 *n* (*man to woman*) em yêu; (*woman to man*) anh yêu **2** *adj* yêu quý
darn[1] 1 *n* (*mend*) chỗ mạng **2** *v/t* (*mend*) mạng
darn[2], **darned** → ***damn*** *adj, adv*
dart 1 *n* (*for throwing*) phi tiêu **2** *v/i* lao
dash 1 *n* (*punctuation*) gạch ngang; (*small amount*) chút ít; (MOT: *dashboard*) bảng đồng hồ; ***a ~ of brandy*** chút ít rượu cô nhắc; ***make a ~ for*** lao tới **2** *v/i* lao vội; ***I must ~*** tôi phải đi ngay **3** *v/t hopes* làm tiêu tan
♦ **dash off 1** *v/i* dông **2** *v/t* (*write quickly*) viết nhanh
dashboard bảng đồng hồ
data dữ liệu
database cơ sở dữ liệu; **data capture** sự nhập dữ liệu; **data processing** sự xử lý dữ liệu; **data protection** sự bảo vệ dữ liệu; **data storage** sự lưu trữ dữ liệu
date[1] (*fruit*) quả chà là
date[2] 1 *n* ngày tháng; (*meeting*) cuộc hẹn gặp; (*person*) bồ; ***what's the ~ today?*** hôm nay ngày mấy?; ***out of ~*** *clothes* lỗi thời; *passport* hết hạn; ***up to ~*** *information* cập nhật; *style* hiện đại **2** *v/t letter, check* ghi ngày tháng; (*go out with*) hẹn hò; ***that ~s you*** điều ấy xác định tuổi anh/chị
dated lỗi thời
daub *v/t* trát
daughter con gái
daughter-in-law con dâu
daunt *v/t* làm nản lòng
dawdle dềnh dàng
dawn 1 *n* rạng đông; *fig* (*of new age*) buổi bình minh **2** *v/i*: ***it ~ed on me that ...*** tôi đã vỡ lẽ ...
day ngày; ***what ~ is it today?*** hôm nay là ngày thứ mấy?; ***~ off*** ngày nghỉ; ***by ~*** ban ngày; ***~ by ~*** ngày lại ngày; ***the ~ after*** hôm sau; ***the ~ after tomorrow*** ngày kia; ***the ~ before*** hôm trước; ***the ~ before yesterday*** hôm kia; ***~ in ~ out*** ngày ngày; ***in those ~s*** những ngày ấy; ***one ~*** ngày nào đó; ***the other ~*** (*recently*) hôm nọ; ***let's call it a ~!*** hãy dừng thôi!
daybreak rạng sáng; **daydream 1** *n* sự mơ màng **2** *v/i* mơ màng; **daylight** ánh sáng ban ngày; **daytime**: ***in the ~*** vào ban ngày; **day trip** chuyến đi trong ngày
daze *n*: ***in a ~*** ở trạng thái bàng hoàng

---

ch (*final*) k	**gh** g	**nh** (*final*) ng	**r** z; (*S*) r	**x** s	**â** (but)	**i** (tin)
d z; (*S*) y	**gi** z; (*S*) y	**ph** f	**th** t	**a** (hat)	**e** (red)	**o** (saw)
đ d	**nh** (onion)	**qu** kw	**tr** ch	**ă** (hard)	**ê** ay	**ô** oh

dazed (*by good, bad news*) sửng sốt; (*by a blow*) choáng váng
dazzle *v/t* (*of light*) hoa mắt; *fig* làm hoa mắt
dead **1** *adj* chết; *battery* hết điện; *phone* không hoạt động; *flashlight, light bulb* hỏng; F (*place*) tẻ ngắt **2** *adv* F (*very*) cực kỳ; ***~ beat, ~ tired*** mệt lử, mệt chết được; ***that's ~ right*** trúng phong phóc **3** *n*: ***the ~*** (*~ people*) những người chết; ***in the ~ of night*** lúc nửa đêm
deaden *pain, sound* giảm bớt
dead end (*street*) ngõ cụt (*N*); **dead-end job** việc làm không có triển vọng; **dead heat** sự đạt đích đồng thời; **deadline** thời hạn cuối cùng; **deadlock** *n* (*in talks*) sự bế tắc
deadly *adj* (*fatal*) chết người; F (*boring*) chán ngắt
deaf điếc
deaf-and-dumb câm và điếc
deafen làm điếc tai
deafening chói tai
deafness chứng điếc
deal **1** *n* sự thỏa thuận; ***it's a ~!*** (*we have reached an agreement*) thế là xong!; (*it's a promise*) được rồi, đồng ý!; ***a good ~*** (*bargain*) món hời; (*a lot*) nhiều; ***a great ~ of*** (*lots*) rất nhiều **2** *v/t cards* chia; ***~ a blow to*** giáng một đòn
♦**deal in** (*trade in*) buôn bán
♦**deal out** *cards* chia
♦**deal with** (*handle*) giải quyết; (*do business with*) giao thiệp với
dealer (*merchant*) người buôn bán; (*drug ~*) kẻ bán ma túy; (*in card game*) người chia bài
dealing (*drug ~*) việc buôn bán ma túy
dealings (*business*) sự giao dịch
dean (*of college*) chủ nhiệm khoa
dear *adj* yêu quí; (*expensive*) đắt; ***Dear Sir*** thưa ngài; ***Dear Richard/Margaret*** Richard/ Margaret thân mến; (***oh***) ***~!, ~ me!*** trời ơi!, trời đất!
dearly *love* tha thiết
death cái chết; (*fatality*) người chết; ***sentenced to ~*** bị kết án tử hình
death penalty án tử hình
death toll tổng số người chết
debatable có thể bàn cãi
debate **1** *n also* POL cuộc tranh luận **2** *v/i* tranh luận; (*think about*) cân nhắc **3** *v/t* bàn cãi về
debauchery sự trác táng
debit **1** *n* (*sum withdrawn*) lần rút tiền; (*in accountancy*) khoản nợ **2** *v/t account, amount* ghi nợ; ***her account was ~ed with $50*** tài khoản của bà ấy ghi nợ 50$; ***~ $50 against my account*** ghi 50$ nợ vào tài khoản của tôi
debris mảnh vỡ
debt khoản nợ; ***be in ~*** (*financially*) mắc nợ
debtor con nợ
debug *room* tháo máy nghe trộm; COMPUT gỡ lỗi
début *n* buổi xuất hiện lần đầu tiên
decade thập kỷ
decadent suy đồi
decaffeinated đã loại bỏ caphêin
decanter (*for wine*) bình rượu
decapitate chém đầu
decay **1** *n* (*of wood*) tình trạng mục hỏng; (*of civilization*) tình trạng suy tàn; (*of teeth*) tình trạng sâu; (*in teeth*) chỗ bị sâu; (*in wood*) chỗ bị mục **2** *v/i* (*of teeth*) bị sâu; (*of wood*) bị mục; (*of plant*) thối; (*of civilization*) suy tàn
deceased: ***the ~*** người quá cố

deceit sự lừa đảo
deceitful dối trá
deceive đánh lừa
December tháng Mười hai
decency phép lịch sự; ***he had the ~ to ...*** anh ấy đã tỏ ra có lịch sự mà ...
decent *person* đứng đắn; *salary, price* thích đáng; *meal* tươm tất; *sleep* thỏa đáng; (*adequately dressed*) ăn vận tươm tất
decentralize *administration* phân cấp quản lý
deception sự lừa gạt
deceptive dễ gây lầm lẫn
deceptively: ***it looks ~ simple*** trông thì có vẻ dễ
decibel đêxiben
decide 1 *v/t* (*make up one's mind, conclude*) quyết định; (*settle*) giải quyết **2** *v/i* quyết định; ***you ~*** anh/chị quyết định đi
decided (*definite*) rõ ràng
decider (*match etc*) trận đấu quyết định
decimal *n* phân số thập phân
decimal point dấu phẩy thập phân
decimate hủy diệt nhiều
decipher *handwriting* giải đoán; *code* giải mã
decision sự quyết định; (*conclusion*) sự kết luận; ***come to a ~*** đi đến sự quyết định
decision-maker người ra quyết định
decisive dứt khoát; (*crucial*) quyết định
deck (*of ship*) boong; (*of bus*) sàn; (*of cards*) cỗ bài
deckchair ghế xếp
declaration (*statement*) lời tuyên bố; (*of independence*) bản tuyên ngôn; ***~ of war*** sự tuyên chiến
declare (*state*), *war etc* tuyên bố; (*at customs*) khai
decline 1 *n* (*fall*) sự giảm sút; (*in health*) sự suy giảm **2** *v/t invitation* khước từ; ***~ to comment/accept*** từ chối bình luận/chấp nhận **3** *v/i* (*refuse*) khước từ; (*decrease*) giảm sút; (*of health*) suy giảm
declutch nhả côn
decode giải mã
decompose thối rữa
décor cách trang trí
decorate (*with paint, paper*) trang trí; (*adorn*) trang hoàng; *soldier* gắn huy chương
decoration (*paint, paper*) đồ trang trí; (*ornament*) vật trang trí
decorative trang trí
decorator thợ trang trí
decoy *n* (*bird, model duck etc*) con mồi; (*person*) cò mồi
decrease 1 *n* sự giảm bớt **2** *v/t & v/i* giảm
dedicate *book etc* đề tặng; ***~ oneself to ...*** (*to God*) hiến thân cho ...; (*to job*) tận tụy với ...
dedication (*in book*) lời đề tặng; (*to cause, work*) tinh thần tận tụy
deduce suy luận
deduct: ***~ X from Y*** khấu X vào Y
deduction (*from salary*) sự khấu trừ; (*conclusion*) kết quả suy luận
deed *n* (*act*) hành động; LAW chứng thư
deep *hole, water, shelf* sâu; *sleep* say; *trouble* vô cùng; *voice* trầm; *color* sẫm; *thinker* sâu sắc
deepen 1 *v/t* đào sâu thêm **2** *v/i* sâu thêm; (*of crisis, mystery*) tăng thêm
deep freeze *n* sự đông lạnh
deep-frozen food thức ăn đông lạnh
deep-fry rán
deer con hươu
deface *book, poster, wall* xóa lủi

defamation sự nói xấu
defamatory nói xấu
default *adj* COMPUT ngầm định
defeat **1** *n* thất bại; (*action of ~ing*) sự đánh bại; (*being ~ed*) sự thất bại **2** *v/t* đánh bại; (*of task, problem*) làm thất bại
defeatist *adj attitude* thất bại chủ nghĩa
defect *n* nhược điểm; (*sth missing*) thiếu sót
defective có khuyết điểm
defend bảo vệ; *cause* bênh vực; (*stand by*) ủng hộ; (*justify*) biện hộ; LAW bào chữa; **~ *oneself*** tự vệ
defendant bên bị; (*in criminal case*) bị cáo
defense sự bảo vệ; MIL quốc phòng; SP hàng hậu vệ; LAW luật sư bị cáo; (*justification*) sự biện hộ; (*of cause*) sự bênh vực; ***come to s.o.'s ~*** bênh vực ai
defense budget POL ngân sách quốc phòng
defense lawyer luật sư bên bị
defenseless không có khả năng tự vệ
defense player SP hậu vệ; **Defense Secretary** POL Bộ trưởng Quốc phòng; **defense witness** LAW nhân chứng cho bên bị
defensive **1** *n*: ***on the ~*** ở vào thế phòng ngự; ***go on the ~*** chuyển sang phòng ngự **2** *adj weaponry, person* phòng thủ
defer *v/t* (*postpone*) trì hoãn
deference sự tôn trọng
deferential biết tôn trọng
defiance sự thách thức; ***in ~ of*** không đếm xỉa tới
defiant ngang ngạnh
deficiency (*lack*) sự thiếu hụt
deficient: ***be ~ in ...*** thiếu
deficit số tiền thiếu hụt
define *word* định nghĩa; *objective* xác định
definite *date, time* đích xác; *answer, improvement* rõ ràng; (*certain*) chắc chắn; ***are you ~ about that?*** anh/chị có chắc chắn về chuyện ấy không?; ***nothing ~ has been arranged*** chưa có gì sắp đặt rõ ràng
definite article quán từ xác định
definitely chắc chắn
definition (*of word*) sự định nghĩa; (*of objective*) sự định rõ
definitive *biography, performance* cuối cùng
deflect *ball, blow* đi chệch; *criticism* làm chệch hướng; (*from course of action*) làm cho đi chệch; ***be ~ed from*** (*from course of action*) bị kéo chệch khỏi
deforestation phá rừng
deform làm biến dạng
deformity sự dị dạng
defraud lừa
defrost *v/t food, fridge* làm tan băng
deft khéo léo
defuse *bomb* tháo ngòi nổ; *situation, hostility* làm lắng dịu
defy *parent, teacher, order etc* không tuân theo; *government, law* coi thường
degenerate *v/i* (*of morals*) thoái hóa; **~ *into*** chuyển thành
degrade làm mất tư cách
degrading *position, work* làm mất tư cách
degree (*from university*) bằng đại học; (*of temperature, angle, latitude*) độ; (*amount*) mức độ; ***by ~s*** dần dần; ***get one's ~*** tốt nghiệp đại học
dehydrated mất nước
de-ice làm tan băng
de-icer (*spray*) chất phòng băng

deign: ~ ***to ...*** hạ cố ...
deity vị thần
dejected chán nản
delay **1** *n* sự chậm trễ **2** *v/t* (*postpone*) hoãn lại; ***be ~ed*** (*be late*) bị chậm **3** *v/i* chậm trễ
delegate **1** *n* đại biểu **2** *v/t task* giao phó; *person* cử làm đại diện
delegation (*of task*) sự giao phó; (*people*) đoàn đại biểu
delete xóa bỏ
deletion (*act*) sự xóa bỏ; (*that deleted*) chỗ xóa bỏ
deli → ***delicatessen***
deliberate[1] *adj* có chủ tâm
deliberate[2] *v/i* cân nhắc
deliberately cố ý
delicacy (*of fabric*) tính mịn màng; (*of problem*) tính tế nhị; (*of health*) sự yếu ớt; (*tact*) sự tế nhị; (*food*) cao lương mỹ vị
delicate *fabric* mịn màng; *problem* tế nhị; *health* yếu
delicatessen cửa hàng bán đồ ăn đặc sản làm sẵn
delicious ngon; ***that was ~*** món này ngon tuyệt
delight *n* niềm vui sướng
delighted sung sướng
delightful *evening* thú vị; *person* đáng yêu
delimit quy định phạm vi
delinquent *n* kẻ phạm pháp
delirious MED mê sảng; (*ecstatic*) sướng cuồng lên
deliver *parcel*, *letter* phát; *goods* giao; *message* chuyển; *baby* đẻ; ~ ***a speech*** đọc một bài diễn văn
delivery (*of goods*) sự giao; (*of mail*) sự phát; (*of baby*) sự sinh đẻ
delivery date ngày giao hàng; **delivery note** phiếu giao hàng; **delivery van** xe giao hàng
delta đồng bằng
delude đánh lừa; ***you're deluding yourself*** anh/chị đang tự dối mình
deluge **1** *n* (*heavy rainfall*) trận mưa lớn; *fig* (*of letters etc*) đợt thư tới tấp **2** *v/t fig* dồn tới tấp
delusion ảo tưởng; (*state of being deluded*) sự bị đánh lừa
de luxe loại sang
demand **1** *n* yêu cầu; COM mức cầu; ***the law of supply and ~*** luật cung cầu; ***in ~*** được cần đến **2** *v/t* yêu cầu; (*require*) đòi hỏi
demanding *job* đòi hỏi nhiều nỗ lực; *boss*, *employer* khắt khe
demented điên, điên cuồng
demise qua đời; *fig* sự xập tiệm
demitasse tách cà phê nhỏ
demo (*protest*) cuộc biểu tình; (*of video etc*) sự trình bày
democracy (*system*) chế độ dân chủ; (*country*) nước dân chủ
democrat người theo chế độ dân chủ; ***Democrat*** POL người thuộc Đảng Dân chủ
democratic dân chủ
demo disk đĩa trình bày
demolish *building* phá hủy; *argument* đập tan
demolition (*of building*) sự phá hủy; (*of argument*) sự đập tan
demon con quỉ
demonstrate **1** *v/t* (*prove*) chứng minh; (*display*) trình bày **2** *v/i* (*politically*) biểu tình
demonstration (*show*) sự chứng minh; (*protest*) cuộc biểu tình; (*of machine*) sự trình bày
demonstrative: ***be ~*** dễ biểu lộ tình cảm
demonstrator (*protester*) người biểu tình
demoralized làm nản lòng
demoralizing làm nản lòng
den (*study*) phòng làm việc riêng

denial (*of rumor, accusation*) sự phủ nhận; (*of request*) từ chối
denim vải bò
denims (*jeans*) quần bò
Denmark nước Đan Mạch
denomination (*of money*) loại; (*religious*) giáo phái
dense *smoke, fog, crowd* dày đặc; *foliage* rậm rạp; (*stupid*) đần độn
densely: ***~ populated*** đông dân cư
density (*of population*) mật độ
dent 1 *n* vết lõm **2** *v/t* làm lõm
dental *treatment* răng
dentist nha sĩ
dentures răng giả
Denver boot cái khóa kẹp bánh xe
deny *charge, rumor* phủ nhận; *right, request* từ chối
deodorant chất khử mùi
depart khởi hành; ***~ from*** (*deviate from*) đi chệch
department (*of company*) phòng; (*of university*) khoa; (*of government*) Bộ; (*of store*) gian hàng
Department of Defense Bộ Quốc phòng; **Department of State** Bộ Ngoại giao; **Department of the Interior** Bộ Nội vụ; **department store** cửa hàng bách hóa
departure (*leaving*) sự ra đi; (*of train, bus*) sự khởi hành; (*of person from job*) sự thôi việc; (*deviation*) sự chệch hướng; ***a new ~*** (*for government, organization, actor, artist etc*) một sự chuyển hướng mới
departure lounge phòng đợi khởi hành
departure time giờ khởi hành
depend: ***that ~s*** cái đó còn tùy; ***it ~s on the weather*** tùy thuộc vào thời tiết; ***I ~ on you*** tôi trông cậy vào anh/chị
dependable đáng tin cậy
dependence, dependency sự phụ thuộc
dependent 1 *n* người ăn theo **2** *adj*: ***be ~ on s.o./sth*** phụ thuộc vào ai/gì
depict (*in painting, writing*) thể hiện
deplorable đáng trách
deplore phàn nàn về
deport trục xuất
deportation sự trục xuất
deportation order lệnh trục xuất
deposit 1 *n* (*in bank*) khoản tiền gửi; (*of mineral*) trầm tích; (*on purchase*) tiền đặt cọc **2** *v/t money* gửi; (*put down*) để; *silt, mud* làm lắng đọng
deposition LAW lời khai
depot (*train station*) ga; (*bus station*) bến xe buýt; (*for storage*) kho
depreciate *v/i* FIN mất giá
depreciation FIN sự mất giá
depress *person* gây buồn chán
depressed *person* buồn chán
depressing làm thất vọng
depression MED sự suy sụp tinh thần; (*economic*) tình trạng suy thoái; (*meteorological*) vùng áp thấp
deprive: ***~ X of Y*** tước X khỏi Y
deprived *child, area* thiếu thốn
depth (*of water, hole, shelf*) chiều sâu; (*of voice*) độ trầm; (*of color*) độ sẫm; (*of thought*) mức sâu sắc; ***in ~*** (*thoroughly*) một cách sâu sắc; ***in the ~s of winter*** giữa mùa đông; ***be out of one's ~*** (*in water*) ở chỗ nước sâu ngập đầu; *fig* (*in discussion etc*) không thể hiểu chút gì
deputation nhóm đại diện
♦ **deputize for** thay mặt cho
deputy phó
deputy leader phó chủ tịch

derail: ***be ~ed*** (*of train*) bị trật bánh
deranged loạn trí
derelict *adj* hoang vắng
deride chế giễu
derision sự chế giễu
derisive *remarks*, *laughter* chế giễu
derisory *amount*, *salary* không nghĩa lý gì
derivative (*not original*) phát sinh
derive *v/t* (*obtain*) có được; ***be ~d from*** (*of word*) bắt nguồn từ
derogatory *remark* xúc phạm; *term* theo nghĩa xấu
descend **1** *v/t* xuống; ***be ~ed from*** là dòng dõi của ... **2** *v/i* (*of airplane*) xuống; (*of hill*, *road*) dốc xuống; (*of mood*) xấu đi; (*of darkness*) buông xuống
descendant con cháu
descent (*from mountain*) xuống; (*of airplane*) hạ xuống; (*ancestry*) thuộc dòng dõi; ***of Chinese ~*** gốc Trung Quốc
describe miêu tả; ***~ X as Y*** coi X như Y
description sự miêu tả; (*of criminal*) sự tả lại
desegregate xóa bỏ tệ phân biệt chủng tộc
desert[1] *n* sa mạc; *fig* bãi sa mạc
desert[2] **1** *v/t* (*abandon*) rời bỏ **2** *v/i* (*of soldier*) đào ngũ
deserted vắng tanh
deserter MIL kẻ đào ngũ
desertion (*abandonment*) sự rời bỏ; MIL sự đào ngũ
deserve đáng được
design **1** *n* (*subject*) môn thiết kế; (*of particular object*) thiết kế; (*drawing*) bản thiết kế; (*pattern*) họa tiết **2** *v/t* thiết kế; ***not ~ed for heavy use*** không nhằm dùng cho các việc nặng
designate *v/t person* chỉ định; *area* qui định
designer người thiết kế
designer clothes quần áo mốt cao cấp
design fault lỗi thiết kế
design school trường dạy thiết kế
desirable đáng mong muốn
desire *n* (*wish*) sự mong muốn; (*sexual*) sự thèm muốn
desk (*in home*, *office*) bàn làm việc; (*in classroom*) bàn học sinh; (*in hotel*) quầy lễ tân
desk clerk nhân viên lễ tân
desktop publishing kỹ thuật chế bản điện tử
desolate *adj place* hoang vắng
despair **1** *n* sự tuyệt vọng; ***in ~*** một cách tuyệt vọng **2** *v/i* tuyệt vọng; ***~ of*** hết hy vọng
desperate *person*, *action*, *letter* tuyệt vọng; *situation*, *illness* hết sức nghiêm trọng; ***be ~ for a drink/cigarette*** cần ghê gớm một cốc rượu/điếu thuốc
desperation sự tuyệt vọng; ***an act of ~*** một hành động tuyệt vọng
despise coi khinh
despite mặc dù
despondent chán nản
despot kẻ bạo chúa
dessert món tráng miệng
destination nơi đến
destiny số mệnh
destitute cơ cực
destroy phá hoại
destroyer (*boat*) tàu khu trục
destruction sự phá hoại
destructive *power* phá hoại; *criticism* thiếu xây dựng; *child* thích phá phách
detach tháo ra
detachable có thể tháo ra
detached (*objective*) vô tư
detachment (*objectivity*) tính vô tư

detail *n* (*small point, piece of information*) chi tiết; (*irrelevancy*) chi tiết vụn vặt; ***in ~*** một cách chi tiết
detailed chi tiết
detain (*hold back*) giữ lại; (*as prisoner*) bắt giữ
detainee người bị bắt giữ
detect nhận thấy; (*of device*) phát hiện
detection (*of criminal, smoke etc*) sự phát hiện
detective (*police officer*) thám tử
detective novel truyện trinh thám
detector máy dò
détente POL sự hòa hoãn
detention (*imprisonment*) sự giam giữ
deter ngăn cản; ***~ X from doing Y*** ngăn cản X khỏi làm Y
detergent chất tẩy
deteriorate xấu đi
determination (*resolution*) quyết tâm
determine (*establish*) xác định
determined *look, attitude* kiên quyết; ***~ to do sth*** nhất quyết làm gì; ***be ~ that*** nhất quyết cho rằng
deterrent **1** *n* sự răn đe **2** *adj weapons, measures* răn đe
detest ghét
detonate **1** *v/t* làm nổ **2** *v/i* nổ
detour *n* đường vòng; (*diversion*) đường tránh
♦ **detract from** (*lessen the value of*) giảm giá trị; (*diminish*) giảm bớt
detriment: ***to the ~ of*** có hại cho
detrimental có hại
deuce (*in tennis*) tỉ số 40 đều
devaluation (*of currency*) sự mất giá
devalue *currency* mất giá
devastate *crops, countryside, city* tàn phá; *fig*: *person* làm choáng váng
devastating gây choáng váng
develop **1** *v/t film* tráng; *land, site* khai thác; *activity, business* phát triển; (*originate*) sáng chế; (*improve on*) hoàn thiện; *illness, cold* nhiễm **2** *v/i* (*grow*) phát triển
developer (*of property*) công ty khai thác nhà cửa
developing country nước đang phát triển
development (*of film*) sự tráng; (*of land, site*) sự khai thác; (*of business, country*) sự phát triển; (*event*) diễn biến; (*origination*) sự sáng chế; (*improving*) sự hoàn thiện
device (*tool*) dụng cụ
devil (*wicked person*) người tai quái; ***the Devil*** Quỉ Xa tăng
devious (*sly*) xảo quyệt
devise sáng chế
devoid: ***~ of*** hoàn toàn không có
devote *time, effort, money* cống hiến
devoted *son etc* tận tụy; ***be ~ to a person*** tận tụy với một người
devotion sự tận tụy
devour *food* ăn nghiến ngấu; *book* đọc nghiến ngấu
devout mộ đạo
dew sương
dexterity sự khéo léo; ***manual ~*** sự khéo tay
diabetes bệnh đái đường
diabetic **1** *n* người mắc bệnh đái đường **2** *adj foods* của người mắc bệnh đái đường
diagonal *adj*: ***~ line*** đường chéo
diagram biểu đồ
dial **1** *n* (*of clock*) mặt đồng hồ; (*of meter*) mặt số **2** *v/t & v/i* TELEC quay số
dialect tiếng địa phương
dialog cuộc đối thoại

dial tone tín hiệu quay số
diameter đường kính
diametrically: ~ ***opposed*** đối chọi hoàn toàn
diamond kim cương; (*in cards*) quân rô; (*shape*) hình thoi
diaper tã lót
diaphragm ANAT cơ hoành; (*contraceptive*) mũ tử cung
diarrhea bệnh ỉa chảy
diary (*for thoughts*) nhật ký; (*for appointments*) sổ tay
dice 1 *n* con súc sắc 2 *v/t* (*cut*) thái hạt lựu
dictate *v/t letter*, *novel* đọc cho viết; *course of action* ra lệnh
dictation việc đọc cho viết; (*test*) bài chính tả
dictator POL nhà độc tài; *fig* người chuyên quyền
dictatorial *tone of voice* hách dịch; *person* thích ra lệnh; *powers* độc tài
dictatorship chính thể độc tài; ~ ***of the proletariat*** nền chuyên chính vô sản
dictionary từ điển
die chết; ~ ***of cancer/Aids*** chết vì ung thư/SIĐA; ***I'm dying to know*** tôi muốn biết đến chết đi được
♦ **die away** (*of noise*) lắng dần
♦ **die down** (*of noise*) lắng dần; (*of storm*) tan dần; (*of fire*) tắt dần; (*of excitement*) nguôi dần
♦ **die out** (*of custom*) tàn lụi; (*of species*) tuyệt chủng
diesel (*fuel*) dầu điêden, dầu nhớt (*S*)
diet 1 *n* (*regular food*) thức ăn thường ngày; (*for losing weight*, *health reasons*) chế độ ăn kiêng 2 *v/i* (*to lose weight*) ăn kiêng
differ (*be different*) khác nhau; (*disagree*) bất đồng
difference sự khác nhau; (*disagreement*) sự bất hòa; ***it doesn't make any*** ~ (*doesn't change anything*) điều đó không ảnh hưởng gì cả; (*doesn't matter*) điều đó không có gì quan trọng
different (*dissimilar*, *distinct*) khác nhau; (*other*) khác; ~ ***from*** khác với
differentiate: ~ ***between*** *things* phân biệt giữa; *people* phân biệt đối xử
differently khác
difficult khó; *person* khó khăn
difficulty khó khăn; ***with*** ~ một cách khó khăn
dig 1 *v/t* đào 2 *v/i*: ***it was ~ging into me*** cái ấy chọc vào tôi
♦ **dig out** (*find*) tìm được
♦ **dig up** đào bới; *land* vỡ; *information* phát hiện
digest *v/t food* tiêu hóa; *information* hiểu rõ
digestible *food* có thể tiêu hóa được
digestion sự tiêu hóa
digit (*number*) chữ số; ***a 4-~ number*** một số gồm 4 chữ số
digital hiện số, số hóa
dignified *manner*, *voice* đường hoàng; *person* có phẩm cách
dignitary quan chức cao cấp
dignity (*of person*) phẩm cách; (*of manner*) đường hoàng; ***human*** ~ nhân phẩm
digress lạc đề
digression sự lạc đề
dike (*wall*) con đê
dilapidated ọp ẹp
dilate (*of nostrils*) nở rộng ra; (*of pupils*) giãn ra
dilemma tình thế tiến thoái lưỡng nan; ***be in a*** ~ ở vào tình thế tiến thoái lưỡng nan

diligent siêng năng
dilute *v/t* pha loãng
dim **1** *adj room, light* lờ mờ; *outline* mờ; (*stupid*) ngu ngốc; *prospects* tối tăm **2** *v/t*: **~ *the headlights*** giảm sáng đèn pha **3** *v/i* (*of lights*) mờ đi
dime đồng mười xu
dimension (*measurement*) kích thước
diminish **1** *v/t* giảm bớt **2** *v/i* giảm
diminutive **1** *n* tên gọi tắt **2** *adj* (*tiny*) nhỏ xíu
dimple (*in cheeks*) lúm đồng tiền
din *n* tiếng ầm ĩ
dine ăn bữa chính
diner (*person*) người dự tiệc; (*restaurant*) quán ăn cạnh đường
dinghy xuồng
dingy *atmosphere* xám xịt; (*dirty*) bẩn
dining car toa ăn; **dining room** phòng ăn; **dining table** bàn ăn
dinner (*in the evening*) bữa ăn tối; (*at midday*) bữa ăn trưa; (*gathering*) bữa tiệc
dinner guest khách dự tiệc; **dinner jacket** áo xmốckinh; **dinner party** bữa tiệc liên hoan
dinosaur khổng long
dip **1** *n* (*swim*) sự bơi một loáng; (*for food*) nước xốt; (*in road*) chỗ dốc xuống **2** *v/t* nhúng; **~ *the headlights*** hạ thấp đèn pha **3** *v/i* (*of road*) dốc xuống
diploma bằng
diplomacy ngành ngoại giao; (*tact*) tài ngoại giao
diplomat nhà ngoại giao
diplomatic ngoại giao; (*tactful*) lịch thiệp
dire khủng khiếp; (*extreme*) cực kỳ
direct **1** *adj* trực tiếp; *flight* thẳng; *train* suốt; (*blunt*) thẳng thắn; *family connection* trực hệ **2** *v/t* (*to a place*) chỉ đường; *play, movie* đạo diễn; *attention* hướng
direct current ELEC dòng điện một chiều
direction hướng; (*of movie, play*) công việc đạo diễn; (*to a place*) sự chỉ đường; (*for use, medicine*) lời chỉ dẫn; **~s** (*instructions*) chỉ dẫn
directly **1** *adv* (*straight*) thẳng; (*soon*) ngay; (*immediately*) ngay tức khắc **2** *conj* ngay khi
director (*of company*) giám đốc; (*of play, movie*) đạo diễn
directory danh mục; TELEC danh bạ; COMPUT thư mục
dirt vết bẩn
dirt cheap rẻ như bèo
dirty **1** *adj* bẩn; (*pornographic*) bẩn thỉu **2** *v/t* vấy bẩn
dirty trick trò bịp bẩn thỉu
disability sự tàn tật
disabled **1** *n*: ***the*** **~** người tàn tật **2** *adj* tàn tật
disadvantage (*drawback*) sự bất lợi; ***be at a*** **~** ở vào thế bất lợi
disadvantaged bị thiệt thòi
disadvantageous bất lợi
disagree (*of person*) không đồng ý
♦ **disagree with** (*of person*) không đồng ý với; (*of food*) không hợp
disagreeable đáng ghét
disagreement sự bất đồng; (*argument*) sự bất hòa
disappear biến mất; (*run away*) biệt tăm
disappearance sự biến mất
disappoint làm thất vọng
disappointed thất vọng
disappointing gây thất vọng
disappointment sự thất vọng
disapproval sự không tán thành
disapprove không tán thành; **~ *of*** phản đối

disarm **1** *v/t robber, militia* tước vũ khí **2** *v/i* (*of country*) giải trừ quân bị
disarmament (*of militia*) sự tước vũ khí; (*of country*) sự giải trừ quân bị
disarming làm nguôi giận
disaster tai họa; ***natural ~*** thiên tai
disaster area vùng có thiên tai; *fig* (*person*) kẻ bậy bạ chuyên gây tai họa
disastrous tai hại; (*causing a disaster*) gây tai họa
disbelief: ***in ~*** hoài nghi
disc (*CD*) đĩa
discard thải bỏ; *fig*: *boyfriend, theory* từ bỏ
discern (*see*) nhận ra; *fig* (*detect*) nhận thấy
discernible có thể nhận thấy
discerning suy xét sâu sắc
discharge **1** *n* (*from hospital*) sự cho ra viện; (*from army*) sự cho giải ngũ **2** *v/t* (*from hospital*) cho ra viện; (*from army*) cho giải ngũ; (*from job*) cho thôi việc
disciple REL môn đồ; *fig* học trò
disciplinary kỷ luật
discipline **1** *n* kỷ luật **2** *v/t* (*punish*) phạt; *employee* rèn kỷ luật
disc jockey *bình luận viên chương trình ca nhạc của Đài hoặc Vô tuyến*
disclaim không nhận
disclose tiết lộ
disclosure (*of information, name*) sự tiết lộ; (*about scandal etc*) điều tiết lộ
disco phòng nhảy disco
discolor làm bạc màu
discomfort (*pain, embarrassment*) sự khó chịu
disconcert làm lúng túng
disconcerted lúng túng
disconnect tháo; *appliance, telephone* ngắt
disconsolate buồn chán
discontent sự bất mãn
discontented bất mãn
discontinue *product* làm gián đoạn; *bus, train service* ngừng hoạt động; *magazine* không ra nữa
discord MUS sự không hòa âm; (*in relations*) sự bất hòa
discotheque phòng nhảy disco
discount **1** *n* tiền bớt **2** *v/t goods* giảm giá; *theory* không để ý đến
discourage (*dishearten*) làm nhụt chí; ***~ s.o. from doing sth*** (*dissuade*) khuyên ngăn ai không nên làm gì
discover phát hiện
discoverer người phát hiện
discovery (*act of discovering*) sự phát hiện; (*thing discovered*) phát kiến
discredit *v/t person* làm mất thể diện; *theory* làm mất tin tưởng vào
discreet *person* thận trọng
discrepancy sự không nhất quán
discretion sự thận trọng; ***use your ~*** anh/chị hãy tự quyết định lấy; ***at your ~*** tùy ý anh/chị
discriminate: ***~ against*** phân biệt đối xử đối với; ***~ between X and Y*** phân biệt X với Y
discriminating sành sỏi
discrimination (*sexual, racial etc*) sự phân biệt đối xử, sự kỳ thị
discus (*event*) cuộc thi ném đĩa; (*object*) đĩa
discuss thảo luận; (*of article*) bàn về
discussion cuộc thảo luận
disease bệnh
disembark *v/i* (*from plane*) xuống máy bay; (*from ship*) lên bờ
disenchanted: ***~ with*** vỡ mộng

về ...
disengage gỡ
disentangle gỡ
disfigure *person* làm biến dạng; *landscape* làm xấu đi
disgrace **1** *n* sự nhục nhã; ***it's a ~*** thật đáng hổ thẹn; ***in ~*** bị ghét bỏ **2** *v/t* làm nhục
disgraceful *behavior*, *situation* nhục nhã
disgruntled bất bình
disguise **1** *n* đồ cải trang **2** *v/t* *voice*, *handwriting* giả; *fear*, *anxiety* che giấu; ***~ oneself as*** cải trang làm; ***he was ~d as*** anh ấy cải trang làm
disgust **1** *n* sự kinh tởm **2** *v/t* làm kinh tởm
disgusting *habit*, *smell*, *food* kinh tởm; ***it is ~ that ...*** thật là kinh tởm khi mà ...
dish (*part of meal*) món ăn; (*container*) đĩa
dishcloth khăn lau bát đĩa
disheartened nản lòng
disheartening đáng nản lòng
disheveled *hair* rối bù; *clothes* lôi thôi; *person* nhếch nhác
dishonest không trung thực
dishonesty tính không trung thực
dishonor *n* sự mất danh dự; ***bring ~ on*** làm mất danh dự
dishonorable nhục nhã
dishwasher (*person*) người rửa bát đĩa; (*machine*) máy rửa bát đĩa
dishwashing liquid xà phòng rửa bát đĩa
dishwater nước rửa bát
disillusion *v/t* làm vỡ mộng
disillusionment sự vỡ mộng
disinclined không muốn
disinfect *wound*, *surgical instrument* tẩy trùng
disinfectant chất tẩy trùng
disinherit tước quyền thừa kế
disintegrate tan ra; (*of marriage*) tan vỡ; (*of building*) đổ nát
disinterested (*unbiased*) không thiên vị
disjointed rời rạc
disk (*shape*) hình tròn dẹt; COMPUT đĩa; ***on ~*** trên đĩa
disk drive COMPUT ổ đĩa
diskette đĩa mềm
dislike **1** *n* sự ghét **2** *v/t* ghét
dislocate *shoulder* làm trật khớp
dislodge làm bật ra
disloyal không trung thành
disloyalty sự không trung thành
dismal *weather* ảm đạm; *news*, *prospect* đáng buồn; (*person*: *sad*) buồn nản; (*person*: *negative*) tiêu cực; *failure* thảm hại
dismantle *object* tháo dỡ; *organization* giải tán
dismay **1** *n* (*alarm*) sự sững sờ; (*disappointment*) sự chưng hửng **2** *v/t* (*disappoint*) chưng hửng
dismiss *employee* đuổi việc; *suggestion* bác bỏ; *idea*, *thought*, *possibility* gạt bỏ
dismissal (*of employee*) sự sa thải
disobedience (*of child*) sự không vâng lời; (*of soldier*) sự không tuân lệnh
disobedient *child* không vâng lời
disobey *parent* không vâng lời; *superior officer* không tuân lệnh; *order* không tuân theo
disorder (*untidiness*) sự lộn xộn; (*unrest*) cuộc bạo loạn; MED sự rối loạn
disorderly *room*, *desk* lộn xộn, hỗn loạn
disorganized vô tổ chức
disoriented mất phương hướng
disown từ bỏ
disparaging miệt thị

disparity sự chênh lệch
dispassionate (*objective*) không thiên vị
dispatch *v/t* (*send*) gửi đi
dispensary (*in pharmacy*) nơi phát thuốc
dispense: ~ ***with*** không cần đến
disperse **1** *v/t mist, clouds* xua tan; *crowd* giải tán **2** *v/i* (*of crowd*) giải tán; (*of mist*) tan đi
displace (*supplant*) thay thế
display **1** *n* (*of paintings, photographs*) cuộc trưng bày; (*of emotion*) sự biểu lộ; (*in store window*) cách trưng bày; COMPUT màn hình; ***be on*** ~ (*at exhibition*) được trưng bày; (*be for sale*) được bày bán **2** *v/t emotion* biểu lộ; (*at exhibition*) trưng bày; (*for sale*) bày bán; COMPUT thể hiện
display cabinet (*in museum, store*) tủ kính trưng bày
displease làm phật lòng
displeasure sự bực mình
disposable dùng một lần; ~ ***income*** thu nhập khả dụng
disposal sự vứt bỏ; (*of pollutants, nuclear waste*) sự thải bỏ; ***I am at your*** ~ tôi sẵn sàng để anh/chị sai bảo; ***put X at Y's*** ~ đem X cho Y sai bảo
dispose: ~ ***of*** vứt bỏ
disposed: ***be ~ to do sth*** (*willing*) sẵn sàng làm gì; ***be well ~ toward ...*** nghĩ tốt về ...
disposition (*nature*) tính khí
disproportionate thiếu cân đối
disprove bác bỏ
dispute **1** *n* sự bàn cãi; (*between two countries, industrial*) sự tranh chấp **2** *v/t* bàn cãi; (*fight over*) tranh chấp
disqualify loại
disregard **1** *n* sự không để ý **2** *v/t* không để ý đến
disrepair: ***in a state of*** ~ trong tình trạng hư nát
disreputable *person* thành tích bất hảo; *area* nổi tiếng xấu
disrespect sự thiếu tôn trọng
disrespectful thiếu tôn trọng
disrupt *traffic* làm gián đoạn; *meeting, class* làm rối loạn; (*intentionally*) phá rối
disruption (*of traffic*) sự làm gián đoạn; (*of meeting, class*) sự làm rối loạn; (*intentional*) sự phá rối
disruptive gây rối
dissatisfaction sự bất mãn
dissatisfied không hài lòng
dissension sự bất đồng
dissent **1** *n* sự bất đồng quan điểm **2** *v/i*: ~ ***from*** bất đồng quan điểm với
dissident *n* người chống đối
dissimilar khác nhau
dissociate: ~ ***oneself from*** tách khỏi
dissolute phóng đãng
dissolve *v/t & v/i* (*of substance*) hòa tan
dissuade khuyên can; ~ ***X from doing Y*** khuyên can X không làm Y
distance **1** *n* khoảng cách; ***in the*** ~ từ xa **2** *v/t*: ~ ***oneself from*** tách khỏi
distant *place, relative* xa; *time* xa xưa; *fig* (*aloof*) lạnh nhạt
distaste sự không thích
distasteful khó chịu
distinct (*clear*) rõ ràng; (*different*) khác nhau; ~ ***from*** khác với
distinction (*differentiation*) sự phân biệt; (*difference*) sự khác biệt; ***hotel/product of*** ~ khách sạn/sản phẩm nổi tiếng
distinctive dễ phân biệt

distinctly (*clearly*) rõ ràng; (*decidedly*) rành rành
distinguish (*see*) nhận ra; ~ ***between X and Y*** phân biệt X với Y
distinguished (*famous*) xuất sắc; (*dignified*) đàng hoàng
distort *sound*, *vision* làm méo mó; *statement*, *fact* xuyên tạc
distract *person* làm mất tập trung; *attention* làm sao lãng
distracted (*worried*) hốt hoảng
distraction (*of attention*) sự làm sao nhãng; (*amusement*) sự tiêu khiển; **drive s.o. to ~** làm ai rối trí
distraught quẫn trí
distress 1 *n* (*mental suffering*) sự khổ não; (*physical pain*) sự kiệt sức; ***in*** ~ (*ship*, *aircraft*) trong cảnh hiểm nguy **2** *v/t* (*upset*) làm buồn khổ; ~ ***oneself*** tự làm khổ mình
distressing đau buồn
distress signal tín hiệu cấp cứu
distribute phân phát; *wealth*, COM phân phối
distribution (*handing out*) sự phân phát; (*of wealth*), COM sự phân phối
distribution arrangement COM kế hoạch phân phối
distributor (*person*) người phân phối; (*company*) công ty phân phối; MOT bộ phân phối
district (*area*) vùng; (*administrative unit of a country*) huyện; (*administrative unit of a town*) quận
district attorney ủy viên công tố quận
distrust 1 *n* sự nghi ngờ **2** *v/t* nghi ngờ
disturb (*interrupt*) quấy rầy; (*upset*) gây lo ngại; ***do not*** ~ không làm ồn
disturbance (*interruption*) sự quấy rầy; **~s** cuộc náo loạn
disturbed (*concerned*, *worried*) băn khoăn; (*mentally*) bị xáo động
disturbing gây lo ngại
disused bỏ không dùng nữa
ditch 1 *n* (*in fields*) mương; (*at roadside*) rãnh **2** *v/t* F (*get rid of*) bỏ
dive 1 *n* sự nhảy lao đầu xuống; (*underwater*) sự lặn; (*of plane*) sự bổ nhào; F (*bar etc*) nơi bất hảo; ***take a*** ~ (*of dollar etc*) sụt giá; (*of morale*) sa sút **2** *v/i* nhảy xuống; (*underwater*) lặn; (*of plane*) bổ nhào
diver (*off board*) người nhảy pơ lông giông; (*underwater*) người lặn
diverge rẽ ra
diverse đa dạng
diversification COM sự đa dạng hóa
diversify *v/i* COM đa dạng hóa
diversion (*for traffic*) đường tránh; (*to distract attention*) trò đánh lạc hướng
diversity tính đa dạng
divert *traffic* đổi hướng; *attention* đánh lạc hướng
divest: ~ ***X of Y*** (*of money*, *power*) tướt đoạt Y của X; (*of authority*, *rights*) tước bỏ Y của X
divide chia; *fig*: *country*, *family* chia cắt; *party*, *government* chia rẽ
dividend FIN tiền lãi cổ phần; ***pay ~s*** *fig* đem lại hiệu quả
divine REL thần thánh; F tuyệt trần
diving (*from board*) sự nhảy pơ lông giông; ***scuba*** ~ sự lặn với bình khí nén
diving board cầu nhảy
divisible chia hết
division MATH phép chia; (*split*: *in party etc*) sự chia rẽ; (*splitting into parts*) sự chia cắt; (*of company*) bộ phận

---

divorce **1** *n* sự ly hôn; ***get a ~*** làm thủ tục ly hôn **2** *v/t husband, wife* ly hôn; *science from religion etc* tách rời **3** *v/i* ly hôn
divorced đã ly hôn; ***get ~*** ly hôn
divorcee người ly hôn
divulge tiết lộ
DIY (= ***do-it-yourself***) tự làm lấy
dizzy: ***feel ~*** cảm thấy choáng váng
DNA (= ***deoxyribonucleic acid***) AND, cấu tử cơ bản của tế bào di truyền
do **1** *v/t* làm; *French, chemistry* học; *100mph etc* chạy; ***~ one's hair*** chải đầu; ***what are you ~ing tonight?*** tối nay anh/chị làm gì?; ***I don't know what to ~*** tôi không biết phải làm gì nữa; ***no, I'll ~ it*** không, tôi sẽ làm; ***~ it right now!*** làm ngay lập tức!; ***have you done this before?*** anh/chị đã từng làm việc này bao giờ chưa?; ***have one's hair done*** đi làm tóc **2** *v/i* (*be suitable, enough*) cũng được, được; ***will this one ~?*** cái này được chứ?; ***how is the business ~ing?*** công việc làm ăn ra sao?; ***that will ~!*** (*stop that*) thôi đi!; (*that's sufficient*) thôi đủ rồi!; ***~ well*** (*of person*) thành công; ***well done!*** (*congratulations!*) hoan hô!; ***how ~ you ~*** xin chào **3** *auxiliary*: ***~ you know him?*** anh/chị có quen ông ta không?; ***I don't know*** tôi không biết; ***~ you like New York? – yes I ~*** anh/chị có thích Niu-Yóoc không? – có, tôi có thích; ***he works hard, doesn't he?*** anh ấy chịu khó làm việc, phải thế không?; ***don't you believe me?*** anh/chị không tin tôi hay sao?; ***you ~ believe me, don't you?*** anh/chị có tin tôi, phải thế không?; ***you don't know the answer, ~ you? – no, I don't*** anh/chị không biết câu trả lời, phải thế không? – vâng, tôi không biết ◊ (*to express the past*) đã; ***I didn't know*** tôi đã không biết ◊ (*with imperatives*) hãy; (*with negative*) đừng; ***~ be quick*** hãy nhanh lên; ***don't say that!*** đừng nói thế!
♦**do away with** (*scrap*) hủy bỏ
♦**do in** F: ***I'm done in*** tôi kiệt sức rồi
♦**do out of**: ***do X out of Y*** lừa X để lấy Y
♦**do up** *building, street* sửa chữa lại; (*fasten*) cài; *laces* thắt
♦**do with**: ***I could ~ ...*** (*would like*) tôi muốn có ...; ***this room could ~ new drapes*** (*needs*) căn phòng này cần có bộ rèm cửa mới; ***he won't have anything to ~ it*** (*won't get involved*) anh ấy chẳng dính vào chuyện ấy làm gì
♦**do without** **1** *v/i* chịu thiếu **2** *v/t* không cần đến
docile *person, animal* dễ bảo
dock[1] **1** *n* NAUT bến tàu **2** *v/i* (*of ship*) cập bến; (*of spaceship*) lắp ghép vào nhau
dock[2] LAW ghế bị cáo
dockyard xưởng sửa chữa và đóng tàu
doctor *n* MED bác sĩ; (*of philosophy etc*) tiến sĩ
doctorate học vị tiến sĩ
doctrine học thuyết
docudrama kịch tài liệu
document *n* tài liệu
documentary **1** *adj* tài liệu **2** *n* (*movie*) phim tài liệu; (*program*) chương trình tài liệu
documentation (*documents*) tài liệu; (*act of documenting*) sự chứng minh bằng tài liệu

dodge *v/t blow* tránh; *person, issue, question* né tránh
doe (*deer*) hươu cái; (*rabbit*) thỏ cái
dog 1 *n* con chó; (*wild ~*) chó rừng; (*in Vietnamese zodiac*) Tuất **2** *v/t* (*of bad luck*) bám riết
dog catcher nhân viên bắt chó đi lạc
dog-eared *book* sờn góc
dogged *person, determination* ngoan cường
doggie (*children's language*) con cún
doggy bag túi đựng thức ăn thừa
doghouse: ***be in the ~*** bị hờn ghét; ***be in the ~ with the administration*** bị chính quyền trù ghét
dogma giáo điều
dogmatic giáo điều
dog meat thịt chó
do-gooder nhà cải cách hăng hái
dog tag MIL thẻ quân nhân
dog-tired mệt lử
do-it-yourself tự làm lấy
doldrums: ***be in the ~*** (*of economy*) ở vào trạng thái trì trệ; (*of person*) ở trong trạng thái chán nản
♦**dole out** phát nhỏ giọt
doll (*toy*) con búp bê; F (*woman*) con búp bê
♦**doll up** F: ***get dolled up*** ăn vận thật diện
dollar đô la
dollop *n* chút
dolphin cá heo
dome (*of building*) mái vòm
domestic *adj chores* trong nhà; *bliss* trong gia đình; *news, policy, unrest* trong nước
domestic animal vật nuôi trong nhà; (*for agriculture*) gia súc
domesticate *animal* thuần hóa; ***be ~d*** (*of person*) quen làm công việc nội trợ
domestic flight chuyến bay trong nước
dominant quan trọng nhất; *member* có thế lực nhất; BIO trội
dominate chi phối; *landscape* cao vượt lên trên
domination sự thống trị
domineering độc đoán
donate *money, books* tặng; *time* cống hiến; MED cho
donation (*act of donating*) sự quyên góp; (*contribution*) đồ quyên góp; (*of time*) sự cống hiến; (*of toys, books*) sự tặng; MED sự cho
dong FIN đồng
donkey con lừa
donor (*of money*) người tặng; MED người cho
donut bánh rán
doom *n* (*fate*) sự bạc phận; (*ruin*) sự sụp đổ; (*death*) sự chết
doomed *project* tất phải thất bại; ***we are ~*** (*bound to fail*) chúng ta chắc chắc sẽ thất bại; (*going to die*) chúng ta sắp đến ngày tận số rồi; ***the ~ ship*** chiếc tàu sắp sửa chìm; ***the ~ plane*** chiếc máy bay sắp sửa rơi
door cửa; (*entrance*) lối vào; ***there's someone at the ~*** có ai ngoài cửa
doorbell chuông cửa; **doorknob** quả đấm cửa; **doorman** nhân viên gác cửa; **doormat** thảm chùi chân; **doorstep** ngưỡng cửa; **doorway** cửa vào
dope 1 *n* (*drugs*) chất ma túy; (*idiot*) đồ ngốc; (*information*) tin mật **2** *v/t*: ***the horse was ~d*** con ngựa đã được tiêm chất kích thích
dormant *plant* ngủ; *volcano* nằm im
dormitory nhà ở tập thể

dosage liều lượng
dose *n* liều
dot *n* (*also in e-mail address*) chấm; (*in writing*) dấu chấm; ***on the ~*** (*exactly*) đúng
♦ **dote on** yêu chiều
dotted line dòng chấm chấm
double 1 *n* (*amount*) số gấp đôi; (*person*) người giống hệt; (*of movie star*) người đóng thay; (*room*) phòng đôi **2** *adj* (*twice as much*) gấp đôi; *sink*, *oven* đôi; *doors* hai lần; ***~ Scotch*** ly uýt ki đôi; ***a ~ layer of insulation*** hai lớp vật liệu cách ly; ***in ~ figures*** với hai con số **3** *adv* gấp đôi **4** *v/t* tăng gấp đôi; (*fold*) gấp làm đôi **5** *v/i* tăng gấp đôi
♦ **double back** *v/i* (*go back*) quay trở lại
♦ **double up** (*in pain*) gập người lại; (*share room*) chung phòng
double bass đàn công bát; **double bed** giường đôi; **double-breasted** cài chéo; **doublecheck** *v/t & v/i* kiểm tra kỹ; **double chin** cằm có ngấn; **doublecross** *v/t* phản bội; **double glazing** kính hai lớp; **doublepark** *v/i* đỗ xe cạnh xe khác; **double-quick**: ***in ~ time*** hết sức nhanh; **double room** phòng đôi
doubles (*in tennis*) trận đánh đôi; ***mixed ~*** trận đánh đôi nam nữ
doubt 1 *n* sự nghi ngờ; (*uncertainty*) sự không chắc chắn; ***be in ~*** không tin tưởng; ***no ~*** (*probably*) rất có thể **2** *v/t* nghi ngờ
doubtful *remark*, *look* đáng ngờ; ***be ~*** (*of person*) nghi ngại; ***it is ~ whether ...*** không chắc rằng ...
doubtfully nghi ngại
doubtless chắc chắn
dough bột nhào; F (*money*) xu
doughnut bánh rán
dove chim bồ câu; *fig* người chủ trương hòa bình
dowdy xuềnh xoàng
Dow Jones Average chỉ số Dow Jones
down[1] *n* (*feathers*) lông tơ chim
down[2] **1** *adv* (*downward, onto the ground*) xuống; ***shoot ~*** bắn rơi; ***be ~ on one's knees*** quỳ xuống; ***~ there*** ở dưới kia; ***cut ~*** chặt xuống; ***fall ~*** ngã xuống; ***die ~*** (*of noise*) lắng xuống; ***$200 ~*** (*as deposit*) đặt cọc 200 đô la; ***~ south*** xuống miền Nam; ***be ~*** (*of price, rate, numbers*) giảm; (*not working*) không chạy; F (*depressed*) chán nản **2** *prep* xuống; (*along*) dọc theo; ***he came ~ the steps*** anh ấy đi xuống thềm; ***he walks ~ the street*** anh ấy đi bộ xuống phố; ***there's a market ~ this street*** phố này có cái chợ **3** *v/t* (*swallow*) uống cạn một hơi; (*destroy*) bắn rơi
down-and-out *n* kẻ lang thang cơ nhỡ; **downcast** (*dejected*) chán nản; **downfall** sự sa sút; (*of politician*) sự suy vi; **downgrade** *v/t* xuống cấp; *employee* giáng cấp; **downhearted** chán nản; **downhill** *adv* xuống dốc; ***go ~*** *fig* sút kém; **downhill skiing** môn trượt tuyết xuống dốc; **download** COMPUT tải xuống; **downmarket** *adj* phục vụ khách ít tiền; **down payment** tiền đặt cọc; **downplay** nói nhẹ bớt; **downright 1** *adv dangerous*, *stupid etc* hết sức **2** *adj lie* rành rành; *idiot* thuần túy; **downside** (*disadvantage*) mặt bất lợi; **downsize 1** *v/t car* giảm kích thước; *company* giảm biên chế **2** *v/i* (*of company*) giảm biên chế;

downstairs 1 *adj* ở tầng dưới 2 *adv* (*down the stairs*) xuống cầu thang; (*on a lower floor*) ở tầng dưới; **down-to-earth** *approach* thiết thực; *person* thực tế; **downtown** 1 *adj* ở trung tâm thành phố 2 *adv* (*in the center*) ở khu trung tâm thành phố; ***go*** ~ tới khu trung tâm thành phố; **downturn** (*in economy*) sự suy thoái

downward 1 *adj glance* xuống; *trend* đi xuống 2 *adv look* xuống; *revise* theo hướng giảm bớt

doze 1 *n* sự chợp mắt 2 *v/i* chợp mắt

♦**doze off** chợp mắt

dozen tá; ***~s of ...*** hàng tá ...

drab tẻ ngắt

draft 1 *n* (*of air*) chỗ gió lùa; (*of document*) bản thảo; MIL chế độ quân dịch; ~ (***beer***), ***beer on*** ~ bia tươi 2 *v/t document* soạn thảo; MIL bắt quân dịch

draft beer bia hơi

draft dodger người trốn quân dịch

draftee lính quân dịch

draftsman người vẽ sơ đồ thiết kế; (*of plan*) người phác thảo

drafty có gió lùa

drag 1 *n*: ***it's a ~ having to ...*** thật khó chịu nếu phải ...; ***he's a*** ~ chán hắn quá đi; ***the main*** ~ F đường phố chính; ***in*** ~ ăn vận như đàn bà 2 *v/t* (*pull*) kéo; *person* lôi; (*search*: *canal etc*) mò vét; ***~ X into Y*** (*involve*) lôi kéo X vào Y; ***~ X out of Y*** (*get information from*) moi được X từ Y 3 *v/i* (*of time*) kéo dài; (*of movie*) kéo dài lê thê

♦**drag away**: ***drag oneself away from the TV*** tự bắt mình rời khỏi TV

♦**drag in** (*into conversation*) cố đưa vào

♦**drag on** (*last long time*) kéo dài

♦**drag out** (*prolong*) kéo dài

♦**drag up** (*mention*) chêm vào

dragon con rồng; *fig* mụ La Sát; (*in Vietnamese zodiac*) Thìn

dragon dance múa rồng

dragonfly chuồn chuồn

drain 1 *n* (*pipe*) đường ống; (*under street*) cống; ***a ~ on resources*** một việc làm tiêu hao nguồn tiền 2 *v/t water, vegetables* chắt nước; *oil* tháo; *land* tiêu nước; *glass, tank* làm cạn; ~ ***s.o.*** (*exhaust*) làm ai kiệt quệ 3 *v/i* (*of dishes*) làm ráo nước

♦**drain away** (*of liquid*) tiêu đi

♦**drain off** *water* tiêu đi

drainage (*drains*) hệ thống thoát nước; (*of water from soil*) sự tiêu nước

drainpipe ống tiêu nước

drama (*art form*) nghệ thuật sân khấu; (*excitement*) kịch tính; (*play*: *on TV*) vở kịch

dramatic kịch; (*exciting*) đầy kịch tính; *gesture* cường điệu

dramatist nhà soạn kịch

dramatization (*play*) sự chuyển thành kịch

dramatize *story* chuyển thành kịch; *fig* cường điệu

drape *v/t cloth, coat* choàng; ***~d in*** (*covered with*) phủ

drapery màn trướng

drapes rèm cửa

drastic (*extreme*) quá mạnh; *measures* quyết liệt; *change* mạnh mẽ

draw 1 *n* (*in match, competition*) trận đấu hòa; (*in lottery*) sự mở số; (*attraction*) trò hấp dẫn 2 *v/t picture, map* vẽ; *cart, curtain, person* kéo; (*in lottery*) mở; *gun, knife* rút; (*attract*) thu hút; (*lead*) kéo;

(*from bank account*) rút; ~ ***a knife on s.o.*** rút dao chĩa vào ai **3** *v/i* hấp dẫn; (*in match, competition*) hòa tỉ số; ~ ***near*** tới gần
♦**draw back 1** *v/i* (*recoil*) lùi lại **2** *v/t* (*pull back*) kéo lại
♦**draw on 1** *v/i* (*approach*) đến gần **2** *v/t* (*make use of*) sử dụng
♦**draw out** *v/t billfold, money* rút ra
♦**draw up 1** *v/t document* thảo; *chair* kéo **2** *v/i* (*of vehicle*) dừng bánh
drawback điều bất lợi
drawer[1] (*of desk etc*) ngăn kéo
drawer[2] (*person*) người vẽ
drawing (*picture*) bức vẽ; (*act*) môn họa
drawing board bàn vẽ; ***go back to the*** ~ bắt tay làm lại từ đầu
drawl *n* lối nói kéo dài giọng
dread *v/t* rất sợ
dreadful (*horrifying*) khủng khiếp; (*unpleasant*) khó chịu; *pity* hết sức
dreadfully (*extremely*) rất; *behave* một cách rất khó chịu
dream 1 *n* giấc mơ **2** *adj house etc* đẹp như mơ **3** *v/t* mơ; (*day~*) mơ ước **4** *v/i* mơ mộng; (*day~*) mơ ước; ~ ***about s.o.*** mơ thấy ai
♦**dream up** tưởng tượng ra
dreamer (*day~*) kẻ mơ mộng hão huyền
dreamy *voice, look* mơ màng
dreary chán ngấy
dredge *harbor, canal* nạo vét
♦**dredge up** *fig* moi ra
dregs (*of coffee*) bã; ***the ~ of society*** cặn bã xã hội
drench *v/t* làm ướt sũng; ***get ~ed*** bị ướt sũng
dress 1 *n* (*for woman*) váy dài; (*clothing*) quần áo; ~ ***sense*** cách ăn vận **2** *v/t person* mặc quần áo; *wound* băng bó; ***get ~ed*** mặc quần áo **3** *v/i* (*get ~ed*) mặc quần áo; (*well, in black etc*) ăn mặc
♦**dress up** *v/i* ăn mặc thật diện; (*wear a disguise*) ăn mặc cải trang; ~ ***as*** cải trang làm
dress circle ban công tầng một ở nhà hát
dresser (*dressing table*) bàn trang điểm; (*in kitchen*) tủ để bát đĩa
dressing (*for salad*) dầu dấm trộn; (*for wound*) bông băng
dressing room (*in theater*) phòng diễn viên thay quần áo
dressing table bàn trang điểm
dressmaker thợ may quần áo nữ
dress rehearsal buổi tổng diễn tập
dressy diện ngất trời
dribble *v/i* (*of person, baby*) chảy nước dãi; (*of liquid*) chảy nhỏ giọt; SP rê bóng
dried *fruit etc* khô
drier (*for drying clothes*) máy sấy
drift 1 *n* (*of snow*) đống **2** *v/i* (*of snow*) dồn thành đống; (*of ship*) trôi giạt; (*go off course: of ship*) chạy chệch hướng; (*of plane*) bay chệch hướng; (*of person*) lang bạt
♦**drift apart** (*of couple*) rời xa nhau dần
drifter kẻ lang bạt
drill 1 *n* (*tool*) máy khoan; (*exercise*) bài tập; MIL sự luyện tập **2** *v/t hole* khoan **3** *v/i* (*for oil*) khoan; MIL luyện tập
drilling rig (*platform*) dàn khoan
drily *remark* một cách châm biếm
drink 1 *n* đồ uống; ***a ~ of ...*** một ngụm ...; ***go for a ~*** đi uống một chầu **2** *v/t* uống **3** *v/i* uống; (*consume alcohol*) uống rượu; ***I don't ~*** tôi không uống rượu
♦**drink up 1** *v/i* (*finish drink*) uống nốt **2** *v/t* (*drink completely*) uống hết
drinkable uống được

drinker người nghiện rượu
drinking (*of alcohol*) uống rượu, nhậu (*S*)
drinking water nước sạch để uống
drip **1** *n* (*liquid*) giọt; MED ống truyền **2** *v/i* nhỏ giọt
dripdry phơi không cần vắt
dripping: ~ (***wet***) ướt sũng
drive **1** *n* chặng lái xe; (*outing*) cuộc đi chơi bằng xe hơi; (*energy*) nghị lực; COMPUT ổ đĩa; (*campaign*) cuộc vận động; ***go for a ~ in the car*** lái một chặng; ***left-/right-hand ~*** MOT có tay lái bên trái/bên phải **2** *v/t vehicle* lái; (*own*) có; (*take in car*) lái xe đưa; TECH truyền lực; ***that noise/he is driving me mad*** tiếng động ấy/hắn ta làm tôi phát điên **3** *v/i* lái xe
♦**drive at**: ***what are you driving at?*** anh/chị định lái đến chuyện gì thế?
♦**drive away** **1** *v/t* đưa đi bằng xe hơi; (*chase off*) đuổi **2** *v/i* lái xe bỏ đi
♦**drive in** *v/t nail* đóng
♦**drive off** → ***drive away***
drive-in *n* (*movie theater*) *bãi chiếu bóng phục vụ khách ngồi trong ô tô*
driver (*of car, truck*) người lái
driver's license bằng lái
driveway đường lái xe vào nhà
driving **1** *n* (*way of ~*) cách lái xe; (*ability*) sự lái xe **2** *adj rain* đập mạnh
driving force lực lượng thúc đẩy; **driving instructor** người dạy lái xe; **driving lesson** bài học lái xe; **driving school** trường dạy lái xe; **driving test** cuộc thi lấy bằng lái xe
drizzle *n & v/i* mưa phùn
drone *n* (*noise*) tiếng ù ù
droop *v/i* (*of head*) gục xuống; (*of shoulders*) so lại; (*of plant, flower*) rũ xuống
drop **1** *n* (*of rain*) giọt; (*small amount*) chút ít; (*in price, temperature, number*) sự giảm **2** *v/t* (*accidentally*) đánh rơi; (*deliberately*) thả; (*stop seeing*) bỏ rơi; *charges, demand etc* rút; (*give up*) bỏ; (*from team*) gạt ra khỏi; ***~ s.o.*** (*from car*) cho ai xuống xe; ***~ a line to*** viết vài dòng cho **3** *v/i* rơi; (*decline*) giảm; (*of wind*) bớt
♦**drop in** (*visit*) tạt vào thăm
♦**drop off** **1** *v/t* cho ... xuống xe; (*deliver*) giao **2** *v/i* (*fall asleep*) ngủ thiếp đi; (*decline*) giảm
♦**drop out** (*withdraw*) rút khỏi; (*of school*) bỏ học nửa chừng
dropout (*from school*) người bỏ học nửa chừng; (*from society*) người sống ngoài lề xã hội
drops (*for eyes*) những giọt thuốc
drought hạn hán
drown **1** *v/i* chết đuối **2** *v/t person* dìm chết; *sound* át; ***be ~ed*** chết đuối
drowsy cảm thấy buồn ngủ
drudgery công việc nhàm chán
drug **1** *n* MED thuốc; (*illegal*) chất ma túy; ***~s*** ma túy; ***be on ~s*** nghiện ma túy **2** *v/t* đánh thuốc mê
drug addict người nghiện ma túy
drug dealer kẻ buôn bán ma túy
druggist dược sĩ
drugstore cửa hàng dược phẩm
drug trafficking sự buôn lậu ma túy
drum *n* MUS cái trống; (*in Western or ethnic music*) trống; (*container*) thùng; ***be on ~s*** chơi ở bộ gõ
♦**drum into**: ***drum X into Y*** nhắc

nhiều để Y nhớ X
♦ **drum up**: ~ ***support*** cổ động
drummer tay trống
drumstick MUS dùi trống; (*of poultry*) món chân gà vịt quay
drunk 1 *n* người say rượu **2** *adj* say rượu; ***get*** ~ uống say rượu; ***get s.o.*** ~ làm ai say
drunk driving lái xe khi say rượu
drunken *voices*, *laughter* say rượu; *party* say sưa
dry 1 *adj* khô; *wine* chát; (*ironic*) tỉnh khô; (*where alcohol is banned*) cấm rượu **2** *v/t* phơi khô; *dishes* làm ráo nước; ~ ***one's eyes*** lau nước mắt **3** *v/i* khô
♦ **dry out** (*of alcoholic*) chữa bệnh nghiện rượu
♦ **dry up** (*of river*) khô cạn; (*be quiet*) ngừng nói chuyện
dry-clean *v/t* giặt khô
dry-cleaner (*place*) cửa hàng giặt khô
dry-cleaning (*clothes*) đồ giặt khô
dryer (*for drying clothes*) máy sấy
dry season mùa khô
DTP (= ***desktop publishing***) kỹ thuật chế bản điện tử
dual kép
dub *movie* lồng tiếng
dubious đáng ngờ; (*having doubts*) nghi ngờ
duck 1 *n* con vịt; (*female*) con vịt cái **2** *v/i* chúi xuống **3** *v/t one's head* chúi; *question* lẩn tránh
dud *n* (*false bill*) tiền giả
due (*owed*) nợ; *payment*, *rent etc* đến kỳ hạn; (*proper*) thích đáng; ***be*** ~ (*expected*: *of train*) sẽ phải đến; (*of baby*) sẽ sinh; ***be ~ to do sth*** sẽ phải làm gì; ~ ***to*** (*because of*) vì; ***be ~ to*** (*be caused by*) là do; ***in ~ course*** vào lúc thích hợp
dull *weather* u ám; *sound* thình thịch; *pain* âm ỉ; (*boring*) chán ngắt
duly (*as expected*) đúng như dự định; (*properly*) một cách thích đáng
dumb (*mute*) câm; (*stupid*) ngu ngốc
dummy (*imitation*) đồ dởm
dump 1 *n* (*for garbage*) nơi đổ rác; F (*unpleasant place*) nơi bẩn thỉu **2** *v/t* (*put down*) bỏ; (*dispose of*) quẳng; *toxic waste*, *nuclear waste* đổ
dumpling (*sweet*) bánh nướng nhân hoa quả; (*savory*) bánh hấp
dune đụn cát
dung phân súc vật
dungarees áo quần vải thô
dunk *biscuit* nhúng
duo (MUS: *instrumental*) song tấu; (*singing*) song ca
duplex (apartment) căn hộ hai tầng
duplicate 1 *n* bản sao; ***in*** ~ làm hai bản **2** *v/t* (*copy*) làm bản sao; (*repeat*) lặp lại
duplicate key chìa khóa thứ hai
durable *material* bền; *relationship* bền vững
duration thời gian
duress: ***under*** ~ dưới sự ép buộc
durian sầu riêng
during trong; ~ ***my absence*** trong khi tôi vắng mặt
dusk lúc chạng vạng
dust 1 *n* bụi **2** *v/t* phủi bụi; ~ ***X with Y*** (*sprinkle*) rắc Y lên X
dust cover (*for furniture*) tấm vải phủ; (*for book*) bìa bọc ngoài
duster (*cloth*) khăn lau
dust jacket (*of book*) bìa bọc ngoài
dustpan cái hót rác
dusty bụi bặm
Dutch 1 *adj* Hà lan; ***go*** ~ cùng góp

tiền trả **2** *n* (*language*) tiếng Hà lan; ***the*** ~ người Hà lan
duty trách nhiệm; (*task*) nhiệm vụ; (*on goods*) thuế; ***be on*** ~ đang làm nhiệm vụ; ***be off*** ~ nghỉ giờ làm
duty-free **1** *adj* miễn thuế **2** *n* hàng miễn thuế
duty-free shop cửa hàng miễn thuế
dwarf **1** *n* người lùn; (*in fairy stories*) chú lùn **2** *v/t*: ~ ***s.o.*** / ***sth*** làm ai/gì có vẻ nhỏ đi
♦**dwell on** (*keep thinking about*) day đi day lại
dwindle nhỏ lại
dye **1** *n* thuốc nhuộm **2** *v/t* nhuộm
dying *person* hấp hối; *industry*, *tradition* sắp tiêu vong
dynamic *person* năng động
dynamism (*of person*) tính năng động; (*energy*) năng lực
dynamite *n* đinamít; *fig* thuốc nổ
dynamo TECH đinamô
dynasty triều đại
dyslexia chứng đọc khó
dyslexic **1** *adj* mắc chứng đọc khó **2** *n* người mắc chứng đọc khó

E

each **1** *adj* mỗi **2** *adv* mỗi một; ***they're $1.50*** ~ mỗi cái là 1.50$ **3** *pron* (*people*) mỗi người; (*things*) mỗi cái; ~ ***other*** lẫn nhau; ***they help ~ other*** họ giúp đỡ lẫn nhau; ***we don't like ~ other*** chúng tôi không thích nhau
eager thiết tha
eager beaver F người quá hăng hái
eagerly hăm hở
eagerness sự hăm hở
eagle chim đại bàng
ear[1] (*of person, animal*) tai
ear[2] (*of corn, wheat*) bông
earache đau tai
eardrum màng tai
early **1** *adj hours, October, stages* đầu; (*ahead of time*) sớm; *vegetables, varieties of potato* đầu mùa; *music, Picasso etc* thời kỳ đầu; (*in the near future*) sớm; ***an ~ riser*** người hay dậy sớm; ***in the ~ hours of the morning*** lúc tảng sáng **2** *adv* sớm
early bird (*who arrives early*) người đến sớm; (*who gets up early*) người dậy sớm
earmark: ~ ***sth for sth*** dành gì cho gì
earn kiếm được; *holiday, drink etc* được hưởng; *respect* giành được
earnest nghiêm túc; ***in*** ~ nghiêm túc
earnings (*of person*) tiền thu nhập; (*of company*) khoản thu
earphones ống nghe đeo tai; **ear-piercing** *adj* inh tai; **earring** khuyên tai; **earshot**: ***within*** ~ trong tầm nghe; ***out of*** ~ ngoài tầm nghe
earth (*soil*) đất; (*world, planet*) trái đất; ***where on ~ ...?*** ... ở đâu thế

nhỉ?
earthenware *n* đồ đất nung
earthly trần thế; ***it's no ~ use ...*** hoàn toàn vô ích …
Earthly stems chi, địa chi
earthquake động đất
earth-shattering gây chấn động
ease 1 *n* (*lack of difficulty*) sự dễ dàng; ***be at*** (***one's***) ~ ở trạng thái dễ chịu; ***feel at*** ~ cảm thấy dễ chịu; ***feel ill at*** ~ cảm thấy bối rối **2** *v/t pain* làm dịu; ***it would ~ my mind if ...*** tôi sẽ đỡ lo nếu … **3** *v/i* (*of pain*) dịu bớt
♦**ease off 1** *v/t* (*remove*: *cap of bottle*) nới ra; *boot* nới bỏ **2** *v/i* (*of pain*) dịu bớt; (*of rain*) ngớt
easel khung vẽ
easily (*with ease*) một cách dễ dàng; (*by far*) rõ ràng
east 1 *n* phía đông; ***East-West relations*** quan hệ Đông-Tây **2** *adj* đông **3** *adv travel* hướng đông
East Asia phương Đông; **East Asian 1** *adj* phương Đông **2** *n* người phương Đông; **East China Sea** Biển Đông
Easter lễ Phục sinh
Easter egg trứng lễ Phục sinh
easterly *wind*, *direction* đông
eastern miền đông; (*Oriental*) phương Đông
Easterner người miền đông (nước Mỹ)
eastward về phía đông
easy (*not hard*) dễ dàng; (*relaxed*) thư thả; ***take things ~*** (*slow down*) làm việc thong thả; ***take it ~!*** (*calm down*) hãy bình tĩnh!
easy chair ghế bành
easy-going thoải mái
eat *v/t & v/i* ăn
♦**eat out** đi ăn ngoài
♦**eat up** *food* ăn hết; *fig* nuốt hết
eatable ăn được
eaves mái hiên
eavesdrop nghe trộm
ebb *v/i* (*of tide*) rút
♦**ebb away** *fig* (*of courage*, *strength*) giảm sút
ebb tide thủy triều xuống
eccentric 1 *adj* lập dị **2** *n* người lập dị
echo 1 *n* tiếng vang **2** *v/i* vang lại **3** *v/t words* nhắc lại; *views* tán đồng
eclipse 1 *n* (*of sun*) nhật thực; (*of moon*) nguyệt thực **2** *v/t fig* át hẳn
ecological về sinh thái
ecological balance cân bằng sinh thái
ecologically friendly không làm hại đến môi trường
ecologist nhà sinh thái học
ecology sinh thái học
economic về kinh tế
economical (*cheap*, *thrifty*) tiết kiệm
economically (*in terms of economics*) về mặt kinh tế; (*thriftily*) một cách tiết kiệm
economics (*science*) kinh tế học; (*financial aspects*) khía cạnh kinh tế
economist nhà kinh tế học
economize tiết kiệm
♦**economize on** tiết kiệm
economy (*of a country*) nền kinh tế; (*saving*) tiết kiệm
economy class hạng rẻ nhất; **economy drive** sự cố gắng tiết kiệm; **economy size** lô hàng tiết kiệm
ecosystem hệ sinh thái
ecotourism du lịch sinh thái
ecstasy trạng thái mê ly
ecstatic sung sướng mê ly
eczema bệnh chàm bội nhiễm

edge **1** *n* (*of knife*) lưỡi; (*of table, seat*) mép; (*of lawn, road*) ven; (*of cliff*) gờ; (*in voice*) vẻ giận dữ; ***on ~*** (*nervous*) căng thẳng **2** *v/t* được viền **3** *v/i* (*move slowly*) lách

edgewise: ***I couldn't get a word in ~*** tôi không thể lời chen một lời

edgy căng thẳng

edible ăn được

edit *text, book, movie* biên tập; *newspaper* làm chủ bút

edition xuất bản

editor (*of text, book, TV, program, movie*) biên tập viên; (*of newspaper*) chủ bút; ***sports/political ~*** biên tập viên thể thao/chính trị

editorial **1** *adj* biên tập **2** *n* xã luận

EDP (= ***electronic data processing***) xử lý dữ liệu điện tử

educate *child* giáo dục; ***~ s.o. about sth*** làm ai có ý thức về gì

educated *person* có trình độ giáo dục

education nền giáo dục

educational *publishing, psychologist etc* về giáo dục; (*informative*) có tính giáo dục

eel con lươn

eerie *place, feeling* bí hiểm; *scream* sợ hãi

effect *n* tác động; ***take ~*** (*of medicine, drug*) có tác dụng; ***come into ~*** (*of law*) có hiệu lực

effective (*efficient*) có hiệu quả; (*striking*) gây ấn tượng sâu sắc; ***~ May 1*** bắt đầu từ mồng 1 tháng Năm

effeminate giống như đàn bà

effervescent sủi bọt; *personality* sôi nổi

efficiency (*of person, machine*) tính hiệu quả

efficient *person* có năng lực; *machine, method* có năng suất

efficiently có hiệu quả

effort (*struggle*) sự nỗ lực; (*attempt*) cố gắng; ***make an ~ to do sth*** nỗ lực để làm gì

effortless dễ dàng

effrontery sự xấc láo

effusive quá dạt dào

e.g. thí dụ

egalitarian *adj* bình đẳng

egg trứng

♦**egg on** xúi giục

eggcup chén nhỏ đựng trứng luộc; **egghead** F nhà trí thức; **eggplant** cà tím; **eggshell** vỏ trứng

ego PSYCH cái tôi; (*self-esteem*) lòng tự trọng

egocentric tự kỷ trung tâm

Egypt nước Ai cập

Egyptian **1** *adj* Ai cập **2** *n* người Ai cập

eiderdown (*quilt*) mền nhồi lông

eight tám

eighteen mười tám

eighteenth *adj* thứ mười tám

eighth *adj* thứ tám

eightieth *adj* thứ tám mươi

eighty tám mươi

either **1** *adj* … này hoặc … kia; (*both*) cả hai; ***there are trees on ~ side of the road*** có cây ở cả hai bên đường **2** *pron* (*one of two*) một trong hai; ***I don't like ~ of them*** (*people, things*) tôi không thích cả hai **3** *adv* cũng không; ***I won't go ~*** tôi cũng sẽ không đi **4** *conj* ◊: ***~ ... or ...*** hoặc … hoặc ...; ***she's either French or Spanish*** cô ấy hoặc là người Pháp hoặc là người Tây Ban Nha ◊ (*with negative*) … mà cũng không; ***I haven't seen ~ my mother or my sister for a long time*** tôi không có gặp mẹ tôi mà cũng không gặp chị tôi đã lâu lắm rồi

eject **1** *v/t*: **~ *sth*** đẩy gì ra; **~ *s.o.*** tống ai ra **2** *v/i* (*from plane*) bật dù nhảy ra

♦**eke out** thêm vào

el (*elevated railroad*) đường sắt nền cao

elaborate **1** *adj scheme, preparations* tỉ mỉ; *embroidery* công phu **2** *v/i* chi tiết hóa

elapse trôi qua

elastic **1** *adj* đàn hồi **2** *n* sự đàn hồi

elastic band dây cao su

elasticity tính đàn hồi

elasticized có dây chun

elated phấn chấn

elation sự phấn chấn

elbow **1** *n* khuỷu tay **2** *v/t* huých khuỷu tay; **~ *out of the way*** huých khuỷu tay để chen

elder **1** *adj* lớn hơn; **~ *brother*/*daughter*** anh/con gái lớn **2** *n* người nhiều tuổi hơn; (*of village*) già làng

elderly *parents* già

eldest **1** *adj* lớn tuổi nhất **2** *n*: ***the ~*** người lớn tuổi nhất

elect *v/t* bầu cử; **~ *to ...*** quyết định ...

elected được bầu ra

election cuộc bầu cử

election campaign cuộc vận động

election day ngày bầu cử

elective *subjects* tự chọn; *surgery* không cấp thiết

elector cử tri

electoral system chế độ bầu cử

electorate toàn bộ cử tri

electric điện; *fig* sôi động

electrical điện

electric blanket chăn điện (*N*), mềm điện (*S*)

electric chair ghế điện

electrician thợ điện

electricity điện

electrify *railroad line, fence* điện khí hóa; *fig* kích thích

electrocute: ***be ~d*** (*accidentally*) bị điện giật chết; (*in electric chair*) xử tử bằng ghế điện

electrode điện cực

electron điện tử

electronic điện tử

electronic data processing xử lý dữ liệu điện tử

electronic mail e-mail

electronics (*science*) điện tử học

elegance (*of woman, dress*) vẻ thanh lịch; (*of room, building*) vẻ duyên dáng

elegant *woman, dress* thanh lịch; *piece of furniture* duyên dáng

element (*part*) yếu tố; CHEM nguyên tố

elementary (*rudimentary*) sơ cấp

elementary school trường tiểu học

elementary teacher giáo viên tiểu học

elephant con voi

elevate *mind, morals* nâng cao

elevated railroad đường sắt xây trên các trụ cao

elevation (*altitude*) độ cao

elevator thang máy

eleven mười một

eleventh *adj* thứ mười một; ***at the ~ hour*** vào phút cuối cùng

eligible có đủ tư cách

eligible bachelor một đám sáng giá

eliminate (*get rid of*) triệt bỏ; (*rule out*) loại bỏ; (*kill*) khử; ***be ~d*** (*from competition*) bị loại

elimination (*from competition*) sự loại; (*of poverty*) sự triệt bỏ; (*murder*) sự sát hại

élite **1** *n* nhóm người ưu tú nhất

2 *adj school* tiên tiến; *regiment* tinh nhuệ
elk nai an-xet
ellipse hình trái xoan
elm cây du
elope trốn đi
eloquence sự hùng biện
eloquent hùng hồn
eloquently một cách hùng hồn
else: ***anything ~?*** còn gì khác nữa không?; ***if you've got nothing ~ to do*** nếu anh/chị không còn gì khác nữa để làm; ***no one ~*** không còn ai khác nữa; ***everyone ~ is going*** mọi người khác đều đi cả; ***who ~ was there?*** còn ai khác ở đấy?; ***someone ~*** người nào đó nữa; ***something ~*** cái gì đó nữa; ***let's go somewhere ~*** chúng ta hãy đi nơi nào khác đi; ***or ~ ...*** (*otherwise, threatening*) nếu không thì ...
elsewhere (*in a different place*) ở nơi khác; (*to a different place*) đến một nơi khác
elude (*escape*) trốn thoát; (*avoid*) tránh; ***her name ~s me*** tôi quên mất tên của cô ấy
elusive (*difficult to find*) khó tìm thấy
emaciated gầy mòn
e-mail **1** *n* e-mail **2** *v/t person* gửi e-mail; *text* gửi bằng e-mail
e-mail address địa chỉ e-mail
emancipated *woman* được giải phóng
emancipation sự giải phóng
embalm ướp xác
embankment (*of river*) đê; RAIL đường đắp cao
embargo *n* cấm vận
embark lên tàu
♦ **embark on** *explanation* bắt đầu; *adventure* dấn thân
embarrass làm ngượng; *government* gây khó khăn cho
embarrassed (*because shy, ashamed*) ngượng ngùng; (*because disconcerted, not knowing how to react*) lúng túng
embarrassing *personal question etc* gây ngượng ngùng; *incident* gây lúng túng; *situation* khó khăn
embarrassment sự xấu hổ; (*being disconcerted*) sự lúng túng
embassy đại sứ quán
embellish *drawing, room* tô điểm; *story* thêu dệt thêm
embers than hồng
embezzle biển thủ
embezzlement sự biển thủ
embitter làm cay đắng
emblem biểu tượng
embodiment hiện thân
embody hiện thân cho
embolism sự tắc mạch
emboss *metal, paper, fabric* rập nổi
embrace **1** *n* cái ôm **2** *v/t* (*hug*) ôm ghì; (*take in*) bao gồm **3** *v/i* (*of two people*) ôm nhau
embroider thêu; *fig* thêu dệt
embroidery (*needlework*) việc thêu thùa; ***a beautiful piece of ~*** một tấm thêu đẹp
embryo phôi thai
emerald (*precious stone*) ngọc lục bảo; (*color*) màu lục tươi
emerge (*appear*) nhô ra; ***it has ~d that ...*** có tin tiết lộ rằng ...
emergency tình trạng khẩn cấp; ***in an ~*** trong trường hợp khẩn cấp
emergency exit lối ra khẩn cấp
emergency landing sự hạ cánh khẩn cấp
emigrant *n* người di cư
emigrate di cư
emigration sự di cư
eminent xuất sắc

eminently cực kỳ
emission (*of gases*) sự tỏa ra
emotion cảm xúc
emotional *problems, development* tình cảm; (*full of emotion*) xúc động
empathize: ~ ***with*** đồng cảm với
emperor hoàng đế
emphasis (*on syllable*) sự nhấn mạnh; (*on productivity etc*) tầm quan trọng
emphasize nhấn mạnh
emphatic dứt khoát, nhấn mạnh
empire đế chế; *fig* vương quốc
employ tuyển dụng; (*use*) sử dụng; ***he's ~ed as a ...*** anh ấy được tuyển dụng làm ...
employee người làm công
employer (*person*) chủ; (*company*) chủ nhân
employment việc làm; (*work*) công việc; ***be seeking ~*** tìm việc làm
employment agency sở tìm việc
empress nữ hoàng
emptiness sự trống không; *fig* sự trống vắng
empty 1 *adj box, drawer, bottle, hands* trống không; *room, street, bus* trống vắng; *promises* hão huyền **2** *v/t drawer, pockets* trút hết; *glass, bottle* đổ hết **3** *v/i* (*of room, street*) trống vắng
emulate thi đua với
enable cho phép
enact *law* ban hành; THEA biểu diễn
enamel *n* men; (*on tooth*) men răng; ~ ***paint*** sơn tráng men
enc (= ***enclosure***(***s***)) phụ đính
enchanting *smile, village, person* làm say mê
encircle bao vây
encl (= ***enclosure***(***s***)) phụ đính
enclose (*in letter*) kèm theo; *area* bao quanh; ***please find ~d ...*** kèm theo đây là ...
enclosure (*with letter*) phụ đính
encore *n* (*song*) bản hát lại; (*dance*) bản múa lại; (*on instrument*) bản chơi lại
encounter 1 *n* cuộc chạm trán **2** *v/t person* chạm trán; *problem, resistance* đương đầu
encourage khuyến khích
encouragement sự khuyến khích
encouraging *news, report, smile* đầy khích lệ
♦**encroach on** *land, time* lấn vào; *rights* xâm phạm
encyclopedia từ điển bách khoa
end 1 *n* (*extremity*) cuối; (*conclusion*) kết thúc; (*purpose*) mục đích; ***in the ~*** cuối cùng; ***for hours on ~*** hàng giờ liền; ***stand sth on ~*** dựng gì thẳng lên; ***at the ~ of the month*** vào cuối tháng; ***at the ~ of July*** vào cuối tháng Bảy; ***put an ~ to*** chấm dứt **2** *v/t career, meeting, meal etc* kết thúc; *relationship* chấm dứt **3** *v/i* kết thúc
♦**end up** cuối cùng phải
endanger gây nguy hại
endangered species loài có nguy cơ tuyệt chủng
endearing *smile, behavior* dễ mến
endeavor *n & v/t* cố gắng
ending (*of book, play*) kết cục; GRAM vĩ tố
endless bất tận
endorse *check* viết tên vào mặt sau; *candidacy* ủng hộ; *product* tham gia quảng cáo
endorsement (*of check*) việc ghi tên mặt sau; (*of candidacy*) sự ủng hộ; (*of product*) việc tham gia quảng cáo

end product thành phẩm
end result kết quả cuối cùng
endurance sức chịu đựng
endure **1** *v/t hardship* chịu đựng **2** *v/i* (*last*) kéo dài
enduring lâu dài
end-user người tiêu dùng
enemy kẻ thù; (*in war*) quân địch
energetic năng nổ; *fig: measures* mạnh mẽ
energy (*gas, electricity etc*) năng lượng; (*of person*) sinh lực
energy-saving *device* tiết kiệm năng lượng
enforce thực thi
engage **1** *v/t* (*hire*) tuyển dụng **2** *v/i* TECH vào khớp
♦**engage in** tham gia vào
engaged (*to be married*) đính hôn; ***get*** ~ đính hôn
engagement (*appointment*) cuộc hẹn; (*to be married*) sự đính hôn; MIL trận giao chiến
engagement ring nhẫn đính hôn
engaging *smile, person* quyến rũ
engine (*of car, plane, ship*) động cơ
engineer **1** *n* kỹ sư; NAUT thợ máy; RAIL tài xế xe lửa **2** *v/t fig: meeting etc* sắp đặt
engineering khoa công trình; (*science*) nghề kỹ sư
England nước Anh
English **1** *adj* Anh **2** *n* (*language*) tiếng Anh; ***in*** ~ bằng tiếng Anh; ***the*** ~ người Anh
Englishman đàn ông Anh
Englishwoman phụ nữ Anh
engrave (*on metal, stone*) khắc
engraving (*drawing*) tranh in khắc; (*design*) nghệ thuật in khắc
engrossed: ~ ***in*** mải mê
engulf bao trùm
enhance làm tăng
enigma điều bí hiểm
enigmatic *smile, person* khó hiểu
enjoy thích; ~ (***your meal***)! chúc ăn ngon miệng!; ~ ***oneself*** vui thích; ~ ***yourselves!*** hãy vui đùa thỏa thích!
enjoyable thú vị
enjoyment niềm vui thích
enlarge *room, garden, document* mở rộng; *photo* phóng to
enlargement (*of room, garden*) sự mở rộng; (*of photo*) sự phóng to
enlighten (*educate*) khai sáng; (*inform*) làm sáng tỏ
enlist **1** *v/i* MIL nhập ngũ **2** *v/t* tuyển mộ; ~ ***the help of ...*** giành được sự giúp đỡ của ...
enliven làm sôi nổi
enormity (*of crime*) sự dã man; (*of task*) sự lớn lao
enormous *house, statue, amount* đồ sộ; *success* to lớn; *satisfaction, patience* hết sức
enormously vô cùng
enough **1** *adj* đủ **2** *pron* đủ; ***will $50 be ~?*** liệu 50 đô la có đủ không?; ***I've had ~!*** tôi đã chán ngấy rồi!; ***that's ~, calm down!*** đủ rồi, yên đi nào! **3** *adv* đủ; ***strangely*** ~ thật kỳ lạ
enquire, enquiry → ***inquire, inquiry***
enraged giận điên lên
enrich *vocabulary, nation* làm giàu thêm; *mind, life* làm phong phú
enroll *v/i* đăng ký
enrolment việc tuyển sinh
ensure đảm bảo
entail đòi hỏi
entangle: ***become ~d in*** (*in rope*) bị vướng vào; (*in love affair*) bị vướng mắc vào
enter **1** *v/t room, house* bước vào; *competition* đăng ký tham gia; (*write down*) ghi; COMPUT nhập; ~

s.o. for sth *person, horse in race* đăng ký ai tham gia vào gì **2** *v/i* đi vào; THEA xuất hiện; (*in competition*) tham gia **3** *n* COMPUT phím enter
enterprise (*initiative*) tính sáng tạo; (*venture*) xí nghiệp
enterprising *person* có óc sáng tạo
entertain 1 *v/t* (*amuse*) giải trí; (*consider: idea*) xem xét **2** *v/i* (*have guests*) tiếp đãi
entertainer diễn viên làm trò vui
entertaining *adj* vui nhộn
entertainment sự giải trí; (*performance*) buổi biểu diễn
enthrall làm mê hoặc; ***an ~ing performance*** buổi biểu diễn rất hấp dẫn
enthusiasm nhiệt tình
enthusiast người say mê
enthusiastic nhiệt tình
entice nhử
entire toàn bộ
entirely hoàn toàn, triệt để
entitle: ***~ s.o. to do sth*** cho ai quyền được làm gì; ***be ~d to do sth*** được quyền làm gì
entitled *book* mang nhan đề
entrance *n* (*doorway*) lối vào; (*fact of entering*) sự đi vào; THEA sự xuất hiện trên sân khấu; (*admission*) sự vào cửa
entranced mê hoặc
entrance fee tiền vào cửa
entrant người ghi tên dự thi
entrenched *attitudes* cố hữu
entrepreneur nhà doanh nghiệp
entrepreneurial kinh doanh
entrust: ***~ X with Y, ~ Y to X*** giao phó Y cho X
entry (*way in*) lối vào; (*admission: to building*) quyền đi vào; (*to country*) quyền nhập cảnh; (*for competition*) sự ghi tên thi đấu; (*for poetry, painting competition*) tác phẩm dự thi; (*in diary, accounts*) sự ghi vào; ***no ~*** cấm vào
entry form mẫu đăng ký
entry visa thị thực nhập cảnh
envelop (*in blanket*) quấn kín; (*in snow*) bao phủ
envelope phong bì, bì thư (*S*)
enviable *reputation, position* đáng thèm muốn
envious *person, glance* ghen tị; ***be ~ of s.o.*** phát ghen lên với ai
environment (*nature*) môi sinh; (*surroundings*) môi trường
environmental *concerns, considerations* về môi trường
environmentalist nhà môi trường học
environmentally friendly không làm hại đến môi trường
environmental pollution sự ô nhiễm môi trường
environmental protection sự bảo vệ môi trường
environs khu ngoại ô
envisage thấy trước; *new world* dự kiến
envoy phái viên
envy 1 *n* sự ghen tị; ***be the ~ of*** là sự thèm muốn của **2** *v/t* ghen tị; ***~ s.o. sth*** ghen tị với ai về điều gì
epic 1 *n* (*book*) anh hùng ca; (*movie*) thiên sử thi **2** *adj journey* kỳ vĩ; ***a task of ~ proportions*** một nhiệm vụ vĩ đại
epicenter tâm động đất
epidemic bệnh dịch; *fig* nạn dịch
epilepsy bệnh động kinh
epileptic *n* người bị động kinh
epileptic fit cơn động kinh
epilog phần kết
episode (*of story, soap opera*) đoạn; (*happening*) giao đoạn

epitaph văn bia
epoch thời đại
epoch-making cực kỳ quan trọng
equal 1 *adj portions, amounts, pay* bằng nhau; *intelligence, work, opportunity* như nhau; ***be ~ to*** (*a task*) đủ sức để **2** *n* (*person in status*) người ngang hàng; (*person in quality*) người ngang tài sức; ***X is the ~ of Y*** (*in status*) X ngang hàng với Y **3** *v/t* (*in numbers*) bằng; (*be as good as*) ngang với
equality bình đẳng
equalize 1 *v/t pressure* cân bằng **2** *v/i* SP san bằng tỷ số
equalizer SP người san bằng tỷ số
equally (*divide*) đều nhau; *responsible, intelligent* như nhau; ***~, ...*** cũng tương tự như vậy ...
equate: ***~ X with Y*** coi X ngang với Y
equation MATH phương trình
equator xích đạo
equilibrium thăng bằng
equinox điểm phân
equip trang bị; ***he's not ~ped to handle it*** *fig* anh ấy không được trang bị vốn kinh nghiệm để xử lý việc đó
equipment thiết bị
equity COM vốn cổ phần
equivalent 1 *adj* tương đương; ***be ~ to*** tương đương với **2** *n* vật tương đương
era kỷ nguyên
eradicate *poverty, disease* trừ tiệt
erase xóa
eraser cái tẩy; (*for blackboard*) cái xóa bảng
erect 1 *adj* thẳng đứng **2** *v/t building* xây dựng; *statue, tent* dựng
erection (*of building etc*) việc xây dựng; (*of penis*) cương cứng
erode xói mòn
erosion sự xói mòn
erotic *dance, novel, person* gợi tình
eroticism tính gợi tình
errand việc lặt vặt; ***run ~s*** chạy việc vặt
erratic *driver* không đáng tin cậy; *performance, behavior* thất thường; *course of ship* không xác định
error lỗi; ***in ~*** do nhầm lẫn; ***an ~ of judgment*** sai lầm trong việc nhận định tình hình
error message COMPUT thông báo lỗi
erupt (*of volcano*) phun lửa; (*of violence*) nổ ra; (*of person*) nổi khùng lên
eruption (*of volcano*) sự phun lửa; (*of violence*) sự bùng nổ
escalate (*of war, tense situation*) leo thang
escalation (*of war, tension*) sự leo thang
escalator cầu thang tự động
escape 1 *n* (*of prisoner, animal*) sự trốn thoát; (*of gas*) sự rò rỉ; ***he had a narrow ~*** (*from death*) anh ấy đã suýt chết; (*from arrest*) anh ấy suýt bị tóm **2** *v/i* (*of prisoner, animal*) trốn thoát; (*of gas*) rò rỉ **3** *v/t*: ***the word ~s me*** tôi quên bẵng mất cái từ
escape chute băng trượt thoát hiểm
escort 1 *n* (*person*) vệ sĩ; (*guard*) đội hộ tống **2** *v/t* (*socially*) đưa đi; (*act as guard to*) hộ tống
especial → ***special***
especially đặc biệt là
espionage gián điệp; ***industrial ~*** tình báo công nghiệp
essay *n* bài tiểu luận
essential *adj* thiết yếu
essentially về cơ bản
establish *company* thành lập;

(*create*) tạo lập; (*determine*) xác minh; ~ ***oneself as*** ổn định vững vàng như một
establishment (*firm, store etc*) cơ sở; ***the Establishment*** giới quyền uy
estate (*area of land*) điền trang; (*possessions of dead person*) tài sản
esthetic thẩm mỹ
estimate **1** *n* sự ước tính; FIN sự đánh giá **2** *v/t* ước tính
estimation: ***he has gone up/down in my ~*** anh ấy được tôi coi trọng nhiều hơn/ít hơn; ***in my ~*** (*opinion*) theo sự đánh giá của tôi
estranged *wife, husband* ly thân
estuary cửa sông
ETA (= ***estimated time of arrival***) giờ đến ước chừng
etching (*art*) thuật khắc axít; (*copy*) bản khắc axít
eternal vĩnh cửu
eternity tính vĩnh cửu; *fig* thời gian vô tận
ethical đạo đức
ethics đạo lý; (*subject*) đạo đức học
ethnic dân tộc
ethnic group nhóm dân tộc
ethnic minority dân tộc thiểu số
euphemism uyển ngữ
euphoria trạng thái phởn phơ
Europe châu Âu
European **1** *adj* châu Âu **2** *n* người châu Âu
euthanasia sự làm chết không đau đớn
evacuate (*clear people from*) sơ tán; (*leave*) rút khỏi
evade *question, person* né tránh
evaluate đánh giá
evaluation sự đánh giá
evangelist người truyền bá Phúc âm
evaporate (*of water*) bốc hơi; (*of confidence*) tiêu tan
evasion sự tránh
evasive lảng tránh
eve (*day before*) ngày trước
even **1** *adj* (*regular*) đều; (*level*) bằng phẳng; *number* số chẵn; ***get ~ with ...*** trả đũa ... **2** *adv* thậm chí; ~ ***bigger/better*** thậm chí to hơn/tốt hơn; ***not ~*** ngay cả ... cũng không; ~ ***so*** mặc dù vậy; ~ ***if*** dù cho **3** *v/t*: ~ ***the score*** san bằng tỷ số
evening buổi tối; ***in the ~*** vào buổi tối; ***this ~*** tối nay; ***good ~*** chào anh/chị
evening classes những lớp học buổi tối; **evening dress** (*for woman*) quần áo dạ hội; (*for man*) lễ phục; **evening paper** báo buổi chiều
evenly (*regularly*) đều
event sự kiện; SP môn thi thể thao; ***at all ~s*** trong bất cứ trường hợp nào
eventful đầy những sự kiện
eventual cuối cùng
eventually rút cục là
ever *adv* bao giờ; (*in past tense questions*) đã bao giờ; (*in past tense negatives*) chưa bao giờ; ***nothing like this has ~ happened before*** trước đây chưa bao giờ có chuyện như vậy xảy ra; ***if you ~ meet him ...*** nếu có bao giờ anh/chị gặp anh ấy ...; ***have you ~ been to ...?*** anh/chị đã có bao giờ đi ... chưa?; ***I haven't ~ been there*** tôi chưa bao giờ đến đó; ***for ~*** mãi mãi; ~ ***since*** suốt từ đó
evergreen *n* cây xanh mãi
everlasting vĩnh viễn
every mỗi; ~ ***day/month/year*** hàng ngày/tháng/năm; ~ ***other day*** mỗi

hai ngày; ~ ***now and then*** thỉnh thoảng
everybody mọi người
everyday hàng ngày
everyone mọi người
everything tất cả mọi cái
everywhere mọi nơi; (*wherever*) khắp mọi nơi
evict đuổi khỏi
evidence (*signs*) dấu hiệu; LAW bằng chứng; ***give*** ~ đưa ra bằng chứng
evident rõ ràng
evidently (*clearly*) rõ ràng là; (*apparently*) hiển nhiên là
evil **1** *adj* xấu xa **2** *n* cái xấu; (*wicked thing*) tai họa
evoke *image* gợi nên
evolution sự tiến hóa
evolve *v/i* (*of animals*) tiến hóa; (*develop*) tiến triển
ewe con cừu cái
ex- (*former*) cựu
ex *n* F (*former wife*) vợ cũ; (*former husband*) chồng cũ
exact *adj* chính xác
exactly đúng; ~***!*** đúng thế!; ***not*** ~ không hẳn là như thế
exaggerate **1** *v/t* thổi phồng **2** *v/i* cường điệu
exaggeration sự cường điệu
exam cuộc thi; ***take an*** ~ dự thi; ***pass/fail an*** ~ đỗ/trượt cuộc thi
examination (*of facts etc*) sự kiểm tra; (*of patient*) sự khám bệnh; EDU kỳ thi
examine (*study*) kiểm tra; *patient* khám; EDU: *students* kiểm
examiner EDU người chấm thi
example thí dụ; ***for*** ~ thí dụ như; ***set a good/bad*** ~ nêu gương tốt/xấu
exasperated bực tức
excavate *v/t* (*dig*) đào; (*of archeologist*) khai quật
excavation sự khai quật
excavator (*machine*) máy xúc
exceed (*be more than, go beyond*) vượt quá
exceedingly cực kỳ
excel **1** *v/i* tỏ ra xuất sắc; ~ ***at*** xuất sắc về **2** *v/t*: ~ ***oneself*** làm tốt hơn hẳn
excellence sự xuất sắc
excellent xuất sắc
except trừ; ~ ***for*** chỉ trừ; ~ ***that*** trừ khi
exception ngoại lệ; ***with the*** ~ ***of*** chỉ trừ; ***take*** ~ ***to*** phản đối
exceptional (*very good*) hiếm có; (*special*) khác thường
exceptionally (*extremely*) hết sức
excerpt đoạn trích
excess **1** *n* sự quá mức; ***eat/drink to*** ~ ăn/uống quá độ; ***in*** ~ ***of*** vượt quá **2** *adj* thừa
excess baggage hành lý quá mức qui định
excess fare tiền vé trả thêm
excessive *profits, amounts of fat* quá nhiều; *speed* quá cao
exchange **1** *n* (*of views, information*) sự trao đổi; (*between schools*) chuyến đi thăm trao đổi; ***in*** ~ để đổi lấy; ***in*** ~ ***for*** để đổi lấy **2** *v/t* (*in store*) đổi; *addresses* trao đổi; *currency* đổi tiền; ~ ***X for Y*** đổi X lấy Y
exchange rate FIN tỉ giá hối đoái
excitable dễ bị kích động
excite (*make enthusiastic*) gây phấn khích
excited phấn khởi; ***get*** ~ bị kích động; ***get*** ~ ***about sth*** bị kích động do điều gì
excitement sự phấn khích
exciting đầy hứng thú
exclaim kêu to

ơ ur	**y** (tin)	**ây** uh-i	**iê** i-uh	**oa** wa	**ôi** oy	**uy** wee	**ong** aong
u (soon)	**au** a-oo	**eo** eh-ao	**iêu** i-yoh	**oai** wai	**ơi** ur-i	**ênh** uhng	**uyên** oo-in
ư (dew)	**âu** oh	**êu** ay-oo	**iu** ew	**oe** weh	**uê** way	**oc** aok	**uyêt** oo-yit

exclamation thán từ
exclamation point dấu chấm than
exclude (*not include, bar*) gạt ra; *possibility* loại trừ
excluding không kể
exclusive *hotel, restaurant* đặc biệt; *rights, interview* dành riêng
excruciating *pain* nhức nhối
excursion cuộc đi chơi
excuse **1** *n* lý do **2** *v/t* (*forgive*) tha lỗi; (*allow to leave*) cho phép đi ra; ***~ X from Y*** miễn cho X về Y; ***~ me*** (*to get attention*) xin lỗi; (*to get past*) xin phép anh/chị; (*interrupting s.o.*) tha lỗi cho tôi
execute *criminal* xử tử; *plan* thực hiện
execution (*of criminal*) sự xử tử; (*of plan*) sự thực hiện
executioner người hành hình
executive *n* (*in business*) ủy viên quản trị
executive briefcase tài liệu
executive washroom phòng vệ sinh của các ủy viên quản trị
exemplary mẫu mực
exempt: ***be ~ from*** được miễn
exercise **1** *n* (*physical*) sự tập luyện; EDU bài tập; MIL diễn tập; ***take ~*** tập thể dục **2** *v/t muscle, one's dog* tập luyện; *caution, restraint etc* biểu hiện **3** *v/i* tập luyện
exercise book EDU quyển vở
exert *authority* sử dụng; ***~ oneself*** gắng sức
exertion sự gắng sức
exhale thở ra
exhaust **1** *n* (*fumes*) khói; (*pipe*) ống xả **2** *v/t* (*tire*) làm kiệt sức; (*use up*) làm cạn kiệt; *patience* dốc hết
exhausted (*tired*) kiệt sức
exhaust fumes khói thải
exhausting làm kiệt sức
exhaustion tình trạng kiệt sức
exhaustive *list, account* toàn diện
exhaust pipe ống xả
exhibit **1** *n* (*in exhibition*) vật trưng bày **2** *v/t* (*of gallery*) trưng bày; (*of artist*) triển lãm; (*give evidence of*) biểu lộ
exhibition cuộc triển lãm; (*of behavior, emotion*) sự biểu lộ; (*of skill*) cuộc biểu diễn
exhibitionist người thích phô trương; (*who exposes himself*) *người bị bệnh thích phô bày bộ phận sinh dục ra trước mọi người*
exhilarating *climate* làm khỏe ra; *experience, news* làm phấn chấn
exile **1** *n* sự lưu vong; (*person*) người sống ly hương **2** *v/t* đầy ải
exist tồn tại; ***~ on*** sống bằng
existence sự tồn tại; (*life*) cuộc sống; ***in ~*** (*of instruments, paintings, organization etc*) còn tồn tại; (*of ancient trees etc*) vẫn còn sống; ***come into ~*** (*of organization, state*) bắt đầu tồn tại
existing hiện nay
exit *n* (*way out*) lối ra; (*from highway*) chỗ rẽ; THEA sự đi vào
exit visa thị thực xuất cảnh
exonerate giải tội cho; ***he was ~d of all responsibility for ...*** anh ấy được miễn cho mọi trách nhiệm về ...
exorbitant cắt cổ
exotic *place* kỳ thú; *flowers, style* ngoại nhập; *person* đặc biệt
expand **1** *v/t market, area of search* mở rộng **2** *v/i* (*of city, business*) phát triển; (*of population*) gia tăng; (*of metal*) giãn nở
♦**expand on** nói rõ thêm
expanse (*of desert, sea*) vùng rộng lớn

---

ch (*final*) k	**gh** g	**nh** (*final*) ng	**r** z; (*S*) r	**x** s	**â** (but)	**i** (tin)
d z; (*S*) y	**gi** z; (*S*) y	**ph** f	**th** t	**a** (hat)	**e** (red)	**o** (saw)
đ d	**nh** (onion)	**qu** kw	**tr** ch	**ă** (hard)	**ê** ay	**ô** oh

expansion (*of business, city*) sự mở rộng; (*of population*) sự gia tăng; (*of metal*) sự giãn nở
expect 1 *v/t* mong chờ; *baby* có mang; (*suppose*) cho rằng; (*demand*) yêu cầu **2** *v/i*: ***be ~ing*** (*be pregnant*) có mang; ***I ~ so*** tôi cho là như vậy
expectant *crowd, spectators, silence* mong đợi
expectant mother phụ nữ có mang
expectation sự mong chờ; ***~s*** (*demands*) những yêu cầu
expedient *n* cách thức
expedition cuộc thám hiểm; (*group*) đoàn thám hiểm; ***shopping ~*** cuộc đi mua hàng
expel (*from school, club*) đuổi; *diplomat* trục xuất
expend *energy* dùng
expendable *person* có thể hy sinh
expenditure sự chi tiêu
expense phí tổn; ***at the company's ~*** do công ty trả tiền; ***a joke at my ~*** trò cười chế giễu tôi; ***at the ~ of his health*** với sự trả giá bằng sức khoẻ của anh ấy
expense account bản tính các khoản chi tiêu
expenses các khoản chi tiêu
expensive đắt tiền; *lifestyle* xa hoa
experience 1 *n* (*event*) sự từng trải; (*in life, particular field*) kinh nghiệm **2** *v/t pain, pleasure* nếm trải; *problem, difficulty* trải qua
experienced có kinh nghiệm
experiment 1 *n* thí nghiệm **2** *v/i* thí nghiệm; ***~ on*** *animals* thử nghiệm trên; ***~ with*** *drugs* thử mùi; *new software etc* thử nghiệm với
experimental thực nghiệm
expert 1 *adj* thành thạo; ***~ advice*** ý kiến chuyên gia **2** *n* chuyên gia
expertise kỹ năng
expiration sự hết hạn
expiration date ngày hết hạn
expire (*of passport, contract*) hết hạn
expiry sự hết hạn
expiry date ngày hết hạn
explain *v/t & v/i* giải thích
explanation sự giải thích
explicit *instructions* rất rõ ràng
explicitly *state* một cách rõ ràng; *forbid* dứt khoát
explode 1 *v/i* (*of bomb*) nổ tung **2** *v/t bomb* làm nổ, cho nổ
exploit[1] *n* kỳ công
exploit[2] *v/t person* bóc lột; *resources* khai thác
exploitation (*of person*) sự bóc lột
exploration cuộc thăm dò
exploratory *surgery* thử nghiệm thăm dò
explore *country etc* thăm dò; *possibility* tìm hiểu
explorer nhà thám hiểm; ***one of the great ~s*** một trong những nhà thám hiểm vĩ đại
explosion sự nổ; (*in population*) sự bùng nổ
explosive *n* chất nổ
export 1 *n* (*action*) sự xuất khẩu; (*item*) hàng xuất khẩu **2** *v/t goods* xuất khẩu; COMPUT xuất
export campaign chiến dịch đẩy mạnh xuất khẩu
exporter (*person*) nhà xuất khẩu; (*company*) công ty xuất khẩu; (*country*) nước xuất khẩu
expose (*uncover*) phơi bày; *scandal* vạch trần; *person* vạch mặt; ***~ X to Y*** (*to sunlight, cold etc*) phơi X ra Y; ***be ~d to*** (*to radiation, new ideas*) bị tiếp xúc với
exposure sự phơi ra; (*to radiation*) sự tiếp xúc; MED ngoại cảm nặng; (*of dishonest behavior*) sự tố giác;

PHOT kiểu ảnh

express **1** *adj* (*fast*) tốc hành; (*explicit*) rõ ràng **2** *n* (*train*) tàu hỏa tốc hành; (*bus*) xe buýt tốc hành **3** *v/t* bày tỏ; **~ *oneself*** (*emotionally*) biểu hiện; **~ *oneself well/clearly*** diễn đạt tốt/rõ ràng

express elevator thang máy cao tốc

expression (*voiced*) sự bày tỏ; (*on face*) vẻ mặt; (*phrase*) thành ngữ; (*expressiveness*) sự biểu cảm

expressive *face, gesture* diễn cảm

expressly (*explicitly*) một cách dứt khoát; ***he does it ~ to annoy me*** (*deliberately*) anh ấy làm thế là cốt để chọc tức tôi

expressway đường cao tốc

expulsion (*from school*) sự đuổi; (*of diplomat*) sự trục xuất

exquisite (*beautiful*) tuyệt đẹp

extend **1** *v/t* mở rộng; *runway, path* kéo dài; *contract, visa* gia hạn; *thanks, congratulations* bày tỏ **2** *v/i* (*of garden etc*) mở rộng

extension (*to house*) phần mở rộng; (*of contract, visa*) sự gia hạn; TELEC máy phụ

extension cable dây cáp nối

extensive *work, damage, grounds* lớn; *knowledge* rộng lớn; *search* mở rộng

extent mức độ; ***to such an ~ that*** đến mức mà; ***to a certain ~*** ở một mức nào đó

exterior **1** *adj* bên ngoài **2** *n* (*of building*) mặt ngoài; (*of person*) bề ngoài

exterminate *vermin* tiêu diệt; *race* hủy diệt

external (*outside*) bên ngoài

extinct *species* tuyệt chủng

extinction (*of species*) sự tuyệt chủng

extinguish *fire* dập tắt; *cigarette* tắt

extinguisher bình chữa cháy

extort: **~ *money from s.o.*** tống tiền ai

extortion sự tống tiền

extortionate *price* cắt cổ

extra **1** *n* (*additional thing*) cái thêm vào; (*in movie*) quần chúng **2** *adj* thêm; ***be ~*** (*cost more*) trả thêm **3** *adv* hết sức

extra charge món tiền phải trả thêm

extract[1] *n* đoạn trích

extract[2] *v/t* rút ra; *oil* ép; *coal* khai thác; *tooth* nhổ; *information* moi được

extraction (*of oil, coal*) sự ép; (*of tooth*) sự nhổ

extradite dẫn độ

extradition sự dẫn độ

extradition treaty hiệp định dẫn độ

extramarital ngoài hôn nhân; **~ *affairs*** những vụ ngoại tình

extraordinarily một cách lạ thường

extraordinary *person, story, intelligence etc* lạ thường, khác thường

extravagance sự phung phí

extravagant (*with money*) phung phí

extreme **1** *n* thái cực **2** *adj* tột độ; *views* cực đoan

extremely cực kỳ

extremist *n* phần tử cực đoan

extricate gỡ ra

extrovert *n* người hướng ngoại

exuberant hớn hở

exult hân hoan

eye **1** *n* mắt; (*of needle*) lỗ; ***keep an ~ on*** (*look after*) trông hộ; (*monitor*) chăm chú theo dõi **2** *v/t* nhìn

eyeball nhãn cầu; **eyebrow** lông

mày; **eyeglasses** kính đeo mắt; **eyelash** lông mi; **eyelid** mí mắt; **eyeliner** bút kẻ mi mắt; **eyeshadow** chất bôi mí mắt; **eyesight** thị lực; **eyesore** vật chướng mắt; **eye strain** sự mỏi mắt; **eyewitness** người chứng kiến

F

F (= ***Fahrenheit***) độ F (= thang nhiệt độ hệ Fahrenheit)
fabric (*material*) vải
fabulous tuyệt cú mèo
façade (*of building*) mặt tiền; (*of person*) vẻ ngoài
face **1** *n* mặt; ***~ to ~*** mặt đối mặt; ***lose ~*** mất mặt **2** *v/t person*, *the sea* mặt hướng về
face cloth khăn mặt; **facelift** sửa mặt; **face value**: ***take X at ~*** chấp nhận giá trị bề ngoài của X
facilitate tạo điều kiện thuận tiện
facilities những tiện nghi
fact sự việc; ***in ~***, ***as a matter of ~*** sự thật là, thực tế là
factor nhân tố
factory nhà máy
faculty (*hearing etc*) khả năng; (*at university*) khoa
fade *v/i* (*of colors*) phai
faded *color*, *jeans* bạc màu
fag *pej* F (*homosexual*) thằng pê đê
Fahrenheit Fahrenheit
fail **1** *v/i* thất bại **2** *v/t exam* trượt
failure sự thất bại
faint **1** *adj line*, *smile* nửa cười; *difference* không đáng kể **2** *v/i* ngất đi
fair[1] *n* (*fun~*) chợ phiên; COM hội chợ
fair[2] *adj hair* sáng màu; *complexion* trắng; (*just*) công bằng; ***it's not ~*** điều đó là không công bằng
fairly *treat* công bằng; (*quite*) khá
fairness (*of treatment*) sự công bằng
fairy nàng tiên
fairy tale truyện thần tiên
faith niềm tin; REL tôn giáo
faithful trung thành; ***be ~ to one's partner*** trung thành với đối tác của mình
fake **1** *n* đồ giả **2** *adj* giả
fall[1] **1** *v/i* (*of person*) ngã; (*of government*) sụp đổ; (*of prices, temperature, exchange rate*) giảm; (*of night*) xuống; ***it ~s on a Tuesday*** rơi đúng vào ngày thứ Ba; ***~ ill*** bị ốm **2** *n* (*of person*) cú ngã; (*of government, minister*) sự sụp đổ; ***he had a nasty ~*** anh ấy bị một cú ngã nguy hiểm
♦**fall back on** nhờ cậy đến
♦**fall down** (*of person*) thất bại; (*of wall, building*) sụp đổ; ***he fell down on the job*** anh ấy đã thất bại trong công việc
♦**fall for** (*fall in love with*) mê tít; (*be deceived by*) bị lừa
♦**fall out** (*of hair*) rụng; (*argue*) cãi nhau

♦**fall over** ngã lộn nhào
♦**fall through** (*of plans*) hỏng
fall[2] *n* (*autumn*) mùa thu
falling star sao băng
fallout bụi phóng xạ
false sai
false teeth răng giả
falsify *accounts*, *records* làm giả
fame danh tiếng
familiar *adj* (*intimate*) thân thiện; *form of address* thân mật; ***be ~ with X*** quen với X
familiarity (*with subject etc*) sự quen thuộc
familiarize làm cho quen; ***~ oneself with ...*** làm quen với ...
family gia đình
family doctor bác sĩ gia đình; **family name** họ; **family planning** kế hoạch hóa gia đình
famine nạn đói
famous nổi tiếng; ***be ~ for ...*** nổi tiếng về ...
fan[1] *n* (*supporter*) người say mê
fan[2] **1** *n* (*for cooling: electric, handheld*) quạt **2** *v/t*: ***~ oneself*** tự quạt
fanatic người cuồng tín
fanatical cuồng tín
fan belt MOT dây kéo quạt
fancy dress quần áo hóa trang
fancy-dress party tiệc hóa trang
fang (*of tiger etc*) răng nanh; (*of snake*) răng nọc
fanny pack bao đeo thắt lưng
Fansipan Phan-xi-pan
fantastic (*very good*) tuyệt vô cùng; (*very big*) rất lớn
fantasy sự ảo tượng
far *adv* xa; (*much*) nhiều; ***it's ~ faster*** nhanh hơn nhiều; ***~ away*** xa; ***how ~ is it to ...?*** đến ... thì là bao xa?; ***as ~ as the corner/hotel*** đến tận góc/khách sạn; ***as ~ as I know*** theo sự hiểu biết của tôi; ***you've gone too ~*** (*in behavior*) anh/chị đã đi quá xa; ***so ~ so good*** mọi việc vẫn tốt đẹp
farce (*ridiculous goings-on*) trò hề
fare *n* (*for travel*) tiền vé
Far East Viễn Đông
farewell *n* lời chào tạm biệt
farewell party tiệc chia tay
farfetched cường điệu
farm *n* trang trại
farmer chủ trại; (*peasant*) nông dân
farmhouse nhà của chủ trại
farmworker công nhân trang trại
farsighted nhìn xa thấy rộng; (*optically*) viễn thị
fart F **1** *n* phát rắm **2** *v/i* đánh rắm (*N*), địt (*S*)
farther *adv* xa hơn (nữa); ***we can't go any ~*** chúng ta không thể đi xa hơn nữa
farthest *travel etc* xa nhất
fascinate *v/t* làm say mê; ***be ~d by ...*** bị say mê bởi ...
fascinating hấp dẫn
fascination (*with subject*) sự say mê
fascism chủ nghĩa phát xít
fascist **1** *n* phần tử phát xít **2** *adj* phát xít
fashion *n* kiểu dáng; (*manner*) cách; ***in ~*** hợp thời trang; ***out of ~*** không hợp thời trang
fashionable *clothes, person* đúng mốt; *idea* thời thượng
fashion-conscious quan tâm về ăn mặc đúng mốt
fashion designer người vẽ kiểu quần áo thời trang
fast[1] **1** *adj* nhanh, lẹ (*S*); ***be ~*** (*of clock*) chạy nhanh **2** *adv* nhanh; ***stuck ~*** dính chặt; ***~ asleep*** ngủ say
fast[2] *n* (*not eating*) thời kỳ nhịn ăn

fasten 1 *v/t lid* đậy chặt; *dress* cài chặt; *window* đóng chặt; ***~ X onto Y*** (*onto dress*) cài chặt X vào Y; (*onto machine*) vặn chặt X vào Y **2** *v/i* (*of dress etc*) cài khuy
fastener (*for dress*) phéc mơ tuya; (*for lid*) cái chốt
fast food đồ ăn nhanh; **fast-food restaurant** cửa hàng ăn nhanh; **fast forward 1** *n* (*on video etc*) nút tua đi **2** *v/i* tua đi; **fast lane** (*on road*) tuyến cao tốc; **fast train** tàu tốc hành
fat 1 *adj person, stomach* béo **2** *n* (*on meat*) mỡ
fatal *illness* chết người; *error* tai hại
fatality tử vong; ***amazingly there were no fatalities*** đáng ngạc nhiên là không có tử vong
fatally: ***~ injured*** bị tử thương
fate định mệnh
father *n* bố (*N*), ba (*S*)
fatherhood cương vị làm bố
father-in-law (*of wife*) bố vợ; (*of husband*) bố chồng
fatherly như cha
fathom *n* NAUT sải
fatigue *n* sự mệt nhọc
fatso F thằng béo
fatty 1 *adj* nhiều mỡ **2** *n* F (*person*) thằng béo
faucet vòi
fault *n* (*defect*) sai sót; ***it's your ~*** đó là lỗi của anh/chị; ***find ~ with ...*** chê trách ...
faultless *person, performance* hoàn hảo
faulty *goods* hỏng
favor *n* thiện ý; ***in ~ of ...*** ủng hộ ...; ***be in ~ of ...*** tán thành ...; ***do s.o. a ~*** chiếu cố ai; ***do me a ~!*** (*don't be stupid*) xin làm ơn thôi đi!
favorable *reply etc* có thiện chí; ***~ conditions*** (*for investment etc*) điều kiện thuận lợi
favorite 1 *n* (*person*) người được yêu thích nhất; (*thing*) vật được yêu thích nhất; (*food*) món ăn được ưa thích nhất **2** *adj* được ưa thích nhất
fax 1 *n* (*document*) fax; (*machine*) máy fax; ***send X by ~*** gửi X bằng fax **2** *v/t* gửi fax; ***~ X to Y*** fax X cho Y
FBI (= ***Federal Bureau of Investigation***) FBI, Cục điều tra Liên Bang
fear 1 *n* sự sợ hãi **2** *v/t* sợ
fearless can đảm
feasibility study sự nghiên cứu tính khả thi
feasible khả thi
feast *n* bữa tiệc
feat kỳ công
feather lông vũ
feature 1 *n* (*on face*) nét; (*of city, building, plan, style*) nét đặc trưng; (*article in paper*) bài chuyên đề; (*movie*) phim chính; ***make a ~ of ...*** làm nổi bật ... **2** *v/t* (*of movie*) có ... đóng vai chính; ***a movie featuring Depardieu*** một bộ phim có Depardieu đóng vai chính
February tháng Hai
federal liên bang
federation liên bang
fed up *adj* F chán ngấy; ***be ~ with ...*** chán ngấy với ...
fee (*of lawyer, doctor etc*) tiền thù lao; (*for entrance, membership*) lệ phí
feeble *person, attempt, laugh* yếu ớt
feed *v/t family* nuôi; (*give food to*) cho ăn
feedback thông tin phản hồi; ***we don't get any ~ from our partner*** chúng ta không có thông tin phản

ơ ur	**y** (tin)	**ây** uh-i	**iê** i-uh	**oa** wa	**ôi** oy	**uy** wee	**ong** aong
u (soon)	**au** a-oo	**eo** eh-ao	**iêu** i-yoh	**oai** wai	**ơi** ur-i	**ênh** uhng	**uyên** oo-in
ư (dew)	**âu** oh	**êu** ay-oo	**iu** ew	**oe** weh	**uê** way	**oc** aok	**uyêt** oo-yit

hồi nào từ phía đối tác của chúng ta

feel 1 *v/t* (*touch*) sờ; (*sense*) cảm thấy; *pain, pleasure, sensation* cảm thấy; (*think*) nghĩ **2** *v/i* (*of cloth etc*) sờ thấy; ***it ~s like silk/cotton*** có cảm giác như sờ lụa/vải bông; ***your hand ~s hot/cold*** bàn tay anh/chị sờ thấy nóng/lạnh; ***I ~ hungry/tired*** tôi cảm thấy đói/mệt; ***how are you ~ing today?*** hôm nay anh/chị cảm thấy thế nào?; ***how does it ~ to be rich?*** trở thành giàu có thì có cảm giác thế nào nhỉ?; ***do you ~ like a drink/meal?*** anh/chị có muốn uống/ăn cơm không?; ***I ~ like going/staying*** tôi thấy muốn đi/ở lại; ***I don't ~ like it*** tôi cảm thấy không muốn

♦**feel up** (*sexually*) sờ soạng

♦**feel up to** cảm thấy có thể

feeler (*of insect*) râu sờ

feelgood factor sự việc làm phấn chấn tinh thần

feeling (*of happiness, sensation*) cảm giác; (*emotion*) nỗi xúc động; ***what are your ~s about it?*** (*opinion*) anh/chị nghĩ thế nào về việc đó?; ***I have mixed ~s about him*** tôi có những cảm giác lẫn lộn về anh ta

fellow *n* (*man*) anh chàng

fellow citizen đồng bào; **fellow countryman** người đồng hương; **fellow man** đồng loại

felony trọng tội

felt *n* dạ

felt tip, felt-tip(ped) pen đầu bịt dạ, bút dạ

female 1 *adj animal, plant* cái; *person* nữ **2** *n* (*of animals*) con cái; (*of plants*) cây cái; (*woman*) nữ; *pej* (*woman*) con mụ

feminine 1 *adj qualities* nữ tính; *color, grace* của phụ nữ; GRAM giống cái; ***she's very ~*** cô ấy rất nữ tính **2** *n* GRAM giống cái

feminism thuyết nam nữ bình quyền

feminist 1 *n* người ủng hộ thuyết nam nữ bình quyền **2** *adj group, ideas* nam nữ bình quyền

fence *n* hàng rào

♦**fence in** *land* rào lại

fencing SP môn đấu kiếm

fend: ***~ for oneself*** tự lo liệu lấy

fender MOT cái chắn bùn

ferment[1] *v/i liquid* lên men

ferment[2] *n* (*unrest*) sự náo động

fermentation sự lên men

fern cây dương xỉ

ferocious hung dữ

ferry *n* phà

fertile *soil* màu mỡ; *woman, animal* có khả năng sinh sản

fertility (*of soil*) sự màu mỡ; (*of woman, animal*) khả năng sinh sản

fertility drug thuốc trợ giúp thụ thai

fertilize *v/t ovum* thụ tinh

fertilizer (*for soil*) phân bón

fervent *admirer* nồng nhiệt

fester *v/i* (*of wound*) mưng mủ

festival lễ hội; (*arts event*) liên hoan

festive *mood, decoration* ngày hội; ***the ~ season*** mùa hội hè

festivities những cuộc lễ hội

fetch *person* đón; *thing* lấy; *price* bán được

fetus bào thai

feud *n* mối hận thù

feudal phong kiến

feudalism chế độ phong kiến

fever cơn sốt

feverish sốt; *fig*: *excitement* cuồng nhiệt

few 1 *adj* (*not many*) vài; ***a ~*** (*things*) một vài; ***quite a ~, a good ~*** (*a lot*) khá nhiều **2** *pron* (*not many*) một ít; ***a ~*** (*some*) một vài; ***quite a ~, a good ~*** (*a lot*) khá nhiều
fewer *adj* ít hơn; ***~ than ...*** ít hơn ...
fiancé chồng chưa cưới
fiancée vợ chưa cưới
fiasco sự thất bại
fib *n* chuyện bịa
fiber *n* sợi
fiberglass *n* sợi thủy tinh; **fiber optic** bằng sợi quang; **fiber optics** sợi quang
fickle *person*, *lover* hay thay đổi
fiction (*novels*) tiểu thuyết; (*made-up story*) chuyện bịa
fictitious *character*, *event* hư cấu
fiddle 1 *n* F (*violin*) đàn viôlông **2** *v/i*: ***~ with ...*** nghịch ...; ***~ (around) with ...*** nghịch vớ vẩn ... **3** *v/t accounts*, *results* giả mạo
fidelity (*of lover*) sự chung thủy
fidget *v/i* cựa quậy
field *n* cánh đồng; (SP: *ground*) sân; (*competitors in race*) các đấu thủ; (*of research*, *knowledge etc*) lĩnh vực; ***that's not my ~*** đó không phải là lĩnh vực của tôi
field events các môn điền kinh trên sân bãi
fierce *animal* hung dữ; *wind*, *storm* dữ dội; *temper*, *person* nóng nẩy
fifteen mười lăm
fifteenth *adj* thứ mười lăm
fifth *adj* thứ năm
fiftieth *adj* thứ năm mươi
fifty năm mươi
fifty-fifty *adv* chia làm đôi, bằng nhau
fig quả vả
fight 1 *n* (*brawl*) đánh nhau; (*argument*) cãi nhau; (*in war*) trận chiến; *fig* (*for survival*) đấu tranh; (*for championship etc*) cuộc thi; (*in boxing*) cuộc thi đấu **2** *v/t enemy*, *person* chiến đấu; (*in boxing*) thi đấu; *disease*, *injustice* chống lại **3** *v/i* (*of drunks*, *schoolkids etc*) đánh nhau; (*of soldiers*) chiến đấu; (*argue*) cãi nhau; *fig* (*struggle*) đấu tranh
♦**fight for** *one's rights*, *cause* đấu tranh vì
fighter (*warrior*) chiến binh; (*airplane*) máy bay chiến đấu; (*boxer*) võ sĩ; ***she's a ~*** cô ấy là một con người kiên cường
figurative *use of word* nghĩa bóng; *art* hình tượng
figure 1 *n* (*digit*) con số; (*of person*) thân hình; (*form*, *shape*) hình bóng; (*symbol*) hình vẽ **2** *v/t* F (*think*) nghĩ
♦**figure on** F (*plan*) dự tính
♦**figure out** (*understand*) hiểu; (*calculate*) tính toán
figure skating trượt băng nghệ thuật
file[1] 1 *n* (*of documents*) kẹp hồ sơ; COMPUT tệp **2** *v/t documents* xếp vào hồ sơ
♦**file away** *documents* lưu trữ vào hồ sơ
file[2] 1 *n* (*for wood*) mài nhẵn; (*for fingernails*) giũa **2** *v/t*: ***~ one's teeth*** cà răng
file cabinet tủ đựng hồ sơ
file manager COMPUT hệ quản lý tệp dữ liệu
filial impiety sự bất hiếu
filial piety sự hiếu thảo
Filipino 1 *adj* Phi-líp-pin, Phi luật Tân **2** *n* người Phi-líp-pin, người Phi luật Tân
fill 1 *v/t glass*, *crate* đổ đầy **2** *n*: ***eat one's ~*** ăn no hết mức

♦**fill in** *form* điền vào; *hole* bịt lại
♦**fill in for** tạm thay thế
♦**fill out 1** *v/t form* trở nên rộng hơn **2** *v/i* (*get fatter*) béo ra
♦**fill up 1** *v/t* đổ ngập **2** *v/i* (*of stadium, theater*) tràn ngập
fillet *n* (*fish*) cá nạc; (*meat*) thịt thăn
fillet steak miếng thịt thăn
filling 1 *n* (*in sandwich*) nhân; (*in tooth*) hàn răng **2** *adj*: ***it's very ~*** gây cảm giác đầy bụng
filling station trạm xăng
film 1 *n* (*for camera*) phim; (*movie*) phim ảnh **2** *v/t person, event* quay phim
film-maker người làm phim
film star ngôi sao điện ảnh
filter 1 *n* (*for coffee*) phin; (*for oil*) máy lọc **2** *v/t coffee, liquid* lọc
♦**filter through** (*of news reports*) lọt ra
filter tip (*cigarette*) đầu lọc
filth (*mud etc*) vết bẩn
filthy (*dirty*) bẩn thỉu; (*vulgar*) tục tĩu
fin (*of fish*) vây
final 1 *adj also decision* cuối cùng **2** *n* SP trận chung kết
finalist người vào chung kết
finalize *plans, design* hoàn tất
finally cuối cùng; (*at last*) rốt cuộc
finance 1 *n* tài chính **2** *v/t program, project* tài trợ
financial *matters, policy, magazine* tài chính
financial year năm tài chính
financier nhà tài chính
find *v/t* thấy; ***I'm trying to ~ ...*** tôi đang tìm ...; ***if you ~ it too hot/cold*** nếu anh/chị thấy quá nóng/lạnh; ***~ a person innocent/guilty*** LAW tuyên bố một người vô tội/có tội
♦**find out 1** *v/t* (*discover*) phát hiện ra **2** *v/i* (*inquire*) tìm hiểu; (*discover*) phát hiện ra
fine[1] *adj day, city* đẹp; *weather* tốt; *wine* ngon; *performance* hay; *distinction* tinh tế; *hair* mỏng; ***how's that? – that's ~*** thấy thế nào? – tốt đấy; ***that's ~ by me*** đối với tôi thì tốt thôi; ***how are you? – ~*** anh/chị có khỏe không? – tôi khỏe
fine[2] *n* (*penalty*) tiền phạt
finger *n* ngón tay
fingernail móng tay; **fingerprint** *n* dấu tay; **fingertip** đầu mút ngón tay; ***have X at one's ~s*** *knowledge, skills* biết rõ X như lòng bàn tay
finicky *person* cầu kỳ; *design, pattern* quá tỉ mỉ
finish 1 *v/t course, meal* ăn xong; *drink* uống xong; *book* đọc xong; *race* về đích; ***~ doing sth*** làm xong gì **2** *v/i* (*of person talking, movie, work*) kết thúc; (*of person talking*) nói hết; (*of movie*) chiếu hết; (*of work*) làm xong **3** *n* (*of product*) sự hoàn thiện; (*of race*) đích
♦**finish off** *v/t drink, meal, work* kết thúc xong
♦**finish up** *v/t food* ăn nốt; ***he finished up liking it/living there*** cuối cùng thì anh ấy thích cái đó/sống ở đó
♦**finish with** *boyfriend etc* chấm dứt quan hệ với
finish line đường kẻ của đích
Finland nước Phần Lan
Finn người Phần Lan
Finnish 1 *adj* Phần Lan **2** *n* (*language*) tiếng Phần Lan
fir cây thông
fire 1 *n* (*in grate, in room*) lửa; (*electric, gas*) lò sưởi; (*blaze*) đám cháy; (*bonfire, campfire etc*) đống

lửa; ***be on ~*** bị cháy; ***catch ~*** bắt lửa; ***set X on ~***, ***set ~ to X*** làm cho X cháy lên, đốt cháy X **2** *v/i* (*shoot*) nổ súng **3** *v/t* F (*dismiss*) đuổi việc; ***be ~d*** bị sa thải

fire alarm còi báo cháy; **firearm** súng; **fire department** đội cứu hỏa; **fire engine** xe cứu hỏa; **fire escape** lối thoát hỏa hoạn; **fire extinguisher** bình chữa cháy; **fire fighter**, **fireman** lính cứu hỏa; **fireplace** lò sưởi; **fire truck** xe cứu hỏa; **firewood** củi; **fireworks** (*display*) pháo hoa

firm[1] *adj grip*, *handshake* chặt; *flesh*, *muscles* rắn chắc; *voice* cương quyết; *decision* dứt khoát; ***a ~ deal*** một thỏa thuận chắc chắn

firm[2] *n* COM hãng

first 1 *adj* đầu tiên, thứ nhất; ***who's ~ please?*** xin cho biết ai là người đầu tiên? **2** *n* (*person*) người đầu tiên **3** *adv arrive*, *finish* đầu tiên; (*beforehand*) trước hết; ***~ of all*** (*for one reason*) trước hết; ***at ~*** thoạt đầu

first aid việc sơ cứu; **first-aid box**, **first-aid kit** bộ dụng cụ sơ cứu; **first-born** *adj* đầu lòng; **first-class 1** *adj ticket*, *compartment* hạng nhất; (*very good*) hàng đầu **2** *adv travel* hạng nhất; **first floor** tầng trệt; **firsthand** *adj experience* trực tiếp; **first lady** phu nhân tổng thống

firstly (*in listing reasons*) thứ nhất là

first name tên

first-rate tốt nhất

fiscal *policy*, *measures* tài chính

fish 1 *n* cá **2** *v/i* câu cá

fishbone xương cá

fisherman người đánh cá

fishing nghề cá

fishing boat tàu đánh cá; **fishing line** dây câu; **fishing rod** cần câu

fishmonger người bán cá; **fish sauce** nước mắm; **fish stick** lát cá tẩm bột

fishy F (*suspicious*) ám muội

fist nắm tay

fit[1] *n* MED cơn; ***a ~ of rage / jealousy*** cơn thịnh nộ / ghen

fit[2] *adj* (*physically*) khoẻ mạnh; (*morally*) xứng đáng; ***keep ~*** giữ sức khoẻ

fit[3] **1** *v/t clothes* vừa; *attach* lắp **2** *v/i* (*of clothes*) vừa; (*of piece of furniture etc*) vừa khớp **3** *n* sự vừa khớp; ***it's a good ~*** vừa vặn; ***it's a tight ~*** vừa khít

♦ **fit in** (*of person in group*) hòa hợp; ***it fits in with our plans*** cái đó ăn khớp với các kế hoạch của chúng ta

fitful *sleep* chập chờn

fitness (*physical*) sự sung sức

fitness center phòng thể dục thẩm mỹ

fitted kitchen *nhà bếp có trang bị cố định*

fitter *n* (*in factory*) thợ lắp ráp

fitting *adj position*, *memorial* thích hợp

fittings thiết bị

five năm

fix 1 *n* (*solution*) giải pháp; ***be in a ~*** F bị lúng túng **2** *v/t* (*attach*) đóng chặt; (*repair*) sửa chữa; (*arrange*: *meeting etc*) bố trí; *lunch* sửa soạn; (*dishonestly*: *match etc*) mua chuộc; ***~ X onto Y*** (*with glue*, *screws etc*) lắp X vào Y; ***I'll ~ you a drink*** tôi sẽ pha nước giải khát cho anh / chị

♦ **fix up** *meeting* thu xếp; ***it's all fixed up*** tất cả đã thu xếp xong

fixed (*in one position*) cố định; *timescale*, *exchange rate* đã được ấn định

fixture (*in room*) thiết bị cố định
flab (*on body*) sự béo nhão
flabbergast: ***be ~ed*** F lặng đi vì sửng sốt
flabby *muscles*, *stomach* béo nhão
flag[1] *n* lá cờ
flag[2] *v/i* (*tire*) yếu đi
flair (*talent*) năng khiếu; ***have a natural ~ for*** có năng khiếu tự nhiên về
flake *n* (*of snow*) bông; (*of plaster*, *skin*) mảnh
♦**flake off** *v/i* (*of plaster*, *paint*, *dead skin*) bong ra
flaky *skin*, *paint* bị bong ra
flaky pastry bột nhào cắt lát
flamboyant *personality* phô trương
flame *n* ngọn lửa
flammable dễ cháy
flan bánh bông lan
flank **1** *n* (*of horse etc*), MIL sườn **2** *v/t* kèm hai bên; ***be ~ed by ...*** (*of person*) có ... đi kèm hai bên; (*of building*) có ... xây ở hai bên cạnh
flap **1** *n* (*of envelope*, *pocket*) nắp; (*of table*) mặt bàn phụ; ***be in a ~*** F bị bối rối **2** *v/t* *wings* vỗ **3** *v/i* (*of flag etc*) bay phần phật; F (*panic*) bối rối
flare **1** *n* (*distress signal*) pháo sáng; (*in dress*) loe **2** *v/t* *nostrils* phồng lên
♦**flare up** (*of violence*) nổi bùng lên; (*of illness*, *rash*) tái phát; (*of fire*) cháy bùng lên; (*get very angry*) nổi nóng
flash **1** *n* (*of light*) ánh chớp sáng; PHOT đèn nháy; ***in a ~*** F ngay tức khắc; ***have a ~ of inspiration*** loé lên một tia cảm hứng; ***~ of lightning*** ánh chớp **2** *v/i* (*of light*) lóe sáng **3** *v/t* *headlights* chớp sáng
flashback *n* (*in movie*) cảnh hồi tưởng
flashbulb bóng đèn nháy
flasher MOT đèn báo
flashlight đèn pin; PHOT đèn nháy
flashy *color*, *tie*, *clothes* sặc sỡ
flask bình thót cổ
flat **1** *adj* *surface*, *land* bằng phẳng; *beer* hả hơi; *battery* hết điện; *tire* bị xịt hơi; *shoes* đế dẹt; *sound*, *tone* đều đều; ***and that's ~*** F và dứt khoát là như vậy **2** *adv* MUS thấp; ***~ out*** *work*, *run*, *drive* hết tốc lực
flat-chested ngực lép
flat rate giá đồng hạng
flatten *v/t* *land*, *road* san phẳng; (*by bombing*, *demolition*) san bằng
flatter *v/t* nịnh hót
flattering *comments* tâng bốc; *color*, *clothes* làm tôn vẻ đẹp
flattery sự nịnh hót
flavor **1** *n* mùi vị **2** *v/t* *food* thêm gia vị
flavoring đồ gia vị
flaw *n* (*in system*, *plan*, *novel*, *logic*) sai sót; (*in s.o.'s character*) nhược điểm
flawless *beauty*, *complexion*, *French etc* hoàn hảo
flea bọ chét
flee *v/i* chạy trốn
fleet *n* NAUT hạm đội; (*of taxis*, *trucks*) đoàn xe
fleeting *visit etc* chớp nhoáng; ***catch a ~ glimpse of*** thoáng nhìn thấy
flesh thịt; (*of fruit*) cùi; ***meet/see a person in the ~*** gặp/nhìn thấy một người bằng xương bằng thịt; ***the pleasures of the ~*** những thú vui xác thịt
flex *v/t* *muscles* gập lại
flexible *arrangement*, *working hours* linh động; *material* dẻo; ***I'm quite ~*** (*about arrangements*, *timing*) tôi khá linh động

flick *v/t tail* ngoe nguẩy; ***he ~ed a fly off his hand*** anh ấy phủi con ruồi khỏi bàn tay mình; ***she ~ed her hair out of her eyes*** cô ấy gạt tóc ra khỏi mắt mình
♦**flick through** *book, magazine* giở lướt
flicker *v/i* (*of light, candle, computer screen*) lóe lên
flies (*on pants*) cửa quần
flight (*in airplane*) chuyến bay; (*flying*) sự bay; (*fleeing*) cuộc chạy trốn; ~ (***of stairs***) cầu thang
flight crew phi hành đoàn; **flight deck** (*on aircraft carrier*) sân bay trên boong; (*in airplane*) buồng lái; **flight number** số hiệu chuyến bay; **flight path** đường bay; **flight recorder** hộp đen; **flight time** (*departure*) giờ bay; (*duration*) thời gian bay
flighty lông bông
flimsy *structure, furniture* mỏng manh; *dress, material* mỏng; *excuse* hời hợt
flinch ngần ngại
fling *v/t* ném; ~ ***oneself into a chair*** ngồi phịch xuống ghế; ***she flung herself into his arms*** cô ấy lao người vào vòng tay anh ấy
♦**flip through** *book, magazine* lật nhanh
flipper (*for swimming*) chân nhái
flirt 1 *v/i* tán tỉnh **2** *n* kẻ tán tỉnh
flirtatious *girl, man, look* hay tán tỉnh
float *v/i* nổi; FIN thả nổi
flock *n* (*of sheep*) đàn
flog *v/t* (*whip*) quất
flood 1 *n* nước lũ **2** *v/t* (*of river*) làm ngập lụt; ~ ***its banks*** (*of river*) tràn qua bờ
flooding nạn lụt
floodlight *n* đèn pha
floor *n* (*of room*) sàn nhà; (*story*) tầng; (*of ocean*) đáy
floorboard ván sàn; **floor cloth** giẻ lau nhà; **floor lamp** đèn cây
flop 1 *v/i* đổ xuống; F (*fail*) thất bại **2** *n* F (*failure*) sự thất bại
floppy *adj* (*not stiff*) mềm; (*weak*) yếu mệt
floppy (disk) đĩa mềm
florist người bán hoa
flour bột mì
flourish *v/i* (*of plants*) mọc sum suê; (*of business, civilization etc*) phát triển
flourishing *business, trade* phát đạt
flow 1 *v/i* (*of river*) chảy; (*of electric current*) truyền; (*of traffic*) lưu thông; (*of work*) trôi chảy **2** *n* (*of river*) dòng chảy; (*of information, ideas*) sự trao đổi
flowchart biểu đồ phát triển
flower 1 *n* hoa **2** *v/i* (*of plants*) nở hoa
flowerbed luống hoa
flowerpot chậu hoa
flowery *pattern* có hình hoa; *style of writing* hoa mỹ
flu bệnh cúm
fluctuate *v/i* thay đổi bất thường
fluctuation sự thay đổi bất thường
fluency (*in a language*) sự lưu loát
fluent *adj speaker, writer* lưu loát; ***he speaks ~ Vietnamese*** anh ấy nói tiếng Việt lưu loát
fluently *speak, write* lưu loát
fluff: ***a bit of ~*** (*material*) một ít nùi bông
fluffy *adj material, hair* mịn; *clouds* xốp như bông; ~ ***toy*** đồ chơi mịn
fluid *n* (*in body*) chất lỏng; (*for brakes*) dầu
flunk *v/t* F *subject* trượt vỏ chuối
fluorescent huỳnh quang; ~ ***light*** đèn nê ông

flush 1 *v/t toilet* giật nước; ~ ***X down the toilet*** giật nước cho X trôi xuống hố xí 2 *v/i* (*of toilet*) trôi sạch; (*go red in the face*) ửng đỏ 3 *adj* (*level*) ngang bằng; ***be ~ with ...*** ngang bằng với ...
♦**flush away** (*down toilet*) giật nước cho trôi đi
♦**flush out** *rebels etc* lôi ra ngoài
fluster *v/t* bối rối; ***get ~ed*** bị bối rối
flute ống sáo
flutter *v/i* (*of bird, wings*) vỗ cánh; (*of flag*) phất phới; (*of heart*) xao xuyến
fly[1] *n* (*insect*) con ruồi
fly[2] *n* (*on pants*) cửa quần
fly[3] 1 *v/i* (*of bird, airplane*) bay; (*in airplane*) đi máy bay; (*of flag*) tung bay; (*rush*) lao vụt; ***~ into a rage*** nổi khùng lên 2 *v/t airplane* lái; *airline* đi máy bay; (*transport by air*) vận chuyển bằng máy bay
♦**fly away** (*of bird, airplane*) bay đi
♦**fly back** *v/i* (*travel back*) bay về
♦**fly in** 1 *v/i* (*of passengers*) chở bằng máy bay 2 *v/t supplies etc* vận chuyển bằng máy bay
♦**fly off** (*of hat etc*) bay tuột khỏi
♦**fly out** *v/i* bay đi
♦**fly past** (*in formation*) bay diễu hành; (*of time*) trôi nhanh
flying *n* đi máy bay
foam *n* (*on liquid*) bọt
foam rubber cao su bọt
FOB (= ***free on board***) giao hàng ở cảng dỡ hàng
focus *n* PHOT tiêu điểm; (*of attention*) trung tâm; ***be in ~ / out of ~*** PHOT ở trong tiêu điểm/ở ngoài tiêu điểm
♦**focus on** *problem, issue* tập trung vào; PHOT chỉnh tiêu điểm vào
fodder thức ăn gia súc
fog sương mù
foggy có sương mù
foil[1] *n* (*silver ~ etc*) lá
foil[2] *v/t* (*thwart*) ngăn chặn
fold 1 *v/t paper etc* gấp; ***~ one's arms*** khoanh tay 2 *v/i* (*of business*) ngừng hoạt động 3 *n* (*in cloth etc*) nếp gấp
♦**fold up** 1 *v/t* gấp lại 2 *v/i* (*of chair, table*) gấp
folder (*for documents*) bìa kẹp; COMPUT thư mục
folding gấp; ***~ chair*** ghế gấp
foliage tán lá
folk (*people*) người; ***my ~*** (*family*) người nhà tôi; ***come in, ~s*** F vào đi các cậu
folk dance múa dân gian; **folk music** nhạc dân gian; **folk singer** ca sĩ dân gian; **folk song** dân ca
follow 1 *v/t person, road, guidelines* theo; *TV series, news* theo dõi; (*understand*) hiểu rõ; ***~ me*** hãy theo tôi 2 *v/i* đi theo; (*logically*) tiếp nối; ***it ~s from this that ...*** xuất phát từ cái này nên ...; ***as ~s*** như sau
♦**follow up** *v/t letter, inquiry* tiếp theo
follower (*of politician, football team etc*) người ủng hộ; (*of TV program*) người theo dõi
following 1 *adj pages, points* sau đây; ***~ day / night*** ngày/đêm hôm sau 2 *n* (*people*) nhóm người ủng hộ; ***the ~*** những gì sau đây
follow-up meeting cuộc họp tiếp sau
follow-up visit (*to doctor etc*) cuộc thăm tiếp theo
folly (*madness*) sự ngu xuẩn
fond (*loving*) yêu mến; *memory* trìu mến; ***be ~ of*** thích
fondle *v/t* vuốt ve
fondness (*for parents, sister etc*) sự

---

yêu mến; (*for wine, food etc*) sự yêu thích

font (*for printing*) nét chữ

food thức ăn; (*cuisine, cooking*) món ăn; ***French/Vietnamese ~*** món ăn Pháp/Việt Nam

food freak F người sành ăn; **food mixer** máy trộn thức ăn; **food poisoning** ngộ độc thức ăn

fool *n* ngu đần; ***make a ~ of oneself*** xử sự một cách ngốc nghếch

♦**fool around** làm điều ngu ngốc; (*sexually*) lăng nhăng

♦**fool around with** *knife, drill etc* nghịch dại dột với

foolish *person, thing to do* khờ dại

foolproof *system* đáng tin cậy

foot (*of person, animal*) chân; (*measurement*) phít; ***on ~*** đi bộ; ***at the ~ of the page*** ở cuối trang; ***at the ~ of the hill*** ở chân đồi; ***put one's ~ in it*** F phạm sai lầm

football (*American-style*) bóng đá kiểu Mỹ; (*soccer*) bóng đá; (*ball*) quả bóng đá; **football player** (*American-style*) cầu thủ bóng đá kiểu Mỹ; (*soccer*) cầu thủ bóng đá; **footbridge** cầu cho người đi bộ; **foothills** dãy đồi phía dưới

footing (*basis*) cơ sở; ***lose one's ~*** trượt chân; ***be on the same/a different ~*** có quan hệ bình đẳng/khác biệt; ***be on a friendly ~ with ...*** có quan hệ hữu nghị với ...

footlights dãy đèn sàn sân khấu; **footnote** chú thích cuối trang; **footpath** đường mòn; **footprint** dấu chân; **footstep** bước chân; ***follow in s.o.'s ~s*** (*professionally*) theo cùng nghề với ai; **footwear** giày dép

for ◊ cho; ***clothes ~ children*** quần áo dành cho trẻ con; ***here's a letter ~ you*** đây là bức thư gửi cho anh/chị; ***this is ~ you*** đây là cho anh/chị; ***what is there ~ lunch?*** bữa trưa có gì ăn nhỉ?; ***the steak is ~ me*** miếng thịt nướng này là của tôi; ***it's too big/small ~ you*** đối với anh/chị thì là quá to/nhỏ ◊ (*purpose*) để; ***what is this ~?*** cái này để làm gì?; ***what ~?*** để làm gì? ◊ (*destination etc*) đi; ***a train ~ ...*** tàu hỏa đi ... ◊ (*time*) trong; ***~ three days/two hours*** trong ba ngày/hai giờ; ***please get it done ~ Monday*** xin làm xong cái đó vào ngày thứ Hai ◊ (*distance*) được; ***I walked ~ a mile*** tôi đã đi được một dặm; ***it stretches ~ 100 miles*** trải dài ra một trăm dặm ◊ (*in favor of*) ủng hộ; ***I am ~ the idea*** tôi ủng hộ ý kiến ◊ (*instead of, in behalf of*) giúp cho; ***let me do that ~ you*** để tôi làm hộ anh/chị; ***we are agents ~ ...*** chúng tôi là đại lý của ... ◊ (*in exchange for*) với giá; ***I bought it ~ $25*** tôi đã mua nó với giá 25$; ***how much did you sell it ~?*** anh/chị đã bán nó với giá bao nhiêu?

forbid cấm; ***~ X to do Y*** cấm X không được làm Y

forbidden bị cấm; ***smoking/parking ~*** cấm hút thuốc/đỗ xe

forbidding *person, tone, prospect* gớm guốc

force 1 *n* (*violence*) vũ lực; (*of explosion, wind, punch*) sức mạnh; ***come into ~*** (*of law etc*) có hiệu lực; ***the ~s*** MIL lực lượng vũ trang **2** *v/t door, lock* phá bung; ***~ X to do Y*** bắt ép X phải làm Y; ***~ X open*** phá bung X

forced *laugh, smile* gượng ép; *confession* bị ép buộc

forced landing sự hạ cánh khẩn

cấp
forceful *argument*, *speaker* có sức thuyết phục; *character* mạnh mẽ
forceps foóc xép
forcible *entry* bằng sức mạnh; *argument* mạnh mẽ
ford *n* chỗ sông cạn
fore: ***come to the ~*** nổi bật lên
foreboding linh tính; **forecast** **1** *n* sự dự đoán; (*of weather*) sự dự báo thời tiết **2** *v/t* dự báo; **forecourt** (*of garage*) sân trước trạm xăng; **forefathers** tổ tiên; **forefinger** ngón trỏ; **foregone**: ***that's a ~ conclusion*** đó là kết quả đã được dự đoán trước; **foreground** cận cảnh; **forehand** (*in tennis*) cú đập; **forehead** trán
foreign nước ngoài
foreign affairs việc ngoại giao
foreign currency ngoại tệ
foreigner người nước ngoài
foreign exchange ngoại hối; **foreign language** ngoại ngữ; **Foreign Office** *Br* Bộ Ngoại Giao; **foreign policy** chính sách đối ngoại; **Foreign Secretary** *Br* bộ trưởng Bộ Ngoại Giao
foreman đốc công; LAW chủ tịch ban hội thẩm; **foremost** quan trọng nhất; **forerunner** (*person*) người mở đường; (*of modern diesel engine etc*) tiền thân; **foresee** *v/t* dự đoán; **foreseeable** có thể dự đoán trước; ***in the ~ future*** trong tương lai gần đây; **foresight** sự lo xa
forest rừng
forestry lâm nghiệp
foretaste sự mở đầu
foretell đoán trước
forever mãi mãi
foreword lời mở đầu
forfeit *v/t right*, *privilege etc* bị mất
forge *v/t* (*counterfeit*) làm giả; *signature* giả
forger (*of counterfeit money*) kẻ làm giả
forgery (*of bank bill etc*) việc làm giả; (*document, painting*) đồ giả
forget quên
forgetful *person* hay quên
forget-me-not (*flower*) hoa lưu ly
forgive *v/t & v/i* tha thứ
forgiveness sự khoan dung
fork *n* cái nĩa; (*in road*) ngã ba
♦**fork out** *v/i* F (*pay*) trả tiền
forklift (truck) xe nâng
form **1** *n* (*shape*) hình thức; (*document*) tờ khai **2** *v/t* (*in clay etc*) nặn; *friendship* xây đắp; *opinion* hình thành; *past tense etc* hình thái **3** *v/i* (*take shape, develop*) hình thành
formal *language*, *word*, *behavior* trang trọng; *dress*, *reception* theo nghi thức; *recognition etc* chính thức
formality (*being formal*) nghi thức; (*procedure*) thủ tục; ***it's just a ~*** chỉ làm cho có lệ thôi
formally *adv speak*, *behave* một cách trang trọng; *accepted*, *recognized* một cách chính thức
format **1** *v/t diskette* định khuôn dạng; *document* trình bầy **2** *n* (*size*: *of magazine*, *paper etc*) khổ; (*make-up*: *of program*) sự định khuôn dạng
formation (*of s.o.'s character*) sự hình thành; (*of past tense etc*) sự cấu tạo; (*of airplanes*) đội hình
formative *influence* định hình; ***in his ~ years*** những năm hình thành tính cách của anh ấy
former **1** *adj* trước **2** *n*: ***the ~*** (*of things*) cái trước; (*of people*) người trước

---

ch (*final*) k	**gh** g	**nh** (*final*) ng	**r** z; (*S*) r	**x** s	**â** (but)	**i** (tin)
d z; (*S*) y	**gi** z; (*S*) y	**ph** f	**th** t	**a** (hat)	**e** (red)	**o** (saw)
đ d	**nh** (onion)	**qu** kw	**tr** ch	**ă** (hard)	**ê** ay	**ô** oh

formerly trước kia
formidable *opponent, personality* đáng gờm; *task* quá khó khăn
formula MATH, CHEM công thức; (*for success etc*) phương pháp
formulate (*express*) diễn đạt
fort MIL pháo đài
forth: ***back and ~*** đi tới đi lui; ***and so ~*** và vân vân
forthcoming (*future*) sắp tới; *personality* cởi mở
fortieth *adj* thứ bốn mươi
fortnight *Br* hai tuần
fortress MIL pháo đài lớn
fortunate may mắn
fortunately may mắn là
fortune (*luck*) vận may; (*lot of money*) gia tài lớn
fortune-teller thầy bói
forty bốn mươi
forward **1** *adv walk, move, drive* về phía trước **2** *adj pej: person* sỗ sàng **3** *n* SP tiền đạo **4** *v/t letter* gửi chuyển tiếp
forwarding agent COM đại lý vận chuyển hàng hóa
fossil hóa thạch
foster child con nuôi tạm
foster parents cha mẹ đỡ đầu
foul **1** *n* SP cú phạm lỗi **2** *adj smell, taste* hôi thối; *weather* xấu **3** *v/t* SP chơi xấu
found *v/t school etc* sáng lập
foundation (*of theory etc*) nguyên lý; (*organization*) quỹ tài trợ; (*basis*) cơ sở
foundations (*of building*) nền móng
founder *n* (*of institution, club, company*) người sáng lập
foundry lò đúc
fountain đài phun nước
four bốn
four-star *adj hotel etc* bốn sao
fourteen mười bốn
fourteenth *adj* thứ mười bốn
fourth *adj* thứ bốn
fowl gà vịt
fox *n* con cáo
fraction chút ít; MATH phần số
fracture **1** *n* sự gãy **2** *v/t* gãy
fragile mỏng manh
fragment (*of vase etc*) mảnh vỡ; (*of story, conversation*) phần nhỏ
fragmentary vụn vặt
fragrance hương thơm
fragrant thơm
frail yếu ớt
frame **1** *n* (*of picture, window, bicycle*) khung; (*of eyeglasses*) gọng; ***~ of mind*** tâm trạng **2** *v/t picture* đóng khung; F *person* ghép tội oan
framework (*for new novel*) cốt truyện; (*for peace agreement etc*) khuôn khổ
France nước Pháp
frank *person, discussion* thẳng thắn
frankly một cách thẳng thắn; ***~, it's not worth it*** thành thực mà nói, nó không đáng đâu
frantic *search, preparations* dữ dội
fraternal anh em
fraud sự lừa đảo; (*person*) kẻ lừa đảo
fraudulent *claims* lừa đảo
frayed *cuffs* bị sờn
freak **1** *n* (*unusual event*) biến cố bất thường; (*two-headed person, animal etc*) quái dị; F (*strange person*) người khác thường; ***movie/jazz ~*** (*fanatic*) người mê phim ảnh/nhạc jazz **2** *adj wind, storm etc* dữ dội khác thường
freckle tàn nhang
free **1** *adj* (*at liberty*) tự do; (*no cost*) miễn phí; *room, table* trống; ***are you ~ this afternoon?*** chiều

nay anh/chị có rỗi không?; ~ ***and easy*** thoải mái; ***for*** ~ (*travel, get sth*) miễn phí **2** *v/t prisoners* thả

freebie F quà tặng

freedom tự do

freedom of the press tự do báo chí

free kick (*in soccer*) đá phạt trực tiếp; **freelance 1** *adj worker, journalist, contributor* theo nghề tự do **2** *adv work* theo nghề tự do; **freelancer** người làm nghề tự do; **free market economy** kinh tế thị trường tự do; **free sample** hàng mẫu miễn phí; **free speech** tự do ngôn luận; **freeway** đường cao tốc; **freewheel** *v/i* (*on bicycle*) thả xe

freeze 1 *v/t river etc* làm đóng băng; *food* làm đông lạnh; *wages* hạn định; *bank account* niêm phong; *video* tạm dừng **2** *v/i* (*of water*) đóng băng

♦**freeze over** (*of river*) phủ băng

freezer tủ đá

freezing 1 *adj temperatures, wind, day* băng giá; ***it's*** ~ ***out here*** ở ngoài này giá lạnh hết sức; ***it's*** ~ (***cold***) (*of weather, water*) lạnh như băng giá; ***I'm*** ~ (***cold***) tôi đang bị rét cóng **2** *n* điểm đông lạnh; ***10 below*** ~ 10 độ dưới điểm đông

freezing compartment ngăn đá

freezing point điểm đông lạnh

freight *n* hàng hóa chuyên chở; (*costs*) tiền chuyên chở

freight car (*on train*) toa trần

freighter (*ship*) tàu thủy chở hàng; (*airplane*) máy bay chở hàng

freight train xe lửa chở hàng

French 1 *adj* Pháp **2** *n* (*language*) tiếng Pháp; ***the*** ~ người Pháp

French doors cửa kính dài; **French fries** khoai tây rán; **Frenchman** đàn ông Pháp; **Frenchwoman** phụ nữ Pháp

frequency sự lặp đi lặp lại, sự thường xuyên; (*of radio*) tần số

frequent[1] *adj* thường xuyên; ***how*** ~ ***are the trains?*** tàu hỏa có đi thường xuyên lắm không?

frequent[2] *v/t bar* thường lui tới

frequently thường xuyên

fresh *fruit, meat etc* tươi; *weather* khá lạnh; *wind* lạnh; (*new*) mới; (*impertinent*) hỗn xược; ***make a*** ~ ***start*** bắt đầu lại từ đầu

♦**freshen up 1** *v/i* tắm rửa **2** *v/t room, paintwork* sửa sang lại

freshman sinh viên năm thứ nhất

freshness (*of fruit, meat*) sự tươi ngon; (*of style, approach*) tính độc đáo; (*of climate*) sự mát lạnh

freshwater *adj* nước ngọt

fret *v/i* lo lắng

friction PHYS sự ma sát; (*between people*) sự xích mích

friction tape băng cách điện

Friday thứ Sáu

fridge tủ lạnh

fried egg trứng rán; **fried potatoes** khoai tây rán; **fried rice** cơm rang; **fried spring roll** nem rán

friend bạn; ***make ~s*** (*of one person*) kết bạn; (*of two people*) trở thành bạn; ***make ~s with X*** kết bạn với X

friendly *adj smile, meeting, person* thân mật; *restaurant, hotel* mến khách; (*easy to use*) dễ sử dụng; ***be*** ~ ***with X*** (*be friends*) thân với X

friendship tình bạn

fries khoai tây rán

fright sự hoảng sợ; ***give X a*** ~ làm cho X hoảng sợ

frighten *v/t* làm hoảng sợ; ***be ~ed*** hoảng sợ; ***don't be ~ed*** đừng hoảng sợ; ***be ~ed of*** sợ

---

frightening *noise*, *person*, *prospect* dễ sợ
frigid (*sexually*) lãnh cảm
frill (*on dress etc*) diềm xếp nếp; (*fancy extra*) chi phí thêm
fringe (*on dress*, *curtains etc*) diềm tua; (*in hair*) mái bằng; (*of society*) bên lề; (*of city*) ven
frisk *v/t* lần soát
frisky *puppy etc* thích nô đùa
♦ **fritter away** *time*, *fortune* phung phí
frivolous *person*, *pleasures* phù phiếm
frizzy *hair* quăn tít
frog con ếch
frogman người nhái
from ◊ (*in time*) từ; ***~ 9 to 5*** (***o'clock***) từ 9 giờ đến 5 giờ; ***~ the 18th century*** từ thế kỷ thứ 18; ***~ today on*** từ hôm nay trở đi; ***~ next Tuesday*** từ thứ Ba sau ◊ (*in space*) từ; ***~ here to there*** từ đây đến đó; ***we drove here ~ Hanoi*** chúng tôi lái xe từ Hà Nội đến đây ◊ (*origin*) của; ***a letter ~ Jo*** một bức thư của Jo; ***a gift ~ the management*** một tặng phẩm của ban quản trị; ***it doesn't say who it's ~*** không có ghi rõ cái này là do ai gửi; ***I am ~ New Jersey*** tôi từ New Jersey tới; ***made ~ bananas*** làm bằng chuối ◊ (*because of*) do; ***tired ~ the journey*** mệt mỏi do chuyến đi; ***it's ~ overeating*** là do ăn quá nhiều
front 1 *n* (*of building*) mặt trước; (*of book*) bìa trước; (*cover organization*) bình phong; MIL mặt trận; (*of weather*) frông, phía trước; ***in ~*** ở phía trước; ***in ~ of*** ở phía trước; ***at the ~*** ở đằng trước; ***at the ~ of*** ở đằng trước **2** *adj wheel*, *seat* trước **3** *v/t TV program* giới thiệu
front cover bìa trước; **front door** cửa trước; **front entrance** lối ra vào phía trước
frontier biên giới; *fig* (*of knowledge*, *science*) lĩnh vực
front page (*of newspaper*) trang nhất; **front page news** tin tức trang nhất; **front row** hàng thứ nhất; **front seat passenger** (*in car*) hành khách ghế trên; **front-wheel drive** thiết bị truyền lực cho bánh trước
frost *n* sương giá
frosted glass kính mờ
frosting (*on cake*) kem trứng
frosty *weather* có sương giá; *fig* (*welcome*) lãnh đạm
froth bọt
frothy *cream etc* sủi bọt
frown 1 *n* sự nghiêm nghị **2** *v/i* cau mày
frozen *feet etc* lạnh cứng; *wastes of Siberia* băng giá; *food* đông lạnh; ***I'm ~*** F tôi bị tê cóng
frozen food thức ăn đông lạnh
fruit trái cây (*S*), hoa quả (*N*); (*individual*) quả; *fig* kết quả; ***what is this ~?*** quả này là quả gì?
fruitful *talks etc* có nhiều kết quả
fruit juice nước trái cây (*S*), nước hoa quả (*N*)
fruit salad sa-lát hoa quả
frustrate *v/t person* cản trở; *plans* làm thất bại
frustrated *look*, *sigh* chán nản
frustrating làm nản lòng
frustratingly *slow*, *hard* làm nản lòng
frustration sự bực mình; ***sexual ~*** sự không thỏa mãn về tình dục; ***the ~s of modern life*** sự thất vọng của cuộc sống hiện đại

fry *v/t* rán; (*stir-~*) xào
frying pan chảo
fuck *v/t* V đéo; ***~!*** đéo mẹ!; ***~ him/ that!*** đéo mẹ nó!
♦ **fuck off** V cút đi; ***~!*** cút đi!
fucking V **1** *adj* chết tiệt **2** *adv hot, brilliant* đéo chịu được; ***don't be ~ stupid!*** đừng có ngu!
fuel *n* nhiên liệu
fugitive *n* người chạy trốn
fulfill *v/t* thực hiện; ***feel ~ed*** (*in job, life*) cảm thấy thỏa mãn
fulfilling *job* vừa ý
fulfillment (*of contract etc*) sự thực hiện; (*moral, spiritual*) sự thỏa mãn
full *bottle, diskette* đầy; *hotel, bus* đầy khách; *account, report* đầy đủ; *schedule* kín; *day* bận; ***~ of*** (*of water, tourists, errors etc*) đầy; ***~ up*** (*of hotel etc*) hết chỗ; (*with food*) no; ***pay in ~*** trả hết; ***have a ~ life*** có một cuộc sống đầy ý nghĩa
full board bao cả phòng và ăn uống; **full coverage** (*insurance*) bảo hiểm toàn diện; **full-grown** *adult* trưởng thành thực sự; *animal* lớn hết cỡ; **full-length** *dress* dài chấm gót; *movie* trọn vẹn; **full moon** trăng tròn; **full-time** **1** *adj worker, job* cả buổi **2** *adv work* cả buổi
fully *booked* hết sạch; *understand, explain, recovered* hoàn toàn, hẳn; *describe* đầy đủ
fumble *v/t ball etc* lóng ngóng
♦ **fumble around** sờ soạng
fume: ***be fuming*** F (*be very angry*) nổi đóa
fumes (*from vehicles, machines*) khói; (*chemical*) khí
fun sự vui thích; ***it was great ~*** thật là vui; ***bye, have ~!*** tạm biệt, vui chơi thỏa thích nhé!; ***for ~*** để làm trò vui; ***make ~ of*** (*of person, decision etc*) giễu cợt
function **1** *n* chức năng; (*reception etc*) buổi lễ chính thức **2** *v/i* (*of machine etc*) vận hành; ***~ as*** dùng như
fund **1** *n* quỹ **2** *v/t project etc* tài trợ
fundamental (*basic*) cơ bản; (*substantial*) quan trọng; (*crucial*) chủ yếu
fundamentally *different, altered* một cách cơ bản
funeral đám tang
funeral home phòng lễ tang
funfair hội chợ giải trí
funicular (railway) đường sắt leo núi
funnel *n* (*of ship*) ống khói
funnily (*oddly*) kỳ lạ; (*comically*) khôi hài; ***~ enough*** thật là kỳ lạ
funny (*comical*) buồn cười; (*odd*) lạ lùng
fur lông thú
furious (*angry*) giận dữ; ***at a ~ pace*** với một tốc độ dữ dội
furnace (*for metal*) lò luyện kim; (*for glass*) lò nấu thủy tinh
furnish *room* trang bị đồ đạc; (*supply*) cung cấp
furniture đồ đạc; ***a piece of ~*** một món đồ
furry *animal* bằng lông thú
further **1** *adj* (*additional*) thêm nữa; (*more distant*) xa hơn nữa; ***until ~ notice*** cho tới khi có thông báo mới; ***have you anything ~ to say?*** anh/chị có điều gì nói thêm nữa không? **2** *adv walk, drive* xa hơn nữa; ***~, I want to say ...*** hơn nữa, tôi muốn nói rằng ...; ***2 miles ~ (on)*** xa hơn 2 dặm nữa **3** *v/t cause etc* thúc đẩy
furthest *adj & adv* xa nhất
furtive *glance* trộm

fury (*anger*) cơn cuồng nộ
fuse ELEC **1** *n* cầu chì **2** *v/i* đứt cầu chì **3** *v/t* hàn nối
fusebox hộp cầu chì
fuselage thân máy bay
fuse wire dây chì
fusion đúc hợp
fuss *n* sự ầm ĩ; ***make a ~*** (*complain*) làm ầm ĩ; (*behave in exaggerated way*) làm rối rít; ***make a ~ of*** (*be very attentive to*) chăm sóc quá mức
fussy *person* cầu kỳ; *design etc* kiểu cách; ***be a ~ eater*** là một người ăn rất cầu kỳ
futile vô ích
future *n* tương lai; GRAM thì tương lai; ***in ~*** trong tương lai
futures FIN hợp đồng kỳ hạn
futures market FIN thị trường kỳ hạn
futuristic *design* rất hiện đại
fuzzy *hair* xoăn tít; (*out of focus*) mờ nhạt

G

gadget đồ dùng
gag **1** *n* cái banh miệng; (*joke*) trò khôi hài **2** *v/t person, the press* bịt miệng
gain *v/t* (*acquire*) đạt được; ***~ speed*** đạt được tốc độ; ***~ 10 pounds*** lên 10 pao
gale cơn bão
gallant ga-lăng
gall bladder túi mật
gallery (*for art*) phòng tranh; (*in theater*) hạng chuồng gà
galley (*on ship*) bếp
gallon galông
gallop *v/i* phi nước đại
gallows giá treo cổ
gallstone sỏi mật
gamble vi đánh cờ bạc; ***~ on sth*** đánh cuộc gì
gambler con bạc
gambling trò cờ bạc
game *n* (*sport*) môn chơi; (*children's*) trò chơi; (*in tennis*) ván
gang (*criminal*) băng cướp
♦**gang up on** vào hùa bắt nạt
gangster kẻ cướp, găng xtơ
gangway cầu tàu
gap (*in wall*) lỗ hổng; (*in life history*) sự gián đoạn; (*for parking, in list*) khoảng trống; (*in time, conversation*) chỗ ngắt quãng; (*between two people's characters*) sự khác nhau
gape *v/i* (*of person*) há hốc mồm nhìn; (*of hole*) mở to
♦**gape at** há hốc mồm nhìn
gaping *hole* mở rộng
garage (*for parking*) nhà để xe; (*for repairs*) xưởng sửa chữa ô tô
garbage rác; (*poor quality item*) đồ bỏ đi; (*nonsense*) điều vô nghĩa
garbage can thùng rác
garden vườn
gardener người làm vườn
gardening công việc làm vườn
gargle *v/i* súc miệng

garish lòe loẹt
garland *n* vòng hoa
garlic tỏi
garment áo quần
garnish *v/t* bày biện
garrison *n* (*troops*) đơn vị đồn trú; (*place*) nơi đồn trú
garter nịt bít tất
gas *n* chất khí; (*for heating, cooking*) ga; (*gasoline*) xăng dầu
gash *n* vết thương
gasket miếng đệm
gasoline xăng dầu
gasp **1** *n* sự thở hổn hển **2** *v/i* (*with exhaustion*) thở hổn hển; (*with surprise, pleasure*) há hốc mồm; **~ *for breath*** thở hổn hển
gas pedal bộ tăng tốc; **gas pump** bơm ga; **gas station** trạm bán xăng; **gas works** nhà máy sản xuất hơi đốt
gate (*of house, castle*) cổng; (*at airport*) cửa
gatecrash không mời mà đến
gateway lối ra vào; *fig* cửa ngõ
gather **1** *v/t facts, information* thu thập; ***am I to ~ that ...?*** phải chăng tôi phải hiểu rằng …?; **~ *speed*** tăng tốc độ **2** *v/i* (*understand*) hiểu
♦**gather up** *possessions* thu thập
gathering *n* (*group of people*) cuộc hội họp
gaudy lòe loẹt
gauge **1** *n* đồng hồ đo **2** *v/t* đo
gaunt *face* hốc hác
gauze (*of cotton*) gạc; (*of silk*) sa
gay **1** *n* (*homosexual*) người đồng tính luyến ái **2** *adj men, club* đồng tính luyến ái
gaze **1** *n* cái nhìn chằm chằm **2** *v/i* nhìn chằm chằm
♦**gaze at** nhìn chằm chằm vào
GB (= ***Great Britain***) nước Anh
GDP (= ***gross domestic product***) tổng sản lượng trong nước
gear *n* (*equipment*) dụng cụ; (*in vehicles*) số
gear lever, **gear shift** cần sang số
gecko con cắc kè
gel *n* (*for hair, shower*) dầu
gem (*precious stone*) đá quý; *fig* (*book etc*) vật quý giá; (*person*) viên ngọc quý
gender GRAM giống; (*sex*) giới tính
gene gien; ***it's in his ~s*** có sẵn trong gien của anh ấy
general **1** *n* (*in army*) tướng; ***in ~*** nói chung **2** *adj* (*overall, miscellaneous*) chung; (*widespread*) phổ biến
general election Tổng tuyển cử
generalization sự khái quát; ***that's a ~*** đó là một sự khái quát hóa
generalize khái quát hóa
generally nói chung
generate (*create*) tạo ra; *electricity* phát ra; (*in linguistics*) tạo thành
generation thế hệ; (*of electricity*) sự sản xuất
generation gap khoảng cách thế hệ
generator ELEC máy phát điện
generosity (*with money*) tính hào phóng
generous (*with money*) hào phóng; (*not too critical*) rộng lượng; *portion etc* dồi dào
genetic di truyền
genetically về mặt di truyền
genetic engineering kỹ thuật gen
genetic fingerprint dấu vân tay liên quan tới di truyền
geneticist nhà di truyền học
genetics di truyền học
genial *person, company* vui vẻ
genitals cơ quan sinh dục
genius thiên tài

gentle *person, voice, touch* dịu dàng; *breeze* nhẹ
gentleman người đàn ông hào hoa phong nhã
gents (*toilet*) phòng vệ sinh nam
genuine (*real*) đích thực; (*sincere*) chân thật
geographical *features* địa lý
geography địa lý
geological địa chất
geologist nhà địa chất
geology địa chất
geometric(al) hình học
geometry hình học
geriatric *n & adj* lão khoa
germ vi trùng; (*of idea etc*) mầm mống
German **1** *adj* Đức **2** *n* (*person*) người Đức; (*language*) tiếng Đức
Germany nước Đức
germ warfare chiến tranh vi trùng
gesticulate khoa tay múa chân
gesture *n* (*with hand*) cử chỉ; *fig* (*of friendship*) thái độ
get *v/t* (*obtain*) lấy; (*buy*) mua được; (*fetch*) kiếm; (*receive*: *letter*) nhận được; (*receive*: *knowledge, respect etc*) giành được; (*catch*: *bus, train etc*) đón; (*understand*) hiểu được; **~ going** (*leave*) đi ◊ (*become*) trở nên; ***things are ~ting serious*** sự việc trở nên trầm trọng; ***he's ~ting old*** anh ấy già đi; ***I'm ~ting tired*** tôi thấy mệt ◊ (*causative*): **~ sth done** (*do oneself*) làm gì; (*have s.o. else do sth*) đi làm gì; **~ one's hair cut** đi tiệm cắt tóc; **~ sth ready** chuẩn bị gì; **~ the car/TV fixed** (*by s.o. else*) mang xe/TV cho người ta sửa; ***I'll ~ it sorted out for you*** (*by oneself*) tôi sẽ giải quyết cho anh/chị; ***I'll ~ it done by tomorrow night*** (*by s.o. else or by oneself*) việc sẽ được giải quyết xong xuôi trước tối mai; **~ s.o. to do sth** thuyết phục ai làm gì ◊ (*have opportunity*): **~ to do sth** có cơ hội làm gì; ***I didn't ~ to meet him*** tôi đã không có dịp gặp anh ấy; ***did you ~ to visit the temple?*** anh/chị đã có dịp đi thăm đền không? ◊: ***have got*** (*possess*) có; ***I've got three tickets*** tôi có ba vé; ***have you got enough time?*** anh/chị có đủ thời giờ không?; ***I haven't got time*** tôi không có thời giờ ◊: ***have got to*** phải; ***I have got to study*** tôi phải học; ***I don't want to, but I've got to*** tôi không muốn …, nhưng tôi phải … ◊: **~ to know s.o.** làm quen với ai
♦**get along** (*progress*) có tiến bộ; (*come to party etc*) tới; (*with s.o.*) ăn ý
♦**get around** (*travel*) đi du lịch nhiều chỗ; (*be mobile*) đi lại
♦**get at** (*criticize*) chỉ trích; (*imply, mean*) hàm ý
♦**get away** **1** *v/i* (*leave*) đi khỏi **2** *v/t*: **get sth away from s.o.** lấy gì ra khỏi ai
♦**get away with**: ***I'll let you ~ it this time*** lần này thì tôi tha cho anh/chị
♦**get back** **1** *v/i* (*return*) trở về; ***I'll ~ to you on that*** tôi sẽ trả lời anh/chị về việc đó **2** *v/t* (*obtain again*) lấy lại
♦**get by** (*pass*) đi qua; (*financially*) xoay sở được
♦**get down** **1** *v/i* (*from ladder etc*) xuống; (*duck etc*) cúi xuống **2** *v/t* (*depress*) làm chán nản
♦**get down to** (*start*: *work*) bắt đầu; (*reach*: *real facts*) đạt tới
♦**get in** **1** *v/i* (*arrive*: *of train, plane*) tới; (*come home*) về; (*to*

car) lên; ***how did they ~?*** (*of thieves, snakes etc*) làm sao chúng vào được bên trong? **2** *v/t* (*to suitcase etc*) nhét vào

♦**get off 1** *v/i* (*from bus etc*) xuống; (*finish work*) kết thúc; (*not be punished*) thoát tội **2** *v/t* (*remove: lid, top etc*) mở; (*remove: clothes, hat etc*) cởi; ***~ the grass!*** hãy ra khỏi đám cỏ!

♦**get off with**: ***~ a small fine*** chỉ bị phạt một món tiền nhỏ

♦**get on 1** *v/i* (*to bike, bus, train*) lên; (*make progress*) tiến bộ; (*succeed*) thành công; (*be friendly with*) hòa thuận; (*advance: of time*) trở nên muộn; (*become old*) già đi; ***it's getting on*** (*getting late*) muộn rồi; ***he's getting on*** anh ấy già đi; ***he's getting on for 50*** anh ấy xấp xỉ 50 **2** *v/t*: ***~ the bus/one's bike*** lên xe buýt/xe đạp; ***get one's hat on*** đội mũ; ***I can't get these pants on*** tôi không thể kéo chiếc quần này lên

♦**get out 1** *v/i* (*from car etc*) ra khỏi; (*of prison*) ra; ***~!*** cút đi!; ***let's ~ of here*** chúng ta hãy ra khỏi nơi đây; ***I don't ~ much these days*** dạo này tôi không ra khỏi nhà mấy **2** *v/t* (*extract: nail, something jammed*) rút; (*remove: stain*) tẩy; (*pull out: gun, pen*) rút ra

♦**get over** *fence, disappointment etc* vượt qua; *lover etc* quên được

♦**get over with**: ***let's get it over with*** chúng ta hãy làm cho xong đi

♦**get through** (*on telephone*) liên lạc được; (*make oneself understood*) làm hiểu được

♦**get to** (*arrive*) tới; ***when we got to Hanoi*** khi chúng tôi đến Hà Nội

♦**get up 1** *v/i* (*in morning*) dậy; (*from chair etc*) đứng dậy; (*of wind*) nổi lên **2** *v/t hill etc* trèo lên

getaway (*from robbery*) sự bỏ trốn

getaway car chiếc ô tô dùng để chạy trốn

get-together cuộc họp mặt

ghastly *experience, murder* rùng rợn; *mistake, color* kinh khủng

gherkin dưa chuột nhỏ

ghetto *pej* khu nhà ổ chuột

ghost ma

ghostly giống như ma

GI lính Mỹ

giant 1 *n* người khổng lồ; *fig* thiên tài **2** *adj* khổng lồ

giblets lòng

giddiness cảm giác chóng mặt

giddy chóng mặt

gift (*present*) quà tặng

gifted có năng khiếu

giftwrap gói quà

gigabyte COMPUT gigabai

gigantic cực lớn

giggle 1 *v/i* cười rúc rích **2** *n* tiếng cười rúc rích

gill (*of fish*) mang

gilt *n* mạ; **~s** FIN trái phiếu thượng hạng

gimmick mánh lới

gin rượu gin; ***~ and tonic*** rượu gin pha tônic

ginger 1 *n* (*spice*) gừng **2** *adj Br hair* vàng hoe; *cat* vàng

gingerbread bánh gừng

ginseng củ nhân sâm

gipsy dân di gan

giraffe hươu cao cổ

girder *n* dầm

girl (*child*) bé gái; (*young woman*) cô gái

girlfriend (*of boy, girl*) bạn gái

girl guide nữ hướng đạo

girlie magazine tạp chí khiêu dâm

girl scout nữ hướng đạo
gist ý chính
give (*hand over*) đưa; *present* tặng; (*supply: electricity etc*) cung cấp; ~ ***a talk*** thuyết trình; ~ ***a lecture*** giảng bài; ~ ***a cry*** kêu lên một tiếng; ~ ***a groan*** kêu rên; ~ ***her my love*** chuyển tới cô ấy lời chào hỏi của tôi
♦**give away** *present* cho không; (*betray*) phản bội; ***give oneself away*** phản lại chính mình
♦**give back** trả lại
♦**give in** **1** *v/i* (*surrender*) đầu hàng **2** *v/t* (*hand in*) nộp
♦**give off** *smell, fumes* tỏa ra
♦**give onto** (*overlook*) nhìn ra
♦**give out** **1** *v/t leaflets etc* phân phát **2** *v/i* (*of supplies*) cạn hết
♦**give up** **1** *v/t smoking etc* bỏ; ***give oneself up to the police*** đầu thú cảnh sát **2** *v/i* (*cease habit*) cai; (*stop making effort*) buông tay
♦**give way** (*of bridge etc*) đổ
given name tên
glacier sông băng
glad vui mừng
gladly vui vẻ
glamor sức quyến rũ
glamorous đầy quyến rũ
glance **1** *n* cái liếc nhìn **2** *v/i* liếc nhìn; ~ ***at s.o./sth*** liếc nhìn ai/gì
gland tuyến
glandular fever chứng sưng các tuyến bạch hầu
glare **1** *n* (*of sun, headlights*) ánh chói **2** *v/i* (*of sun, headlights*) chiếu sáng chói
♦**glare at** nhìn giận giữ
glaring *adj mistake* quá rõ ràng
glass (*material*) thủy tinh; (*for drink*) cốc
glasses (*eyeglasses*) kính
glaze *n* nước men
♦**glaze over** (*of eyes*) đờ đẫn
glazed *expression* đờ đẫn
glazier thợ lắp kính
glazing sự lắp kính
gleam **1** *n* tia sáng yếu ớt **2** *v/i* ánh lên
glee niềm vui sướng
gleeful vui sướng
glib ngọt xớt
glide (*of bird, plane*) bay liệng; (*on casters*) lướt
glider tàu lượn
gliding *n* (*sport*) môn thể thao tàu lượn
glimmer **1** *n* (*of light*) tia sáng le lói; ~ ***of hope*** tia hy vọng **2** *v/i* le lói
glimpse **1** *n* cái nhìn lướt qua; ***catch a ~ of*** thoáng nhìn thấy **2** *v/t* thoáng nhìn thấy
glint **1** *n* tia sáng lóe **2** *v/i* (*of light*) lóe sáng; (*of eyes*) sáng lên
glisten *v/i* óng ánh
glitter *v/i* lấp lánh
glitterati các ngôi sao hàng đầu
gloat *v/i* hả hê; ~ ***over ...*** hả hê trước ...
global (*worldwide*) toàn cầu; (*without exceptions*) toàn thể
global economy kinh tế toàn cầu; **global market** thị trường toàn cầu; **global warming** sự tăng nhiệt độ khí quyển trái đất
globe (*the earth*) quả đất; (*model of earth*) quả địa cầu
gloom (*darkness*) bóng tối lờ mờ; (*mood*) sự u buồn
gloomy *room* tối tăm; *mood, person* u sầu
glorious *weather, day* đẹp; *victory* vẻ vang
glory *n* sự vinh quang
gloss *n* (*shine*) sự láng bóng; (*general explanation*) lời giải

thích chung chung
glossary bảng chú giải thuật ngữ
gloss paint sơn bóng
glossy 1 *adj paper* bóng loáng **2** *n* (*magazine*) hào nhoáng
glove găng tay
glow 1 *n* (*of light, fire*) ánh sáng mờ đục; (*in cheeks*) vẻ hồng hào **2** *v/i* (*of light*) sáng rực; (*of fire*) cháy rực; (*of cheeks*) ửng hồng
glowing *description* tán dương
glue 1 *n* keo dán **2** *v/t* dán; **~ *X to Y*** dán X vào Y
glum ủ rũ
glutinous rice gạo nếp
glutinous rice cake bánh nếp
glutton người phàm ăn
gluttony thói phàm ăn
GMT (= ***Greenwich Mean Time***) giờ quốc tế GMT
gnarled *branch, hands* xương xẩu
gnaw *v/t bone* gặm
GNP (= ***gross national product***) tổng sản lượng quốc gia
go 1 *n*: ***on the*** **~** bận rộn **2** *v/i* đi; (*leave*: *of train*) khởi hành; (*leave*: *of airplane*) cất cánh; (*leave*: *of people*) ra đi; (*work, function*) chạy; (*become*) trở nên; (*come out*: *of stain etc*) mất đi; (*cease*: *of pain etc*) tan biến; (*match*: *of colors etc*) hợp nhau; **~ *shopping/jogging*** đi mua hàng/chạy bộ; ***I must be ~ing*** tôi cần phải đi; ***let's ~!*** chúng ta hãy đi!; **~ *for a walk*** đi dạo; **~ *to bed*** đi ngủ; **~ *to school*** đi học; ***how's the work ~ing?*** công việc tiến triển như thế nào rồi?; ***they're ~ing for $50*** (*being sold at*) chúng được bán với giá 50$; ***hamburger to ~*** bánh kẹp thịt băm viên mua mang về; ***be all gone*** (*finished*) đã hết; ***be ~ing to do sth*** sẽ làm gì
♦**go ahead** (*and do sth*) cứ làm
♦**go ahead with** *plans etc* tiến hành với
♦**go along with** *suggestion* đồng ý với
♦**go at** (*attack*) tấn công
♦**go away** (*of person*) ra đi; (*of rain*) tạnh; (*of pain, clouds*) biến mất
♦**go back** (*return*) trở về; (*date back*) trở lại; ***we ~ a long way*** chúng tôi biết nhau đã từ lâu rồi; **~ *to sleep*** đi ngủ lại
♦**go by** (*of car, people*) đi qua; (*of time*) trôi qua
♦**go down** đi xuống; (*of sun*) lặn; (*of ship*) đắm chìm; (*of swelling*) bớt đi; (*of suggestion etc*) tiếp nhận
♦**go for** (*attack*) tấn công; (*like*) thích
♦**go in** (*to room, house*) đi vào; (*of the sun*) khuất; (*fit*: *of part etc*) khớp với
♦**go in for** *competition, race* tham dự; (*like*) mê
♦**go off 1** *v/i* (*leave*) ra đi; (*of bomb*) nổ; (*of gun*) được bắn ra; (*of alarm*) vang lên; (*of milk etc*) ôi **2** *v/t* (*stop liking*) chán
♦**go on** (*continue*) tiếp tục; (*happen*) xảy ra; **~, *do it!*** (*encouraging*) cứ làm đi!; ***what's going on?*** có chuyện gì xảy ra thế?
♦**go on at** (*nag*) than phiền
♦**go out** (*of person*) đi ra khỏi; (*of light, fire*) tắt
♦**go over** *v/t* (*check*) kiểm tra
♦**go through** *v/t illness, hard times* trải qua; (*check*) kiểm tra; (*read through*) đọc hết
♦**go under** *v/i* (*sink*) chìm; (*of company*) phá sản
♦**go up** (*climb*) trèo; (*climb*:

---

mountain) leo; (*of prices*) tăng lên
♦ **go without 1** *v/t food etc* nhịn **2** *v/i* chịu nhịn
goad *v/t* trêu chọc
go-ahead 1 *n* sự cho phép; ***get the ~*** nhận được sự cho phép **2** *adj* (*enterprising, dynamic*) năng nổ
goal (*sport: target*) khung thành; (*sport: point*) điểm; (*objective*) mục tiêu
goalkeeper thủ môn
goalpost cột gôn
goat con dê; (*in Vietnamese zodiac*) Mùi
♦ **gobble up** nuốt vội
go-between người trung gian
god thần; ***God*** Chúa trời; ***thank God!*** F lạy Chúa!; ***oh God!*** F trời ơi!
goddess nữ thần
godforsaken *place, town* khỉ ho cò gáy
goggles kính bảo hộ
going *adj price etc* hiện tại; ***~ concern*** ngành kinh doanh đang phát đạt
goings-on sự cố
gold *n & adj* vàng
golden *sky, hair* màu vàng; ***~ handshake*** món tiền thưởng về hưu; ***~ wedding anniversary*** đám cưới vàng
goldfish cá vàng; **gold medal** huy chương vàng; **goldsmith** thợ kim hoàn
golf môn đánh gôn
golf club (*organization*) câu lạc bộ đánh gôn; (*stick*) gậy đánh gôn
golf course sân gôn
golfer người chơi gôn
gong cái cồng
good tốt; (*Vietnamese often prefers a more specific word than 'good', so for example* a 'good price' *may translate as a 'high / low price'*): *food, meal* ngon; (*in quality*) *hotel, restaurant, train service, model* khá; (*skilled, able*) *craftsman, student, doctor* giỏi; *speaker* hay; (*well-behaved*) *child* ngoan; (*well made*) *movie, book* hay; (*strong*) *runner, boxer* khỏe; (*valid*) *reason* chính đáng; (*enjoyable*) *party, vacation* vui; (*suitable*) *color* hợp; ***a ~ many*** khá nhiều; ***be ~ at ...*** giỏi về ...; ***be ~ for s.o.*** tốt cho ai; ***~!, let's go*** tốt!, chúng ta đi
goodbye chào; ***say ~ to s.o.*** nói lời chào tạm biệt với ai
good-for-nothing *n* người vô tích sự; **Good Friday** thứ Sáu tuần Thánh; **good-humored** vui tính; **good-looking** *man* đẹp trai; *woman* đẹp gái; **good-natured** hòa nhã
goodness (*moral*) lòng tốt; (*of fruit etc*) chất bổ; ***thank ~!*** tạ ơn Chúa!
goods COM hàng hóa
goodwill thiện chí; COM danh tiếng
goody-goody *n*: ***he's such a ~*** hắn ta ra vẻ tốt bụng
gooey dính nhớp nháp
goof *v/i* F làm hỏng
goose con ngỗng
gooseberry quả lý gai
goosebumps, gooseflesh nổi da gà
gorge 1 *n* (*in mountains*) hẻm núi **2** *v/t* ăn nhồi nhét; ***~ oneself on sth*** ăn nhồi nhét gì
gorgeous *weather* tuyệt vời; *dress* lộng lẫy; *woman, hair* tuyệt đẹp; *smell* thơm ngon
gorilla con gôrila, con khỉ đột
Gospel (*in Bible*) sách Phúc âm
gossip 1 *n* chuyện tầm phào; *pej* chuyện ngồi lê mách lẻo; (*person*) người ngồi lê mách lẻo **2** *v/i* nói

chuyện phiếm
govern *country* cai trị
government chính phủ; (*strong*, *weak etc*) sự cai quản
governor (*of province*) tỉnh trưởng; (*of state in the USA*) thống đốc
gown (*long dress*) váy dài; (*wedding dress*) váy cưới; (*academic*, *of judge*) áo thụng; (*of surgeon*) áo choàng
grab *v/t* chộp lấy; **~ *a bite to eat*** tranh thủ ăn; **~ *some sleep*** tranh thủ ngủ
grace (*quality*) vẻ duyên dáng
graceful *person* duyên dáng; *movement* uyển chuyển
gracious *person* tử tế; *style*, *living* hào hiệp; ***good ~!*** trời ơi!
grade **1** *n* (*quality*) chất lượng; EDU (*in exam*) loại; (*class*) lớp **2** *v/t* xếp loại
grade crossing RAIL chỗ chắn tàu
gradient độ dốc
gradual dần dần
gradually dần dần
graduate **1** *n* nghiên cứu sinh **2** *adj* sau đại học
graduation sự tốt nghiệp đại học
graffiti grafitô
graft *n* BOT cành ghép; MED sự cấy ghép; (*corruption*) sự hối lộ
grain (*of rice*, *sand*, *salt etc*) hạt; (*in wood*) thớ; ***go against the ~*** trái với bản chất
gram gam
grammar ngữ pháp
grammatical ngữ pháp
grand **1** *adj* (*big*) lớn; F (*very good*) tuyệt diệu **2** *n* F (*$1000*) một nghìn đô
grandchild cháu; **granddad** ông; **granddaughter** cháu gái
grandeur sự hùng vĩ
grandfather (*paternal*) ông nội; (*maternal*) ông ngoại; **grandma** bà; **grandmother** (*paternal*) bà nội; (*maternal*) bà ngoại; **grandpa** ông; **grandparents** ông bà; **grand piano** đàn pianô cánh dơi; **grandson** cháu trai; **grandstand** khán đài
granite đá granit
granny bà
grant **1** *n* (*money*) tiền tài trợ; (*for university*, *school*) học bổng **2** *v/t* *wish*, *peace* ban cho; *visa* cấp; *request* chấp nhận; ***take s.o./sth for ~ed*** lợi dụng ai/điều gì
granule (*of sugar*, *salt etc*) hạt
grape quả nho
grapefruit quả bưởi tây; **grapefruit juice** nước bưởi tây; **grapevine**: ***hear sth through the ~*** nghe đồn về gì
graph đồ thị
graphic **1** *adj* (*vivid*) sinh động **2** *n* COMPUT minh họa
graphics COMPUT đồ họa
♦ **grapple with** *attacker* ghì chặt; *problem etc* vật lộn
grasp **1** *n* (*physical*) sự nắm chặt; (*mental*) sự nắm vững **2** *v/t* (*physically*) nắm chặt; (*understand*) hiểu
grass cỏ
grasshopper con châu chấu; **grass widow** người đàn bà vắng chồng; **grass widower** người đàn ông vắng vợ
grassy phủ cỏ
grate[1] *n* (*metal*) chấn song
grate[2] **1** *v/t* (*in cooking*) nạo **2** *v/i* (*of sounds*) kêu ken két
grateful biết ơn; ***be ~ to s.o.*** biết ơn ai
grater cái nạo
gratification sự mãn nguyện

gratify làm hài lòng
grating **1** *n* lưới **2** *adj sound* ken két; *voice* the thé
gratitude lòng biết ơn
gratuity tiền thưởng
grave[1] *n* mộ
grave[2] *adj error* nghiêm trọng; *face, voice* long trọng
gravel *n* sỏi
gravestone bia mộ
graveyard nghĩa địa
gravity PHYS lực hút
gravy (*in cooking*) nước xốt
gray *adj* xám; ***be going ~*** bắt đầu có tóc bạc
gray-haired tóc bạc
grayhound chó đua
graze[1] *v/i* (*of cow, horse etc*) gặm cỏ
graze[2] **1** *v/t arm etc* làm xước da **2** *n* chỗ xước da
grease mỡ
greasy *food* béo ngậy; *hair, skin, plate* nhờn
great rất lớn; *composer, writer* vĩ đại; F (*very good*) tuyệt vời; ***how was it? – ~*** thế nào đấy? – tuyệt; ***~ to see you!*** thật là sung sướng được gặp anh/chị!
Great Britain nước Anh; **great-grandchild** chắt; **great-grandfather** cụ ông; **great-grandmother** cụ bà
greatly *admire, appreciate etc* rất; *improved, changed, increased etc* nhiều
greatness sự vĩ đại
Greece nước Hy Lạp
greed (*for food*) tính tham ăn; (*for money etc*) sự tham lam
greedy (*for food*) tham ăn; (*for money*) tham lam
Greek **1** *adj* Hy Lạp **2** *n* người Hy Lạp; (*language*) tiếng Hy Lạp
green xanh lá cây; (*environmentally*) ủng hộ việc bảo vệ môi trường
Green Beret Mũ Nồi Xanh;
greenhorn F lính mới;
greenhouse nhà kính;
greenhouse effect hiệu ứng nhà kính; **greenhouse gas** khí ô nhiễm; **green party** đảng Xanh; **green tea** chè xanh (*N*), trà xanh (*S*)
greet chào hỏi
greeting lời chào hỏi
grenade lựu đạn
grid chấn song; (*network of electricity supply*) lưới điện
gridiron SP *sân đá bóng ở Mỹ*
gridlock (*in traffic*) sự tắc nghẽn
grief nỗi đau khổ
grievance điều phàn nàn
grieve làm đau khổ; ***~ for s.o.*** thương tiếc ai
grill **1** *n* (*on window etc*) lưới bảo vệ; *Br* (*for cooking*) lò nướng **2** *v/t* (*interrogate*) tra hỏi; *Br food* nướng
grille lưới bảo vệ
grim *look, face* hầm hầm; *prospect, future* buồn chán
grimace *n* vẻ nhăn nhó
grime bụi bẩn
grimy đầy bụi
grin **1** *n* cái cười toe toét **2** *v/i* cười toe toét
grind *v/t coffee, meat* xay
grip **1** *n* (*on rope etc*) sự nắm chặt; ***be losing one's ~*** không kiểm soát được tình huống **2** *v/t* nắm chặt
gristle xương sụn
grit *n* (*dirt*) sạn; (*for roads*) đá mạt
groan **1** *n* tiếng rên **2** *v/i* rên lên
grocer người bán hàng tạp phẩm
groceries hàng tạp phẩm
grocery store cửa hàng tạp phẩm

groin bụng dưới
groom 1 *n* (*for bride*) chú rể; (*for horse*) người chăn ngựa **2** *v/t horse* chải lông; (*train, prepare*) huấn luyện; ***well ~ed*** (*in appearance*) ăn mặc chỉnh tề
groove *n* rãnh
grope 1 *v/i* (*in the dark*) dò dẫm **2** *v/t* (*sexually*) sờ soạng
♦**grope for** *door handle, right word* mò mẫm tìm
gross *adj* (*coarse, vulgar*) thô lỗ; *exaggeration* rành rành; FIN tổng; ***~ domestic product*** tổng sản lượng trong nước; ***~ national product*** tổng sản lượng quốc gia
ground 1 *n* mặt đất; (*reason*) lý do; ELEC sự tiếp đất; ***on the ~*** ở dưới đất **2** *v/t* ELEC tiếp đất
ground control bộ phận điều khiển ở mặt đất
ground crew nhân viên mặt đất
groundless không có cơ sở
ground meat thịt băm; **groundnut** lạc (*N*), đậu phộng (*S*); **ground plan** sơ đồ mặt bằng; **ground staff** SP nhân viên bảo quản sân bãi; (*at airport*) nhân viên mặt đất; **groundwork** công việc chuẩn bị cơ bản
group 1 *n* (*of people*) nhóm; (*of companies*) tập đoàn; (*of trees*) lùm **2** *v/t* tập hợp thành nhóm
grow 1 *v/i* (*of child, animal*) lớn lên; (*of plants*) mọc; (*of hair, beard*) dài ra; (*of number, amount*) tăng lên; (*of business*) phát triển; ***~ old/tired*** (*become*) trở nên già/mệt **2** *v/t flowers* trồng
♦**grow up** (*of person*) trưởng thành; (*of city*) phát triển; ***~!*** phải người lớn lên chứ!
growl 1 *n* (*of dog*) tiếng gầm gừ; (*of person*) tiếng lầm bầm **2** *v/i* (*of dog*) gầm gừ; (*of person*) lầm bầm
grown-up *n & adj* người lớn
growth (*of person*) quá trình lớn lên; (*of company*) sự phát triển; (*increase*) sự gia tăng; MED khối u
grub (*of insect*) ấu trùng
grubby bẩn thỉu
grudge 1 *n* mối bực tức; ***bear a ~*** mang mối ác cảm **2** *v/t* miễn cưỡng; ***~ s.o. sth*** cảm thấy bực tức với ai về gì
grudging miễn cưỡng
grueling *climb* mệt nhoài; *task* rất khó khăn
gruff cục cằn
grumble *v/i* cằn nhằn
grumbler người hay cằn nhằn
grunt 1 *n* (*of pig*) tiếng ủn ỉn; (*of person*) tiếng cằn nhằn **2** *v/i* (*of pig*) kêu ủn ỉn; (*of person*) cằn nhằn
guarantee 1 *n* sự bảo hành; (*promise*) sự bảo đảm; ***~ period*** thời gian bảo hành **2** *v/t* (*ensure*) bảo đảm; *product* bảo hành; ***~ sth against sth*** bảo hành gì chống gì
guarantor người bảo đảm; LAW người bảo lãnh
guard 1 *n* người canh gác; MIL lính gác; (*in prison*) người gác; ***security ~*** nhân viên bảo vệ; ***be on one's ~ against*** cảnh giác đề phòng chống lại **2** *v/t* canh gác
♦**guard against** coi chừng
guarded *reply* thận trọng
guardian LAW người giám hộ
guerrilla du kích
guess 1 *n* sự đoán **2** *v/t answer* đoán; ***I ~ so*** tôi nghĩ thế; ***I ~ not*** tôi không nghĩ thế **2** *v/i* đoán
guesswork sự phỏng đoán
guest khách
guesthouse nhà khách

guestroom phòng ngủ dành cho khách
guffaw **1** *n* kiểu cười ha hả **2** *v/i* cười ha hả
guidance sự hướng dẫn
guide **1** *n* (*person*) người hướng dẫn; (*book*) sách hướng dẫn **2** *v/t* dẫn
guidebook (*for travel*) sách hướng dẫn du lịch
guided missile tên lửa điều khiển
guided tour (*of city etc*) chuyến du lịch có hướng dẫn; (*in museum, art gallery*) cuộc đi thăm có hướng dẫn
guidelines đường lối chỉ đạo
guilt LAW tội lỗi; (*moral responsibility*) lỗi lầm; (*guilty feeling*) cảm giác tội lỗi
guilty LAW có tội; (*responsible*) đáng trách; *smile* như có lỗi; ***have a ~ conscience*** có lương tâm tội lỗi
guinea pig chuột lang; *fig* vật thí nghiệm
guitar đàn ghi ta
guitarist người chơi đàn ghi ta
gulf vịnh; *fig* hố ngăn cách
Gulf of Thailand Vịnh Thái Lan
Gulf of Tonkin Vịnh Bắc Bộ
gull con hải âu
gullet (*throat*) cổ họng
gullible cả tin
gulp **1** *n* (*of water etc*) ngụm **2** *v/i* (*with emotion*) nghẹn ngào
♦**gulp down** *drink* nốc; *breakfast, food* ngốn
gum[1] (*in mouth*) lợi
gum[2] *n* (*glue*) keo; (*chewing ~*) kẹo cao su
gun súng
♦**gun down** bắn gục
gunfire loạt đạt bắn; **gunman** tên cướp có súng; **gunpowder** thuốc súng; **gunship** pháo hạm; (*helicopter*) pháo thuyền trực thăng; **gunshot** phát súng; **gunshot wound** vết thương từ phát đạn
gurgle *v/i* (*of baby*) ríu rít; (*of drain*) ùng ục
gush *v/i* (*of liquid*) phọt ra
gushy F (*enthusiastic*) quá cường điệu
gust *n* cơn gió mạnh đột ngột
gusty *weather* có gió thổi mạnh; ***~ wind*** gió thổi mạnh
gut **1** *n* ruột; F (*stomach*) bụng; **~s** F (*courage*) sự can đảm **2** *v/t* (*of fire*) thiêu cháy
gutter (*on sidewalk*) rãnh nước; (*on roof*) máng nước
guy F anh chàng; ***hey, you ~s*** này, các anh
gym (*place*: *at sports club, in school*) phòng tập thể dục
gymnasium phòng tập thể dục
gymnast huấn luyện viên thể dục
gymnastics sự tập luyện thể dục
gynecologist bác sĩ phụ khoa
gypsy dân di gan

H

habit thói quen
habitable có thể ở được
habitat môi trường sống
habitual quen thói; ~ ***smoker*/ *drinker*** người thường xuyên hút thuốc/uống rượu
hack *n* (*poor writer*) nhà văn xoàng
hacker COMPUT *người tìm cách lấy dữ liệu máy tính mà không được phép*
hackneyed nhàm
haggard phờ phạc
haggle mặc cả (*N*), mà cả (*S*)
hail *n* mưa đá
hailstorm trận mưa đá dữ dội
hair tóc; (*single*) sợi tóc; (*of cat, dog etc*) lông
hairbrush bàn chải tóc; **haircut** (*style*) kiểu cắt tóc; (*cutting*) sự cắt tóc; **hairdo** kiểu làm đầu; **hairdresser** thợ làm đầu; ***at the*** ~ ở hiệu làm đầu; **hairdrier**, **hairdryer** máy sấy tóc
hairless *animal* không có lông; *head* trọc; *chin* không có râu
hairpin cái trâm; **hairpin curve** chỗ cua rất gấp; **hair-raising** làm dựng tóc gáy; **hair remover** kem làm rụng lông; **hair-splitting** *n* chẻ sợi tóc làm tư; **hairstyle** kiểu tóc
hairy *arm* lông lá; *animal* có lông; F (*frightening*) làm dựng tóc gáy
Hai Van Pass đèo Hải Vân
half **1** *n* một nửa; ~ ***past ten***, ~ ***after ten*** mười giờ rưỡi; ~ ***an hour*** nửa giờ; ~ ***a pound*** nửa pao **2** *adj* nửa **3** *adv* một nửa
half-hearted thiếu nhiệt tình; **half time** *n* SP giờ nghỉ giữa hai hiệp;
halfway **1** *adj stage, point* nửa chừng **2** *adv* (*in distance*) nửa đường; (*in work, time*) một nửa
hall (*large room*) phòng lớn; (*hallway in house*) hành lang cửa vào
halo vầng hào quang
Halong Bay vịnh Hạ long
halt **1** *v/i* dừng lại **2** *v/t* làm dừng lại **3** *n* sự tạm dừng; RAIL ga xép; ***come to a*** ~ tạm dừng lại
halve *v/t apple* chia đôi; *costs, effort, time* giảm một nửa
ham (*meat*) giăm bông
hamburger bánh mì kẹp nhân thịt bò, hamburger
hamlet xóm, ấp
hammer **1** *n* cái búa **2** *v/i* đập ầm ầm; ~ ***at the door*** đập cửa ầm ầm
hammock cái võng
hamper[1] *n* (*for food*) giỏ mây
hamper[2] *v/t* (*obstruct*) cản trở
hamster chuột hang
hand *n* bàn tay; (*of clock*) kim; (*worker*) nhân công; ***at*** ~, ***to*** ~ ở kề bên; ***at first*** ~ từ nguồn trực tiếp; ***by*** ~ bằng tay; ***delivered by*** ~ đưa tay; ***written by*** ~ viết tay; ***on the one*** ~ ***..., on the other*** ~ một mặt ..., mặt khác ...; ***in*** ~ (*being done*) đang được giải quyết; ***on your right*** ~ bên phải anh/chị; ~***s off!*** đừng mó vào!; ~***s up!*** giơ tay lên!; ***change*** ~***s*** (*ownership*) thay đổi chủ

♦**hand down** truyền lại
♦**hand in** trình
♦**hand on** chuyển
♦**hand out** phân phát
♦**hand over** nộp
handbag *Br* cái xắc tay; **hand baggage** hành lý xách tay; **handbook** sổ tay hướng dẫn; **handbrake** *Br* phanh tay (*N*), thắng tay (*S*); **handcuffs** còng số tám
handicap *n* (*disability*) tật nguyền; (*disadvantage*) điều bất lợi
handicapped (*physically*) bị tàn tật; ~ ***by lack of funds*** bị thiệt thòi vì thiếu tiền
handicraft nghề thủ công
handiwork công trình làm bằng tay
handkerchief khăn tay
handle **1** *n* (*on door*) nắm đấm; (*on suitcase*) tay xách; (*of knife*) cán **2** *v/t goods* buôn bán; *case*, *deal* xử lý; (*control*) trị; ***let me ~ this*** để việc này cho tôi
handlebars ghi đông
hand luggage hành lý xách tay; **handmade** làm bằng tay; **handrail** lan can; **handshake** cái bắt tay
hands-off không can dự, đứng ngoài
handsome đẹp; ***a ~ man*** một người đẹp trai
hands-on *experience* thực hành; ***he's a ~ manager*** anh ấy là một người quản lý thực dụng
handwriting nét chữ
handwritten viết tay
handy *tool*, *device* tiện lợi; ***it might come in ~*** cái ấy có lúc được việc đấy
hang **1** *v/t picture* treo; *person* treo cổ **2** *v/i* (*of dress*, *washing*) treo; (*of hair*) xõa xuống **3** *n*: ***get the ~ of sth*** hiểu gì
♦**hang around** luẩn quẩn
♦**hang on** *v/i* (*wait*) chờ; ~ ***a minute!*** đợi tí đã!
♦**hang on to** (*keep*) giữ
♦**hang up** *v/i* TELEC đặt ống nghe xuống
hangar nhà để máy bay
hanger (*for clothes*) cái mắc áo
hang glider (*person*) *vận động viên môn bay lượn hình cánh diều*; (*device*) *khung hình cánh diều trong môn bay lượn*
hanging basket (*for shoulder pole*) quang gánh
hangover đau đầu; (*legacy*) tàn tích
♦**hanker after** khao khát
hankie, **hanky** F khăn tay
Hanoi Hà Nội
haphazard bừa bãi
happen xảy ra; ***if you ~ to see him*** nếu anh/chị tình cờ gặp hắn; ***what has ~ed to you?*** có chuyện gì xảy ra với anh/chị thế?
♦**happen across** may mắn tìm thấy
happening sự kiện
happily sung sướng; (*luckily*) may mắn
happiness niềm hạnh phúc
happy may mắn
happy-go-lucky vô tư lự
harass *enemy* quấy rối; *neighbors* làm phiền; ~ ***s.o. sexually*** quấy rối ai về tình dục
harassed mệt mỏi, căng thẳng
harassment (*of the enemy*) sự quấy rối; (*from boss, police*) sự làm phiền; ***sexual*** ~ sự quấy rối về tình dục
harbor **1** *n* cảng **2** *v/t criminal* chứa chấp; *grudge* ấp ủ
hard *material* cứng; *punch* mạnh; (*difficult*) gay go; *facts*, *evidence*

không thể chối cãi; ~ ***of hearing*** nặng tai
hardback sách bìa cứng; **hard-boiled** *egg* luộc thật chín; **hard copy** bản in ra giấy; **hard core** *n* lực lượng nòng cốt trung kiên; **hard currency** đồng tiền mạnh; **hard disk** đĩa cứng
harden 1 *v/t glue etc* làm khô cứng **2** *v/i* (*of glue*) khô cứng; (*of attitude*) trở nên cứng rắn
hardheaded thiết thực
hardliner kẻ theo đường lối cứng rắn
hardly (*barely*) vừa mới; ***I can ~ hear*** tôi hầu như không nghe được; ***there was ~ anyone there*** hầu như không có ai ở đó
hardness (*of steel*) độ cứng rắn; (*difficulty*) tính chất gay go
hard sell kiểu bán hàng ép buộc
hardship sự khó khăn
hard-up hết tiền; **hardware** (*household goods*) đồ ngũ kim; COMPUT phần cứng; **hardware store** cửa hàng ngũ kim; **hard-working** cần cù
hardy có sức chịu đựng
hare thỏ rừng
harm 1 *n* sự tổn hại; ***it wouldn't do any ~ to ...*** chẳng hại gì … **2** *v/t* làm hại
harmful có hại
harmless vô hại
harmonious *colors* hài hòa; *relationship* hòa thuận; *sounds* du dương
harmonize *notes* phối hòa âm; *ideas* làm hòa hợp
harmony MUS hòa âm; (*in relationship etc*) sự hòa hợp
harp thụ cầm
♦**harp on about** F lải nhải về
harpoon *n* cây lao móc
harsh *criticism*, *words* khắc nghiệt; *color*, *light* chói mắt
harvest *n* việc thu hoạch
hash: ***make a ~ of*** F làm hỏng bét
hash browns khoai tây rán
hashish ha sít
haste sự vội vàng
hasty vội vàng
hat cái mũ
hatch *n* (*for serving food*) ô cửa; (*on ship*) cửa hầm hàng
♦**hatch out** *v/i* (*of eggs*) nở
hatchback ô tô đuôi cong
hatchet rìu cán ngắn
hate 1 *n* sự căm ghét **2** *v/t* căm ghét
hatred lòng căm thù
haughty cao ngạo
haul 1 *n* (*of fish*) mẻ lưới **2** *v/t* (*pull*) kéo; ~ ***oneself up*** cố rướn lên
haulage vận tải đường bộ
haulage company công ty vận tải đường bộ
haulier công ty vận tải đường bộ
haunch (*of person*) vùng hông; ***squat on one's ~es*** ngồi xổm
haunt 1 *v/t* hay lui tới; ***this place is ~ed*** nơi này có ma ám **2** *n* nơi hay lui tới
haunting *tune* luôn âm vang
have ◊ (*own*) có; ***I ~ a house in ...*** tôi có một căn nhà ở …; ***do you ~ any family?*** anh/chị có người thân nào không?; ***I ~ a headache*** tôi bị đau đầu ◊ *breakfast*, *lunch* ăn ◊: ***can I ~ ...?*** xin cho tôi …; ***can I ~ more time?*** xin cho tôi thêm thời giờ được không?; ***can I ~ a cup of coffee?*** làm ơn cho tôi một cốc cà phê; ***do you ~?*** (*request*) anh/chị có ... không? ◊: ~ (**got**) ***to*** phải; ***I ~ (got) to speak with him*** tôi phải nói chuyện với anh ấy; ***do you ~ to take your passport?*** có phải

mang theo hộ chiếu không? ◊ (*causative*): ~ ***sth done*** (*by oneself*) tự làm gì; (*by s.o. else*) đi làm việc gì; ***I had my hair cut*** tôi đã đi cắt tóc; ***can you ~ someone repair it?*** anh/chị có thể nhờ ai đó sửa không?; ***I'll ~ it done by this evening*** (*by myself or by s.o. else*) việc sẽ được giải quyết xong xuôi tối nay ◊ (*past auxiliary*) đã; ***I ~ come*** tôi đã tới; ***~ you seen her?*** anh/chị có thấy cô ấy không?

♦ **have back** lấy lại; ***when can I have it back?*** bao giờ thì tôi có thể lấy lại?

♦ **have on** (*wear*) mặc; (*have planned*) dự định; ***do you have anything on for tonight?*** tối nay anh/chị có dự định làm gì không?

haven *fig* nơi ẩn náu

havoc (*chaos*) sự lộn xộn; ***play ~ with*** (*with schedule etc*) làm đảo lộn; (*with digestive system*) làm hỏng

hawk diều hâu; *fig* phần tử diều hâu

hay cỏ khô

hay fever chứng dị ứng phấn hoa

hazard *n* mối nguy hiểm

hazard lights MOT đèn nháy báo hiểm

hazardous nguy hiểm

haze sương mù mỏng

hazel (*tree*) cây phỉ

hazelnut quả phỉ

hazy *view*, *image* mờ; *memories* mơ hồ; ***I'm a bit ~ about it*** tôi hơi mơ hồ về chuyện này

HCM (= ***Ho Chi Minh City***) Thành phố Hồ Chí Minh

he ◊ anh ấy; (*older or respected man*) ông ấy, ổng (*S*), ảnh(*S*); (*child*) nó; (*informal or pejorative*) hắn ◊ (*omission of pronoun*: *informal use*): ***where's Nam? – he's gone*** Nam đâu? – đi rồi

head **1** *n* đầu; (*of department, company, government*) người đứng đầu; (*of school*) hiệu trưởng; (*on beer*) lớp bọt; (*of line, queue, nail*) đầu; ***~ of the delegation*** trưởng đoàn; ***the ~ of the family*** người chủ gia đình; ***$15 a ~*** 15$ mỗi người; ***~s or tails?*** ngửa hay sấp?; ***at the ~ of the list*** đứng đầu danh sách; ***~ over heels*** *fall* lăn lông lốc; ***she's ~ over heels in love*** cô ta yêu say đắm; ***lose one's ~*** (*go crazy*) mất bình tỉnh **2** *v/t delegation* dẫn đầu; *department* đứng đầu; *ball* đánh đầu

headache chứng đau đầu

header (*in soccer*) cú đánh đầu; (*in document*) phần đầu trang

headhunter COM *công ty có nhiệm vụ tìm và tuyển dụng những nhân viên giỏi*

heading (*in list*) đề mục

headlamp, **headlight** đèn pha;

headline (*in newspaper*) đề mục; ***make the ~s*** trở thành tin quan trọng; **headlong** *adv fall* đâm đầu xuống; **headmaster** thầy hiệu trưởng; **headmistress** cô hiệu trưởng; **head office** (*of company*) trụ sở chính; **head-on** *adv & adj crash* đâm đầu vào nhau; **headphones** bộ tai nghe; **headquarters** (*of party*) cơ quan đầu não; (*of army*) sở chỉ huy; **headrest** cái tựa đầu; **headroom** (*for vehicle under bridge*) *khoảng trống phía trên nóc của một chiếc xe*; (*in car*) *độ cao của trần xe*; **headscarf** khăn trùm đầu; **headstrong** ương ngạnh; **head waiter** bồi bàn trưởng; **headwind** gió ngược

heady *drink*, *wine etc* nặng
heal **1** *v/t* chữa lành **2** *v/i* lành
health sức khỏe; ***your ~!*** chúc sức khoẻ!
health club câu lạc bộ dưỡng sinh; **health food** thức ăn tự nhiên; **health food store** cửa hàng thức ăn tự nhiên; **health insurance** bảo hiểm y tế; **health resort** khu an dưỡng
healthy *person* khỏe mạnh; *food*, *lifestyle* lành mạnh; *economy* mạnh
heap *n* đống
♦**heap up** *v/t* xếp thành đống; ***heap sand up*** vun cát thành đống
hear nghe thấy
♦**hear about** nghe nói về
♦**hear from** (*have news from*) nhận được tin của
hearing thính giác; LAW phiên tòa; ***within ~*** trong tầm nghe; ***out of ~*** ngoài tầm nghe
hearing aid máy trợ thính
hearsay: ***by ~*** theo tin đồn
hearse xe tang
heart tim; (*of problem*) cốt lõi; (*of city*, *organization*) trung tâm; ***know sth by ~*** thuộc lòng gì
heart attack cơn suy tim; **heartbeat** nhịp tim; **heartbreaking** đau lòng; **heartburn** chứng ợ nóng; **heart failure** chứng liệt tim; **heartfelt** *sympathy* chân thành
hearth nền lò sưởi
heartless tàn nhẫn
heartrending *plea*, *sight* thương tâm
hearts (*in cards*) quân cơ
heart throb F thần tượng
heart transplant sự ghép tim
hearty *meal* thịnh soạn; *person* vui tính; ***a ~ appetite*** ăn uống ngon miệng
heat *n* hơi nóng; (*hot weather*) thời tiết nóng
♦**heat up** *room* sưởi ấm; *food* hâm nóng
heated *discussion* sôi nổi; ***~ swimming pool*** bể bơi nước ấm
heater lò sưởi
heath trảng
heathen *n* người ngoại đạo
heating hệ thống sưởi
heat-resistant chịu nhiệt; **heatstroke** sự say nắng; **heatwave** đợt nóng
heave *v/t* (*lift*) nâng lên
heaven trời; ***~ and hell*** thiên đường và địa ngục; ***good ~s!*** trời ơi!
Heavenly Stems can
heavy *object*, *smoker*, *accent*, *cold* nặng; *rain* to; *traffic* dày đặc; *food* khó tiêu; *loss* nặng nề; *bleeding* nhiều
heavy-duty bền
heavyweight SP hạng nặng
heckle *v/t* hỏi vặn vẹo
hectic bề bộn
hedge *n* hàng rào
hedgehog con nhím
heed chú ý đến; ***pay ~ to ...*** chú ý đến ...
heel gót
heel bar thợ sửa giày
hefty *person* to khỏe; *weight*, *suitcase* nặng
height chiều cao; (*of airplane*) độ cao; ***the ~ of summer*** lúc nóng nhất của mùa hè
heighten *effect*, *tension* tăng
heir người thừa kế
heiress người thừa kế nữ
helicopter máy bay trực thăng
helicopter gunship pháo thuyền trực thăng
hell địa ngục; ***what the ~ are you doing?*** F mày đang làm cái quái gì vậy?; ***what the ~ do you want?***

F mày muốn cái quái gì?; ***go to ~!*** F quỷ tha ma bắt mày đi!; ***a ~ of a lot*** F nhiều ơi là nhiều; ***a ~ of a nice guy*** F thật đáng mặt là một chàng trai
hello xin chào; TELEC a lô
helm NAUT bánh lái
helmet mũ bảo hộ; (*soldier's*) mũ cối
help 1 *n* sự giúp đỡ; ***~!*** cứu tôi với! **2** *v/t* giúp; ***please ~ yourself!*** (*to food*) xin cứ tự nhiên!; ***I can't ~ it*** tôi không thể làm khác hơn; ***I couldn't ~ laughing*** tôi đã không thể nhịn cười
helper người giúp đỡ
helpful hữu ích
helping (*of food*) phần
helpless (*unable to cope*) không thể tự lực; (*powerless*) bất lực
help screen COMPUT màn hình trợ giúp
hem *n* (*of dress etc*) gấu
hemisphere bán cầu
hemorrhage 1 *n* chứng xuất huyết **2** *v/i* xuất huyết
hemp cây gai dầu
hen gà mái
henchman *pej* tay sai
henpecked sợ vợ; ***~ husband*** người chồng sợ vợ
hepatitis bệnh viêm gan
her 1 *adj* (của) chị ấy; (*of younger woman*) (của) cô ấy; (*of older or respected woman*) (của) bà ấy; (*of little girl*) (của) nó; (*emphatic*) của chị ấy *etc*; ***~ ticket*** vé (của) cô ấy; ***she hurt ~ leg*** cô ấy bị đau chân; ***she lost ~ ticket*** cô ấy đánh mất vé **2** *pron* chị ấy; (*younger*) cô ấy; (*older or respected woman*) bà ấy; (*little girl*) nó; ***I know ~*** tôi quen chị ấy; ***this is for ~*** cái này là để cho cô ấy
herb cỏ
herb(al) tea trà dược thảo
herd *n* đàn
here *live*, *work* ở đây; *come* đây; ***over ~*** ở đây; ***in ~*** ở trong này; ***~'s to you!*** (*as toast*) chúc mừng anh/chị!; ***~ you are*** (*giving sth*) đây anh/chị; ***~ we are!*** (*finding sth*) đây rồi!
hereditary *disease* di truyền
heritage di sản
hermit ẩn sĩ
hernia MED chứng thoát vị
hero người anh hùng
heroic anh hùng
heroin hê rô in, bạch phiến
heroine nữ anh hùng
heron con diệc
herpes bệnh mụn giộp
herring cá trích
hers của chị ấy; ***a cousin of ~*** anh chị em họ của chị ấy, chính cô ấy; → ***her***
herself tự chị ấy; ***she hurt ~*** chị ấy tự làm mình đau; ***by ~*** tự mình; → ***her***
hesitate ngập ngừng
hesitation sự ngập ngừng
heterosexual *adj* tình dục khác giới
heyday thời vàng son
hi chào
hibernate ngủ đông
hiccup *n* nấc; (*minor problem*) sự trục trặc; ***have the ~s*** có nấc
hick *pej* F nhà quê
hick town *pej* F thị trấn tỉnh lẻ
hidden *meaning* ẩn; *treasure* giấu kín
hide[1] 1 *v/t* giấu **2** *v/i* ẩn nấp
hide[2] *n* (*of animal*) da sống
hide-and-seek trò ú tim
hideaway nơi ẩn náu
hideous *crime*, *face*, *person* ghê

tởm; *weather* kinh khủng

hiding[1] (*beating*) trận đòn

hiding[2]: ***be in ~*** đang trốn tránh; ***go into ~*** giấu mình

hiding place chỗ nấp

hierarchy hệ thống cấp bậc

hi-fi bộ dàn hai phai

high 1 *adj* cao; *wind* mạnh; *society* thượng lưu; (*on drugs*) say; ***have a ~ opinion of s.o.*** đánh giá cao về ai; ***it is ~ time ...*** đã đến lúc ... **2** *n* MOT số cao; (*in statistics*) đỉnh cao; EDU trường trung học **3** *adv* cao; ***that's as ~ as we can go*** đó là mức cao nhất chúng tôi có thể đưa ra; ***~ in the sky*** tít trên trời cao

highbrow *adj* trí thức; **highchair** ghế cao (cho trẻ nhỏ); **highclass** cao cấp; **High Court** Tòa án tối cao; **high diving** động tác nhảy pơ lông giông cao; **high-frequency** tần số cao; **high-grade** chất lượng cao; **high-handed** cậy quyền; **high-heeled** cao gót; **high jump** môn nhảy cao; **high-level** cấp cao; **high life** cuộc sống xa hoa; **highlight 1** *n* (*main event*) sự kiện chủ chốt; (*in hair*) sắc sáng **2** *v/t* (*with pen*), COMPUT đánh dấu; **highlighter** (*pen*) bút đánh dấu

highly *desirable*, *likely* rất; ***be ~ paid*** được trả lương cao; ***think ~ of s.o.*** coi trọng ai

high performance *drill*, *battery* hiệu suất cao; **high-pitched** *voice* the thé; *note* cao; **high point** (*of life*, *program*) đỉnh cao; **high-powered** *engine* công suất lớn; *intellectual*, *salesman* đầy năng lực; **high pressure 1** *n* (*weather*) áp suất cao **2** *adj* TECH áp suất cao; *salesman* hay ép; *job*, *lifestyle* căng thẳng; **high priest** thầy cả; **high rising tone** dấu sắc; **high school** trường trung học; **high society** xã hội thượng lưu; **high-speed train** tàu cao tốc; **high-strung** dễ bị kích động; **high-tech** *n & adj* kỹ nghệ tiên tiến; **high technology** kỹ nghệ tiên tiến; **high-tension** *cable* cao thế; **high tide** thủy triều lên cao; **high water** thủy triều lên cao; **highway** quốc lộ; **high wire** tiết mục biểu diễn trên dây

hijack 1 *v/t plane*, *bus* cướp **2** *n* (*of plane*, *bus*) vụ cướp

hijacker (*of plane*, *bus*) kẻ cướp

hike[1] **1** *n* cuộc đi bộ đường dài **2** *v/i* đi bộ

hike[2] *n* (*in prices*) sự tăng

hiker người đi bộ đường dài

hilarious rất vui nhộn

hill đồi; (*slope*) dốc

hillbilly *pej* F dân quê; **hillside** sườn đồi; **hilltop** đỉnh đồi; **hilltribe** dân tộc miền núi

hilly có nhiều đồi

hilt cán

him anh ấy; (*older or respected man*) ông ấy, ổng (*S*); (*child*) nó; (*informal or pejorative*) hắn; ***I know ~*** tôi biết anh ấy; ***this is for ~*** cái này cho anh ấy; → ***he***

Himalayas Hy-ma-lay-a

himself chính anh ấy; ***he hurt ~*** anh ấy tự làm mình đau; ***by ~*** tự mình; → ***he***

hinder cản trở

hindrance điều cản trở

hindsight sự nhận thức muộn; ***with ~*** nhìn lại sự việc sau đó

hinge *n* bản lề

hint (*clue*) lời chỉ dẫn; (*piece of advice*) lời khuyên; (*implied suggestion*) lời gợi ý; (*of sadness etc*) dấu hiệu; (*of red etc*) dấu vết

hip hông

hip pocket túi hông
hippopotamus con hà mã
hire *v/t* thuê
his 1 *adj* (của) anh ấy; (*emphatic*) của anh ấy; **~ *ticket*** vé (của) anh ấy; ***he hurt ~ leg*** anh ấy bị đau chân; ***he lost ~ ticket*** anh ấy đánh mất vé **2** *pron* của anh ấy; ***it's ~*** cái này là của anh ấy; ***a cousin of ~*** anh chi em họ của anh ấy
Hispanic 1 *n* (*from Latin America*) người châu Mỹ La tinh **2** *adj* châu Mỹ La tinh
hiss *v/i* (*of snake*) kêu xì xì; (*of audience*) huýt sáo chê
historian nhà sử học
historic lịch sử
historical lịch sử
history lịch sử
hit 1 *v/t* đánh; *ball* đập; (*collide with*) đâm vào; ***he was ~ by a bullet*** anh ấy bị trúng một viên đạn; ***it suddenly ~ me*** (*I realized*) tôi bất thần nhận thấy; **~ *town*** (*arrive*) tới thành phố **2** *n* (*blow*) cú đánh; (*success*) việc thành công **3** *adj*: **~ *songs/records*** những bài hát/đĩa nổi tiếng
♦**hit back** trả đũa
♦**hit on** *idea* chợt nghĩ ra
♦**hit out at** (*criticize*) công kích tới tấp
hit-and-run: **~ *accident*** đụng rồi bỏ chạy; **~ *driver*** kẻ đụng rồi bỏ chạy
hitch 1 *n* (*problem*) trục trặc; ***without a ~*** không có gì trục trặc **2** *v/t* buộc; **~ *sth to sth*** buộc gì vào gì; **~ *a ride*** đi nhờ một chuyến **3** *v/i* (*hitchhike*) đi nhờ xe
♦**hitch up** *wagon, trailer* móc nối
hitchhike đi nhờ xe; **hitchhiker** người đi nhờ xe; **hitchhiking** sự đi nhờ xe
hi-tech *n & adj* kỹ nghệ tiên tiến
hitlist danh sách đối tượng; **hitman** kẻ giết người thuê; **hit-or-miss** được chăng hay chớ; **hit squad** đội đặc nhiệm
HIV HIV
hive (*for bees*) tổ ong
♦**hive off** *v/t* (COM: *separate off*) tách ra
HIV-positive HIV dương tính
hoard 1 *n* chỗ cất giữ **2** *v/t* tích trữ
hoarse khàn
hoax *n* trò chơi khăm
hobble *v/i* đi khập khiễng
hobby sở thích riêng
hobo kẻ lang thang; (*migrant worker*) thợ làm rong
Ho Chi Minh (City) Thành phố Hồ Chí Minh; **Ho Chi Minh's Birthday** sinh nhật Bác Hồ; **Ho Chi Minh's Mausoleum** Lăng Chủ Tịch Hồ Chí Minh; **Ho Chi Minh Trail** Đường mòn Hồ Chí Minh
hockey (*ice ~*) khúc côn cầu trên băng
hog *n* (*pig*) lợn thịt
hoist 1 *n* tời **2** *v/t* (*lift*) nhấc lên; *flag* kéo lên
hokum (*nonsense*) lời vô nghĩa; (*sentimental stuff*) chuyện vớ vẩn
hold 1 *v/t* (*in hands*) ôm; *hand* nắm; *shelf etc* đỡ; *disk drive etc* giữ; *passport, license* có; *prisoner, suspect* bắt giữ; (*contain*) chứa được; *job, post, course* giữ; **~ *one's breath*** nín thở; ***he can ~ his drink*** anh ấy uống nhiều mà vẫn tỉnh táo; **~ *s.o. responsible*** coi ai là người phải chịu trách nhiệm; **~ *that ...*** (*believe, maintain*) nhất định cho rằng ...; **~ *the line*** TELEC cầm máy chờ **2** *n* (*in ship*) khoang hàng; (*in plane*) khoang hành lý;

(*on reality*) sự bám víu; ***take ~ of sth*** nắm lấy gì; ***lose one's ~ on sth*** (*on rope*) tuột tay khỏi gì

♦ **hold against**: ***hold X against Y*** vì X mà giận Y

♦ **hold back** **1** *v/t crowds* ngăn cản; *facts*, *information* giữ kín **2** *v/i* (*not tell all*) giữ miệng

♦ **hold on** *v/i* (*wait*) chờ; TELEC giữ máy; ***now ~ a minute!*** này, đợi tí đã!

♦ **hold on to** (*keep*) giữ lại; *belief* kiên trì

♦ **hold out** **1** *v/t hand* đưa ra; *prospect* đưa ra **2** *v/i* (*of supplies*) vẫn còn; (*of trapped miners etc*) chịu đựng được

♦ **hold up** *v/t hand* giơ lên; *bank etc* cướp; (*make late*) làm chậm lại; ***hold sth up as an example*** nêu gì lên làm thí dụ

♦ **hold with** (*approve of*) tán thành

holder (*container*) chỗ đựng; (*of passport*, *ticket etc*) người cầm; (*of record*) người giữ

holding company công ty cổ phần mẹ

holdup (*robbery*) vụ cướp; (*delay*) sự chậm trễ

hole lỗ hổng

holiday (*single day*) ngày nghỉ; (*period*) kỳ nghỉ; ***take a ~*** đi nghỉ

Holland nước Hà lan

hollow *object* rỗng; *cheeks* hõm; *promise* hão

holly cây nhựa ruồi

holocaust sự hủy diệt

hologram kỹ thuật tạo ảnh ba chiều

holster bao súng ngắn

holy thần thánh

Holy Spirit Đức Thánh Thần

Holy Week Tuần lễ Thánh

home **1** *n* nhà; (*native country*) tổ quốc; (*town*, *part of country*) quê hương; (*for old people*) nhà dưỡng lão; ***at ~*** (*in my house*) ở nhà; (*in my country*) ở trong nước; SP trên sân nhà; ***make oneself at ~*** cứ tự nhiên như ở nhà; ***at ~ and abroad*** ở trong nước và ngoài nước **2** *adv* ở nhà; (*in own country*) ở trong nước; (*in own town*, *part of country*) ở quê hương; ***go ~*** về nhà; (*to own country*) về nước; (*to town*, *part of country*) về quê

home address địa chỉ nơi ở; **homecoming** sự trở về nhà; (*to town*, *part of country*) sự về quê; (*to country*) sự về nước; **home computer** máy tính dùng trong nhà; **home game** trận đấu trên sân nhà

homeless **1** *adj* vô gia cư **2** *n*: ***the ~*** những người vô gia cư

homeloving tính thích quanh quẩn ở nhà

homely (*homeloving*) tính thích cuộc sống gia đình; (*not good-looking*) xấu

homemade nhà làm

home movie phim nhà làm

homeopathy phép chữa bệnh vi lượng đồng căn

homesick: ***be ~*** nhớ nhà

home town thành phố quê hương

homeward *adv* (*to own house*) trở về nhà; (*to own country*) trở về nước

homework (*from school*) bài tập về nhà làm

homeworking COM làm ở nhà

homicide (*crime*) tội giết người; (*police department*) phòng điều tra các vụ án giết người

homograph từ cùng chữ

homophobia *sự căm ghét những kẻ đồng tính luyến ái*

---

ch (*final*) k	**gh** g	**nh** (*final*) ng	**r** z; (*S*) r	**x** s	**â** (but)	**i** (tin)
d z; (*S*) y	**gi** z; (*S*) y	**ph** f	**th** t	**a** (hat)	**e** (red)	**o** (saw)
đ d	**nh** (onion)	**qu** kw	**tr** ch	**ă** (hard)	**ê** ay	**ô** oh

homosexual **1** *adj* đồng tính luyến ái **2** *n* kẻ đồng tính luyến ái
honest thành thực
honestly thành thực
honesty lòng trung thực
honey mật ong; F (*to woman*) em yêu; (*to man*) anh yêu
honeycomb tầng ong
honeymoon *n* tuần trăng mật
Hong Kong Hồng Kông
honk *v/t horn* bấm còi
honor **1** *n* danh dự; ***it was an ~ to ...*** thật là một vinh dự được ... **2** *v/t* tỏ lòng kính trọng
honorable chính trực
honorific kính cẩn
hood (*over head*) mũ trùm đầu; (*over cooker*) nắp đậy bếp; MOT mui xe gập; (*gangster*) kẻ cướp
hoodlum (*gangster*) kẻ cướp
hoof móng guốc
hook *n* (*to hang clothes on*) cái mắc; (*for fishing*) lưỡi câu; ***off the ~*** TELEC bỏ ống nghe ra khỏi máy
hooked: ***be ~ on s.o./sth*** say mê ai/gì; ***be ~ on sth*** (*on drugs*) nghiện gì
hooker F gái điếm
hooky: ***play ~*** trốn học, kẻ côn đồ
hooliganism thói côn đồ
hoop (*of wood, metal*) đai; (*child's toy*) vòng gỗ
hoot **1** *v/t horn* rúc **2** *v/i* (*of car*) rúc còi; (*of owl*) kêu
hop[1] *n* (*plant*) cây hublông
hop[2] *v/i* nhảy
hope **1** *n* niềm hy vọng; ***there's no ~ of that*** không hy vọng gì vào đó **2** *v/i* hy vọng; ***~ for sth*** hy vọng vào gì; ***I ~ so*** tôi mong là thế; ***I ~ not*** tôi không mong là thế **3** *v/t*: ***I ~ you like it*** tôi hy vọng anh/chị thích nó
hopeful (*promising*) đầy hứa hẹn; ***feel ~ that ...*** cảm thấy có hy vọng là ...
hopefully *say, wait* một cách đầy hy vọng; (*I/we hope*) hy vọng rằng
hopeless *position, propect* tuyệt vọng; (*useless: person*) không có năng lực
horizon đường chân trời
horizontal nằm ngang
hormone hoóc môn
horn (*of animal*) cái sừng; MOT còi
hornet ong bắp cày
horn-rimmed spectacles kính gọng sừng
horny F (*sexually*) bị kích dục
horoscope lá số tử vi
horrible khủng khiếp
horrify: ***I was horrified*** tôi hoảng lên
horrifying *experience, idea, prices* đáng sợ
horror sự ghê rợn; ***the ~s of war*** những điều rùng rợn của chiến tranh
horror movie phim rùng rợn
hors d'oeuvre món khai vị
horse con ngựa; (*in Vietnamese zodiac*) Ngọ
horseback: ***on ~*** cưỡi trên lưng ngựa; **horse chestnut** (*tree*) cây dẻ ngựa; (*nut*) hạt dẻ ngựa; **horsepower** mã lực; **horse race** cuộc đua ngựa; **horseshoe** móng ngựa
horticulture nghề làm vườn
hose *n* ống mềm
hospice *bệnh viện dành cho những bệnh nhân ở giai đoạn cuối*
hospitable mến khách
hospital bệnh viện; ***go into the ~*** đi bệnh viện
hospitality lòng mến khách
host *n* (*at party, reception*) chủ nhà; (*of TV program*) người dẫn

---

ơ ur	**y** (tin)	**ây** uh-i	**iê** i-uh	**oa** wa	**ôi** oy	**uy** wee	**ong** aong
u (soon)	**au** a-oo	**eo** eh-ao	**iêu** i-yoh	**oai** wai	**ơi** ur-i	**ênh** uhng	**uyên** oo-in
ư (dew)	**âu** oh	**êu** ay-oo	**iu** ew	**oe** weh	**uê** way	**oc** aok	**uyêt** oo-yit

chương trình
hostage con tin; ***be taken ~*** bị bắt làm con tin
hostage taker kẻ bắt giữ con tin
hostel (*for students*) nhà ký túc; (*youth ~*) nhà trọ thanh niên
hostess (*at party, reception*) bà chủ nhà; (*on airplane, in bar*) nữ chiêu đãi viên
hostile *attitude, speech etc* thù địch; *troops* địch
hostility (*of attitude*) sự thù địch; ***hostilities*** chiến sự
hot *weather, water, food* nóng; (*spicy*) cay; F (*good*) có khiếu; ***I'm ~*** tôi cảm thấy nóng
hot dog bánh mì kẹp xúc xích
hotel khách sạn
hotplate bảng hâm nhiệt
hot spot (*military, political*) điểm nóng
hour giờ
hourly *adj*: ***there's an ~ bus*** mỗi giờ có một chuyến xe buýt; ***at ~ intervals*** hàng giờ
house *n* nhà; ***at your ~*** tại nhà anh/chị
houseboat nhà thuyền;
housebreaking đập cửa vào nhà; **household** hộ; **household name** cái tên quen thuộc; **house husband** ông chồng nội trợ; **housekeeper** quản gia; **housekeeping** (*activity*) công việc nội trợ; (*money*) tiền nội trợ; **House of Representatives** Hạ nghị viện; **housewarming (party)** tiệc mừng nhà mới; **housewife** bà nội trợ; **housework** công việc nhà cửa
housing nhà cửa; TECH vỏ bọc
housing conditions hoàn cảnh nhà cửa
hovel căn nhà tồi tàn
hover bay lượn
hovercraft tàu di động trên đệm không khí
how như thế nào; ***~ does it switch on?*** nó bật như thế nào?; ***~ are you?*** anh/chị có khoẻ không?; ***~ about ...?*** anh/chị có thích ...?; ***~ about going for a meal?*** đi ăn hàng chứ?; ***~ much?*** bao nhiêu?; ***~ much is it?*** bao nhiêu tiền?; ***~ many?*** bao nhiêu?; ***~ often?*** có thường không?; ***~ funny!*** thật là buồn cười!; ***~ sad!*** thật là buồn!
however tuy nhiên; ***~ rich/small they are*** dù họ có giàu có/nhỏ bé đến đâu đi nữa
howl *v/i* (*of dog*) hú; (*in pain, with laughter*) rú lên
hub (*of wheel*) trục
hubcap nắp trục
♦ **huddle together** tụm lại với nhau
hue màu sắc
huff: ***be in a ~*** đang trong cơn giận dữ
hug *v/t* ôm chặt
huge *building, tree, difference* to lớn; *debt, sum of money* rất lớn
hull NAUT thân tàu
hullabaloo (*noise*) tiếng huyên náo; (*fuss*) sự làm rùm beng
hum **1** *v/t song, tune* ngâm nga **2** *v/i* (*of person*) ngâm nga; (*of machine*) kêu ù ù
human **1** *n* con người **2** *adj* của con người; ***~ error*** sự sai lầm của con người
human being con người
human chess cờ người
humane nhân đạo
humanitarian nhân đạo
humanity (*human beings*) nhân loại; (*of attitude etc*) lòng nhân đạo
human race loài người

---

human resources nhân lực
humble *attitude, person* khiêm tốn; *origins* hèn kém; *meal, house* tầm thường
humdrum nhàm chán
humid ẩm
humidifier thiết bị giữ độ ẩm
humidity độ ẩm; ***90% ~*** độ ẩm 90%
humiliate làm nhục
humiliating nhục nhã
humiliation (*humiliating*) sự làm nhục; (*being humiliated*) sự bị làm nhục
humility thái độ khiêm nhường
humor (*comical*) sự hài hước; (*mood*) tâm trạng; ***sense of ~*** tính hài hước
humorous hài hước
hump **1** *n* (*of camel, person*) cái bướu; (*on road*) mô đất **2** *v/t* (*carry*) vác
hunch (*idea*) linh cảm
hundred trăm
hundredth *adj* thứ một trăm
hundredweight *một phần hai mươi của một tấn*
Hungarian **1** *adj* Hung-ga-ri **2** *n* (*person*) người Hung-ga-ri (*language*) tiếng Hung-ga-ri
Hungary nước Hung-ga-ri
hunger *n* sự đói
hung-over chuếnh choáng
hungry đói; ***I'm ~*** tôi thấy đói
hunk: ***great ~*** F (*man*) người đàn ông lực lưỡng
hunky-dory F tốt đẹp
hunt **1** *n* (*for animals*) sự săn bắt; (*for a new leader, missing child etc*) sự lùng kiếm **2** *v/t animal* săn bắt
♦**hunt for** tìm kiếm
hunter người đi săn
hunting sự đi săn
hurdle SP rào; *fig* (*obstacle*) vật chướng ngại
hurdler SP vận động viên chạy vượt rào
hurdles SP môn chạy vượt rào
hurl *stones* ném; *insults* gào thét
hurray hoan hô
hurricane cơn bão
hurried gấp
hurry **1** *n* sự vội vàng; ***be in a ~*** vội vã **2** *v/i* gấp lên
♦**hurry up** **1** *v/i* gấp lên; ***~!*** nhanh lên! (*N*), lẹ lên! (*S*) **2** *v/t* giục
hurt **1** *v/i* bị đau; ***does it ~?*** có đau không? **2** *v/t* (*physically*) làm đau; (*emotionally*) xúc phạm
husband người chồng
hush *n* sự im lặng; ***~!*** suỵt!
♦**hush up** *scandal etc* bưng bít
husk (*of peanuts*) vỏ; (*of rice*) trấu
husky *adj* khàn khàn
hustle **1** *n* sự nhộn nhịp hối hả; ***~ and bustle*** sự lăng xăng bận rộn **2** *v/t person* thúc giục
hut túp lều
hyacinth cây lan dạ hương
hybrid (*plant*) cây lai; (*animal*) vật lai
hydrant: ***fire ~*** *van lấy nước để chữa cháy*
hydraulic thủy lực
hydro ... thủy ...
hydroelectric thủy điện
hydrofoil (*boat*) *tàu thủy trượt trên mặt nước*
hydrogen hyđrô
hydrogen bomb bom khinh khí
hygiene vệ sinh
hygienic vệ sinh
hymn bài thánh ca
hype *n* quảng cáo thổi phồng
hyperactive quá hiếu động; **hypermarket** siêu thị lớn; **hypersensitive** quá nhạy cảm; **hypertension** chứng huyết áp cao; **hypertext** COMPUT siêu văn

---

ơ ur	**y** (tin)	**ây** uh-i	**iê** i-uh	**oa** wa	**ôi** oy	**uy** wee	**ong** aong
u (soon)	**au** a-oo	**eo** eh-ao	**iêu** i-yoh	**oai** wai	**ơi** ur-i	**ênh** uhng	**uyên** oo-in
ư (dew)	**âu** oh	**êu** ay-oo	**iu** ew	**oe** weh	**uê** way	**oc** aok	**uyêt** oo-yit

bản

hyphen dấu nối

hypnosis sự thôi miên

hypnotherapy phép chữa bệnh bằng thôi miên

hypnotize thôi miên

hypochondriac *n* chứng nghi bệnh

hypocrisy thói đạo đức giả

hypocrite kẻ đạo đức giả

hypocritical đạo đức giả

hypothesis giả thuyết

hypothetical có tính chất giả thuyết

hysterectomy thủ thuật cắt bỏ dạ con

hysteria sự quá kích động

hysterical *person* bị cuồng loạn; *laugh* điên loạn; (*very funny*) hết sức buồn cười; ***become ~*** trở nên điên loạn

hysterics cơn cuồng loạn; (*laughter*) trận cười điên dại

I

I tôi, tui (*S*); (*informal*) tớ; (*speaking to one's parents*) con; (*female to younger brother or sister or member of the younger generation*) chị; (*male to younger brother or sister or member of the younger generation*) anh; (*to one's older brother or sister or member of an older generation*) em; (*mother to her children*) mẹ (*N*), má (*S*); (*father to his children*) bố (*N*), ba (*S*); (*young person to friend of same generation*) tao; (*informal to same generation*) mình, tớ ◊ (*omission of pronoun: informal use*): ***where is he? – ~ don't know*** anh ấy đâu? – không biết

ice (*in drink*) đá; (*on road*) băng; ***break the ~*** *fig* xua tan sự e ngại

♦ **ice up** (*of engine, wings*) phủ băng

iceberg tảng băng trôi; **icebox** tủ lạnh; **icebreaker** (*ship*) tàu phá băng; **ice cream** kem; **ice-cream parlor** hiệu kem; **ice cube** viên đá nhỏ

iced *drink* ướp lạnh

iced coffee cà phê đá

ice hockey hốc cây trên băng

ice rink sân băng

icicle nhũ băng

icon (*cultural*) thần tượng; COMPUT biểu tượng

icy *road, surface* phủ băng; *welcome* lạnh nhạt

idea ý kiến; ***good ~!*** ý kiến hay đấy!; ***I have no ~*** tôi không biết; ***it's not a good ~ to ...*** không nên …

ideal *adj* (*perfect*) lý tưởng

idealistic lý tưởng chủ nghĩa

identical giống hệt; ***~ twins*** cặp sinh đôi giống nhau như đúc

identification sự nhận dạng; (*papers etc*) giấy chứng minh

identify *thing* nhận biết; *person* nhận dạng

identity (*of person*) nhận dạng; ***their sense of national ~*** ý thức đồng nhất dân tộc của họ; ***the***

building has its own distinct ~ tòa nhà có đặc tính riêng biệt của nó; ~ ***card*** thẻ chứng minh
ideological hệ tư tưởng
ideology hệ tư tưởng
idiom (*saying*) thành ngữ
idiomatic: ***she speaks fluent and ~ French*** cô ấy nói tiếng Pháp lưu loát và rất Pháp
idiosyncrasy phong cách riêng
idiot kẻ ngu ngốc
idiotic ngu ngốc
idle **1** *adj person* lười; *threat* vô tác dụng; *machinery* để không; ***in an ~ moment*** vào lúc nhàn rỗi **2** *v/i* (*of engine*) chạy không tải
♦ **idle away** *the time etc* ngồi không; ***~ the hours watching TV*** ngồi không hàng giờ liền xem vô tuyến
idol (*statue of a deity*) tượng thần; (*movie star etc*) thần tượng
idolize thần tượng hóa
idyllic bình dị
if *conj* (*on condition*) nếu; (*whether*) có ... không; ***~ you have finished eating ...*** nếu anh/chị đã ăn xong ...; ***do you know ~ he's married?*** anh/chị có biết anh ấy đã có gia đình rồi hay không?
igloo lều tuyết
ignite *v/t* đốt
ignition (*in car*) hệ thống đánh lửa; ***~ key*** chìa khóa công tắc
ignorance sự không hiểu biết
ignorant không hiểu biết; (*rude*) khiếm nhã
ignore phớt lờ; COMPUT bỏ qua
ill ốm; ***fall ~***, ***be taken ~*** bị ốm
illegal phi pháp
illegible khó đọc
illegitimate (*against the law*) bất hợp pháp; ***an ~ child*** con ngoài giá thú
ill-fated xui xẻo
illicit *copy*, *import* lậu; *relationship*, *pleasure* bất chính
illiterate (*unable to read or write*) mù chữ; (*ignorant*) không hiểu biết
ill-mannered bất lịch sự
ill-natured xấu tính
illness sự đau ốm
illogical phi lý
ill-tempered cáu kỉnh
illtreat ngược đãi
illuminate *building etc* trưng đèn
illuminating *remarks etc* làm sáng tỏ
illusion ảo tưởng
illustrate (*with picture*, *examples*) minh họa
illustration (*picture*) tranh minh họa; (*with examples*) sự minh họa
illustrator người vẽ tranh minh họa
ill will sự thù ghét
ILO (= ***International Labor Organization***) Tổ chức Lao Động quốc tế
image (*picture*) hình ảnh; (*of politician*, *company*) tiếng tăm; ***be the ~ of s.o.*** giống y hệt ai
image-conscious quan tâm tới tiếng tăm của mình
imaginable có thể tưởng tượng được; ***the biggest/smallest size ~*** cỡ lớn nhất/bé nhất có thể tượng tượng được
imaginary tưởng tượng
imagination trí tưởng tượng; ***it's all in your ~*** toàn là trong trí tưởng tượng của anh/chị
imaginative giàu tưởng tượng
imagine tưởng tượng; ***I can just ~ it*** tôi có thể tưởng tượng được điều đó; ***you're imagining things*** anh/chị giàu óc tưởng tượng
imbecile người đần độn; *pej* F

ơ ur	**y** (tin)	**ây** uh-i	**iê** i-uh	**oa** wa	**ôi** oy	**uy** wee	**ong** aong
u (soon)	**au** a-oo	**eo** eh-ao	**iêu** i-yoh	**oai** wai	**ơi** ur-i	**ênh** uhng	**uyên** oo-in
ư (dew)	**âu** oh	**êu** ay-oo	**iu** ew	**oe** weh	**uê** way	**oc** aok	**uyêt** oo-yit

người ngu ngốc
IMF (= ***International Monetary Fund***) IMF
imitate bắt chước
imitation (*copying*) sự bắt chước; (*something copied*) đồ giả; ~ ***leather*** da giả
immaculate *clothes*, *person* sạch sẽ chỉnh tề
immaterial (*not relevant*) không liên quan gì
immature non nớt
immediate (*in time*) ngay; ***the ~ family*** gia đình gần gũi nhất; ***in the ~ neighborhood*** ở vùng lân cận nhất
immediately ngay lập tức; ***~ after the bank/church*** ngay sau ngân hàng/nhà thờ
immense cực kỳ lớn
immerse (*in liquid etc*) ngâm; ***~ oneself in*** đắm mình vào
immersion heater *dụng cụ đun nóng bằng điện đặt trong thùng đun nước*
immigrant *n* người nhập cư
immigrate nhập cư
immigration (*act*) sự nhập cư; (*government office*) Cơ quan nhập cư
imminent sắp xảy ra
immobilize *person* làm bất động; *factory* làm không hoạt động được; *car* làm không chuyển động được
immoderate quá đáng
immoral trái đạo đức
immorality tính trái đạo đức
immortal *soul* bất tử; *phrase*, *words* bất hủ
immortality sự bất tử
immune (*to illness, infection*) miễn dịch; (*from ruling, requirement*) được miễn
immune system MED hệ thống miễn dịch
immunity (*to infection*) khả năng miễn dịch; (*from ruling*) sự miễn trừ; ***diplomatic ~*** quyền miễn trừ ngoại giao
impact *n* (*of meteorite, vehicle etc*) sự va chạm; (*of new manager etc*) ảnh hưởng; (*effect*) tác động
impair làm hại
impaired bị suy kém
impartial vô tư
impassable *road* không thể đi được
impasse (*in negotiations etc*) thế bế tắc
impassioned *speech*, *plea* tha thiết
impassive thản nhiên
impatience sự nôn nóng
impatient nôn nóng
impatiently một cách nôn nóng
impeccable *turnout*, *English etc* hoàn hảo
impeccably *dressed*, *pronounce*, *speak* một cách hoàn hảo
impede cản trở
impediment (*in speech*) khuyết tật
impending sắp xảy ra
impenetrable *jungle*, *fortress* không thể vào được; *mind*, *mystery* không thể hiểu được
imperative **1** *adj* cấp bách **2** *n* GRAM thể mệnh lệnh
imperceptible không thể nhận thấy được
imperfect **1** *adj* không hoàn hảo **2** *n* GRAM thời quá khứ chưa hoàn thành
imperial hoàng đế
impersonal *pej* lạnh lẽo
impersonate (*as a joke*) nhại; (*illegally*) đóng giả
impertinence sự xấc láo
impertinent xấc láo

imperturbable điềm tĩnh
impervious: ~ ***to*** thản nhiên trước
impetuous nông nổi
impetus (*of campaign etc*) sự thúc đẩy
implement **1** *n* công cụ **2** *v/t measures etc* thực hiện
implicate: ~ ***s.o. in sth*** làm ai dính líu vào gì
implication (*act of involving*) sự dính líu; (*what is implied*) hàm ý
implicit ngấm ngầm; (*absolute*) tuyệt đối
implore van nài
imply ngụ ý
impolite vô lễ
import **1** *n* sự nhập khẩu **2** *v/t* nhập khẩu
importance tầm quan trọng
important quan trọng
importer (*person*) người nhập khẩu; (*company*) công ty nhập khẩu; (*country*) nước nhập khẩu
impose: ~ ***a tax*** đánh thuế; ~ ***oneself on s.o.*** buộc ai phải chấp nhận sự có mặt của mình
imposing oai nghiêm
impossibility điều không thể làm được
impossible không thể được; (*hopeless*) tuyệt vọng; *person* rất khó chịu đựng nổi
impostor kẻ mạo danh
impotence sự bất lực
impotent bất lực
impoverished bị nghèo đi
impractical *suggestion* không thực tế; ***he is very*** ~ anh ta rất vụng tay
impress gây ấn tượng; ***be ~ed by s.o./sth*** bị gây ấn tượng bởi ai/gì
impression (*idea, feeling*) cảm tưởng; (*strong effect*) ấn tượng; (*impersonation*) nhại lại; ***make a good/bad ~ on s.o.*** gây ấn tượng tốt/xấu đối với ai; ***I get the ~ that ...*** tôi có cảm giác rằng ...
impressionable dễ bị tác động
impressive *piece of work* gây ấn tượng mạnh; *building* nguy nga
imprint *n* (*of credit card*) sự in
imprison giam cầm
imprisonment sự giam cầm; ***be sentenced to 15 years ~*** bị kết án 15 năm tù
improbable *story* không chắc có thực
improper *behavior* sai trái
improve **1** *v/t work, relations* cải thiện; *skills, English* nâng cao **2** *v/i* trở nên tốt hơn
improvement sự cải thiện; (*in skills, English*) sự nâng cao
improvise *v/i* ứng biến
impudent hỗn xược
impulse sự bốc đồng; ***do sth on an ~*** làm gì khi bốc đồng; ~ ***buy*** đồ mua bất chợt
impulsive hấp tấp
impunity: ***with ~*** không bị trừng phạt
impure *thoughts* không trong sáng; *substance* có tạp chất
in **1** *prep* ◊ (*location, position*) ở; ~ ***Washington/Vietnam*** ở Washington/Việt Nam; ***wounded ~ the leg/arm*** bị thương ở chân/cánh tay ◊ (*inside, within*) trong; ~ ***the box*** trong hộp; ***put it ~ your pocket*** cho nó vào túi anh/chị ◊ (*during a period of time*) vào; ~ ***1999*** vào năm 1999; ~ ***the morning*** vào buổi sáng; ~ ***the summer*** vào mùa hè; ~ ***August*** vào tháng Tám; ***I'll be back ~ two hours*** sau hai tiếng nữa tôi sẽ quay lại; ***I haven't seen him ~ two years*** đã hai năm tôi không

có gặp anh ấy ◊ (*medium, means, color*) bằng; **~ *English* / *Vietnamese*** bằng tiếng Anh/Việt; **~ *a loud voice*** bằng giọng nói to; **~ *his style*** theo phong cách của anh ấy; ***dressed* ~ *yellow*** mặc màu vàng; ***painted* ~ *yellow*** sơn màu vàng ◊ (*while*) trong lúc; **~ *crossing the road*** trong lúc đang qua đường; **~ *agreeing to this*** (*by virtue of*) vì đã đồng ý với cái đó ◊: **~ *his novel*** trong cuốn tiểu thuyết của anh ấy; **~ *Faulkner*** trong các tác phẩm của Faulkner ◊: ***three* ~ *all*** tổng số là ba; ***one* ~ *ten*** một trong mười **2** *adv* (*at home, in the building etc*) có nhà; (*arrived: train*) tới; (*within a particular area*) ở trong; ***is the CD* ~?** có đĩa CD ở trong máy không?; **~ *here*** ở trong đây **3** *adj* (*fashionable, popular*) đang thịnh hành

inability sự thiếu khả năng

inaccessible không thể vào được

inaccurate không chính xác

inactive không hoạt động

inadequate không thỏa đáng

inadvisable (*unwise*) không nên

inanimate vô tri vô giác

inapplicable không thể áp dụng được

inappropriate không thích hợp

inarticulate *person* lủng củng

inattentive không chú ý

inaudible không nghe được

inaugural *speech* khai mạc

inaugurate khánh thành

inborn bẩm sinh

inbreeding sự giao phối nội dòng

inc. (= ***incorporated***) liên hợp

incalculable *damage* không thể tính được

incapable (*helpless*) không tự lực được; ***be* ~ *of doing sth*** không có khả năng làm gì

incendiary device bom cháy

incense[1] *n* hương

incense[2] *v/t*: **~ *s.o.*** làm ai nổi giận

incentive sự khích lệ

incessant không ngừng

incessantly không ngừng

incest sự loạn luân

inch *n* insơ

incident: ***a diplomatic* ~** một sự kiện ngoại giao; ***a border* ~** một cuộc đụng độ ở biên giới

incidental (*chance*) tình cờ; **~ *expenses*** những chi phí phụ

incidentally (*by the way*) nhân thể

incinerator (*for garbage*) lò đốt rác

incision (*cut*) sự rạch

incisive *mind, analysis* sắc sảo

incite kích động; **~ *s.o. to do sth*** kích động ai làm gì

inclination (*liking*) sở thích; (*tendency*) thiên hướng

incline: ***be* ~*d to do sth*** có thiên hướng làm gì

inclose → ***enclose***

inclosure → ***enclosure***

include bao gồm

including *prep* kể cả

inclusive **1** *adj price* bao gồm tất cả **2** *prep*: **~ *of*** bao gồm cả **3** *adv* kể cả; ***from Monday to Thursday* ~** từ thứ Hai cho tới hết thứ Năm

incoherent không mạch lạc

income thu nhập

income tax thuế thu nhập

incoming *flight, phonecall, mail* đến; *tide* vào; *president* mới đắc cử

incomparable không thể sánh được

incompatibility sự không tương hợp

incompatible không tương hợp

incompetence sự thiếu năng lực

incompetent thiếu năng lực
incomplete không đầy đủ
incomprehensible không thể hiểu được
inconceivable không thể tưởng tượng được
inconclusive không đi đến kết luận
incongruous không phù hợp
inconsiderate thiếu thận trọng
inconsistent không nhất quán
inconsolable không gì khuyên giải được
inconspicuous kín đáo
inconvenience *n* sự bất tiện
inconvenient bất tiện
incorporate bao gồm
incorporated COM liên hợp
incorrect không đúng, sai
incorrectly sai, không đúng
incorrigible không thể sửa được
increase **1** *v/t* tăng **2** *v/i* tăng lên **3** *n* sự tăng lên
increasing tăng lên
increasingly càng ngày càng; ***it's ~ important to be able to understand Japanese*** việc hiểu được tiếng Nhật càng ngày càng trở nên quan trọng
incredible (*amazing*) khó tin
incriminate buộc tội; ***~ oneself*** tự buộc tội
in-crowd phe phái
incubator (*for chicks*) lồng ấp; (*for babies*) lồng kính
incur gánh chịu
incurable không thể chữa được
indebted: ***be ~ to s.o.*** mang ơn ai
indecent không đứng đắn
indecisive không dứt khoát
indecisiveness tính không dứt khoát
indeed (*in fact*) thật ra; (*agreeing*) đúng thế; ***very much*** ~ thực sự nhiều
indefinable không thể định nghĩa được
indefinite *period*, *length* không hạn định; ~ ***article*** GRAM quán từ không xác định
indefinitely *stay*, *reside* không hạn định
indelicate thiếu tế nhị
indent **1** *n* (*in text*) chỗ thụt vào **2** *v/t*: ~ ***a line*** thụt vào đầu dòng
independence độc lập
Independence Day (*in America*) Ngày Độc lập
independent độc lập
independently một cách độc lập; ~ ***of*** độc lập với
indescribable không thể tả được
indescribably không thể tả được
indestructible *friendship etc* bền vững; *toys etc* bền
indeterminate không xác định
index *n* (*for book*) bảng chú dẫn
index card phiếu thư mục
index finger ngón tay trỏ
India nước Ấn Độ
Indian **1** *adj* Ấn Độ **2** *n* người Ấn Độ; (*American*) người Anh-điêng
Indian summer *thời kỳ ấm nắng ráo vào cuối thu*
indicate **1** *v/t* (*show*) chỉ ra; (*be a sign of*) báo hiệu **2** *v/i* (*when driving*) đánh đèn xi nhan
indication dấu hiệu
indicator (*on car*) đèn xi nhan
indict truy tố
indifference sự thờ ơ
indifferent thờ ơ; (*mediocre*) xoàng
indigestible khó tiêu
indigestion chứng khó tiêu
indignant phẫn nộ
indignation sự phẫn nộ
indirect *route* quanh co; *accusation*, *criticism* gián tiếp

indirectly một cách gián tiếp
indiscreet không kín đáo
indiscretion (*act*) sự thiếu thận trọng
indiscriminate không phân biệt
indispensable không thể thiếu được
indisposed (*not well*) khó ở
indisputable không thể chối cãi được
indisputably không thể chối cãi được
indistinct không rõ ràng
indistinguishable không phân biệt được
individual 1 *n* (*person*) cá nhân **2** *adj* (*separate*) riêng lẻ; (*personal*) riêng
individualist *n* người cá nhân chủ nghĩa
individually riêng biệt
indivisible không thể phân chia được
Indochina Đông dương
Indochinese *adj* Đông dương
indoctrinate nhồi sọ
indolence tính lười nhác
indolent lười nhác
Indonesia nước Inđônêxia
Indonesian 1 *adj* Inđônêxia **2** *n* (*person*) người Inđônêxia
indoor trong nhà
indoors ở trong nhà
indorse *check* ký hậu; *driver's license* ghi phạt; (*give approval to*) tán đồng
induction ceremony buổi lễ giới thiệu
indulge 1 *v/t* (*oneself, one's tastes*) tự thỏa mãn **2** *v/i*: **~ *in sth*** thỏa thích gì
indulgence (*of tastes, appetite etc*) sự thỏa mãn; (*laxity*) sự nuông chiều
indulgent (*not strict enough*) nuông chiều
industrial công nghiệp; **~ *action*** bãi công
industrial dispute *sự bất đồng giữa công nhân và ban quản đốc*
industrialist nhà tư bản công nghiệp
industrialize *v/t & v/i* công nghiệp hóa
industrial park khu công nghiệp
industrial waste phế thải công nghiệp
industrious cần cù
industry công nghiệp
ineffective không có hiệu quả
ineffectual *person* vô dụng
inefficient *person* kém năng lực; *system* kém hiệu quả
ineligible không đủ tiêu chuẩn
inept vụng về
inequality sự bất bình đẳng
inescapable không thể tránh được
inestimable *worth, value* vô giá
inevitable không thể tránh được; ***with the ~ Coca-Cola machine in the corner*** với cái máy bán Coca-Cola quen thuộc ở góc phòng
inevitably chắc chắn
inexcusable không thể bào chữa được
inexhaustible *person* không thể kiệt sức; *supply* vô tận
inexpensive không đắt
inexperienced thiếu kinh nghiệm
inexplicable không thể giải thích được
inexpressible *joy* không thể tả được
infallible không thể sai được
infamous khét tiếng
infancy (*of person*) thời thơ ấu; (*of state, institution*) thời kỳ trứng nước

infant trẻ con
infantile *pej* trẻ con
infantry bộ binh
infantry soldier lính bộ binh
infatuated: ***be ~ with s.o.*** si mê ai
infect *wound* làm nhiễm trùng; (*of person*) làm lây; *food, water* làm nhiễm độc; ***become ~ed*** (*of person*) bị nhiễm
infected *wound* bị nhiễm trùng
infection (*of a disease*) sự lây nhiễm
infectious *disease* lây nhiễm; *fig: laughter* dễ lây
infer: ***~ X from Y*** luận ra X từ Y
inferior **1** *adj quality, workmanship* kém hơn **2** *n* (*in rank, company*) người cấp thấp hơn
inferiority (*in quality*) sự kém hơn
inferiority complex mặc cảm tự ti
infertile *plant, soil* cằn cỗi; *woman* vô sinh
infertility (*of plant, soil*) sự cằn cỗi; (*of woman*) sự vô sinh
infidelity sự không chung thủy
infiltrate *v/t* thâm nhập
infinite vô hạn
infinitive nguyên thể
infinity sự vô tận
infirm yếu đuối
infirmary bệnh xá
infirmity sự yếu đuối
inflame kích thích
inflammable dễ cháy
inflammation MED sự viêm nhiễm
inflatable *dinghy* có thể bơm căng
inflate *v/t tire, dinghy* bơm căng; *economy* gây lạm phát
inflation sự lạm phát
inflationary (*of inflation*) lạm phát; (*causing inflation*) gây ra lạm phát
inflection (*of voice*) sự thay đổi
inflexible *attitude, person* cứng nhắc
inflict: ***~ X on Y*** *punishment* giáng X cho Y; *suffering, wound, hardship* gây X cho Y
in-flight trong chuyến bay; ***~ entertainment*** trò giải trí trong chuyến bay
influence **1** *n* ảnh hưởng; ***be a good/bad ~ on s.o.*** có ảnh hưởng tốt/xấu đối với ai **2** *v/t s.o.'s thinking, decision* ảnh hưởng đến
influential có ảnh hưởng
influenza bệnh cúm
inform **1** *v/t* báo tin; ***~ X of Y*** báo tin cho X về Y; ***please keep me ~ed*** xin thường xuyên báo cho tôi biết **2** *v/i* báo tin; ***~ on s.o.*** khai báo về ai
informal *meeting, agreement* không chính thức; *dress* không theo nghi thức; *conversation, form of address* thân mật
informality (*of meeting, agreement*) sự không chính thức; (*of dress*) sự không theo nghi thức; (*of conversation, form of address*) sự thân mật
informant người cung cấp tin tức
information thông tin
information science công nghệ thông tin; **information scientist** nhà khoa học về thông tin; **information technology** công nghệ thông tin
informative giàu tính cách thông tin
informer người chỉ điểm
infra-red *adj* hồng ngoại
infrastructure cơ sở hạ tầng
infrequent không thường xuyên
infuriate: ***~ s.o.*** làm ai tức điên lên
infuriating làm tức điên lên
infuse *v/i* (*of tea, herbs*) hãm
infusion (*of tea, herbs*) sự hãm
ingenious tài tình
ingenuity sự tài tình

---

ingot thỏi
ingratiate: ~ ***oneself with s.o.*** lấy lòng ai
ingratitude sự bội ơn
ingredient (*in food*) thành phần; *fig* (*for success*) thành tố
inhabit cư trú
inhabitable có thể ở được
inhabitant cư dân
inhale **1** *v/t* hít **2** *v/i* (*when smoking*) hít khói
inhaler bình xông
inherit thừa kế
inheritance sự thừa kế
inhibit *growth, conversation etc* ngăn trở
inhibited bị ức chế
inhibition sự ức chế
inhospitable *city, people* không mến khách; *climate* không dễ chịu
in-house **1** *adj team, company* trong nội bộ; *facilities* nội tại **2** *adv work* nội bộ
inhuman vô nhân đạo
initial **1** *adj* ban đầu **2** *n* tên họ viết tắt **3** *v/t* (*write initials on*) ký tắt
initially ban đầu
initiate *v/t* khởi đầu
initiation sự khởi đầu
initiative sáng kiến; ***do sth on one's own*** ~ làm gì theo sự chủ động của mình
inject *medicine* tiêm; *drug* chích; *fuel* bơm; *capital* rót vào
injection MED việc tiêm; (*of fuel*) sự bơm; (*of capital*) sự rót vào
injure làm bị thương
injured **1** *adj leg* bị thương; *feelings* bị tổn thương **2** *n*: ***the*** ~ những người bị thương
injury thương tích
injustice sự bất công
ink mực
inkjet (printer) máy in phun mực
inland nội địa
in-laws (*wife's family*) họ hàng bên vợ; (*husband's family*) họ hàng bên chồng
inlay *n* vật khảm
inlet (*of sea*) vịnh nhỏ; (*in machine*) đường dẫn vào
inmate (*of prison*) bạn tù; (*of mental hospital*) người cùng nằm viện
inn nhà trọ
innate bẩm sinh
inner *thoughts* thầm kín; *courtyard, ear* trong
inner city nội thành
innermost trong tận cùng
inner tube săm
innocence (*of child etc*) sự ngây thơ; LAW sự vô tội
innocent *child etc* ngây thơ; LAW vô tội
innovation sự đổi mới
innovative đổi mới
innovator người đổi mới
innumerable vô số
inoculate tiêm chủng
inoculation sự tiêm chủng
inoffensive vô hại
inorganic vô cơ
in-patient bệnh nhân nội trú
input **1** *n* (*into project etc*) sự đưa vào; COMPUT sự nhập **2** *v/t* (*into project*) đưa vào; COMPUT nhập
input port COMPUT cổng vào
inquest cuộc điều tra
inquire hỏi thăm; ~ ***into sth*** điều tra về gì
inquiry câu hỏi
inquisitive tò mò
insane điên rồ
insanitary mất vệ sinh
insanity sự mất trí
insatiable không bao giờ thỏa mãn
inscription dòng chữ ghi

inscrutable bí hiểm
insect côn trùng; (*caterpillar, butterfly etc*) sâu bọ
insecticide thuốc trừ sâu
insect repellent thuốc chống côn trùng
insecure *job etc* bấp bênh; *person* không có lòng tự tin
insecurity (*psychological*) sự thiếu tự tin
insensitive vô tình
insensitivity sự vô tình
inseparable *two issues* không thể tách rời; *two people* không rời nhau
insert **1** *n* (*in magazine etc*) phụ trương **2** *v/t* đưa vào; ***~ X into Y*** đưa X vào Y
insertion (*act*) sự đưa vào
inside **1** *n* (*of house, box*) phía trong; (*of road*) *phần đường bên trong sát lề đường*; ***somebody on the ~*** tay trong; ***~ out*** mặt trái; ***turn sth ~ out*** lộn trái gì; ***know sth ~ out*** biết tường tận gì **2** *prep* bên trong; ***~ the house*** bên trong ngôi nhà; ***~ of 2 hours*** trong vòng hai giờ **3** *adv stay, remain* ở bên trong; *go, carry* vào trong; ***we went ~*** chúng tôi đã đi vào trong **4** *adj* bên trong; ***~ information*** tin tức nội bộ; ***~ lane*** SP đường chạy bên trong; (*on road*) làn đường bên phải; ***~ pocket*** túi bên trong
insider tay trong
insider trading FIN *việc giao dịch mà chỉ những người có liên quan mới biết*
insides bụng
insidious *disease* âm ỉ; *means, effects* ngấm ngầm
insight sự hiểu biết sâu sắc
insignificant *person, problem* không quan trọng; *amount* không đáng kể
insincere không chân thành
insincerity sự không chân thành
insinuate (*imply*) ám chỉ
insist khăng khăng một mực; ***please keep it, I ~*** xin hãy giữ lại, tôi xin anh/chị
♦**insist on** yêu cầu
insistent khăng khăng một mực
insolent láo xược
insoluble *problem* không thể giải quyết được; *substance* không tan được
insolvent không trả được nợ
insomnia chứng mất ngủ
inspect *work, tickets, baggage* kiểm tra; *building, factory, school* thanh tra
inspection (*of work, tickets, baggage*) sự kiểm tra; (*of building, factory, school*) sự thanh tra
inspector (*in factory*) người thanh tra
inspiration nguồn cảm hứng; (*very good idea*) ý nghĩ bất chợt
inspire (*cause: respect etc*) gây ra; ***be ~d by s.o./sth*** bị ai/gì truyền cảm hứng
instability (*of character, economy*) tình trạng không ổn định
install *computer, telephones* lắp đặt; *software* cài đặt
installation (*of new equipment*) sự lắp đặt; (*of software*) sự cài đặt; ***military ~*** căn cứ quân sự
installment (*of story, TV drama etc*) kỳ; (*payment*) phần trả từng kỳ
installment plan sự mua trả góp
instance (*example*) ví dụ; ***for ~*** ví dụ như
instant **1** *adj* ngay lập tức **2** *n* chốc lát; ***in an ~*** trong chốc lát
instantaneous ngay tức khắc
instant coffee cà phê pha liền

ơ ur	**y** (tin)	**ây** uh-i	**iê** i-uh	**oa** wa	**ôi** oy	**uy** wee	**ong** aong
u (soon)	**au** a-oo	**eo** eh-ao	**iêu** i-yoh	**oai** wai	**ơi** ur-i	**ênh** uhng	**uyên** oo-in
ư (dew)	**âu** oh	**êu** ay-oo	**iu** ew	**oe** weh	**uê** way	**oc** aok	**uyêt** oo-yit

instantly ngay tức khắc
instead thay thế cho; **~ *of*** thay cho
instep mu bàn chân
instinct bản năng
instinctive theo bản năng
institute **1** *n* học viện; (*home for elderly*) nhà dưỡng lão; (*home for mentally ill*) nhà thương điên **2** *v/t new law* thiết lập; *inquiry* tiến hành
institution (*governmental*) thể chế; (*sth traditional*) phong tục; (*setting up*) việc tiến hành
instruct (*order*) chỉ thị; (*teach*) dạy; ***~ X to do Y*** (*order*) chỉ thị cho X làm Y
instruction manual sổ tay hướng dẫn sử dụng
instructions (*directions*) hướng dẫn; ***~ for use*** hướng dẫn sử dụng
instructive chỉ dạy
instructor (*for sports*) huấn luyện viên; MIL người huấn luyện
instrument MUS nhạc cụ; (*gadget, tool*) dụng cụ
insubordinate bất trị
insufficient không đủ
insulate ELEC cách điện; (*against cold*) cách nhiệt
insulation ELEC sự cách điện; (*material*) chất cách điện; (*against cold*) sự cách nhiệt
insulin insulin
insult **1** *n* sự xúc phạm; (*spoken*) lời xúc phạm **2** *v/t* xúc phạm
insurance bảo hiểm; (*means of protection*) biện pháp bảo đảm an toàn
insurance company công ty bảo hiểm
insurance policy hợp đồng bảo hiểm
insure bảo hiểm
insured: ***be ~*** được bảo hiểm
insurmountable không thể vượt qua
intact (*not damaged*) còn nguyên vẹn
intake (*of college etc*) số lượng người vào
integrate *v/t* hòa nhập
integrated circuit vi mạch
integrity (*honesty*) tính chính trực
intellect trí tuệ
intellectual **1** *adj* trí tuệ **2** *n* người trí thức
intelligence trí thông minh; (*news*) tin tức tình báo
intelligence service cơ quan tình báo
intelligent thông minh
intelligible dễ hiểu
intend dự định; ***~ to do sth*** dự định làm gì; ***that's not what I ~ed*** ý tôi không phải là thế
intense *sensation, pleasure* mãnh liệt; *heat, pressure* dữ dội; *personality* dễ xúc cảm mạnh mẽ; *concentration* dữ lắm
intensify **1** *v/t effect, pressure* tăng cường **2** *v/i* (*of pain*) tăng lên; (*of fighting*) trở nên dữ dội
intensity (*of sensation*) tính mãnh liệt; (*of heat, pain, fighting*) tính dữ dội
intensive *study, training* cấp tốc; *treatment* tập trung; *preparation, search* kỹ lưỡng
intensive care unit bộ phận theo dõi tăng cường
intensive course (*of study*) lớp học cấp tốc
intent: ***be ~ on doing sth*** (*determined to do*) kiên quyết làm gì; (*concentrating on*) tập trung làm gì
intention ý định; ***I have no ~ of ...*** (*refuse to*) tôi không hề có ý định ...

intentional cố ý
intentionally một cách cố ý
interaction (*between people, departments*) sự hợp tác; CHEM sự tương tác
interactive tương tác
intercede làm trung gian hòa giải
intercept *ball* chặn; *message* nghe trộm; *missile* đánh chặn
interchange *n* (*of highways*) ngã tư xa lộ
interchangeable có thể thay thế cho nhau
intercom (*in office, ship*) hệ thống thông tin nội bộ; (*for front door*) intercom
intercourse (*sexual*) sự giao hợp
interdependent phụ thuộc lẫn nhau
interest **1** *n* sự quan tâm; (*financial*) lãi; ***take an ~ in sth*** quan tâm tới gì **2** *v/t* làm quan tâm; ***does that offer ~ you?*** anh/chị có thích đề nghị đó không?
interested quan tâm; ***be ~ in sth*** quan tâm tới gì; ***thanks, but I'm not ~*** thôi cám ơn, xin cho tôi miễn
interesting thú vị
interest rate lãi suất
interface **1** *n* COMPUT giao diện; *fig* điểm giao nhau **2** *v/i* tương thích
interfere can thiệp
♦ **interfere with** *controls* động vào; *plans* ngăn cản
interference sự can thiệp; (*on radio*) nhiễu
interior **1** *adj* bên trong **2** *n* (*of house*) nội thất; (*of country*) vùng nội địa; ***Department of the Interior*** Bộ Nội vụ
interior decorator người trang trí nội thất; **interior design** thiết kế nội thất; **interior designer** người thiết kế nội thất
interlude (*at theater, concert*) giờ nghỉ giải lao; (*period*) khoảng thời gian
intermediary *n* người trung gian
intermediate *adj stage* giữa; *level, course* trung cấp
intermission (*in theater*) lúc tạm nghỉ
intern *v/t* giam giữ
internal *measurements* bên trong; *trade* trong nước; (*within organization*) nội bộ
internal combustion engine động cơ đốt trong
internally (*in body*) bên trong; (*within organization*) nội bộ
Internal Revenue Service Sở Thuế
international *adj* quốc tế
International Court of Justice Tòa án Quốc tế
internationally quốc tế
International Monetary Fund Quỹ Tiền Tệ Quốc Tế
International Worker's Day Ngày quốc tế lao động
Internet mạng Internet; ***on the ~*** trên mạng Internet
internist bác sĩ nội khoa
interpret **1** *v/t* (*linguistically*) dịch; *piece of music* diễn tấu; *comment* giải thích **2** *v/i* phiên dịch
interpretation (*linguistic*) sự phiên dịch; (*of piece of music*) cách diễn tấu; (*of meaning*) cách giải thích
interpreter người phiên dịch
interrelated *facts* có liên quan tới nhau
interrogate thẩm vấn
interrogation cuộc thẩm vấn
interrogative *n* GRAM từ nghi vấn
interrogator người thẩm vấn
interrupt **1** *v/t speaker* ngắt lời;

trade, *program* làm gián đoạn
2 *v/i* ngắt lời
interruption (*of process*, *event etc*) sự gián đoạn; (*of speaker*) sự ngắt lời
intersect *v/t* & *v/i* cắt nhau
intersection (*crossroads*) ngã tư
interstate **1** *n* xa lộ giữa các bang **2** *adj* giữa các bang
interval (*in space*) khoảng cách; (*in time*) khoảng giữa; (*in theater*, *at concert*) lúc tạm nghỉ; ***sunny/ showery ~s*** lúc nắng/mưa
intervene (*of person*, *police etc*) can thiệp
intervention sự can thiệp
interview **1** *n* (*on TV*, *in paper*, *for job*) cuộc phỏng vấn **2** *v/t* (*on TV*, *for paper*, *for job*) phỏng vấn
interviewee (*on TV*, *for job*) người được phỏng vấn
interviewer (*on TV*, *for paper*, *for job*) người phỏng vấn
intestine ruột
intimacy (*of friendship*) sự thân thiết; (*sexual*) mối quan hệ tình dục
intimate *adj friend* thân; (*sexually*) có quan hệ tình dục; *thoughts* riêng tư
intimidate đe dọa
intimidation sự đe dọa
into vào trong; ***he put it ~ his suitcase*** anh ấy đút nó vào trong va li của mình; ***translate ~ English*** dịch sang tiếng Anh; ***be ~ sth*** F (*like*) mê gì; (*be involved with*) bị lôi cuốn vào gì; ***when you're ~ the job*** khi anh/chị quen với công việc
intolerable không thể chịu đựng nổi
intolerant không dung thứ được
intoxicated (*drunk*) say; ***~ by/with sth*** say sưa bởi/với gì
intransitive nội động từ
intravenous trong tĩnh mạch
intrepid gan dạ
intricate rắc rối
intrigue **1** *n* mưu đồ **2** *v/t* làm tò mò; ***I would be ~d to know ...*** tôi tò mò muốn biết ...
intriguing hấp dẫn
introduce giới thiệu; *new technique etc* đưa vào áp dụng; ***may I ~ ...?*** cho phép tôi giới thiệu ...
introduction (*to person*, *sport*, *new food etc*) sự giới thiệu; (*in book*) lời nói đầu; (*of new techniques etc*) sự đưa vào áp dụng
introvert *n* người hướng nội
intrude *v/i* xâm nhập
intruder kẻ xâm nhập
intrusion sự xâm nhập
intuition trực giác
invade xâm lược
invalid[1] *adj* không có căn cứ
invalid[2] *n* MED người tàn tật
invalidate *claim*, *theory* làm mất giá trị
invaluable *help*, *contributor* vô giá
invariably (*always*) luôn luôn
invasion sự xâm lược
invent phát minh
invention (*act*) sự phát minh; (*sth invented*) phát minh
inventive sáng tạo
inventor nhà phát minh
inventory bảng kiểm kê
inverse *adj order* ngược
invert đảo ngược
invertebrate *n* động vật không xương sống
inverted commas dấu ngoặc kép
invest *v/t* & *v/i* đầu tư
investigate điều tra
investigation (*of crime*) sự điều tra; (*in science*) sự nghiên cứu

investigative journalism nghề làm báo điều tra
investment (*act*) sự đầu tư; (*sum*) khoản tiền đầu tư; ***foreign ~ capital*** vốn đầu tư nước ngoài
investment law luật đầu tư
investor nhà đầu tư
invigorating *climate* có lợi cho sức khỏe
invincible vô địch
invisible vô hình
invitation (*act*) lời mời; (*card*) giấy mời
invite mời; ***can I ~ you for a meal?*** tôi có thể mời anh/chị ăn một bữa chứ?
invoice **1** *n* hóa đơn **2** *v/t customer* gửi hóa đơn
involuntary không có ý định
involve *hard work, expense* đòi hỏi; (*concern*) liên quan; ***what does it ~?*** có liên quan tới những gì?; ***get ~d with sth*** bị lôi cuốn vào gì; ***get ~d with s.o.*** (*emotionally, romantically*) dính líu với ai
involved (*complex*) rắc rối
involvement (*in a project etc*) sự tham gia; (*in a crime, accident*) sự dính líu
invulnerable *person* không thể bị thương được; *fortifications* không thể bị tấn công được
inward **1** *adj feeling, smile, thoughts* trong thâm tâm; *direction* đi vào trong **2** *adv* bên trong
inwardly trong thâm tâm
iodine iốt
IOU (= ***I owe you***) giấy nợ
IQ (= ***intelligence quotient***) chỉ số thông minh
Iran nước Iran
Iranian **1** *adj* Iran **2** *n* (*person*) người Iran (*language*) tiếng Iran
Iraq nước Irắc
Iraqi **1** *adj* Irắc **2** *n* (*person*) người Irắc
Ireland nước Ai-len
iris (*of eye*) tròng mắt; (*flower*) hoa diên vĩ
Irish *adj* Ai-len
Irishman người Ai-len
Irishwoman người (đàn bà) Ai-len
iron **1** *n* (*substance*) sắt; (*for clothes*) bàn là (*N*), bàn ủi (*S*) **2** *v/t shirts etc* là (*N*), ủi (*S*)
ironic(al) mỉa mai
ironing việc là (*N*)/ủi (*S*); (*clothes to iron*) quần áo cần là (*N*)/ủi (*S*); ***do the ~*** là (*N*)/ủi (*S*) quần áo
ironing board cầu là
ironworks xưởng đúc gang
irony sự mỉa mai
irrational phi lý
irreconcilable *people* không thể hòa giải được; *positions* không thể hòa hợp được
irrecoverable không thể lấy lại được
irregular *intervals, sizes* không đều; *behavior* thất thường
irrelevant không liên quan
irreparable *loss, damage etc* không thể bù đắp được
irreplaceable *object, person* không thể thay thế được
irrepressible *sense of humor* không nén được; *person* không thể kiềm chế được
irreproachable không thể chê trách được
irresistible không thể cưỡng lại được
irrespective: ***~ of*** bất kể
irresponsible vô trách nhiệm
irretrievable không thể lấy lại được
irreverent vô lễ
irrevocable không thể thay đổi

irrigate tưới
irrigation sự tưới
irrigation canal kênh tưới nước
irritable cáu kỉnh
irritate làm phát cáu
irritating *person, attitude etc* làm phát cáu; *mosquito bite etc* gây ngứa
irritation (*anger*) cơn cáu giận; (*of skin*) sự ngứa
Islam đạo Hồi
Islamic đạo Hồi
island đảo
islander dân sống ở đảo
isolate (*separate*) tách ra; (*cut off*) cô lập; (*identify*) tách riêng
isolated *house etc* biệt lập; *occurrence* riêng biệt
isolation (*of a region*) sự cách biệt; ***in ~*** một cách riêng biệt
isolation ward phòng cách ly
ISP (= ***Internet service provider***) *công ty cung cấp dịch vụ Internet*
Israel nước Do thái
Israeli 1 *adj* Do thái **2** *n* (*person*) người Do thái
issue 1 *n* (*matter*) vấn đề; (*of magazine*) sự phát hành; ***the point at ~*** điểm đang được tranh luận; ***take ~ with s.o.*** đặt vấn đề với ai **2** *v/t supplies, coins, passport* cấp phát; *warning* công bố
IT (= ***information technology***) công nghệ thông tin
it ◊ (*not translated*): ***~'s raining*** trời đang mưa; ***I'll do ~*** tôi sẽ làm ◊ (*as pronoun*) nó; ***what color is ~? – ~ is red*** màu gì? – màu đỏ ◊ (*as subject to identify a person*) đấy; ***~'s me/him*** là tôi đấy/anh ấy đấy; ***~'s Charlie here*** TELEC Charlie đang nói đây; ***~'s your turn*** tới lượt anh/chị đấy; ***that's ~!*** (*that's right*) đúng rồi!; (*finished*) thế là hết!; (*annoyed*) được rồi!
Italian 1 *adj* Ý **2** *n* (*person*) người Ý; (*language*) tiếng Ý
italic *adj* nghiêng
italics chữ in nghiêng
Italy nước Ý
itch 1 *n* sự ngứa ngáy **2** *v/i* ngứa
item (*of news*) mẩu tin; (*on agenda, in accounts*) khoản mục; (*on shopping list*) món hàng; (*thing*) vật
itemize *invoice* ghi thành từng khoản
itinerary hành trình
its (*of animal, object*) của nó
itself tự nó; ***the dog hurt ~*** con chó tự nó làm đau; ***by ~*** (*alone*) một mình; (*automatically*) một cách tự động
ivory (*substance*) ngà
ivy cây thường xuân

J

jab *v/t* thọc mạnh
jack *n* MOT cái kích; (*in cards*) quân J
♦**jack up** MOT kích lên
jacket (*coat*) áo vét; (*of suit*) áo vét tông; (*of book*) bìa rời
jacket potato khoai tây nướng cả vỏ
jack fruit quả mít
jack-knife *v/i* gẫy gập
jackpot (*in lottery*) giải độc đắc; (*in quiz show*) giải đặc biệt; ***hit the ~*** trúng số độc đắc
jade *n* ngọc bích
Jade Emperor Ngọc Hoàng
jagged *edge* lởm chởm; *coastline* gồ ghề
jail *n* nhà tù
jam[1] mứt
jam[2] **1** *n* (*in traffic*) sự tắt nghẽn; (*in machine*) sự kẹt máy; F (*difficulty*) tình thế khó khăn; ***be in a ~*** F lâm vào tình thế khó khăn **2** *v/t* (*ram*) nhét; (*cause to stick*) làm mắc kẹt; *broadcast* làm nhiễu; ***be ~med*** (*of roads*) bị tắc nghẽn; (*of door, window*) bị kẹt **3** *v/i* (*stick*) bị mắc kẹt; (*squeeze*) bị nhồi nhét
jam-packed chật ních
janitor người gác cổng
January tháng Giêng
Japan nước Nhật
Japanese **1** *adj* Nhật **2** *n* người Nhật; (*language*) tiếng Nhật
jar[1] *n* (*container*) lọ
jar[2] *v/i* (*of noise*) làm chói tai; ***the noise ~red on his ears*** tiếng động làm chói tai anh ấy
jargon từ chuyên môn
jasmine hoa nhài (*N*), hoa lài (*S*)
jaundice bệnh vàng da
jaw *n* hàm
jaywalker người đi ẩu
jaywalking sự đi ẩu
jazz nhạc ja
♦**jazz up** F *place, party etc* làm sinh động; *dress* làm vui mắt
jealous ghen tuông; ***be ~ of*** ghen tuông với ...
jealousy sự ghen tuông
jeans quần bò
jeep xe gíp
jeer **1** *n* lời chế nhạo **2** *v/i* cười chế nhạo; ***they ~ed at him because ...*** chúng chế nhạo anh ấy bởi vì ...
jelly thạch
jelly bean kẹo dẻo
jellyfish con sứa
jeopardize làm nguy hại
jeopardy: ***be in ~*** trong tình trạng nguy hiểm
jerk[1] **1** *n* cái giật mạnh **2** *v/t* giật mạnh
jerk[2] F (*person*) người ngu ngốc
jerky *movement* giật giật
jest **1** *n* lời nói đùa; ***in ~*** đùa giỡn **2** *v/i* đùa giỡn
Jesus Chúa Giê-su
jet **1** *n* (*of water*) tia; (*nozzle*) vòi; (*airplane*) máy bay phản lực **2** *v/i* (*travel*) đi bằng máy bay phản lực
jet-black đen nhánh; **jet engine** động cơ phản lực; **jetlag** *sự mệt*

mỏi do chênh lệch giờ khi bay từ vùng này sang vùng khác
jettison vứt bỏ; *fig* từ bỏ
jetty đê chắn sóng
Jew người Do Thái
jewel (*precious stone*) đá quý; *fig* (*person*) viên ngọc quý; **~s** (*jewelry*) đồ nữ trang
jeweler (*who sells*) người bán đồ nữ trang; (*who makes*) thợ kim hoàn
jewelry đồ nữ trang
Jewish Do Thái
jiffy: ***in a ~*** F trong chốc lát
jigsaw (puzzle) trò chơi chắp hình
jilt bỏ rơi
jingle 1 *n* (*song*) *bài hát quảng cáo cho một sản phẩm trên đài, ti-vi* **2** *v/i* (*of keys, coins*) kêu leng keng
jinx (*person*) người hãm tài; (*bad luck*) sự xúi quẩy; ***there's a ~ on this project*** có một sự xúi quẩy trong dự án này
jitters: ***get the ~*** F cảm thấy bồn chồn
jittery F bồn chồn
job (*employment*) việc làm; (*task*) việc; ***out of a ~*** thất nghiệp; ***it's a good ~ you ...*** thật là may anh/chị đã ...; ***you'll have a ~*** (*it'll be difficult*) anh/chị sẽ gặp khó khăn
job description bản miêu tả việc làm
job hunt: ***be job hunting*** tìm việc làm
jobless thất nghiệp
job satisfaction sự hài lòng về việc làm
jockey *n* người cưỡi ngựa đua
jog 1 *n* thể dục chạy bộ; ***go for a ~*** chạy bộ **2** *v/i* (*as exercise*) chạy bộ **3** *v/t elbow etc* hích nhẹ; ***~ one's memory*** giúp ai nhớ lại gì
jogger (*person*) người chạy bộ; (*shoe*) giày tập chạy
jogging môn thể dục chạy bộ; ***go ~*** chạy bộ
jogging suit bộ quần áo thể thao
john F (*toilet*) nhà xí (*N*), nhà cầu (*S*)
join 1 *n* chỗ nối **2** *v/i* (*of roads, rivers*) gặp nhau; (*become a member*) gia nhập **3** *v/t* (*connect*) nối; *person* đến gặp; *club, organization, company* gia nhập; (*of road*) giao
♦**join in** tham gia vào
joiner thợ mộc
joint 1 *n* ANAT khớp; (*in woodwork*) mộng; (*of meat*) súc thịt; F (*place*) quán; (*of cannabis*) điếu cần sa **2** *adj* (*shared*) chung
joint account tài khoản chung; **joint-stock company** công ty cổ phần; **joint venture** liên doanh
joke 1 *n* (*story*) chuyện đùa; (*practical ~*) trò chơi khăm; ***play a ~ on s.o.*** đùa xỏ ai; ***it's no ~*** đó không phải là chuyện đùa **2** *v/i* (*pretend*) nói đùa; (*have a ~*) kể chuyện đùa
joker (*person*) người thích đùa; *pej* gã; (*in cards*) quân phăng teo
joking: ***~ apart*** nói nghiêm chỉnh
jokingly một cách đùa bỡn
jolly vui nhộn
jolt 1 *n* (*jerk*) cái giật mạnh **2** *v/t* (*push*) đẩy mạnh
joss stick nén hương
jostle *v/t* chen lấn
♦**jot down** ghi nhanh
journal (*magazine*) tạp chí; (*diary*) nhật ký
journalism (*writing*) văn phong báo chí; (*trade*) nghề làm báo
journalist nhà báo
journey *n* chuyến đi
joy niềm vui sướng
jubilant hân hoan

jubilation niềm hân hoan
judge 1 *n* LAW thẩm phán; (*in competition*) giám khảo **2** *v/t* LAW xét xử; (*estimate*) ước đoán; (*criticize*) xét đoán; *competition* làm giám khảo
judgment LAW phán quyết; (*opinion*) ý kiến; (*good sense*) khả năng suy xét
judicial pháp lý
judicious sáng suốt
judo võ giu đô, nhu đạo
juggle tung hứng; *fig* sắp xếp
juggler người tung hứng
juice (*of fruit*) nước quả
juicy mọng nước; *news*, *gossip* lý thú
jukebox máy hát tự động
July tháng Bảy
jumble *n* mớ lộn xộn
♦**jumble up** làm lộn xộn
jump 1 *n* cú nhảy; (*increase*) sự tăng vọt; ***give a ~*** (*of surprise*) làm giật mình **2** *v/i* nhảy; (*in surprise*) giật mình; (*increase*) tăng vọt; ***~ to one's feet*** bật dậy; ***~ to conclusions*** vội kết luận **3** *v/t fence etc* nhảy qua; F (*attack*) tấn công bất thần
♦**jump at** *opportunity* chộp ngay lấy
jumper SP vận động viên nhảy; (*animal*) con vật nhảy
jumpy hay giật mình
junction (*of roads*) ngã tư
June tháng Sáu
jungle rừng rậm
junior 1 *adj* (*subordinate*) cấp dưới; (*younger*) trẻ hơn **2** *n* (*in rank*) người cấp dưới; ***she is ten years my ~*** cô ấy trẻ hơn tôi mười tuổi
junk[1] đồ đồng nát
junk[2] (*boat*) ghe buồm
junk food đồ ăn tạp nhạp
junkie dân nghiện
junk mail thư từ tạp nhạp
junkyard nơi để đồ tạp nhạp
jurisdiction LAW phạm vi xét xử
juror hội thẩm
jury ban hội thẩm; (*in contest*) ban giám khảo
just 1 *adj law* công bằng; *war*, *cause* chính đáng **2** *adv* (*barely*) vừa mới; (*exactly*) đúng; (*only*) chỉ; ***I ~ want to talk to you*** tôi chỉ muốn nói chuyện với anh/chị thôi; ***I've ~ seen her*** tôi vừa mới trông thấy cô ấy; ***~ about*** (*almost*) hầu như; ***I was ~ about to leave when ...*** tôi vừa mới định rời khỏi khi ...; ***~ like that*** (*abruptly*) đột ngột; (*exactly like that*) đúng như thế; ***~ now*** (*a few moments ago*) vừa mới; (*at the moment*) đúng vào lúc này; ***~ you wait!*** liệu hồn anh/chị đấy!; ***~ be quiet!*** hãy im đi!
justice công bằng; (*of cause*) công lý
justifiable chính đáng, hợp lý
justifiably một cách chính đáng
justification sự biện hộ
justify biện hộ; *text* sắp chữ thẳng hàng
justly (*fairly*) một cách công bằng; (*rightly*) một cách đúng đắn
♦**jut out** *v/i* nhô ra
juvenile 1 *adj* vị thành niên; *pej* trẻ con **2** *n fml* vị thành niên
juvenile delinquency sự phạm pháp ở vị thành niên
juvenile delinquent vị thành niên phạm pháp

ơ ur	**y** (tin)	**ây** uh-i	**iê** i-uh	**oa** wa	**ôi** oy	**uy** wee	**ong** aong
u (soon)	**au** a-oo	**eo** eh-ao	**iêu** i-yoh	**oai** wai	**ơi** ur-i	**ênh** uhng	**uyên** oo-in
ư (dew)	**âu** oh	**êu** ay-oo	**iu** ew	**oe** weh	**uê** way	**oc** aok	**uyêt** oo-yit

K

k (= ***kilobyte***) k, kilôbai
karate võ caratê, không thủ đạo
karate chop nhát chặt caratê
keel *n* NAUT sống tàu
keen (*intense*) quyết liệt; *Br* (*enthusiastic*) nhiệt tình
keep 1 *n* (*maintenance*) cái nuôi thân; ***for ~s*** F vĩnh viễn **2** *v/t* (*retain*) giữ; (*detain*) giữ lại; (*store*) để; *family* nuôi dưỡng; *animals* nuôi; ***~ a promise*** giữ lời hứa; ***~ s.o. waiting*** làm ai phải đợi; ***~ ... to oneself*** (*not tell*) giữ kín …; ***~ X from Y*** giữ kín X không cho Y biết; ***~ (on) trying*** tiếp tục cố gắng; ***~ (on) interrupting*** liên tục ngắt lời **3** *v/i* (*remain*) giữ; (*of food*) giữ được
♦**keep away 1** *v/i* tránh xa; ***~ from s.o./sth*** tránh xa ai/gì **2** *v/t*: ***keep the children away*** cho bọn trẻ tránh xa
♦**keep back** *v/t information* giấu; ***keep the tears back*** cầm nước mắt; ***keep the floodwaters back*** chặn lại dòng nước lũ
♦**keep down** *v/t costs, inflation etc* giữ không cho tăng; ***he can't keep anything down*** *food* anh ấy nôn hết tất cả; ***keep one's voice down*** nói khẽ; ***keep the noise down*** bớt ồn
♦**keep in** (*in hospital*) giữ lại; (*in school*) phạt giữ lại
♦**keep off 1** *v/t food, drink etc* kiêng; *subject etc* tránh; ***~ the grass!*** hãy tránh xa bãi cỏ! **2** *v/i*: ***if the rain keeps off*** nếu trời không mưa
♦**keep out** *v/i* không đi vào; (*not get involved*) không dính vào; ***~!*** (*as sign*) cấm vào!
♦**keep to** *path* bám theo; *rules* tuân theo
♦**keep up 1** *v/i* (*when walking, running etc*) theo kịp; ***~ with*** theo kịp; (*stay in touch with*) giữ quan hệ với **2** *v/t pace, payments* duy trì; (*support*) giữ vững
keeping: ***in ~ with*** phù hợp với
keg thùng nhỏ
kennel chuồng chó
kennels nơi trông giữ chó
kernel nhân
kerosene dầu hỏa
ketchup (nước) xốt cà chua
kettle ấm đun nước
key 1 *n* (*to door, drawer*) chìa khóa; (*on computer, piano etc*) phím; MUS khóa **2** *adj* (*vital*) chủ chốt **3** *v/t* COMPUT phím
♦**key in** *data* đánh vào
keyboard COMPUT, MUS bàn phím; **keyboarder** COMPUT người sử dụng bàn phím; **keycard** chìa khóa
keyed-up (*tense*) bồn chồn
keyhole lỗ khóa; **keynote speech** bài đề dẫn; **keyring** vòng đeo chìa khóa
Khmer (*person*) người Khơ-mé; (*language*) tiếng Khơ-me
Khmer Rouge Khơ-me đỏ
kick 1 *n* cú đá; F (*thrill*) cảm giác

kích thích; (**just**) **for ~s** F (chỉ) vì muốn có cảm giác kích thích
2 *v/t* đá; F (*habit*) cai **3** *v/i* đá
♦ **kick around** *v/t ball* đá loanh quanh; (*treat harshly*) đối xử tàn ác; F (*discuss*) bàn luận
♦ **kick in** F **1** *v/t money* đóng góp **2** *v/i* (*of boiler etc*) khởi động
♦ **kick off** *v/i* (*sport*) phát bóng; F (*start*) bắt đầu
♦ **kick out** *v/t* đuổi ra; ***be kicked out of the company/army*** bị đuổi khỏi công ty/quân đội
♦ **kick up**: ***~ a fuss*** làm toáng lên
kickback F (*bribe*) tiền lại quả
kickoff (*sport*) cú phát bóng
kid F **1** *n* (*child*) đứa trẻ; ***~ brother/~ sister*** em trai/em gái **2** *v/t* trêu chọc **3** *v/i* trêu chọc; ***I was only ~ding*** tôi chỉ đùa thôi
kidder F người nói đùa
kidnap bắt cóc
kidnap(p)er kẻ bắt cóc
kidnap(p)ing sự bắt cóc
kidney ANAT quả thận; (*food*) quả bầu dục
kill *v/t also time* giết; *plant* làm chết; ***be ~ed in an accident*** bị chết trong một tai nạn; ***~ oneself*** tự tử
killer (*murderer*) kẻ giết người; (*cause of death*) làm chết người
killing sự giết người; ***make a ~*** (*lots of money*) trúng đậm
killingly: ***~ funny*** F cực kỳ buồn cười
kiln lò nung
kilo cân (*N*), ký (*S*)
kilobyte kilôbai; **kilogram** kilôgam; **kilometer** kilômét
kimono áo ki-mô-nô
kind[1] *adj* tử tế
kind[2] *n* loại; ***what ~ of ...?*** loại ... gì?; ***all ~s of people*** đủ các loại người; ***nothing of the ~*** hoàn toàn không phải vậy; ***~ of sad/strange*** F hơi buồn/lạ kỳ
kindergarten vườn trẻ
kind-hearted tốt bụng
kindly **1** *adj* tử tế **2** *adv* một cách tử tế; (*please*) làm ơn
kindness sự tử tế
king vua
kingdom vương quốc
king-size(d) F cỡ lớn
Kinh people người Kinh
kink (*in hose etc*) chỗ xoắn
kinky F kỳ quái
kiosk quầy
kiss **1** *n* cái hôn **2** *v/t* hôn **3** *v/i* hôn nhau
kit (*equipment*) bộ dụng cụ; (*for assembly*) bộ đồ lắp ráp
kitchen bếp
Kitchen God Ông Táo
kite (*toy*) cái diều
kitten mèo con
kitty (*money*) tiền góp
klutz F (*clumsy person*) kẻ hậu đậu
knack (*ability*) tài; (*trick*) mẹo; ***there's a special ~ to it*** phải đặc biệt khéo tay mới làm được
knead *dough* nhào trộn
knee *n* đầu gối
kneecap *n* xương bánh chè
kneel quỳ
knick-knacks đồ trang trí lặt vặt
knife **1** *n* con dao **2** *v/t* đâm
knit *v/t & v/i* đan
♦ **knit together** (*of broken bone*) nối lại
knitting (*sth being knitted*) đồ đan; (*activity*) việc đan
knitwear quần áo đan
knob (*on door*) quả nắm cửa; (*on drawer*) núm
knock **1** *n* (*on door*) tiếng gõ; (*blow*) cái va chạm **2** *v/t* (*hit*) đập; *door* gõ; F (*criticize*) chỉ trích

3 *v/i* (*on the door*) gõ
♦**knock around 1** *v/t* (*beat*) đánh đập **2** *v/i* F (*travel*) đi đây đó
♦**knock down** (*of car*) đụng ngã; *object, building etc* phá; F (*reduce the price of*) hạ giá
♦**knock out** (*make unconscious*) đánh ngất; (*in boxing*) nốc ao; (*of medicine*) làm xỉu; *power lines etc* làm đứt
♦**knock over** đánh đổ; (*of car*) đụng ngã
knockdown: ***a ~ price*** một giá thấp hơn
knockout *n* (*in boxing*) cú đo ván
knot 1 *n* cái nút; (*tangle*) chỗ rối **2** *v/t* thắt nút
knotty *problem* nan giải
know 1 *v/i* biết; (*recognize*) nhận ra **2** *v/i* biết; ***I don't ~*** tôi không biết; ***yes, I ~*** vâng, tôi biết **3** *n*: ***be in the ~*** thạo tin
knowhow bí quyết
knowing hiểu biết
knowingly (*wittingly*) chủ ý; *smile etc* một cách hiểu biết
know-it-all F *kẻ tự cho mình biết mọi việc trên đời*
knowledge kiến thức; ***to the best of my ~*** theo như tôi biết; ***have a good ~ of ...*** có kiến thức sâu rộng về ...
knowledgeable am hiểu
knuckle khớp đốt ngón tay
♦**knuckle down** bắt tay vào việc
♦**knuckle under** chịu thua
KO cú nốc ao
Korea nước Triều Tiên; (*South*) nước Nam Triều Tiên; (*North*) nước Bắc Triều Tiên
Korean 1 *adj* (*South*) Nam Triều Tiên; (*North*) Bắc Triều Tiên **2** *n* (*South*) người Nam Triều Tiên; (*North*) người Bắc Triều Tiên; (*language in the North*) tiếng Bắc Triều Tiên; (*language in the South*) tiếng Nam Triều Tiên
kosher REL *phục vụ ăn kiêng của người Do Thái*; F chính đáng
kudos danh vọng

L

lab (*room*) phòng thí nghiệm
label 1 *n* nhãn hiệu **2** *v/t baggage* dán nhãn
labor *n* (*work*) lao động; (*in pregnancy*) sự đẻ; ***be in ~*** đang đẻ
laboratory phòng thí nghiệm
laboratory technician kỹ thuật viên phòng thí nghiệm
labored *style, speech* nặng nề
laborer người lao công
laborious *task* khó khăn
labor union công đoàn
labor ward khu sản phụ
lace *n* (*material*) ren; (*for shoe*) dây buộc
♦**lace up** *shoes* buộc dây
lack 1 *n* sự thiếu **2** *v/t* thiếu **3** *v/i*: ***be ~ing*** còn thiếu
lacquer *n* (*for hair*) keo xịt tóc
lacquer painting tranh sơn mài

lacquerware hàng sơn mài
lad chàng trai
ladder cái thang
laden chất đầy
ladies' (room) phòng vệ sinh nữ
ladle *n* cái môi
lady (*young woman*) cô; (*older woman*) bà
ladybug con bọ rùa
lag *v/t pipes bọc bằng chất liệu cách nhiệt*
♦**lag behind** tụt lại sau
lager la de
lagoon hồ mặn
laidback ung dung
lake hồ
lamb (*animal*) cừu non; (*meat*) thịt cừu non
lame *person* khập khiễng; *excuse* không đủ sức thuyết phục
lament **1** *n* lời than tiếc **2** *v/t* thương tiếc
lamentable đáng tiếc
laminated dát mỏng
lamp đèn
lamppost cột đèn
lampshade chụp đèn
land **1** *n* đất; (*shore*) đất liền; (*country*) đất nước; ***by*** ~ bằng đường bộ; ***on*** ~ trên đất liền; ***work on the*** ~ (*as farmer*) làm ruộng **2** *v/t airplane* hạ cánh; *job* giành được **3** *v/i* (*of airplane*) đổ bộ; (*of ball, sth thrown*) rơi xuống
landing (*of airplane*) sự hạ cánh; (*top of staircase*) đầu cầu thang
landing field bãi hạ cánh; **landing gear** bộ bánh máy bay; **landing strip** bãi hạ cánh
landlady (*of bar*) bà chủ quán; (*of hostel etc*) bà chủ trọ
landlord (*of bar*) ông chủ quán; (*of hostel etc*) ông chủ trọ
landmark *also fig* mốc
land owner địa chủ
landscape **1** *n* phong cảnh; (*painting*) tranh phong cảnh **2** *adv print* khổ ngang
landslide sự lở đất
landslide victory thắng lợi long trời lở đất
lane (*in country*) đường làng; (*alley*) ngõ (*N*), hẻm (*S*); MOT làn đường
language ngôn ngữ; (*of a particular country*) tiếng; ***English is his native*** ~ tiếng Anh là tiếng mẹ đẻ của anh ấy
langur con voọc
lank *hair* thẳng
lanky *person* khẳng khiu
lantern đèn lồng
Lao **1** *adj* Lào **2** *n* (*language*) tiếng Lào
Laos nước Lào
Laotian **1** *adj* Lào **2** *n* (*person*) người Lào
lap[1] *n* (*of track*) vòng đua
lap[2] *n* (*of water*) vỗ nhẹ
♦**lap up** *milk* liếm; *flattery* vồ vập
lap[3] *n* (*of person*) lòng
lapel ve áo
laptop COMPUT máy tính xách tay
larceny sự ăn cắp
larder cái chạn
large *building, sum of money etc* lớn; *country* rộng lớn; *hands, head etc* to; ***at*** ~ (*of criminal*) còn tự do; (*of wild animal*) thả rong
largely (*mainly*) chủ yếu là
lark (*bird*) chim sơn ca
larva ấu trùng
laryngitis viêm thanh quản
larynx thanh quản
laser la de
laser beam tia la de
laser printer máy in la de
lash[1] *v/t* (*with whip*) quất
♦**lash down** (*with rope*) buộc chặt

lash² *n* (*eyelash*) lông mi
last¹ *adj* (*in series*) cuối cùng; (*preceding*) trước; **~ *but one*** áp cuối; **~ *night*** đêm qua; **~ *but not least*** cuối cùng nhưng không kém phần quan trọng; ***at* ~** cuối cùng
last² *v/i* (*of good weather, relationship etc*) kéo dài; (*of food*) để lâu
lastly sau cùng
latch *n* cài then
late trễ (*S*), muộn (*N*); ***it's getting* ~** sắp muộn rồi; ***of* ~** mới đây; ***the* ~ *19th/20th century*** cuối thế kỷ 19/20
lately mới đây
latent fire (*heavenly stem*) Đinh
later *adv* lát nữa; ***see you* ~!** lát nữa sẽ gặp!; **~ *on*** (*shortly afterward*) lát nữa; (*at a time in the future*) sau này
latest *news, developments* mới nhất; *girlfriend* mới đây nhất
lathe máy tiện
lather (*from soap*) bọt; (*sweat*) mồ hôi
Latin America Mỹ La tinh
Latin American 1 *adj* Mỹ La tinh **2** *n* người Mỹ La tinh
latitude (*geographical*) vĩ độ; (*freedom*) tự do
latter *n* (*person*) người sau; (*thing*) cái sau
laugh 1 *n* tiếng cười; ***it was a* ~** thật là vui nhộn **2** *v/i* cười
♦**laugh at** (*mock*) cười nhạo
laughing stock: ***make oneself a* ~** biến mình thành trò cười; ***become a* ~** trở thành trò cười
laughter tiếng cười
launch 1 *n* (*boat*) phóng xuống; (*of rocket, ship*) phóng; (*of product*) đưa ra **2** *v/t rocket, ship* phóng; *new product* tung ra
launch(ing) ceremony lễ khai trương
launch(ing) pad bệ phóng
launder giặt là
laundromat hiệu giặt tự động
laundry (*place*) phòng giặt là; (*clothes*) quần áo giặt là; ***get one's* ~ *done*** đưa quần áo cho người ta giặt là
laurel cây nguyệt quế
lavatory phòng vệ sinh
lavender (*plant*) cây oải hương; (*flower*) hoa oải hương
lavish *adj* hậu hĩnh
law luật lệ; (*as a subject of study*) luật; (*body of ~s*) pháp luật; ***against the* ~** trái với pháp luật; ***forbidden by* ~** luật cấm
law court tòa án
lawful hợp pháp
lawless không có pháp luật
lawn bãi cỏ
lawn mower máy xén cỏ
lawsuit việc kiện cáo
lawyer luật sư
lax lỏng lẻo
laxative *n* thuốc nhuận tràng
lay *v/t* (*put down*) đặt; *eggs* đẻ; V (*sexually*) đéo
♦**lay into** (*attack*) tấn công
♦**lay off** *workers* nghỉ việc
♦**lay on** (*provide*) cung cấp
♦**lay out** *objects* sắp đặt; *page* trình bày
layabout *Br* người vô công rồi nghề
layer *n* lớp
layman người không chuyên
layout (*of text, page*) cách trình bày; (*of building, rooms*) cách bố trí
♦**laze around** nghỉ ngơi; *pej* chả làm gì
lazy *person* lười biếng; *day* chơi không

---

ch (*final*) k	**gh** g	**nh** (*final*) ng	**r** z; (*S*) r	**x** s	**â** (but)	**i** (tin)
d z; (*S*) y	**gi** z; (*S*) y	**ph** f	**th** t	**a** (hat)	**e** (red)	**o** (saw)
đ d	**nh** (onion)	**qu** kw	**tr** ch	**ă** (hard)	**ê** ay	**ô** oh

lb (= ***pound(s)***) pao, 450 gam

LCD (= ***liquid crystal display***) màn tinh thể lỏng

lead[1] **1** *v/t procession*, *race* dẫn đầu; *company*, *team* lãnh đạo; (*guide*, *take*) dẫn **2** *v/i* (*in race*, *competition*) dẫn đầu; (*provide leadership*) lãnh đạo; ***a street ~ing off the square*** một con phố bắt đầu từ quảng trường; ***where is this ~ing?*** điều này dẫn tới đâu? **3** *n* (*in race*) sự dẫn đầu; ***be in the ~*** đứng đầu; ***take the ~*** đạt vị trí đứng đầu; ***lose the ~*** mất vị trí đứng đầu

♦**lead on** (*go in front*) đi trước

♦**lead up to** dẫn tới

lead[2] *n* (*for dog*) dây dắt

lead[3] *n* (*electric cable*) dây điện

lead[4] *n* (*metal*) chì

leader người lãnh đạo

leadership (*of party etc*) sự lãnh đạo; ***under his ~*** dưới sự lãnh đạo của anh ấy

leadership contest cuộc đấu tranh quyền lãnh đạo

leadership skills khả năng lãnh đạo

lead-free *gas* không có chì

leading *runner* dẫn đầu; *company*, *product* hàng đầu

leading-edge *adj company*, *technology* hàng đầu

leaf lá cây

♦**leaf through** lướt qua

leaflet tờ rời

league liên minh

leak **1** *n* sự rỉ; (*of information*) sự rò tin **2** *v/i* bị rò

♦**leak out** (*of air*, *gas*) rò; (*of news*) lộ ra ngoài

leaky *pipe*, *boat* bị rò

lean[1] **1** *v/i* (*be at an angle*) nghiêng; ***~ against sth*** dựa vào gì **2** *v/t* dựa; ***~ sth against sth*** dựa gì vào gì

lean[2] *adj meat* nạc

leap **1** *n* sự nhảy; ***a great ~ forward*** bước nhảy vọt lớn **2** *v/i*: ***~ over*** nhảy qua; ***~ into*** nhảy vọt vào

leap year năm nhuận

learn học; ***~ how to do sth*** học làm gì

learner người học

learning *n* (*knowledge*) kiến thức; (*act*) sự học

learning curve: ***be on the ~*** học hỏi

lease **1** *n* hợp đồng thuê **2** *v/t* (*of owner*) cho thuê; (*of taker*) thuê

♦**lease out** *apartment*, *equipment* cho thuê

lease purchase thuê mua trả góp

leash *n* (*for dog*) dây dắt

least **1** *adj* (*slightest*) nhỏ nhất **2** *adv* ít nhất **3** *n* số lượng nhỏ nhất; ***not in the ~ surprised/disappointed*** hoàn toàn không ngạc nhiên/thất vọng chút nào; ***at ~*** ít nhất

leather **1** *n* da thuộc **2** *adj* da

leave **1** *n* (*vacation*) thời gian được nghỉ; ***on ~*** nghỉ phép **2** *v/t city*, *place* rời khỏi; *person*, *husband*, *wife* bỏ; *food on plate* bỏ lại; *scar*, *memory* để lại; (*forget*, *leave behind*) bỏ quên; ***let's ~ things as they are*** chúng ta hãy để nguyên sự việc; ***how did you ~ things with him?*** anh/chị đã thu xếp như thế nào với anh ấy?; ***~ s.o./sth alone*** (*not touch*) để yên ai/gì; ***~ alone*** (*not interfere with*) không dính vào; (*not damage*) không đụng tới; ***be left*** còn lại; ***there is nothing left*** không còn gì nữa **3** *v/i* (*of person*) rời đi; (*of plane*, *train*, *bus*) rời

♦**leave behind** (*intentionally*) để lại; (*forget*) để quên

ơ ur	**y** (tin)	**ây** uh-i	**iê** i-uh	**oa** wa	**ôi** oy	**uy** wee	**ong** aong
u (soon)	**au** a-oo	**eo** eh-ao	**iêu** i-yoh	**oai** wai	**ơi** ur-i	**ênh** uhng	**uyên** oo-in
ư (dew)	**âu** oh	**êu** ay-oo	**iu** ew	**oe** weh	**uê** way	**oc** aok	**uyêt** oo-yit

♦ **leave on** *hat*, *coat* để nguyên; *TV*, *computer* không tắt
♦ **leave out** *word*, *figure* bỏ sót; (*not put away*) để lại; ***leave me out of this*** trừ tôi ra khỏi việc này
leaving party tiệc chia tay
lecture **1** *n* bài giảng **2** *v/i* (*at university*) giảng bài
lecture hall hội trường
lecturer giảng viên
LED (= ***light-emitting diode***) đi ốt phát sáng
ledge mép
ledger COM sổ cái
Le Dynasty nhà Lê
leech con đỉa
leek tỏi tây
leer *n* (*sexual*) cái nhìn đểu cáng; (*evil*) cái nhìn quỷ quyệt
left **1** *adj* trái; POL cánh tả **2** *n* POL cánh tả; ***on / to the ~*** bên trái; ***on the ~ of sth*** bên trái của gì **3** *adv turn*, *look* bên trái
left-hand *side*, *bend* bên trái; **left-hand drive** xe lái bên trái; **left-handed** thuận tay trái; **left-overs** (*food*) đồ ăn thừa; **left-wing** POL thuộc cánh tả
leg chân; ***pull s.o.'s ~*** giễu cợt ai
legacy tài sản kế thừa
legal (*allowed*) hợp pháp; (*relating to the law*) pháp lý
legal adviser cố vấn pháp lý
legality tính hợp pháp
legalize hợp pháp hóa
legend truyền thuyết
legendary (*famous*) nổi tiếng
legible dễ đọc
legislate lập pháp
legislation (*laws*) luật pháp; (*passing of laws*) xây dựng luật pháp
legislative *powers*, *assembly* lập pháp
legislature POL cơ quan lập pháp
legitimate hợp pháp
leg room chỗ duỗi chân
leisure thời gian rảnh rỗi; ***at your ~*** vào lúc rỗi rãi
leisure center trung tâm giải trí
leisurely *pace* ung dung
leisure time thời giờ rảnh rỗi
lemon quả chanh
lemonade nước chanh ga
lemon grass xả; **lemon juice** nước chanh; **lemon tea** chè chanh (*N*), trà chanh (*S*)
lend: ***~ s.o. sth*** cho ai vay gì
length chiều dài; (*piece*: *of material etc*) đoạn; ***at ~*** *describe*, *explain* dài dòng; (*eventually*) rốt cuộc
lengthen *sleeve etc* hạ; *contract* kéo dài
lengthy *speech* dài dòng; *stay* quá lâu
lenient khoan dung
lens (*of eyeglasses*) mắt kính; (*contact ~*) kính đeo vào con ngươi; (*of camera*) kính; ANAT thủy tinh thể
lens cover (*of camera*) nắp đậy ống kính
Lent Mùa chay
lentil đậu lăng-til
lentil soup xúp đậu lăng-til
leopard con báo
leotard quần áo nịt
lesbian **1** *n* đồng tính luyến ái nữ **2** *adj* đồng tính nữ
less: ***eat / talk ~*** ăn / nói ít hơn; ***~ interesting / serious*** kém thú vị / nghiêm trọng; ***it cost ~*** đỡ tốn hơn; ***~ than $200*** chưa đến 200$
lesson bài học
let *v/t* (*allow*) để cho; ***~ s.o. do sth*** để ai làm gì; ***~ me go!*** hãy để cho tôi đi!; ***~ him come in!*** hãy để cho anh ấy vào!; ***~'s go / stay***

chúng ta hãy đi/ở lại thôi; ***~'s not argue*** chúng ta hãy thôi không tranh cãi nữa; ***~ alone*** (*not even*) còn nói gì đến; ***~ go of sth*** (*of rope, handle*) buông gì ra

♦ **let down** *hair* bỏ xõa; *blinds* bỏ xuống; (*disappoint*) làm thất vọng; *dress, pants* hạ gấu

♦ **let in** (*to house*) cho vào

♦ **let off** (*not punish*) tha; (*from car*) cho xuống

♦ **let out** (*of room, building*) ra khỏi; *jacket etc* nới rộng thêm; *groan, yell* phát ra

♦ **let up** *v/i* (*stop*) ngừng

lethal làm chết người

lethargic uể oải

letter (*of alphabet*) chữ; (*in mail*) thư

letterhead (*heading*) tiêu đề; (*headed paper*) giấy có tiêu đề

letter of credit COM thư tín dụng

lettuce rau diếp

letup: ***without a ~*** không nghỉ

leukemia bệnh bạch cầu

level **1** *adj field, surface* phẳng; (*in competition, scores*) ngang bằng; ***draw ~ with s.o.*** ngang điểm với ai **2** *n* (*on scale, in hierarchy*) cấp; (*amount, quantity*) mức độ; ***on the ~*** (*on level ground*) trên mặt phẳng; F (*honest*) thật thà

level-headed bình tĩnh

lever **1** *n* đòn bẩy **2** *v/t* bẩy; ***~ sth open*** bẩy nắp gì

leverage PHYS sức mạnh đòn bẩy; (*influence*) ảnh hưởng

levy *v/t*: ***~ taxes*** đánh thuế

lewd dâm đãng

liability (*responsibility*) tránh nhiệm; (*likeliness*) khả năng xảy ra

liability insurance bảo hiểm trách nhiệm dân sự

liable (*answerable*) chịu trách nhiệm; ***be ~ to*** (*likely to*) có khả năng

♦ **liaise with** liên lạc

liaison (*contacts*) sự liên lạc

liar người nói dối

libel **1** *n* lời bôi nhọ **2** *v/t* bôi nhọ

liberal *adj* (*broad-minded*) khoáng đạt; (*generous*: *portion etc*) hào phóng; POL đảng viên đảng Tự do

liberate *prisoner etc* thả; *occupied country* giải phóng

liberated *woman* phóng khoáng

liberation giải phóng

Liberation Day Ngày Giải Phóng

liberty sự tự do; ***at ~*** (*prisoner etc*) được tự do; ***be at ~ to do sth*** được phép làm gì

librarian nhân viên thư viện

library thư viện

Libya nước Li-Bi

Libyan **1** *adj* Li-băng **2** *n* người Li-băng

license **1** *n* giấy phép **2** *v/t* cấp giấy phép; ***be ~d*** được cấp giấy phép

license number số giấy phép; (*vehicle number*) số đăng ký

license plate (*of car*) biển đăng ký

lick **1** *n* cái liếm **2** *v/t* liếm; ***~ one's lips*** liếm môi

licking: ***get a ~*** F (*defeat*) thất bại

licorice cam thảo

lid nắp

lie[1] **1** *n* (*untruth*) lời nói dối **2** *v/i* nói dối

lie[2] *v/i* (*of person, object*) nằm; (*be situated*) nằm ở

♦ **lie down** nằm nghỉ

lie-in: ***have a ~*** ngủ muộn

lieutenant trung úy

life (*of person*) đời sống; (*of machine*) tuổi thọ; ***all her ~*** suốt cuộc đời của cô ấy; ***that's ~!*** đời là thế đấy!

life belt phao cấp cứu; **lifeboat** thuyền cứu đắm; **life expectancy** tuổi thọ trung bình; **lifeguard** người cứu đắm; **life history** tiểu sử; **life insurance** bảo hiểm nhân mạng; **life jacket** áo phao
lifeless *body* chết; *personality*, *town*, *party* không sinh động
lifelike giống như thật; **lifelong** suốt đời; **life preserver** (*for swimmer*) áo cứu đắm; **life-saving** *adj medical equipment*, *drug* cấp cứu; **lifesized** to như thật; **life-threatening** nguy kịch; **lifetime** cuộc đời; ***in my ~*** trong cuộc đời tôi
lift **1** *v/t* nâng lên **2** *v/i* (*of fog*) tan đi **3** *n* (*in car*) sự đi nhờ; *Br* (*elevator*) thang máy; ***give s.o. a ~*** cho ai đi nhờ xe
♦**lift off** *v/i* (*of rocket*) phóng
liftoff (*of rocket*) sự phóng
ligament dây chằng
light[1] **1** *n* ánh sáng; (*lamp*) đèn; ***in the ~ of*** bởi vì; ***have you got a ~?*** anh/chị có lửa không? **2** *v/t fire*, *cigarette* châm; (*illuminate*) chiếu sáng **3** *adj* (*not dark*) sáng sủa
light[2] **1** *adj* (*not heavy*) nhẹ **2** *adv*: ***travel ~*** du lịch gọn nhẹ
♦**light up** **1** *v/t* (*illuminate*) chiếu sáng **2** *v/i* (*start to smoke*) bắt đầu hút
light bulb bóng đèn
lighted fire (*heavenly stem*) Bính
lighten[1] *v/t color* làm sáng lên
lighten[2] *v/t load* làm nhẹ đi
♦**lighten up** (*of person*) thoải mái đi
lighter (*for cigarettes*) bật lửa
light-headed (*dizzy*) choáng váng; **light-hearted** vô tư; **lighthouse** hải đăng
lighting ánh sáng
lightly *touch* một cách nhẹ nhàng; ***get off ~*** bị phạt nhẹ
lightness[1] (*of room*) sự sáng sủa; (*of color*) sự nhợt
lightness[2] (*in weight*) nhẹ
lightning tia chớp
lightning conductor cột thu lôi
light pen bút quang điện; **lightweight** (*in boxing*) hạng nhẹ; **light year** năm ánh sáng
likable dễ thương
like[1] **1** *prep* giống; (*as*) như; ***be ~ s.o.*** (*in looks*) giống ai đó; ***be ~ sth*** (*in appearance*, *make-up*) giống gì đó; (*in character*) như ai vậy; ***what is she ~?*** cô ấy như thế nào?; ***it's not ~ him*** (*not his character*) tính cách của anh ấy không phải là như thế; ***one ~ this*** một cái như cái này; ***do it ~ this*** làm như thế này **2** *conj* F (*as*) như; ***~ I said*** như tôi đã nói
like[2] *v/t* thích; ***I ~ it*** tôi thích; ***I ~ her*** tôi thích cô ấy; ***I would ~ ...*** tôi muốn ...; ***I would ~ to ...*** tôi muốn ...; ***would you ~ ...?*** anh/chị có muốn ... không?; ***would you ~ to ...?*** anh/chị có muốn ... không?; ***~ to do sth*** thích làm gì; ***if you ~*** nếu anh/chị muốn
likeable dễ thương
likelihood khả năng; ***in all ~*** hoàn toàn có khả năng
likely (*probable*) có thể; ***not ~!*** không đời nào!
likeness (*resemblance*) sự giống nhau
liking: ***to your ~*** làm hài lòng anh/chị; ***take a ~ to s.o.*** thích ai
lilac (*flower*) hoa đinh tử hương; (*color*) màu tím nhạt
lily hoa loa kèn
lily of the valley cây hoa chuông
limb chi

lime[1] (*fruit, tree*) chanh cốm
lime[2] (*substance*) vôi
limegreen màu chanh; **limelight**: ***be in the ~*** được mọi người chú ý; **limestone** đá vôi
limit 1 *n* (*of s.o.'s land*) ranh giới; (*of s.o.'s endurance, patience*) giới hạn; ***within ~s*** trong giới hạn; ***off ~s*** không được lui tới; ***that's the ~!*** thật là quá lắm! **2** *v/t* giới hạn
limitation mặt hạn chế
limited company *Br* công ty hữu hạn
limo, limousine xe li-mô-din
limp[1] *adj arm, material* mềm; ***feel ~*** cảm thấy mệt lịm
limp[2] *n* sự đi khập khiễng; ***he has a ~*** anh ấy có tật đi khập khiễng
line[1] *n* (*on paper, road*) vạch; TELEC đường dây; (*of people, trees etc*) dãy; (*standing in ~*) hàng; (*of text*) dòng chữ; (*of business*) ngành; ***the ~ is busy*** đường dây đang bận; ***hold the ~*** cầm máy đợi; ***draw the ~ at sth*** từ chối không làm gì; ***~ of inquiry*** đường lối tìm hiểu; ***~ of reasoning*** hướng lập luận; ***stand in ~*** đứng trong hàng; ***in ~ with ...*** (*conforming with*) phù hợp với ...; ***he's out of ~*** (*not doing the proper thing*) anh ấy không làm đúng thủ tục
line[2] *v/t* (*with material*) lót
♦**line up** *v/i* xếp hàng
linen (*material*) vải lanh; (*sheets etc*) đồ lanh
liner (*ship*) tàu thủy
linesman SP trọng tài biên
linger (*of person*) nấn ná; (*of pain*) kéo dài
lingerie quần áo lót của phụ nữ
linguist (*good at foreign languages*) người biết nhiều thứ tiếng; (*who studies linguistics*) nhà ngôn ngữ học
linguistic ngôn ngữ học
lining (*of clothes*) lớp vải lót; (*of pipe*) lớp trong; (*of brakes*) ruột
link 1 *n* (*connection*) mối liên kết; (*in chain*) mắt xích **2** *v/t* liên kết
♦**link up** *v/i* ghép lại; TV nối chương trình
lion con sư tử
lip môi
lipread *v/i* hiểu theo mấp máy môi
lipstick son bôi môi
liqueur rượu mùi
liquid 1 *n* chất lỏng **2** *adj* lỏng
liquidation sự thanh lý; ***go into ~*** vỡ nợ
liquidity khả năng thanh toán tiền mặt
liquor rượu mạnh
liquor store cửa hàng rượu
lisp 1 *n* tật nói ngọng **2** *v/i* nói ngọng
list 1 *n* danh sách **2** *v/t* lên danh sách
listen lắng nghe
♦**listen in** nghe lỏm
♦**listen to** *radio, person* nghe
listener (*to radio*) thính giả; ***he's a good ~*** anh ấy là người lắng nghe
listings magazine *tạp chí đăng danh mục các chương trình phát thanh và truyền hình*
listless bơ phờ
liter lít
literacy sự biết chữ
literacy campaign chiến dịch xóa nạn mù chữ
literal *sense* nghĩa đen; *translation* nguyên văn
literary văn học
literate: ***be ~*** biết chữ
literature tác phẩm văn học; (*promotional*) tài liệu
litter rác; (*of animal*) lứa đẻ

ơ ur	**y** (tin)	**ây** uh-i	**iê** i-uh	**oa** wa	**ôi** oy	**uy** wee	**ong** aong
u (soon)	**au** a-oo	**eo** eh-ao	**iêu** i-yoh	**oai** wai	**ơi** ur-i	**ênh** uhng	**uyên** oo-in
ư (dew)	**âu** oh	**êu** ay-oo	**iu** ew	**oe** weh	**uê** way	**oc** aok	**uyêt** oo-yit

little **1** *adj town, bowl, house* nhỏ; *pain, change* ít; ***the ~ ones*** những đứa nhỏ **2** *n*: ***a ~*** một ít; (*with reference to time*) một chút; ***a ~ bread*** một ít bánh mì; ***a ~ is better than nothing*** một ít còn hơn không; ***that's the ~ I know*** đó là chút ít những gì tôi biết **3** *adv*: ***~ by ~*** dần dần; ***a ~ bigger*** to hơn tí; ***a ~ before 6*** trước 6 giờ một chút

live[1] *v/i* (*reside*) ở; (*be alive*) sống

♦**live on** **1** *v/t rice, bread* sống bằng **2** *v/i* (*continue living*) còn sống

♦**live up**: ***live it up*** sống xả láng

♦**live up to** sống theo

♦**live with** (*with person*) sống với

live[2] *adj broadcast* tại chỗ; *ammunition* sẵn sàng

livelihood (*means of living*) sinh kế

lively *person* sôi nổi; *party, music, city* vui nhộn

liver MED, (*food*) gan

livestock gia súc

livid (*angry*) giận điên lên

living **1** *adj* (*not dead*) còn sống **2** *n* sự kiếm sống; ***earn one's ~*** kiếm sống; ***standard of ~*** mức sống

living room phòng khách

lizard con thằn lằn

load **1** *n* vật chở; ELEC tải trọng; ***~s of*** F hàng đống **2** *v/t car, truck* chất; *camera* lắp phim; *gun* nạp đạn; COMPUT: *software* nạp dữ liệu; ***~ sth onto sth*** chất gì lên gì

loaded F (*very rich*) rất giàu; (*drunk*) khướt

loaf: ***a ~ of bread*** một ổ bánh mì

♦**loaf around** lượn lờ

loafer (*shoe*) giày đế phẳng

loan **1** *n* tiền cho vay; ***on ~*** mượn **2** *v/t*: ***~ s.o. sth*** cho ai vay gì

loathe rất ghét

lobby (*in hotel*) phòng tiếp tân; (*in theater*) tiền sảnh; POL nhóm người vận động

lobster tôm hùm

local **1** *adj* địa phương; ***I'm not ~*** tôi không phải người địa phương **2** *n* (*person*) dân địa phương

local anesthetic gây tê cục bộ; **local call** TELEC điện thoại trong vùng; **local government** chính quyền địa phương

locality nơi chốn

locally *live, work* địa phương

local produce sản phẩm địa phương

local time giờ địa phương

locate *new factory etc* đặt; (*identify position of*) xác định vị trí; ***be ~d*** nằm ở

location (*siting*) địa điểm; (*identifying position of*) việc xác định vị trí; ***on ~*** *movie* quay tại hiện trường

lock[1] (*of hair*) lọn tóc

lock[2] **1** *n* (*on door*) ổ khóa **2** *v/t door* khóa; ***~ sth in position*** khóa chốt gì

♦**lock away** cất giữ

♦**lock in** *person* nhốt

♦**lock out** (*of house*) bị khóa ở ngoài cửa; ***I locked myself out*** tôi bị khóa ngoài cửa

♦**lock up** (*in prison*) giam

locker tủ ngăn nhỏ có khóa

locket trái tim đeo cổ

locksmith thợ khóa

locust con châu chấu

lodge **1** *v/t*: ***~ a complaint*** đệ đơn kiện **2** *v/i* (*of bullet, ball etc*) mắc vào

lodger người ở trọ

loft (*attic*) gác mái

lofty *tree, mountain, building etc* cao ngất; *ideals* cao quý

log (*wood*) khúc củi; (*driver's ~*) sổ lộ trình; (*captain's ~*) nhật ký hàng

hải; (*written record*) sự ghi chép
♦ **log off** COMPUT ra khỏi chương trình
♦ **log on** COMPUT vào chương trình
♦ **log on to** COMPUT vào chương trình
logbook (*driver's ~*) sổ lộ trình; (*captain's ~*) nhật ký hàng hải
log cabin lều bằng gỗ súc
logic lô gíc
logical *argument, conclusion, mind* hợp với lô gíc; *person* hợp lý
logistics ngành hậu cần
logo biểu tượng
loiter lảng vảng
lollipop kẹo tăm
London Luân Đôn
loneliness (*of person*) cảnh cô đơn; (*of place*) hẻo lánh
lonely *person* cô đơn; *place* hẻo lánh
loner người cô đơn
long[1] **1** *adj* dài; ***it's a ~ way*** xa lắm **2** *adv* lâu; ***don't be ~*** đừng có lâu nhé; ***5 weeks is too ~*** 5 tuần thì quá lâu; ***will it take ~?*** có lâu lắm không?; ***for a ~ time*** lâu lắm; ***that was ~ ago*** đã lâu rồi; ***~ before then*** trước đó đã lâu; ***before ~*** sắp sửa; ***we can't wait any ~er*** chúng tôi không thể chờ lâu hơn nữa; ***he no ~er works here*** anh ấy không còn làm ở đây nữa; ***so ~ as*** (*provided*) miễn là; ***so ~!*** tạm biệt!
long[2] *v/i*: ***~ for sth*** mong mỏi gì; ***be ~ing to do sth*** mong mỏi làm gì
longan quả nhãn
long-distance *adj phonecall, flight* đường dài; *race* đường trường
longing *n* lòng mong muốn
longitude kinh độ
long jump môn nhảy xa; **long-range** *missile* tầm xa; *forecast* dài ngày; **long-sighted** viễn thị; **long-sleeved** dài tay; **long-standing** đã có từ lâu đời; **long-term** *adj effects, plans, relationship etc* lâu dài; *contract* dài hạn; **long wave** sóng dài
loo *Br* F nhà xí (*N*), nhà cầu (*S*)
look 1 *n* (*appearance*) bề ngoài; (*glance*) cái nhìn; ***give s.o./sth a ~*** nhìn ai/gì; ***have a ~ at sth*** (*examine*) kiểm tra gì; ***can I have a ~?*** tôi xem có được không?; ***can I have a ~ around?*** (*in store etc*) tôi chỉ nhìn thôi có được không?; ***~s*** (*beauty*) nhan sắc **2** *v/i* nhìn; (*search*) tìm kiếm; (*seem*) có vẻ; ***you ~ tired/different*** anh/chị có vẻ mệt mỏi/khác đi
♦ **look after** trông nom
♦ **look around** *museum, city* thăm
♦ **look at** nhìn; (*examine*) nghiên cứu; (*consider*) nhìn
♦ **look back** nhìn lại
♦ **look down on** xem thường
♦ **look for** tìm kiếm
♦ **look forward to** mong đợi
♦ **look in on** (*visit*) ghé qua
♦ **look into** (*investigate*) điều tra
♦ **look on 1** *v/i* (*watch*) đứng xem **2** *v/t*: ***~ s.o./sth as*** (*consider*) xem ai/gì như là
♦ **look onto** *garden, street* trông ra
♦ **look out** *v/i* (*of window etc*) nhìn ra ngoài; (*pay attention*) cẩn thận; ***~!*** hãy cẩn thận!
♦ **look out for** (*try to find*) tìm kiếm; (*be on guard against*) đề phòng
♦ **look out of** *window* nhìn ra ngoài
♦ **look over** *house, translation* xem xét
♦ **look through** *magazine, notes* xem lướt
♦ **look to** (*rely on*) tin tưởng vào

◆**look up** **1** *v/i* (*from paper etc*) ngước nhìn lên; (*improve*) được cải thiện; ***things are looking up*** tình hình đang được cải thiện **2** *v/t word, phone number* tra; (*visit*) đến thăm
◆**look up to** (*respect*) kính trọng
lookout (*person*) người gác; ***be on the ~ for ...*** (*guard against*) để phòng ...
◆**loom up** hiện ra lờ mờ
loony F **1** *n* người điên **2** *adj* điên rồ
loop *n* hình thắt nút
loophole (*in law etc*) kẽ hở
loose *connection, wire, button* lỏng lẻo; *clothes* rộng lùng thùng; *morals* phóng túng; *wording* không chặt chẽ; ***~ change*** tiền lẻ; ***~ ends*** (*of problem, discussion*) những điều còn chưa ngã ngũ
loosely *tied* lỏng lẻo; *worded* không chặt chẽ
loosen *collar, knot* nới lỏng
loot **1** *n* chiến lợi phẩm **2** *v/i* cướp bóc
looter kẻ cướp bóc
◆**lop off** cắt tỉa
lop-sided lệch
Lord (*God*) Chúa trời; ***~'s Prayer*** lời cầu nguyện của Chúa
lorry *Br* xe tải
lose **1** *v/t object* mất; *match* thua **2** *v/i* SP thua; (*of clock*) chạy chậm; ***I'm lost*** tôi bị lạc; ***get lost!*** F biến đi!
◆**lose out** bị thua thiệt
loser SP người thua; (*in life*) người thất bại
loss sự mất; (*in business*) sự thua lỗ; ***make a ~*** thua lỗ; ***be at a ~*** bị lúng túng
lost đã mất
lost-and-found (office) nơi giữ đồ đạc bị thất lạc
lot ◊: ***a ~, ~s*** nhiều; ***a ~ of, ~s of*** nhiều; ***a ~ of beer*** nhiều bia; ***a ~ easier*** dễ hơn nhiều ◊: ***a ~*** (*with verbs*) rất (*before Vietnamese verb*), lắm (*after Vietnamese verb*); *like, love, hate etc* nhiều (*after Vietnamese verb*); ***it costs a ~*** rất đắt; ***I really like it a ~*** tôi thực tình rất thích; ***I didn't understand a ~*** tôi hiểu không nhiều lắm; ***do you still travel a ~?*** anh/chị vẫn hay đi du lịch nhiều chứ?
lotion (*medicine*) thuốc bôi; (*beauty product*) kem
lotus cây sen
lotus flower hoa sen
loud *music, voice, noise* ầm ĩ; *color* sặc sỡ
loudspeaker (*at station*) loa phóng thanh; (*for stereo*) loa
lounge (*in hotel*) phòng chơi
◆**lounge around** loanh quanh
louse con rận
lousy *meal, vacation etc* tồi tệ; ***I feel ~*** tôi cảm thấy không được khỏe
lout kẻ thô tục
lovable đáng yêu
love **1** *n* tình yêu; (*in tennis*) không; ***be in ~*** yêu; ***fall in ~*** phải lòng; ***make ~*** làm tình; ***my ~*** (*to female*) em yêu; (*to male*) anh yêu; (*to child*) cưng **2** *v/t person, country* yêu; *wine, food etc* rất thích; ***~ to do sth*** rất thích làm gì
love affair chuyện tình; **love letter** thư tình; **lovelife** cuộc sống tình yêu
lovely *face, person* đáng yêu; *color, hair, weather* đẹp; *tune, character* hay; *vacation* thú vị; *meal* ngon; ***we had a ~ time*** chúng tôi đã vui chơi thỏa thích
lover người yêu
loving *adj* giàu lòng thương mến

low **1** *adj bridge, wall, salary, price* thấp; *voice* trầm; *quality* kém; ***be feeling*** ~ cảm thấy buồn nản; ***be ~ on gas/tea*** đã cạn ga/chè **2** *n* (*in weather*) vùng áp thấp; (*in sales, statistics*) mức thấp

low broken tone dấu nặng; **lowbrow** *adj* kém học thức; **low-calorie** lượng ca lo thấp; **low constricted tone** dấu nặng; **low-cut** *dress* cổ trễ

lower (*to the ground*) thả xuống; *flag, hem* hạ; *pressure, price* giảm

low falling tone dấu huyền; **low-fat** lượng béo thấp; **lowkey** *presentation, speech* không sôi nổi; *approach* dè dặt; **lowlands** vùng đất thấp; **low-pressure area** vùng áp thấp; **low rising tone** dấu hỏi; **low season** mùa vắng khách; **low tide** thủy triều xuống

loyal trung thành

lozenge (*shape*) hình thoi; (*tablet*) viên ngậm

Ltd (= ***limited***) hữu hạn

lubricant dầu nhờn

lubricate tra dầu mỡ

lubrication sự tra dầu mỡ

lucid (*clear*) rõ ràng; (*sane*) tỉnh táo

luck sự may mắn; ***bad*** ~ vận rủi; ***hard ~!*** thật là không may!; ***good*** ~ vận may; ***good ~!*** chúc may mắn!

♦**luck out** F may mắn

luckily may mắn thay

lucky *person, day, number* may, may mắn; ***you were*** ~ anh/chị thật may mắn; ***he's ~ to be alive*** anh ấy thật may là đã sống sót; ***that's ~!*** thật là may!

ludicrous lố bịch

luggage hành lý

lukewarm *water* âm ấm; *reception* hờ hững

lull **1** *n* (*in storm, fighting, conversation*) khoảng thời gian yên tĩnh **2** *v/t*: ***~ s.o. into a false sense of security*** xoa dịu ai bằng một cảm giác an toàn giả tạo

lullaby bài hát ru

lumbago chứng đau lưng

lumber *n* (*timber*) gỗ xẻ

luminous phát sáng

lump (*of sugar*) miếng; (*swelling*) cái bướu

♦**lump together** gộp lại

lump sum món tiền cả cục

lumpy lổn nhổn

lunacy sự rồ dại

lunar thuộc mặt trăng

lunar calendar âm lịch; **lunar eclipse** nguyệt thực; **Lunar New Year** Tết Nguyên Đán

lunatic *n* kẻ điên rồ

lunch bữa trưa; ***have*** ~ ăn trưa

lunch box hộp đựng thức ăn trưa; **lunch break** thời gian nghỉ trưa; **lunch hour** giờ nghỉ ăn trưa; **lunchtime** giờ ăn trưa

lung phổi

lung cancer ung thư phổi

♦**lunge at** lao lên tấn công

lurch *v/i* (*of person*) lảo đảo; (*of ship etc*) tròng trành

lure **1** *n* sức hấp dẫn **2** *v/t* nhử

lurid *color* sáng chói; *details* khủng khiếp

lurk (*of person*) núp; (*of doubt*) ngấm ngầm

luscious *fruit* thơm ngon; *dessert* hấp dẫn; (*sexy*) khêu gợi

lust *n* sự ham muốn nhục dục

luxurious sang trọng

luxury **1** *n* sự xa hoa **2** *adj* sang trọng

lychee quả vải

Ly Dynasty nhà Lý

lymph gland tuyến bạch cầu

ơ ur	**y** (tin)	**ây** uh-i	**iê** i-uh	**oa** wa	**ôi** oy	**uy** wee	**ong** aong
u (soon)	**au** a-oo	**eo** eh-ao	**iêu** i-yoh	**oai** wai	**ơi** ur-i	**ênh** uhng	**uyên** oo-in
ư (dew)	**âu** oh	**êu** ay-oo	**iu** ew	**oe** weh	**uê** way	**oc** aok	**uyêt** oo-yit

lynch hành hình kiểu lin sơ
lynx mèo rừng
lyricist người viết lời bài ca
lyrics lời ca

M

MA (= ***Master of Arts***) thạc sĩ Văn chương
ma'am thưa bà
machine *n & v/t* máy
machine gun *n* súng máy
machine-readable có thể đọc được bằng máy
machinery (*machines*) máy móc
machismo thói cao ngạo của đàn ông
macho cao ngạo đàn ông
mackintosh áo mưa
macro COMPUT lệnh vĩ mô
mad (*insane*) điên; (*angry*) tức giận; ***be ~ about*** (*very enthusiastic*) say mê; ***drive s.o. ~*** làm cho ai phát điên lên; ***go ~*** (*become insane*) phát điên; (*with enthusiasm*) trở nên cuồng nhiệt; ***like ~*** *run, work* như điên
madden (*infuriate*) chọc tức
maddening làm bực mình
made-to-measure may đo
madhouse *fig* chợ vỡ
madly như điên; ***~ in love*** yêu như điên
madman người điên
madness chứng điên; (*folly*) sự điên rồ
Mafia: ***the ~*** bọn maphia
magazine (*printed*) tạp chí
maggot con giòi
magic **1** *n* ma thuật; (*tricks*) trò ảo thuật; ***like ~*** như có phép mầu **2** *adj* phép mầu
magical *powers* ma thuật; *moment* kỳ diệu
magician (*performer*) nhà ảo thuật
magic spell câu phù chú
magic trick trò ảo thuật
magnanimous hào hiệp
magnet nam châm
magnetic có từ tính; *fig*: *personality* có sức hấp dẫn
magnetism (*of person*) sức hấp dẫn
magnificence vẻ lộng lẫy
magnificent (*beautiful*) lộng lẫy; (*impressive*) phi thường; *building* nguy nga
magnify phóng đại
magnifying glass kính lúp
magnitude tầm lớn
magnolia hoa ngọc lan
mah-jong mạt chược
maid (*servant*) người hầu; (*in hotel*) cô hầu phòng
maiden name tên họ thời con gái
maiden voyage chuyến vượt biển đầu tiên
mail **1** *n* thư từ; ***put sth in the ~*** bỏ gì vào thùng thư bưu điện **2** *v/t letter* gửi qua bưu điện
mailbox (*in street*) thùng thư bưu điện; (*of house*), COMPUT hộp thư
mailing list danh sách nhận ấn phẩm

mailman người đưa thư; **mail-order catalog** catalô để đặt hàng qua bưu điện; **mail-order firm** công ty nhận đặt hàng qua bưu điện
maim làm tàn tật
main *adj* chính
mainframe máy chủ; **mainland** đất liền; ***on the ~*** trên đất liền; **mainland China** lục địa Trung Hoa
mainly chủ yếu
main road đường chính
main street phố chính
maintain *peace, law and order etc* duy trì; *pace, speed* giữ; *machine, house* bảo quản; *family* nuôi dưỡng; *innocence, guilt* khẳng định; ***~ that*** khẳng định rằng
maintenance (*of machine, house*) sự bảo quản; (*money*) tiền chu cấp; (*of law and order*) sự duy trì
majestic *person* oai vệ; *scenery* hùng vĩ; *ship* uy nghi
major 1 *adj* (*significant*) lớn; ***a ~ operation*** MED một ca đại phẫu; ***in C ~*** MUS khóa Đô trưởng **2** *n* MIL thiếu tá
♦**major in** chuyên về môn
majority đa số; POL đa số phiếu; ***be in the ~*** chiếm đa số
make 1 *n* (*brand*) kiểu **2** *v/t* làm; *coffee, tea* pha; *dress* cắt may; *table, chair etc* đóng; *noise* gây ra; *movie* dựng; (*manufacture*) chế tạo; (*earn*) kiếm được; MATH bằng; (*total*) tạo thành; ***~ the bed*** dọn giường; ***~ a speech*** phát biểu; ***~ a statement*** tuyên bố; ***~ a decision*** quyết định; ***~ a telephone call*** gọi điện thoại; ***made in Vietnam*** sản xuất tại Việt Nam; ***~ s.o. do sth*** (*force to*) bắt buộc ai làm gì; (*cause to*) làm cho ai làm gì; ***you can't ~ me do it!*** anh/chị không thể bắt tôi làm điều đó!; ***~ s.o. happy/angry*** làm cho ai sung sướng/tức giận; ***~ it*** (*catch bus, train*) đến kịp; (*come*) đến dự; (*succeed*) thành công; (*survive*) sống được; ***what time do you ~ it?*** đồng hồ của anh/chị là mấy giờ?; ***~ believe*** giả vờ; ***~ do with*** đành chịu; ***what do you ~ of it?*** anh/chị thấy thế nào?
♦**make for** (*go toward*) tiến về phía
♦**make off** chuồn đi
♦**make off with** (*steal*) cuỗm đi
♦**make out** *v/t list, check* viết; (*see*) nhìn thấy; (*imply*) ngụ ý; ***~ a check*** viết séc
♦**make over**: ***make X over to Y*** chuyển nhượng X cho Y
♦**make up 1** *v/i* (*of woman*) trang điểm; (*of actor*) hóa trang; (*after quarrel*) dàn hòa **2** *v/t story, excuse* bịa; *face* trang điểm; *actor* hóa trang; (*constitute*) cấu tạo; ***be made up of*** được cấu tạo bởi; ***~ one's mind*** quyết định; ***make it up*** (*after quarrel*) dàn hòa
♦**make up for** đền bù
make-believe *n* sự giả vờ
maker nhà sản xuất
makeshift *adj* tạm thời
make-up (*cosmetics*) đồ trang điểm
maladjusted thất thường về tâm lý
malaria bệnh sốt rét
Malay (*language*) tiếng Mã lai; (*person*) người Mã lai
Malaysia nước Malaysia, nước Mã lai
Malaysian *adj* Malaysia, Mã lai
male 1 *adj* (*masculine*) nam; *animal, fish* đực; *bird* trống **2** *n* (*man*) đàn ông; (*animal, fish*) con đực; (*bird*) trống
male chauvinist (pig) (con lợn) sô

vanh
male nurse y tá nam
malevolent ác tâm
malfunction **1** *n* sự trục trặc **2** *v/i* trục trặc
malice sự ác tâm
malicious ác tâm
malignant *tumor* ác tính
mall (*shopping* ~) khu vực buôn bán
malnutrition sự suy dinh dưỡng
malpractice việc làm phi pháp
maltreat ngược đãi
maltreatment sự ngược đãi
mammal loài (động vật) có vú
mammoth *adj* (*enormous*) khổng lồ
man *n* đàn ông; (*human being*) con người; (*humanity*) nhân loại; (*in chess, checkers*) quân
manage **1** *v/t business, money* quản lý; *suitcase, heavy object etc* mang được; **~ *to ...*** tìm được cách ... **2** *v/i* (*cope, get by*) xoay sở; ***can you ~ (to do it) by yourself?*** anh/chị có thể tự làm được không?
manageable *size etc* có thể làm được; ***it's not ~*** cái đó không thể làm được
management (*managing*) sự quản lý; (*managers*) ban quản trị; ***under his ~*** dưới sự điều hành của ông ấy
management buyout *việc ban quản trị công ty mua lại hết các cổ phần để trở thành chủ công ty*; **management consultant** người tư vấn về quản lý; **management studies** môn nghiên cứu về quản lý; **management team** đội quản lý
manager giám đốc
managerial về quản lý
managing director giám đốc điều hành
Mandarin (*language*) tiếng Quan thoại
mandarin (*in China*) quan lại
mandarin orange quả quít
mandate (*authority*) sự ủy thác; (*task*) nhiệm vụ
mandatory bắt buộc
mane (*of horse*) bờm
maneuver **1** *n* thao tác; *fig* thủ đoạn **2** *v/t vehicle* điều khiển; *fig* vận động
mangle *v/t* (*crush*) xé nát
mango quả xoài
mangrove cây vẹt (*N*), cây đước (*S*)
manhandle *person* cư xử thô bạo; *object* vác
manhood (*maturity*) tuổi trưởng thành; (*virility*) nam tính
man-hour giờ công
manhunt cuộc săn lùng tội phạm
mania (*craze*) sự say mê
maniac người điên khùng
manicure *n* cắt sửa móng tay
manifest **1** *adj* rõ ràng **2** *v/t* bày tỏ; **~ *itself*** hiện ra
manipulate *person* lôi kéo; *bones* điều khiển
manipulation (*of person, bones*) sự điều khiển
manipulative lôi cuốn
mankind nhân loại, loài người
manly có vẻ đàn ông
man-made nhân tạo
mannequin manơcanh
manner (*of doing something*) cách; (*attitude*) thái độ
manners: ***good/bad ~*** cách cư xử tốt/xấu; ***have no ~*** không lịch sự
manpower nhân sự
mansion dinh thự
mantelpiece, **mantelshelf** bệ lò sưởi
manual **1** *adj*: **~ *labor*** lao động chân tay **2** *n* (*book*) sách chỉ dẫn sử dụng

manual dexterity chân tay khéo léo
manual worker người lao động chân tay
manufacture **1** *n* sự sản xuất **2** *v/t* sản xuất
manufacturer nhà sản xuất
manufacturing industry công nghiệp sản xuất
manure phân bón
manuscript bản thảo
many **1** *adj* nhiều; **~ *times*** nhiều lần; ***not ~ taxis*** không nhiều xe tắc xi; ***too ~ problems/beers*** quá nhiều vấn đề/bia **2** *pron* nhiều; ***a great ~, a good ~*** rất nhiều; ***how ~ do you need?*** anh/chị cần bao nhiêu?
map *n* bản đồ
♦**map out** vạch ra
maple (*tree*) cây thích; (*wood*) gỗ thích
mar làm hỏng
marathon (*race*) cuộc đua ma ra tông
marble (*material*) cẩm thạch
March tháng Ba
march **1** *n* MIL cuộc hành quân; (*ceremonial*) cuộc diễu hành; (*demonstration*) cuộc tuần hành **2** *v/i* MIL hành quân; (*ceremonially*) diễu hành; (*in protest*) tuần hành
Mardi Gras ngày trước tuần chay
mare ngựa cái
margarine bơ thực vật
margin (*of page*) lề; (COM: *profit ~*) lãi ròng; ***by a narrow ~*** sát nút
marginal (*slight*) nhỏ
marginally (*slightly*) đôi chút
marihuana, marijuana cần sa
marina bến thuyền
marinade *n* nước ướp
marinate ướp
marine **1** *adj* biển **2** *n* MIL lính thủy đánh bộ, thủy quân lục chiến (*S*)
marital hôn nhân
maritime hàng hải
mark **1** *n* (*stain*) vết; (*sign, token*) biểu hiện; (*trace*) dấu hiệu; EDU điểm; ***leave one's ~*** để lại ấn tượng **2** *v/t* (*stain*) làm có vết; EDU chấm điểm; (*indicate*) đánh dấu, ghi; (*commemorate*) kỷ niệm **3** *v/i* (*of fabric*) bị vết
♦**mark down** *goods* giảm giá
♦**mark out** (*with a line etc*) kẻ đường ranh; *fig* (*set apart*) phân biệt với
♦**mark up** *price* tăng giá
marked (*definite*) rõ rệt
marker (*highlighter*) bút đánh dấu
market **1** *n* chợ; (*for particular commodity*) thị trường; ***stock ~*** thị trường chứng khoán; ***on the ~*** được đưa ra bán **2** *v/t* (*sell*) bán; (*promote*) chào hàng
market economy kinh tế thị trường
market forces thế lực thị trường
marketing sự tiếp thị
market leader (*product*) sản phẩm hàng đầu; (*company*) công ty hàng đầu; **marketplace** (*in town*) nơi họp chợ; (*for commodities*) thương trường; **market research** sự nghiên cứu thị trường; **market share** thị phần
mark-up sự tăng giá
marmalade mứt cam
marquee lều bạt lớn
marriage hôn nhân; (*event*) đám cưới
marriage certificate giấy đăng ký kết hôn
marriage counselor cố vấn về hôn nhân
married vợ chồng; **~ *man*** đàn ông

có vợ; ~ ***woman*** phụ nữ có chồng; ***be ~ to ...*** kết hôn với ...

marry kết hôn; (*of priest*) làm phép cưới; ***get married*** cưới

marsh đầm lầy

marshal *n* (*police officer*) cảnh sát trưởng; (*official*) quan chức phụ trách nghi lễ

marshy đầm lầy

martial arts võ thuật; **martial arts instructor** võ sư; **martial law** tình trạng thiết quân luật

martyr *n* REL kẻ tử vì đạo; *fig* người chịu hy sinh, đau khổ

martyred đau khổ

marvel *n* (*person*) người kỳ diệu; (*thing*) vật kỳ diệu

♦ **marvel at** kinh ngạc trước

marvelous tuyệt vời

Marxism chủ nghĩa Mác

Marxism-Leninism chủ nghĩa Mác Lênin

Marxist 1 *adj* Mác Xít **2** *n* người theo chủ nghĩa Mác

mascara thuốc bôi mi mắt

mascot biểu tượng may mắn

masculine *adj* đàn ông

masculinity (*virility*) tính đàn ông

mash *v/t* nghiền

mashed potatoes khoai tây nghiền

mask 1 *n* mặt nạ **2** *v/t feelings* che giấu

masochism sự thích tự hành hạ bản thân; (*sexual*) sự thống dâm

masochist người thích tự hành hạ mình; (*sexual*) kẻ thống dâm

mason thợ nề

masonry (*stonework*) phần xây nề; (*craft*) nghề thợ nề

masquerade 1 *n fig* sự giả vờ **2** *v/i*: ***~ as*** giả danh là

mass[1] 1 *n* (*great amount*) khối; ***the ~es*** quần chúng nhân dân; ***~es of*** rất nhiều, số đông **2** *v/i* tập hợp

mass[2] REL lễ mixa

massacre 1 *n* cuộc tàn sát; F (*in sport*) sự thua đậm **2** *v/t* F (*in sport*) đè bẹp

massage 1 *n* sự xoa bóp, mát xa **2** *v/t* xoa bóp, mát xa; *figures* điều chỉnh

massage parlor hiệu mát xa

masseur, **masseuse** nhân viên mát xa

massive rất lớn

mass media phương tiện thông tin đại chúng; **mass-produce** sản xuất hàng loạt; **mass production** sự sản xuất hàng loạt

mast (*of ship*) cột buồm; (*for radio signal*) cột ăng ten

master 1 *n* (*of dog*) chủ; (*of ship*) thuyền trưởng; ***be a ~ of*** là bậc thầy ở môn **2** *v/t skill*, *language* nắm vững; *situation* làm chủ

master bedroom phòng ngủ chính

master key chìa cái

masterly bậc thầy

mastermind 1 *n* người làm quân sư **2** *v/t fig* đạo diễn; **Master of Arts** thạc sĩ Văn chương; **master of ceremonies** trưởng ban nghi thức; **masterpiece** kiệt tác; **master's (degree)** (bằng) thạc sĩ

mastery sự thành thạo

masturbate thủ dâm

mat *n* (*for floor*) tấm thảm; (*for table*) tấm lót

match[1] (*for cigarette*) diêm (*N*), quẹt (*S*)

match[2] 1 *n* (*competition*) trận đấu; ***be no ~ for s.o.*** không phải là đối thủ của ai; ***meet one's ~*** gặp kỳ phùng địch thủ **2** *v/t* (*be the same as*) tương xứng; (*equal*) sánh được **3** *v/i* (*of colors, patterns*) tương xứng

---

matchbox hộp diêm (*N*), hộp quẹt (*S*)
matching *adj* tương xứng
mate **1** *n* (*of animal: female*) con cái; (*male*) con đực; NAUT phó thuyền trưởng **2** *v/i* kết đôi
material **1** *n* (*fabric*) vải; (*substance*) vật liệu **2** *adj* vật chất
materialism chủ nghĩa vật chất
materialist người thiên về vật chất
materialize (*appear*) hiện ra; (*become a reality*) thành sự thật
materials nguyên liệu
maternal *love, feelings* mẫu tử; *relatives* ngoại
maternity chức năng làm mẹ
maternity dress áo váy bầu; **maternity leave** nghỉ đẻ; **maternity ward** khu sản
math toán
mathematical *calculations, formula* toán học; *mind, person* có khiếu về toán
mathematician nhà toán học
mathematics toán; (*subject*) toán học
matinée cuộc trình diễn buổi chiều
matriarch nữ chúa
matrimony hôn nhân
matt xỉn
matter **1** *n* (*affair*) sự việc; PHYS vật chất; ***it's rather a serious ~*** đây là một sự việc khá nghiêm trọng; ***as a ~ of course*** là điều tất nhiên; ***as a ~ of fact*** thật ra; ***what's the ~?*** chuyện gì vậy?; ***no ~ what she says*** bất kể bà ấy nói gì **2** *v/i* quan trọng; ***it doesn't ~*** không có vấn đề gì
matter-of-fact thản nhiên
mattress đệm
mature **1** *adj* chín chắn **2** *v/i* (*of person*) trở nên chín chắn; (*of insurance policy etc*) đến hạn thanh toán
maturity (*adulthood*) tuổi trưởng thành; (*in behavior, attitude*) tính chín chắn
maximize tăng tối ta
maximum *n & adj* tối đa
May tháng Năm
may ◊ (*possibility, permission*) có thể; ***it ~ rain*** trời có thể mưa; ***you ~ be right*** có thể anh/chị đúng; ***it ~ not happen*** điều đó có thể sẽ không xảy ra; ***~ I help/smoke?*** tôi có thể giúp/hút thuốc không?; ***you ~ if you like*** được, nếu anh/chị muốn ◊ (*wishing, hoping*) chúc; ***~ you both be very happy*** chúc hai người thật hạnh phúc
maybe có thể
May Day Ngày mồng 1 tháng Năm, Ngày mùng 1 tháng Năm (*S*)
mayo, mayonnaise xốt mayone
mayor thị trưởng
maze mê cung
MB (= ***megabyte***) mêga bai
MBA (= ***Master of Business Administration***) cử nhân quản lý kinh doanh
MBO → ***management buyout***
MD (= ***Doctor of Medicine***) bác sĩ y khoa
me tôi, tui (*S*); (*speaking to one's parents*) con; (*female to younger brother or sister or member of the younger generation*) chị; (*male to younger brother or sister or member of the younger generation*) anh; (*to older brother or sister or member of an older generation*) em; (*mother to her children*) mẹ (*N*), má (*S*); (*father to his children*) bố (*N*), ba (*S*); (*young person to friend of same generation*) tao; (*informal to same generation*) mình; ***it's ~*** tôi đây; ***he knows ~*** anh ấy biết tôi;

that's for ~ cái đó là cho tôi
meadow đồng cỏ
meager *amount, salary* ít ỏi; *meal* đạm bạc
meal bữa ăn
mealtime giờ ăn
mean[1] (*with money*) bủn xỉn; (*nasty*) hèn hạ
mean[2] **1** *v/t* (*intend*) có ý; (*signify*) có nghĩa; ~ ***to do sth*** có ý định làm gì; ***be ~t for*** dự định cho; (*of remark*) nhằm vào **2** *v/i*: ~ ***well*** có ý tốt; ***doesn't it ~ anything to you?*** (*doesn't it matter?*) điều đó có ý nghĩa gì đối với anh/chị không?
meaning (*of word*) nghĩa
meaningful (*comprehensible*) rõ nghĩa; (*constructive*) tích cực; *glance* đầy ý nghĩa
meaningless *sentence, gesture etc* vô nghĩa
means (*financial*) phương tiện; (*way*) cách; ~ ***of transportation*** phương tiện giao thông; ***by all*** ~ (*certainly*) tất nhiên; ***by no ~ rich/poor*** không giàu/nghèo tí nào; ***by ~ of*** bằng cách
meantime: ***in the*** ~ trong lúc đó
measles bệnh sởi
measure **1** *n* (*step*) biện pháp; (*certain amount*) một số **2** *v/t* đo **3** *v/i* đo được
♦**measure out** *sugar, flour etc* chia ra
♦**measure up to** *certain standard* đọ được; *expectations* đạt được
measurement (*action*) sự đo lường; (*of person*) số đo; (*of room etc*) kích thước; ***system of*** ~ hệ thống đo lường
meat thịt
meatball thịt viên
meatloaf ổ bánh thịt
mechanic thợ cơ khí
mechanical *device, gesture* máy móc
mechanically bằng máy; *do sth* một cách máy móc
mechanism bộ phận máy
mechanize cơ khí hóa
medal huy chương
medalist người được thưởng huy chương
meddle (*interfere*) can thiệp; (*tinker*) mó máy
media: ***the*** ~ phương tiện thông tin đại chúng
media hype *quảng cáo rùm beng của các phương tiện thông tin đại chúng*
median strip giải phân cách
mediate làm trung gian hòa giải
mediation sự trung gian hòa giải
mediator người làm trung gian hòa giải
medical **1** *adj school, profession* y khoa; *treatment, insurance* y tế; ~ ***history*** bệnh sử **2** *n* khám sức khỏe
medical certificate giấy khám sức khỏe
Medicare *chế độ bảo hiểm y tế của nhà nước Mỹ*
medicated có pha thuốc
medication thuốc
medicinal: ***for ~ purposes*** dùng để chữa bệnh; ~ ***herbs*** dược thảo
medicine (*science*) y học; (*medication*) thuốc uống
medieval thời Trung cổ
mediocre thường; *performance* xoàng
mediocrity (*of work etc*) tính chất tầm thường; (*person*) người tầm thường
meditate trầm tư
meditation sự trầm tư

medium **1** *adj* (*average*) trung bình; *steak* vừa **2** *n* (*in size*) trung bình; (*vehicle*) phương tiện; (*female spiritualist*) cô đồng; (*male spiritualist*) ông đồng
medium-sized cỡ trung bình
medium wave RAD sóng trung
medley (*assortment*) sự hỗn hợp
meek hiền lành
meet **1** *v/t* gặp; (*be introduced to*) làm quen; (*collect*) đi đón; (*in competition*) gặp; (*satisfy*) đáp ứng; ***their eyes met*** mắt họ chạm nhau **2** *v/i* gặp; (*of committee etc*) họp; ***have you two met?*** (*know each other*) các anh/chị đã gặp nhau chưa? **3** *n* SP cuộc thi
♦ **meet with** *person* gặp mặt; *opposition* gặp phải; *approval etc* giành được
meeting (*by arrangement, of committee*) cuộc họp; (*by chance*) cuộc gặp gỡ; ***he's in a ~*** anh ấy đang họp
meeting place nơi hội họp
megabyte COMPUT mêga bai
Mekong Delta Đồng bằng sông Cửu Long, Đồng bằng sông Mê Kông
Mekong River sông Cửu Long, sông Mê Kông
melancholy *adj* u sầu
mellow **1** *adj* êm dịu **2** *v/i* (*of person*) trở nên chín chắn
melodious du dương
melodramatic cường điệu
melody giai điệu
melon quả dưa
melt **1** *v/i* tan ra **2** *v/t* làm tan ra
♦ **melt away** *fig* làm tan biến
♦ **melt down** *metal* nấu chảy
melting pot *fig* nơi tụ cư
member (*of family, club, organization*) thành viên; (*of plant family*) chi; ***~ of Congress*** hạ nghị sĩ
membership tư cách hội viên; (*number of members*) số hội viên
membership card thẻ hội viên
membrane màng
memento vật kỷ niệm
memo thư báo
memoirs hồi ký
memorable đáng ghi nhớ
memorial **1** *adj* tưởng niệm **2** *n* đài tưởng niệm
Memorial Day ngày liệt sĩ
memorize học thuộc
memory (*recollection*) ký ức; (*power of recollection*) trí nhớ; COMPUT bộ nhớ; ***have a good/bad ~*** có trí nhớ tốt/tồi; ***in ~ of*** để tưởng nhớ tới
menace **1** *n* (*threat*) sự đe dọa; (*person*) mối đe dọa **2** *v/t* đe dọa
menacing dọa nạt
mend **1** *v/t* sửa chữa **2** *n*: ***be on the ~*** (*after illness*) trở nên khá hơn
menial *adj* giản đơn
meningitis viêm màng não
menopause thời kỳ mãn kinh
men's room phòng vệ sinh nam
menstruate thấy kinh
menstruation kinh nguyệt
mental *ability, powers* trí tuệ; *health* tinh thần; F (*crazy*) mất trí
mental arithmetic tính nhẩm; **mental cruelty** sự tàn nhẫn về mặt tinh thần; **mental hospital** bệnh viện tâm thần; **mental illness** bệnh tâm thần
mentality cách suy nghĩ
mentally (*in one's mind*) thầm; ***~ handicapped*** tật nguyền tâm thần; ***~ ill*** bị bệnh tâm thần
mention **1** *n* sự đề cập **2** *v/t* đề cập; ***don't ~ it*** có gì đâu
mentor *n* cố vấn dày kinh nghiệm

---

menu (*for food*) thực đơn; COMPUT danh mục
mercenary **1** *adj* vụ lợi **2** *n* MIL lính đánh thuê
merchandise hàng hóa
merchant thương nhân
merciful nhân từ
mercifully (*thankfully*) may mắn
merciless tàn nhẫn
mercury (*chemical*) thủy ngân
mercy lòng nhân từ; ***be at s.o.'s ~*** phó mặc cho ai
mere *adj* chỉ là
merely chỉ
merge *v/i* (*of two lines etc*) nhập vào nhau; (*of companies*) sát nhập
merger COM sự sát nhập
merit **1** *n* (*worth*) sự xứng đáng; (*positive attributes*) giá trị; (*advantage*) thuận lợi **2** *v/t* đáng được
merry vui vẻ; ***Merry Christmas!*** chúc Giáng Sinh vui vẻ!
merry-go-round vòng quay ngựa gỗ
mesh *n* (*of net*) tấm lưới; (*measure of density*) mắt lưới
mess *n* (*untidiness*) sự bừa bãi; (*trouble*) sự rắc rối; ***be a ~*** (*of room, desk*) bừa bộn; (*of hair*) rối tung; (*of situation, s.o.'s life*) mớ bòng bong
♦ **mess around** **1** *v/i* tào lao **2** *v/t person* úp mở với
♦ **mess around with** (*interfere with*) mó máy; ***~ s.o.*** (*have an affair*) tằng tịu với ai
♦ **mess up** *room, papers* làm lộn xộn; *task, plans, marriage* làm hỏng
message lời nhắn; (*of movie, book*) thông điệp
messenger (*courier*) người đưa tin
messy *room* bừa bộn; *person* bừa bãi; *job* lộn xộn; *divorce, situation* không dễ chịu
metabolism sự chuyển hóa
metal **1** *n* kim loại; (*in Vietnamese zodiac*) Canh **2** *adj* bằng kim loại
metallic kim loại, như kim loại
meteor sao băng
meteoric *fig* nhanh chóng
meteorite thiên thạch
meteorological khí tượng
meteorologist nhà khí tượng
meteorology khí tượng học
meter[1] (*for measuring*) đồng hồ đo; (*parking ~*) máy tính tiền đỗ xe
meter[2] (*unit of length*) mét
method phương pháp
methodical *search* có phương pháp; *person* cẩn thận
methodically một cách có phương pháp
meticulous tỉ mỉ
metric mét
metropolis thủ đô
metropolitan *adj* thành phố
mew → ***miaow***
Mexican **1** *adj* Mêhicô **2** *n* người Mêhicô
Mexico nước Mêhicô
mezzanine (floor) gác lửng
miaow **1** *n* tiếng mèo kêu meo meo **2** *v/i* meo meo
mickey mouse *adj pej* F *course, qualification* không có giá trị
microchip vi mạch; **microcosm** thế giới vi mô; **microelectronics** vi điện tử; **microfilm** vi phim; **microphone** micrô; **microprocessor** bộ vi xử lý; **microscope** kính hiển vi; **microscopic** cực nhỏ; **microwave** (*oven*) lò vi sóng
midair: ***in ~*** ở giữa không trung
Mid-Autumn Festival Tết Trung Thu

---

ch (*final*) k	**gh** g	**nh** (*final*) ng	**r** z; (*S*) r	**x** s	**â** (but)	**i** (tin)
d z; (*S*) y	**gi** z; (*S*) y	**ph** f	**th** t	**a** (hat)	**e** (red)	**o** (saw)
đ d	**nh** (onion)	**qu** kw	**tr** ch	**ă** (hard)	**ê** ay	**ô** oh

midday buổi trưa
middle **1** *adj* giữa **2** *n* giữa; ***in the ~ of*** (*floor, room*) ở giữa; (*period of time*) vào giữa; ***be in the ~ of doing sth*** đang làm gì
middle-aged tuổi trung niên; **Middle Ages** thời Trung cổ; **middle-class** *adj* tầng lớp trung lưu; **middle class(es)** lớp người trung lưu; **Middle East** Trung Đông; **middleman** người trung gian; **middle name** tên đệm; **middleweight** *n* (*boxer*) võ sĩ hạng trung
middling trung bình
midget **1** *adj* (*very small*) rất nhỏ **2** *n* (*small person*) người lùn
mid-level tone dấu ngang; **midnight** nửa đêm; ***at ~*** vào lúc nửa đêm; **midsummer** giữa mùa hè; **midway** (*in distance*) nửa đường; (*in time*) giữa buổi; **midweek** *adv* giữa tuần; **Midwest** vùng Trung tây; **midwife** hộ sinh; **midwinter** giữa mùa đông
might[1] có thể; ***I ~ be late*** tôi có thể sẽ đến muộn; ***it ~ rain*** trời có thể sẽ mưa; ***it ~ never happen*** điều đó có thể sẽ không bao giờ xảy ra; ***I ~ have lost it*** (*maybe I did*) có thể tôi đã đánh mất nó; (*I didn't but it would have been possible*) tôi đã có thể đánh mất nó; ***he ~ have left*** anh ấy có thể đã đi; ***you ~ as well spend the night here*** anh/chị có thể nghỉ đêm tại đây; ***you ~ have told me!*** lẽ ra anh/chị nên nói với tôi!
might[2] *n* (*power*) sức mạnh
mighty **1** *adj army, ruler* hùng mạnh; *blow* mạnh **2** *adv* F (*extremely*) hết sức
migraine chứng đau nửa đầu
migrant worker công nhân di cư
migrate (*of person*) di cư; (*of bird*) di trú
migration (*of people*) sự di cư; (*of birds*) di trú
mike micrô, máy vi âm
mild *weather* ôn hòa; *cheese* nhẹ; *person, voice* dịu dàng; *curry* ít cay
mildew nấm mốc
mildly (*gently*) nhẹ nhàng; (*slightly*) nhẹ
mildness (*of weather*) sự ôn hòa; (*of person, voice*) sự dịu dàng
mile dặm; ***~s better/easier*** F khá hơn/dễ hơn rất nhiều
mileage số dặm đã đi được
milestone (*important event*) sự kiện quan trọng
militant **1** *adj* chiến đấu **2** *n* chiến sĩ
military **1** *adj* quân sự **2** *n*: ***the ~*** quân đội
military academy học viện quân sự
military service nghĩa vụ quân sự
militia lực lượng dân quân
milk **1** *n* sữa **2** *v/t* vắt sữa
milk chocolate sô cô la sữa
milk shake sữa trộn
mill *n* (*for grain*) nhà máy xay; (*for textiles*) nhà máy sợi
♦**mill around** đi loanh quanh
millennium thiên niên kỷ
milligram miligam
millimeter milimét
million triệu
millionaire triệu phú
millionth *adj* thứ một triệu
mime *v/t* làm điệu bộ
mimic **1** *n* (*person*) người bắt chước **2** *v/t* bắt chước
mince *v/t* băm nhỏ
mincemeat (*fruit*) nhân quả băm; (*meat*) thịt băm
mince pie bánh có nhân quả băm
mind **1** *n* (*thoughts*) tâm trí; (*brain*)

đầu óc; (*intellect*) tài trí; ***it's all in your ~*** đó hoàn toàn do anh tưởng tuợng; ***be out of one's ~*** bị mất trí; ***bear sth in ~*** nhớ gì; ***I've a good ~ to ...*** tôi rất muốn ...; ***change one's ~*** thay đổi ý kiến; ***it didn't enter my ~*** tôi không hề có ý nghĩ rằng; ***give s.o. a piece of one's ~*** nói toẹt ra với ai; ***make up one's ~*** quyết định; ***have sth on one's ~*** có gì làm bận tâm; ***keep one's ~ on sth*** tập trung tư tưởng vào gì; ***one of the great ~s of this century*** một trong những thiên tài vĩ đại của thế kỷ này **2** *v/t* (*look after*) trông nom; (*object to*) phản đối; (*heed*) chú ý tới; ***I don't ~ what we do*** tôi thế nào cũng được; ***do you ~ if I smoke?*** tôi hút thuốc không làm phiền anh/chị chứ?; ***would you ~ opening the window?*** anh/chị vui lòng mở giúp cửa sổ?; ***~ the step!*** chú ý bậc thềm!; ***~ your own business!*** không liên can gì đến anh/chị! **3** *v/i*: ***~!*** (*be careful*) cẩn thận đấy!; ***never ~!*** không sao!; ***I don't ~*** tôi thế nào cũng được

mind-boggling đáng kinh ngạc

mindless *violence* điên rồ

mine[1] *pron* của tôi; ***a friend of ~*** một người bạn của tôi; → ***me***

mine[2] **1** *n* (*for coal etc*) mỏ **2** *v/i* (*for coal etc*) đào; ***~ for*** khai thác

mine[3] **1** *n* (*explosive*) mìn **2** *v/t* đặt mìn

minefield MIL bãi mìn; *fig* lĩnh vực khó khăn

miner thợ mỏ

mineral *n* khoáng sản

mineral water nước khoáng

minesweeper NAUT tàu quét thủy lôi

mingle *v/i* (*of sounds, smells*) trộn lẫn; (*at party*) nói chuyện xã giao

mini (*skirt*) mini, ngắn

miniature *adj* (*tiny*) bé xíu; (*smaller version of*) thu nhỏ lại

minibus xe buýt nhỏ

minimal tối thiểu

minimize giảm đến mức tối thiểu; (*downplay*) đánh giá thấp

minimum **1** *adj* tối thiểu **2** *n* (*quantity*) số tối thiểu; (*degree*) mức tối thiểu

minimum wage lương tối thiểu

mining sự khai thác mỏ

miniskirt váy mini, váy ngắn

minister POL bộ trưởng; REL mục sư

ministerial bộ trưởng

ministry POL bộ

Ministry of Agriculture and Rural Development Bộ Nông nghiệp và phát triển nông thôn; **Ministry of Culture and Information** Bộ Văn hóa – Thông tin; **Ministry of Education and Training** Bộ Giáo dục và Đào tạo; **Ministry of Finance** Bộ Tài chính; **Ministry of Foreign Affairs** Bộ Ngoại giao; **Ministry of Industry** Bộ Công nghiệp; **Ministry of Public Health** Bộ Y tế; **Ministry of Science, Technology and Environment** Bộ Khoa học Kỹ thuật và Môi trường; **Ministry of Trade** Bộ Thương mại; **Ministry of Transport and Communications** Bộ Giao thông

mink (*fur*) da lông chồn; (*coat*) áo lông chồn

minor **1** *adj* nhỏ; *injury* nhẹ; ***in D ~*** MUS cung Rê thứ **2** *n* LAW người vị thành niên

minority thiểu số; ***be in the ~*** bị thiểu số

mint *n* (*herb*) bạc hà; (*chocolate*) sô

cô la bạc hà; (*hard candy*) kẹo bạc hà
minus 1 *n* (~ *sign*) dấu trừ **2** *prep* MATH trừ; ***~ 4 degrees*** âm 4 độ
minuscule nhỏ tí xíu
minute[1] *n* (*of time*) phút; ***in a ~*** (*soon*) tí nữa; ***just a ~*** (*wait*) đợi một chút; (*in indignation*) khoan hẵng!
minute[2] *adj* (*tiny*) cực nhỏ; (*detailed*) tỉ mỉ; ***in ~ detail*** đến từng chi tiết tỉ mỉ
minutely (*in detail*) một cách tỉ mỉ
minutes (*of meeting*) biên bản
miracle phép kì diệu
miraculous kì diệu
miraculously kì diệu thay
mirage ảo ảnh
mirror 1 *n* gương; MOT gương hậu **2** *v/t* phản chiếu
misanthropist kẻ hận đời
misapprehension: ***be under a ~*** hiểu lầm
misbehave cư xử xấu
misbehavior sự cư xử xấu
miscalculate 1 *v/t* tính toán sai **2** *v/i* tính lầm
miscalculation sự tính toán sai
miscarriage MED sự sẩy thai; ***~ of justice*** một vụ án xử sai
miscarry (*of plan*) thất bại
miscellaneous linh tinh
mischief (*naughtiness*) trò tinh nghịch
mischievous (*naughty*) tinh nghịch; (*malicious*) ác ý
misconception quan niệm sai lầm
misconduct hành vi sai trái
misconstrue hiểu lầm
misdemeanor vi phạm nhẹ
miser người bủn xỉn
miserable (*unhappy*) khổ sở; *weather* khốn nạn; *performance* thảm hại
miserly *person* keo kiệt; *amount* ít ỏi
misery (*unhappiness*) sự khổ sở; (*wretchedness*) sự khốn khổ
misfire (*of joke*) vô duyên; (*of scheme*) trục trặc
misfit (*in society*) người lạc lõng
misfortune nỗi bất hạnh
misgivings sự nghi ngại
misguided *attempt, plan* sai lầm; *person* dại dột
mishandle xử lý sai
mishap việc rủi ro
misinterpret hiểu sai; (*from one language to another*) dịch sai
misinterpretation sự hiểu lầm; (*of language*) dịch sai
misjudge *person, situation* đánh giá sai
mislay để thất lạc
mislead đánh lừa
misleading giả dối
mismanage quản lý tồi
mismanagement sự quản lý tồi
mismatch (*in figures, descriptions*) sự không khớp; (*of people*) sự không tương xứng
misplaced *loyalty, enthusiasm* không đúng chỗ
misprint *n* lỗi in sai
mispronounce phát âm sai
mispronunciation sự phát âm sai
misread *word, figures* đọc sai; *situation* hiểu sai
misrepresent miêu tả sai
miss[1]: ***Miss Smith*** cô Smith
miss[2] **1** *n* SP sự trượt; ***give sth a ~*** *meeting, party etc* không đi dự **2** *v/t* (*not hit*) chệch; (*not meet*) không gặp; (*emotionally*) nhớ; *bus, train, plane* nhỡ; (*not notice*) không nhận thấy; (*not be present at*) lỡ; ***you just ~ed him*** (*he's just gone*) anh ấy chỉ vừa đi **3** *v/i* trượt

---

ơ ur	**y** (tin)	**ây** uh-i	**iê** i-uh	**oa** wa	**ôi** oy	**uy** wee	**ong** aong
u (soon)	**au** a-oo	**eo** eh-ao	**iêu** i-yoh	**oai** wai	**ơi** ur-i	**ênh** uhng	**uyên** oo-in
ư (dew)	**âu** oh	**êu** ay-oo	**iu** ew	**oe** weh	**uê** way	**oc** aok	**uyêt** oo-yit

misshapen dị dạng
missile (*object*) vật ném; (*rocket*) tên lửa
missing mất; *child, plane* mất tích; ***be ~*** bị mất; (*of child, plane*) bị mất tích
mission (*task*) sứ mệnh; (*delegation*) phái đoàn
missionary *n* REL nhà truyền giáo
misspell viết sai chính tả
mist sương mù
♦**mist over** (*of eyes*) mờ đi
♦**mist up** (*of mirror, window*) làm mờ
mistake **1** *n* lỗi; (*error of judgment*) sai lầm; ***make a ~*** phạm lỗi; ***by ~*** do sơ suất **2** *v/t* nhầm; ***~ X for Y*** nhầm X với Y
mistaken: ***be ~*** bị nhầm lẫn
mister → ***Mr***
mistress (*lover*) tình nhân; (*of servant, dog*) bà chủ
mistrust **1** *n* sự nghi ngờ **2** *v/t* nghi ngờ
misty *weather* sương mù; *eyes* nhòe; *color* mờ
misunderstand hiểu lầm
misunderstanding sự hiểu lầm; (*disagreement*) sự bất đồng
misuse **1** *n* sự lạm dụng **2** *v/t* dùng sai
mitigating circumstances tình tiết giảm nhẹ
mitt (*in baseball*) găng bắt bóng
mitten găng tay liền ngón
mix **1** *n* (*mixture*) sự pha trộn; (*in cooking*) hỗn hợp; (*cooking: ready to use*) bột đã trộn sẵn **2** *v/t cement, ingredients* trộn; *drink, color* pha **3** *v/i* (*socially*) hòa nhập
♦**mix up** (*confuse*) nhầm lẫn; (*muddle up*) lộn xộn; ***mix X up with Y*** nhầm X với Y; ***be mixed up*** (*emotionally*) bị bối rối; (*of figures, papers*) bị lộn xộn; ***be mixed up in*** dính líu; ***get mixed up with*** giao du với
♦**mix with** (*associate with*) giao thiệp với
mixed *feelings, reactions, reviews* lẫn lộn
mixed marriage sự kết hôn khác chủng tộc
mixer (*food processor*) máy trộn thức ăn; (*drink*) *đồ uống dùng để pha với rượi*; ***she's a good ~*** cô ấy là người giỏi hòa đồng
mixture (*substance*) hỗn hợp; (*combination*) sự hỗn hợp; (*medicine*) thuốc hỗn hợp
mix-up sự nhầm lẫn
moan **1** *n* (*of pain*) tiếng rên rỉ; (*complaint*) lời than vãn **2** *v/i* (*in pain*) rên rỉ; (*complain*) than vãn
mob **1** *n* đám đông **2** *v/t* vây quanh
mobile **1** *adj person* đi lại; (*that can be moved*) di động **2** *n* (*for decoration*) *vật trang trí treo dây, chuyển động được*
mobile home nhà lưu động
mobile phone *Br* điện thoại vô tuyến
mobility sự đi lại; (*with means of transportation*) tính cơ động
mobster kẻ cướp
mock **1** *adj* (*imitation*) giả; (*feigned*) giả vờ; (*for practice*) thử **2** *v/t* chế nhạo
mockery (*derision*) sự chế nhạo; (*travesty*) trò hề
mock-up (*model*) mô hình
mode (*form*) phương thức; COMPUT chế độ
model **1** *adj employee, husband* gương mẫu; *boat, plane* mô hình **2** *n* (*miniature*) mô hình; (*pattern*) khuôn mẫu; (*fashion ~*) người mẫu thời trang; (*for artist,*

---

ch (*final*) k	**gh** g	**nh** (*final*) ng	**r** z; (*S*) r	**x** s	**â** (but)	**i** (tin)
d z; (*S*) y	**gi** z; (*S*) y	**ph** f	**th** t	**a** (hat)	**e** (red)	**o** (saw)
đ d	**nh** (onion)	**qu** kw	**tr** ch	**ă** (hard)	**ê** ay	**ô** oh

photographer) người mẫu **3** *v/t* trình diễn mẫu **4** *v/i* (*for designer*, *artist*, *photographer*) làm người mẫu
modem modem
moderate 1 *adj* vừa phải; POL ôn hòa **2** *n* POL người có quan điểm ôn hòa **3** *v/t tone of voice* làm dịu; *speed* làm giảm bớt **4** *v/i* (*of storm*, *wind*) dịu đi; (*of speed*) giảm đi
moderately ở mức vừa phải
moderation (*restraint*) sự kiềm chế; ***in ~*** một cách điều độ
modern hiện đại
modernization sự hiện đại hóa
modernize *v/t & v/i* hiện đại hóa
modest *house*, *apartment* giản dị; (*small*) nhỏ; (*not conceited*) khiêm tốn
modesty (*of house*, *apartment*) sự giản dị; (*of wage*, *improvement*) số nhỏ; (*lack of conceit*) tính khiêm tốn
modification sự sửa đổi
modify sửa đổi
modular *furniture* được lắp ráp
module môđun; (*space ~*) khoang
moist ẩm
moisten làm ẩm
moisture (*in air*) hơi ẩm; (*in soil*) độ ẩm
moisturizer (*for skin*) kem chống khô da
molar răng hàm
molasses mật mía
mold[1] *n* (*on food*) mốc
mold[2] **1** *n* (*for clay*) khuôn **2** *v/t clay etc* nặn; *character*, *person* tư cách
moldy *food* bị mốc
mole (*on skin*) nốt ruồi
molecular phân tử
molecule phân tử
molest *child*, *woman* quấy rối
mollycoddle nâng niu chiều chuộng
molten *lead* nấu chảy; *lava* lỏng
mom F mẹ
moment lát; ***at the ~*** lúc này; ***for the ~*** tạm thời
momentarily (*for a moment*) thoáng qua; (*in a moment*) ngay bây giờ
momentary thoáng qua
momentous rất quan trọng
momentum đà
monarch quốc vương
monastery tu viện
monastic tu viện
Monday thứ Hai
monetary tiền tệ
money tiền
money-lender kẻ cho vay lãi; **money market** thị trường tiền tệ; **money order** lệnh chi
Mongolia nước Mông Cổ
Mongolian 1 *adj* Mông Cổ **2** *n* người Mông Cổ
mongrel chó lai
monitor 1 *n* COMPUT màn hình **2** *v/t* theo dõi
monk (*Buddhist*) nhà sư; (*Christian*) thầy tu
monkey con khỉ; F (*child*) ranh con; (*in Vietnamese zodiac*) Thân
♦ **monkey around with** F táy máy nghịch
monkey wrench mỏ lết đầu dẹt
monogram *n* kiểu chữ lồng
monogrammed có chữ lồng
monolog độc thoại
monopolize giữ độc quyền; *fig* chiếm độc quyền
monopoly sự độc quyền
monosodium glutamate bột ngọt
monotonous *voice* đều đều; (*boring*) tẻ nhạt
monotony sự đơn điệu
monsoon gió mùa

monsoon season mùa mưa
monster *n* quái vật; (*person*) con quỷ độc ác
monstrosity vật kỳ quái
monstrous (*like a monster*) kỳ quái; (*enormous*) khổng lồ; (*unacceptable*) phi lý
month tháng
monthly **1** *adj & adv* hàng tháng **2** *n* (*magazine*) tạp chí ra hàng tháng
monument đài kỷ niệm
mood (*frame of mind*) tâm trạng; (*of meeting, country*) bầu không khí; ***bad ~*** cơn bực tức; ***be in a good/bad ~*** có tâm trạng vui vẻ / khó chịu; ***be in the ~ for ...*** cảm thấy thích ...
moody (*changeable*) tính khí thất thường; (*bad-tempered*) cáu kỉnh
moon *n* mặt trăng
moon cake bánh trung thu; **Moon Festival** Tết Trung Thu; **moonlight** **1** *n* ánh trăng **2** *v/i* F làm đêm ngoài giờ; **moonlit**: ***a ~ night*** một đêm trăng
moor *v/t boat* bỏ neo
moorings nơi thả neo
moose nai sừng tấm
mop **1** *n* (*for floor*) cán lau nhà; (*for dishes*) miếng rửa bát đĩa **2** *v/t floor* lau rửa; *eyes, face* lau
♦ **mop up** vét; MIL quét sạch
mope rầu rĩ
moral **1** *adj* đạo đức; *person, behavior* có đạo đức **2** *n* (*of story*) bài học; ***~s*** đạo đức
morale tinh thần
morality đạo đức
morbid bệnh hoạn
more **1** *adj* (*greater: number, amount*) nhiều hơn; (*additional: number, amount*) thêm; ***he has ~ money than me*** anh ấy có nhiều tiền hơn tôi; ***~ tea?*** thêm trà nữa chứ?; ***~ and ~ students/time*** ngày càng nhiều sinh viên/thời gian **2** *adv* hơn; ***~ important*** quan trọng hơn; ***~ often*** thường xuyên hơn; ***~ and ~*** (*in increasing numbers*) ngày càng nhiều; (*increasingly*) ngày càng; ***~ or less*** (*approximately*) khoảng chừng; (*almost*) hầu như; ***once ~*** một lần nữa; ***~ than*** hơn; ***I don't live there any ~*** tôi không còn sống ở đó nữa **3** *pron* thêm; ***do you want some ~?*** anh/chị có muốn thêm nữa không?; ***a little ~*** thêm chút nữa
moreover hơn nữa
morgue nhà xác
morning buổi sáng; ***in the ~*** buổi sáng; ***it's four o'clock in the ~!*** bây giờ là bốn giờ sáng!; ***in the ~*** (*tomorrow*) sáng mai; ***this ~*** sáng nay; ***tomorrow ~*** sáng mai; ***good ~*** xin chào anh/chị
moron người khờ dại
morose ủ rũ
morphine mooc-phin
morsel: ***a ~ of*** một miếng
mortal **1** *adj* phải chết; ***~ blow*** đòn chí mạng; ***~ enemy*** kẻ tử thù **2** *n* con người
mortality tử vong; (*death rate*) tỷ lệ tử vong
mortar[1] MIL súng cối
mortar[2] (*cement*) vữa
mortgage **1** *n* sự thế chấp **2** *v/t* thế chấp
mortician nhân viên lễ tang
mortuary nhà xác
mosaic tranh ghép mảnh
Moscow Mát-xơ-cơ-va
mosquito con muỗi
mosquito coil hương muỗi
mosquito net cái màn (*N*), cái

mùng (*S*)
moss rêu
mossy phủ rêu
most 1 *adj* hầu hết; ***~ people would agree*** hầu hết mọi người đồng ý **2** *adv* ◊ nhất; ***the ~ beautiful/interesting*** đẹp nhất/thú vị nhất; ***that's the one I like (the) ~*** đó là cái tôi thích nhất; ***~ of all*** nhất là ◊ (*very*) rất; ***~ interesting*** rất thú vị **3** *pron* (*majority*) phần lớn; ***the ~ I can tell you*** đó là những gì tôi có thể nói với anh/chị; ***at (the) ~*** tối đa; ***make the ~ of*** tận dụng
mostly hầu hết
motel *khách sạn ven đường dành cho khách có xe hơi*
moth bướm đêm
mother 1 *n* mẹ (*N*), má (*S*) **2** *v/t* chăm sóc như người mẹ
motherboard COMPUT bảng mạch mẹ; **motherhood** chức năng làm mẹ; **mother-in-law** (*wife's mother*) mẹ vợ; (*husband's mother*) mẹ chồng
motherly của người mẹ
mother-of-pearl xà cừ; **Mother's Day** ngày lễ của các bà mẹ; **mother tongue** tiếng mẹ đẻ
motif họa tiết
motion 1 *n* (*movement*) sự chuyển động; (*proposal*) bản kiến nghị; ***set things in ~*** phát động **2** *v/t*: ***he ~ed me forward*** anh ấy ra hiệu cho tôi bước tới
motionless bất động
motivate *person* thúc đẩy
motivation động cơ
motive động cơ
motor *n* động cơ
motorbike xe máy, xe honđa (*S*); **motorbike taxi** xe ôm; **motorboat** xuồng máy; **motorcade** đoàn xe hộ tống; **motorcycle** xe máy, xe honđa (*S*); **motorcyclist** người lái xe máy; **motor home** (*camper van*) xe cắm trại
motorist người lái xe ô tô
motorscooter xe vét pa
motor vehicle xe gắn máy
motto khẩu hiệu
mound (*hillock*) gò; (*in baseball*) vị trí ném bóng; (*pile*) đống
mount 1 *n* (*mountain*) núi; (*horse*) ngựa cưỡi **2** *v/t steps* trèo; *horse, bicycle* cưỡi; *campaign* tổ chức; *photo* dán; *painting* đóng khung **3** *v/i* tăng lên
♦ **mount up** chồng chất
mountain núi
mountain bike xe đạp địa hình
mountaineer nhà leo núi
mountaineering leo núi
mountainous có nhiều núi
mourn 1 *v/t* thương tiếc **2** *v/i*: ***~ for*** thương tiếc
mourner người đưa tang
mournful buồn thảm
mourning để tang; ***be in ~*** để tang; ***wear ~*** mặc đồ tang
mouse chuột; COMPUT con chuột
mouse mat COMPUT tấm lót con chuột
mouth *n* (*of person*) miệng; (*of river*) cửa sông
mouthful (*of food*) miếng; (*drink*) ngụm
mouthorgan kèn ácmônica; **mouthpiece** (*of instrument*) miệng kèn; (*spokesperson*) ống nói; **mouthwash** nước súc miệng; **mouthwatering** làm chảy nước miếng
move 1 *n* (*in chess, checkers*) nước đi; (*step, action*) bước đi; (*change of house*) sự chuyển nhà; ***get a ~ on!*** mau lên!; ***don't make a ~!*** đừng

động đậy! **2** *v/t object*, (*transfer*) chuyển; (*change position*) di chuyển; *fingers*, *toes* cử động; (*emotionally*) làm xúc động **3** *v/i* (*change position*) cử động; (*of leaves, tree*) lay động; (*from one point of view to another*) chuyển sang; (*transfer*) chuyển; **~ house** dọn nhà

♦**move around** (*in room*) đi lại; (*from house to house*) chuyển chỗ ở

♦**move away** đi khỏi; (*move house*) dọn nhà

♦**move in** chuyển tới

♦**move on** (*to another town*) chuyển chỗ ở; (*to another job*) chuyển nghề; (*to another subject*) chuyển chủ đề

♦**move out** (*of house*) dọn nhà đi; (*of area*) đi khỏi

♦**move up** (*in league*) tiến lên; (*make room*) dịch ra

movement sự cử động; (*organization*) phong trào; MUS phần

movers *những người chuyên giúp chuyển nhà*

movie phim; ***go to a ~/the ~s*** đi xem phim

moviegoer người đi xem phim; **movie star** ngôi sao điện ảnh; **movie theater** rạp chiếu phim

moving (*which can move*) chuyển động; (*emotionally*) cảm động

mow *grass* xén

♦**mow down** làm chết hàng loạt

mower (*machine*) máy xén

MP (= ***Military Policeman***) quân cảnh

mph (= ***miles per hour***) dặm mỗi giờ

Mr ông

Mrs bà

Ms bà

much 1 *adj* nhiều; ***there's not ~ difference*** không có sự khác nhau nhiều lắm; ***is there ~ damage?*** có nhiều hư hại lắm không?; ***as ~ ... as ...*** bằng; ***I gave as ~ money as you did*** tôi đã cho tiền nhiều bằng anh/chị **2** *adv* nhiều; ***that's ~ better*** thế thì khá hơn nhiều; ***~ easier*** dễ hơn nhiều; ***very ~*** rất nhiều; ***thanks very ~*** cám ơn rất nhiều; ***too ~*** quá nhiều; ***as ~ as ...*** (*up to*) nhiều khoảng chừng; ***I thought as ~*** tôi nghĩ thế; ***do you like it? – not ~*** anh/chị có thích không? – không thích lắm **3** *pron* nhiều; ***nothing ~*** không gì nhiều lắm

muck (*dirt*) đồ dơ bẩn

mucus nước nhầy

mud bùn

muddle 1 *n* (*mess*) tình trạng lộn xộn; (*confusion*) sự rối trí **2** *v/t* (*confuse*) làm rối trí; (*mix*) làm rối tung

♦**muddle up** (*put into a mess*) làm lộn xộn; (*confuse*) lẫn lộn

muddy *adj* lầy lội, lấm bùn

muffin bánh nướng xốp

muffle bót nghẹt

♦**muffle up** *v/i* ủ ấm

muffler MOT cái giảm âm; (*scarf*) khăn quàng

mug[1] *n* (*for tea, coffee*) cái cốc; F (*face*) cái mặt

mug[2] *v/t* (*attack*) trấn lột

mugger kẻ trấn lột

mugging vụ trấn lột

muggy oi bức

mule (*animal*) con la; (*slipper*) dép lê

♦**mull over** suy tính

multilingual sử dụng nhiều thứ tiếng

multimedia *n* các phương tiện thông tin tổng hợp
multinational **1** *adj* đa quốc gia **2** *n* COM công ty đa quốc gia
multiple *adj* nhiều
multiplication (*of cells etc*) sự nhân; (*in arithmetic*) tính nhân
multiply **1** *v/t* nhân **2** *v/i* tăng thêm
mumble **1** *n* tiếng nói lí nhí **2** *v/t & v/i* nói lí nhí
mumps bệnh quai bị
munch *v/t & v/i* nhai tóp tép
municipal thành phố
mural *n* bức tranh tường
murder **1** *n* vụ giết người **2** *v/t person* giết chết; *song* làm hỏng
murderer kẻ giết người
murderous *rage*, *look* đầy sát khí
murmur **1** *n* tiếng thì thầm **2** *v/t* thì thầm
muscle cơ bắp
muscular *pain*, *strain* cơ bắp; *person* có bắp thịt nở nang
muse *v/i* trầm ngâm
museum viện bảo tàng
mushroom **1** *n* nấm **2** *v/i* mọc lên như nấm
music âm nhạc; (*in written form*) bản nhạc
musical **1** *adj* âm nhạc; *person* giỏi nhạc; *voice* du dương **2** *n* vở nhạc kịch
musical instrument nhạc cụ
musician nhạc sĩ
mussel con trai
must ◊ (*necessity*) phải; ***I ~ be on time*** tôi phải đúng giờ; ***I ~*** tôi phải ◊ (*with negative*) không được; ***I ~n't be late*** tôi không được muộn ◊ (*probability*) chắc là; ***it ~ be about 6 o'clock*** chắc là khoảng 6 giờ rồi; ***they ~ have arrived by now*** chắc bây giờ họ đã tới rồi
mustache ria mép
mustard mù tạc
musty mốc meo
mute *adj animal* câm lặng
muted *color* dịu; *criticism etc* ngầm
mutilate cắt
mutiny **1** *n* cuộc nổi loạn **2** *v/i* nổi loạn
mutter *v/t & v/i* lẩm bẩm
mutton thịt cừu
mutual *admiration*, *affection* lẫn nhau; (*common to both*) chung
muzzle **1** *n* (*of animal*) mõm; (*for dog*) rọ bịt mõm **2** *v/t*: ***~ the press*** bịp miệng báo chí
my (của) tôi, (*S*) (của) tui; (*emphatic*) của tôi; ***~ ticket*** vé (của) tôi; ***I hurt ~ leg*** tôi đau chân; ***I lost ~ ticket*** tôi đánh mất vé; → ***me***
myopic cận thị; *pej* thiển cận
myself chính tôi; ***I hurt ~*** tôi tự mình làm đau; ***by ~*** một mình; → ***me***
mysterious bí ẩn
mysteriously thật kỳ lạ
mystery điều bí ẩn; (*type of fiction*) truyện trinh thám
mystify làm hoang mang
myth thần thoại; *fig* chuyện hoang đường
mythical thần thoại
mythology thần thoại, truyện

N

nab (*take for oneself*) lấy
nag **1** *v/i* (*of person*) cằn nhằn **2** *v/t* cằn nhằn; ~ ***s.o. to do sth*** cằn nhằn ai để làm gì
nagging *person* hay cằn nhằn; *doubt*, *pain* dai dẳng
nail (*for wood*) cái đinh; (*on finger*, *toe*) móng
nail clippers cái bấm móng tay; **nail file** cái giũa móng tay; **nail polish** sơn bôi móng tay; **nail polish remover** thuốc rửa sơn bôi móng tay; **nail scissors** kéo sửa móng tay; **nail varnish** sơn bôi móng tay
naive ngây thơ
naked trần truồng; ***to the ~ eye*** bằng mắt trần
name **1** *n* tên; ***what's your ~?*** anh/chị tên gì?; ***call s.o. ~s*** đặt tên chế nhạo ai; ***make a ~ for oneself*** trở nên nổi danh **2** *v/t* đặt tên
♦ **name for**: ***name s.o. for s.o.*** đặt tên ai theo tên ai
namely đó là
namesake người trùng tên họ
nametag (*on clothing etc*) nhãn tên
nanny *n* người trông trẻ
nap *n* giấc chợp mắt; ***have a ~*** chợp mắt
napalm napan
nape: ~ ***of the neck*** gáy
napkin (*table*) khăn ăn; (*sanitary*) băng vệ sinh
narcissus hoa thuỷ tiên
narcotic *n* ma túy
narcotics agent nhân viên đội kiểm tra ma túy
narrate kể chuyện
narration (*telling*) sự kể chuyện
narrative **1** *n* (*story*) chuyện kể **2** *adj poem*, *style* dưới dạng kể chuyện
narrator người kể chuyện
narrow *street*, *bed etc* hẹp; *views*, *mind* hẹp hòi; *victory* chật vật
narrowly *win* suýt soát; ~ ***escape sth*** suýt bị gì
narrow-minded hẹp hòi
nasal *voice* mũi
nasty *person*, *thing to say* độc ác; *smell*, *weather* khó chịu; *cut*, *wound*, *disease* nghiêm trọng
nation quốc gia
national **1** *adj security*, *issue*, *institution* quốc gia; *pride* dân tộc **2** *n* công dân
national anthem quốc ca; **National Day** Ngày Quốc Khánh; **national debt** nợ quốc gia
nationalism chủ nghĩa dân tộc
nationality quốc tịch
nationalize *industry etc* quốc hữu hóa
national park vườn quốc gia
native **1** *adj* quê hương; ~ ***land/city*** mảnh đất/thành phố quê hương; ~ ***language*** tiếng mẹ đẻ **2** *n* (*person*) dân bản xứ; (*tribesman*) thổ dân
native country đất nước quê hương
native speaker người nói tiếng mẹ đẻ

NATO (= ***North Atlantic Treaty Organization***) khối Nato
natural *resources*, *forces* thiên nhiên; *death*, *flavor* tự nhiên; (*obvious*: *conclusion*, *thing to think*) đương nhiên; ***a ~ blonde*** một cô gái có mái tóc vàng tự nhiên
natural gas khí tự nhiên
naturalist *n* nhà tự nhiên học
naturalize: ***become ~d*** nhập quốc tịch
naturally (*of course*) tất nhiên; *behave*, *speak* tự nhiên; (*by nature*) bẩm sinh
natural science khoa học tự nhiên
natural scientist nhà khoa học tự nhiên
nature (*natural world*) tự nhiên; (*of person*, *problem*) bản chất
nature reserve khu bảo tồn thiên nhiên
naughty *child* hư; *photograph*, *word etc* nhảm nhí
nausea sự buồn nôn
nauseate làm buồn nôn; *fig* (*disgust*) làm kinh tởm
nauseating *smell*, *taste*, *person* kinh tởm
nauseous: ***feel ~*** cảm thấy buồn nôn
nautical hàng hải
nautical mile hải lý
naval *power*, *officer*, *victory* hải quân; ***a ~ battle*** trận thủy chiến
naval base căn cứ hải quân
navel rốn
navigable *river* tàu bè đi lại được
navigate *v/i* (*in ship*, *airplane*) làm hoa tiêu; (*in car*) dẫn đường; COMPUT chuyển
navigation (*in ship*, *airplane*) hoa tiêu; (*in car*) sự dẫn đường; (*skills*) ngành hàng hải
navigator (*in airplane*) hoa tiêu; (*in ship*) người lái; (*naval explorer*) nhà hàng hải; (*in car*) người dẫn đường
navy *n* hải quân
navy blue **1** *n* màu xanh nước biển **2** *adj* xanh nước biển
near **1** *adv* gần **2** *prep* gần; ***~ the bank*** gần ngân hàng; ***do you go ~ the bank?*** anh/chị có tới gần ngân hàng không? **3** *adj* gần; ***the ~est bus stop*** bến xe buýt gần nhất; ***in the ~ future*** trong một tương lai gần đây
nearby *adv live* ở gần
nearly sắp
near-sighted cận thị
neat *room*, *desk* ngăn nắp; *person* gọn gàng; *whiskey* nguyên chất; *solution* hữu hiệu; F (*terrific*) hay
necessarily nhất thiết
necessary cần thiết; ***it is ~ to ...*** cần thiết phải ...
necessitate đòi hỏi
necessity (*being necessary*) sự cần thiết; (*something necessary*) điều cần thiết
neck cổ
necklace (*of gold*, *silver etc*) dây chuyền; (*beads*) chuỗi hạt;
neckline (*of dress*) viền cổ;
necktie cà vạt
née tên khai sinh
need **1** *n* nhu cầu; ***if ~ be*** nếu cần thiết; ***in ~*** có nhu cầu; ***be in ~ of sth*** cần gì; ***there's no ~ to be rude/upset*** không cần phải thô lỗ/lo ngại **2** *v/t* cần; ***you'll ~ to buy one*** anh/chị sẽ cần phải mua một cái; ***you don't ~ to wait*** anh/chị không cần phải đợi; ***I ~ to talk to you*** tôi cần phải nói chuyện với anh/chị; ***~ I say more?*** tôi cần phải nói thêm gì nữa không?
needle (*for sewing*) kim khâu; (*for*

injection) kim tiêm; (*on dial*) kim chỉ số
needlework công việc may vá
needy túng thiếu
negative **1** *adj verb*, *sentence* phủ định; *attitude*, *person* tiêu cực; ELEC âm **2** *n*: ***answer in the ~*** trả lời từ chối
neglect **1** *n* sự sao nhãng **2** *v/t garden*, *one's health* sao nhãng; ***~ to do sth*** quên làm gì
neglected *gardens* bị sao nhãng; *author* bị quên lãng; ***feel ~*** cảm thấy bị bỏ mặc
negligence tính cẩu thả
negligent cẩu thả
negligible *quantity*, *amount* không đáng kể
negotiable *salary*, *contract* có thể thương lượng
negotiate **1** *v/i* đàm phán **2** *v/t deal*, *settlement* đàm phán; *obstacles* vượt qua; *bend in road* đi qua
negotiation cuộc đàm phán
negotiator người đàm phán
Negro *n* người da đen
neigh *v/i* hí
neighbor người láng giềng; (*at table etc*) người bên cạnh
neighborhood (*district*) khu phố; (*people*) hàng xóm; ***in the ~ of ...*** *fig* khoảng chừng ...
neighboring *house*, *state* láng giềng
neighborly tử tế tốt bụng
neither **1** *adj* cả hai ... đều không; ***~ answer is correct*** cả hai câu trả lời đều không đúng **2** *pron* (*of two things*) cả hai cái đều không; (*of two people*) cả hai người đều không; ***~ of them could help*** cả hai người đều không thể giúp được **3** *adv*: ***~ ... nor ...*** không ... cũng không; ***the hotel is ~ new nor old*** khách sạn không mới cũng không cũ; ***~ Jane nor Sally knew where it was*** cả Jane lẫn Sally đều không biết nó ở đâu **4** *conj*: ***~ do I, me ~*** tôi cũng thế
neon light (*illumination*) ánh sáng nêông; (*equipment*) đèn nêông
Nepal nước Nê-pan
Nepalese **1** *adj* Nê-pan **2** *n* (*person*) người Nê-pan
nephew cháu trai
nerd F người ngớ ngẩn
nerve ANAT dây thần kinh; (*courage*) sự can đảm; (*impudence*) sự trơ tráo; ***it's bad for my ~s*** điều đó làm tôi căng thẳng thần kinh; ***get on s.o.'s ~s*** làm ai bực mình
nerve-racking căng thẳng
nervous *person* nhút nhát; *twitch* dây thần kinh; ***be ~ about doing sth*** lo ngại làm điều gì
nervous breakdown sự suy nhược thần kinh
nervous energy phấn chấn
nervousness sự bồn chồn lo lắng
nervous wreck người bị suy nhược thần kinh
nervy (*fresh*) trơ tráo
nest *n* tổ
nestle nép vào
net[1] lưới; ***fishing ~*** lưới đánh cá
net[2] *adj price*, *amount* thực; *weight* tịnh
net curtain màn lưới
net profit lãi ròng
nettle *n* cây tầm ma
network (*of contacts*, *cells*) mạng lưới; COMPUT mạng
neurologist bác sĩ thần kinh
neurosis chứng loạn thần kinh chức năng
neurotic *adj* (*excessively anxious*) quá lo âu; (*obsessive*) ám ảnh
neuter *v/t animal* vô tính
neutral **1** *adj country* trung lập; ~

color màu nhã **2** *n* (*gear*) số không; ***in ~*** về số không

neutrality POL tính trung lập

neutralize *poison, drug etc* trung hòa; *threat* làm vô hiệu hóa

never không bao giờ; (*up to now*) chưa bao giờ; ***you're ~ going to believe this*** anh/chị sẽ không bao giờ tin điều này; ***I have ~ eaten dog*** tôi chưa bao giờ ăn thịt chó; ***you ~ promised, did you?*** anh/chị không có hứa hẹn phải không?

never-ending không bao giờ chấm dứt

nevertheless tuy nhiên

new mới; ***this system is still ~ to me*** hệ thống này vẫn còn mới đối với tôi; ***I'm ~ to the job*** tôi chưa quen việc; ***that's nothing ~*** cái đó không có gì là mới cả

newborn *adj* mới sinh

newcomer người mới đến

newly (*recently*) mới đây

newlyweds những người mới cưới

new moon trăng non

news tin tức; ***that's ~ to me*** đó là tin mới đối với tôi

news agency hãng thông tấn; **newscaster** TV phát thanh viên; **newsdealer** người bán báo; **news flash** bản tin đặc biệt; **newspaper** báo; **newsreader** TV *etc* phát thanh viên; **news report** phóng sự; **newsstand** quầy bán sách báo; **newsvendor** người bán báo

New Year năm mới; (*Vietnamese*) Tết; ***Happy ~!*** chúc mừng năm mới!; **New Year's Day** Ngày tết Dương lịch; **New Year's Eve** đêm Giao Thừa; **New York** Niu-Yóoc; **New Zealand** nước Niu-Zi-Lân; **New Zealander** người Niu-Zi-Lân

next **1** *adj* (*in time*) tới; (*in space*) tiếp sau; ***the ~ week/month he came back again*** tuần/tháng tới anh ấy lại trở về; ***who's ~?*** ai là người tiếp sau? **2** *adv* sau đó; ***~ to*** (*beside*) bên cạnh; (*in comparison with*) sau

next-door **1** *adj neighbor* sát vách **2** *adv live* ngay sát vách

next of kin người ruột thịt gần nhất

Nguyen Du Nguyễn Du

nibble *v/t* gặm

nice *person, weather etc* dễ chịu; *party, vacation etc* thú vị; *house, hair etc* đẹp; *meal, food* ngon; ***be ~ to your sister*** hãy xử đẹp với chị/em; ***that's very ~ of you*** anh/chị tốt quá

nicely *written, presented* tốt; (*pleasantly*) thân mật

niceties: ***social ~*** các phép ứng xử lịch sự

niche (*in market*) cơ hội làm ăn; (*suitable position*) công việc vừa ý

nickel kền; (*coin*) đồng năm xu

nickname *n* biệt hiệu

niece cháu gái

niggardly *adj amount* ít ỏi; *person* keo kiệt

night đêm; ***tomorrow ~*** đêm mai; ***11 o'clock at ~*** 11 giờ đêm; ***travel by ~*** đi đêm; ***during the ~*** trong đêm; ***stay the ~*** ở lại đêm; ***a room for 2/3 ~s*** một phòng ngủ 2/3 đêm; ***work ~s*** làm đêm; ***good ~*** chúc ngủ ngon; ***in the middle of the ~*** vào giữa đêm

nightcap (*drink*) *chén rượu uống trước khi đi ngủ*; **nightclub** hộp đêm; **nightdress** áo ngủ đàn bà; **nightfall**: ***at ~*** lúc sẩm tối; **night flight** chuyến bay đêm; **nightgown** áo ngủ đàn bà

ơ ur	**y** (tin)	**ây** uh-i	**iê** i-uh	**oa** wa	**ôi** oy	**uy** wee	**ong** aong
u (soon)	**au** a-oo	**eo** eh-ao	**iêu** i-yoh	**oai** wai	**ơi** ur-i	**ênh** uhng	**uyên** oo-in
ư (dew)	**âu** oh	**êu** ay-oo	**iu** ew	**oe** weh	**uê** way	**oc** aok	**uyêt** oo-yit

nightingale chim sơn ca
nightlife thú vui ban đêm
nightly 1 *adj* về đêm **2** *adv* đêm đêm
nightmare cơn ác mộng; *fig* hãi hùng
night porter người gác đêm; **night school** trường học buổi tối; **night shift** ca đêm; **nightshirt** áo ngủ nam; **nightspot** câu lạc bộ ban đêm; **nighttime**: ***at ~***, ***in the ~*** về đêm
nimble nhanh nhẹn; *mind* linh lợi
nine chín
nineteen mười chín
nineteenth *adj* thứ mười chín
ninetieth *adj* thứ chín mươi
ninety chín mươi
ninth *adj* thứ chín
nip *n* (*pinch*) cái véo; (*bite*) cái cắn
nipple núm vú
nitrogen nitơ
no 1 *adv* ◊ không; ***do you understand? – ~*** anh/chị có hiểu không? – không ◊ (*using 'yes', ie yes that is right*) vâng; ***you don't know the answer, do you? – ~, I don't*** anh/chị không biết câu trả lời, phải không? – vâng, tôi không biết **2** *adj* không có; ***there's ~ coffee/tea*** không có cà phê/chè; ***I have ~ family/money*** tôi không có gia đình/tiền bạc; ***I'm ~ linguist*** tôi không phải là nhà ngôn ngữ; ***~ smoking/parking*** cấm hút thuốc/đỗ xe
nobility (*quality*) tính cao thượng; (*class*) giới quý tộc
noble *adj person* quý tộc; *gesture* quý phái
nobody không ai; ***~ knows*** không ai biết; ***there was ~ at home*** không có ai ở nhà
nod 1 *n* cái gật đầu **2** *v/i* gật đầu
♦**nod off** (*go to sleep*) gà gật
no-fly zone vùng cấm bay
no-hoper người không làm nên trò trống gì
noise (*sound*) tiếng động; (*loud, unpleasant*) tiếng ồn ào
noisy ồn ào
nomad du dân
nomadic du cư
nominal *amount* trên danh nghĩa
nominate (*appoint*) bổ nhiệm; ***~ s.o. for a post*** (*propose*) đề cử ai vào chức vụ
nomination (*appointment*) sự bổ nhiệm; (*proposal*) sự đề cử; (*person proposed*) người được đề cử
nominee người được đề cử
non ... không
nonalcoholic không có rượu
nonaligned không liên kết
nonchalant hờ hững
noncommissioned officer hạ sĩ quan
noncommittal *person*, *response* lửng lơ
nondescript khó tả
none: ***~ of the students*** không một sinh viên nào; ***~ of the chocolate*** không một sô cô la nào; ***there is/are ~ left*** không còn nữa
nonentity kẻ vô danh
nonetheless tuy thế
nonexistent không có thực; **nonfiction** phi tiểu thuyết; **non(in)flammable** không dễ bắt lửa; **noninterference**, **nonintervention** sự không can thiệp; **non-iron** *shirt* không cần là ủi
no-no: ***that's a ~*** F đó là điều cấm kỵ
no-nonsense *approach* nghiêm túc
nonpayment sự không trả tiền;

---

ch (*final*) k	**gh** g	**nh** (*final*) ng	**r** z; (*S*) r	**x** s	**â** (but)	**i** (tin)
d z; (*S*) y	**gi** z; (*S*) y	**ph** f	**th** t	**a** (hat)	**e** (red)	**o** (saw)
đ d	**nh** (onion)	**qu** kw	**tr** ch	**ă** (hard)	**ê** ay	**ô** oh

nonpolluting không ô nhiễm; **nonresident** *n* (*in hotel*) khách vãng lai; (*in country*) người tạm trú; **nonreturnable** không hoàn lại
nonsense vô nghĩa; ***don't talk ~*** đừng nói bậy bạ; ***~, it's easy!*** vô lý, dễ thôi!
nonskid *tires* giảm độ trượt; **nonslip** *surface* chống trơn; **nonsmoker** (*person*) người không hút thuốc lá; **nonstandard** không chuẩn; **nonstick** *pan* chống dính; **nonstop** **1** *adj flight* thẳng; *chatter* liên tục; *train* chạy suốt; ***a ~ train to Hanoi*** chuyến tàu chạy suốt Hà Nội **2** *adv fly*, *travel* thẳng; *chatter*, *argue* liên tục; **nonswimmer** người không biết bơi; **nonunion** *adj* không thuộc công đoàn; **nonviolence** không bạo lực; **nonviolent** không bạo động
noodles phở; (*wheat flour*) mì; (*rice flour*) bún
noodle soup (canh) phở
nook góc nhỏ
noon buổi trưa; ***at ~*** vào buổi trưa
no-one → ***nobody***
noose nút thòng lọng
nor cũng không; ***~ do I*** tôi cũng không
norm tiêu chuẩn
normal *temperature*, *speed*, *person*, *behavior* bình thường; *time*, *place*, *position* thông thường
normality trạng thái bình thường
normalize *relationships* bình thường hóa
normally (*usually*) thường; (*in a normal way*) bình thường
north **1** *n* phía bắc; ***to the ~ of*** phía bắc của **2** *adj* phía bắc **3** *adv travel* về phía bắc; ***~ of*** phía bắc của
North America Bắc Mỹ; **North American** **1** *adj* Bắc Mỹ **2** *n* người Bắc Mỹ; **northeast** *n* đông bắc
northerly *adj* từ phía bắc
northerner người miền Bắc
North Korea nước Bắc Triều Tiên; **North Korean** **1** *adj* Bắc Triều Tiên **2** *n* người Bắc Triều Tiên; **North Pole** Bắc cực; **North Vietnam** nước Bắc Việt; **North Vietnamese** **1** *adj* Bắc Việt **2** *n* người Bắc Việt
northward *travel* về phía bắc
northwest *n* tây bắc
Norway nước Na Uy
Norwegian **1** *adj* Na Uy **2** *n* (*person*) người Na Uy; (*language*) tiếng Na Uy
nose mũi; ***it was right under my ~!*** nó ở ngay trước mũi tôi!
♦ **nose around** sục sạo
nosebleed sự chảy máu cam
nostalgia nỗi luyến tiếc quá khứ
nostalgic luyến tiếc quá khứ
nostril lỗ mũi
nosy thóc mách
not ◊ không; ***I don't know*** tôi không biết; ***he didn't help*** anh ấy đã không giúp đỡ; ***I'm ~ tired*** tôi không mệt; ***~ for me, thanks*** tôi thôi, cám ơn; ***~ a lot*** không nhiều lắm; ***it's ~ ready*** chưa xong ◊ (*with* là, *pronouns*, *adverbs*) không phải; ***~ this one, that one*** không phải cái này, cái kia kìa; ***~ now, I'm busy*** không phải bây giờ, tôi đang bận; ***~ there*** không phải chỗ đó; ***~ like that*** không phải như vậy; ***~ before Tuesday/next week*** không phải trước thứ Ba/tuần tới; ***I am ~ American*** tôi không phải là người Mỹ ◊ (*with imperatives*): ***don't do that!*** (*forbidding*) không được làm thế!; (*advising*) đừng làm thế!

notable đáng chú ý
notary công chứng viên
notch *n* vết khía
note *n* (*short letter*) bức thư ngắn; MUS nốt nhạc; (*memo to self*) sự ghi chép; (*comment on text*) lời chú giải; ***take ~s*** ghi chép; ***take ~ of sth*** để ý tới gì
♦**note down** ghi chép
notebook sổ tay; COMPUT máy tính xách tay
noted (*famous*) nổi tiếng
notepad tập giấy để ghi chép
notepaper giấy viết thư
nothing không có gì; ***~ but*** không có gì ngoài; ***~ much*** không nhiều lắm; ***for ~*** (*for free*) không mất tiền; (*with no reward*) không công; (*for no reason*) không vì cái gì; ***I'd like ~ better*** không gì làm tôi vui hơn; ***there's ~ left*** không còn gì nữa; ***what did you do? – ~*** anh/chị đã làm gì? – không làm gì cả; ***~ for me, thanks*** cám ơn tôi không cần gì
notice **1** *n* (*on bulletin board, in street, newspaper*) thông báo; (*advance warning*) sự báo trước; (*to leave job*) giấy báo nghỉ việc; (*to leave house*) giấy báo chuyển nhà; ***at short ~*** lời báo trước gấp gáp; ***until further ~*** cho tới khi có thông báo mới; ***give s.o. his/her ~*** (*to quit job*) báo trước cho ai đó phải thôi việc; (*to leave house*) báo trước cho ai đó phải chuyển nhà; ***hand in one's ~*** (*to employer*) nộp giấy báo thôi việc; ***four weeks' ~*** thông báo trước bốn tuần; ***take ~ of s.o./sth*** để ý tới ai/gì; ***take no ~ of s.o./sth*** không để ý tới ai/gì **2** *v/t* để ý
noticeable đáng chú ý
notify thông báo
notion ý nghĩ
notions (*articles for sewing*) đồ khâu vá
notorious có tiếng xấu
nougat kẹo nuga
noun danh từ
nourishing có nhiều dinh dưỡng
nourishment chất dinh dưỡng
novel *n* tiểu thuyết
novelist nhà viết tiểu thuyết
novelty (*being novel*) tính mới lạ; (*sth novel*) cái mới lạ
November tháng Mười một
novice (*beginner*) người mới vào nghề; REL người mới tu
now bây giờ; ***~ and again, ~ and then*** thỉnh thoảng; ***by ~*** vào lúc này; ***from ~ on*** từ bây giờ trở đi; ***right ~*** ngay lập tức; ***just ~*** (*at this moment*) vào lúc này; (*a little while ago*) lúc nãy; ***~, ~!*** thôi đi!; ***~, where did I put it?*** vậy thì tôi đã để nó ở đâu?
nowadays ngày nay
nowhere không một nơi nào; ***~ to be seen*** không thấy ở đâu cả; ***it's ~ near finished*** còn lâu mới xong
nozzle miệng vòi
nuclear hạt nhân
nuclear energy năng lượng hạt nhân; **nuclear fission** sự phân hạt nhân; **nuclear-free** phi hạt nhân; **nuclear physics** vật lý hạt nhân; **nuclear power** năng lượng hạt nhân; **nuclear power station** nhà máy điện hạt nhân; **nuclear reactor** lò phản ứng hạt nhân; **nuclear waste** chất thải hạt nhân; **nuclear weapons** vũ khí hạt nhân
nude **1** *adj* khỏa thân **2** *n* (*painting*) tranh khỏa thân; ***in the ~*** trần truồng
nudge *v/t* huých

ch (*final*) k	**gh** g	**nh** (*final*) ng	**r** z; (*S*) r	**x** s	**â** (but)	**i** (tin)
d z; (*S*) y	**gi** z; (*S*) y	**ph** f	**th** t	**a** (hat)	**e** (red)	**o** (saw)
đ d	**nh** (onion)	**qu** kw	**tr** ch	**ă** (hard)	**ê** ay	**ô** oh

nudist *n* người theo chủ nghĩa khỏa thân
nuisance (*person*) người phiền phức; (*thing*) điều phiền phức; ***make a ~ of oneself*** làm bực mình mọi người; ***what a ~!*** thật là phiền phức!
nuke *v/t* phá hủy bằng bom nguyên tử
null and void không có giá trị
numb (*with cold*) tê cóng; (*emotionally*) chết lặng đi
number 1 *n* (*figure*) con số; (*quantity*) một số; (*of hotel room, house, phone ~ etc*) số **2** *v/t* (*put a number on*) đánh số
numeral chữ số
numerate biết làm các phép tính
numerous rất nhiều
nun nữ tu sĩ
nurse *n* y tá
nursery (*for children*) nhà trẻ; (*for plants*) vườn ươm
nursery rhyme thơ ca cho trẻ nhỏ; **nursery school** trường mẫu giáo; **nursery school teacher** giáo viên mẫu giáo
nursing nghề y tá
nursing home (*for old people*) nhà dưỡng lão
nut hạt (*N*), hột (*S*); (*for bolt*) đai ốc; **~s** F (*testicles*) hòn dái
nutcrackers cái kẹp hạt
nutrient chất dinh dưỡng
nutrition sự dinh dưỡng
nutritious có chất dinh dưỡng
nuts *adj* F (*crazy*) gàn dở; ***be ~ about s.o.*** mê say ai
nutshell: ***in a ~*** tóm lại
nutty F (*crazy*) gàn dở
nylon 1 *n* ni lông **2** *adj* bằng ni lông

O

oak (*tree*) cây sồi; (*wood*) gỗ sồi
oar mái chèo
oasis ốc đảo; *fig* nơi yên tĩnh
oath LAW lời thề; (*swearword*) câu chửi thề; ***be on ~*** thề (trước tòa)
oats yến mạch
obedience sự tuân theo
obedient tuân theo
obey vâng lời; *law* tuân lệnh
obituary *n* lời cáo phó
object[1] *n* (*thing*) đồ vật; (*aim*) mục đích; GRAM bổ ngữ
object[2] *v/i* phản đối
♦**object to** phản đối
objection sự phản đối
objectionable (*unpleasant*) khó chịu
objective 1 *adj* khách quan **2** *n* mục đích
obligation sự bắt buộc; ***be under an ~ to s.o.*** chịu ơn ai
obligatory bắt buộc
oblige: ***much ~d!*** cám ơn anh/chị!
obliging sốt sắng
oblique 1 *adj reference* bóng gió **2** *n* (*in punctuation*) dấu chéo
obliterate *city* phá hủy; *memory* xóa sạch

oblivion (*being forgotten*) sự quên lãng; ***fall into ~*** bị rơi vào quên lãng
oblivious: ***be ~ of sth*** quên hết gì
oblong *adj* hình chữ nhật
obnoxious *adj person* rất đáng ghét; *smell* rất thối
obscene *words, gestures* tục tĩu; *salary, poverty* ghê tởm
obscure (*hard to see*) che khuất; (*hard to understand*) khó hiểu; (*little known*) ít người biết đến
observance (*of festival*) sự duy trì
observant tinh ý
observation (*of nature, stars*) sự quan sát; (*comment*) nhận xét
observatory đài thiên văn
observe quan sát
observer (*of human nature etc*) người quan sát; (*at conference, elections*) quan sát viên
obsess: ***be ~ed with*** bị ám ảnh bởi
obsession nỗi ám ảnh
obsessive *person, behavior* bị ám ảnh
obsolete lỗi thời
obstacle (*physical*) vật chướng ngại; (*to progress etc*) trở ngại
obstetrician bác sĩ sản khoa
obstinacy tính ngoan cố
obstinate ngoan cố
obstruct *road, passage* làm tắc; *investigation, police* cản trở
obstruction (*on road etc*) sự tắc nghẽn
obstructive *behavior, tactics* cản trở
obtain nhận được
obtainable *products* kiếm được
obvious hiển nhiên; (*not subtle*) không tế nhị
obviously rõ ràng; ***~!*** hiển nhiên!
occasion dịp; (*special ~*) sự kiện; ***on this ~*** nhân dịp này
occasional thỉnh thoảng
occasionally thỉnh thoảng
occult **1** *adj* huyền bí **2** *n*: ***the ~*** những điều huyền bí
occupant (*of vehicle*) hành khách; (*of building*) người ở; ***illegal ~*** người ở bất hợp pháp
occupation (*job*) nghề nghiệp; (*of country*) sự chiếm đóng
occupy *one's time, mind* chiếm; *position in company* giữ; *country* chiếm đóng
occur (*happen*) xảy ra; ***it ~red to me that ...*** tôi chợt nảy ra ý nghĩ là ...
occurrence việc xảy ra
ocean đại dương
o'clock: ***at five/six ~*** lúc năm/sáu giờ
October tháng Mười
octopus con bạch tuộc
odd (*strange*) kỳ lạ; (*not even*) lẻ; ***the ~ one out*** bị lẻ ra; ***50 ~*** 50 có lẻ
odds: ***be at ~ with ...*** xung đột với ...
odds and ends (*objects*) những đồ lặt vặt; (*things to do*) những việc phải làm
odometer đồng hồ đo dặm
odor mùi
of ◊ (*possession*) của; ***the works ~ Dickens*** những tác phẩm của Dickens ◊ (*not translated*): ***the color ~ the car*** màu xe; ***at the foot ~ the hill*** ở chân đồi ◊ (*time*): ***five/ten minutes ~ twelve*** 12 giờ kém năm/mười phút ◊ (*cause*): ***die ~ cancer/a heart attack*** chết vì ung thư/đau tim đột ngột ◊: ***love ~ money/adventure*** thích tiền bạc/phiêu lưu; ***~ the three this is ...*** trong số ba cái cái này là ...
off **1** *prep*: ***~ the main road*** (*away*

from) gần đường cái; (*leading off*) từ đường cái rẽ vào; ***$20 ~ the price*** giảm giá 20$; ***he's ~ his food*** anh ấy ăn không thấy ngon miệng **2** *adv*: ***be ~*** (*of light*, *TV*, *machine*) tắt; (*of brake*) nhả; (*of lid*, *top*) mở; (*not at work*) nghỉ; (*canceled*) bị hủy bỏ; ***we're ~ tomorrow*** (*leaving*) ngày mai chúng tôi sẽ đi; ***I'm ~ to New York*** tôi đi Niu-Yóoc; ***he still had his pants ~*** anh ấy còn chưa mặc quần; ***take a day ~*** nghỉ làm một ngày; ***it's 3 miles ~*** cách xa 3 dặm; ***it's a long way ~*** (*in distance*) vẫn còn cách xa; (*in future*) còn xa; ***drive ~*** lái đi; ***walk ~*** đi khỏi **3** *adj*: ***the ~ switch*** công tắc tắt

offend *v/t* (*insult*) xúc phạm

offender LAW kẻ phạm tội

offense LAW hành động phạm pháp

offensive 1 *adj behavior*, *remark*, *smell* khó chịu **2** *n* (MIL: *attack*) cuộc tấn công; ***go onto the ~*** tấn công

offer 1 *n* đề nghị **2** *v/t* cung cấp; ***can I ~ you a drink?*** tôi có thể mời anh/chị uống được không?

offerings đồ cúng; ***make ~*** cúng

offhand *adj attitude* lấc cấc

office (*building*) văn phòng; (*room*) phòng làm việc; (*position*) chức vụ

office block khối văn phòng

office hours giờ làm việc

officer MIL sĩ quan; (*in police*) cảnh sát

official 1 *adj organization*, *statement* chính thức **2** *n* công chức

officially (*strictly speaking*) một cách chính thức

off-line *adj working*, *input* không nối mạng; ***go ~*** tắt mạng; **off-peak** *rates*, *season* ngoài cao điểm; **off-season 1** *adj rates*, *vacation* vãn khách **2** *n* mùa vãn khách; **offset** *v/t losses*, *disadvantage* bù đắp; **offside 1** *adj wheel etc* phía gần tâm đường nhất **2** *adv* SP việt vị; **offspring** con; **off-white** *adj* trắng nhạt

often thường; ***I don't see her so ~ these days*** dạo này tôi không thường gặp cô ấy; ***how ~ do you go there?*** cách bao lâu anh/chị lại đi tới đó?; ***the buses don't go very ~*** các xe buýt không chạy thường xuyên lắm

oil 1 *n* (*for machine*, *food*, *skin*) dầu **2** *v/t hinges*, *bearings* tra dầu

oil company công ty dầu lửa; **oil painting** tranh sơn dầu; **oil rig** giàn khoan dầu; **oil tanker** tàu chở dầu; **oil well** giếng dầu

oily *hands*, *rag* đầy dầu

ointment thuốc mỡ

ok đồng ý; ***can I? – ~*** được chứ? – được; ***is it ~ with you if ...?*** anh/chị có đồng ý không nếu ...?; ***that's ~ by me*** tôi đồng ý; ***are you ~?*** (*well*, *not hurt*) anh/chị không sao chứ?; ***are you ~ for Friday?*** thứ Sáu đối với anh/chị thì được chứ ?; ***he's ~*** (*is a good guy*) anh ấy hiền thôi; ***is this bus ~ for ...?*** xe buýt này có đi ... không?

old *person* già; *vehicle*, *custom*, *joke* cũ; *building* cổ; (*previous*) trước đây; ***how ~ is he?*** anh ấy bao nhiêu tuổi?; ***he's getting ~*** anh ấy đã bắt đầu già rồi

old age tuổi già

old-fashioned lỗi thời; *word* cổ

olive (*fruit*) quả ôliu; (*tree*) cây ôliu

olive oil dầu ôliu

Olympic Games Đại hội thể thao Ôlimpích

ơ ur	**y** (tin)	**ây** uh-i	**iê** i-uh	**oa** wa	**ôi** oy	**uy** wee	**ong** aong
u (soon)	**au** a-oo	**eo** eh-ao	**iêu** i-yoh	**oai** wai	**ơi** ur-i	**ênh** uhng	**uyên** oo-in
ư (dew)	**âu** oh	**êu** ay-oo	**iu** ew	**oe** weh	**uê** way	**oc** aok	**uyêt** oo-yit

omelet trứng ốp lết, trứng tráng
ominous đe dọa
omission (*act*) sự gạt bỏ; (*that omitted*) cái bị bỏ sót
omit gạt bỏ; **~ *to do sth*** lơ là không làm gì đó
on 1 *prep* trên; **~ *the table/wall*** trên bàn/tường; **~ *the bus/train*** trên xe buýt/tàu hỏa; **~ *the street*** ở trên đường phố; **~ *TV/the radio*** trên vô tuyến/đài; **~ *Sunday*** vào ngày Chủ Nhật; **~ *the 1st of ...*** vào ngày mồng 1 ...; ***this is ~ me*** (*I'm paying*) tôi khao anh/chị; **~ *his arrival/departure*** khi anh ấy đến/ra đi **2** *adv*: ***be ~*** (*of light*) được thắp sáng; (*of TV, computer etc*) được mở; (*of brake*) được nhấc; (*of lid, top*) được đậy; (*of TV program*) được phát; (*of meeting etc: be scheduled to happen*) được xắp xếp; ***what's ~ tonight?*** (*on TV etc*) tối nay có chương trình gì?; (*what's planned?*) tối nay có dự định gì không?; ***he sat there with his jacket ~*** anh ấy ngồi đó với chiếc áo vét trên mình; ***you're ~*** (*I accept your offer etc*) đồng ý, được; **~ *you go*** (*go ahead*) cứ đi; ***walk ~*** đi tiếp; ***talk ~*** nói tiếp; ***and so ~*** và vân vân ...; **~ *and ~*** *talk etc* tràng giang đại hải **3** *adj*: ***the ~ switch*** công tắc bật
once 1 *adv* (*one time, formerly*) một lần; **~ *again***, **~ *more*** một lần nữa; ***at ~*** (*immediately*) ngay lập tức; ***all at ~*** (*suddenly*) đột nhiên; (***all***) ***at ~*** (*together*) cùng một lúc; **~ *upon a time there was ...*** ngày xửa ngày xưa có một ... **2** *conj* một khi; **~ *you have finished*** một khi anh/chị kết thúc
one 1 *n* (*number*) một **2** *adj* một; **~ *day*** một ngày kia **3** *pron* một cái; ***I'll buy ~*** tôi sẽ mua một cái; ***can I try ~?*** tôi thử một cái được không?; ***which ~?*** (*person*) người nào?; (*thing*) cái nào?; **~ *by ~*** *enter, deal with things* từng cái một; *enter, deal with people* từng người một; **~ *another*** lẫn nhau; ***the little ~s*** lũ trẻ **4** *personal pron* ai, người ta; ***what can ~ say/do?*** biết nói gì/làm gì đây?
one-off *n* (*unique event, person*) có một không hai; (*exception*) ngoại lệ
one-parent family gia đình chỉ có cha hoặc mẹ
oneself chính mình; ***do sth by ~*** làm gì một mình
one-sided *discussion* thiên vị; *fight* chênh lệch; **one-way street** đường phố một chiều; **one-way ticket** vé đi
onion củ hành
on-line *adj* nối mạng; ***go ~ to*** nối mạng với
on-line service COMPUT dịch vụ trên mạng
onlooker người xem
only 1 *adv* chỉ; ***not ~ X but also Y*** không chỉ X mà lại còn cả Y; **~ *just*** vừa mới **2** *adj* duy nhất; **~ *son/daughter*** con trai/con gái một
onset sự bắt đầu
onside *adv* SP ở vị trí hợp lệ
onto lên trên; ***put sth ~ sth*** để gì lên trên gì
onward về phía trước; ***from ... ~*** từ ... trở lên
ooze 1 *v/i* (*of liquid, mud*) chảy ra **2** *v/t*: ***he ~s charm*** anh ấy duyên dáng vô cùng
opaque *glass* mờ
OPEC (= ***Organization of Petroleum Exporting Countries***)

Tổ chức các nước xuất khẩu dầu lửa

open 1 *adj door, store, book, computer file, bank account* mở; *flower* nở; (*honest, frank*) thành thật; *relationship* cởi mở; *countryside* trống trải; ***in the ~ air*** ở ngoài trời 2 *v/t door, store, bottle, book, file, bank account etc* mở; *meeting* khai mạc 3 *v/i* (*of door, store*) mở; (*of flower*) nở

♦ **open up** *v/i* (*of person*) cởi mở hơn

open-air *adj meeting, concert, pool* ngoài trời; **open door policy** chính sách mở cửa; **open-ended** *contract etc* bỏ ngỏ

opening (*in wall etc*) lỗ hổng; (*beginning: of movie, novel etc*) phần mở đầu; (*job going*) chỗ còn trống

openly (*honestly, frankly*) thẳng thắn

open-minded phóng khoáng; **open plan office** văn phòng không có vách ngăn; **open ticket** vé để trống

opera nhạc kịch, ôpêra

opera glasses ống nhòm xem ôpêra; **opera house** rạp ôpêra; **opera singer** ca sĩ ôpêra

operate 1 *v/i* (*of company, airline, bus service*) hoạt động; (*of machine*) chạy; MED mổ 2 *v/t machine* vận hành

♦ **operate on** MED mổ

operating instructions những quy tắc vận hành; **operating room** MED phòng mổ; **operating system** COMPUT hệ điều hành

operation MED ca mổ; (*of machine*) sự hoạt động; **~s** (*of company*) hoạt động; ***need an ~*** MED cần phải mổ; ***have an ~ for appendicitis*** làm một ca mổ ruột thừa

operator TELEC người trực tổng đài; (*of machine*) người điều khiển; (*tour ~*) hãng điều hành du lịch

ophthalmologist bác sĩ khoa mắt

opinion quan điểm; ***in my ~*** theo quan điểm của tôi

opium thuốc phiện

opponent đối thủ

opportunity cơ hội

oppose chống đối; ***be ~d to ...*** chống đối ...; ***as ~d to ...*** trái với ...

opposite 1 *adj side of road, end of town* đối diện; *direction, views, characters* ngược nhau; *meaning* đối lập; ***the ~ sex*** người khác giới 2 *n* cái trái ngược

opposition (*to plan*) sự chống đối; *Br* POL phe đối lập

oppress *the people* đàn áp

oppressive *rule, dictator* đàn áp; *weather* ngột ngạt

optical illusion ảo giác

optician chuyên viên nhãn khoa

optimism sự lạc quan

optimist người lạc quan

optimistic lạc quan

optimum 1 *adj* tối ưu 2 *n* điều kiện tốt nhất

option sự lựa chọn; ***you have the ~ of taking early retirement*** anh/chị có sự lựa chọn nghỉ hưu sớm; ***I had no other ~*** tôi đã không có sự lựa chọn nào khác

optional tự chọn

optional extras phần thêm vào phải trả tiền

or hay, hoặc; (*in questions*) hay; (*with negatives*) cũng không; ***he can't see ~ hear*** anh ấy không thấy cũng không nghe được; ~

else! nếu không thì ...!
oral *hygiene* miệng; *sex* bằng đường miệng; ~ ***exam*** thi vấn đáp
orange **1** *adj* (*color*) màu da cam **2** *n* (*fruit*) quả cam
orangeade nước hơi cam
orange juice nước cam
orator diễn giả
orbit **1** *n* (*of earth*) quỹ đạo; ***send sth into*** ~ đưa gì vào quỹ đạo **2** *v/t the earth* bay vào quỹ đạo
orchard vườn cây ăn quả
orchestra dàn nhạc
orchid (*plant*) cây phong lan; (*flower*) hoa phong lan
ordeal sự thử thách
order **1** *n* (*command*) mệnh lệnh; (*sequence*) thứ tự; (*being well arranged*) trật tự; (*for goods*) đơn đặt hàng; (*in restaurant*) đặt món ăn; ***in*** ~ ***to*** để mà; ***out of*** ~ (*not functioning*) hỏng; (*not in sequence*) không trật tự ngăn nắp **2** *v/t* (*put in sequence, proper layout*) xắp đặt cho trật tự; *goods* đặt; *meal* gọi; ~ ***s.o. to do sth*** ra lệnh cho ai làm gì **3** *v/i* (*in restaurant*) gọi món ăn
orderly **1** *adj lifestyle* ngăn nắp **2** *n* (*in hospital*) hộ lý
ordinary bình thường
ore quặng
organ ANAT cơ quan; MUS đàn oóc, phong cầm
organic *food, fertilizer* hữu cơ
organism cơ thể
organization (*company, group*) tổ chức; (*organizing*) sự tổ chức; (*of data, one's life*) sự sắp xếp
organize *conference, people* tổ chức; *data, one's life* sắp xếp
organizer (*person*) người tổ chức
orgasm sự cực khoái
Orient phương Đông
orient *v/t* (*direct*) định hướng; ~ ***oneself*** (*get bearings*) định hướng
Oriental **1** *adj* phương Đông **2** *n* người phương Đông
origin nguồn gốc; ***idea/person of Chinese*** ~ ý niệm/con người gốc Trung Quốc
original **1** *adj* (*not copied*) gốc; *idea, book etc* độc đáo; (*first*) đầu tiên **2** *n* (*painting etc*) nguyên bản
originality tính độc đáo
originally lúc đầu; ~ ***he comes from France*** anh ấy quê gốc ở Pháp
originate **1** *v/t scheme, idea* sáng tạo **2** *v/i* (*of idea, belief*) bắt nguồn; (*of family*) quê ở
originator (*of scheme etc*) người sáng tạo; ***he's not an*** ~ anh ấy không phải là con người sáng tạo
ornament *n* đồ trang trí
ornamental để trang trí
ornate *style, architecture* trang trí lộng lẫy
orphan *n* trẻ mồ côi
orphanage trại mồ côi
orthopedic chỉnh hình
ostentatious phô trương
other **1** *adj* khác; ***the*** ~ ***day*** (*recently*) mấy ngày qua; ***every*** ~ ***day/person*** mỗi hai ngày/người **2** *n* kia; ***the*** ~***s*** (*people*) những người khác; (*things*) những vật khác; ***he raised one arm, then the*** ~ anh ấy giơ một tay lên và sau đó giơ nốt tay kia
otherwise nếu không thì, kẻo (*S*); (*differently*) khác
otter con rái cá
ought ***I*** ~ ***to know*** tôi nên biết; ***you*** ~ ***to have done it*** đáng lẽ anh/chị đã làm rồi thì phải
ounce ao xơ
our (của) chúng tôi; (*including*

listeners) (của) chúng ta; (*informal including listeners*) (của) chúng mình; (*very informal excluding listeners*) (của) chúng tao; (*emphatic*) của chúng tôi; **~ tickets** những cái vé của chúng tôi; ***we lost ~ tickets*** chúng tôi dã đánh mất vé

ours của chúng tôi; (*including listeners*) của chúng ta; (*informal including listeners*) của chúng mình; (*very informal excluding listeners*) của chúng tao; ***a friend of ~*** một người bạn của chúng tôi

ourselves bản thân chúng tôi; ***by ~*** tự mình

oust (*from office*) gạt ra

out: ***be ~*** (*of light, fire*) đã tắt; (*of flower*) đã nở; (*of sun*) đã ló; (*not at home, not in building*) đi vắng; (*of calculations*) tính sai; (*be published*) đã được xuất bản; (*of secret*) đã bị lộ; (*no longer in competition*) bị loại; (*no longer in fashion*) không còn là mốt nữa; ***~ here in Dallas*** ở Dallas; ***he's ~ in the garden*** anh ấy đang ở trong vườn; (***get***) ***~!*** hãy cút đi!; (***get***) ***~ of my room!*** hãy cút khỏi phòng tôi!; ***that's ~!*** (*out of the question*) không được!; ***he's ~ to win*** (*fully intending to*) mục đích của anh ấy là để thắng

outboard motor máy thuyền

outbreak (*of violence, war*) sự bùng nổ

outburst (*emotional*) cơn (bột phát)

outcast người bị ruồng bỏ

outcome kết quả

outcry sự phản đối mạnh mẽ

outdated lỗi thời; *equipment* lạc hậu

outdo trội hơn

outdoor *activities, life* ngoài trời; *toilet* bên ngoài

outdoors *adv* ở bên ngoài; (*in the open air*) ở ngoài trời

outer *wall etc* ở bên ngoài

outer space khoảng không gian

outfit (*clothes*) bộ đồ; (*company, organization*) tổ chức

outgoing *flight* lượt đi; *personality* cởi mở

outgrow *old ideas* bỏ

outing (*trip*) cuộc đi chơi

outlet (*of pipe*) chỗ thoát; (*for sales*) đại lý; ELEC phích cắm

outline **1** *n* (*of person, building etc*) hình dáng; (*of plan, novel*) đề cương **2** *v/t plans etc* phác thảo

outlive sống lâu hơn

outlook (*prospects*) viễn cảnh

outlying *areas* xa xôi

outnumber đông hơn; ***they were ~ed*** họ bị đa số áp đảo; MIL đông hơn

out of ◊ (*motion*) ra khỏi; ***run ~ the house*** chạy ra khỏi nhà ◊ (*position*) ở ngoài; ***20 miles ~ Hue*** cách Hue 20 dặm ◊ (*cause*) vì; ***~ jealousy*** vì ghen tức; ***~ curiosity*** vì tò mò ◊ (*without*) không còn; ***we're ~ gas/beer*** chúng tôi không còn ga/bia ◊ (*from a group*) trong (số); ***5 ~ 10*** 5 trong số 10

out-of-date lỗi thời

out-of-the-way ở xa

outperform hiệu suất cao hơn

output **1** *n* (*of factory*) sản lượng; COMPUT *thông tin do máy tính đưa ra*; ***data ~*** số liệu ra **2** *v/t* (*produce*) sản xuất

outrage **1** *n* (*feeling*) sự phẫn nộ; (*act*) hành động tàn bạo **2** *v/t* xúc phạm; ***I was ~d to hear ...*** tôi rất phẫn nộ khi nghe thấy ...

outrageous *acts* tàn bạo; *prices* quá đáng

outright 1 *adj winner* rõ ràng **2** *adv win* hoàn toàn; *kill* ngay
outrun (*run faster than*) chạy nhanh hơn; (*run for longer than*) chạy xa hơn
outset sự bắt đầu; ***from the ~*** từ đầu
outside 1 *adj surface, wall, lane* bên ngoài **2** *adv sit* ở bên ngoài; ***go ~*** đi ra ngoài **3** *prep* bên ngoài; (*apart from*) ngoài **4** *n* (*of building, suitcase etc*) bên ngoài; ***at the ~*** tối đa là
outside broadcast chương trình thu, quay ngoài studiô chính
outsider (*person outside a group*) người ngoài; (*in race, contest*) người ít có khả năng thắng; (*horse etc*) con vật ít có khả năng thắng
outsize *adj clothing* ngoại cỡ
outskirts ngoại ô
outspoken thẳng thắn
outstanding *success, quality, writer, athlete* xuất sắc; FIN: *invoice, sums* chưa được thanh toán
outward *adj appearance* bên ngoài; ***~ journey*** chuyến đi xa nhà
outwardly bên ngoài
outweigh (*be more important than*) quan trọng hơn
outwit mưu mẹo hơn
oval *adj mirror, stadium etc* hình bầu dục; *face* hình trái xoan
ovary buồng trứng
oven lò
over 1 *prep* (*above*) ở trên; (*across*) bên kia; (*more than*) hơn; (*during*) trong thời gian; ***travel all ~ Vietnam*** đi khắp Việt Nam; ***you find them all ~ Vietnam*** anh/chị sẽ thấy trên khắp Việt Nam; ***let's talk ~ a drink/meal*** chúng ta hãy nói chuyện trong khi uống/ăn; ***we're ~ the worst*** chúng ta đã vượt qua được điều tệ hại nhất **2** *adv*: ***be ~*** (*finished*) kết thúc; (*of relationship*) chấm dứt; (*of rain*) đã tạnh; (*left*) còn lại; ***~ to you*** (*your turn*) tới lượt anh/chị; ***~ in Europe*** ở bên châu Âu; ***~ here/there*** ở đằng này/ đằng kia; ***it hurts all ~*** đau khắp mọi chỗ; ***painted white all ~*** khắp nơi đều sơn màu trắng; ***it's all ~*** mọi sự đều đã kết thúc; ***~ and ~ again*** nhiều lần; ***do sth ~ again*** làm gì lại
overall 1 *adj length* toàn bộ **2** *adv* (*in total*) tất cả
overawe: ***be ~d by s.o./sth*** quá sợ ai/gì
overboard: ***man ~!*** có người ngã kìa!; ***go ~ for s.o./sth*** quá nhiệt tình với ai/gì
overcast *day, sky* u ám
overcharge *v/t customer* bán quá đắt
overcoat áo khoác
overcome *difficulties, shyness* vượt qua; ***be ~ by emotion*** mất tự chủ do bị xúc động mạnh
overcrowded đông nghịt
overdo (*exaggerate*) cường điệu; (*in cooking*) nấu quá nhừ; ***you're ~ing things*** anh/chị làm quá trớn
overdone *meat* bị nấu quá nhừ
overdose *n* sử dụng quá liều
overdraft số tiền chi trội; ***have an ~*** bị chi trội
overdraw *account* chi trội; ***be $800 ~n*** đã rút quá mức đến 800$
overdrive MOT hệ thống tăng tốc
overdue *apology, alteration* quá hạn
overestimate *abilities, value* đánh giá quá cao
overexpose *photograph* lộ sáng thừa

overflow **1** *n* (*pipe*) ống thoát **2** *v/i* (*of water*) chảy tràn
overgrown *garden* mọc um tùm; ***he's an ~ baby*** anh ấy là một đứa trẻ lớn quá nhanh
overhaul *v/t engine* đại tu; *plans* xem xét kỹ lưỡng
overhead **1** *adj lights*, *railroad* ở trên cao **2** *n* FIN chi phí chung
overhear nghe lỏm
overjoyed vui mừng khôn xiết
overland *adj & adv travel* bằng đường bộ
overlap *v/i* (*of tiles etc*) gối lên nhau; (*of periods of time*) chồng chéo lên nhau; (*of theories*) trùng nhau
overload *v/t vehicle* quá tải; ELEC làm quá tải
overlook (*of tall building etc*) trông xuống; (*not see*) bỏ xót; (*ignore*) bỏ qua
overly quá mức; ***not ~ ...*** không ... quá
overnight *adv stay*, *travel* qua đêm
overnight bag xắc nhỏ
overpaid trả quá cao
overpass cầu dẫn
overpower *v/t* (*physically*) áp đảo
overpowering *smell* nồng nặc; *sense of guilt* nặng nề
overpriced quá đắt
overrated được đánh giá quá cao
overrule *decision* bác bỏ
overrun *country* tràn vào; *time* quá giờ; ***be ~ with*** tràn ngập bởi
overseas **1** *adv* ở nước ngoài **2** *adj* nước ngoài
Overseas Vietnamese Việt Kiều
oversee giám sát
oversight sơ suất
oversleep ngủ quá giấc
overtake (*in work*, *development*) vượt lên; *Br* MOT vượt
overthrow lật đổ
overtime **1** *n* giờ làm thêm; (*in sport*) hiệp phụ **2** *adv work* ngoài giờ
overture MUS khúc dạo đầu; ***make ~s to*** gợi ý với
overturn **1** *v/t vehicle*, *object* lật úp; *government* lật đổ **2** *v/i* (*of vehicle*) bị lật úp
overweight quá trọng lượng
overwhelm (*with work*, *emotion*) chìm ngập; ***be ~ed by*** (*by response*) rất cảm kích bởi
overwork **1** *n* sự làm việc quá sức **2** *v/i* làm việc quá sức **3** *v/t* bắt làm việc quá sức
owe *v/t* nợ; ***~ s.o. $500*** nợ ai 500$; ***~ s.o. an apology*** phải xin lỗi ai; ***how much do I ~ you?*** tôi nợ anh/chị bao nhiêu?
owing to do
owl con cú
own[1] *v/t* (*possess*) có
own[2] **1** *adj* của riêng mình **2** *pron*: ***a car/an apartment of my ~*** ô tô/căn hộ riêng của tôi; ***on my/his ~*** một mình
♦ **own up** thú nhận
owner chủ nhân
ownership quyền sở hữu
ox bò thiến
oxide ôxít
oxygen khí ôxy
oyster con sò
ozone khí ôdôn
ozone layer tầng ôdôn

P

pace **1** *n* (*step*) bước chân; (*speed*) tốc độ **2** *v/i*: **~ *up and down*** đi đi lại lại
pacemaker MED máy điều hòa nhịp tim; SP người dẫn đầu
Pacific: ***the*** **~** (***Ocean***) Thái Bình Dương
Pacific Rim: ***the*** **~** Bờ Thái Bình Dương; **~ *countries*** những nước bên Bờ Thái Bình Dương
pacifier (*for baby*) vú giả
pacifism chủ nghĩa hòa bình
pacifist *n* người theo chủ nghĩa hòa bình
pacify làm nguôi
pack **1** *n* (*back~*) ba lô; (*of cereal, food*) hộp; (*of cigarettes*) bao; (*of cards*) cỗ bài **2** *v/t bag, goods, groceries* đóng gói; *item of clothing etc* xếp **3** *v/i* xếp hành lý
package **1** *n* (*parcel*) bưu kiện; (*of offers etc*) tập hợp các điều kiện **2** *v/t* (*in packs*) đóng gói; (*for promotion*) chương trình quảng cáo hoàn chỉnh
package deal (*for vacation*) chi phí trọn gói
package tour chuyến đi trọn gói
packaging (*of product*) bao bì; (*of rock star etc*) chương trình quảng cáo hoàn chỉnh
packed (*crowded*) chật ních
packet gói
pact (*between people*) thỏa thuận; (*between countries*) hiệp ước
pad[1] **1** *n* (*piece of cloth etc*) miếng đệm lót; (*for writing*) tập giấy **2** *v/t* (*with material*) đệm lót; *speech, report* nhồi nhét
pad[2] *v/i* (*move quietly*) bước nhẹ chân
padded *jacket, shoulders* có độn
padding (*material*) vật đệm; (*in speech etc*) chỗ nhồi nhét thêm
paddle[1] **1** *n* (*for canoe*) mái chèo **2** *v/i* (*in canoe*) chèo xuồng
paddle[2] *v/i* (*in water*) lội nước
paddock (*for horses*) bãi để ngựa; (*at racetrack*) bãi tập hợp ngựa
paddy field cánh đồng lúa
padlock **1** *n* cái khóa móc **2** *v/t gate* khóa móc; **~ *X to Y*** khóa móc X vào Y
page[1] *n* (*of book etc*) trang; **~ *number*** số trang
page[2] *v/t* (*call*) gọi
pager máy nhắn tin
pagoda chùa
paid employment việc làm có trả lương
pail cái xô
pain sự đau đớn; (*mental*) sự đau khổ; ***be in*** **~** bị đau; ***take ~s to ...*** rất cố gắng ...; ***he/she's a ~ in the neck*** F anh/chị ấy là đồ của nợ; ***it's a ~ in the neck*** F thật là của nợ
painful *arm, leg etc* đau; (*distressing*) đau buồn; (*laborious*) vất vả
painfully (*extremely, acutely*) quá
painkiller thuốc giảm đau
painless không đau
painstaking *work* khó nhọc; *worker* chịu khó

paint **1** *n* (*for wall, car*) sơn; (*for artist*) thuốc màu **2** *v/t wall etc* sơn; *picture* vẽ **3** *v/i* (*as art form*) vẽ
paintbrush (*for wall, ceiling etc*) chổi quét sơn; (*of artist*) bút vẽ
painter (*decorator*) thợ sơn; (*artist*) họa sĩ
painting (*activity*) hội họa; (*picture*) bức họa
paintwork lớp sơn
pair đôi; ***a ~ of shoes / sandals*** một đôi giày / dép; ***a ~ of scissors / pants*** một cái kéo / quần
pajama jacket áo pigiama
pajama pants quần pigiama
pajamas bộ pigiama, bộ quần áo ngủ
Pakistan nước Pakixtan
Pakistani **1** *adj* Pakixtan **2** *n* người Pakixtan
pal F (*friend*) bạn; ***hey ~, got a light?*** mày ơi, có lửa không?
palace cung điện
palate khẩu vị
palatial nguy nga
pale *person* tái xanh; ***~ pink / blue*** hồng / xanh nhạt
pallet tấm nâng hàng
pallor vẻ xanh xao
palm[1] (*of hand*) lòng bàn tay
palm[2] (*tree*) cây cọ
palpitations MED tim đập nhanh
paltry nhỏ nhoi
pamper nuông chiều
pamphlet cuốn sách mỏng
pan **1** *n* (*for cooking*) chảo **2** *v/t* F (*criticize*) chỉ trích gay gắt
♦**pan out** (*develop*) diễn biến
pancake bánh kếp
panda gấu trúc
pandemonium sự náo động
pane (*of glass*) tấm kính cửa sổ
panel (*section*) tấm ghép, panen; (*people*) nhóm người
paneling các tấm ghép
panhandle *v/i* F ăn xin
panic **1** *n* sự hoảng loạn **2** *v/i* hoảng sợ; ***don't ~!*** đừng có hoảng lên!
panic buying FIN *sự mua vội* (*trong lúc hoang mang*); **panic selling** FIN *sự bán vội* (*trong lúc hoang mang*); **panic-stricken** hoảng sợ
panorama toàn cảnh
panoramic *view* toàn cảnh
pansy (*flower*) hoa bướm
pant *v/i* thở hổn hển
panties quần lót nữ
pants chiếc quần; ***a pair of ~*** một chiếc quần
pantyhose quần tất
papaya quả đu đủ
paper **1** *n* (*material*) giấy; (*news~*) báo; (*wall~*) giấy dán tường; (*academic*) báo cáo khoa học; (*examination ~*) bài thi; ***~s*** (*documents, identity ~s*) giấy tờ; ***a piece of ~*** một tờ giấy **2** *adj* bằng giấy **3** *v/t room, walls* dán giấy tường
paperback sách bìa mềm; **paper bag** túi giấy; **paper clip** cái kẹp giấy; **paper cup** cốc giấy; **paper effigy** mã; **paperwork** công việc giấy tờ
par (*in golf*) tỷ số thắng; ***be on a ~ with*** (*be considered as equal*) coi ngang với; (*be of equal quality*) ngang tầm với; ***feel below ~*** cảm thấy không được khỏe
Paracel Islands Đảo Hoàng Sa
parachute **1** *n* cái dù **2** *v/i* nhảy dù **3** *v/t troops, supplies* thả dù
parachutist người nhảy dù
parade **1** *n* (*procession*) cuộc diễu hành; MIL cuộc duyệt binh **2** *v/i* diễu hành; (*not in ceremony*) diễu lên diễu xuống **3** *v/t knowledge, new car* phô trương

paradise thiên đường
paradox nghịch lý
paradoxical nghịch lý
paradoxically một cách nghịch lý
paragraph đoạn
parallel 1 *n* đường song song; (*of latitude*) vĩ tuyến; *fig* (*comparison*) sự so sánh; (*similarity*) sự tương tự; ***do two things in ~*** làm hai việc song song **2** *adj line* song song; *fig* đồng thời; ***~ sentences*** câu đối **3** *v/t* (*match*) giống
paralysis chứng liệt
paralyze làm liệt; *fig* làm đờ người; (*of strike*) làm tê liệt
paramedic nhân viên trợ giúp y tế
parameter giới hạn
paramilitary 1 *adj* bán quân sự **2** *n* thành viên của tổ chức bán quân sự
paramount quan trọng nhất; ***be ~*** là điều quan trọng hơn cả
paranoia bệnh hoang tưởng
paranoid bị hoang tưởng
paraphernalia đồ phụ tùng linh tinh
paraphrase *v/t* diễn giải ngắn gọn
paraplegic *n* bị liệt hai chân
parasite ký sinh; *fig* kẻ ăn bám
parasol cái ô (*N*), cái dù (*S*)
paratrooper quân nhảy dù
parcel *n* (*in the mail*) bưu kiện; (*bundle*) gói
♦ **parcel up** gói lại
parch *v/t* khô cháy; ***be ~ed*** (*of person*) khát cháy họng
pardon 1 *n* LAW sự giải tội; ***I beg your ~?*** (*what did you say?*) xin lỗi, anh/chị nói sao?; ***I beg your ~*** (*I'm sorry*) xin lỗi anh/chị **2** *v/t* tha thứ; LAW tha tội; ***~ me?*** xin lỗi, anh/chị nói sao?
pare (*peel*) gọt vỏ
parental cha mẹ
parent company công ty mẹ
parents cha mẹ
parent-teacher association hội nhà giáo và phụ huynh học sinh
park¹ (*area*) công viên
park² MOT **1** *v/t* đỗ, đậu (*S*) **2** *v/i* đỗ xe, đậu xe (*S*)
parka áo ấm viền lông thú có mũ
parking MOT sự đỗ xe, sự đậu xe (*S*); ***no ~*** cấm đỗ xe, cấm đậu xe (*S*)
parking brake phanh tay (*N*), thắng tay (*S*); **parking garage** nhà để xe có nhiều tầng; **parking lot** bãi đỗ xe; **parking meter** đồng hồ đỗ xe; **parking place** chỗ đỗ xe; **parking ticket** (*fine*) phiếu phạt đỗ xe
parliament quốc hội
parliamentary quốc hội
parole 1 *n* lời cam kết; ***be on ~*** được thả vì đã cam kết **2** *v/t* thả theo lời cam kết
parrot *n* con vẹt
parsley cây mùi tây
part 1 *n* (*portion, section*) phần; (*area*) nơi; (*of machine*) bộ phận; (*in play, movie*) vai; MUS bè; (*in hair*) đường ngôi; ***take ~ in*** tham gia vào **2** *adv* (*partly*) một phần **3** *v/i* chia tay **4** *v/t*: ***~ one's hair*** rẽ đường ngôi
♦ **part with** bỏ đi
part exchange *mua theo cách các thêm tiền*; ***take sth in ~*** mua gì theo cách các thêm tiền
partial (*incomplete*) một phần; ***be ~ to*** thiên vị
partially một phần
participant người tham gia
participate tham gia; ***~ in sth*** tham gia vào gì
participation sự tham gia
particle PHYS hạt; (*small amount*)

ch (*final*) k	**gh** g	**nh** (*final*) ng	**r** z; (*S*) r	**x** s	**â** (but)	**i** (tin)
d z; (*S*) y	**gi** z; (*S*) y	**ph** f	**th** t	**a** (hat)	**e** (red)	**o** (saw)
đ d	**nh** (onion)	**qu** kw	**tr** ch	**ă** (hard)	**ê** ay	**ô** oh

một chút
particular (*specific*, *special*) đặc biệt; (*fussy*) cầu kỳ; ***in ~*** nói riêng
particularly đặc biệt
parting (*of people*) sự chia tay
partition 1 *n* (*screen*) vách ngăn; (*of country*) sự chia cắt **2** *v/t country* chia cắt
♦**partition off** ngăn ra
partly phần nào
partner COM đối tác; (*in relationship*) bạn đời; (*dancing*) bạn nhảy; (*colleague*) cộng sự; SP người cùng phe
partnership COM, (*in particular activity*) sự cộng tác
part of speech từ loại; **part owner** người đồng sở hữu; **part-time** *adj & adv work* nửa buổi
party 1 *n* (*celebration*) tiệc; POL đảng; (*group of people*) nhóm; ***be a ~ to sth*** tham gia vào gì **2** *v/i* F chơi bời
pass 1 *n* (*for getting into a place*) thẻ ra vào; SP sự chuyền bóng; (*in mountains*) đèo; ***make a ~ at*** tìm cách gạ gẫm **2** *v/t* (*hand*) chuyển; (*go past*) đi qua; (*in car*, *overtake*, *go beyond*) vượt qua; (*approve*) thông qua; SP chuyền; ***~ an exam*** thi đỗ, thi đậu (*S*); ***~ sentence*** LAW tuyên án; ***~ the time*** cho qua thời giờ **3** *v/i* (*of time*) trôi qua; (*in exam*) đỗ, đậu (*S*); SP chuyền bóng; (*go away*) qua đi
♦**pass around** chuyền tay
♦**pass away** (*die*) qua đời
♦**pass by 1** *v/t* (*go past*) đi qua **2** *v/i* (*go past*) đi qua; (*of time*) trôi qua
♦**pass on 1** *v/t information*, *book* chuyển; *costs*, *savings* chuyển sang **2** *v/i* (*die*) qua đời
♦**pass out** (*faint*) ngất đi
♦**pass through** *town* ghé qua
♦**pass up** *opportunity* khước từ
passable *road* qua lại được; (*acceptable*) tàm tạm
passage (*corridor*) hành lang; (*from poem*, *book*) đoạn trích; ***the ~ of time*** thời gian trôi qua
passageway lối đi
passenger hành khách
passenger seat ghế hành khách
passer-by khách qua đường
passion (*emotion*) tình cảm mạnh mẽ; (*sexual desire*) sự đam mê; (*fervor*) hăng say
passionate *lover* say đắm; (*fervent*) nồng nhiệt
passive 1 *adj* thụ động; *resistance* tiêu cực **2** *n* GRAM thể bị động; ***in the ~*** ở thể bị động
pass mark mức tiêu chuẩn;
passport hộ chiếu; **passport control** trạm kiểm soát nhập cảnh; **password** mật khẩu
past 1 *adj* (*former*) quá khứ, trước đây; ***the ~ few days*** mấy ngày qua; ***that's all ~ now*** nay thì mọi sự đã qua đi **2** *n* quá khứ; ***in the ~*** trong quá khứ **3** *prep* (*in time*) quá; (*in position*) sau; ***it's half ~ two*** bây giờ là hai giờ rưỡi **4** *adv*: ***run / walk ~*** chạy / đi qua
paste 1 *n* (*adhesive*) hồ dán **2** *v/t* (*stick*) dán
pastel 1 *n* (*color*) màu phấn nhạt **2** *adj* nhạt
pastime sự giải trí
pastor cha sở
past participle phân từ quá khứ
pastrami thịt bò hun khói tẩm gia vị
pastry (*for uncooked pie*) vỏ bánh; (*small cake*) bánh nướng
past tense thời quá khứ
pasty *adj complexion* xanh xao
pat 1 *n* cái vỗ nhẹ; ***give s.o. a ~ on***

the back *fig* khen ngợi ai **2** *v/t* vỗ nhẹ

patch **1** *n* (*on clothing*) miếng vá; (*period of time*) thời kỳ; (*area*) mảng; ***be not a ~ on*** F kém **2** *v/t clothing* vá

♦**patch up** (*repair temporarily*) sửa tạm; *quarrel* dàn xếp

patchwork **1** *n* (*needlework*) miếng vải chắp mảnh **2** *adj quilt* chắp nhiều mảnh

patchy *quality, work, performance* chắp vá

patent **1** *adj* (*obvious*) rõ ràng **2** *n* (*for invention*) bằng sáng chế **3** *v/t invention* lấy bằng sáng chế

patent leather da sơn

patently (*clearly*) rõ rành rành

paternal *relative* họ nội; *pride, love etc* của người cha; ***~ grandmother/grandfather*** bà/ông nội

paternalism chủ nghĩa gia trưởng

paternalistic theo chủ nghĩa gia trưởng

paternity tư cách làm cha

path con đường nhỏ; *fig* con đường

pathetic (*invoking pity*) tội nghiệp; F (*very bad*) thảm hại

pathological bệnh hoạn

pathologist nhà bệnh lý học

pathology bệnh lý học

patience tính kiên nhẫn

patient **1** *n* bệnh nhân **2** *adj* nhẫn nại; ***just be ~!*** hãy kiên nhẫn nào!

patiently một cách kiên nhẫn

patio hiên hè

patriot người yêu nước

patriotic yêu nước

patriotism lòng yêu nước

patrol **1** *n* việc tuần tra; ***be on ~*** đang tuần tra **2** *v/t streets, border* tuần tra

patrol car xe tuần tra; **patrolman** cảnh sát tuần tra; **patrol wagon** xe chở tù

patron (*of store*) khách hàng quen; (*of movie house etc*) khách xem; (*of artist, charity etc*) người bảo trợ

patronize *person* đối xử kẻ cả

patronizing ra vẻ kẻ cả

patter **1** *n* (*of rain etc*) tiếng lộp độp; F (*of salesman*) lối nói liến thoắng **2** *v/i* rơi lộp bộp

pattern *n* (*on wallpaper, fabric*) hoa văn; (*for knitting, sewing*) kiểu; (*model*) mô hình; (*in behavior, events*) mẫu hình

patterned có hoa văn

paunch bụng phệ

pause **1** *n* sự tạm ngừng **2** *v/i* tạm ngừng **3** *v/t tape* tạm ngừng

pave lát; ***~ the way for*** *fig* mở đường cho ...

pavement (*roadway*) lề đường

paving stone đá lát

paw **1** *n* (*of animal*) chân; F (*hand*) bàn tay **2** *v/t* F sờ soạng

pawn[1] *n* (*in chess*) con tốt; *fig* con tốt đen

pawn[2] *v/t* cầm cố

pawnbroker chủ hiệu cầm đồ

pawnshop hiệu cầm đồ

pay **1** *n* tiền lương; ***in the ~ of*** ăn lương của **2** *v/t employee* trả lương; *sum* trả; *check* thanh toán; ***~ attention*** lắng nghe; ***~ s.o. a compliment*** khen ngợi ai **3** *v/i* trả tiền; (*be profitable*) có lời; ***it doesn't ~ to ...*** không đem lại lợi lộc ...; ***~ for*** *purchase* trả tiền; ***you'll ~ for this!*** *fig* anh/chị sẽ phải trả giá về việc này!

♦**pay back** *person, loan* trả nợ; (*get revenge on*) trả thù

♦**pay in** (*to bank*) nộp vào

♦**pay off** **1** *v/t debt* thanh toán; *corrupt official* đút lót **2** *v/i* (*be*

profitable) sinh lời
♦ **pay up** trả hết nợ
payable phải trả
pay check séc trả lương
payday ngày lĩnh lương
payee người nhận chi trả
pay envelope phong bì tiền lương
payer người chi trả
payment (*of check*) sự thanh toán; (*money*) trả tiền công
pay phone điện thoại công cộng
payroll (*money*) bảng lương; (*employees*) số nhân viên của một công ty; ***be on the ~*** có tên trên bảng lương
PC (= ***personal computer***) máy tính cá nhân; (= ***politically correct***) *nhằm tránh làm xúc phạm tới bất cứ nhóm người đặc biệt nào trong xã hội*
pea đậu hạt
peace (*not war*) hòa bình; (*quietness*) sự yên tĩnh
peaceable *person* thích yên tĩnh
Peace Corps Tổ chức Hòa bình Mỹ
peaceful yên tĩnh; (*nonviolent*) hòa bình
peacefully một cách thanh thản
peach (*fruit*) quả đào; (*tree*) cây đào
peach blossom hoa đào
peacock con công
pea hen con công mái
peak **1** *n* (*of mountain*) đỉnh núi; (*mountain*) núi; *fig* tột đỉnh; (*in time*) cao điểm **2** *v/i* đạt tới điểm cao nhất
peak consumption mức tiêu thụ cao nhất
peak hours những giờ cao điểm
peanut lạc (*N*), đậu phộng (*S*); ***get paid ~s*** F bị trả đồng lương mạt; ***that's ~s to him*** F cái đó đối với anh ấy thì không thấm vào đâu
peanut butter bơ lạc
pear (*fruit*) quả lê; (*tree*) cây lê
pearl ngọc trai; *fig* ngọc quý
peasant nông dân
pebble đá cuội
pecan quả hồ đào Pêcan
peck **1** *n* (*bite*) cái mổ; (*kiss*) cái hôn vội **2** *v/t* (*bite*) mổ; (*kiss*) hôn vội
peculiar (*strange*) kỳ lạ; ***~ to*** (*special*) riêng biệt của
peculiarity (*strangeness*) tính chất kỳ lạ; (*special feature*) nét riêng biệt
pedal **1** *n* (*of bike*) bàn đạp **2** *v/i* (*turn ~s*) đạp; (*cycle*) đạp xe
pedantic ra vẻ mô phạm
pedestal (*for statue*) bệ
pedestrian *n* khách bộ hành
pedestrian precinct khu vực dành riêng cho người đi bộ
pediatrician bác sĩ nhi khoa
pediatrics nhi khoa
pedicab xích lô
pedigree **1** *n* nòi; (*of person*) dòng dõi **2** *adj* có nòi
pee *v/i* F đái, tiểu
peek **1** *n* cái nhìn vội **2** *v/i* nhìn lén
peel **1** *n* vỏ **2** *v/t fruit, vegetables* gọt vỏ **3** *v/i* (*of nose, shoulders*) tróc ra; (*of paint*) bong ra
peep → ***peek***
peephole lỗ dòm ở cửa
peer[1] *n* (*equal*) người ngang hàng; (*in age*) bạn cùng lứa tuổi
peer[2] *v/i* nhìn kỹ; ***~ through the mist*** nhìn chăm chú qua sương mù; ***~ at*** *sth close up* nhìn gí mắt vào; (*in dark*) nhìn căng mắt vào
peeved F cáu kỉnh
peg *n* (*for hat, coat*) cái mắc; (*for tent*) cọc buộc lều; ***off the ~*** may sẵn

pejorative có nghĩa xấu
pellet viên nhỏ; (*bullet*) viên đạn nhỏ
pelt 1 *v/t*: ~ ***X with Y*** ném túi bụi Y vào X **2** *v/i*: ***they ~ed along the road*** chúng phóng nhanh dọc theo đường; ***it's ~ing down with rain*** trời mưa như trút
pelvis khung chậu
pen[1] *n* (*ballpoint ~*) bút bi; (*fountain ~*) bút máy
pen[2] (*enclosure*) bãi nhốt
pen[3] F (*penitentiary*) nhà tù
penalize phạt
penalty sự phạt; SP quả phạt đền
penalty area SP khu phạt đền
penalty clause điều khoản phạt
pencil bút chì
pencil sharpener cái gọt bút chì
pendant (*necklace*) mặt dây
pending 1 *prep* trong khi chờ đợi **2** *adj*: ***be ~*** (*awaiting a decision*) còn để treo; (*about to happen*) sắp xảy ra
penetrate *skin, defenses* xuyên qua; *market* thâm nhập
penetrating *stare* sắc sảo; *sound* the thé; *analysis* sâu sắc
penetration (*of defenses, skin*) sự xuyên qua; (*of market*) sự thâm nhập
pen friend bạn trên thư từ
penicillin pênixilin
peninsula bán đảo
penis dương vật
penitence sự ăn năn
penitent *adj* tỏ ra ăn năn
penitentiary nhà tù
pen name bút danh
pennant cờ đuôi nheo
penniless không một xu dính túi
penpal bạn trên thư từ
pension trợ cấp
♦ **pension off** cho về hưu
pension fund quỹ lương trợ cấp
pension scheme chế độ đóng trợ cấp
pensive trầm ngâm
Pentagon: ***the ~*** Lầu năm góc
penthouse tầng mái
pent-up dồn nén
penultimate áp chót
people người; (*in general*) mọi người; (*race, tribe*) dân tộc; ***the ~*** nhân dân; ***the Vietnamese ~*** nhân dân Việt Nam; ***~ say ...*** người ta nói ...; ***there were 15 ~*** đã có 15 người
People's Army Quân Đội Nhân Dân; **People's Committee** Ủy Ban Nhân Dân; **People's Newspaper** báo Nhân Dân
pepper (*spice*) hạt tiêu; (*vegetable*) ớt ngọt
peppermint (*candy*) kẹo bạc hà; (*flavoring*) hương vị bạc hà
pep talk lời động viên
per mỗi
per annum mỗi năm
perceive (*with senses*) nhận biết; (*view, interpret*) lĩnh hội
percent phần trăm; ***10 ~*** 10 phần trăm
percentage (*of sums*) tỷ lệ phần trăm; (*of groups, people etc*) tỷ lệ
perceptible có thể nhận thấy được
perceptibly có thể nhận thấy được
perception (*through senses*) sự cảm nhận; (*of situation*) sự nhận thức; (*insight*) sự hiểu biết
perceptive *person, remark* sâu sắc
perch 1 *n* (*for bird*) sào đậu **2** *v/i* (*of bird*) đậu; (*on edge of seat etc*) ngồi ghé; (*on high stool etc*) ngồi ngất ngưởng
percolate *v/i* (*of coffee*) pha bằng phin
percolator bình pha cà phê

percussion bộ gõ
percussion instrument nhạc khí gõ
perfect 1 *n* GRAM thời hoàn thành **2** *adj* hoàn hảo; (*ideal*) lý tưởng **3** *v/t* hoàn thiện
perfection sự tuyệt hảo; ***to ~*** một cách hoàn hảo
perfectionist *n* người cầu toàn
perfectly một cách hoàn hảo; (*totally*) hoàn toàn
perforated *line* đục lỗ
perforations đường đục lỗ
perform 1 *v/t* (*carry out*) thực hiện; (*of actor, musician etc*) trình diễn **2** *v/i* (*of actor, musician, dancer*) trình diễn; (*of machine*) hoạt động
performance (*by actor, musician etc*) buổi trình diễn; (*of employee, company etc*) thành tích; (*by machine*) hiệu suất
performance car xe có hiệu suất cao
performer người biểu diễn
perfume (*for woman*) nước hoa; (*of flower*) hương thơm
perfunctory chiếu lệ
perhaps có lẽ
peril hiểm họa
perilous đầy nguy hiểm
perimeter (*of circle*) chu vi; (*of camp etc*) vòng ngoài
perimeter fence hàng rào vòng ngoài
period (*time*) thời kỳ; (*menstruation*) hành kinh; (*punctuation mark*) dấu chấm câu; ***I don't want to, ~!*** tôi không muốn, chấm hết!
periodic theo chu kỳ
periodical *n* tạp chí xuất bản định kỳ
periodically một cách định kỳ
peripheral 1 *adj* (*not crucial*) thứ yếu **2** *n* COMPUT thiết bị ngoại vi
periphery ngoại vi
perish (*of rubber*) mất tính đàn hồi; (*of person*) bỏ mạng
perishable *adj food* dễ ôi thiu
perjure: ***~ oneself*** khai man
perjury tội khai man
perk *n* (*of job*) bổng lộc
♦**perk up 1** *v/t* làm cho vui vẻ **2** *v/i* trở nên phấn chấn
perky (*cheerful*) phấn chấn
perm 1 *n* lối uốn sóng **2** *v/t* uốn sóng
permanent *adj* lâu dài; *employee, address* thường xuyên; *damage etc* vĩnh viễn
permanently *reside etc* một cách lâu dài; *damaged etc* vĩnh viễn
permissible chấp nhận được
permission sự cho phép
permissive *parents* dễ dãi; *society* tự do
permit 1 *n* giấy phép **2** *v/t* cho phép; ***~ X to do Y*** cho phép X làm Y
perpendicular *adj* vuông góc
perpetual không ngừng
perpetually liên tục
perpetuate làm cho bất diệt
perplex làm bối rối
perplexed bối rối
perplexity tình trạng bối rối
persecute ngược đãi; (*of the press etc*) quấy rầy
persecution sự ngược đãi; (*by the press etc*) sự quấy rầy
perseverance tính kiên trì
persevere kiên trì
persist (*continue*) dai dẳng; (*not give up*) kiên trì; ***~ in doing sth*** khăng khăng làm gì
persistence (*perseverance*) tính kiên trì; (*continuation*) sự tiếp tục
persistent *person, questions* kiên

ơ ur	**y** (tin)	**ây** uh-i	**iê** i-uh	**oa** wa	**ôi** oy	**uy** wee	**ong** aong
u (soon)	**au** a-oo	**eo** eh-ao	**iêu** i-yoh	**oai** wai	**ơi** ur-i	**ênh** uhng	**uyên** oo-in
ư (dew)	**âu** oh	**êu** ay-oo	**iu** ew	**oe** weh	**uê** way	**oc** aok	**uyêt** oo-yit

trì; *rain* dai dẳng
persistently (*continually*) tiếp tục
person người; ***in ~*** đích thân
personal (*private*) cá nhân; *life, phonecall* riêng tư; (*relating to a particular individual*), *belongings* dành riêng; ***don't make ~ remarks*** đừng nhận xét mang tính cá nhân
personal assistant trợ lý riêng; **personal computer** máy tính cá nhân; **personal hygiene** vệ sinh cá nhân
personality tính cách; (*celebrity*) nhân vật
personally (*for my part*) về phần tôi; (*in person*) đích thân; *know* bản thân; ***don't take it ~*** đừng cho rằng cái đó nhằm chĩa vào mình
personal pronoun đại từ chỉ ngôi
personal stereo máy stereo cá nhân
personnel (*employees*) nhân viên; (*department*) phòng nhân sự
personnel manager người quản lý nhân sự
perspiration mồ hôi; (*sweating*) sự đổ mồ hôi
perspire đổ mồ hôi
persuade *person* thuyết phục; ***~ s.o. to do sth*** thuyết phục ai làm gì
persuasion sự thuyết phục
persuasive có sức thuyết phục
pertinent thích đáng
perturb làm lo lắng
perturbing làm lo lắng
pervasive *influence, ideas etc* lan rộng
perverse (*awkward*) tai ác
perversion (*sexual*) sự trụy lạc
pervert *n* (*sexual*) người trụy lạc
pessimism tính bi quan
pessimist người bi quan
pessimistic bi quan
pest loài gây hại; F kẻ quấy rầy
pest control việc tiêu diệt các loài gây hại
pester quấy rầy; ***~ s.o. to do sth*** quấy rầy ai để làm gì
pesticide thuốc trừ sâu
pet **1** *n* (*animal*) vật nuôi; (*favorite*) con cưng **2** *adj* (*favorite*) được ưa thích **3** *v/t animal* vuốt ve **4** *v/i* (*of couple*) âu yếm
petal cánh hoa
♦**peter out** yếu dần; (*of path*) mất dần
petite nhỏ nhắn
petition *n* kiến nghị
petrified hoảng sợ
petrify làm khiếp sợ
petrochemical chất hóa dầu
petroleum dầu mỏ
petty *person, behavior* nhỏ nhen; *details, problem* lặt vặt
petty cash tiền chi vặt
petulant nóng nảy
pew ghế dài có tựa
pewter hợp kim thiếc
pharmaceutical dược
pharmaceuticals dược phẩm
pharmacist (*in store*) dược sĩ
pharmacy (*store*) hiệu thuốc
phase giai đoạn
♦**phase in** đưa vào từng bước
♦**phase out** hủy bỏ từng bước
PhD (= ***Doctor of Philosophy***) tiến sĩ Triết học
phenomenal kỳ lạ
phenomenally một cách kỳ lạ
phenomenon hiện tượng
philanthropic từ thiện
philanthropist người từ thiện
philanthropy lòng nhân đức
Philippines: ***the ~*** nước Phi-líp-pin
philistine *n* người phàm tục
philosopher triết gia

philosophical theo triết học; *attitude* tự an ủi
philosophy triết học; (*personal*) triết lý
phobia nỗi sợ hãi
phoenix phượng
phone **1** *n* điện thoại **2** *v/t & v/i* gọi điện thoại
phone book danh bạ điện thoại; **phone booth** trạm điện thoại công cộng; **phonecall** cú điện thoại; **phone number** số điện thoại
phon(e)y *adj* giả
phosphate phốt phát
photo *n* bức ảnh
photo album anbom ảnh; **photocopier** máy phô tô; **photocopy** **1** *n* bản sao chụp **2** *v/t* sao chụp
photogenic *person* ăn ảnh; *view etc* lên ảnh đẹp
photograph **1** *n* bức ảnh **2** *v/t* chụp ảnh
photographer nhà nhiếp ảnh
photography (*skill*) nghệ thuật nhiếp ảnh; (*action*) sự chụp ảnh
phrase **1** *n* cụm từ; (*saying*) thành ngữ **2** *v/t* diễn đạt bằng lời
phrasebook từ điển cụm từ và thành ngữ
physical **1** *adj* (*relating to the body*) (thuộc) cơ thể; *attraction* thể xác **2** *n* MED khám sức khỏe
physical handicap tật nguyền cơ thể
physically thể xác
physician thầy thuốc
physicist nhà vật lý
physics vật lý học
physiotherapist nhà vật lý trị liệu
physiotherapy vật lý trị liệu
physique thể lực
pianist người chơi dương cầm
piano dương cầm, pianô
pick **1** *n*: ***take your ~*** anh/chị cứ chọn đi **2** *v/t* (*choose*) chọn; *flowers, fruit* hái; ***~ one's nose*** cạy rỉ mũi **3** *v/i*: ***~ and choose*** kén chọn
♦**pick at**: ***~ one's food*** gảy từng tí một
♦**pick on** (*treat unfairly*) trù dập; (*select*) chọn
♦**pick out** (*identify*) nhận diện
♦**pick up** **1** *v/t* nhấc ... lên; (*from ground*) nhặt ... lên; (*collect: people*) đón; (*collect: things*) lấy về; (*in car*) cho ... đi nhờ; (*in sexual sense*) bắt bồ; *language, skill* nắm; *habit, illness* nhiễm; (*buy*) mua được; *criminal* bắt **2** *v/i* (*improve*) trở nên tốt hơn; (*of weather*) đẹp lên
picket **1** *n* (*of strikers*) người đứng cản **2** *v/t*: ***they ~ed the factory*** họ đứng cản trước nhà máy
picket fence hàng rào cọc nhọn
picket line hàng người đứng cản
pickle *v/t* dầm giấm
pickles dưa
pickpocket kẻ móc túi
pick-up (truck) xe tải nhỏ
picky F kén cá chọn canh
picnic **1** *n* píc níc **2** *v/i* đi píc níc
picture **1** *n* (*photo*) bức ảnh (*N*), bức hình (*S*); (*painting*) bức họa; (*illustration*) tranh minh họa; (*movie*) bộ phim; ***keep s.o. in the ~*** thông báo cho ai về gì **2** *v/t* hình dung
picture book sách tranh ảnh
picture postcard bưu thiếp có ảnh
picturesque đẹp như tranh
pie bánh nướng có nhân
piece mảnh; (*in board game*) con; ***a ~ of bread*** mẩu bánh mì; ***a ~ of advice*** một lời khuyên; ***go to ~s***

bị suy sụp; ***take to ~s*** tháo rời
♦**piece together** *broken plate* lắp ráp; *facts, evidence* chắp lại
piecemeal *adv* từng phần một
piecework *n* việc khoán
pierce (*penetrate*) xuyên thủng; *ears* bấm lỗ
piercing *noise* the thé; *eyes* xuyên thấu; *wind* buốt thấu xương
pig con lợn (*N*), con heo (*S*); (*unpleasant person*) đồ con lợn; (*in Vietnamese zodiac*) Hợi
pigeon chim bồ câu
pigheaded bướng bỉnh
pigpen chuồng lợn; *fig* ổ lợn; **pigskin** da lợn; **pigtail** bím tóc đuôi sam
pile đống; ***a ~ of work*** một đống việc
♦**pile up 1** *v/i* (*of work, bills*) chất đống **2** *v/t* chất đống
piles MED bệnh trĩ
pile-up MOT *vụ có nhiều xe đâm vào nhau*
pilfering sự ăn cắp vặt
pilgrim người hành hương
pilgrimage cuộc hành hương
pill viên thuốc; ***the ~*** thuốc tránh thai; ***be on the ~*** dùng thuốc tránh thai
pillar cột
pillion (*of motorbike*) yên đèo
pillow gối
pillowcase, pillowslip áo gối
pilot 1 *n* (*of airplane*) phi công **2** *v/t airplane* lái
pilot plant xưởng thí điểm
pilot scheme kế hoạch thí điểm
pimp *n* chủ chứa
pimple mụn nhọt
PIN (= ***personal identification number***) số nhận dạng cá nhân
pin 1 *n* (*for sewing*) đinh ghim; (*in bowling*) con ky; (*badge*) huy hiệu; ***a 2-~ plug*** ELEC phích cắm hai chạc **2** *v/t* (*hold down*) ghìm chặt; (*attach*) ghim
♦**pin down**: ***pin s.o. down to a date*** buộc ai phải đồng ý với một ngày cụ thể
♦**pin up** *notice* ghim lên
pincers cái kìm; ***a pair of ~*** một chiếc kìm
pinch 1 *n* cái véo; (*of salt, sugar etc*) nhúm; ***at a ~*** khi cần thiết **2** *v/t* véo **3** *v/i* (*of shoes*) bó chặt
pine[1] *n* (*tree*) cây thông; (*wood*) gỗ thông
pine[2] *v/i*: ***~ for*** mong ngóng
pineapple quả dứa (*N*), quả thơm (*S*)
ping 1 *n* tiếng keng **2** *v/i* kêu keng
ping-pong bóng bàn
pink (*color*) màu hồng
pinnacle *fig* đỉnh cao nhất
pinpoint xác định rõ; **pins and needles** cảm giác rần rần; **pinstripe** *adj* kẻ sọc nhỏ
pint panh
pin-up (girl/boy) tranh ảnh tài tử
pioneer 1 *n fig* người tiên phong **2** *v/t* mở đầu
pioneering *adj work* tiên phong
pious sùng đạo
pip *n* (*of fruit*) hột
pipe 1 *n* (*for smoking*) tẩu thuốc; (*for water, gas, sewage*) ống dẫn **2** *v/t* đặt ống dẫn
♦**pipe down** bớt ồn ào
piped music nhạc phát ra loa
pipeline đường ống dẫn; ***in the ~*** sắp xảy ra
piping hot nóng sốt
pirate *v/t software* in lậu
piss F **1** *v/i* (*urinate*) đi đái **2** *n Br*: ***take the ~*** chế nhạo
pissed F (*annoyed*) bực bội; *Br* (*drunk*) say mèm

pistol súng lục
piston pít-tông
pit *n* (*hole*) hố; (*coalmine*) mỏ than; (*in fruit*) hột
pitch[1] *n* MUS độ cao
pitch[2] **1** *v/i* (*in baseball*) ném bóng **2** *v/t tent* dựng; *ball* ném
pitch-black đen như mực
pitcher[1] (*baseball player*) cầu thủ ném bóng
pitcher[2] (*container*) bình
piteous đáng thương
pitfall chỗ bẫy
pith (*of citrus fruit*) cùi
pitiful *sight* đáng thương; *excuse, attempt* đáng khinh
pitiless độc ác, nhẫn tâm
pittance tiền thù lao rẻ mạt
pity **1** *n* lòng thương hại; ***it's a ~ that ...*** đáng tiếc là ...; ***what a ~!*** thật đáng tiếc!; ***take ~ on*** thấy thương hại **2** *v/t person* thương hại
pivot *v/i* xoay quanh
pizza bánh piza
placard áp phích
place **1** *n* nơi; (*bar, restaurant*) nơi; (*apartment, house*) nhà; (*in book*) đoạn; (*in race, competition*) vị trí; (*seat*) chỗ ngồi; ***at my/his ~*** tại nhà tôi/anh ấy; ***in ~ of*** thay thế; ***feel out of ~*** cảm thấy lạc lõng; ***take ~*** được tiến hành; ***in the first ~*** (*firstly*) trước hết; (*in the beginning*) lúc đầu **2** *v/t* (*put*) đặt; (*identify*) nhận ra; ***~ an order*** đặt hàng
place mat miếng lót đĩa ăn
placid trầm tĩnh
plague **1** *n* bệnh dịch **2** *v/t* (*bother*) quấy rầy
plain[1] *n* đồng bằng
plain[2] **1** *adj* (*clear, obvious*) rõ ràng; (*not fancy*) đơn giản; (*not pretty*) bình thường; (*not patterned*) trơn; (*blunt*) thẳng thắn; ***~ chocolate*** sô cô la thường **2** *adv* hoàn toàn; ***it's ~ crazy*** thật hoàn toàn điên rồ
plain clothes: ***in ~*** mặc thường phục
plainly (*clearly*) rõ ràng; (*bluntly*) thẳng thắn; (*simply*) đơn giản
plain-spoken nói thẳng
plaintiff nguyên đơn
plaintive rầu rĩ
plait **1** *n* (*in hair*) tóc tết **2** *v/t hair* tết
plan **1** *n* (*project, intention*) kế hoạch; (*drawing*) sơ đồ **2** *v/t* (*prepare*) chuẩn bị; (*design*) thiết kế; ***~ to do sth*** dự kiến làm gì **3** *v/i* trù tính
plane[1] *n* (*airplane*) máy bay
plane[2] *n* (*tool*) cái bào
planet hành tinh
plank (*of wood*) tấm ván; *fig* (*of policy*) mục
planning sự lập kế hoạch; ***at the ~ stage*** ở giai đoạn lập kế hoạch
plant[1] **1** *n* thực vật **2** *v/t* trồng
plant[2] *n* (*factory*) nhà máy; (*equipment*) máy móc thiết bị
plantation đồn điền
plaque[1] (*on wall*) tấm biển
plaque[2] (*on teeth*) bựa răng
plaster **1** *n* (*on wall, ceiling*) vữa **2** *v/t wall, ceiling* trát; ***be ~ed with*** *make-up* trát đầy; *posters etc* dán đầy
plaster cast khuôn bó bột
plastic **1** *n* chất dẻo **2** *adj* (*made of ~*) bằng chất dẻo
plastic bag túi nilông; **plastic money** thẻ tín dụng; **plastic surgeon** nhà phẫu thuật tạo hình; **plastic surgery** phẫu thuật tạo hình
plate *n* (*for food*) đĩa; (*sheet of metal*) tấm

plateau cao nguyên
platform (*stage*) bục; (*of railroad station*) thềm ga; *fig* (*political*) cương lĩnh
platinum 1 *n* bạch kim **2** *adj* bằng bạch kim
platitude lời nhạt nhẽo
platonic *relationship* thuần khiết
platoon (*of soldiers*) trung đội
platter (*for meat, fish*) đĩa lớn
plausible có thể tin được
play 1 *n* (*in theater, on TV*) vở kịch; (*of children*) trò chơi; (*activity*) sự vui chơi; TECH lỏng; SP lối chơi **2** *v/i also* MUS, SP chơi **3** *v/t instrument, music, game* chơi; *opponent* thi đấu; (*perform: Macbeth etc*) trình diễn; *particular role* đóng vai; **~ a joke on** chơi khăm
♦ **play around** (*be unfaithful*) léng phéng
♦ **play down** làm giảm tính quan trọng
♦ **play up** (*of machine*) trục trặc; (*of child*) gây rắc rối; (*of tooth, bad back etc*) làm đau đớn
playact vờ vịt; **playback** quay lại; **playboy** kẻ ăn chơi
player MUS, SP người chơi; (*actor*) diễn viên
playful *punch etc* hay đùa
playground sân chơi
playing card quân bài
playing field sân bóng
playmate bạn cùng chơi
playwright nhà soạn kịch
plaza (*for shopping*) trung tâm buôn bán
plea *n* lời cầu xin
plead *v/i*: **~ for** cầu xin; **~ guilty** thú tội; **~ not guilty** chối tội; **~ with** nài xin
pleasant dễ chịu; *meal* ngon
please 1 *adv* làm ơn; **~ take me with you** làm ơn cho tôi đi cùng anh/chị; **can I have a coffee, ~?** xin vui lòng cho tôi một cốc cà phê; **more tea? – yes, ~** dùng thêm chè chứ? – vâng, xin anh/chị; **~ do** (*go ahead*) xin mời **2** *v/t* làm vui lòng; **~ yourself** tùy anh/chị thôi
pleased hài lòng; **~ to meet you** hân hạnh được gặp anh/chị
pleasing *sound* dễ chịu; *sight, design* vui mắt; **it is ~ that ...** thật dễ chịu ...
pleasure (*happiness, satisfaction*) niềm vui thích; (*as opposed to work*) vui chơi; (*delight*) niềm vui sướng; **it's a ~** (*you're welcome*) không dám; **with ~** rất vui lòng
pleat *n* (*in skirt*) nếp gấp
pledge 1 *n* (*promise*) lời hứa hẹn; **Pledge of Allegiance** lời hứa trung thành **2** *v/t* (*promise*) hứa hẹn
plentiful *supply* dồi dào; *fruit, hotels etc* rất nhiều
plenty (*abundance*) nhiều; **~ of** nhiều; **that's ~** đủ rồi; **there's ~ for everyone** có thừa đủ cho mọi người; **a time of ~** thời sung túc
pliable dễ uốn
pliers cái kìm; **a pair of ~** một đôi kìm
plight cảnh ngộ khốn khó
plod *v/i* (*walk*) lê bước
♦ **plod along, plod on** (*with a job*) vất vả
plodder (*at work, school*) người cần cù
plot[1] *n* (*land*) mảnh đất
plot[2] **1** *n* (*conspiracy*) âm mưu; (*of novel*) cốt truyện **2** *v/t* mưu tính **3** *v/i* âm mưu
plotter người âm mưu; COMPUT

máy in đồ thị
plow 1 *n* cái cày **2** *v/t & v/i* cày
♦**plow back** *profits* tái đầu tư
pluck *v/t eyebrows* tỉa; *chicken* nhổ lông
♦**pluck up**: *~ courage* lấy hết can đảm
plug 1 *n* (*for sink, bath*) cái nút; (*electrical*) phích cắm; (*spark ~*) bugi; (*for new book etc*) bài quảng cáo **2** *v/t hole* nút lại; *new book etc* quảng cáo liên tiếp
♦**plug away** F ráng sức
♦**plug in** *v/t* cắm phích
plum 1 *n* (*fruit*) quả mận; (*tree*) cây mận **2** *adj job etc* béo bở
plumage bộ lông chim
plumb *adj* thẳng đứng
plumber thợ ống nước
plumbing (*pipes*) hệ thống ống nước
plummet (*of airplane*) rơi nhanh; (*of share prices*) tụt xuống
plump *adj person* bụ bẫm; *chicken* béo mẫm
♦**plump for** chọn
plunge 1 *n* cú lao xuống; (*in prices*) sự tụt xuống; ***take the ~*** làm liều; (*get married*) nhắm mắt làm liều **2** *v/i* lao xuống; (*of prices*) tụt xuống **3** *v/t knife* đâm; ***the city was ~d into darkness*** thành phố chìm trong bóng tối; ***the news ~d him into despair*** tin tức làm anh ấy đâm ra tuyệt vọng
plunging: *~ **neckline*** cổ khoét sâu
plural *adj & n* số nhiều
plus 1 *prep* cộng với **2** *adj* hơn; ***$500 ~*** hơn 500$ **3** *n* (*symbol*) dấu cộng; (*advantage*) ưu thế **4** *conj* (*moreover, in addition*) hơn nữa
plush sang trọng
plywood gỗ dán
p.m. chiều
pneumatic đầy không khí
pneumatic drill khoan hơi
pneumonia viêm phổi
poach[1] *v/t* (*cook*) rim
poach[2] *v/i* (*hunt*) săn trộm
poached egg trứng chần
poaching (*hunting*) sự săn trộm
PO Box hộp thư bưu điện
pocket 1 *n* túi; ***line one's own ~s*** kiếm tiền một cách bất chính; ***be out of ~*** làm mất tiền toi **2** *adj* (*miniature*) bé nhỏ **3** *v/t* đút túi
pocketbook (*purse*) sắc nhỏ; (*billfold*) ví; (*book*) sổ tay nhỏ; **pocket calculator** máy tính cầm tay; **pocketknife** dao nhíp
podium bục
poem bài thơ
poet nhà thơ
poetic *person* như thi sĩ; *description* thi vị
poetry thơ ca
poignant đau lòng
point 1 *n* (*of pencil*) đầu; (*of knife*) mũi; (*in competition, exam*) điểm; (*purpose*) mục đích; (*meaning*) ý nghĩa; (*moment*) lúc; (*in argument, discussion*) lý lẽ; (*in decimals*) chấm; ***beside the ~*** không thích hợp; ***be on the ~ of*** sắp làm gì; ***get to the ~*** đi thẳng vào vấn đề; ***the ~ is ...*** vấn đề là ...; ***there's no ~ in waiting/trying*** không ích gì mà chờ đợi/thử **2** *v/i* chỉ (tay) **3** *v/t gun* chĩa
♦**point at** (*with finger*) chỉ tay vào
♦**point out** *sights* chỉ ra; *advantages etc* lưu ý
♦**point to** (*with finger*) chỉ về; *fig* (*indicate*) vạch rõ
point-blank 1 *adj refusal, denial* thẳng thừng; ***at ~ range*** ở cự ly rất gần **2** *adv refuse, deny* một cách thẳng thừng

pointed *remark etc* nhằm thẳng vào
pointer (*for teacher*) thước kẻ; (*hint*) lời gợi ý; (*sign, indication*) dấu hiệu
pointless vô bổ; ***it's ~ trying*** làm gì cho tốn hơi sức
point of sale (*place*) nơi bán hàng; (*promotional material*) đồ quảng cáo
point of view quan điểm
poise tư thế đĩnh đạc
poised *person* đĩnh đạc
poison **1** *n* thuốc độc **2** *v/t person* đầu độc; *animal, water, land* đánh thuốc độc; *relationship* làm tổn hại
poisonous *snake, spider* có nọc độc; *plant* có chất độc hại
poke **1** *n* cú hích **2** *v/t* (*prod*) đẩy; (*in the ribs*) hích; (*stick: gun*) dí; ***~ fun at*** chế giễu; ***~ one's nose into*** gí mũi vào
♦**poke around** lục lọi
poker (*card game*) bài xì
poky (*cramped*) chật chội
Poland nước Ba Lan
polarize *v/t* phân cực
Pole người Ba Lan
pole[1] (*to push a boat*) sào; (*for support*) cột
pole[2] (*of earth*) cực
polevault (*event*) môn nhảy sào
police *n* công an, cảnh sát
policeman công an, cảnh sát; **police state** chế độ dùi cui; **police station** đồn công an, đồn cảnh sát; **policewoman** nữ công an, nữ cảnh sát
policy[1] (*of government, company*) chính sách
policy[2] (*insurance ~*) hợp đồng
polio bệnh bại liệt
Polish **1** *adj* Ba Lan **2** *n* tiếng Ba Lan
polish **1** *n* (*product*) thuốc đánh bóng; ***shoe ~*** xi đánh giày **2** *v/t* đánh bóng; *speech* trau chuốt
♦**polish off** *food* ngốn hết
♦**polish up** *skill* hoàn thiện
polished *performance* tinh tế
polite lịch sự
politely một cách lịch sự
politeness sự lễ phép
political chính trị
politically correct *nhằm tránh làm xúc phạm tới bất cứ nhóm người đặc biệt nào trong xã hội*
politician nhà chính trị
politics việc chính trị; ***what are his ~?*** quan điểm chính trị của anh ấy là thế nào?
poll **1** *n* (*survey*) cuộc thăm dò ý kiến; ***the ~s*** (*election*) cuộc bầu cử; ***go to the ~s*** (*vote*) đi bầu cử **2** *v/t people* thăm dò ý kiến; *votes* thu được
pollen phấn hoa
pollen count chỉ số phấn hoa
polling booth phòng bỏ phiếu
pollster người thăm dò ý kiến
pollutant chất ô nhiễm
pollute làm ô nhiễm
pollution sự ô nhiễm
polo neck (*sweater*) cổ lọ
polo shirt áo sơ mi cổ lọ
polyester vải poliexte
polyethylene politen
polystyrene polixtiren
polyunsaturated *không có khả năng sinh côlextêrôn*
pomegranate quả thạch lựu
pompous *speech* khoa trương; *person* vênh vang
pond ao
ponder *v/i* cân nhắc
pony giống ngực pony
ponytail tóc đuôi ngựa
poodle chó xù
pool[1] (*swimming ~*) bể bơi; (*of*

water, blood) vũng
pool[2] (*game*) trò chơi pun
pool[3] **1** *n* (*common fund*) vốn chung **2** *v/t resources* góp chung
pool hall phòng đánh pun
pool table bàn đánh pun
pooped F mệt đứt hơi
poor 1 *adj* (*not wealthy*) nghèo; (*not good*) kém; (*unfortunate*) tội nghiệp; ***be in ~ health*** bị ốm yếu; ***~ old Tony!*** tội nghiệp Tony! **2** *n*: ***the ~*** người nghèo
poorly 1 *adv* tồi **2** *adj* (*unwell*) không được khỏe
pop[1] **1** *n* (*noise*) tiếng nổ bốp **2** *v/i* (*of cork, popcorn*) nổ bốp; (*of balloon*) nổ tung **3** *v/t cork* mở đánh bốp; *balloon* làm nổ
pop[2] *n & adj* MUS nhạc pốp
pop[3] F (*father*) bố
♦**pop up** *v/i* (*appear suddenly*) bất ngờ xuất hiện
popcorn bỏng ngô
Pope giáo hoàng
poppy cây anh túc
Popsicle® kem que
pop song bài hát nhạc pốp
popular được nhiều người ưa thích; *belief* phổ biến; *support* của nhân dân
popularity sự được lòng dân
popular opera chèo
populate cư trú
population dân số
porcelain 1 *n* đồ sứ **2** *adj* bằng sứ
porch hiên
porcupine con nhím
pore (*of skin*) lỗ chân lông
♦**pore over** mải mê nghiên cứu
pork thịt lợn (*N*), thịt heo (*S*)
porn *n* khiêu dâm
porn(o) *adj* khiêu dâm
pornographic khiêu dâm
pornography sự khiêu dâm; (*books, movies*) sách báo khiêu dâm
porous xốp
port[1] *n* (*town*) thành phố cảng; (*area*) cảng
port[2] *adj* (*left-hand*) mạn trái
portable 1 *adj* xách tay **2** *n* COMPUT máy tính xách tay; (*TV set*) máy ti- vi xách tay
porter người khuân vác; (*doorman*) người gác cửa
porthole NAUT ô cửa sổ
portion *n* phần; (*of food*) suất
portrait 1 *n* (*painting, photograph*) chân dung; (*depiction*) sự miêu tả **2** *adv print* khổ dọc
portray (*of artist*) vẽ chân dung; (*of photograph*) chụp chân dung; (*of actor*) diễn tả; (*of author*) miêu tả
portrayal (*by actor*) sự diễn tả; (*by author*) sự miêu tả
Portugal nước Bồ Đào Nha
Portuguese 1 *adj* Bồ Đào Nha **2** *n* (*person*) người Bồ Đào Nha; (*language*) tiếng Bồ Đào Nha
pose 1 *n* (*pretense*) trò giả tạo **2** *v/i* (*for artist, photographer*) làm mẫu; ***~ as*** giả danh **3** *v/t*: ***~ a problem / a threat*** tạo ra vấn đề / mối đe dọa
position 1 *n* (*location, in competition, military*) vị trí; (*stance*) tư thế; (*point of view*) quan điểm; (*situation*) hoàn cảnh; (*job*) chỗ làm; (*status*) địa vị **2** *v/t* bố trí
positive *attitude* lạc quan; *response* tích cực; *medical test* dương tính; GRAM ở dạng nguyên; ELEC dương; ***be ~*** (*sure*) chắc chắn
positively (*decidedly*) rõ ràng; (*definitely*) chắc chắn
possess có
possession (*ownership*) sự sở hữu; (*thing owned*) vật sở hữu; **~s** tài sản

possessive *child* ích kỷ; *parent, partner* có tính sở hữu; GRAM sở hữu
possibility khả năng
possible có thể; ***the shortest/ quickest ~ ...*** ... ngắn nhất/ nhanh nhất có thể được; ***the best ~ ...*** ... tốt nhất có thể được
possibly có thể; ***that can't ~ be right*** điều đó không thể nào đúng được; ***could you ~ tell me ...?*** anh/chị có thể nói cho tôi biết ...
post¹ **1** *n* (*of wood, metal*) cột **2** *v/t notice* dán; *profits* công bố; ***keep s.o. ~ed*** thông báo kịp thời
post² **1** *n* (*place of duty*) vị trí **2** *v/t soldier, employee* bổ nhiệm; *guards* bố trí
postage bưu phí
postal bưu điện
postcard bưu thiếp
postdate để lùi ngày tháng
poster (*advertising*) áp phích; (*for decoration*) tranh in to
posterior *n hum* (*buttocks*) mông đít
posterity thế hệ mai sau
postgraduate **1** *n* nghiên cứu sinh **2** *adj* sau đại học
posthumous: ***~ novel*** cuốn tiểu thuyết xuất bản sau khi tác giả qua đời; ***~ award*** sự truy tặng; ***~ baby*** đứa bé sinh ra sau khi bố chết
posting (*assignment*) việc bổ nhiệm
postmark dấu bưu điện
postmortem khám nghiệm tử thi
post office bưu điện
postpone hoãn lại
postponement sự hoãn lại
posture *n* tư thế
postwar hậu chiến
pot¹ (*for cooking in*) nồi; (*for coffee, tea*) bình; (*for plant*) chậu
pot² F (*marijuana*) cần sa
potato khoai tây
potato chips khoai tây chiên
potent *drug, medicine* hiệu nghiệm; *weapon* có uy lực
potential **1** *adj* tiềm năng **2** *n* khả năng
potentially có khả năng
potter *n* thợ gốm
pottery (*activity*) nghề gốm; (*items*) đồ gốm; (*place*) xưởng gốm
potty *n* (*for baby*) bô
pouch (*bag*) túi nhỏ; (*of ammunition, mailman*) bao
poultry (*birds*) gà vịt; (*meat*) thịt gà vịt
pounce *v/i* (*of animal*) vồ; *fig* chộp
pound¹ *n* (*weight*) pao
pound² (*for strays*) chỗ nhốt mèo chó lạc; (*for cars*) nơi giữ ô tô bị phạt
pound³ *v/i* (*of heart*) đập thình thịch; ***~ on*** (*hammer on*) đập mạnh
pound sterling bảng Anh
pour **1** *v/t liquid* rót **2** *v/i* chảy; ***it's ~ing*** (***with rain***) trời mưa như trút
♦**pour out** *liquid* rót; *troubles* thổ lộ
pout *v/i* trề môi
poverty sự nghèo nàn
poverty-stricken nghèo xác xơ
powder **1** *n* bột; (*for face*) phấn **2** *v/t face* đánh phấn
powder room phòng vệ sinh nữ
power **1** *n* (*strength*) sức mạnh; (*authority*) quyền lực; (*energy*) năng lượng; (*electricity*) điện; ***in ~*** POL nắm quyền; ***fall from ~*** POL mất quyền **2** *v/t*: ***be ~ed by*** vận hành bằng
power-assisted có trợ lực
power cut sự mất điện
powerful *blow* mạnh; *drug, detergent* có công hiệu; *country* hùng mạnh;

person, *union* có quyền hành; *car*, *engine* có công suất lớn
powerless bất lực; ***be ~ to ...*** không có khả năng ...
power line dây điện; **power outage** sự mất điện; **power station** nhà máy điện; **power steering** cơ cấu lái bằng điện; **power unit** bộ phát điện năng
PR (= ***public relations***) quan hệ quần chúng
practical *experience* thực tiễn; *work* thực hành; *person* thực tế; (*functional*) thiết thực
practical joke trò chơi khăm
practically *behave*, *think* một cách thực tế; (*almost*) hầu như
practice **1** *n* sự thực hành, sự tập luyện; (*rehearsal*) buổi diễn tập; (*custom*) tập tục; (*in work life*) thông lệ; ***in ~*** (*in reality*) trên thực tế; ***be out of ~*** không tập luyện **2** *v/i* tập luyện **3** *v/t* luyện; *law*, *medicine* hành nghề
pragmatic thực dụng
pragmatism chủ nghĩa thực dụng
prairie đồng cỏ
praise **1** *n* lời khen ngợi **2** *v/t* khen ngợi
praiseworthy đáng ca ngợi
prank trò đùa tinh nghịch
prattle *v/i* nói chuyện tầm phào
pray cầu nguyện
prayer lời cầu nguyện
preach **1** *v/i* (*in church*) giảng đạo; (*moralize*) thuyết giáo **2** *v/t* *sermon* thuyết giảng
preacher người thuyết giáo
precarious *situation*, *future*, *living* bấp bênh
precariously *stand* chênh vênh; *balance* bấp bênh
precaution sự đề phòng
precautionary *measure* phòng ngừa
precede *v/t* (*in time*) có trước; (*walk in front of*) đi trước
precedence: ***take ~*** có quyền ưu tiên; ***take ~ over ...*** có quyền ưu tiên hơn ...
precedent tiền lệ
preceding *week* trước đó; *chapter* trước
precinct (*district*) quận
precious *gems* quý; *possession*, *commodity* quý giá
precipitate *v/t* *crisis* đẩy nhanh
précis *n* bản tóm tắt
precise đúng
precisely (*in time*) đúng; *know*, *tell etc* chính xác
precision sự chính xác
precocious *child* sớm phát triển
preconceived *idea* định trước
precondition điều kiện tiên quyết
predator (*animal*) dã thú
predecessor (*in job*) người tiền nhiệm; (*machine*) kiểu dáng trước
predestination thuyết tiên định
predicament tình thế khó khăn
predict dự đoán
predictable có thể dự đoán được
prediction lời dự báo
predominant nổi bật nhất
predominantly chủ yếu là
predominate trội hơn hẳn
prefabricated làm sẵn
preface *n* lời nói đầu
prefer: ***~ X*** thích X hơn; ***~ X to Y*** thích X hơn Y; ***~ to do sth*** thích làm gì hơn; ***~ to wait*** thích chờ đợi hơn
preferable hợp hơn; ***be ~ to*** hợp hơn
preferably tốt nhất là
preference sự thích hơn; ***do you have any ~?*** anh/chị thích gì hơn?
preferential ưu đãi
prefix tiền tố

---

pregnancy sự có thai; (*period*) kỳ thai nghén
pregnant có thai
prehistoric thời tiền sử; *fig* cổ lỗ sĩ
prejudice 1 *n* sự thành kiến **2** *v/t chances* làm giảm; **~ s.o.** làm ai có thành kiến
prejudiced có thành kiến
preliminary *adj* sơ bộ; (*competition*) vòng loại
premarital trước hôn nhân
premature *senility*, *death* sớm; *baby* đẻ non; *decision* quá sớm
premeditated dự tính trước
premier *n* POL thủ tướng; (*in Australia*) thủ hiến
première *n* (*of movie*) buổi chiếu đầu tiên; (*of play*) buổi công diễn đầu tiên
premises (*house*, *building etc*) tòa nhà; ***on the ~*** trong tòa nhà
premium *n*: ***insurance ~*** phí bảo hiểm
premonition linh cảm
prenatal trước khi đẻ
preoccupied lo nghĩ
preparation (*act*) sự chuẩn bị; ***in ~ for*** để chuẩn bị cho; ***~s*** công việc chuẩn bị
prepare 1 *v/t* chuẩn bị; ***be ~d to do sth*** (*willing*) sẵn sàng làm việc gì **2** *v/i* chuẩn bị
preposition giới từ
preposterous vô lý
prerequisite điều kiện tiên quyết
prescribe (*of doctor*) kê đơn; *rest* chỉ định
prescription MED đơn thuốc (*N*), toa thuốc (*S*)
presence sự có mặt; ***in the ~ of*** trước mặt
presence of mind sự nhanh trí
present[1] **1** *adj* (*current*) hiện nay; ***be ~*** có mặt **2** *n*: ***the ~*** hiện tại; GRAM thời hiện tại; ***at ~*** lúc này
present[2] **1** *n* (*gift*) quà tặng **2** *v/t award*, *bouquet* tặng; *program* giới thiệu; ***~ X with Y***, ***~ Y to X*** tặng Y cho X
presentation (*to audience*) sự trình bày
present-day thời nay
presently (*at the moment*) lúc này; (*soon*) sau chốc lát
preservation sự giữ gìn
preservative *n* chất bảo quản
preserve 1 *n* (*domain*) lĩnh vực **2** *v/t standards*, *peace etc* giữ gìn; *wood*, *food* bảo quản
preside *v/i* (*at meeting*) chủ trì; ***~ over*** *meeting* điều khiển
presidency (*office*) chức tổng thống; (*term*) nhiệm kỳ tổng thống
president POL tổng thống; (*of communist country*, *company*, *organization*) chủ tịch; (*of club*, *cooperative etc*) chủ nhiệm
presidential tổng thống, chủ tịch
press 1 *n*: ***the ~*** báo chí **2** *v/t button* ấn; (*urge*) thúc ép; (*squeeze*) xiết chặt; *grapes*, *olives* ép; *clothes* là (*N*), ủi (*S*) **3** *v/i*: ***~ for*** thúc ép đòi
press conference cuộc họp báo
pressing *adj need*, *concern* cấp bách; *business* gấp
pressure 1 *n* (*of water*) áp lực; (*force*) sức lực; (*of work*, *demands*) sức ép; ***be under ~*** chịu sức ép căng thẳng; ***be under ~ to do sth*** bị thúc ép làm gì **2** *v/t* gây sức ép
prestige uy tín
prestigious có uy tín
presumably có lẽ
presume cho là; ***~ to do sth*** dám làm gì
presumption (*of innocence*, *guilt*) giả định
presumptuous quá táo bạo

pre-tax trước khi nộp thuế
pretend *v/t & v/i* giả vờ, giả đò (*S*)
pretense sự giả vờ; ***a ~ of friendship*** sự kết bạn hờ
pretentious *person, restaurant* kiêu kỳ; *movie, book* khoa trương
pretext cớ
pretty 1 *adj* xinh xắn **2** *adv* (*quite*) khá
prevail (*triumph*) thắng
prevailing *wind* thường; *opinion* phổ biến nhất
prevent *epidemic, riot* ngăn chặn; *marriage* ngăn cản; *colds* ngăn ngừa; ***~ s.o. (from) doing sth*** (*of crowds, person*) ngăn cản ai làm gì; (*of accident etc*) phòng ngừa ai làm gì
prevention (*of crime, cruelty*) sự ngăn ngừa; MED sự phòng bệnh
preventive *medicine* phòng bệnh; *measure* phòng ngừa
preview *n* (*of movie, exhibition*) sự duyệt trước
previous trước
previously trước đây
prewar tiền chiến
prey *n* con mồi
♦**prey on** bắt làm mồi; *fig* (*of conman etc*) lợi dụng
price 1 *n* giá **2** *v/t* COM đặt giá
priceless vô giá
price war chiến tranh giá cả
prick[1] 1 *n* (*pain*) sự đau nhói **2** *v/t* (*jab*) châm
prick[2] *n* V (*penis*) con cặc, buồi (*N*); (*person*) thằng ngu ngốc
♦**prick up**: ***~ one's ears*** (*of dog*) vểnh tai; (*of person*) giỏng tai
prickle (*on plant*) gai
prickly *plant* có gai; *beard* như gai đâm; (*irritable*) dễ cáu
pride 1 *n* (*in person, achievement*) sự hãnh diện; (*self-respect*) lòng tự trọng **2** *v/t*: ***~ oneself on*** tự hào về
priest linh mục
primarily chủ yếu
primary 1 *adj* hàng đầu **2** *n* POL hội nghị chọn ứng cử viên
prime 1 *n*: ***be in one's ~*** (*of man*) ở thời kỳ sung sức nhất; (*of woman*) ở thời kỳ xuân sắc **2** *adj example, reason* quan trọng nhất; ***of ~ importance*** có tầm quan trọng bậc nhất
prime minister thủ tướng
prime time TV giờ cao điểm
primitive nguyên thủy; *conditions* đơn sơ
prince hoàng tử
princess công chúa
principal 1 *adj* chính **2** *n* (*of school*) hiệu trưởng
principally chủ yếu
principle (*moral*) nguyên tắc đạo đức; (*rule*) nguyên lý; ***on ~*** vì những nguyên lý đạo đức; ***in ~*** về nguyên lý
print 1 *n* (*in book, newspaper etc*) chữ in; (*photograph*) ảnh in; ***the book is out of ~*** cuốn sách đã hết xuất bản **2** *v/t book, newspaper* in; (*publish*) đăng; (*using block capitals*) viết chữ in hoa
♦**print out** in ra
printed matter ấn phẩm
printer (*person*) thợ in; (*owner of firm*) chủ nhà in; (*machine*) máy in
printing press máy in sách báo
printout bản in
prior 1 *adj* trước **2** *prep*: ***~ to*** trước
prioritize (*put in order of priority*) ưu tiên; (*give priority to*) dành ưu tiên cho
priority điều ưu tiên; ***have ~*** được quyền ưu tiên
prison nhà tù
prisoner tù nhân; ***take s.o. ~*** bắt

ai tù nhân
prisoner of war tù binh
privacy (*in a room, place*) sự riêng biệt; (*from public attention*) đời sống riêng tư
private **1** *adj* riêng; *room, patient* tư nhân **2** *n* MIL binh nhì; ***in ~*** riêng
private enterprise kinh doanh tư nhân
privately (*in private*) riêng; *funded, owned* tư nhân; (*inwardly*) trong thâm tâm
private property tư sản
private sector khu vực tư nhân
privilege (*special treatment*) đặc quyền; (*honor*) đặc ân
privileged có đặc quyền; (*honored*) được vinh dự
prize **1** *n* giải thưởng **2** *v/t* (*value, respect*) quý trọng
prizewinner người trúng giải
prizewinning trúng giải
pro[1] *n*: ***the ~s and cons*** thuận và chống
pro[2] → ***professional***
pro[3]: ***be ~ ...*** (*in favor of*) ủng hộ ...
probability khả năng có thể xảy ra
probable rất có thể
probably hầu như chắc chắn
probation (*in job*) thời gian thử thách; LAW thời gian quản chế
probation officer nhân viên giám sát tù treo
probation period (*in job*) thời gian thử thách
probe **1** *n* (*investigation*) cuộc điều tra; (*scientific*) tàu thăm dò vũ trụ **2** *v/t* dò; (*investigate*) thăm dò; *situation* điều tra
problem vấn đề; ***no ~*** không có vấn đề gì
procedure thủ tục
proceed **1** *v/i* (*go: of people*) đi; (*of work etc*) tiến triển **2** *v/t*: ***~ to do sth*** chuyển sang làm gì
proceedings (*events*) nghi thức
proceeds tiền thu được
process **1** *n* quá trình, quy trình; ***in the ~*** (*while doing it*) trong khi đang làm **2** *v/t food, raw materials* chế biến; *data* xử lý; *application etc* giải quyết
procession (*ceremonial*) đám rước; (*steady flow*) đoàn người
processor COMPUT bộ xử lý; ***food ~*** máy chế biến thực phẩm
proclaim tuyên bố
prod **1** *n* cú chọc **2** *v/t* chọc
prodigy: (***child***) ~ thần đồng
produce **1** *n* sản phẩm **2** *v/t commodity* sản xuất; (*of cow, hen etc*) cho; *agreement, result* đạt được; *response* tạo ra; (*take out*) *gun, $100 bill* rút ra; *play* dàn dựng; *movie, TV program* sản xuất
producer (*of commodity, movie etc*) nhà sản xuất; (*of play*) đạo diễn
product sản phẩm; (*result*) kết quả
production (*action of producing*) việc sản xuất; (*things produced*) sản lượng; (*of play*) sự dàn dựng; (*of movie, TV program*) sự sản xuất; (*play, TV program*) tác phẩm; (*movie*) bộ phim
production capacity công suất
production costs chi phí sản xuất
productive có năng suất; *meeting* hữu ích
productivity năng suất
profane *language* phàm tục
profess tự nhận là
profession nghề nghiệp
professional **1** *adj* (*not amateur*) chuyên nghiệp; *advice, help* của người chuyên nghiệp; *piece of work* có tay nghề; ***turn ~*** chuyển sang chuyên nghiệp **2** *n* (*doctor, lawyer etc*) người chuyên nghiệp;

(*not an amateur*) tay nhà nghề
professionally *play sport* chuyên nghiệp; (*well, skillfully*) thành thạo
professor giáo sư
proficiency sự thành thạo
proficient thành thạo
profile (*of face*) mặt nhìn nghiêng; (*description*) bản miêu tả
profit 1 *n* lợi nhuận **2** *v/i*: **~ by**, **~ from** có lợi từ; *pej* lợi dụng
profitability sự có lợi
profitable có lợi
profit margin lãi ròng
profound *effect* sâu sắc; *knowledge, thought* sâu
profoundly sâu sắc
prognosis (*medical*) tiên lượng bệnh; (*forecast*) sự dự đoán
program 1 *n also* COMPUT, TV chương trình; (*in theater*) tờ chương trình biểu diễn **2** *v/t* COMPUT lập trình
programmer COMPUT người lập trình
progress 1 *n* sự tiến bộ; ***make ~*** (*of patient*) có tiến bộ; (*of building*) tiến triển; ***in ~*** đang được tiến hành **2** *v/i* (*advance in time*) tiếp diễn; (*move on*) tiến tới; (*make progress*) có tiến bộ; ***how is the work ~ing?*** công việc tiến triển như thế nào rồi?
progressive *adj* (*enlightened*) tiến bộ; (*which progresses*) tăng dần
progressively dần dần từng nấc
prohibit (*forbid*) ngăn cấm; (*prevent*) ngăn chặn
prohibition (*act of forbidding*) sự cấm; (*ban on*) lệnh cấm; ***Prohibition*** *luật cấm nấu và bán rượu ở Mỹ thời kỳ 1920-1933*
prohibitive *prices* quá cao
project[1] *n* (*plan*) đề án; (*undertaking*) dự án; EDU sự học; (*housing area*) khu nhà rẻ tiền
project[2] **1** *v/t figures, sales* dự kiến; *movie* chiếu **2** *v/i* (*stick out*) nhô ra
projection (*forecast*) sự dự đoán
projector: ***slide ~*** máy chiếu phim dương bản
prolific *writer, artist* sáng tác nhiều
prolong kéo dài
prom (*school dance*) buổi vũ hội ở trường
prominent *nose* gồ; *chin* nhô ra; (*significant*) nổi bật
promiscuity (*sexual*) sự chung chạ bừa bãi
promiscuous chung chạ bừa bãi
promise 1 *n* lời hứa; (*potential*) hứa hẹn **2** *v/t* hứa; ***~ to ...*** hứa là ...; ***~ X one's support*** hứa với X là sẽ ủng hộ; ***~ to do sth*** hứa làm gì; ***~ X a bicycle*** hứa với X là sẽ cho xe đạp **3** *v/i* hứa
promising *actor, future* đầy hứa hẹn; *weather* có triển vọng
promote *employee* đề bạt; (*encourage, foster*) tăng cường; *growth* thúc đẩy; *idea, scheme, region, area* xúc tiến; COM: *product, record* quảng cáo
promoter (*of sports event*) người bảo trợ
promotion (*of employee*) sự đề bạt; (*of scheme, idea*) sự xúc tiến; COM sự vận động quảng cáo
prompt 1 *adj* (*on time*) đúng giờ; (*speedy*) nhanh chóng **2** *adv*: ***at two o'clock ~*** vào lúc 2 giờ đúng **3** *v/t* (*cause*) gợi lên; *actor* nhắc vở **4** *n* COMPUT dấu chờ lệnh
promptly (*on time*) đúng giờ; (*immediately*) ngay
prone: ***be ~ to*** dễ bị
pronoun đại từ
pronounce *word* phát âm; (*declare*) tuyên bố

pronounced *accent* rõ rệt; *views* dứt khoát
pronunciation sự cách phát âm
proof *n* bằng chứng; (*of book*) bản in thử
prop **1** *v/t* dựa **2** *n* (*in theater*) đạo cụ
♦ **prop up** đỡ; *regime* hỗ trợ
propaganda sự tuyên truyền
propel đẩy đi
propellant (*in aerosol*) đẩy
propeller (*of boat*) chân vịt
proper (*real*) thật sự; (*correct*) đúng; (*fitting*) thích hợp
properly *behave*, *eat* đúng mực; *work* chuẩn; (*fittingly*) phù hợp
property tài sản; (*things owned*) vật sở hữu; (*land*) nhà cửa đất đai
property developer (*company*) công ty khai thác bất động sản; (*person*) người khai thác bất động sản
prophecy sự tiên tri
prophesy tiên đoán
proportion (*ratio*) tỷ lệ; **~s** (*dimensions*) kích thước
proportional cân xứng
proposal (*suggestion*) lời đề nghị; (*of marriage*) sự cầu hôn
propose **1** *v/t* (*suggest*) đề nghị; (*plan*) dự định **2** *v/i* (*make offer of marriage*) cầu hôn
proposition **1** *n* lời đề nghị **2** *v/t* *woman* gạ gẫm ăn nằm
proprietor người chủ
prose văn xuôi
prosecute *v/t* LAW truy tố
prosecution LAW sự truy tố; (*lawyers*) bên nguyên
prosecutor công tố viên
prospect **1** *n* (*chance, likelihood*) triển vọng; (*thought of something in the future*) viễn cảnh; **~s** triển vọng **2** *v/i*: **~ for** *gold* thăm dò
prospective tương lai
prosper (*of person, business*) phát đạt; (*of city*) phồn vinh
prosperity sự phồn vinh
prosperous *person*, *business* phát đạt; *city* phồn vinh
prostitute *n* gái điếm; ***male ~*** đĩ đực
prostitution (*profession*) nghề mại dâm
prostrate: ***be ~ with grief*** kiệt sức
protect bảo vệ
protected forest rừng được bảo vệ, rừng cấm
protection sự bảo vệ
protection money tiền bảo hộ
protective *mother* che chở; *clothing*, *equipment* bảo hộ
protector người bảo vệ
protein chất đạm, prôtêin
protest **1** *n* lời phản kháng; (*demonstration*) cuộc biểu tình phản đối **2** *v/t* phản đối **3** *v/i* phản đối; (*demonstrate*) biểu tình phản đối
Protestant **1** *n* người theo đạo Tin lành **2** *adj* của đạo Tin lành
protester người phản đối
protocol nghi thức
prototype mẫu đầu tiên
protracted kéo dài
protrude *v/i* (*of eyes*) lồi ra; (*of ears*) vểnh ra; (*of chin*) nhô ra; (*of object*) thò ra
proud tự hào; (*independent*) tự trọng; ***be ~ of*** tự hào về
proudly một cách tự hào
prove chứng minh
proverb tục ngữ
provide *money*, *food*, *shelter* cung cấp; *opportunity* tạo; ***~ Y to X***, ***~ X with Y*** cung cấp Y cho X; **~d** (***that***) (*on condition that*) với điều kiện là

♦**provide for** *family* chu cấp đầy đủ; (*of law etc*) qui định
province tỉnh
provincial *city* tỉnh; *pej*: *attitude* nhà quê
provision (*supply*) sự cung cấp; (*of law, contract*) điều khoản
provisional tạm thời
proviso điều kiện
provocation sự khiêu khích
provocative khiêu khích; (*sexually*) khêu gợi
provoke (*cause*) gây ra; (*annoy*) chọc tức
prow NAUT mũi thuyền
prowess tài năng
prowl *v/i* (*of tiger etc*) đi lảng vảng kiếm mồi; (*of burglar*) đi lảng vảng rình mò
prowler kẻ đi lảng vảng
proximity sự gần
proxy (*authority*) sự ủy nhiệm; (*person*) người được ủy nhiệm
prude người cả thẹn
prudence tính thận trọng
prudent thận trọng
prudish thuộc người hay cả thẹn
prune[1] *n* mận khô
prune[2] *v/t plant* tỉa; *fig*: *expenditure, labor force* cắt giảm; *essay* lược bớt
pry xoi mói
♦**pry into** xoi mói vào
PS (= ***postscript***) tái bút
pseudonym bút danh
psychiatric (thuộc) bệnh tâm thần
psychiatrist bác sĩ tâm thần
psychiatry tâm thần học
psychic *adj research* (thuộc) tâm linh; *person* siêu linh
psychoanalysis phân tâm học
psychoanalyst nhà phân tâm học
psychoanalyze phân tích tâm lý
psychological *development* tâm lý; *method, research* tâm lý học
psychologically về mặt tâm lý
psychologist nhà tâm lý học
psychology tâm lý học
psychopath người bệnh tâm thần
puberty tuổi dậy thì
pubic hair lông mu
public **1** *adj proposal, support, opinion* của công chúng; *image* đối với xã hội; *humiliation* công khai; *library, meeting* công cộng **2** *n*: ***the*** ~ dân chúng; ***in*** ~ giữa công chúng
publication (*of book, report*) sự xuất bản; (*by newspaper*) sự công bố; (*book, newspaper*) sách báo xuất bản
publicity sự quảng cáo
publicize quảng cáo
publicly một cách công khai
public prosecutor công tố viên; **public relations** công tác quần chúng; **public school** trường công; **public sector** khu vực Nhà nước
publish *book, newspaper* xuất bản; *story, photographs, biography* đăng
publisher (*person*) người xuất bản; (*company*) nhà xuất bản
publishing công việc xuất bản
publishing company nhà xuất bản
puddle *n* vũng nhỏ
puff **1** *n* (*of wind, smoke*) luồng **2** *v/i* (*pant*) thở hổn hển; ~ ***on a cigarette*** hút từng hơi ngắn
puffy *eyes, face* sưng phồng
pull **1** *n* (*on rope*) sự kéo; F (*appeal*) sức lôi kéo; F (*influence*) ảnh hưởng **2** *v/t* (*drag*) kéo; (*tug*) giật; *tooth* nhổ; *muscle* kéo căng **3** *v/i* kéo
♦**pull apart** (*separate*) tách ra
♦**pull away** *v/t* tách rời
♦**pull down** (*lower*) kéo thấp; (*demolish*) phá đổ
♦ **pull in** *v/i* (*of bus*) tới; ~ ***to the***

ơ ur	**y** (tin)	**ây** uh-i	**iê** i-uh	**oa** wa	**ôi** oy	**uy** wee	**ong** aong
u (soon)	**au** a-oo	**eo** eh-ao	**iêu** i-yoh	**oai** wai	**ơi** ur-i	**ênh** uhng	**uyên** oo-in
ư (dew)	**âu** oh	**êu** ay-oo	**iu** ew	**oe** weh	**uê** way	**oc** aok	**uyêt** oo-yit

station vào ga
◆**pull off** *leaves etc* nhổ; *clothes* cởi; F *deal etc* thành công
◆**pull out 1** *v/t gun etc* rút ra; *person from water etc* kéo lên; *troops* rút khỏi **2** *v/i* (*of agreement, competition*), MIL rút khỏi; (*of ship*) rời khỏi
◆**pull through** (*from an illness*) bình phục lại
◆**pull together 1** *v/i* (*cooperate*) sát cánh với nhau **2** *v/t*: ***pull oneself together*** giữ bình tĩnh
◆**pull up 1** *v/t* (*raise*) kéo lên; *plant, weeds* nhổ lên **2** *v/i* (*of car etc*) dừng lại
pulley cái ròng rọc
pulp bột nghiền; (*for paper-making*) bột giấy
pulpit bục giảng kinh
pulsate (*of heart, rhythm*) đập
pulse mạch
pulverize tán thành bột
pump 1 *n* (*machine*) máy bơm; (*gas ~*) cái bơm **2** *v/t* bơm
◆**pump up** bơm
pumpkin quả bí ngô
pun sự chơi chữ
punch 1 *n* (*blow*) cú đấm; (*implement*) cái giùi lỗ **2** *v/t* (*with fist*) đấm; *hole* khoan; *ticket* bấm
punch line điểm nút
punctual đúng giờ
punctuality sự đúng giờ
punctually đúng giờ
punctuate *text* chấm câu
punctuation phép chấm câu
punctuation mark dấu chấm
puncture 1 *n* lỗ thủng **2** *v/t* đâm thủng
pungent *smell* hăng; *taste* cay
punish *person* trừng phạt
punishing *pace, schedule* mệt nhoài
punishment sự trừng phạt; (*method*) hình phạt
puny (*small*) nhỏ bé; (*weak*) yếu ớt
pup (*dog*) chó con
pupil[1] (*of eye*) con ngươi
pupil[2] (*student*) học sinh; (*of artist, musician*) môn đệ
puppet con rối; *fig* bù nhìn
puppet government chính phủ bù nhìn
puppy chó con
purchase[1] **1** *n* (*action*) sự mua; (*object*) vật mua **2** *v/t* mua
purchase[2] (*grip*) chỗ bám
purchaser người mua
pure *silk, wool* nguyên chất; *air* trong lành; *water* tinh khiết; *white etc* hoàn toàn; *sound* trong trẻo; (*morally*) trong sáng
purely đơn thuần
purge 1 *n* (*of political party*) sự thanh trừng **2** *v/t* thanh trừng
purify *water* lọc sạch
puritan REL tín đồ Thanh giáo; (*moral*) người khắt khe về đạo đức
puritanical khắt khe
purity (*of ore*) sự nguyên chất; (*of air*) sự trong lành; (*of voice*) sự trong trẻo; (*moral*) sự trong sáng
purple *adj* màu tía
Purple Heart MIL xích tâm bội tinh
purpose (*aim, object*) mục đích; ***on ~*** cố tình
purposeful kiên quyết
purposely cố ý
purr *v/i* (*of cat*) kêu rừ rừ
purse *n* (*pocketbook*) ví xách tay
pursue *v/t person* săn đuổi; *career* theo đuổi; *course of action* tiếp tục
pursuer người săn đuổi
pursuit (*chase*) sự săn đuổi; (*of happiness etc*) sự mưu cầu; (*activity*) hoạt động; ***those in ~*** những người đang săn đuổi

pus mủ
push **1** *n* (*shove*) sự đẩy; (*of button*) sự bấm **2** *v/t* (*shove*) đẩy; *button* bấm; (*pressure, urge*) thúc ép; *drugs* bán; ***be ~ed for money*** túng tiền; ***be ~ed for time*** thì giờ thúc bách; ***be ~ing 40*** xấp xỉ 40 tuổi **3** *v/i* đẩy
♦**push along** *cart etc* đẩy
♦**push away** đẩy ra
♦**push off** **1** *v/t lid* nạy **2** *v/i* (*leave*) đi khỏi; ***~!*** cút đi!
♦**push on** *v/i* (*continue*) tiếp tục
♦**push up** *prices* đẩy lên
push-button: ***a ~ phone*** máy điện thoại bấm nút
pusher (*of drugs*) người bán ma túy lậu
push-up môn thể dục hít đất
pushy F tự đề cao
puss, **pussy (cat)** con mèo
put để; ***~ a question*** đưa ra câu hỏi; ***~ the cost at ...*** ước chừng giá là ...
♦**put aside** *money* dành dụm; *work* gạt sang một bên
♦**put away** (*in closet etc*) cất đi; (*in prison*) cho vào tù; (*in mental home*) cho vào nhà thương điên; (*consume*) nốc; *money* dành dụm; *animal* giết
♦**put back** (*replace*) để lại
♦**put by** *money* dành dụm
♦**put down** đặt ... xuống; *deposit* trả tiền; *rebellion* đàn áp; (*belittle: person*) xem thường; (*in writing*) ghi; ***put one's foot down*** (*in car*) tăng tốc; (*be firm*) kiên quyết; ***put X down to Y*** (*attribute*) quy X cho Y
♦**put forward** *idea etc* đề xuất
♦**put in** xen vào; *time* làm; *request, claim* đệ trình
♦**put in for** xin
♦**put off** *light, radio, TV* tắt; (*postpone*) hoãn; (*deter*) ngăn cản; (*repel*) làm khó chịu; ***put X off Y*** làm X cạch Y
♦**put on** *light, radio, TV* bật; *tape, music* mở; *jacket* mặc vào; *eyeglasses* đeo vào; *shoes* đi vào; *make-up* đánh; (*perform*) trình diễn; *accent* giả vờ; *look of regret etc* làm ra vẻ; ***~ the brake*** đạp phanh; ***~ weight*** lên cân; ***she's just putting it on*** (*pretending*) cô ta chỉ giả vờ thôi
♦**put out** *hand* chìa ra; *fire* dập tắt; *light* tắt
♦**put through** (*on phone*) nối máy
♦**put together** (*assemble*) lắp ráp; (*organize*) tổ chức
♦**put up** *v/t person* cho ở nhờ; *fence etc* dựng; *building* xây dựng; *prices* tăng; *poster, notice* dán; *money* cung cấp; ***put your hand up!*** giơ tay lên!; ***~ for sale*** đưa ra bán
♦**put up with** (*tolerate*) chịu đựng
putty mát tít
puzzle **1** *n* (*mystery*) điều bí ẩn; (*game*) trò chơi đố; (*jigsaw ~*) trò chơi lắp hình; (*crossword ~*) trò chơi ô chữ **2** *v/t* làm bối rối
puzzling gây bối rối
PVC nhựa PVC
pylon cột điện cao thế

Q

quack[1] **1** *n* (*of duck*) tiếng quàng quạc **2** *v/i* kêu quàng quạc
quack[2] F (*bad doctor*) lang băm
quadrangle (*figure*) hình tứ giác; (*courtyard*) sân trong
quadruped động vật bốn chân
quadruple *v/i* tăng gấp bốn lần
quadruplets bốn đứa trẻ sinh tư
quaint (*pretty*) xinh xắn; (*slightly eccentric*) kỳ lạ
quake **1** *n* (*earthquake*) trận động đất **2** *v/i* (*of earth*) rung lên; (*with fear*) run rẩy
qualification (*from university etc*) bằng cấp; (*of remark etc*) sự dè dặt; ***have the right ~s for a job*** có khả năng chuyên môn phù hợp với công việc
qualified *doctor*, *engineer etc* có trình độ chuyên môn; (*restricted*) hạn chế; ***I am not ~ to judge*** tôi không đủ tư cách để xét đoán
qualify **1** *v/t remark etc* hạn chế; ~ ***s.o. to do sth*** (*of degree*, *course etc*) làm ai có đủ tư cách để làm gì; ***this degree qualifies you to teach in all schools*** bằng này làm cho anh/chị có đủ tư cách để giảng dạy ở tất cả các trường **2** *v/i* (*get degree etc*) tốt nghiệp; (*in competition*) có đủ điều kiện; ***our team has qualified for the semi-final*** đội chúng tôi đã có đủ điều kiện vào bán kết; ***that doesn't ~ as ...*** điều này không được coi như là ...
quality (*of goods etc*) chất lượng; (*characteristic*) đức tính
quality control (*activity*) việc kiểm tra chất lượng; (*department*) bộ phận kiểm tra chất lượng
qualm nỗi day dứt; ***have no ~s about ...*** không bị day dứt về ...
quantify xác định số lượng
quantity lượng
quarantine *n* sự cách ly
quarrel **1** *n* sự cãi nhau **2** *v/i* cãi nhau
quarrelsome hay sinh sự
quarry (*for mining*) mỏ đá
quart lít Mỹ
quarter **1** *n* một phần tư; (*25 cents*) đồng 25 xen; (*part of town*) khu phố; ***a ~ of an hour*** mười lăm phút; ***a ~ to 5*** 5 giờ kém 15; ~ ***past 5*** 5 giờ 15 **2** *v/t* chia tư
quarterback SP tiền vệ;
quarterfinal trận tứ kết;
quarterfinalist đấu thủ vào vòng tứ kết
quarterly **1** *adj* hàng quý **2** *adv* từng quý một
quarternote MUS nốt đen
quarters MIL doanh trại
quartet MUS nhóm tứ tấu
quartz thạch anh
quaver **1** *n* (*in voice*) sự rung tiếng **2** *v/i* (*of voice*) rung rung
queen nữ hoàng; (*king's wife*) hoàng hậu
queen bee ong chúa
queer (*peculiar*) kỳ cục
quench *flames* dập tắt; ~ ***one's thirst*** giải khát

---

query **1** *n* câu hỏi **2** *v/t* (*express doubt about*) nghi ngờ; (*check*) kiểm tra lại; ***~ X with Y*** kiểm tra lại X với Y

question **1** *n* câu hỏi; (*matter*) vấn đề; ***in ~*** (*being talked about*) đang được nói đến; (*in doubt*) bị nghi ngờ; ***it's a ~ of money/time*** đây là vấn đề tiền bạc/thời gian; ***that's out of the ~*** điều đó không thể được **2** *v/t person* hỏi; LAW chất vấn; (*doubt*) nghi ngờ

questionable *honesty* đáng ngờ; *figures, statement* không trung thực

questioning *look, tone* dò xét

question mark dấu chấm hỏi

questionnaire bản câu hỏi

quick nhanh, lẹ (*S*); ***be ~!*** nhanh lên!; ***let's have a ~ drink*** hãy làm nhanh một cốc; ***can I have a ~ look?*** tôi có thể xem nhanh được không?; ***that was ~!*** thật là nhanh!

quicksand vùng cát lún; **quicksilver** thủy ngân; **quick-tempered** máu nóng; **quick-witted** nhanh trí

quiet *voice, music, life* êm ả; *engine* êm; *street, town* yên tĩnh; ***keep ~ about sth*** giữ kín điều gì; ***~!*** im nào!

♦**quieten down** **1** *v/t children, class* làm im lặng **2** *v/i* (*of children*) trở nên im lặng; (*of political situation*) trở nên yên tĩnh

quilt (*on bed*) mền bông (*S*), chăn bông (*N*)

quinine ký ninh

quip **1** *n* (*remark*) lời nhận xét dí dỏm **2** *v/i* nhận xét dí dỏm

quirky kỳ cục

quit **1** *v/t place, job etc* rời khỏi; ***~ doing sth*** ngừng làm gì **2** *v/i* (*leave job*) thôi việc; COMPUT ra khỏi

quite (*fairly*) khá; (*completely*) hẳn; ***not ~ ready*** chưa xong hẳn; ***I didn't ~ understand*** tôi không hiểu hẳn; ***is that right? – not ~*** điều đó có đúng không? – không đúng hẳn; ***~!*** đúng thế!; ***~ a lot*** khá nhiều; ***it was ~ a surprise/change*** một sự ngạc nhiên hết sức/thay đổi lớn lao

quits: ***be ~ with s.o.*** hết nợ nần với ai

quiver *v/i* (*of leaf*) rung rinh; (*of voice, hand*) run run

quiz **1** *n* cuộc thi đố **2** *v/t* vặn hỏi

quiz program chương trình thi đố

quota (*share*) phần; (*limited numbers allowed*) hạn ngạch

quotation (*from author*) lời trích dẫn; (*price*) bản báo giá; ***give X a ~ for Y*** đưa cho X bản báo giá về Y

quotation marks dấu ngoặc kép

quote **1** *n* (*from author*) lời trích dẫn; (*price*) bản báo giá; (*quotation mark*) dấu ngoặc kép **2** *v/t text* trích dẫn; *price* định giá **3** *v/i*: ***~ from an author*** trích dẫn tác giả

R

rabbit con thỏ; (*food*) thịt thỏ
rabies bệnh dại
raccoon gấu trúc Mỹ
race[1] *n* (*of people*) chủng tộc
race[2] **1** *n* SP cuộc đua; ***the ~s*** (*horse ~s*) kỳ đua ngựa **2** *v/i* (*run fast*) chạy nhanh; SP đua; ***he ~d through his meal/work*** hắn ăn/làm thật nhanh **3** *v/t*: ***I'll ~ you*** tôi sẽ đua với anh/chị; ***I'll ~ you over a mile*** tôi sẽ đua với anh/chị một dặm
racecourse trường đua ngựa; **racehorse** ngựa đua; **racetrack** đường đua
racial chủng tộc; ***~ equality*** quyền bình đẳng giữa các chủng tộc
racing cuộc đua
racing car xe đua
racing driver người đua ôtô
racism chủ nghĩa phân biệt chủng tộc
racist **1** *n* kẻ phân biệt chủng tộc **2** *adj* phân biệt chủng tộc
rack **1** *n* (*for parking bikes*) giá để xe đạp; (*for bags on train*) giá gác; (*for CDs*) giá **2** *v/t*: ***~ one's brains*** nặn óc
racket[1] SP vợt
racket[2] (*noise*) tiếng ầm ĩ; (*criminal activity*) thủ đoạn làm tiền
radar ra đa
radiant *smile, appearance* rạng rỡ
radiate *v/i* (*of heat, light*) tỏa
radiation PHYS phóng xạ
radiator (*in room*) lò sưởi; (*in car*) bộ tản nhiệt
radical **1** *adj treatment, changes* triệt để; *difference, error* cơ bản; POL: *views* cấp tiến **2** *n* POL phần tử cấp tiến
radicalism POL thuyết cấp tiến
radically hoàn toàn
radio đài; (*means of communication*) vô tuyến điện; ***on the ~*** trên đài phát thanh; ***by ~*** bằng vô tuyến điện
radioactive phóng xạ; **radioactivity** tính phóng xạ; **radio alarm** đài báo thức; **radio station** đài phát thanh; **radio taxi** xe tắc xi có liên lạc vô tuyến; **radiotherapy** phép điều trị bằng tia X
radius bán kính
raffle *n* cuộc xổ số
raft bè
rafter rui nhà
rag (*for cleaning etc*) giẻ
rage **1** *n* cơn thịnh nộ; ***be in a ~*** nổi cơn thịnh nộ; ***all the ~*** được hâm mộ nhất **2** *v/i* (*of person*) nổi xung; (*of storm*) hoành hành dữ dội
ragged *edge* lởm chởm; *appearance, clothes* rách rưới
raid **1** *n* (*by troops*) cuộc đột kích; (*by police*) cuộc vây bắt; (*by robbers*) vụ cướp; FIN *mưu toan của một công ty nhằm mua phần lớn cổ phần của một công ty khác để dành quyền kiểm soát nó* **2** *v/t* (*of troops*) đột kích; (*of police*) vây ráp; (*of robbers*) cướp
raider (*on bank etc*) kẻ cướp

rail (*on track*) thanh ray; (*hand~*) tay vịn; (*for towel*) thanh mắc khăn tắm; ***by ~*** bằng xe lửa
railings (*around park etc*) hàng rào
railroad đường xe lửa
railroad station ga xe lửa
rain **1** *n* mưa; ***in the ~*** dưới mưa; ***the ~s*** mùa mưa **2** *v/i* mưa; ***it's ~ing*** trời đang mưa
rainbow cầu vồng; **raincheck**: ***can I take a ~ on that?*** việc này tôi hẹn đến lần sau được không?; **raincoat** áo mưa; **raindrop** giọt mưa; **rainfall** lượng mưa; **rain forest** rừng nhiệt đới; **rainstorm** mưa dông
rainy nhiều mưa; ***it's ~*** trời mưa nhiều
rainy season mùa mưa
raise **1** *n* (*in salary*) sự tăng **2** *v/t shelf etc* dựng lên; *offer* tăng lên; *children* nuôi dưỡng; *question* nêu; *money* thu góp
raisin nho khô
rake *n* (*for garden*) cái cào
rally *n* (*meeting, reunion*) cuộc mít tinh lớn; MOT cuộc đua ô tô đường trường; (*in tennis*) loạt đánh qua lại
♦**rally around** **1** *v/i* tập hợp lại **2** *v/t*: ***~ s.o.*** tập hợp lại xung quanh ai
RAM (= ***random access memory***) RAM, bộ nhớ truy nhập ngẫu nhiên
ram **1** *n* cừu đực **2** *v/t ship, car* đâm vào
ramble **1** *n* (*walk*) cuộc đi dạo **2** *v/i* (*walk*) đi dạo; (*when speaking*) nói lan man; (*talk incoherently*) nói không mạch lạc
rambler (*walker*) người đi dạo
rambling **1** *n* (*walking*) cuộc đi dạo; (*in speech*) sự nói năng lan man **2** *adj speech* lan man
rambutan quả chôm chôm
ramp (*for airplane passengers*) thang máy bay; (*for raising vehicle*) cầu dốc
rampage sự hoành hành; ***go on the ~*** hoành hành đập phá
rampart thành lũy
ramshackle hư nát
ranch trại chăn nuôi
rancher chủ trại chăn nuôi
ranchhand công nhân làm việc tại trại
rancid *butter* trở mùi; *smell* ôi khét
rancor sự thù oán
R & D (= ***research and development***) sự nghiên cứu và phát triển
random **1** *adj* ngẫu nhiên; ***~ sample*** mẫu lấy ngẫu nhiên **2** *n*: ***at ~*** bừa
range **1** *n* (*of products*) loạt; (*of missile, gun*) tầm bắn; (*of voice, vision*) tầm; (*of airplane*) tầm hoạt động; (*of mountains*) dãy **2** *v/i*: ***~ from X to Y*** nằm trong khoảng từ X đến Y
ranger (*forest ~*) người bảo vệ rừng; MIL biệt kích
rank **1** *n* cấp bậc; ***the ~s*** MIL lính thường **2** *v/t* xếp hạng
♦**rank among** đứng vào hạng
ransack lục soát kỹ lưỡng
ransom *n* tiền chuộc; ***hold s.o. to ~*** bắt giữ ai để đòi tiền chuộc
rant: ***~ and rave*** nói lung tung
rap **1** *n* (*at door etc*) tiếng gõ khẽ; MUS nhạc rap **2** *v/t table etc* đập khẽ
♦**rap at** *window etc* gõ
rape **1** *n* sự hiếp dâm **2** *v/t* hiếp dâm
rape victim nạn nhân vụ hiếp dâm
rapid nhanh

rapidity sự nhanh chóng
rapids ghềnh
rapist kẻ hiếp dâm
rapture sự sung sướng vô ngần
rapturous *welcome*, *applause* rất nồng nhiệt
rare hiếm có; *steak* lòng đào
rarely hiếm khi
rarity (*unusual thing*) vật hiếm
rascal đứa trẻ tinh quái
rash[1] *n* MED chỗ phát ban
rash[2] *adj action*, *behavior* hấp tấp
raspberry (*fruit*) quả mâm xôi
rat *n* chuột; (*in Vietnamese zodiac*) Tý
rate 1 *n* (*of exchange*) tỷ giá; (*of pay*) mức; (*price*) giá; (*speed*) tốc độ; ***the annual birth/death ~*** tỷ lệ sinh đẻ/tử vong hàng năm; ***~ of interest*** FIN lãi suất; ***at this ~*** (*at this speed*) với tốc độ này; (*carrying on like this*) với cung cách này **2** *v/t* (*consider*, *rank*) xếp hạng
rather (*quite*, *fairly*) khá; ***I would ~ stay here*** tôi thích ở lại đây hơn; ***or would you ~ ...?*** hoặc anh/chị thích … hơn?
ration 1 *n* khẩu phần **2** *v/t supplies* định khẩu phần
rational *decision*, *argument* hợp lý; *person* biết điều
rationality tính hợp lý
rationalization (*of production etc*) sự hợp lý hóa
rationalize 1 *v/t production*, *company* hợp lý hóa; *emotions*, *one's actions etc* biện bạch **2** *v/i* lý sự
rat race sự vật lộn vì cuộc sống
rattan (*plant*) cây mây; (*material*) sợi mây
rattle 1 *n* (*noise*) tiếng lách cách; (*toy*) cái lúc lắc **2** *v/t chains etc* làm kêu lách cách **3** *v/i* (*of chains etc*) kêu lách cách; (*of crates*) lọc xọc
♦**rattle off** *poem*, *list of names* đọc liến thoắng
rattlesnake rắn đuôi kêu
ravage: ***~d by war*** bị chiến tranh tàn phá
rave *v/i* (*talk deliriously*) nói sảng; (*talk wildly*) nói điên cuồng; ***~ about sth*** (*speak with great enthusiasm*) nói say mê về điều gì; (*write with great enthusiasm*) viết say mê về điều gì
raven con quạ
ravenous *appetite* đói cồn cào
ravine hẻm núi
raving: ***~ mad*** điên hẳn
ravishing mê hồn
raw *meat*, *vegetable* sống; *sugar*, *iron* thô
raw materials (*for production*) nguyên liệu
ray tia; ***a ~ of hope*** một tia hy vọng
razor dao cạo
razor blade lưỡi dao cạo
re COM về
reach 1 *n*: ***within ~*** (*objects*) trong tầm tay; (*stores*, *bus station*) dễ đi tới; ***out of ~*** ngoài tầm tay **2** *v/t city etc* tới; (*go as far as*) dài tới; *decision*, *agreement*, *conclusion* đạt tới
♦**reach out** với tay
react phản ứng
reaction sự phản ứng
reactionary POL **1** *n* phần tử phản động **2** *adj* phản động
reactor (*nuclear*) lò phản ứng hạt nhân
read 1 *v/t also* COMPUT đọc **2** *v/i* đọc; ***~ to s.o.*** đọc cho ai nghe
♦**read out** *v/t* (*aloud*) đọc to
♦**read up on** nghiên cứu về
readable *handwriting* có thể đọc

được
reader (*person*) người đọc
readily *admit, agree* sẵn lòng
readiness (*for action*) tình trạng sẵn sàng; (*willingness*) sự sẵn lòng
reading (*activity*) sự đọc sách báo; (*from meter etc*) sự ghi số
reading matter sách báo
readjust **1** *v/t equipment, controls* điều chỉnh **2** *v/i* (*to conditions*) thích ứng
read-only file COMPUT tệp chỉ đọc
read-only memory COMPUT bộ nhớ chỉ đọc
ready (*prepared*) sẵn sàng; (*willing*) sẵn lòng; ***get*** (***oneself***) ~ chuẩn bị sẵn sàng; ***get sth*** ~ sửa soạn gì sẵn sàng
ready-made *stew etc* nấu sẵn; *suit, curtains* may sẵn; *solution* có sẵn
ready-to-wear may sẵn
real thật; (*for emphasis*) thật sự; ***he's a ~ genius*** anh ấy là một thiên tài thật sự
real estate bất động sản
real estate agent người kinh doanh bất động sản
realism tính thực tế
realist người thực tế
realistic thực tế
reality thực tế
realization (*of goal, dream etc*) sự thực hiện; (*awareness*) sự nhận thức
realize *v/t truth, importance etc* nhận thức được; *goal, dream etc* thực hiện được; FIN bán được; ***I ~ now that ...*** bây giờ tôi hiểu ra rằng ...
really thực sự; ***~?*** thực vậy sao?; ***not*** ~ (*not much*) không nhiều lắm
real time *n* COMPUT thời gian thực
real-time *adj* COMPUT thời gian thực
realtor người kinh doanh bất động sản
reap thu hoạch
reappear lại hiện ra
rear **1** *n* phía sau **2** *adj legs, wheels, lights* sau **3** *v/t livestock* chăn nuôi
rearm *v/t & v/i* tái vũ trang
rearmost sau cùng
rearrange *flowers etc* cắm lại; *furniture etc* sắp xếp lại; *schedule, meetings* sắp đặt lại
rear-view mirror gương chiếu hậu
reason **1** *n* (*faculty*) lý trí; (*cause*) lý do **2** *v/i*: ~ ***with s.o.*** tranh luận với ai
reasonable *behavior* hợp lý; *person* biết điều; *price, quality* phải chăng; ***a ~ number of people*** khá nhiều người
reasonably *act, behave* hợp lý; (*quite*) khá
reassure làm yên tâm
reassuring làm yên tâm
rebate (*money back*) số tiền được trả lại
rebel *n* kẻ phiến loạn; ~ ***troops*** quân phiến loạn
rebellion cuộc nổi loạn
rebellious bất trị
rebound *v/i* (*of ball etc*) nẩy lại
rebuff *n* sự cự tuyệt
rebuild xây dựng lại
rebuke *v/t* khiển trách
recall *v/t ambassador* gọi về; (*remember*) nhớ lại
recapture **1** *n* MIL sự chiếm lại **2** *v/t criminal, animal* bắt lại; *town, position* chiếm lại
receding: ***he has a ~ hairline*** anh ấy bị hói trán
receipt (*for goods*) giấy biên nhận; ***acknowledge ~ of sth*** báo đã nhận được gì; ***~s*** FIN số thu
receive nhận được
receiver (*of letter*) người nhận;

ơ ur	**y** (tin)	**ây** uh-i	**iê** i-uh	**oa** wa	**ôi** oy	**uy** wee	**ong** aong
u (soon)	**au** a-oo	**eo** eh-ao	**iêu** i-yoh	**oai** wai	**ơi** ur-i	**ênh** uhng	**uyên** oo-in
ư (dew)	**âu** oh	**êu** ay-oo	**iu** ew	**oe** weh	**uê** way	**oc** aok	**uyêt** oo-yit

TELEC ống nghe; (*for radio*) máy thu

receivership: ***be in ~*** dưới sự kiểm soát của người quản lý tài sản

recent gần đây

recently gần đây

reception (*in hotel, company*) phòng lễ tân; (*formal party*) cuộc chiêu đãi; (*welcome*) sự đón tiếp; (*for radio, mobile phone*) sự thu

reception desk quầy lễ tân

receptionist nhân viên lễ tân

receptive: ***be ~ to sth*** dễ tiếp thu điều gì

recess (*in wall etc*) hốc; EDU giờ giải lao; (*of parliament*) thời gian ngừng họp

recession (*economic*) tình trạng suy thoái

recharge *battery* nạp lại

recipe công thức nấu nướng

recipient (*of payment, parcel etc*) người nhận

reciprocal lẫn nhau

recital MUS cuộc biểu diễn độc tấu

recite *poem* ngâm; *details, facts* kể lại

reckless thiếu thận trọng

reckon (*think, consider*) cho rằng

♦ **reckon with**: ***have s.o./sth to ~*** cần phải tính đến ai/gì

reclaim *land from sea* khai khẩn

recline *v/i* ngả mình

recluse người ẩn dật

recognition (*of state, s.o.'s achievements*) sự công nhận; ***changed beyond ~*** biến đổi đến nỗi không nhận ra được nữa

recognizable có thể nhận ra

recognize *person, voice, tune, symptoms* nhận ra; POL: *state* công nhận; ***it can be ~d by ...*** có thể nhận ra điều đó nhờ ...

recollect nhớ lại

recollection sự nhớ lại; **~s** kỷ niệm

recommend *person, hotel, book etc* giới thiệu; (*advise*) khuyên

recommendation lời khuyên; (*by employer, referee*) thư giới thiệu

recompense 1 *n* (*reward*) vật thưởng; LAW vật bồi thường **2** *v/t* (*reward*) thưởng; LAW bồi thường

reconcile *people* hòa giải; *differences* điều hòa; ***~ sth with sth*** làm gì cho nhất trí với gì; ***~ oneself to ...*** cam chịu ...; ***be ~d*** (*of two people*) hòa giải

reconciliation (*of people, differences*) sự hòa giải; (*of differences*) sự điều hòa

recondition sửa mới

reconnaissance MIL sự trinh sát

reconsider *v/t & v/i* xem xét lại

reconstruct *city* xây dựng lại; *one's life* làm lại; *crime* diễn lại

record 1 *n* MUS đĩa hát; SP *etc*, (*in database*) kỷ lục; (*written document etc*) hồ sơ; **~s** hồ sơ; ***say sth off the ~*** nói điều gì một cách không chính thức; ***have a criminal ~*** có tiền án; ***have a good ~ for sth*** có thành tích tốt về gì **2** *v/t* (*on tape etc*) thu

record-breaking phá kỷ lục

recorder MUS ống tiêu

record holder người giữ kỷ lục

recording sự ghi âm

recording studio phòng ghi âm

record player máy quay đĩa

recoup *financial losses* lấy lại được

recover 1 *v/t sth lost, stolen goods, composure* lấy lại được **2** *v/i* (*from illness*) bình phục

recovery (*of sth lost, stolen goods*) sự lấy lại lại được; (*from illness*) sự bình phục; ***he has made a good ~*** anh ấy đã bình phục nhiều

recreation sự giải trí

recruit **1** *n* MIL tân binh; (*to company*) thành viên mới **2** *v/t new staff* tuyển mộ
recruitment sự tuyển mộ
recruitment drive cuộc vận động tuyển mộ
rectangle hình chữ nhật
rectangular hình chữ nhật
recuperate hồi phục
recur tái diễn
recurrent tái diễn đều
recycle tái sinh
recycling sự tái sinh
red **1** *adj* đỏ; *hair* hung đỏ **2** *n*: ***in the ~*** nợ
Red Cross Hội Chữ thập đỏ, Hội Hồng thập tự (*S*)
redden *v/i* (*blush*) đỏ mặt
redecorate *v/t* trang trí lại
redeem *debt* trả hết
redeeming: ***~ feature*** điều bù lại
redevelop *part of town* qui hoạch lại
red-handed: ***catch s.o. ~*** bắt quả tang ai; **redhead** người tóc đỏ; **red-hot** đỏ rực; *enthusiasm, passion* nồng nhiệt; *story, news* nóng hổi; **red light** (*at traffic light*) đèn đỏ; **red light district** khu làng chơi; **red meat** thịt đỏ; **redneck** *tầng lớp công nhân có quan điểm chính trị phản động*; **red pepper** ớt ngọt đỏ; **Red River** sông Hồng; **Red River Delta** châu thổ sông Hồng; **Red River Gorge** Ngã ba sông Hồng; **red tape** tệ quan liêu
reduce giảm
reduction sự giảm
redundancy *Br* (*at work*) tình trạng bị sa thải; ***there were many redundancies*** có nhiều công nhân bị sa thải
redundant (*unnecessary*) thừa; ***be made ~*** *Br* (*at work*) bị sa thải
reed BOT sậy
reef (*in sea*) đá ngầm
reef knot nút kép
reek *v/i* nồng nặc; ***~ of ...*** nặc mùi ...
reel *n* (*of film, thread*) cuộn
refer *v/t*: ***~ a decision/problem to s.o.*** chuyển một quyết định/vấn đề đến ai xử lý
♦**refer to** (*allude to*) ám chỉ; *dictionary etc* tra
referee SP trọng tài; (*for job*) người chứng nhận
reference (*allusion*) sự ám chỉ; (*for job*) giấy chứng nhận; (*~ number*) ký hiệu; ***with ~ to*** về
reference book sách tham khảo
referendum cuộc trưng cầu dân ý
refill *v/t glass* rót đầy lại; *tank* làm đầy lại
refine *sugar* tinh chế; *oil* lọc; *technique* cải tiến
refined *manners* tao nhã; *language* lịch sự
refinery (*for oil*) nhà máy lọc; (*for sugar*) nhà máy tinh chế
reflation sự phục hồi hệ thống tiền tệ
reflect **1** *v/t light* phản chiếu; ***be ~ed in ...*** phản chiếu trên ... **2** *v/i* (*think*) suy nghĩ
reflection (*in water, glass*) sự phản chiếu; (*consideration*) sự suy nghĩ
reflex (*in body*) phản xạ
reflex reaction phản ứng không tự chủ
reform **1** *n* sự cải cách **2** *v/t* cải cách
refrain[1] *v/i* kiềm chế; ***please ~ from smoking*** làm ơn cố nhịn hút thuốc
refrain[2] *n* (*in song, poem*) điệp khúc
refresh *person* làm tỉnh táo; ***feel ~ed*** cảm thấy tỉnh táo lại

refresher course lớp bồi dưỡng
refreshing *drink* làm tỉnh táo, thú vị
refreshments các món ăn nhẹ
refrigerate ướp lạnh
refrigerator tủ lạnh
refuel *v/t & v/i airplane* tiếp nhiên liệu
refuge nơi ẩn náu; ***take ~*** (*from storm etc*) ẩn náu
refugee người tị nạn
refugee camp trại tị nạn
refund **1** *n* tiền hoàn lại **2** *v/t* hoàn lại
refusal sự từ chối
refuse *v/t* từ chối; ***~ to do sth*** từ chối không làm gì
regain *control, lost territory, the lead* lấy lại
regard **1** *n*: ***have great ~ for s.o.*** rất kính trọng ai; ***in this ~*** về mặt này; ***with ~ to*** về; (***kind***) ***~s*** lời chúc tốt đẹp; ***please give my ~s to Lan*** xin gửi lời chào của tôi tới Lan; ***with no ~ for ...*** không quan tâm đến ... **2** *v/t*: ***~ s.o./sth as s.o./sth*** coi ai/gì như ai/gì; ***as ~s ...*** về...
regarding về
regardless bất chấp; ***~ of*** bất chấp
regime chế độ
regiment *n* trung đoàn
region (*of country, city*) vùng; ***in the ~ of*** (*approximately*) khoảng
regional khu vực
register **1** *n* sổ **2** *v/t birth, death, vehicle* đăng ký; *letter* gửi đảm bảo; *emotion* biểu lộ; ***send a letter ~ed*** gửi bức thư đảm bảo **3** *v/i* (*at university, for a course*) ghi tên; (*with police*) đăng ký
registered letter thư bảo đảm
registration (*at university, for course*) việc ghi tên
regret **1** *v/t* hối tiếc; ***I ~ that I cannot help*** tôi lấy làm tiếc là tôi không thể giúp đỡ; ***it is to be ~ted that ...*** điều đáng tiếc là ... **2** *n* sự hối tiếc
regrettable đáng tiếc
regrettably thật đáng tiếc là
regular **1** *adj flights* thường kỳ; *intervals, pattern, shape* đều đặn; *habits* thường lệ; *soldier, army* chính quy; *situation* hợp thức; (*normal, ordinary*) thông thường **2** *n* (*in bar etc*) khách thường xuyên
regulate điều chỉnh
regulation (*rule*) qui tắc
rehabilitate *ex-criminal* phục hồi; *disabled* phục hồi chức năng
rehearsal sự diễn tập
rehearse *v/t & v/i* diễn tập
reign **1** *n* triều đại **2** *v/i* trị vì
reimburse hoàn lại
rein dây cương
reincarnation sự hiện thân, sự đầu thai
reinforce *structure, beliefs* củng cố
reinforced concrete bê tông cốt sắt
reinforcements MIL quân tiếp viện
reinstate *person in office* phục hồi chức vị; *paragraph in text* lấy lại
reject *v/t proposal, request* bác bỏ; *goods, applicant* loại bỏ
rejection sự bác bỏ
relapse *n* MED sự tái phát; ***have a ~*** bị cơn tái phát
relate **1** *v/t* liên hệ; ***~ X to Y*** liên hệ X với Y **2** *v/i*: ***~ to ...*** (*be connected with*) liên quan tới; ***he doesn't ~ to people*** anh ấy không hòa hợp được với mọi người
related (*by family*) có họ hàng; *events, ideas etc* có liên quan
relation (*in family*) quan hệ họ hàng; (*connection*) mối quan hệ;

business/diplomatic ~s quan hệ kinh doanh/ngoại giao
relationship (*connection*) mối quan hệ; (*sexual*) quan hệ tình dục
relative **1** *n* thân thuộc **2** *adj* tương đối; ***X is ~ to Y*** X có liên quan với Y
relatively tương đối
relax **1** *v/i* thư giãn; ***~!, don't get angry*** thôi nguôi đi!, đừng có giận **2** *v/t muscle* thư giãn; *pace of work* giảm
relaxation sự nghỉ ngơi
relay **1** *v/t message* chuyển tiếp; *radio, TV signals* tiếp phát **2** *n*: ~ (***race***) cuộc đua tiếp sức
release **1** *n* (*from prison*) sự thả; (*of CD etc*) sự phát hành **2** *v/t prisoner* thả; *parking brake* nhả; *information* phát ra; *bomb* ném; ***~ s.o. from a promise*** miễn cho ai khỏi phải thực hiện một lời hứa
relent bớt nghiêm khắc
relentless (*determined*) không nao núng; *rain etc* không ngớt
relevance sự liên quan
relevant có liên quan
reliability tính đáng tin cậy
reliable đáng tin cậy
reliably một cách đáng tin cậy; ***I am ~ informed that ...*** tôi được thông báo từ một nguồn tin đáng tin cậy rằng ...
reliance sự tin cậy; ***~ on s.o./sth*** sự tin cậy vào ai/gì
relic di vật
relief sự khuây khỏa; ***that's a ~*** thật là nhẹ cả người; ***in ~*** (*in art*) nổi
relieve *pressure, pain* giảm bớt; (*take over from*) thay phiên; ***be ~d*** (*at news etc*) cảm thấy nhẹ nhõm
religion tôn giáo
religious tôn giáo; ***a very ~ person*** một người rất sùng đạo
religiously (*conscientiously*) một cách cẩn thận
relish **1** *n* (*sauce*) nước sốt **2** *v/t idea, prospect* thích thú
relive *the past, an event* hồi tưởng
relocate *v/i* (*of business, employee*) di chuyển
reluctance sự miễn cưỡng
reluctant miễn cưỡng; ***be ~ to do sth*** miễn cưỡng làm gì
reluctantly một cách miễn cưỡng
♦**rely on** dựa vào; ***~ s.o. to do sth*** dựa vào ai để làm gì
remain (*be left*) còn lại; (*stay*) ở lại
remainder (*rest*) phần còn lại; MATH số dư
remains (*of body*) thi hài
remand **1** *v/t*: ***~ s.o. in custody*** đưa trả ai về trại giam **2** *n*: ***be on ~*** bị tạm giam
remark **1** *n* sự nhận xét **2** *v/t* nhận xét
remarkable đáng chú ý
remarkably đặc biệt
remarry *v/i* tái hôn
remedy *n* (*method of treatment*) cách điều trị; (*medicine*) thuốc; *fig* biện pháp khắc phục
remember **1** *v/t* nhớ; ***~ to lock the door*** nhớ khóa cửa đấy; ***~ me to her*** chuyển giúp tôi lời chào cô ấy **2** *v/i* nhớ; ***I don't ~*** tôi không nhớ
remind: ***~ s.o. of sth*** (*bring to their attention*) nhắc nhở ai điều gì; (*make think of*) làm ai nhớ lại điều gì; ***~ s.o. of s.o.*** làm ai nhớ lại ai
reminder điều nhắc nhở; COM (*for payment*) giấy nhắc trả tiền
reminisce hồi tưởng
reminiscent: ***be ~ of sth*** gợi nhớ lại điều gì
remnant (*of old city etc*) dấu tích;

(*of old custom*) tàn dư
remorse sự hối hận
remorseless *person* tàn nhẫn; *pace, demands* ráo riết
remote *village* xa xôi; *possibility, connection* mỏng manh; (*aloof*) hờ hững; *ancestor* xa xưa
remote access COMPUT truy nhập từ xa
remote control điều khiển từ xa
remotely *related, connected* rất ít; ***just ~ possible*** chỉ hơi có chút ít khả năng
removal (*of garbage*) sự dọn dẹp; (*of demonstrators*) sự giải tán; (*of tumor etc*) sự cắt bỏ; (*of lid*) sự mở; (*of clothes*) sự cởi; (*of doubt*) sự xóa tan
remove *feet, hand etc* thu; *dishes, garbage* dọn; *demonstrators* giải tán; *tumor, organ* cắt bỏ; *top, lid* mở; *clothes, shoes, hat etc* cởi; *doubt, suspicion* xóa tan
remuneration tiền trả công
remunerative được trả hậu
rename đặt tên mới
render *service* đáp lại; ***~ s.o. homeless*** làm ai trở nên vô gia cư
rendering (*of piece of music*) trình diễn
rendez-vous (*place*) nơi hẹn gặp; (*meeting*) cuộc hẹn; MIL nơi tập kết
renew *contract, license* gia hạn; *discussions* tiếp tục lại; ***feel ~ed*** cảm thấy hồi phục
renewal (*of contract etc*) sự gia hạn; (*of discussions*) sự tiếp tục lại
renounce *v/t title, rights* từ bỏ
renovate trùng tu
renovation việc trùng tu
renovation policy chính sách đổi mới
renown danh tiếng
renowned nổi tiếng
rent **1** *n* tiền thuê; ***for ~*** cho thuê **2** *v/t apartment, car, equipment* thuê; (*~ out*) cho thuê
rental (*money paid*) số tiền thuê
rental agreement hợp đồng thuê
rental car xe cho thuê
rent-free *adv* thuê miễn phí
reopen **1** *v/t business, store, negotiations* mở lại; LAW: *case* bắt đầu lại **2** *v/i* (*of theater etc*) khai diễn lại
reorganization (*of business*) việc tổ chức lại; (*of room, schedule*) sự sắp xếp lại
reorganize *business* tổ chức lại; *room, schedule* sắp xếp lại
rep COM đại diện
repaint sơn lại
repair **1** *v/t* sửa chữa **2** *n* việc sửa chữa; ***in a good/bad state of ~*** trong tình trạng tốt/xấu
repairman người sửa chữa
repatriate hồi hương
repay *money* trả lại; *person* đền đáp
repayment sự trả lại
repeal *v/t law* hủy bỏ
repeat **1** *v/t sth said* nhắc lại; *word, performance, experience* lặp lại; ***am I ~ing myself?*** tôi lặp đi lặp lại chăng? **2** *v/i* nhắc lại; ***I ~, do not touch it*** tôi nhắc lại: đừng đụng vào đó **3** *n* (*TV program etc*) chương trình phát lại
repeat business COM vụ làm ăn tiếp
repeated *occasions, requests* liên tiếp
repeat order COM đơn đặt hàng tiếp
repel *v/t invaders, attack* đẩy lùi; *insects* đuổi; (*disgust*) làm kinh tởm
repellent **1** *n* (*insect ~*) thuốc đuổi

---

ch (*final*) k	**gh** g	**nh** (*final*) ng	**r** z; (*S*) r	**x** s	**â** (but)	**i** (tin)
d z; (*S*) y	**gi** z; (*S*) y	**ph** f	**th** t	**a** (hat)	**e** (red)	**o** (saw)
đ d	**nh** (onion)	**qu** kw	**tr** ch	**ă** (hard)	**ê** ay	**ô** oh

côn trùng **2** *adj* kinh tởm
repent ăn năn
repercussions hậu quả
repetition (*of word, event etc*) sự lặp lại; (*repeating things*) điều lặp lại
repetitive lặp đi lặp lại
replace (*put back*) đặt lại; (*take the place of*) thay thế
replacement (*person*) người thay thế; (*thing*) vật thay thế
replacement part bộ phận thay thế
replay 1 *n* (*recording*) đoạn quay chậm; (*match*) trận đấu lại **2** *v/t match* đấu lại
replica bản sao
reply 1 *n* sự trả lời **2** *v/t & v/i* trả lời
report 1 *n* (*account*) bản báo cáo; (*by journalist*) bài tường thuật **2** *v/t facts* tường thuật; (*to authorities*) trình báo; ~ ***one's findings to s.o.*** báo cáo với ai các phát hiện của mình; ~ ***a person to the police*** tố cáo một người với cảnh sát; ***he is ~ed to be in Hong Kong*** có tin đồn là anh ấy đang ở Hồng Kông **3** *v/i* (*of journalist*) đưa tin; (*present oneself*) trình diện
♦**report to** (*in business*) chịu trách nhiệm trước …
report card EDU bản thành tích học tập
reporter phóng viên
repossess COM lấy lại quyền sở hữu
reprehensible đáng khiển trách
represent (*act for*) đại diện cho; (*of images in painting etc*) tượng trưng
representative 1 *n* người đại diện; COM đại diện; POL đại biểu **2** *adj* (*typical*) tiêu biểu
repress *revolt* đàn áp; *feelings, natural urges* ghìm nén; *laugh* nhịn
repression POL cuộc đàn áp
repressive POL đàn áp
reprieve 1 *n* LAW lệnh hoãn thi hành án; *fig* sự tạm hoãn **2** *v/t prisoner* hoãn thi hành án
reprimand *v/t* khiển trách
reprint 1 *n* sự tái bản **2** *v/t* tái bản
reprisal sự trả đũa; ***take ~s*** trả đũa
reproach 1 *n* sự trách mắng; ***be beyond*** ~ không thể chê trách **2** *v/t* trách
reproachful có ý chê trách
reproduce 1 *v/t atmosphere, mood* làm sống lại **2** *v/i* BIO sinh sản
reproduction BIO sự sinh sản; (*of sound*) sự phát lại âm; (*of images*) sự sao lại; (*piece of furniture*) mô phỏng
reproductive BIO sinh sản
reptile loài bò sát
republic nước cộng hòa
republican 1 *n* người theo đảng cộng hòa; ***Republican*** đảng viên đảng Cộng hòa **2** *adj* cộng hòa
repudiate (*deny*) bác bỏ
repulsive ghê tởm
reputable có uy tín
reputation danh tiếng; ***have a good/bad*** ~ nổi tiếng tốt/xấu
request 1 *n* lời thỉnh cầu; ***on*** ~ theo yêu cầu **2** *v/t* yêu cầu
require (*need*) cần đến; ***it ~s great care*** cần phải rất cẩn thận; ***as ~d by law*** như pháp luật qui định; ***guests are ~d to …*** đề nghị các vị khách …
required (*necessary*) cần thiết; ***the ~ amount of …*** số lượng cần thiết …; ***it is ~ reading*** bắt buộc phải đọc
requirement (*need*) nhu cầu; (*condition*) yêu cầu
reroute *airplane etc* đổi lộ trình
rerun *tape* chạy lại
rescue 1 *n* sự cứu; ***come to s.o.'s***

~ cứu ai **2** *v/t* cứu
rescue party đội cấp cứu
research *n* sự nghiên cứu
♦ **research into** nghiên cứu về
research and development sự nghiên cứu và phát triển
research assistant trợ lý nghiên cứu
researcher nhà nghiên cứu
research project dự án nghiên cứu
resemblance sự giống nhau
resemble giống
resent bực tức
resentful bực tức
resentment sự bực tức
reservation (*of room, table*) sự đặt trước; (*mental*) điều dè dặt; (*special area*) vùng đặc cư; ***I have a ~*** tôi có đặt chỗ trước
reserve 1 *n* (*store*) sự dự trữ; (*aloofness*) sự dè dặt; SP cầu thủ dự bị; ***~s*** FIN dự trữ; ***keep sth in ~*** dự trữ gì **2** *v/t seat, table* đặt trước; *judgment* giữ lại
reserved *person, manner* dè dặt; *table, seat* được đặt trước
reservoir (*for water*) hồ chứa
reside cư trú
residence (*house etc*) dinh thự; (*stay*) cư trú
residence permit giấy phép cư trú
resident 1 *n* (*in town, district, street*) cư dân; (*in hotel*) khách trọ **2** *adj* (*living in a building*) cư dân
residential *district* cư dân
residue cặn
resign 1 *v/t position* từ chức; ***~ oneself to*** cam chịu **2** *v/i* (*from job*) từ chức
resignation (*from job*) sự từ chức; (*mental*) sự cam chịu
resigned cam chịu; ***we have become ~ to the fact that ...*** chúng tôi đành cam chịu là ...
resilient *personality* mau phục hồi; *material* đàn hồi
resin nhựa thông
resist 1 *v/t enemy, s.o.'s advances, new measures* chống lại; *temptation* cưỡng lại **2** *v/i* chống cự
resistance (*to enemy*) sự chống cự; (*to new laws*) sự chống đối; (*to disease, heat etc*) sức đề kháng; ELEC điện trở; ***the Resistance*** POL phong trào kháng chiến; ***air ~*** sức cản của không khí; ***market ~*** tình trạng thị trường không chấp nhận
resistant *material* bền; ***~ to heat/rust*** chịu nhiệt/không gỉ
resolute kiên quyết
resolution (*decision*) nghị quyết; (*determination*) quyết tâm; (*of problem*) giải pháp; (*of image*) độ phân giải
resolve *problem, doubts etc* giải quyết; ***~ to do sth*** quyết tâm làm gì
resort *n* (*place*) nơi nghỉ; ***as a last ~*** như là phương sách cuối cùng
resounding *success, victory* vang dội
resource nguồn
resourceful cơ trí
respect 1 *n* (*for people*) sự kính trọng; (*considerateness*) sự tôn trọng; ***show ~ to*** tỏ ra tôn trọng; ***with ~ to*** đối với; ***in this/that ~*** về mặt này/kia; ***in many ~s*** về nhiều điểm; ***pay one's last ~s to s.o.*** đến chào vĩnh biệt ai **2** *v/t person, s.o.'s opinion, privacy, law* tôn trọng
respectable đứng đắn
respectful kính cẩn
respectfully kính cẩn
respective riêng từng; ***they each returned to their ~ countries*** bọn họ ai trở về nước người ấy

respectively theo thứ tự đã nói
respiration sự hô hấp
respirator MED máy hô hấp nhân tạo
respite nghỉ ngơi; ***without ~*** không ngừng
respond (*answer*) trả lời; (*react*) đáp lại; ~ ***to*** *treatment* đáp ứng
response (*answer*) câu trả lời; (*reaction*) phản ứng
responsibility trách nhiệm; ***accept ~ for*** chịu trách nhiệm; ***a job with more ~*** một việc làm với nhiều trách nhiệm hơn
responsible (*to blame*) chịu trách nhiệm; (*liable, for children, production etc*) phải chịu trách nhiệm; (*trustworthy, showing seriousness*) có tinh thần trách nhiệm; (*involving responsibility*: *job*) đầy trọng trách
responsive *audience* nhiệt tình; *brakes* ăn
rest[1] **1** *n* sự nghỉ ngơi; ***I need a ~*** cần sự nghỉ ngơi **2** *v/i* nghỉ; ~ ***on ...*** (*be based on*) dựa trên ...; (*lean against*) dựa vào ...; ***it all ~s with him*** mọi sự đều tùy thuộc vào anh ấy **3** *v/t* (*lean, balance etc*) dựa
rest[2] *n*: ***the ~*** phần còn lại
restaurant tiệm ăn
restaurant car toa ăn
rest cure sự chữa bệnh bằng nghỉ ngơi
rest home nhà dưỡng lão
restless hiếu động; ***have a ~ night*** qua một đêm trằn trọc
restoration việc trùng tu
restore *building etc* trùng tu
restrain *dog, troops* ghìm giữ; *emotions* kiềm chế; ~ ***oneself*** tự kiềm chế
restraint (*moderation*) sự kiềm chế
restrict hạn chế; ***I'll ~ myself to ...*** tôi sẽ tự giới hạn chỉ ...
restricted *view* hạn chế; *sense* hẹp
restricted area MIL vùng cấm
restriction hạn chế
rest room nhà vệ sinh
result *n* kết quả; ***as a ~ of this*** do đó
♦**result from** là kết quả của
♦**result in** dẫn đến
resume *v/t* lại tiếp tục
résumé (*of career*) sơ yếu lý lịch
resurface **1** *v/t road* rải lại **2** *v/i* (*reappear*) lại xuất hiện
resurrection REL sự phục sinh
resuscitate làm tỉnh lại
retail **1** *adv* lẻ **2** *v/i* bán lẻ; ~ ***at ...*** bán lẻ với giá ...
retailer người bán lẻ
retail price giá bán lẻ
retain giữ lại
retainer FIN tiền trả trước
retaliate trả đũa
retaliation sự trả đũa
retarded (*mentally*) chậm phát triển
retire *v/i* (*from work*) về hưu
retired về hưu
retirement sự về hưu
retirement age tuổi về hưu
retiring (*shy*) nhút nhát
retort **1** *n* lời vặn lại **2** *v/i* vặn lại
retrace *footsteps* trở lại
retract *v/t claws, undercarriage* co lại; *statement* rút lại
retreat **1** *v/i* MIL, (*in discussion etc*) rút lui **2** *n* MIL cuộc rút lui; (*place*) nơi ẩn dật
retrieve tìm lại được
retriever (*dog*) chó tha mồi
retroactive *law etc* có hiệu lực trở về trước
retrograde *move, decision* thụt lùi
retrospect: ***in ~*** nhìn lại viêc đã

qua
retrospective *n* cuộc triển lãm quá khứ sáng tác
return **1** *n* (*coming back, going back*) sự trở về; (*giving back*) sự trả lại; COMPUT phím enter; (*in tennis*) cú đánh trả; ***by ~ (of post)*** bằng chuyến thư tới; ***~s*** (*profit*) tiền lời; ***many happy ~s (of the day)*** chúc mừng sinh nhật **2** *v/t* (*give back*) trả lại; (*put back*) để lại; *favor, invitation* đáp lại **3** *v/i* (*go back, come back*) trở về; (*of good times, doubts etc*) trở lại
returnee quân nhân phục viên
return flight chuyến bay trở về
return journey chuyến về
reunification sự thống nhất lại
reunion cuộc họp mặt
reunite *v/t old friends* đoàn tụ; *country* thống nhất lại
reusable dùng lại được
reuse dùng lại
rev *n* vòng quay; ***~s per minute*** vòng quay/phút
♦**rev up** *v/t engine* cho quay nhanh
revaluation (*of currency*) sự nâng giá
reveal (*make visible*) để lộ ra; (*make known*) tiết lộ
revealing *remark* bộc lộ; *dress* hở hang
revelation sự phát giác
revenge *n* sự trả thù; ***take one's ~*** trả thù
revenue thu nhập
reverberate (*of sound*) vang dội
revere tôn sùng
Reverend Đức cha
reverent cung kính
reverse **1** *adj sequence* ngược lại **2** *n* (*opposite*) điều trái ngược; (*back*) mặt sau; MOT số lùi **3** *v/t sequence* đảo ngược; *vehicle* lùi **4** *v/i* MOT lùi xe
review **1** *n* (*of book, movie*) bài phê bình; (*of troops*) cuộc duyệt binh; (*of situation etc*) việc xem xét lại **2** *v/t book, movie* phê bình; *troops* duyệt; *situation etc* xem xét lại; (*for exam*) ôn tập
reviewer (*of book, movie*) nhà phê bình
revise *v/t opinion, text* sửa lại
revision (*of opinion, text*) việc sửa lại
revisionism POL chủ nghĩa xét lại
revival (*of custom, old style etc, patient*) sự phục hồi
revive **1** *v/t custom, old style etc* phục hồi; *patient* làm tỉnh lại **2** *v/i* (*of business, exchange rate etc*) tăng
revoke *license* thu hồi; *law* hủy bỏ
revolt **1** *n* cuộc nổi dậy **2** *v/i* nổi dậy
revolting (*disgusting*) ghê tởm
revolution POL *etc* cuộc cách mạng; (*turn*) vòng quay
revolutionary **1** *n* POL nhà cách mạng **2** *adj* cách mạng
revolutionize cách mạng hóa
revolve *v/i* quay tròn
revolver súng lục
revolving door cửa quay
revue THEA tấu
revulsion sự ghê sợ
reward **1** *n* (*financial*) tiền thưởng; (*benefit derived*) phần thưởng **2** *v/t* (*financially*) thưởng
rewarding *experience* bổ ích
rewind *v/t film, tape* quay lại
rewrite *v/t* viết lại
rhetoric tu từ học; *pej* lối nói hoa mỹ
rheumatism bệnh thấp khớp
rhinoceros con tê giác
rhubarb cây đại hoàng
rhyme **1** *n* vần **2** *v/i* vần với nhau;

~ with ... vần với ...
rhythm nhịp điệu; (*of breathing, heartbeat*) nhịp
rib xương sườn
ribbon (*in hair, for parcel*) dải ruy băng; (*for typewriter*) ruy băng
rice (*plant*) cây lúa; (*uncooked*) gạo; (*with husks*) thóc; ***boiled ~*** cơm; ***fried ~*** cơm rang
rice bowl bát ăn cơm (*N*), chén ăn cơm (*S*); **rice cooker** (*electric*) nồi cơm điện; **ricefield** ruộng lúa; **rice noodles** bún; **rice wine** rượu lậu (*N*), rượu đế (*S*)
rich **1** *adj* (*wealthy*) giàu; *food* béo bổ **2** *n*: ***the ~*** những người giàu
rid: ***get ~ of*** tống khứ
riddle (*puzzle*) câu đố; (*mystery*) bí ẩn
ride **1** *n* (*on horse*) cuộc cưỡi ngựa; (*in vehicle*) cuộc đi xe; (*journey*) chuyến đi xe; ***do you want a ~ into town?*** anh/chị có muốn đi nhờ xe vào thành phố không? **2** *v/t horse, bike* đi **3** *v/i* (*on horse*) cưỡi ngựa; (*in vehicle*) đi xe; ***I ~ to school by bike*** tôi đi đến trường bằng xe đạp
rider (*on horse*) người cưỡi ngựa; (*on bike*) người đi xe đạp; (*on motorbike*) người đi xe máy
ridge (*raised strip*) đường gờ; (*of mountain*) đường sống núi; (*of roof*) nóc
ridicule **1** *n* sự nhạo báng **2** *v/t* nhạo báng
ridiculous lố bịch, tức cười; *price* vô lý
ridiculously *expensive, easy etc* một cách vô lý
riding (*on horseback*) cưỡi ngựa
rifle *n* súng trường
rift (*in earth*) đường nứt; (*in party etc*) sự rạn nứt
rig **1** *n* (*oil ~*) dàn khoan; (*truck*) xe tải **2** *v/t elections* gian lận
right **1** *adj* (*correct, proper, just*) đúng; (*suitable*) thích hợp; (*not left*) bên phải; ***be ~*** (*of answer, person*) đúng; (*of clock*) chạy đúng; ***that's ~!*** đúng thế!; ***put things ~*** thu xếp tốt đẹp mọi việc; → ***alright*** **2** *adv* (*directly*) ngay; (*correctly*) đúng; (*completely*) hẳn; (*not left*) sang phải; ***~ now*** (*immediately*) ngay bây giờ; (*at the moment*) ngay lúc này **3** *n* (*civil, legal etc*) quyền; (*not left*) bên phải; POL cánh hữu; ***on the ~*** ở bên phải; POL theo cánh hữu; ***turn to the ~***, ***take a ~*** rẽ sang phải; ***be in the ~*** nắm phần đúng; ***know ~ from wrong*** biết cái đúng cái sai
right-angle góc vuông; ***at ~s to ...*** vuông góc với ...
rightful *heir, owner etc* hợp pháp
right-hand *adj* bên phải; ***on the ~ side*** ở bên phải; **right-hand drive** MOT tay lái bên phải; **right-handed** thuận tay phải; **right-hand man** cánh tay phải; **right of way** (*in traffic*) quyền ưu tiên; (*across land*) quyền được đi qua; **right wing** *n* POL cánh hữu; SP hữu biên; **right-wing** *adj* POL cánh hữu; **right-winger** POL phần tử cánh hữu; **right-wing extremism** POL chủ nghĩa cực đoan cánh hữu
rigid *material* cứng; *principles, attitude* cứng nhắc
rigor (*of discipline*) tính nghiêm khắc; ***the ~s of the winter*** tính khắc nghiệt của mùa đông
rigorous *discipline* nghiêm khắc; *tests, analysis* nghiêm ngặt
rim (*of wheel*) vành; (*of cup*) miệng; (*of eyeglasses*) gọng
ring[1] *n* (*circle*) vòng tròn; (*on*

finger) chiếc nhẫn; (*in boxing*) võ đài; (*at circus*) sàn diễn

ring² **1** *n* (*of bell*) tiếng chuông; (*of voice*) tiếng ngân vang **2** *v/t bell* rung **3** *v/i* (*of bell*) rung; ***please ~ for attention*** xin vui lòng bấm chuông để được phục vụ

ringleader đầu sỏ

ring-pull vòng kéo

rink sân băng

rinse **1** *n* (*for hair color*) thuốc nhuộm tóc **2** *v/t clothes* giũ; *dishes* tráng; *hair* xả nước

riot **1** *n* sự náo loạn **2** *v/i* làm náo loạn

rioter kẻ náo loạn

riot police cảnh sát chống bạo loạn

rip **1** *n* (*in cloth etc*) vết rách **2** *v/t cloth etc* xé toạc; ***~ sth open*** xé mở gì

♦**rip off** F *customers* chém (đất); (*cheat*) lừa

ripe *fruit* chín

ripen *v/i* (*of fruit*) chín

ripeness (*of fruit*) sự chín

rip-off *n* F xoáy; ***it's a ~*** thật là giá cắt cổ

ripple (*on water*) làn sóng lăn tăn

rise **1** *v/i* (*from chair etc*) đứng dậy; (*of sun*) mọc; (*of rocket*) phóng lên; (*of price, temperature*) tăng lên; (*of water level*) dâng lên **2** *n* (*in price, temperature, salary*) sự tăng lên; (*in water level*) sự dâng lên

risk **1** *n* nguy cơ; ***take a ~*** liều **2** *v/t* đánh liều; ***let's ~ it*** ta hãy liều một phen

risky mạo hiểm

ritual **1** *n* nghi thức **2** *adj* lễ nghi

rival **1** *n* đối thủ **2** *v/t* đua tranh với; ***I can't ~ that*** tôi không thể làm tốt hơn thế

rivalry sự đua tranh

river sông

riverbed lòng sông

riverside bờ sông

rivet **1** *n* đinh tán **2** *v/t* ghép bằng đinh tán; ***~ sth to sth*** ghép gì với gì bằng đinh tán

road con đường; ***it's just down the ~*** chỉ ở dưới đường kia kìa

roadblock rào chắn đường; **road hog** kẻ lái xe bạt mạng; **road holding** (*of vehicle*) khả năng bám đường; **road map** bản đồ lái xe; **road repairs** công việc sửa đường; **roadside**: ***at the ~*** bên lề đường; **roadsign** biển báo; **roadway** lòng đường; **road work** (*for boxers etc*) tập chạy trên đường; **roadworthy** *đủ điều kiện an toàn để chạy trên đường*

roam *v/i* lang thang

roar **1** *n* (*of person, engine, lion*) tiếng gầm; (*of engine*) tiếng rú; (*of traffic*) tiếng ầm ầm; ***~s of laughter*** tiếng cười phá lên **2** *v/i* (*of engine*) rú lên; (*of lion, person*) gầm lên; ***~ with laughter*** cười phá lên

roast **1** *n* (*of beef etc*) món thịt quay **2** *v/t beef etc* quay; *coffee beans, peanuts, chestnuts etc* rang **3** *v/i* (*of food*) quay; (*of coffee beans, peanuts, chestnuts etc*) được rang; ***we're ~ing*** F chúng tôi nóng như bị rang

roast beef món bò quay

roast pork món lợn quay (*N*), món heo quay (*S*)

rob *bank* cướp; *person* ăn trộm; ***I've been ~bed*** tôi bị cướp

robber kẻ cướp; (*burglar*) kẻ trộm

robbery vụ cướp; (*burglary*) vụ trộm

robe (*of judge, priest*) áo choàng; (*bath~*) áo choàng mặc trong nhà

robin chim cổ đỏ
robot người máy, rôbốt
robust *person, health* cường tráng; *material, structure* kiên cố
rock 1 *n* (*small stone*) hòn đá; (*in sea*) khối đá; MUS nhạc rốc; ***on the ~s*** *drink* pha với đá; *marriage* gặp khó khăn lớn **2** *v/t baby, cradle* đu đưa; (*surprise*) làm ... sửng sốt **3** *v/i* (*on chair*) đu đưa; (*of boat*) lắc lư
rock bottom: ***reach ~*** xuống tới điểm thấp nhất
rock-bottom *prices* thấp nhất
rocket 1 *n* tàu vũ trụ; (*firework*) pháo hoa **2** *v/i* (*of prices*) tăng vọt
rocking chair ghế xích đu
rock 'n' roll rốc-en-rôn
rock star ngôi sao nhạc rốc
rocky *beach, path* đá lổn nhổn
rod (*stick*) cái gậy; (*for fishing*) cái cần
rodent loài gặm nhấm
rogue kẻ vô lại
role (*in play, movie*) vai; (*in company etc*) vai trò
role model mẫu gương
roll 1 *n* (*bread*) ổ bánh mì; (*of film*) cuộn; (*of thunder*) tiếng rền; (*list, register*) danh sách **2** *v/i* (*of ball etc*) lăn; (*of boat*) tròng trành **3** *v/t*: ***~ sth into a ball*** cuộn tròn gì; ***~ sth along the ground*** lăn gì trên mặt đất
♦**roll over 1** *v/i* lăn mình **2** *v/t person, object* lăn; (*renew, extend*) gia hạn
♦**roll up 1** *v/t sleeves* xắn **2** *v/i* F (*arrive*) tới
roll call điểm danh
roller (*for hair*) lô cuốn
roller blade *n* lưỡi máy lăn cắt cỏ
roller skate *n* pa-tanh
rolling pin trục cán
ROM (= ***read only memory***) ROM, bộ nhớ chỉ đọc
Roman Catholic 1 *n* người theo đạo Thiên Chúa La Mã **2** *adj* đạo Thiên Chúa La Mã
romance (*affair*) chuyện tình; (*novel*) tình truyện; (*movie*) phim tình yêu
romantic *adj* lãng mạn
roof mái
roof rack MOT cái giá mui xe
room phòng; (*space*) chỗ; ***there's no ~ for ...*** không có chỗ cho ...
room clerk nhân viên lễ tân;
roommate bạn cùng phòng; **room service** hầu phòng
roomy *house etc* rộng rãi; *clothes* rộng
root rễ; (*of word*) gốc từ; **~s** (*of person*) gốc rễ
♦**root out** (*get rid of*) triệt bỏ; (*find*) mò ra
rope dây thừng
♦**rope off** chăng dây
rose BOT hoa hồng; (*pink*) màu hồng
rostrum diễn đàn
rosy *cheeks* đỏ hồng; *future* tốt đẹp
rot 1 *n* (*in wood*) sự mục nát; (*in teeth*) sự bị sâu **2** *v/i* (*of food*) thiu hỏng; (*of wood*) mục nát; (*of teeth*) sâu
rota bảng phân công
rotate *v/i* (*of blades, earth*) quay
rotation (*around the sun etc*) sự quay; ***do sth in ~*** luân phiên làm gì
rotten *food* thiu hỏng; *wood etc* mục hỏng; *trick, thing to do* đồi bại; *weather, luck* tồi tệ
rough 1 *adj surface* gồ ghề; *hands, skin* thô ráp; *voice* khàn; (*violent*) thô bạo; *crossing* gian nan; *seas* động; (*approximate*) đại khái; ~

ơ ur	**y** (tin)	**ây** uh-i	**iê** i-uh	**oa** wa	**ôi** oy	**uy** wee	**ong** aong
u (soon)	**au** a-oo	**eo** eh-ao	**iêu** i-yoh	**oai** wai	**ơi** ur-i	**ênh** uhng	**uyên** oo-in
ư (dew)	**âu** oh	**êu** ay-oo	**iu** ew	**oe** weh	**uê** way	**oc** aok	**uyêt** oo-yit

draft phác thảo sơ lược **2** *adv*: ***sleep*** ~ ngủ vạ vật **3** *n* (*in golf*) phần sân gồ ghề **4** *v/t*: ~ ***it*** tạm thời thiếu thốn
roughage (*in food*) chất xơ
roughly (*approximately*) khoảng
roulette cò quay, ru lét
round 1 *adj* tròn; ***in ~ figures*** số tròn **2** *n* (*of mailman*) lộ trình làm việc; (*of doctor*) sự đi tua; (*of toast*) khoanh; (*of drinks*) tuần; (*of competition*) vòng; (*in boxing match*) hiệp **3** *v/t corner* đi vòng quanh **4** *adv*, *prep* → ***around***
♦**round off** *edges* làm tròn; *meeting*, *night out* kết thúc
♦**round up** *figure* lấy tròn; *suspects*, *criminals* bắt giữ
roundabout *adj route*, *way of saying sth* quanh co; **round trip** khứ hồi; **round trip ticket** vé khứ hồi; **round-up** (*of cattle*) sự dồn lại; (*of suspects*, *criminals*) sự bắt giữ; (*of news*) sự tóm tắt
rouse (*from sleep*) đánh thức; *interest*, *emotions* kích động
rousing *speech*, *finale* kích động
route *n* tuyến đường
routine 1 *adj* thường lệ **2** *n* lệ thường; ***as a matter of*** ~ theo lệ thường
row[1] (*line*) hàng; ***5 days in a*** ~ 5 ngày liền
row[2] **1** *v/t boat* chèo **2** *v/i* chèo thuyền
row[3] *n Br* (*quarrel*) cuộc cãi lộn; (*noise*) sự huyên náo
rowboat thuyền chèo
rowdy ồn ào và lộn xộn
row house nhà dãy
royal *adj palace*, *visit* hoàng gia
royal opera ôpêra hoàng gia
royalty (*royal persons*) hoàng tộc; (*on book*, *recording*) tiền bản quyền tác giả
rub *v/t* xát
♦**rub down** (*to clean*) đánh nhẵn
♦**rub off 1** *v/t dirt* lau sạch; *paint etc* cạo bỏ **2** *v/i*: ***it rubs off on you*** điều đó ảnh hưởng tới anh/chị
♦**rub out** (*with eraser*) tẩy xóa
rubber 1 *n* cao su; (*eraser*) cái tẩy **2** *adj* cao su
rubber tree cây cao su
rubbish *Br* rác rưởi; (*poor quality item*) đồ bỏ đi; (*nonsense*) chuyện nhảm nhí; ***don't talk ~!*** đừng nói nhảm nhí!
rubble gạch đá vụn
ruby (*jewel*) hồng ngọc
rucksack ba lô
rudder (*of boat*) bánh lái; (*of plane*) đuôi lái
ruddy *complexion* hồng hào
rude thô lỗ; ***it is ~ to ...*** là điều bất lịch sự ...; ***I didn't mean to be ~*** tôi không có ý khiếm nhã
rudeness sự thô lỗ
rudimentary *skills*, *knowledge* sơ đẳng; (*not sophisticated*) thô sơ
rudiments những điều sơ đẳng
ruffian tên lưu manh
ruffle 1 *n* (*on dress*) diềm xếp nếp **2** *v/t hair* làm bù; *person* làm bối rối; ***get ~d*** (*confused*) bối rối
rug (*carpet*) tấm thảm; (*blanket*) tấm mền
rugged *coastline*, *cliffs* lởm chởm; *face* sần sùi; *resistance* kiên quyết
ruin 1 *n* sự đổ nát; **~s** di tích; ***in ~s*** (*of city*, *building*) đổ nát; (*of plans*, *marriage*) tan vỡ **2** *v/t party*, *birthday*, *vacation*, *plan* làm hỏng; *reputation* hủy hoại; ***be ~ed*** (*financially*) bị phá sản
rule 1 *n* (*of club*, *game*) qui tắc; (*of monarch*) sự trị vì; (*for measuring*) thước gấp; ***a country under***

French ~ một nước dưới quyền cai trị của Pháp; ***as a ~*** theo lệ thường **2** *v/t country* cai trị; ***the judge ~d that ...*** quan tòa phán quyết rằng ... **3** *v/i* (*of monarch*) trị vì

♦**rule out** loại trừ

ruler (*for measuring*) cái thước; (*of state*) người cầm quyền

ruling 1 *n* quyết định **2** *adj party* cầm quyền

rum (*drink*) rượu rum

rumble *v/i* (*of stomach*) sôi ùng ục; (*of train in tunnel*) chạy rầm rầm

♦**rummage around** lục tung

rummage sale *cuộc bán đồ cũ để quyên tiền từ thiện*

rumor 1 *n* tin đồn **2** *v/t*: ***it is ~ed that ...*** có tin đồn rằng ...

rump (*of animal*) mông

rumple *clothes, paper* vò nhàu

rumpsteak thịt mông bò

run 1 *n* (*on foot*) sự chạy; (*in pantyhose*) khe hở do sót mũi; (THEA: *of play*) đợt lưu diễn; ***go for a ~*** (*for exercise*) chạy một chặng; ***make a ~ for it*** bỏ chạy; ***a criminal on the ~*** một tên tội phạm đang chạy trốn; ***in the short ~*** trước mắt; ***in the long ~*** về lâu dài; ***a ~ on the dollar*** một sự đổ xô mua đô la **2** *v/i* (*of person, animal, engine, machine, software, trains etc*) chạy; (*of river*) chảy; (*of paint, make-up*) loang lổ; (*of nose, eyes, tap*) chảy nước; (*of play*) lưu diễn; (*in election*) ứng cử; ***~ for President*** ứng cử Tổng thống **3** *v/t race, mile* chạy; *business, hotel, project etc* điều hành; *software* cho chạy; *car* có; ***he ran his eye down the page*** anh ấy đọc lướt qua trang giấy

♦**run across** (*meet*) tình cờ gặp; (*find*) tình cờ tìm thấy

♦**run away** bỏ chạy

♦**run down 1** *v/t* (*knock down*) đâm ngã; (*criticize*) chê bai; *stocks* giảm bớt **2** *v/i* (*of battery*) hết điện

♦**run into** (*meet*) tình cờ gặp; *difficulties* lâm vào

♦**run off 1** *v/i* bỏ chạy **2** *v/t* (*print off*) sao lại

♦**run out** (*of contract, time*) hết hạn; (*of supplies*) cạn kiệt

♦**run out of** *time, patience, supplies* hết; ***I ran out of gas*** tôi đã cạn xăng

♦**run over 1** *v/t* (*knock down*) chẹt phải; ***can we ~ over the details again?*** chúng ta có thể xem qua các chi tiết lần nữa không? **2** *v/i* (*of water etc*) tràn ra

♦**run through** (*rehearse, go over*) xem lại

♦**run up** *v/t debts, large bill* tích lại; *clothes* may

run-down *person* kiệt sức; *part of town, building* tồi tệ

rung (*of ladder*) bậc

runner (*athlete*) nhà chạy đua

runner-up (*team*) đội về thứ nhì; (*person*) người về thứ nhì

running 1 *n* SP cuộc chạy đua; (*of business*) sự điều hành **2** *adj*: ***for two days ~*** trong hai ngày liền

running water (*supply*) nước máy

runny *jam, sauce* loãng; ***have a ~ nose*** bị sổ mũi

run-up SP chạy lấy đà; ***in the ~ to Christmas*** trong thời gian sắp tới Nô-En

runway đường băng

rupture 1 *n* (*in pipe*) sự vỡ tung; (*in relations*) sự vỡ vụn **2** *v/i* (*of pipe etc*) vỡ tung

rural nông thôn

rush 1 *n* sự vội vã; ***do sth in a ~***

ơ u*r*	**y** (tin)	**ây** uh-i	**iê** i-uh	**oa** wa	**ôi** oy	**uy** wee	**ong** aong
u (soon)	**au** a-oo	**eo** eh-ao	**iêu** i-yoh	**oai** wai	**ơi** u*r*-i	**ênh** uhng	**uyên** oo-in
ư (dew)	**âu** oh	**êu** ay-oo	**iu** ew	**oe** weh	**uê** way	**oc** aok	**uyêt** oo-yit

làm vội gì; ***be in a ~*** đang vội; ***what's the big ~?*** có gì mà vội ghê thế? **2** *v/t person* thúc giục; *meal* ăn vội vã; ***~ s.o. to the hospital*** cấp tốc đưa ai tới bệnh viện **3** *v/i* vội vã
rush hour giờ cao điểm
Russia nước Nga
Russian 1 *adj* Nga **2** *n* người Nga; (*language*) tiếng Nga
rust 1 *n* gỉ **2** *v/i* bị gỉ
rustle 1 *n* (*of silk, leaves*) tiếng loạt soạt **2** *v/i* (*of silk, leaves*) kêu loạt soạt
♦**rustle up** F *meal* sửa soạn nhanh
rust-proof *adj* không gỉ
rust remover thuốc tẩy gỉ
rusty gỉ; *French, math etc* cùn đi; ***I'm a little ~*** năng lực tôi có phần cùn đi
rut (*in road*) vết bánh xe; ***be in a ~*** *fig* trong sự buồn tẻ
ruthless tàn nhẫn
ruthlessness sự tàn nhẫn
rye lúa mạch đen
rye bread bánh mì lúa mạch đen

S

sabbatical *n* (*of academic*) phép
sabotage 1 *n* sự phá hoại **2** *v/t* phá hoại
saccharin đường sacarin
sachet (*of shampoo, cream etc*) gói
sack 1 *n* bao tải **2** *v/t* F sa thải
sacred *building, place* linh thiêng; *music* thánh
sacrifice 1 *n* (*act*) sự hy sinh; (*person, animal sacrificed*) vật tế thần; ***make ~s*** *fig* hy sinh **2** *v/t* cúng tế; *fig: one's freedom etc* hy sinh
sad *person, face, song* buồn; *state of affairs* tồi tệ
saddle *n* (*on horse*) yên ngựa; (*on bike*) yên xe
sadism tính bạo dâm
sadist kẻ bạo dâm
sadistic bạo dâm
sadly *look, sing etc* một cách buồn bã; (*regrettably*) đáng buồn là
sadness sự buồn rầu
safe 1 *adj* (*not dangerous, not in danger*) an toàn; *driver* thận trọng; *investment, prediction* chắc chắn **2** *n* két sắt
safeguard 1 *n* cái bảo đảm; ***as a ~ against*** là cái bảo đảm để chống lại **2** *v/t* bảo vệ
safekeeping: ***give sth to s.o. for ~*** giao gì cho ai bảo quản an toàn
safely *arrive* một cách an toàn; *complete tests etc* một cách trôi chảy; *drive* một cách thận trọng; *assume* một cách chắc chắn; ***they will be ~ looked after*** họ sẽ được chăm sóc an toàn
safety (*of equipment, wiring, home, public*) sự an toàn; (*of investment, prediction*) sự chắc chắn; ***be in ~*** được an toàn
safety-conscious có ý thức an toàn; **safety first** an toàn trên

hết; **safety pin** ghim băng
sag **1** *n* (*in ceiling etc*) chỗ lõm **2** *v/i* (*of ceiling, rope*) võng xuống; (*of output, tempo*) giảm
sage (*herb*) cây xô thơm
Saigon Sài Gòn
Saigon spring roll nem Sài Gòn, chả giò
sail **1** *n* cánh buồm; (*trip*) chuyến đi bằng thuyền buồm; ***go for a ~*** đi bằng thuyền buồm **2** *v/t yacht* lái **3** *v/i* lái thuyền; (*depart*) nhổ neo
sailboard **1** *n* ván buồm **2** *v/i* lướt ván buồm; **sailboarding** môn lướt ván buồm; **sailboat** thuyền buồm
sailing SP đi thuyền buồm
sailing ship thuyền buồm
sailor thủy thủ; SP vận động viên đua thuyền; ***be a good/bad ~*** là người ít bị/hay bị say sóng
saint thánh
sake: ***for my ~*** vì tôi; ***for your ~*** vì anh/chị; ***for the ~ of*** vì lợi ích của
salad xà lách
salad dressing dầu giấm
salary tiền lương
salary scale thang lương
sale sự bán; (*reduced prices*) sự bán hạ giá; ***for ~*** (*sign*) để bán; ***be on ~*** được bày bán; (*at reduced prices*) được bày bán với giá hạ
sales (*department*) bộ phận bán hàng
sales clerk (*in store*) người bán hàng; **sales figures** tổng doanh số hàng bán ra; **salesman** người bán hàng; **sales manager** giám đốc bộ phận bán hàng; **sales meeting** hội nghị về bán hàng
saliva nước bọt (*N*), nước miếng (*S*)
salmon cá hồi
saloon (*bar*) quầy rượu; *Br* MOT xe hòm
salt muối
saltcellar lọ muối
salt flat ngập mặn
salty mặn
salutary *experience* bổ ích
salute **1** *n* (*greeting*) sự chào; (*firing of guns*) loạt súng chào; ***take the ~*** chào đáp lễ **2** *v/t & v/i* chào
salvage *v/t* (*from wreck*) cứu hộ
salvation REL sự cứu rỗi linh hồn
Salvation Army Đội quân Cứu tế
same **1** *adj* (*identical*) cùng chung; (*similar*) giống nhau **2** *pron* như nhau; ***he and I said the ~*** anh ấy và tôi đều nói như nhau; ***Happy New Year – the ~ to you*** Chúc mừng năm mới – cũng xin chúc anh/chị như vậy; ***he's not the ~ any more*** anh ấy không còn như ngày nào nữa; ***all the ~*** dù sao đi nữa; ***men are all the ~*** đàn ông đều như thế cả; ***it's all the ~ to me*** với tôi thì cũng thế cả thôi **3** *adv*: ***smell/look/sound the ~*** ngửi/nhìn/nghe như nhau
sampan thuyền tam bản
sample *n* mẫu
sanction **1** *n* (*approval*) sự đồng ý; (*penalty*) sự trừng phạt **2** *v/t* (*approve*) phê chuẩn
sanctity tính thiêng liêng
sanctuary REL thánh đường; (*for wild animals*) khu bảo tồn
sand **1** *n* cát **2** *v/t* (*with sandpaper*) đánh giấy ráp
sandal dép
sandbag bao cát; **sandblast** phun cát; **sand dune** đụn cát
sander (*tool*) máy đánh bóng
sandpaper **1** *n* giấy ráp (*N*), giấy nhám (*S*) **2** *v/t* đánh giấy ráp; **sandpit** hố cát; **sandstone** sa thạch
sandwich **1** *n* bánh xăng đuých

2 *v/t*: ***be ~ed between two ...*** bị kẹp giữa hai ...

sandy *beach*, *soil* có cát; *hair* màu hung hung đỏ

sane lành mạnh

sanitarium viện điều dưỡng

sanitary *conditions*, *installations* vệ sinh

sanitary napkin băng vệ sinh

sanitation (*sanitary installations*) các hệ thống vệ sinh; (*removal of waste*) công tác vệ sinh

sanitation department sở vệ sinh

sanity sự tỉnh táo

Santa Claus ông già Nô-en

sap 1 *n* (*in tree*) nhựa cây **2** *v/t s.o.'s energy* làm hao mòn

sapphire *n* (*jewel*) xa phia

sarcasm lời châm chọc

sarcastic châm chọc

sardine cá mòi

sash (*around waist*) khăn thắt lưng; (*over shoulder*) băng quàng vai; (*in window*) khung cửa trượt

Satan quỷ Sa tăng

satellite vệ tinh

satellite dish chảo vệ tinh

satellite TV truyền hình vệ tinh

satin xa tanh

satire sự châm biếm

satirical châm biếm

satirist nhà văn châm biếm

satisfaction sự thỏa mãn; ***get ~ out of sth*** được sự thỏa mãn về điều gì; ***a feeling of ~*** một cảm giác thỏa mãn; ***is that to your ~?*** anh/chị thấy vừa ý chứ?

satisfactory *performance* đáng hài lòng; *explanation* thỏa đáng; *state of affairs* vừa ý; (*just good enough*) tạm vừa ý; ***this is not ~*** (*of student's performance*) bài vở không đạt yêu cầu; (*of authorities' explanation*) điều này là chưa thỏa đáng

satisfy *customers*, *needs*, *hunger*, *sexual desires* thỏa mãn; *conditions* đáp ứng; ***I am satisfied*** (*had enough to eat*) tôi đã thỏa mãn; ***I am satisfied that he ...*** (*convinced*) tôi tin chắc rằng anh ấy ...; ***I hope you're satisfied!*** tôi hy vọng rằng anh/chị đã hả hê!

Saturday thứ Bảy

sauce nước xốt

saucepan cái chảo

saucer đĩa để tách

saucy *person* ngộ nghĩnh trơ tráo; *dress* lẳng lơ

Saudi (*person*) người Ả rập Xê út

Saudi Arabia Ả rập Xê út

Saudi Arabian *adj* Ả rập Xê út

sauna tắm hơi

saunter đi thong dong

sausage xúc xích

savage 1 *adj animal* hung dữ; *attack* dữ dội; *criticism* độc ác **2** *n* người man rợ

save 1 *v/t* (*rescue*) cứu; *money*, *time* tiết kiệm; (*collect*) sưu tầm; COMPUT cất giữ; *goal* cứu nguy; ***you could ~ yourself a lot of effort*** anh/chị có thể đỡ tốn nhiều công sức **2** *v/i* (*put money aside*) để dành; SP cứu nguy **3** *n* SP động tác cứu nguy

♦**save up for** dành dụm để

saving (*amount saved*) khoản tiền tiết kiệm; (*activity*) sự tiết kiệm

savings tiền tiết kiệm

savings account tài khoản tiết kiệm; **savings and loan** hiệp hội cho vay và tiết kiệm; **savings bank** ngân hàng tiết kiệm

Savior: ***Our ~, the ~*** REL Giê-su, Chúa cứu thế

savor *v/t* thưởng thức

savory *adj* (*not sweet*) có vị mặn

saw **1** *n* (*tool*) cái cưa **2** *v/t* cưa
♦ **saw off** cưa bỏ
sawdust mùn cưa
saxophone kèn xắc xô
say **1** *v/t* đọc; ***can I ~ something?*** tôi xin phát biểu có được không?; ***that is to ~*** thế có nghĩa là; ***what do you ~ to that?*** anh/chị thấy cái đó thế nào? **2** *n*: ***have one's ~*** biểu thị quan điểm của mình
saying tục ngữ
scab vảy da
scaffold(ing) giàn giáo
scald *v/t* làm bỏng
scale[1] *n* (*on fish*) vảy
scale[2] **1** *n* (*size*) quy mô; (*on thermometer etc*) mặt chia độ; (*of map*) tỷ lệ; MUS gam; ***on a larger/smaller ~*** với qui mô lớn hơn/nhỏ hơn **2** *v/t cliffs etc* leo lên
scale drawing sự vẽ theo tỷ lệ
scales (*for weighing*) cái cân
scalp *n* da đầu
scalpel dao mổ
scalper F (*for tickets*) phe vé
scam F trò lừa đảo
scan **1** *v/t horizon* nhìn chăm chú; *page, newspaper, list* nhìn lướt nhanh; MED soi chụp; (*ultrasound*) siêu âm; COMPUT quét **2** *n* MED sự soi chụp; (*ultrasound*) sự siêu âm
♦ **scan in** COMPUT quét
scandal vụ bê bối, vụ xì căng đan
scandalous *affair* gây tai tiếng; *prices* quá đáng
scanner MED máy soi chụp; COMPUT máy quét hình
scantily *adv*: ***~ clad*** mặc phong phanh
scanty *clothes* chật
scapegoat người giơ đầu chịu báng
scar **1** *n* vết sẹo **2** *v/t* đóng sẹo
scarce (*in short supply*) khan hiếm; ***make oneself ~*** lánh đi
scarcely vừa mới; ***~ had he entered the room when ...*** anh ấy vừa mới bước vào phòng thì ...; ***~ anything left*** hầu như không còn lại gì
scarcity (*of supplies*) sự khan hiếm
scare **1** *v/t* làm ... sợ hãi; ***that noise ~d me*** tiếng động đó làm tôi sợ hãi; ***be ~d of*** sợ hãi **2** *n* (*panic, alarm*) sự hoảng sợ; ***give s.o. a ~*** làm cho ai hoảng sợ
♦ **scare away** xua đuổi
scarecrow người bù nhìn
scaremonger người phao tin đồn nhảm
scarf (*around neck*) khăn quàng; (*over head*) khăn trùm đầu
scarlet đỏ tươi
scarlet fever bệnh ban đỏ
scary *sight, music, movie* rùng rợn
scathing *criticism, attack* gay gắt; *comments* cay độc
scatter **1** *v/t leaflets* rải; *seeds* vãi; ***be ~ed all over the room*** rải rắc khắp phòng **2** *v/i* (*of crowd etc*) chạy tán loạn
scatterbrained đãng trí
scattered *showers* rải rác; *family, villages* thưa thớt
scenario viễn cảnh; (*for movie*) kịch bản
scene THEA cảnh; (*view, sight*) cảnh tượng; (*of accident, crime etc*) hiện trường; (*of novel, movie*) bối cảnh; (*argument*) cuộc cãi lộn; ***make a ~*** gây lộn; ***~s*** THEA phông cảnh; ***jazz/rock ~*** giới nhạc jazz/nhạc rốc; ***behind the ~s*** hậu trường
scenery phong cảnh; THEA phông cảnh
scent *n* (*smell*) mùi thơm; (*perfume*) nước hoa; (*of animal*) mùi hơi

---

ơ ur	**y** (tin)	**ây** uh-i	**iê** i-uh	**oa** wa	**ôi** oy	**uy** wee	**ong** aong
u (soon)	**au** a-oo	**eo** eh-ao	**iêu** i-yoh	**oai** wai	**ơi** ur-i	**ênh** uhng	**uyên** oo-in
ư (dew)	**âu** oh	**êu** ay-oo	**iu** ew	**oe** weh	**uê** way	**oc** aok	**uyêt** oo-yit

schedule 1 *n* (*of events*) chương trình; (*of work*) kế hoạch; (*for trains*) thời biểu; (*of lessons*) thời khóa biểu; ***be on ~*** (*of work, workers etc*) đúng với kế hoạch; (*of train*) đúng với thời biểu; ***be behind ~*** (*of work, workers etc*) chậm so với kế hoạch; (*of train*) chậm so với thời biểu **2** *v/t* (*put on ~*) xếp vào chương trình; ***it's ~d for completion next month*** theo kế hoạch cái đó sẽ được hoàn thành vào tháng sau

scheduled flight chuyến bay theo kế hoạch

scheme 1 *n* (*plot*) mưu đồ **2** *v/i* (*plot*) âm mưu

scheming *adj person* thủ đoạn

schizophrenia bệnh tâm thần phân liệt

schizophrenic 1 *n* người mắc bệnh tâm thần phân liệt **2** *adj* bệnh tâm thần phân liệt

scholar (*learned person*) học giả; (*student with scholarship*) sinh viên được học bổng

scholarship (*work*) sự uyên bác; (*financial award*) học bổng

school trường học; (*university*) trường đại học

schoolbag túi sách đeo vai; **schoolboy** học sinh nam; **schoolchildren** học sinh; **school days** (*past*) thời học sinh; (*not the weekend*) ngày học; **schoolgirl** học sinh nữ; **schoolteacher** giáo viên

sciatica bệnh đau thần kinh tọa

science khoa học

science fiction khoa học viễn tưởng

scientific *approach, mind, analysis* khoa học

scientist nhà khoa học

scissors cái kéo

scoff[1] *v/t* (*eat fast*) ăn ngấu nghiến; (*eat whole lot*) ngốn hết

scoff[2] *v/i* chế giễu

♦**scoff at** *person, efforts* chế giễu

scold *v/t child, husband* mắng

scoop 1 *n* (*for ice cream*) cái muôi; (*for mud, sand etc*) cái xúc; (*story*) tin sốt dẻo **2** *v/t mud etc* xúc; *ice cream etc* múc

♦**scoop up** *kids, books* nâng lên

scooter (*with motor*) xe scutơ; (*child's*) xe hẩy

scope (*of inquiry, undertaking*) phạm vi; (*freedom, opportunity*) cơ hội

scorch *v/t* làm cháy xém

scorching hot nóng như thiêu

score 1 *n* SP số điểm; (*written music*) bản tổng phổ; (*of movie etc*) phần nhạc phim; ***what's the ~?*** số điểm là bao nhiêu?; ***have a ~ to settle with s.o.*** có một vấn đề cần thanh toán với ai **2** *v/t goal, point* ghi được; (*cut: line*) rạch **3** *v/i* ghi bàn thắng; (*keep the score*) ghi lại điểm; ***that's where he ~s*** đó là chỗ mạnh của anh ấy

scorer (*of goal*) đấu thủ ghi được bàn; (*of point*) người ghi được điểm; (*keeper of points scored*) người ghi lại số điểm

scorn 1 *n* sự khinh miệt; ***pour ~ on sth*** dè bỉu gì **2** *v/t idea, suggestion* coi khinh

scornful *look, remark* đầy khinh bỉ

scorpion con bò cạp

Scot người Xcốtlen

Scotch (*whiskey*) rượu uýt ki Xcốt

scot-free: ***get off ~*** không bị trừng phạt

Scotland nước Xcốtlen

Scottish Xcốtlen

scoundrel tên vô lại; *hum* ranh con

scour[1] *area, city* lùng sục
scour[2] *pans* cọ chùi
scout *n* (*boy* ~) hướng đạo sinh
scowl 1 *n* vẻ cau có **2** *v/i* cau có
scram F cút ngay
scramble 1 *n* (*rush*) sự hối hả **2** *v/t* *message* đổi tần số **3** *v/i* (*climb*) trèo; ***he ~d to his feet*** anh ấy bật dậy
scrambled eggs trứng bác
scrap 1 *n* (*metal*) phế liệu; (*fight*) cuộc ẩu đả; (*little bit*) một tí **2** *v/t* *plan, project etc* hủy bỏ; *paragraph etc* cắt bỏ
scrapbook *vở dán các bài báo hay tranh ảnh rời*
scrape 1 *n* (*on paintwork etc*) sự cạo sạch **2** *v/t* *paintwork etc* cạo; *one's arm* làm xây xát; *vegetables* cạo gọt; ***~ a living*** lần hồi kiếm sống
♦**scrape through** (*in exam*) chỉ vừa có thể vượt qua
scrap heap đống phế liệu; ***good for the ~*** chỉ có thể dùng làm phế liệu
scrap metal kim loại phế liệu
scrappy *work* chắp vá; *writing* rời rạc
scratch 1 *n* (*mark on skin, paintwork*) vết xước; ***have a ~*** (*to stop itching*) gãi; ***start from ~*** làm từ đầu; ***not up to ~*** chưa đạt tiêu chuẩn **2** *v/t* (*mark: skin, paint*) cào; (*because of itch*) gãi **3** *v/i* (*of cat, nails*) cào
scrawl 1 *n* nét chữ nguệch ngoạc **2** *v/t* viết nguệch ngoạc
scream 1 *n* tiếng kêu thét **2** *v/i* kêu thét
screech 1 *n* (*of tires*) tiếng rít; (*scream*) tiếng kêu gào **2** *v/i* (*of tires*) rít lên; (*scream*) kêu thét lên
screen 1 *n* (*in room, hospital*) bình phong; (*of trees, smoke*) màn che chắn; (*in movie theater*) màn ảnh; COMPUT màn hình; ***on the ~*** trên màn ảnh; ***on (the) ~*** COMPUT trên màn hình **2** *v/t* (*protect, hide*) che khuất; *movie* chiếu; (*for security reasons*) thẩm tra
screenplay kịch bản phim; **screen saver** COMPUT *trình tiện ích tiết kiệm màn hình*; **screen test** đóng vai thử
screw 1 *n* đinh vít; V (*sex*) đéo; V (*partner in sex*) bạn làm tình **2** *v/t* bắt vít; V đéo; F (*cheat*) lừa đảo; ***~ a bracket to the wall*** vít một cái rầm đỡ vào tường
♦**screw up 1** *v/t* *eyes* nhíu mắt; *piece of paper* vo tròn; F (*make a mess of*) làm rối tinh **2** *v/i* F (*make a bad mistake*) làm hỏng
screwdriver cái vặn vít
screwed up F (*psychologically*) căng thẳng và rối ren
screw top (*on bottle*) nắp xoáy
scribble 1 *n* chữ viết ngoáy **2** *v/t* (*write quickly*) viết ngoáy **3** *v/i* (*make illegible marks*) viết nguệch ngoạc
script (*for play etc*) kịch bản; (*form of writing*) hệ chữ viết
scripture: ***the (Holy) Scriptures*** Kinh
scriptwriter tác giả kịch bản
scroll *n* (*manuscript*) cuộn giấy
♦**scroll down** *v/i* COMPUT cuộn xuống
♦**scroll up** *v/i* COMPUT cuộn lên
scrounger kẻ xoáy trộm
scrub *v/t* *floors, hands* cọ rửa
scrubbing brush (*for floor*) bàn cọ
scruffy *appearance, clothes, person* nhếch nhác
♦**scrunch up** *plastic cup etc* dập vỡ lạo xạo

ơ *ur*	**y** (tin)	**ây** uh-i	**iê** i-uh	**oa** wa	**ôi** oy	**uy** wee	**ong** aong
u (soon)	**au** a-oo	**eo** eh-ao	**iêu** i-yoh	**oai** wai	**ơi** ur-i	**ênh** uhng	**uyên** oo-in
ư (dew)	**âu** oh	**êu** ay-oo	**iu** ew	**oe** weh	**uê** way	**oc** aok	**uyêt** oo-yit

scruples sự đắn đo; ***have no ~ about doing sth*** không đắn đo khi làm điều gì
scrupulous (*with moral principles*) thận trọng; (*thorough*) tỉ mỉ
scrutinize (*examine closely*) xem xét kỹ lưỡng
scrutiny sự xem xét kỹ lưỡng; ***come under ~*** được đưa ra xem xét kỹ lưỡng
scuba diving lặn có bình khí nén
scuffle *n* cuộc ẩu đả
sculptor nhà điêu khắc
sculpture *n* (*art*) nghệ thuật điêu khắc; (*something sculpted*) tác phẩm điêu khắc
scum (*on liquid*) lớp váng; *pej* (*people*) đồ cặn bã
scythe *n* cái hái
sea biển; ***by the ~*** gần biển
seafaring *nation* sự đi biển; **seafood** hải sản; **seafront** phần hướng ra biển; **seagoing** *vessel* viễn dương; **seagull** hải âu
seal[1] *n* (*animal*) con hải cẩu
seal[2] **1** *n* (*on document*) con dấu; TECH miếng bịt **2** *v/t container* bịt gắn kín
♦**seal off** *area* vây chặn
sea level mực nước biển; ***above / below ~*** trên/dưới mực nước biển
seam *n* (*on garment*) đường nối; (*of ore*) vỉa
seaman thủy thủ; **seaport** thành phố cảng; **sea power** (*nation*) cường quốc hải quân
search **1** *n* sự tìm kiếm **2** *v/t city* lục soát; *files* tìm
♦**search for** tìm kiếm
search engine COMPUT chương trình duyệt
searching *adj look, question* sắc sảo
searchlight đèn pha rọi; **search party** đoàn tìm kiếm; **search warrant** lệnh khám xét
seasick say sóng; ***get ~*** bị say sóng; **seaside** bờ biển; ***at the ~*** ở bờ biển; ***go to the ~*** đi chơi ở bờ biển; **seaside resort** nơi nghỉ ở bờ biển
season *n* (*winter etc, period of time*) mùa
seasoned *wood* để khô; *traveler etc* dày dạn kinh nghiệm
seasoning đồ gia vị
season ticket vé mùa
seat **1** *n* chỗ ngồi; (*of pants*) đũng quần; ***please take a ~*** xin mời ngồi **2** *v/t* (*have seating for*) ngồi; ***the hall can ~ 200 people*** phòng lớn có thể ngồi 200 người; ***she ~ed herself on the sofa*** chị ấy ngồi xuống ghế xô pha; ***please remain ~ed*** xin tiếp tục an tọa
seat belt đai an toàn
sea turtle con đồi mồi; **sea urchin** con nhím biển; **seaweed** rong biển
secluded *part of the world, little hotel* hẻo lánh
seclusion sự tách biệt
second **1** *n* (*of time*) giây; ***just a ~*** chờ một chút **2** *adj* thứ hai **3** *adv come in* ở vị trí thứ hai; ***~ biggest*** lớn thứ hai **4** *v/t motion* ủng hộ
secondary *reason* thứ yếu; *power supply, road* phụ; ***of ~ importance*** có tầm quan trọng thứ hai
secondary education nền giáo dục trung học
second best *adj* thứ nhì; **second-class** *adj ticket* hạng hai; **second gear** MOT số hai; **second hand** (*on clock*) kim chỉ giây;
secondhand **1** *adj* cũ **2** *adv buy* đồ cũ
secondly hai là

second-rate loại xoàng
second thoughts: ***I've had ~*** tôi đã nghĩ lại
secrecy sự giữ bí mật
secret **1** *n* điều bí mật; ***do sth in ~*** làm điều gì trong sự bí mật **2** *adj garden, passage* khuất nẻo; *work* bí mật
secret agent điệp viên
secretarial *tasks, job* thư ký
secretary thư ký; POL bộ trưởng
Secretary of State Bộ trưởng Bộ Ngoại giao
secrete (*give off*) *fluids etc* tiết ra; (*hide away*) giấu kín
secretion (*of liquid*) sự tiết ra; (*liquid secreted*) chất tiết ra; (*hiding*) việc giấu kín
secretive *person, attitude* hay che giấu
secretly một cách bí mật
secret police cảnh sát mật
secret service cơ quan tình báo
sect (*of Christianity*) phái
section (*of book, text*) phần; (*of population*) bộ phận; (*department*) ban; (*of apple etc*) miếng cắt
sector (*of society, city*) khu vực; (*of lung*) vùng; (*of diskette*) cung
secular thế tục
secure **1** *adj shelf etc* chắc chắn; *feeling* yên tâm; *job, contract* chắc chắn **2** *v/t shelf etc* gắn chặt; *s.o.'s help, finances* đạt được
securities market FIN thị trường chứng khoán
security (*in job*) sự yên ổn; (*guarantee*) sự bảo đảm; (*at airport etc*) sự an ninh; (*department responsible for ~*) bộ phận an ninh; (*of beliefs etc*) sự yên tâm; ***securities*** FIN chứng khoán
security alert sự báo động an ninh; **security check** kiểm tra an ninh; **security-conscious** có ý thức về an ninh; **security forces** lực lượng bảo an; **security guard** người bảo vệ; **security risk** (*person*) người không tin cậy được (về mặt an ninh)
sedan MOT xe xà lun
sedative *n* thuốc an thần
sediment cặn
seduce (*sexually*) quyến rũ
seduction (*sexual*) sự quyến rũ
seductive *dress* quyến rũ; *offer* hấp dẫn
see nhìn thấy; (*understand*) hiểu; ***I ~*** tôi hiểu rồi; ***can I ~ the manager?*** tôi có thể gặp ông giám đốc không?; ***you should ~ a doctor*** anh/chị nên đi khám bác sĩ; ***~ s.o. home*** tiễn ai về nhà; ***I'll ~ you to the door*** để tôi đưa anh/chị ra cửa; ***~ you!*** hẹn gặp lại!
♦ **see about** (*look into*) lo liệu
♦ **see off** (*at airport etc*) tiễn; (*chase away*) đuổi đi
♦ **see to**: ***~ sth*** lo giải quyết gì; ***~ it that sth gets done*** đảm bảo chắc chắn là sẽ làm xong gì
seed hạt giống; (*in tennis*) đấu thủ hạt giống; ***go to ~*** (*of person*) trở nên tiều tụy; (*of district*) trở nên tồi tàn
seedling cây giống con
seedy *bar, district* tàn tạ
seeing (that) xét thấy
seeing-eye dog chó dẫn đường cho người mù
seek **1** *v/t employment, truth* tìm kiếm **2** *v/i* tìm tòi
seem dường như; ***it ~s that ...*** dường như là ...
seemingly dường như
seep (*of liquid*) rỉ ra
♦ **seep out** (*of liquid*) rỉ ra
seesaw *n* ván bập bênh

ơ ur	**y** (tin)	**ây** uh-i	**iê** i-uh	**oa** wa	**ôi** oy	**uy** wee	**ong** aong
u (soon)	**au** a-oo	**eo** eh-ao	**iêu** i-yoh	**oai** wai	**ơi** ur-i	**ênh** uhng	**uyên** oo-in
ư (dew)	**âu** oh	**êu** ay-oo	**iu** ew	**oe** weh	**uê** way	**oc** aok	**uyêt** oo-yit

see-through *dress*, *material* nhìn xuyên qua được
segment (*of orange*) múi; (*geometry*) hình viên phân
segregate cách ly
segregation sự phân biệt
seismology địa chấn học
seize *person*, *arm* túm lấy; *opportunity* nắm lấy; (*of Customs, police etc*) bắt giữ
♦**seize up** (*of engine*) trở nên kẹt
seizure MED bệnh bột phát; (*of drugs etc*) sự bắt giữ
seldom hiếm khi
select 1 *v/t* chọn **2** *adj* (*exclusive*) chọn lọc
selection (*choosing*) sự tuyển chọn; (*things chosen*) những cái được tuyển chọn; (*people chosen*) những người được tuyển chọn; (*assortment*) bộ tuyển chọn
selection process quá trình tuyển chọn
selective chọn lựa cẩn thận
self bản thân
self-addressed envelope phong bì ghi sẵn địa chỉ của mình; **self-assured** tự tin; **self-catering apartment** nhà nghỉ tự nấu nướng; **self-centered** ích kỷ; **self-confessed** tự thú nhận; **self-confidence** sự tự tin; **self-confident** tự tin; **self-conscious** e dè; **self-contained** *apartment* có tiện nghi riêng; **self-control** sự tự chủ; **self-defense** sự tự vệ; **self-discipline** kỷ luật tự giác; **self-doubt** tự nghi; **self-employed** làm tư; **self-evident** hiển nhiên; **self-interest** tính tư lợi
selfish ích kỷ
selfless *person*, *attitude* vị tha; *dedication* quên mình
self-made man người đàn ông tự thành đạt; **self-possessed** bình tĩnh; **self-reliant** tự lực; **self-respect** lòng tự trọng; **self-righteous** *pej* tự cho mình là đúng; **self-satisfied** *pej* tự mãn; **self-service** *adj* tự phục vụ; **self-service restaurant** cửa hàng ăn tự phục vụ
sell 1 *v/t* bán; ***you have to ~ yourself*** anh/chị phải tự tiến cử mình **2** *v/i* (*of products*) bán
seller người bán
selling *n* COM việc bán hàng
selling point COM điểm hấp dẫn
semen tinh dịch
semester học kỳ
semi (*truck*) xe moóc theo máy kéo
semicircle hình bán nguyệt; **semicircular** có hình bán nguyệt; **semiconductor** ELEC chất bán dẫn; **semifinal** bán chung kết
seminar hội thảo
semiskilled có tay nghề vừa phải
senate thượng viện
senator thượng nghị sĩ
send *v/t* gửi; ***~ sth to s.o.*** gửi gì cho ai; ***~ s.o. to s.o.*** gửi ai đi gặp ai; ***~ her my best wishes*** gửi cô ấy lời chúc mừng tốt đẹp của tôi
♦**send back** gửi trả lại
♦**send for** *doctor* cho đi mời; *help* nhờ
♦**send in** *troops* điều động; *next interviewee* đưa vào; *application form* nộp
♦**send off** *letter*, *fax etc* gửi đi
♦**send up** (*mock*) nhại lại
sender (*of letter*) người gửi
senile già yếu
senility tình trạng già yếu
senior (*older*) lớn tuổi hơn; (*in rank*) cấp trên; ***be ~ to X*** (*in rank*) cao cấp hơn X

senior citizen người đã về hưu
sensation (*feeling*) cảm giác; (*surprise event*) tin giật gân; (*product*) vật tuyệt vời; (*person*) người tuyệt vời
sensational *news*, *discovery* gây xúc động mạnh; (*very good*) tuyệt vời; *pej* giật gân
sense 1 *n* (*meaning*) nghĩa; (*purpose*, *point*) ý nghĩa; (*common* ~) lẽ thường; (*of sight*, *smell etc*) giác quan; (*feeling*) cảm giác; ***in a* ~** về một nghĩa nào đó; ***talk ~, man!*** hãy nói chuyện đàng hoàng một chút, anh bạn!; ***it doesn't make* ~** chẳng ra ý nghĩa gì; ***there's no ~ in trying/waiting*** cố thử/chờ mà chẳng được gì **2** *v/t s.o.'s presence* cảm thấy
senseless (*pointless*) vô nghĩa
sensible *person* biết điều; *advice*, *decision* hợp lý
sensitive *skin*, *person* nhạy cảm
sensitivity (*of skin*, *person*) độ nhạy cảm
sensual *person*, *movements* gợi tình
sensuality sự đam mê lạc thú
sensuous *movements*, *person* khêu gợi
sentence 1 *n* GRAM câu; LAW lời tuyên án **2** *v/t* LAW kết án
sentiment (*sentimentality*) sự ủy mị, sự đa cảm; (*opinion*) ý kiến
sentimental *person*, *mood* đa cảm; *reason* tình cảm; *movie*, *music* ủy mị
sentimentality sự đa cảm
sentry lính gác
separate 1 *adj* riêng biệt; ***keep X ~ from Y*** tách riêng X khỏi Y **2** *v/t* tách riêng ra; (*of sea*, *gorge*) ngăn cách; ***~ X from Y*** tách X khỏi Y **3** *v/i* (*of couple*) ly thân
separated *couple* đã ly thân
separately *pay*, *treat*, *deal with* riêng rẽ
separation (*act*) sự chia tách; (*state*) tình trạng bị chia tách; (*of couple*) sự ly thân
September tháng Chín
septic nhiễm trùng; ***go* ~** (*of wound*) bị nhiễm trùng
sequel hậu quả
sequence *n* chuỗi; ***in* ~** theo trật tự; ***out of* ~** không liên tục; ***the ~ of events*** thứ tự các sự kiện
serene *person*, *smile* thanh thản; *lake* lặng
sergeant (*in army*) hạ sĩ cảnh sát; (*in police*) đồn trưởng
serial *n* (*on TV*, *radio*) chuyện phát nhiều buổi; (*in magazine*) chuyện đăng nhiều kỳ
serialize (*on TV*, *radio*) phát thanh nhiều buổi; (*in magazine*) đăng nhiều kỳ
serial killer kẻ giết người hàng loạt; **serial number** (*of product*) số xêri; **serial port** COMPUT cổng nối tiếp
series (*of numbers*, *events*, *errors*) loạt
serious *illness*, *situation*, *damage* nghiêm trọng; (*earnest*) nghiêm túc; *company* đứng đắn; ***I'm* ~** tôi nói chuyện đứng đắn đây; ***listen, this is* ~** nghe đây, chuyện này không phải đùa; ***we'd better take a ~ look at it*** chúng ta nên nhìn sự việc một cách nghiêm túc
seriously *injured*, *understaffed* nghiêm trọng; ***~ intend to ...*** thực sự dự định ...; ***~?*** thực đấy à?; ***take s.o. ~*** (*believe*) tin tưởng ai; (*in relationship*) thật sự trọng ai
sermon REL bài thuyết pháp; *fig* bài lên lớp
servant người ở

ơ ur	**y** (tin)	**ây** uh-i	**iê** i-uh	**oa** wa	**ôi** oy	**uy** wee	**ong** aong
u (soon)	**au** a-oo	**eo** eh-ao	**iêu** i-yoh	**oai** wai	**ơi** ur-i	**ênh** uhng	**uyên** oo-in
ư (dew)	**âu** oh	**êu** ay-oo	**iu** ew	**oe** weh	**uê** way	**oc** aok	**uyêt** oo-yit

serve **1** *n* (*in tennis*) cú giao bóng **2** *v/t food, customer, country* phục vụ **3** *v/i* (*give out food*) dọn cơm; (*as politician etc*) phục vụ; (*in tennis*) giao bóng; ***it ~s you right*** đáng đời anh/chị

♦**serve up** *meal* dọn cơm

server (*in tennis*) người giao bóng; COMPUT máy chủ mạng

service **1** *n* (*to customers, community*) sự phục vụ, dịch vụ; (*for vehicle, machine*) sự bảo dưỡng; (*in tennis*) quả giao bóng; ***the ~s*** quân chủng **2** *v/t vehicle, machine* bảo dưỡng

service area khu dịch vụ; **service charge** (*in restaurant, club*) phí phục vụ; **service industry** ngành dịch vụ; **serviceman** MIL quân nhân; **service provider** COMPUT *công ty cung cấp dịch vụ Internet*; **service sector** khu vực dịch vụ; **service station** trạm xăng dầu

sesame oil dầu vừng

session (*of parliament*) khóa họp; (*with psychiatrist, consultant etc*) buổi họp

set **1** *n* (*of tools, books etc*) bộ; (*group of people*) giới; MATH tập hợp; THEA: *scenery* bộ phông cảnh; (*where a movie is made*) diễn trường; (*in tennis*) xéc; ***television ~*** máy vô tuyến **2** *v/t* (*place*) đặt; *movie, novel etc* lấy bối cảnh; *date, time, limit* ấn định; *mechanism* điều chỉnh; *alarm clock* để; *broken limb* bó; *jewel* gắn; (*type~*) xếp chữ; ***~ the table*** sắp đặt bàn ăn; ***~ a task for s.o.*** giao một việc cho ai **3** *v/i* (*of sun*) lặn; (*of glue*) đông kết **4** *adj views, ideas* cứng nhắc; ***be dead ~ on X*** kiên quyết thực hiện X; ***be very ~ in one's ways*** rất cố chấp; ***~ book/reading*** (*in course*) sách/bài quy định; ***~ meal*** món ăn ấn định

♦**set apart**: ***set X apart from Y*** phân biệt X với Y

♦**set aside** (*for future use*) dành riêng ra

♦**set back** (*in plans etc*) làm chậm lại; ***it set me back $400*** nó làm tôi phải trả 400 đô la

♦**set off** **1** *v/i* (*on journey*) khởi hành **2** *v/t explosion, chain reaction* gây nổ

♦**set out** **1** *v/i* (*on journey*) lên đường; ***~ to do X*** (*intend*) có ý định làm X **2** *v/t ideas, proposal* trình bày; *goods* bày

♦**set to** (*start on a task*) bắt tay vào làm

♦**set up** **1** *v/t company, system* thành lập; *equipment, machine* lắp đặt; *market stall* dựng lên; F (*frame*) lừa **2** *v/i* (*in business*) thành lập

setback trở lực

setting (*of novel etc*) bối cảnh; (*of house*) khung cảnh

settle **1** *v/i* (*of bird*) đậu; (*of liquid, dust*) lắng đọng; (*to live*) sinh sống **2** *v/t dispute, argument* dàn xếp; *issue, uncertainty* giải quyết; *s.o.'s debts* thanh toán; *check* trả tiền; ***that ~s it!*** thế là xong!

♦**settle down** *v/i* (*stop being noisy*) lắng dịu; (*stop wild living*) ổn định cuộc sống; (*in an area*) định cư

♦**settle for** (*take, accept*) đành chấp nhận

settlement (*of claim, dispute*) sự giải quyết; (*of debt*) sự thanh toán; (*payment*) sự thỏa thuận; (*of building*) sự lún

settler (*in new country*) người định cư

set-up (*structure*) cơ cấu tổ chức; (*relationship*) mối quan hệ; F

(*frame-up*) sự lừa gạt
seven bảy
seventeen mười bảy
seventeenth *adj* thứ mười bảy
seventh *adj* thứ bảy
seventieth *adj* thứ bảy mươi
seventy bảy mươi
sever *v/t arm, cable, relations etc* cắt đứt
several *adj & pron* một số
severe *illness* nghiêm trọng; *teacher, face, penalty* nghiêm khắc; *winter, weather* khắc nghiệt
severely *punish, speak* nghiêm khắc; *injured, disrupted* nghiêm trọng
severity (*of illness*) sự nghiêm trọng; (*of look, penalty etc*) sự nghiêm khắc; (*of winter*) sự khắc nghiệt
sew 1 *v/t* khâu **2** *v/i* may vá
♦ **sew on** *button* đính
sewage chất thải
sewage plant nhà máy xử lý chất thải
sewer cống rãnh
sewing (*skill*) việc may vá; (*that being sewn*) đồ may
sewing machine máy khâu
sex (*act*) việc làm tình; (*gender*) giới tính; ***have ~ with*** làm tình với
sexual *person* đam mê sắc tình; *relations, activity, desire* tình dục; ***~ organs*** cơ quan sinh lý
sexual intercourse giao hợp
sexually transmitted disease bệnh lây bằng con đường tình dục
sexy *person, picture* khêu gợi
shabby *coat etc* tồi tàn; *treatment* tồi tệ
shack túp lều
shade 1 *n* (*for lamp*) cái chụp đèn; (*of color*) gam màu; (*on window*) màn che; ***in the ~*** trong bóng râm **2** *v/t* (*from sun, light*) che
shadow *n* bóng
shady *spot* có bóng râm; *character, dealings* khả nghi
shaft (*of axle*) thân trục; ***mine ~*** đường thông xuống hầm mỏ
shaggy *hair* bờm xờm; *dog* có bộ lông bờm xờm
shake 1 *n* sự lắc; ***give X a good ~*** lắc mạnh X **2** *v/t bottle, one's head* lắc; ***~ hands*** bắt tay; ***~ hands with X*** bắt tay với X **3** *v/i* (*of hands*) run rẩy; (*of voice*) run run; (*of building*) lung lay
shaken (*emotionally*) bàng hoàng
shake-up sự cải tổ
shaky *table, chair etc* ọp ẹp; *voice* run run; (*after illness, shock*) run rẩy; *grasp of sth, grammar etc* không vững
shall sẽ; ***I ~ do my best*** tôi sẽ cố hết sức; ***I shan't see them*** tôi sẽ không gặp họ; ***~ we go now?*** bây giờ chúng ta đi chứ?
shallow *water* nông; *person* nông cạn
shame 1 *n* (*embarrassment*) sự xấu hổ; (*disgrace*) nỗi nhục; ***feel ~ at having told a lie*** cảm thấy xấu hổ vì đã nói dối; ***bring ~ on ...*** mang lại nỗi nhục cho ...; ***what a ~!*** thật đáng tiếc!; ***~ on you!*** anh/chị phải biết xấu hổ chứ! **2** *v/t person, family* làm nhục; ***~ X into doing Y*** làm cho X xấu hổ mà làm Y
shameful đáng xấu hổ
shameless vô liêm sỉ
shampoo 1 *n* dầu gội đầu; ***a ~ and set*** gội và sấy ép **2** *v/t customer, hair* gội ... bằng dầu gội đầu
shape 1 *n* hình dáng **2** *v/t clay* nặn; *s.o.'s life, the future* định hướng
shapeless *dress etc* không ra hình thù gì

shapely *figure* cân đối
share 1 *n* phần; FIN cổ phần; ***do one's ~ of the work*** làm phần việc của mình **2** *v/t feelings, opinions* chia xẻ **3** *v/i* chia xẻ; ***do you mind sharing with Patrick?*** (*bed, room, table*) anh/chị bằng lòng dùng chung với Patrick chứ?
♦ **share out** phân chia
shareholder người có cổ phần
shark cá mập
sharp 1 *adj knife* sắc; *mind* sắc sảo; *pain* nhói; *taste* gắt; *criticism, remark etc* gay gắt **2** *adv* MUS cao; ***at 3 o'clock ~*** ba giờ đúng
sharpen *knife* mài; *pencil* gọt; *skills* trau dồi
shatter 1 *v/t glass* đập vỡ; *illusions* làm tiêu tan **2** *v/i* (*of glass*) vỡ tan
shattered F (*exhausted*) rã rời; (*very upset*) rụng rời
shattering *news, experience* làm choáng người; *effect* gây choáng váng
shave 1 *v/t head* cạo; *legs, armpits* cạo lông **2** *v/i* cạo râu **3** *n* sự cạo râu; ***have a ~*** cạo râu; ***that was a close ~*** *fig* suýt nữa thì nguy
♦ **shave off** *beard* cạo; (*from piece of wood*) bào
shaven *head* cạo trọc
shaver (*electric*) dao cạo điện
shaving brush chổi cạo râu
shaving soap xà phòng cạo râu
shawl khăn choàng
she chị ấy; (*younger woman*) cô ấy, cổ (*S*); (*older or respected woman*) bà ấy; (*child*) nó
shears kéo tỉa cành
sheath *n* (*for knife*) bao; (*contraceptive*) bao cao su
shed[1] *v/t blood* đổ; *tears* trào; *leaves* rụng; ***~ light on*** *fig* rọi sáng
shed[2] *n* nhà kho
sheep con cừu
sheepdog chó chăn cừu
sheepish ngượng ngập
sheepskin *adj lining* da cừu
sheer *adj madness, luxury* hoàn toàn; *drop, cliffs* dựng đứng
sheet (*for bed*) khăn trải giường; (*of paper*) tờ; (*of metal, glass etc*) tấm
shelf giá; ***shelves*** những ngăn giá
shell 1 *n* (*of mussel, egg, nuts etc*) vỏ; (*of tortoise*) mai; MIL đạn pháo; ***come out of one's ~*** *fig* ra khỏi cái vỏ của mình **2** *v/t peas* bóc vỏ; MIL nã pháo
shellfire sự pháo kích; ***come under ~*** bị pháo kích
shellfish hải sản có vỏ
shelter 1 *n* (*refuge*) chỗ trú ẩn; (*construction*) hầm trú ẩn; (*at bus stop*) trạm xe **2** *v/i* (*from rain, bombs*) trú **3** *v/t* (*from weather*) che chắn; (*from danger*) che giấu; (*from criticism*) che đỡ
sheltered *place* khuất gió; ***lead a ~ life*** sống cuộc đời được che chở
sherry rượu se-ry
shield 1 *n* lá chắn bảo vệ; (*sports trophy*) *phần thưởng hình cái khiên*; TECH tấm chắn **2** *v/t* che; (*against danger, from reality etc*) che chở
shift 1 *n* (*in attitude, thinking*) sự thay đổi; (*switchover*) sự chuyển đổi; (*in direction of wind etc*) sự chuyển; (*period of work*) ca **2** *v/t* (*move*) chuyển; *stains etc* làm mất đi; ***~ the emphasis onto*** chuyển trọng tâm vào **3** *v/i* (*move*) xê dịch; (*in attitude, opinion*) thay đổi; (*of wind*) chuyển; ***that's ~ing!*** F nhanh thế!
shift key COMPUT phím síp
shift work làm việc theo ca

shifty *pej* gian giảo
shifty-looking *pej* có vẻ gian
shimmer *v/i* lấp lánh
shin *n* cẳng chân
shine 1 *v/i* (*of sun, moon*) chiếu sáng; (*of shoes, polish*) bóng láng; *fig* (*of student etc*) xuất sắc **2** *v/t flashlight etc* rọi **3** *n* (*on shoes etc*) sự bóng lộn
shingle (*on beach*) đá cuội
shingles MED bệnh zona
shiny *surface* nhẵn bóng
ship 1 *n* tàu **2** *v/t* (*send*) gửi; (*send by sea*) gửi bằng đường biển
shipment (*consignment*) sự gửi hàng
shipowner chủ tàu
shipping (*sea traffic*) giao thông hàng hải; (*sending*) sự gửi hàng; (*sending by sea*) gửi bằng đường biển
shipping company công ty hàng hải
shipshape *adj* gọn gàng;
shipwreck 1 *n* sự đắm tàu **2** *v/t* làm đắm; ***be ~ed*** bị đắm tàu;
shipyard xưởng đóng tàu
shirk trốn tránh
shirt áo sơ mi; ***in his ~ sleeves*** không mặc áo vét
shit F **1** *n* cứt; (*bad quality goods, work*) như cứt; ***I need a ~*** tôi buồn đi ỉa **2** *v/i* đi ỉa **3** *interj* mẹ kiếp
shitty F rác rưởi
shiver *v/i* run lên
shock 1 *n* cú sốc; ELEC điện giật; ***be in ~*** MED bị sốc **2** *v/t* làm sững sốt; ***be ~ed by*** sững sốt bởi
shock absorber MOT thiết bị giảm sốc
shocking *behavior* chướng; *poverty* dễ sợ; F (*very bad*) tồi tệ; *prices* đắt khủng khiếp
shoddy *goods* kém phẩm chất; *behavior* tồi
shoe giày
shoelace dây giày; **shoestore** cửa hàng giày; **shoestring**: ***do X on a ~*** làm X với số vốn chẳng đáng là bao
♦**shoo away** *children, chicken* xua đi
shoot 1 *n* BOT chồi cây **2** *v/t* bắn; (*and kill*) bắn chết; *movie* quay phim; ***~ X in the leg*** bắn vào chân X
♦**shoot down** *airplane* bắn rơi; *suggestion* bác bỏ
♦**shoot off** (*rush off*) dông
♦**shoot up** *v/i* (*of prices*) tăng vọt; (*of children*) lớn vổng lên; (*of new suburbs, buildings etc*) mọc lên
shooting star sao băng
shop 1 *n* cửa hàng; ***talk ~*** bàn công chuyện **2** *v/i* mua hàng; ***go ~ping*** đi mua hàng
shopkeeper chủ hiệu
shoplifter kẻ cắp ở cửa hàng
shopper người mua hàng
shopping (*activity*) việc mua hàng; (*items*) hàng; ***do one's ~*** đi mua hàng
shopping mall trung tâm thương mại
shop steward người đại diện công đoàn
shore bờ; ***on ~*** (*not at sea*) trên bờ
short 1 *adj* (*in height*) thấp; *road, distance* ngắn; (*in time*) ngắn ngủi; ***be ~ of*** thiếu **2** *adv* đột ngột; ***cut a vacation/meeting ~*** rút ngắn một kỳ nghỉ/cuộc họp; ***stop a person ~*** đột ngột ngắt lời người nào; ***go ~ of*** không có đủ; ***in ~*** tóm lại
shortage sự thiếu hụt
short circuit *n* đoản mạch;
shortcoming khiếm khuyết;
shortcut (*route*) đường tắt; *fig*

cách làm nhanh hơn

shorten *v/t dress, hair etc* cắt ngắn; *chapter, article* rút gọn; *vacation, work day* rút ngắn

shortfall sự thâm hụt; **shorthand** *n* tốc ký; **shortlist** *n* (*of candidates*) danh sách vòng trong; **short-lived** tồn tại trong thời gian ngắn

shortly (*soon*) sớm; ***~ before that*** ngay trước đó

shorts quần soóc; (*underwear*) quần đùi

shortsighted cận thị; *fig* thiển cận; **short-sleeved** ngắn tay; **short-staffed** thiếu người làm; **short story** truyện ngắn; **short-tempered** nóng tính; **short-term** ngắn hạn; **short time**: ***be on ~*** (*of workers*) làm việc không hết thời giờ; **short wave** sóng ngắn

shot (*from gun*) phát súng; (*photograph*) ảnh chụp; (*injection*) mũi tiêm; ***be a good/poor ~*** là tay súng giỏi/kém; ***like a ~*** *accept, run off* ngay lập tức

shotgun súng săn

should nên; ***what ~ I do?*** tôi nên làm gì?; ***you ~n't do that*** anh/chị không nên làm thế; ***that ~ be long enough*** đáng lẽ đủ thời giờ rồi thì phải; ***you ~ have heard him!*** anh/chị cần phải nghe anh ấy nói!

shoulder *n* vai

shoulder blade xương vai

shoulder pole đòn gánh

shout **1** *n* tiếng thét; ***~s of joy/excitement*** những tiếng reo hò sung sướng/khích động **2** *v/i* thét lên **3** *v/t order* thét

♦**shout at** quát tháo

shouting *n* tiếng hò hét

shove **1** *n* cú đẩy mạnh **2** *v/t* đẩy **3** *v/i* xô đẩy

♦**shove in** *v/i* (*in line-up*) chen vào

♦**shove off** *v/i* F (*go away*) đi đi

shovel *n* cái xẻng

show **1** *n* THEA buổi biểu diễn; RAD, TV chương trình; (*display*) sự thể hiện; ***on ~*** (*at exhibition etc*) được trưng bày; ***it's all done for ~*** *pej* làm chỉ để phô bày **2** *v/t passport, ticket* xuất trình; *interest, emotion* thể hiện; (*at exhibition*) trưng bày; *movie* chiếu; ***~ X to Y*** cho Y xem X **3** *v/i* (*be visible*) lộ ra; (*of movie*) chiếu; ***does it ~?*** có lộ ra không?

♦**show off** **1** *v/t skills* phô trương **2** *v/i pej* khoe khoang

♦**show up** **1** *v/t s.o.'s shortcomings etc* cho thấy; ***don't show me up in public*** (*embarrass*) đừng làm tôi ngượng trước công chúng **2** *v/i* (*arrive, turn up*) xuất hiện; (*be visible*) nổi

show business *công việc kinh doanh ngành giải trí nghệ thuật*

showdown cuộc đối đầu

shower **1** *n* (*of rain*) trận mưa rào; (*to wash*) sự tắm rửa; ***take a ~*** tắm **2** *v/i* tắm **3** *v/t*: ***~ X with compliments/praise*** chúc mừng/khen ngợi X đáo để

shower cap mũ tắm; **shower curtain** rèm che buồng tắm; **shower gel** sữa tắm; **showerproof** *adj* không thấm nước

show jumping môn cưỡi ngựa vượt rào; **show-off** kẻ phô trương; **showroom** phòng trưng bày; ***in ~ condition*** trong tình trạng trưng bày

showy *behavior* phô trương; *clothes* lòe loẹt

shred **1** *n* (*of paper etc*) mảnh; (*of evidence etc*) một chút **2** *v/t paper*

cắt vụn; (*in cooking*) thái nhỏ
shredder (*for documents*) máy xé giấy
shrewd khôn ngoan
shriek **1** *n* tiếng hét **2** *v/i* hét lên
shrimp con tôm
shrine điện thờ
shrink[1] *v/i* (*of material*) co lại; (*of level of support etc*) giảm đi
shrink[2] *n* F (*psychiatrist*) bác sĩ tâm thần
shrink-wrap gói trong giấy ni lông
shrink-wrapping (*process*) đóng gói bằng giấy ni lông; (*material*) giấy ni lông để đóng gói
shrivel nhăn nhúm
shrub cây bụi
shrubbery có nhiều bụi cây
shrug **1** *n* cái nhún vai **2** *v/i* nhún vai **3** *v/t* nhún; ~ ***one's shoulders*** nhún vai
shudder **1** *n* (*of fear, disgust*) cơn rùng mình; (*of earth etc*) rung chuyển **2** *v/i* (*with fear, disgust*) rùng mình; (*of earth, building*) rung lên
shuffle **1** *v/t cards* xáo bài **2** *v/i* (*in walking*) lê chân
shun tránh
shut **1** *v/t* đóng **2** *v/i* đóng; ***when do the stores ~ on Saturday?*** Thứ Bảy các cửa hàng đóng cửa vào lúc mấy giờ?
♦**shut down** **1** *v/t business* đóng cửa; *computer* tắt **2** *v/i* (*of business*) ngừng kinh doanh; (*of computer*) tắt
♦**shut up** *v/i* (*be quiet*) im mồm; ***~!*** im mồm đi!
shutter (*on window*) cửa chớp; PHOT lá chắn sáng
shuttle *v/i* đi lại như con thoi
shuttlebus (*at airport*) xe con thoi; **shuttlecock** SP quả cầu lông; **shuttle service** dịch vụ xe tuyến
shy *adj* nhút nhát
shyness tính nhút nhát
Siamese twins trẻ sinh đôi dính với nhau
sick ốm; *sense of humor* độc ác; *society* bệnh hoạn; ***I'm going to be ~*** (*about to vomit*) tôi cảm thấy buồn nôn; ***be ~ of*** (*fed up with*) chán ngấy
sicken **1** *v/t* (*disgust*) làm cho ghê tởm; ***the way he treats them ~s me*** cách anh ấy đối xử với chúng làm cho tôi ghê tởm **2** *v/i*: ***be ~ing for something*** có triệu chứng bệnh
sickening ghê tởm
sickle cái liềm
sick leave phép nghỉ ốm; ***be on ~*** nghỉ ốm
sickly *person* hay ốm; *color* xanh xao
sickness sự đau ốm; (*vomiting*) cảm giác buồn nôn
side *n* (*of box, house*) cạnh; (*of room, field*) mặt bên; (*of mountain, person*) sườn; SP bên; ***take ~s*** (*favor one side*) đứng về phe; ***take ~s with s.o.*** đứng về phe ai; ***I'm on your ~*** tôi đứng về phe anh/chị; ***~ by ~*** sát bên nhau; ***at the ~ of the road*** bên lề đường; ***on the big/small ~*** hơi rộng/nhỏ
♦**side with** đứng về phe
sideboard tủ búp-phê; **sideburn** tóc mai; **side dish** món ăn kèm; **side effect** tác động phụ; **sidelight** MOT đèn hiệu; **sideline** **1** *n* (*second job*) nghề phụ **2** *v/t* cho ra rìa; ***feel ~d*** cảm thấy bị ra rìa; **side street** phố nhỏ; **sidetrack** *v/t* đánh lạc hướng; ***get ~ed*** bị lạc hướng; **sidewalk** vỉa hè; **sidewalk**

café cà phê vỉa hè; **sideways** *adv* nghiêng
siege *n* sự vây hãm; ***lay ~ to*** *city* bao vây
sieve *n* cái sàng
sift *v/t corn, ore* sàng; *data* sàng lọc
♦**sift through** *details, data* xem xét kỹ
sigh 1 *n* tiếng thở dài; ***heave a ~ of relief*** thở dài khoan khoái **2** *v/i* thở dài
sight *n* cảnh; (*power of seeing*) thị lực; ***~s*** (*of city*) thắng cảnh; ***catch ~ of*** thoáng thấy; ***know by ~*** biết mặt; ***within ~ of*** trong tầm mắt; ***out of ~*** ngoài tầm mắt; ***what a ~ you are!*** trông anh/chị mới nhếch nhác làm sao!; ***lose ~ of*** *main objective etc* quên đi
sightseeing cuộc tham quan; ***go ~*** đi tham quan
sightseeing tour chuyến đi tham quan
sightseer người đi tham quan
sign 1 *n* (*indication*) dấu hiệu; (*road~*) biển báo; (*outside store, on building*) bảng hiệu; ***it's a ~ of the times*** đó là một dấu hiệu của thời đại **2** *v/t document* ký **3** *v/i* ký tên
♦**sign up** *v/i* (*join the army*) nhập ngũ
signal 1 *n* tín hiệu; ***be sending out all the right/wrong ~s*** đưa ra toàn những tín hiệu đúng/sai **2** *v/i* (*of driver*) ra hiệu
signatory (*to treaty, contract*) người ký kết
signature chữ ký
signature tune nhạc hiệu
significance ý nghĩa
significant *event etc* có ý nghĩa; (*quite large*) đáng kể
signify có nghĩa là
sign language ngôn ngữ ký hiệu
signpost biển chỉ đường
silence 1 *n* sự im lặng; ***in ~*** *work, march* trong sự im lặng; ***~!*** hãy im đi! **2** *v/t rumor-mongers, opposition* làm cứng họng
silencer (*on gun*) bộ giảm thanh
silent *footsteps, streets, forest* lặng lẽ; *engine* im lặng; *protest, suffering* thầm lặng; *movie* câm; ***stay ~*** (*not comment*) nín thinh
silent partner COM đối tác hùn vốn
silhouette *n* hình bóng
silicon silic
silicon chip mạch điện tử làm bằng silic
silk 1 *n* lụa **2** *adj shirt etc* bằng lụa
silk painting tranh lụa
silkworm con tằm
silly khờ dại
silver 1 *n* bạc **2** *adj ring* bằng bạc; *hair* ánh bạc
silver medal huy chương bạc
silver-plated mạ bạc
similar giống nhau
similarity sự giống nhau
simmer *v/i* (*in cooking*) sủi tăm; (*with rage*) giận sôi lên
♦**simmer down** bình tĩnh trở lại
simple (*easy*) đơn giản
simplicity sự đơn giản
simplify đơn giản hóa
simplistic đơn giản quá mức
simply (*absolutely*) hoàn toàn; (*in a simple way*) một cách đơn giản; ***it is ~ the best*** không nghi ngại gì đó là cái tốt nhất
simulate (*feign*) giả vờ; (*reproduce*) tái tạo
simultaneous đồng thời
simultaneously một cách đồng thời
sin 1 *n* tội lỗi **2** *v/i* phạm tội
since 1 *prep* từ khi; ***~ last week*** từ tuần trước **2** *adv* từ đó; ***I haven't***

seen him ~ từ đó tôi không hề gặp anh ấy **3** *conj* (*expression of time*) sau khi; (*seeing that*) bởi vì; ~ ***you left*** sau khi anh/chị đã đi; ~ ***you don't like it*** bởi vì anh/chị không thích nó

sincere chân thành

sincerely một cách chân thành; (*really*) một cách thực sự; ***Yours*** ~ Kính thư

sincerity sự chân thành

sinful *person, deeds* tội lỗi

sing **1** *v/t* hát **2** *v/i* (*of person*) hát; (*of bird*) hót

Singapore nước Sing-ga-po

Singaporean **1** *adj* Sing-ga-po **2** *n* (*person*) người Sing-ga-po

singe *v/t* làm cháy xém

singer ca sĩ

single **1** *adj* (*sole*) chỉ một; (*not double*) đơn; (*not married*) độc thân; ***there wasn't a ~ ...*** không có lấy một ...; ***in ~ file*** thành hàng một **2** *n* MUS (*record*) đĩa hát đơn; (*room*) phòng một; **~s** (*in tennis*) trận đánh đơn

♦ **single out** (*choose*) chọn ra; (*distinguish*) tách riêng ra

single-breasted *jacket* có một hàng khuy; **single-handed** **1** *adj attempts, rescue* đơn độc **2** *adv* một mình; **single-minded** chuyên tâm; **single mother** người mẹ độc thân; **single parent** *bố hoặc mẹ tự nuôi con*; **single parent family** *gia đình chỉ có bố hoặc mẹ*; **single room** phòng một

singular GRAM **1** *adj* số ít **2** *n* số ít; ***in the*** ~ ở dạng số ít

sinister *look, person* nham hiểm; *sky* mang điềm gở

sink **1** *n* bồn rửa **2** *v/i* (*of ship, object*) chìm; (*of sun*) lặn; (*of interest rates etc*) xuống thấp; (*of pressure*) giảm xuống; ***he sank onto the bed*** anh ấy nằm thụt xuống giường **3** *v/t ship* đánh chìm; *funds* đầu tư

♦ **sink in** *v/i* (*of liquid*) ngấm vào; (*of words, event*) thấm thía; ***it took a long time for the truth to*** ~ phải mất một thời gian dài mới thấm thía được sự thực

sinner người có tội

sinusitis MED viêm xoang

sip **1** *n* (*of tea*) sự nhấp nháp **2** *v/t* nhấp nháp

sir thưa ngài; ***excuse me,*** ~ thưa ông

siren (*on police car*) còi

sirloin thịt thăn bò

sister (*older*) chị gái; (*younger*) em gái

sister-in-law (*older*) chị dâu; (*younger*) em dâu

sit *v/i* ngồi

♦ **sit down** ngồi xuống

♦ **sit up** (*in bed*) ngồi dậy; (*straighten back*) ngồi thẳng lên; (*wait up at night*) thức khuya

sitcom hài kịch tình thế

site **1** *n* địa điểm **2** *v/t new offices etc* xác định địa điểm

sitting (*of committee, court*) buổi họp; (*for artist*) buổi ngồi làm mẫu; (*for meals*) lượt ăn

sitting room phòng khách

situated: ***be*** ~ (*of building*) nằm ở

situation tình hình; (*of building etc*) địa thế

six sáu

sixteen mười sáu

sixteenth *adj* thứ mười sáu

sixth *adj* thứ sáu

sixtieth *adj* thứ sáu mươi

sixty sáu mươi

size (*of room, building, car*) kích thước; (*of company, loan, project*)

qui mô; (*of jacket, shoes*) cỡ số
♦**size up** *person, situation* đánh giá
sizeable *meal, house, order* khá lớn
sizzle tiếng xèo xèo
skate 1 *n* (*for ice-skating*) giày trượt băng; (*for roller skating*) giày pa-tanh **2** *v/i* (*on ice*) trượt băng; (*on roller skates*) trượt pa-tanh
skateboard *n* ván trượt
skater (*on ice*) người trượt băng; (*on roller skates*) người trượt pa-tanh
skating (*on ice*) môn trượt băng; (*on roller skates*) môn trượt pa-tanh
skeleton bộ xương
skeleton key chìa khóa vạn năng
skeptic người hoài nghi
skeptical hoài nghi
skepticism thái độ hoài nghi
sketch 1 *n* bức phác thảo; THEA vở hài kịch ngắn **2** *v/t* phác họa
sketchbook vở nháp
sketchy *knowledge etc* sơ sài
ski 1 *n* ván trượt tuyết **2** *v/i* trượt tuyết
skid 1 *n* sự trượt **2** *v/i* (*of vehicle, person*) trượt
skier người trượt tuyết
skiing môn trượt tuyết
skill kỹ năng
skilled có kỹ năng
skilled worker công nhân lành nghề
skillet chảo
skillful *person* khéo tay; *job* tinh xảo; *driving* lành nghề
skim *surface* lướt qua
♦**skim off** *the best* lấy đi
♦**skim through** *text* đọc lướt
skimmed milk sữa không kem
skimpy *account etc* không đầy đủ; *little dress* hở hang
skin 1 *n* da **2** *v/t* lột da
skin diving môn lặn trần
skinny *person, legs* gầy nhom
skin-tight *dress* bó sát người
skip 1 *n* (*little jump*) bước nhảy chân sáo **2** *v/i* nhảy chân sáo; (*with skipping rope*) nhảy dây **3** *v/t* (*omit*) bỏ qua
skipper NAUT thuyền trưởng; (*of team*) đội trưởng
skirt *n* váy
ski run đường trượt tuyết
skull sọ
sky bầu trời
skylight cửa sổ mái; **skyline** hình dáng in lên nền trời; **skyscraper** nhà chọc trời
slab (*of stone*) phiến; (*of cake etc*) tấm
slack *rope* chùng; *discipline* lỏng lẻo; *person* cẩu thả; *work* lơ là; *period* nhàn hạ
slacken *v/t rope* làm chùng; *pace* làm chậm
♦**slacken off** *v/i* (*of trading*) giảm bớt; (*of pace*) đi chậm lại
slacks quần
slam 1 *v/t door* đóng sầm **2** *v/i* (*of door etc*) đóng sầm lại
♦**slam down** (*throw with violence*) ném phịch; (*put with violence*) đặt phịch
slander 1 *n* sự vu cáo **2** *v/t* vu cáo
slang tiếng lóng; (*of a specific group*) tiếng lóng nhà nghề
slant 1 *v/i* nghiêng **2** *n* (*of roof*) dốc; (*given to a story*) quan điểm
slanting *roof* nghiêng; *eyes* xếch
slap 1 *n* (*blow*) cái đập; (*smack*) cái tát **2** *v/t* tát; ~ ***him in the face*** tát anh ấy vào mặt
slash 1 *n* (*in skin, painting*) vết rạch; (*in punctuation*) vạch chéo **2** *v/t painting, skin etc* rạch; *prices, costs* giảm mạnh; ~ ***one's wrists***

---

tự rạch cổ tay
slate *n* (*material*) đá acđoa
slaughter 1 *n* (*of animals*) sự mổ thịt; (*of people, troops*) sự tàn sát **2** *v/t animals* mổ thịt; *people, troops* tàn sát
slave *n* nô lệ
slay giết chết
slaying (*murder*) tội giết người
sleazy *bar, area* nhớp nhúa; *characters* ám muội
sled(ge) *n* xe trượt tuyết
sledge hammer búa tạ
sleep 1 *n* giấc ngủ; ***go to ~*** đi ngủ; ***I need a good ~*** tôi cần có một giấc ngủ ngon; ***I couldn't get to ~*** tôi không thể vỗ giấc **2** *v/i* ngủ; ***~ late*** ngủ dậy muộn
♦**sleep on** *v/t proposal, decision* để đến mai
♦**sleep with** (*have sex with*) ăn nằm với
sleeping bag túi ngủ; **sleeping car** toa xe lửa có giường ngủ; **sleeping pill** thuốc ngủ
sleepless *night* không ngủ
sleepwalker người mộng du
sleepy *yawn* ngái ngủ; *town* im lìm; ***I'm ~*** tôi buồn ngủ
sleet *n* mưa tuyết
sleeve (*of jacket etc*) tay áo
sleeveless *shirt, dress* không có tay áo
sleight of hand sự khéo léo của đôi tay
slender *figure, arms* thon thả; *chance, margin* mỏng manh; *income* nghèo nàn
slice 1 *n* (*of bread, tart*) lát; *fig* (*of profits etc*) phần **2** *v/t loaf etc* cắt thành lát
sliced bread bánh mì cắt lát
slick 1 *adj performance* khéo léo; *road, surface* trơn; *pej* (*cunning*) ma lanh **2** *n* (*of oil*) vết dầu loang
slide 1 *n* (*for kids*) cầu trượt; PHOT phim dương bản **2** *v/i* trượt; (*drop: of exchange rate etc*) trượt xuống **3** *v/t* đẩy trượt
sliding door cửa kéo
slight 1 *adj person, figure* mảnh khảnh; *difference, changes* không đáng kể; *accent, headache, cold* nhẹ; ***no, not in the ~est*** không, không một chút nào **2** *n* (*insult*) sự xúc phạm
slightly hơi
slim 1 *adj person, figure* thon thả; *pocketbook* mỏng; *chance, hopes* mỏng manh **2** *v/i* làm cho người thon thả
slime chất nhờn
slimy *liquid* nhầy nhụa; *person* xu nịnh
sling 1 *n* (*for arm*) băng đeo **2** *v/t* (*throw*) quăng
slip 1 *n* (*on ice etc*) sự trượt chân; (*mistake*) sự sơ xuất; ***a ~ of paper*** một mẩu giấy nhỏ; ***a ~ of the tongue*** sự lỡ lời; ***give s.o. the ~*** cắt đuôi ai **2** *v/i* (*on ice etc*) trượt; (*decline: of quality etc*) tụt xuống thấp; ***he ~ped out of the room*** anh ấy đã lẻn ra khỏi phòng **3** *v/t* (*put*) đút vội; ***he ~ped it into his briefcase*** anh ấy đút vội vào cặp của mình
♦**slip away** (*of time*) trôi qua; (*of opportunity*) bỏ lỡ; (*die quietly*) chết lịm dần
♦**slip off** *v/t jacket etc* cởi tuột ra
♦**slip out** *v/i* (*go out*) lẻn ra
♦**slip up** *v/i* (*make mistake*) lầm lẫn
slipped disc sự trẹo đĩa khớp
slipper dép lê
slippery *surface, road, fish* trơn
slipshod *work, editing* cẩu thả
slit 1 *n* (*tear*) vết rách; (*hole*) kẽ hở;

(*in skirt*) đường xẻ **2** *v/t envelope, packet* rạch mở; *throat* cắt
slither *v/i* trượt
slobber *v/i* (*of dog, baby*) chảy dãi
slogan khẩu hiệu
slop *v/t water, food* đánh đổ
slope 1 *n* (*of handwriting, roof*) độ nghiêng; (*of mountain*) sườn; ***built on a ~*** xây trên một đường dốc **2** *v/i* (*of writing*) nghiêng; (*of roof, street*) dốc xuống; ***the road ~s down to the sea*** con đường dốc xuống biển
sloppy *work, editing* cẩu thả; (*in dressing*) luộm thuộm; (*too sentimental*) ủy mị
slot *n* khe; (*in schedule*) chỗ
♦**slot in** *v/t & v/i* lắp
slot machine (*for vending*) máy bán hàng tự động; (*for gambling*) máy đánh bạc
slouch *v/i* lòng khòng
slovenly *appearance, person* luộm thuộm
slow chậm; ***be ~*** (*of clock*) chậm
♦**slow down 1** *v/t* làm chậm lại **2** *v/i* chậm lại; ***the doctor told her to ~*** bác sĩ đã bảo cô ấy làm gì cũng nên thong thả
slowdown (*in production*) sự giảm
slow motion: ***in ~*** được quay chậm
slug *n* (*animal*) con sên
sluggish *pace, start, traffic* chậm chạp; *river* lững lờ
slum *n* khu nhà ổ chuột
slump 1 *n* (*in trade*) thời kỳ suy sụp **2** *v/i* (*economically*) sụt xuống; (*collapse: of person*) gục xuống
slur 1 *n* (*on s.o.'s character*) lời vu khống **2** *v/t words* nói líu nhíu
slurred *speech* líu nhíu
slush tuyết tan; *pej* (*sentimental stuff*) tình cảm dấm dớ
slush fund quỹ đen
slut người đàn bà phóng túng
sly *person, look* ranh mãnh; ***on the ~*** kín đáo
smack 1 *n* (*in the face*) cái tát; (*to child, on the bottom*) cái phát **2** *v/t child, bottom* phát
small 1 *adj* nhỏ **2** *n*: ***the ~ of the back*** eo lưng
small change tiền lẻ; **small hours** tảng sáng; **smallpox** bệnh đậu mùa; **small print** chữ in nhỏ; **small talk** chuyện phiếm
smart 1 *adj* (*elegant*) lịch sự; (*intelligent*) thông minh; *pace* nhanh; ***get ~ with*** tỏ ra láu cá với **2** *v/i* (*hurt*) đau buốt
smart card thẻ thông minh
♦**smarten up** *v/t person* ăn mặc chỉnh tề; *city, room* làm gọn gàng sạch sẽ
smash 1 *n* (*noise*) tiếng vỡ loảng xoảng; (*car crash*) vụ đụng xe; (*in tennis*) cú đập **2** *v/t glass, toys* đập vỡ tan; (*hit hard*) đập mạnh; ***~ X to pieces*** đập X tan ra thành từng mảnh **3** *v/i* (*break*) vỡ tan; ***the driver ~ed into ...*** người lái xe đã đâm vào ...
smash hit F (*new song, movie, proposal*) thành công bất ngờ
smashing F *party, vacation, time* tuyệt vời; *person* xuất sắc
smattering (*of a language*) sự hiểu biết hời hợt
smear 1 *n* (*of ink etc*) vết; MED mẫu xét nghiệm; (*on character*) sự bôi nhọ **2** *v/t paint etc* phết lên; *character* bôi nhọ
smear campaign chiến dịch bôi nhọ
smell 1 *n* mùi; ***it has no ~*** nó không có mùi; ***sense of ~*** khứu giác **2** *v/t* ngửi thấy **3** *v/i* (*unpleasantly*) có mùi khó chịu; (*sniff*) ngửi hít;

what does it ~ of? nó có mùi gì?; ***you ~ of beer*** anh/chị có mùi bia
smelly *feet, old rag* hôi thối
smile 1 *n* nụ cười **2** *v/i* mỉm cười
♦**smile at** mỉm cười với
smirk 1 *n* nụ cười tự mãn **2** *v/i* cười tự mãn
smog sương khói
smoke 1 *n* khói; ***have a ~*** châm một điếu **2** *v/t cigarettes* hút; *bacon* xông khói **3** *v/i* (*give off ~*) tỏa khói; (*of person*) hút thuốc; ***I don't ~*** tôi không hút thuốc
smoker (*person*) người nghiện thuốc
smoking sự hút thuốc; ***no ~*** cấm hút thuốc
smoking car RAIL toa hút thuốc
smoky *room, air* đầy khói
smolder (*of fire*) cháy âm ỉ; *fig* (*with anger*) nung nấu; *fig* (*with desire*) âm ỉ
smooth 1 *adj surface* phẳng phiu; *skin* nhẵn nhụi; *sea* phẳng lặng; *ride* êm; *transition* suôn sẻ; *pej* (*person*) ngọt xớt **2** *v/t hair* làm bóng mượt
♦**smooth down** (*with sandpaper etc*) làm nhẵn
♦**smooth out** *paper, cloth* vuốt phẳng
♦**smooth over**: ***smooth things over*** che giấu sự việc
smother *flames* dập; *person* làm ngạt thở; ***~ X with kisses*** hôn X tới tấp
smudge 1 *n* vết bẩn **2** *v/t* làm bẩn
smug tự mãn
smuggle *v/t* buôn lậu
smuggler kẻ buôn lậu
smuggling sự buôn lậu
smutty *joke, sense of humor* tục tĩu
snack *n* bữa ăn nhẹ
snack bar xnách ba
snag (*problem*) vấn đề
snail con ốc sên
snake *n* con rắn; (*in Vietnamese zodiac*) Tí
snap 1 *n* (*sound*) tiếng sầm; PHOT bức ảnh chụp nhanh **2** *v/t* (*break*) làm gẫy rắc **3** *v/i* (*break*) gẫy rắc; (*say sharply*) nói gắt **4** *adj decision, judgment* vội vàng
♦**snap up** *bargain* vồ hết
snappy *person, mood* dễ cáu kỉnh; *decision, response* mau lẹ; (*elegant*) rất mốt
snapshot bức ảnh chụp nhanh
snarl 1 *n* (*of dog*) tiếng gầm gừ **2** *v/i* (*of dog, tiger*) gầm gừ; (*of person*) hầm hè
snatch 1 *v/t* giật lấy; (*steal*) chộp mất; (*kidnap*) bắt cóc **2** *v/i* giật
snazzy F *necktie, dresser* rất mốt
sneak 1 *v/t* (*remove, steal*) xoáy; ***~ a glance at*** lén nhìn vào **2** *v/i* (*tell tales*) mách lẻo; ***~ into the room/out of the room*** lẻn vào buồng/ra khỏi buồng
sneakers giày thể thao
sneaking: ***have a ~ suspicion that ...*** có mối nghi thầm kín là ...
sneaky F (*crafty*) gian khôn
sneer 1 *n* cái cười khẩy **2** *v/i* cười khẩy
sneeze 1 *n* cái hắt hơi **2** *v/i* hắt hơi
sniff 1 *v/i* (*to clear nose*) khụt khịt; (*of dog*) đánh hơi **2** *v/t* (*smell*) ngửi
sniper người bắn tỉa
snitch 1 *n* (*telltale*) đứa mách lẻo **2** *v/i* (*tell tales*) mách lẻo
snob kẻ hợm mình
snobbish hợm hĩnh
snooker *n* trò chơi bi-da
♦**snoop around** rình mò
snooty khinh khỉnh
snooze 1 *n* giấc ngủ ngắn; ***have a ~*** chợp mắt **2** *v/i* chợp mắt

---

ơ ur	**y** (tin)	**ây** uh-i	**iê** i-uh	**oa** wa	**ôi** oy	**uy** wee	**ong** aong
u (soon)	**au** a-oo	**eo** eh-ao	**iêu** i-yoh	**oai** wai	**ơi** ur-i	**ênh** uhng	**uyên** oo-in
ư (dew)	**âu** oh	**êu** ay-oo	**iu** ew	**oe** weh	**uê** way	**oc** aok	**uyêt** oo-yit

snore *v/i* ngáy
snoring *n* tiếng ngáy
snorkel (*of diver*) ống thở
snort *v/i* (*of bull, horse*) thở phì phì; (*disdainfully*) khịt khịt mũi
snout (*of pig, dog*) mõm
snow **1** *n* tuyết **2** *v/i* tuyết rơi
♦ **snow under**: ***be snowed under with ...*** bị ... làm ngập đầu
snowball *n* nắm tuyết; **snowbound** bị nghẽn vì tuyết; **snow chains** MOT *dây xích của ô tô đi trên tuyết*; **snowdrift** đống tuyết; **snowdrop** hoa giọt tuyết; **snowflake** bông tuyết; **snowman** người tuyết; **snowplow** xe ủi tuyết; **snowstorm** bão tuyết
snowy *weather* có tuyết rơi; *roads, hills* phủ đầy tuyết
snub **1** *n* sự lạnh nhạt **2** *v/t* lạnh nhạt
snub-nosed mũi hếch
snug ấm cúng; (*tight-fitting*) chật
♦ **snuggle down** nép mình một cách yên ổn
♦ **snuggle up to** xích lại gần
so **1** *adv* như thế, như vậy; ***~ hot/cold*** thật là nóng/lạnh; ***not ~ much*** không nhiều quá; ***not ~ much for me, thanks*** cám ơn, đừng cho tôi nhiều quá; ***~ much better/easier*** tốt/dễ hơn rất nhiều; ***eat/drink ~ much*** ăn/uống nhiều thế; ***I miss you ~*** tôi nhớ anh/chị lắm; ***~ am/do I*** tôi cũng vậy; ***~ is she/does she*** cô ấy cũng vậy; ***and ~ on*** vân vân **2** *pron*: ***I hope ~*** tôi cũng hy vọng là vậy; ***I think ~*** tôi cũng nghĩ là vậy; ***you didn't tell me – I did ~*** anh/chị đã không nói cho tôi biết – tôi đã có nói; ***50 or ~*** khoảng 50 gì đó **3** *conj* (*for that reason*) do đó; (*in order that*) để cho; ***and ~ I missed the train*** và do đó tôi lỡ chuyến tàu hỏa; ***~ (that) I could come too*** để cho tôi cũng có thể đến được; ***~ what?*** thế thì sao nào?
soak *v/t* (*steep*) ngâm; (*of water, rain*) làm ướt
♦ **soak up** *liquid* thấm
soaked ướt đẫm
so-and-so F (*unknown person*) người nào đó; (*annoying person*) đứa nào đó
soap *n* (*for washing*) xà phòng
soap (opera) *kịch xã hội hiện thực phát thường kỳ*
soapy *water* nhiều xà phòng
soar (*of rocket etc*) bay vút lên; (*of prices*) tăng vọt lên
sob **1** *n* tiếng nức nở **2** *v/i* nức nở
sober (*not drunk*) không say; (*serious*) nghiêm túc
♦ **sober up** tỉnh rượu
so-called cái gọi là
soccer bóng đá
sociable thích giao du
social *adj* xã hội; (*recreational*) có tính cách giải trí; ***~ evils*** tệ nạn xã hội
socialism chủ nghĩa xã hội
socialist **1** *adj* xã hội chủ nghĩa **2** *n* người theo chủ nghĩa xã hội
Socialist Republic of Vietnam Cộng hòa xã hội chủ nghĩa Việt Nam
socialize hòa nhập
social work công tác xã hội
social worker người làm công tác xã hội
society xã hội; (*organization*) hội
sociology xã hội học
sock[1] (*for wearing*) bít tất, vớ (*S*)
sock[2] **1** *n* (*punch*) cú đấm **2** *v/t* (*punch*) đấm
socket (*electrical*) chân cắm; (*for*

light bulb) đui; (*on computer monitor, printer etc*) ổ cắm; (*of arm*) khớp; (*of eye*) hốc

soda (~ *water*) nước xô đa; (*ice-cream* ~) kem xô đa; (*soft drink*) nước ngọt

sofa ghế xô pha

sofa bed giường xô pha

soft *pillow, chair* êm; *voice, music* êm dịu; *skin* mịn; *light, color* dịu; (*lenient*) nhẹ nhàng; ***have a ~ spot for*** đặc biệt yêu thích

soft drink nước ngọt

soften 1 *v/t position* làm dịu; *impact, blow* làm giảm nhẹ **2** *v/i* (*of butter, ice cream*) mềm đi

softly *speak, play* khẽ

software phần mềm

soggy nhão

soil 1 *n* (*earth*) đất **2** *v/t* làm bẩn

solar energy năng lượng mặt trời

solar panel tấm thu năng lượng mặt trời

soldier người lính

sole[1] *n* (*of foot*) lòng bàn chân; (*of shoe*) đế

sole[2] *adj* (*only*) duy nhất

solely (*only*) duy nhất; ***be ~ responsible for the accident*** hoàn toàn chịu trách nhiệm về vụ tai nạn

solemn (*serious*) long trọng

solid *adj* (*hard*) rắn; *food* đặc; *crowd, cloud* dày đặc; *gold, silver* thuần nhất; (*sturdy*) vững chắc; *evidence* xác thực; *support* mạnh mẽ

solidarity tình đoàn kết

solidify *v/i* rắn lại

solitaire (*card game*) lối chơi bài paxiên

solitary *life* cô đơn; *occupation, walk* một mình; (*single*) đơn độc

solitude trạng thái đơn độc

solo 1 *n* (*song*) đơn ca; (*instrumental*) độc tấu **2** *adj* một mình

soloist (*singer*) ca sĩ đơn ca; (*instrumentalist*) nhạc công độc tấu

soluble *substance* có thể hòa tan; *problem* có thể giải quyết

solution (*to problem*) giải pháp; (*to crossword puzzle*) cách giải quyết; (*mixture*) dung dịch

solve *problem* giải quyết; *crossword* giải; *mystery* làm sáng tỏ

solvent *adj* (*financially*) có khả năng thanh toán

somber (*dark*) tối; (*serious*) u sầu

some 1 *adj* một số; (*with uncountable nouns and food*) một ít; ***~ people say that ...*** một số người nói rằng ...; ***would you like ~ water/cookies?*** anh/chị có muốn một ít nước/bánh qui không? **2** *pron* ◊ một số; (*with uncountable nouns and food*) một ít; ***~ of my relatives*** một số bà con của tôi; ***~ of the money*** một phần số tiền; ***~ of the group*** một số (người) trong nhóm ◊ (*omission of some*): ***do you have any spare copies? – yes, would you like ~?*** anh/chị có bản sao nào không? – có anh/chị có muốn không? **3** *adv* (*a bit*) một chút; ***we'll have to wait ~*** chúng ta sẽ phải chờ một chút

somebody ai, người nào đó; ***there is ~ to see you*** có ai muốn gặp anh/chị; ***can ~ help?*** ai đó có thể giúp được không?; ***he thinks he's really ~*** anh ấy nghĩ mình thực sự là một ông này ông nọ

someday ngày nào đó

somehow (*by one means or another*) bằng cách này hay cách

ơ ur	**y** (tin)	**ây** uh-i	**iê** i-uh	**oa** wa	**ôi** oy	**uy** wee	**ong** aong
u (soon)	**au** a-oo	**eo** eh-ao	**iêu** i-yoh	**oai** wai	**ơi** ur-i	**ênh** uhng	**uyên** oo-in
ư (dew)	**âu** oh	**êu** ay-oo	**iu** ew	**oe** weh	**uê** way	**oc** aok	**uyêt** oo-yit

khác; (*for some unknown reason*) không hiểu sao
someone → ***somebody***
someplace → ***somewhere***
somersault **1** *n* cú nhảy lộn nhào **2** *v/i* nhảy lộn nhào
something cái gì, gì, cái gì đó; ***would you like ~ to drink?*** anh/chị có muốn uống gì không?; ***is ~ wrong?*** có cái gì không ổn chăng?
sometime một thời nào đó; ***~ last year*** một ngày nào đó trong năm ngoái
sometimes đôi khi
somewhere **1** *adv* đâu đó **2** *pron* một chỗ nào đó; ***is there ~ to park?*** có một chỗ nào đó để đỗ xe không?; ***let's go ~ quieter*** hãy đi đến một chỗ nào đó yên tĩnh hơn
son con trai
song bài hát
songwriter nhạc sĩ sáng tác bài hát
son-in-law con rể
son of a bitch V đồ chó đẻ
soon ◊ sắp; ***they'll be here ~*** họ sắp có mặt ở đây ◊ (*quickly*) sớm; ***how ~ can you be ready to leave?*** sớm nhất thì bao giờ anh/chị có thể sẵn sàng ra đi?; ***as ~ as*** ngay khi; ***as ~ as possible*** càng sớm càng tốt; ***~er or later*** sớm hay muộn; ***the ~er the better*** càng sớm càng tốt; ***the phone rang ~ after*** không bao lâu thì chuông điện thoại reo
soot bồ hóng
soothe *pain* làm đỡ; (*calm*) làm dịu
sophisticated *person*, *tastes* sành điệu; *machine* tinh vi
sophomore sinh viên năm thứ hai
soprano *n* (*voice*) giọng nữ cao; (*singer*) người hát giọng nữ cao
sordid *affair*, *business* bẩn thỉu
sore **1** *adj* (*painful*) đau; F (*angry*) tức giận; ***is it ~?*** có đau không? **2** *n* vết thương
sorrow *n* nỗi đau buồn
sorry (*regretful*) lấy làm tiếc; (*apologetic*) xin lỗi; ***(I'm) ~!*** (tôi) xin lỗi!; ***I'm ~ to hear it*** tôi lấy làm tiếc khi nghe tin đó; ***I feel ~ for her*** tôi thấy thương cho cô ấy
sort **1** *n* loại; ***~ of ...*** F có phần ...; ***is it finished? – ~ of*** F xong rồi chứ? – phần nào **2** *v/t* phân loại; COMPUT sắp xếp
♦**sort out** *papers* sắp xếp; *problem* giải quyết
so-so *adv* tàm tạm
soul REL, *fig* (*of a nation etc*) linh hồn; (*character*) hồn; (*person*) người; ***that poor ~*** anh chàng đáng thương ấy; ***there wasn't a ~ to be seen in the street*** ngoài phố chẳng có ma nào cả; ***don't tell a ~*** đừng nói với ai
sound[1] *adj* (*sensible*) đúng đắn; *heart*, *lungs etc* khỏe mạnh; *business* tốt; *sleep* ngon
sound[2] **1** *n* âm thanh; (*noise*) tiếng **2** *v/t* (*pronounce*) phát âm; MED khám nghe; ***~ one's horn*** bấm còi **3** *v/i*: ***that ~s interesting*** chuyện ấy nghe ra cũng thú vị; ***that ~s like a good idea*** xem ra đó là một ý hay; ***she ~ed unhappy*** cô ấy có vẻ không vui
soundly *sleep* ngon; *beaten* hoàn toàn
soundproof *adj* cách âm
soundtrack đường ghi âm của phim
soup xúp
soup bowl tô đựng xúp
sour *adj apple*, *milk* chua; *expression*, *comment* chanh chua

source *n* nguồn
south **1** *adj* nam **2** *n* phương nam; (*of country*) miền nam; ***to the ~ of ...*** về phía nam của … **3** *adv* về hướng nam
South Africa nước Nam Phi; **South African** **1** *adj* Nam Phi **2** *n* người Nam Phi; **South America** Nam Mỹ; **South American** **1** *adj* Nam Mỹ **2** *n* người Nam Mỹ; **South China Sea** Biển Đông; **southeast** **1** *n* hướng đông nam **2** *adj* đông nam **3** *adv* về hướng đông nam; ***it's ~ of ...*** ở phía đông nam của ...; **Southeast Asia** Đông Nam Á; **Southeast Asian** **1** *adj* Đông Nam Á **2** *n* người Đông Nam Á; **southeastern** đông nam
southerly *adj* nam
southern miền nam
South Korea nước Hàn Quốc; **South Korean** **1** *adj* Hàn Quốc **2** *n* người Hàn Quốc; **South Pole** Nam cực
southward *adv* về hướng nam
southwest **1** *n* hướng tây nam **2** *adj* tây nam **3** *adv* về hướng tây nam; ***it's ~ of ...*** ở phía tây nam của ...
southwestern tây nam
souvenir vật kỷ niệm
sovereign *adj state* có chủ quyền
sovereignty (*of state*) chủ quyền
Soviet Union Liên Xô
sow[1] *n* (*female pig*) lợn nái
sow[2] *v/t seeds* gieo
soy bean đậu nành
soy sauce xì dầu
space *n* (*outer ~*) không gian; (*area*) khoảng; (*room*) chỗ
♦ **space out** để cách nhau
space bar COMPUT phím cách; **spacecraft** tàu vũ trụ; **spaceship** tàu vũ trụ; **space shuttle** tàu con thoi; **space station** trạm vũ trụ; **spacesuit** bộ quần áo vũ trụ
spacious rộng rãi
spade cái mai; **~s** (*in cards*) con pích
Spain nước Tây Ban Nha
span *v/t* kéo dài qua; (*of bridge*) bắc qua
Spaniard người Tây Ban Nha
Spanish **1** *adj* Tây Ban Nha **2** *n* (*language*) tiếng Tây Ban Nha
spank *v/t person* phát vào đít
spare **1** *v/t* (*give: time, money*) dành cho; (*do without*) không cần đến; ***can you ~ the time?*** anh/chị có thể dành thời gian được không?; ***there were 5 to ~*** đã có thừa 5 cái **2** *adj* dự phòng **3** *n* (*part*) phụ tùng thay thế
spare ribs sườn lợn; **spare room** phòng trống; **spare time** thời giờ rỗi; **spare tire** MOT lốp dự phòng; **spare wheel** bánh xe dự phòng
spark *n* tia lửa
sparkle *v/i* lấp lánh
sparkling wine rượu vang sủi tăm
spark plug bugi
sparrow chim sẻ
sparse *vegetation* thưa thớt
sparsely: ***~ populated*** dân cư thưa thớt
spatter *v/t mud, paint* làm bắn
speak **1** *v/i* nói; (*make a speech*) phát biểu; ***we're not ~ing (to each other)*** (*we've quarreled*) chúng tôi đã không chuyện trò (với nhau); ***~ing*** TELEC tôi đang nói đây **2** *v/t foreign language* nói; ***~ one's mind*** nghĩ gì nói nấy
♦ **speak for** nói thay cho
♦ **speak out** nói thẳng
♦ **speak up** (*louder*) nói to lên
speaker (*at conference*) người diễn thuyết; (*orator*) nhà diễn thuyết;

(*of sound system*) loa
spearmint (*flavor*) bạc hà
special đặc biệt
specialist chuyên gia
specialize chuyên về; ***~ in ...*** chuyên về ...
specially → ***especially***
specialty đặc sản
species loài
specific cụ thể
specifically cụ thể
specifications (*of machine etc*) các đặc điểm kỹ thuật
specify chỉ rõ
specimen MED mẫu xét nghiệm; (*of work*) mẫu
speck (*of dust, soot*) hạt nhỏ
spectacle (*impressive sight*) cảnh tượng
spectacular *adj house, views* ngoạn mục; *profit, success* to tát
spectator khán giả
spectator sport môn thể thao thu hút nhiều khán giả
spectrum (*range*) đa dạng/loạt; ***the whole ~ of emotion*** tất cả các loại cảm xúc
speculate *v/i* suy đoán; FIN đầu cơ
speculation sự suy đoán; FIN sự đầu cơ
speculator FIN người đầu cơ
speech (*address*) bài diễn văn; (*in play*) trường thoại; (*ability to speak*) khả năng nói; ***freedom of ~*** POL tự do ngôn luận; ***the only animal with the power of ~*** con vật duy nhất biết nói; ***her ~ was slurred*** lời nói của cô ấy đã líu nhíu
speech defect khuyết tật trong nói năng
speechless (*with shock, surprise*) không nói nên lời
speech therapist chuyên viên về lời nói rị liệu
speech writer người soạn diễn văn
speed 1 *n* tốc độ; (*of film*) độ nhạy; ***at a ~ of 150 mph*** với tốc độ 150 dặm/giờ **2** *v/i* (*go quickly*) chạy nhanh; (*drive too quickly*) lái quá tốc qui định
♦ **speed by** lao qua vùn vụt
♦ **speed up** *v/t & v/i* tăng tốc độ
speedboat thuyền cao tốc
speedily nhanh chóng
speeding *n* (*when driving*) sự vi phạm tốc độ
speeding fine tiền phạt vi phạm tốc độ
speed limit giới hạn tốc độ
speedometer đồng hồ tốc độ
speedy nhanh chóng
spell[1] **1** *v/t word* đánh vần **2** *v/i* viết đúng chính tả
spell[2] *n* (*in the army, prison etc*) thời gian; (*of weather, illness*) đợt; ***I'll take a ~ at the wheel*** tôi sẽ thay phiên cầm lái
spellbound mê mẩn; **spellcheck** COMPUT sự kiểm lỗi chính tả; ***do a ~ on ...*** kiểm lỗi chính tả của ...; **spellchecker** COMPUT chương trình kiểm lỗi chính tả
spelling chính tả
spend *money* tiêu sài; (*pass: time*) sử dụng; (*use: time*) bỏ; ***she spent a week in the hospital*** cô ấy nằm một tuần ở bệnh viện; ***~ a lot of time on a project*** bỏ nhiều thời giờ vào dự án
spendthrift *n pej* kẻ tiêu tiền như rác
sperm tinh trùng; (*semen*) tinh dịch
sperm bank ngân hàng tinh trùng
sphere (*figure*) hình cầu; *fig* (*field*) phạm vi; (*social circle*) giới; ***~ of influence*** phạm vi ảnh hưởng
spice *n* (*seasoning*) đồ gia vị

spicy *food* nhiều đồ gia vị
spider con nhện
spiderweb mạng nhện
spike *n* (*on plant*) gai; (*on shoes*) đinh; (*on railings*) đầu nhọn
spill **1** *v/t* làm đổ **2** *v/i* đổ ra; (*overflow*) tràn ra
spin[1] **1** *n* (*turn*) vòng quay **2** *v/t* xoay **3** *v/i* (*of wheel*) quay; ***my head is ~ning*** đầu óc tôi quay cuồng
spin[2] *v/t wool, cotton* xe; *web* chăng
♦**spin around** *v/i* (*of person*) quay nhanh lại; (*of dancer, skater*) quay nhanh; (*of car*) quay trượt lại
♦**spin out** kéo dài
spinach rau bina
spinal xương sống
spinal column cột xương sống
spin doctor *phát ngôn viên của một chính đảng*; **spin-dry** *v/t* vắt khô; **spin-dryer** máy vắt quần áo
spine xương sống; (*of book*) gáy; (*of plant, hedgehog*) gai
spineless (*cowardly*) hèn nhát
spin-off (*ancillary benefit*) lợi ích phụ; (*by-product*) sản phẩm phụ
spiral **1** *n* hình xoắn ốc **2** *v/i* (*rise quickly*) tăng vọt
spiral staircase cầu thang hình xoắn ốc
spire tháp nhọn
spirit *n* (*attitude*) tinh thần; (*of dead person*) linh hồn; (*energy, courage*) khí thế; ***we did it in a ~ of cooperation/friendliness*** chúng ta đã làm việc ấy với tinh thần hợp tác/hữu nghị
spirited *debate* hăng say; *performance* đầy hào hứng; *defense* dũng cảm
spirit level ống nivô
spirits[1] (*alcohol*) rượu mạnh
spirits[2] (*morale*) tinh thần; ***be in good/poor ~*** ở trạng thái vui vẻ/bực bội
spiritual *adj* tinh thần
spiritualism thuyết duy linh
spiritualist *n* nhà duy linh
spit *v/i* (*of person*) nhổ nước bọt; ***it's ~ting with rain*** mưa lâm râm
♦**spit out** *food, liquid* nhổ ra
spite *n* sự ác ý; ***in ~ of*** bất chấp
spiteful hằn học
spitting image: ***be the ~ of s.o.*** giống ai như đúc
splash **1** *n* (*noise*) tiếng rơi tõm; (*small amount of liquid*) lượng nhỏ; (*of color*) mảng **2** *v/t* (*spatter*) làm bắn tóe; (*sprinkle*) vẩy **3** *v/i* làm bắn nước; (*of water*) bắn tóe
♦**splash down** (*of spacecraft*) hạ cánh xuống nước
♦**splash out** (*in spending*) vung tiền; ***I splashed out on a round-the-world trip*** tôi đã vung tiền ra trong một chuyến du lịch vòng quanh thế giới
splendid *meal, weather, idea, vacation* tuyệt vời; *building, garden* tráng lệ
splendor (*of building*) vẻ tráng lệ; (*of ceremony*) tính long trọng
splint *n* MED thanh nẹp
splinter **1** *n* mảnh vụn **2** *v/i* vỡ vụn ra
splinter group nhóm phân lập
split **1** *n* (*in leather*) vết toạc; (*in wood*) vết nứt; (*disagreement*) sự chia rẽ; (*division, share*) sự chia phần **2** *v/t wood* làm nứt; *leather* làm toạc; *logs* bổ đôi; (*cause disagreement in*) chia rẽ; (*divide*) chia **3** *v/i* (*of leather*) toạc ra; (*of wood*) nứt ra; (*disagree*) không nhất trí
♦**split up** *v/i* (*of couple*) bỏ nhau
split personality PSYCH chứng tâm

thần phân lập
splitting: ~ ***headache*** đầu nhức như búa bổ
spoil *v/t child* làm hư; *party etc* làm hỏng
spoilsport F kẻ phá đám
spoilt *adj child* quá được nuông chiều; ***be ~ for choice*** không biết đâu mà chọn
spoke (*of wheel*) nan hoa
spokesman (nam) phát ngôn viên
spokesperson phát ngôn viên
spokeswoman (nữ) phát ngôn viên
sponge *n* bọt biển
♦ **sponge off**, **sponge on** F ăn bám
sponger F kẻ ăn bám
sponsor **1** *n* người bảo trợ **2** *v/t* bảo trợ
sponsorship sự bảo trợ
spontaneous tự phát
spooky F có ma
spool *n* cuộn
spoon *n* cái thìa (*N*), cái muỗng (*S*)
spoonfeed *fig* làm hộ mọi việc
spoonful thìa (*N*), muỗng (*S*)
sporadic lẻ tẻ
sport *n* thể thao
sporting *event* thể thao; (*fair*) thẳng thắn; (*generous*) hào hiệp; ***a ~ gesture*** một cử chỉ thượng võ
sportscar xe đua; **sportscoat** áo vét nam thường; **sports journalist** nhà báo thể thao; **sportsman** vận động viên (nam); **sports news** tin thể thao; **sports page** trang thể thao; **sportswoman** vận động viên (nữ)
sporty *person* ham thể thao
spot[1] (*pimple*) mụn; (*caused by measles etc*) nốt đỏ; (*part of pattern*) đốm
spot[2] (*place*) nơi; ***on the ~*** (*in the place in question*) tại chỗ; (*immediately*) ngay tại chỗ; ***put s.o. on the ~*** đặt ai vào tình thế khó xử
spot[3] *v/t* (*see*) nhận ra
spot check việc kiểm tra đột xuất; ***carry out spot checks*** tiến hành những cuộc kiểm tra đột xuất
spotless sạch bong
spotlight *n* THEA đèn sân khấu
spotted *fabric* lốm đốm
spotty (*with pimples*) có tàn nhang
spouse *fml* (*husband*) chồng; (*wife*) vợ
spout **1** *n* (*of teapot etc*) vòi **2** *v/i* (*of liquid*) phun ra
sprain **1** *n* chỗ bong gân **2** *v/t* làm bong gân
sprawl *v/i* ườn ra; (*of dead bodies*) nằm ngổn ngang; (*of city*) trải rộng ra; ***send s.o. ~ing*** (*of punch*) cho ai nằm thẳng cẳng
sprawling *city*, *suburbs* trải rộng ra
spray **1** *n* (*of sea water*, *from fountain*) bụi nước; (*paint*) sơn phun; (*perfume*) nước hoa xịt; (*for hair*) thuốc xịt; (~ *can*) bình xịt **2** *v/t* phun; ***~ X with Y*** phun Y lên X
spraygun ống phun
spread **1** *n* (*of disease*) sự lan truyền; (*of religion*) sự truyền bá; F (*big meal*) bữa tiệc **2** *v/t* (*lay*) trải; *butter*, *jam* phết; *news*, *rumor* truyền đi; *disease* làm lan truyền; *arms*, *legs* dang **3** *v/i* lan ra; (*of butter*) phết
spreadsheet COMPUT bảng tính
spree: ***go*** (***out***) ***on a ~*** F chè chén lu bù; ***go on a shopping ~*** đi mua sắm lu bù
sprightly linh lợi
spring[1] *n* (*season*) mùa xuân
spring[2] *n* (*device*) lò xo
spring[3] *n* (*stream*) con suối

spring[4] **1** *n* (*jump*) cú nhảy bật lên **2** *v/i* nhảy bật lên; **~ *from*** (*originate from*) bắt nguồn từ

springboard ván nhún; **spring chicken**: ***she's no ~*** *hum* cô ấy không còn trẻ trung gì nữa; **spring-cleaning** cuộc tổng vệ sinh; **springtime** thời kỳ mùa xuân

springy *mattress*, *ground* nhún nhảy; *walk* thoăn thoắt; *elastic* co dãn

sprinkle *v/t sugar*, *flour* rắc; *water* vảy; ***~ the cake with sugar*** rắc đường lên bánh

sprinkler (*for garden*) dụng cụ phun nước; (*in ceiling*) hệ thống phun nước chống cháy

sprint **1** *n* (*type of race*) môn chạy nước rút; (*fast run*) sự chạy hết tốc lực **2** *v/i* (*of athlete*) chạy nước rút; (*run fast*) chạy hết tốc lực

sprinter SP vận động viên chạy nước rút

sprout **1** *v/i* (*of seed*) mọc mầm **2** *n*: (***Brussels***) ***~s*** cải Bruxen

spruce *adj person* chải chuốt; *room*, *house* sạch sẽ

spur *n fig* (*incentive*) sự kích thích; ***on the ~ of the moment*** không kịp đắn đo

♦**spur on** (*encourage*) cổ vũ

spurt **1** *n* (*in race*) sự chạy tăng tốc độ; ***put on a ~*** tăng tốc độ **2** *v/i* (*of liquid*) phụt ra

spy **1** *n* gián điệp **2** *v/i* làm gián điệp **3** *v/t* (*see*) thấy

♦**spy on** theo dõi

squabble **1** *n* cuộc cãi vã **2** *v/i* cãi vã

squalid bẩn thỉu

squalor tình trạng bẩn thỉu

squander *money* phung phí

square **1** *adj* (*in shape*) vuông; ***~ mile/yard*** dặm/thước Anh vuông **2** *n* (*shape*) hình vuông; (*in town*) quảng trường; (*in board game*) ô vuông; MATH bình phương; ***market ~*** bãi chợ; ***we're back to ~ one*** chúng ta lại trở về con số không

square root căn bình phương

squash[1] *n* (*vegetable*) quả bí

squash[2] *n* (*game*) bóng quần

squash[3] *v/t* (*crush*) làm nát

squat **1** *adj person*, *build*, *figure* béo lùn; *building*, *teapot etc* thấp bè bè **2** *v/i* (*sit*) ngồi xổm; (*illegally*) chiếm dụng trái phép

squatter người chiếm dụng nhà đất trái phép

squeak **1** *n* (*of mouse*) tiếng chít chít; (*of hinge*) tiếng cót két **2** *v/i* (*of mouse*) kêu chít chít; (*of hinge*, *shoes*) kêu cót két

squeal **1** *n* tiếng ré; (*of brakes*) tiếng kít; ***a ~ of pain*** tiếng kêu ré vì đau; ***~s of laughter*** những tiếng cười ré **2** *v/i* (*in pain*) kêu ré lên; (*of brakes*) kêu kít

squeamish nhạy cảm

squeeze **1** *n* (*of hand*) sự siết chặt **2** *v/t hand* siết chặt; (*testing*) *fruit*, *parcel* nắn; *toothpaste* bóp; (*remove juice from*) vắt

♦**squeeze in** **1** *v/i* (*to a car etc*) chen lách vào **2** *v/t* lèn vào

♦**squeeze up** *v/i* (*to make space*) ép sát

squid con mực, tật lác mắt (*N*), tật lé mắt (*S*)

squirm (*wriggle*) quằn quại; (*in embarrassment*) xấu hổ

squirrel *n* con sóc

squirt **1** *v/t water*, *perfume* phun; (*accidentally*) làm bắn ra **2** *n pej* F tí hon

stab *v/t person* đâm

stability sự ổn định

---

stabilize 1 *v/t prices, currency* ổn định; *boat* làm thăng bằng **2** *v/i* (*of prices etc*) ổn định
stable[1] *n* (*for horses*) chuồng ngựa
stable[2] *adj* ổn định
stack 1 *n* (*pile*) chồng; (*smokestack*) ống khói cao **2** *v/t* chất thành đống
stadium sân vận động
staff *n* (*employees*) nhân viên; (*teachers*) toàn thể giáo viên
staffer nhân viên
staffroom (*in school*) phòng làm việc của giáo viên
stage[1] (*in life, project etc*) giai đoạn; (*of journey*) chặng đường
stage[2] **1** *n* THEA sân khấu; ***go on the ~*** trở thành diễn viên **2** *v/t play* đưa lên sân khấu; *demonstration, strike* tiến hành
stage door *lối vào đằng sau nhà hát*
stagger 1 *v/i* loạng choạng **2** *v/t* (*amaze*) làm choáng váng; *coffee breaks etc* xếp xen kẽ
staggering gây sửng sốt
stagnant *water* tù đọng; *economy* trì trệ
stagnate *fig* (*of person*) bế tắc; (*of mind*) mụ mẫm
stag party *buổi họp mặt của giới đàn ông, đặc biệt dành cho người sắp cưới vợ*
stain 1 *n* (*dirty mark*) vết bẩn; (*for wood*) thuốc nhuộm **2** *v/t* (*dirty*) làm vấy bẩn; *wood* nhuộm màu **3** *v/i* (*of wine etc*) hoen ố; (*of fabric*) vấy bẩn
stained-glass window cửa sổ kính màu
stainless steel 1 *n* thép không gỉ **2** *adj* inốc
stain remover thuốc tẩy vết bẩn
stair bậc cầu thang; ***the ~s*** cầu thang
staircase cầu thang
stake 1 *n* (*of wood*) cọc; (*when gambling*) tiền đánh cược; (*investment*) vốn đầu tư; ***be at ~*** bị đe doạ **2** *v/t tree* đỡ bằng cọc; *money* đặt cược; *person* trợ giúp
stale *bread* thiu; *air* ẩm mốc; *news* cũ rích
stalemate (*in chess*) thế cờ bí; *fig* sự bế tắc
stalk[1] *n* (*of fruit*) cuống; (*of plant*) thân
stalk[2] *v/t animal* săn đuổi; *person* lẩn lút đe dọa
stalker (*of person*) kẻ lẩn lút đe dọa
stall[1] *n* (*at market*) quầy bán hàng; (*for cow, horse*) ngăn chuồng
stall[2] **1** *v/i* (*of vehicle, engine*) chết máy; (*play for time*) quanh co **2** *v/t engine* làm chết máy; *people* trì hoãn; *one's creditors* khất lần
stallion ngựa giống
stalwart *adj support, supporter* kiên định
stamina sức bền bỉ
stammer 1 *n* tật nói lắp **2** *v/i* nói lắp
stamp[1] **1** *n* (*for letter*) tem; (*device*) con dấu; (*mark made with device*) dấu **2** *v/t document, passport* đóng dấu
stamp[2] *v/t*: **~ *one's feet*** giậm chân
♦**stamp out** *disease, racism* xóa bỏ; *violence etc* loại trừ
stampede *n* (*of cattle, people etc*) sự chạy tán loạn
stance (*position, viewpoint*) lập trường; (*way of standing*) thế đứng
stand 1 *n* (*at exhibition*) quầy; (*witness ~*) chỗ của người làm chứng; (*base*) giá; (*for motorbike*) chân chống; ***take the ~*** LAW ra

làm chứng **2** *v/i* (*be situated*: *of person, as opposed to sit*) đứng; (*of object, building*) ở; (*rise*) đứng dậy; **~ *still*** đứng yên; ***where do I ~ with you?*** quan hệ giữa tôi và anh/chị thì là thế nào? **3** *v/t* (*tolerate*) chịu đựng; (*put*) đặt; **~ *the table on end*** đặt cái bàn nằm nghiêng; ***you don't ~ a chance*** anh/chị không có cơ hội nào; **~ *one's ground*** không lùi bước

♦ **stand back** lùi lại

♦ **stand by** **1** *v/i* (*not take action*) đứng bàng quan; (*be ready*) sẵn sàng **2** *v/t person* ủng hộ; *decision* giữ vững

♦ **stand down** (*withdraw*) rút lui

♦ **stand for** (*tolerate*) tha thứ; (*represent*) là chữ viết tắt của

♦ **stand in for** thay thế

♦ **stand out** nổi bật

♦ **stand up** **1** *v/i* đứng dậy **2** *v/t* F (*on date*) không giữ hẹn

♦ **stand up for** bảo vệ

♦ **stand up to** đương đầu với

standard **1** *adj* (*usual*) thông thường; *textbook* chuẩn **2** *n* (*level*), TECH tiêu chuẩn; (*of morality*) chuẩn mực; ***be up to ~*** đạt tiêu chuẩn; ***not be up to ~*** không đạt tiêu chuẩn

standardize *v/t* tiêu chuẩn hóa

standard of living mức sống

standby: ***on ~*** (*for flight*) trong trạng thái sẵn sàng

standby passenger *hành khách trong danh sách dự bị*

standing *n* (*in society etc*) địa vị; (*repute*) danh tiếng; ***a musician/politician of some ~*** một nhạc sĩ/nhà chính trị khá nổi tiếng

standing room phòng đứng chờ

standoffish lạnh lùng; **standpoint** quan điểm; **standstill**: ***be at a ~*** (*of traffic*) trong trạng thái tắc nghẽn; (*of production*) trong trạng thái ngừng trệ; ***bring to a ~*** *production* dẫn đến chỗ ngừng trệ; *of traffic* dẫn đến chỗ tắc nghẽn

staple[1] *n* (*foodstuff*) món ăn chủ yếu

staple[2] **1** *n* (*fastener*) ghim dập **2** *v/t* đóng vào bằng ghim dập

staple diet thức ăn thường ngày

staple gun máy dập ghim

stapler cái dập ghim

star **1** *n* (*also person*) ngôi sao; (*of hotel*) sao **2** *v/t* (*of movie*): **~ *s.o.*** do ai đóng vai chính; ***"Gone with the Wind" ~s Clark Gable and Vivian Leigh*** bộ phim "Cuốn theo chiều gió" do Clark Gable và Vivian Leigh đóng vai chính **3** *v/i* (*in movie*) đóng vai chính

starboard *adj* bên phải

stare **1** *n* cái nhìn chằm chằm **2** *v/i* (*into space, distance*) nhìn đăm đăm; **~ *at*** nhìn chằm chằm

starfish con sao biển

star fruit quả khế

stark **1** *adj landscape* tiêu điều; *reminder, contrast etc* rõ rệt **2** *adv*: **~ *naked*** trần như nhộng

starling chim sáo đá

Stars and Stripes Sao và Sọc

start **1** *n* sự bắt đầu; ***get off to a good/bad ~*** (*in race, career, marriage*) một sự khởi đầu tốt đẹp/tồi tệ; ***from the ~*** từ lúc bắt đầu; ***well, it's a ~!*** thôi thì cũng là bước đầu! **2** *v/i* bắt đầu; (*of engine, car*) nổ máy; ***~ing from tomorrow*** bắt đầu từ ngày mai **3** *v/t* bắt đầu; (*cause*) gây ra; *engine, car* nổ máy; **~ *to do X*** bắt đầu làm X

starter (*part of meal*) món khai vị; (*of car*) bộ khởi động; (SP: *official*) người ra hiệu lệnh

starting point (*for walk etc*) điểm xuất phát; (*for discussion, thesis*) điểm khởi đầu
starting salary lương khởi điểm
startle làm giật mình
startling *news, discovery* gây sửng sốt
starvation sự đói; ***die of ~*** chết đói
starve *v/i* đói; ***~ to death*** đói đến chết; ***I'm starving*** F tôi đói lắm rồi
state[1] **1** *n* (*condition*) tình trạng; (*part of country*) bang; (*country*) quốc gia; ***the States*** Mỹ **2** *adj capital etc* bang; *banquet etc* long trọng
state[2] (*declare*) tuyên bố; (*express*) phát biểu
State Department Bộ ngoại giao
statement (*to police*) bản khai; (*announcement*) bản thông báo; (*bank ~*) bản báo cáo ngân hàng
state of emergency tình trạng khẩn cấp
state-of-the-art *adj* tiên tiến nhất
statesman chính khách
state trooper cảnh sát tiểu Bang
state visit cuộc thăm viếng cấp nhà nước
static (electricity) tĩnh (điện)
station 1 *n* RAIL nhà ga; RAD đài phát thanh; TV đài truyền hình **2** *v/t guard etc* bố trí; ***be ~ed at*** (*of soldier*) được bố trí ở
stationary *vehicle* đứng yên
stationer's hiệu văn phòng phẩm
stationery đồ dùng văn phòng
station wagon ô tô đuôi cong
statistical thống kê
statistically qua thống kê
statistics (*science*) khoa học thống kê; (*figures*) số thống kê
statue tượng
Statue of Liberty tượng Nữ thần Tự do
status địa vị
status symbol vật tượng trưng địa vị
statute đạo luật
staunch *adj friend, supporter* kiên định
stay 1 *n* sự lưu lại **2** *v/i* (*in a place*) ở lại; (*in a condition*) giữ; ***~ clean*** giữ sạch sẽ; ***~ single*** vẫn độc thân; ***~ in a hotel*** ở trong một khách sạn; ***~ right there!*** đứng yên ở đó!; ***~ put*** ngồi yên tại chỗ
♦**stay away** không đến gần
♦**stay away from** tách xa ra khỏi
♦**stay behind** ở lại
♦**stay up** (*not go to bed*) thức
steadily *improve etc* dần
steady 1 *adj* (*not shaking*) chắc chắn; (*regular, continuous*) đều đều; *boyfriend* lâu dài; *job* thường xuyên **2** *adv*: ***be going ~*** có quan hệ đứng đắn; ***~ on!*** cẩn thận đấy! **3** *v/t person, voice, hands* làm cho vững
steak thăn bò nướng; (*raw*) thăn bò
steal 1 *v/t money etc* ăn cắp **2** *v/i* (*be a thief*) ăn cắp; (*move quietly*) lẻn
stealthy rón rén
steam 1 *n* hơi nước **2** *v/t food* hấp
♦**steam up 1** *v/i* (*of window*) phủ đầy hơi nước **2** *v/t*: ***be steamed up*** F nổi cơn lên
steamed rice cơm
steamer (*for cooking*) nồi hấp
steel 1 *n* thép **2** *adj* (*made of ~*) bằng thép
steep[1] *adj hill etc* dốc; F (*expensive*) quá đắt
steep[2] *v/t* (*soak*) ngâm
steeplechase (*in athletics*) cuộc đua ngựa vượt rào
steer[1] *n* (*animal*) trâu non thiến
steer[2] *v/t car, boat, conversation*

lái; *person* dẫn
steering (*of motor vehicle*) thiết bị lái
steering wheel bánh lái
stem[1] *n* (*of plant*) thân cây; (*of glass*) chân; (*of pipe*) ống; (*of word*) gốc
♦**stem from** xuất phát từ
stem[2] *v/t* (*block*) ngăn chặn; *bleeding* cầm
stemware cốc ly có chân
stench mùi hôi thối
step 1 *n* (*pace*) bước; (*stair*) bậc thang; ***take ~s*** (*measures*) áp dụng các biện pháp; ***~ by ~*** từng bước một **2** *v/i* bước
♦**step down** (*from post etc*) từ chức
♦**step out** *v/i* (*go out for a short time*) đi ra ngoài một chút
♦**step up** *v/t* (*increase*) đẩy mạnh
stepbrother anh em ghẻ; **stepdaughter** con gái ghẻ; **stepfather** cha ghẻ; **stepladder** thang đứng; **stepmother** mẹ ghẻ
stepping stone tảng đá kê bước; ***take it as a ~ to higher position*** *fig* coi đó là bước đệm để tiến tới địa vị cao hơn
stepsister chị em ghẻ
stepson con (trai) ghẻ
stereotype *n* khuôn mẫu
sterile *woman*, *man* vô sinh; MED vô trùng
sterilize *woman* triệt sản; *equipment* khử trùng
sterling *n* FIN đồng bảng Anh
stern *adj face*, *warning* nghiêm khắc
steroids xteroit
stethoscope ống nghe
Stetson® mũ rộng vành
stevedore công nhân bốc vác
stew *n* món hầm
steward (*on ship*) nhân viên phục vụ; (*on plane*) chiêu đãi viên
stewardess (*on plane*) nữ chiêu đãi viên
stick[1] *n* (*wood*) thanh củi; (*of police*) dùi cui; (*walking ~*) gậy chống; ***the ~s*** F miền quê hẻo lánh
stick[2] **1** *v/t* (*with adhesive*) dán; F (*put*) để **2** *v/i* (*jam*) bị kẹt; (*adhere*) dính
♦**stick around** F quanh quẩn gần đây
♦**stick by**: ***~ s.o.*** F trung thành với ai
♦**stick out** *v/i* (*out of pocket*) chìa ra; (*of ears*) vểnh ra; (*of tongue*) thè ra; (*be noticeable*) nổi bật
♦**stick to** (*adhere to*) dính vào; F (*keep to*) bám lấy; F (*follow*) kiên trì theo đuổi
♦**stick together** F gắn bó với nhau
♦**stick up** *poster*, *leaflet* treo
♦**stick up for** bênh vực
sticker nhãn dính
sticking plaster băng dính
stick-in-the-mud người bảo thủ
sticky *hands etc* dính; *surface* nhớp nháp; *label* có sẵn keo dính
sticky rice gạo nếp
stiff 1 *adj brush*, *cardboard*, *leather* cứng; *muscle*, *body* đau cứng; *mixture*, *paste* đặc quánh; (*in manner*) cứng nhắc; *competition* gay go; *drink* mạnh; *fine*, *penalty* khắc nghiệt **2** *adv*: ***be scared ~*** F sợ hãi đến cực độ; ***be bored ~*** F chán ngấy
stiffen *v/i* cứng đờ
♦**stiffen up** (*of muscle*) đau cứng
stifle *v/t yawn*, *laugh* kìm lại; *criticism*, *debate* ngăn chặn
stifling ngột ngạt
stigma nỗi ô nhục
stilettos (*shoes*) giày gót nhọn
still[1] **1** *adj* tĩnh lặng **2** *adv* vẫn; ***keep***

~! hãy yên nào!; ***stand ~!*** hãy đứng yên!
still[2] *adv* (*yet*) vẫn còn; (*nevertheless*) tuy nhiên; ***do you ~ want it?*** anh/chị vẫn còn muốn cái đó chứ?; ***she ~ hasn't finished*** cô ấy vẫn chưa làm xong; ***she might ~ come*** có thể cô ấy vẫn còn đến; ***they are ~ my parents*** họ vẫn là cha mẹ tôi; ***~ more*** (*even more*) còn nữa
stillborn: ***be ~*** chết lúc chào đời
stilted *conversation* không tự nhiên
stilt house nhà sàn
stilts (*under house*) cột nhà sàn
stimulant chất kích thích
stimulate *person* gây hào hứng; *growth, demand* thúc đẩy; *new ideas* gợi nên
stimulating *discussion* lý thú; *person* hào hứng
stimulation sự khuyến khích
stimulus (*incentive*) tác nhân kích thích
sting **1** *n* (*from bee*) sự đốt; (*from jellyfish*) sự châm **2** *v/t* (*of bee*) đốt; (*of jellyfish*) châm **3** *v/i* (*of eyes*) xót; (*of scratch*) rát
stinging *remark, criticism* xúc phạm
stingy F keo kiệt
stink **1** *n* (*bad smell*) mùi hôi; F (*fuss*) sự ầm ĩ; ***make a ~*** F kêu ca ầm ĩ **2** *v/i* (*smell bad*) có mùi hôi; F (*be very bad*) quá tồi tệ
stint *n* phần việc; ***do a ~ in the army*** làm nhiệm vụ trong quân đội
♦**stint on** hà tiện
stipulate qui định
stipulation (*condition*) điều kiện
stir **1** *n* sự khuấy; ***give the soup a ~*** khuấy món xúp lên; ***cause a ~*** *fig* gây nên sự náo động **2** *v/t* khuấy **3** *v/i* (*of sleeping person*) động đậy
♦**stir up** *crowd* kích động; *bad memories* gợi lại
stir-crazy: ***be ~*** F cảm thấy bị tù túng
stir-fry *v/t* xào
stirring *music, speech* gây hào hứng
stitch **1** *n* (*in sewing*) mũi khâu; (*in knitting*) mũi đan; **~es** MED mũi khâu; ***have a ~*** đau xóc **2** *v/t* (*sew*) khâu
♦**stitch up** *wound* khâu
stitching (*stitches*) mũi khâu
stock **1** *n* (*reserves: of food etc*) nguồn dự trữ; (COM: *of store*) hàng trong kho; (*animals*) gia súc; FIN cổ phần; (*chicken ~, beef ~*) nước hầm; (*vegetable ~*) nước xốt; ***be in ~/out of ~*** còn/không còn; ***take ~*** đánh giá lại **2** *v/t* COM kiểm kê
♦**stock up on** tích trữ
stockbroker người mua bán cổ phần chứng khoán; **stock exchange** thị trường chứng khoán; **stockholder** cổ đông
stocking tất dài
stock market thị trường chứng khoán; **stockmarket crash** thị trường chứng khoán sụt giá; **stockpile** **1** *n* (*of food, weapons*) kho dự trữ **2** *v/t* dự trữ; **stockroom** phòng kho; **stock-still**: ***stand ~*** đứng bất động; **stocktaking** sự kiểm kê
stocky chắc nịch
stodgy *food* khó tiêu
stomach **1** *n* (*insides*) dạ dày; (*abdomen*) bụng **2** *v/t* (*tolerate*) chịu được
stomach ache đau bụng
stone *n* (*material*) đá; (*pebble*) đá cuội; (*precious ~*) đá quí
stoned F (*on drugs*) tê mê
stone-deaf điếc đặc
stonewall *v/i* F cản trở

stony *ground*, *path* rải đá
stool (*seat*) ghế đẩu
stoop[1] **1** *n* dáng lom khom **2** *v/i* (*bend down*) cúi xuống; (*have bent back*) còng lưng
stoop[2] *n* (*porch*) hiên
stop 1 *n* (*place: for train*) ga; (*place: for bus*) bến; ***come to a ~*** dừng lại; ***put a ~ to*** chấm dứt **2** *v/t* (*put an end to*) chấm dứt; (*prevent*) ngăn cản; (*cease*) ngừng; *smoking, drinking* bỏ; *person in street* giữ lại; *car, bus, train etc* dừng ... lại; ***~ talking immediately!*** hãy ngừng nói chuyện ngay lập tức!; ***I ~ped her from leaving*** tôi giữ lại không cho cô ấy đi; ***it has ~ped raining*** trời đã tạnh mưa; ***~ a check*** ngăn chặn tờ séc **3** *v/i* (*come to a halt*) dừng lại; (*of breathing*) ngừng; (*of heart*) ngừng đập; (*in a particular place: of bus, train*) đỗ
♦ **stop by** (*visit*) ghé qua
♦ **stop off** tạt vào
♦ **stop over** dừng lại
♦ **stop up** *v/t sink* làm tắc
stopgap (*person*) người lấp chỗ trống; (*thing*) vật lấp chỗ trống; **stoplight** (*traffic light*) tín hiệu giao thông; (*brake light*) đèn đạp phanh; **stopover** sự dừng lại
stopper (*for bath, basin, bottle*) cái nút
stopping: ***no ~*** (*sign*) cấm dừng xe
stop sign biển dừng xe
stopwatch đồng hồ bấm giờ
storage (*space*) kho; (*cost of storing*) tiền lưu kho; ***put sth in ~*** cất gì vào kho; ***be in ~*** ở trong kho
storage capacity COMPUT khả năng lưu trữ
storage space nơi dự trữ
store 1 *n* cửa hàng; (*stock*) kho; (*storehouse*) nhà kho **2** *v/t* cất giữ; COMPUT lưu trữ
storefront cửa kính cửa hiệu; **storehouse** nhà kho; **storekeeper** chủ hiệu; **storeroom** buồng kho; **store window** ô kính cửa hàng
stork con cò
storm *n* cơn bão
storm drain cống thoát nước lớn; **storm warning** dự báo bão; **storm window** *cửa sổ bên ngoài để phòng mưa bão*
stormy *weather* bão táp; *relationship* đầy sóng gió
story[1] (*tale*) truyện; (*account*) câu chuyện; (*newspaper article*) bài báo; F (*lie*) chuyện bịa
story[2] (*of building*) tầng
stout *adj person* hơi béo; *boots* chắc
stove (*for cooking*) bếp lò; (*for heating*) lò sưởi
stow xếp gọn
♦ **stow away** *v/i* trốn vé
stowaway người trốn vé
straight 1 *adj line, hair, back* thẳng; (*honest, direct*) thẳng thắn; (*not criminal*) lương thiện; *whiskey etc* không pha; (*tidy*) gọn gàng; (*conservative*) bảo thủ; (*not homosexual*) tình dục khác giới; ***be a ~ A student*** là một học sinh luôn đạt loại A **2** *adv* (*in a straight line, directly, immediately*) thẳng; (*clearly*) một cách mạch lạc; ***go ~ to bed*** đi thẳng lên giường; ***stand up ~!*** đứng thẳng người lên!; ***look s.o. ~ in the eye*** nhìn thẳng vào mắt ai; ***go ~*** F (*of criminal*) sống hoàn lương; ***give it to me ~*** F hãy nói thật với tôi; ***~ ahead*** *be situated* ngay phía trước; *walk, drive, look* thẳng về phía trước; ***carry ~ on*** (*of driver etc*) đi thẳng tới; ***~ away***, ***~ off*** ngay lập

tức; ~ ***out*** thẳng thừng; ~ ***up*** (*without ice*) không có đá
straighten *v/t picture, tie* sửa cho thẳng
♦**straighten out** **1** *v/t situation* giải quyết; F *person* dạy bảo **2** *v/i* (*of road*) lại thẳng ra
♦**straighten up** *v/i* thẳng người lên
straightforward (*honest, direct*) thẳng thắn; (*simple*) không phức tạp
strain[1] **1** *n* (*on rope*) sức kéo căng; (*on engine, heart*) sự làm việc quá sức; (*on person*) sức ép **2** *v/t* (*injure*) làm tổn thương; *one's eyes* căng; *fig*: *finances, budget* gây sức ép
strain[2] *v/t vegetables* để cho ráo nước; *oil, fat etc* lọc
strainer (*for vegetables etc*) cái rổ; ***tea*** ~ cái lọc trà
strait eo biển
straitlaced quá khắt khe
strand[1] *n* (*of wool, thread*) sợi
strand[2] *v/t person, tourists* làm mắc kẹt; ***be ~ed*** bị mắc kẹt
strange (*odd, curious*) kỳ lạ; (*unknown, foreign*) lạ
strangely (*oddly*) một cách lạ lùng; ~ ***enough*** thật là kỳ lạ
stranger (*person you don't know*) người lạ; ***I'm a ~ here myself*** tôi là người lạ ở đây
strangle *person* bóp cổ
strap *n* (*of purse*) quai; (*of bra, dress*) dây vai; (*of watch, shoe*) dây
♦**strap in** buộc dây an toàn
strapless *bra, dress* không có dây vai
strategic chiến lược
strategy chiến lược
straw[1] rơm; (*single piece*) cọng rơm; ***that's the last ~!*** quá lắm rồi!
straw[2] (*for drink*) ống hút
strawberry quả dâu tây
stray **1** *adj animal, bullet* lạc **2** *n* (*dog*) con chó lạc; (*cat*) con mèo lạc **3** *v/i* (*of animal, child*) đi lạc; *fig* (*of eyes*) nhìn chệch ra; (*of thought*) lạc ra
streak **1** *n* (*of dirt, paint*) vệt; *fig* (*of nastiness etc*) tính **2** *v/i* (*move quickly*) lao vụt **3** *v/t*: ***be ~ed with*** có vệt
stream **1** *n* dòng suối; *fig* (*of people*) dòng; (*of complaints*) hàng loạt; ***come on*** ~ đi vào hoạt động **2** *v/i* (*of tears*) chảy ròng ròng; ~ ***out of*** (*of people*) ùn ùn kéo ra; ~ ***into*** (*of people*) ùn ùn kéo vào; ***sunlight ~ed into the room*** ánh nắng tràn ngập gian buồng
streamer băng giấy màu
streamline *v/t fig* hợp lý hóa
streamlined *car, plane* có dáng thuôn; *fig*: *organization* được hợp lý hóa
street phố; ***in the*** ~ ở trên đường phố
streetcar tàu điện; **street hawker** người bán hàng rong; **streetlight** đèn phố; **street market** chợ trời; **streetpeople** những người vô gia cư; **streetwalker** gái điếm; **streetwise** *adj* lịch lãm
strength (*of person*: *physical*) sức lực; *fig* (*strong point*) mặt mạnh; (*of wind, current*) lực; (*of emotion, feeling*) cường độ; (*of love, friendship, organization, country, currency*) sức mạnh
strengthen **1** *v/t bridge, road surface, foundation* làm cho vững; *country, organization, ties, relationship* tăng cường; *muscles* làm cho rắn chắc **2** *v/i* (*of bonds, ties*) được tăng cường; (*of currency*) mạnh lên

strenuous *climb*, *walk* vất vả
stress 1 *n* (*on syllable*) trọng âm; (*emphasis*) sự nhấn mạnh; (*tension*) sự căng thẳng; ***be under ~*** có tâm trạng căng thẳng **2** *v/t syllable*, *importance etc* nhấn mạnh; ***I must ~ that ...*** tôi phải nhấn mạnh rằng …
stressed out F bị căng thẳng
stressful căng thẳng
stretch 1 *n* (*of land*, *wasteland*) dải; (*of water*) vùng; (*of road*) quãng; ***at a ~*** (*non-stop*) một mạch **2** *adj fabric* co giãn **3** *v/t material* làm giãn ra; *small income* sử dụng triệt để; *rules* linh động; ***he ~ed out his hand*** anh ấy chìa tay ra; ***a job that ~es me*** một công việc đòi hỏi rất nhiều khả năng tôi **4** *v/i* (*to relax muscles*) vươn vai; (*to reach sth*) cố với; (*spread*) trải rộng ra; (*of fabric*: *give*) giãn ra; (*of fabric*: *sag*) chùng xuống; ***~ from X to Y*** (*extend*) trải dài từ X đến Y
stretcher cái cáng
strict *person* nghiêm khắc; *instructions*, *rules* nghiêm ngặt
strictly một cách nghiêm khắc; ***it is ~ forbidden*** nghiêm cấm
stride 1 *n* sải chân; ***take sth in one's ~*** coi việc gì là dễ dàng **2** *v/i* sải bước
strident *noise*, *voice etc* đinh tai nhức óc; *protest* kịch liệt
strike 1 *n* (*of workers*) cuộc bãi công; (*in baseball*) đòn tấn công; (*of oil*) sự phát hiện; ***be on ~*** bãi công; ***go on ~*** tiến hành cuộc bãi công **2** *v/i* (*of workers*) bãi công; (*attack*) tấn công; (*of disaster*) giáng xuống; (*of clock*) điểm **3** *v/t* (*hit*) đập; *fig* (*of disaster*, *illness*) giáng xuống; (*of hurricane*) tàn phá; *match* đánh; (*of idea*, *thought*) chợt đến; *oil* phát hiện; ***the man was struck by a car*** ông ấy bị ô tô đâm; ***she struck me as being ...*** cô ấy gây cho tôi ấn tượng là …
♦**strike out** *v/t* (*delete*) gạch bỏ
strikebreaker kẻ phá hoại bãi công
striker (*person on strike*) người bãi công
striking (*marked*) nổi bật; (*eye-catching*) hấp dẫn
string *n* (*cord*) sợi dây; (*of violin*, *cello etc*) dây đàn; (*of tennis racket*) dây vợt; ***~s*** (*musicians*) các nhạc công đàn dây; ***pull ~s*** giật dây; ***a ~ of*** (*series*) một loạt
♦**string along 1** *v/i* cùng đi **2** *v/t* đánh lừa; ***string s.o. along*** đánh lừa ai đó
♦**string up** F treo cổ lên
stringed instrument đàn dây
stringent *rules*, *conditions* nghiêm ngặt
string player nhạc công đàn dây
strip 1 *n* (*of cloth*, *land*) dải; (*comic ~*) tranh vui **2** *v/t* (*remove*) cạo bỏ; *blossoms*, *leaves* tước bỏ; *sheets from bed* lột bỏ; (*undress*) cởi quần áo; ***~ X of Y*** tước bỏ Y của X **3** *v/i* (*undress*) cởi quần áo; (*of stripper*) thoát y
strip club hộp thoát y
stripe (*of wallpaper*, *fabric*) kẻ sọc; (*of tiger*) đường vằn; (*indicating rank*) vạch quân hàm
striped *wallpaper*, *fabric* có kẻ sọc; *animal* có vằn
stripper người trình diễn thoát y
strip show trình diễn thoát y
striptease điệu múa thoát y
strive 1 *v/t* nỗ lực; ***~ to do sth*** nỗ lực làm gì **2** *v/i* đấu tranh; ***~ for*** đấu tranh cho

stroke 1 *n* MED cơn đột quỵ; (*when writing, painting*) nét bút; (*style of swimming*) kiểu bơi; **~ of luck** điều may mắn; **she never does a ~ (of work)** cô ấy chẳng bao giờ làm một việc gì **2** *v/t* vuốt
stroll 1 *n* sự đi dạo **2** *v/i* đi dạo
stroller người đi dạo; (*for baby*) xe đẩy
strong *person, animal, arms* khỏe; *structure* kiên cố; *candidate, wind, alcohol, currency* mạnh; *support, supporter, feelings, objections* mạnh mẽ; *tea, coffee* đậm; *cheese, smell etc* nặng; *perfume* ngào ngạt; *argument* vững chắc
stronghold *fig* pháo đài
strongly một cách mạnh mẽ
strong-minded cứng cỏi
strong-willed cứng cỏi
structural cấu trúc; **~ steel** thép xây dựng
structure 1 *n* (*sth built*) công trình kiến trúc; (*way sth has been put together*) cấu trúc **2** *v/t* (*plan: course etc*) tổ chức; *schedule, syllabus* sắp xếp; *play* kết cấu
struggle 1 *n* (*fight*) cuộc đánh nhau; (*for power, independence etc*) cuộc đấu tranh; (*hard time*) cuộc vật lộn **2** *v/i* (*with a person*) đánh nhau; (*have a hard time*) vật lộn; **~ to do sth** đấu tranh để làm gì; **~ to stay afloat** vật lộn để không mắc nợ
strum chơi tập tọng
strut *v/i* bước đi oai vệ
stub 1 *n* (*of cigarette*) mẩu; (*of check, ticket*) cuống **2** *v/t* vấp; **~ one's toe** vấp ngón chân
♦**stub out** *cigarette* dụi tắt
stubble (*on man's face*) râu mọc lởm chởm
stubborn *person* bướng bỉnh; *refusal, denial* kiên quyết; *defense* ngoan cường
stubby *fingers* múp míp
stuck: **be ~ on s.o.** F yêu say mê ai
stuck-up F hợm mình
student (*at high school*) học sinh; (*at college, university*) sinh viên
student nurse y tá thực tập
student teacher giáo sinh
studio (*of artist, sculptor*) xưởng vẽ; (*recording ~*) phòng ghi âm; (*movie ~*) xưởng phim; (*TV ~*) xưởng truyền hình
studious chăm chỉ
study 1 *n* (*room*) phòng làm việc; (*learning*) sự học tập; (*investigation*) sự nghiên cứu **2** *v/t* (*at school, university*) học; (*examine: face, papers*) xem xét kỹ càng; *map, subject, photographs* nghiên cứu **3** *v/i* học
stuff 1 *n* (*objects, things*) những vật; (*belongings*) đồ đạc **2** *v/t turkey* nhồi; **~ X into Y** nhét X vào trong Y
stuffed toy đồ chơi nhồi bông
stuffing (*for turkey*) thức nhồi; (*in chair, teddy bear*) bông nhồi
stuffy *room* ngột ngạt; *person* nghiêm nghị
stumble *v/i* vấp
♦**stumble across** tình cờ tìm ra
♦**stumble over** vấp phải; *words* nói ... vấp váp
stumbling block vật chướng ngại
stump 1 *n* (*of tree*) gốc cây **2** *v/t* (*of question, questioner*) gây bối rối
♦**stump up** F trả
stun (*of blow*) làm choáng váng; (*of news*) làm sửng sốt
stunning (*amazing*) đáng kinh ngạc; (*extremely beautiful*) tuyệt đẹp
stunt *n* (*for publicity*) trò quảng

cáo; (*in movie*) trò nguy hiểm
stuntman (*in movie*) *người đóng thay trong những cảnh nguy hiểm*
stupefy sững sờ
stupendous *dress, house, garden* tuyệt diệu; *mistake* lạ lùng
stupid ngu ngốc
stupidity sự ngu ngốc
stupor sự ngẩn ngơ
sturdy *person* cường tráng; *child* khoẻ mạnh; *furniture* chắc chắn
stutter *v/i* nói lắp
sty (*for pig*) chuồng lợn
style *n* (*method, manner*) phong cách; (*fashion*) thời trang; (*fashionable elegance*) sự trang nhã; ***go out of ~*** không hợp thời trang
stylish hợp thời trang
subcommittee phân ban
subcompact (car) ô tô cực nhỏ
subconscious: ***the ~ (mind)*** tiềm thức
subcontract *v/t* ký hợp đồng phụ
subcontractor (*person*) người thực hiện hợp đồng phụ; (*company*) công ty thực hiện hợp đồng phụ
subdivide *v/t* chia nhỏ ra
subdued *voice* khẽ khàng; *lighting* dịu
subheading đầu đề nhỏ
subject 1 *n* (*of country*) người dân; (*topic*) chủ đề; (*branch of learning*) môn học; GRAM chủ ngữ; ***change the ~*** thay đổi đề tài **2** *adj*: ***be ~ to*** (*have a tendency to*) có chiều hướng; (*be conditional on*) lệ thuộc vào; ***~ to availability*** (*dependent*) tuỳ xem có hay không **3** *v/t* (*expose*) bắt phải chịu; (*subjugate*) khuất phục; ***the metal was ~ed to great heat*** kim loại được đưa vào nung ở nhiệt độ cao
subjective chủ quan
sublet *v/t* cho thuê lại
submachine gun súng tiểu liên
submarine tàu ngầm
submerge 1 *v/t rocks* làm chìm xuống; *tomatoes* dìm **2** *v/i* (*of submarine*) lặn xuống
submission (*surrender*) sự khuất phục; (*to committee etc*) sự đệ trình
submissive dễ bảo
submit *v/t plan, proposal* đệ trình
subordinate 1 *adj employee, position* cấp dưới **2** *n* người cấp dưới
subpoena 1 *n* trát đòi hầu tòa **2** *v/t person* đòi ra hầu tòa
♦**subscribe to** *magazine etc* đặt mua dài hạn; *theory* tán thành
subscriber (*to magazine*) người mua dài hạn
subscription việc đặt mua dài hạn
subsequent tiếp theo
subsequently sau đó
subside (*of floodwaters*) rút xuống; (*of high winds*) ngớt; (*of building*) lún xuống; (*of fears, panic*) giảm bớt
subsidiary *n* chi nhánh
subsidize trợ cấp cho
subsidy tiền trợ cấp
♦**subsist on** sống bằng
subsistence farmer chủ trang trại chỉ đủ tự túc
subsistence level mức sống chỉ đủ để tồn tại
substance (*matter*) chất
substandard dưới mức tiêu chuẩn
substantial *contribution, amount, damage* đáng kể
substantially (*considerably*) một cách đáng kể; (*in essence*) về căn bản; ***they contributed ~ to the success of ...*** họ đã đóng góp một cách đáng kể cho sự thành công của ...

ơ ur	**y** (tin)	**ây** uh-i	**iê** i-uh	**oa** wa	**ôi** oy	**uy** wee	**ong** aong
u (soon)	**au** a-oo	**eo** eh-ao	**iêu** i-yoh	**oai** wai	**ơi** ur-i	**ênh** uhng	**uyên** oo-in
ư (dew)	**âu** oh	**êu** ay-oo	**iu** ew	**oe** weh	**uê** way	**oc** aok	**uyêt** oo-yit

substantiate chứng minh
substantive (*real*) thật sự
substitute **1** *n* (*for person*) người thay thế; (*product*) sản phẩm thay thế; SP tuyển thủ thay thế **2** *v/t*: **~ *X for Y*** X thay thế cho Y **3** *v/i*: **~ *for s.o.*** thay cho ai
substitution (*act*) sự thay thế; ***make a ~*** SP làm sự thay thế
subtitle **1** *n* phụ đề **2** *v/t movie* có phụ đề
subtle tinh tế
subtract *v/t number* trừ; **~ *X from Y*** Y trừ X
suburb ngoại ô; ***the ~s*** khu ngoại ô
suburban *housing*, *architecture* ở ngoại ô; *attitudes*, *lifestyle* hẹp hòi
subversive **1** *adj* có tính chất lật đổ **2** *n* phần tử lật đổ
subway RAIL tàu điện ngầm
subzero *adj* dưới số không
succeed **1** *v/i* (*be successful*) thành công; (*to throne*) kế vị; (*to office*) kế tục; **~ *in doing sth*** thành công trong việc gì **2** *v/t* (*come after*) kế tục; *monarch* nối ngôi
succeeding tiếp theo
success sự thành công; ***be a ~*** là một sự thành công
successful *operation*, *marriage etc* thành công; *businessman* thành đạt
successfully một cách thành công
succession (*sequence*) một chuỗi; (*of visitors*, *phonecalls*) hàng loạt; (*to the throne*) sự kế vị; (*in office*) sự kế tục; ***in ~*** liên tiếp
successive *managers* kế tiếp nhau; *days* liên tục
successor (*person*) người kế vị; (*thing*) cái kế tiếp
succinct súc tích
succulent *meat* ngon; *fruit* mọng nước
succumb (*give in*) không chịu nổi; (*of city*) ngừng chống cự; **~ *to temptation*** không chống nổi sự cám dỗ
such **1** *adj* (*of that kind*) như thế; **~ *a*** (*so much of a*) đến như vậy; ***don't make ~ a fuss*** đừng có làm om sòm lên như vậy; ***I never thought it would be ~ a success*** tôi không bao giờ nghĩ rằng lại thành công đến thế; **~ *as*** (*like*) như; ***there is no ~ word as ...*** không có từ như ... **2** *adv* thật là; ***as ~*** theo đúng nghĩa của nó
suck mút; **~ *one's thumb*** mút ngón tay cái; **~ *poison out of a wound*** hút chất độc ra khỏi vết thương
♦**suck up** *moisture etc* hút khô
♦**suck up to** F nịnh hót ai
sucker F (*person*) kẻ khờ dại; (*lollipop*) kẹo mút
sucking pig lợn sữa
suction sức hút
sudden đột ngột; ***all of a ~*** bất thình lình
suddenly bất chợt
suds (*soap ~*) bọt xà phòng
sue *v/t* kiện
suede *n* da lộn
suffer **1** *v/i* (*be in pain*) đau đớn; (*deteriorate*) sút kém; ***be ~ing from*** bị; ***the doctors say she is ~ing from amnesia*** bác sĩ nói cô ấy bị bệnh hay quên **2** *v/t setback* chịu; ***the company ~ed a severe loss*** công ty đã chịu tổn thất nặng nề
suffering *n* sự đau khổ
sufficient đủ
sufficiently một cách đầy đủ
suffocate **1** *v/i* chết ngạt **2** *v/t* bóp nghẹt
suffocation sự ngạt thở
sugar **1** *n* đường **2** *v/t* cho đường vào

sugar bowl bát đựng đường
sugar cane cây mía
suggest *v/t* đề nghị; ***I ~ that we stop now*** tôi đề nghị chúng ta hãy dừng lại bây giờ
suggestion lời đề nghị
suicide sự tự tử; ***commit ~*** tự tử
suit 1 *n* bộ com-lê; (*in cards*) bộ hoa **2** *v/t* (*of clothes, color*) hợp với; ***~ yourself!*** tùy anh/chị!; ***be ~ed for sth*** hợp với gì
suitable thích hợp
suitcase va li
suite (*of rooms*) dãy phòng; (*furniture*) bộ sa lông; MUS tổ khúc
sulfur lưu huỳnh
sulk *v/i* hờn dỗi
sulky *person, mood* hay hờn dỗi
sullen ủ rũ; *sky* ảm đạm
sultry *climate* oi bức; (*sexually*) đầy nhục cảm
sum (*total*) tổng; (*amount*) số tiền; (*in arithmetic*) bài toán số học; ***a large ~ of money*** một khoản tiền lớn; ***~ insured*** số tiền bảo hiểm; ***the ~ total of his efforts*** tất cả sự cố gắng của anh ấy
♦**sum up 1** *v/t* (*summarize*) tóm tắt; (*assess*) đánh giá **2** *v/i* LAW kết luận
summarize *v/t* tóm tắt
summary *n* bản tóm tắt
summer mùa hè
summit (*of mountain*) đỉnh; *fig* thượng đỉnh; POL cuộc họp thượng đỉnh
summon *staff, meeting* triệu tập
♦**summon up** *strength, courage, enthusiasm* dồn hết
summons LAW trát đòi hầu tòa
sump (*for oil*) bình hứng dầu
sun mặt trời; ***in the ~*** dưới ánh nắng; ***out of the ~*** trong bóng râm; ***he has had too much ~*** anh ấy phơi nắng quá nhiều
sunbathe tắm nắng; **sunblock** kem chống nắng; **sunburn** sự cháy nắng; **sunburnt** cháy nắng; **suncream** kem chống nắng
Sunday ngày Chủ Nhật
sundial đồng hồ mặt trời
sundries những cái lặt vặt
sunglasses kính râm
sun-helmet mũ cối
sunken *cheeks* lõm
sunny *day* nắng; *disposition* vui vẻ; ***it's ~*** trời nắng
sunrise mặt trời mọc; **sunset** mặt trời lặn; **sunshade** dù che nắng; **sunshine** ánh nắng; **sunstroke** sự say nắng; **suntan** sự rám nắng; ***get a ~*** có nước da rám nắng
super 1 *adj* F *vacation, idea, person* thật tuyệt **2** *n* (*janitor*) người quản lý
superb *meal, wine* tuyệt vời
superficial *comments, analysis* sơ lược; *person* hời hợt; *wounds* ngoài da
superfluous *comments, advice* không cần thiết
superhuman *efforts* phi thường
superintendent (*of apartment block*) người quản lý
superior 1 *adj quality, hotel, translation* tốt hơn; *team, player* giỏi hơn; *pej* (*attitude*) hợm hĩnh **2** *n* (*in organization, society*) người cấp trên
supermarket siêu thị
supernatural 1 *adj powers* siêu tự nhiên **2** *n*: ***the ~*** cái siêu phàm
superpower POL siêu cường
supersonic *flight, aircraft* siêu âm
superstition sự mê tín
superstitious *person* mê tín
supervise giám sát
supervisor (*at work*) người giám

ơ u*r*	**y** (tin)	**ây** uh-i	**iê** i-uh	**oa** wa	**ôi** oy	**uy** wee	**ong** aong
u (soon)	**au** a-oo	**eo** eh-ao	**iêu** i-yoh	**oai** wai	**ơi** u*r*-i	**ênh** uhng	**uyên** oo-in
ư (dew)	**âu** oh	**êu** ay-oo	**iu** ew	**oe** weh	**uê** way	**oc** aok	**uyêt** oo-yit

sát; (*academic*) người hướng dẫn
supper bữa cơm tối
supple *material* mềm; *limbs* mềm mại; *person*, *mind* linh hoạt
supplement *n* (*extra payment*) phần bổ sung
supplier (*person*) người cung cấp hàng hóa; (*company*) công ty cung cấp hàng hóa
supply **1** *n* sự cung cấp; ***~ and demand*** cung và cầu; ***supplies*** nguồn dự trữ **2** *v/t goods* cung cấp; ***~ X with Y*** cung cấp Y cho X; ***be supplied with ...*** được cung cấp ...
support **1** *n* (*for structure*) vật chống; (*backing*) sự ủng hộ **2** *v/t building*, *structure* chống đỡ; (*financially*) nuôi; (*back*) ủng hộ
supporter người ủng hộ
supportive *attitude*, *person* giúp đỡ
suppose (*imagine*) cho là; ***I ~ so*** tôi cho là như vậy; ***be ~d to ...*** (*be meant to*) đáng lẽ thì ...; (*be said to be*) được coi là ...; ***you are not ~d to ...*** (*not allowed to*) anh/chị không được phép ...
suppository MED thuốc đạn
suppress *rebellion etc* đàn áp
suppression sự đàn áp
supremacy uy thế
supreme *commander*, *court* tối cao; *courage*, *delight*, *sacrifice* cao cả; *effort* lớn nhất; ***The Supreme Being*** Thượng Đế
surcharge *n* số tiền phải trả thêm
sure **1** *adj* chắc chắn; ***I'm ~*** tôi dám chắc; ***I'm not ~*** tôi không dám chắc; ***be ~ about sth*** chắc chắn về gì; ***make ~ that ...*** tìm hiểu chắc chắn rằng ... **2** *adv*: ***~ enough*** không còn nghi ngờ gì nữa; ***it ~ is hot today*** F hôm nay chắc chắn là trời nóng; ***~!*** tất nhiên!
surely (*certainly*) chắc chắn; (*gladly*) tất nhiên
surf **1** *n* (*on sea*) bọt sóng biển **2** *v/t the Net* lướt
surface **1** *n* (*of table*, *object*) bề mặt; (*of water*) mặt; ***on the ~*** *fig* bề ngoài **2** *v/i* (*of swimmer*, *submarine*) nổi lên mặt nước; (*appear*) lại xuất hiện
surface mail thư thường
surfboard ván lướt sóng
surfer (*on sea*) người lướt sóng
surfing sự lướt sóng; ***go ~*** đi lướt sóng
surge *n* (*in electric current*, *demand etc*) sự tăng lên đột ngột; (*of interest*, *financial growth etc*) sự tăng trưởng nhanh chóng
♦ **surge forward** (*of crowd*) lao lên
surgeon bác sĩ phẫu thuật
surgery sự phẫu thuật; ***undergo ~*** làm phẫu thuật
surgical phẫu thuật
surly cáu kỉnh
surmount *difficulties* khắc phục
surname họ
surpass trội hơn
surplus **1** *n* thặng dư **2** *adj* dư thừa
surprise **1** *n* sự ngạc nhiên; ***it'll come as no ~ to hear that ...*** sẽ chẳng có gì đáng ngạc nhiên khi nghe tin là ... **2** *v/t* làm ngạc nhiên; ***be/look ~d*** ngạc nhiên/có vẻ ngạc nhiên
surprising đáng ngạc nhiên
surprisingly một cách đáng ngạc nhiên
surrender **1** *v/i* (*of army*) đầu hàng **2** *v/t* (*hand in*: *weapons etc*) giao nộp **3** *n* sự đầu hàng; (*handing in*) sự giao nộp
surrogate mother *người phụ nữ đẻ thay*
surround **1** *v/t* (*of enemy*) bao vây;

---

ch (*final*) k	**gh** g	**nh** (*final*) ng	**r** z; (*S*) r	**x** s	**â** (but)	**i** (tin)
d z; (*S*) y	**gi** z; (*S*) y	**ph** f	**th** t	**a** (hat)	**e** (red)	**o** (saw)
đ d	**nh** (onion)	**qu** kw	**tr** ch	**ă** (hard)	**ê** ay	**ô** oh

(*of wall, hill*) bao quanh; ***be ~ed by ...*** bị bao quanh bởi ... **2** *n* (*of picture etc*) đường viền
surrounding *adj countryside, states* phụ cận
surroundings môi trường xung quanh
survey 1 *n* (*of modern literature etc*) sự nhìn tổng quát; (*of building*) sự kiểm tra **2** *v/t* (*look at*) quan sát; *building* kiểm tra
surveyor viên thanh tra
survival (*in office, in big city*) sự tồn tại; (*of species*) sự sống sót
survive 1 *v/i* (*of species*) sống sót; (*of patient*) sống qua được; ***how are you? – I'm surviving*** anh/chị khỏe chứ? – tôi vẫn còn sống đây; ***his two surviving daughters*** hai người con gái vẫn còn sống của anh ấy **2** *v/t accident* sống sót; *operation* qua khỏi; (*outlive*) sống lâu hơn
survivor người sống sót; ***he's a ~*** *fig* anh ấy là một người sống ngoan cường
susceptible (*emotionally*) dễ xúc cảm; ***be ~ to the cold/heat*** dễ bị lạnh/nóng
suspect 1 *n* người bị tình nghi **2** *v/t person* nghi; (*suppose*) cho là
suspected *murderer* bị tình nghi; *cause, heart attack etc* đang nghi vấn
suspend (*hang*) treo; (*from office*) đình chỉ công tác
suspenders (*for pants*) dây đeo quần
suspense sự hồi hộp
suspension (*in vehicle*) hệ thống giảm xóc; (*from duty*) sự đình chỉ
suspension bridge cầu treo
suspicion sự nghi ngờ
suspicious (*causing suspicion*) khả nghi; (*feeling suspicion*) ngờ vực; ***be ~ of*** nghi ngờ
sustain *life* duy trì
swab *n* MED miếng gạc
swagger *n* dáng điệu nghênh ngang
swallow[1] *v/t & v/i* nuốt
swallow[2] (*bird*) chim én
swamp 1 *n* đầm lầy **2** *v/t* làm ngập nước; ***be ~ed with*** bị ngập đầu trong
swampy *ground* lầy lội
swan con thiên nga
swap 1 *v/t* đổi; ***~ X for Y*** đổi X lấy Y **2** *v/i* đánh đổi
swarm 1 *n* (*of bees*) đàn **2** *v/i* (*of ants, tourists etc*) lúc nhúc; ***the town was ~ing with ...*** thành phố lúc nhúc những ...
swarthy *face, complexion* ngăm đen
swat *v/t insect, fly* đập
sway 1 *n* (*influence*) ảnh hưởng; (*rule*) sự thống trị **2** *v/i* lảo đảo
swear *v/i* (*use swearword*) chửi; (*promise, on oath*) thề; ***~ at s.o.*** chửi ai
♦**swear in** *witnesses etc* tuyên thệ
swearword câu chửi
sweat 1 *n* mồ hôi; ***covered in ~*** đầm đìa mồ hôi **2** *v/i* toát mồ hôi
sweater áo len cổ chui
sweatshirt áo vệ sinh
sweaty *hands, smell* đẫm mồ hôi
Swede người Thụy Điển
Sweden nước Thụy Điển
Swedish 1 *adj* Thụy Điển **2** *n* tiếng Thụy Điển
sweep 1 *v/t floor, leaves* quét **2** *n* (*long curve*) đoạn cong
♦**sweep up** *v/t mess, crumbs* quét sạch
sweeping *adj generalization, statement* chung chung; *changes* có ảnh hưởng sâu rộng

---

ơ ur	**y** (tin)	**ây** uh-i	**iê** i-uh	**oa** wa	**ôi** oy	**uy** wee	**ong** aong
u (soon)	**au** a-oo	**eo** eh-ao	**iêu** i-yoh	**oai** wai	**ơi** ur-i	**ênh** uhng	**uyên** oo-in
ư (dew)	**âu** oh	**êu** ay-oo	**iu** ew	**oe** weh	**uê** way	**oc** aok	**uyêt** oo-yit

sweet *adj taste, tea* ngọt; F (*kind*) tốt bụng; F (*cute*) dễ thương
sweet and sour *adj* chua ngọt
sweetcorn ngô (*N*), bắp (*S*)
sweeten *v/t drink, food* làm ngọt
sweetener (*for drink*) viên ngọt
sweetheart cưng
swell 1 *v/i* (*of limb*) sưng lên **2** *adj* F (*good*) tuyệt vời **3** *n* (*of the sea*) biển động
swelling *n* MED chỗ sưng lên
sweltering *heat, day* nóng khó chịu
swerve *v/i* (*of driver, car*) ngoặt
swift *adj* mau lẹ
swim 1 *v/i* bơi; ***go ~ming*** đi bơi; ***my head is ~ming*** đầu óc tôi đang quay cuồng **2** *n* sự bơi; ***go for a ~*** đi bơi
swimmer người bơi
swimming sự bơi lội
swimming pool bể bơi
swimsuit quần áo bơi
swindle 1 *n* sự lừa đảo **2** *v/t* lừa đảo; ***~ X out of $1000*** lừa X lấy được 1000$
swine F (*person*) đồ con lợn
swing 1 *n* sự đung đưa; (*for child*) cái đu; ***~ to the Democrats*** quay ngoắt sang bên Dân Chủ **2** *v/t* lúc lắc; *hips* uốn éo **3** *v/i* lắc lư; (*of monkeys*) chuyền; (*turn*) quay; (*of public opinion etc*) quay ngoắt
swing-door cửa tự động
Swiss *adj* Thụy Sĩ
switch 1 *n* (*for light*) công tắc; (*change*) sự thay đổi đột ngột **2** *v/t* (*change*) thay đổi; *rooms* đổi **3** *v/i* (*change*) đổi
♦ **switch off** *v/t lights, engine, PC, TV* tắt
♦ **switch on** *v/t TV, PC* mở
switchboard tổng đài
switchover (*to new system*) sự thay đổi đột ngột
Switzerland nước Thụy Sĩ
swivel *v/i* (*of chair, monitor*) xoay
swollen *ankles* bị sưng; *stomach* phình ra
swoop *v/i* (*of bird*) lao xuống
♦ **swoop down on** *prey* lao xuống vồ
♦ **swoop on** (*of police etc*) sục vào
sword thanh kiếm
sycamore (*plane tree*) cây tiêu huyền
syllable âm tiết
syllabus chương trình học
symbol (*character*) ký hiệu; (*in poetry, art*) tượng trưng
symbolic *poem* có tính tượng trưng; *gesture* có ngụ ý
symbolism (*in poetry, art*) chủ nghĩa tượng trưng
symbolize tượng trưng cho
symmetric(al) đối xứng
symmetry sự đối xứng
sympathetic (*showing pity*) thông cảm; (*understanding*) đồng tình; ***be ~ toward a person / an idea*** đồng tình với một người / một tư tưởng nào đó
♦ **sympathize with** (*feel compassion*) thông cảm với; (*support*) ủng hộ
sympathizer POL người có cảm tình
sympathy (*pity*) sự thông cảm; (*understanding*) sự đồng tình; ***don't expect any ~ from me!*** đừng mong tôi thông cảm!
symphony bản giao hưởng
symptom MED triệu chứng; *fig* dấu hiệu
symptomatic: ***be ~ of*** MED là một triệu chứng của; *fig* là dấu hiệu của
synchronize *watches* để cùng giờ; *operations* đồng bộ hóa

synonym từ đồng nghĩa
syntax cú pháp
synthetic sợi tổng hợp
syphilis bệnh giang mai
syringe MED ống tiêm
syrup xirô
system (*method*) phương pháp; (*orderliness*, *computer*) hệ thống; ***braking ~*** hệ thống phanh; ***fuel injection ~*** hệ thống bơm phun nhiên liệu; ***digestive ~*** hệ thống tiêu hóa
systematic *approach*, *person* có phương pháp; *attempts*, *destruction* có hệ thống
systematically *analyze*, *study* một cách có phương pháp; *destroy* một cách có hệ thống
systems analyst COMPUT chuyên gia phân tích hệ thống

T

tab *n* (*for pulling*) vạt; (*in text*) tab; ***pick up the ~*** trả tiền
table *n* cái bàn; (*of figures*) bảng biểu
tablecloth khăn trải bàn
tablespoon thìa xúp
tablet (*medicine*) viên
table tennis bóng bàn
tabloid *n* (*newspaper*) báo khổ nhỏ
taboo *adj* cấm kị
tacit ngầm
tack **1** *n* (*nail*) đinh mũ **2** *v/t* (*sew*) khâu lược **3** *v/i* (*of yacht*) trở buồm
tackle **1** *n* (*equipment*, *sport*) dụng cụ **2** *v/t* SP chặn cản; *problem* giải quyết; *intruder* đương đầu
tacky *paint*, *glue* hơi dính; *goods* rẻ tiền; *decoration* lòe loẹt; *behavior* hẹp hòi
tact sự khéo xử
tactful khéo xử
tactical *move* tài tình; *thinking* mưu lược
tactics chiến thuật
tactless *person* không lịch thiệp; *remark* không tế nhị
tadpole con nòng nọc
tag (*label*) nhãn
tail *n* đuôi
tail light đèn hậu
tailor thợ may
tailor-made *suit* may đo; *solution* hoàn toàn thích hợp
tail wind gió xuôi
tainted *food* thiu; *reputation*, *atmosphere* nhơ
Taiwan nước Đài Loan
Taiwanese **1** *adj* Đài Loan **2** *n* người Đài Loan; (*dialect*) tiếng địa phương Đài Loan
take *v/t* (*remove*) lấy; (*steal*) lấy mất; (*transport*) đưa; (*accompany*) đi cùng; (*accept*: *money*, *gift*) nhận; *credit cards* chấp nhận; (*study*) học; *photograph*, *photocopy* chụp; *exam*, *degree* thi; *s.o.'s temperature* đo; (*endure*) chịu được; (*require*) cần phải; ***~ a shower*** tắm sen; ***~ a stroll*** đi dạo; ***I'll ~ you home*** tôi sẽ đưa anh/chị về nhà; ***how long***

ơ ur	**y** (tin)	**ây** uh-i	**iê** i-uh	**oa** wa	**ôi** oy	**uy** wee	**ong** aong
u (soon)	**au** a-oo	**eo** eh-ao	**iêu** i-yoh	**oai** wai	**ơi** ur-i	**ênh** uhng	**uyên** oo-in
ư (dew)	**âu** oh	**êu** ay-oo	**iu** ew	**oe** weh	**uê** way	**oc** aok	**uyêt** oo-yit

does it ~? cần phải mất bao lâu?; ***I'll ~ it*** (*when shopping*) tôi sẽ mua
♦**take after** giống
♦**take away** *pain* làm mất đi; (*remove*: *object*) lấy đi; MATH trừ; ***take sth away from s.o.*** lấy đi gì của ai
♦**take back** (*return*: *object*) trả lại; *person* đưa về; (*accept back*: *husband etc*) chấp nhận; ***that takes me back*** (*of music*, *thought etc*) nó làm tôi nhớ lại quá khứ
♦**take down** (*from shelf*) lấy xuống; *scaffolding* tháo dỡ; *pants* tụt; (*write down*) ghi chép
♦**take in** (*take indoors*) đưa vào nhà; (*give accommodation*) cho ở trọ; (*make narrower*) làm hẹp lại; (*deceive*) đánh lừa; (*include*) gồm có
♦**take off** **1** *v/t clothes* cởi; *hat* bỏ; *10% etc* bớt; (*mimic*) bắt chước; ***can you take a bit off here?*** (*to barber*) anh/chị có thể cạo bỏ một chút ở đây không?; ***take a day/week off*** một ngày/tuần nghỉ làm việc **2** *v/i* (*of airplane*) cất cánh; (*become popular*) nổi tiếng
♦**take on** *job* nhận làm; *staff* tuyển
♦**take out** (*from bag*, *pocket*) rút ra; *stain* xóa sạch; *appendix* cắt; *tooth* nhổ; *word from text* cắt bỏ; *money from bank* rút; (*to dinner etc*) đưa đi; *insurance policy* nhận được; ***take it out on s.o.*** trút lên đầu ai
♦**take over** **1** *v/t company etc* nắm quyền kiểm soát; ***tourists ~ the town*** khánh du lịch tràn ngập thành phố **2** *v/i* (*of new management etc*) nắm quyền; (*do sth in s.o.'s place*) thay; (*take control of*) tiếp quản
♦**take to** (*like*) ưa thích; ***he has taken to getting up early*** anh ấy đã quen dậy sớm
♦**take up** *carpet etc* nhấc; (*carry up*) mang lên; (*shorten*: *dress etc*) làm ngắn; *hobby* ham thích; (*begin studying*) bắt đầu học; *offer* nhận làm; *space*, *time* chiếm; ***~ a new job*** bắt đầu việc làm mới; ***I'll take you up on your offer*** tôi sẽ chấp nhận lời đề nghị của anh/chị

take-home pay lương đã trừ thuế;
takeoff (*of airplane*) cất cánh; (*imitation*) sự bắt chước;
takeover COM sự nắm quyền kiểm soát; **takeover bid** cuộc đấu thầu tiếp quản
takings doanh thu
talcum powder bột talc
tale truyện
talent tài năng
talented có tài
talk **1** *v/i* nói chuyện; ***can the baby ~ yet?*** đứa bé đã biết nói chưa?; ***can I ~ to ...?*** tôi có thể nói chuyện với ...?; ***I'll ~ to him about it*** tôi sẽ nói chuyện với anh ấy về điều này **2** *v/t English etc* nói; *business*, *politics* bàn luận; ***~ s.o. into sth*** thuyết phục ai làm gì **3** *n* (*conversation*) cuộc trò chuyện; (*lecture*) bài nói chuyện; ***he's all ~*** *pej* anh ấy chỉ hứa hão
♦**talk over** thảo luận
talkative hay nói
talk show RAD, TV *chương trình chuyện trò với khách mời*
tall cao
tall order đòi hỏi quá cao
tall story chuyện khó tin
tame *animal* đã thuần hóa; *person* lành; *joke etc* nhạt nhẽo
♦**tamper with** *lock*, *brakes etc* ngó ngoáy; (*in amateurish way*) sửa bậy
tampon nút bông vệ sinh

tan 1 *n* (*from sun*) màu rám nắng; (*color*) màu nâu vàng nhạt **2** *v/i* (*in sun*) rám nắng **3** *v/t leather* thuộc da
tandem (*bike*) xe đạp hai chỗ ngồi
tangerine quả quít
tangle *n* mớ rối
♦ **tangle up**: ***get tangled up*** (*of string etc*) làm rối tung
tango *n* điệu nhảy tăng gô
tank (*for water*) bể; MOT bình; MIL xe tăng; (*for skin diver*) bình oxy
tanker (*truck*) xe chuyên chở (dầu); (*ship*) tàu chở dầu
tanned rám nắng
tantalizing cám dỗ
tantamount: ***be ~ to*** tương đương với
tantrum cơn cáu kỉnh
Taoism đạo Lão
Taoist 1 *adj* đạo Lão **2** *n* (*person*) người theo đạo Lão
tap 1 *n* (*for water*) vòi **2** *v/t* (*knock*) gõ nhẹ; *phone* đặt máy nghe trộm
♦ **tap into** *resources* khai thác
tap dance *n* điệu nhảy clacket
tape 1 *n* (*for recording*) băng ghi âm; (*sticky*) băng dính **2** *v/t conversation etc* ghi âm; (*with sticky ~*) buộc
tape deck máy ghi âm băng từ; **tape drive** COMPUT ổ băng; **tape measure** thước dây
taper *v/i* (*of stick, fingers*) vuốt thon; (*of column*) làm hẹp lại
♦ **taper off** (*of production, figures*) giảm dần
tape recorder máy ghi âm
tape recording sự ghi âm trên băng từ
tapestry thảm thêu
tapeworm sán dây
tar *n* (*for road surface*) nhựa đường; (*in cigarette*) cao
tardy muộn (*N*), trễ (*S*)
target 1 *n* (*in shooting*) bia; (*objective*) đích; MIL, COM mục tiêu **2** *v/t market* nhằm vào
target date kỳ hạn; **target group** COM nhóm đối tượng; **target market** thị trường mục tiêu
tariff (*price*) bảng giá; (*tax*) thuế
tarmac (*at airport etc*) đường băng rải nhựa
tarnish *v/t metal* mất độ bóng; *mirror* làm cho mờ; *reputation* làm nhơ nhuốc
tarpaulin vải nhựa
tart *n* bánh; ***apple ~*** bánh táo
task nhiệm vụ
task force lực lượng đặc nhiệm
tassel quả tua
taste 1 *n* (*sense*) vị giác; (*of food etc*) vị; (*in clothes, art etc*) sở thích; ***he has no ~*** anh ấy không có khiếu thẩm mỹ **2** *v/t food* nếm; *freedom etc* nếm mùi
tasteful có khiếu thẩm mỹ
tasteless *food* vô vị; *remark, person* khiếm nhã
tasty ngon
tattered *clothes, book* rách nát
tatters: ***in ~*** (*of clothes*) tả tơi; (*of reputation, career*) tan vỡ
tattoo *n* hình xăm
taunt 1 *n* lời chế nhạo **2** *v/t* chế nhạo
taut (*stretched tightly*) căng; (*tense*) căng thẳng
tax 1 *n* thuế; ***before / after ~*** trước / sau khi đóng thuế **2** *v/t* (*people, product*) đánh thuế
taxation (*act of taxing*) việc đánh thuế; (*taxes*) hệ thống thuế
tax code bảng thuế; **tax-deductible** thuế khấu trừ; **tax-free** miễn thuế
taxi tắc xi

taxi driver lái tắc xi
taxi rank bến đỗ tắc xi
tax payer người đóng thuế
tax return (*form*) bản khai thu nhập cá nhân
tea (*drink*) chè (*N*), trà (*S*); (*meal*) bữa trà
teabag chè gói
teach 1 *v/t person* dạy học; *subject* dạy; **~ s.o. to do sth** dạy ai làm gì **2** *v/i* dạy học
teacher giáo viên
teacher training đào tạo giáo viên
teaching (*profession*) dạy học
teaching aid giáo cụ
tea cloth khăn lau bát đĩa; **teacup** chén uống trà; **tea drinker** người nghiện trà
teak (*tree*) cây tếch; (*wood*) gỗ tếch
tea leaves bã chè
team (*in sport, at work*) đội
team spirit tinh thần đồng đội
teamster người lái xe tải
teamwork sự chung sức
teapot ấm pha trà
tear[1] **1** *n* (*in cloth etc*) chỗ rách **2** *v/t paper, cloth* xé; ***be torn between two alternatives*** phân vân giữa hai sự lựa chọn **3** *v/i* (*run fast, drive fast*) lao vút
♦ **tear up** *paper* xé tan; *agreement* xé bỏ
tear[2] (*in eye*) nước mắt; ***burst into ~s*** òa khóc; ***be in ~s*** rơi nước mắt
teardrop giọt nước mắt
tearful *look* đẫm lệ; ***be ~*** (*of person*) hay rớt lệ
tear gas hơi cay
tearoom phòng trà
tease *v/t* trêu chọc
tea service, **tea set** bộ đồ trà
teaspoon thìa uống trà
teat đầu vú
tea towel khăn lau bát đĩa
technical kỹ thuật; (*specialized*) chuyên môn
technicality (*technical nature*) thuật ngữ chuyên môn; LAW điểm chuyên môn; ***that's just a ~*** đó chỉ là một vấn đề kỹ thuật thôi
technically (*strictly speaking*) theo từng lời; *written* về mặt kỹ thuật
technician kỹ thuật viên
technique kỹ thuật
technological công nghệ
technology công nghệ học
technophobia bài công nghệ
tedious chán ngắt
tee *n* (*in golf*) điểm phát bóng
teem: ***be ~ing with rain*** mưa xối xả; ***be ~ing with tourists*** tấp nập những khách du lịch
teenage *fashions* tuổi thanh thiếu niên; ***~ boy*** nam thiếu niên; ***~ girl*** thiếu nữ
teenager thanh thiếu niên
teens: ***be in one's ~*** ở tuổi thanh thiếu niên; ***reach one's ~*** đến tuổi thanh xuân
telecommunications liên lạc viễn thông
telegram bức điện
telemedicine chữa bệnh từ xa
telepathic thần giao cách cảm; ***you must be ~!*** anh/chị đúng là nhà thần giao cách cảm!
telepathy thần giao cách cảm
telephone 1 *n* điện thoại; ***be on the ~*** (*be speaking*) đang nói chuyện trên điện thoại; (*possess a phone*) mắc điện thoại **2** *v/t & v/i* gọi điện thoại
telephone booth điện thoại công cộng; **telephone call** cú điện thoại; **telephone directory** danh bạ điện thoại; **telephone exchange** tổng đài; **telephone line**

dây điện thoại; **telephone number** số điện thoại
telephoto lens ống kính chụp xa
telesales bán hàng qua điện thoại
telescope kính thiên văn
televise truyền trên ti vi, truyền hình
television ti vi, vô tuyến; (*set*) máy ti vi; ***on*** ~ trên ti vi; ***watch*** ~ xem ti vi
television program chương trình ti vi; **television set** máy ti vi; **television studio** phòng thu phát các chương trình ti vi
tell 1 *v/t story* kể; *lie* nói; *difference* thấy; ~ ***s.o. sth*** nói gì cho ai nghe; ***don't ~ Mom*** không được mách mẹ; ***could you ~ me the way to ...?*** làm ơn chỉ đường tôi đi ...; ~ ***s.o. to do sth*** bảo ai làm gì; ***you're ~ing me!*** anh/chị hoàn toàn có lý! **2** *v/i* (*have effect*) có tác dụng; ***the heat is ~ing on him*** thời tiết nóng ảnh hưởng tới anh ấy; ***time will*** ~ rồi sẽ biết
♦**tell off** khiển trách
teller (*in bank*) người thu ngân
telltale 1 *adj signs* làm lộ tẩy **2** *n* (*child*) đứa hớt lẻo
temp 1 *n* (*employee*) nhân viên tạm thời **2** *v/i* làm tạm thời
temper (*bad* ~) cơn cáu kỉnh; ***be in a*** ~ giận giữ; ***keep one's*** ~ giữ bình tĩnh; ***lose one's*** ~ mất bình tĩnh
temperament tính khí
temperamental (*moody*) tính khí thất thường
temperature (*of climate*) nhiệt độ; (*fever*) sốt; ***have a*** ~ lên cơn sốt
temple[1] REL đền
temple[2] ANAT thái dương
Temple of Literature Văn Miếu
tempo nhịp
temporarily tạm thời
temporary tạm thời
tempt lôi kéo; ~ ***s.o. into doing sth*** lôi kéo ai làm gì
temptation sự cám dỗ
tempting hấp dẫn
ten mười
tenacious ngoan cường
tenant người thuê
tend[1] *v/t* (*look after*) chăm nom
tend[2]: ~ ***to do sth*** có khuynh hướng làm gì; ~ ***toward sth*** hướng về gì
tendency xu hướng
tender[1] *adj* (*sore*) đau; (*affectionate*) âu yếm; *steak* mềm
tender[2] *n* COM sự bỏ thầu
tenderness (*soreness*) đau nhức; (*of kiss etc*) sự âu yếm; (*of steak*) mềm
tendon gân
tennis ten-nít
tennis ball bóng ten-nít; **tennis court** sân ten-nít; **tennis player** người chơi ten-nít; **tennis racket** vợt ten-nít
tenor *n* (*singer*) giọng nam cao; ~ ***part*** bè têno
tense[1] *n* GRAM thời
tense[2] *adj muscle* căng; *voice* hồi hộp; *person* bồn chồn; *moment* găng
♦**tense up** *v/i* (*of muscles*) căng; (*of person*) bồn chồn
tension (*of rope*) độ căng; (*in atmosphere, voice*) sự căng thẳng; (*in movie*) tình huống căng thẳng
tent lều
tentacle xúc tu
tentative thăm dò
tenterhooks: ***be on*** ~ lo sốt vó
tenth *adj* thứ mười
tepid *water etc* âm ấm; *reaction* không dứt khoát
term (*period of time*) nhiệm kỳ;

(*condition*) điều khoản; (*word*) từ; *Br* EDU học kỳ; ***be on good/bad ~s with s.o.*** có quan hệ tốt/xấu với ai; ***in the long/short ~*** trong tương lai xa/gần; ***come to ~s with sth*** chịu chấp nhận gì
terminal **1** *n* (*at airport*) ga đến hoặc đi; (*for buses*) bến cuối cùng, trạm cuối cùng (*S*); (*for containers*) bến; ELEC cực; COMPUT thiết bị đầu cuối **2** *adj illness* vào giai đoạn cuối
terminally *adv*: ***~ ill*** ốm nặng vô phương cứu chữa
terminate **1** *v/t contract* chấm dứt; *pregnancy* nạo thai **2** *v/i* (*end*) hoàn thành
termination (*of contract*) sự kết thúc; (*of pregnancy*) sự nạo thai
terminology thuật ngữ
terminus (*for buses*) bến cuối cùng, trạm cuối cùng (*S*); (*for trains*) ga cuối cùng
terrace (*on hillside*) bậc thang; (*patio*) sân hiên
terracotta đồ đất nung
terrain địa hình
terrestrial *adj species* của trái đất; ***~ television*** *vô tuyến không dùng vệ tinh*
terrible khủng khiếp
terribly (*very*) rất
terrific tuyệt vời
terrifically (*very*) cực kỳ
terrify làm khiếp sợ; ***be terrified*** khiếp sợ
terrifying gây kinh hoàng
territorial lãnh thổ
territorial waters lãnh hải
territory lãnh thổ; *fig* lĩnh vực
terror nỗi khiếp sợ
terrorism chính sách khủng bố
terrorist tên khủng bố
terrorist organization tổ chức khủng bố
terrorize khủng bố
test **1** *n* (*academic, scientific, technical*) sự kiểm tra; (MED: *blood, urine*) sự xét nghiệm; (*trial of a person's character*) sự thử thách; ***driving ~*** cuộc thi lấy bằng lái xe **2** *v/t person* thử thách; *machine, theory* thử nghiệm
testament bằng chứng; ***Old Testament*** Kinh Cựu ước; ***New Testament*** Kinh Tân ước
testicle tinh hoàn
testify *v/i* LAW làm chứng
testimonial *n* giấy chứng nhận
test tube ống nghiệm
test-tube baby trẻ sinh ra bằng thụ tinh nhân tạo
testy (*irritable*) hay cáu kỉnh
tetanus bệnh uốn ván
tether **1** *v/t horse* buộc **2** *n* dây buộc; ***be at the end of one's ~*** không thể chịu đựng được nữa
Tet offensive tết Mậu Thân
text văn bản
textbook sách giáo khoa
textile vải
texture kết cấu
Thai **1** *adj* Thái Lan **2** *n* (*person*) người Thái Lan; (*language*) tiếng Thái Lan
Thailand nước Thái Lan
than hơn; ***bigger ~ /faster ~ me*** to hơn/nhanh hơn tôi
thank *v/t* cám ơn; ***~ you*** xin cám ơn; ***no ~ you*** không, cám ơn anh/chị
thankful biết ơn
thankfully một cách biết ơn; (*luckily*) may mắn
thankless *task* bạc bẽo
thanks lời cám ơn; ***~!*** xin cám ơn!; ***~ to*** nhờ có
Thanksgiving (Day) ngày Lễ Tạ ơn

that **1** *adj* đó; **~ *letter*** bức thư đó; **~ *one*** (*thing*) cái đó; (*person*) người đó **2** *pron* đó; ***what is ~?*** cái gì đó?; ***who is ~?*** ai đó?; ***~'s mine*** đó là của tôi; ***~'s tea*** đó là chè; ***~'s very kind*** thật tử tế quá; ***~ is what you told me*** đó là điều anh/chị đã nói với tôi **3** *relative pron* (*can be omitted*) mà; ***the person/car ~ you see*** người/ô tô (mà) anh/chị trông thấy ◊: ***I think ~ ...*** tôi nghĩ rằng ... **4** *adv* (*so*) thế; ***~ big/expensive*** to/đắt thế
thatched house nhà tranh
thaw *v/i* (*of snow*) tan; (*of frozen food*) tan băng
the ◊ (*no equivalent in Vietnamese*): ***~ border*** biên giới; ***~ capital of Vietnam*** thủ đô Việt Nam ◊ (*when reference pre-identified, use of classifier*): ***is that ~ ring he gave you?*** đó có phải là chiếc nhẫn anh ấy cho anh/chị không? ◊: ***~ rich/poor*** người giàu/nghèo ◊: ***~ sooner ~ better*** càng sớm càng tốt
theater nhà hát
theatrical sân khấu; (*overdone*) điệu bộ
theft trộm cắp
their ◊ (của) họ; (*children, animals*) (của) chúng; (*things*) (của) những cái ấy; *pej* (*for people you don't like*) (của) chúng (nó); (*emphatic*) của họ; ***~ hotel*** khách sạn (của) họ; ***they hurt ~ legs*** họ đau chân; ***they lost ~ tickets*** họ mất vé ◊ (*his or her*) của họ; ***someone has left ~ keys here*** ai đó đã để quên chìa khóa (của họ) ở đây
theirs của họ; ***a friend of ~*** một người bạn của họ; → ***them***
them (*people*) họ; (*children, animals*) chúng; (*things*) những cái đó; *pej* (*for people you don't like*) chúng (nó); ***this is for ~*** cái này là cho họ; ***who is that? – it's ~ again*** ai đấy? – lại là chúng nó ◊ (*him or her*): họ; ***nobody had a car with ~*** không một ai đi ô tô cả
theme chủ đề
theme park công viên chủ đề
theme song bài hát chủ đề
themselves chính họ; ***they hurt ~*** tự họ làm đau; ***by ~*** tự họ; → ***them***
then (*at that time*) khi ấy; (*after that*) sau đó; (*deducing*) vậy thì; ***by ~*** đến khi ấy
theology thần học
theoretical lý thuyết
theory lý thuyết; ***in ~*** về mặt lý thuyết
therapeutic trị liệu
therapist chuyên viên trị liệu
therapy trị liệu pháp
there ở đó; ***over ~/down ~*** ở đó/dưới đó; ***~ is /are ...*** có ...; ***is/are ~ ...?*** có ... không?; ***~ is/are not ...*** không có ...; ***~ you are*** (*giving sth*) của anh/chị đây; (*finding sth*) đấy rồi; (*completing sth*) đây; ***~ and back*** đi và về; ***~ he is!*** anh ấy đây rồi!; ***~, ~!*** nào, nào!
thereabouts khoảng
therefore vì thế
thermometer nhiệt kế
thermos flask phích (*N*), téc-mốt
thermostat bộ điều chỉnh nhiệt
these **1** *adj* những ... này; ***~ streets/people*** những phố/người này **2** *pron* những cái này
thesis luận văn
they ◊ (*people*) họ; (*children, animals*) chúng; (*things*) những cái ấy; *pej* (*for people you don't like*) chúng (nó) ◊ (*he or she*) họ; ***if anyone knows, ~ should say so***

nếu ai đó biết họ cũng nên nói vậy ◊ (*impersonal*) họ, người ta; ~ ***say that ...*** họ nói rằng ...; ~ ***are going to change the law*** họ sẽ thay đổi luật

thick *hair*, *wall*, *book* dầy; *soup* đặc; *fog* dầy đặc; F (*stupid*) ngu dốt

thicken *sauce* đặc

thickset chắc đậm

thickskinned *fig* lì

thief kẻ cắp

thigh đùi

thimble cái đê

thin *hair* thưa; *soup* loãng; *coat* mỏng; *person* mảnh khảnh; *line* mảnh

thing đồ vật; ~***s*** (*belongings*) đồ cá nhân; ***how are ~s?*** cuộc sống ra sao?; ***good ~ you told me*** may là anh/chị đã nói với tôi; ***what a ~ to do/say!*** ai đời lại làm/nói như vậy!

thingumajig F (*object*) cái ấy; (*person*) người ấy

think nghĩ; ***I ~ so*** tôi nghĩ vậy; ***I don't ~ so*** tôi không nghĩ vậy; ***I ~ so too*** tôi cũng nghĩ vậy; ***what do you ~?*** anh/chị nghĩ thế nào?; ***what do you ~ of it?*** anh/chị nghĩ gì về điều đó?; ***I can't ~ of anything more*** tôi không thể nghĩ gì hơn nữa; ~ ***hard!*** hãy suy nghĩ kỹ đi!; ***I'm ~ing about emigrating*** tôi đang nghĩ chuyện di cư

♦ **think over** cân nhắc

♦ **think through** suy xét kỹ lưỡng

♦ **think up** *plan* sáng tạo

third **1** *adj* thứ ba **2** *n* (*fraction*) một phần ba

thirdly thứ ba

third-party insurance bảo hiểm trách nhiệm dân sự; **third-rate** chất lượng kém; **Third World** thế giới thứ ba

thirst sự khát

thirsty khát; ***be*** ~ khát

thirteen mười ba

thirteenth *adj* thứ mười ba

thirtieth *adj* thứ ba mười

thirty ba mươi

this **1** *adj* này; ~ ***table*** cái bàn này; ~ ***one*** cái này **2** *pron* cái này; ~ ***is good*** cái này tốt; ~ ***is ...*** (*introducing s.o.*) đây là ...; ~ ***is Lan*** TELEC Lan đây **3** *adv*: ~ ***big*** to như thế; ~ ***high*** cao như thế

thorn gai

thorough *search* kỹ lưỡng; *knowledge* đầy đủ; *person* cẩn thận

thoroughbred (*horse*) thuần chủng

those **1** *adj* những ... đó; ~ ***jobs*** những công việc đó **2** *pron* những cái đó

though **1** *conj* (*although*) mặc dù; ~ ***it might fail*** mặc dù có thể thất bại; ***as*** ~ như là **2** *adv* tuy nhiên; ***it's not finished*** ~ tuy nhiên vẫn chưa kết thúc

thought (*single*) ý kiến; (*collective*) tư duy

thoughtful *look*, *face* trầm tư; *book* sâu sắc; (*considerate*) chu đáo

thoughtless không thận trọng

thousand nghìn; ~***s of*** (*lots of*) hàng nghìn; ***ten*** ~ mười nghìn; ***hundred*** ~ trăm nghìn

thousandth *adj* thứ một nghìn

thrash *v/t* (*with stick etc*) đánh đập; SP đánh bại

♦ **thrash around** (*with arms etc*) quẫy đập

♦ **thrash out** *solution* tranh luận triệt để

thrashing (*beating*) đánh đập; SP thắng đậm

thread **1** *n* sợi chỉ; (*of screw*) đường ren **2** *v/t needle* xâu kim; *beads* xâu chuỗi hạt

threadbare cũ rích
threat sự đe dọa
threaten đe dọa
threatening *gesture*, *tone* cảnh cáo; *sky* đe dọa
three ba
three-quarters *n* ba phần tư
thresh *v/t corn* đập
threshold (*of house*) ngưỡng cửa; (*of new age*) bước vào; ***on the ~ of*** *fig* ở buổi đầu của
thrift tính tiết kiệm
thrifty tiết kiệm
thrill **1** *n* (*pleasure*) sự xúc động; (*slight shudder*) sự run lên **2** *v/t*: ***be ~ed*** xúc động
thriller ly kỳ
thrilling gây xúc động
thrive (*of plant*) chóng lớn; (*of business, economy*) thịnh vượng
throat cổ họng
throat lozenges viên ngậm chống ho
throb **1** *n* (*of heart*) đập mạnh; (*of music*) rộn ràng **2** *v/i* (*of heart*) đập mạnh; (*of music*) rộn ràng
thrombosis chứng huyết khối
throne ngai vàng
throttle **1** *n* (*on motorbike*) tay ga; (*on boat*) van tiết lưu **2** *v/t* (*strangle*) bóp cổ
♦ **throttle back** *v/i* giảm ga
through **1** *prep* (*across*) qua; (*during*) suốt; (*thanks to*) nhờ có; ***go ~ the city*** đi qua thành phố; ***~ the winter/summer*** suốt mùa đông/hè; ***Monday ~ Friday*** suốt từ thứ Hai cho đến hết thứ Sáu; ***arranged ~ him*** nhờ anh ấy xắp đặt **2** *adv*: ***wet ~*** ướt sũng; ***watch a movie ~*** xem hết bộ phim; ***read a book ~*** đọc hết cuốn sách **3** *adj*: ***be ~*** (*of couple*) đã cắt đứt; (*have arrived: of news etc*) vừa tới; ***you're ~*** TELEC anh/chị có thể nói chuyện được rồi; ***I'm ~ with ...*** (*finished with*) tôi đã kết thúc với ...
through flight chuyến bay thẳng
throughout **1** *prep* suốt **2** *adv* (*in all parts*) khắp nơi
through train chuyến tầu chạy suốt
throw **1** *v/t object* ném; (*of horse*) hất ngã; (*disconcert*) làm bối rối; *party* tổ chức **2** *n* (*of dice*) sự gieo; (*act of throwing*) sự ném
♦ **throw away** vứt đi
♦ **throw out** *old things* vứt; (*from bar etc*) đuổi khỏi; *husband* đuổi đi; *plan* bác bỏ
♦ **throw up** **1** *v/t ball* tung; ***~ one's hands*** giơ cao tay lên **2** *v/i* (*vomit*) nôn (*N*), ói (*S*)
throw-away *remark* bâng quơ; (*disposable*) chỉ dùng một lần
throw-in SP ném bóng vào sân
thru → ***through***
thrush (*bird*) chim hét
thrust *v/t* (*push hard*) ấn; ***~ sth into s.o.'s hands*** ấn gì vào tay ai; ***~ one's way through a crowd*** len qua đám đông
thud *n* tiếng huỵt
thug (*aggressive person*) kẻ côn đồ; (*violent criminal*) hung phạm
thumb **1** *n* ngón tay cái **2** *v/t*: ***~ a ride*** vẫy xe đi nhờ
thumbtack đinh rệp
thump **1** *n* (*blow*) đấm; (*noise*) đánh huỵt **2** *v/t person* đánh; ***~ one's fist on the table*** đấm xuống bàn **3** *v/i* (*of heart*) đập mạnh; ***~ at the door*** đập thùn thụp vào cửa
thunder *n* tiếng sấm
thunderstorm bão tố
thundery *weather* dông tố
Thursday thứ Năm

thus (*in this way*) như thế; (*therefore*) do đó
thwart *person*, *plans* cản trở
thyroid (gland) tuyến giáp
Tibet nước Tây Tạng
Tibetan 1 *adj* Tây Tạng **2** *n* (*person*) người Tây Tạng; (*language*) tiếng Tây Tạng
tick 1 *n* (*of clock*) tiếng tíc-tắc; (*checkmark*) dấu kiểm **2** *v/i* (*of clock*) kêu tíc-tắc
♦**tick off** (*reprimand*) trách mắng
ticket vé
ticket collector người thu vé; **ticket inspector** người kiểm soát vé; **ticket machine** máy bán vé; **ticket office** (*at station*) phòng vé; THEA quầy vé
tickle 1 *v/t person* cù (*N*), thọc lét (*S*) **2** *v/i* (*of material*) làm buồn buồn (*N*), làm nhột (*S*); (*of person*) làm buồn (*N*), làm nhột (*S*)
ticklish *person* có máu buồn (*N*), hay nhột (*S*)
tidal wave sóng cồn
tide thủy triều; ***high*** ~ triều lên; ***low*** ~ triều xuống; ***the ~ is in/out*** thủy triều lên/xuống
tidy *person*, *habits*, *room*, *house* ngăn nắp
♦**tidy up 1** *v/t room*, *shelves* dọn dẹp; ***tidy oneself up*** sửa sang chỉnh tề **2** *v/i* ngăn nắp
tie 1 *n* (*neck~*) cà vạt; (SP: *even result*) trận hòa; ***he doesn't have any ~s*** anh ấy không có chút ràng buộc nào cả **2** *v/t knot* thắt nút; *hands* buộc; ***~ two ropes together*** thắt nút hai dây với nhau **3** *v/i* SP hòa
♦**tie down** (*with rope*) cột; (*restrict*) ràng buộc
♦**tie up** *person* trói; *laces*, *hair* buộc; *boat* cột; ***I'm tied up tomorrow*** (*busy*) mai tôi mắc bận
tier (*of hierarchy*) tầng lớp; (*in stadium*) dãy ghế
tiger con hổ (*N*), con cọp (*S*); (*in Vietnamese zodiac*) Dần
tight 1 *adj* (*close-fitting*) chật; (*strict*) chặt chẽ; (*hard to move*) chặt; (*properly shut*) đóng kín; (*not leaving much time*) khít; F (*drunk*) say **2** *adv hold*, *shut* chặt
tighten *screw* vặn chặt; *control*, *security* nghiêm ngặt; ***~ one's grip on sth*** nắm chặt gì
♦**tighten up** *v/i* (*in discipline*, *security*) nghiêm ngặt
tight-fisted chặt chẽ
tightrope dây kéo căng
tile *n* đá lát
till[1] → ***until***
till[2] (*cash register*) máy tính tiền
till[3] *v/t soil* làm đất
tilt *v/t* & *v/i* nghiêng
timber *n* gỗ
time thời gian; (*occasion*) lần; ***~ is up*** hết giờ; ***for the ~ being*** tạm thời; ***have a good ~*** có thời gian vui vẻ; ***have a good ~!*** chúc vui vẻ!; ***what's the ~?***, ***what ~ is it?*** mấy giờ rồi?; ***the first ~*** lần đầu tiên; ***four ~s*** bốn lần; ***~ and again*** lần lại lần; ***all the ~*** luôn luôn; ***two/three at a ~*** hai/ba mỗi lần; ***at the same ~*** *speak*, *reply etc* cùng một lúc; (*however*) tuy nhiên; ***in ~*** kịp; ***on ~*** đúng giờ; ***in no ~*** rất nhanh
time bomb bom giờ; **time clock** (*in factory*) máy chấm công; **time-consuming** tốn nhiều thời gian; **time-lag** khoảng thời gian; **time limit** thời hạn
timely đúng lúc
time out SP nghỉ đấu
timer bấm giờ

---

ch (*final*) k	**gh** g	**nh** (*final*) ng	**r** z; (*S*) r	**x** s	**â** (but)	**i** (tin)
d z; (*S*) y	**gi** z; (*S*) y	**ph** f	**th** t	**a** (hat)	**e** (red)	**o** (saw)
đ d	**nh** (onion)	**qu** kw	**tr** ch	**ă** (hard)	**ê** ay	**ô** oh

timesaving *n* tiết kiệm thời gian; **timescale** (*of project*) thời gian thực hiện; **time switch** nút định giờ; **timetable** (*train* ~) giờ tàu chạy; (*flight* ~) lịch bay; **timewarp** *quá khứ hoặc tương lai trở thành hiện thực*; **time zone** vùng có chung múi giờ

timid *person*, *animal* nhút nhát; *smile* bẽn lẽn

timing (*choosing a time*) thời điểm; (*of actor*, *dancer*) sự hành động đúng lúc; ***the ~ of the announcement was perfect*** thời điểm thông báo thật là lý tưởng

tin (*metal*) thiếc

tinfoil lá thiếc

tinge *n* (*of color*) nhuốm; (*of sadness*) đượm

tingle *v/i* (*of skin*, *hands*) tê tê

♦**tinker with** mày mò

tinkle *n* (*of bell*) tiếng leng keng

tinsel kim tuyến

tint **1** *n* (*of color*) sắc; (*in hair*) nhuộm **2** *v/t hair* nhuộm

tinted: ~ ***eyeglasses*** kính màu

tiny *baby*, *hands etc* bé xíu; *doubt* chút xíu

tip[1] *n* (*of stick*, *finger*, *cigarette*) đầu; (*of mountain*) đỉnh

tip[2] **1** *n* (*piece of advice*) mách nước; (*money*) tiền thưởng **2** *v/t waiter etc* thưởng

♦**tip off** báo trước

♦**tip over** *pitcher*, *liquid* đổ; ***he tipped water all over me*** anh ấy đã đổ nước lên khắp mình mẩy tôi

tipped *cigarettes* đầu lọc

tippy-toe *n*: ***walk/stand on*** ~ đi/đứng nhón chân

tipsy ngà say

tire[1] *n* lốp

tire[2] **1** *v/t* làm mệt **2** *v/i* mệt mỏi; ***he never ~s of it*** anh ấy không bao giờ chán nó

tired mệt; ***be ~ of s.o./sth*** chán ngấy ai/gì

tireless *efforts* không mệt mỏi

tiresome (*annoying*) khó chịu

tiring gây mệt mỏi

tissue ANAT mô; (*handkerchief*) khăn giấy

tissue paper giấy lụa

tit[1] (*bird*) chim sẻ ngô

tit[2]: ~ ***for tat*** ăn miếng trả miếng

tit[3] V (*breast*) vú

title (*of novel etc*) đầu đề; (*of person*) chức vụ; LAW quyền

titter *v/i* cười khúc khích

to **1** *prep* đến; ~ ***Vietnam*** đến Việt Nam; ***go ~ my place*** đến nhà tôi; ***walk ~ the station*** đi bộ đến nhà ga; ~ ***the north/south of ...*** ở phía bắc/nam của ...; ***give sth ~ s.o.*** đưa gì cho ai; ***from Monday ~ Wednesday*** từ thứ Hai đến thứ Tư; ***from 10 ~ 15 people*** từ 10 đến 15 người **2** *with verbs*: (*not translated*): ~ ***speak***, ~ ***shout*** nói, hét; ***learn ~ drive*** học lái xe; ***nice ~ eat*** trông ngon miệng; ***too heavy ~ carry*** quá nặng để vác; ~ ***be honest with you ...*** thẳng thắn mà nói thì ... **3** *adv*: ~ ***and fro*** đi đi lại lại

toad con cóc

toadstool một loại nấm độc

toast **1** *n* bánh mì nướng; (*when drinking*) nâng cốc; ***propose a ~ to s.o.*** đề nghị nâng cốc chúc mừng ai **2** *v/t* (*when drinking*) nâng cốc

tobacco thuốc lá sợi; (*smoked in water pipe*) thuốc lào

toboggan *n* xe trượt tuyết

today hôm nay

toddle (*of child*) đi chập chững

toddler đứa trẻ mới biết đi
toe 1 *n* ngón chân; (*of shoe*) mũi **2** *v/t*: ~ ***the line*** nhắm mắt làm theo
toffee kẹo bơ
tofu đậu phụ
together (*as a pair or group*) cùng nhau; (*at the same time*) cùng một lúc
toil *n* công việc cực nhọc
toilet (*place*) nhà vệ sinh; (*equipment*) vệ sinh; ***go to the*** ~ đi giải
toilet paper giấy vệ sinh
toiletries *các mặt hàng xà phòng, kem, bàn chải đánh răng*
token (*sign*) biểu hiện; ***gift*** ~ phiếu mua tặng phẩm
Tokyo Tô-ky-ô
tolerable *pain etc* có thể chịu đựng được; (*quite good*) kha khá
tolerance sự dung thứ
tolerant khoan dung
tolerate *noise, person* chịu đựng đươc; ***I won't ~ it!*** tôi sẽ không tha!
toll[1] *v/i* (*of bell*) rung
toll[2] (*deaths*) số người chết
toll[3] (*for bridge, road*) lệ phí; TELEC cước điện thoại đường dài
toll booth (*on road, bridge*) trạm thu lệ phí cầu đường; **toll-free** TELEC điện thoại miễn phí; **toll road** đường thu lệ phí
tomato cà chua
tomato ketchup sốt cà chua
tomb mộ
tomboy (*in personality*) cô gái nam tính; (*in appearance*) cô gái trông như con trai
tombstone bia mộ
tomcat mèo đực
tomorrow ngày mai; ***the day after*** ~ ngày kia, mốt (*S*); ~ ***morning*** sáng mai
ton tấn
tone (*of color*) sắc; (*of musical instrument*) âm thanh; (*of conversation etc*) giọng; (*of neighborhood*) môi trường; ~ ***of voice*** giọng nói
♦**tone down** *demands etc* giảm bớt
toner bột in tĩnh điện
tongs (*for sugar, ice, salad*) cái gắp; (*in laboratory*) cái kẹp; (*for hair*) cái kẹp uốn
tongue *n* lưỡi
tonic MED thuốc bổ
tonic (water) nước tôníc
tonight tối nay
tonsillitis sưng amiđan
tonsils amiđan
too (*also*) cũng; (*excessively*) quá; ***me*** ~ tôi cũng vậy; ~ ***big/hot*** quá to/nóng; ~ ***much rice*** quá nhiều cơm; ***eat ~ much*** ăn quá nhiều
tool dụng cụ
tooth răng
toothache đau răng
toothbrush bàn chải răng
toothless không có răng
toothpaste kem đánh răng
toothpick cái tăm
top 1 *n* (*of mountain, tree*) ngọn; (*upper part*) phần trên; (*lid: of bottle, pen*) nắp; (*of class, league*) vị trí đứng đầu; (*clothing*) áo; ***on ~ of*** ở trên; ***at the ~ of*** ở vị trí cao nhất; ***get to the*** ~ (*of company etc*) đạt vị trí đứng đầu; ***be over the*** ~ (*exaggerated*) cường điệu; (*of behavior*) quá đáng **2** *adj branches, floor, speed* cao nhất; *job, people* hàng đầu; *player* xuất sắc **3** *v/t*: ***~ped with cream*** phủ kem trên
top gear MOT số cao nhất; **top hat** mũ chóp cao; **topheavy** nặng ở phần đầu

♦**top up** *glass, tank* đổ đầy
topic chủ đề
topical có tính thời sự
topless *adj waitress* ngực trần
topmost *branches, floor* cao nhất
topping (*on pizza*) lớp nhân trên
topple 1 *v/i* đổ nhào **2** *v/t government* lật đổ
top secret *adj* tối mật
topsy-turvy *adj* (*in disorder*) hỗn loạn; *world* đảo lộn
torch *n* (*with flame*) đuốc
torment 1 *n* đau khổ **2** *v/t person, animal* hành hạ; *~ed by doubt* bị nghi ngờ dằn vặt
tornado cơn lốc
torrent (*of water*) nước lũ; (*of abuse, words*) một tràng
torrential *rain* xối xả
tortoise con rùa
torture 1 *n* sự tra tấn **2** *v/t* tra tấn
toss 1 *v/t ball* tung; *rider* hất lên; *salad* trộn; *~ a coin* tung đồng xu **2** *v/i*: *~ and turn* trở mình
total 1 *n* tổng số **2** *adj sum, amount* tổng cộng; *disaster, idiot, stranger* hoàn toàn **3** *v/t* (*of figures*) tính tổng số; F *car* vỡ tan tành
totalitarian chuyên chế
totally hoàn toàn
tote bag giỏ
totter *v/i* (*of adult*) lảo đảo; (*of child*) chập chững
touch 1 *n* (*act of touching*) cái chạm; (*sense*) xúc giác; (*little bit*) một chút; SP ngoài đường biên; *lose ~ with s.o.* mất liên lạc với ai; *keep in ~ with s.o.* giữ liên lạc với ai; *we keep in ~* chúng tôi vẫn giữ liên lạc với nhau; *be out of ~* không còn liên lạc nữa **2** *v/t* (*physically*) chạm; (*emotionally*) làm xúc động **3** *v/i* (*with hand*) chạm; (*of two lines etc*) chạm nhau
♦**touch down** *v/i* (*of airplane*) hạ cánh; SP ghi điểm
♦**touch on** (*mention*) đề cập đến
♦**touch up** *photo* sửa cho đẹp
touchdown (*of airplane*) sự hạ cánh; SP ghi điểm
touching *adj* cảm động
touchline SP đường biên
touchy *person* hay cáu kỉnh
tough *person* cứng cỏi; *meat* dai; *question, exam* khó; *material* bền; *punishment* nghiêm khắc
tough guy (*violent*) người đàn ông hung bạo; (*not showing emotions*) người ít biểu lộ tình cảm
tour 1 *n* chuyến đi tham quan **2** *v/t area* đi du lịch
tourism ngành du lịch
tourist khách du lịch
tourist (information) office phòng thông tin du lịch
tournament SP giải thi đấu
tour operator hãng điều hành du lịch
tousled *hair* bù xù
tow 1 *v/t car, boat* kéo **2** *n* sự kéo; *give s.o. a ~* kéo giúp hộ ai
♦**tow away** *car* kéo đi
toward *prep* (*in the direction of*) về phía; *fig* hướng tới; (*in relation to*) đối với; *~ a solution* hướng tới một giải pháp; *he came ~ us* anh ấy đi về phía chúng tôi; *kind ~ s.o.* tử tế với ai
towel khăn tắm
tower *n* tháp
town thị xã
town council hội đồng thị xã
town hall tòa thị chính
towrope dây dùng để kéo
toxic độc hại
toy đồ chơi
♦**toy with** *object* chơi nghịch với; *idea* nghĩ vẩn vơ về

trace 1 *n* (*of substance*) dấu hiệu **2** *v/t* (*find*) tìm thấy; (*follow*: *footsteps*) lần theo; (*draw*) vẽ

track *n* (*path*) đường mòn; (*on racecourse*) đường đua nhỏ; (*racecourse*) đường đua chính; RAIL đường ray; ***~ 10*** RAIL đường sân ga số 10; ***keep ~ of sth*** theo dõi gì

♦**track down** tìm thấy

tracksuit quần áo thể thao

tractor máy kéo

trade 1 *n* (*commerce*) thương mại; (*profession, craft*) kinh doanh **2** *v/i* (*do business*) kinh doanh; ***~ in sth*** kinh doanh gì **3** *v/t* (*exchange*) trao đổi; ***~ sth for sth*** đổi gì lấy gì

♦**trade in** *v/t* (*when buying*) đổi mua; ***he traded in his car for a new model*** anh ấy đã đổi chiếc ô tô cũ của mình để mua lấy chiếc xe kiểu mới

trade fair hội chợ triển lãm; **trademark** nhãn hiệu; **trade mission** phái đoàn thương mại

trader thương nhân

trade secret bí quyết nhà nghề

trade(s) union công đoàn

tradition truyền thống

traditional truyền thống

traditionally theo truyền thống

traditional medicine thuốc bắc

traditional Vietnamese dress áo dài

traffic *n* (*on roads*) xe cộ; (*at airport*) lưu lượng vận chuyển; (*in drugs*) sự buôn lậu

♦**traffic in** *drugs* buôn lậu

traffic accident tai nạn xe cộ; **traffic circle** bùng binh (*S*), ngã tư (*N*); **traffic cop** F cảnh sát giao thông; **traffic island** *khu vực nhô lên giữa đường dành cho người đi bộ khi qua đường*; **traffic jam** ách tắc giao thông; **traffic light** đèn hiệu giao thông; **traffic police** cảnh sát giao thông; **traffic sign** bảng hiệu giao thông; **traffic warden** nhân viên kiểm soát việc đỗ xe

tragedy *also fig* bi kịch

tragic *loss, voice, death etc* bi thảm; *actor* bi kịch

trail 1 *n* (*path*) đường mòn; (*of blood*) vết **2** *v/t* (*follow*) theo đuổi; (*tow*) kéo lê **3** *v/i* (*lag behind*) lẽo đẽo theo sau

trailer (*pulled by vehicle*) xe moóc; (*mobile home*) nhà lưu động; (*of movie*) trích đoạn quảng cáo

train[1] *n* tàu hỏa; ***go by ~*** đi bằng tàu hỏa

train[2] **1** *v/t team, athlete* huấn luyện; *employee* đào tạo; *dog* luyện tập **2** *v/i* (*of team, athlete*) được huấn luyện; (*of teacher etc*) được đào tạo

trainee người được đào tạo

trainer SP huấn luyện viên; (*of dog*) người dạy

trainers *Br* (*shoes*) giầy thể thao

training (*of new staff*) đào tạo; SP thời kỳ huấn luyện; ***be in ~*** SP trong thời kỳ huấn luyện; ***be out of ~*** SP hết thời kỳ huấn luyện

training course khóa đào tạo

training scheme chương trình đào tạo

train station ga xe lửa

trait đặc điểm

traitor kẻ phản bội

tramp 1 *n* (*hobo*) kẻ lang thang **2** *v/i* lê bước

trample *v/t*: ***be ~d to death*** bị giẫm đạp đến chết; ***be ~d underfoot*** bị giẫm đạp lên

♦**trample on** *person* chà đạp; *object* giẫm nát

---

ch (*final*) k	**gh** g	**nh** (*final*) ng	**r** z; (*S*) r	**x** s	**â** (but)	**i** (tin)
d z; (*S*) y	**gi** z; (*S*) y	**ph** f	**th** t	**a** (hat)	**e** (red)	**o** (saw)
đ d	**nh** (onion)	**qu** kw	**tr** ch	**ă** (hard)	**ê** ay	**ô** oh

trampoline đệm nhún để nhào lộn
trance sự hôn mê; ***go into a ~*** bị hôn mê
Tran Dynasty nhà Trần
tranquil yên tĩnh
tranquility sự tĩnh yên
tranquilizer thuốc an thần
transact *deal, business* giao dịch
transaction sự giao dịch
transatlantic *liner* qua đại tây dương; *trade* giữa các nước đại tây dương
transcendental tiên nghiệm
transcript biên bản
transfer **1** *v/t* & *v/i* chuyển **2** *n* việc chuyển; (*in travel*) chuyển; (*of money*) sự chuyển tiền
transferable *ticket* có thể chuyển nhượng
transform *v/t* biến đổi
transformation sự biến đổi
transformer ELEC cái biến thế
transfusion (*of blood*) sự truyền máu
transistor bóng bán dẫn
transistor radio đài bán dẫn
transit: ***in ~*** (*of goods, passengers*) quá cảnh
transition bước quá độ
transitional quá độ
transit lounge (*at airport*) phòng quá cảnh
translate *text, book* biên dịch; *word* dịch
translation (*of text, book*) sự biên dịch; (*of word*) sự dịch
translator biên dịch viên
transliterate chuyển tự
transmission (*of program, disease*) sự truyền; MOT bộ truyền lực
transmit *program, disease* truyền
transmitter (*for radio, TV*) máy phát
transpacific *flight* qua thái bình dương; *trade* giữa các nước thái bình dương
transparency PHOT phim đèn chiếu
transparent *material* trong suốt; (*obvious*) rõ ràng
transplant MED **1** *v/t* cấy **2** *n* sự cấy
transport **1** *v/t goods, people* vận chuyển **2** *n* (*of goods, people*) sự vận chuyển
transportation (*of goods, people*) sự chuyên chở; ***means of ~*** phương tiện vận chuyển; ***public ~*** giao thông công cộng; ***Department of Transportation*** Bộ Giao thông vận tải
transvestite đàn ông phục sức đàn bà
trap **1** *n* (*for animal*) bẫy; (*question, set-up etc*) cái bẫy; ***set a ~ for s.o.*** cài bẫy ai **2** *v/t animal* bẫy; *person* cài bẫy; ***be ~ped*** (*by enemy, flames, landslide etc*) mắc bẫy
trapdoor cửa sập
trapeze xà treo
trappings (*of power*) vẻ bề ngoài
trash (*garbage*) rác; (*poor product*) không ra gì; (*despicable person*) đồ rác rưởi
trash can thùng rác
trashy *goods, novel* tồi
traumatic đau buồn
travel **1** *n* du lịch; **~s** những chuyến đi **2** *v/i* đi du lịch **3** *v/t miles* vượt
travel agency hãng du lịch
travel bag túi du lịch
traveler người đi du lịch
traveler's check séc du lịch
travel expenses chi phí đi lại; **travel insurance** bảo hiểm du lịch; **travelsick** say tầu xe
trawler thuyền đánh lưới rà
tray (*for food etc*) khay (*S*), mâm (*N*); (*to go in oven, printer,*

copier) khay
treacherous *person* phụ bạc
treachery (*of currents, roads*) không an toàn
tread 1 *n* (*sound of walking*) tiếng chân đi; (*of staircase*) mặt bậc cầu thang; (*of tire*) ta lông **2** *v/i* bước đi
♦**tread on** *person's foot* giẫm lên
treason sự phản quốc
treasure 1 *n* (*object*) kho báu; (*person*) người được yêu quý **2** *v/t gift etc* trân trọng
treasurer thủ quỹ
Treasury Department Bộ Tài chính
treat 1 *n* điều thú vị; ***it was a real ~*** đó là một điều thú vị thực sự; ***I have a ~ for you*** tôi có điều thú vị cho anh/chị; ***it's my ~*** (*I'm paying*) đây là tôi thết **2** *v/t materials* xử lý; *illness* điều trị; (*behave toward*) cư xử; ***~ s.o. to sth*** thết đãi ai gì
treatment (*of materials*) cách xử lý; (*of illness*) phép điều trị; (*of people*) cách đối xử
treaty hiệp ước
treble[1] MUS giọng kim
treble[2] **1** *adv*: ***~ the price*** giá gấp ba **2** *v/i* tăng gấp ba
tree cây
tremble (*of person, hand, voice*) run; (*of building*) rung
tremendous (*very good*) tuyệt vời; (*enormous*) rất lớn
tremendously (*very*) rất; (*a lot*) cực kỳ
tremor (*of earth*) chấn động
trench MIL chiến hào
trend xu hướng
trendy *person, pub, clothes* rất mốt; *views* thức thời
trespass xâm phạm; ***no ~ing*** cấm vào
♦**trespass on** *s.o.'s land* xâm nhập; *s.o.'s privacy* lạm dụng
trespasser người vi phạm
trial LAW phiên tòa xét xử; (*of equipment*) thử nghiệm; ***on ~*** LAW ra hầu tòa; ***have sth on ~*** *equipment* đem thử nghiệm gì
trial period (*for employee*) thời gian làm thử; (*for equipment*) thời gian thử nghiệm
triangle hình tam giác
triangular tam giác
tribe bộ lạc
tribunal tòa án
tributary sông nhánh
trick 1 *n* (*to deceive*) trò bịp; (*knack*) mẹo; ***play a ~ on s.o.*** chơi xỏ ai **2** *v/t* lừa dối; ***~ s.o. into doing sth*** lừa ai làm gì
trickery sự lừa đảo
trickle *n* nhỏ giọt
trickster kẻ lừa đảo
tricky (*difficult*) khó khăn
tricycle xe đạp ba bánh
trifle (*triviality*) trò lặt vặt
trifling *concerns* tầm thường; *details* vặt
trigger *n* (*on gun*) cò; (*on camcorder*) nút bấm
♦**trigger off** gây ra
trim 1 *adj* (*neat*) gọn gàng; *figure* thanh mảnh **2** *v/t hair, hedge* cắt tỉa; *budget, costs* cắt; (*decorate: dress*) tô điểm **3** *n* (*light cut*) sự tỉa; ***just a ~, please*** (*to hairdresser*) chỉ tỉa thôi; ***in good ~*** trong tình trạng tốt
trimming (*on clothes*) đồ trang trí; ***with all the ~s*** với tất cả những thứ kèm theo
trinket đồ trang sức rẻ tiền
trio MUS tam ca; ***a piano ~*** tam tấu pianô
trip 1 *n* (*journey*) chuyến đi **2** *v/i*

(*stumble*) vấp **3** *v/t*: ***~ s.o. up*** (*make fall*) làm cho ai vấp
♦**trip up 1** *v/t* (*make fall*) vấp; (*cause to go wrong*) bẫy **2** *v/i* (*fall*) vấp ngã; (*make a mistake*) phạm lỗi
tripe (*food*) lòng bò
triple → ***treble***
triplets con sinh ba
tripod PHOT giá ba chân
trishaw xích lô
trite nhàm chán
triumph *n* thắng lợi
trivial không đáng kể
triviality cái vớ vẩn
trombone kèn trôm bông
troops quân đội
trophy SP cúp; (*memento of success*) chiến tích
tropic chí tuyến
tropical nhiệt đới
tropics vùng nhiệt đới
trot *v/i* (*of horse*) chạy nước kiệu; (*of person*) chạy cóc cóc
trouble 1 *n* (*difficulties*) khó khăn; (*problems*) vấn đề; (*inconvenience*) phiền phức; (*disturbance*) tình hình lộn xộn; ***he has ~ with his back*** lưng anh ấy có vấn đề; ***go to a lot of ~ to do sth*** bỏ nhiều công sức làm điều gì; ***no ~*** không thành vấn đề; ***get into ~*** gặp rắc rối **2** *v/t* (*worry*) làm lo âu; (*bother, disturb*) làm phiền; (*of back, liver etc*) làm đau
trouble-free không có trục trặc; **troublemaker** người gây phiền hà; **troubleshooter** (*mediator*) người hòa giải; **troubleshooting** hòa giải
troublesome rắc rối
trousers *Br* quần
truant: ***play ~*** trốn học
truce sự ngừng bắn
truck xe tải
truck driver người lái xe tải; **truck farm** nông trại trồng rau để bán; **truck farmer** người làm việc ở nông trại; **truck stop** quán dành cho lái xe tải
trudge 1 *v/i* lê bước **2** *n* chuyến đi bộ dài vất vả
true (*correct*) đúng; *friend, American* thật sự; ***come ~*** (*of hopes, dream*) trở thành sự thật
truly thật sự; ***Yours ~*** kính thư
trumpet *n* kèn trôm-pét
trunk (*of tree, body*) thân; (*of elephant*) vòi; (*large suitcase*) hòm; (*of car*) ngăn để hành lý
trust 1 *n* sự tin tưởng; FIN sự ủy thác **2** *v/t* tin cậy; ***I ~ you*** tôi tin tưởng vào anh/chị
trusted tin cậy được
trustee người được ủy thác
trustful, **trusting** tin người
trustworthy đáng tin cậy
truth sự thật
truthful *person* chân thật; *account* trung thực
try 1 *v/t plan, route, new method* thử; *food* dùng thử; LAW xét xử; ***~ to do sth*** cố gắng làm gì **2** *v/i* thử; ***you must ~ harder*** anh/chị phải cố gắng nhiều hơn nữa **3** *n* sự thử; ***can I have a ~?*** (*of food*) tôi có thể dùng thử được không?; (*at doing sth*) tôi có thể thử làm được không?
♦**try on** *clothes* mặc thử
♦**try out** *new machine, method* thử nghiệm
trying (*annoying*) khó chịu
T-shirt áo phông (*N*), áo thun (*S*)
tub (*bath*) tắm bồn; (*of liquid*) bình; (*for yoghurt, ice cream*) hũ (*S*), hộp
tubby béo phệ
tube (*pipe*) ống; (*of toothpaste, ointment*) tuýp

tubeless *tire* không có săm
tuberculosis bệnh lao
tuck 1 *n* (*in dress*) nếp gấp **2** *v/t* (*put*) nhét
♦**tuck away** (*put away*) cất; (*eat quickly*) ăn ngấu nghiến
♦**tuck in 1** *v/t children* ủ chăn; *sheets* nhét **2** *v/i* (*start eating*) chén
♦**tuck up** *sleeves etc* xắn; ***tuck s.o. up in bed*** ủ chăn cho ai
Tuesday thứ Ba
tuft búi
tug 1 *n* (*pull*) sự giật mạnh; NAUT tàu kéo **2** *v/t* (*pull*) giật mạnh
tuition: ***private ~*** (*given by tutor*) sự dạy tư; (*received by student*) sự học tư
tulip hoa tuy líp
tumble *v/i* đổ nhào
tumbledown ọp ẹp
tumbler (*for drink*) cốc vại; (*in circus*) người nhào lộn
tummy bụng
tummy ache đau bụng
tumor khối u
tumult sự náo động
tumultuous sôi động
tuna cá ngừ
tune 1 *n* giai điệu; ***in ~*** đúng điệu; ***out of ~*** sai điệu **2** *v/t instrument* lên dây
♦**tune in** *v/i* RAD mở đài; TV mở kênh
♦**tune in to** RAD chỉnh sóng; TV chỉnh kênh
♦**tune up 1** *v/i* (*of orchestra*) so dây **2** *v/t engine* chỉnh
tuneful du dương
tuner (*hi-fi*) bộ chọn tín hiệu
tunic EDU áo đồng phục nữ
tunnel *n* đường hầm
turbine tua bin
turbulence (*in air travel*) sự xáo động
turbulent xáo động
turf (*grass*) lớp cỏ
Turk người Thổ Nhĩ Kỳ
Turkey nước Thổ Nhĩ Kỳ
turkey gà tây
Turkish 1 *adj* Thổ Nhĩ Kỳ **2** *n* (*language*) tiếng Thổ Nhĩ Kỳ
turmeric nghệ
turmoil rối loạn
turn 1 *n* (*rotation*) sự quay vòng; (*in road*) chỗ rẽ; (*in vaudeville*) tiết mục; ***take ~s doing sth*** theo thứ tự lần lượt làm gì; ***it's my ~*** đến lượt tôi; ***it's not your ~ yet*** chưa đến lượt anh/chị; ***take a ~ at the wheel*** đến lượt lái xe; ***do s.o. a good ~*** làm một việc gì giúp ai **2** *v/t wheel* quay; *corner* rẽ (*N*), quẹo (*S*); ***~ one's back on s.o.*** quay lưng lại ai **3** *v/i* (*of driver, car*) rẽ (*N*), quẹo (*S*); (*of wheel*) quay; ***~ right/left here*** rẽ phải/trái ở đây; ***it has ~ed sour/cold*** trở nên chua/lạnh; ***he has ~ed 40*** anh ấy đã bước qua tuổi 40
♦**turn around 1** *v/t object* quay; *company* chuyển hướng; COM (*deal with*) giải quyết **2** *v/i* (*of person*) quay mặt lại; (*of driver*) quay lại
♦**turn away 1** *v/t* (*send away*) quay lưng đi **2** *v/i* (*walk away*) bỏ đi; (*look away*) nhìn đi chỗ khác
♦**turn back 1** *v/t edges, sheets* gấp **2** *v/i* (*of walkers etc*) quay trở lại; (*in course of action*) quay lui
♦**turn down** *v/t offer, invitation* từ chối; *volume, TV* vặn nhỏ; *heating* vặn bớt; *edge, collar* gập
♦**turn in 1** *v/i* (*go to bed*) đi ngủ **2** *v/t* (*to police*) giao cho
♦**turn off 1** *v/t radio, TV etc* tắt; *faucet, heater, engine* khóa; F (*sexually*) mất hứng **2** *v/i* (*of car, driver*) rẽ (*N*), quẹo (*S*)

♦**turn on** **1** *v/t radio, TV etc* bật; *tap, heater, engine* mở; F (*sexually*) kích động **2** *v/i* (*of machine*) vặn
♦**turn out** **1** *v/t lights* tắt **2** *v/i*: ***as it turned out*** rốt cục thì
♦**turn over** **1** *v/i* (*in bed*) trở mình; (*of vehicle*) lật nhào **2** *v/t* (*put upside down*) lật ngược; *page* lật; FIN đạt doanh số
♦**turn up** **1** *v/t collar* lật lên; *volume* tăng lên; *cuff* xắn lên **2** *v/i* (*arrive*) đến
turning (*in road*) chỗ rẽ
turning point bước ngoặt
turnout (*people*) số người đến dự; **turnover** FIN doanh số; **turnpike** đường cao tốc có thu lệ phí; **turn signal** MOT đèn xi nhan; **turnstile** cửa quay; **turntable** (*of record player*) bàn quay
turquoise màu ngọc lam
turret (*of castle*) tháp nhỏ; (*of tank*) tháp pháo
turtle con rùa
turtleneck (sweater) áo cổ lọ
tusk ngà
tutor: (***private***) ~ gia sư
tuxedo áo xmốckinh
TV ti vi; ***on*** ~ trên ti vi
TV program chương trình ti vi
twang **1** *n* (*in voice*) giọng mũi **2** *v/t guitar string* búng
tweezers cái nhíp
twelfth *adj* thứ mười hai
twelve mười hai
twentieth *adj* thứ hai mươi
twenty hai mươi
twice hai lần; ~ ***as much*** gấp hai lần
twiddle xoay xoay; ~ ***one's thumbs*** ngồi chơi không
twig *n* nhánh cây
twilight chập tối
twin con sinh đôi
twin beds hai giường
twinge *n* (*of pain*) cơn đau nhói
twinkle *v/i* (*of stars*) lấp lánh; (*of eyes*) long lanh
twin town thành phố kết nghĩa
twirl **1** *v/t* quay tròn **2** *n* (*of cream etc*) hình xoắn tròn
twist **1** *v/t* xoắn; ~ ***one's ankle*** trật mắt cá chân **2** *v/i* (*of road, river*) uốn khúc **3** *n* (*in rope*) nút xoắn; (*in road*) chỗ ngoặt; (*in plot, story*) diễn biến bất ngờ
twisty *road* quanh co
twit F đồ ngu
twitch **1** *n* (*nervous*) sự co giật **2** *v/i* (*jerk*) giật giật
twitter *v/i* (*of birds*) kêu líu ríu
two hai; ***the ~ of them*** cả hai chúng nó
two-faced lá mặt lá trái; **two-stroke** *adj engine* hai kỳ; **two-way traffic** giao thông hai chiều
tycoon vua
type **1** *n* (*sort*) loại; ***what ~ of ...?*** loại … gì? **2** *v/t & v/i* đánh máy
typeset xếp chữ
typewriter máy chữ
typhoid (fever) sốt thương hàn
typhoon cơn bão
typhus bệnh sốt phát ban
typical điển hình; ***a ~ American male*** một người đàn ông Mỹ điển hình; ***that's ~ of him!*** đúng là đặc tính của anh ta!
typically điển hình; ~ ***American*** điển hình của người Mỹ
typist nhân viên đánh máy
tyrannical *regime* chuyên chế
tyrannize *population* áp chế; *one's family* hành hạ
tyranny sự chuyên chế
tyrant kẻ bạo ngược

U

ugly xấu xí
UK (= ***United Kingdom***) Vương quốc Anh
ulcer chỗ loét
ultimate (*best, definitive*) tân tiến nhất; (*final*) cuối cùng; (*fundamental*) cơ bản
ultimately (*in the end*) cuối cùng
ultimatum tối hậu thư
ultrasound MED siêu âm
ultraviolet *adj* cực tím
umbilical cord dây rốn, cây ô (*N*), cây dù (*S*)
umpire *n* trọng tài
umpteen F quá nhiều
UN (= ***United Nations***) Liên hiệp quốc
un ... (*with adjectives*) không ...
unable: ***be ~ to do X*** (*not know how to*) không biết làm X; (*not be in a position to*) không thể làm X
unacceptable không thể chấp nhận được; ***it is ~ that*** không thể chấp nhận rằng
unaccountable không thể giải thích được
unaccustomed: ***be ~ to X*** không quen với X
unadulterated *fig* (*absolute*) hoàn toàn
un-American (*not fitting*) xa lạ với Mỹ; (*against the USA*) chống Mỹ
unanimous *verdict* nhất trí; ***be ~ on*** nhất trí về
unanimously *vote, decide* nhất trí
unapproachable *person* khó gần gủi
unarmed *person* không có vũ khí; ***~ combat*** chiến đấu tay không
unassuming khiêm tốn
unattached (*without a partner*) chưa có người yêu; (*not married*) chưa có gia đình
unattended vô chủ; ***leave X ~*** bỏ quên X
unauthorized không được phép
unavoidable không thể tránh được
unavoidably: ***be ~ detained*** không thể tránh được bị giữ lại
unaware: ***be ~ of*** không ý thức được về
unawares: ***catch X ~*** làm X bất ngờ
unbalanced không cân xứng; PSYCH không bình thường
unbearable không thể chịu nổi
unbeatable *team, quality* vô địch
unbeaten *team* chưa hề bị đánh bại
unbeknownst: ***~ to X*** mà X không được biết
unbelievable không thể tin được; F *heat, value* lạ lùng; ***he's ~*** F (*very good/bad*) anh ấy thật lạ lùng
unbias(s)ed không thiên vị
unblock *pipe* khai thông
unborn chưa sinh
unbreakable *plate* không vỡ được; *world's record* không phá vỡ được
unbutton cởi khuy
uncalled-for (*not necessary*) không cần thiết
uncanny *resemblance, feeling* kỳ lạ; *skill* lạ thường
unceasing không ngừng

uncertain *future* không chắc chắn; *weather* dễ thay đổi; (*unclear*) không rõ ràng; ***be ~ about X*** không biết rõ về X
uncertainty (*of the future*) tình trạng không rõ ràng; ***there is still ~ about*** còn chưa rõ ràng về
unchecked: ***let X go ~*** để X đi thả cửa
uncle (*father's older brother*) bác; (*father's younger brother*) chú; (*mother's brother*) cậu; (*man older than one's parents, not related*) bác; (*man younger than one's parents, not related*) chú
uncomfortable *chair* bất tiện; *sitting position* không thoải mái; ***feel ~ about X*** (*about decision etc*) cảm thấy lo lắng về X; ***I feel ~ with him*** tôi cảm thấy không được thoải mái với anh ấy
uncommon hiếm thấy; ***it's not ~*** không phải là hiếm
uncompromising không nhân nhượng
unconcerned hờ hững; ***be ~ about X*** không lo lắng về X
unconditional vô điều kiện
unconscious MED bất tỉnh; PSYCH tiềm thức; ***knock ~*** đánh bất tỉnh; ***be ~ of X*** (*not aware*) không có ý thức về X
uncontrollable *anger, desire, children* không thể kiềm chế được
unconventional không theo lề thói
uncooperative bất hợp tác
uncork *bottle* mở nút
uncover *corpse, plot, ancient remains* phát hiện
undamaged không bị hư hại
undaunted: ***carry on ~*** tiếp tục không nản lòng
undecided *question* chưa được giải quyết; ***be ~ about X*** lưỡng lự về X
undeniable không thể phủ nhận được
undeniably không thể phủ nhận được
under 1 *prep* (*beneath, less than*) dưới; ***it is ~ investigation*** nó đang được điều tra **2** *adv* (*anesthetized*) hôn mê
underage *drinking etc* dưới tuổi; ***be ~*** dưới tuổi
underarm *adv throw* dưới tầm vai
undercarriage bộ càng bánh máy bay
undercover *adj agent* bí mật
undercut *v/t* COM bán rẻ hơn
underdog bên yếu
underdone *meat* tái
underestimate *v/t person, skills, task* đánh giá thấp
underexposed PHOT chụp rửa non
underfed thiếu ăn
undergo *experiences* chịu đựng; ***~ surgery*** trải qua cuộc phẫu thuật
underground 1 *adj passages etc* ngầm; POL: *resistance, newspaper etc* bí mật **2** *adv work* dưới mặt đất; ***go ~*** POL rút vào bí mật
undergrowth bụi cây thấp
underhand *adj* (*devious*) dối trá
underlie *v/t* (*form basis of*) làm nền tảng
underline *v/t text* gạch dưới
underlying *causes, problems* sâu xa
undermine *s.o.'s position, theory* làm suy yếu
underneath 1 *prep* dưới **2** *adv* bên dưới
underpants quần lót
underpass (*for pedestrians*) đường ngầm (dành cho người đi bộ)
underprivileged bị thiệt thòi về quyền lợi
underrate *v/t* đánh giá thấp
undershirt áo lót

undersized cỡ quá nhỏ
underskirt váy lót
understaffed thiếu nhân viên
understand 1 *v/t* hiểu; ***I ~ that you ...*** tôi hiểu rằng anh/chị ...; ***they are understood to be in Canada*** ho dường như đang ở Canađa 2 *v/i* hiểu
understandable có thể hiểu được
understandably có thể hiểu được
understanding 1 *adj person* biết thông cảm 2 *n* (*of problem, situation*) sự hiểu biết; (*agreement*) sự thỏa thuận; ***on the ~ that ...*** với điều kiện là ...
understatement sự nói nhẹ đi
undertake *task* nhận làm; ***~ to do X*** cam kết làm X
undertaking (*enterprise*) công việc; (*promise*) sự cam kết
undervalue *v/t* đánh giá quá thấp
underwear quần áo lót
underweight *adj* nhẹ cân
underworld (*criminal*) giới tội phạm; (*in mythology*) âm phủ
underwrite *v/t* FIN bảo hiểm
undeserved không xứng đáng
undesirable *features, changes* không mong muốn; *person* không ai ưa; ***~ element*** (*person*) kẻ đáng ghét
undisputed *champion, leader* không bác được
undo *parcel, wrapping* mở; *buttons, shirt, shoelaces* cởi; *s.o. else's work* hủy bỏ
undoubtedly rõ ràng
undreamt-of *riches* không ngờ
undress *v/t & v/i* cởi quần áo
undue (*excessive*) quá đáng
unduly *punished, blamed* không thích đáng; (*excessively*) quá đáng
unearth *ancient remains* khai quật; *fig* (*find*) tìm thấy; *secret* phát hiện
unearthly: ***at this ~ hour*** vào giờ bất tiện này
uneasy *relationship* không thoải mái; *peace* ngột ngạt; ***feel ~ about*** cảm thấy băn khoăn về
uneatable không thể ăn được
uneconomic không kinh tế
uneducated ít học thức
unemployed 1 *adj* thất nghiệp 2 *n*: ***the ~*** những người thất nghiệp
unemployment tình trạng thất nghiệp
unending bất tận
unequal không bằng nhau; ***be ~ to the task*** không đủ sức làm nhiệm vụ
unerring *judgment, instinct* không nhầm lẫn
uneven *quality* không đều; *surface, ground* gồ ghề
unevenly *distributed, applied* không đều; ***~ matched*** (*of two contestants*) đấu không cân sức
uneventful: ***we had an ~ journey*** chúng tôi đã có một chuyến đi bình thường; ***after another ~ day*** lại sau một ngày bình thường nữa
unexpected bất ngờ
unexpectedly bất ngờ
unfair không công bằng
unfaithful *husband, wife* không chung thủy; ***be ~ to X*** không chung thủy với X
unfamiliar không quen; ***be ~ with X*** không quen với X
unfasten *belt* cởi
unfavorable *report, review* không tán thành; *weather conditions* không thuận lợi
unfeeling *person* nhẫn tâm
unfinished chưa kết thúc; ***leave X ~*** để X còn dở dang
unfit (*physically*) không khỏe; (*not morally suited*) không thích hợp; ***be ~ to eat/drink*** không thích hợp

để ăn/uống
unfix *part* tháo
unflappable điềm tĩnh
unfold 1 *v/t sheets, letter* mở ra; *one's arms* mở rộng **2** *v/i* (*of story etc*) được tiết lộ; (*of view*) trải ra
unforeseen bất ngờ
unforgettable không quên được
unforgivable không tha thứ được; ***that was ~ of you*** không thể tha thứ được cho anh/chị
unfortunate *people* bất hạnh; *event* rủi ro; *choice of words* không thích hợp; ***that's ~ for you*** thật đáng tiếc cho anh/chị
unfortunately thật đáng tiếc
unfounded không có cơ sở
unfriendly không thân thiện; *software etc* không dễ sử dụng
unfurnished không có đồ đạc
ungodly: ***at this ~ hour*** vào giờ bất tiện này
ungrateful vô ơn
unhappiness sự bất hạnh
unhappy buồn; (*not content: of customers etc*) không bằng lòng; ***be ~ with the service/an explanation*** không bằng lòng với sự phục vụ/lời giải thích
unharmed không bị thiệt hại
unhealthy *person* không khỏe mạnh; *conditions, food, atmosphere* có hại cho sức khỏe; *economy, balance sheet* không lành mạnh
unheard-of chưa từng nghe thấy
unhurt không bị thương
unhygienic mất vệ sinh
unification sự thống nhất
uniform 1 *n* (*of soldier*) quân phục; (*of school pupil, air hostess*) đồng phục **2** *adj* giống nhau
unify thống nhất
unilateral đơn phương
unimaginable không thể tưởng tượng được
unimaginative không có trí tưởng tượng
unimportant không quan trọng
uninhabitable không thể ở được
uninhabited *building, region* không có người ở
uninjured không bị thương
unintelligible không thể hiểu được
unintentional không có ý
unintentionally vô ý
uninteresting không thú vị
uninterrupted *sleep, work etc* liên tục
union POL liên minh; (*labor ~*) công đoàn
unique độc nhất; F (*very good*) độc nhất vô nhị; ***with his own ~ humor*** với vẻ hài hước riêng của anh ấy
unit (*department, of measurement*), MIL đơn vị; (*section: of machine, structure*) bộ phận; (*part with separate function*) bộ đồ; ***we must work together as a ~*** chúng ta cần phải cùng nhau làm việc như một đơn vị
unit cost COM đơn giá
unite *v/t & v/i* đoàn kết
united *efforts* chung; *group, people* hòa hợp
United Kingdom Vương quốc Anh
United Nations *n* (*organization*) Liên hiệp quốc
United States (of America) Hợp chủng quốc (Hoa Kỳ)
unity sự thống nhất
universal chung
universally toàn thể
universe vũ trụ
university trường đại học; ***he is at ~*** anh ấy đang học ở trường đại học
unjust không công bằng

unkempt *appearance* nhếch nhác; *hair* bù xù
unkind ác
unknown 1 *adj* (*not famous*) vô danh; (*not known*) chưa biết **2** *n*: ***a journey into the ~*** một chuyến đi đến nơi chưa từng biết
unleaded *adj* không có chì
unless trừ phi; ***don't say anything ~ you are sure*** đừng nói gì trừ phi anh/chị thật chắc chắn; ***I am going to my lawyer ~ he pays us tomorrow*** tôi sẽ đi gặp luật sư của tôi, trừ phi anh ấy trả tiền cho chúng tôi
unlike *prep* (*different from*) không giống; ***it's ~ him to drink so much*** anh ấy không có kiểu uống nhiều như thế; ***the photograph was completely ~ her*** bức ảnh hoàn toàn không giống cô ấy
unlikely (*improbable*) không chắc; (*difficult to believe*) không chắc có thực; ***he is ~ to win*** anh ấy không chắc thắng; ***it is ~ that ...*** không chắc rằng ...; ***~ story*** câu chuyện khó tin
unlimited *supplies*, *cash* vô tận; *patience*, *energy*, *power* vô hạn
unlisted: ***be ~*** không có trong danh bạ điện thoại
unload *truck* dỡ hàng; *goods* dỡ
unlock mở khóa
unluckily (*unfortunately*) không may
unlucky *day*, *choice*, *person* đen đủi; ***that was so ~ for you!*** thật là đen đủi cho anh/chị!
unmade-up *face* không trang điểm
unmanned *spacecraft* không có người lái
unmarried không kết hôn
unmistakable không thể nhầm lẫn được
unmoved (*emotionally*) không mủi lòng
unmusical *person* không có khiếu về âm nhạc; *sounds* không êm tai
unnatural (*not normal*) không bình thường; ***it's not ~ to be annoyed*** khó chịu là điều bình thường
unnecessary không cần thiết
unnerving làm nản lòng
unnoticed: ***it went ~*** việc đã qua đi mà không ai để ý
unobtainable *goods* không thể kiếm được; TELEC không thể liên lạc được
unobtrusive *person*, *building* không phô trương
unoccupied *building*, *house* bỏ trống; *post*, *room* trống; *person* nhàn rỗi
unofficial không chính thức
unofficially một cách không chính thức
unpack 1 *v/t* mở **2** *v/i* soạn đồ ra
unpaid *work* không công
unpleasant khó chịu; ***he was very ~ to her*** anh ấy có thái độ rất khó chịu với cô ấy
unplug *v/t TV*, *computer* rút phích cắm
unpopular *government*, *decision* không được lòng dân; *person* không được ưa thích; *style*, *design* không phổ biến
unprecedented chưa từng thấy; ***it was ~ for a woman to ...*** chưa từng thấy một người phụ nữ là ...
unpredictable *person*, *weather* không đoán trước được
unpretentious *person*, *style*, *hotel* khiêm tốn
unprincipled *pej* vô nguyên tắc
unproductive *meeting*, *discussion* không hữu ích; *soil* không mầu mỡ
unprofessional *person* không

chuyên nghiệp; *behavior* không phù hợp vói tiêu chuẩn nghề nghiệp; *workmanship* không chuyên
unprofitable không có lời
unpronounceable không thể đọc được
unprotected *borders*, *machine* không được bảo vệ; **~ *sex*** quan hệ tình dục không an toàn
unprovoked *attack* vô cớ
unqualified *worker*, *doctor etc* không đủ trình độ
unquestionably (*without doubt*) không thể nghi ngờ được
unquestioning *attitude*, *loyalty* mù quáng
unravel *v/t string*, *knitting* tháo ra; *mystery* làm sáng tỏ; *complexities* giải quyết
unreadable *book* khó đọc
unreal hư ảo; ***this is ~!*** F cái đó không có thật!
unrealistic không thực tế
unreasonable *person*, *demand*, *expectation* vô lý
unrelated *issues* không có liên quan; *people* không có họ hàng
unrelenting liên tục
unreliable không đáng tin cậy
unrest tình trạng bất an
unrestrained *emotions* không kiềm chế
unroadworthy không an toàn
unroll *v/t carpet*, *scroll* trải ra
unruly ngang bướng
unsafe không an toàn; ***it is ~ to ...*** không an toàn khi ...
unsanitary *conditions*, *drains* không vệ sinh
unsatisfactory không thỏa đáng
unsavory *person*, *reputation*, *district* tồi tệ
unscathed (*not injured*) vô sự; (*not damaged*) không bị thiệt hại
unscrew tháo ốc; *top of bottle* mở ra
unscrupulous vô lương tâm
unselfish không ích kỷ
unsettled *issue* chưa được quyết định; *weather*, *stock market* có thể thay đổi; *lifestyle* không ổn định; *bills* chưa thanh toán
unshaven chưa cạo râu
unsightly khó coi
unskilled không có chuyên môn
unsociable không chan hòa
unsophisticated *person*, *equipment*, *beliefs* đơn giản
unstable *person* không thăng bằng; *structure* không vững; *area*, *economy* không ổn định
unsteady (*on one's feet*) loạng choạng; *ladder* lung lay
unstinting: ***be ~ in one's efforts / generosity*** hết sức cố gắng/hào phóng
unstuck: ***come ~*** (*of notice etc*) bị bong ra; (*of plan etc*) bị thất bại
unsuccessful không thành công; ***he tried but was ~*** anh ấy đã cố gắng nhưng không thành công
unsuccessfully *try*, *apply* không thành công
unsuitable không thích hợp
unsuspecting không nghi ngờ
unswerving *loyalty*, *devotion* kiên định
unthinkable không thể tưởng tượng được
untidy *room*, *desk* lộn xộn; *hair* không chải
untie *knot*, *laces* cởi; *prisoner* cởi trói
until 1 *prep* đến; ***from Monday ~ Friday*** từ thứ Hai đến thứ Sáu; ***I can wait ~ tomorrow*** tôi có thể đợi đến ngày mai; ***not ~ Friday***

không trước thứ Sáu; ***it won't be finished ~ July*** sẽ không thể xong cho đến tháng Bảy **2** *conj* cho đến khi; ***can you wait ~ I'm ready?*** anh/chị có thể đợi cho đến khi tôi sẵn sàng không?; ***they won't do anything ~ you say so*** họ sẽ không làm gì cả cho đến khi anh/chị bảo

untimely *death* quá sớm

untiring *efforts* không mệt mỏi

untold *riches*, *suffering* không kể xiết; *story* chưa kể ra

untranslatable không thể dịch được

untrue không đúng sự thật; (*not loyal*) không trung thành

unused[1] *goods* chưa sử dụng

unused[2]: ***be ~ to sth*** không quen với gì; ***be ~ to doing sth*** không quen làm gì

unusual khác thường

unusually một cách khác thường

unveil *memorial*, *statue etc* bỏ màn khánh thành

unwell không khỏe

unwilling: ***be ~ to do sth*** không sẵn lòng làm gì

unwind **1** *v/t tape* tháo ra **2** *v/i* (*of tape*) được tháo ra; (*of story*) tiến triển; (*relax*) thư giãn

unwise không khôn ngoan

unwrap *gift* mở ra

unwritten *law*, *rule* không thành văn

unzip *v/t dress etc* mở khóa phéc mơ tuya; COMPUT giải nén

up **1** *adv* trên; ***~ in the sky*** ở trên trời; ***~ on the roof*** ở trên mái nhà; ***~ here/there*** ở trên đây/đấy; ***be ~*** (*out of bed*) dậy; (*of sun*) mọc; (*be built*) được xây dựng; (*of shelves*) được lắp đặt; (*of prices, temperature*) tăng lên; (*have expired*) hết hạn; ***what's ~?*** có chuyện gì thế?; ***~ to the year 1989*** cho tới năm 1989; ***he came ~ to me*** anh ấy lên gặp tôi; ***what are you ~ to these days?*** dạo này anh/chị làm gì?; ***what are those kids ~ to?*** bọn trẻ kia đang làm trò gì thế?; ***be ~ to something*** (***bad***) đang làm trò gì; ***I don't feel ~ to it*** tôi cảm thấy không đủ sức làm; ***it's ~ to you*** (*it's your decision*) tùy anh/chị; (*only you can make it happen*) điều đó phụ thuộc vào anh/chị; ***it is ~ to them to solve it*** họ có nhiệm vụ phải giải quyết cái đó; ***be ~ and about*** (*after illness*) đi lại được **2** *prep* (*to higher level*): ***further ~ the mountain*** xa hơn nữa phía trên núi; ***he climbed ~ a tree*** anh ấy trèo lên cây; ***they ran ~ the street*** họ chạy dọc phố; ***the water goes ~ this pipe*** nước chảy qua ống dẫn; ***we traveled ~ to Hai Phong*** chúng tôi đã đi lên Hải Phòng **3** *n*: ***~s and downs*** những thăng trầm

upbringing sự dạy dỗ

upcoming *adj* (*forthcoming*) sắp tới

update **1** *v/t file*, *records* cập nhật; ***~ s.o. on sth*** thông tin ai về gì **2** *n* (*of files, records, software*) sự cập nhật; ***can you give me an ~ on the situation?*** anh/chị có thể cho tôi những thông tin mới về tình hình không?

upgrade *v/t computers*, *ticket etc* nâng cấp; *product* cải tiến chất lượng

upheaval (*emotional, physical*) xáo trộn; (*political, social*) biến động

uphill **1** *adv walk* lên dốc **2** *adj struggle* khó khăn

uphold *traditions*, *rights* giữ gìn;

(*vindicate*) ủng hộ
upholstery (*coverings*) vật liệu dùng để bọc; (*padding*) vật liệu dùng để nhồi
upkeep *n* (*of old buildings, parks etc*) sự bảo quản
upload *v/t* COMPUT chuyển tập tin cho máy khác
upmarket *adj restaurant, hotel* sang trọng
upon → ***on*** *prep & adv*
upper *part of sth* trên cao; *stretches of a river* thượng lưu; *deck* trên; *atmosphere* tầng thượng
upper-class *accent, family* tầng lớp thượng lưu
upper classes các tầng lớp thượng lưu
upright 1 *adj citizen* ngay thẳng **2** *adv sit* thẳng
upright (piano) pianô tủ
uprising cuộc nổi dậy
uproar (*loud noise*) tiếng ồn ào; (*protest*) sự phản kháng ầm ĩ
upset 1 *v/t drink, glass* đánh đổ; (*emotionally*) làm đau khổ **2** *adj* (*emotionally*) đau khổ; ***get ~ about sth*** đau khổ vì gì; ***have an ~ stomach*** bị rối loạn tiêu hóa
upsetting đau khổ
upshot (*result, outcome*) kết quả cuối cùng
upside down *adv* lộn ngược; ***turn sth ~*** lộn ngược gì
upstairs 1 *adv go, walk* lên gác (*N*), lên lầu (*S*); *live, be* trên gác (*N*), trên lầu (*S*) **2** *adj room* ở tầng trên
upstart kẻ hãnh tiến
upstream *adv* ngược dòng
uptight F (*nervous*) bồn chồn; (*inhibited*) ức chế
up-to-date *information* cập nhật; *fashions* kiểu mới nhất
upturn (*in economy*) bước đi lên
upward *fly, move* lên; ***~ of 10,000*** trên 10,000
uranium uran
urban đô thị
urbanization đô thị hóa
urchin (*street ~*) trẻ bụi đời
urge 1 *n* sự ham muốn **2** *v/t*: ***~ X to do Y*** cố khuyến khích X làm Y
♦ **urge on** (*encourage*) cổ vũ
urgency (*of situation*) tính cấp bách
urgent *job, letter* khẩn cấp; ***be in ~ need of sth*** cần gấp gì; ***is it ~?*** có gấp không?
urinate đi tiểu
urine nước tiểu
urn cái bình
US (= ***United States***) Mỹ
us (*excluding listeners*) chúng tôi; (*including listeners*) chúng ta; ***that's for ~*** đó là để cho chúng tôi; ***who's that? – it's ~*** ai đó? – chúng tôi đây
USA (= ***United States of America***) nước Mỹ
usable có thể dùng được
usage (*linguistic*) cách dùng
use 1 *v/t tool, skills, knowledge* sử dụng; *word, s.o.'s car etc* dùng; *pej: person* lợi dụng; ***I could ~ a drink*** tôi muốn uống một cái gì đó **2** *n* (*act of using*) sự sử dụng; (*usefulness*) hữu ích; ***be of great ~ to s.o.*** rất hữu ích cho ai; ***be of no ~ to s.o.*** không có ích cho ai; ***is that of any ~?*** có ích gì không?; ***it's no ~*** không ích gì; ***it's no ~ trying/waiting*** không có ích gì mà cố thử/đợi chờ
♦ **use up** dùng hết
used[1] *car etc* đã dùng rồi
used[2]: ***be ~ to s.o./sth*** quen với ai/gì; ***get ~ to s.o./sth*** trở nên quen với ai/gì; ***be ~ to doing sth*** quen làm gì; ***get ~ to doing sth*** trở nên

quen làm gì

used[3]: ***I ~ to like/know him*** tôi vốn thích/biết anh ấy; ***I don't work there now, but I ~ to*** hiện nay tôi không làm việc tại đó, song trước kia thì có

useful *person*, *information*, *gadget* hữu ích

usefulness sự hữu ích

useless *information*, *person* vô ích; F *person* kém; *machine*, *computer* vô dụng; ***it's ~ trying*** không ích gì mà cố thử

user (*of product*) người sử dụng

user-friendly *software*, *device* dễ sử dụng

usher *n* người dẫn chỗ

♦ **usher in** *new era* mở ra

usual thường lệ; ***as ~*** như thường lệ; ***the ~, please*** xin cho như thường lệ

usually thông thường

utensil dụng cụ nhà bếp

uterus dạ con

utility (*usefulness*) sự có ích; ***public utilities*** các ngành dịch vụ công cộng

utility pole cột điện thoại

utilize sử dụng

utmost **1** *adj* hết sức **2** *n*: ***do one's ~*** cố gắng hết sức

utter **1** *adj* hoàn toàn **2** *v/t sound* phát ra

utterly hoàn toàn

U-turn vòng trở lại; *fig* (*in policy*) sự quay ngược

V

vacant *building* bỏ trống; *position* khuyết; *look*, *expression* lơ đãng

vacate *room* rời khỏi

vacation *n* kỳ nghỉ; ***be on ~*** đang nghỉ mát; ***go to ... on ~*** đi nghỉ ở ...

vacationer người đi nghỉ

vaccinate tiêm ngừa; ***be ~d against ...*** được tiêm ngừa phòng ...

vaccination sự tiêm ngừa (*N*), sự chủng ngừa (*S*)

vaccine vácxin

vacuum **1** *n* PHYS chân không; *fig* (*in one's life*) khoảng trống **2** *v/t floors* hút bụi

vacuum cleaner máy hút bụi; **vacuum flask** phích (*N*), bình thủy (*S*); **vacuum-packed** đóng gói chân không

vagina âm đạo

vaginal âm đạo

vague *answer*, *wording* mơ hồ; *feeling*, *resemblance* ngờ ngợ; ***a ~ taste of lemon*** hơi có vị chanh; ***he was very ~ about it*** anh ấy rất mơ hồ về việc ấy

vaguely *answer* một cách mơ hồ; (*slightly*, *remotely*) hơi

vain **1** *adj person* tự hào; *hope* hão huyền **2** *n*: ***in ~*** một cách vô ích; ***their efforts were in ~*** những cố gắng của họ đều là vô ích

valet (*person*) người phục vụ

valet service (*for clothes*) dịch vụ là, hấp; (*for cars*) dịch vụ rửa xe
valiant dũng cảm
valid *passport, document* hợp thức; *reason, argument* hợp lý
validate (*with official stamp*) hợp thức hóa; *s.o.'s alibi* công nhận
validity (*of reason, argument*) tính hợp lý
valley thung lũng
valuable 1 *adj ring, asset* có giá trị lớn; *colleague, help, advice* quý giá **2** *n*: **~s** đồ quý giá
valuation sự định giá; ***at his ~*** theo sự đánh giá của anh ấy
value 1 *n* giá trị; ***be good ~*** giá hời; ***get ~ for money*** xứng với đồng tiền bỏ ra; ***rise/fall in ~*** tăng/sụt giá **2** *v/t s.o.'s friendship, one's freedom* coi trọng; ***I ~ your advice*** tôi coi trọng lời khuyên của anh/chị; ***have an object ~d*** cho định giá một đồ vật
valve van
van xe tải
vandal kẻ phá hoại
vandalism hành động phá hoại
vandalize phá hoại
vanilla *n & adj* vani
vanish (*of person, fortune*) biến mất
vanity (*of person*) tính tự hào; (*of hopes*) sự hão huyền
vanity case túi đựng đồ trang điểm
vantage point (*on hill etc*) vị trí có thể nhìn được rõ
vapor hơi nước
vaporize *v/t* (*of atomic bomb, explosion*) bốc hơi
vapor trail (*of airplane*) *vệt hơi nước sau đuôi máy bay*
variable 1 *adj amount* thay đổi; *moods, weather* thất thường **2** *n* MATH, COMPUT biến số
variation sự thay đổi
varicose vein chứng giãn tĩnh mạch
varied *range, lifestyle* đa dạng
variety sự đa dạng; (*of plant, bird*) giống; (*of disease*) loại; ***a ~ of things to do*** nhiều thứ phải làm
various (*several*) một vài; (*different*) khác nhau
varnish 1 *n* (*for wood*) vécni; (*for fingernails*) sơn bóng **2** *v/t wood* đánh vécni; *fingernails* sơn
vary 1 *v/i* thay đổi; ***it varies*** nó thay đổi **2** *v/t* thay đổi
varying *quality* phong phú
vase cái bình
vast *desert, city, knowledge* bao la; *collection* khổng lồ
vaudeville chương trình tạp kỹ
vault[1] *n* (*in roof*) mái vòm; **~s** (*of bank*) hầm két; (*cellar*) tầng hầm
vault[2] 1 *n* (*over vaulting horse*) nhảy ngựa gỗ; (*in polevaulting*) nhảy sào **2** *v/t beam etc* nhảy qua
VCR (= ***video cassette recorder***) máy thu băng vidêô
veal thịt bê
vegan 1 *n* người ăn chay triệt để **2** *adj* ăn chay triệt để
vegetable rau
vegetarian 1 *n* người ăn chay **2** *adj* ăn chay
vehicle xe; (*for information etc*) phương tiện
veil 1 *n* (*bridal ~*) mạng che mặt; (*worn by nuns*) khăn trùm **2** *v/t* che
vein ANAT huyết quản
Velcro® *n* khóa Vencrô
velocity vận tốc
velvet nhung
vending machine máy bán hàng tự động
vendor LAW bên bán
veneer (*on wood*) lớp gỗ dán; (*of politeness etc*) vẻ bề ngoài

venereal disease bệnh hoa liễu
venetian blind cửa chớp lật
vengeance sự trả thù; ***it started raining with a ~*** mưa bắt đầu trút xuống ào ào; ***set to work with a ~*** lao đầu vào việc
venison thịt nai
venom (*of snake*) nọc độc
vent *n* (*for air*) lỗ thông; ***give ~ to*** *feelings, emotions* trút hết
ventilate *room, building* làm thông gió
ventilation sự thông gió
ventilation shaft hầm thông gió
ventilator quạt máy
ventriloquist người nói tiếng bụng
venture **1** *n* (*undertaking*) công việc mạo hiểm; COM sự đầu cơ **2** *v/i* liều
venue nơi gặp gỡ; (*for meeting*) nơi họp; (*for concert*) nơi trình diễn
veranda hiên hè
verb động từ
verdict LAW lời tuyên án; (*opinion, judgment*) sự nhận định
verge *n* (*soft shoulder*) bờ yếu của ven đường; (*grass along the path*) bờ cỏ; ***be on the ~ of ...*** (*of ruin, collapse*) ở ngưỡng cửa bị ...; ***be on the ~ of tears*** suýt phát khóc
♦**verge on** gần như; ***it's verging on the ridiculous*** gần như lố bịch
verification sự kiểm tra; (*confirmation*) sự xác minh
verify (*check out*) kiểm tra; (*confirm*) xác minh
vermicelli mì sợi
vermin vật hại mùa màng
vermouth rượu vecmut
vernacular *n* thổ ngữ
versatile *person, mind* tháo vát; *machine* nhiều tác dụng
versatility (*of person*) sự tháo vát; (*of machine*) tính đa năng
verse (*poetry*) thơ; (*of poem, song*) đoạn
versed: ***be well ~ in a subject*** rất giỏi về môn
version (*account, of event*) cách giải thích; (*of song, story, book*) bản; (*adapted form of a book, play etc*) bản phóng tác; ***the Vietnamese ~ of the Bible*** bản tiếng Việt của Kinh thánh; ***what is your ~ of what happened?*** anh/chị giải thích như thế nào về những gì đã xảy ra?
versus SP đấu với; LAW kiện lại
vertebra đốt sống
vertebrate *n* động vật có xương sống
vertical thẳng đứng
vertigo sự chóng mặt
very **1** *adv* rất; (*in negative sentence*) lắm; ***was it cold? – not ~*** nó có lạnh không? - không lạnh lắm; ***the ~ best*** cái tốt đẹp hơn cả **2** *adj*: ***in the ~ act*** vào đúng lúc đang hành động; ***that's the ~ thing I need*** đó chính là thứ mà tôi cần; ***the ~ thought*** ý nghĩ thuần túy; ***right at the ~ top/bottom*** ở tận trên/dưới
vessel NAUT con tầu
vest áo gi-lê
vestige (*of previous civilization etc*) di tích; (*of truth*) một chút
vet[1] *n* (*veterinarian*) bác sĩ thú y
vet[2] *v/t applicants etc* kiểm tra kỹ lưỡng
veteran **1** *n* (*war ~*) cựu chiến binh; (*person with long experience*) người kỳ cựu **2** *adj* (*old*) cũ; (*old and experienced*) kỳ cựu
veterinarian bác sĩ thú y
veto **1** *n* quyền phủ quyết **2** *v/t* phủ quyết
vexed (*worried*) lo lắng; ***the ~ question of ...*** vấn đề nan giải

của ...
via qua
viable *life form* có thể sống được; *company* có thể tồn tại được; *alternative, plan* có thể thực hiện được
vibrate *v/i* rung lên
vibration sự rung động
vice thói xấu; ***the problem of ~*** vấn đề tệ nạn xã hội
vice president phó chủ tịch; **vice squad** đội chống tệ lậu xã hội; **vice versa** ngược lại
vicinity vùng lân cận; ***in the ~ of ...*** *the church etc* vùng lân cận của ...; *$500 etc* xấp xỉ ...
vicious *dog* dữ; *attack, temper, criticism* dữ dội
victim nạn nhân
victimize đối xử bất công
victor người thắng cuộc
victorious chiến thắng
victory sự chiến thắng; ***win a ~ over ...*** giành thắng lợi trước ...
video **1** *n* viđêô; ***have X on ~*** ghi băng X vào viđêô **2** *v/t* thu hình; ***~ a TV program*** thu một chương trình TV vào băng viđêô
video camera máy quay viđêô; **video cassette** băng viđêô; **video conference** TELEC hội nghị qua viđêô; **video game** trò chơi viđêô; **videophone** máy điện thoại truyền hình; **video recorder** đầu máy viđêô; **video recording** băng hình; **videotape** băng viđêô
Viet Cong Việt Cộng
Vietnam nước Việt Nam
Vietnamese **1** *adj* Việt Nam **2** *n* (*person*) người Việt; (*language*) tiếng Việt
Vietnamese script chữ Việt
Vietnam News Agency Thông Tấn Xã Việt Nam
Vietnam Women's Union Hội liên hiệp phụ nữ Việt Nam
Viet Vet Cựu chiến binh Việt Nam
view **1** *n* quang cảnh; (*of situation*) quan điểm; ***in ~ of*** (*because of*) bởi vì; ***be on ~*** (*of paintings*) được trưng bày; ***with a ~ to*** với ý định; ***are you looking at it with a ~ to purchase?*** anh/chị xem với ý định mua phải không? **2** *v/t events, situation* xem xét; *TV program, house for sale* xem **3** *v/i* (*watch TV*) xem
viewer TV khán giả
viewfinder PHOT kính ngắm
viewpoint quan điểm
vigor (*energy*) sức sống
vigorous *person, shake* mạnh mẽ; *denial* kịch liệt
vile *smell* ghê tởm; *thing to do* đê tiện
village làng
village elders lão làng
villager dân làng
villain (*in drama*) nhân vật phản diện; (*in real life*) kẻ hung ác
vindicate (*show to be correct*) chứng minh là đúng; (*show to be innocent*) minh oan; ***I feel ~d*** tôi cảm thấy được minh oan
vindictive hận thù
vine cây nho
vinegar dấm
vineyard vườn nho
Vinh Moc Tunnels địa đạo Vĩnh Mốc
vintage **1** *n* (*of wine*) rượu chính vụ **2** *adj* (*classic*) cổ điển
violate *sanctity of a place* xâm phạm; *treaty, rules* vi phạm
violation (*of sanctity*) sự xâm phạm; (*of treaty, rules, traffic ~*) sự vi phạm
violence (*of person, movie*) bạo lực;

(*of emotion*, *reaction*) sự mãnh liệt; (*of gale*) tính dữ dội; ***outbreak of ~*** sự bùng nổ của bạo lực

violent *person* hung dữ; *movie* nhiều cảnh bạo lực; *emotion*, *reaction* mãnh liệt; *gale* dữ dội; ***have a ~ temper*** có tính hung dữ

violently *react*, *object* mãnh liệt; ***fall ~ in love with s.o.*** yêu ai một cách mãnh liệt

violet (*color*) màu tím; (*plant*) hoa viôlét

violin đàn viôlông

violinist người chơi đàn viôlông

VIP (= ***very important person***) thượng khách

viral *infection* vi rút

virgin (*male*) trai tân; (*female*) gái tân

virginity trinh tiết; ***lose one's ~*** mất trinh

virgin land (*in Vietnamese zodiac*) Nhâm

virile *man* rất đàn ông; *prose* hùng dũng

virility tính nam nhi; (*sexual*) sức mạnh tình dục

virtual hầu như

virtually (*almost*) hầu như

virtual reality *hệ thống hình ảnh ảo được tạo ra bởi máy tính*

virtue đạo đức; ***in ~ of*** (*because of*) bởi vì

virtuoso MUS nghệ sĩ bậc thầy

virtuous có đạo đức tốt

virulent *disease* độc hại

virus MED, COMPUT vi rút

visa visa, thị thực

visibility tầm nhìn

visible *object* có thể nhìn thấy được; *difference*, *anger* rõ ràng; ***not ~ to the naked eye*** không thể nhìn thấy được bằng mắt thường

visibly *different* một cách rõ ràng; ***he was ~ moved*** rõ ràng là anh ấy bị xúc động

vision (*eyesight*) thị lực; REL *etc* cảnh mộng

visit 1 *n* (*to person*, *place*) sự đến thăm; ***pay a ~ to the doctor/dentist*** đi khám bác sĩ/nha sĩ; ***pay s.o. a ~*** đến thăm ai **2** *v/t person*, *place*, *country*, *city* đến thăm; *doctor*, *dentist* đi khám

visiting card danh thiếp

visiting hours (*at hospital*) giờ thăm bệnh

visitor (*guest*) khách; (*to museum etc*) khách tham quan; (*tourist*) du khách

visor (*of helmet*) tấm che mặt; (*of cap*) cái lưỡi trai

visual *organs*, *deficiency*, *arts* thị giác; ***a good ~ memory*** một trí nhớ thị giác tốt

visual aid (*teaching*) phương tiện nhìn

visual display unit thiết bị hiện hình

visualize hình dung; (*foresee*) thấy trước

visually nhìn bề ngoài

visually impaired thị lực suy kém

vital (*essential*) thiết yếu; ***it is ~ that ...*** điều thiết yếu là ...

vitality (*of person*, *city etc*) sức sống

vitally: ***~ important*** cực kỳ quan trọng

vital organs phủ tạng

vital statistics (*of woman*) các số đo cơ thể

vitamin sinh tố, vitamin

vitamin pill viên vitamin

vivacious *girl*, *personality* sôi nổi

vivacity tính sôi nổi

vivid *color* sặc sỡ; *memory* sống động; *imagination* mạnh mẽ

V-neck cổ chữ V
vocabulary vốn từ; (*list of words*) bảng từ vựng
vocal *adj* phát âm; (*expressing opinions*) lớn tiếng
vocal cords dây thanh âm
vocal group MUS nhóm ca sĩ
vocalist MUS ca sĩ
vocation (*calling*) thiên hướng; (*profession*) nghề
vocational guidance hướng nghiệp
vodka rượu vốtca
vogue mốt; ***be in ~*** trở thành mốt
voice 1 *n* giọng nói **2** *v/t opinions* nói
voicemail lời nhắn trên điện thoại
void 1 *n* khoảng không; *fig* khoảng trống **2** *adj*: ***~ of sth*** thiếu gì
volatile *personality*, *moods* hay thay đổi
volcano núi lửa
volley *n* (*of shots*) loạt; (*in tennis*) quả vôlê
volleyball bóng chuyền
volt vôn
voltage điện áp
volume (*of container*) dung tích; (*of work, business etc*) khối lượng; (*of liquid*) khối; (*of book*) quyển; (*of radio etc*) âm lượng
volume control bộ phận điều chỉnh âm lượng
voluntary *adj helper*, *work* tình nguyện
volunteer 1 *n* người tình nguyện **2** *v/i* tình nguyện
voluptuous *woman*, *figure* khêu gợi
vomit 1 *n* chất nôn (*N*), chất mửa (*S*) **2** *v/i* nôn (*N*), mửa (*S*)
♦**vomit up** nôn ra
voracious *appetite* ngấu nghiến
vote 1 *n* lá phiếu; ***have the ~*** (*be entitled to vote*) có quyền đi bầu **2** *v/i* POL bỏ phiếu; ***~ for/against ...*** bỏ phiếu tán thành/chống lại ... **3** *v/t*: ***they ~d him President*** họ đã bầu ông ta làm chủ tịch; ***they ~d to stay behind*** họ đã biểu quyết ở lại
♦**vote in** *new member* bỏ phiếu bầu
♦**vote on** *issue* biểu quyết
♦**vote out** (*of office*) bỏ phiếu gạt
voter POL cử tri
voting POL bầu cử
voting booth phòng bỏ phiếu
♦**vouch for** *truth of sth* xác minh; *person* bảo đảm cho
voucher (*receipt*) biên nhận; (*ticket*) phiếu; ***gift ~*** phiếu quà tặng; ***discount ~*** phiếu mua hàng giảm giá
vow 1 *n* lời thề **2** *v/t*: ***~ to do sth*** thề làm gì
vowel nguyên âm
voyage (*by sea, in space*) chuyến du hành
vulgar *person*, *language* thô tục
vulnerable (*to attack, criticism etc*) dễ bị tổn thương
vulture chim kền kền

W

wad *n* (*of paper*) cuộn; (*of absorbent cotton*) miếng; ***a ~ of $100 bills*** một nắm tiền giấy 100$
waddle *v/i* đi lạch bạch
wade lội
♦ **wade through** *book, documents* đọc vất vả
waffle[1] *n* (*to eat*) bánh quế
waffle[2] *v/i* nói loanh quanh
wag **1** *v/t tail, finger* vẫy **2** *v/i* (*of tail*) ve vẩy
wage *v/t war* tiến hành
wage earner người làm công ăn lương
wages *n* tiền lương
waggle *v/t hips* lắc; *ears* vẫy; *loose screw, tooth etc* lung lay
wagon: ***be on the ~*** F kiêng rượu
wail **1** *n* (*of person*) tiếng than khóc; (*of baby*) tiếng kêu khóc; (*of siren*) tiếng rền rĩ **2** *v/i* (*of person*) than khóc; (*of baby*) kêu khóc; (*of siren*) rền rĩ
waist eo
waistline vòng eo
wait **1** *n* (*act*) sự chờ đợi; (*time*) thời gian chờ đợi; ***I had a long ~*** tôi đã chờ đợi lâu **2** *v/i* chờ; ***we'll ~ until he's ready*** chúng ta sẽ chờ cho đến khi anh ấy chuẩn bị xong; ***I'm sorry to have kept you ~ing*** tôi xin lỗi đã làm anh/chị phải chờ; ***it's not worth ~ing*** không đáng đợi **3** *v/t meal* chờ; ***~ table*** hầu bàn
♦ **wait for** chờ; ***~ me!*** chờ tôi với!
♦ **wait on** *person* hầu hạ
♦ **wait up** thức chờ
waiter người hầu bàn; ***~!*** anh hầu bàn ơi!
waiting *n* sự chờ đợi; ***no ~ sign*** biển báo cấm đỗ xe
waiting list (*for treatment*) danh sách những người chờ đợi
waiting room phòng đợi
waitress người hầu bàn nữ
wake[1] **1** *v/i* thức dậy **2** *v/t* đánh thức
wake[2] (*of ship*) rẽ nước; ***in the ~ of*** *fig* theo sau; ***follow in the ~ of*** tiếp theo sau
wake-up call cú gọi điện thoại đánh thức
Wales nước xứ Wales
walk **1** *n* sự đi bộ; (*path*) đường vào; ***it's a long/short ~ to the office*** đó là một quãng đi bộ dài/ngắn đến cơ quan; ***go for a ~*** đi dạo **2** *v/i* đi; (*as opposed to taking the car/bus etc*) đi bộ; (*hike*) đi bộ đường dài **3** *v/t dog* dắt đi dạo; ***~ the streets*** (*walk around*) đi quanh
♦ **walk out** (*of spouse*) bỏ đi; (*of theater etc*) bỏ về; (*go on strike*) bãi công
♦ **walk out on** *spouse, family* bỏ
walker (*hiker*) người đi bộ đường dài; (*for baby, old person*) khung tập đi; ***be a slow/fast ~*** là người đi bộ chậm/nhanh
walkie-talkie điện đài xách tay
walk-in closet tủ quần áo lớn
walking (*as opposed to driving*) việc đi bộ; (*hiking*) cuộc đi bộ đường dài; ***be within ~ distance*** trong

khoảng cách gần có thể đi bộ
walking stick gậy chống
walking tour cuộc đi bộ
Walkman® cát xét cá nhân; **walkout** (*strike*) cuộc bãi công; **walkover** (*easy win*) thắng lợi dễ dàng; **walk-up** *n căn hộ không có thang máy*
wall tường; *fig* (*of silence etc*) bức tường; ***go to the ~*** (*of company*) tới chỗ cùng đường
wallet cái ví
wallop F **1** *n* (*blow*) cái vụt mạnh **2** *v/t child* đánh đòn; *ball* đánh mạnh; *opponent* đánh gục
wallpaper 1 *n* giấy dán tường **2** *v/t* phủ giấy dán tường; **Wall Street** phố Wall; **wall-to-wall carpet** thảm trải khít
walnut (*tree*) cây óc chó; (*nut*) quả óc chó; (*wood*) gỗ óc chó
waltz *n* điệu vanxơ
wan *face* xanh xao
wander *v/i* (*roam*) đi lang thang; (*stray*) đi lạc; (*of attention*) lơ đễnh
♦ **wander around** đi loanh quanh
wane (*of interest, enthusiasm*) suy giảm
wangle *v/t* F xoay xở
want 1 *n* nhu cầu; ***for ~ of*** do không có **2** *v/t* muốn; (*need*) cần; ***~ to do sth*** muốn làm gì; ***I ~ to stay here*** tôi muốn ở lại đây; ***do you ~ to come too? – no, I don't ~ to*** anh/chị có muốn cùng đến không? – không, tôi không muốn; ***you can have whatever you ~*** anh/chị muốn gì được nấy; ***it's not what I ~ed*** đó không phải là những gì tôi cần; ***she ~s you to go back*** cô ấy muốn anh/chị trở về; ***he ~s a haircut*** (*needs*) anh ấy cần cắt tóc **3** *v/i*: ***~ for nothing*** chẳng thiếu cái gì
want ad mục rao vặt
wanted: ***he is ~ by the police*** anh ấy đang bị công an truy nã
wanting: ***be ~ in*** thiếu
wanton *adj cruelty, damage, waste* cố ý
war *n* chiến tranh; ***be at ~*** trong tình trạng chiến tranh
warble *v/i* (*of bird*) hót líu lo
ward (*in hospital: room*) phòng; (*in hospital: section*) khu; (*child*) người được bảo trợ
♦ **ward off** *blow, attacker, cold* tránh
war dead liệt sĩ
warden (*of prison*) người gác
wardrobe (*clothes*) lô quần áo
warehouse kho hàng
warfare (*guerrilla, modern ~*) cuộc chiến tranh; (*gang ~*) cuộc xung đột; **warhead** đầu nổ; **war hero** anh hùng chiến sĩ
warily một cách cảnh giác
warm 1 *adj* ấm; *welcome* nồng nhiệt; *smile* trìu mến **2** *v/t* làm ấm lên
♦ **warm up 1** *v/t room* làm ấm lên; *soup* hâm nóng; *person, audience* làm sôi nổi **2** *v/i* (*of person*) trở nên cởi mở; (*of room*) ấm lên; (*of soup*) hâm nóng lên; (*of athlete etc*) khởi động
warmhearted nhiệt tâm
warmly *dressed* một cách ấm áp; *welcome* một cách nồng nhiệt; *smile* một cách trìu mến
warmth sự ấm áp; (*of welcome*) sự nhiệt tình; (*of smile*) sự trìu mến
warn (*give advance notice*) báo trước; (*caution*) cảnh cáo
warning *n* lời cảnh cáo; ***without ~*** không có sự báo trước
warp 1 *v/t wood* làm vênh; *book cover* làm cong; *character* làm hư hỏng **2** *v/i* (*of wood*) vênh lên; (*of*

book cover) cong lên

warped *fig*: *personality* hư hỏng; *view of life* méo mó; *sense of humor* lệch lạc

warplane máy bay quân sự

warrant 1 *n* lệnh **2** *v/t* (*deserve, call for*) biện hộ

warranty (*guarantee*) giấy bảo hành; ***be under ~*** trong thời hạn bảo hành

warrior chiến binh

warship tàu chiến

wart mụn cóc

wartime thời chiến

wary cảnh giác; ***be ~ of*** cảnh giác với

wash 1 *n* sự rửa; ***have a ~*** tắm rửa; ***that jacket/shirt needs a ~*** cái áo vét/sơ mi kia cần phải giặt **2** *v/t dishes, one's hand* rửa; *clothes* giặt **3** *v/i* tắm rửa

♦ **wash up** (*wash one's hands and face*) rửa ráy

washable *clothes, fabrics* có thể giặt được; *paint, surfaces* có thể rửa được

washbasin, washbowl bồn rửa

washcloth khăn mặt

washed out phờ phạc

washer (*for faucet etc*) vòng đệm

washing (*clothes*) quần áo giặt; ***do the ~*** giặt quần áo

washing machine máy giặt

Washington (*city*) Washington

washroom phòng vệ sinh

wasp (*insect*) ong bắp cày

waste 1 *n* sự lãng phí; (*industrial*) chất thải; (*household ~*) rác rưởi; ***it's a ~ of time/money*** đó là một sự lãng phí thời gian/tiền bạc **2** *adj land* bỏ hoang; *material* phế thải **3** *v/t* lãng phí

♦ **waste away** gầy mòn đi

wasteful *luxury, expenditure* hoang phí

wasteland đất hoang; **wastepaper** giấy lộn; **wastepaper basket** sọt đựng giấy lộn; **waste product** phế phẩm

watch 1 *n* (*timepiece*) đồng hồ; ***keep ~*** canh phòng **2** *v/t movie, TV* xem; *the road* quan sát; (*of police*) theo dõi; (*look after*) trông nom **3** *v/i* theo dõi

♦ **watch for** chăm chú chờ đợi

♦ **watch out** cẩn thận ~ cẩn thận đấy!

♦ **watch out for** (*be careful of*) cẩn thận với

watchful canh chừng

watchmaker thợ đồng hồ

water 1 *n* nước; ***~ in nature*** (*in Vietnamese zodiac*) [illegible]; ***~ in the home*** (*in Vietnamese zodiac*) ất; ***~s*** NAUT hải phận **2** *v/t plant* tưới nước **3** *v/i* (*of eyes*) chảy nước; ***my mouth is ~ing*** mồm [illegible] chảy nước dãi

♦ **water down** *drink* pha nước vào

water buffalo con trâu; **water chestnut** củ ấu; **watercolor** màu nước; **watercress** cải xoong; **waterfall** thác nước

watering can bình tưới

watering place (*for animals*) vũng nước cho súc vật uống

water level mực nước; **water lily** cây hoa súng; **waterlogged** *earth, field* ngập nước; **watermark** (*in paper, bills*) hình mờ; **water melon** dưa hấu; **water pipe** (*to smoke*) điếu cày; **waterproof** *adj* không thấm nước; **water puppets** múa rối nước; **waterside** *n* bờ nước; ***at the ~*** bên bờ nước; **waterskiing** môn lướt ván nước; **watertight** *compartment* kín nước; **waterway** luồng nước

watery *soup*, *coffee*, *sauce* loãng
watt oát
wave[1] *n* (*in sea*) sóng
wave[2] **1** *n* (*of hand*) cái vẫy tay **2** *v/i* (*with hand*) vẫy tay; **~ to s.o.** vẫy ai **3** *v/t flag etc* phất
wavelength RAD bước sóng truyền thanh; ***be on the same ~*** *fig* tâm đầu ý hợp
waver *v/i* dao động
wavy *hair*, *line* lượn sóng
wax *n* (*for floor*, *furniture*) sáp; (*in ear*) ráy tai
way 1 *n* (*method*) cách; (*manner*) cách ứng xử; (*route*) đường; ***this ~*** (*like this*) như thế này; (*in this direction*) hướng này; ***by the ~*** (*incidentally*) nhân tiện; ***by ~ of*** (*via*) qua đường; (*in the form of*) coi như; ***in a ~*** (*in certain respects*) ở một mức độ nào đó; ***be under ~*** đang tiến hành; ***give ~*** MOT nhường đường; (*collapse*) sụp đổ; ***give ~ to*** (*be replaced by*) bị thay thế bởi; ***have one's (own) ~*** làm theo ý mình; ***OK, we'll do it your ~*** thôi được, chúng ta sẽ làm theo cách của anh/chị; ***lead the ~*** dẫn đường; *fig* dẫn đầu; ***lose one's ~*** lạc đường; ***be in the ~*** (*be an obstruction*) chắn đường; ***it's on the ~ to the station*** trên đường đi nhà ga; ***I was on my ~ to the station*** tôi đang trên đường đi nhà ga; ***no ~!*** không đời nào!; ***there's no ~ he can do it*** anh ấy không tài nào mà làm được **2** *adv* F (*much*) quá; ***it's ~ too soon to decide*** còn quá sớm để quyết định; ***they are ~ behind with their work*** họ quá chậm trễ trong công việc của họ
way in lối vào; **way of life** lối sống;
way out *n* lối ra; *fig* (*from situation*) giải pháp
we ◊ (*excluding listeners*) chúng tôi; (*including listeners*) chúng ta; (*informal including listeners*) chúng mình; (*very informal excluding listeners*) chúng tao ◊ (*omission of pronoun: informal use*): ***are you guys ready? – no, ~'re not coming after all*** chúng mày đã chuẩn bị xong chưa? – thôi, không đi nữa
weak *tea*, *coffee* nhạt; *government* nhu nhược; *currency*, (*physically*) yếu; (*morally*) mềm yếu
weaken 1 *v/t currency*, *foundations*, *government* làm suy yếu **2** *v/i* (*of currency*, *person*, *animal*, *physically*) yếu đi; (*morally*) mềm yếu
weakling (*morally*) mềm yếu; (*physically*) yếu
weakness (*of structure*, *government*) nhu nhược; (*physical: of person*) tình trạng yếu; (*moral: of person*) sự mềm yếu; (*of system*) nhược điểm; ***have a ~ for sth*** (*liking*) mê gì
wealth sự giàu có; ***a ~ of*** sự phong phú
wealthy giàu có
weapon vũ khí
wear 1 *n* sự ăn mặc; **~ (*and tear*)** (*to jacket*) sự sờn rách; (*to engine*, *gearbox*) sự hao mòn; ***clothes for everyday/evening ~*** quần áo để mặc hàng ngày/buổi tối **2** *v/t* (*have on: jacket*, *skirt*, *jeans*, *shirt*) mặc; *spectacles*, *earrings etc* đeo **3** *v/i* (*of carpet*, *fabric: ~ out*) sờn; (*last*) bền
♦**wear away 1** *v/i* (*of inscription etc*) mờ dần; (*of stone*, *steps etc*) mòn dần **2** *v/t* làm mòn dần
♦**wear off** (*of effect of anesthetic*)

tan dần; (*of shock, pain*) dịu dần
♦**wear out** **1** *v/t* (*tire*) làm cho mệt lử; *shoes* làm cho mòn rách **2** *v/i* (*of shoes*) mòn; (*of carpet*) sờn
wearing (*tiring*) làm mệt mỏi
weary rã rời
weather **1** *n* thời tiết; ***be feeling under the ~*** cảm thấy không được khỏe **2** *v/t crisis* vượt qua
weather-beaten dày dạn sương nắng; **weather forecast** dự báo thời tiết; **weatherman** người đọc tin thời tiết
weave **1** *v/t cloth* dệt; *basket* đan **2** *v/i* (*move*) luồn lách
Web mạng lưới
web (*of spider*) mạng
webbed feet chân màng
web page trang web
web site vị trí web
wedding lễ cưới
wedding anniversary buổi kỷ niệm ngày cưới; **wedding banquet** cỗ cưới; **wedding cake** bánh cưới; **wedding day** ngày cưới; **wedding dress** áo cưới; **wedding ring** nhẫn cưới
wedge *n* (*under door*) cái chẹn cửa; (*of cheese etc*) một góc
Wednesday thứ Tư
weed **1** *n* cỏ dại **2** *v/t* nhổ cỏ
♦**weed out** (*remove*) loại bỏ
weedkiller thuốc diệt cỏ dại
week tuần; ***a ~ tomorrow*** ngày mai tuần sau
weekday ngày thường trong tuần
weekend cuối tuần; ***on the ~*** vào cuối tuần
weekly **1** *adj & adv* hàng tuần **2** *n* (*magazine*) tuần báo
weep khóc
weigh **1** *v/t* cân **2** *v/i* cân nặng
♦**weigh down**: ***be weighed down with*** (*with bags*) oằn người dưới; (*of branches*) nặng trĩu; (*with worries*) nặng trĩu
♦**weigh up** (*assess: situation*) cân nhắc kỹ; *person* xem xét kỹ
weight (*of person, object*) trọng lượng
weightlifter người cử tạ
weightlifting môn cử tạ
weir đập nước
weird kỳ lạ
weirdo *n* F người lập dị
welcome **1** *adj* hoan nghênh; ***you're ~!*** không dám!; ***you're ~ to try some*** anh cứ việc thử vài cái xem sao **2** *n* (*for guests etc*) sự chào đón; *fig* (*to news, proposal*) sự đón nhận **3** *v/t guests etc* chào đón; *fig: decision etc* đón nhận
weld *v/t* hàn
welder thợ hàn
welfare (*of person*) sự hạnh phúc; (*of nation*) sự thịnh vượng; (*financial assistance*) tiền trợ cấp; ***be on ~*** lãnh trợ cấp
welfare check tiền trợ cấp xã hội; **welfare state** hệ thống phúc lợi xã hội; **welfare work** công tác phúc lợi; **welfare worker** người làm công tác phúc lợi
well[1] *n* (*for water*) cái giếng; (*oil ~*) giếng dầu
well[2] **1** *adv* giỏi; ***we know each other ~*** chúng tôi quen thân; ***as ~*** (*too*) cũng; ***are they coming as ~?*** họ cũng đến chứ?; ***as ~ as*** (*in addition to*) và thêm cả; ***I can't swim as ~ as you*** tôi không thể bơi giỏi bằng anh/chị; ***it's just as ~ you told me*** may mà anh/chị cho tôi biết; ***very ~*** (*when acknowledging an order*) được ạ; (*signifying reluctance*) được thôi; ***~, ~!*** (*surprise*) chà, chà!; ***~ ...*** (*uncertainty, thinking*) ờ **2** *adj* (*in*

good health) khỏe; ***be ~*** khoẻ; ***feel ~*** cảm thấy khỏe; ***get ~ soon!*** chóng khoẻ nhé!

well-balanced *person* vững vàng về mặt tinh thần; *meal, diet* được điều chỉnh thích hợp; **well-behaved** ngoan; **well-being** tình trạng khoẻ mạnh; **well-done** *meat* nấu kỹ; **well-dressed** ăn mặc lịch sự; **well-earned** đáng được hưởng; **well-known** nổi tiếng; **well-made** tốt; **well-mannered** lịch sự; **well-off** (*wealthy*) sung túc; **well-read** đọc nhiều; **well-timed** *action* đúng lúc; **well-to-do** *person, area of town* giàu có; **well-worn** *shoes, clothes* sờn rách

west 1 *n* phía tây; ***the West*** (*Western nations*) phương Tây; (*western part of a country*) miền tây **2** *adj wind* tây **3** *adv* về phía tây; ***~ of*** phía tây của

West Coast (*of USA*) miền ven biển phía Tây (nước Mỹ)

westerly *direction, wind* tây

western 1 *adj* phía tây; ***Western*** phương Tây **2** *n* (*movie*) phim cao bồi

Westerner người phương Tây

westernized Âu hóa

West Lake hồ Tây

westward về hướng tây

wet *adj* ướt; (*rainy*) có mưa; ***"~ paint"*** "sơn còn ướt"; ***be ~ through*** ướt sũng

wet rice lúa nước

whack F **1** *n* (*blow*) cú đánh mạnh **2** *v/t* đánh mạnh

whale cá voi

whaling đánh cá voi

wharf *n* cầu tàu

what 1 *pron* (cái) gì; ***~ are you reading?*** anh/chị đang đọc (cái) gì thế?; ***~ is that?*** kia là (cái) gì?; ***~ is it?*** (*what do you want?*) (cái) gì thế?; ***~?*** (*what do you want?*) (cái) gì thế?; (*what did you say?*) (cái) gì vậy?; (*astonishment*) nói gì vậy?; ***~ about some dinner?*** ta ăn cơm tối nhé?; ***~ about heading home?*** ta trở về nhà nhé?; ***~ for?*** (*why?*) để làm gì?; ***so ~?*** thì đã sao nào? ◊ (*relative*) mà; ***that's not ~ I meant*** đó không phải là điều (mà) tôi muốn nói; ***is that ~ you wanted?*** đó có phải là cái anh/chị cần không? **2** *adj* gì; ***~ color is the car?*** xe ô tô màu gì?; ***~ university are you at?*** anh/chị ở trường đại học nào?

whatever 1 *pron* bất cứ cái gì; (*regardless of what*) bất kể là **2** *adj* bất cứ; ***you have no reason ~ to worry*** anh/chị không có bất cứ lý do nào để lo lắng

wheat lúa mì

wheedle: ***~ X out of Y*** phỉnh nịnh Y để được X

wheel 1 *n* bánh xe; (*of ship*) bánh lái; (*steering ~: of car*) tay lái **2** *v/t bicycle, barrow* đẩy **3** *v/i* (*of birds*) lượn vòng

♦ **wheel around** quay tròn

wheelbarrow xe cút kít; **wheelchair** xe lăn; **wheel clamp** cái khóa kẹp bánh xe

wheeze *v/i* thở khò khè

when 1 *adv* (*interrogative*) khi nào; ***~ do you leave?*** khi nào anh/chị đi?; ***I forget ~ you leave*** tôi không nhớ khi nào anh/chị đi **2** *conj* khi; ***~ I was a child*** khi tôi còn là một đứa trẻ

whenever (*at any time*) bất cứ khi nào; (*every time*) mỗi khi

where 1 *adv* (*interrogative*) ở đâu; ***~ are you going for your vacation?*** anh/chị sẽ đi nghỉ ở đâu?; ***~ do***

you come from? anh/chị từ đâu tới? **2** *conj* nơi mà; ***this is ~ I used to live*** đây là nơi mà tôi đã ở
whereabouts *adv* ở đâu
wherever 1 *conj* ở bất cứ nơi nào **2** *adv* ở đâu
whet *appetite* kích thích
whether có hay không; ***he asked ~ I knew you*** anh ấy hỏi tôi có biết anh/chị hay không
which 1 *adj* nào; ***~ room?*** phòng nào?; ***~ one is yours?*** cái nào là của anh/chị? **2** *pron* (*interrogative for things*) cái nào; (*for people*) người nào; ***~ is yours?*** cái nào là của anh/chị?; ***~ of the boys is tallest?*** ai là người cao nhất trong các cậu?; ***take one, it doesn't matter ~*** cứ lấy một cái, cái nào cũng được ◊ (*relative*) mà (*can be omitted*); ***the hotel ~ I prefer*** khách sạn (mà) tôi thích
whichever 1 *adj* bất cứ **2** *pron* cái nào
whiff (*smell*) mùi thoang thoảng
while 1 *conj* trong khi; (*although*) mặc dù **2** *n* khoảng thời gian; ***a long ~*** một thời gian dài; ***for a ~*** trong một thời gian; ***I'll wait a ~ longer*** tôi sẽ chờ thêm một lát nữa
♦ **while away** giết thời gian
whim ý thích đột ngột
whimper 1 *n* tiếng khóc thút thít **2** *v/i* khóc thút thít
whine *v/i* (*of dog*) tru lên; F (*complain*) phàn nàn; (*of child*) khóc nhai nhải
whip 1 *n* roi **2** *v/t* (*beat*) đánh bằng roi; *cream* đánh; F (*defeat*) đánh bại
♦ **whip out** F (*take out*) rút nhanh
♦ **whip up** (*arouse*) kích động
whipping (*beating*) sự phạt roi; F (*defeat*) sự thất bại
whirl 1 *n* sự xoay tít; ***my mind is in a ~*** đầu óc tôi đang quay cuồng **2** *v/i* (*of propeller blades*) quay tít; (*of leaves*) quay tròn; (*of mind*) quay cuồng
whirlpool (*in river*) xoáy nước; (*for relaxation*) *bồn tắm có mạch nước xoáy để xoa bóp cơ thể*
whirlwind cơn gió lốc
whir(r) *v/i* kêu vù vù
whisk 1 *n* (*kitchen utensil*) cái đánh trứng **2** *v/t eggs* đánh
♦ **whisk away** *food*, *drinks* dọn đi nhanh chóng
whiskers (*of man*) râu quai nón; (*of animal*) râu
whiskey rượu uýt ki
whisper 1 *n* tiếng thì thầm **2** *v/i* thì thầm **3** *v/t* nói thầm
whistle 1 *n* (*sound*) tiếng huýt sáo; (*device*) cái còi **2** *v/i* (*of person*) huýt sáo; (*of wind*) rít lên **3** *v/t tune* huýt sáo
white 1 *n* (*color*) màu trắng; (*of egg*) lòng trắng trứng; (*person*) người da trắng **2** *adj shirt*, *paint* trắng; *hair* bạc; (*with fury*) tái nhợt; *person* da trắng
white-collar worker người lao động trí óc; **White House** Nhà Trắng; **white lie** sự nói dối vô hại; **white meat** thịt trắng; **white-out** (*for text*) hồ xóa; **whitewash 1** *n* nước vôi trắng; *fig* sự che đậy **2** *v/t* quét vôi trắng; **white wine** rượu vang trắng
whittle *wood* đẽo
♦ **whittle down** giảm dần
whizz *n* tiếng rít; ***be a ~ at*** F rất giỏi về
♦ **whizz by**, **whizz past** (*of time*) trôi vùn vụt; (*of car*) chạy vèo vèo

whizzkid F thần đồng
WHO (= ***World Health Organization***) Tổ chức y tế thế giới
who ◊ (*interrogative*) ai; ***~'s that?*** đó là ai? ◊ (*relative*) mà (*can be omitted*); ***people ~ can speak Vietnamese*** những người (mà) có thể nói được tiếng Việt
whoever (*anyone*) bất cứ ai; (*the person who*) ai mà
whole 1 *adj* cả; ***the ~ town / country*** cả thành phố / nước; ***it's a ~ lot easier / better*** dễ hơn / tốt hơn rất nhiều **2** *n* toàn bộ; ***the ~ of the United States*** toàn bộ nước Mỹ; ***on the ~*** nói chung
whole-hearted hết lòng; **wholesale 1** *adj* bán sỉ; *fig* hàng loạt **2** *adv* sỉ; **wholesaler** người bán sỉ; **wholesome** *food, meals* bổ dưỡng; *atmosphere, advice* lành mạnh
wholly hoàn toàn
whom *fml* (*interrogative*) ai; (*relative*) mà
whooping cough bệnh ho gà
whore *n* gái điếm
whose 1 *pron* ◊ (*interrogative*) của ai; ***~ is this?*** cái này của ai? ◊ (*relative*) mà; ***a country ~ economy is booming*** một đất nước mà nền kinh tế đang phát triển **2** *adj* của ai; ***~ bike is that?*** chiếc xe đạp kia là của ai?
why ◊ (*interrogative*) tại sao; ***~ not?*** tại sao lại không? ◊ (*relative*) tại sao mà; ***that's ~*** vì lý do đó; ***I don't know ~ I said that*** tôi không biết tại sao tôi lại nói thế
wick bấc
wicked *person, action* xấu xa; *laugh* ranh mãnh
wicker đồ đan bằng mây
wicker chair ghế mây
wicket (*in station, bank etc*) cửa giao dịch
wide *adj street, field* rộng; *experience* phong phú; *range* rộng lớn; ***be 12 foot ~*** rộng 12 phít
wide-awake tỉnh táo
widely *used, known* một cách rộng rãi
widen 1 *v/t road* mở rộng **2** *v/i* trở nên rộng hơn
wide-open *window* mở toang; *eyes* mở thao láo
widespread phổ biến
widow người góa chồng
widower người góa vợ
width chiều rộng
wield *weapon, power* nắm
wife người vợ
wig bộ tóc giả
wiggle *v/t hips* lắc lư; *loose screw etc* lúc lắc
wild 1 *adj animal* hoang; *flowers* dại; *teenager* bất trị; *party, applause* cuồng nhiệt; (*crazy: scheme*) điên rồ; ***be ~ about ...*** (*enthusiastic*) say mê ...; ***go ~*** (*of fans etc*) hoan hô cuồng nhiệt; (*become angry*) giận phát điên lên; ***run ~*** (*of plants*) mọc bừa bãi; (*of children*) chạy nhảy lung tung **2** *n*: ***the ~s*** vùng hoang vu
wild dog chó rừng
wilderness (*empty place*) vùng hoang vu; (*garden*) bãi đất hoang
wildfire: ***spread like ~*** lan rất nhanh; **wildgoose chase** cuộc đuổi vịt trời; **wildlife** chim thú hoang dã
will[1] *n* LAW di chúc
will[2] *n* (*willpower*) ý chí
will[3] ◊ (*to express the future*) sẽ; ***I ~ let you know tomorrow*** ngày mai tôi sẽ nói cho anh / chị biết; ***~ you be there?*** anh / chị sẽ có mặt

---

ở đó chứ?; ***I won't be back until late*** tôi sẽ về muộn đấy; ***you ~ call me, won't you?*** anh/chị sẽ gọi tôi chứ?; ***I'll pay for this – no you won't*** tôi sẽ trả tiền anh/chị – không, tôi cấm anh/chị; ***the car won't start*** xe không chịu nổ máy ◊ (*requests*): ***~ you tell her that ...?*** xin anh/chị bảo cô ấy rằng ...; ***~ you have some more tea?*** anh/chị uống thêm cốc nước chè nữa chứ?; ***~ you stop that!*** ngừng đi nào!

willful *person* cứng đầu; *murder, refusal, disobedience* có chủ tâm

willing sẵn sàng

willingly sẵn sàng

willingness sự sẵn sàng

willow (*tree*) cây liễu

willpower ý chí

wilt *v/i* (*of plant*) héo tàn

wily ranh mãnh

wimp F người nhút nhát

win **1** *n* sự thắng lợi **2** *v/t* & *v/i* thắng

wince *v/i* nhăn mặt

wind[1] **1** *n* gió; (*flatulence*) sự đầy hơi; ***get ~ of ...*** nghe phong thanh ... **2** *v/t*: ***be ~ed*** mệt đứt hơi

wind[2] **1** *v/i* (*of path*) quanh co; (*of stream, river*) uốn khúc; (*of staircase*) xoắn trôn ốc; (*of ivy*) quấn quanh **2** *v/t* quấn

♦**wind down** **1** *v/i* (*of party etc*) lắng xuống **2** *v/t car window* quay xuống; *business* chuẩn bị đóng cửa

♦**wind up** **1** *v/t clock* lên dây; *car window* quay lên; *speech, presentation* kết thúc; *affairs, matter* giải quyết xong; *company* đóng cửa **2** *v/i* (*finish*) kết thúc; ***~ in hospital*** cuối cùng cũng phải vào bệnh viện

windfall của trên trời rơi xuống

winding *path* quanh co; *stream* uốn khúc

wind instrument nhạc khí thổi

windmill cối xay gió

window cửa sổ; ***in the ~*** (*of store*) trong ô kính bày hàng

windowpane ô kính cửa sổ; **window-shop**: ***go ~ping*** đi xem hàng; **windowsill** bậu cửa sổ

windshield kính chắn gió xe hơi; **windshield wiper** cần gạt nước; **windsurfer** (*person*) người chơi lướt ván buồm; (*board*) ván buồm; **windsurfing** môn lướt ván buồm

windy *weather, day* lộng gió; ***it's getting ~*** trời nổi gió to

wine rượu vang

wine list danh mục (các loại) rượu vang

wing *n* (*of bird, plane*) cánh; SP biên

wink **1** *n* cái nháy mắt ra hiệu **2** *v/i* (*of person*) nháy mắt ra hiệu; ***~ at s.o.*** nháy mắt ra hiệu cho ai

winner (*of race, competition, election, bet*) người thắng cuộc; (*of lottery*) người trúng thưởng

winning *adj team, number* đoạt giải; ***~ entry*** tác phẩm đoạt giải

winning post cột đích

winnings tiền được cuộc

winter *n* mùa đông

winter sports thể thao mùa đông

wintry *light, weather* mùa đông

wipe *v/t* lau; *tape* xóa

♦**wipe out** (*kill, destroy: of disease*) hủy diệt; (*of fire*) thiêu hủy; *debt* xóa hết

wire (*made of metal*) dây kim loại; ELEC dây điện

wire netting lưới sắt

wiring ELEC mạng điện

wiry *person* rắn chắc

wisdom sự thông thái

wisdom tooth răng khôn

wise khôn ngoan

wisecrack *n* lời nói lém lỉnh
wise guy *pej* kẻ hợm đời
wisely *act* một cách khôn ngoan
wish **1** *n* sự ước mong; ***best ~es*** những lời chúc tốt đẹp nhất **2** *v/t* ước mong; ***I ~ that ...*** tôi ước gì …; ***~ s.o. well*** chúc lành ai; ***I ~ed him good luck*** tôi chúc anh ấy may mắn
♦ **wish for** mong muốn
wishful thinking mơ tưởng
wishy-washy *person* không có chính kiến; *color* nhợt nhạt
wistful *person* đăm chiêu; *smile* bâng khuâng
wit (*humor*) sự hóm hỉnh; (*person*) người hóm hỉnh; ***be at one's ~s' end*** vô phương kế
witch mụ phù thủy
with ◊ (*accompanied by*) cùng với; ***are you ~ me?*** (*do you understand?*) anh/chị hiểu điều tôi nói chứ?; ***~ no money*** không có tiền ◊ (*proximity*) với; ***a meeting ~ the President*** một buổi họp với Tổng thống; ***I live ~ my mother*** tôi sống với mẹ tôi; ***I'll discuss it ~ my wife*** tôi sẽ bàn với vợ tôi ◊ (*agency*) bằng; ***stabbed ~ a pocketknife*** đâm bằng dao nhíp; ***decorated ~ flowers*** trang trí bằng hoa ◊ (*cause*) vì; ***trembling ~ fear*** run lên vì sợ; ***sick ~ the flu*** bị ốm vì cúm ◊ (*possession*) có; ***the house ~ the red door*** ngôi nhà có cửa đỏ; ***the girl ~ blue eyes*** cô gái có đôi mắt xanh; ***someone ~ more experience*** một người nào đó có nhiều kinh nghiệm hơn ◊: ***~ a smile/a wave*** với nụ cười/vẫy tay ◊: ***be angry/pleased ~ s.o.*** giận/hài lòng với ai; ***be disappointed ~ sth*** thất vọng với cái gì
withdraw **1** *v/t complaint, application* rút lại; *money from bank, troops* rút **2** *v/i* (*of competitor, troops*) rút khỏi
withdrawal (*of complaint, application*) sự rút lại; (*of money, troops*) sự rút; (*from drugs*) sự cai nghiện
withdrawal symptoms những triệu chứng trong lúc cai nghiện
withdrawn *adj person* thu mình lại
wither héo
withhold *information etc* găm; *payment, consent* từ chối không cho
within *prep* (*inside*) bên trong; (*in expressions of time*) trong vòng; (*in expressions of distance*) không quá; (*inside the range of*) trong phạm vi; ***we kept ~ the budget*** chúng tôi duy trì trong phạm vi của ngân sách; ***~ my power/my capabilities*** trong phạm vi quyền hạn/khả năng của tôi; ***~ reach*** trong tầm tay
without không có; ***we can't survive much longer ~ water*** chúng ta không thể tồn tại lâu hơn nếu không có nước; ***~ looking/asking*** mà không nhìn/hỏi
withstand *heat, cold, pressure* chịu được; *temptation, attack* chống lại
witness **1** *n* (*at trial*) nhân chứng; (*of accident, crime*) người chứng kiến; (*to signature*) người làm chứng **2** *v/t accident, crime* chứng kiến; *signature* làm chứng
witness stand ghế nhân chứng
witticism nhận xét hóm hỉnh
witty hóm hỉnh
wobble *v/i* (*on bicycle*) loạng choạng; (*of table, chair*) lung lay; (*of voice*) run run
wobbly *tooth* lung lay; *furniture* lắc

lư; *voice, person after illness* run run
wolf 1 *n* (*animal*) chó sói; *fig* (*womanizer*) kẻ máu gái **2** *v/t* ngốn sạch; **~ (*down*)** ăn ngấu nghiến
wolf whistle *n tiếng huýt sáo tỏ ý ngưỡng mộ*
woman phụ nữ
woman doctor nữ bác sĩ
womanizer kẻ máu gái
woman priest nữ tu sĩ
womb dạ con
women's lib (*movement*) phong trào giải phóng phụ nữ
women's libber *người đấu tranh cho phong trào giải phóng phụ nữ*
wonder 1 *n* (*amazement*) sự kinh ngạc; ***no ~!*** hèn chi!; ***it's a ~ that ...*** điều kỳ lạ là ... **2** *v/i* thắc mắc **3** *v/t* tự hỏi; ***I ~ if you could help*** tôi không biết anh/chị có thể giúp được không
wonderful tuyệt vời
wood (*for carving, making things*) gỗ; (*for fire, stove*) củi; (*forest*) rừng; (*in Vietnamese zodiac*) Mậu; ***~ prepared to burn*** (*in Vietnamese zodiac*) Kỷ
woodcut print tranh khắc gỗ
wooded có nhiều cây
wooden (*made of wood*) bằng gỗ
woodwind MUS bộ phận nhạc hơi
woodwork (*parts made of wood*) phần mộc; (*activity*) nghề mộc
wool len
woolen 1 *adj* len **2** *n* quần áo len
word 1 *n* từ; (*news*) tin tức; (*promise*) lời hứa; ***is there any ~ from ...?*** có tin tức gì về ... không?; ***have ~s*** (*argue*) cãi nhau; ***have a ~ with s.o.*** nói chuyện riêng với ai **2** *v/t article, letter* diễn đạt
wording cách diễn đạt
word processing xử lý văn bản
word processor (*software*) bộ phận xử lý văn bản
work 1 *n* công việc; ***out of ~*** không có việc làm; ***be at ~*** đang làm việc; ***I go to ~ by bus*** tôi đi làm bằng xe buýt **2** *v/i* (*of person*) làm việc; (*be operational*) hoạt động; (*succeed*) đạt kết quả; ***I used to ~ with him*** tôi thường làm việc với anh ấy; ***how does it ~?*** (*of device*) nó hoạt động thế nào? **3** *v/t employee* bắt phải làm việc; *student* bắt phải học tập; *machine* vận hành
♦**work off** *bad mood, anger* gạt bỏ; *flab* loại bỏ
♦**work out 1** *v/t problem* giải được; *solution* tìm ra **2** *v/i* (*at gym*) tập luyện; (*of relationship etc*) thành công
♦**work out to** (*add up to*) tổng số là
♦**work up** *enthusiasm* kích động; ***~ an appetite*** làm tăng cảm giác ngon miệng; ***get worked up*** (*get angry*) nổi giận; (*get nervous*) bồn chồn lo lắng
workable *solution* có thể thực hiện được
workaholic *n* người tham công tiếc việc
work day (*hours of work*) giờ làm trong ngày; (*not a holiday*) ngày làm việc
worker công nhân; ***she's a good ~*** (*of student*) cô ấy là một người chăm chỉ
workforce lực lượng lao động
work hours giờ làm việc
working class *n* giai cấp công nhân; **working-class** *adj* tầng lớp lao động; **working knowledge** kiến thức cơ bản
workload khối lượng công việc;

---

workman người thợ; **workmanlike** *piece of furniture* làm khéo; *fig*: *performance* rất điệu nghệ; **workmanship** tay nghề; **work of art** tác phẩm nghệ thuật; **workout** rèn luyện cơ thể; **work permit** giấy phép làm việc; **workshop** xưởng; (*seminar*) hội thảo; **work station** trạm công tác

world thế giới; ***the ~ of computers/the theater*** giới vi tính/sân khấu; ***out of this ~*** F tuyệt thế

World Bank Ngân hàng thế giới

worldly (*material*) vật chất; *person* lọc lõi

world power cường quốc thế giới; **world war** chiến tranh thế giới; **worldwide 1** *adj* khắp thế giới **2** *adv* trên toàn thế giới

worm *n* con sâu; MED con giun

worn-out *shoes*, *carpet*, *part* sờn mòn; *person* mệt lử

worried lo lắng

worry 1 *n* sự lo lắng **2** *v/t* làm lo lắng; (*upset*) làm phiền **3** *v/i* lo lắng; ***it will be alright, don't ~!*** rồi sẽ ổn thôi, đừng lo!

worrying *situation* đáng lo ngại

worse 1 *adj* xấu hơn **2** *adv* kém hơn

worsen *v/i* trở nên xấu hơn

worship 1 *n* sự thờ cúng **2** *v/t* tôn thờ

worst 1 *adj* tồi tệ nhất **2** *adv* tệ hại nhất **3** *n*: ***the ~*** điều tệ hại nhất; ***the ~ of the storm is over*** thời điểm dữ dội nhất của cơn bão đã qua; ***what's the ~ that could happen?*** chuyện gì xấu nhất có thể xảy ra?; ***if the ~ comes to ~*** trong trường hợp xấu nhất

worth *adj* đáng giá; ***$20 ~ of gas*** 20 đô la ga; ***be ~ ...*** (*in monetary terms*) trị giá; ***be ~ reading/seeing*** đáng đọc/xem; ***be ~ it*** đáng

worthless *object* vô giá trị; *person* không ra gì

worthwhile (*worth the effort*, *worth doing*) đáng làm; ***be ~*** (*beneficial*, *useful*) có ích lợi; ***it's not ~ waiting*** không đáng đợi

worthy xứng đáng; *cause* đáng được kính trọng; ***be ~ of*** (*deserve*) xứng đáng với

would: ***I ~ help if I could*** tôi sẽ giúp nếu có thể; ***I said that I ~ go*** tôi đã nói là tôi sẽ đi; ***I told him I ~ not leave unless ...*** tôi đã bảo anh ấy rằng tôi sẽ không đi trừ phi ...; ***I ~ have told you but ...*** đáng lẽ tôi đã nói với anh/chị nhưng ...; ***I ~ not have been so angry if ...*** đáng lẽ tôi đã không giận đến thế nếu ... ◊ (*requests*): ***~ you like to go to the movies?*** anh/chị có muốn đi xem phim không?; ***~ you mind if I smoked?*** nếu tôi hút thuốc thì có làm phiền anh/chị không?; ***~ you tell her that ...?*** xin anh/chị nói với cô ấy là ...; ***~ you close the door?*** xin anh/chị đóng cửa lại

wound 1 *n* vết thương **2** *v/t* (*with weapon*) làm bị thương; (*with remark*) xúc phạm

wow *interj* ối chà

wrap *v/t parcel*, *gift* gói; (*wind*) quấn; (*cover*) băng bó

♦ **wrap up** *v/i* (*against the cold*) mặc đồ ấm vào

wrapper (*for candy etc*) giấy gói

wrapping giấy bọc

wrapping paper giấy gói

wreath vòng hoa

wreck 1 *n* (*of ship*) xác tàu; (*of car*) xác ô tô; ***be a nervous ~*** là một người suy nhược thần kinh

2 *v/t ship*, *car* làm hỏng; *plans*, *career*, *marriage* phá hoại
wreckage (*of car*, *plane*) mảnh vụn; ***the ~ of his marriage*** chút gì còn lại trong cuộc hôn nhân của anh ấy
wrecker (*vehicle*) *xe chở các ô tô bị hỏng nặng*
wrecking company công ty chở thuê các ô tô bị hỏng nặng
wrench **1** *n* (*tool*) cờ lê; (*injury*) chỗ trật khớp **2** *v/t knee*, *shoulder* làm trật khớp; (*pull*) giật mạnh
wrestle đấu vật
♦**wrestle with** *problems* vật lộn với
wrestler đô vật
wrestling môn đấu vật
wrestling contest cuộc thi đấu vật
wriggle *v/i* (*squirm*) ngọ ngoạy; (*along the ground*) lách qua
♦**wriggle out of** *awkward situation etc* lẩn tránh
♦**wring out** *v/t cloth* vắt nước
wrinkle **1** *n* nếp nhăn **2** *v/t clothes* làm nhăn **3** *v/i* (*of clothes*) nhàu; (*of paper*, *skin*) nhăn
wrist cổ tay
wristwatch đồng hồ đeo tay
write **1** *v/t* viết; *music* soạn **2** *v/i* viết; (*send a letter*) viết thư
♦**write down** ghi
♦**write off** *debt* xóa bỏ; *car* làm hỏng
writer (*of letter*, *book*, *song*) người viết; (*fiction ~*) nhà văn
write-up bài phê bình
writhe quặn đau
writing (*as career*) sự viết văn; (*handwriting*) nét chữ; (*words*) văn phong; (*script*) chữ viết; ***in ~*** bằng văn bản
writing paper giấy viết thư
wrong **1** *adj* sai; ***be ~*** (*of person*) bị nhầm; (*morally*) bậy bạ; ***what's ~?*** làm sao vậy?; ***there is something ~ with the car*** xe ô tô có gì trục trặc **2** *adv* sai; ***go ~*** (*of person*) mắc lỗi; (*of marriage etc*) trục trặc; (*of plan*, *attack*) thất bại **3** *n* cái sai; ***be in the ~*** có lỗi
wrongful *arrest*, *imprisonment* trái luật
wrongly *believe* một cách sai lầm; *accused* một cách bất công
wrong number nhầm số
wrought metal (*in Vietnamese zodiac*) Tân
wry *comment*, *smile* hơi chế giễu

X

xenophobia tính bài ngoại
xenophobic bài ngoại
X-ray **1** *n* (*picture*) ảnh chụp X quang **2** *v/t* chụp X quang

Y

yacht thuyền buồm
yachting (*as a sport*) môn thuyền buồm; (*for pleasure*) chơi thuyền buồm
yachtsman người lái thuyền buồm
Yank *n* F Mẽo
yank *v/t* giật mạnh
yap *v/i* (*of small dog*) sủa ăng ẳng; F (*talk a lot*) nói huyên thiên
yard[1] (*of prison, institution etc*) sân; (*behind house*) sân vườn; (*for storage*) bãi
yard[2] (*measurement*) thước Anh
yardstick *fig* thước đo
yarn *n* (*thread*) sợi; F (*story*) chuyện bịa
yawn **1** *n* cái ngáp **2** *v/i* ngáp
year năm; ***for ~s*** F nhiều năm rồi
yearly *adj & adv* hàng năm
yearn *v/i* khao khát
♦**yearn for** ao ước
yearning *n* lòng mong ước
yeast men
yell **1** *n* tiếng thét **2** *v/i* thét lên **3** *v/t* gào thét
yellow màu vàng
yellow fever sốt vàng da; **yellow pages** những trang vàng; **Yellow River** Hoàng Hà; **Yellow Sea** Hoàng Hải
yelp **1** *n* tiếng kêu ăng ẳng **2** *v/i* kêu ăng ẳng
yen FIN đồng yên
yes ◊ dạ, vâng (*N*) ◊ (*repeating the verb*): ***do you want it? – ~*** anh/chị có muốn không? – muốn, có, có muốn ◊ (*using 'no', ie no, that is not right*): ***you don't know the answer, do you? – oh ~ I do*** anh/chị không biết câu trả lời phải không? – không, tôi biết ◊ (*responding*): ***Chau! – ~?*** Châu! – gì thế?; (*more polite*) Châu! – dạ?
yesman *pej* kẻ a dua
yesterday hôm qua; ***the day before ~*** hôm kia
yet **1** *adv* còn, hãy còn, chưa; ***as ~*** cho tới nay; ***he hasn't arrived ~*** anh ấy vẫn chưa tới; ***is he here ~? – not ~*** anh ấy đã có mặt ở đây chưa? – chưa; ***~ bigger/longer*** còn to hơn/dài hơn **2** *conj* tuy nhiên; ***~ I'm not sure*** tuy nhiên tôi vẫn không chắc chắn
yield **1** *n* (*from fields etc*) sản lượng; (*from investment*) lãi **2** *v/t fruit, good harvest* mang lại; FIN sinh lãi **3** *v/i* (*to the enemy*) đầu hàng; (*to wishes*) nhượng bộ; (*give way, in driving*) nhường đường
Yin and Yang âm dương
yoghurt sữa chua
yoke (*for carrying*) đòn gánh; (*for oxen*) ách
yolk lòng đỏ trứng
you ◊ (*formal, singular: to more senior man/woman*) ông/bà; (*formal to younger man/woman*) chú/cô; (*less formal: to younger man/woman*) anh/chị; (*to younger person or child*) em; (*familiar*) cậu, mày; (*formal plural: to more senior men/women*) các ông/bà; (*formal plural: to younger men/women*)

các chú / cô; (*less formal plural*: *to younger men / women*) các anh / chị; (*to younger people or children*) các em; (*familiar plural*) chúng mày, các cậu ◊ (*omission of pronoun*: *informal use*): ***listen, can ~ hear this?*** nghe nào, có nghe thấy gì không? ◊ (*one*) người ta, ai; ~ ***never know*** ai mà biết được; ***it's good for*** ~ tốt cho sức khỏe
young trẻ
youngster trẻ con
your (*formal*, *singular*: *of more senior man / woman*) (của) ông / bà; (*formal*: *of a younger man / woman*) (của) chú / cô; (*less formal*: *of a younger man / woman*) (của) anh / chị; (*of a younger person or child*) (của) em; (*familiar*) (của) mày, (của) cậu; (*formal*, *plural*: *of more senior men / women*) (của) các ông / bà; (*less formal*: *of younger men / women*) (của) các anh / chị; (*formal*: *of younger men / woman*) (của) các chú / cô; (*of younger people or children*) (của) các em; (*familiar*) (của) chúng mày, (của) các cậu; (*emphatic*) của ông / bà *etc*; ***is this ~ seat?*** đây có phải là ghế (của) anh / chị không?; ***did you hurt ~ leg?*** anh / chị đã bị đau chân phải không?; ***have you lost ~ ticket?*** anh chị đã đánh mất vé rồi phải không?
yours của anh / chị; ***a friend of ~*** một người bạn của anh / chị; ***~ ...*** (*in letter*) kính thư ...; → ***your***
yourself chính anh / chị; ***did you hurt ~?*** tự anh / chị làm đau phải không; ***by ~*** tự mình; → ***you***
yourselves chính các anh / chị; ***did you hurt ~?*** tự các anh / chị làm đau phải không?; ***by ~*** tự mình; → ***you***
youth (*age*) tuổi trẻ; (*young man*) chàng trai; (*young people*) thanh niên
youthful trẻ trung
youth hostel quán trọ thanh niên
Youth Union Đoàn Thanh niên

Z

zap *v/t* (COMPUT: *delete*) xóa; F (*kill*) giết chết; F (*hit*) đánh
♦**zap along** F (*move fast in car etc*) phóng nhanh; (*of work*) làm nhanh
zapped F (*exhausted*) mệt lử
zappy F *car*, *pace* nhanh; (*lively*, *energetic*) linh hoạt
zeal nhiệt tâm
zebra con ngựa vằn
Zen đạo Thiền
Zen Buddhism Phật giáo thiền phái
Zen Buddhist **1** *adj* theo Phật giáo thiền phái **2** *n* người theo Phật giáo thiền phái
zero số không; ***10 below ~*** dưới 10 độ không
♦**zero in on** (*identify*) tập trung vào
zero growth sự tăng trưởng số không

zest (*enjoyment*) sự thích thú
zigzag **1** *n* sự ngoằn ngoèo **2** *v/i* (*of person, path etc*) chạy ngoằn ngoèo; (*of river*) uốn khúc ngoằn ngoèo
zilch F không có gì
zinc kẽm
♦**zip up** *v/t dress*, *jacket* kéo phéc mơ tuya lên; *file* nén
zip code mã thư tín
zipper phéc mơ tuya
zither (*16 string*) đàn tranh; (*36 string*) đàn tam thập lục
zodiac hoàng đạo; ***signs of the ~*** các cung hoàng đạo
zombie F (*barely human person*) kẻ đờ đẫn; ***feel like a ~*** (*exhausted*) cảm thấy mệt đờ người
zone (*geographical*) vùng; (*of city*) khu vực; ***time ~*** múi giờ
zoo vườn thú (*N*), sở thú (*S*)
zoological động vật học
zoology động vật học
zoom F (*move fast*) phóng vù vù
♦**zoom in on** PHOT mở to ống kính
zoom lens ống kính

Numbers

1	một
2	hai
3	ba
4	bốn
5	năm
6	sáu
7	bảy
8	tám
9	chín
10	mười
11	mười một
12	mười hai
13	mười ba
14	mười bốn
15	mười lăm
16	mười sáu
17	mười bảy
18	mười tám
19	mười chín
20	hai mươi
30	ba mươi
40	bốn mươi
50	năm mươi
60	sáu mươi
70	bảy mươi
80	tám mươi
90	chín mươi
100	trăm
1,000	nghìn, ngàn
10,000	mười nghìn
100,000	trăm nghìn
1,000,000	triệu
1,000,000,000	tỷ

Ordinal Numbers

1st	thứ nhất
2nd	thứ hai
3rd	thứ ba
4th	thứ bốn
5th	thứ năm
6th	thứ sáu
7th	thứ bảy
8th	thứ tám
9th	thứ chín
10th	thứ mười
11th	thứ mười một
12th	thứ mười hai
13th	thứ mười ba
14th	thứ mười bốn
15th	thứ mười lăm
16th	thứ mười sáu
17th	thứ mười bảy
18th	thứ mười tám
19th	thứ mười chín
20th	thứ hai mươi
30th	thứ ba mươi
40th	thứ bốn mươi
50th	thứ năm mươi
60th	thứ sáu mươi
70th	thứ bảy mươi
80th	thứ tám mươi
90th	thứ chín mươi
100th	thứ một trăm
1,000th	thứ một nghìn, thứ một ngàn
1,000,000th	thứ một triệu
1,000,000,000th	thứ một tỷ

The number 5

In spoken Vietnamese, for numbers ending in 5, from 15 to 95, the word **lăm** is used in the North and **nhăm** in the South. In written Vietnamese **năm** is used in both North and South. The numbers 5, 105, 205 etc are exceptions to this variant.

The number 10

A variant for **mươi** (ten) when used in round units of 10 (eg: 20, 30 40, 50, 60 etc) is **chục**.